அ. முத்துலிங்கம் கட்டுரைகள்

அ. முத்துலிங்கம்

அ. முத்துலிங்கம் இலங்கையின், கொக்குவில் கிராமத்தில் பிறந்து வளர்ந்தவர். கொழும்பு பல்கலைக்கழகத்தில் விஞ்ஞானப் படிப்பை முடித்தபின், இலங்கையில் சாட்டர்ட் அக்கவுண்டன்ட் படிப்பையும் இங்கிலாந்தில் சாட்டர்ட் மனேஜ்மெண்ட் படிப்பையும் பூர்த்திசெய்து இலங்கையிலும் ஆப்பிரிக்காவிலும் இன்னும் பல நாடுகளிலும் ஐ.நா.வுக்காகப் பணிபுரிந்தவர். இவர் 2000த்தில் ஓய்வுபெற்று, கனடாவில் மனைவி ரஞ்சனியுடன் வசிக்கிறார். பிள்ளைகள் இருவர்: சஞ்சயன், வைதேகி. வைதேகியின் மகள்தான் இவர் கதைகளில் வரும் அப்ஸரா.

அறுபதுகளில் எழுத ஆரம்பித்து இன்றும் இவருடைய பணி தொடர்கிறது. சிறுகதை, கட்டுரை, நேர்காணல், நாடகம், விமர்சனம், நாவல் என எழுதிவருகிறார். இவர் தமிழ்நாடு அரசாங்க முதல் பரிசு, இந்திய ஸ்டேட் வங்கியின் முதல் பரிசு, இலங்கை அரசு சாகித்தியப் பரிசு, கனடா தமிழர் தகவல் நாற்பதாண்டு சாதனை விருது, திருப்பூர்த் தமிழ்ச் சங்கம் பரிசு, விகடன் விருது 2012 (குதிரைக்காரன் – சிறுகதைத் தொகுப்பு), எஸ்.ஆர்.எம் பல்கலைக்கழகப் படைப்பிலக்கிய விருது (2013) ஆகியவற்றைப் பெற்றிருக்கிறார்.

அ. முத்துலிங்கம் கட்டுரைகள்

தொகுதி 1

நற்றிணை பதிப்பகம்

அ. முத்துலிங்கம் கட்டுரைகள் – தொகுதி 1 * அ. முத்துலிங்கம் * © அ. முத்துலிங்கம் * முதல் பதிப்பு: ஜனவரி 2018 * வெளியீடு: நற்றிணை பதிப்பகம் (பி)லிட்., * எண்: 6/84, மல்லன் பொன்னப்பன் தெரு, திருவல்லிக்கேணி, சென்னை – 600005.

A. Muthulingam Katturaigal – Volume 1 * A. Muthulingam * © A. Muthulingam * First Edition: January 2018 * Size: Demy 1/8 * Paper: 18.6 kg maplitho * Pages: 960 * Published by Natrinai Pathippagam Pvt. Ltd., No. 6/84, Mallan Ponnappan Street, Triplicane, Chennai-600005 * Phone : 044-2848 2818 * Mobile: 90956 91222

* E-mail: natrinaipathippagam@gmail.com
* Website: natrinaipathippagam.com
* Printed at: Sai Thendral Printers, Chennai - 600005
* Mobile: 90954 91222, 90956 91222
* E-mail: saithendralprinters.gmail.com

* இணையம் மூலம் புத்தகம் வாங்க : www.natrinai.in

பயணம்

சில வாரங்களுக்கு முன்னர் 'கட்டுரை தொகுப்பு தயாராகிவிட்டது. முன்னுரை அனுப்புங்கள்' என்று யுகன் மின்னஞ்சல் எழுதியிருந்தார். உடனேயே எழுதி கணினியில் சேமித்து வைத்தேன். இன்று காலை கணினியை திறந்து பார்த்தபோது முன்னுரையில் பாதிதான் கிடைத்தது, மீதியை காணவில்லை.

என்னுடைய கம்ப்யூட்டர் பல வருடங்களாக எனக்கு உழைக்கிறது. விசுவாசமிக்கது. அதில் பல நூல்கள் எழுதியிருக்கிறேன். பெட்டியில் சுருண்டு கிடக்கும் பாம்பு அசைந்து நெளிந்து சுருள் அவிழ்த்து தலையை நீட்டி படம் விரிப்பதுபோல என்னுடைய கணினி காலை வேளைகளில் மிக மெதுவாகத்தான் தன் கதவுகளை ஒவ்வொன்றாகத் திறக்கும். ஆனால் தொடங்கிவிட்டாலோ படு வேகமாக வேலை செய்யும். நம்பிக்கையானது. எப்படி கட்டுரையில் பாதி தொலைந்துபோனது என்பது புரியாத புதிர்தான்.

அந்தக் காலத்தில் பாடல்களை ஏடுகளில் எழுதி பாதுகாப்பார்கள். பழைய ஏடுகள் ஒடிந்தும், முறிந்தும் செல்லரித்தும் கிடக்கும். பாடல்களில் பாதி அழிந்துபோயிருக்கும். அவற்றை ஒட்டிக்கொடுப்பதற்கென்று சில புலவர்கள் இருந்தார்கள். சொந்தமாகப் பாட அவர்களுக்கு வராது ஆனால் விடுபட்ட வரிகளை ஊகித்துப் பாடிவிடுவார்கள். ஒட்டிக்கொடுப்பதால் அவர்களுக்கு 'ஒட்டக்கூத்தர்கள்' என்று பெயர்.

இந்தக் காலத்தில் ஒட்டக்கூத்தர்கள் கிடையாது. நான்தான் ஒட்டிக் கொடுக்கவேண்டும். என்ன எழுதினேன் என்பது மறந்துபோய்விட்டது. புதிதாக மறுபடியும் தொடங்கவேண்டும். தொகுப்பில் உள்ள கட்டுரைகளில் நான் எழுதாத ஒன்றை எழுத வேண்டும். என்ன செய்யலாம் என யோசித்துக் கொண்டிருந்த போது பழநிவேல் என்பவரிடமிருந்து ஒரு கடிதம் வந்தது. நான் சொல்ல வேண்டியதை இன்னும் சிறப்பாக அவர் சொல்லி யிருந்தார். அந்தக் கடிதத்தில் சில பகுதிகளை கீழே கொடுப்பது பொருத்தமாயிருக்கும்.

'சமநிலை குலைந்து நான் செய்வதறியாது நிற்கும் தருணங்களில், மீளாத்துயரத்தின் இருண்ட காலங்களில், முடிவில்லா நீண்ட தனிமையினை உணரும் நாட்களில் அ. முத்துலிங்கம் போன்ற ஒரு சில குறிப்பிட்ட படைப்பாளிகளின் ஆக்கங்களை நோக்கி மனம் தானாகவே செல்லும். அவர்கள் தங்கள் படைப்பிலிருந்து ஒரு சொல்லையோ வரியையோ கொண்டு என் கைப்பிடித்து ஒரு அழகான பயணத்திற்கு என்னை அழைத்துச்செல்வார்கள். அந்த பயணத்தின் வழியே நான் காண்பவை எனது சிறிய இருண்ட உலகம் விரிந்து ஒளிப்பெற்று பிரம்மாண்டம் கொள்ளச் செய்யும்.

நாஞ்சில் நாடன் மற்றும் வண்ணதாசனின் கட்டுரைகளைப்போன்று முத்துலிங்கத்தின் கட்டுரைகளும் சிறுகதைகள் போன்றே சுவாரசியத்துடனும் திருப்பங்களுடனும் இருக்கின்றன. புனைவுகளை காட்டிலும் அவரது கட்டுரைகளில் பகடி தூக்கலாக இருக்கும். கதைகளில் நமக்குத் தெரியாத சினம் கொள்ளும் முத்துலிங்கம், கட்டுரைகளில் தெரிகிறார். முத்துலிங்கம் என்ற ஆளுமையின் பல்வேறு பரிமாணங்களை அறிய அவரது கட்டுரைகள் நமக்கு கிடைக்கின்றன.

முத்துலிங்கத்தின் படைப்புகள் மகத்தானவைகளாக ஏன் எனக்குத் தோன்றுகின்றன? அவரது ஒவ்வொரு ஆக்கமும் ஒரு பயணம். அந்தப் பயணம் தொடங்கி இலக்கை சென்றடையும் வரை பயணப்பாதையை சுற்றி இருக்கும் அனைத்தின் மீதும் விருப்பு வெறுப்பின்றி வெளிச்சத்தை தூவிக்கொண்டே வருகிறார். உரக்கப்பேசாமல் புன்னகையுடன் நம்முடன் சகபயணியாக வருகிறார். நம் வாழ்க்கையில் முன் நிற்கும் நம்மால் அதிமுக்கியம் எனக்கருதப்படும் பல வினாக்களும், விழுமியங்களும், புரிதல்களும் காணாமல் போகும் மாயமும் இந்த பயணத்தில் நடக்கிறது. பயணத்தின் இறுதியில் எஞ்சுவது புன்னகையும் நம்பிக்கையும் தான். வாழ்க்கை என்பது வெறும் கருப்பு வெள்ளை மட்டும் கிடையாது. பல்வேறு வண்ணங்களுக்கும் அங்கு இடமுண்டு. அவை ஒவ்வொன்றும் அதனளவில் தனித்துவமும் முக்கியத்துவமும் கொண்டது. இந்த பல்வேறு வண்ணங்களின் இருப்பும் கவனிக்கப்படும்போது ஏற்படும் மனவெழுச்சியை நோக்கித்தான் முத்துலிங்கத்தின் படைப்புகள் நம்மை அழைத்துச்செல்கின்றன.'

இவர் எழுதியதை படிக்கும்போது மகிழ்ச்சியாக இருக்கிறது; அதே சமயம் உற்சாகமும் கூடுகிறது. சிறுவயதில் சினிமா நோட்டீஸ் காலில் பட்டால்கூட தொட்டுக் கும்பிட்டுவிட்டுத்தான்

நகரவேண்டும். எழுத்தை அப்படி மதிக்க பெரியவர்கள் கற்றுக் கொடுத்திருந்தார்கள். நீதி மன்றத்தில் சாட்சி சொல்பவன் வார்த்தைகளை கவனத்துடன் வெளியே விடவேண்டும். ஒரு சொல் பிசகினாலும் தீர்ப்பு மரண தண்டனையாகி விடக்கூடும். எழுத்தாளரின் வேலையும் அப்படித்தான். பொற்கொல்லர் பொன் நிறுப்பதுபோல வார்த்தைகளை நுட்பத்துடன் கையாள வேண்டும்.

இப்பொழுது நினைத்துப் பார்க்கும்போது எழுத்துத் தொழில் ஒரு விபத்தாகவே நடந்தது என்று படுகிறது. ஐஸாக் அசிமோவ் என்ற அமெரிக்க எழுத்தாளர் அறிவியல் கதைகளுக்கு முன்னோடி. 500 புத்தகங்கள் எழுதியவர். அவர் சிறுவனாயிருந்தபோது ஒருநாள் உடல்நலமில்லாமல் படுக்கையில் கிடந்தார். அவருக்கு படிக்க ஒரு புத்தகம் தேவைப்பட்டது. தாயாரிடம் நூலகத்துக்குச் சென்று ஒரு புத்தகம் எடுத்து வரச் சொன்னார். அவருக்கோ எழுதவும் படிக்கவும் தெரியாது. 'என்ன புத்தகம் எடுத்து வந்தாலும் நான் வாசிப்பேன்' என தாயாருக்கு வாக்கு கொடுத்தார். அவர் கொண்டுவந்த புத்தகம் மின்சார பல்பை கண்டுபிடித்த தோமஸ் எடிசனின் சுயசரிதை. என்ன செய்வது? வாக்கு கொடுத்ததனால் படித்து முடித்தார். விஞ்ஞானம் பற்றிய பிரமிப்பும், அறிவும் ஏற்பட்டது. உலகப் புகழ்பெற்ற அறிவியல் எழுத்தாளர் ஆனார்.

ஏதோ தற்செயலாக எழுத வந்த எனக்கு இந்த தொகுப்பில் உள்ள கட்டுரைகளை பார்க்கும்போது பிரமிப்பு ஏற்படுகிறது. சமையல்காரர் தான் சமைத்த உணவை திரும்பிப் பார்க்காமல் போகவேண்டும். எழுத்தாளரும் அப்படியே. நண்பர் பழநிவேல் சொல்வதுபோல இந்தக் கட்டுரைகள் எல்லாமே பயணம்தான். பயணங்கள் முடிவதில்லை. ஒன்று முடியும்போது இன்னொன்று தொடங்கிவிடுகிறது.

இந்தத் தொகுப்பை வெளியிடும் நண்பர் யுகனுக்கும் இதை வடிவமைத்த வெங்கடேசனுக்கும் என் நன்றி.

அ.முத்துலிங்கம்
ரொறொன்ரோ

சமர்ப்பணம்

என் வாழ்நாளில் பல வாசகர்களுடைய தொடர்பு எனக்கு கிடைத்திருக்கிறது. என்னை ஆரம்பத்திலிருந்து தொடர்ந்து வாசித்தவர்கள் இருவர். வாசித்தது மட்டுமல்லாமல் தொடர்பில் இருப்பவர்கள். ஊக்குவித்தவர்கள். இவர்களை நான் மறக்க முடியாது. ஒருவர் உமா ஷக்தி. அடுத்தவர் பழநிவேல். இருவருமே என்னை முற்றிலும் புரிந்துகொண்ட நண்பர்கள். அவர்களுக்கு இந்நூல்.

பொருளடக்கம்

கனடாவில் கடன்	17
கனடாவில் வீடு	22
கனடாவில் கார்	29
கனடாவில் சுப்பர் மார்க்கட்	36
கனடாவில் கால்சட்டை வாங்குவது	43
கனடாவில் கிணறு	47
கனடாவில் கார் ரேஸ்	50
ஐந்து பணத்துக்கு ஒரு குதிரை	57
எதிர்பாராத அடி – நடிகை பத்மினியுடன் ஒரு சந்திப்பு	61
சந்தா குருஸில் சு.ரா	68
இருட்டறையில் வெளிச்சம் வரவேண்டும்	78
வாசகனுக்கு ஒரு வலை	89
காத்தவராயனுக்குக் காத்திருப்பது	93
கலை நிகழ்வு	99
ஒருமுறைகூட நிலத்திலே விழவில்லை	111
நீ சேக்ஸ்பியரிலும் மோசமாக எழுதுகிறாய்	116
வெள்ளிமலைப் பயணம்	121
பாகிஸ்தான் உளவுத்துறையும் நானும்	128
சட்ட விரோதமான காரியம்	134
யேசுமாதா போன்ற முகம்	140
உன் குதிரைகளை இழுத்துப் பிடி	147
பெரிய முள் இரண்டில் வந்தவுடன்	153
நூறு வருடம் லேட்	161
மூளை செத்தவன்	166
நல்ல புத்தகங்களைத் தேடுவது	169
பேய்களின் கூத்து	175
ஒரு பெரிய புத்தகத்தின் சிறிய வரலாறு	183
கனடா திரைப்பட விழாவில் செவ்வாய்க் கிரகம்	192
அங்கே இப்ப என்ன நேரம்?	209
ரோறா போறா சமையல்காரன்	218

அண்ணனின் புகைப்படம்	223
நான் பாடகன் ஆனது	229
ஐந்தொகை	236
நாணாத கோடரி	244
தமிழில் மொழிபெயர்ப்பு	247
பணக்காரர்கள்	250
யன்னல்களைத் திறவுங்கள்	257
பாப்பம்	261
செம்புலப் பெயல் நீர்	268
இலக்கியப் பற்றாக்குறை	273
அருமையான பாதாளம்	278
தீபா மேத்தா காட்டிய 'தண்ணீர்'	283
கடவுளின் கால்	291
விட்டுப்போச்சுது	299
என் குதிரை நல்லது	307
காதலும் அலைதலும்	315
இலக்கியக்காரனின் இறுதி வார்த்தை	322
இடைச்செருகல்	329
உட்டுவான்கண்டே ராசா	338
மூன்று கவிகள்	345
உலகத்துக்கு எழுதிய கடிதம்	353
ஒரேயொரு நல்ல வசனம்	361
திசைப்பெண்	367
நானும் கஞ்சாவும்	373
குறிப்பறியமாட்டாதவன்	378
சிசுருட்சை	384
அக்காவின் சங்கீத சிட்சை	389
பூங்கொத்து கொடுத்த பெண்	396
படிக்காசு	402
முகம் கழுவாத அழகி	408
மொரமொரென புளித்த மோர்	414
தொன்மையில் இல்லை, தொடர்ச்சியில்	424
மற்றுப் பற்றெனக்கின்றி	436

வாசகர் கடிதம்	443
பூமியின் பாதி வயது	448
சொந்த நாட்டுக்குப் போ	453
முதலும் கடைசியும்	456
எழுத்து மேசை	461
சர்வதேச புக்கர் பரிசு	462
அமெரிக்க உளவாளி	463
வெடிகுண்டு நாய்	469
கம்ப்யூட்டரின் வேகம்	471
என்ன கதைப்பது?	474
கையுறை	482
எதற்காக வந்தீர்கள்?	484
தண்டனை	487
விதையின் ஆற்றல்	493
குளிக்க வேண்டாம்	496
நெருப்பு	498
இடிக்கும் மின்னலுக்கும் பழக்கவேண்டும்	504
கறுப்பு அணில்கள்	505
நாளுக்கு ஒரு நன்மை	507
இப்படித்தான் உலகம்	512
என்னை மறக்கவேண்டாம்	515
பிணங்களை வெளியே கொண்டுவாருங்கள்	518
ஆகச் சிறந்த வாசகி	522
வாழ்த்துக்கள் அனுப்புவது	525
குழையல்	527
யானை முந்திவிட்டது	532
நிலநடுக்க நிபுணர்	535
படித்ததை எப்படி மறப்பது?	537
பொய்ப் பேசாத மகள்	542
சன்மானம் எவ்வளவு?	544
தள்ளிநின்றால் போதும்	546
சொன்னதைத் திரும்பச் சொல்லு	550
வணங்குவதற்கு ஒரு மண்	552

சில்லறை விசயம்	555
ஐயம் தீரவில்லை	561
இரண்டுதான்	563
காதிலே கேட்ட இசை	566
ஒன்றைத் தொடு	574
கத்தரிக்காய் கூட்டு	576
கடன்	578
காந்தியின் கடிதம்	585
பிறப்பொக்கும் எல்லா உயிரும்	587
பொலீஸ்காரரும் நானும்	589
காக்க காக்க	597
கார்ச் சாரதி	600
மகள்கள் வெல்வார்கள்	603
நாளை சொல்கிறேன்	611
பெரிய இருதயம்	613
எங்கள் வீட்டு நீதிவான்	616
விருந்தாளி	624
5000 குழந்தைகள்	627
சூரியன் வருவான்	629
மறியல் வீடு	634
சமயோசிதம்	636
நீங்கள் அதன்மேல் நிற்கிறீர்கள்	638
நாலாவது நிலநடுக்கம்	643
கம்ப்யூட்டரில் தமிழ்	646
இரண்டு பூமிகள் தேவை	648
கூகிள்	653
48 மணி நேரம்	655
விருந்தோம்பல்	657
பயங்கரமான ஆயுதம்	662
விஞ்ஞானியும் கவியும்	665
மறக்கமுடியாத ஆசிரியர்கள்	667
கைதட்டல் விழா	675
பசிப்பிணி	677

ஆறுதலாகப் பேசுவோம்	679
பூங்கா	684
எங்கள் வீட்டுத் திறவுகோல்	688
ஆச்சரியம்	691
இன்றைக்கு அனுப்புகிறேன்	696
அம்மாவின் பெயர்	702
எல்லோர்க்கும் பெய்யும் மழை	708
250 டொலர் லாபம்	713
வெளிச்சம்	720
கிழங்கு கிண்டியபோது கிடைத்த ரத்தினக் கல்	723
கடவுளின் காதுகளுக்கு	730
சாபம்	734
பற்கள்	738
நாயுடன் கதைப்பவர்	745
சலவை	748
ஆயுளைக் கூட்டுவது	750
முகமாறாட்டம்	757
பிரபலமானவர்கள்	760
ஆதித் தாய்	762
மீதூண் விரும்பேல்	766
சிறுமியின் நாட்குறிப்பு	768
கூஸ்பெர்ரிஸ்	769
ஐந்து கால் மனிதன்	775
கையெழுத்து	781
நான் உதவ முடியாது	783
ஒன்றுக்கும் உதவாதவன்	787
ஆறாத் துயரம் 1	792
ஆறாத் துயரம் 2	796
எரிந்த சிறுமி	800
அரசனின் பள்ளிக்கூடம்	806
பேன் பொறுக்கிகள்	808
தவறிவிட்டது	811
காசு இல்லை	814

மாம்பழம்	819
குரல் இருக்கிறது	823
பதற்றம்	828
இலவசமாகக் கிடைத்த கையெழுத்து	833
நோட்டுப் புத்தகம்	838
சுட்டுப்போன பல்ப்	840
பழைய புகைப்படம்	844
ஓட்டை விழுந்த வெண்ணெய்க்கட்டி	850
ஓர் ஆசை	854
புகைப்படக்காரி	860
நினைத்தபோது நீ வரவேண்டும்	866
இடம் மாறியது	871
பழுப்பு இனிப்பு	876
பரிசு	883
சதி (தீயோர் உலகம்)	886
புதிய வார்த்தை	890
திருடித் தின்னும் மிருகம்	895
இலவச விமான டிக்கட்	899
மூன்று குருட்டு எலி	901
ட்யூலிப் பூ	906
ஜன்ம சாபல்யம்	911
இரண்டு சிறுகதைகள்	917
இரண்டு பெண்கள்	924
வெ.சா. வித்தியாசமானவர்	928
பாத்திரம் கழுவிக்கு வேலையில்லை	937
நண்பரின் பரிசு	939
எழுத்தாளரும் கணினியும்	943
பெயர் சூட்ட வேண்டாம்	949
பத்மினியின் முத்தம்	952

கனடாவில் கடன்

கனடாவுக்கு வந்த புதிதில் எதிர்பாராத மூலையில் இருந்து எனக்கு ஓர் இடர் வந்தது. கடன் அட்டை. கடவுளுக்கு அடுத்த ஸ்தானத்தில் மதிக்கப்படும் இந்தப் பொருளுக்கு கனடாவில் இவ்வளவு மரியாதை இருப்பது எனக்கு அன்றுவரை தெரியாது.

எந்த அங்காடியிலோ, சந்தையிலோ, கடையிலோ என்ன பொருள் வாங்கினாலும் கடன் அட்டை இருக்கிறதா என்று கேட்டார்கள். நான் காசை எடுத்து எண்ணிக் கொடுப்பதை விநோதமாகப் பார்த்தார்கள். நூறு டொலர் தாளை நீட்டினால் அதை மேலும் கீழும் சோதித்து, என்னைத் திரும்பி திரும்பிப் பார்த்தபடி உள்ளே சென்று, அதை உற்று நோக்கி உறுதி செய்தார்கள். ஓர் அங்காடியில் கத்தைக் காசை எண்ணி வைக்கும் போது, கடன் அட்டையில் கணக்குத் தீர்த்தால் 10% தள்ளுபடி என்றார்கள். என்னால் நம்பமுடியவில்லை. இந்த நாட்டில் கடனாளிகள் ஆசீர்வதிக்கப்பட்டவர்கள் என்று கண்டுகொண் டேன். அன்றே தீர்மானித்தேன், ஒரு கடன் அட்டை எப்படியும் எடுத்துவிட வேண்டும் என்று.

Visa, American Express, Master Card என்று தொடங்கிக் குட்டி தேவதை நிறுவனங்கள் வரை சகல கடன் விண்ணப்ப பாரங்களையும் நிரப்பி, நிரப்பி அனுப்பினேன். அவர்களிடமிருந்து ஒரே மாதிரியான பதில்கள்தான் வந்தன. உங்களுக்கு இந்த நாட்டில் கடன் மதிப்பு இல்லை. மறுக்கப்பட்டது. மறுக்கப்பட்டது. மறுக்கப்பட்டது.

எப்படியும் மிகவும் மதிப்புக்குரிய ஒரு கடன்காரனாகிவிட வேண்டும் என்ற என்னுடைய வைராக்கியம் இப்படியாக நிலை குலைந்துபோனது. மாணவர்களும் பச்சிளம் பாலகர்களும் வழுவழுப்பான வண்ண அட்டைகளை விசுக்கிக் காட்டினார்கள். சுப்பர் மார்க்கட்டில் தள்ளுவண்டியில் சாமான்களை நிரப்பிவிட்டு காசுத்தாள் சுருள்களைப் பிரித்துப் பிரித்துக் கொடுக்கும்போதும் மீதிச் சில்லறையை எண்ணி எடுக்கும்போதும் பத்துச் சதத்துக்குப் பதிலாக ஒரு சதத்தைக் கொடுத்து தடுமாறும்போதும் இளம்

பெண்கள் பளபளக்கும் அட்டைகளை மின்னலாக அடித்தபடி என்னைக் கடந்து சென்றார்கள். எனக்கு அவமானமாக இருந்தது.

என்ன செய்யலாம் என்று நாடியில் கைவைத்து மூளைத் தண்ணீர் வற்ற யோசித்தேன். கடைசி முயற்சியாக விசா நிறுவனத்து மெத்தப் பெரியவருக்கு 'மிக அந்தரங்கம்' என்று தலைப்பிட்டு ஒரு கடிதம் எழுதுவதென்று முடிவு செய்தேன்.

பெருமதிப்பிற்குரிய தலைமையாளர் அவர்களுக்கு,

இந்த நாட்டுக்கு வந்த நாளில் இருந்து எப்படியும் பெரும் கடனாளியாகிவிட வேண்டும் என்று நான் எடுத்த முயற்சிகள் எல்லாம் படுதோல்வியடைந்து கொண்டே வருகின்றன. என்னுடைய சகல கடன் அட்டை விண்ணப்பங்களும் ஈவிரக்க மில்லாமல் நிராகரிக்கப்பட்டு விட்டன. அதற்குக் காரணம் எனக்கு இந்த நாட்டில் கடன் சரித்திரம் இல்லாததுதான் என்கிறார்கள். அப்படி வந்த மறுப்புக் கடிதங்களில் ஒரு கட்டை இத்துடன் இணைத்திருக்கிறேன். எப்படியும் ஒரு வாரத்திற்குள் அவற்றைத் தாங்கள் படித்து முடித்துவிடுவீர்கள்.

எனக்குக் கடன் வரலாறு கிடையாது. ஏனென்றால் நான் இந்த நாட்டுக்கு வந்து சொற்ப நாட்களே ஆகின்றன. இது என்னு டைய பிழை அன்று. தாங்கள் கடன் அட்டை தரும் பட்சத்தில் நான் எப்படியும் முயன்று ஒப்பற்ற சரித்திரத்தை படைத்து, மதிப்புமிக்க கடனாளியாகி விடுவேன் என்று உறுதி கூறுகிறேன்.

குருவி சேர்ப்பதுபோல என் வாழ்நாள் எல்லாம் சிறுகச் சிறுகச் சேர்த்து முழுக்காசும் கொடுத்து நான் ஒரு வீடு வாங்கியிருக் கிறேன். அதைத் தாங்கள் பார்க்கலாம். கடன் வைக்காமல், கைக்காசு கொடுத்து லிட்டருக்கு 20 கி.மீட்டர் ஓடும் சிக்கனமான ஒரு கார் வாங்கியிருக்கிறேன். அதையும் தாங்கள் பார்க்கலாம். எனக்குக் கிடைக்கும் மாத வருமானத்தில் 1% குறைவான பாலில், கோதுமை சக்கையைக் கலந்து காலை உணவாகவும் ஏனைய உணவாகவும் சாப்பிட்டு உயிர் வாழ்கிறேன். அதைக்கூடத் தாங்கள் பார்க்கலாம்; உணவிலும் பங்கு கொள்ளலாம்.

ஆனால், துரதிர்ஷ்டவசமாக இன்னும் ஒரு கடனும் எனக்கு ஏற்படவில்லை. எவ்வளவு கடன் தொல்லை இருந்தால் தாங்கள் எனக்கு ஒரு கடன் அட்டை கொடுப்பீர்கள் என்று முன்கூட்டியே சொன்னால் நான் எப்படியும் முயன்று அந்த இலக்கை அடைந்து விடுவேன். ஆனால், அதற்கு ஒரு கடன் அட்டை மிகவும் முக்கியம் என்று எனக்குப் படுகிறது.

தாங்கள் எனக்கு இந்த உதவியைச் செய்வீர்களாயின் நான் எப்படியும் முயன்று என் கடன் ஏத்தும் திறமையைத் தங்களுக்கு நிரூபித்துக்காட்டுவேன்.

இப்படிக்கு,
என்றும் தங்கள் உண்மையான,
கீழ்படிந்த, தாழ்மையான, நிலத்திலே புரளும்...

இந்தக் கடிதத்தை நான் அனுப்பி சரியாக மூன்றாவது நாள் கூரியர் மூலம், ஓர் இணைப்புக் கடிதம்கூட இல்லாமல், ஒரு கடன் அட்டை என்னிடம் வந்து சேர்ந்தது. அதன் மழமழப்பும் மினுமினுப்பும் என் கண்ணில் நீரை வரவழைத்தது. அந்தக் கணமே முழுமூச்சாகக் கடன்படுவதற்கு என்னை தயார் செய்து கொண்டேன்.

மிக நீளமான பட்டியல்கள் போட்டுக்கொண்டு சுப்பர் மார்க்கட்டுக்கும் பல்கடை அங்காடிக்கும் அடிக்கடி சென்றேன். வட்டமான பெட்டிகளிலும் தட்டையான அட்டைகளிலும் அடைத்து விற்கும் சாமான்களை வாங்கினேன். வாங்கிவிட்டு அவற்றை எப்படி, என்ன உபயோகத்துக்கு வைத்துக் கொள்ளலாம் என்பதைக் கற்றுக்கொண்டேன். சிலவற்றைத் திருப்பினேன்; மீண்டும் வாங்கினேன். என் கடன்களைக் கருணை இல்லாமலும் கண் துஞ்சாமலும் கூட்டினேன். கடன் அட்டை உரசி உரசித் தேய்ந்தபோது, கடனும் ஏறியது. மறுபடி கணக்குத் தீர்த்தேன்; மறுபடியும் ஏறியது.

இப்படி நான் பாடுபட்டு தேடி வைத்த கடன்புகழ் வீணாக வில்லை. ஒரு நாள் ஒரு கடிதம் வந்தது. அதில் சொல்லியிருந்த விஷயத்தை நீங்கள் நம்ப மாட்டீர்கள். அப்பட்டமான பொய் என்று என்னை அலட்சியப் படுத்தாதீர்கள். முற்றிலும் உண்மை; பொய்யென்றால், நீருக்கு வெளியே, நின்ற கோலத்தில் பெண்ணைப் புணர்ந்தவன் போகும் நரகத்துக்கு நானும் போவேன்.

இந்தக் கடிதம் விசா தலைமை அலுவலகத்தில் இருந்து வந்திருந்தது. என்னுடைய கடன் தீர்க்கும் திறமையை இது மெச்சி யது. என்னுடைய தகுதிக்கும் சாமர்த்தியத்திற்கும் ஏற்ற ஒரு கடன் சுமையை மேலும் தருவதற்கு அந்த நிறுவனம் தயாராக இருந்தது. இலையான் பறந்ததுபோலக் கையொப்பமிட்ட அந்தக் கடிதத்தில் இருந்த வாசகம் இதுதான்.

அன்புடையீர்,

நீங்கள் எங்களிடம் வாடிக்கையாளராகியதில் நாங்கள்

மிகவும் திருப்தியும் பெருமிதமும் கொண்டிருக்கிறோம். உங்கள் கண்ணியத்திலும் நம்பிக்கைத் தன்மையிலும் நாங்கள் வைத்திருக்கும் பெருமதிப்பில் ஒரு சிறு பகுதியைக் காட்டும் முகமாக நாங்கள் இத்துடன் $2000 க்கு ஒரு காசோலையை இணைத்திருக்கிறோம். இது அன்பளிப்பில்லை; கடன்தான். இதை நீங்கள் மாதாமாதம் $10 க்குக் குறையாத ஒரு தொகையில் கட்டித் தீர்க்கலாம்.

தங்கள் உண்மையுள்ள,
இணைத் தலைமையாளர்.

என் கடன் சுமைகள் விரைவில் தீர்ந்துவிடக்கூடும். அதற்கு பிறகு நான் என்ன செய்வேன் என்று அவர்கள் கருணை உள்ளம் கவலைப்பட்டிருக்கக்கூடும். நல்ல காரியத்தை நான் தள்ளிப் போடுவதில்லை. ஆகையால், வெகு சீக்கிரத்திலேயே ஒரு பதில் அனுப்பினேன்.

அன்புள்ள ஐயா,

தங்கள் அன்பும் கரிசனமும் என்னை உருக்குகின்றன. தங்களுடைய விசா கடன் அட்டை என் வாழ்வில் இன்றியமையாத ஓர் அம்சமாகிவிட்டது. நான் எங்கே போனாலும் அதைக் காவிய படியே செல்கிறேன். என் இருதயத்துக்குப் பக்கத்தில், அது கொடுக்கும் இனிமையான சத்தத்தைக் கேட்டுக்கொண்டே, இந்த அட்டை வசிக்கிறது. எனக்கு வேண்டியவற்றையும் என் உற்றாருக்கு வேண்டாதவற்றையும் அதைக் கொடுத்தே வாங்குகிறேன். அதன் ஸ்பரிசம் எனக்கு சந்தோசத்தைத் தருகிறது. அதன் பாரம் காசுத் தாள்களிலும் பார்க்க லேசானதாக இருக்கிறது.

ஆனாலும் எனக்கு ஓர் அல்லல் உண்டு. என்னுடைய அட்டையின் கடன் எல்லை $10,000 என்று நிர்ணயிக்கப்பட்டு இருப்பது தங்களுக்குத் தெரியும். இந்த அட்டையைக் கொடுத்து கடைக்காரன் அதை உரசும்போது அதன் எல்லையை எட்டிவிட்டேனோவென்று வயிறு எரிகிறது; நெஞ்சு அடைக்கிறது. அதைத் திருப்பி வாங்கி பையில் வைக்கும்வரை இருப்பு கொள்ளாமல் அலைகிறேன். கடைக்காரனின் முகக்குறிப்பில் இருந்து அவன் என்னை நிராகரித்துவிட்டானோ என்பதை ஆராய்கிறேன். அந்த வினாடி செத்து செத்து உயிர் எடுக்கிறேன். என்னுடைய துரிதமான கடன் அடைக்கும் திறமையிலும் ஆயுளின் கெட்டியிலும் அபரிமித மான நம்பிக்கை வைத்திருக்கும் தாங்கள், அந்த நம்பிக்கையை இன்னும் கொஞ்சம் விரிவாக்கி, என் கடன் உச்சத்தை $100,000 என்று ஆக்குவீர்களாயின் நான் தங்களுக்கு என்றென்றும் மிகவும் கடன் பட்டவனாக இருப்பேன். அப்போதுதான் என் கடன்

பளுவை நான் கடல்போல பெருக்கி, அதில் ஆனந்தமாக நீந்த முடியும். ஆகவே, இந்த $2000 காசோலையை இத்துடன் திருப்பி அனுப்புகிறேன்.

தங்கள் மேலான கடாட்சத்தைக் கோரும்...

மேற்படி கடிதத்துடன் பிணைந்தபடி காசோலை திரும்பிப் போனது. அதற்கு இன்றுவரை பதில் இல்லை.

இது என்ன பெரிது! எனக்கும் American Express க்கும் இடையில் நடந்த ருசியான கடிதக் கொண்டாட்டம் பற்றி உங்களுக்குத் தெரியுமா?

அது இன்னொரு முறை.

கனடாவில் வீடு

நான் வீடு வாங்கியபோது அதற்கு ஏற்கனவே ஒரு சொந்தக் காரர் இருந்தார். இது எனக்குத் தெரியாது. வீட்டு ஏஜண்ட் இதை என்னிடம் இருந்து மறைத்துவிட்டார். வீட்டின் முந்திய சொந்தக் காரர் செய்த சூழ்ச்சியாகவும் இருக்கலாம். வீட்டுப் பத்திரம் எழுதிய சட்டத்தரணியும் மற்றவர்களும் சேர்ந்து செய்த சதி என்றே நினைக் கிறேன்.

என்னுடைய மாமா கனடாவில் பல வருடங்கள் வாழ்ந்தவர். அதி புத்திசாலி. வந்து இரண்டு வருடங்கள் முடிவதற்கிடையில் Mississauga, Saskatchewan போன்ற இடங்களின் பெயர்களை ஒருவர் உதவியுமின்றி ஸ்பெல்லிங் பிழை இல்லாமல் எழுதப் பழகிக் கொண்டவர். அப்படி என்றால் பாருங்கள். அவர்தான் எனக்கு வீடு வாங்கும் எண்ணத்தை விதைத்தார். 'வீடுவரை உறவு' என்றும் உபதேசித்தார். வீடு இல்லா விட்டால் உறவுக்காரர்கள் தகுதி கருதி வரமாட்டார்களாம்.

நான் வீடு வாங்கி, குடிவந்து இரண்டு நாட்களாக ஒரு உறவினரும் வரவில்லை. என் வீட்டுப் பின் தோட்டத்தில் அசைவில் வேலை செய்யும் ஒரு லைட் இருந்தது. மூன்றாம் நாள் இரவு இந்த லைட் திடீரென்று பற்றி எரிந்தது. எட்டிப் பார்த்தபோது தெரிந்தது மின்னும் மஞ்சள் கண்களுடன் ஒரு விலங்கு. ஒரு தாயும் இரண்டு குட்டிகளும். வாலிலே வரிபோட்ட கறுப்பு நிற ஸ்கங். இவைதான் நான் அறியாமல் என் வீட்டுக்கு அடியில் குடியிருந் தவை.

பகலில் அவை போய் வளையில் தூங்கும். அந்த நேரம் நான் தோட்டத்தை எட்டிப் பார்ப்பதற்கு அனுமதிக்கப்படுவேன். இரவில் அவை வேட்டைக்குப் புறப்படும். நான் படுக்கைக்குப் போவேன். ஏதோ அவைதான் வீட்டு உடமைக்காரர் போலவும் நான் வாடகைக்கு வந்தவன் போலவும் காரியங்கள் நடந்தன. ஆனால், வீட்டு வரியில் ஒரு சிறிய பகுதியைக்கூடக் கட்டுவதற்கு அந்த விலங்கு சம்மதிக்கவில்லை.

எனக்கும் சில உரிமைகள் இருந்தன. அதை நிலைநாட்டுவதில்

நான் குறியாயிருந்தேன். தயிர் வரும் காலி பிளாஸ்டிக் குவளைகளில் என் மனைவி வளர்த்த செடிகளை எல்லாம் இரவு நேரத்தில் இவை நாசம் செய்தன. தோட்டத்தில் கண்ட கண்ட இடங்களில் கிண்டி வைத்தன.

கடைசியில் ஒரு நாள் தொல்லை தாங்காமல், விலங்கு வதை தடுப்பு நிறுவனத்துடன் தொடர்பு கொண்டேன். என்னால் தோட்டப் பக்கம் போகமுடியவில்லை. அவை காற்றிலே பரப்பி விடும் துர்நாற்றம் சகிக்க முடியாதது. என்னையோ, என் குடும்பத்தினரையோ, இல்லை விருந்தாளிகளையோ கடித்துவிடும் அபாயம் உண்டு என்று புலம்பினேன்.

'ஐயா, அவை காயம் பட்டிருக்கின்றனவா?'

'இல்லை.'

'உயிராபத்தில் இருக்கின்றனவா?'

'இல்லை.'

'அவற்றிற்குத் தீங்கிழைக்க யாராவது முயற்சி செய்கிறார்களா?'

'இல்லை.'

'அப்படி என்றால் நாங்கள் செய்வதற்கு ஒன்றுமே இல்லை. அவற்றுக்கு ஆபத்து ஏற்படும் சமயத்தில் நாங்கள் வந்து அவற்றை சேமமான இடத்துக்கு நகர்த்தி விடுவோம்.'

'நன்றி ஐயா நன்றி. ஆபத்தில் இருப்பது நான். வீட்டு வரி கட்டுவதும் நான் அல்லவோ.'

அதிகாரியின் நாற்காலி எப்போதும் நிலத்தைத் தொடு வதில்லை. அவருடைய வார்த்தையில் அசட்டைத்தனம் கூடிக் கொண்டே போனது. என்னுடைய பதிலும் மிகவும் தரக் குறைவானதாக இறங்கும் அபாயம் நெருங்கியது.

மனித வதை தடுப்பு சங்கம் என்று ஒன்றிருக்கிறதா? அப்படி என்றால் அதற்குத் தொலைபேசி செய்யலாம். தோட்டத்தை ஸ்கங் ஆக்கிரமித்துக் கொள்ளட்டும். சரி, வீட்டையாவது முழுவதுமாக அனுபவிக்கலாம் என்று நான் நினைத்தால் அதற்கு இன்னும் பெரிய தடை ஒன்று வந்து சேர்ந்தது.

இங்கே நான் மிக வேகமாகப் படித்த பாடம் ஒன்று உண்டு. இது எங்கள் சரித்திர ஆசிரியர் கற்றுத் தந்ததற்கு நேர் மாறானது. ஆதி காலத்தில் இருந்து மனித நாகரிகம் வளர்வதற்குக் காரணம் அவன் இயற்கையை வசப்படுத்தியதுதான் என்று அவர் சொல்வார். மழை நீரைத் தேக்கி விவசாயம் செய்தான். வெய்யிலிலே உணவைப் பதப்படுத்தி நீண்ட நாள் சேமித்து வைத்தான். காற்றை மறித்து

ஆலைகள் கட்டினான். ஆற்றை அடைத்து மின்சாரம் உண்டாக்கினான்.

ஆனால், கனடாவில் எல்லாம் நேர்மாறாக நடந்தது. இயற்கை எனக்கு போதிய வேலைகளை உற்பத்தி செய்தவண்ணம் இருந்தது. நீலமான வானம் சடுதியாக நிறம் மாறி, பனிக்கட்டிகளைக் கொட்டும். நான் அவற்றைக் கொத்தி அப்புறப்படுத்த வேண்டும். மழையும் வெய்யிலும் மாறி மாறி வேலை செய்து புல்லை வளர்க்கும். நான் அவை வளர வளர வெட்டவேண்டும். மரத்தில் உள்ள இலைகள் இடையறாது கொட்டும். நான் அவற்றை அள்ளிய படியே இருக்கவேண்டும். இப்படி வீட்டைப் பராமரிப்பதில் என் அருமையான நேரம் முழுவதையும் செலவு செய்தேன். அப்படியும் பணி முடிவு பெறுவதில்லை.

என்னுடைய வீட்டு வாசலில் இடது பக்கம் ஐந்து ஸ்விட்சுகள் இருக்கும். அவற்றில் வேலை செய்ய வேண்டிய ஐந்து பல்புகள் எக்குத்தப்பாக வீட்டின் பல பாகங்களில் இருந்தன. எந்த ஸ்விட்சைப் போட்டால் எந்த பல்ப் எரியும் என்பதை என் மனைவி இரண்டு நாளில் படித்துவிட்டாள்.

அதிகாலையில் நான் எழும்பும்போது சொல்வாள் இந்த ஸ்விட்ச் பல்ப் வேலை செய்யவில்லை என்று. இவளுக்கு மாத்திரம் எப்படி முதலில் தெரிந்துவிடுகிறது. இந்தக் கதவுத் துளையில் சாவி போக மறுக்கிறது. இது எப்படி? நடு இரவில் சாவி வந்து காதிலே ரகஸ்யமாகச் சொன்னதா?

நாற்காலிக்குக் கால்கள் நாலு என்பது உலகம் முழுக்கத் தெரிந்த விஷயம். ஒரு குறிப்பிட்ட நாற்காலிக்கு மூன்று கால்கள் உண்டான செய்தி அவளுக்கு எப்படியோ முதலில் கிடைத்து விடுகிறது.

இவற்றுக்கெல்லாம் பரிகாரம் நானே தேடவேண்டும். தோட்டத்து வேலிகளைப் புதுப்பிப்பதும் கூரையை மாற்றுவதும் வாசல் வழிப் பாதையைச் செப்பனிடுவதும் என் வேலையே. இது தவிர எந்த நேரமும் குளிர்பெட்டியோ, சலவை யந்திரமோ, துடைப்பானோ, குளிரூட்டியோ உடைந்துவிடும் சாத்தியக்கூறு டமோகிளீஸின் கூரிய வாள் போல என் தலைக்குமேல் தொங்கியது.

அப்படியான உற்பாதம் சீக்கிரமே ஒருநாள் சம்பவித்தது.

பனிப்போர் முடிந்துவிட்டது என்று சொல்கிறார்கள். நம்பாதீர்கள். இது தினமும் என் வீட்டில் நடக்கிறது. பனிப்புயல் வீசுகிறது. பத்து வருட முன் அனுபவம் இல்லாத காரணத்தினால் என் வீட்டு கார் பாதையில் கொட்டும் பனிப்பாளங்களை நான் அதிகாலை தொடங்கி மதியச்சாப்பாடு நேரம் வருவதற்கிடையில்

வெட்டிச் சாய்த்து சுத்தம் செய்து விட்டேன். அப்படிச் செய்து முடிக்கவும் என்னையே பார்த்துக்கொண்டிருந்த வானம் பின்னேரத்துக்கான பனியைக் கொட்டத் தொடங்கியது.

வெளியே 20 டிகிரி என்றால் உள்ளேயும் குளிர் உதறியது. உள்ளாடை, மேலாடை, வெளியாடை என்று மடிப்பு மடிப்பாக அணிந்திருந்த போதும் குளிர் தாங்க முடியவில்லை. தட்ப வெப்ப நிலை முள் சரசரவென்று பங்குச்சந்தை போலக் கீழே சரிந்தது. பார்த்தால் ஹீட்டர் வேலை செய்யவில்லை. எரிவாயுவை வெட்டி விட்டார்களோ அல்லது மெசினில் ஏதோ குறைபாடோ குளிர் ஏறிக்கொண்டே போனது. உடனேயே அவசர நம்பரைத் தொடர்பு கொண்டேன். மறுமுனையில் இருந்து நீங்கள் பேசுவது புரிய வில்லை என்று கத்தினார்கள்.

அதற்குக் காரணம் இருந்தது. என் சொண்டுகள் விறைத்து விட்டன. அவை ஒத்துழைக்காததால் நான் பேச உத்தேசித்திருந்த வசனங்கள் வேறு வாசகங்களாக வெளியே வந்தன.

'நாங்கள் நடுங்கிக்கொண்டு இருக்கிறோம்' என்று சத்தம் வைத்தேன்.

பல மணி நேரம் கழித்து எரிவாயு கம்பனியிலிருந்து பூமி அதிர மிதித்து நடந்தபடி ஒருத்தர் வந்தார். பெருத்த வயிற்றின் நடுவில் equator போல சுற்றியிருந்த பெல்ட்டில் பலவிதமான ஆயுதங்களை அவர் தரித்திருந்தார். அவர் நடக்கும்போது அவை மணிகள்போல அசைந்து சப்தித்தன. வந்தவர் மூச்சு வீச ஆராய்ந் தார். பிறகு அப்படியே மல்லாக்காகச் சரிந்துவிட்டார். நாலு மணி நேரம் படுத்து வேலையை முடித்து உருண்டு பிரண்டு எழும்பினார். அதற்குப் பிறகுதான் எங்கள் ரத்தம் சூடு பிடிக்கத் தொடங்கியது.

அவர் தந்த பில்லைப் பார்த்த கணமே நான் மலைத்து விட்டேன். ரத்தம் கொதித்தது. இதை முதலிலேயே தந்திருக்கலாம். திருத்த வேலைகளைச் செய்யாமலே ரத்தம் சூடாகியிருக்கும். இப்படி நான் சொல்ல நினைத்தேன். ஆனால், நான் சொல்லப் போவதைக் கேட்க யார் இருக்கிறார்கள்.

மூன்றாம் வீட்டுக் கிழத் தம்பதிகள் எப்பொழுது பார்த்தாலும் வீட்டைப் பராமரித்தபடி இருப்பார்கள். மழைக்காலங்களில் ஒரு நாளைக்கு ஒரு இன்ச் வீதம் வளரும் புற்களை ஓயாது வெட்டு வார்கள். வெய்யில் காலத்தில் அதே புற்களுக்குத் தண்ணீர் பாய்ச்சு வார்கள். காற்றடித்து கால நேரம் பாராமல் கொட்டும் இலைகளை வாரித் தள்ளுவார்கள். கையுறை மாட்டி சுவர்களுக்கு பெயின்ற் அடிப்பார்கள். கர்வம் பிடித்த ஒரு கடுமையான எசமான்போல அந்த வீடு அவர்களை விரட்டியபடியே இருக்கும்.

அவர்களுக்கு ஒரு மகன் இருந்தான். ஏலத்தில் மலிவாக வாங்கிய மரண ஊர்வல கார் ஒன்றில் அடிக்கடி வந்து, வீட்டை விற்றுவிட்டு, முதியவர் விடுதியில் போய்த் தங்கும்படி பெற்றோரை வற்புறுத்திக் கொண்டிருந்தான்.

எங்கள் பூர்வீக நாட்டில் ஒரு வீட்டை வாங்கிப் போட்டால் அது உங்களுக்கு அடிமையாக உழைக்கும். விறாந்தையில், சாய்மனைக்கதிரையில் படுத்தபடி வெளியே ஓடிப்பிடித்து விளையாடும் அணில்களைப் பார்க்கலாம். வாழை மரங்கள் வளர் வதையும் முருங்கைப்பூ பூப்பதையும் பார்த்து ரசிக்கலாம். மணி களைக் குலுக்கித் திரும்பும் பசு மாடுகளைத் தடவி விடலாம். குடைக்காரன் வந்து குடை திருத்துவான்; ஈயக்காரன் வந்து ஈயம் பூசுவான். தானாகப் பழுத்த மாம்பழங்கள் தொப்புதொப்பென்று விழும். அவற்றைக் கடித்துச் சாப்பிடலாம். ஒன்றுமே செய்யத் தேவையில்லை. இன்பலோகம்தான்.

ஆனால், இங்கே கதை வேறு. சாய்மனைக் கதிரையைக் கண்ணிலே காட்டக்கூடாது. வீட்டுக்காக ஓடி ஓடி உழைக்க வேண்டும். அப்போது ஓர் எண்ணம் தோன்றியது. சூரியன் மூளைக் குள் இறங்கியதுபோல ஒரு வெளிச்சம்.

உலகத்திலேயே இரவு முழுக்கத் திறந்து வைத்திருக்கும் இடங்கள் இரண்டே இரண்டு. உணவகம், மற்றது கேளிக்கை அரங்கம். ஆனால், இந்த உலகில் வட அமெரிக்காவில் மட்டுமே Home Depot என்னும் வீட்டுப் பராமரிப்பு சாமன்கள் நிறுவனம் இரவு, பகல் 24 மணி நேரமும் திறந்திருக்கும். அதிகாலை மூன்று மணிக்குக்கூட எறும்புகள் சீனிக் கட்டியைத் தூக்குவதுபோல சாமான்களைக் காவியபடி சனங்கள் நிரையாகப் போய்க் கொண்டிருப்பதைக் காணலாம்.

ஒரு பெரிய தத்துவத்தின் சிறிய வாசல் எனக்கு அப்போது திறந்தது.

நானும் முழு ஆர்வத்தோடு சில பராமரிப்பு வேலைகளைப் பழகிக்கொள்வது என்று தீர்மானித்தேன். ஓர் ஆள் உதவியோடு பியூஸ் மாற்றவும் இரண்டு பேர் உதவியோடு பல்ப் பூட்டவும் செய்தேன். இப்பொழுது மூன்றுபேர் உதவியோடு பில்டர் மாற்றப் பழகிக்கொண்டு வருகிறேன். மீதி வேலைகளுக்கு இரவும் பகலும் பராமரிப்புக்காரர்களைத் தேடவேண்டும்.

ஒரு நாள் வெளியே புறப்பட்ட நான் திடுக்கிட்டுவிட்டேன். அல்லும் பகலும் உழைத்த கிழத் தம்பதியினர் வீட்டு முகப்பில் SOLD என்று வாசகம் எழுதிய பலகை ஆடிக்கொண்டிருந்தது. இதிலே ஆச்சரியம் தரக் கூடிய விஷயம் என்னவென்றால்,

அப்பொழுதுகூட வீட்டு முற்றத்தில் குந்தியிருந்தபடி அவர்கள் இருவரும் புல்லிலே களை பிடுங்கிக் கொண்டிருந்ததுதான்.

அன்றே செயலில் இறங்கினேன். எங்கள் வீதியில் ஒரு சமூக நலமையம் இருந்தது. நான் வீட்டைப் பராமரிக்கும் பலவிதமான கலைகளையும் கற்றுத் தேர்ந்துவிடவேண்டும் என்ற ஆவலில் அவர்களிடம் முதலில் தச்சுவேலை வகுப்புக்குக் கட்டணம் கட்டினேன். வகுப்புக்குள் காலடி வைத்ததும் ஈர மரத்தின் மணம் மூக்கில் பட்டது. வகுப்பில் பதினைந்து பேர் இருந்தார்கள். எங்கள் ஆசான் இளம் வயதுக்காரர். தோளிலே வார் மாட்டிய கால் சட்டையும் பனியனும் அணிந்திருந்தார். பதினாறு வயது தாண்டாத பையன் ஒருவன் முக்கோணமாக வெட்டிய சாண்ட்விச்சை விளிம்புகள் உதிராமல் சாப்பிட்டுக் கொண்டிருந்தான். இன்னொருத்தன், கடுதாசி குவளையைக் கையினால் பிடித்து, லேசாகச் சுற்றியபடி தேநீரை உறிஞ்சினான். முகத்தில் இருந்து எதிர்ப் பக்கத்துக்கு வளைந்த கூந்தல் உள்ள பெண்மணி கேசம் வழியாகப் பார்த்தபடி அவசரமாக நோட் புத்தகத்தில் ஏதோ எழுதிக்கொண்டிருந்தாள். எங்கள் ஆசான் உரையாற்றினார். மனிதனால் படைக்கப்பட்ட எல்லா பிரச்சனைகளும் மனிதனால் சமாளிக்கக் கூடியவையே. அதற்கு அவனிடம் தகுந்த ஆயுதம் இருக்க வேண்டும். இதுவே, அவர் கூறிய உச்ச மந்திரத்தின் பொருள்.

பயிற்சி வகுப்பைத் தொடக்கினார். ஒரு தவ்வல் பிள்ளையும் செய்யக்கூடியது. ஒரு வட்டமான பலகைத்துண்டு. நாலு கால்கள். இந்தக் கால்களை அந்தப் பலகையில் சரியான இடத்தில் பொருத்தி, சரியாக ஆணி அடிக்க வேண்டும். அப்பொழுது ஒரு சரியான ஸ்டூல் உண்டாகும்.

ஓர் ஆணியை எடுத்து பலகையில் அடிப்பது மிகச் சாதாரண விஷயம் என்று உங்களில் பலர் நினைக்கக்கூடும். அது அப்படியல்ல. ஆணி அடிப்பதில் பதினாறு வழிவகைகள் இருக்கின்றன.

140 விதமான ஆணிகள் இந்த உலகத்தில் இருக்கின்றன. சுத்தியல்கள் எத்தனை விதம் என்று நினைக்கிறீர்கள்? தவறு. அதுவும் தவறு. 64 விதமான சுத்தியல்கள் உள்ளன. (ஓர் ஒற்றுமையை கவனியுங்கள். ஆயகலைகள் 64 என்று விளம்புகிறது எங்கள் பழந் தமிழ் இலக்கியம்.) இந்தச் சுத்தியல்களைப் பிடிப்பதற்கு 217 விதமான பெருவிரல்கள் உலகத்தில் நடமாடுவதாக சொல்கிறார்கள். அவற்றை அடிக்கும்போது பெரு விரல்கள் நசுங்குவதில் எத்தனை வகைகள் இருக்கின்றன? அது இன்னும் கணிக்கப் படவில்லை.

'ஐயா, என்ன செய்யிறியள்?'

'ஆணி அடிக்கிறேன்.'

'அது என்ன?'

'பெருவிரல்.'

'இல்லை, கையில் என்ன வைத்திருக்கிறியள்?'

'ஆணி.'

'மற்றக் கையில்?'

'சுத்தியல்.'

'ஐயா, அது சுத்தியல் இல்லை. போய் ஒரு அசல் சுத்தியல் கொண்டு வாங்கோ!'

நான் போனேன். நாலு வயது பிள்ளைகூட இனம் கண்டு பிடிக்கக்கூடிய ஆயுதத்தைத் தேடி. அந்தப் பக்கம் வாசல் இருந்தது. கதவும் இருந்தது. அதைத் தள்ளினேன். திறக்கவில்லை. ஏனென்றால் அது இழுக்கவேண்டிய கதவு. இழுத்தேன். திறந்து வழிவிட்டது. அப்படியே வெளியே வந்தேன். அங்கே எனக்காகக் காத்துக் கொண்டு வானம் இருந்தது. காற்று குளிர்ந்துபோய் இருந்தது. பிறகு அந்தப் பக்கம் நான் போகவே இல்லை.

பெருவிரல் காயம் ஆறிய பிறகு ஒரு நாள் கோடைக்கால முடிவில் நான் இன்னும் வீட்டில் செய்ய வேண்டிய வேலைகள் குறித்து ஒரு பட்டியல் தயாரித்தேன். இந்தப் பட்டியலின் இரண்டாவது பக்கத்தை எழுதிக்கொண்டிருந்தபோது மூன்றாவது வீட்டில் ஏதோ அரவம் கேட்டு மனைவி சைகை செய்தாள்.

எட்டிப்பார்த்தேன். மகனுடைய மீன்வால் மரண ஊர்வல கார் வெளியே நின்றது. அந்த நீண்ட வாகனத்தில் முன்னுக்கும் பின்னுக்குமாக மிச்சமிருக்கும் சாமான்களை அந்தக் கிழத் தம்பதி யினர் ஏற்றினார்கள். சிறிது நேரத்தில் வண்டி புறப்பட்டது. அவர் களை நினைத்து எனக்கு சந்தோசமாக இருந்தது. அதே சமயம் வீட்டுக்காக இரவும் பகலும் உழைத்த அந்த மூத்தவர்களை இனிமேல் காணமாட்டேன் என்றபோது வருத்தமாகவும் இருந்தது. கைகளை அசைத்தேன். சவ ஊர்தியின் பின்னால் இருந்து இரண்டு உயிருள்ள மனிதக் கைகள் தெருத் திருப்பம் வரும் வரைக்கும் ஆடிக்கொண்டே இருந்தன.

அவர்கள் எனக்குக் கைக்காட்டினார்கள் என்று நான் நினைத்தேன். அவர்கள் தங்கள் பழைய வீட்டுக்குக் காட்டினார்கள் என்று மனைவி சொன்னாள்.

என்னுடைய பட்டியல் முடிவு பெறாமல் பல நாட்கள் அந்த மேசையிலேயே இருந்தது.

கனடாவில் கார்

கனடாவில் இருப்பவர்களுக்கு கார் அவசியம். அதிலும் முக்கியம் அதை ஓட்டத் தெரிவது.

அமெரிக்கா, யப்பான் போன்ற நாடுகளில் கார் ஓட்டியவர்கள் தவிர மற்ற எல்லோரும், சர்வதேச ஓட்டுநர் லைசென்ஸ் இருந்தாலும்கூட, முறைப்படி எழுத்துப் பரீட்சை, பிறகு கார் ஓட்டும் சோதனை என்று சித்தியடைந்த பின்னர்தான் இங்கே ஓட்டுநர் உரிமம் பெறமுடியும்.

ஆகவே, முதலில் எழுத்துப் பரீட்சைக்குப் போனேன், இருநூறு பக்க போக்குவரத்து விதிகளைக் கரைத்துக் குடித்த பிறகு. கேள்விகளை கம்ப்யூட்டரே கேட்கும் என்பது நான் எதிர்பாராதது.

மாதிரிக்கு ஒரு கேள்வி:

எதிரில் STOP குறியீடு தென்பட்டால் என்ன செய்ய வேண்டும்?

அ) திரும்பிப் போகவேண்டும்.

ஆ) திடீரென்று பிரேக் போடவேண்டும்.

இ) நின்று, கவனித்து, அபாயம் தவிர்த்து போகவேண்டும்.

ஈ) வேகமாகக் கடக்கவேண்டும்.

கோவிலிலே பூக்கட்டி வைத்து ஒன்றைத் தொடுவதுபோல நானும் ஒன்றைத் தொடவேண்டும். இப்படியே தொட்டு தொட்டு இந்த பரீட்சையில் பாஸாகிவிட்டேன்.

பிறகு கார் ஓட்டும் பயிற்சிக்கு ஒரு குருவைத் தேடினேன். பயிற்சி நிலையத்தில் இருந்து ஒருவரை அனுப்பி வைத்தார்கள். இளைஞர். வயது 30 இருக்கலாம். பெயர் கதிர்காமத்தம்பி கதிரைவேற்பிள்ளை என்றார். மொழியகராதி படைத்த கதிரைவேற்பிள்ளைக்கும் தனக்கும் ஒருவித சம்பந்தமும் இல்லை என்று எவ்வளவு துருவியும் மறுத்துவிட்டார்.

சுருக்கம் வேண்டி நான் அவரை 'குருவே' என்று விளித்தேன். அவரோ வயது கருதி என்னை 'அண்ணை' என்றே அழைத்தார்.

'அண்ணை, இது கொழும்பு இல்லை; இந்த நாட்டு டிரைவிங் வேற மாதிரி. உங்களுக்கு கார் ஓட்டத் தெரியுமோ? தெரியுமென்றால் படித்தது முழுவதையும் மறவுங்கோ' என்றார்.

'குருவே, மறதி என்னோடு கூடப்பிறந்தது என்று அம்மா அடிக்கடி சொல்லுவா. நான் நல்லாய் மறப்பன்' என்று உத்திர வாதம் அளித்தேன். அப்படியே எங்கள் பயிற்சி ஆரம்பமானது.

முதலாம் நாள். நான் சீட் பெல்ட்டை இறுக்கக் கட்டி, ஸ்டியரிங் வளையத்தை நசுக்கிப் பிடித்துக்கொண்டு உட்கார்ந்திருந்தேன். அப்பொழுதே உடம்பெல்லாம் வியர்த்துவிட்டது. கார் ஒரு இஞ்ச்கூட இன்னும் நகரவில்லை.

குரு சொன்னார், 'நீங்கள் பயப்பிடாதையுங்கோ. நான் எல்லாம் படிப்பிச்சுத் தருவன்.'

முதலாம் பாடம்.

'உங்களுக்கு KGB தெரியுமோ? ரஷ்ய உளவுத்துறை?'

'ஓ, நல்லாய்த் தெரியும்.'

'K என்றால் Key, G என்றால் Gear, B என்றால் Brake இதை ஞாபகத்தில் வைத்திருங்கோ. அதாவது சாவி போட்டு காரை இயக்கி, கியரைப் போட்டு பிறகு பிரேக்கை இறக்கி, இந்த ஒழுங்கு முறை மாறாமல் செய்யவேண்டும். இரண்டு, மூன்று முறை இந்தப் பயிற்சி நடந்தது. பிறகு கார் எறும்பு வேகத்தில் ஊர்ந்தது.

சிவப்பு விளக்கு வந்தது. கார் பிரேக்கை அழுத்தி நிற்க வைத்தேன். நின்றது.

'குருவே' என்றேன்.

'என்ன?'

'இப்ப மூச்சை விடட்டா?'

'ஐயோ! ஐயோ! மூச்சை விடுங்கோ. அதுவும் நான் சொல்ல வேணுமே' என்றார்.

முதலாம் பாடம் முடிந்தது.

அடுத்த நாளே குருவுக்கும் எனக்கும் இடையில் சிறு மனஸ்தாபம் வந்துவிட்டது.

'காரை எடுங்கோ' என்றார். நான் பிரேக்கைத் தளர்த்தி, பெல்ட்டைக் கட்டி, சாவியைப் போட்டு காரை கிளப்பினேன். குரு 'ஐயோ' என்று தலையில் கையை வைத்து, 'அண்ணை, என்ன செய்யிறியள்?' என்றார்.

'FBI. பிரேக்கை Free பண்ணி, Belt ஐ கட்டி, Ignition ஐ ஸ்டார்ட் பண்ணினன்.'

'நீங்கள் விளையாடுறியள். நான் KGB என்றல்லோ சொன்னனான்.'

'அட, ஓ! FBI அமெரிக்க உளவுத்துறை. இன்னும் ஒருபடி மேலே என்றதால் அப்படி செய்துபோட்டன். இனிமேல் கவனமா யிருப்பன்.'

குரு சிரிக்கவில்லை.

என் குருவிடம் ஒரு பழக்கம் இருந்தது. அவர் முன்கோபக் காரர். கோபம் வந்தால் அதை அடக்கத் தெரியாது. சத்தம்போட்டு ஏசத்தொடங்கிவிடுவார். இதைத் தடுக்கும் தந்திரமாக காரிலே இருக்கும் சிகரட் லைட்டரை உள்ளே தள்ளிவிடுவார். அது சூடாகி, சினந்து துள்ளி வெளியே வரும்வரை வாய் திறக்கமாட்டார். அந்தக் காத்திருத்தலில் அவர் கோபம் கொஞ்சம் தணிந்துவிடும்.

அன்றும் அப்படித்தான். சிகரட் லைட்டரை உள்ளே தள்ளி விட்டார். அது சிவந்துகொண்டு வரும்போது அவரின் முகத்தின் சிவப்பும் குறைந்தது.

தினம் தினம் குரு வந்தார். தினம் தினம் சிகரட் கொளுத்தியை உள்ளே தள்ளினார். தினம் தினம் சிறு சண்டையும் வந்தது.

'வலது பக்கம் திருப்பவேணும்' என்றார் குரு.

சிவப்பு விளக்கு எரிந்தது. நான் காரை நிற்பாட்டினேன். பிறகு மெதுவாக ஊர்ந்து பாதையில் ஒரு வாகனமும் ஆபத்தைத் தருவதற்கு தயாராக இல்லை என்பதை நிச்சயித்துக்கொண்டு காரை எடுத்தேன்.

குரு 'வெரிகுட்' என்றார்.

அடுத்ததும் வலது பக்கம். குரு 'வெரிகுட்' என்றார்.

மீண்டும் வலது பக்கம். பச்சை விழுந்துவிட்டது. நான் காரை நிறுத்தி, மெதுவாக இரண்டு பக்கமும் பார்த்துவிட்டு, ஊர்ந்தேன்.

'அண்ணை, ஏன் காரை நிறுத்திறியள். உங்களுக்குப் பச்சை போட்டிருக்கிறான். எடுங்கோ, எடுங்கோ' என்றார்.

'குருவே, நான் பரீட்சைக்குப் போகும்போது பச்சை விளக்குக்கும் இப்படி கவனமாக எடுத்தால் இன்னும் அதிக மார்க்ஸ் அல்லவோ போடுவான்' என்றேன்.

குருவின் முகம் கடுகடுத்தது. பாடம் அத்துடன் நிறுத்தப்பட்டது. நாலு நாள் பாடம் எடுக்கவும் மறுத்துவிட்டார்.

மறுபடியும் தயாரிப்பு தொடங்கிய நாள் குருவின் முகத்தில் கலவரம் மறைந்து, சாந்தம் வெளிப்பட்டிருந்தது. நான் ஒரு பட்சி செய்வது போல வாயைத் திறந்தேன்.

'குருவே, எனக்கு ஒரு ஐயம்?'

'கேளுங்கோ, உங்களுக்கு உடம்பு முழுக்க ஐயம்தானே' என்றார்.

'பெரிய ட்ரக் வந்தால் அவைக்கு முன்னுரிமை கொடுக்கவேண்டும்?'

'ஓம்.'

'ஒரு பாதசாரி வந்தால் அவருக்கு முன்னுரிமை கொடுக்க வேண்டும்?'

'ஓம்.'

'ஒரு சைக்கிள் வந்தால் அவருக்கு முழு ரோட்டையும் கொடுக்க வேண்டும்?'

'ஓம்.'

'ஒரு மோட்டார் சைக்கிளுக்கும் முழு ரோடும் கொடுக்க வேண்டும்?'

'ஓம்.'

'ஒரு பஸ் வந்தால் அவர் வளைத்து எடுத்துப்போக முன்னுரிமை கொடுக்கவேண்டும்?'

'ஓம்.'

'அதுவும் பள்ளிக்கூட பஸ் என்றால் அது நிற்கும்போதுகூடப் பின்னால் 20 அடிதூரம் தள்ளித்தான் காரை நிறுத்தவேண்டும்?'

'ஓம்.'

'அம்புலன்ஸ், பொலீஸ், இன்னும் அவசர வாகனங்கள் வந்தால் ஒதுங்கி கரையில் நிற்கவேண்டும்?'

'ஓம்.'

'அப்ப ஏன் மினக்கெட்டு நான் கார் பழகிறன்?'

'அதுதான் எனக்கும் தெரியவில்லை. உங்களுக்காக 72 பஸ் ரூட்கள் இங்க வைத்திருக்கிறான்கள்.'

நான் சொண்டுகளை மடித்து வாயை மூடினேன்; புத்திசாலித் தனம் ஒழுகாமல் பார்த்துக்கொண்டேன்.

என்னுடைய பரீட்சை தினம் நெருங்கியது. நான் இப்பொழுது சிக்னல் விளக்குகளுக்கிடையில் மூச்சுவிடப் பழகி விட்டேன். இடது பக்கத் திருப்பம், வலது பக்கத் திருப்பம், வீதி மாறுவது எல்லாம் எனக்குத் தண்ணீர் பட்ட பாடு.

'நிற்பதுவே, எடுப்பதுவே, ஓடுவதுவே.' இதுவே என் சிந்தனை.

ஒரு சிறு ஒழுங்கை வழியாகக் குரு என்னை ஓட்டச் சொன்னார். STOP குறியீடு வந்தது. நிதானமாக நின்று குரு சொல்லித் தந்தபடி 'ஒன்று, இரண்டு, மூன்று' என்று எண்ணிப் பிறகு காரை எடுத்தேன். அடுத்த STOPல் பாதை ஓவென்று வெறுமையாக இருந்தது. ஒரு குருவியும் இல்லை. ரோட்டைப் பார்க்க வாய் ஊறியது. அப்படியே நிற்காமல் எடுத்து விட்டேன்.

'என்ன அண்ணை, சோதனை வருகுது, நீங்கள் STOP சைனில் நிற்காமல் இப்படி எடுக்கிறியள்?' என்றார் எரிச்சலுடன்.

'இல்லை, குருவே! ஒன்று, இரண்டு, மூன்று என்று சொல்லித் தான் எடுத்தேன். கொஞ்சம் கெதியாய் எண்ணிப்போட்டன்.'

பரீட்சைக்கு இன்னும் ஒரேவொரு நாள்தான் இருந்தது. குருவுக்கு என் சாரதியத்தில் நம்பிக்கை கிடையாது. எனக்கும்தான்.

அன்றுவரை சொல்லித் தந்த விதிகள் எல்லாவற்றையும் குரு இன்னொரு முறை ஒத்திகை பார்த்தார்.

கார் வேகமாகப் போய்க்கொண்டிருந்தது. ஓட்டு வளையத்தை என்னுடைய கை இறுக்கிப் பிடித்தபடியிருந்தது.

குரு கத்தினார். 'ஒழுங்கையை மாத்துங்கோ, இடது பக்கம் திரும்பவேணும். இடது பக்கம்.'

'எந்த இடது பக்கம்? எந்த இடது பக்கம்?'

'வலது பக்கத்துக்கு எதிர்ப் பக்கம்.'

ஒரு விபத்து தவிர்க்கப்பட்டது. அன்று காருக்குச் சிறிய காயந்தான்.

கடைசியில் சோதனை தினம் வந்தது. எனக்கு வாய்த்த பரீட்சைக்காரர் ஒரு வெள்ளைக்காரர். என் பரீட்சைத் தாளை அட்டையில் செருகிக்கொண்டு, தன் அங்கங்களை அநாவசியமாக தொந்திரவு படுத்தக்கூடாது என்பதுபோல மெதுவாக நடந்து வந்தார். காரிலே ஏறியிருந்து கட்டளைகளைக் கொடுத்தார். அதே சமயம் அவருடைய கடைசி சாப்பாட்டின் மிச்சங்களை நாக்கினால் துளாவித் தேடினார்.

என் குருவுடன் போகும்போது செய்த அத்தனை தவறுகளையும் அன்று செய்தேன். போதாததற்கு ஒரு புதுவிதமான பிழையையும் நானாகவே கண்டுபிடித்து அதையும் குறைவின்றிச் செய்தேன்.

இடது பக்கம் திரும்புவதற்காக நாற்சந்தியில் நின்றேன். பச்சை விழுந்து விட்டபடியால் முன்னுக்கு வந்து வசதியான தருணத்திற் காகக் காத்திருந்தேன். மஞ்சள் வந்துவிட்டது. மூச்சைப் பிடித்து காரை எடுத்தேன். ஆண்டவனால் அனுப்பப்பட்டதுபோல அந்த நேரம் பார்த்து பாதசாரி ஒருத்தர் சாவதானமாக ரோடைக் கடந்தார். அதி வேகத்தில் எதிராக ஒரு காரும் வந்து கொண்டிருந்தது. தவிர்க்கமுடியாது. அம்புப் பாய்ச்சலுக்குச் சற்று குறைவான வேகத்தில் காரை விட்டேன். பாதசாரியின் பிருட்டத்தை மெதுவாக இறகு தடவுவதுபோல உரசிக்கொண்டு கார் போனது. பனிக்குளிர் காலங்களில் குளியலறைப் பக்கமே போய்ப் பழக்கமில்லாத அந்த வெள்ளையதிகாரி, அப்போதுதான் குளித்தவர்போலத் தொப்பலாகி விட்டார்.

எத்தனை தடவை என்னுடைய சோதனை முயற்சி தொடர்ந்தது என்பதை உங்கள் கற்பனைக்கு விட்டுவிடுகிறேன். கடைசியில், விறைக்கும் ஒரு குளிர்கால முன்மதியத்தில், ரோடு ஓரங்களில் பனிச்சேறு குவிந்திருக்கும் நல்ல நாளில், பாதசாரிகள் எல்லாம் விடுப்பில் போய்விட்ட ஒரு சுப நேரத்தில், எனக்கு ஓட்டுநர் உரிமம் கிடைத்தது.

அதற்குப் பிறகு சில விஷயங்களை நானாகவே கற்றுக் கொண்டேன். மோல்களில் ஒரேயொரு 'நிறுத்தும்' இடத்தை கண்டு நான் அதை இலக்கு வைத்து ஓட்டிப் போகும்போது யாரோ பதினாறு வயது தேவதை படுவேகத்தில் வந்து பின்பக்கமாக காரை நுழைத்துவிடுகிறாள். மறுபடியும் மோலைச் சுற்றவேண்டும். அப்படி யான தருணங்களில் இப்போதெல்லாம் கண்மண் தெரியாமல்

ஒட்டி இடத்தைப் பிடித்து விடுகிறேன்.

சில 'நிறுத்தும்' இடங்களில் பார்க்கிங் மீட்டர் இருக்கும். அதற்குள் நாலு டொலர் போட்டால் நாலு மணி நேரம் நிற்பாட்டலாம். சில வேளைகளில் மூன்று மணி நேரத்தில் வந்த வேலை முடிந்துவிடும். மீதி ஒரு டொலரை மெசினிலிருந்து எப்படி மீட்பது என்று எனக்குத் தெரியவில்லை. இதைக் குரு சொல்லித்தர மறந்துவிட்டார்.

நான் கார் ஓட்டுவதற்குப் பத்து விரல்களையும் பாவிக்கிறேன். கனடாவில் ஒன்பது விரல்களில்தான் கார் ஓட்டவேண்டும். அப்படித்தான் பலர் செய்கிறார்கள். வலது கையின் நடுவிரலை எதிரே வருபவர்களையும் பின்னுக்கு இருந்து வந்து வேகமாக முன்னேறுபவர்களையும் குறுக்கே மறிப்பவர்களையும் வசை பாடுவதற்காகத் தனியே வைத்திருக்க வேண்டும். என் குரு அதையும் படிப்பிக்கவில்லை.

ஆனால், 'எல்லாம் படிப்பிச்சுத் தருவன்' என்று உத்திரவாதம் கொடுத்த குரு, பெரிய பச்சை துரோகம் ஒன்றை எனக்குச் செய்துவிட்டார்.

ஸ்டியரிங் வளையத்தில் இருந்து ஒரு மீட்டர் தூரம் பின்னுக்குத் தள்ளப்பட்ட இருக்கையில் சாய்ந்து இருந்துகொண்டு, ரேடியோ முழங்க, ஒரு கையால் செல்போனைப் பிடித்துக்கொண்டு, மறுகையால் நூறு பாகை சூட்டில் நுரை பொங்கித் தள்ளும் 'லாத்தே' கோப்பியை கடுதாசி குவளையில் உறிஞ்சியபடி, அதிவேக நெடுஞ்சாலையில் 120 கி.மீ வேகத்தில் போகும் ரகஸ்யத்தை மட்டும் குரு எனக்குச் சொல்லித்தரவே இல்லை.

கனடாவில் சுப்பர் மார்க்கட்

லூயிஸ் கரோல் என்பவர் 'அலிஸின் அதிசய உலகம்' என்று ஒரு புத்தகம் எழுதியிருக்கிறார். இதை நீங்கள் எல்லோரும் சிறு வயதில் படித்திருப்பீர்கள். அவர் எழுதிய வருடம் 1865. இப்பொழுது அவர் இருந்தால் அப்படி ஒரு புத்தகம் எழுதியிருக்க மாட்டார். ஏனென்றால் ஒரு சுப்பர் மார்க்கட்டிற்குள் நுழைந்ததும் அவருக்கு அப்படி ஓர் அதிசய உலகம் கிடைத்துவிடும்.

இந்த உலகத்தில் நான் என் முழு நாளையும் செலவழிக்க சம்மதிப்பேன். இது எனக்கு இரண்டாவது வீடு. எந்த நேரமும் எங்கள் வரவை எதிர்பார்க்கும் சுப்பர் மார்க்கட்டுக்குள் சில பேர் வாரத்துக்கு ஒரு முறை மட்டுமே வருகிறார்கள் என்று படித்தேன். இதை நம்ப முடிகிறதா? நான் முதல் நாள் இங்கே வந்தபோது அதிசயித்த மாதிரியே இன்றும் அதிசயிக்கிறேன். நான் பிறக்கும் போதே இப்படிப் பிறந்தவனல்லன். அப்படி மாற்றப்பட்டவன். வேடர்கள் தானாக உருவாவதில்லை; மான்களே அவர்களை உருவாக்குகின்றன, அல்லவா?

ஒரு தாய் தள்ளுவண்டியைத் தள்ளினாள். அவளுடைய மூன்று வயதுக் குழந்தை ஒன்று வண்டியில் கால்களை மாட்டி, தலைகீழாகத் தொங்கிக்கொண்டு சிரித்தது. அதன் கைகள் தரையைத் தொட்டன. தலை ஒரு பந்துபோலக் கைகளுக்கு இடையில் தொங்கியது. சிறிது நேரத்தில் அதற்கு அலுப்புத் தட்டி விட்டது. தள்ளுவண்டியில் தொங்கியபடி ஒவ்வொரு சாமானாகத் தரையில் இழுத்துப் போட்டது. வண்டியைச் சிரத்தையாக தள்ளியபடி தாய் பேசாமல் வந்தாள். சுப்பர் மார்க்கட்காரர்களும் ஒன்றுமே சொல்லவில்லை. Free Country என்று சொல்வதன் ஒரு நுனி அன்று எனக்குப் புரிந்தது.

இன்னொரு தள்ளுவண்டியை வேகமாகத் தள்ளியபடி ஓர் இளம்பெண் சென்றாள். மிகப் பழசாகிப்போன திருமண ஆடை யில், பாதி ஒப்பனையில் எழும்பி நேராக வந்தவள்போல காட்சியளித்தாள். அவள் கையில் ஒரு லிஸ்ட் இருந்தது. அந்தப் பட்டியலை சுப்பர் மார்க்கட் நடைவழி ஒழுங்கின்படி தயாரித்திருந்

தாள் போலும். வேகமாகப் போகும் வழியிலேயே அவளுக்கு எந்த இடத்தில் எந்தப் பொருள் இருக்கிறது என்பது தெரிந்தது. வலது கையால் வண்டியைத் தள்ளியபடியே, இடது கையால் பூப்பறிப்பது போன்ற லாகவத்துடன் சாமான்களைப் பறித்து வண்டியை நிரப்பினாள். கடைசி நடைவழியைக் கடந்தபோது வண்டியும் நிறைந்தது. லிஸ்டும் முடிந்தது. திறமையான பெண்.

எந்த சுப்பர் மார்க்கட்டிலும் சில வசதிகள் நிச்சயம் இருக்கும். எட்டுக்கும் குறைந்த பொருள்கள் வாங்கினால் ஒரு வரிசை; 16க்கும் குறையவென்றால் இன்னொரு வரிசை; நிறைந்தவர்களுக்கு வேறு வரிசை. வயது குறைந்தவர்களுக்கு ஒன்று. வாடிக்கையாளர்கள் வசதி கருதி இப்படிப் பல வரிசைகள் இருந்தாலும் நான் எச்சரிக்கையாகவே இருப்பேன். உதாரணமாக ஒன்பது பால் பாக்கட்டுகள் வாங்கினால் நான் எந்த வரிசையில் நிற்பது. காசாளர் ஒருமுறைதானே மெசினில் பதிவு செய்கிறார். இரண்டு றாத்தல் தக்காளி மட்டுமே வாங்கினேன். ஆனால், அதில் பத்துப் பழங்கள் இருக்கின்றன. இப்படியான குழப்பத்தில் எங்கே நிற்பது?

'வாடிக்கையாளர் சேவை' என்று ஒரு பகுதி இருக்கிறது. உங்கள் கேள்விகளை எல்லாம் இங்கே சமர்ப்பிக்கலாம். எனக்கு முன் ஒரு சீனாக்காரர் நின்றுகொண்டிருந்தார். அவரிடம் கீழ்ப்படியும் குணம் தேவைக்கு அதிகமாக இருந்தது. அவர் முறை வந்ததும் மெல்லிய குரலில் தனக்கு நோய் கண்டிருப்பதாகவும் அதைக் குணப்படுத்த டின்னிலே அடைத்து விற்கும் வெள்ளாட்டுக் கர்ப்பப்பை கிடைக்குமா என்றும் கேட்டார். அந்தப் பெண் அதற்குப் பதிலாக இன்னும் மெல்லிய குரலில் ஏதோ கூறினாள்.

எனக்குப் பின்னால் ஓர் ஆப்பிரிக்கர் நின்றுகொண்டிருந்தார். உடல் பாரத்தை இரண்டு கால்களுக்கும் சரி சமமாகப் பிரிக்காமல் மாறி மாறி நின்று அவஸ்தைப் பட்டார். இவர் காண்டாமிருகத்தின் கொம்புக்காக நிற்கலாம் என்று பட்டது.

என் முறை வந்தது. அந்தப் பெண் தன் இடது பக்க மார்பில் ஜெனிஃபர் என்று பெயர் எழுதி வைத்திருந்தாள். (வலது பக்கத்து பேர் எங்கள் ஊகத்துக்கு விடப்பட்டிருந்தது). கோடுகள் அடித்த தலை மயிர். நீட்டிய சதுர நகங்கள். முற்றுப்புள்ளி இல்லாத வசனம்போல முடிவேயில்லாத கண்கள்.

'என் மனைவி அபூர்வமான ஒரு புடிங் செய்கிறாள். அதற்கு சஸ்கற்சுவான் இந்தியர்கள் அறுவடை செய்த காட்டு அரிசி ஒரு பாக்கட் வேண்டும். அது இல்லாமல் வீட்டுக்குப் போகமுடியாது. உதவி செய்ய முடியுமா' என்றேன். 'வீட்டுக்குப் போக உதவ

முடியாது. ஆனால், சுப்பர் மார்க்கட்டை விட்டு வெளியே போக உதவமுடியும்' என்றாள். இப்பொழுது அவள் சிரிப்பு சிவப்பாக மாறிவிட்டது. நான் கேட்ட பொருள் இருக்கும் திசையைக் காற்றிலே வரைந்து காட்டினாள்.

தள்ளுவண்டியிலே சாமான்கள் நிறைந்த பிறகு எந்த வரிசையில் நிற்பது என்று பலர் குழம்புவது எனக்குத் தெரியும். இதற்குச் சில சிம்பிள் விதிகள் இருக்கின்றன. எந்த வரிசை நீளம் குறைந்தது என்று பார்த்து நிற்கக்கூடாது. அது அனுபவக் குறைவைக் காட்டும். உங்களுக்கு முன்னால் நிற்பவர் வண்டிகளிலே என்ன இருக்கிறது. பக்கட்டுகளும் டின் உணவு வகைகளும் போத்தல் சாமான்களும் என்றால் அது விரைவில் முடியக்கூடிய வண்டி. மாறாகப் பழங்களும் மரக்கறிகளுமாக இருந்தால் அவை நிறுக்கப்பட்டு, விலை பதியப்பட வேண்டும். நேரம் பிடிக்கும். காசாளரிடம் ஞாபகசக்தி பற்றாக்குறை இருப்பின் ஆபத்து.

இன்னொன்று. காசாளரை ஒருமுறை பார்க்கவும். சுறுசுறுப்பான இளவயதுப் பெண்ணாக, கையிலே திறப்பு வளையம் மாட்டியபடி, தலை முடியிலே பேனாவைக் குத்திக்கொண்டு, ஒரு சிறு விலங்கின் துரிதமான பார்வையுடன் இருந்தால் அந்த வரிசை உத்தமமானது. அதையே தேர்வு செய்யவும். ஒவ்வொரு வண்டியையும் அவள் அதிவேகமாகத் தீர்த்து வைப்பாள்.

என் முறை வந்ததும் வியாபார முறுவலுடன் 'இன்றைக்கு நாள் எப்படி?' என்று கரிசனையாக வினவினாள்.

'இதுவரைக்கும் நல்ல நாளே! பில் தொகையே மீதி நாளை தீர்மானிக்கும்' என்றேன். அவள் இரண்டு வழுவழுவென்ற புஜங்களையும் ஒரு இன்ச் மேலே தூக்கி அசைத்தாள்.

நான் பொருள்களைத் தூக்கி ஓடும் பெல்ட்டிலே வைத்தேன். பக்கட்டுகள் பட்டாள வீரர்கள்போல நின்ற நிலையிலே போயின; போத்தல்கள் உருண்டன, டின் உணவு வகைகள் துள்ளிக்கொண்டு நகர்ந்தன. அவளுடைய திறமையான விரல்கள் மெசினில் வேகமாக விளையாடத்தொடங்கின. லாவகமாக சாமான்களைத் தூக்கி மந்திரக் கோடுகளைகாட்டியதும் மின் கண்கள் அவற்றை நொடியில் கிரகித்து விலைகளைப் பதிவுசெய்தன. ஒவ்வொரு பொருளும் டிங் என்ற தாள கதியுடன் ஒலி எழுப்பி மறுபக்கம் போய்ச் சேர்ந்தது. அந்த அசைவுகள் பேர் போன ரஷ்ய நடனம் போல ஓர் ஒயிலுடன் நடந்தேறின.

தள்ளுவண்டியிலே சாமான்கள் முடியும் தறுவாயில் என் மனைவி ஏதோ நினைத்துக்கொண்டு மறுபடியும் உள்ளே ஓடினாள்.

இது வழக்கமாக நடப்பதுதான். நேரம் நகர்ந்தது; வரிசை நகர வில்லை. என் பின்னால் நின்றவர்கள் ஒரு காலால் மற்ற காலை உரசத் தொடங்கி விட்டார்கள்.

இறுதியாக ஒலிம்பிக் ஜோதியைப்போல உப்பு பக்கட்டைத் தூக்கியபடி ஓடி வந்தாள். டென்னிஸ் போட்டியில் காணும் தலைகள்போல எல்லாம் ஒரே சமயத்தில் திரும்பி என் மனைவியை நோக்கின.

சாமான்களை காரில் ஏற்றுவதிலும் சில முறைகள் இருக் கின்றன. சுப்பர் மார்க்கட்காரர்கள் தாங்களாகவே கொண்டுவந்து காரில் ஏற்றி விடுவார்கள். மிகவும் வசதியான ஏற்பாடு. ஆனால், பொருள்கள் எல்லாம் வந்து சேர்ந்தனவா? யூனிகோ தக்காளி துண்டங்கள் மூன்று டின்கள் வாங்கினோமே, அவை எல்லாம் வந்தனவா என்று மனம் வீடு போய்ச்சேரும் வரைக்கும் அடித்துக் கொண்டிருக்கும். ஆனால் நாங்களாக ஏற்றுவதில் சில அனுகூலங் களும் ஆபத்துக்களும் உள்ளன. தள்ளுவண்டியை ரோமாபுரி மன்னர்கள் போட்ட கல்லுப்பாதை போன்ற வீதியில் தள்ளிக் கொண்டு கார் தரிப்பிடத்துக்குப் போக வேண்டும். உங்கள் கைகள் இன்னும் முறிந்து கீழே விழாமல் இருக்கும் பட்சத்தில், 'சனிக்கிழமை ரொறொன்ரோ ஸ்டார்' போலக் கனம் கனக்கும் சாமான்களை ஒவ்வொன்றாகத் தூக்கி காரிலே ஏற்ற வேண்டும். இதற்குக் கெட்டி யான ஆயுளும் குறைவுபடாத உடல் பலமும் அவசியம்.

பொருள்கள் தெரிவு செய்யும்போது அவற்றின் கால வரம்பு களைப் பார்க்க வேண்டும். இவை சாமான்களில் குறிப்பிடப் பட்டிருக்கும். இது சட்டம். சிலதில் முடிவு தேதி '30 ஜூன் 2002' என்று துல்லியமாக எழுதியிருக்கும். அது எப்படி? ஒரு நாள் முன்பு கூட ஆரோக்கியமாக இருக்கும் உணவு ஓர் இரவு முடிவதற் கிடையில் பாவனைக்கு மீறியதாக மாறிவிடும். இன்னும் சில '30 ஜூன் 2002க்கு முன் உத்தமம்' என்று எழுதியிருக்கும். அதாவது அதற்குப் பிறகும் பாவிக்கலாம். உங்கள் ரசனையையும் ஆரோக்கி யத்தையும் பணபலத்தையும் பொறுத்தது. சில '30 ஜூன் 2002க்கு முன் பாவிக்கவும்' என்று திட்டவட்டமாக இடித்துச்சொல்லும். வைன் வாங்கும்போது மட்டும் முடிவு தேதி தேட வேண்டாம். அவற்றுக்கு முடிவு இல்லை. இன்னும் சொல்லப்போனால் நாள் போகப் போகத்தான் அவற்றின் சுவை விசேஷம் அதிகரிக்கும் என்று சொல்கிறார்கள்.

ஊனமுற்றவர்களுக்கு என்று சக்கர நாற்காலி படம் கீறி வைத்த வரிசை ஒன்று இருக்கிறது. இது மிகவும் வேகமான பாதை. இரண்டு நாள் சிறுநீர் கழிக்காததுபோல முழங்கால்கள் ஒட்ட,

கால்களை வாத்துபோல வைத்துக்கொண்டு, இந்த வரிசையில் மாறு வேடமாகப் புகுந்து விரைவில் வெளி வந்துவிடலாம். ஆனால், இந்த தந்திரத்தை ஒரு நாளைக்கு இரண்டு தடவைக்கு மேலே செய்யக்கூடாது. என்னிடம் இருக்கும் செல்போன் மணி அடிக்காது; அதிர்வு கொடுக்கும். நான் அதை என்னுடைய இடது கால் சட்டைப் பைக்குள் வைத்திருப்பேன். ஒன்றரைப் பக்க லிஸ்டில் உள்ள சாமான்களை ஒன்று விடாமல் ஏற்றிக்கொண்டு வந்து வாகனத்தை வீட்டு கார் பாதையில் திருப்பும்போது ஓர் அதிர்வு வந்தது. கேட்பதற்கு உபயோகிக்கும் அங்கங்களுக்கு வெகு தூரத்திலும் இன்னும் மிகவும் வேண்டிய ஓர் அங்கத்துக்கு அண்மை யிலும் இந்த அதிர்வு ஏற்பட்டது. அந்த செல்போனை அப்போது தொடக்கூடாது. மனைவியிடம் இருந்துதான் அழைப்பு வந்திருக் கும். வேறு என்ன? கொழுப்பு நீக்கிய, கடைந்து கட்டப்பட்ட, லக்ரோஸ் அகற்றிய 1% பால் பக்கட் ஒன்று வாங்கி வரச் சொல்வாள்.

இன்னும் ஒரு விதி இருக்கிறது. உங்கள் உடம்பில் இருந்து உயிர் பிரியும் ஆபத்து இருந்தாலும் 'இரண்டு சாமான்கள் மட்டும் வாங்குவதற்காக' ஒரு சுப்பர் மார்க்கட்டுக்குள் பிரவேசிக்கக்கூடாது. அவசரமாக உள்ளே நுழைகிறீர்கள். உங்கள் கண்ணிலே முதலில் படுவது தோல் நீக்கிய வெள்ளை உருண்டைக் கிழங்கு டின்கள். இரண்டு வாங்கினால் ஒரு சுத்தியல் இலவசம். வாங்கிவிடுகிறீர்கள். அடுத்து உங்கள் கண்கள் அகலமாக விரிகின்றன. உப்புநீரில் மிதக்கவிட்ட சாம்பினோான் முழுக்காளான்கள், நாலு டின்களின் விலை ஒரு டொலர்தான். நம்பமுடிகிறதா? வாங்கிவிடுகிறீர்கள். அட, இதைப் பாருங்கள். கதவு கிறீச்சிடும் சத்தத்தை நிறுத்தும் எண்ணெய் டின். ஒன்று வாங்கினால் ஒன்று இலவசம். உங்கள் வீட்டில் ஒன்பது கதவுகள் காவல் செய்கின்றன. ஆனால், ஒரேயொரு கதவு மட்டும் கிறீச்சிடுகிறது. மற்றவையும் சீக்கிரத்தில் கிறீச்சிடும் என்ற நம்பிக்கை. வாங்கிவிடுகிறீர்கள். இனிமேல் இருபது வருடங்களுக்கு அந்தக் கவலை இல்லை. நீங்கள் பல காலமாகத் தேடிவரும் குளிர்காலத்து மூங்கில் குருத்து. அவற்றிலே இரண்டு வாங்கிவிடுகிறீர்கள். இடதுகைக்காரர் பாவிக்கும் கத்தரிக்கோல். ஐம்பது வீதம் தள்ளுபடி. இப்படியான சந்தர்ப்பம் இனிமேல் வராது. வாங்கிவிடுகிறீர்கள். இடதுகைக்காரருக்குப் பிறந்தநாள் பரிசாகக் கொடுக்கலாம். யாராவது அகப்படுவார்கள். வண்டி நிறைந்துவிடுகிறது.

வீடு வந்து சேர்ந்ததும் உங்கள் மனைவி முதலில் கேட்பது, 'துணிகள் மிருதுவாக்கும் சினகிள் பக்கட் எங்கே?' என்றுதான். அப்பொழுதுதான் உங்களுக்கு ஞாபகம் வருகிறது நீங்கள் சுப்பர்

மார்க்கட்போனது அதை வாங்குவதற்குத்தான் என்று.

இன்னொரு ரகஸ்யம். நீல்சன் சந்திப்பில் உள்ள சுப்பர் மார்க்கட்டில் காலை 10 – 12 மணிவரை இலவசமான சாம்பிள்கள் உண்பதற்காகத் தருவார்கள். உங்கள் வாங்கும் திறமையை ஊக்கப்படுத்துவதுதான் நோக்கம். அன்று அறுபது நாட்கள் மூப்பாக்கிய உயர்ரக வெண்ணெய்க் கட்டிகள் கிடைத்தன. பல விதமான ருசிகளை பரீட்சித்துப் பார்க்கலாம்.

சுற்றுலா தொடர்ந்தது. தமிழ்நாட்டில் ஆற்றின் பெயர்கள் இடத்துக்கு இடம் மாறுவதுபோல, இங்கே கனடாவிலும் மக்கோவன்ரோடு திடீரென்று தன் பெயரை டான்ஃபோர்த் என்று மாற்றிக்கொண்டது. கென்னடி சந்திப்பில் இருக்கும் சுப்பர் மார்க்கட்டில் மேப்பிள் சிரப்பும் ரொட்டியும் கொடுத்தார்கள். இலவச சாம்பிள்தான்.

இதே டான்ஃபோர்த் இன்னும் சிறிது தூரம் சென்றதும் தன் பெயரை புளோர் என்று மாற்றிக்கொண்டது. பேவியூ சந்திப்பில் உள்ள சுப்பர் மார்க்கட்டில் ஒலிவ் எண்ணெயும், வினிகரும் சேர்ந்த கலவையில் தொட்டு சாப்பிடுவதற்கு மிளகு ரொட்டி கொடுத்தார் கள். அதன் ருசி உலகை மறக்க வைக்கும். அதுவும் இலவசம். இவை எல்லாவற்றையும் இரண்டு மணி நேர இடைவெளியில் ஒரு கைப் பார்த்துவிட்டது மிகவும் திருப்தியைக் கொடுத்தது. இனி, வீடு திரும்பவேண்டியதுதான் மிச்சம்.

வெளியே ஒளி சிந்தும் பனித்துகள்கள் மெதுவாகக் கொட்டின. நாலு கண்ணாடிகளையும் மேலே ஏற்றிக் காற்றைக் கதகதப்பாக வைத்தேன். என்னை மேலும் சந்தோசப்படுத்த மெல்லிய விசில் அடித்தேன்.

அப்பொழுதுதான் பார்த்தேன். எரிபொருள் இருப்பைக் காட்டும் முள் Eயிலே தொட்டுத் தொட்டு மீண்டது. வயிறு பகீரென்றது. காலையில் கிளம்பும்போது அரை ராங் இருந்ததே. எதிர் வந்த எரிபொருள் நிலையத்திற்குள் காரைத் திருப்பப் பார்த் தேன். ஆனால், லிட்டர் விலை 72.0 என்று குறிப்பிட்டிருந்தது. அதிகம். வரும்போது எங்கோ 68.0 என்று போட்டிருந்தது ஞாபகத்துக்கு வந்தது.

சுவாசம் வேகமாக வந்தது. இருக்கும் காற்றையும் விசில் அடித்துச் செலவழித்துவிட்டேன். அடுத்து வந்த நிலையத்தில் விலை 74.5 என்று எழுதியிருந்தது. மிக மிக அதிகம். காரைத் திருப்பாமல் நேரே விட்டேன். எந்த நேரமும் பெற்றோல் தீர்ந்து விடும் அபாயம் நெருங்கியது. முள் இப்போது E யை அணைத்துக்

கொண்டு நின்றது. வேகம், வேகம். பெற்றோல் முடிவதற்கிடையில் ஒரு நிலையத்தைக் கண்டுபிடித்து விடலாம். அப்படி ஒரு நம்பிக்கை. கண்டுபிடிப்பேன்.

தினமும் ஒவ்வொரு சுப்பர் மார்க்கட்டாகப் போகிறேன். காலை, மதியம், மாலை, இரவு என்ற வித்தியாசமே இல்லாமல். நான் வாங்கிச் சேகரிக்க மறந்தவற்றைத் தேடுகிறேன்.

'உன்னுடைய மேலங்கியைக் கொளுவி வைக்க ஒரு கொளுக்கி எங்கோ இருக்கிறது. அதைக் கண்டு பிடிக்கும்வரை உன் மேலங்கியைக் கழற்றாதே' என்று ஒரு சீன அறிஞர் சொன்னார். சுப்பர் மார்க்கட்டுகளைத் தேடுவதே என் வேலை. எனக்காகவே அவை 24 மணிநேரம், வாரத்தில் ஏழு நாட்களும் திறந்திருக்கின்றன.

கனடாவில் கால்சட்டை வாங்குவது

சமீபத்தில் ஒரு தகவலைப் படித்தேன். காலம் கடந்துபோய் இந்தத் தகவல் எனக்குக் கிடைத்திருக்கிறது. கம்யூனிஸ்ட் கட்சி தலைவர் ப.ஜீவானந்தம் பற்றியது. இந்தப் பெரியவரிடம் காக்கி கலரில் நாலு கட்டை கால்சட்டைகள் இருக்குமாம். இதையே அவர் மாறி மாறி அணிவார். பயணத்துக்கு வசதியானது. பெட்டி நிறைய உடுப்புகள் அடுக்கத் தேவையில்லை. ரயிலிலோ, பஸ்ஸிலோ தொற்றி ஏறிவிடலாம். முதல் நாள் இரவு தோய்த்தால் அடுத்த நாள் காலை காய்ந்துவிடும். பெட்டி போடும் அவசியமே இல்லை. மிகவும் சௌகரியமான இந்த ஏற்பாடுகளை வாழ்நாள் முழுக்க அவர் கடைப்பிடித்தாராம்.

ஆனால், அவருடைய சீடர்கள் இந்த அருமையான வழியைப் பின்பற்றவில்லை. எனக்கும் இது முன்பே தெரிந்திருக்கவில்லை. தெரிந்திருந்தால் இந்த உத்தியைப் பின்பற்றிப் பெரும் பணச் செலவையும், நேரச் செலவையும் உடல் செலவையும் என்னால் தவிர்த்திருக்க முடியும்.

கடைகளில் அலைந்து கால்சட்டை வாங்கும் தண்டனை எனக்குச் சிறுவயதில் ஏற்பட்டது கிடையாது. எனக்கு மேலே நாலு அண்ணன்மார்கள். மூத்தவர் போட்டது அவருக்கு அளவு குறைந்ததும் இளையவருக்குக் கிடைக்கும். அவருக்கும் இறுக்கத் தொடங்கியவுடன் அடுத்தவருக்கு வரும். இப்படியாகப் படிப்படியாக இறங்கி என்னிடம் வந்து சேரும். அப்பவும் அது உறுதியாகவும் பாக்கட்டுகளில் ஓட்டை விழாமலும், இடுப்பு சைஸ் கொஞ்சம் பெரிசாகவும் இருக்கும். இடது கையாலோ, வலது கையாலோ சட்டை கீழே விழாமல் இழுத்துப் பாதுகாத்தபடி நான் என் வேலைகளைச் செய்யப் பழகியிருந்தேன்.

அந்த நாட்களில், தீபாவளி சமீபிக்கும்போது இனிமேல் இல்லையென்ற ஓர் ஏழைத் தையல்காரன் எங்கள் வீட்டுக்குக் கால்சட்டை அளவெடுக்க வருவான். நாங்கள் ஏழு பேர் வரிசையாக அளவு கொடுக்க நிற்போம். வாழ்நாளில் ஒருமுறை சரியான அளவில், நாரியில் இறுக்கிப்பிடித்து, தானாகவே நிற்கும் கால்சட்டை போடலாம் என்பது ஆசை.

ஆனால், ஐயாவுக்கு நாங்கள் மனத்திலே நினைப்பது எப்படியோ தெரிந்துவிடும். டெய்லரிடம் 'ஒரு இரண்டு இன்ச் விட்டுத் தையப்பா. இவங்க காலம்பற ஒரு சைஸ், இரவு ஒரு சைஸ்' என்று சொல்லிவிடுவார். அதாவது நாங்கள் அவ்வளவு வேகமாக வளர்கிறோமாம். எப்படியோ பெருத்து டெய்லர் உத்தேசித்த சைஸைப் பிடித்துவிடுவோம் என்பதில் ஐயாவுக்கு நம்பிக்கை.

தீபாவளிக்கு முதல் நாள் இரவு என்னுடைய இருதயம் வெளியே வரத் துடிப்பதுபோல வேகமாக அடிக்கும். அன்று தையல்காரன் தைத்த உடுப்புகளைக் கொண்டுவரும் தினம். இவன் தொழில்நுட்பத்தின் உச்சத்தைத் தொட்டுவிட்டவன் என்று சொல்ல முடியாது. இவன் எடுத்து வரும் கால்சட்டையைக்கூட நாங்கள் கட்டி முடிந்துதான் போடுவோம். கடைசிவரை அதன் பருமனையோ, நீளத்தையோ எங்களால் நிரப்ப முடியாது. அந்த சைஸைக் குறிவைத்து நாங்கள் பெருக்கு முன்பாகக் கால்சட்டை கிழிந்துபோய்விடும். இப்படிக் கால்சட்டை அளவுகள் நெடுங்காலமாக எனக்குப் பெரும் பிரச்சினையாகவே இருந்திருக்கின்றன.

கனடா வந்தபோது இவை தீர்ந்துவிடும் என்று நம்பினேன். மாறாக இன்னும் பெரிதான பிரச்சினைகள் கிளம்பின. பலர் எனக்குத் தந்த எச்சரிக்கைகளில் முதன்மையானது பால் சாப்பிடு முன் கவனமாக இருக்கவேண்டும் என்பது. எங்கள் ஊர் மாடுகளில் கறக்கும் பால் தண்ணீராக இருக்கும். பால்காரன் வேறு எங்கள் ஆரோக்கியத்தை உத்தேசித்து பாலை இன்னும் மெல்லிசாக ஆக்கிவிடுவான்.

இங்கு கறவை மாடுகள் கட்டிப் பாலையே உற்பத்தி செய்யும். கொழுப்பு தளும்பும். இந்தப் பால் உடம்பில் சேர்ந்ததும் உங்கள் சிங்கார நாரி அளவு சீமைக்கிளுவை போலக் கொழுத்து விடும். அதனால் மாற்றி மாற்றிக் கால்சட்டை வாங்குவதற்காகக் கடைகளுக்குச் செல்ல நேரிடும்.

கனடாவின் கடைகளில் உங்களுக்கு நீண்ட கால்சட்டை வாங்க வேண்டுமென்றால் அதற்கு தனியாக அரைநாள் ஒதுக்க வேண்டும். காரணம் ஒவ்வொரு கடையாக ஏறி இறங்கிக் காற்சட்டைகளைப் போட்டு அளவு பார்க்க வேண்டும். அது நேரத்தை வீணாக்கும் பெரிய வேலை.

நாரி சைஸ் பொருந்தினால் கால் நீளம் சரி வராது. கால் நீளம் சரி என்றால் நாரி சைஸ் சரிவராது. கனடியர்களையே மனத்தில் வைத்து இவை உருவாக்கப்படுவதால் உங்கள் உடம்பு அளவுகள் வேகமாக அகப்படுவதில்லை.

அபூர்வமாக இரண்டு அளவுகளும் அமைந்து வந்தால், கால்

சட்டையின் நிறம் ஒத்துக்கொள்ளாது. அல்லது ஸ்டைல் சரியாக இருக்காது. முழங்காலில், கணுக்காலில், பின்னுக்கு, பக்கத்தில் என்று ஒன்பது பாக்கெட்டுகள் வைத்த கால்சட்டையாக இருக்கும். ஒன்பது பாக்கட்டுகளுக்கும் சாமான்கள் சேகரித்த பின்னரே அப்படியான ஒரு கால்சட்டையை நீங்கள் தேர்வு செய்யலாம்.

இதில் இன்னொரு சங்கடமும் இருக்கிறது. கால் சட்டை இடுப்பு அளவு ஒற்றைப்படையாக இருக்காது. உங்கள் இடை அளவு 31 அங்குல மாகவோ, 33 அங்குலமாகவோ இருந்தால் நீங்கள் துரதிர்ஷ்டசாலி. உங்கள் நாரியளவு இரட்டைப்படையாகக் கூடவேண்டும் என்று கனடிய அரசாங்கம் எதிர்பார்க்கிறது. 30 இன்ச், 32 இன்ச், 34 இன்ச் அப்படி நீங்கள் வளரவேண்டும் என்பது சட்டம். இது எப்படி கனடியர்களுக்கு மட்டும் சாத்தியமாகிறதோ எனக்குத் தெரியாது.

இந்த நிலவரத்தில் என்னுடைய சைஸ் 33 1/2. அதாவது 33 சைஸுக்கே நான் இந்தப் பாடு பட வேண்டி இருக்கிறது. இந்தக் கோலத்தில் இன்னும் அரை அங்குலத்துக்கு எங்கே போவது. அது எப்படி அனைத்து கனடியர்களும் தங்கள் நாரிகளை இரண்டு இரண்டு இஞ்சுகளாக வளர்க்கிறார்கள். இந்த மர்மத்தை நான் எப்படியும் விடுவிக்க வேண்டும்.

இரண்டு பக்கத்திலும் நிறைய கடைகள் இருந்தன. சில கடைகள் ஆண்களுக்கு மட்டுமேயானவை. நல்ல ஒரு கடவுளுக்கு வாகனமாகும் தகுதி படைத்த மூஸ் என்னும் பெரு விலங்கு கடை வாசலில் நிறுத்தி வைக்கப்பட்டிருந்தது. அங்கு ஆடைகளை விற்பதற்கு முறையாக சிங்காரம் செய்த, தங்கள் பெயர்களை மார்பிலே அணிந்த, இளம் பெண்கள் ஆர்வமாக இருந்தனர். உலகத் தில் உள்ள அத்தனை கலர்களிலும் அத்தனை டிசைன்களிலும் அத்தனை நீளங்களிலும் அகலங்களிலும் பளபளக்கும் கால் சட்டைகள் தங்கள் தங்களுக்கு விதித்த கொளுவிகளில் தொங்கிய படி காத்துக்கிடந்தன. அவற்றில் ஒன்றுகூட என் இடைக்கோ, உயரத்துக்கோ, ரசனைக்கோ ஏற்றமாதிரி அகப்படவில்லை.

அந்த விற்பனைப் பெண்ணை எனக்குப் பிடித்துக் கொண் டது. கறுப்பு மஞ்சள் சீருடை அணிந்திருந்தாள். அநாதி காலம் தொட்டு உலகத்துக் கணிதவியலாளர்கள் வட்டத்தில் சதுரம் செய்யவோ, சதுரத்தில் வட்டம் செய்யவோ முயன்று கொண்டிருக் கிறார்கள். இந்தப் பெண் அதை எல்லாம் தூக்கி எறிந்துவிட்டுத் தன்னுடைய வட்டமான முகத்திலே பல சதுரங்களை அடக்கி வைத்திருந்தாள். சதுரமான நெற்றி, சதுரமான தாடை, சதுரமான கன்னங்கள். மூச்சுக் காற்று தொடும் நெருக்கத்தில், ஏதோ கூச்சப்பட வைக்கும் விவகாரத்துக்கு அழைப்பதுபோன்ற குரலில் 'உங்களுக்கு

நான் உதவி செய்யலாமா?' என்றாள். இவள் ஒரு கிழக்கு ஐரோப்பிய நாட்டில் இருந்து வந்தவளாக இருக்கலாம். வாரத்துக்குப் பத்தாயிரம் ரூபா சம்பளம் வாங்கும் தேநீர் ருசிப்பாளர்போல வார்த்தைகளை நாக்கிலே வைத்து உருட்டி அனுப்பினாள். அங்கே அடுக்கியிருந்த அத்தனை கால்சட்டைகளையும் ஒன்று மாறி ஒன்று எடுத்து எனக்கு முன்னால் விரித்துப் போட்டபடியே இருந்தாள்.

வாசனைத் திரவியம் விற்கும் பகுதியில் இவள் இதற்கு முன் வேலை செய்தவளாக இருக்கவேண்டும். என்னை நோக்கி வர முன்னரும் வந்த பின்னரும் என்னைக் கடந்து போன பிறகும் ஓர் அபூர்வமான, இதற்கு முன் அனுபவித்திராத நறுமணம் அங்கே நிறைந்தது. இவள் உண்டாக்கிய அந்த நறுமணக் கூடாரத்தில் நானும் இவளும் மட்டுமே இருந்தோம். இடது கையில் நாலு சட்டைகளும் வலது கையில் நாலு சட்டைகளும் ஏந்தியபடி ஒரு பறவை செட்டை விரித்து நடப்பதுபோல வந்தாள். ஒரு பரிவாரம் பின்னே தொடரும் அரசனைப்போல நான் நடந்து சென்று உடுப்புகள் அளவு பார்க்கும் அறைக்குள் நுழைந்துகொண்டேன். அங்கே ஏற்கனவே நிலத்தில் இன்னொருவர் சரிபார்த்து விட்டுப்போன ஆடைகளை அகற்றி, அந்த இடத்தில் என்னை நிற்க வைத்தாள். பிறகு கதவை சாத்திக்கொண்டு போனாள். கால்சட்டையை ஒவ்வொன்றாக மாட்டிப் பார்த்தேன். ஒன்றுமே சரிவரவில்லை. 33 1/2 இடுப்புக்கு கனடாவில் உடுப்பு செய்ய மாட்டார்கள்.

இரண்டு கிழமையாக அந்தப் பெண்ணுடைய முகம் என்னை என்னவோ செய்தது. ஒரு மணித்தியால உழைப்பு வீணாகப் போனதில் அவளுக்கு பெரிய வருத்தம். முகம் சுருங்கிப் போனது. இந்தத் துக்கத்தில் என்னுடைய நாரி இன்னும் கொஞ்சம் பெருத்துவிட்டது. கட்டாயம் 34 இன்ச் இருக்கும். இனி பிரச்சினையே கிடையாது. மறுபடியும் ஒரு முயற்சி செய்யலாம் என்று முடிவு செய்தேன்.

நான் திரும்பவும் மூஸ் காவல் நின்ற கடைக்குப் போனபோது கால்சட்டையை எப்படியும் வாங்கிவிடவேண்டும் என்ற தீர்மானத்தில் இருந்தேன். அந்தப் பெண் அதே இடத்தில் அமர்ந்திருந்தாள். என்னைக் கண்டதும் எழும்பி வந்தாள். கறுப்பு மஞ்சள் சீருடை. ஆனால் முகத்தைப் பார்த்ததும் அவள் வேறு பெண் என்பது தெரிந்தது. அவள் நடையின் அங்க அசைவுகளும் வித்தியாசமாக இருந்தன. அவளைச் சுற்றி ஒரு நறுமணக் கூடாரம் உண்டாகவில்லை. அவள் வார்த்தைகளை நாவிலே வைத்து ருசி பார்த்து உருட்டி விடவும் இல்லை. தங்க நிறம் பூசிய அதரங்களை அசைத்து 'உங்களுக்கு நான் உதவி செய்யலாமா?' என்றாள். அந்த வார்த்தைகள் என்னை நோக்கி வந்துகொண்டிருந்தன.

கனடாவில் கிணறு

ரொறொன்ரோ நகரத்தில் செவ்வாய்க்கிழமை பின்னேரங்கள் விநோதமான வடிவுடன் இருக்கும். ஒவ்வொரு வீட்டு முகப்பிலும் கனமான கறுப்பு பொலிதீன் பைகளில் அந்தந்த வீட்டுக் குப்பைகள் நிரப்பப்பட்டு, சிவப்பு நாடாவினால் இறுக்கப்பட்டு காட்சியளிக்கும். ஒரு வீடாவது இந்தச் சடங்கில் இருந்து தவறாது. புதன்கிழமை அதி காலைகளில் பெரிய குப்பை வண்டிகள் வந்து அவற்றை அப்புறப்படுத்திவிடும். மறுபடியும் வீட்டுக் குப்பைகளை அகற்ற ஒரு வாரம் காத்திருக்கவேண்டிவரும்.

இது இப்படியிருக்க, ஒரு செவ்வாய் இரவு தமிழ்ச் சிறுமி ஒருத்தி காலநேரம் தெரியாது ருதுவாகிவிட்டாள். தமிழ் சம்பிரதாயப்படி பெண்ணைக் குப்பையின் மேலே இருத்தி உடனே தலைக்குத் தண்ணீர் வார்க்கவேண்டும். செவ்வாய் நடுநிசியில் ரொறொன்ரோ நகரத்தில் குப்பைக்கு எங்கே போவது? பனிக் குளிரிலே நனைந்து கிடந்த குட்டைப்பைகளை திரும்பவும் வீட்டினுள்ளே கொண்டுவந்து பெண்ணைக் குப்பையிலே இருத்தி, சடங்கைச் செய்து முடித்தார்களாம்.

அப்பாடா, கலாச்சாரம் காப்பாற்றப்பட்டுவிட்டது.

கனடாவின் ரொறொன்ரோ மாநகரத்தில் இரண்டு லட்சம் தமிழர்கள் வாழ்வதாகச் சொல்லுகிறார்கள். இவர்களுடைய கலாச்சார வெளிப்பாடுகள் பிரமிக்கவைப்பவை. இங்கே பலவிதமான கலை மன்றங்கள் இயங்குகின்றன; இலக்கிய சந்திப்புகளும் புத்தக வெளியீட்டு விழாக்களும் வாரத்துக்கு இரண்டாக நடக்கின்றன.

பிரமாண்டமான கல்யாண மண்டபங்களும் முத்து, தங்க, கண்ணாடி, பூ மணவறைகளும் கிடைக்கின்றன. பிளாஸ்டிக் வாழை மரம், நிஜ வாழை மரம், மாவிலைத் தோரணம், உண்மையான தேங்காய், அலுமினியத் தேங்காய், நிறைகுடம், மெழுகுவர்த்தி, குத்து விளக்கு எல்லாமே தகுந்த சமயத்தில் வாடகைக்கு விடப்படுகின்றன. நாகஸ்வர வித்துவான்களும் தவில் சக்கரவர்த்திகளும் வெளுத்துக்கட்டுகிறார்கள். வீடியோ படக்காரர்களும் புகைப்படக்காரர்களும் நாலு காலங்களிலும் அயராமல் 'ஒளிவிட்டுக்கொண்டு' உழைக்கிறார்கள்.

மூன்று ரேடியோக்கள் தமிழ் ஒலிபரப்புகளை வழங்குகின்றன. தொலைக்காட்சியும் வாரத்துக்குச் சில மணி நேரங்களைத் தமிழ் நிகழ்ச்சிகளுக்காக ஒதுக்கியிருக்கிறது. சினிமா, வீடியோ, சீடி படங் களுக்கும் குறைவில்லை. புத்தகங்களைப் பற்றியோ சொல்ல வேண்டாம். சென்னையில் காணப்படும் அவ்வளவு மலிவு குப்பைப் புத்தகங்கள் இங்கேயும் டொலர் காசுக்குக் கிடைக்கும். வாஸ்து சாஸ்திரம், சோதிடம், கல்யாண தரகுவேலை, கம்ப்யூட்டரில் சோடி சேர்த்தல், எண் சோதிடம் எல்லாம் செழித்து வளர்ந்திருக்கின்றன.

இளைய தலைமுறையினர் டாக்டராகவோ, எஞ்சினிய ராகவோ, சட்டத்தரணியாகவோ, பேராசிரியராகவோ, கம்ப்யூட்டர் விற்பன்னராகவோ பெயர் நிலைநாட்ட, பழைய தலைமுறையினரும் சோர்ந்து விடாமல் தொழிற்சாலைகளிலும், வியாபாரங்களிலும் பதினாலு மணிநேரம் உழைக்கிறார்கள். பெண்கள் பங்கு சமமாக விருக்கிறது. சமீபத்தில், இங்கே இரண்டு தமிழ் மாணவிகளுக்குப் பொதுச்சேவைக்குப் பரிசு கிடைத்திருப்பது பெருமைக்குரிய விஷயம்.

ஐக்கிய நாடுகள் சபையினரால் கனடா மீண்டும் ஒரு முறை உலகத்தின் தலைசிறந்த நாடாக பிரகடனப்படுத்தப்பட்டிருக்கிறது. உலகத்து பல்வேறு கலாச்சாரங்களின் மேன்மைகளையும் இங்கே அறியும் வாய்ப்பு கிட்டியிருக்கிறது. அவற்றை எல்லாம் உதறிவிட்டு, தாம் வாழ்ந்துகொண்டிருக்கிற நாட்டின் கலாச்சாரத்தால் எவ்வித பாதிப்பும் அடையாமல், மூடத்தனமான வழக்கங்களைத் தொடர்ந்து கடைப்பிடிப்பதனால் தமிழ்ப் பண்பாட்டை கடல் கடந்தும் காப்பாற்றி விட்டதாகச் சிலர் நினைப்பது பரிதாபமானது.

இங்கே எத்தனை விதமான மக்கள் வாழ்கிறார்கள்; எத்தனை வகையான கலாச்சாரங்கள் வரவேற்கத்தக்க அம்சங்களுடன் விரவி யிருக்கின்றன. அவற்றிலே காணப்படும் மேன்மையான தன்மையை யும் எங்கள் கலாச்சாரத்தில் உள்ள உயர்ந்த அங்கத்தையும் கலந்து ஓர் உன்னதமான புது கலாச்சாரத்தை உண்டுபண்ணலாமே. எப்படிப்பட்ட மகத்தான சந்தர்ப்பம்! அவற்றை எல்லாம் விட்டு விட்டுப் பத்தாயிரம் மைல்களுக்கு அப்பாலிருந்து மூடத்தனமான பழைய சம்பிரதாயங்களை இங்கேயும் இறக்குமதி செய்யவேண்டுமா?

சனிக்கிழமைதோறும் இங்கே சிறுவர்களுக்கான தமிழ் வகுப்புகள் நடக்கின்றன. பெற்றோர்களின் வற்புறுத்தலினால் இந்தக் குழந்தைகள் பாடங்களுக்குப் போகிறார்கள். அருமையான அந்தக் காலை வேளைகளில் இவர்கள் விளையாட்டுகளை உதறிவிட்டு தமிழ்ப் படித்து விற்பன்னராவதற்கு தயாராகிறார்கள். கனடா விலேயே பிறந்து வளர்ந்த சிறுவன் ஒருவன் ஆற்றாமல் தகப்பனாரி டம் சொன்னான். 'டாடி, எனக்கு இரண்டு நாடுகளுக்கு பிரஜையாக

இருப்பது கஷ்டமாக இருக்கு. என்னை விட்டுருங்க, பிளீஸ்.'

நாடகங்களை நல்ல தரத்தில் நடத்தி அசத்துகிறார்கள். நடன நிகழ்ச்சிகளில் 'தாயே யசோதா', 'தீராத விளையாட்டுப்பிள்ளை' போன்ற தீராத நடன அம்சங்கள் நீக்கப்பட்டு சமகால பிரச்சினைகள் மேடையேறுகின்றன. சங்கீதத்திலும் புதிய பரிசோதனைகள் fusion போன்றவை முயற்சி செய்யப்படுகின்றன.

கலை விழாக்களில் சிறார்கள் பேச்சுப்போட்டி நடக்கும். பெரிய வார்த்தைகளில், பெரியவர்களால், பெரியவர்களுக்காகவே எழுதப்பட்ட பெரிய பேச்சு. ஆங்கிலத்தில் எழுதிவைத்து, மனப்பாடம் செய்து, ஆங்கில உச்சரிப்பில் பேசும் தமிழ்ப் பேச்சு. ஆயிரக் கணக்கானோர் அந்தப் பேச்சுக்களைக் கேட்டுக் கைதட்டுவர். அந்தக் குழந்தைகளின் அபார ஞாபக சக்தியை இன்னும் வேறு பிரயோசனமான விதத்தில் பயன்படுத்தியிருக்கலாம் என்பது ஒருவருக்கும் தோன்றுவதில்லை.

இங்கே அலகு குத்தி காவடி எடுப்பதையும் தீமிதித்தலையும் கூடப் பக்தியின் வெளிப்பாடென்று ஏற்றுக்கொள்ளலாம். ஆனால், வருடம் தவறாமல் நடக்கும் சூரன்போரின்போது சூரனின் வயிறு பிளந்த சமயத்தில் நிஜமான சேவலையும் மயில் குஞ்சையும் பறக்கவிட வேண்டுமா? இந்தக் குளிர் பிரதேசத்தில், வெப்பமான சுவாத்தியத்தில் வாழ்ந்து பழக்கப்பட்ட மயில் தத்தளித்துத் தடுமாறுவது போன்ற கொடுமையை முருகப்பெருமான்கூட மன்னிக்க மாட்டார்.

நண்பர் ஒருவர், மிகத் திறமையாக கம்ப்யூட்டர் நிரல் எழுதும் தன்னுடைய 29 வயது மகளுக்குக் கல்யாணம் தள்ளிக்கொண்டே போகிறது என்றும் காரணம் ஜாதகம் பொருந்தாததுதான் என்றும் குறைபட்டுக்கொண்டார். பளிங்கு போல மினுக்கப்பட்ட ரொயோட்டா காரை ஓட்டி வந்த அந்தப் பெண் தொடைவரை கிழித்துவிட்ட நீண்ட கவுனை அணிந்தபடி விரைந்து போனாள். பன்னிரண்டு பொருத்தத்தில் எல்லாம் பொருந்தியும் யோனிப் பொருத்தம் சரிவராமல் இழுபறிப்படும் பெண் அவள்தான் என்று பிற்பாடு எனக்குத் தெரியவந்தது.

ஒரு பக்கத்தில் சிறந்த கலாச்சார பதிவுகள் நடக்கின்றன. மறு பக்கத்தில் அர்த்தமற்ற சம்பிரதாயங்களும் மூடநம்பிக்கைகளும் சிலர் வாழ்வில் பரவிக்கிடக்கின்றன. கிணற்றுத் தவளைகள் எங்கேயும் உண்டு. ஆனால், கனடாவுக்கு வந்த தவளைகள் இங்கே கிணற்றையே வெட்டி விட்டதுதான் ஆச்சரியம்.

கனடாவில் கார் ரேஸ்

எனக்கு ரொறொன்ரோவில் ஒரு நண்பர் இருக்கிறார். சகலகலா ரசிகர் என்றால் இவர்தான். இசை, நாடகம், நடனம், இலக்கியச் சந்திப்புகள், உலகத் திரைப்படங்கள், கொல்ஃப் பந்தயங்கள், டென்னிஸ் போட்டிகள், யோகாசன வகுப்புகள், சர்வ தேச விழாக்கள் என்று ஒன்றையும் தவறவிடமாட்டார். இவ்வளவிற் கும் இவர் ஒரு பிரபல கம்பனியில் பொறுப்பான அதிகாரியாக வேலை பார்த்தார். எப்படியோ நேரத்தை உண்டாக்கி இவ்வளவு காரியங்களையும் செய்துவிடுவார்.

புத்தகங்களில் கொள்ளை பிரியம். உடனேயே வாங்கி விடுவார். Yaan Martel என்ற கனடியக்காரர் எழுதிய Life of Pi வந்த போது வாங்கிய முதல் ஆள் இவர்தான். உண்மையில் இவர் வாங்கும் புத்தகங்களைப் படிக்கிறாரா என்பது எனக்கு நீண்டகால சந்தேகம். ஆனால், புத்தகம் பற்றிய விமர்சனத்திலும் தர்க்கத்திலும் அவர் இறங்கும்போது அவருடைய படிப்பின் ஆழம் விளங்கும். உங்களுக்கு எப்படி ஒரு நாளில் 26 மணித்தியாலங்கள் கிடைக் கின்றன என்று ஆச்சரியமாகக் கேட்பேன். சிரிப்பார்.

நான் அடிக்கடி அவரிடம் சொல்வேன், அடுத்த பிறவி என்று ஒன்றிருந்து, நான் மறுபிறவி எடுத்தால் உங்களைப் போலவே இருக்கப் பிரியப்படுகிறேன் என்று. அதற்கு அவர் என்ன பிரயோ சனம், உருளும் கல்லில் பாசி பிடிப்பதில்லை என்பார். பாசியை வைத்து என்ன செய்வது. கல் உருண்டால்தானே பல இடங் களுக்கும் போகமுடியும்.

அவருக்கு நிறைய நண்பர்கள். அவர்களில் எல்லாம் நானே பிராண சிநேகிதன் என்று நினைக்கிறேன். என் ஆலோசனைகளுக்கு அவர் மதிப்புக் கொடுப்பார். எனக்கு எது பிரியம் என்பது அவருக்குத் தெரியும். அனுமதியின்றி என் தேவைகளையும் அவரே தீர்மானித்துவிடுவார்.

இப்படி அருமையான நண்பரின் நட்பை நான் இழக்க வேண்டி நேரிட்டது. அதற்குக் காரணம் ஷூமேக்கர்தான். மடோனா, முகமது அலி, பின்லேடன் போல இவரும் உலக

பிரபலமானவர். உங்களுக்கு இவர் யார் என்பது ஏற்கனவே தெரிந்திருக்கும். தெரியாவிட்டால் மீதியைப் படிக்கும்போது தெரிந்துகொள்வீர்கள்.

என்னுடைய வீட்டிலிருந்து சரியாகத் தெற்குப் பக்கம் 9 கி.மீட்டர் போனால் ஒன்ராறியோ வாவி வரும். இனிக்கும் தண்ணீர்க் கடல் என்று இதை அழைப்பார்கள். இந்த வாவியை பார்க்கும் தூரத்தில் நண்பருடைய வீடு இருந்தது. இவ்வளவு இனிப்புத் தண்ணீர் பக்கத்தில் இருந்தாலும் இவர் குடிப்பது 12 வருடம் வயதாக்கப்பட்ட சிவாஸ் ரீகல்தான். ஒரு நாள் மாலை அவரைப் பார்க்கச் சென்ற இடத்தில் அவர் திடீரென்று சொன்னார், அடுத்து வரும் 2001 ஆண்டு ஜூன் மாதம் மொன்றியலில் நடக்கப்போகும் Grand Prix ரேஸுக்கு எனக்கும் சேர்த்து டிக்கட் எடுத்துவிட்டதாக. இதை நான் பார்த்தே தீரவேண்டும் என்று வற்புறுத்தினார். ஆறுமாதம் முன்பாகவே பதிவு செய்து எக்கச் சக்கமான விலையில் நுழைவுச் சீட்டு வாங்கியிருந்தார்.

எங்கள் வாழ்நாள் மிகவும் சுருங்கியது. இதில் நாங்கள் பார்த்து, கற்று, அனுபவிக்க வேண்டிய எத்தனையோ விஷயங்கள் இருக்கின்றன. அவ்வளவையும் கற்றுத் தேர்வதற்கு ஆயிரம் பிறவிகளும் காணாது. ஆனாலும் எங்களால் இயன்றவற்றை அனுபவிக்க வேண்டுமல்லவா? அங்கே சொர்க்க வாசலில் சென்ற் பீட்டர் நிற்பார். நீ பூமியில் இருந்து வருகிறாய். இது பார்த்தாயா, அது பார்த்தாயா என்று அவர் கேட்கும்போது திருதிருவென்று விழிக்கக் கூடாது என்பார்.

நான் மைக்கெல் ஷூமேக்கரைப் பற்றித் தெரிந்து வைத்திருந்தேன். இந்த 32 வயது ஜெர்மன்காரருக்கு ரேஸிங் கார் ஓட்டுவது தான் தொழில். மனித உடம்பில் இருக்கும் 206 எலும்புகளில் பாதிக்கு மேல் உடைத்து வைத்திருந்தார். மீதியையும் விரைவிலேயே உடைத்துவிடுவார். இவர் ஓட்டுவது Ferrari கார். மூன்று வருடங்கள் Grand Prix ரேஸின் உலக சாம்பியன். இந்தச் சிறு தெய்வத்தைப் பார்ப்பதற்கல்லவா என் நண்பர் அபூர்வமான ஒரு சந்தர்ப்பம் கொடுத்திருக்கிறார்.

அளப்பரிய உத்தமமான குணங்கள் கொண்ட என் நண்பரிடம் கார் ஓட்டும் வல்லமை சுரண்டி எடுக்கக்கூடிய அளவுகூட இல்லை. ஒருவழிப் பாதைகளை அறவே வெறுத்தார். உயிர் போகும் தருணத்திலும் மாப்பை விரித்துப் பார்க்கமாட்டார். ஏனெனில் அதை இருந்தமாதிரி திரும்ப மடித்து வைப்பதற்குச் சில வித்தைகள் தெரியவேண்டும். கொட்டை எழுத்துகளில் காணப்படும் வீதி வாசகங்களையும் வாசிக்க மாட்டார். அப்படி ஒரு பிடிவாதம்.

ஆனால் எப்படியும் இலக்கில் கொண்டுபோய் சேர்த்து விடுவார். ரொறொன்ரோவில் இருந்து மொன்றியல் 540 கி.மீட்டர் தூரம். அதை எப்படியோ ஐந்து மணி நேரத்தில் கடந்து விட்டார்.

மைதானம் மூன்று லட்சம் பேர்களால் நிரம்பி வழிந்தது. ஒன்றரை மணி நேரத்தில் முடிந்துவிடும் இந்த ரேஸில் எனக்குப் பல ஆச்சரியங்கள் கிடைக்கும். அதற்கு நான் தயாராகவே வந்திருந் தேன். ஆனால், முதலாவது ஆச்சரியம் கார்கள் சம்பந்தப்பட்டது அல்ல; காதுகள் சம்பந்தப்பட்டது.

ஆண்டவன் படைத்த காதுகளால் இந்த கார்கள் எழுப்பும் ஒலிப் பயங்கரத்தை இரண்டு மணி நேரம் தொடர்ந்து தாங்க முடியாது. ஆகவே முதல் வேலையாகக் காது அடைப்பான்களை வாங்கி எங்கள் காதுகளை மூடிக்கொண்டோம். இதிலே ஒரு சவால் இருந்தது. இந்த அடைப்பான்கள் கார்களில் இருந்து புறப்படும் மோசமான ஒலிகளை மட்டுமே விலக்கும். ஒலிபெருக்கியில் வரும் அறிவித்தல்களையோ, அல்லது நண்பருடைய விளக்கங்களையோ தடுக்காது. அவ்வளவு நுட்பமாக அவற்றை தயாரித்திருந்தார்கள்.

ரேஸிங்க் கார் கட்டும் எஞ்சினியர்களுக்கும் ஒரு சவால் இருந்தது. காரின் வேகம் அதிகரிக்க அதன் சில்லுகள் தரையில் தரிக்காமல் எம்பத்தொடங்கிவிடும். இதற்கு (aerodynamics) ஆகாய விமானத் தொழில்நுட்பத்தின் எதிர்மறை விதிகளைப் பாவித்து சில்லுகளைத் தரையில் பாவச்செய்வார்கள். சில்லு தரையில் தொடும் வரைக்கும்தான் சாரதி அதைக்கட்டுப்படுத்த முடியும். பிரச்சனை என்னவென்றால் வேகத்தை கூட்டும் அதே சமயம் சில்லுகளும் தரையிலிருந்து எம்பாமல் தடுக்க வேண்டும்.

நம்பர் போட்ட எங்கள் இருக்கைகளை நாங்கள் தேடிப் பிடித்து விட்டோம். இன்னும் சில நிமிடங்களே இருக்கும்போது, ஒரு கொழுத்த மனிதர் அரக்கப்பரக்க ஆட்களை இடித்தபடி வந்தார். நோவாவின் படகைத் தவறவிட்ட காண்டாமிருகம்போல அங்கும் இங்கும் பார்த்து எங்கள் பக்கத்தில் எண்ணைச் சரிபார்த்து பொத்தென்று உட்கார்ந்தார். அவருக்குப் பின்னால் பிரமாதமான அசிரத்தையுடன் ஓர் இளம் பெண் நடந்து வந்தாள். கைகள் நீக்கிய அரை சேர்ட்; அரைத் தொப்பி; அரை ஸ்கர்ட். அதையும் ஏதோ தண்ணீரில் நனைந்துவிடும் என்பதுபோல இரண்டு கைகளாலும் முழங்கால்களுக்கு மேலால் தூக்கிப் பிடித்திருந்தாள். அவள் வயது கூட இவர் வயதில் அரைவாசியாகவே தெரிந்தது. பந்தயம் முடியும் வரை இவர்களுக்குள்ளான உறவை அறியும் ஆவலான வதை எங்களுக்குள் இருந்தது. காதலியா, மகளா அல்லது மனைவியா? கடைசிவரை நாங்கள் அதைக் கண்டுபிடிக்க முடியவில்லை.

தொக்கையான மனிதர் முதல் வேலையாகத் தலையின் மேலால் டீசேர்ட்டை கழற்றி மடியின்மேல் வைத்தார். பச்சை குத்திய இரண்டு புஜங்கள் உருட்டிக்கொண்டு தெரிந்தன. உடனேயே 'கமான், வில்ல னூவா' என்று கத்தத்தொடங்கினார். வில்லனூவா மொன்றியல் மைந்தன். அவருடைய தீவிர ஆதர வாளர் இந்த மனிதர். வில்லனூவா அல்லாத எல்லோரையும் அவர் வில்லனாகவே கண்டார்.

மேலும் கீழும் இடையிலே தொடுத்த உடைகளையே சாரதிகள் அணிந்திருந்தனர். எல்லோருக்கும் ஒன்றோ, ஒன்றுக்கு மேற்பட்ட காதலிகளோ இருந்தார்கள். இந்தக் காதலிகளுக்கும் தனியான ரசிகர் கூட்டம். அவர்களுக்கு ஒன்றரை மணி நேரம் தாக்குப் பிடிக்கக்கூடியதாக நீண்ட முத்தங்கள் கொடுத்தபிறகு தங்கள் தங்கள் வாகனங்களுக்குள் இவர்கள் ஏறிக்கொண்டனர்.

Grand Prix என்று அழைக்கப்படும் உலகப் போட்டி தெரிவு செய்யப்பட்ட 17 நகரங்களில் வருடாவருடம் நடைபெறும். இந்த 17 ரேஸ்களிலும் கூடிய புள்ளி எடுத்தவரே சாம்பியன். ரொறொன்ரோவில் நடப்பது 17 போட்டிகளில் ஒன்று. அதில் ஷூமேக்கரின் ஓட்டத்தைப் பார்ப்பதற்கென்று உலகத்தின் பல பாகங்களிலிருந்தும் பார்வையாளர்கள் வந்திருந்தார்கள்.

போட்டி சரியாகப் பன்னிரண்டு மணிக்குத் தொடங்கி ஒன்றரை மணியளவில் முடிந்துவிடும். முதல் சுற்று மரியாதை சுற்று. இருபத்திரண்டு பந்தய கார்களும் ஒரு சுற்று வந்து தொடக்கக் கோட்டில் நின்றன. கிட்டத்தட்ட 305 கி.மீட்டர் தூரத்தை 69 சுற்றுகளில் கடக்கவேண்டும். சிவப்பு விளக்கு மாறியதும் கார்கள் அம்புபோலச் சீறிப்பாய்ந்தன.

பென்ஹர் படத்தில் ஒவ்வொரு சுற்றிலும் ஒவ்வொரு ரதம் உடைந்து நொறுங்குவதுபோல முதலாவது சுற்றில் ஒரு கார் மடிந்தது. இரண்டாவது சுற்றில் இரண்டு கார்கள் ஒன்றோடு ஒன்று மோதி, புல்தரையில் போய் உருண்டு முடிவுக்கு வந்தன. மூன்றாவ தில் ஒரு கார் சறுக்கியபடி வந்த காரியத்தை மறந்து வேறு திசையில், ஓட்டுநரின் விருப்பத்திற்கு எதிராக ஓடி, காரியத்தைக் கெடுத்தது.

ஒவ்வொரு முறையும் கார் உருண்டு பாதையிலிருந்து விலகியபோது 'ஆ, ஆ' என்று சத்தம் எழும். சாரதி பொந்துக்குள் இருந்து வருவதுபோல வெளிப்படும்போது அல்லது இழுத் தெடுக்கப்படும் போது எல்லோரும் ஆசுவாசமாக மூச்சு விடுவார் கள். ஆனால் தீப்பிடித்து எரியும் காட்சியைக் காணவில்லையே என்ற ஏக்கம் அவர்களுடைய அடிமனதுகளிலும் இருந்தது அப்பட்டமாகத் தெரிந்தது.

மைக்கெல் ஷூமேக்கர் ஆரம்ப சுற்றிலேயே தன் சிவப்பு Ferrari காருக்கு முதல் இடத்தை ஸ்தாபித்துவிட்டார். காற்று அழுத்தி சில்லுகள் நிலத்திலே தரித்து உருள்வதற்கு முதல் இடம் முக்கியம். பின்னால் வருபவர்களுக்கு இந்த அனுகூலம் இல்லை. ஷூமேக்கர் ஒவ்வொரு சுற்றுப் போனபோது என்னுடைய பிரார்த்தனையும் அவருடன் சென்றது. காது அடைப்பான்களையும் தாண்டி சில வேளைகளில் கூரிய ஒலிகள் நெஞ்சுக்குள் புகுந்து கிடுகிடுக்க வைத்தன.

கனடியர்கள் வில்லனூவாவுக்கே உரத்து கோஷம் போட்டார்கள். இவர் ஒரு ஹொண்டாவைத் திறமையாக ஓட்டினார். ஆனால் 34வது சுற்றில், அரைவாசி தூரம்கூடக் கடக்காமல், இந்த ஹொண்டா உருண்டு மடிந்தது.

முதலாவது இடத்தில் இருந்த ஷூமேக்கரைத் தொடர்ந்து இரண்டாவது இடத்தில் அவருடைய 25 வயது தம்பி ரால்ஃப் இருந்தார். மற்றவர்கள் பின்னால் வந்தார்கள். 46ஆவது சுற்று மட்டும் இது தொடர்ந்தது. என் நண்பரும் பார்வையாளர்களும் சீட்டிலே நெளிந்தார்கள். வழக்கமான விதிகளை மீறி இங்கே என்னவோ நடந்து கொண்டிருந்தது.

இந்த நீண்ட ரேஸ்களில் அரை தூரத்திலோ, முன்பாகவோ டயர்களை மாற்றி, பெற்றோலும் போட்டுவிடவேண்டும். இதை Pit Stop என்று சொல்வார்கள். ரால்ஃப் இதைச் செய்யவில்லை. ஷூமேக்கரும் கடத்துகிறார். ஒரு யுக்தி இங்கே உருவாகிறது. விட்டுக் கொடுக்காமல் இருவரும் அபாயத்தை நோக்கி ஓடிக்கொண்டிருந்தார்கள்.

இறுதியில் ஷூமேக்கர் டயர் மாற்ற நிறுத்தினார். கிடங்கில் நிற்கும் நேரம் முழு ரேஸ் நேரத்தில் இருந்து கழிக்கப்பட்டுவிடும். இந்த சந்தர்ப்பத்தைப் பயன்படுத்தி ரால்ஃப் முன்னால் வந்து அதிவேகமாக ஓட்டத் தொடங்கினார். 50 ஆவது சுற்றில் அவர் டயர் மாற்ற நிறுத்தியபோது அரங்கம் மூச்சைப் பிடித்து நின்றது. இவருடைய டயர் மாற்றும் நேரம் குறைந்ததாக இருந்தால் வெற்றி கை மாறிவிடும். பக்கத்து சீட் பெண் எழுத்து நின்று ஆடத் தொடங்கினாள். நான் என் பங்குக்குக் கடவுளிடம் ஒரு பிரார்த்தனையை அனுப்பி வைத்தேன். அது கடவுளிடம் உடனுக்குடன் சென்றடையாமல் அவருடைய answering machine இல் மாட்டிவிட்டது போலும். ரால்ஃப் சில செக்கண்டுகள் குறைவான நேரத்தில் டயர் மாற்றி முதல் இடத்தைப் பிடித்தார். கடைசி இரண்டு சுற்று மட்டுமே. என் உடம்பில் ஓடிய ஐந்து லிட்டர் ரத்தமும் வேகமாகச் சுற்றியது. ஷூமேக்கர் தோற்றுவிட்டார். Aerodynamics விதிகளில் இயக்கியதுபோல பக்கத்துப் பெண்ணின் கால்கள் அந்தரத்தில் துள்ளின.

ஐம்பதாவது சுற்றில் டயர் மாற்றி, பெற்றோல் போட வேண்டும் என்ற ரால்ஃபின் முடிவின் பின்னால் ஒரு யோசனை இருந்தது. இது வீட்டுக்குப் போய்ச் சிந்தித்த பிறகுதான் எனக்குப் புலப்பட்டது. ரால்ஃப் பெரிய ஓட்டுநர் இல்லை. ஆகவே தோற்றா லும் பெரிய நட்டமில்லை. ரிஸ்க் எடுக்கலாம். ஷூமேக்கர் அப்படி யல்ல. முதலாவதாக வருவது அவருக்கு முக்கியம். தோற்றால் இழப்பு பெரியது என்றபடியால் ரிஸ்க் எடுக்க முடியாது.

ஷூமேக்கர் கிடங்கில் நின்றவுடன் ரால்ஃப் பெற்றோல் கனம் குறைந்த காரில் முன்னிடத்தில் அதிவேகமாக நாலு சுற்று போயிருக் கிறார். ஐம்பதாவது சுற்றில் நின்று டயர் மாற்றி மீதி 19 சுற்றுக்கு மட்டுமே தேவையான பெற்றோலைப் போட்டுச் சுருக்கென வந்து விட்டார். தான் எடுத்த முன்னிடத்தை 69 ஆவது சுற்றுமட்டும் அவர் விட்டுக் கொடுக்கவில்லை.

என்னால் நம்பமுடியவில்லை. இது வாழ்நாளில் ஒரே ஒரு முறை ரேஸ் பார்க்கும் எனக்கு அவலமான ஏமாற்றத்தைத் தந்தது. உலக சாம்பியன் ஓட்டக்காரர் ஷூமேக்கர் தன் தம்பியின் தந்திரத்தில் விழுந்தார். கறுப்பு வெள்ளைக் கட்டம் போட்ட கொடி கீழே இறங்கி ரால்ஃபுடைய வெற்றியை உறுதி செய்தது.

ஷூமேக்கர் தோற்றது எனக்குப் பெரிய இழப்பல்ல. இதிலும் பெரிய இழப்பு ஒன்று என்னை நோக்கி வந்துகொண்டிருந்தது.

என்ன ஏமாற்று வித்தை. ரேஸ் ஓடுவது வேறு. டயர் மாற்றுவது வேறு. டயரை சீக்கிரமாக மாற்றுவதால் ஒருவர் ரேஸில் வெல்வதை எப்படி ஏற்கமுடியும். வேண்டுமென்றால் டயர் மாற்று வதற்கு வேறு ஒரு பந்தயம் வைத்து, அதற்குப் பரிசு கொடுக்கலாமே.

திரும்பும்போது வழியெல்லாம் இப்படிப் புலம்பிக்கொண்டே வந்தேன். டயரை மாற்றுவது ஒரு வீரமா? ஒற்றைக்கு ஒற்றை கார் ஓட்டிப் பார்க்கட்டும். நண்பர் பிழையான திருப்பங்களை எடுத்த போதெல்லாம் அதைப் பற்றி அலுத்துக் கொள்ளாமல் பந்தயத்தின் அநீதியான விதிகளைப் பற்றியே பேசினேன்.

நண்பரின் வாய் இறுக்கமாகப் பூட்டியிருந்தது. சென்ற் பீட்டரிடம் திறக்கவேண்டிய வாயை என்னிடம் வீணாக ஏன் திறக்கவேண்டும் என்று அவர் நினைத்திருப்பாரோ தெரியாது. இறுதியில் நாங்கள் ரொறொன்ரோவின் லோரன்ஸ் சாலையில் ஏறிய பின்னர் அவர் பேசினார். இப்படியான பந்தயங்களில் பிரதானம் மனிதனுக்கும் மெசினுக்குமான உறவு. இது உடல்

சார்ந்தது அல்ல; உள்ளம் சார்ந்ததும் அல்ல. மனித யத்தனத்தின் அதி உன்னதமான அம்சம் ஒன்று இயற்பியல் நியதிகளுக்கு அப்பால் இயங்குகிறது. இதை அடைவதுதான் முக்கியம். யார் முதல் என்பதெல்லாம் இரண்டாம் பட்சம்தான்.

ஐந்து மணி நேரப் பயணத்தில் இதுவே நண்பரின் முதல் கூற்று. இதுவே கடைசிக் கூற்றுமாகும்.

இது நடந்து மூன்று வருடங்கள் கடந்துவிட்டன. ரொறொன்ரோவில் எத்தனையோ நிகழ்ச்சிகள் நடந்தன. செரீனா சகோதரிகளின் டென்னிஸ் போட்டி. சுதா ரகுநாதனின் பாட்டுக் கச்சேரி. மார்கிரட் அட்வுட்டின் புத்தக வெளியீடு. தமிழ் புத்தகக் கண்காட்சிகள். ஆப்பிரிக்க நாடக நிகழ்வு. ஷாக்கீர் ஹுஸைன் தபேலா. மைக்கேல் ஜோர்டானின் கடைசி ரொறொன்ரோ கூடைப் பந்து ஆட்டம். இது ஒன்றுக்கும் நண்பர் என்னை அழைத்துப் போகவில்லை. சென்ற் பீட்டருக்கு சொர்க்க வாசலில் நான் ஒப்புவிக்க வேண்டிய விஷயங்கள் குறைந்தபடி வந்தன.

ஷூமேக்கர் இழைத்த துரோகம். நான் இப்பொழுது இரண்டாம் பட்சம் ஆகிவிட்டேன்.

ஐந்து பணத்துக்கு ஒரு குதிரை

என்னைப் பார்த்து ஒரு பெண் கண்ணடித்தாள். இது நடந்தது கனடாவில். ஒரு பலசரக்குக் கடையில் நான் ஓர் உணவு பக்கற்றை தூக்கி வைத்து 'இது பழசா? இதை வாங்கலாமா?' என்று விசாரித்தேன். அவள் கீழ்ப்படிவதற்குப் பழக்கப்பட்ட ஒரு விற்பனைப்பெண். ஒரு மயிலின் தலைபோலத் தானாக ஆடுகிற சிறிய தலை அவளுக்கு. என்னை உற்றுப் பார்த்தாள். என்னிடம் அவளுக்கு இரக்கம் உண்டாகியிருக்கலாம். உடம்பின் சகல அங்கங்களையும் ஒடுக்கி, விறைப்பாக வைத்துக்கொண்டு கண்ணை மட்டும் சிமிட்டினாள். கடை முதலாளி பின்னால் நின்றார். அவள் கொடுத்த சைகையில் நான் பொருளை வாங்கவில்லை. வாரம் $250 சம்பளம் வாங்கும் இந்தப் பெண் செய்த துரோகச் செயலுக்காக வேலையை இழந்துவிட்டாள் என்று எனக்குப் பின்னால் தெரியவந்தது.

ஒருமுறை நான் நயாக்கரா நீர்வீழ்ச்சியைப் பார்க்கப் போனபோதும் இப்படியான அனுபவம் ஒன்று ஏற்பட்டது. கார் சிடியில் அப்பொழுது பிரபலமான 'ஓ போடு' பாடல் போய்க்கொண்டிருந்தது. கனடாவின் தேசியகீதமும் 'ஓ கனடா' என்றே ஆரம்பமாகிறது. ஒன்பதே வரிகள்கொண்ட இந்த கீதத்தில் ஐந்து தடவை 'ஓ கனடா' பிரயோகம் வரும். பல கனடியர்களுக்கு இந்தப் பாட்டின் வரிகள் பிடிக்கவில்லை; மெட்டும் பிடிக்கவில்லை. இதைத் திருத்தி அமைப்பதற்கு முயற்சிகள் நடைபெறுகின்றன. என் நண்பர் ஒருவர் 'ஓ போடு' மெட்டையும் அதன் வரிகளையும் தான் பரிந்துரை செய்யப்போவதாக பயமுறுத்துகிறார். யார் கண்டது, அவருக்கு வெற்றி கிடைத்தாலும் கிடைக்கும்.

இந்த நயாக்கரா பயணத்தில் கடையில் வாங்கிய உணவுப் பக்கெற் சிலதை எடுத்துப் போயிருந்தேன். இந்த உணவு வகைகள் யாரோ ஒரு மூதாட்டியாரால் இரவிரவாக ஒரு தொடர் மாடிக் கட்டட சமையலறையில் தயாரிக்கப்பட்டவை. அவை செயற்கைக் காற்று அடித்து ஊதிப்போய்ப் பருத்து அழகாக இருந்தன. உள்ளே இருப்பதை பெரிதாக வேறு காட்டின. ஓர் இடத்தில் 'இங்கே

கிழிக்கவும்' என்று கறுப்புக் கோடு போட்டிருந்தது. இந்தக் கறுப்புக் கோடுகளை உலகத்தில் யாரும் நம்பக்கூடாது. கார் 120 கிமீ வேகத்தில் போய்க்கொண்டிருந்தது. விரல்களினால் எவ்வளவு முயன்றும் அந்த பக்கெற்றை அசைக்க முடியவில்லை. பல்லின் உதவியை நாடியும் பிரயோசனமில்லை. யாராவது உள்ளே இருக்கும் உணவை அபகரித்துவிடுவார்கள் என்பது போல பலத்த பாதுகாப்பு போடப்பட்டிருந்தது. பதினைந்து நிமிட நேரம் இந்தச்சண்டை தொடர்ந்தது. நான் உணவைச் சாப்பிட விரும்பிய இடத்தில் இருந்து 30 கி மீட்டர் தள்ளி பக்கெற் விட்டுக்கொடுத்தது. அளவுக்கு மீறிய பலத்தை பிரயோகித்ததால் பக்கெற் உடைந்து உணவுப் பொருள்கள் காலடியில் சிதறி விழுந்தன.

ஒரு சமயம் இப்படியான தொழிலில் ஈடுபட்டிருந்த என் நண்பர் ஒருவரிடம் இந்த சம்பவத்தை விவரித்தேன். இவ்வளவு கடுமையான உழைப்பில் ஒரு பொருளைச் சந்தைக்கு கொண்டு வரும்போது கொஞ்சம் வாடிக்கையாளரின் வசதியையும் யோசித் திருக்கலாமே என்று சொன்னேன். அவர் 'இந்த தயாரிப்புகளில் 50 வீதம் உற்பத்தி விலை; மீதி 50 வீதம் விளம்பரத்துக்கும் பக்கெற் செலவுக்கும் போய்விடுகிறது. எங்கள் லாபம் சிறுதொகைதான்' என்றார். நான் சொன்னேன் 'தரமான பொருளைப் பயனாளர் எப்படியும் கண்டுபிடித்துவிடுவார். நீங்கள் தரத்தைக்கூட்டுங்கள். சேவையை மேம்படுத்துங்கள். விளம்பரத்தைக் குறையுங்கள், அது விரயம்'. அவருக்குப் பிடிக்கவில்லை. உங்களுக்கு மேல் நாட்டு விளம்பர உத்திகள் பற்றிய அறிவு போதாது என்றார். அதற்குப் பிறகு என்னை எங்கே கண்டாலும் எங்கள் இடைவெளியை அவர் அகலப்படுத்தத் தொடங்கிவிட்டார்.

உதாரணத்துக்கு ஒன்று சொல்லலாம். ரொறொன்ரோவில் இளைஞர் ஒருவர் புகைப்பட கம்பனி ஒன்று ஆரம்பித்தார். 8X8 அடி அறையில் ஒரு சிறிய மேசை போட்டு, அதற்குமேல் பாதி கடித்த ஆப்பிள் படம் போட்ட ஒரு கம்ப்யூட்டர். ஒரு பச்சை கலர் டெலிபோன். விலை உயர்ந்த காமிரா. அவ்வளவுதான். அவரே முதலாளி, விற்பனையாளர், படம் பிடிப்பாளர், பொதுசன தொடர்பு அதிகாரி எல்லாம். இவரை ஊக்குவிக்கவேண்டும் என்பது என் கொள்கை. ஒரு படம் பிடிக்கும் விசயமாக ஒரு நாள் அவரைத் தொலைபேசியில் அழைத்தேன். யந்திரக் குரல் ஒன்று பேசியது. 'எங்களுடைய எல்லா பிரதிநிதிகளும் அழைப்பில் இருக்கிறார்கள். அவகாசம் கிடைக்கும் முதல் பிரதிநிதி உங்களுடன் தொடர்பு கொள்வார். தயவுசெய்து அழைப்பில் இருங்கள். உங்கள் வாடிக்கை எங்களுக்கு மிகவும் முக்கியம்' என்று திருப்பித் திருப்பிச்

சொன்னது. இதைவிட அப்பட்டமான பொய்யோ, படாடோப மான தோரணையோ உலகத்தைப் புரட்டிப் போட்டாலும் கிடைக்காது. எந்தக் காரணம் கொண்டும் வாடிக்கையாளர் தன் தொடக்க நிலையைக் கண்டுபிடித்து விடக்கூடாது என்பதிலேயே இந்த இளைஞர் குறியாக இருந்தார். வாடிக்கை பிடிப்பது இரண்டாம் பட்சம்தான். நான் பத்து நிமிடம் காத்திருந்த பிறகு ஒரு மெசின் வந்து தகவலை விடச் சொன்னது. விட்டேன். அந்த இளைஞர் அந்தக் கணமே என்னை மறந்துவிட்டார் என்றே நினைக்கிறேன்.

என் வீட்டுக்கு flyers வந்தபடியே இருக்கும். அவற்றை எடுத்து மேலோட்டமாகப் பார்த்துவிட்டு குப்பையில் போடுவேன். சமையல் அடுப்புகள், நுண்ணலை அடுப்புகள் உடனுக்குடன் திருத்தித் தரப்படும் என்று ஒரு விளம்பரத் துண்டு வந்தது. என்னுடைய மின் அடுப்பு இரு பாதிகள் கொண்டது. அதில் ஒரு பாதி வேலை செய்வதை நிறுத்தி சில மாதங்கள் கடந்துவிட்டன. உடனேயே விளம்பரக்காரரைத் தொலைபேசியில் அழைத்து, பீப் என்ற சத்தம் வந்த பிறகு தகவலை விட்டேன். பதில் இல்லை. இன்னொருமுறை கூப்பிட்டேன். அப்போதும் மௌனம். எப்படியோ கடைசியில் ஒருவர் வீட்டுக்கு வந்து சோதனை செய்து, ஓர் உதிரிப்பாகம் மாற்றவேண்டும் என்று சொல்லி அதை கழற்றிப் போனார். அதற்குப் பிறகு அவர் வரவே இல்லை. எத்தனை தகவல் விட்டாலும் பதில் இல்லை. ஆனால், வாரத்துக்கு ஒரு முறை அவருடைய நிறுவனத்தில் இருந்து விளம்பரத் துண்டுகள் வருவது மட்டும் நிற்கவில்லை. கையில் இருக்கும் வேலையை முடிக்க முடியாதவர் எதற்காகத் திருப்பித் திருப்பி விளம்பரம் செய்கிறார். அவரிடமே கேட்டேன். 'மூச்சு விடுவது உயிரினத்தின் அறிகுறி என்பது போல விளம்பரம் செய்வதும் ஒரு நிறுவனம் உயிரோடு இருக்கிறது என்பதின் அடையாளம்' என்கிறார்.

ஓர் உணவகத்தின் உரிமையாளரை எனக்குத் தெரியும். கலை நிகழ்ச்சிகள், விழாக்கள் எது நடந்தாலும் அங்கே உணவு சப்ளை இவர்தான். இதுவரையில் ஒரு புத்தகமும் எழுதி தான் வெளியிடவில்லை என்றார். இது என்னை ஆச்சரியத்தின் உச்சிக்கே தூக்கிச் சென்று, அங்கேயிருந்து சட்டென்று கையை விரித்து கீழே போட்டது. கனடாவில் இப்படி ஒருவரைக் காண்பது அபூர்வம்.

இவர் நாளுக்குப் பன்னிரண்டு மணி நேரம் நின்ற நிலையிலேயே வேலை செய்வார். அவருடைய வலதுகை மெசினில் விலைப் பட்டியலைப் பதியும் அதே நேரத்தில் அவருடைய சொண்டுகளும் வேகமாக அசைந்து அந்தக் கணக்கைப் போடும்.

எப்பொழுதும் இவருடைய கடை வாசலில் 'எடுத்துப்போகும்' உணவு பார்சலுக்காக சனங்கள் வரிசையில் நிற்பார்கள். அப்பொழுது யாராவது வெள்ளைக்காரர் வந்தால், இந்த உரிமையாளர் அவரை லைனுக்கு வெளியே வைத்து கவனித்து முதலில் அனுப்பிவிடுவார். இப்படியான வாடிக்கைகளை எப்படியும் நிரந்தரமாக்கிவிடவேண்டும் என்பது அவருடைய கொள்கை.

ஒருமுறை ஒரு புது வாடிக்கையாளர் இந்த வரிசையில் வெகுநேரம் நின்றார். அப்போது பார்த்து ஒரு வெள்ளைக்காரி, ஆட்டுத்தோல் முழு அங்கியைக் கழற்றாமல், விடுமுறையில் வந்த ராசகுமாரிபோலப் பொன்முடி பிரகாசிக்க உள்ளே நுழைந்தாள். அவள் முகத்தில் சிநேகம் விரும்பும் தன்மை இருந்தது. இந்த முதலாளி எல்லோரையும் உதறிவிட்டு அந்தப் பெண்ணை கவனிக்க விரைந்தார். அவள் வரிசையில் நிற்கும் தன் கணவரைச் சுட்டிக் காட்டி அவரைத் தேடி வந்ததாகச் சொன்னாள். கடைக்காரருக்கு முகம் சுருங்கிவிட்டது. ஓர் இலங்கைக்காரர் வெள்ளைக்காரப் பெண்மணியை மணமுடித்திருப்பது அவருக்கு சங்கடத்தைக் கொடுத்தது. இந்த சம்பவத்திற்குப் பிறகாவது அவர் தன்னுடைய ரூல்ஸை மாற்றிவிட்டாரா என்பதும் இன்றுவரை தெரியவில்லை.

இன்று நான் வீட்டுக்கு வந்து சல்லடைக் கதவைத் திறந்தபோது ஏழு விளம்பரத் துண்டு பிரசுரங்கள் அகப்பட்டன. பிரதான கதவைத் தள்ளியதும் அவை எழுந்து எழுந்து பறந்தன. அதிகப் பணச் செலவில் என் வீடு தேடி வந்த அத்தனை விளம்பரத் தாள்களையும் பார்வையிட்டு விட்டு நான் குப்பையில் போடுவேன். இவர்கள் விளம்பரத்தின்மீது எவ்வளவு நம்பிக்கை வைத்திருக்கிறார்களோ அவ்வளவு பயனாளர்களின் அறியாமையிலும் வைத்திருக் கிறார்கள். ஆனால், நான் ஏமாளி அல்ல; முட்டாளும் இல்லை. என்னுடைய குதிரையின் விலை ஐந்து பணம்தான். அது ஆறு கடக்கவும் பாயும். முக்கியமாக என்னை ஏமாற்ற நினைக்கும் நிறுவனங்களின் முன்னே நிற்காது; தாண்டிப் பாய்ந்து போகும்.

எதிர்பாராத அடி
நடிகை பத்மினியுடன் ஒரு சந்திப்பு

நான் எங்கு போவதானாலும் குறித்த நேரத்துக்குப்போய் விடுவேன். எனக்கு ஒருவரையும் காக்க வைத்துப் பழக்கமில்லை. ஆனபடியால் கனடா விமான நிலையத்துக்கு நான் ஐந்து நிமிடம் முன்பாகவே சென்றுவிட்டேன். ஆனால், அன்று பார்த்து விமானம் 25 நிமிடங்கள் முன்னதாக வந்து என்னை லேட்டாக்கிவிட்டது. பார்த்தால் அங்கே ஏற்கனவே பெரும்கூட்டம் திரண்டிருந்தது.

நான் நடிகை பத்மினியை நேரே கண்டவன் அல்ல; சினிமாவில் பார்த்ததுதான். ஆகையால் அடையாளம் கண்டுபிடிக்க முடியுமா என்ற ஐயம் இருந்தது. மிகச் சாதாரண உடையில் மேக்கப் கூட இல்லாமல் இருந்தார். வரவேற்க வந்தவர்களும் இன்னும் ஏர்போட்டில் கண்டவர்களுமாக அவரைச் சூழ்ந்துவிட்டார்கள். அவருக்கு எழுபது பிராயம் என்று நம்பமுடிகிறதா. ஆனாலும் அவரைச் சுற்றி ஓர் ஒளி வீசியது. அவருக்குக் கிடைத்த 'உலக நாட்டியப் பேரொளி' பட்டம் சரியானதுதான் என்று அந்தக் கணத்தில் எனக்கு உறுதியானது.

என் நண்பர் ஒருவர் பத்மினிக்கு மிகவும் வேண்டப்பட்டவர். அவருடைய தயவில் கனடாவில் ஏற்பாடு செய்யப்பட்ட ஒரு நாட்டிய நிகழ்ச்சிக்குத் தலைமை தாங்க பத்மினி வருகிறார். இந்தச் சமயம் மூன்று நாட்கள் பத்மினி என் வீட்டில் தங்குவதாக ஏற்பாடு.

பத்மினி வந்து கனடா மண்ணில் இறங்கிச் சரியாக அரை மணி நேரத்துக்குள் அவரிடம் ஒரு கேள்வி கேட்கப்படுகிறது. உலகத்திலேயே அகலமான 401 அதிவேக சாலையில், ஏர்போர்ட்டில் இருந்து இருபது மைல் தூரத்திலும் என் வீட்டில் இருந்து ஐம்பது மைல் தூரத்திலும் கார் பயணிக்கும்போது அந்தக் கேள்வி கேட்கப்படுகிறது. வெளியே பனிகொட்டுகிறது. அந்தப் பனிப் புதையலில் கார் சறுக்கியபடி அப்பவும் வேகம் குறையாமல் நகர்கிறது.

பத்மினியைச் சந்திக்க வந்த பெண்மணியின் மனத்தில் இந்தக் கேள்வி முப்பத்தைந்து வருடங்களாக இருந்ததாம். இப்பொழுது வட்டியும் குட்டியும் போட்டு மிகவும் கனத்தோடு அது வெளியே வருகிறது. 'நீங்கள் ஏன் சிவாஜியை கல்யாணம் செய்து

கொள்ளவில்லை?'

இதுதான் கேள்வி. மூடத்தனத்துக்குச் சமமான பிடிவாதத்துடனும் பிடிவாதத்துக்குச் சற்று கூடிய வெகுளித்தனத்துடனும் ஓர் ஐம்பது வயது அம்மையார் இந்தக் கேள்வியைக் கேட்டார். பத்மினி என்னைப் பார்க்கிறார். பிறகு கேள்வி கேட்டவரைப் பார்க்கிறார். பதில் பேசவில்லை. அந்தக் கேள்வியும் நாலு பக்கமும் கண்ணாடி ஏற்றிய காருக்குள் ஒரு வட்டம் சுற்றிவிட்டுக் கீழே விழுந்துவிடுகிறது. பத்மினி தங்கியிருந்த மூன்று தினங்களிலும் இதே கேள்வியை அவரிடம் வெவ்வேறு நபர்கள் இருபது தடவைகளாவது கேட்கிறார்கள்.

இவர்களுக்கு வேறு கேள்விகளே இல்லையா? ஆனால், நான் அதிசயப்பட்ட அளவுக்குப் பத்மினி ஆச்சரியம் காட்டவில்லை. இந்தக் கேள்விக்கு மிகவும் பழகிப் போனவர்போலக் காணப் பட்டார்.

சிவாஜியைப் பற்றிப் பேச்சு வரும்போதெல்லாம் அவர் கண்களில் ஒரு சிறு மின்னல் புகுந்துவிடுவதை நான் கவனித்திருந் தேன். நீங்கள் சிவாஜியை முதன்முதல் சந்தித்தது ஞாபகத்தில் இருக்கிறதா என்றார் ஒருவர்.

சிவாஜி இன்னும் சினிமாவுக்கு வரவில்லை. நான் ஏற்கனவே சினிமாவில் நடித்துப் புகழ் பெற்றிருந்தேன். அப்போது ரத்தக் கண்ணீர் நாடகம் பார்க்கப் போயிருந்தேன். எம்.ஆர்.ராதாவின் நாடகம். அதில் சிவாஜிக்கு பார்ட்டே இல்லை. ஆனால் மேடை யில் பின்னால் நின்று உதவி செய்துகொண்டிருந்தார். என்னைக் கண்டதும் தன் வாழ்க்கையில் ஒருமுறையாவது என்னுடன் நடிக்க வேண்டும் என்ற தன் ஆசையை ஓப்பனாகச் சொன்னார். அப்பொழுது எனக்குத் தெரியாது, அவருக்கும் தெரியாது, நாங்கள் 60 படங்கள் தொடர்ந்து செய்யப்போகிறோம் என்பது.

அவருடன் நடித்த நாட்கள் மறக்க முடியாதவை. எட்டு மணிக்கு ஷூட்டிங் என்றால் 7.55க்கே வந்து உட்கார்ந்துவிடுவார். நாங்கள் வழக்கம்போல மேக்கப் எல்லாம் போட்டு வரும்போது நேரம் எப்படியும் ஒன்பது ஆகிவிடும். பொறுமையாக 'என்ன பாப்ஸ், லன்ச் எல்லாம் ஆச்சா?' என்பார்.

ஏதாவது பேசிச் சிரிப்பு மூட்டுவதுதான் அவர் வேலை. சேலைத்தலைப்பைத் தூக்கிப் பிடித்துக்கொண்டு அந்தக் காலத்து கதாநாயகி லட்சணமாக நான் ஒயிலாக அசைந்துவரும்போது 'என்னம்மா, துணி காயவைக்கிறாயா?' என்று கிண்டலடித்து அந்த shot ஐ திருப்பித் திருப்பி எடுக்க வைத்துவிடுவார். காதல் பாடல் வேளையின்போது இரண்டு பக்கமும் குரூப் நடனக்காரர்களை

திரும்பித் திரும்பித் தேடுவார். 'என்ன பாப்ஸ், ஆரவாரப் பேய் களைக் காணவில்லை' என்பார். இன்னும் போரடிக்கும் நேரங்களில் 'யாரப்பா, ரொம்ப நாழியாச்சு இருமி. ஒரு சிகரட் இருந்தாக் குடு' என்பார். இப்படிச் சிரிக்க வைத்தபடியே இருப்பார். அடுத்ததாக அழுகை சீன் இருந்தால் வெகு கஷ்டம்தான்.

பத்மினியுடைய முதல் படம் மணமகள். என்.எஸ்.கிருஷ்ணன் எடுத்தது. அதில் மூன்று சகோதரிகளும் நடித்திருந்தார்கள். நான் அப்பொழுது போர்டிங்கில் இருந்து படித்துக் கொண்டிருந்தேன். என்னுடன் படித்தவர்கள் எல்லாம் இந்தப் படத்தைப் பார்த்து விட்டு புகழ்ந்து தள்ளினார்கள். எப்படியும் பத்மினியைப் பார்த்து விடவேண்டும் என்ற வெறி பிறந்தது. என்னுடன் படித்த 'சண்' என்ற சண்முகரத்தினம் இந்தச் சதிக்கு உடன்படுவதாகக் கூறினான்.

சண் மெலிந்துபோய், முதுகு தோள் எலும்புகள் பின்னுக்குத் தள்ள, நெடுப்பாக இருப்பான். திங்கள் காலை போட்ட உடுப்பை வெள்ளி இரவுதான் கழற்றுவான். ஒருநாள் இரவு களவாக செக்கண்ட் ஷோ பார்க்கும் ஆர்வத்தில் கேட் ஏறிப் பாய்ந்து அவனுடன் புறப்பட்டேன். அந்தப் படத்தில் பத்மினியின் அழகும், ஆட்டமும் நெருக்கமானது. ஓர் இடத்தில் கூந்தல் வழியாக என்னை மாத்திரம் பார்த்துச் சிரிப்பார். அதற்குப் பின்னர் எங்களுக்குத் தமிழ் படிப்பித்த ஆசிரியர் 'செறி எயிற்று அரிவை' என்று சொல்லும் போதெல்லாம் பத்மினியின் நெருங்கிய பற்கள் என் கண் முன்னே தோன்றி இடர் செய்யும்.

திரும்பும்போது பஸ் தவறிவிட்டது. 12 மைல் தூரத்தையும் நடந்தே கடந்தோம். மரவள்ளிக் கிழங்கு தோட்டங்களைக் குறுக்கறுத்து, நட்சத்திரங்கள் வழிகாட்ட சண் முன்னே நடந்தான். அங்குசக்காரன்போல நான் பின்னே தொடர்ந்தேன். வானத்திலே நட்சத்திரங்கள் இவ்வளவு கூட்டமாக இருக்கும்போது உற்சாகத் துக்குக் குறைவேது. 'தெருவில் வாரானோ, என்னைச் சற்றே திரும்பிப் பாரானோ' என்று சண் பெருங்குரல் எடுத்துப் பாடி னான். சில தெரு நாய்கள் எங்களைத் திரும்பிப் பார்த்தது மல்லாமல் எங்கள் பயணத்தை இன்னும் துரிதப்படுத்தின.

திரும்பி வந்தபோதும் கேட் பூட்டியபடியே கிடந்தது. அதை வார்டனோ, காவல்காரனோ, வேறு யாரோ ஞாபகமறதியாக எங்களுக்காகத் திறந்து வைத்திருக்கவில்லை. கேரளாவில் இருந்து வந்து எங்களுக்கு பௌதிகம் படிப்பித்த ஜோஸப் மாஸ்டர்தான் வார்டன். பெருவிரல்கள் மாத்திரம் தெரியும் பாதி சப்பாத்து அணிந்திருப்பார். மிகவும் கண்டிப்பானவர். கேட் ஏறி இருவரும் 'தொம் தொம்' என்று குதித்தோம். அன்று வார்டனிடம் பிடிபட் டிருந்தால் இன்று இந்தக் கட்டுரையை எழுதிக்கொண்டிருந்திருக்க

மாட்டேன். சண்ணும் ஆழநீர்ப் பாதைகள் பற்றி விரிவுரைகள் செய்துகொண்டிருக்க மாட்டான்.

இந்தக் கதையைக் கேட்டுவிட்டு பத்மினி கலகலவென்று சிரித்தார். இதுபோல இன்னும் எத்தனை கதைகளை அவர் கேட்டிருப்பாரோ!

முன்னூறு வருடங்களுக்கு முன் மாரிமுத்தாப்பிள்ளை யாழ்ப் பாணத்தில் 'காலைத் தூக்கியவர்' அதற்குப் பிறகு அதைக் கீழே இறக்கவே இல்லை. அங்கே பரதநாட்டியம் படித்த பெண்களின் எல்லை 'காலைத் தூக்கி' ஆடும் நடனம்தான். அது 1959ஆம் ஆண்டு பத்மினி 'ராணி எலிஸபெத்' கப்பலில் சிலோனுக்கு வந்து ஒரு நாட்டியக் கச்சேரி செய்தபோது மாறியது என்று சொல்லலாம். பரதநாட்டியம் கற்பதில் ஓர் ஆசையும் புது உத்வேகமும் அப்போது எங்கள் பெண்களிடம் பிறந்தது. மற்றவர்கள் விஷயம் எப்படியோ என்னுடைய தங்கை நடனம் கற்பதற்கு காரணமான குற்றவாளி அவர்தான் என்று சொன்னேன். நாற்பது வருடம் லேட்டாக அவர் மன்னிப்புக் கேட்டுக்கொண்டார்.

பத்மினியின் காலத்துக்கு முன்பெல்லாம் தமிழ் சினிமாவில் கதாநாயகன், காதலியைக் கட்டிப்பிடிக்கும்போது, காதலி தன் இரண்டு கைகளையும் முன்னே மடித்து கேடயமாக்கித் தன் மார்பு களை ஒரு கோட்டையைப்போலக் காப்பாற்றிவிடுவாள். பத்மினி நடிக்க வந்த சமயம் இந்த சம்பிரதாயம் உடைந்து போனது. வஞ்சிக் கோட்டை வாலிபனில் 'கோட்டை கொத்தளத்தோடு' பத்மினியைக் கட்டிப்பிடித்து ஜெமினி தன் ஆசையையும் ரசிகர்களின் ஆவலை யும் தீர்த்து வைப்பார்.

பத்மினியை அழவைத்த சம்பவம் ஒன்றும் இந்தப் படப் பிடிப்பில்தான் நேர்ந்தது. இத்தனை வருடமாகியும் அதைச் சொல்லும்போது பத்மினியின் கண்கள் கலங்குகின்றன. வழக்கம் போல வாசன் இந்தப் படத்தை பிரம்மாண்டமாக எடுக்க தீர்மானித் தார். அப்போது பத்மினி தமிழ் சினிமாவில் முன்னணி நட்சத்திரம். அதே சமயம் இந்தி சினிமாவில் கொடிகட்டிப் பறந்தவர் வைஜயந்தி மாலா.

தேவதாஸ் படத்தில் ஐஸ்வர்யா ராயுக்கும், மாதுரி தீட்சித்துக் கும் இடையில் ஒரு போட்டி நடனம் இருக்கிறது அல்லவா? அதுபோல வஞ்சிக்கோட்டை வாலிபனிலும் மிகவும் பிரபலமான ஒரு போட்டி நடனம் வரும். ஹீராலால் என்ற டான்ஸ் மாஸ்டர் இரு நாட்டிய தாரகைகளுக்கும் நடன அசைவுகள் சொல்லித் தந்தார். இதிலே ஒரு பிரச்சினை. வாசனிடம் ஒரு கொள்கை இருந்தது. அவரிடம் வேலை செய்தவர்கள் எல்லாம் எழுபது வயதைத் தாண்டி இருக்கவேண்டும். மேக்கப், லைட்போய்,

காமிராக்காரர், வசனகர்த்தா இப்படி எல்லாரும் வாசனுடைய வயதுக்காரர்களாக இருந்தார்கள். ஒரு லைட்டைத் தள்ளிவைப்பது என்றால்கூட அரை மணி நேரம் எடுக்கும். அதனால் படப்பிடிப்பு ஆமை வேகத்தில் நகர்ந்தது. பத்மினிக்கு மற்றப் படப்பிடிப்புகள் இருந்தன. வைஜயந்திமாலா வடக்கில் இருந்து இதற்காகவே வந்திருந்தார். பத்மினி இல்லாத சமயங்களில் வைஜயந்திமாலா ஹீராலாலிடம் ரகஸ்யமாகச் சில அசைவுகளை ஒத்திகை பார்த்து வைத்துக்கொள்வார்.

படப்பிடிப்பு சமயம் பத்மினியின் நடனம் அமோகமாக அமைந்தது. வைஜயந்திமாலா புளகாங்கிதம் அடையவில்லை. அவர் 'சாதுர்யம் பேசாதேடி, என் சலங்கைக்குப் பதில் சொல்லடி' என்று தோளிலே சடை துவழ, காலிலே தீப்பொறி பறக்க புயல்போலச் சுழன்றபடி மேடையிலே தோன்றுவார். ஒருமுறை இருவரும் ஆடும்போது பத்மினியின் நிழல் வைஜயந்திமாலாவில் விழுந்தது. பத்மினி மன்னிப்பாக நடனத்தை நிறுத்தி 'என்னுடைய நிழல் உங்கள்மேலே விழுகிறது' என்றார். உடனேயே வைஜயந்தி மாலா ஆங்கிலத்தில் இரண்டு அர்த்தம் தொனிக்க 'It's only a passing shadow' என்றார். தமிழ் நாட்டு முதல் நடிகையை பார்த்து 'நகரும் நிழல்' என்று சொன்னது பத்மினியைப் புண்படுத்தி விட்டது. அந்த இரண்டு வார்த்தைகளுக்காக தான் இரண்டு இரவுகள் தொடர்ந்து அழுததாக பத்மினி கூறினார். படம் வெளி வந்தபோது நாட்டிய தாரகை யார் என்பதில் ஒருவருக்கும் சந்தேகம் இருக்கவில்லை.

'எதிர்பாராதது' படத்தில் சிவாஜி வழக்கம்போலப் பத்மினியின் காதலனாக வருகிறார். சந்தர்ப்பவசத்தால் சிவாஜியின் தகப்பன் நாகய்யாவுக்குப் பத்மினி மனைவியாகிவிடுகிறார். காதலன் இப்போது மகன் முறை. சிவாஜி ஒரு சமயம் பத்மினியைப் பழைய நினைவில் அணுகியபோது பத்மினி கன்னத்தில் ஓர் அறை கொடுக்கிறார். படம் எடுத்தபோது அந்த நேர உணர்ச்சி வேகத்தில் பத்மினி நிஜமாகவே அறைந்துவிடுகிறார். சிவாஜியுடைய கன்னம் வீங்கிப்போய் மூன்று நாட்களாக அவர் படப்பிடிப்புக்கு வரவில்லை. மூன்றாவது நாள் சிவாஜியைப் பார்க்க அவர் வீட்டுக்கு பத்மினி வருகிறார். அப்பொழுது ஒரு பியட் கார் சிவாஜிக்குப் பரிசு கொடுத்தார். அதுதான் சிவாஜியுடைய முதலாவது கார்.

பத்மினியின் ஞாபகசக்தி அசரவைக்கிறது. எந்த ஒரு சம்பவத் தையும் கூறமுன்பு அது நடந்த வருடத்தைக் கூறியபடிதான் ஆரம்பிக்கிறார். '1944இல் உதயசங்கருடைய கல்பனா படத்தில் டான்ஸ் ஆடினேனா' என்று தொடங்கி அந்த விவரங்கள் எல்லாவற்றையும் தருவார். சினிமா என்றால் தயாரிப்பாளர் பெயர்,

டைரக்டர் பெயர், நடிகர்கள் பட்டியல் எல்லாமே நினைவில் வைத்திருக்கிறார். அவர் மூளையில் பெரிய தரவுத்தளம் (data-base) ஒன்று ஒருவித வைரஸ் பாதிப்பும் இல்லாமல் இயங்குகிறது.

விழாவுக்குப் பத்மினியின் அலங்காரம் பிரமாதமாக இருந்தது. இருட்டில் போத்தல் தேனைக் கவிழ்த்துக் குடித்ததுபோல இதழ்களில் உருகி வழியும் லிப்ஸ்டிக். அவருடைய எடைக்குச் சரிசமமான எடையோடு இருக்கும் சரிகை நிறைந்த சேலை. இரண்டு கைகளிலும் எண்ணிக்கை சரி பார்த்து திருப்பி திருப்பி எண்ணி அணிந்த வளையல்கள். முகத்திலே விழுந்த சிறு சுருக்கத்தை தவிர, ஒரு சிறகு மட்டுமே உதிர்த்த தேவதை போல, அந்தக் காலத்து ஏ.பி. நாகராஜனுடைய 'விளையாட்டுப்பிள்ளை' சினிமாவில் வந்த பத்மினியாகக் காட்சியளித்தார்.

நீண்ட வசனங்களை எல்லாம் பத்மினி மேக்கப் போடும் போதே பாடமாக்கி விடுவார் என்று கேள்விப்பட்டிருக்கிறேன். இந்த நாட்கள் போல இல்லாமல் அந்தக் காலத்தில் நடிகைகள்தான் (கொடுமை) தங்கள் வசனங்களையும் பேச வேண்டும். ஆனால், விழாவில் மேடை ஏறியதும் அவர் புதிய பத்மினியாகிவிட்டார். கைதேர்ந்த பேச்சுக்காரி மாதிரி விழா சம்பந்தப்பட்டவர்கள் பேர்கள் எல்லாவற்றையும் ஞாபகத்தில் வைத்து சுருக்கமாகப் பேசி முடித்தார். அந்தச் சில நிமிடங்கள் சபையோர்கள் அவருடைய பிரசன்னத்தில் மயங்கி 'நலம்தானா? நலம்தானா?' என்று கூக்குரலிட்டபடியே இருந்தார்கள்.

சிவாஜியை எப்போது கடைசியாகச் சந்தித்தீர்கள்?

அவர் இறப்பதற்கு இரண்டு வருடங்கள் முன்பு அவரைப் பார்க்கப்போயிருந்தேன். சிவாஜி மெலிந்து ஆள் மாறிப் போயிருந்தார். தண்ணீர் கூட அவர் விருப்பத்திற்குக் குடிக்க முடியாது. ஒரு நாளைக்கு ஒரு கிளாஸ் தண்ணீர்தான். கொஞ்சம் கூடக் குடித்தாலும் உடம்பில் தண்ணீர்க் கட்டி உப்பிவிடும். மிக ஜாக்கிரதையாக இருக்க வேண்டும். சிவாஜி மாடியிலேயே தங்கியிருந்தார். கீழேயே வருவதில்லை. அவரைப் பார்ப்பவர்கள் மேலே போய்ப் பார்த்துவிட்டு அப்படியே போய் விடுவார்கள். சிவாஜி சாப்பாட்டு பிரியர்; என்னைப் போலவே. அவருக்கு விருப்பமான அத்தனை அயிட்டமும் எனக்கும் பிடிக்கும். அன்று மேசை நிறைய சாப்பாட்டு வகைகள். காடை, கௌதாரி, கோழி, ஆடு, மீன், இறால் என்று எனக்குப் பிடித்தமான அத்தனை கறி வகைகளும் சமைத்திருந்தார்கள்.

அதில் ஒன்றைக்கூட சிவாஜி உண்ண முடியாது. அப்படியும் என் ஒருத்திக்காக அவ்வளவு சமைத்திருந்தார்கள். சிவாஜியை ஒரு

நாற்காலியில் உட்காரவைத்து நாலு பேர் அவரை மாடியில் இருந்து தூக்கி வந்தார்கள். அவர் எனக்குப் பக்கத்தில் உட்கார்ந்துகொண்டு 'சாப்பிடம்மா, சாப்பிடு. நல்லா சாப்பிடு' என்றார். உணவின் சுவை அறிந்தவர் அதை ருசிக்க முடியாத கொடுமை. அவருக்குப் பிடித்த மான அத்தனை உணவையும் வெறுமனே பார்த்தபடி இருந்தார்.

அதுதான் கடைசி நினைவு. வேறு ஏதாவது நினைவாக இருந்திருக்கலாம் என்று இப்போது தோன்றுகிறது.

சாதி வெறி பற்றி நான் படிக்காத கட்டுரைகள் இல்லை. டானியலின் 'பஞ்சமர்' நாவலில் தொடங்கி, மாதவய்யாவின் 'கண்ணன் பெரும் தூது' சிறுகதையில் இருந்து, சமீபத்தில் ஜெயமோகனின் 'கடைசிவரை' சிறுகதை வரை படித்தவன்தான். ஆனாலும் சில விஷயங்கள் கேட்கும்போது மனத்தை திடுக்கிட வைத்துவிடுகின்றன.

மாலை ஆறுமணி இருக்கும். பத்மினி மஞ்சள் கரை வைத்த வெள்ளை சுரிதார் அணிந்து காலுக்கு மேல் கால் போட்டு சோபாவில் சாய்ந்து அமைதியாக உட்கார்ந்திருக்கிறார். அவர் தேநீர், கோப்பி போன்ற பானம் ஒன்றும் அருந்துவதில்லை. ஒரு கிளாஸில் பழ ரசம் மெல்லிய மிடறுகளில் சுவைத்தபடி இருந்தார். உடம்பும் மனமும் ஒருமித்து மிதக்கும் ஒரு தருணம் அது. அவருடைய சம்பாஷணை எங்கோ தொடங்கி எங்கோ தொட்டு தொட்டுச் செல்கிறது. திடீரென்று சொன்னார். 'நான் நாயர் பொண்ணு. அவர் கள்ளர் ஜாதி. நடக்கிற காரியமா?'

நான் திடுக்கிட்டுவிட்டேன். கடந்த இரண்டு தினங்களாக இருபது தடவைகளுக்கு மேலாகக் கேட்கப்பட்ட ஒரு கேள்விக்கு அவர் பதில் கூறுகிறார் என்று எனக்கு அப்போதுதான் புரிந்தது. அவர் கண்கள் பளபளவென்று மின்னிக் காட்டிக்கொடுத்தன.

பத்மினி திரும்பிப் போன அன்று டெலிபோன் மணி ஓசை நின்றது. கதவு மணி ஓய்ந்தது. பத்திரிகை நிருபர்களின் தொல்லை விட்டது. சொல்லியும் சொல்லாமலும் வந்த விருந்தாளிகளின் ஆரவாரம் முடிந்தது. மாடிப்படிகளில் குடுகுடுவென்று ஓடிவரும் ஒலியும் கலகலவென்ற பத்மினியின் ஓயாத பேச்சும் மறைந்து போனது. திடீரென்று வீட்டில் மறுபடியும் இருள் சூழ்ந்தது போன்ற ஓர் உணர்வு.

ஆனாலும் ஒரு லாபம் இருந்தது. நாட்டியப் பேரொளி போனபோது ஒரு சிறு ஒளியை எனக்காக விட்டுப் போய்விட்டார். ரோட்டிலே நடைசெல்லும்போதும் உணவகத்தில் சாப்பிடப் போன போதும் வீடியோ நிலையத்திலும் சாமான் வாங்கும் கடைகளிலும் என்னைப் பார்த்து இப்போது 'ஹாய்' என்று சொல்கிறார்கள்.

சந்தா குரூஸில் சு.ரா

அந்த கேட் இரண்டு ஆள் உயரத்துக்கு இருந்தது. கறுப்பு பெயிண்ட் அடித்து உருக்கிய உலோகத்தில் செய்து குறுக்காக இரும்புத் தண்டுகள் அடித்து பெரிதாக, உறுதியாக பயமுறுத்தியது. நான் அதற்கு முன் நின்று பார்த்தேன். ஆள் அரவம் இல்லை; அதைத் திறக்கும் வழியும் தெரியவில்லை. கடைசியில் இவ்வளவு முயற்சிகளும் ஏற்பாடுகளும் வீணாகி விட்டனவே என்று ஏக்கப்பட்டேன். திரும்பிப் போக வேண்டியதுதான்.

காரணம் இருந்தது. அந்தக் காலத்து அரச சேவகர்களுக்கு இலச்சினை மோதிரம் பல கதவுகளைத் திறந்திருக்கிறதாம். இங்கே என்றால் கடவு எண் வேண்டும். அது பல கதவுகளைத் திறக்கும். நான் திரு. சுந்தர ராமசாமி அவர்களிடம் கடவு எண்ணைக் கேட்க மறந்து விட்டேன். அவரும் சொல்லவில்லை. என்னுடைய கற்பனை திறத்தில் அவருக்கு அவ்வளவு நம்பிக்கை இருந்தது போலும். என்ன செய்யலாம் என்று யோசித்தேன்.

நான் கனடாவில் இருந்து புறப்படும்போதே சு.ரா கலிபோர்னியாவுக்கு வந்துவிட்டார் என்ற செய்தி என்னை எட்டி விட்டது. முதலில் பொஸ்டன் போய் அங்கு ஒரு மாதம் தங்கியபின் கலிபோர்னியா போவதென்று நான் ஏற்பாடு செய்திருந்தேன். டிசம்பர் மாதக் கடைசியில் இந்த பிரயாணம் திட்டமிடப்பட்டது. உறைபனிக் குளிரைத் தவிர்ப்பதும் ஒரு முக்கிய நோக்கம். சு.ரா மூன்று, நாலு மாதங்கள் கலிபோர்னியாவில் இருப்பார் என்று கிடைத்த உறுதியான செய்தியின்படி என் விமானச் சீட்டை வாங்கி யிருந்தேன். முன்பே பதிவு செய்யப்பட்ட, இரும்பிலே அடித்து வைத்ததுபோல, மாற்றமுடியாத டிக்கட் அது. பொஸ்டனில் இருந்து மூன்றாம் தேதி புறப்பட்டு, அடுத்து வரும் மாதம் அதே மூன்றாம் தேதி திரும்புவதாக ஏற்பாடு. இந்த முப்பது நாளில் ஒரு நாள் அவரைப் பார்த்துவிடலாம் என்ற நம்பிக்கையில் இருந்தேன்.

இந்த முடிவு புத்திசாலித்தனமானது அல்ல என்பது எனக்குப் பின்னர் தெரியவரும். சரியாக மூன்றாம் தேதி அவர் கலிபோர்னி யாவைவிட்டுக் கிளம்பி அடுத்தமாதம் மூன்றாம் தேதிதான் திரும்பி

வருவாராம். அதாவது நான் கலிபோர்னியாவில் தங்கும் அந்த முப்பது நாட்களும் அவர் அங்கே இருக்கமாட்டார்.

வேறு என்ன செய்வது? அபராதப் பணம் கட்டி என்னுடைய பயணச்சீட்டை இன்னும் ஒரு வாரத்துக்கு நீட்டினேன். அப்படிச் செய்து விட்டு ஒரு புதன்கிழமை அவரிடம் வருவதாக போன் செய்தேன். அவர் சொன்னார், 'நீங்கள் எப்ப வேண்டுமென்றாலும் வாருங்கள். புதன்கிழமை மட்டும் வேண்டாம். ஒரு முக்கிய வேலை இருக்கிறது.' என்னால் நம்பமுடியவில்லை. மறுபடியும் தாழி உடைந்துவிட்டது. கடைசியில் ஒரு வழியாக சு.ரா வேறு ஒழுங்கு செய்துவிட்டு புதன்கிழமையை எனக்காக ஒதுக்கினார்.

இவ்வளவு ஏற்பாடுகள் செய்து, பல கண்டங்களைத் தாண்டி நான் வந்திருந்தேன். அதிகாலையில் எழும்பி இரண்டு மணி நேரப் பயணம். இப்பொழுது இந்த வாயிலோன் இல்லாத வாயிற்கதவு கண்ணுக்குத் தெரியாத மின் கண்களால் பூட்டப்பட்டு, என்னுடைய பெரும் துக்கத்துக்குக் காரணமாக நின்றது.

கேட்டைப் பிடித்து ஏறிப் பாய்ந்து உள்ளே நுழையலாம். அல்லது திருநாவுக்கரசர் திருமறைக்காட்டிலே செய்ததுபோல பதிகம் பாடலாம். அந்த நேரம் பார்த்து எனக்கு ஆண்டவனால் அனுப்பப்பட்டதுபோல கடவு எண் உள்ள ஒரு கார் எனக்குப் பின்னால் மெதுவாக வந்ததும் அந்த கேட் ஆரவாரமில்லாமல் திறந்துகொண்டது. மின் கண்கள் அவதானிக்கும் வேகத்தைத் தோற்கடிக்கக்கூடிய ஒரு வேகத்தில் நானும் அந்தக் காரின் பின்னால் மின்னலாக உள்ளே புகுந்துவிட்டேன்.

கேட்டைத் தாண்டி ஒரு அரை மைல் தூரம் வளைந்து வளைந்து சென்ற பிறகுதான் வீடு. அந்த வளாகத்தில் இருபது வீடுகள் இருக்கலாம். சுகமான காற்று வீசும் மரங்களால் சூழப்பெற்று இயற்கையின் மடியில் மிதக்கும் அற்புதமான பள்ளத்தாக்கில் அந்த வீடு தனியாக இருந்தது. இன் முகத்துடன் சு.ரா வாசலிலே நின்று வரவேற்றார்.

நீண்ட கால்சட்டையும், ஸ்வெட்டரும் அணிந்து ஆரோக்கிய மாகவும், உற்சாகமாகவும் அவர் காணப்பட்டார். போன தடவை பார்த்ததிலும் பார்க்க இன்னும் இளமையான தோற்றத்துடன் இருந்தார். நீண்ட கண்ணாடிகள் வழியே வெளிச்சம் பாயும் அகல மான வரவேற்பறை. மெத்தென்ற கம்பளங்கள். ஒரு சோபாவில் அவர் அமர்ந்தபடி என்னையும் இருக்கச் சொன்னார்.

வழக்கம்போலக் கால நிலை பற்றியே பேச்சு ஆரம்பித்தது. பொஸ்டன் நகரில் பனிப்புதைவு அப்பொழுது பத்து அங்குலத்துக்

கும் உயரமாகவே இருந்தது. உஷ்ண நிலை 15 பாகையைத் தொட்டது. நான் புறப்பட்ட ரொறன்ரோ நகரில் இன்னும் மோசம், 25 பாகையாகவும் பனிமேடு 18 அங்குலத்திற்கு மேலாகவும் இருந்தது. இங்கே, சந்தாகுரூஸ் நகரத்தில் சூரியன் சுவாலை வீசிக் கொண்டு மற்ற மாநிலங்களில் கஞ்சத்தனமாக சேமித்த கிரணங்களை எல்லாம் தாராளமாக விநியோகம் செய்தான்.

'என்ன புத்தகங்கள் படிக்கிறீர்கள்?' என்று கேட்டேன். அவர் நிறைய புத்தகங்கள் படித்தார். புத்தகங்களைப் பார்த்தால் ஆசையில் வாங்கிவிட்டு பிறகு அவ்வளவையும் படித்து முடிக்கவேண்டுமே என்று குற்ற உணர்வு கொள்வார். அப்பொழுது அவர் படிக்க வேண்டிய புத்தகங்களின் பட்டியல் 200க்கு மேலாக உயர்ந்திருந்தது.

Michio Kaku எழுதிய Vision என்ற புத்தகம்தான் அவர் கடைசியாகப் படித்தது. உலகை விஞ்ஞானம் எவ்வளவு தீவிரமாக மாற்றி வருகிறது என்பதைச் சொல்லும் புத்தகம். கடந்த 2000 வருடங்கள் உலகம் அடைந்த மாற்றத்திலும் பார்க்க இனி வரப் போகும் இருபது வருடங்களில் கூடுதலான மாற்றம் ஏற்படுமாம். என்ன அற்புதமான நேரச் சந்தியில் நாங்கள் வாழ்ந்து கொண்டிருக் கிறோம் என்று வியந்தார்.

சு.ரா எந்த நாட்டுக்கு, எந்த நகருக்கு, எந்த ஊருக்குப் போனாலும் முதலிலே எங்கே புத்தகக் கடை இருக்கிறது என்பதைக் கண்டுபிடித்து விடுவார். Detroitஇல் தான் கண்டுபிடித்த ஒரு புத்தக நிலையத்தில் பதினைந்து லட்சங்களுக்கும் கூடிய புத்தகங்கள் இருப்பதைச் சொல்லி வியந்தார். எல்லாமே பழைய புத்தகங்கள். இந்தியாவில் வாழ்நாள் பூராவும் தேடினாலும் அகப்படாத அபூர்வ மான புத்தகங்கள் இங்கே இந்திய விலைப்படி மலிவாகக் கிடைப்ப தாகக் கூறினார்.

இதிலே அவருக்கு ஆச்சரியம் அளித்தது அவை அடுக்கப் பட்டிருக்கும் ஒழுங்குதான். எந்தத் துறையில் என்ன புத்தகம் இருக்கிறது என்பதை இரண்டு நிமிடத்தில் ஒருவர் உதவியும் இல்லாமல் கண்டு பிடித்துவிடலாம். இளம் வயதில் படித்திருக்க வேண்டிய எத்தனையோ புத்தகங்கள் இங்கே கிடைத்தன. இனிமேல் அவற்றைப் படிக்கவும் முடியாது. புத்தகங்களை ஆசைக்கு வாங்கித் தான் என்ன செய்வது? படிப்பதற்கு நேரம் வேண்டுமே!

Isaac Asimov என்பவர் உலகத்தின் புகழ் பெற்ற விஞ்ஞானி. ஐம்பது வருடங்களில் இவர் நானூறுக்கு மேற்பட்ட புத்தகங்களை எழுதிக் குவித்திருக்கிறார். இவற்றில் ஆராய்ச்சிக் கட்டுரைகள், விஞ்ஞானக்கதைகள், நாவல்கள் எல்லாம் அடங்கும்.

லட்சக்கணக்கான வாசகர்கள் இவருக்கு. கிடைக்காத விருதுகள் இல்லை. 1992இல் இவர் வேலை செய்துகொண்டிருக்கும்போதே இறந்தபோது இவரைப் போன்று விஞ்ஞானப் படைப்புகளுக்குப் புதுமுகம் கொடுத்தவர் இவருக்கு முன்னுமில்லை, பின்னுமில்லை என்று எல்லோரும் ஒப்புக்கொண்டார்கள்.

சு.ராவுக்கு அஸிமோவைப் பிடித்துக்கொண்டது. 'மிகவும் சிக்கலான விஞ்ஞான விஷயங்களை எல்லாம் சர்வ சாதாரணமான தாக, எளிமையானதாக, ஆக்கிவிடுகிறார். வேதியியல் பற்றி ஒரு புத்தகம் படித்தேன். Chemistry என்றால் என்னவென்றே எனக்குத் தெரியாது. ஆனாலும் இந்த மனிதர் என்ன மாதிரி நுட்பமான சங்கதிகளைச் சுவையாகச் சொல்லி சுலபமாகப் புரிய வைத்து விடுகிறார்.'

தமிழில் இப்படி எழுதுபவர்கள் குறைவு. எழுதினாலும் நுனிப்புல் மேய்வது மாதிரி மேலோட்டமாக ஏதோ சொல்லிக் கொண்டு போகிறார்கள். அது வாசகனுக்கு எந்த அளவுக்குப் போய்ச் சேருகிறது என்பது சந்தேகமே. வேற்று வார்த்தைகளை நல்ல தமிழில் சொல்ல வேண்டும் என்ற ஆர்வம் இல்லை; முயற்சி கூட இல்லை. அரைவாசி விஷயங்களை ஆங்கிலத்திலேயே எழுதி விடுகிறார்கள்.

அவருக்கு ஒரு விஞ்ஞானப் பத்திரிகை தொடங்கவேண்டும் என்ற ஆசை இருந்தது. வெளிநாடுகளில் இப்பொழுதெல்லாம் நல்ல தமிழ் பத்திரிகைகள் விஞ்ஞான விஷயங்களைப் புரியும்படியாக எழுதி வருகின்றன என்று சொன்னேன். 'அப்படியா' என்று ஆச்சரியப்பட்டார்.

சு.ரா வசித்த இடத்திற்கு வெகு சமீபத்தில் உலகத்தின் இயற்கை பேரதிசயம் நடக்கும் ஓர் இடம் இருந்தது. இதைப் பார்ப்பதற்கு வருடம் பூராவும் பல நாடுகளில் இருந்தெல்லாம் இயற்கை ஆர்வலர்கள் வருவார்கள். இந்த இடத்தின் பெயர் Ano Nuevo அதாவது புதுவருட முனை. சீல் என்று சொல்லப்படும் கடல் நாய் வகையில், இந்தக் கடற்கரைக்கு மாத்திரம் தும்பிக்கை வைத்த கடல் நாய்கள் (elephant seals) வரும். நூறு வருடங்களுக்கு முன்புவரை இவற்றை வேட்டையாடிக் குவித்துக் கொண் டிருந்தார்களாம். அரசாங்கம் சட்டம் இயற்றிக் காப்பாற்றியதில் அவற்றின் எண்ணிக்கை 200இல் இருந்து தற்போது 150,000 ஆக உயர்ந்துவிட்டது.

இதிலே ஒரு விசேஷம் இருந்தது. ஆண் நாய்கள் அலாஸ்காவி லிருந்து, அதாவது 4000 மைல் தொலைவிலிருந்து, நீந்தியபடி

டிசம்பர் தொடக்கத்தில் சரியாக இந்த முனைக்கு வந்து தங்கள் பிரதேச எல்லைகளைப் பிடித்து, பெண் சீல்களின் வரவுக்காக காத்திருக்கும். பெண் சீல்கள் எதிர்த்திசையில், அதாவது ஹவாய் தீவுகளிலிருந்து 3000 மைல் தூரம் நீந்தி வரும். அவர்களுடைய காதல் விளையாட்டு ஆரம்பித்து பிப்ரவரி 14ம் திகதி உச்சக் கட்டத்தை அடையும். (அதில் இருந்துதான் காதலர் தினம் தொடங் கியதாகச் சொல்கிறார்கள்.) எது எப்படியோ பெண் சீல்கள் குட்டி போட்டவுடன் அவற்றை விட்டுவிட்டுப் பழையபடி ஹவாய் தீவுகளுக்கும் ஆண்கள் சீல்கள் அலாஸ்காவுக்கும் போய்விடும். மறுபடி ஒரு வருடம் கழித்து அதே இடத்தில் சந்திப்பு நடக்கும். அதே ஆணிடம் அதே பெண் போகும் என்று சொல்லமுடியாது. அது அந்த வருடத்து பலசாலியான ஆண் சீலில் தங்கியிருக்கும்.

இதைப் பற்றி நாங்கள் சிறிது நேரம் பேசினோம். இதிலே அதிசயம் இந்த ஆண் சீல்களும் பெண் சீல்களும் வெவ்வேறு திசையில் பல ஆயிரம் மைல்கள் நீந்திப் போவதல்ல. எப்படி சரியாக, அடுத்த வருடம் அந்தக் கடற்கரையில் அதே முனைக்கு அவை வந்து சேருகின்றன என்பதுதான்.

சு.ரா இருந்த இடத்தில் இருந்து சிலிக்கன் பள்ளத்தாக்கு 45 நிமிடத் தூரமே. தமிழ்நாட்டில் இருந்து இங்கே வந்து வேலை பார்க்கும் சிலரை சு.ரா அறிவார். ஆயிரக்கணக்கான இளம் தலை முறையினர் இங்கே பணி செய்தார்கள். இதற்குக் காரணம் என்ன என்பதை விவாதித்தபோது சு.ரா ஒரு கதை சொன்னார்.

அவர் இள வயதாக இருந்தபோது ரயில்வே ஸ்டேசன் ஓரத்துக்கடையொன்றில் ஒரு பெரியவர் ஒரு புத்தகத்தை வைத்து ஆராய்ந்தபடி ஏதோ எழுதிக் கொண்டிருப்பதை தினம் பார்ப்பா ராம். இந்த மனிதர் ஆடமாட்டார், அசையமாட்டார். காலையிலே அந்த மூலையில் வந்து குந்தினாரென்றால் மாலையாகி வெகு நேரம் கழித்துதான் வீடு திரும்புவார். அவருடைய மனக்குவிப்பும் உழைப்பும் ஆச்சரியமிக்கதா யிருக்கும். அவருடைய கவனத்தைத் திருப்ப எவ்வளவு முயன்றாலும் அவர் கண்ணை வாங்கமாட்டார்.

இது கனகாலமாகத் தொடர்ந்தது. ஒரு நாள் சு.ரா இந்த மர்மத்தை எப்படியும் உடைத்து விடவேண்டும் என்று தீர்மானித்து உள்ளே புகுந்து அவர் கவனத்தைக் கலைத்துவிட்டார். அந்தப் பெரியவருக்குப் பேச்சில் ருசியில்லை. மறுபடியும் தன்னுடைய கணக்குக்குத் திரும்பிவிட துடித்தார்.

'என்ன செய்கிறீர்கள்?'

'சோதிட சாஸ்திரத்தில் ஒரு தவறு. அதைச் சரிசெய்வதற்காக

இந்தக் கணக்கைப் போட்டுக் கொண்டிருக்கிறேன். முக்கால் பங்கு தீர்ந்துவிட்டது. இன்னும் கால் பங்குதான்,' என்றார்.

'எத்தனை காலமாக இந்தக் கணக்கைப் போடுகிறீர்கள்?'

'நாப்பது வருடங்கள்,' என்றார் அவர்.

'ஒரு தவம் போல நாற்பது வருடங்களாக அந்தப் பெரியவர் ஒரே கணக்கைப் போட்டுக்கொண்டிருந்தார். இதற்கு எவ்வளவு பொறுமையும், உழைப்பும் தேவை. ஒரு துறையிலே மேலுக்கு வரவேண்டும் என்றால் இந்தக் குணங்கள் முக்கியம். எங்கள் இளைய தலைமுறையினரிடம் இது நிறையவே இருக்கிறது,' என்றார்.

அப்படி பேசிக்கொண்டிருக்கும்போதே திருமதி வந்து 'சாப்பாடு ரெடி' என்றார்கள். இங்கே தமிழ் நாட்டுக் காய்கறிகள் கிடைப்பது அரிது. இந்தியக் கடைகள் இருக்கின்றன, ஆனால் வெகு தூரத்தில். அமெரிக்க காய்கறிகளை வைத்து தமிழ்நாட்டு சமையல்; பீன்ஸ், கீரை, சாம்பார், பொரியல், அப்பளம், ஊறுகாய், தயிர் என்று குறைவே இல்லாமல் சுவையுடன் தயாரிக்கப் பட்டிருந்தன.

ஆனால், ஒரு ரகஸ்யமான உணவுப் பதார்த்தம் மட்டும் கடைசியில் வெளிப்பட்டது. உருண்டையான பலாச்சுளைகளை உருக்கிய வெல்லப்பாகில் முக்கித் தயாரித்தது. நான் இதற்கு முன்பு அதைச் சுவைத்ததே இல்லை. நாகர்கோவிலில் எங்கோ ஒரு கொம்பில் கனிந்த பலாப்பழம் வெல்லப்பாகில் பாதுகாக்கப்பட்டு 10000 மைல் பிரயாணம் செய்து அமெரிக்கன் சுங்க அதிகாரியை ஏமாற்றி, என்னால் ருசி பார்ப்பதற்காகக் கிடந்தது. அந்தப் பழத்தின் ருசி என் பால்ய நாட்களையும், 'அட்டாளை' என்று நாங்கள் அப்போது செல்லமாக அழைத்து இப்பொழுது போரில் அழிந்து போன ஒரு பலாமரத்தையும் என் அம்மாவையும் ஞாபகத்துக்குக் கொண்டு வந்தது.

சு.ரா நடப்பதில் ஆர்வமானவர். தினம் அவர் உலாத்தப் போவதாகச் சொன்னார். நாங்களும் அந்த வளாகத்திலேயே உலாத்துவதற்கு வெளிக்கிட்டோம். நீண்டு வளர்ந்த ஓக் மரங்கள் இரு பக்கமும் அலங்கரிக்கும் மேட்டுப் பாதைகளில் அனாயாசமாக ஏறி இறங்கினார். அவருக்குக் களைப்பு தெரியவில்லை.

மறுபடியும் பேச்சு எங்களை அறியாமல் இலக்கியத்துக்குள் புகுந்தது. ஒரு நாவல் எழுதுவதில் உள்ள சிரமங்களைச் சொன்னார். ஒரு முன்னூறு பக்க நாவல் என்றால் தான் கிட்டத்தட்ட 3000

பக்கங்கள் வரையிலும் எழுதுவதாகக் கூறினார். அவ்வளவுக்கு அதைத் திருத்தித்திருத்திச் செப்பனிட வேண்டியிருக்கிறதாம். ஐந்து பேர்கள் தனித்தனியாக (proof) மெய்ப்பு பார்க்கவேண்டும். அப்படியும் மூன்று நாலு பிழைகள் புகுந்துவிடும். தவிர்க்கவே முடியாது. அச்சிலிருக்கும் பத்து மாதம் வரையில் கடினமான உழைப்புத்தான்.

நாகர்கோவிலில் சொல்லச்சொல்லச் சுருக்கெழுத்தில் எடுத்து தமிழில் டைப் செய்து தருவதற்கு அதிபுத்திக் கூர்மையான பெண்கள் இருக்கிறார்கள். இவர்கள் கடுமையான உழைப்பாளிகள். சு.ராவின் 'குழந்தைகள் பெண்கள் ஆண்கள்' நாவல் இந்த முறையில் எழுதப்பட்டதுதான்.

ஒருமுறை இலக்கியவாதி ஒருத்தர் சு.ராவிடம் வந்து சிக்கலான கட்டுரை ஒன்றை அன்றே பத்திரிகைக்கு எழுதி அனுப்ப வேண்டியிருக்கிறதென்றும் சுருக்கெழுத்தாளர் ஒருத்தர் தேவையென்றும் கேட்டிருக்கிறார். சு.ரா தன்னுடைய வழக்கமான பெண் காரியதரிசியைக் கடன் கொடுத்தார். இலக்கியக்காரர் சொல்லச் சொல்ல அந்தப்பெண் எழுதி டைப் செய்து கொடுத்தாள். எழுத்தாளர் அதில் திருத்தங்கள் செய்வதற்காக பேனையை எடுத்துக் கொண்டு பார்த்தால், ஓர் இலக்கணப் பிழையோ, சொற்பிழையோ கிடையாது; நிறுத்தக்குறியீடுகள் கூடப் பொருத்தமானஇடங்களில் விழுந்திருந்தன. அவருக்கு ஆச்சரியம் தாங்க முடியவில்லை. கட்டுரையை அப்படியே அனுப்பி வைத்தாராம்.

'இந்தக் கதையை ஏன் சொல்கிறேன் என்றால் எங்கள் நாட்டில் போதிய திறமை இருக்கிறது. முன்னேறுவதற்கான வாய்ப்புகள்தான் இல்லை. அதுதான் எல்லோரும் பிறந்த நாட்டை விட்டு வேலை தேடி திறமையை விற்க ஓடுகிறார்கள்' என்றார்.

'நீங்கள் ஒரு பேட்டியில் தமிழ் நாட்டில் புத்தகம் வாங்கும் பழக்கம் இல்லை. ஒரு நாவலோ, கட்டுரைத் தொகுதியோ 1000 பிரதிகள் விற்பதே கஷ்டம் என்று சொல்லியிருக்கிறீர்கள். அது இப்பவும் உண்மையா?' என்று கேட்டேன்.

'அதில் சிறிது மாற்றம் இருக்கிறது. சமீபத்தில் போட்ட 'குழந்தைகள், பெண்கள், ஆண்கள்' முற்றிலும் விற்றுத் தீர்ந்து விட்டது. உலகம் முழுவதும் ஆறு கோடி தமிழ் மக்கள் இருக்கிறார்கள். அதோடு ஒப்பிடும்போது இது மிகவும் குறைந்த தொகைதான்' என்றார்.

சமீபத்தில், புகழ்பெற்ற அமெரிக்க நாவலாசிரியர் Angela's Ashes என்ற புத்தகத்தை எழுதிய Frank McCourt ரொறொன்ரோ நகருக்கு வந்தபோது அவருடைய புத்தக வாசிப்புக்கு போயிருந்

தேன். அங்கே ஆயிரக்கணக்கானோர் இருபது டொலர் டிக்கட் வாங்கி அந்த வாசிப்பைக் கேட்க வந்திருந்தார்கள். கூட்டம் முடிந்த பிறகு நீண்ட நேரம் வரிசையில் நின்று புத்தகங்களில் கையொப்பம் பெற்றுக்கொண்டார்கள். இப்படியான காலம் தமிழ்நாட்டில் வருமா என்று கேட்டேன்.

'தமிழ்நாட்டில் எப்படி வரும். அங்கே வருமானம் குறைவு; புத்தகம் வாங்குவது என்பது பெரிய விஷயம். அதுவும் தீவிரமான இலக்கியப் புத்தகத்தைக் காசு கொடுத்து வாங்கமாட்டார்கள். மற்ற மாநிலங்களில் எப்படியோ, தமிழ்நாடு இதில் பின்தங்கிதான் இருக்கிறது.'

'உதாரணத்திற்கு ஒன்று சொல்கிறேன். நான் பாரிஸுக்கு போனதைப் பற்றி ஒரு கட்டுரை எழுதியிருந்தேன். நீங்களும் அதைப் பாராட்டி சொன்னது ஞாபகம். அந்தக் கட்டுரை தமிழ்நாட்டில் வெளியானபோது எனக்கு மூன்று கடிதங்கள் வந்தன. இதே கட்டுரையை மலையாளத்தில் ஒரு பத்திரிகை மொழிபெயர்த்து வெளியிட்டது. நம்பமாட்டீர்கள். அதற்கு வாசகர்களிடமிருந்து நிறைய பாராட்டுகள் கிடைத்தன.'

அடுத்ததாக மொழிபெயர்ப்பு பற்றிப் பேசினோம். தமிழில் சமீபத்தில் நான் படித்து ரசித்த சில அற்புதமான மொழி பெயர்ப்புகள் பற்றிச் சொன்னேன். இப்படியான மொழிபெயர்ப்பு களை ஊக்குவிப்பது எங்கள் கடமை என்றார். சகல கலைச் செல்வங்களையும் தேடித்தேடித் தமிழில் தரவேண்டும். அது மாத்திரமல்ல, எங்கள் படைப்புகளை வேற்று மொழிகளில் மறு ஆக்கம் செய்யும் வழிகளையும் நாங்கள் யோசிக்க வேண்டும், குறிப் பாக புலம் பெயர்ந்தவர்கள் இதில் ஊக்கமெடுக்கலாம் என்றார்.

இணையத்தளங்களில் வரும் தமிழ் ஆக்கங்களைப் படிப்ப துண்டா என்று கேட்டேன். எல்லாவற்றிற்குமே நேரம்தான் எதிரி. முன்புபோலப் படிப்பதற்கும் எழுதுவதற்கும் நேரம் ஒதுக்க முடிய வில்லை. படிக்க வேண்டியவை குவிந்துபோய்க் கிடக்கின்றன. எழுத வேண்டியவையோ இன்னும் அதிகம். எதை முன்னுக்குச் செய்வது; எதைப் பின்னுக்குச் செய்வது என்பதுதான் பிரச்சினை. அப்பொழுதே கம்ப்யூட்டரில் தமிழ் இணையத்தளங்களுக்கு ஒரு சுற்றுப்போய் என்ன நடக்கிறது என்று பார்த்தோம். எடுத்த எடுப்பில் நாலு வெவ்வேறு தளங்களில் கு.ரா பற்றிய கட்டுரைகள், விமர்சனங்கள், கதைகள் என்று கொடிகட்டிப் பறந்தன. அவருக்கே ஆச்சரியமாயிருந்தது. 'அட, இத்தனை விஷயங்கள் நடக்கின்றனவா! விரல்களை எல்லாத் தளங்களிலும் வைத்திருப்பது எவ்வளவு கடினம்,' என்றார்.

இறுதியில் அவர் சுயசரிதை எழுதவேண்டும் என்ற என் ஆசையை வெளியிட்டேன். அவருடைய 'ஜே.ஜே.சில குறிப்புகள்', 'குழந்தைகள், பெண்கள், ஆண்கள்' இன்னும் சில சிறுகதைகள் கூட அவருடைய இளவயது வாழ்க்கையின் பிரதிபலிப்புகளாகவே தெரிகின்றன. அவை மிகவும் நேர்த்தியாக வந்திருக்கின்றன. Asimov கூடச் சில வருடங்களுக்கு முன்பு தன்னுடைய "I, Asimov" என்ற சுயசரிதையை (கால ஒழுங்குப்படி இல்லாமல்) சிந்தனைச் சிதறல்களாக வெளியிட்டிருந்தார். இது படிப்பதற்கு சுவாரஸ்யமாகவும் பயனுள்ளதாகவும் இருக்கிறது. அப்படிச் செய்யலாமே என்றேன். நீண்ட நேரம் யோசித்தார். ஆம் என்று பதில் சொல்லவில்லை; இல்லையென்றும் சொல்லவில்லை.

நேரம் ஓடிக்கொண்டே இருந்தது. விடைபெற வேண்டிய சமயம் நெருங்கி விட்டது. சு.ராவிடமும் திருமதியிடமும் அப்பொழுதுதான் அலுவலகத்தில் இருந்து திரும்பிய அவருடைய மகளிடமும் சொல்லிக்கொண்டேன்.

இரண்டு மணி நேர பிரயாணத்தை எதிர்கொள்ளத் தயாரானேன். ஸ்பானிஷ் மாலுமிகளால் நானூறு வருடங்களுக்கு முன்பு கண்டுபிடிக்கப் பட்ட புதுவருட முனை கண்களில் பட்டது. ஆண் சீல்கள் அலாஸ்காவுக்கும் பெண் சீல்கள் ஹவாய் தீவுகளுக்கும் போய்விட்டன. மறுபடியும் அவை அடுத்த வருடம் இதே முனையில் சந்திக்கும். நாலாயிரம் மைல் தூரத்தில் இருந்து வந்த நானும் பத்தாயிரம் மைல் பயணித்து வந்த சு.ராவும்கூட இந்த அதிசயமான முனையில் சந்தித்துக்கொண்டோம். ஆனால் ஒரு வித்தியாசம். எங்கள் சந்திப்பு இந்த முனையில் அடுத்த வருடம் நடக்கும் என்பது நிச்சயமில்லை.

பல நாள் திட்டமிட்டது கைக்கூடியதில் மனம் அமைதிப்பட்டாலும், கடைசிப் பதினைந்து நிமிடங்களில் சு.ரா சொன்னது என்னைக் குலைத்து விட்டது. 'புத்தகங்கள் வாசித்தோம்; எழுதினோம்; விவாதித்தோம். கூட்டங்கள் போட்டோம். எழுதினதையே திருப்பி திருப்பி எழுதினோம்; பேசினதையே திருப்பித் திருப்பிப் பேசினோம். கடைசியில் என்ன சாதித்து விட்டோம்?'

'ஆப்பிரிக்க இலக்கியங்களுக்கோ, லத்தீன் அமெரிக்க இலக்கியங்களுக்கோ எங்கள் சமகாலத்து இலக்கியங்கள் குறைந்து போய் விடவில்லை. ஆனால் அவை உலக அளவுக்கு அறியப்பட வில்லை; அங்கீகாரம் பெறவும் இல்லை. எங்கள் கண்களுக்கு தெரியாத ஏதோ சூட்சுமமான விதிகளின் பிரகாரம் இலக்கியத் தரங்கள் நிர்ணயிக்கப்படுகின்றன. நிச்சயம் ஒரு நாள் எங்கள் படைப்புகள் அறியப்படும்.'

சு.ராவின் சிறுகதை தொகுப்பில் மிகச் சிறந்தது 'பள்ளம்' என்ற சிறுகதை. ஒன்பது பக்கக் கதை. ஆறு பக்கத்துக்குப் பிறகு தான் கதையின் கதாநாயகன் அறிமுகம். கடைசிப் பக்கத்தில்தான் கதையே ஆரம்பமாகிறது; பிறகு அதே பக்கத்தில் முடிந்தும் விடுகிறது.

சினிமா பைத்தியமான ஓர் ஏழைப் பெண், ஆற்று மணலிலே கைக்குழந்தையை மடியில் போட்டுக்கொண்டு சினிமா பார்க்கிறாள். குழந்தை அடிக்கடி கூழாங்கல்லை எடுத்து வாயிலே போட்டுக் கொள்ளும். இவள் வாய்க்குள் விரலைவிட்டு நோண்டி எடுத்தபடியே இருக்கிறாள்.

ஒரு முறை பட சுவாரஸ்யத்தில் பிள்ளையின் கண்ணை நோண்டி எடுத்துவிட்டாள். அவளும் பின்னர் இறந்து போக டாக்டர் அவளுடைய கண்ணை எடுத்து குழந்தைக்குப் பொருத்தி விடுகிறார்.

அந்தக் குழந்தை பெரியவனான பிறகு அவனிடம் கதைசொல்லி கேட்கிறார்,' உனக்கு ஏதாவது கஷ்டமிருக்கா, அதனாலே.'

'ஒண்ணுமில்லே. ஆனா பார்வை இல்லே. பள்ளம்தான் ரொம்பிச்சு' என்கிறான் அவன்.

கதை இப்படி முடிகிறது.

மலைப்பாதை முடிவில்லாமல் வளைந்து வளைந்து செல்கிறது. சூரியன் மறைவதற்குப் பெரும் எதிர்ப்பு தெரிவித்து கடற்காற்று அள்ளி அள்ளி அடிக்கிறது. எனக்கு மனது நிரம்பியிருந்தது. ஆனால் எங்கோ பள்ளம் விழுந்துவிட்டது.

இருட்டறையில் வெளிச்சம் வரவேண்டும்

என் அண்ணன் ஒளிந்து கொள்வதற்கு அவசரமாக இடம் தேடினான். எனக்கு நாலு வயது மூத்தவன். அவனை அடிப்பதற்கென்று மாமா துடித்துக்கொண்டு தேடியலைந்தார். அவர் கையில் அகப்பட்டால் தொலைந்தான். நான் ஒரு குற்றமும் அறியாதவன் என்றாலும் அண்ணாவின் பின்னால் இழுபட்டேன். என்னுடைய அண்ணனின் காலின் வேகத்துக்கு ஈடுகட்டும் விதத்தில் அவனுடைய மூளையும் வேலைசெய்யும். கனவிலும் மாமா கண்டு பிடிக்க முடியாத ஓர் இடத்தை அவன் மூளை தெரிவு செய்தது. அந்த இடம் எங்கள் கிராமத்து நூலகம். அவன் உள்ளே நுழைந்தான்; நானும் அவன் பின்னால் முதன் முதலாக அந்த நூலகத்துக்குள் காலடி எடுத்து வைத்தேன்.

அப்படியே பிரமித்துப்போனேன். இவ்வளவு புத்தகங்களா! சிறுவர் பகுதியில் வண்ணப்படம் போட்ட அழகழகான புத்தகங்கள் அடுக்கி வைக்கப்பட்டிருந்தன. நான் உருவி எடுத்த புத்தகத்தின் பெயர் 'டாம் மாமாவின் இருட்டறை.' அது ஒரு 40, 50 பக்கங்கள் இருக்கும். ஒரே அமர்வில் படித்து முடித்தேன். அந்த நாவலின் கதை அமெரிக்காவில் நடந்தது. எலைசா என்ற நீக்கிரோ பெண் அடிமை தன் எசமானிடம் இருந்து தப்பி ஓடுகிறாள். அவளுடைய துயரத்தையும், அவளுக்கு இழைக்கப்படும் அநீதிகளையும், கொடூரங்களையும் சொல்வதுதான் கதை. சில கட்டங்களில் என் மனம் நடுங்கியது. இளவயதில் அப்படியே மனதில் பதிந்துவிட்டது.

அதைப் படித்தபோது அது 'Uncle Tom's Cabin' என்ற பிரபல அமெரிக்க நாவலின் மொழிபெயர்ப்பு என்பதோ, அந்த நாவலை எழுதிய பெண்மணியான Harriet Beecher Stowe என்பவர் உலகப் புகழ் பெற்றவர் என்பதோ, அமெரிக்கப் போர் மூள்வதற்கும், அடிமை ஒழிப்புக்கும் அது காரணமாக அமைந்தது என்பதோ, உலகத்திலே பைபிளுக்கு அடுத்தபடி அப்போது அதிகமாக வாசிக்கப்பட்ட புத்தகம் என்பதோ எனக்குத்தெரியாது. சிறு வயதில் நடந்த ஓர் அற்புதமான விபத்து என்று இதை எடுத்துக் கொள்ள வேண்டும்.

இப்படிச் சொன்னவர் மனோன்மணியம் சுந்தரனார் பல்கலைக்கழகம் தமிழ்த்துறைத் தலைவரும், பேராசிரியருமான டொக்டர் தொ.பரமசிவன். இவர் கடந்த ஜூன் மாதம் கனடாவின் Academy of Tamil Arts and Technology பி.ஏ இறுதி ஆண்டு மாணவர்களுடைய ஆய்வேடுகளைப் பரிசீலனை செய்வதற்காக வந்திருந்தார். கனடாவில் இரண்டு வாரம் இருப்பார்.

இவர் தங்கியிருந்த வீட்டின் அழைப்பு மணியை அடித்தேன். கதவை திறந்தது இவர்தான். கறுப்பு உருவம். மெலிந்த தோற்றம். வாரிவிட்ட கறுப்பு முடி. இடைக்கிடை வெள்ளை தலைகாட்டும் மீசை. சதுரமான கண்ணாடி. கொலர்கள் மொடமொடவென்று தூக்கி நிற்க, அப்போதுதான் பிரித்த வெள்ளை நிற நீளக்கைச் சட்டையை அணிந்தபடி வணக்கம் என்றார். பளீர் சிரிப்பு; இனிமையான சுபாவம்; சிநேகமான உடல்மொழி.

இந்தச் சட்டை அழகாயிருக்கிறது என்றேன். ஒரு பேராசிரியரிடம் பேசவேண்டிய முதல் வசனம் அல்ல. என்றாலும் மனதில் பட்டதைச்சொன்னேன். அவர் வெட்கமாகச் சிரித்தார். நான் எளிமையாக உடுப்பவன். கனடா பயணம் முற்றானதும் கடையிலே போய் இரண்டு சேர்ட் வாங்கினேன். ஒரே தரத்தில் இரண்டு சேர்ட் வாங்கி ஊதாரித்தனம் செய்தது இதுவே முதல் தடவை. அவர் என்னிடம் மன்னிப்பு கேட்பதுபோல பேசிக்கொண்டே காரின் முன் இருக்கையில் ஏறி உட்கார்ந்தார். பெல்ட்டை பூட்டச் சொன்னேன். தன்னுடைய வலதுகை நீளச்சட்டையின் பட்டனை இடது கையால் பூட்டியபடியே காரின் பெல்ட்டை இழுத்துக் கொளுவினார். அமைதியாக இருந்து பேசுவதற்காக பேர்ச் மவுண்ட் சாலையில் இருந்த Country Style உணவகத்தை நோக்கி நான் காரைச் செலுத்தினேன்.

பேராசிரியரிடம் இருந்தது நாலு மணி நேரமே. எனக்கோ கேட்க வேண்டிய கேள்விகள் நிறைய இருந்தன. கிளைக்கு கிளை, கொப்புக்கு கொப்பு, மரத்துக்கு மரம் தாவும் அணிலைப்போல என் கேள்விகள் இருந்தன. ஆயிரம் ஒட்டுப்போட்ட ஒரு பிச்சைக்காரனுடைய உடையை நினைவூட்டும் வகையில் இந்த உரையாடல் அமைந்தது என்றும் சொல்லலாம்.

பேராசிரியர் குடிப்பது தேநீர்தான். நான் ஒரு கப்புசீனோவுக்கு ஓடர் கொடுத்தேன். தன் மஞ்சள் தலைமுடியை பந்துபோல உருட்டி அதற்குமேல் தொப்பி அணிந்திருந்த பரிசாரகி, காதிலே மாட்டியிருந்த ஒலி வாங்கியில் ஏதோ பேசியபடி எங்கள் பானங்களை தயாரித்தாள். வசதியான ஒரு மூலையில் அமர்ந்து அவற்றைச் சுவைத்தபடி பேச்சைத் தொடங்கினோம்.

அவர் பிறந்தது யாதவ சமூகத்தில். தகப்பன் சொந்தமாக லொறி வைத்து ஓட்டி உழைத்தவர். இவருக்கு நாலு வயதாக இருக்கும்போது ஒருநாள் இரவு படுக்கப்போனவர் காலையில் எழும்பவில்லை. தூக்கத்திலேயே இறந்துபோனார். மிஞ்சியது நாலு மாடுகளும், ஒரு தொழுவமும். தாயார் பெற்றது பதினொரு பிள்ளைகள், மிஞ்சியது நாலு. இப்படி மிஞ்சியதை வைத்து அவர் சம்பாதித்து பிள்ளைகளைப் படிக்க வைத்தார்.

பாளையங்கோட்டையில் எல்லா குடும்பத்தினருக்கும் படிப்பு முக்கியம். சினிமா பாட்டுப் புத்தகம் காலிலே பட்டாலும் அவரு டைய அம்மா தொட்டு கும்பிடச் சொல்லும். அவ்வளவு பக்தி. எந்த ஏழை வீடு என்றாலும் பிள்ளைகளை எப்படியும் படிக்க வைத்துவிடுவார்கள். இவர் படித்தது கிறிஸ்தவ பள்ளிக்கூடம். பள்ளிக்கூடம் என்றால் பெரிதாக நினைக்கக்கூடாது. ஒழுகாத கூரை; குடிப்பதற்கு தண்ணீர். இது முக்கியம். இந்தப் பள்ளியில் படிக்கும்போதுதான் மேற்படி நூலகச் சம்பவம் நடந்தது.

அமெரிக்கா என்றால் அது ஒரு பெரிய முன்னேறிய தேசம். அங்கே கறுப்பர்களை இப்படியா கொடுமை செய்வார்கள் என்பதில் அவருக்கு அந்தச் சிறுவயதிலேயே ஆச்சரியம். ஆனால் அதை விட ஆச்சரியம் அவரைச் சுற்றி பல அநீதிகள் அப்போதே நடந்து கொண்டிருந்ததுதான். அவை அவர் கண்களுக்குத் தெரியவில்லை. சூழல் அப்படி.

'என்னோட படித்த ஒரு பிராமணப் பையன், என் வயதுதான் இருக்கும், வீட்டுக்கு விளையாட வருவான். என் அம்மா அவனை சாமி என்று அழைக்கும். மரியாதையாக நடத்தும். ஒன்றும் புரியாத வயது. எனக்கு வித்தியாசமாகப் படவே இல்லை.

'எங்கள் வீட்டில் உரக்குழி ஒன்று இருந்தது. மாட்டுச்சாணம், வைக்கோல் என்று வேண்டாத சாமான் எல்லாம் இதற்குள்தான் போட்டு வைப்போம். பந்து விழுந்தால் நாங்கள் இறங்கி எடுக்க முடியாது. தீட்டாகிவிடும் என்று அம்மா சொல்லும். ஜூன் மாதத்தில், கோவணம் மட்டும் கட்டிய பள்ளன் அதற்குள் இறங்கி, பதப்பட்ட உரத்தை அள்ளி எடுத்துக்கொண்டு வயலுக்குப் போவான். அம்மா அவனுக்கு சோறு போடுவதற்கு புறம்பான மண்சட்டி, சிரட்டை என்று வைத்திருக்கும். அது ஒன்றும் எனக்கு தவறாகத் தெரியாது.

'வகுப்பிலே நான் எப்பவும் முதல்தான், ஆனால் சோதனையில் முதல் இல்லை. நூற்றுக்கு நூறு எடுத்ததே கிடையாது. ஒரு கேள்வி வந்தால் அதற்கு எனக்குத் தெரிந்த அத்தனை பதில்களையும் எழுதிக்கொண்டே இருப்பேன். எல்லாம் எழுதி இனிமேல் இல்லை

என்ற பிறகுதான் அடுத்த கேள்விக்கு போவேன். ஒரு பரீட்சையிலாவது எல்லாக் கேள்விகளுக்கும் பதில் எழுதியது கிடையாது. எஸ்.எஸ்.எல்.சி. எடுத்தபோது எனக்கு பதினைந்து வயது முடியவில்லை. ஒன்றரை மாதம் குறைச்சலாக இருந்தது. தலைமை ஆசிரியருடைய சிறப்பு அனுமதி பெற்று பரீட்சை எழுதினேன். அங்கேயும் ஒரு பாடத்திலாவது நான் கடைசிக் கேள்விகளைத் தொடவில்லை.

'நான் படித்தது கிறிஸ்துவ பள்ளிக்கூடமாயிருந்தாலும் எங்கள் கிராமத்தில் சமயப் பிரச்சினை கிடையாது. அம்மா நேர்த்திக்கடன் என்று என்னை அடிக்கடி கோயிலுக்கு கூட்டிப் போகும். டிசெம்பர் 25ல் இருந்து ஜனவரி முதலாம் தேதி வரைக்கும் எங்கள் கிராமம் விழாக்கோலம் பூணும். அம்மா எங்களை வெளிக்கிடுத்தி 'பாலன் பிறப்பு' பார்க்க மாதா கோவிலுக்கு அழைத்துப்போகும். நான் சோர்ந்துபோய் மந்தமாக இருந்தால் பள்ளிவாசலுக்கு கூட்டிப் போகும், தண்ணீர் ஓதி என்மீது தெளிப்பதற்கு. இப்படி எங்களுக்கு எல்லாமே ஒன்றுதான்.

'வாசிப்புப் பழக்கம் அப்போது தொடங்கியதுதான். 'நற்கருணை வீரன்' என்று ஒரு புத்தகம். படம் போட்டிருக்கும். காலணா காசு கொடுத்து வாங்குவோம். அந்த வயதில் அது பெரிய காசு. எங்கள் கிராமத்தில் திராவிட இயக்க படிப்பகங்கள் நிறைய இருக்கும். எல்லா பத்திரிகைகளையும் ஆர்வமாக வாசிப்போம். அரசியல் கூட்டங்களையும் தவறவிடுவதில்லை.

'மாணவானாயிருக்கும்போது அரசியலில் ஈடுபட பெற்றோரோ, ஆசிரியரோ எப்படி அனுமதித்தார்கள்? படிப்பு கவனம் சிதறிவிடும் என்பதில் தமிழ்நாட்டு பெற்றோருக்கு பயம் கிடையாதா?'

'அப்படியல்ல. நிலைமையே வேறு. அரசியலில் ஈடுபட்டவர்களுக்கு நிறைய வாசிக்கும் பழக்கம் இருந்தது. வாசிப்பு பொது அறிவையும், உலக ஞானத்தையும், பிரச்சனைகளை அலசும் கூர்மையையும் கொடுத்தது. ஆகவே அரசியலில் ஈடுபட்டவர்கள் அந்தக் காலத்தில் பரீட்சைகளில் உன்னதமான வெற்றிகளை அடைந்தார்கள்.'

உங்கள் ஈடுபாடு எப்படி தீவிரமடைந்தது?

"64, 65 ம் ஆண்டுகள் என் வாழ்க்கையில் முக்கியமானவை. அண்ணாவின் பேச்சை முதன்முதலில் திருநெல்வேலியில் கேட்டேன். காசு கொடுத்துக் கேட்ட பேச்சு. அந்தக் காலத்தில் பெருந்தலைவர்கள் பேச்சைக் கேட்க காசு கொடுக்கவேண்டும். இப்பொழுதுபோல அல்ல. பல நாட்களாக நான் பணம் சேகரித்து

அவர் பேச்சைக் காதால் கேட்டேன். வாழ்க்கையில் மறக்க முடியாதது. 65ல் எஸ்.எஸ்.எல்.சி. தேர்வு எழுதினேன். அது முக்கியமல்ல. முக்கியம் பக்தவத்ஸலம் காலத்தில் தி.மு.க நடத்திய இந்தி எதிர்ப்புப் போராட்டம். கறுப்பு கொடி பிடித்து ஆர்ப்பாட்டம் செய்தோம். தமிழ்நாடு முன்பு எப்பொழுதும் காணாத பெரும் போராட்டமாக அது உருமாறியது. ராணுவம் வெளி வந்து 150 இடங்களில் துப்பாக்கி வெடித்தது. பள்ளிக்கூடங்கள் இரண்டு மாத காலம் பூட்டப்பட்டன. கடைசியில் நேருவின் உறுதி மொழியுடன் போராட்டம் முடிவுக்கு வந்தது.

'இந்த போராட்டத்தின் முக்கிய விளைவு. முதல் முதலாக சனங்களுக்கு பொலீஸ் பயம் உடைந்தது. இதற்குப் பிறகு நாலு பேர் ஒன்றாகப்போனால் பொலீஸ் மற்றப் பக்கம் போய்விடும். இரண்டாவது, தி.மு.க முதல் முதலாக ஒரு மாபெரும் சக்தியாக அறியப்பட்டது. இதைத்தொடர்ந்து வந்த தேர்தலில் தி. மு. க ஆட்சியை கைப்பற்றி அண்ணா முதலமைச்சரானார்.'

'எஸ்.எஸ்.எல்.சி. எடுத்த பிறகு உங்கள் படிப்பு எப்படி தொடர்ந்தது?' இந்தக் கேள்விக்கு ஒரு வரியில் பதில் வருகிறது. 'மதுரைப்பல்கலைக் கழகம் பி.ஏ. பொருளாதாரம். இது என் அண்ணாவுக்காகச் செய்தது. காரைக்குடி அழகப்பன் கல்லூரி எம்.ஏ. தமிழ். இது என் விருப்பத்திற்காகச் செய்தது. மதுரைப் பல்கலைக் கழகம் முனைவர் பட்டம். மூன்று வருட லீவும், பணமும் கொடுத்தார்கள். அதற்காகச் செய்தது.' அவர் வெள்ளை யாக சிரித்தார்.

எங்கள் பக்கத்து மேசையில் ஒரு பெண். விளக்குச் சுடர் நீலத்தில் உடை; அதே கலரில் கண்கள். அவள் முன்னால் நாலு குடித்து முடித்த கடுதாசி குவளைகள் நேர்க்கோட்டில் நின்றன. கணுக்கால்களைக் கோத்துக்கொண்டு, அன்று முழுவதும் இருக்க தயாராக வந்தவள்போல சாவதானமாக யாருக்காகவோ காத்திருந் தாள். அடிக்கடி கைபேசியில் பேசினாள். வேறு ஒரு நாட்டில் புழங்கும் அந்த மொழி சங்கீதம்போல ஒலித்தது.

பேராசிரியருக்கு அடிக்கடி சிகரட் பிடிக்கவேண்டும். ஒரு நாளைக்கு இருபது சிகரட். இந்தியாவில் பிடித்தது வேறு. ஆனால் கனடாவுக்கு வந்து du maurier க்கு மாறிவிட்டார். சிகரட் பிடிப்பவர் களுக்கு கனடா சிநேகமான நாடு அல்ல. ஆகவே அடிக்கடி வெளியே போகவேண்டி வந்தது. இரண்டு நாளைக்கு முன்பு கனடாவின் smog நிலை உச்சக்கட்டத்தை அடைந்திருந்தது.

அவருடன் நானும் வெளியே வந்து தரையிலே பொருத்தி யிருந்த மேசையைச் சுற்றி அடுக்கியிருந்த நாற்காலிகளில்

உட்கார்ந்தோம். எங்களைப் பார்த்தவுடன் சாண்டில்யனுடைய கடல் புறாக்கள் சில எங்களுக்கு அருகாமையில் வந்து அமர்ந்தன. அதிலே ஒன்று பேராசிரியருடைய குரலையும் தாண்டி தன் உயர்ந்த சத்தத்தால் எதையோ திருப்பி திருப்பிச் சொன்னது. சங்கீதக்காரியே மேல் என்று எனக்கு பட்டது. தன்னை அறியாமலே பேராசிரியரும் குரலை உயர்த்தினார். வலது கை நீளச்சட்டை பட்டனை இடது கையால் பிடித்திருந்தார். ஓட்டை சிறிதாகவும் பட்டன் பெரிதாகவும் இருந்தது. அவர் விடாமல் அதை இறுக்கி போட்டார்; விலை உயர்ந்த du maurier புகையை வெளியே விட்டபடி தன் மீதிப் பேச்சை தொடர்ந்தார்.

கனடா போன்ற நாடுகளில் தமிழ் வளர்ச்சிக்கு உதவி செய்யும் நிறுவனங்கள் உள்ளன. திடீரென்று உங்களிடம் ஒரு லட்சம் ரூபாயை தந்து தமிழ் இலக்கியத்தை முன்னெடுக்கும் முக்கியமான பணி ஒன்றை செய்யச்சொன்னால் அந்தப் பணி என்னவாயிருக்கும்?

'அச்சு ஊடகங்கள் தமிழ் மொழியை நவீனப்படுத்திய காலப் பகுதியில் (1840 – 1940) நடந்த அறிவு முயற்சிகளை அளவீடு (survey) செய்ய முயற்சிப்பேன். தமிழ் சமூகத்தினுடைய அடித்தளம் தாக்குதலுக்கு ஆளான காலகட்டம் இதுதான். பெண் கல்வியும், விதவை மறுமணமும், குழந்தை மண ஒழிப்பும் மூளையில் உறைத்த காலம். அதைவிட, காலம் காலமாக பேச்சுரிமை இல்லாத பிற்படுத்தப்பட்ட, ஒடுக்கப்பட்ட மக்கள் தங்கள் உணர்வுகளை எழுத்திலே சொல்ல உரிமை கிடைத்த காலம். இன்னும் அரசியல் அதிகாரம் கோமாமிசம் சாப்பிடுபவன் கையிலே இருந்தது, அதை மேல்சாதி மக்கள் ஏற்றுக்கொண்ட காலம். ஆகவேதான் இந்தக் காலகட்டத்தில் ஏற்பட்ட அறிவு முயற்சிகளை அளவீடு செய்ய வேண்டியது முக்கிய கடமை என்று கருதுகிறேன்.'

வேகமாக மாறிவரும் உலகில் தமிழ் அழிந்துவிடும் என்று ஒரு கருத்து இருக்கிறது. இந்த இணைய யுகத்தில் தமிழின் எதிர்காலம் எப்படி?

'உலகில் பல்வேறு கண்டங்களில் சிதறிக் கிடக்கும் பத்து கோடி மக்களால் பேசப்படும் மொழியின் அழிவு அவ்வளவு எளிதான நிகழ்வு அல்ல. இன்றைக்கும் தமிழ்மொழியின் முன்னாலே நிற்கிற பெரிய முரண்பாடு என்னவென்றால் 'கணிப்பொறிக்குள் நுழைந்துவிட்ட தமிழ், கோயில் கருவறைக்குள் நுழைய முடியவில்லையே' என்று குன்றக்குடி அடிகளார் வருத்தப்படுவது போலத் தான். கணிப்பொறியோடு கலந்து விட்ட ஒரு மொழி அவ்வளவு விரைவில் அழிந்துவிடும் என்றா கருதுகிறீர்கள்?'

அப்படி இல்லை. ஆனால் நீங்கள் கண்ணால் பார்த்த சாட்சி. ஜூன் 21ம் தேதி கனடாவில் மறக்க முடியாத தினம். ஹரி பொட்டரின் ஐந்தாவது நாவல் வெளியான நாள். 32 மில்லியன் சனத்தொகை கொண்ட இந்த நாட்டில் ஓர் இரவில் மட்டும் 70,000 புத்தகங்கள் அஞ்சலில் விநியோகிக்கப்பட்டன. இது தவிர, புத்தகக் கடைகளிலும் நடுநிசியிலிருந்து அமோகமான விற்பனை. ஆனால் நீங்கள் சொல்லும் பத்து கோடி தமிழ் பேசும் உலகத்தில் 1000 பிரதிகள் விற்பதே பிரச்சினையாக இருக்கிறது. நவீன தமிழ் இலக்கியப் படைப்பு ஏதாவது உலகத் தரத்தை எட்டியிருக்கிறதா? இன்னும் 50 ஆண்டுகளுக்கு தாக்குப் பிடிக்கும் படைப்புகள் ஒன்றிரண்டு பற்றி கூறமுடியுமா?

"இலக்கியப் படைப்பில் உலகத்தரம் என்பது பற்றி எனக்கு ஏதும் தெரியாது. சிலப்பதிகாரமும், கம்பராமாயணமும், திருக் குறளும் உலகத்தரமுடையன என்பதுதான் எனக்குத் தெரியும். ஐம்பது ஆண்டுக் காலம் என்பது நீங்கள் நினைக்கிற புனைகதை உலகத்தில் மிக நீண்டது. கவிதை உலகத்தில் மிகக் குறுகியது. பாரதியின் கண்ணன் பாட்டு, பாரதிதாசனின் சில கவிதைகள், ஈழத்துக் கவிதைகளில் சில கட்டாயம் நிற்கும். இயற்கையோடு உறவாடும் எழுத்துக்கள் எப்பொழுதும் நிற்கும்.'

மரபுக்கவிதை புதுக்கவிதைக்கு வழிவிட்டது. மறுபடியும் மரபுக்கவிதை தலைதூக்கும் காலம் வருமா? இக்காலக் கவிகளுக்கு மரபுக்கவிதை பரிச்சயம் அவசியமா?

"கவிதை என்பது மனித உடலோடும், மனத்தோடும் பிசையப் பட்டது. மரபு, புதுமை என்பதெல்லாம் ஒரு குறிப்பிட்ட காலத்திற் கான எழுத்துலக ஏற்பாடுகள், அவ்வளவுதான். நெஞ்சில் கனல் மணக்கும் பூக்களாக விரிகின்ற ஒப்பாரிப் பாடல்களின் கவித்துவத் தின் முன்னர் பெரியாழ்வாரும், கம்பனும் கூடத் தோற்றுப் போவார்கள். நினைவறியாக் காலம் தொட்டு வருகிற கவிதை என்னும் பேராற்றில் காலப் பங்கீடு செய்ய முடியாது. உலகின் கடைசி மனிதன் இருக்கும் வரை கவிதை இருக்கும். மரபுக் கவிதையினை ஒழுங்காகப் படிக்காத காரணத்தினால்தான் தமிழ்ப் புதுக் கவிஞர்களின் சொல்வறுமை கொடுமையானதாகக் காட்சி யளிக்கிறது.'

உங்கள் மாணவர்கள் யாராவது தமிழில் ஒப்பாரி, தாலாட்டு பற்றி ஆய்வு செய்திருக்கிறார்களா?

"ஒப்பாரியும், தாலாட்டும் பெண்கள் படைத்தளித்த இலக்கியப்பேருலகமாகும். இன்னமும் 'ஒப்புக்கூட்டி' (ஆசுகவி) பாடும் எழுத்தறிவில்லாப் பெண்கள் தமிழ்நாட்டில் நிறையவே

இருக்கிறார்கள். தமிழ்மொழியில் பிறந்த தாலாட்டுகள் திராவிட மண உறவு முறையினை (உடன்பிறந்த ஆணும், பெண்ணும் தங்கள் பிள்ளைகளின் வழி அடுத்த தலைமுறையில் மண உறவு கொள்வதனை – cross cousin marriage) விளக்கிக் காட்டும் இலக்கிய வடிவமாகும். தாலாட்டின் சொற்கள் அனைத்தும் அள்ளி மடியில் கட்டிக் கொள்ளும் அழகான கூழாங்கற்களாகும். அவை கால ஓட்டத்தினை காட்டக் கூடியன. என்னுடைய மாணவர்கள் தாலாட்டு, ஒப்பாரி குறித்து ஆராயவில்லை. ஆனால் தமிழ்நாட்டில் இவை குறித்து நூற்றுக்கணக்கான ஆய்வுகள் வட்டார வாரியாக நடந்தேறியுள்ளன.'

சிலப்பதிகாரத்தை நீங்கள் வேறு கோணத்தில் பார்க்கிறீர்கள். அரச பயங்கரவாதத்தை முதல் முதலாக எதிர்த்த காவியம் என்று குறிப்பிட்டிருக்கிறீர்கள். இது புதுமையான பார்வை. கொஞ்சம் விளக்கமுடியுமா?

"சிலப்பதிகாரம் போன்ற செவ்விலக்கியங்கள் கால வெள்ளத்தை எதிர்த்து நின்று பல்வேறு வகையான வாசிப்புகளுக்கு இடம் தருவன. எனவேதான் அவை உயிர் வாழ்கின்றன. பாரதியின் சிலப்பதிகார வாசிப்பு வேறு; ம.பொ.சியின் சிலப்பதிகார வாசிப்பு வேறு. என்னுடைய மாணவர் 'சூழலியல் நோக்கில் சிலப் பதிகாரத்தை' வாசித்துக்கட்டுரை எழுதியுள்ளார். இன்று தஞ்சை மாவட்டத்தில் வறண்டு கிடக்கும் காவிரியை நினைத்துக்கொண்டு சிலப்பதிகாரத்தின் கானல் வரியைப் படித்தால் எந்தத் தமிழனுக்கும் நெஞ்சடைத்துப் போகும். அதற்கான காரணம் சிலப்பதிகாரம் ஒரு செவ்விலக்கியம் என்பதுதான்.

"என்னுடைய வாசிப்பும் வித்தியாசமானது. நிகழ்காலத் தமிழ்நாட்டு தமிழன் இப்படித்தான் சிலப்பதிகாரத்தை வாசிக்க முடியும். வெளியூர்க்காரனான கோவலன்மேல் குற்றம் சுமத்தப் படுகிறது. அவன் கையில் குற்றப் பத்திரிகை தரவில்லை. நீதிமன்றம் அழைக்கப்படவும் இல்லை. குற்றச்சாட்டிற்கு என்ன பதில் என்று அறியும் முயற்சியும் இல்லை. விசாரணை இல்லாமலே அரசன் 'கொன்று அச்சிலம்பு கொணர்க' என்று தீர்ப்புச் சொல்லிவிடு கிறான்.

"கிறிஸ்தவ மதத்தில் இறுதி தீர்ப்பு நாளில்கூட மனித உயிருக்கு தன் கட்சியைச் சொல்ல ஒரு வாய்ப்பு தரப்படுகிறது. இஸ்லாமிய மதத்தில் கியாமத் நாள் என்று சொல்வார்கள். ஆனால் இங்கே அரசவையில் கோவலனுடைய கட்சியைக் கேட்க மன்னன் தவறிவிடுகிறான். "இளங்கோவடிகள் தன் காவியத்தில் 'கொலைக் களக் காதை' என்று தலைப்பு கொடுத்திருந்தாலும் கோவலன்

கொலைக்களத்துக்கு இட்டுச் செல்லப்படவில்லை. அங்கு அழைத்துச் சென்றிருந்தாலாவது அவனுக்குத் தன் கட்சியைச் சொல்ல ஒரு வாய்ப்பு கிடைத்திருக்கும். அவன் வீதியிலே கொல்லப் பட்டான். குறுக்காக வெட்டப்பட்ட அவன் சடலத்தை கண்ணகி வீதியிலேதான் கண்டெடுத்தாள். எல்லா மனித உரிமைகளும் மீறப் பட்டன. இதைவிடத் துல்லியமாக அரச பயங்கரவாதத்தை வேறு எந்தக் காவியமும் கூறவில்லை.'

மதங்கள் பற்றி நீங்கள் பேசினாலும் அடிப்படையில் நாஸ்திகர். தமிழ்நாட்டில் அம்மன் விழாக்கள் பற்றி ஆராய்ச்சி செய்திருக்கிறீர்கள். பக்தி இலக்கியங்களை, குறிப்பாக நாலாயிர திவ்ய பிரபந்தத்தை ஊன்றிப் படித்திருக்கிறீர்கள். காரணம் என்ன? பக்தியா அல்லது இலக்கிய ஆர்வமா?

"பக்தி என்பது தனி மனித மீட்சிக்குரியது என்பது எழுத்து மரபு சார்ந்த மேலோர் பார்வையாகும். 'நான் யார் என் உள்ளமார்' என்று கேட்ட மணிவாசகர் கூட மக்களை மறந்தவரல்லர். பக்தி இலக்கியப் பக்தியும் பயம் கலந்த பக்தியல்ல. பக்தி இலக்கியங்கள் அனைத்தும் மறு புறமாக சமூக ஆவணங்களாகும். தமிழ் நாட்டு அம்மன் தெய்வம் எளிய மக்களின் உலகியல் சார்ந்த ஆன்மீக வெளிப்பாடு. சக மனித வாழ்வின் இன்பதுன்பங்களை மறந்து கண்ணை மூடிக்கொள்ளும் போக்கு அங்கு கிடையாது. எனவே தான் பக்தி இலக்கிய வாசிப்பும், அம்மன் கோவில் விழாக்களும் எனக்கு மகிழ்ச்சியளிக்கின்றன.

நேரம் ஓடிக்கொண்டிருந்தது. நண்பர்களுக்கு சில பரிசுகள் வாங்க கடைக்குப் போகவேண்டும் என்றார் பேராசிரியர். கார் ரேடியோ, சார்ஸ் வியாதியால் மரணமடைந்த ஒரு மருத்துவமனை தாதியின் மரணச்சடங்கு விபரங்களை சொல்லிக் கொண்டிருந்தது. நான் ரேடியோவை பட்டென்று அணைத்தேன். கோடு போட்டு அடைத்த இரண்டு தரிப் பிடங்களுக்கு சொந்தமான இடத்தில் அவசரமாக காரை குறுக்காக நிறுத்திவிட்டு அவரை கடைக்குள்ளே அழைத்துச் சென்றேன்.

அவர் பல பேனாக்களை ஆராய்ந்தார். சிலதை எழுதிப் பார்த்து; சிலதை பெட்டியோடு திறக்காமல் தேர்வு செய்தார். எத்தனை விதமான பேனாக்கள். திருகித் திறக்கும் பேனா, மைக்கட்டி அடைத்த பேனா, உருளும் பேனா இப்படி, பல வகை. அச்சு அசல் சேக்ஸ்பியர்போல தோற்றம்கொண்ட காசாளரிடம் பேராசிரியர் கனடிய டொலர் தாள்களை ஒவ்வொன்றாக இரண்டு முறை எண்ணிக் கொடுத்தார். அவர் 'நன்றி, மீண்டும் வருக' என்றார். பாளையங்கோட்டையில் இருந்து திரும்பி வருவதற்கு

மூன்று நாட்கள் எடுக்கும் என்பது காசாளருக்கு தெரிந்திருக்க நியாயமில்லை.

இவ்வளவுக்கும் நாங்கள் ஒரு கணமும் நிறுத்தாமல் எங்கள் உரையாடலை தொடர்ந்தோம்.

இப்பொழுது தமிழ்நாட்டில் உள்ள கல்வி முறையில் எல்லா சாதியினருக்கும் படித்து முன்னேறும் வசதியிருக்கிறது. ஏற்கனவே பொருளாதார வித்தியாசங்கள் ஓரளவுக்கு சமனடைந்திருக்கின்றன. இந்த நிலையில் இன்னும் இருபது வருட காலத்தில் தமிழ்நாட்டில் சாதியே அழிந்துவிடும் என்று சொல்லமுடியுமா?

"இன்னும் ஒரு நூற்றாண்டுக் காலம் தமிழ்நாட்டில் சாதி அழிவதற்கான வாய்ப்புக்கள் இல்லை. காலம், வெளி, மொழி, உணவு, உணவாக்கும் முறை, அணிகலன், ஆன்மீகம், ஒப்பனை என்று சமூக அசைவின் எல்லாத் திசைகளிலும் சாதி தொழிற் பட்டிருக்கின்றது. அவை அனைத்தும் மறைந்து ஒரு பொதுத் தன்மையினை எட்டுவதற்கு இன்னும் ஒரு நூற்றாண்டுக் காலம் போதாது என்பதே என்னைப் போன்றோரின் கணிப்பாகும். சாதி ஒழிப்புப் பற்றிய நம்முடைய பார்வைகள் எல்லாம் அடிப்படை யில்லாத ஆர்வக் கோளாறுகளே.'

உலகமயமாக்கலின் தாக்கத்திலிருந்து நாடுகள் தப்பமுடியாது. இந்த நிலையில் தமிழ் கலாச்சாரம், பண்பு, அடையாளங்கள் எல்லாம் அழிபட்டுப்போகும் சாத்தியக்கூறுகள் இருக்கின்றன. இதை தமிழ் மக்கள் எப்படி எதிர்கொள்ளலாம்?

"உலகமயமாக்கல் என்பது தமிழ்க் கலாச்சாரத்துக்கு மட்டுமல்ல, மூன்றாம் உலக நாடுகளின் பல்வகைப்பட்ட கலாச்சார வேர்களை அழித்து ஒழிக்கும் முயற்சியாகும். கலாச்சாரம் என்பது ஏதேனும் ஒரு வகையில் உற்பத்தி சார்ந்தது. உலகமயமாக்கம் மூன்றாம் உலக மனிதனை உற்பத்தி இழந்த உயிராக மாற்றுகின்றது. புல்லும், புழுவும், மரமும்கூட உற்பத்தி சார்ந்தவை. எனவே அவை கலாச்சாரமுடையவை. இலையும், கொம்பும், அடிமரமும் அழிந்தால்கூட மண்ணுக்குக் கீழே இருக்கும் வேர்களைக் காப்பாற்றிக்கொண்டால் எந்தத் தாவரமும் தன்னை மறு உயிர்ப்பு செய்து கொள்ளலாம். இந்த உண்மையை உணர்ந்துகொண்டால் தமிழ்க்கலாச்சாரம் பிழைக்க வழியுண்டு. கவனிக்கப்படவேண்டிய மற்றுமொரு செய்தி தாவரங்களிடையே துரோகம் கிடையாது. போராடிக் கொண்டிருக்கும் எந்த உயிரினமும் தன்னை அழிவி லிருந்து மீட்டுக் கொள்ளும்.

இரவு எட்டு மணி. சூரியனின் சாய்ந்த கிரணங்கள் இன்னும்

பலம் குறையாமல் அடித்தன. கனடாவில் இது கோடை காலம் என்றபடியால் முழு இருள் சூழ்வதற்கு இன்னும் சரியாக ஒரு மணி நேரம் இருந்தது. அவரைக் கூட்டிப்போக நண்பர் வரன் வந்திருந்தார். அவர்களை ஒரு கடை வாசலில் இறக்கிவிட்டேன்.

விடைபெறும்போது விருந்தினர்களிடம் வழக்கமாகக் கேட்கும் ஒரு கேள்வியைக் கேட்டேன். மாணவப் பருவத்தில் பேராசிரியர் பரீட்சைகளில் கடைசிக் கேள்விக்கு பதில் அளித்ததே கிடையாது. என்றாலும் என்னுடைய கேள்விக்கு அவரிடம் பதில் இருந்தது.

நீங்கள் இரண்டு வாரம் தங்கியிருக்கிறீர்கள். கனடா தமிழருக்கு என்ன சொல்ல விரும்புகிறீர்கள்?

இந்தக் கேள்விக்கு அவர் யோசிக்கவில்லை. இது ஏற்கனவே சிந்தித்து முடிந்த காரியம் என்பதுபோல பேசினார். "கனடாவில் தமிழ் வாசிக்கும் பழக்கமுள்ள தமிழர்கள் ஒன்றரை லட்சம் பேராவது இருக்கிறீர்கள். ஒருவருக்கு ஒரு தமிழ் புத்தகம் என்று பார்த்தாலும்கூட உங்கள் நூலகத்தில் 150,000 புத்தகங்கள் இருக்க வேண்டும். இல்லையே! பண வசதி இருக்கிறது. ஆர்வம் அதைவிட மேலாக இருக்கிறது. நீங்கள் எப்படியும் அடுத்த பட்டமளிப்பு விழாவுக்கு முன்பாக 150,000 புத்தகங்களை சேகரித்துவிட வேண்டும்.'

தமிழ் நாட்டின் ஒரு கிராமத்து நூலகத்தில், தூண்களின் மறைவில் இருந்துகொண்டு தன் பதினோராவது வயதில் "டாம் மாமாவின் இருட்டறை" என்ற புத்தகத்தை ஒரே மூச்சில் வாசித்து தன் இலக்கியப் பயணத்தை தொடங்கிய பேராசிரியர் என்னிடம் விடைபெறும்போது இப்படி மதியுரை வழங்கினார்.

அவரைத் திரும்பிப் பார்த்தேன். அங்கே நின்ற ஒரு மேப்பிள் மரத்தைக் கடந்து அவர் கடை வாசலை அணுகிவிட்டார். சடாரென்று பிளந்து திறக்கும் கதவு வழியாக கடையில் இருந்து மஞ்சள் கண்ணாடி அணிந்த பெண்ணொருத்தி வெளிப்பட்டாள். பேராசிரியர் உள்ளே நுழைந்தார். அவருடைய வலதுகை நீளச் சட்டை பட்டனை இடது கை நெருக்கிப் போட்டபடி இருந்தது.

வாசகனுக்கு ஒரு வலை

சில வாரங்களுக்கு முன்பு என் நண்பர் ஒருவருடன் உலகப் புகழ் பெற்ற ஈரானியர் அபாஸ் கிரொஸ்ராமி (Abbas Kiarostami) இயக்கிய 'காற்று எங்களைக் காவும்' (The Wind Will Carry Us) என்ற திரைப்படத்தைப் பார்க்க நேர்ந்தது. இந்தப் படம் ஒரு புதுவிதமான அனுபவம். இது தொடங்கிய நேரத்தில் இருந்து அடுத்து என்ன நிகழும் என்ற ஆர்வத்தோடு ஊகித்து ஊகித்து பின் நிராகரித்தபடியே அதைப் பார்த்தோம்.

படத்தின் ஆரம்பத்தில் போட்ட முடிச்சு அப்படியே இருந்தது. படமோ முடிவை நோக்கி நகர்ந்துகொண்டு இருந்தது. நான் சொன்னேன் 'நண்பரே, இன்னும் இரண்டு நிமிடங்களில் இந்தப் புதிரை நாங்கள் விடுவிக்காவிட்டால் படம் முடிந்துபோகும்.' அப்படியே படம் முடிந்து போனது. புதிரும் விடுவிக்கப்படவில்லை.

நாலு பேர் டெஹ்ரான் நகரிலிருந்து பல நூறு மைல்கள் தள்ளி இருக்கும் மிகவும் பின்தங்கிய ஒரு குர்டிஸ்தான் கிராமத்துக்கு வருகிறார்கள். ஏதோ ஒரு மர்மமான காரியத்தை ஒப்பேற்ற இவர்கள் வந்திருந்தார்கள். இதில் மூன்று பேருடைய குரல் மட்டும் கேட்கிறது; முகம் காட்டப்படவில்லை. ஒரு மூதாட்டி சாகக் கிடக்கிறாள். அவளின் சாவை எதிர்பார்த்து இவர்கள் காத் திருக்கிறார்கள். கிழவி (அவளுடைய முகம் காட்டப்படவில்லை) அவ்வளவு சுலபமாக சாவை ஏற்பதாகத் தெரியவில்லை. அந்த மூன்று சகாக்களும் சலித்துப்போய்த் திரும்பிச் சென்றுவிடுகிறார் கள். கதாநாயகன் மாத்திரம் காத்திருக்கிறான். ஒரு சிறுவனிடமும் பதினாறு வயது மங்கையிடமும் (இவளுடைய முகமும் காட்டப்பட வில்லை) இவனுக்கு நட்பு உண்டாகிறது.

ஒருநாள் கிழவி இறந்துவிட, இவன் திரும்பிப் போகிறான். இவன் வந்த காரியம் என்னவென்பதைக் கடைசிவரை சொல்லாமலே படம் ஒரு முடிவுக்கு வருகிறது.

நானும் நண்பரும் வீடு திரும்பும்போது இந்த சினிமாவைப் பற்றி இரண்டு மணி நேரம் விவாதித்தோம். இறுதியில் எனக்குத் தோன்றிய ஒரு காரணத்தைக் கூறிப் படத்தை பூர்த்தி செய்து

கொண்டேன். என்னுடைய உள்ளீடு இருப்பதால் அது ஒரு விதத்தில் என் சொந்தப்படம் போலவும் ஆகிவிட்டது. அது எடுக்கப்பட்ட விதம், கருத்துப் புதுமை, கலைத்தன்மையான உரையாடல்கள் இவை எல்லாம் என் மனத்தை நிறைத்தன.

அப்பொழுது எனக்கு இலக்கியம் பற்றி ஓர் உண்மை புலப்பட்டது. எவ்வளவுக்கு ஒரு படைப்பு வாசகனுடைய பங்கீட்டைக் கேட்கிறதோ அவ்வளவுக்கு அந்தப் படைப்பு உயர்ந்து நிற்கிறது. ஓர் உன்னதமான இலக்கியம் உண்மையில் வாசகனாலேயே பூர்த்தி செய்யப்படுகிறது.

பென் ஒக்கிரி (Ben Okri) என்பவர் புகழ் பெற்ற ஆப்பிரிக்க எழுத்தாளர். இவருடைய The Famished Road என்ற நாவல் 1991ல் புக்கர் பரிசு பெற்றது. நோபல் பரிசுக்குப் பரிந்துரைக்கப்பட்டவர். இவரைப் பற்றி Linda Grant எழுதுகிறார். 'ஒக்கிரி அலுப்பூட்டும் வசனம் ஒன்றுகூட எழுத முடியாதவர்... (அவருடைய) இந்தப் புத்தகத்தை வாசித்து முடித்துவிட்டு வெளியே வந்தேன். அந்தக் கணம் தெற்கு லண்டன் தெருக்களில் உள்ள மரங்களெல்லாம் தேவதைகளினால் நிரப்பப்பட்டுக் காட்சியளித்தன.'

தமிழ் நாட்டிலும் இப்படிப்பட்ட ஓர் இலக்கியக்காரர் இருக்கிறார். எவ்வளவு முயன்றாலும் அவரால் ஒரு அலுப்பூட்டும் வசனம் எழுத முடியாது. கண்ணாடித்தன்மையான வார்த்தைகள் கவிதையின் உள்ளே இருப்பதை சுலபத்தில் காட்டிவிடுவதைப்போல இவருடைய வார்த்தைகளும் கண்ணாடித்தன்மை கொண்டவை. அவற்றைக் கொண்டு தொடுக்கப்படும் வசனங்கள் அவர் சொல்ல வரும் கருத்தைத் துலாம்பரமாகக் காட்டிவிடுகின்றன.

இப்படி இரத்தினக் கற்களை நெருக்கி இழைத்ததுபோல வசனங்களை அடுக்கிச் செய்த இவருடைய சிறுகதை ஒன்றை சமீபத்தில் படித்தேன். கடந்த பதினைந்து ஆண்டுகளில் வெளிவந்த மிகச்சிறந்த தமிழ்ச் சிறுகதைகளில் இதுவும் ஒன்று என்றே நான் கருதுகிறேன்.

இதன் தலைப்பு 'வலை.' ஏழு பக்கத்தில் எழுதப்பட்ட கதை. கதாசிரியர் எழுதியது ஆறு பக்கமே. கடைசி ஏழாவது பக்கத்தை வாசகர்தான் பூர்த்தி செய்யவேண்டும். கதை இதுதான்.

பெரிதாக, ஓயாமல் இருபத்து நாலு மணி நேரமும் சத்தம் எழுப்பும் பெயிண்ட் தொழிற்சாலை ஒன்றில் கதைசொல்லி வேலை பார்க்கிறார். இவர் நிர்வகிக்கும் 'எண்ணிக்கை' பகுதியில் இன்னும் நாலு பேர் பணி செய்கிறார்கள். இந்தப் பகுதியை எலக்ரோனிக்ஸ் முறைக்கு மாற்றுவதற்கு அதிகாரம் முயற்சி செய்கிறது. 'முப்பத்தி

யெட்டு வருடங்கள் உழைத்தும் பிழை போகாத உபகரணங்கள்; மகத்துவமான தடையில்லாத செயல்பாடு. இன்னும் இருபத்தைந்து வருடங்கள் தாக்குப் பிடிக்கும். ஆனபடியால் அரிதான மூலதனத்தை இதில் செலவு செய்வது வியர்த்தமாகும்.' இப்படி யெல்லாம் சொல்லி அதிகாரிகளை திருப்தி செய்யும் காரணம் காட்டி, எண்ணிக்கைப் பகுதியை மூடும் ஆலோசனையைத் தகர்த்தாகிவிட்டது; கதைசொல்லியின் வேலையும் காப்பாற்றப் பட்டுவிட்டது. இதுவரை நாலு கண்டம் தாண்டி விட்டது. இனிமேல் ஒரு கண்டமும் வராமல் பார்த்துக் கொள்ளவேண்டும்.

வேலை சுலபமானது. மனக்கோட்டை கட்டலாம். கவிதை எழுதலாம். புத்தகம் படிக்கலாம். ஈ, எறும்பை அவதானிக்கலாம்.

உண்மையில் அதுதான் நடந்தது.

செத்த புழு ஒன்று ஒரு கம்பித்துண்டில் ஒட்டியபடி கிடந்தது. ஓர் எறும்பு இழுத்துப்போகிறது. இன்னொரு எறும்பு சேர்கிறது. பார்த்தால் அது எதிர்த் திசையில் இழுக்கிறது. ஒரு சிறு போர். கதைசொல்லி இந்த விவகாரத்தில் கவரப்பட்டு இதையே பார்த்துக்கொண்டு அந்த எறும்பின் பின்னால் போகிறார்.

சிறிது நேரத்தில் அலுப்பு வந்துவிடுகிறது. ஏதாவது செய்து சமனைக்குலைத்து சுவாரஸ்யம் ஏற்படுத்த நினைக்கிறார். ஓர் எறும்பைக் கொன்று என்ன நடக்கிறது என்று பார்க்கலாம். அல்லது இரண்டையும் நசுக்கி அந்த தருணத்தைத் தீர்மானிக்கலாம். அல்லது நசுக்காமல் உயிர்க் கொடுத்து புதுதருணத்தையும் சிருஷ்டிக்கலாம். இந்த மூளைப் போராட்டம் அடுத்த கணத்தை நோக்கி நகர்கிறது. ஒரு வினாடி அவருடைய சிருஷ்டி பிரம் மாண்டத்தில் மயங்கிப் பார்வை தடைபடுகிறது.

புழுவையும் எறும்புகளையும் காணவில்லை. ஒரு மெல்லிய நீக்கலுக்குள் அவை மறைந்துவிட்டன. எதிர்பாராதது.

அலாரம் வீறிடத் தொடங்கியது. எண்ணிக்கை ரிலேயில் fuse போய்விட்டது. சிவப்பு விளக்குகள் மின்னின. ராட்சத மெசின்கள் உராய்ந்து ஓய்வுக்கு வந்தன. பேரிரைச்சல்கள் அடங்கின. கற்பனைக்கும் மீறிய அமைதி உண்டாகியது.

இப்படி கதை முடிகிறது. பேரிரைச்சலில் தொடங்கி பெரும் அமைதியில் முடிகிறது.

வலை என்ற தலைப்பு. ஆண் பெண்ணுக்கு வலை வீசலாம்; பெண் ஆணுக்கும் வலை வீசலாம். மனிதன் விலங்குக்கு வலை வீசலாம்; சில சமயம் விலங்கு மனிதனுக்கு வலை வீசலாம்.

ஒரு நுட்பமான கணத்தில் எறும்பின் உயிர் கதைசொல்லியின் கையில்; ஆனால் மன்னித்து கடவுள் போல சிருஷ்டியின் உன்னதத்தை அனுபவிக்கிறார். அடுத்த கணம் இவருடைய எதிர் காலத்தைச் செத்துப்போன ஓர் அற்ப புழு தீர்மானித்து விடுகிறது.

வெகு விரைவில் எண்ணிக்கை பகுதியின் தகுதியின்மை ஆராயப்படும். எலக்ரோனிக்ஸின் ஆக்கிரமிப்பில், கதை சொல்லி யையும் சேர்த்து ஐந்து பேர் சீக்கிரத்தில் வேலை இழக்க நேரிடலாம்.

இவை வாசகன் இட்டு நிரப்பவேண்டிய பகுதிகள். செப்புக்கம்பி ஓட்டியபடி செத்துப்போன ஒரு புழு, மிகவும் சாமர்த் தியமாகப் பேசும், நுட்பமான அறிவுபெற்ற புத்திசாலிக்கு வலை விரித்துவிடுகிறது.

கதைசொல்லி விட்டதை நிரப்பியதும் கதை புரிகிறது. இப்பொழுது அந்தக் கதை எனக்கும் சொந்தமாகிவிடுகிறது. இன்னொரு முறை படித்துப் பார்க்கிறேன்.

அந்த ஆசிரியருடைய பெயர் ஜெயமோகன்.

காத்தவராயனுக்குக் காத்திருப்பது

ரொறொன்ரோவில் வடக்கு, தெற்காக ஓடும் ஒரு வீதி இருக்கிறது. அதன் பெயர் பேர்ச்மவுண்ட். அந்த ரோட்டில் இருந்து அதிவேக சாலைகளுக்குப் போகமுடியாதபடியால் அதிக பிரபலம் இல்லாதது. ஒரு நாள் அதில் தெற்குப் பக்கமாகப் போகும்போது கண்ட ஒரு துணி விளம்பர வாசகம் என்னை திடுக்கிட வைத்தது. தமிழில் கொட்டை எழுத்தில் 'காத்தவராயன் கூத்து' என்று போட்டிருந்தது. அதை எழுத்துக்கூட்டி வாசித்து முடிப்பதற் கிடையில் கார் அந்த இடத்தைத்தாண்டிவிட்டது. உடனேயே ஒரு 'ப' திருப்பம் செய்து, மீண்டும் வந்து துணி விளம்பரம் காட்டிய மண்டபத்துக்குள் நுழைந்தேன்.

வாசலில் நின்ற ஒரு தடியான ஆள் என்னை மறித்தார். ஒரு 55 இன்ச் டிவியை அவருடைய முதுகு தாராளமாக மறைக்கும். என்னுடைய முகத்தைப் பார்க்காமலே பத்து டொலர் என்றார். அதை அவருடைய முதுகுக்குக் கொடுத்துவிட்டு உள்ளே போன போது எனக்கு பிரமிப்பான ஒரு புது உலகம் கிடைத்தது.

மண்டபத்துக்குள் ஏற்கனவே ஆயிரம் பேர் இருந்தார்கள். நான் இப்படிக் கணக்குச் சொல்லும்போது சீட் கிடைக்காமல் ஓரங்களில் நின்று கொண்டிருந்தவர்களையும் சேர்க்கிறேன். நெருக்கிக்கொண்டு மலிவான தகரக் கதிரைகளில் சீட் கிடைத்த வர்கள் உட்கார்ந்திருந்தார்கள். சிலர் பழைய கால வெலிங்டன் தியேட்டரில் செய்வதுபோல கைலேஞ்சிகளையும் சால்வைகளை யும், கைப்பைகளையும் இருக்கைகளின்மேல் போட்டு இடம் பிடித்து வைத்திருந்தார்கள். முன் வரிசைகளில் கதா காலட்சேபங்களுக்கு உட்காருவதுபோல சிறுவர் கூட்டம் நாற்காலிகளிலும் நிலத்திலுமாக குவிந்துபோய் இருந்தது. நான் விடாமுயற்சியாக முன்னேறி, மழை நாள் நாய் ஈர இலைகளை மூக்கால் தள்ளிப் பார்ப்பதுபோல, ஒவ்வொரு லேஞ்சியாக கிளப்பி கிளப்பிப் பார்த்து ஒரு சீட்டைப் பிடித்துவிட்டேன்.

எனக்குப் பக்கத்தில் இருந்தவர் விஷயம் தெரிந்தவர்போலக் காணப்பட்டார். பலமுறை காத்தவராயன் கூத்தைப் பார்த்தவர்.

இந்தக் கூத்தில் நடிப்பவர்கள் எல்லோரையும் அவருக்குத் தெரியும். ஒவ்வொரு அரை செக்கண்டும் எப்பொழுது தொடங்கும் எப்பொழுது தொடங்கும் என்று அவரைத் துளைத்துக்கொண்டிருந் தேன். அப்படி நான் கேட்டபோது தொடங்கவேண்டிய நேரத்தைத் தாண்டி அரை மணியாகிவிட்டது. அவருடைய பதில் ஒரே மாதிரியிருக்கும். இன்னும் அரை மணி நேரத்தில் பூசை நடக்கும். பிறகு ஆரம்பமாகிவிடும் என்றார். இப்படி கடந்த ஒரு மணித்தியால மாக அவர் ஆறுதல் வார்த்தைகள் சொல்லி வந்தார்.

அப்பொழுது இரண்டு பெண்டிர் ஓடி வந்தார்கள். ஒரு பெண்ணின் இடுப்பில் கைக்குழந்தை ஒன்று கால் சட்டை மட்டும் அணிந்து மேல் சட்டை போடாமல் இருந்தது. அவள் தாவணியை இறுக்கி இழுத்துச் சுற்றி வந்து இடுப்பிலே மீதியைச் செருகியிருந் தாள். அவர்கள் வெகு தூரத்தில் இருந்து வந்தவர்களாக இருக்க வேண்டும். இருவருமே கழுத்து வேர்வையை வழியவிடாமல் முந்தானையால் துடைத்தார்கள். இரவுச் சமையலை அவசரமாகச் செய்து பத்திரமாக மூடி வைத்துவிட்ட அமைதியும் கூத்துப் பார்க்கப்போகிறோம் என்ற மகிழ்ச்சி எதிர்பார்ப்பும் அவர்கள் முகத்தில் தெரிந்தது. எனக்குப் பக்கத்தில் இருந்த லேஞ்சிகளை ஒருவர் அகற்ற அவர்கள் ஆசுவாசமாக உட்கார்ந்தார்கள்.

எங்குப் பார்த்தாலும் வீடியோக்காரர்கள். அவர்கள் வயர் களை இழுத்து காமிராக்களை தயார் நிலையில் வைத்திருந்தார்கள். உயரம், கோணம், வெளிச்சம் எல்லாவற்றையும் முன்கூட்டியே பார்த்துக்கொண்டார்கள். ஒவ்வொரு காமிராவுக்கும் பிரகாசமான தனி ஒளி விளக்குகளும் காத்திருந்தன. நான் எழும்பி நின்று சுற்றிலும் ஒருமுறை நோட்டம் விட்டேன். என்னுடைய கடைசிக் கணக்கெடுப்பில் மூன்று வீடியோ காமிராக்கள் இயங்கின; இலக்கப் புகைப்படக் கருவிக்காரர்கள் நாலு.

கடைசியில் ஒருவாறாக சீன் இழுபட்டது. பூசை முடிந்ததும் முத்துமாரி வேடம் அணிந்த பெண் கையிலே சூலத்தை ஏந்தியபடி தோன்றினார். சொந்தக் குரலில் பாட்டுப் பாடியபடியே நடனமும் ஆடினார்; வசனமும் பேசினார். ஹார்மோனியக்காரர் விட்ட அடிகளை எடுத்துக் கொடுத்தார்; பின்பாட்டுக்காரர் பின்பாட்டு பாடினார். அந்த வகையில் மேற்கத்திய முறையில் பார்த்தால் இது ஒரு musical தான்.

ஒவ்வொரு நடிகையும் அல்லது நடிகரும் முதல் தரம் மேடையில் தோன்றும்போது நான் பக்கத்து சீட் காரரை இது யார், ஆணா, பெண்ணா என்று கேட்டபடியே இருந்தேன்.

ஏனென்றால் மேக்கப் அவ்வளவு தத்ரூபமாக இருந்தது. பல விவாதங்களுக்கும் பல சீன்களுக்கும் பிறகு ஆண் வேடம் அணிந்தவர்கள் எல்லாம் ஆண்கள் என்றும் பெண் வேடம் அணிந்தவர்கள் எல்லாம் பெண்கள் என்பதையும் கண்டு பிடித்தோம். எங்கள் குழப்பத்துக்குக் காரணம் இருந்தது.

இந்தக் கூத்தில் ஓரிஜினலாக ஆண்களே பெண் வேஷமும் போட்டு நடித்து வந்திருக்கிறார்கள். பெண் வேடம் என்றாலும் உள்ளே இருப்பது ஆண் என்றபடியால் பெண் அசைவுகள் மிகையாக்கப்பட்டு இருக்கும். இதிலே நடித்த உண்மையான பெண்கள்கூட ஓர் ஆண், பெண் வேடமணிந்து நடிக்கும்போது எப்படி நடிப்பாரோ அப்படியே நடித்தார்கள். அதனால் அழகு ஒரு படி கூடியிருந்தது.

எனக்கு முன் இருந்த சிறுவர்கள் ஆங்கிலத்திலேயே கதைத் தார்கள். அவர்களுக்கு தமிழ் தெரியவில்லை. பெற்றோர்கள் தமிழி லேயே கதைத்தார்கள். அவர்களுக்கு ஆங்கிலம் தெரியவில்லை. பிள்ளைகளுடன் இவர்கள் தமிழில் பேசினால் அவர்கள் ஆங்கிலத்தில் பதில் சொன்னார்கள். இந்தச் சிறுவர்களுக்கு கதா பாத்திரங்கள் பாடியதும் பேசியதும் ஒன்றுமே புரியவில்லை. ஆனாலும் டேமினேட்டர், மாற்றிக்ஸ் போன்ற ஹொலிவுட் படங்களின் கிராஃபிக்ஸ் காட்சிகளை ரசிக்கும் இந்தச் சிறார்கள் காத்தவராயன் ஆட்டத்தையும் ஆரியமாலாவின் வசனத்தையும், மாரியின் பாட்டையும் கேட்டு மெய்மறந்துபோய் நின்றது வியப்பை அளித்தது.

இதிலே இன்னொரு வேடிக்கை. ஊரிலே கூத்து நடக்கும் போது நிற்கும் அல்லது தொங்கும் ஒலிவாங்கி அங்கங்கே வைத்திருக்கும். நடிகர்களுக்குச் சொல்லி வைத்தபடி அவர்கள் வசனம் பேசும்போது மைக்குக்கு கிட்ட வந்து மைக்கைப் பார்த்துப் பேசிவிட்டு நகர்வார்கள். ஆனால், இங்கே அப்படியில்லை. ஆனாலும் ஒலி பிரமாதமாக இருந்தது. என்ன விஷயம் என்று பார்த்தேன். நடிக, நடிகையர் எல்லோரும் இடுப்பில் transponder களையும் காதில் மாட்டி வளைத்த ஒலிவாங்கிகளையும் அணிந்திருந் தார்கள். ஆகவே அவர்கள் ஆடியபடி பாடலாம், ஓடியபடி பேசலாம். இந்த தொழில் நுட்ப பாய்ச்சலால் ஆட்டமும் பேச்சும் பாட்டும் என்று காத்தவராயன் கூத்து உச்சகதியில் நிறைவேறிக் கொண்டிருந்தது.

சிவபெருமான் வந்தார். ஓர் ஒல்லியான பையனுக்குச் சிவ பெருமான் வேடம் போட்டிருந்தார்கள். நீண்டு வழிந்த ஜடாமுடி, அதிலே ஓடும் கங்கை, நிற்கும் பிறை, சுருண்டு கிடக்கும் நாகம்,

இடையிலே புலித்தோல் என்று பொருத்தமாயிருந்தது. கழுத்திலே வலப் பக்கம் நாகம் சுற்றியிருந்தால், இடப்பக்கம் மைக்கிரபோனும் சுற்றிக்கொண்டு கிடந்தது. மான், மழு, சூலாயுதம் என்று பல உபகரணங்களைத் தாங்கிய சிவபெருமான், transponder ஐயும் புலித்தோலில் குத்திவைத்து காவினார். சிறுவர்கள் அவர் மேடையில் தோன்றியவுடனேயே விழுந்து விழுந்து சிரிக்கத் தொடங்கிவிட்டார்கள். அவர்களுக்கு அது யாரென்றுகூடத் தெரிய வில்லை. அதுதான் அவர்களுடைய கடவுள் என்று தெரிந்திருந்தால் இன்னும் கூடச் சிரித்திருப்பார்களோ என்னவோ.

இதையெல்லாம் சிவபெருமானாக நடித்த பையன் பொருட் படுத்தவில்லை. நடனக் கடவுள் என்ற பெயரைக் காப்பாற்றும் பெருமுயற்சியில் இடுப்பை ஒடித்து ஒடித்து நடனம் ஆடினான். அடிக்கடி transponder கீழே விழுந்தது. அதை எடுத்து மீண்டும் மீண்டும் புலி உடையில் சொருகிக்கொண்டு ஆட்டத்தை விட்ட இடத்திலிருந்து தாளம் தவறாமல் தொடர்ந்தான்.

நான் ஏதோ யோசனையில் அசந்திருந்த சமயம் முத்து மாரிக்குக் குழந்தை பிறந்துவிட்டது. ரஃவெட்டா உடையில், கன்னம் கொழுத்த, கறுப்புப் பொட்டு வைத்த, சிறிய சங்கிலியில் பெரிய பதக்கம் அணிந்த குழந்தை. 'குழந்தை, குழந்தை' என்று மேடையில் இருந்தே ஒருவர் கத்தினார். உடனே சபையிலே இருந்து ஒரு குழந்தை மேடைக்கு அனுப்பப் பட்டது. அதுதான் இந்தக் குழந்தை. முத்துமாரி ஒரு தாலாட்டு பாடினார். அந்தக் குழந்தையும் கால்களை உதைத்து, பிரகாசமான விளக்குகளைப் பார்த்து மிரளாமல் தன் சிறு கைகளை மேலே நீட்டிச் சிரித்தது. தாலாட்டுக்குப் பழக்கமில்லாத கனடா குழந்தை என்பதால் தூங்க வேண்டும் என்பது அதற்குத் தெரியவில்லை.

பாட்டு வரும்போதெல்லாம் சனங்களும் சேர்ந்து பாடினார் கள். வசனங்கள் வந்தபோது அவர்கள் 'ஆ, ஆ' என்று தலைகளை ஆட்டினார்கள். நாற்பது வருடங்களாக இந்த வசனங்கள் இலங்கை தெருக்கூத்துகளில் பேசப்படுகின்றன; நாற்பது வருடங்களாக இதே பாடல்கள் பாடப்படுகின்றன. அதே நடனம்; அதே ஹார் மோனியம்; அதே பின்பாட்டு; அதே மேக்கப்.

காத்தவராயன் பூர்வ கதையின் ஆரம்பம் எட்டாம் நூற்றாண்டு என்று சொல்கிறார்கள். காத்தவராயன் ஒடுக்கப்பட்ட சாதியைச் சேர்ந்தவன். அவனுக்கு அந்த ஊர் ராசகுமாரியின்மேல் காதல் உண்டாகி விடுகிறது. வளையல்காரன்போல மாறுவேடத்தில் போய் அரச குமாரியைச் சந்தித்து தன் காதலை வளர்க்கிறான். ஒரு நாள் அரண்மனை சேவகர்கள் பிடித்துக்கொள்கிறார்கள்.

விசாரணையில் அரசரால் கழுவேற்றப்பட்டு இறக்கிறான். அரச குமாரியும் இறக்கிறாள். ரோமியோ ஜூலியட், லைலா மஜ்னு, அம்பிகாவதி அமராவதி, அனார்கலி சலீம் போலக் காத்தவராயன் ஆரியமாலாவும் ஒரு துன்பியல் காதல் கதைதான். என்னுடைய சிறுவயதில் அம்மா இந்தக் கதையை எனக்குச் சொன்ன காலத்தில் இதில் கடவுள் அம்சங்களும் கிளைக்கதைகளும் கலந்து விட்டன. சிவாஜி கணேசனும் சாவித்திரியும் நடித்த காத்தவராயன் படம் மந்திர தந்திர காட்சிகளும் கூடுவிட்டுக் கூடுபாயும் மாயா விநோதங்களும் நிறைந்தது. இறுதியில் கழுமரம் வரவே இல்லை. போதிய திகிலூட்டுவதற்காக உச்சக் காட்சியில் காத்தவராயன் சாம்ஸனைப்போலக் கல் தூண்களை நொருங்கவைத்து எல்லோரையும் சாகவைக்கிறான்.

கலாவிநோதன் சின்னமணியின் காத்தவராயன் கூத்து 40 வருடத்துக்கு முந்திய இலங்கையில் நான் பார்த்த அதே சிந்து நடைக் கூத்துதான். பதினைந்தே நாட்களில் கனடிய நடிக நடிகையருக்குக் கலாவிநோதன் பயிற்சி அளித்திருக்கிறார். அதுதவிர மேடை அமைப்பு, மேக்கப், வெளிச்சம் என்ற பல விதஒத்துழைப்புகளுடன் இந்தக் கூத்து அரங்கேறியிருக்கிறது. இது எல்லாம் நான் பின்னே தெரிந்துகொண்டது. கறுத்த கொழும்பான் மாம்பழத்தை அரைப்பழத்தில் மரத்திலிருந்து பறித்து, கையால் துடைத்து, தோலுடன் கடித்து கொட்டை வெள்ளையாகத் தெரியும்வரை உறிஞ்சிச் சாப்பிடுவது ஒரு ருசி. அதே மாம்பழத்தை நன்கு பழுத்த பிறகு பிடுங்கி, தோல் சீவி, சிறு சிறு துண்டுகளாக வெட்டி, குளிரூட்டிச் சாப்பிடுவது இன்னொரு ருசி. இந்தக் கூத்தில் தோலுடன் கடித்துச் சாப்பிடும் முரட்டுச் சுகம் இருந்தது.

நான் சிறுவனாக இருந்தபோது பார்த்த காத்தவராயன் கூத்தில் பின் முத்துமாரி வருமுன்னரேயே நான் தூங்கிவிடுவேன். இப்பொழுது பின் முத்துமாரி, பின் காத்தவராயன், பின் நவீனத்துவம் எல்லாம் வந்துபோனபோதும் நான் கண் வெட்டவில்லை. ஒரு வித்தியாசம். அப்பொழுது வீடியோப் படங்கள் இல்லை. இலக்க காமிராக்கள் இல்லை. ஒலி வாங்கிகள் இல்லை. ஆங்கிலம் மட்டுமே பேசும் குழந்தைப் பார்வையாளர்கள் இல்லை. புலி உடையில் சொருகிவைத்த ஒலிக்கடத்திகளும் இல்லை. வடக்கும் தெற்கும் அற்புதமாக இணையும் இந்தக்கூத்தைப் பார்ப்பதற்கு ஒருவருக்கு அதிர்ஷ்டம் நிறைய தேவை.

சில மாதங்களுக்கு முன்பு Lion King என்ற உலகப் புகழ்பெற்ற musical நாடகத்தைப் Princess of Wales தியேட்டரில் பார்க்க நேர்ந்தது. இதற்கு மூன்று மாதம் முன்பாகவே பணம் கட்டி ஆசன

ஒதுக்கீடு செய்ய வேண்டும். ஆனால், காத்தவராயன் கூத்து பார்த்த போது ஏற்பட்ட புளகாங்கிதத்தில் பாதிகூட Lion King பார்த்த போது எனக்குக் கிடைக்கவில்லை.

இப்பொழுதும் அடிக்கடி பேர்ச்மவுண்ட் சாலையில் போகிறேன். காரை மெதுவாகவே ஓட்டுகிறேன். ஏதாவது துணி விளம்பரத்தைக் கண்டால் 'ப' திருப்பம் செய்வதற்கு ரெடியாகவே இருக்கிறேன். மக்டொனால்ட் பிரதமரின் படம் போட்ட ஒரு பத்து டொலர் தாளை நாலாக மடித்துப் பாதுகாப்பாக என் பாக்கட்டில் வைத்திருக்கிறேன். காத்தவராயன் படம் வரைந்த துணி விளம்பரம் அதற்குப் பிறகு என் கண்ணில் படவே இல்லை.

கலை நிகழ்வு

டென்னிஸ் போட்டி

கனடாவின் ரொறொன்ரோ நகரத்தில் பெண்களுக்கான டென்னிஸ் சாம்பியன் போட்டி 2001 ஆம் ஆண்டு, ஆகஸ்டு 19ஆம் தேதி ஒரு ஞாயிறு மதியம் 1.30 க்கு நடைபெற்றது. இறுதிப் போட்டிக்குக் கறுப்பு சகோதரிகளில் இளையவரான செரீனா வில்லியம்ஸ் ஒரு பக்கத்திலும் மறு பக்கத்தில் முதலாவது இடத்தில் இருக்கும் ஜெனிபர் கப்ரியாட்டியும் மோதுவதற்கு தயாராக வந்திருந்தனர். மூன்று மணிநேரம் தொடர்ந்து பெய்த மழை சரியான நேரத்துக்கு விட்டுவிட்டது.

செரீனா கோர்ட்டுக்கு வந்தபோது கரகோஷம் வானை முட்டியது. கறுப்பு மெழுகை உருட்டி உருட்டி வைத்ததுபோல அவளுடைய உடல் கட்டு. சாம்பல் நிற முடி, உச்சியிலே இழுத்துக் கட்டப்பட்டு சிறு சிறு பின்னல்களாக நீர்வீழ்ச்சிபோலத் தோளுக்குக் கீழே தொங்கியது. ஆனால் ஜெனிபர் ஒரு பாலேகாரி போல, வில்பூட்டிய நேரான முதுகுடனும் உறுதியான உடம்புடனும் வெள்ளை குட்டை உடை அணிந்து எதிர்ப் பக்கத்தில் தோன்றினாள்.

போட்டி ஆரம்பமானது. சேர்விஸ் அடிகள் விசை பூட்டிய பந்துகளாகக் கண்மூடித் திறப்பதற்குமுன் பறந்து பறந்து போயின. பந்துகள் 180 கி.மீட்டர் வேகம் வரை போனதாக வேக அளவைக் கருவிகள் உடனுக்குடன் அறிவித்தன. இரண்டு பேரும் இரு இளம் சிங்கங்கள் போல உறுமி உறுமி பந்துகளை அடித்தார்கள். ஒரு கட்டத்தில் பார்வையாளர்கள் இவர்களுடைய அடிகளை விட்டு விட்டு உறுமல் போட்டியை ரசித்ததுபோலவும் பட்டது.

செரீனா இளமையானவள்; தேக பலம் கூடியவள். களைப்பு அவளிடம் அணுகுவதற்கு நேரம் எடுக்கும். மாறாக ஜெனிபர் நாலு வயது கூடியவள். செரீனா அளவுக்கு வேகத்தில் ஈடு கொடுக்க அவளால் முடியாது. ஆனால், அவளிடம் அனுபவம் இருந்தது. சில ரகஸ்யமான தந்திரங்களும் இருந்தன. அவற்றில் மட்டுமே

நம்பிக்கை வைத்து செரீனாவை விழுத்த சமயம் பார்த்தாள்.

ஜெனிபர் ஒவ்வொரு பந்தையும் திருப்பும்போது செரீனா ஓர் அடி முன்னே வரும்படியாக அடித்தாள். செரீனா இப்படி மெள்ள மெள்ள வலைக்குக் கிட்டவாக முன்னேறி வரும்பொழுது திடீரென்று பந்தை உயர்த்திப் பின் கோர்ட்டுக்கு அடித்து விடுவாள்.

இன்னொரு தந்திரம், சீக்கிரத்தில் செரீனாவைக் களைக்க வைத்து விடுவது. ஆனபடியால் பந்துகளை மாறி மாறி இந்த மூலைக்கும் அந்த மூலைக்குமாக அடித்து செரீனாவை ஓட வைத்தாள். இதன்மூலம் அவளுடைய பலத்தை நிர்மூலம் செய்வது தான் ஜெனிபரின் நோக்கம்.

செரீனாவிடம் பதில் உத்தி இருந்தது. அவளைக் களைக்க வைக்க முடியாது. வியர்வை வழிய, ஒரு கறுப்பு சிங்கம்போல அவள் மங்கிய சூரிய ஒளியில் ஜொலித்தாள். அவள் பலம் முழுக்க ஒரு கைவழியாக மட்டையில் இறங்கிப் பந்துகளைத் தாக்கின. அவற்றின் வேகத்துக்குப் பதிலடி கொடுக்க முடியாமல் ஜெனிபர் திணறினாள்.

பாதி தூரத்திலேயே செரீனாவுக்கு வெற்றி நிச்சயமாகி விட்டது. சனங்களின் உற்சாகம் குறைந்து தெரிந்தது. விளையாட்டு உன்னதத்தில் உலகத்தின் முதலாவது இடத்தில் இருந்த ஜெனிபரிடம் பிழைகள் மலிந்து கொண்டே வந்தன.

நேரம் செல்லச் செல்ல செரீனாவின் பந்துகள் எல்லைக் கோடுகளிலும் மூலைகளிலும் கண்களால் தொடரமுடியாத வேகத்தில் விசையாகப் போய் விழுந்தன. பல சமயங்களில் நடுவர் கண்கள் தவறு செய்யும் அளவுக்குப் பந்துகள் வேகம் பிடித்தன. அதை ஜெனிபர் எடுக்குமுன் அவை ஓடி மறைந்தன. செரீனா முன்னேறினாள். எப்படி முயன்றும் ஜெனிபரால் அவளை எட்ட முடியவில்லை. முதலாவது ஆட்டம் செரீனாவுக்குச் சாதகமாக அமைந்தது.

அடுத்த ஆட்டத்தில் ஜெனிபர் தன் பலம் முழுவதையும் திரட்டி ஆடினாள். தன் சக்தியில் சிறிதாவது மூன்றாவது ஆட்டத்திற்குச் சேமித்து வைக்கவேண்டும் என்ற நினைவு மறைந்து விட்டது. அரைவாசியிலேயே செரீனாவுக்கு இந்த ஆட்டத்தை விட்டுக் கொடுத்துவிடலாம் என்று பட்டிருக்கவேண்டும். அவளு டைய முழு வேகமும் கட்டுப்படுத்தப் பட்டதுபோலத் தோன்றியது. ஜெனிபர் வெற்றியீட்டினாள்.

ஆனால் மூன்றாவது ஆட்டம் மறுபடியும் செரீனாவின்

பக்கம் சாய்ந்தது. சுலபமாக வென்றாள். இரண்டு பெண் சிங்கங்களுக்கு இடையில் நடந்த இந்த ஆட்டம் ஒருவர் தன் வாழ்நாளில் மறக்க முடியாத ஒன்றாக அமைந்தது.

குதிரை ரேஸ்

எனக்கு சமீபத்தில் வாசிக்கக் கிடைத்தது சீபிஸ்கட் (Seabiscuit) என்ற புத்தகம். இதை எழுதியவர் லோரா ஹில்லென் ப்ராண்ட் (Laura Hillenbrand) என்ற பெண் எழுத்தாளர். பத்திரிகை எழுத்தில் உச்சமான பரிசு பெற்றவர். இப்பொழுது New York Times பத்திரிகை இந்த நாவலைத் தன்னுடைய மிகச்சிறந்த புத்தக வரிசையில் அறிவித்திருக்கிறது.

1938ம் ஆண்டு பல விதங்களில் பிரபலமானது. அந்த வருடம் பத்திரிகை உலகில் அதிகப் பத்திகளைக் கொள்ளை அடித்தது அமெரிக்க ஜனாதிபதி ரூஸ்வெல்ட் அல்ல; ஹிட்லர் அல்ல; முஸோலினி அல்ல; போப்பாண்டவர் அல்ல; சினிமா உலகில் புகழ் கொடி நாட்டிய கிளாக் கேபிள் அல்ல. சீபிஸ்கட்தான். அது ஒரு ரேஸ் குதிரை.

பல வருட ஆராய்ச்சிக்குப் பிறகு ஆசிரியர் இந்தப் புத்தகத்தை எழுதி முடித்திருக்கிறார். ஒரு ரேஸ் குதிரையின் உண்மையான சரிதம் இலக்கியம் ஆகமுடியுமா? நாம் அதைப் படித்துப் பார்த்த பிறகுதான் ஒரு முடிவுக்கு வரவேண்டும்.

பத்தொன்பதாவது அத்தியாயத்தில் ஆசிரியர் இரண்டு குதிரைகளுக்கிடையில் நடக்கும் ஒரு போட்டி பற்றி வர்ணிக்கிறார். இந்தப் போட்டி 1938ஆம் ஆண்டு நவம்பர் முதலாம் தேதி நடைபெறுகிறது. இது வழக்கமான குதிரை ரேஸ் அல்ல. இரண்டே இரண்டு குதிரைகளுக்கிடையில் நடக்கும் விசேஷமான போட்டி.

வார் அட்மிரல் (War Admiral) என்ற குதிரையே அப்போதைய சாம்பியன். Triple Crown என்னும் முக்கிரீட வெற்றியீட்டியது. அதை ஓட்டியவர் புகழ்பெற்ற கேர்ட்சிங்கர் (Kurtsinger) என்பவர். அதற்கும், பார்ப்பதற்கு முரட்டுக்குதிரை போலத் தோற்றமளித்த, கால்களைப் பக்கவாட்டில் விசிறி ஓடும் சீபிஸ்கட்டுக்கும் போட்டி.

இரண்டு நிமிடத்துக்கும் சற்றுக் குறைந்த நேரத்தில் நடக்கும் இந்தப் போட்டியைப் பற்றி ஒருவர் என்ன வர்ணிக்கலாம். இரண்டு குதிரைகள் ஓடின. ஒன்று வெற்றி பெற்றது என்று எழுதலாம். வேறு என்ன எழுத முடியும். லோரா எழுதினார். ஒரு முழு அத்தியாயமே இதைப் பற்றி எழுதினார்.

குதிரை ஓட்டும் பயிற்சி சாதாரணமானது அல்ல. முதலில்

குதிரை ஓட்டியின் எடை குறைவானதாக இருக்கவேண்டும். போட்டிக்குப் பல மாதங்கள் இருக்கும்போதே பட்டினி கிடந்து ஓட்டிகள் உடல் எடையைக் குறைப்பார்கள். சிலர் திருப்பித் திருப்பி பேதி மருந்து உட்கொள்வார்கள். இன்னும் சிலர் அசாத்தியமான தேகப்பயிற்சிகள் மூலம் உடலை வருத்தி மெலிந்துகொள்வார்கள்.

குதிரை ஓட்டுவது என்பதும் சாதாரண விஷயமல்ல. குதிரையை ஓட்டும்போது சாரதி குதிரையின் முதுகில் இருப்ப தில்லை. கால்கள் இரண்டையும் இரும்பு கொழுவியில் மாட்டியபடி குதிரையுடன் வளைந்து நிற்கவேண்டும். எடை முழுக்க அவன் கால் விரல்களின் மூலம் கொழுவியில் பதிந்து இருக்கும். குதிரை பாய்ந்து ஓடும்போது அதனுடைய எடை மையத்துக்கு ஒத்தபடி இவனுடைய உடலும் அசைந்து ஈடு கொடுக்கவேண்டும். ஆபத் தான பயிற்சி.

இரண்டு ஓட்டிகளும் குதிரைகளுக்கு இரவும் பகலுமாக பயிற்சி அளித்தார்கள். சில யுக்திகளையும் தந்திரங்களையும் தங்களுக்குள்ளே தயார் செய்தார்கள். அந்தச் சதி வேலையில் குதிரைகளையும் சேர்த்துக்கொண்டார்கள்.

மாலை நாலு மணிக்குத் தொடங்கும் போட்டிக்குக் காலை யிலேயே சனங்கள் குவிந்துவிட்டார்கள். 50,000 பார்வையாளர் அரங்கை நிறைத்து விட்டார்கள். இதுதவிர மரங்களிலும் சேர்ச் உச்சிகளிலும் பலர் தொங்கினார்கள். ஜனாதிபதி ரூஸ்வெல்ட் தன்னுடைய முக்கியமான கூட்டத்தைக் கலைத்துவிட்டு ரேடியோ வில் தன் காதுகளைப் பதித்துக்கொண்டார்.

ரேஸ் தொடங்குமுன் இரண்டு குதிரைகளும் பார்வையாளர் கள் பார்க்க நடந்து வந்தன. வார் அட்மிரல் பிடரியைச் சிலுப்பி, தலையை நிமிர்த்தி ஒரு சாம்பியனுக்கு உரிய மிடுக்கோடு முன்னங் கால்களை மடித்து மடித்து வைத்து ஒய்யாரமாக வந்தது. இதுவரை வெல்லப்படாத குதிரை அது. சனங்களின் ஆரவாரம் ஆகாயத்தை எட்டியது. சீபிஸ்கட் சாதாரண குதிரை. ஒரு ரேஸ் குதிரையின் கம்பீரம் அதற்குக் கிடையாது. பெரும் வெளியில் புல்லைத் தின்ன அவிட்டு விட்டதுபோலத் தலையைக்கீழே தொங்கவிட்டு, மேலான அசட்டுத்தனத்தைக் காட்டியபடி ஒரு காலை நீட்டி வைத்து நடந்து வந்தது. சனங்கள் சீட்டி அடித்தார்கள். அன்றைய பந்தயம் 1: 2.5 ஆக இருந்தது. சீபிஸ்கட்டில் 100 டொலர் கட்டி அது வென்றால் 250 கிடைக்கும்.

இரு ஓட்டிகளும் தங்களுக்குள் ரகஸ்யமாகத் தனித்தனித் திட்டம் அமைத்திருந்தார்கள். ஆரம்ப மணிக்கு இரண்டுமே சமமாக வெளிக்கிட்டன. முழு ரேஸையும் முடிக்கும் விதமாக

குதிரையின் திரட்டி வைத்த சக்தியை மெள்ள அவிழ்த்துவிட வேண்டும். எடுத்த எடுப்பிலேயே குதிரையின் முழு பலத்தையும் விரயமாக்கி விடக்கூடாது. திட்டமிட்டபடி சீபிஸ்கட்டின் ஓட்டி குதிரையைச் சிறிது முன்னுக்கு உசுப்பி விட்டான். வார் அட்மிரல் பக்கத்துப் பக்கமாக வந்துகொண்டிருந்தது. சீபிஸ்கட் இன்னும் கொஞ்சம் வேகம் பிடித்தது. வார் அட்மிரல் சற்றுப் பின்னால் தங்கியது. குதிரை ஓட்டிகள் அந்த வேகத்தை கட்டுப்பாட்டில் வைத்து ஓட்டினார்கள். கடைசி இருபது செகண்டுகளே மிகவும் முக்கியமான செகண்டுகள். அந்த நேரம் பாய்ந்துப் போவதற்குக் குதிரையிடம் போதிய சக்தி மிச்சம் இருக்க வேண்டும்.

முக்கால்வாசி தூரம் கடந்ததும் சீபிஸ்கட்டின் ஓட்டி தன் திட்டப்படி திரும்பிப் பார்த்து மற்றவனைச் சீண்டினான். பின்னால் வந்த ஓட்டிக்குக் கோபம் வந்தது. குதிரையை வேகப்படுத்தினான். அது பாய்ந்து முன்னேறியது. நுரை தள்ளும் அதன் முகம் சீபிஸ்கட்டின் கடைக்கண் பார்வைக்குக் கிட்டவாக இருந்தது. சீபிஸ்கட்டின் ஓட்டிக்கு இதுதான் தேவை.

சீபிஸ்கட் முன்னுக்கு ஓடும்; அல்லது பின்னுக்கு ஓடும். ஆனால் கடைக்கண் பார்வையில் அது ஒரு குதிரையையும் முந்த விடாது. அதன் இயல்பு அப்படி. சாரதி குதிரையின் கடிவாளத்தை சிறிது திருப்பி வார் அட்மிரலைக் காட்டினான். அப்பொழுது ஒரு மாற்றம் நிகழ்ந்தது. சீபிஸ்கட் நெருப்பைத் தொட்டது போல பிய்த்துக்கொண்டு போனது. கால்கள் அந்தரத்தில் தாவின. சில இடங்களில் பார்வையாளர்கள் குதிரையைத் துண்டுதுண்டாகக் கண்டார்கள். கண் பார்க்கமுன் இடைவெளிகள் நிரம்பின. எல்லாப் பார்வையாளர்களும் கைகளை நீட்டிக் குதிரைகளை தொடுவது போல எட்டி முயற்சி செய்தார்கள்.

முதலில் ஒரு குதிரை தூரம்; பிறகு இரண்டு குதிரை தூரம். இப்படி இடைவெளி கூடிக்கொண்டே போனது. கடைசியில் நாலு குதிரை இடைவெளியில் சீபிஸ்கட் வென்றது. வார் அட்மிரலின் கண்களில் மனிதக் கண்களில் தெரியும் துயரம் தெரிந்தது. கிட்டத்தட்ட ஒன்றேகால் மைல் தூரத்தை சீபிஸ்கட் ஒரு நிமிடம் 56 செக்கண்டில் கடந்து ஒரு புதிய சாதனையைப் படைத்தது. சனங்கள் நம்பவில்லை. பார்ப்பதற்கு பால்வண்டி இழுக்கும் குதிரை போல் இருக்கிறதே என்று புலம்பிக்கொண்டார்கள்.

ஜனாதிபதி ரூஸ்வெல்ட் திரும்பவும் தன் கூட்டத்தைத் துவக்கினார். அமெரிக்கா மறுபடியும் தன் வேலையை கவனிக்க வெளிக்கிட்டது.

போர் வீரர்கள்

இரண்டு குதிரைகளுக்கு இடையில் ஏற்பட்ட போட்டிபோல இரண்டு போர் வீரர்களுக்கு இடையே நடந்த போட்டியை விவரிக்கிறது ஒரு பிரபல யப்பானிய நாவல். இதன் பெயர் முசாஷி. போர்ப்பிரபுகளின் காலகட்டத்துக் கதையைக் கூறும் இந்த ஆசிரியரின் பெயர் ஏஜி யோஷிகாவா (Eiji Yoshikawa). இந்த நாவல் ஐந்து பாகங்களாக 1935 – 1939 இல் யப்பானில் வெளிவந்தது. ஆங்கிலத்தில் இதை அழகாக மொழிபெயர்த்தவர் சார்ல்ஸ் ரெறி (Charles S.Terry) என்பவர். இதைத் தமிழில் பொன்னியின் செல்வனுடன் அல்லது ஆங்கிலத்தில் 'Gone With The Wind' உடன் ஒப்பிடலாம். இதுவரை உலகம் முழுவதிலும் 13 கோடி பிரதிகள் விற்பனையாகியிருக்கின்றன. இதை படிக்காத யப்பானியர் அரிது.

ஐந்து பாகங்கள் கொண்ட இந்த நாவலின் உச்சக்கட்டம் கடைசி பாகத்தின், இறுதி அத்தியாயத்தில் வருகிறது. அந்த இடத்தில் இரு சமமான வீரர்களுக்கிடையில் ஒரு போர் நடக்கிறது. அந்தக் கடைசிப் பக்கங்கள் முழுக்க அந்த சண்டையின் வர்ணனை தான். எத்தனையோ வருடங்களுக்கு முன்பு வாசித்த அந்தச் சண்டையை, காட்சியை இன்று வரை கண்முன்னே கொண்டுவர முடியும்.

முசாஷி என்பவனே கதாநாயகன். இதுவரை யாராலுமே வெல்ல முடியாத வீரன் கொஜிரோ. இவர்கள் இருவருக்கும் இடையில் ஒரு கடற்கரையில் போர் நடப்பதாக ஏற்பாடு.

'முசாஷி, நீ மறுபடியும் நேரம் பிந்தி வந்துவிட்டாய். இதுதான் உன்னுடைய யுக்தி. ஒரு கோழையின் தந்திரம். இரண்டு மணித் தியாலம் தாமதமாக வருகிறாய். நான் சொன்னதுபோல எட்டு மணியிலிருந்து உனக்காகக் காத்திருக்கிறேன்.' கொஜிரோ இப்படிக் கூறினான்.

முசாஷி பதில் கூறவில்லை.

'முன்பு இரண்டு முறை இதே மாதிரி பிந்தி வந்திருக்கிறாய். உன்னுடைய எதிரியைக் காத்திருக்க வைப்பது உன் வழக்கம். இந்த தந்திரம் என்னிடம் வாய்க்காது. சண்டைக்குத் தயாராகு. உன் சந்ததியினர் உன்னை நினைத்துச் சிரிக்கக்கூடாது.'

'வா, போருக்கு வா!' என்று சொல்லிக் கொண்டே கொஜிரோ வாளை உருவினான். அப்படியே இடது கையால் பரம் பரையாக வந்த, வேலைப்பாடுகள் நிறைந்த உறையை, கடற்கரை யிலே வீசினான்.

முசாஷி அசையவில்லை. மெல்லிய குரலில் பேசத்தொடங்கி னான்.

'கொஜிரோ, நீ தோற்றுவிட்டாய்.'

'என்ன?' கொஜிரோவின் குரல் நடுங்கியது.

'எங்கள் சமர் முடிந்துவிட்டது. நீ தோற்கடிக்கப்பட்டு விட்டாய்.'

'என்ன கதையளக்கிறாயா?'

'கொஜிரோ, உன் மூதாதையர்களிடம் இருந்து கிடைக்கப் பெற்ற விலை மதிக்க முடியாத வாளின் உறையை நீ வீசிவிட்டாய். இனிமேல் வாளை உறையில் இடப்போவதில்லை என்பது உனக்கே புரிந்திருக்கிறது. உன்னுடைய எதிர்காலத்தை, வாழ்க்கையை நீ உறையை எறியும்போதே உதறிவிட்டாய்.'

'நீ புசத்துகிறாய்.'

'ஓ, வா சண்டைக்கு. உன் மரணத்தை அணைப்பதற்கு தயாராகு.'

இப்படியாக அந்தப் போர் பயமறியாத இரு வீரர்களுக் கிடையில் தொடங்குகிறது.

இரண்டாயிரம் பக்கம் நீளமான நாவல் முடிவதற்கு இன்னும் நாலு பக்கங்களே மீதம் இருக்கின்றன.

இதுதான் உச்சக்கட்டம். இந்தப் போருடன் நாவல் முடிவு பெறுகிறது. யாருக்கு வெற்றி கிடைக்கப்போகிறது என்பது வாசகருக்குத் தெரியாத நிலை.

இந்த நாவலின் ஐந்து பாகங்களும் இதில் வந்த அத்தனை அத்தியாயங்களும், அத்தனை வசனங்களும் வார்த்தை வார்த்தை யாக இந்தக் கட்டத்தை நோக்கியே நகர்த்தப்பட்டன. மகாபாரதத் தில் துரியோதனனுக்கும் பீமனுக்கும் இடையில் நடந்த யுத்தத்தை இதற்கு உதாரணம் சொல்லலாம். போரின் வர்ணனை இந்த இடத்தில் மறக்க முடியாத படிக்கு மிகவும் நுட்பமாகச் சொல்லப் படுகிறது.

சமீபத்தில் கலிபோர்னியாவில் ஒரு யப்பானியரின் அறிமுகம் கிடைத்தது. நான் திடீரென்று முசாஷி நாவலை அவர் படித்திருக் கிறாரா என்று கேட்டேன். அவர் 'எல்லா யப்பானியர்களுமே அதைப் படித்திருக்கிறார்கள். நானும் கல்லூரி நாட்களில் வாசித்திருக்கிறேன்' என்றார். நான் அத்துடன் நிற்கவில்லை. அவர் ஆங்கில மொழிபெயர்ப்பைப் படித்திருக்கிறாரா, அந்தக் கடைசி அத்தியாயத்தில் போர் வர்ணனை எப்படி வந்திருக்கிறது என்று கேட்டேன்.

அவர் சொன்னார், 'போர் சம்பவமாக வந்திருக்கிறது. யப்பானிய மொழி அழகு வரவே இல்லை. மொழிபெயர்ப்பில்

ஐம்பதுவீதம் அடித்துக்கொண்டு போய்விட்டது' என்றார்.

ஐம்பது சதவீதமே இந்த அழகு என்றால் மூல நூல் எப்படி இருந்திருக்கும்!

குத்துச்சண்டை

Norman Mailer என்பவர் தலை சிறந்த அமெரிக்க எழுத்தாளர். இரண்டு தடவை புலிஸ்டர் பரிசும் ஒரு முறை National Book Award ம் பெற்றவர். சமீபத்தில் அவர் எழுதிய 30ஆவது புத்தகம் வெளிவந்திருக்கிறது.

1974ஆம் ஆண்டு ஒக்டோபர் மாதம் 30ஆம் தேதி நடந்த ஒரு சம்பவத்தைப் பற்றிய அவருடைய நாவலுக்கு 'The Fight' என்று பேர். ஆப்பிரிக்காவில் கின்சாஷா நகரத்தில் ஜோர்ஜ் போர்மனுக்கும் முஹம்மது அலிக்கும் இடையே நடைபெற்ற குத்துச்சண்டையை விவரிப்பது. வெற்றியோ, தோல்வியோ இருவருக்கும் தலைக்கு 50 லட்சம் டொலர் பரிசு என்று அறிவிப்பு.

அலிதான் முந்தைய உலக சாம்பியன்; பட்டம் இழந்தவர். அப்போதைய உலக சாம்பியன் 25 வயதான ஜோர்ஜ் போர்மன். நாற்பது சண்டைகளில் வெற்றியீட்டியவர். தோற்கடிக்கப்படாதவர். 220 றாத்தல் எடையில் இரும்பு மனிதன்போலக் காட்சியளித்தார்.

அலி என்றால் ஏழு வயது கூடியவர். இழந்த சாம்பியன் பட்டத்தைத்திரும்பப் பெறுவதில் குறியாக இருந்தார். பட்டாம்பூச்சி போல பறப்பார், குளவிபோலக் குத்துவார் என்று அவரைச் சொல்வார்கள்.

இந்த உலகப் புகழ் பெற்ற குத்துச் சண்டையை நோர்மன் மெய்லர் தனக்கே உரித்தான மெல்லிய நகையுணர்வுடன் வர்ணிக்கிறார். அந்த வர்ணிப்பில் அதை இலக்கியமாக்குகிறார்.

முகமது அலியைப் பற்றி நோர்மன் இப்படிச் சொல்கிறார்.

'பால் கலந்த கோப்பிபோல நிறம். முதற் பார்வையிலேயே ஓர் அதிர்ச்சி மனத்திலே ஏற்படுகிறது. உலகத்துச் சிறந்த வீரன் உலகத்தின் அழகான ஆண் மகனாகவும் இருக்கிறான். அவன் பார்வையில் பெண்களுடைய சுவாசம் சத்தமாகக் கேட்கிறது. ஆண்களின் கண்கள் தரையைத்தொடுகின்றன. அவனைச் சுற்றியுள்ள மௌனம் மினுமினுக்கிறது.'

பந்தயம் கட்டுபவர்கள் எல்லாம் போர்மன் பக்கமே. பந்தய வீதம் 4:1 ஆக இருக்கிறது. ஆனால், அலிக்கு மட்டும் தன்மீது

அமோகமான நம்பிக்கை உண்டு. அவரிடம் முக்கியமாக மூன்று ஆயுதங்கள் இருந்தன.

1) நாவன்மை. மனோதத்துவ சண்டையில் வல்லவரான அலி, ஜோர்ஜ் போர்மனின் தகுதியின்மையைப் பற்றி முழங்கியபடியே இருப்பார். அடிக்கடி நிருபர்களைக் கூப்பிட்டு 'உங்களுக்கு தெரியுமா? போர்மனுக்கு மூளை குழப்பமாகியிருக்கிறது. ஏனென்றால் அந்த மூளை முழுக்க என்னைப் பற்றிச் சிந்திக்க தேவை.' இப்படிச் சொல்வார். போர்மனின் மனத்தில் பயத்தை ஏற்படுத்துவதே நோக்கம்.

2) ஆப்பிரிக்கர்களை இலகுவாக வசீகரித்து விட்டார். இவருடைய கவர்ச்சியும் வாய் சவடாலுமே காரணம்.

3) அலியுடைய தொடுநீளம் போர்மனிலும் பார்க்க ஒன்றரை இன்ச் கூடுதலாக இருந்தது. குத்துச்சண்டையில் இது முக்கியம். எதிராளியைத் தாக்குவதற்கு அனுகூலம்.

போர்மன் சாதாரணமானவர் அல்ல. அவருடைய குத்து வலிமை முதல் தரமானது. உலகத்திலே உயிரோடிருக்கும் கொலையாளிகளில் முதன்மையானவர். தன்னுடைய வெறும் கையினால் 50 பேரை ஒருவர் பின் ஒருவராகக் கொல்லும் சக்தி படைத்தவர். அந்தக் குத்துக் கைகள் பெறுமானமானவை. அவை எப்பொழுதும் உடைவாள் உறையில் இட்டு வைக்கப்படுவதுபோல அவருடைய கால்சட்டைப் பைகளுக்குள் பாதுகாப்பாக இருக்கும். இது காரணமாக அவர் கைக் கொடுப்பதில்லை. 'மன்னிக்கவேண்டும். என் கைகள் இங்கு இல்லை. அவை என்னுடைய பைகளுக்குள் இருக்கின்றன' என்று சர்வசாதாரணமாகச் சொல்வார். ஏதோ இரண்டு மைல் தூரம் போய் அவற்றை எடுத்துக்கொண்டு வர வேண்டும் என்பதுபோல.

ஆனாலும் சாம்பியன் பட்டத்தின் அநித்தியத்தை போர்மன் உணர்ந்தவர். 'இதற்கு முன்பிருந்த சாம்பியனிலும் பார்க்க நான் உயர்ந்தவன் அல்லன். இந்தப் பட்டம் நான் கடன் வாங்கியதுதான். விரைவில் இது திருப்பிக் கொடுக்கப்படவேண்டும்' என்று ஞானத்துடன் பேசும் அடக்கம் உண்டு.

குறித்த நாள் வந்தது. அரங்கை 60,000 பார்வையாளர்கள் நிறைத்துவிட்டார்கள். உலகத்தின் செல்வந்தர்களில் ஏழாவது இடம் வகிக்கும் ஜனாதிபதி மொபுட்டுவின் பிரத்தியேகமான ஆசீர்வாதத்துடன் கின்ஷாசாவில் அதிகாலை மூன்று மணிக்கு, அமெரிக்க டீவி பார்வையாளர்களுக்கு வசதியாக, சமர் ஆரம்பிக்கிறது.

மேடையில் முதலில் தோன்றியது அலி. அவர் கறுப்பு

ஆப்பிரிக்க வண்ணவேலை செய்த வெள்ளை சில்க் ஆடையை அணிந்திருந்தார். அது அவர் தேகத்தில் கலந்து செயற்கை வெளிச்சத்தில் மினுங்கியது. போர்மன் ரத்தக் கலர் வெல்வெட் உடையும், நீலப் பட்டியும் அணிந்திருந்தார். அப்போது சனங்கள் 'அலி, போமையா' (அலி, கொல்லு) என்று சத்தமிடத் தொடங்கினார்கள். முதல் சில வினாடிகளிலேயே சனங்களை அலி வசீகரித்துவிட்டார்.

இருவருடைய பார்வை அம்புகளும் சந்தித்த ஒரு தருணத்திலே போர்மனைப் பார்த்து அலி சொன்னார்.

'உன் சிறுவயது தொடக்கம் என்னையே நினைத்தாய்; தொடர்ந்தாய். இன்று இதோ என்னைப் பார்! உன் எசமான்.' போர்மன் கண்களை மூடித்திறந்தார். அவர் கேட்டது உண்மை தான்.

இருவரும் ஆயத்தமானார்கள். போர்மன் ஒரு கருப்புக் கரடி போலத் தோற்றமளித்தார். அலி பட்டாம் பூச்சிபோலப் பறப்பதற்கு தயாராக நின்றார்.

சண்டை ஆரம்பமானது. அவர்கள் இடைவெளி குறுகாமல் சுழன்று வந்தார்கள். அலியினுடைய குத்து ஒன்று முந்திக்கொண்டு வந்தது. சனங்கள் பெரிய ஒலி எழுப்பினார்கள். போர்மன் சீண்டப் பட்டுவிட்டார். அலி தன் புகழ் பெற்ற நடனத்தைத் துவக்கினார். அது வாய்க்கவில்லை. கண்மூடி திறப்பதற்குள் அலியைக் கயிற்றில் வீழ்த்திவிட்டார் போர்மன். முப்பது செக்கண்ட் வயதேயான யுத்தத்தில் அலி கயிற்றில் விழுந்து கிடந்தார்.

அலி வலதுகை குத்து விட்டார். உலக சாம்பியன்கள் எடுத்த வீச்சில் வலதுகை குத்து விடுவதில்லை. ஆனால் இங்கே அது நடந்தது. போர்மன் தன் கைவசம் சேர்த்துவைத்த குத்துக்களை எடுத்து விட்டார். இதை எதிர் பார்த்தது போல அலியின் பதில் குத்துகள் படபடவென்று விழுந்தன. போர்மனை அப்படி ஒருவரும் இதற்குமுன் தாக்கியதில்லை. குத்துச்சண்டை மல்யுத்தமாக மாறியது. இருவரும் கட்டிக்கொண்டு பின் விடுபட்டார்கள். முதலாவது சுற்று முடிந்தபோது இருவரும் சரி சமமான குத்துக்களை பிரயோகித்திருந்தார்கள்.

இரண்டாவது சுற்றிலும் அலி கயிற்று மூலையில் மாட்டிக் கொண்டார். மூலையில் ஆபத்து. தப்பி ஓடமுடியாது; பின்னுக்கும் போகமுடியாது. சண்டை போட்டுத்தான் வெளியே வரவேண்டும். போர்மனின் குத்துக்கள் மளமளவென்று விழுந்தன. அவ்வளவையும் அலி மிச்சம் விடாமல் வாங்கிக்கொண்டார். அந்தக் குத்து மழையின்போது தன் உள்ளங்கால்கள் நடுங்கியதாக அலி பின்னால் ஒத்துக்கொண்டார். போர்மனின் கை ஓங்கியிருந்தது. சண்டையின்

போக்கு இப்படித்தான் இருக்கவேண்டும் என்று அவர் முன் கூட்டியே தீர்மானித்தவர்போலச் செயல்பட்டார்.

அலியின் பட்டாம்பூச்சி நடனம் கைவிடப்பட்டது. போர்மனின் குத்துகளை வாங்குவதுதான் அவர் தொழில் என்பது போல ஆகிவிட்டது. கயிற்று மூலைகளில் தானாகவே போய் ஒண்டிக்கொண்டார். அப்பொழுதுகூட அவர் கைகள் பலமான குத்துக்களை உற்பத்தி செய்த வண்ணமே இருந்தன. மண் சாக்கு போல போர்மனின் அவ்வளவு குத்துக்களையும் தாங்கிக் கொண்டார். ஆனால் அதே சமயம் அலி குத்துச்சண்டை சரித் திரத்தை ரகஸ்யமாகத் திருப்பி எழுதிக்கொண்டிருந்தார்.

எதிர்பார்த்தபடி போர்மனின் விசைக் குத்துக்களில் அலி விழவில்லை. சிலருக்கு சந்தேகம் பிடித்தது. ஒரு வேளை போர்மனை அலி தோற்கடித்துவிடுவாரோ என்று. இவ்வளவு குத்துக்களை வாங்கிய ஒருவர் இப்படி விழாமல் இருந்ததில்லை. ஐந்தாவது சுற்றில் போர்மன் அலியை வீழ்த்தப் பார்த்தார். முடியவில்லை. எங்கேயிருந்தோ அபரிமிதமான பலத்தை அள்ளுவதுபோல அலி சமாளித்துக்கொண்டு திருப்பித் தாக்கினார். சில நேரங்களில் அலி புல் நுனியில் தொற்றிய வெட்டுக்கிளிபோல இங்கும் அங்கும் ஆடினார். ஆனாலும் சோர்ந்து விடவில்லை. ஒரு நல்ல சமயத்துக் காக ஏங்கி இடைக்கிடை குத்திப் பார்த்தார். மனைவிகள் கேக் வெந்துவிட்டதா என்று அடிக்கடி தொட்டுப் பார்ப்பதுபோல, இவரும் அடிக்கடி போர்மனை மடக்கும் நேரம் வந்துவிட்டதா என்பதை உறுதி செய்வதுபோல குத்திப் பார்த்துக்கொண்டிருந்தார்.

ஒரு கொலைகாரனை எப்படிக் கொல்வது. இதுவே அலியின் பிரச்சினை.

இறுதியில் போர்மனின் குத்துகள் ஒரு ரோட்டுச் சண்டைக் காரனின் குத்துக்கள்போல அழகு இழக்கத் தொடங்கின. அலி இன்னும் தன்னை முற்றாக வீணாக்கவில்லை. அவருடைய நகர்வுகள் இன்னும் அழகு குலையாமல் இருந்தன. குத்துக்கள் அவர் இலக்கு வைத்த இடங்களில் போய்ச்சேர்ந்தன. போர்மன் தலையணைகளால் செய்த மலையில் ஏறுவதுபோல வேகம் குறைந்தார்.

ஒரு கற்பாதையில் முன்னங்கால்களைத் தூக்கி வைத்து குதிரையொன்று முன்னேறுவதுபோல போர்மன் முயற்சியாக நகர்ந்தார். ஒரு பூனைக்குட்டிபோல அலி அவர் கைகளில் பிடிபடா மல் தப்பி ஓடினார். 'எங்கே உன்னுடைய வீரம். எங்கே உன் புகழ் பெற்ற ஆள்கொல்லி குத்துக்கள். திருப்பி வீட்டுக்குக் கொண்டு போகாதே! காட்டு' என்று சீண்டினார் அலி. ஆனால் போர்மனின்

குத்துக்கள் அவர் மூச்சுக்காற்றிலும் பார்க்க குறைந்த வேகத்திலேயே வந்து விழுந்தன.

எட்டாவது சுற்று முடிவுக்கு வர இருபது செக்கண்டுகளே இருந்தன. உலகத்தின் மிக பிரதானமான இருபது செக்கண்டுகள். இருபது வருடங்களாகத் தான் படித்த பாடங்களை, தான் செய்த சமர்களை, தன் தோல்விகளை, தன் வெற்றிகளை எண்ணிப்பார்த்து, கயிற்றிலே தாக்குப்பட்ட நிலையில் கிடந்த அலி, இந்த இருபது செக்கண்டுகளையே ஒரு முடிவு தருவதற்காகத் தெரிவு செய்தார்.

இருக்கும் பலத்தையும் இல்லாத பலத்தையும் கடன் வாங்கி போர்மனை நோக்கி வலது குத்து, இடது குத்து என்று விட்டார். கயிற்றிலே துள்ளி வெளியே வந்து இன்னொரு வலது, இடது குத்து. போர்மன் நிலை குலைந்தபோது தாடையிலே ஒரு குத்து. முதல் தடவையாகக் கயிற்றைக் கடந்து வந்துவிட்டார் அலி. அவருடைய குத்துகள் மழைபோல விழுந்தன. போர்மனை எதிராளி அடித்துக் கொண்டிருந்தார். அதிசயமாக போர்மன் கயிற்றிலே மாட்டியிருந்தார். உலகத்தின் நடுத்தண்டு மாறிப்போனது. மிகப் பலமான ஒரு குண்டு வீச்சு, ஒரு கை முஷ்டியின் சரி அளவில் போர்மனில் வந்து இறங்கியது. அலியுடைய வாழ்க்கை முழுக்கச் சேமித்த அந்தக் குத்து, அவருடைய புகழைக் காப்பாற்றியது. ஆகாயத்தில் இருந்து குதிப்பவரைப்போல போர்மனின் கைகள் அகலமாக விரிந்தன. அவருடைய உடல் முழுதாக இரண்டு செக்கண்ட் எடுத்து அவர் கட்டுப்பாட்டை மீறி, பூமியின் இழுவையில் துண்டு துண்டாக மடிந்து, தரையைத் தொட்டது. அவர் தானாகத் தன் கால்களில் பிறகு எழவே இல்லை. சமர் முடிந்தது.

அலி இரண்டாவது தடவையாக உலக சாம்பியன் என்று பிரகடனப் படுத்தப்பட்டார்.

மேலே சொன்ன நிகழ்வுகள் எல்லாம் எனக்கு ஒரு கலை அனுபவத்தையே கொடுத்தன. ஓர் உண்மையான மனப்பக்குவம் கூடிய டென்னிஸ் வீரர்கள் மோதும்போது அங்கே நாங்கள் பார்ப்பது ஒரு விளையாட்டை அல்ல; கலையை. மாறாக மோசமான நடனக் கலைஞர் ஆடும்போது எங்களுக்குக் கிடைப்பது கலை அல்ல; மோசமான தேகாப்பியாசம்.

குதிரை ரேஸ் பற்றியோ, ஜப்பானிய போர்ப்பிரபுகள் பற்றியோ, குத்துச் சண்டை பற்றியோ எனக்கு என்ன தெரியும். ஆனால் அவை கலைத்தன்மையுடன் படைக்கப்பட்டிருந்தன. அந்த வரிகளில் இலக்கியம் இருந்தது. இலக்கியம் படைப்பதற்கு வரையறை கிடையாது. அது குதிரை ரேஸிலும் இருக்கும்; குத்துச் சண்டையிலும் இருக்கும்.

ஒருமுறைகூட நிலத்திலே விழவில்லை

கலிபோர்னியா மாநிலத்தின் ஆளுநர் பதவிக்கு சமீபத்தில் 134 பேர் போட்டியிட்டார்கள். வாக்குச் சீட்டுகளை ஏழு மொழிகளில் வெளியிட்டார்கள். ஒவ்வொரு வாக்குச் சீட்டும் ஒரு டெலிபோன் புத்தகம் அளவுக்குத் தொக்கையாக இருந்து வாக்காளர்களையும் வேட்பாளர்களையும் அதை அச்சடித்தவர் களையும் பயமுறுத்தியது.

ஆனால் ஒருவித பயமும் இல்லாத போட்டியாளர் ஒருவரும் இருந்தார். அவருடைய பேர் மேரி காரி. அமெரிக்காவின் பிரபலமான porn star, காமலீலை ராணி, நீலப்பட நட்சத்திரம், துகில் துறந்த தேவதை. இவரிடம் பத்திரிகையாளர்கள் 'உலக வெப்பம் அதிகரித்துக்கொண்டே போகிறது. அதற்கு உங்கள் தீர்வு என்ன?' என்று கேட்டார்கள். கண்வெட்டும் நேரம்கூட எடுக்காமல் அவர் 'ஆடை குறைப்புத்தான்' என்றாராம்.

கனடாவில் நாட்டியமணிகள் செய்ய வேண்டியதும் ஒன்றிருக் கிறது. நகைக் குறைப்பு. மேடையிலே அவர்கள் தோன்றும்போது நகைக்குவியலைச் சுமந்து வருகிறார்கள். தலையிலே, நெற்றியிலே, காதுகளிலே, மூக்கிலே, சடையிலே என்று ஏராளமான ஆபரணங் கள். இடையை இறுக்கிப் பிடிக்கும் அகலமான தங்க ஒட்டியாணம். விரலி என்றால் விரல்களால் அபிநயம் காட்டி ஆடுபவள் என்று அர்த்தம் சொல்கிறார்கள். இரு கைகளிலும் முழங்கை வரைக்கும் வளையல்களை அடுக்கியவர்களால் எப்படி கைகளைத் தூக்கி பாவம் காட்டமுடியும்.

அது இருக்கட்டும். இந்த நடனக் கலைஞர்களிடம் இன்னொரு பெரிய மாற்றம் சமீபத்தில் ஏற்பட்டிருக்கிறது. இவர்கள் நாட்டியமாடும்போது கழுத்திலே ஒரு இன்ச் அகலமான அட்டியல் போன்ற நகையைப் (choker) பூட்டுகிறார்கள். இதை அணிந்தவர் களால் குனியவே முடியாது. 'கைவழி நயனம்' என்று சொல்வார் கள், அதற்கு இடமே இல்லை. தரை பார்க்கும் தலை அசைவுகள் எல்லாம் கட். இந்த நாகரீகம் எப்பொழுது 'தலைதூக்கியது' என்றும்

தெரியவில்லை. நாட்டிய ஆசிரியைகளாவது இதைக் கொஞ்சம் கவனிக்கக்கூடாதா?

சில மாதங்களுக்கு முன்பு நியூயோர்க் நகரில் ஒரு நாட்டிய நிகழ்ச்சி நடந்தது. அதிலே ஒரு பெண் தில்லானா ஆடினார். வழக்கமான தில்லானா அடவுகளுடன் கொஞ்சம் கதக் சாயலும் கலந்திருந்தது. சாஸ்திரீயத்துக்கு எப்படியோ, பார்வைக்கு பரவசமும், மனதுக்குக் கலையனுபவமும் கிடைத்த நிகழ்ச்சி. கலை என்றால் என்ன? இன்பம் தருவதுதானே.

இந்த உற்சாகத்தில்தான் இலவசமாகக் கிடைத்த ஒரு டிக்கட்டில் நாட்டிய நிகழ்ச்சி ஒன்று பார்க்க ரொறொன்ரோ மண்ட பத்துக்குப் போனேன். முதலில் ஒரு குழு நடனம். அந்த ஆறு பெண்களும் உடையலங்காரத்திலும் நகையலங்காரத்திலும் மேக்கப் அலங்காரத்திலும் ஒருத்தரை ஒருத்தர் மிஞ்சினர். உண்மையில் அதுதான் நோக்கம் போலவும் இருந்தது.

ஆனால் மேடையில் அவர்கள் முன்பக்கம் தோன்றியபோது கலை பின்பக்கமாக ஓடிவிட்டது. பதைக்கும் வெய்யிலில் ஆறு பெண்கள் அவசர அவசரமாகச் சூரியன் மறைவதற்கிடையில், கைகளையும் கால்களையும் எப்படியும் உடம்பில் இருந்து பிரித்துவிடவேண்டும் என்பதுபோல வீசி ஆடினார்கள்.

இவருக்கு நடனத்தைப் பற்றி என்ன தெரியும் என்று சிலர் கேட்கிறார்கள். நியாயமான கேள்வி. ஆனால் ஓர் அறிஞர் சொன்னார் முட்டை பழுதாய்ப்போச்சு என்பதைக் கண்டுபிடிக்க கோழியிடம் கேட்கத்தேவையில்லை. அந்தக் கலை என்னிடம் வந்து சேர்ந்ததா என்பதை நான் சொல்லாமல் வேறு யார் சொல்வார்கள். ஒரு நல்ல கலையைத் தருவதற்குப் பாதி தூரம்தான் கலைஞர் வருவார், மீதி தூரத்தைப் பெறுபவர்தான் கடக்கவேண்டும். நான் மேடைவரைக்கும் போய்த் தொட்டுப் பார்த்துவிட்டேன், அப்பொழுதும் அந்தக் கலை எனக்குக் கிடைக்கவில்லையே.

ஒரு நிகழ்ச்சிக்கு எவ்வளவு பயிற்சி தேவைப்படுகிறது. நாட்டிய ஆசிரியையும் மாணவிகளும் கடுமையாக உழைக்கிறார்கள். அதைக்குறைகூறுவது கொடுமையானது. ஆனால் பொதுவான பார்வையாளன் என்ற முறையில் யாராவது சொன்னால்தானே பின்னால் அவர்களால் சரி செய்துகொள்ள முடியும்.

ஒரு பாடலுக்கு நாட்டியம் அமைக்கும்போது தாளத்தை மாத்திரம் மனத்தில் கொள்ளக்கூடாது. பாட்டின் பாவத்தையும் அது கொடுக்கும் மொத்த உணர்வையும் கவனிக்க வேண்டும்.

தாப உணர்வு மேலோங்கி நிற்கும் இசைக்குத் துரிதமான பாத அசைவுகள் எப்படிப் பொருந்தும்?

குழு நடனத்தில் முக்கியம் ஒருமைத்தன்மை. அதுதான் அழகு. ஒருவர் காலைத் தூக்கும்போது மற்றவர் கையைத் தூக்கினால் அதிலே எப்படி ஒற்றுமை இருக்கும். அவர்கள் தனித் தனியான நடனம் செய்திருக்கலாமே. குழு நடனம் என்னும்போது குழுவுக்கான அசைவுதான் முதலிடம் பெறவேண்டும்.

ஒலிம்பிக் விளையாட்டில் தேகப்பயிற்சிப் போட்டிகள் அற்புதமாக இருக்கும். ஒவ்வொரு அப்பியாசத்துக்கும் புள்ளிகள் இடுவார்கள். சிலர் கைத்தாங்கியில் உடலை நிமிர்த்திக் கீழே குதிக்கும்போது விழுந்துவிடுவார்கள். அவர்களுக்கு மதிப்பெண் ணில் வெட்டு விழும்.

பனிச்சறுக்கு நடனம் இன்னொன்று. ஆடுநர் மேலெழுந்து அந்தரத்தில் மூன்றுதரம் சுழன்று கீழிறங்கும்போது, பார்ப்பவர்கள் மூச்சைப் பிடித்துக்கொண்டு காத்திருப்பார்கள். சரிந்தால் அவ்வளவு நேரமும் சேகரித்த மதிப்பெண்ணும் சரிந்துவிடும்.

பரத நாட்டியத்தைப் பார்க்கும் ஒவ்வொரு கணமும் எனக்குப் பனிச்சறுக்கு நடனம் நினைவுக்கு வருகிறது.

'கிருஷ்ணா நீ வேகமாய் வாராய்' என்று ஒரு பதம், யமன் கல்யாணி ராகத்தில். முதல் அடியை எட்டு தரம் பாடுவார்கள். அந்த நடனப் பெண் ஒவ்வொரு அடிக்கும் ஒவ்வொரு பாவம் காட்டவேண்டும். சஞ்சாரி பாவம் என்று இதைச் சொல்வார்கள்.

உதை பந்தாட்டத்தில் ஒரு கோல் போட்ட காட்சியை டிவியில் திருப்பிக் காட்டும்போது அடித்தவன் பக்கத்தில் இருந்து ஒரு காட்சி கிடைக்கும்; பிறகு பார்வையாளர் கோணத்தில். இன்னொரு காட்சி கோல்கீப்பருக்குப் பின்னாலிருந்து. ஒரு கோல் பந்துக்கே இத்தனை விதமான தெரிவுகள். அப்படியிருக்கும்போது நாட்டியத்தில் எத்தனை காட்சிகள் கிடைக்கவேண்டும்.

இந்தப் பாடலுக்கும் அபிநயத்துக்கும் கிருஷ்ணர் வேகமாக வாரார். மெதுவாக நடந்துகூட வரமாட்டார். நடனப் பெண் ஒவ்வொரு வரிக்கும் அதே பாவத்தைதான் வெளியே விட்டாள். வெவ்வேறு பாவம் காட்ட வேண்டும் என்பதே அந்தப் பெண்ணுக்குத் தெரியவில்லை. ஒரு வரியில் கோபம், அடுத்ததில் துக்கம், இன்னொன்றில் விரக்தி இப்படி மாறிய பாவங்களைக் காட்டலாம். இந்தப் பெண் என்றால் தன் பாட்டுக்கு எட்டு வரிக்கும் விடாப்பிடியாக ஒரே பாவத்தை அள்ளி விட்டாள்.

கணக்குப்போட்டுப் பாருங்கள். எட்டு மடங்கு அவஸ்தைக்கல்லவா உள்ளாக வேண்டும்.

கூப்பிட்ட குரலுக்குக் கிருஷ்ணர் வராத தவிப்பைத் தறிக்கட்டைபோலத் திருப்பித் திருப்பி ஒரே மாதிரி காட்டுவதில் என்ன பிரயோசனம்? உலகமயமாக்கலில் நாங்கள் முதலில் இழப்பது எங்கள் உடல் மொழியைத்தான். தொன்றுதொட்ட உடல்மொழியை பரதநாட்டியம் மூலம்தான் நாங்கள் காப்பாற்ற லாம். அதுகூட இனிமேல் கடினம்போலத் தெரிகிறது.

எனக்கு இலவசமாக டிக்கட் கொடுத்தவர் இடைவேளையின் போது மரக்கறி கட்லட்டும், ஒரு கடுதாசிக் குவளையில் ஆறிப் போன கோப்பியும் வாங்கித் தந்தார். நிகழ்ச்சி நேரம் முழுக்க என்னை அடிக்கடித் திரும்பிப் பார்த்துப் புன்சிரிப்பு செய்தார். நானும் சிரித்தேன். பிறகு வெகுநேரமாக பிளான் பண்ணிய ஒரு கேள்வியைக் கேட்டார். ‘டான்ஸ் எப்படி?’ நான் ‘அருமை, பாருங்கள் ஒருமுறைகூட நிலத்திலே விழவில்லை’ என்றேன். அவரு டைய முகம் என்னவோபோல ஆகிவிட்டது. ஒரு பொய் அந்த முகத்திலே சிரிப்பை வரவழைத்திருக்கும். மிகச் சாதாரணமான விடயத்திற்குகூட நான் வீட்டிலே இருக்கும்போது டெலிபோன் பதிலி ‘நான் வீட்டிலில்லை. உங்கள் தகவலையும் நம்பரையும் விடுங்கள்’ என்று சொல்லியிருக்கிறது. இந்தக் கணம் நான் அதியோக்கியனாக மாறிவிட்டேன். இனிமேல் எனக்கு இலவச டிக்கட்டுகள் கிடைப்பதற்கான சாத்தியமே இல்லை.

அப்படி டிக்கட் தந்து யாராவது அழைத்தாலும் நான் போக மாட்டேன். இந்த முடிவைக் கடந்த இரண்டு நிமிடங்களில் எடுத் திருந்தேன். இலவச டிக்கட்டில் போனால் அதைத் தந்தவர் ஏதாவது கேட்பார். நீங்கள் உளறி வைப்பீர்கள். விபரீதத்தில் முடியும்.

மேடையில் நிகழ்ச்சித் தொகுப்பாளர் நாட்டிய தாரகையின் நடனத்தைக் கண்ணைப் பறிக்கும் வார்த்தைகளில் புகழ்ந்தார். அவளுக்கும் அவளுடைய சுற்றத்துக்கும் ஒரு வருட காலத்துக்கு சாப்பாடு போடும் பெறுமதி கொண்ட அட்டியல், அவள் உடம்பை யும் தலையையும் தொடுக்கும் அங்கத்தில் சுற்றிக்கொண்டு கிடந்தது. குனியமுடியாதபடி மேடையில் வந்து பூங்கொத்தைப் பெற்றுச் சென்றாள்.

நிகழ்ச்சி நிறைந்த பிறகு நாட்டியமாடிய இளம்பெண் சரிகை வைத்த கறுப்பு சால்வையால் போர்த்திக்கொண்டு ‘சலுங், சலுங்’ என்று நடந்து வந்தாள். அவளுக்குப் பின்னால் அவள் அம்மா நாலு பூங்கொத்துக்களைக் காவியபடி தொடர்ந்தார். நான் ‘தங்கச்சி’

என்றேன். அவள் உடனே நின்று பாராட்டுகளை ஏற்பதற்குத் தயாரானாள். தன்னிடம் இதைவிடப் பெரிய விஷயங்கள் இருக்கின்றன என்ற தோரணையில், உடல் பாரத்தை ஒரு காலில் மாற்றி, அசட்டையாக நின்றாள். 'நீர் முதல் வரியை எதற்காக திருப்பித் திருப்பி எட்டு தரம் ஆடினீர். டென்னிஸில் முதல் சேர்விஸ் தவற விட்டால் இரண்டாவது சேர்விஸ் இருப்பதுபோல பரதநாட்டியத்திலும் எட்டு சேர்விஸ் ரூல் ஏதேனும் இருக்கோ' என்றேன்.

அந்தப் பெண்ணுக்கு எள்ளல் என்பது புரிந்துவிட்டது. அவள் கண்கள் ஓரத்தைக் கூராக்கியதுபோலப் புத்தியையும் ஸபாரியல் சமையல் கத்திபோலக் கூராக்கி வைத்திருந்தாள். படீரென்று 'கிருஷ்ணருக்கு எவ்வளவு வேலையிருக்கு. நீங்கள் கூப்பிட்ட உடனே வருவாரோ? திருப்பித் திருப்பிக் கூப்பிட வேணும்தானே?' என்றாள்.

'அது சரி. எட்டாவது தரம் என்ன நடந்தது?'

'அவர் வந்துவிட்டார். அதுதான் அடுத்த லைனுக்கு போனேன்.'

'அப்படியா! அவர் வந்த பிறகும் உங்கள் முக பாவத்தில் ஒரு மாறுதலும் இல்லையே. ஏன்?' என்றேன்.

அவளுடைய மூக்கு ஓட்டைகள் காற்றை வேகமாக விட்டன. 'இது என்ன இழுவல் பிடிச்ச மனுசன்' என்று சொண்டுக்குள் முணுமுணுத்தது துல்லியமாகக் கேட்டது. அவள் அவ்வளவு நேரமும் வருந்தி அழைத்த கிருஷ்ணனே நேரில் வந்துவிட்டதுபோல வேகமாகத் திரும்பிப் போய்விட்டாள்.

நீ சேக்ஸ்பியரிலும் மோசமாக எழுதுகிறாய்

நான் இப்பொழுது கடைகளில் புத்தகம் வாங்குவதில்லை. ஏனென்றால் முதலில் வாங்கிய புத்தகங்களைப் படித்து முடிக்க வேண்டும். அப்படிப் படித்து முடித்தாலும் இருக்கும் புத்தகங்களை வைப்பதற்கே இடமில்லை. அவை அறைகளை நிறைத்து கூரையைத் தொட்டுவிட்டன. புது நூல்களை வாங்கி என்ன செய்வது? என் வீட்டில் புத்தகங்கள் இல்லாத ஒரே இடம் எரிகலன் அறைதான்.

இந்த நிலையில் என் வீதியில் இருக்கும் ஒரு வீட்டில் garage sale என்று அறிவித்திருந்தார்கள். நவராத்திரி கொலு போல தவறாமல் கோடை மாதங்களில் இந்த விற்பனை எங்கள் ரோட்டில் நடைபெறும். நான் அங்கே சென்று பார்த்தபோது அந்த வருடம் முழுக்க உழைத்த பல சாமான்கள் விற்பனைக்கு அடுக்கி வைக்கப் பட்டிருந்தன. கன்னம் உள்ளுக்குப் போன ஒரு பெண் அவற்றின் விற்பனையில் தீவிரமாக ஈடுபட்டிருந்தாள். ஆட்கள் வருவதும் போவதுமாகச் சாமான்கள் வேகமாக விலைபட்டன.

ஒரு பக்கத்தில் அந்த வீதியில் இருந்த சகலரும் தாங்கள் படித்து முடித்த புத்தகங்களைக் குவியலாக அடுக்கிவைத்து விற்றனர். பலர் வந்து அந்தப் புத்தகங்களைத் தூக்கிப் பார்த்து சோதித்தனர். அட்டைகளை ஆழமாக ஆராய்ந்தார்கள். சிலர் எச்சில் தொட்டு நாலு பக்கங்களைப் புரட்டிப் படித்துப் பார்த்தார் கள். பின்பு எச்சிலையும், புத்தகங்களையும் விட்டு விட்டுப் போனார் கள். அந்தப் புத்தகங்களில் என்ன பார்த்தார்கள், என்ன இருந்தால் வாங்கியிருப்பார்கள் என்ற விவரம் எனக்குத் தெரியவில்லை.

ஒருவர் 1980ஆம் ஆண்டு மொடல் கிறைஸ்லர் காரில் வேகமாக வந்து இறங்கினார். அங்கே இங்கே பார்க்காமல் புத்தகக் குவியலை நோக்கி நடந்து வந்தார். அப்படி வந்தவர் மேலே இருக்கும் புத்தகங்களைத் தள்ளி விட்டு தன் கைகளைப் பாம்புப் புற்றுக்குள் விடுவதுபோல உள்ளே நுழைத்து அகப்பட்ட புத்தகத்தை இழுத்து ஆராய்ந்தார். பின்பு அதை வைத்துவிட்டு வேறு புத்தகத்தை இழுத்து எடுத்தார். கடைசியில் ஒரு புத்தகத்தை நெடுநேரம் கையில் வைத்துக்கொண்டு யோசித்தார். அது சிவப்பு அட்டை போட்ட தடித்த புத்தகம். லியோ டோல்ஸ்டோய் எழுதி,

உலகப் புகழ் பெற்ற War and Peace என்ற நாவல். ரஷ்ய மொழியிலிருந்து ஆங்கிலத்தில் இரு எழுத்தாளர்களின் கூட்டுப் பணியில் உருவாகி, அறுபது வருடங்களுக்கு முன் நியூயோர்க் நகரில் பிரசுரிக்கப்பட்டது. தாள்கள் எல்லாம் பழுப்பாகிப்போய் மிகப் பழசாக இருந்தாலும் ஓர் ஒற்றைக் கழன்று விழாமலும், அட்டை கிழியாமலும் முழுசாக ரஸ்யாவின் பழைய மணத்தை வீசிக் கொண்டு கிடந்தது. அதன் விலை 25 சதம். கடுமையான ஆலோசனைகளுக்குப் பிறகு அந்தக் காசை பாக்கட்டில் இருந்து எடுத்துக் கொடுத்துப் புத்தகத்தை வாங்கிப் போனார்.

நான் இன்னும் சிறிது நேரம் அங்கே பரப்பியிருந்த சாமான்களைப் பார்வையிட்டேன். மேற்சொன்ன காரணங்களினால் எனக்குப் புத்தகங்கள் வாங்குவதில் ஆர்வமில்லை. மேசை விரிப்புகள், பீங்கான் கோப்பைகள், விளக்குகள், வைன் திறப்பான்கள் என்று பலதும் விலை போயின. ஒரு பெண் முடி உலர்த்தி ஒன்றை முடி உதிருமட்டும் பேரம் பேசி வாங்கிப்போனாள். இன்னொருவர் விநோதமான வாத்தியம் ஒன்றை வாங்கி அதை வாசித்தபடியே போனார். அவருடைய பிள்ளைகள் ஹாம்லின் ஊதுகுழல்காரனைத் தொடர்ந்த சிறுவர்கள்போல அவரைத் தொடர்ந்து நடனமாடிக்கொண்டே போனார்கள்.

அப்பொழுது அந்தப் பழைய கிறைஸ்லர் கார் மறுபடியும் வேகமாக வந்து நின்றது. அதே மனிதர் இறங்கி வந்தார். நான் நினைத்தேன் அவர் வேறு புத்தகங்களும் வாங்கப் போகிறார் என்று. அப்படியில்லை. அவர் வாங்கிய டோல்ஸ்டோயின் புத்தகத்தைத் திருப்பிக் கொடுக்க வந்திருந்தார். Woody Allen என்ற அமெரிக்க நடிகர் ‘போரும் அமைதியும்’ நாவலை ஐந்து மணி நேரத்தில் படித்து முடித்தாராம். ஒருவேளை இவர் அரை மணி நேரத்தில் படித்து முடித்து விட்டாரோ என்னவோ என்று எண்ணினேன். அல்லது ஐந்து குடும்பங்களும் 500 பாத்திரங்களும் கொண்ட இந்த நாவலை சமாளிக்க முடியாது என்று நினைத்தாரோ. ஏதோ பழுதான சாமானை அவருக்கு ஏமாற்றி விற்றுவிட்டார்கள் போன்ற தோரணையில் அதிகாரமாகவே முறையிட்டார். அந்தப் பெண் உண்மையில் ஆடிப்போனாள். அவர் புத்தகத்தைத் திருப்பிக் கொடுத்து விட்டு அதற்கான 25 சதக் காசைத் திரும்பப் பெற்றுக் கொண்டு போனார். அதிமேதையான டோல்ஸ்டோயின் புத்தகத்திற்கு ஏற்பட்ட கதியைக்கண்டு என் மனம் திடுக்கிட்டது.

டோல்ஸ்டோய் ரஷ்யாவின் முதல்தர எழுத்தாளர் மட்டுமல்ல, உலகத்தின் தலைசிறந்த படைப்பாளிகூட. கவிதைக்கு சேக்ஸ்பியர் என்றால் நாவலுக்கு டோல்ஸ்டோய். முதன்முதலாக நாவல் என்ற முறையான வடிவத்தை உலகத்துக்குத் தந்தவர் என்று

இவரைச் சொல்வார்கள்.

ஆனால் டோல்ஸ்டோய்க்கு சேக்ஸ்பியரைப் பிடிக்காது. சேக்ஸ்பியருடைய பாத்திரங்கள் செயற்கையான சம்பாஷணை செய்கிறார்கள் என்பார். சேக்ஸ்பியருடைய எழுத்தில் நம்பகத் தன்மை இல்லை என்பதும் அவருடைய குற்றச்சாட்டு. தன் முதுமைக் காலத்திலும் சேக்ஸ்பியரை இன்னொரு முறை திரும்ப முழுவதும் படித்து ஆராய்ந்து தன் மதிப்பீடு சரியானதுதான் என்பதை டோல்ஸ்டோய் உலகத்துக்கு உறுதிப்படுத்தினார்.

தென்னாபிரிக்கா பத்திரிகை ஒன்றில் டோல்ஸ்டோய் எழுதிய 'ஓர் இந்துவுக்குக் கடிதம்' என்ற கட்டுரை பிரசுரமானது. மகாத்மா காந்தி தன்னுடைய 39ஆவது வயதில் இதை மொழிபெயர்க்கிறார். இந்து தீவிரவாதிகளைத் தன் பக்கம் திருப்புவதுதான் காந்தியின் நோக்கம். டோல்ஸ்டோய்க்கும் காந்திக்கும் இடையில் நீண்ட கடிதப் பரிமாற்றம் ஆரம்பமாகிறது. இது டோல்ஸ்டோய் இறக்கும் வரை தொடரும். உண்மையான மதத்தின் போதனை அன்பு என்பது டோல்ஸ்டோயின் உபதேசம். மகாத்மா காந்தியின் அஹிம்சை இயக்கத்துக்கான வித்து அப்போது ஊன்றப்படுகிறது.

டோல்ஸ்டோய் காலத்தில் ரஷ்யாவில் இன்னொரு பிரபலமான படைப்பாளியும் இருந்தார். அவர் பெயர் அன்ரன் செக்கோவ். சிறுகதைகள், நாவல்கள், நாடகங்கள் என்று எழுதியவர். டோல்ஸ்டோய் இவருக்கு 32 வயது மூத்தவராக இருந்தபோதிலும் அவர்களுக்கிடையில் நல்ல நட்பு மலர்ந்தது. டோல்ஸ்டோய் முதுமை அடைந்தபோது அவருடைய மரணத்தை நினைத்து செக்கோவ் பயந்தார். 'டோல்ஸ்டோயின் மரணத்தை எண்ணி நான் அஞ்சுகிறேன். அவருடைய முடிவு என் வாழ்க்கையில் ஒரு வெற்று இடத்தை உண்டாக்கும். நான் என் வாழ்க்கையில் வேறு யாரையும் இவ்வளவு நேசிக்கவில்லை. டோல்ஸ்டோய் இருக்கும் வரையும் ஓர் இலக்கியக்காரனாக இருப்பது எனக்கு மகிழ்ச்சியைத் தரும்.' இப்படி செக்கோவ் கூறினார்.

வெகு விரைவில் டோல்ஸ்டோய் இறந்துவிடுவார் என்று செக்கோவ் அஞ்சினார். ஆனால் நடந்தது வேறு. தனது 44வது வயதில் செக்கோவ்தான் முதலில் இறந்துபோனார். அப்பொழுது டோல்ஸ்டோய்க்கு வயது 76. அவர் இன்னும் ஆறு வருட காலம் உயிர் வாழ்ந்து 82ஆவது வயதில் காலமானார்.

ஒருமுறை செக்கோவ் பல மைல் தூரம் பிரயாணம் செய்து டோல்ஸ்டோயைச் சந்திக்க வந்திருந்தார். டோல்ஸ்டோய்க்கு செக்கோவின் சிறுகதைகள் பிடிக்கும்; நாவல்கள் பிடிக்கும்; ஆனால் நாடகங்கள் பிடிக்காது. செக்கோவைப் பார்த்து டோல்ஸ்டோய்

'நீ சேக்ஸ்பியரிலும் மோசமாக எழுதுகிறாய்' என்றார். செக்கோவுக்கு மகிழ்ச்சி கரை புரண்டது. திரும்பும் வழி முழுக்க 'நான் சேக்ஸ்பியரிலும் மோசமாக எழுதுகிறேன்', 'நான் சேக்ஸ் பியரிலும் மோசமாக எழுதுகிறேன்' என்று ஆகாயத்தைப் பார்த்து கத்தினார். சவுக்கை எடுத்து குதிரைகளை அடித்தார். அவை பறந்தன. அப்படியும் அந்த வேகம் அவருக்குப் போத வில்லையாம்.

சோஃபியா என்ற பெண்ணை டோல்ஸ்டோய் தன் 34ஆவது வயதில் மணமுடிக்கிறார். அவளே அவருக்குச் செயலாளராகவும் பணியாற்றுகிறாள். மணமுடித்த அடுத்த வருடம் 'போரும் அமைதி யும்' என்ற நாவலை எழுதத் தொடங்குகிறார் டோல்ஸ்டோய். ஆறு வருடங்கள் தொடர்ந்து எழுதி அதை முடிக்கிறார். சிலப்பதிகாரம் சொன்னதையே டோல்ஸ்டோயும் தன் 1370 பக்க நாவலில் சொன்னார். ஊழ் வலுவானது. அதில் மனித யத்தனம் என்று ஒன்றில்லை. எது எழுதியிருக்கிறதோ அதுவே நடக்கும்.

நாவலின் பிரதானமான பாத்திரங்களான பியேருக்கும், நடாஷாவுக்கும் இடையில் முகிழ்க்கும் காதலைக் கடைசிவரை அவர்கள் ஒருவருக்கொருவர் முகத்துக்கு நேரே சொல்லவில்லை. நாவல் முடிவுக்கு வர ஒருசில பக்கங்கள் மட்டுமே இருக்கும்போது ஒரு முக்கியமான கட்டம் வரும். பனி உறைந்தது போன்ற முகத்துடன், விரக்தியான மனநிலையில் நடாஷா இருப்பாள். அப்போது, அவள் எதிர்பாராத இடத்தில், முற்றிலும் கைவிட்டுப் போன தருணத்தில், பியேர் தோன்றுகிறான்.

'துருப்பிடித்த கீல் கதவு மெல்லத் திறப்பதுபோல அவதான மான கண்கள் கொண்ட அந்த முகத்தில் ஒரு புன்னகை அரும்பி யது.' பல வருடங்களுக்குப் பிறகு பியேரைக் காணும்போது நடாஷா வின் முகத்தில் ஏற்படும் மாறுதலை இப்படி டோல்ஸ்டோய் வர்ணிக்கிறார். மனத்தில் நிற்கும் இடம்; மறக்கமுடியாத வசனம். அந்த கிறைஸ்லர் கார் மனிதருடைய 25 சதக் காசு இந்த ஒரு வசனத்துக்கே சரியாகப் போய்விடும்.

என்ன காரணமோ நாவலில் தவறவிட்ட சில விஷயங்களைச் சொல்வதற்காக டோல்ஸ்டோய் 'முடிவுரை ஒன்று' எழுதி நாவலில் சேர்க்கிறார். விடுபட்டுப்போன சமாச்சாரங்கள் எல்லாவற்றுக்கும் முடிவு வருகிறது. அப்படியிருந்தும் அவருக்குச் சமாதானம் இல்லை. எல்லா விஷயங்களுக்கும் தீர்வு கூறப்படவில்லை என்று எண்ணு கிறார். சொல்லப்போனால் குழப்பம் இன்னும் அதிகமாகிறது. 1370 பக்கங்கள் கொண்ட நாவலிலே வரும் கடைசி வசனம் பாதியி லேயே நிற்கிறது. வாழ்க்கையின் முடிவின்மையை அது காட்டுவதாக இருக்கலாம். அல்லது எவ்வளவு பக்கங்கள் எழுதிக் குவித்தாலும்

ஒரு கதாசிரியனால் முடிவைத்தொட முடியாது என்று உணர்த்துவதாகவும் இருக்கலாம்.

'முடிவுரை இரண்டு' எழுதுகிறார். அப்படியும் அவருக்கு திருப்தி ஏற்படவில்லை. 'நாவல் பற்றி சில வார்த்தைகள்' என்று குறிப்பு எழுதுகிறார். நாவல் என்ன சொல்லியது, என்ன சொல்லவில்லை, எப்படி அதைப் புரிந்துகொள்ளவேண்டும் என்று ஒரு விளக்கமான உரை. இப்படி அவரால் அந்த நாவலை உதறிவிட முடியவில்லை. விட்டுவிட்டு இருக்கவும் இயலவில்லை.

டோல்ஸ்டோய் தம்பதியினருக்கு 13 பிள்ளைகள். இறுதி நாட்களில் சோஃபியாவுக்கும் டோல்ஸ்டோய்க்கும் இடையில் மனக்கசப்பு உருவாகிறது. தன்னுடைய செல்வங்களை எல்லாம் டோல்ஸ்டோய் பிரித்துக் கொடுத்துவிட்டுத் துறவியாகி, ஊர் ஊராகப் போய் உபதேசம் செய்கிறார். ரஸ்ய கிறிஸ்தவ மதபீடம் அவரைத் தள்ளி வைக்கிறது. நெப்போலியனால் கடைசிவரை பிடிக்க முடியாத தூர எல்லைகள் கொண்ட ரஸ்யாவின் கவனிக்கப் படாத கிராமங்களுக்கு எல்லாம் ஒரு வெறியோடு பயணிக்கிறார். இறுதியில் தன் 82 ஆவது பிராயத்தில் பெயர் தெரியாத ஒரு மூலை ரயில் நிறுத்தத்தில் உயிரை விடுகிறார்.

ஓர் ஒப்பற்ற ரஸ்ய ஞானியின் 'போரும் அமைதியும்' நாவல் இருபத்தைந்து காசுக்குகூடப் பெறுமதி இல்லையென்று அந்த கிறைஸ்லர் மனிதர் திருப்பிக் கொடுத்துவிட்டுப் போய்விட்டார். சிவப்பு மட்டையைக் காற்று தள்ள, உள்ளே தெரிந்த நெப்போலியன் ஆக்கிரமித்த ரஸ்யாவின் வரைபடம் வடக்குப் பார்த்தபடி கிடக்கிறது. மேல் ஒற்றை அடித்து அடித்து படத்தை மூடி, பின் திறக்கிறது.

இதை என்னால் பொறுக்க முடியவில்லை. 25 காசு கொடுத்து அந்தப் புத்தகத்தை நானே வாங்கினேன். அது என் வீட்டில் தண்ணீர்ச் சுடுகலனுக்கும் எரிகலனுக்கும் இடையே உள்ள ஒடுக்கமான இடத்தை அடைத்துக்கொண்டு கிடக்கும். நான் என் மீதி வாழ்நாளில் அதைப் படிப்பேன் என்று உத்திரவாதம் சொல்ல முடியாது. 25 காசு அவமானம் ஏற்படாமல் டோல்ஸ்டோயைக் காப்பாற்றுவதுதான் என் நோக்கம். உலகமேதைக்கு இந்தச் சிறு உதவிகூடச் செய்யாவிட்டால் எப்படி?

வெள்ளிமலைப் பயணம்

அப்போது நாங்கள் கென்யாவில் பலவருடங்கள் வாழ்ந்துவிட்டோம். இருந்தும் புகழ் பெற்ற கென்யா மலையை நாங்கள் பார்க்கவில்லை. கென்யாவிற்கு வருபவர்கள் எல்லாம் இதைப் பார்ப்பார்கள். பார்த்துவிட்டு அதன் அழகை வர்ணிப்பார்கள்; பொறாமை யூட்டுவார்கள். இது தாங்க முடியாமல் போகும்.

இறுதியில் ஒருநாள் நாங்களும் இந்த மலையைப் பார்த்து விடுவது என்று தீர்மானித்தோம். அப்படிச் செய்ததற்கு மூன்று காரணங்கள் இருந்தன.

1) இதன் அழகை நாங்களாகவே தீர்மானிப்பது.

2) இந்த மலை பூமத்திய ரேகையில் வசித்தது. பூமியின் நடுவைக் கிழித்துக்கொண்டு போகும் இந்தக் கோட்டில் எனக்கு ஒரு மோகம் இருந்தது. சிறுவயதில் வகுப்பு ஆசிரியர் இது பற்றிப் போதித்தபோது அந்த ரேகையில் நின்றால் நிழல் வராது என்று சொன்னது ஞாபகத்திற்கு வந்தது.

3) இந்தப் பிரதேசத்தில் பலவிதமான அபூர்வ மிருகங்களும் பறவைகளும் இருந்தன. ஒரு நல்ல வழிகாட்டி இருந்தால் அவற்றையும் பார்த்துவிடலாம்.

ஆறுதல் பரிசு (consolation prize) என்று ஒன்று உண்டு. அதைவிட மோசமான பரிசு இந்த உலகத்திலேயே கிடையாது. தோற்றவரை ஆற்றுவதற்காகத் தரும் இந்தப் பரிசு உண்மையிலேயே தோல்வியை நினைவுபடுத்துவதற்காகக் கொடுக்கப்படுவது. இந்தப் பரிசு பெற்றவரை யாரும் ஞாபகம் வைத்துக்கொள்வதில்லை.

ஆப்பிரிக்காவின் மலைகளில் மிகவும் உயர்ந்தது கிளிமஞ்சரோ, 19340 அடி; ஆறுதல் பரிசு கென்யா மலைக்குப் போகும். இதன் உயரம் 17058 அடி. இந்த மலையை கிகியு மொழியில் கிரின்யாகா என்பார்கள், அதாவது வெள்ளிமலை. இந்த மலையைப் பார்த்து ஆறுதல் சொல்வதற்காகத்தான் நானும் என் மனைவியும் ஒருநாள் அதிகாலையில் சுற்றுலா கம்பனி ஒழுங்குபடுத்திய கார் வழிகாட்டியுடன் புறப்பட்டோம்.

போகும் வழியெல்லாம் பஓபப் மரங்கள் இருபக்கமும் நிறைந்திருந்தன. இந்த மரங்கள் ஆப்பிரிக்காவில் பிரசித்தி பெற்றவை. இவற்றைப் பார்த்த வெளிநாட்டவர்கள் இவை பற்றி எழுதாமல் விடுவதில்லை. இது அடி பெருத்து, நுனி சிறுத்து வட்டமாக, குடைபோல இலை பரப்பி நிற்கும். பெரிய ஒரு மரத்தின் விட்டம் கிட்டத்தட்ட ஆறு மீட்டர் அகலமாக இருக்கும். ஐயாயிரம் வருடங்கள் வரை இது வாழும் என்று சொல்வார்கள். இதன் கீழ் நிற்கும்போது ஒருவரும் நிற்பவர் மீது வசை பாடக் கூடாது என்பது ஐதீகம். வேட்டையாடும் ஆப்பிரிக்க பழங்குடியினருக்கு இது மிகவும் அத்தியாவசியமானது. இது தன் அடிப் பாகத்தில் தண்ணீரைச் சேமித்து வைப்பதால் நடுக்கோடை காலத்திலும்கூட வேட்டைக்காரர்கள் இந்த மரத்தின் தண்ணீரைக் குடித்துதான் தாகசாந்தி செய்துகொள்வார்கள்.

எந்நேரமும் சிவப்பு உடை உடுத்திய மஸாய் இனம் வாழும் கிராமங்கள் இந்த வழியில்தான் இருந்தன. இங்கே இவர்களுடைய பிரசித்தமான மஸாய் நடனத்தைப் பார்த்தோம். மாடு மேய்ப்பது தான் இவர்கள் தொழில். ஆகவே, மாட்டின் பாலையும் இரத்தத் தையும் மட்டுமே உண்டு வாழும் இவர்கள் மெலிந்து, நெடுத்து இருப்பார்கள். பெண்களும் அப்படியே. அவர்கள் உடம்பில் சதைப்பற்று என்ற சமாச்சாரம் கிடையாது.

ஆண்கள் கையிலே ஈட்டியை நேராகப் பிடித்து நின்ற இடத்தில் நின்றபடியே ஒரு மூன்றடி உயரம்வரை துள்ளுவார்கள். உடம்பில், கைகளில், கால்களில் ஒரு வளைவோ, மடிப்போ இல்லை. பெண்களும் அதே மாதிரி துள்ளுவார்கள். ஆனால், ஒரு சிறு வித்தியாசம். நீண்டு விரிந்த தலை மயிரை அவர்கள் சிறிது சாய்த்து கீழே விழும்போது ஆண்களை நோக்கி விசிறி அடிப்பார் கள். அது (மஞ்சள் தண்ணீர் ஊற்றுவது போல) ஒரு காதல் சமிக்ஞைதான்.

இவர்களிடம் ஒரு செடி உண்டு. இதன் இலைகள் வாசமானவை. திருமண நாளில் இந்த இலைகளை மணமகன் தன் இரண்டு அக்குள்களிலும் வைத்துக்கொண்டு பெண்ணை அணுகுவானாம். மண் பூசிக் குளிக்கும் உடம்பில் வீசும் இயற்கை மணத்தைப் போக்கி நறுமணம் பரப்பும் உத்தேசம்தான். இரண்டு கைகளையும் உடம்போடு ஒட்டி வைத்த படி திருமண நாள் அன்று இந்த ஆண் என்ன பெரிசாகச் சாதிப்பானோ, தெரியாது.

பல மணி நேரங்கள் பயணித்தபின் ஓர் இடத்தில் பூமத்திய ரேகையை நாங்கள் கடப்பதாக அறிவிப்புப் பலகை சொன்னது. நடு உச்சியில், பூமத்திய ரேகையின் மேல் சில விநாடிகளாவது

நிற்க வேண்டும் என்பது என் சிறுவயது ஆசை. சரியாகப் பன்னிரண்டு மணிக்குச் சூரியன் உச்சிக்கு வந்தது. நிழல்கள் மறைந்தன. நிமிர்ந்து பார்த்தால் சூரியன் மிக அருகில் வந்துவிட்டது போல ஒரு பிரமை. எங்கள் நிழல்களுக்குமேல் நாங்கள் நின்றோம். மறக்க முடியாத தருணம்.

இதுதான் பூமத்திய ரேகை என்பதை எங்களுக்கு ஒரு சிறுவன் நிரூபித்துக் காட்டினான். கோட்டுக்கு வடக்கிலே சில அடி தூரம் சென்ற பின் ஒரு சிறு ஓட்டை உள்ள பாத்திரத்தில் தண்ணீரை ஊற்றினான்; அது இடது பக்கம் சுழித்துக்கொண்டு ஓடியது; அதே தண்ணீர் தென்பாதியில் வலது பக்கம் சுழித்துக்கொண்டு ஓடியது. கோட்டின் மேலே மாத்திரம் தண்ணீர் சுழிக்காமல் நின்றது.

நாங்கள் இதை வியந்து பார்த்துக்கொண்டிருந்தபோது அந்தப் பெருஞ்சாலையில் பல கார்கள் அதி வேகத்தில் ஓடின. ஒரு மிக அற்புதமான கோட்டை அந்தக் கணம் அவர்கள் தாண்டிக் கொண்டிருந்தார்கள். இது அவர்களுக்குத் தெரியவில்லையோ, அல்லது தெரிந்தும் உதாசீனப் படுத்தினார்களோ தெரியவில்லை.

மதிப்பிற்குரிய எழுத்தாளர் கி. ராஜநாராயணன் அவர்களுடைய வீட்டுக்கு ஒருமுறை சென்றிருந்தேன். திடீரென்று போயிருந்தாலும் அவர் மிகவும் நட்போடும் பரிவோடும் உபசரித்தார். அவரிடம் சிதம்பரம் போகும் வழி பற்றி விசாரித்தேன். அது மிகவும் சமீபமாகத்தான் இருந்தது. அவர் வழி சொல்லிவிட்டு, தான் அந்தக் கோயிலுக்கு ஒரு நாளும் போனதில்லை என்றார். எத்தனையோ ஆயிரம் மைல்கள் பிரயாணம் செய்து நான் அந்தக் கோயிலை தரிசனம் செய்யப் போயிருந்தேன். அவர் மிகவும் கிட்டிய தூரத்தில் இருந்தும் அதைப் பார்க்கவில்லை என்று சொன்னது எனக்கு பெரும் வியப்பைக் கொடுத்தது.

அப்படியான ஓர் ஆச்சரியம்தான் எனக்கு இப்போது ஏற்பட்டது.

பூமத்திய ரேகையை அதன்பாட்டுக்கு விட்டுவிட்டு மவுண்ட் கென்யா சஃபாரி விடுதிக்கு வந்து சேர்ந்தோம். அது மிகவும் பெரிதான ஒரு கட்டடத்தில் இருந்தது. ஒரு தொங்கலில் இருந்து மறு தொங்கலுக்குப் போவதற்கு கார் தேவைப்பட்டது. அவ்வளவு தூரம். மூட்டை முடிச்சுகளுடன் வரவேற்பறைக்கு இருபது படிகள் ஏறியபோது மூச்சு வாங்கியது. வரவேற்பு பெண் எங்களைக் கண்டதும் ஒரு சிரிப்பை வெளியே விட்டாள். எங்களுக்காக ஓர் அறையை ஒதுக்கியிருப்பதாகச் சொன்னாள். அது வெகு தூரத்தில் இருந்தது. ஓர் ஆசிரமத்துக்கு ஏற்ற இடம்; அமைதியான சூழ்நிலை; சுற்றிவர சிக்கமோர் மரங்கள். ஆனாலும் எதற்காக அவ்வளவு

தூரம் வந்திருந்தோமோ அது நிறைவேறவில்லை. சாளரத்தில் இருந்து பார்த்தபோது மலை தெரியவில்லை.

மறுபடியும் வரவேற்பாளினி. மறுபடியும் சிரிப்பு. 'நாங்கள் பல மணி நேரங்கள் பயணம் செய்து வந்தது இந்த சிக்கமோர் மரங்களைப் பார்ப்பதற்கு அல்ல. இவை என் வீட்டு வளவிலேயே நிறைய இருக்கின்றன. நான் மலையைப் பார்க்கவேண்டும். தூங்கும் போதும் பார்க்க வேண்டும்' என்றேன். அந்தப் பெண் தன்னுடைய கணிப்பொறியை இன்னுமொரு முறை தட்டிப் பார்த்தாள். பிறகு 'இப்பொழுது ஒரு அறையும் காலியாக இல்லையே' என்றாள் ஏமாற்றமாக. இன்னொரு புன்னகை.

'பெண்ணே! உன் புன்னகை அழகாக இருக்கிறது. நாங்கள் கேட்கும் அறை கிடைத்தால் இன்னும் அழகாக இருக்கும்' என்றேன்.

எங்களுக்கு ஒதுக்கிய அறையை நிராகரித்துவிட்டு அப்படி அவள் முன்பு உட்கார்ந்தோம். ஒருவிதத்தில் சத்தியாக்கிரகம்தான். எங்கள் விவகாரம் நீண்டுகொண்டே போனது. அவளுடைய புன்னகையும் தீர்ந்து விட்டது. அந்த நேரம் பார்த்து மனேஜர் வந்து விசாரித்தார். அவரிடம் நான் 'பெரிசாக ஒன்றும் இல்லை. என்னுடைய அறையைத் தள்ளி வைக்கவேண்டும், அல்லது கொஞ்சம் மலையைத் தள்ளி வைக்க வேண்டும்' என்றேன். அவர் சிரிக்கவில்லை. அரை மணியில் எங்களுக்கு வேறு ஓர் அறை கிடைத்தது.

சாளரத்தின் வழியாகப் பார்த்தபோது மலை தகதகவென்று பிரகாசித்தது. அதன் சிகரங்கள் விரித்த விரல்களைப் போலக் குத்திக்கொண்டு நின்று பிரமிக்க வைத்தன. கருமுகில்களை எல்லாம் துரத்தி அடித்துவிட்டு வெண்முகில்கள் மலையோடு உரசின. பசும் புல் தரையும் உயரமான மரங்களும் முகில்களும் சூரியனுடன் கூட்டுச் சேர்ந்து கொண்டு நாலு திசையும் வனப்பு களை அள்ளி வீசின.

மலை ஏற்றக்குழுவினர் கூட்டம் கூட்டமாகப் போய்வந்தனர். மலை ஏறக் கற்றுக் கொடுக்கப் பயிற்சிக் கூடங்கள் இருந்தன. ஒரு குழு போய் வர நாலு நாட்கள் வரை எடுக்கும். மலை ஏற்றத்தில் பயிற்சி பெற்றவர்கள் இரண்டு நாட்களிலும் போய் வந்து விடுவார்களாம். இருபது படி ஏறுவதற்கே எங்களுக்கு மூச்சு வாங்கியதில் மலைப் பயிற்சியை வேறு ஆர்வமானவர்களுக்கு விட்டுவிடுவது என்று தீர்மானித்தோம்.

வழிகாட்டி அந்த நாரைகளைப் பற்றியே பேசினான். அவன் விருப்பத்திற்கிணங்க அங்கே ஏராளமாக இருக்கும் marabu stork

என்று சொல்லப்படும் ஒருவித நாரைகளைப் பார்ப்பது என்று முடிவு செய்தோம். இந்த நாரைகள் நீண்ட கால், நீண்ட அலகு, கட்டைக் கழுத்து இவற்றுடன் மிகவும் சோர்ந்துபோய்ச் சோகமாக நிற்கும். இதில் ஆண் நாரைகளுக்குக் கழுத்திலே இரண்டு அடி நீளமான ஒரு பை தொங்கும். இவை பெண்களைக் கவர இந்தப் பைகளைக் காற்றினாலே ஊதி ஊதி உப்பவைத்து மயக்கப் பார்க்கும். எங்களுக்கு சமீபத்தில் நின்ற இந்த நாரை அந்த வேலையில் மும்முரமாக ஈடுபட்டது. அது வசீகரிக்க முயன்ற அதிரூபசுந்தரி ஆழ்ந்த நித்திரையில் இருந்தது. அங்கேயும் இதே கதைதான்.

மிகப் பெரிய புராதனமான ஆமையொன்று ஒரு முழு வெள்ளைக்காரரைச் சுமந்துகொண்டு திரிந்தது. அதனுடைய நாலு கால்களும் வெளியே வர, தலை அண்ணாந்து உராய, வெள்ளைக் கிழவர் நாலு அடி உயரத்தில் மிதந்து வந்தார். ஒரு வழிகாட்டி பப்பாளிப் பழத்துண்டை நீட்ட அது அதை அடைவதற்கு இன்னும் வேகமாக நடந்தது. அதற்கு 130 வயது என்று சொன்னார்கள். இவ்வளவு வயதாகியும் அதற்குப் புத்தி வரவில்லையே என்று எங்களுக்குத் தோன்றியது.

விலங்குகளில் hyena விடம் (கழுதைப்புலி) மாத்திரம் ஆணாதிக்கம் இல்லை என்று சொல்வார்கள். பறவைகளில் என்றால் சம உரிமை தருவது தீக்கோழிதான். தீக்கோழி முட்டை பனங்காய் அளவு இருக்கும். இந்த முட்டையைப் பெண் பகல் நேரத்திலும் ஆண் இரவிலுமாக முறைவைத்து அடைகாக்கும். நாங்கள் போனபோது பெண் தீக்கோழி அடைகாக்க ஆண் வெளியே நின்றது, காவலுக்கு. இது கோபம் வந்தால் கால்களைப் பின்னால் அடிக்காது; உதை பந்தாட்டக்காரர் போல முன்னால் தான் உதைக்குமாம். இதன் பின் தரிசனத்தோடு திருப்தி அடைந்து நாங்கள் திரும்பினோம்.

காண்டாமிருகத்தில் கறுப்பு, வெள்ளை என்று இரண்டு வகை. ஆனால் இரண்டுமே பார்ப்பதற்குக் கறுப்பாகத் தெரியும். வெள்ளைக்கு வாய் அகலமாக இருக்கும்; புல்லைச் சாப்பிடும். கறுப்புக்கு வாய் குவிந்து இருக்குமாதலால் இலை தழைகளைச் சாப்பிடும். அபாயமான காலங்களில் வெள்ளையின் குட்டி முன்னே ஓட, தாய் பின்னே வரும். ஆனால், கறுப்பின் குட்டி தாய்க்குப் பின்னே ஓடும். இரண்டு தாய்களுமே குட்டிகளை, கவன மாகப் பாதுகாத்தன. ஆனால் இந்த வித்தியாசம் ஏன் என்பது வழிகாட்டிக்குத் தெரியவில்லை.

குரங்குகளின் பிரசவ விடுதியை நாங்கள் பார்க்கவேண்டும்

என்பதில் வழிகாட்டி மிகவும் முனைப்பாக இருந்தான். அபூர்வ மான இந்த குரங்குகளின் எண்ணிக்கையைப் பாதுகாப்பதற்காக அரசாங்கம் நடத்தும் விடுதி இது. இங்கே ஐம்பது, அறுபது கொலபஸ் குரங்குகள் குட்டிப் பேற்றுக்காக காத்திருந்தன. கறுப்பும் வெள்ளையுமான உடம்பு. செம்மறியாட்டுக்கு இருப்பதுபோல குஞ்சமாகத் தொங்கும் கம்பளி மயிர். கிகீயு மொழியில் ஏதோ சொன்னதும் ஒரு குரங்கு குத்துக்கரணம் அடித்தது. தகரத்தைத் தட்டியதும் இன்னொரு குரங்கு 'ஊ,ஊ' என்று கத்தியது. ஆனால் ஒரு வாழைப்பழத்தைக் காட்டியதும் எல்லாக் குரங்குகளும் இரந்தபடி கை நீட்டி நின்றன. நிறைமாதமான ஒரு கர்ப்பிணிக் குரங்கு கால்களை நீட்டி, கைகளைப் பின்னே முண்டு கொடுத்து இருந்தபடி பலத்த சத்தமாகப் புலம்பியது. பிரசவ வார்டில் கணவன் பக்கத்திலே நிற்காமல் போய்விடுவானோ என்ற பயம் அதற்கு.

Hunt என்ற ஆங்கிலேயன் ஒரு காரியம் செய்தான். பாரம் தூக்கி உழைப்பதற்குக் கடுமையான உடல் கொண்ட ஒரு மிருகம் அவனுக்குத் தேவைப்பட்டது. அப்படி குதிரைக்கும், வரிக்குதிரைக் கும் பிறந்ததுதான் இந்த zebroid; சில வரிகளையும் இழந்து, முகவரியையும் தொலைத்துப் பரிதாபமாக நின்றது இந்த விலங்கு. பெண் zebroid பக்கத்திலேதான், இருந்தாலும் சந்ததி பெருக்க முடியாது. இதுதான் கடைசி. இந்த கொடூரத்தைப் பற்றி ஒரு வரி எழுதிவிடுங்கள் என்பதுபோல அவை பார்த்தன.

விடுதி அறைக்குத் திரும்பி வந்தபோது கணப்பு அடுப்பை ஏற்கனவே சிப்பந்திகள் மூட்டி வைத்திருந்தார்கள். கதகதப்பாக நித்திரை வந்தது. தூரத்திலே மறையப்போகும் சூரியனுடைய கடைசிக் கிரணங்கள் தாக்கி வெள்ளிமலை ஜொலித்தது. பூமத்திய ரேகை கிழக்கு, மேற்காக ஓடியது. எங்களுக்கு ஒதுக்கப்பட்ட அறையின் கட்டில்களோ தெற்கு, வடக்காக இருந்தன. யார் கண்டது நான் இரவு சயனிக்கும்போது என்னுடைய தலை தென் பாதியிலும், கால் வட பாதியிலும் இருக்கக்கூடும். இந்த சிந்தனை களுடன் கண் மூடினேன்.

அதிகாலையிலேயே எழும்பிவிட்டோம். மலைச் சிகரத்தில் சூரிய ஒளி பல திசைகளிலும் இருந்து அடித்தபடியால் சூரியன் எங்கே இருக்கிறான் என்பது தெரியவில்லை. ஓர் இரவுதான் அங்குத் தங்கியிருந்தாலும் அந்த இடம் எங்களுக்கு சொந்தமாகிவிட்டது போன்ற உணர்வு ஏற்பட்டது. வீடு திரும்புவதற்கு மனம் வரவில்லை. இதமான குளிர், சிக்கமோர் மரங்களின் வாசனை, இவை எல்லாவற்றையும் விட்டுவிட்டுப் புறப்பட்டோம்.

நாங்கள் வெளிக்கிட்டபோது மலை எங்களைப் பார்க்கச்

சம்மதிக்கவில்லை. சாம்பல் மேகங்கள் அதைச் சூழ்ந்துவிட்டன. அப்படியும் சிகரத்தில் பட்ட கிரணங்கள் பளிச்சுப்பளிச்சென்று அடித்தன.

திரும்பும் வழியில் முதல் நாள் பார்த்த ஆமை குறுக்கிட்டது. உலோகத்தை உருக்கியமாதிரி பொன்னிறமான தலை மயிர் கொண்ட ஒரு சிறுவன் இப்போது அதில் சவாரி செய்தான். ஆமை அவனுடைய சிறிய பாரத்தில் மகிழ்ந்துபோய் வேகமாக ஓடியது. வேறு ஒரு வழிகாட்டி அந்த ஆமைக்குப் பின்னால் ஓடினான். அதற்குப் போன வாரத்தோடு 150 வயது முடிந்துவிட்டது என்று பிரசவம் பார்த்தபோது பக்கத்திலே நின்றதுபோல அந்த வழிகாட்டி எங்களிடம் கூறினான். ஓர் இரவிற்கிடையில் 20 வருடம் வயதாகிப்போன ஆமையைப் பார்த்து வியந்த வண்ணம் நாங்கள் வீட்டை நோக்கித் திரும்பினோம்.

பாகிஸ்தான் உளவுத்துறையும் நானும்

இஸ்லமாபாத்தை என்னால் மறக்க முடியாது. பணி நிமித்தமாக பாகிஸ்தானின் தலைநகரத்துக்கு என்னை மாற்றியிருந் தார்கள். காலடி வைத்து பதினைந்து நிமிடங்களுக்குள்ளாக நான் ஏமாற்றப்பட்டேன்.

விமான நிலையத்தில் இருந்து வெளியே வந்ததும் பல டாக்ஸி டிரைவர்கள் என்னைச் சூழ்ந்து கொண்டார்கள். தாடி வைத்து, தொள தொளவென்று நீண்ட மேலங்கி அணிந்த உயரமான பட்டான் சாரதி ஒருத்தர் என்னை வெற்றிகொண்டார். அவருடைய வண்டியிலே ஏறியதும் எந்த ஹொட்டல் என்று கேட்டார். நான் பயண முகவர் குறித்து தந்த 'பேர்ல் கொன்ரினென்ரல்' என்ற பேரைச் சொன்னேன். அவர் ரேடியோவில் ஓர் உருதுப் பாடலை உரக்க வைத்தபடி புறப்பட்டார்.

எந்த நாட்டுக்குப் போனாலும் முதன்முதல் ஏதாவது ஓர் அதிர்ச்சி கிடைப்பது வழக்கம். இங்கே நான் பார்த்த முதல் அதிர்ச்சி மூன்று சக்கர ஓட்டோக்களில் ஓடியது. அவற்றின் உருவத்தில் அல்ல; வேகத்திலும் அல்ல. காட்சியில். எனக்கு எதிரிலே வந்த ஓட்டோக்களிலும் என்னைத் தாண்டிப்போன ஓட்டோக்களிலும் பின் படுதாவில் நடிகை ஸ்ரீதேவியின் சிரித்த முகப் படம் பெரிதாகத் தொங்கியது. 'அட, எனக்கு முன்பாகவே ஸ்ரீதேவி இங்கே வந்து எல்லா ஓட்டோக்களையும் வளைத்து வாங்கிப் போட்டுவிட்டாரோ' என்றுதான் என்னை எண்ண வைத்தது. ஆக, பாகிஸ்தானில் வந்து இறங்கிய சில நிமிடங்களி லேயே எனக்கு பரிச்சயமான இந்த முகம் ரோடுகள் எல்லா வற்றையும் ஆக்கிரமித்திருப்பதைப் பார்த்து சிறிது சந்தோசம் ஏற்படவே செய்தது.

என் சந்தோசம் சாரதிக்குத் தெரிந்துவிட்டது. திடீரென்று 'எந்த பேர்ல் கொன்ரினென்ரல்?' என்றார். இந்தக் கேள்வியைப் பாதி தூரம் வந்து விட்ட பிறகுதான் கேட்டார். நான் ராவல்பிண்டி என்று சொன்னேன். அவர் எரிச்சலுடன் 'நாங்கள் இஸ்லாமபாத்துக்கு வந்துவிட்டோம். இதை முதலிலேயே சொல்லியிருக்க லாம்' என்றபடி வண்டியைத் திருப்பினார். பயண முடிவில் நான்

இரண்டு மடங்கு கட்டணம் அழவேண்டி வந்தது.

பிறகு விசாரித்து இரண்டு ஹொட்டல்கள் இல்லை என்பதைக் கண்டுபிடித்தேன். நான் சுலபமாக ஏமாறக்கூடிய ஆள் என்பதை அந்தச் சாரதி எப்படியோ அறிந்து வைத்திருந்தார். சிரித்தபடியே ஸ்ரீதேவி இவ்வளவு பெரிய துரோகம் செய்வார் என்பதை நானும் எதிர்பார்க்கவில்லை.

புராணங்களில் சொல்லப்பட்ட எட்டு நாகங்களில் ஒன்று தட்சகன். இந்த நாக அரசனின் வழித்தோன்றல்கள் ஸ்தாபித்த நகரம்தான் 'தட்சிலா' (Taxila) என்பது பாரம்பரியக் கதை. இது ராவல்பிண்டியில் இருந்து 30 கி.மீட்டர் தூரத்தில் இருந்தது. 2500 வருடங்களுக்கு முன்னர் இங்கே ஓர் உலகப் புகழ்பெற்ற கல்வி மையம் செழிப்பாக வளர்ந்தது. உலகத்தின் பல்வேறு பாகங்களில் இருந்தும் கல்விமான்கள் இங்கே கூடினார்கள். அங்குலிமாலா தன் தாயைக் கொல்லப்போனபோது புத்தர் தடுத்து ஆட்கொண்டது இங்கேதான் என்பார்கள். தட்சிலாவுக்கு யேசுவும் வந்திருந்தார் என்று ஹொல்கர் கேர்ஸ்டென் என்பவர் தன் புத்தகத்தில் அழுத்த மாக எழுதுகிறார்.

கி.மு 326இல் அலெக்ஸாந்தர் தட்சிலா அரசனான ஓம்பிஃஸின் விருந்தாளியாக மூன்று நாட்கள் தங்கி இருந்திருக் கிறார். தத்துவஞானி கௌடில்யர் இங்கேதான் அலெக்ஸாந்தருக்கு பெரிய பிரசங்கம் செய்தார். பேரரசனுக்கு எரிச்சல் உண்டானது. ஞானியின் ஓயாத வாயசைவை எப்படி நிறுத்துவது என்பது தெரியாமல் 'அவருடைய தலையைக் கொய்யுங்கள்' என்று சேவகர் களுக்குக் கட்டளை இட்டாராம். 'கௌடில்யர் தன் கால்களின் துரிதத்தினால் தன் தலையைக் காப்பாற்றினார்' என்று பின்வந்த வரலாற்று ஆசிரியர்கள் இதைப் பற்றி எழுதினார்கள். இந்த விபரங்களைச் சரித்திரக்காரர்களிடம் விட்டுவிட்டு என்னுடைய சரித்திரத்துக்கு வருவோம்.

நான் சூரியக் கோவிலையும் அங்கே உள்ள பிரபலமான இரட்டைத்தலை கழுகு உருவத்தையும் பார்த்தபடி நின்றேன். எனக்குச் சற்று தூரத்தில் இருந்த சிதிலமான 2000 வருட வயதான சுவரில் ஒருத்தர் தன் 40 வயது கால்களைப் பதித்தபடி குந்தியிருந்தார். மிகப் பெரிய கொட்டாவி ஒன்றை உருவாக்க நினைத்து பாதியிலே அது சரியாகப் போகாததால் நிறுத்திவிட்டு, இன்னொரு முயற்சி செய்யும் யோசனையில் இருந்தார். என்னைக் கண்டதும் தன் பின்னங்கால்களை 2000 வருட சுவரில் இருந்து இறக்கி நிலத்தில் வைத்து நிமிர்ந்தார். முரட்டு சால்வை போர்த்தி யிருக்கும் ஆறடி உயரம். பச்சைக் கண்கள். என்னிடம் ஏதோ சதிக்கு கூப்பிடுவதுபோலக்கிட்ட வந்து தன் உள்ளங்கையில்

மறைத்து வைத்த ஒரு நாணயத்தை மெல்லத் திறந்து காட்டினார். நெளிந்த வட்ட நாணயம். மிகப் பழசானது. அலெக்ஸாந்தர் காலத்தில் இருந்து பரம்பரை பரம்பரையாகத் தங்கள் குடும்பத்தில் இதைப் பாதுகாத்து வருவதாகவும் வறுமை காரணமாக விற்கவேண்டி இருப்பதாகவும் கூறினார்.

நாணயத்தை வாங்கிப் பார்த்தேன். சந்தேகமே இல்லை. அலெக்ஸாந்தர் தலை போட்ட, யானைத்தோல் கவசம் அணிந்த பிரபலமான நாணயம். பேரம் நடந்தது. இருபது டொலருக்கு வாங்கிவிட்டேன். இதன் விலை வெளியே நூறு மடங்கு இருந்தாலும் ஆச்சரியப்படுவதற்கு இல்லை.

ஒரு நண்பர் தன்னிடம் அதுபோல் இருப்பதாகக் கூறினார். இன்னொருத்தர் தன்னிடம் இரண்டு நாணயங்கள் இருப்பதாகச் சொன்னார். கடைசியில் பார்த்தால் இஸ்லாமபாத்தில் இந்த நாணயம் இல்லாதவரே ஒன்று இரண்டு பேர்கள்தான் என்று தெரிய வந்தது. நாணயம் விற்க வந்தவரிடம் நாணயம் எதிர் பார்த்தது என் குற்றம் என்று மனைவி உற்சாகத்துடன் சுட்டிக் காட்டினாள்.

அந்த வருடம் நல்ல வருடம். என் நண்பர்களில் ஒருத்தராவது கடத்தப்படவில்லை. ஒருத்தராவது குண்டு வெடிப்பில் இறக்க வில்லை. ஒருத்தராவது சிறையில் அடைக்கப்படவில்லை. லாகூரிலே பார்க்கவேண்டியது எல்லாவற்றையும் பார்த்தாகி விட்டது. இன்னும் சில காட்சிகளே எஞ்சி இருந்தன. இந்தக் கடைசிக் கட்டத்துக்கு ஒரு வழிகாட்டியை வைத்தால் வேலை சுலபமாக முடிந்துவிடும் என்று மனைவி அபிப்பிராயப்பட்டாள்.

முத்து மசூதிக்குக் கிட்ட இரண்டு காட்டு மயில்கள் சனசந்தடியைப் பொருட்படுத்தாமல் எதையோ கொத்திக்கொண் டிருந்தன. ஒரு பெட்டிக்கடையில் சிலர் ‘நான்’ ரொட்டியை வாங்கி மொகலாய மன்னர்கள் கண்டுபிடித்த பந்து இறைச்சிக் குழம்பில் தோய்த்து தோய்த்து சாப்பிட்டுக் கொண்டிருந்தார்கள்.

அந்த பஞ்சாபி வழிகாட்டி குஞ்சம் வைத்த தலைப்பா கட்டியிருந்தார். அவர், பஸ் நிலையத்தில் சகாயவிலைக் கடையில் வாங்கிய இருபது ரூபா கறுப்புக் கண்ணாடியை மாட்டியபடி, இரண்டு நாள் வயதான பறவை எச்சமோ, அணில் எச்சமோ, வினை எச்சமோ ஏதோ ஒன்றை வெள்ளையாகத் தன் தோளிலே அவருடைய தகுதிக்கு ஏற்றவாறு தரித்திருந்தார். அவருடைய கட்ட ணம் எவ்வளவு என்பதைக் கறாராகப் பேசி முடிவு செய்தோம்.

தன் தகப்பனைப்போல ஔரங்கசீப் கட்டடக்கலையில் ஆர்வம் காட்டவில்லை. அபூர்வமாக அவர் கட்டிய அலாம்கீர்

வாசலை ஏதோ தான்தான் கட்டிமுடித்ததுபோல வழிகாட்டி பெருமையாகக் காட்டினார். அதன் பிறகு ஷாஜஹான் கட்டிய சீஸ் மஹாலைப் பார்த்தோம். முழுக்க முழுக்க கண்ணாடிகள் பதித்துக் கட்டிய மாளிகை. அதன் உட்புறத்தில் வழிகாட்டி நெருப்பு கொழுந்தைப் பற்றவைத்து வீசி வீசிக் காட்டியபோது எங்கும் தீக்கொழுந்து மின்னல்போல பரவி ஒளியடித்தது.

இறுதியாக 'நவ்லாக்' என்ற மண்டபம். வளைந்த சலவைக்கல் விமானம் முழுக்க அபூர்வமான உள்வண்ண வேலைப்பாடுகள் நிறைந்திருந்தன. அதைப் பார்த்து அசந்துபோய்ச் சில நிமிடங்கள் பேச்சு வராமல் நின்றோம். 'நவ்லாக்' என்றால் ஒன்பது லட்சம். எதற்காக ஒன்பது லட்சம் என்று பேர் வைத்தார்கள் என்று கேட்டேன். ஒன்பது லட்சம் உள் வேலைப்பாடுகள் கொண்டதாக இருக்கலாம் என்பது என் அபிப்பிராயம். எங்கள் வழிகாட்டி சொன்ன பதில் ஆச்சரியத்தைத் தந்தது.

தாஜ்மஹாலை உலகத்துக்குத் தந்த ஷாஜஹானுக்குக் கட்டடங்கள் கட்டுவதே வேலை. அவரிடம் உயர்ந்த கணக்காளர் கள் இருந்தார்கள். வேலை நடக்கும்போதே ஒவ்வொரு செலவுக்கும் நுணுக்கமாகக் கணக்கு எழுதி வைத்துவிடுவார்கள். இந்த மண்டபம் முடிந்தபோது ஷாஜஹான் செலவு எவ்வளவு என்று கேட்டிருக் கிறார். கணக்காளர்கள் கூட்டிப் பார்த்தபோது மிகச் சரியாக ஒன்பது லட்சம் காட்டியதாம். அப்படியே அதன் பெயரைச் சூட்டி விட்டார்கள்.

எங்கள் சுற்றுலா ஒருவாறாக முடிவை நெருங்கியது. முழங்கால் தெரிய உடை உடுத்திய வெள்ளைக்காரப் பெண்மணி ஒருத்தி தனியாக, கையிலே ஒரு புத்தகத்தை வைத்துக்கொண்டு, சுவர்களை ஆராய்ந்தபடி நின்றார். அவரைச் சிறுவர்கள் சூழ்ந்து, கைகளைப் பக்கவாட்டில் நீட்டி ரஸ்ய எழுத்துக்கள்போல ஒருவரை ஒருவர் தொட்டுக்கொண்டு நின்றார்கள்.

வழிகாட்டி திடீரென்று அவசரம் காட்டினார். எங்களை சீக்கிரம் முடித்துவிட்டு அந்தப் பெண்ணின் வாடிக்கையை பிடிப் பதற்காக விடைபெற்றுக்கொண்டு அவளை நோக்கி ஓடினார். நாங்கள் வீட்டிற்கு வந்த பிறகுதான் வழிகாட்டி மீதி ஒன்பது ரூபாய்க்குப் பதில் நாலு ரூபாய் கொடுத்தது தெரியவந்தது. ஒன்பது லட்சத்துக்கு ஒழுங்காகக் கணக்கு வைத்த பேரரசன் கதையைச் சொன்னவர் ஒன்பது ரூபாய் கணக்கில் தவறியது எனக்குக் கொஞ்சம் ஏமாற்றத்தை தந்தது.

'என்னடா, எல்லோரும் எப்ப பார்த்தாலும் என்னை சுலபமாக ஏமாற்றிவிடுகிறார்களே' என்று அலுத்துக்கொண்டேன்.

அந்தச் சமயம் பார்த்து பாகிஸ்தான் உளவுத்துறை என்னிடம் சிக்கியது. அவர்கள் என்னிடம் ஏமாறும் சந்தர்ப்பமும் வாய்த்தது.

என்னுடைய இஸ்லமாபாத் வாழ்க்கையில் ஒருமுறை இந்தியத் தூதரகத்தில் நடந்த ஒரு விருந்துக்கு அழைக்கப்பட்டிருந்தேன். இங்கே இந்தியர்களுடன் பழகக்கூடாது என்று நாங்கள் அறிவுறுத்தப்பட்டிருந்தோம். இருந்தும் ஒரு பலமான உந்துதலால் இந்த விருந்துக்குப் போவதென்று நானும் மனைவியும் முடிவு செய்தோம்.

நாங்கள் இங்கே வசித்த காலங்களில் என் மனைவி மிகுந்த எச்சரிக்கையுடன் செயல்பட்டாள். கூந்தலில் பூ வைப்பதும் நெற்றியில் பொட்டு வைப்பதும் ஆபத்தான காரியங்கள். உங்களை இந்தியர் என்று நினைத்து தொடரத் தொடங்கிவிடுவார்கள். அது தவிர சேலை உடுத்தும்போது இடை தெரியும் அபாயம் இருந்தது. சல்வார் கமிஸ் உடை சகல அங்கங்களையும் மறைக்க வல்லது. ஆகவே எல்லா அங்கங்களையும் சேமமாக எடுத்துக்கொண்டு எங்கேயும் பயமில்லாமல் போகலாம், வரலாம். விருந்துக்குப் போய் விட்டுத் திரும்பும்போது எங்கள் காரைத் தொடர்ந்து நீண்ட நேரமாக இன்னொரு கார் வந்தது. உளவுத்துறையில் முன் அனுபவம் இல்லை எனக்கு. நான் அதை வித்தியாசமாக எடுத்துக் கொள்ளவில்லை. ஆனால் அடுத்த நாள் காலை வீட்டுக் காவல் காரர்களும் கார் சாரதியும் உளவுத்துறையினரால் தாங்கள் விசாரிக்கப்பட்டதாக அறிவித்தார்கள்.

அதன் பிறகு நாங்கள் வெளியே புறப்பட்டபோதெல்லாம் தொடரப் பட்டோம். முதலில் பயம் வந்தது. பிறகு ஒரு ஜேம்ஸ் பொண்ட் படம் பார்ப்பது போன்ற திரில்லுடன் இதை அனுபவிக்கும் ஆசை துளிர் விட்டது. ஆனால் நாலாவது நாளே இந்த நனைந்த கோழியில் வேலை இல்லை என்று அவர்கள் கைவிட்டு விட்டார்கள். அதற்குப் பிறகு அவர்கள் வேறு கோழியைப் பார்க்கப் போயிருக்கலாம்.

இந்த நாலு நாட்களும் என் வாழ்க்கையிலே மறக்கமுடியாத, சந்தோசமான நாட்கள். நான் எங்கு போனாலும் ஒரு கார் என்னைத் தொடர்ந்தது. அடிக்கடித் திரும்பிப் பார்த்து அவர்கள் என்னைத் தொடர்கிறார்கள் என்று உறுதி செய்துகொண்டு பயணம் செய்தேன். அவர்கள் என்னைத் தவறவிட்டுவிடக்கூடாது என்பதற்காக வளைவுகளில் நின்றும் இன்னும் சில நேரங்களில் ஸ்லோ செய்தும் உதவி செய்தேன். சில வேளைகளில் அவர்கள் போதிய சிரத்தை காட்டாமல், தவறான திருப்பங்களை எடுக்கும் போது இவர்கள் தங்கள் தொழிலைத் தீவிரத்துடன் செய்யவில்லை

என்ற முறைப்பாட்டை அவர்கள் மேலதிகாரிகளுக்குத் தெரிவிப் போமா என்று யோசித்ததுகூட உண்டு.

ஓர் உலகளாவிய உளவாளி எப்படி இருப்பான் என்று யோசித்து அதற்குத் தக்க மாதிரி உடை அணியவும் பேசவும் நடக்கவும் பழகிக்கொண்டேன். டெலிபோனில் கதைக்கும்போது சில சங்கேத வார்த்தைகளைச் சேர்த்துக்கொண்டேன். என் பாதைகளையும் கிளம்பும் நேரங்களையும் அடிக்கடி மாற்றவும் எனக்கு முன்பின் தெரியாத மனிதர்களுடன் ரகஸ்யமான வாய் அசைவுகளுடன் பேசவும் கற்றுக்கொண்டேன்.

இவை ஒன்றும் பெரிய பலனைத் தரவில்லை.

எவ்வளவுதான் நான் உலகத்தர உளவாளியாக இருந்தாலும் வீட்டிலே சாதாரண மனுசன்தானே. ஒரு வெள்ளிக்கிழமை காலை. இது அங்கே விடுமுறை தினம். என் மனைவி ஜும்மா சந்தைக்குப் போகவேண்டும் என்றாள். இது இஸ்லமாபாத்தில் ஒவ்வொரு வெள்ளிக்கிழமையும் கூடும் பிரம்மாண்டமான சந்தை. பொருட்கள் வாங்க அங்கே சனங்கள் நெருக்கியடித்துக்கொண்டு வருவார்கள். ஓர் உலகப் புகழ்உளவாளி செல்லக்கூடிய சந்தை அல்லதான், ஆனாலும் இதை மனைவிகளுக்குப் புரியவைப்பது எப்படி.

சரி என்றேன். சில துப்புகள் கிடைத்தாலும் கிடைக்கலாம். இந்த இடம் எனக்கு அவ்வளவு பழக்கமில்லாதது. கண்களை ஏமாற்றும் வளைவான தெருக்களும் ஒரு வழிப்பாதைகளும் நிறைந்தது. நான் ஒரே மூச்சில் சந்தையை அடைந்துவிட்டேன். அங்கே என் மனைவி ஒரு ‘புக்காரா’ கம்பளத்தை இரண்டு மணி நேரம் பேரம் பேசி வாங்கி முடித்து விட்டாள்.

ஆனால் திரும்பும்போது வழி மறந்துபோய்விட்டது. ஒரு வழிப்பாதைகள் என்னைத் தொடங்கிய இடத்துக்கே மீண்டும் கொண்டுபோய்ச் சேர்த்தன. அப்பொழுது நான் என்னைத் தொடர்ந்து வந்தவரை அணுகி வழிதவறிவிட்டதைச் சொன்னேன். அவர் நல்ல மனிதர். தான் வழிகாட்டுவதாக முன்னே சென்றார். விலாசம் கொடுக்காமலே என் வீட்டு வாசலுக்கு அலுங்காமல் என்னைக் கொண்டுபோய்ச் சேர்த்தார்.

இப்படி என்னை வேவு பார்க்க அனுப்பப்பட்டவர்கள் முன்னே செல்ல நான் பின்னே சென்றேன். உலகத்து உளவுத்துறை சரித்திரத்தில் இது ஒரு பெரிய சாதனையாக அமைந்தது.

சட்ட விரோதமான காரியம்

பல வருடங்களுக்கு முன் என்னுடன் ஒருவர் UNஇல் வேலை செய்தார். அவர் ஒரு போர்த்துக்கீய பெண்ணை மணமுடித்து அந்த நாட்டிலேயே தங்கிவிட்டவர். அப்பொழுது ஆப்கானிஸ்தான் பிரிவில் என்னுடன் பெஷாவாரில் வேலை பார்த்தார். அவர் ஆரம்பத்தில் ஒரு பங்களூர்க்காரர். கொங்கணி என்று ஒரு பாஷை இருக்கிறதாம், அதைப் பேசுவார். ஆங்கிலத்தையும் அதே மாதிரி பேசுவார். சில நிமிடங்களும் முதல் நாலு வார்த்தைகளும் தவறிய பிறகுதான் அவர் ஆங்கிலம் பேசுகிறார் என்பது எனக்குப் பிடிபடும்.

அவரிடம் எல்லாமே இரண்டு இரண்டு பொருள்கள் இருக்கும். இரண்டு ரேடியோ, இரண்டு காமிரா, இரண்டு இஸ்திரிப்பெட்டி. ஒருநாள் ஏன் இப்படி என்று கேட்டேன். அதற்கும் அவரிடமிருந்து இரண்டு பதில் வந்தது.

1) திடீரென்று யாராவது விருந்தாளி வந்துவிட்டார். உங்கள் toaster வேலை செய்யவில்லை. என்ன செய்வீர்கள்?

2) இந்த நாடுகளில் திருத்துவோரைப் பிடிப்பது கடினம். அப்படி ஏதாவது பொருளை அவர்கள் பழுதுபார்க்க எடுத்துப் போனாலும் ஒரு மாதம் கழித்துதான் திரும்பக் கிடைக்கும். அதுவரைக்கும் என்ன செய்வது?

நியாயம்தான். இவர்தான் என்னைத் தூண்டியவர், ஒரு சட்ட விரோதமான காரியம் செய்வதற்கு. சட்டவிரோதமான காரியம் என்றால் யாருக்குத்தான் கசக்கும். உடனேயே சம்மதித்துவிட்டேன். இது 20 வருடத்திற்கு முந்திய சமாச்சாரம் என்பதால் அதைச் சொல்வதில் ஒரு பிரச்சனையும் இருக்காது.

பிரிட்டிஷ்காரர் இந்தியாவை ஆண்டபோது ஆப்கானிஸ் தான் எல்லையில் இருந்து 40 மைல் தூரத்தில் இருக்கும் டாரா என்ற கிராமத்தினருக்கு 200 வருடங்களுக்கு முன்பாகவே துப்பாக்கி கள் செய்வதற்கு அனுமதி வழங்கியிருந்தனர். அன்றிலிருந்து இன்றுவரை இந்தத் தொழில் அந்தக் கிராமத்தில் செழித்து வளர்ந்தது. பாகிஸ்தான் பிரிந்து தனியான சுதந்திர நாடாக

இயங்கியபோதும்கூட இதில் ஒரு மாற்றமும் இல்லை. மாறாக இன்னும் முன்னேற்றமான மெசின்களில், மேலும் நுட்பமான துப்பாக்கிகளை அவர்கள் செய்தார்கள்.

டாரா பகுதியை tribal area என்று சொல்வார்கள். நாங்கள் அங்கே போவதற்கு அனுமதி கிடையாது. இங்கே பாகிஸ்தான் சட்டங்கள் செல்லாது. Tribal area சட்டதிட்டங்களே அங்கே செயல் படுத்தப்பட்டன. வாகனத்தில் செல்லும்போது அந்தப் பகுதியைக் கடந்து செல்லலாம், ஆனால் கால்களைக் கீழே வைக்கக் கூடாது.

இந்தப் பகுதிகளில் ரத்தக் கொலைகள் சர்வ சாதாரணம். கொள்ளை அடிப்பது, ஆட்களைக் கடத்துவது, கார்கள் திருடுவது, போதைப் பொருள் வியாபாரம் செய்வது எல்லாம் அன்றாடம் நடக்கும் காரியம். ஆறு மாதங்களுக்கு முன் ஐ.நா. ஊழியர்கள் நாலு பேரைக் கடத்தி, பிணையாகப் பல ஆயிரம் டொலர்கள் கேட்டார்கள். பாகிஸ்தான் அரசாங்கம் தலையிட்டு ஒருவாறு இவர்களை மீட்டது.

டாராவில் பலவிதமான துப்பாக்கிகள் செய்தார்கள். எல்லாமே நகல்தான். ஆனால் அசல் போல நம்பர்கூட இருக்கும். மூலத்துக்கும் நகலுக்கும் வித்தியாசமே காணமுடியாது. நூறு வருடத்துக்கு முந்திய பிரிட்டிஷ் துப்பாக்கிகள், AK 47, M16, கைத்துப்பாக்கி, சுழல் துப்பாக்கி என்று பலவிதமான உற்பத்திகள் நடந்தன. உங்களுக்குப் பிடித்த புது ரக துப்பாக்கியைக் கொடுத்தால் அதுபோலவே நகல் செய்து தருவார்கள். கிழமையில் ஏழு நாட்களும் பாகிஸ்தானியர்களும் ஆப்கானியர்களும் துப்பாக்கிகள் வாங்க இந்தக் கிராமத்துக்கு வருவார்கள். ஒரு நாளைக்கு இங்கே ஆயிரம் துப்பாக்கிகள் செய்கிறார்கள் என்றால் பார்த்துக்கொள்ளுங்கள்.

நாங்கள் இந்த இடத்துக்குப் போகக்கூடாதென்று உச்சமான கட்டளை இருந்தது. இங்கே போவதற்குத்தான் நண்பர் அழைத்தார். அவரிடம் இரண்டு வாகனங்கள் இருந்தன. அதிலே ஒரு நாலு சில்லு வாகனத்தைத் தெரிவு செய்தார். டாரா தடுக்கப்பட்ட இடம் என்றாலும் பாகிஸ்தானுக்கு வரும் சுற்றுலாப் பயணிகள் இந்த இடத்தை எப்படியும் பார்த்த பிறகுதான் திரும்புவார்கள். சட்டத் துக்கு விரோதமான காரியங்களைச் செய்வதில் மனிதர்களுக்கு உள்ளூர பெரிய ஆசை இருக்கிறது.

டாரா போவதென்றால் பெஷாவரில் இருந்து தெற்கே ஒன்றரை மணித்தியாலம் பயணம் செய்யவேண்டும். கரடுமுரடான பழங்காலத்து அரசர்களின் பாதைகள். வீடுகள் என்றால் தட்டைக் கூரைகளுடன், சுவர்களில் சின்னச் சின்ன சதுர ஓட்டைகள்

வைத்து, ஒரு கோட்டை போலக் கட்டப்பட்டிருந்தன. சண்டை என்று வரும்போது இந்த ஓட்டைகள் துப்பாக்கியால் சுடுவதற்குப் பயன்படுமாம்.

அங்கே போய் இறங்கியதும் ஒரு தொழிற்சாலையைப் பார்க்கப்போகிறோம் என்ற எண்ணமே எனக்கு இருந்தது. ஆனால் அப்படி ஒன்றும் இல்லவே இல்லை. இது ஒரு குடிசைக் கைத் தொழில் போலவே நடந்தது. சாரதி எங்களை ஒவ்வொரு வீடாகக் கூட்டிச் சென்றார். ஒவ்வொரு வீட்டிலும் ஏதாவது ஒரு அயிட்டம் செய்தார்கள். துப்பாக்கி கைப்பிடி ஒரு வீட்டில், குழாய் ஒரு வீட்டில், விசைக் கருவிகள் ஒரு வீட்டில்... இப்படி. செம்பட்டைத் தலை மயிரும் பச்சைக் கண்களும் கொண்ட சிறுவர் சிறுமியர் இந்தப் பணிகளில் சாதாரணமாக ஈடுபட்டிருந்தார்கள். பெரியவர் கள் கடினமான வேலைகளைச் செய்தார்கள்.

ஆனால் இந்த உதிரிப் பாகங்கள் எங்கே துப்பாக்கியில் பொருத்தப் படுகின்றன என்பது தெரியவில்லை. நிரைநிரையாக இருந்த கடைகளில் பூர்த்தியான துப்பாக்கிகள் விற்பனைக்கு இருந்தன. கடைகளின் முன்னே போடப்பட்டிருந்த கயிற்றுக் கட்டில்களில் வாடிக்கைக்காரர்களும் வேடிக்கைக்காரர்களும் உட்கார்ந்து முதல் நாள் இரவு மிச்சம் வைத்த நித்திரையைத் தொடர்ந்தனர். இவற்றையெல்லாம் மீறி துப்பாக்கி விற்பனையும் அவ்வப்போது நடந்தது.

இதிலே எனக்குப் பிடித்த அம்சம் ஒன்று இருந்தது. அமெரிக்கா போன்ற நாடுகளில் துப்பாக்கிக் கடைகளில் குறி பார்த்து சுட்டு வாங்குவதற்கு வசதிகள் இருக்கும். இங்கே அப்படி ஒன்றும் target வசதிகள் இல்லை. இவர்கள் துப்பாக்கி தேர்வு செய்வது வித்தியாசமாக இருந்தது. நாங்கள் பார்வையிட வந்த கடையின் சொந்தக்காரர் முற்றிலும் நீல உடையில் காட்சியளித் தார். நீல தலைப்பா, நீல சப்பாத்து, நீல கமிஸ் இப்படி. ஓர் உருண்டையான தலையணையில் சாய்ந்தபடி மொகலாய மன்னர் கள் போல ஹுக்காவை இழுத்தபடி வீற்றிருந்தார். துப்பாக்கிகள் எப்படியும் தங்களைத் தாங்களே விற்றுக்கொள்ளும் என்ற பாவனையில் இவருடைய வியாபாரம் அசிரத்தையாக நடந்தது.

அவருக்கு முன்னால் விருந்தாளிபோலக் காணப்பட்ட ஒருத்தர் நூல் நூலாகப் பிரிந்த இறைச்சியைக் கடித்து, இழுத்துச் சாப்பிட்டார். உடம்பு முழுக்க ரத்தம் கட்டியதுபோல அவருடைய நிறம். கைச்சதைகள் திரண்டு உருண்டுபோய்த் தெரிந்தன. அவர் கண்களில் ஒன்று மற்றதிலும் பார்க்க விரைவாக மூடித் திறந்தது. வழிப்பறிக் கள்வன் வேலை பார்ப்பவராக இருக்கலாம். எங்களைக்

கண்டதும் காலை மடக்கி இடம் விட்டார். இதுவே இவர் எங்களுக்குக் கொடுத்த அதிகபட்ச மரியாதை.

கடையின் மறுபக்கத்தில் இன்னொரு வாடிக்கைக்காரர் AK47 துவக்குகளை ஆராய்ந்து கொண்டிருந்தார். அவருடைய உருவமும், உடையும் அவர் ஆப்கானிஸ்தானிலிருந்து வந்த பட்டான் என்பதைக் காட்டியது. ஒரு துப்பாக்கியைத் தூக்கி ரோட்டுக்கு வெளியே போய் ஆகாயத்தைப் பார்த்து படபடவென்று சுட்டார். சிறுவர்கள் எல்லாம் அவர் காலில் விழுந்து உதிரி சன்னங்களைப் பொறுக்கினார்கள். அவர் உள்ளே வந்தார். இன்னொரு துப்பாக்கியை எடுத்தார். வெளியே போய் மறுபடியும் படபட வென்று சுட்டார். இப்படி மாறி மாறி நடந்தது. அவர் டெஸ்ட் பண்ணுகிறார். அவர் சுடும்போது காதுகளைக் கூர்மையாக வைத்து அந்த ஒலிச்சீரை ஆராய்கிறார் என்றார்கள். கடைசியில் ஒன்றை வாங்கிக்கொண்டு காசு கொடுத்துவிட்டுப் போனார். எங்கள் சாரதி சொன்னார், அந்த ஒலி இழையில் இருந்து அவருக்குத் துப்பாக்கியின் தரம் தெரிந்துவிடும் என்று.

ஒரு சிறுவன் AK47 துப்பாக்கி ஒன்றின் பாகங்களை ஒரு நிமிடத்தில் கழற்றிப் பூட்டினான். பிறகு துடைத்துவிட்டு, இன்னொருமுறை பூட்டினான். கைத்துப்பாக்கிகள் அளவுக்கு மீறி துடைக்கப்பட்டு, தடவிக்கொடுக்க வேண்டும் என்ற ஆசையைக் கூட்டும் விதமாக, மினுமினுத்தன. சேர்ட் பைக்குள் வைக்கும் பேனைத் துப்பாக்கிகள் இருந்தன. விலை ரூபா *250*. பளபளவென்று மினுங்கும் AK47 துப்பாக்கியின் விலை ரூபா *10,000*. *1919*ஆம் ஆண்டு பிரிட்டிஷ்காரருடன் நடந்த போரில் ஆப்கானிஸ்தான் அரசர் அமானுல்லாகான் பாவித்ததாகச் சொல்லப்பட்ட லீயென் ஃபீல்டு அசல் துப்பாக்கியின் விலை ரூபா *50,000* தான் என்று முதல் முறையாக வாய் திறந்து சொன்னார் கடை முதலாளி. விமான எதிர்ப்பு பீரங்கியில் சுட்டுப் பார்ப்பதற்கு வெறும் *50* டொலர் கட்டணம்தான். விமானத்தை வீழ்த்துவதற்கு எவ்வளவு பிடிக்கும் என்பதை நாங்கள் கேட்கவில்லை.

நண்பருக்கு ஓர் ஆசை பிறந்தது. துப்பாக்கியால் சுடும்போது எப்படி இருக்கும். ஒரு டொலர் காசு கொடுத்தால் AK47இல் ஒருமுறை சுட்டுப் பார்க்கலாம். நண்பர் AK47 ஐ எடுத்து ஆகாயத்தை நோக்கி ஒருமுறை குருட்டாம் போக்கில் சுட்டார். அந்தக் குண்டு ஒரு டொலர் காசு போகும் தூரத்துக்குப் போனது. நண்பரின் முகத்தில் இரு காது வரைக்கும் நீண்ட சிரிப்பு தோன்றியது. இவரைப் பற்றி உங்களுக்கு ஏற்கனவே சொல்லியிருக் கிறேன். இவர் எதை வாங்கினாலும் இரண்டு வாங்குவார். எதைச்

செய்தாலும் இரண்டு தடவை செய்வார். இன்னொரு டொலர் கொடுத்து மறுமுறையும் சுட்டு தன் ஆசையைத் தீர்த்துக் கொண்டார்.

அவருக்கு மகிழ்ச்சி பிடிபடவில்லை. தலையைச் சாய்த்து விநோதமாக என்னைப் பார்த்தார். வாழ்க்கையில் AK47 ஐ நேருக்கு நேராக நான் சந்தித்ததில்லை. இப்பொழுது தொட்டும் பார்த்தாகி விட்டது. தோளிலே வைத்துச் சுடும்போது தோளை இடித்துப் புண்ணாக்கிவிடும் என்று முன்பு கேள்விப் பட்டிருக்கிறேன். ஆனால் சும்மா இலக்கில்லாமல் ஆகாயத்தில் சுடுவதில் எனக்குச் சம்மதமில்லை. ரோட்டுக்கு மற்றப் பக்கம் சிறுவன் ஒருவன் பழைய லிடோ டின்னைக் கொண்டுபோய் வைத்தான். ஆபத்து குறைவாகத் தெரிந்த ஒரு AK47ஐ நான் தெரிவு செய்தேன். ஒரு டொலரைக் கொடுத்ததும் கடைக்காரர் துவக்குக் கட்டையை தோளில் எங்கே வைப்பது, எந்தத் துளையில் குறி பார்ப்பது, எப்படி விசையை அழுத்துவது என்று சொல்லித் தந்தார். ஒரு டொலர் காசுக்கு இது மிகவும் அதிகமான பயிற்சியாகவே பட்டது. அவர் சொன்ன உதாரணம் டூத் பேஸ்டை அமுக்குவதுபோல மெதுவாக, மெதுவாக விசையை அமுக்க வேண்டும் என்பது.

அர்ச்சுனன் மச்சத்தில் இலக்கு வைத்ததுபோலக் குறி பார்த்து ஆடாமல் நின்றேன். என்னுடைய கையில் ஒரு மனித உயிரைக் கணத்திலே பறிக்கும் சக்தி கூடியிருந்தது. முன்பு பார்ப்பதற்கு வாட்டசாட்டமாகவும் பயங்கரமாகவும் தெரிந்த பட்டான் இப்பொழுது சிறு குழந்தைபோலக் காட்சியளித்தான். என் தேகபலம் பத்து மடங்கு அதிகமாகிவிட்டது.

விசையை அழுத்தினேன். தோளிலே தலையணையால் என் நாலு வயது மகள் அடித்ததுபோல ஓர் அதிர்ச்சி. அவ்வளவுதான். சத்தம்கூட எனக்குப் பெரிதாகக் கேட்கவில்லை. மேலே பறப்பது போன்ற ஓர் அற்புதமான உணர்வு. எனக்குப் பக்கத்தில் குழுமியிருந்த சிறுவர்கள் பாய்ந்து விழுந்து ரவைச் சிதறலைப் பொறுக்கினார்கள். அதற்குப் பிறகுதான் டின்னைப் பார்த்தேன். அது அப்படியே சேமமாக இருந்தது.

யாரோ என்மீது பூதம் ஒன்றை ஏவிவிட்டதுபோல இன்னும் பலதடவை இதைச் செய்யவேண்டும் என்ற ஆசை கட்டுக் கடங்காமல் உண்டானது. கண்ணுக்குத் தெரியாத பெரிய பவர் என்னிடம் சேர்ந்து அசாதாரணமான தைரியமும் உற்சாகமும் தூக்கியது. நான் இரண்டாவது முறை முயற்சி செய்யவில்லை. செய்திருந்தால் அந்த மந்திரக் கட்டில் முற்றாக என்னை இழந்திருப்பேன்.

ஒரு விஷயத்தை என்னால் மறக்க முடியவில்லை. நண்பரிடம் கேட்டபோது அவர் சொன்னது வித்தியாசமாக இருந்தது. முட்டை வாங்கும்போது வெளிச்சத்திலே தூக்கிப் பிடித்து வாங்குகிறோம். சுருட்டு வாங்கும்போது காதுக்குக் கிட்டே வைத்து உருட்டி, ஒலியை ஆராய்ந்து அதன் தரத்தை நிர்ணயிக்கிறோம். ஒரு சதத் குற்றியைக் கூடக் கடித்துப் பார்த்துதான் எடுக்கிறோம். அதுபோலத்தான் இதுவும். சுடும்போது துப்பாக்கி செய்யும் ஒலியை வைத்து அதன் தரத்தைத் தீர்மானிக்க முடியும் என்றார்.

திரும்பும்போது ஓர் அசம்பாவிதம் நடந்துவிட்டது. எங்கள் பயணத்தை ஆரம்பித்து சில நிமிடங்களில் ஒரு டயர் வெடித்தது. அதை மாற்றிக்கொண்டு புறப்பட்டோம். சொல்லி வைத்தாற்போல் இரண்டு நிமிடமாகவில்லை, இன்னொரு டயரும் வெடித்தது. நாங்கள் இன்னும் போக வேண்டிய தூரம் 60 மைல் இருந்தது. Tribal area. இருட்டிக்கொண்டு வேறு வந்தது. மாட்டிவிட்டோம்.

எதிரே வந்த ஒரு வாகனத்தில் இடம்பிடித்து டிரைவர் டயரைப் பழுது பார்க்க எடுத்துக்கொண்டு போய்விட்டார். சில கார்கள் எங்களைத் தாண்டிப் போகும்போது சந்தோஷமாக இருந்தது. பயமும் பிடித்தது. அப்போது எங்களைக் கடந்து ஒரு குதிரை வண்டி போனது. அதற்குள்ளே இரண்டு பர்தா அணிந்த பெண்களும் ஒரு பதினைந்து குழந்தைகளும் இருந்தார்கள். அந்தப் பெண்களுடைய கண்கள் மாத்திரம் ஓட்டை வழியாக எங்களைத் துளைத்துப் பார்த்தன. அரை மணி நேரம் கழித்து தூரத்தில் ஒரு வாகனம் தெரிந்தது. அவர்களும் எங்களைத் திரும்பிப் பார்த்த படி போனார்கள். இந்த அத்துவானக் காட்டில் எங்களை யாராவது கூறு கூறாக வெட்டிப் புதைத்தாலும் கேட்க ஆளில்லை. டிரைவர் கடைசியில் ஓட்டோவில் பழுது பார்த்த டயருடன் வந்து சேர்ந்தார். எப்படியோ அவசரமாகச் சில்லைப் பூட்டிக்கொண்டு வீடு போய்ச் சேர்ந்தோம்.

இந்தப் பயணத்தில் என்னுடைய சாதனை ஒன்று இருந்தது. துப்பாக்கியால் முதல் தடவை குறிபார்த்துச் சுட்டது அல்ல. பாகிஸ்தான் சட்டங்கள் செல்லுபடியாகாத கிராமத்து வீதி ஒன்றில் உயிரைக் காப்பாற்றிக்கொண்டு திரும்பியது அல்ல. இவ்விரண்டு பொருள்கள் சேகரிக்கும் நண்பர் இரண்டு துணை டயர்கள் வைக்காதது எப்படி நடந்தது. தனிமையான ரோட்டோரத்தில், இருட்டில் காத்திருந்தபோது இந்தக் கேள்வி எனக்குத் தொண்டை மட்டும் வந்தது. இதைக் கேட்காமல் இரண்டு மணி நேரம் சமாளித்தது என் வாழ்வில் பெரிய சாதனை என்றே நினைக்கிறேன்.

யேசுமாதா போன்ற முகம்

அவன் வாழ்க்கையின் மிகவும் அடிப் பள்ளத்தாக்கில் இருந்த ஒரு சமயம் தன்னுடைய பெயரை வேலை ஏஜன்ஸி ஒன்றில் பதிந்து வைத்திருந்தான். இந்த நிறுவனத்துக்கு ரொறொன்ரோ மருத்துவ மனைகளுடன் ஒரு தொடர்பு இருந்தது. அவர்கள் தங்களுக்கு, நாளுக்கு எத்தனைபேர் வேண்டும், அவர்களை எங்கே அனுப்ப வேண்டும் என்று தகவல் சொல்வார்கள். இந்த நிறுவனம் ஊழியர் களுடன் தொடர்புகொண்டு 'நீ இங்கே போ', 'நீ இங்கே போ' என்று கட்டளையிடும். இவை இரவு வேலைகள். அவன் அந்த இடத்துக்கு அன்று இரவுபோய் வேலை செய்யவேண்டும். அடுத்த நாள் பழையபடி புதுக்கட்டளைக்குக் காத்திருப்பான். சில வேளை களில் வேலை கிடைக்கும். சில வேளைகளில் கிடைக்காது. மணித்தியாலத்துக்கு இவ்வளவு என்று அடிமட்டமான சம்பளம். அதுகூட நிரந்திரமல்லாமல் ஒரு மாதத்தில் 10 நாட்கள், கூடியது 12 நாட்கள் என்று வேலை கிடைக்கும். மீதி நாள் காத்திருப்பதோடு முடிந்துவிடும்.

அவன் அந்த வேலையைத் தேர்ந்தெடுத்ததற்குக் காரணம் இருந்தது. இந்த உலகத்தில் இருக்கும் அத்தனை பணிகளிலும் அந்த ஒரு வேலையே அவனுக்குத் தரப்பட்டது. அதுகூட சுலபமாக அகப்படவில்லை. ஆறு மாதம் பயிற்சி எடுத்தபின்பு, அவன் தகுதியானவன் என்பதை உறுதி செய்த பிறகே சேர்த்துக் கொண்டார்கள். வேலை என்று பார்த்தால் சுலபம்தான். ஆனால் அவனுக்குத் தூக்கம் முக்கியம்.

மருத்துவமனையில் கறுப்பு உடை அணிந்த காவலர்கள் வெளியே காவல் புரிய, உள்ளே இரவு நேரங்களில் ஒரேவொரு டொக்டர் பணி புரிவார். சில வேளைகளில் அவர் தன் வீட்டில் 'அவசர அழைப்பில்' இருப்பார். ஆஸ்பத்திரி நிர்வாகம் முழுவதும் தலைமைத் தாதியின் கீழ் இயங்கும். ஒவ்வொரு வார்டுக்கும் ஒரு தாதி என்ற கணக்கு.

அவனுடைய கடமையானது தாதிக்கும் காவலாளனுக்கும் இடைப்பட்டது. அவனுக்குத் தாதி பயிற்சி இல்லை. காவலனுக்

கான பயிற்சியும் இல்லை. தாதி நேரம் கிடைக்கும்போது சிறிது நித்திரை கொள்வாள். அவர்கள் குறிப்பிடும் நேரத்தில் அவனும் சற்றுத் தூங்க அனுமதிக்கப்படுவான். மற்றும்படிக்கு ஒரு நாற்காலியில் உட்கார்ந்து குறைந்த வெளிச்சத்தில் புத்தகம் படிக்கலாம். உருண்டு திரும்பும் நோயாளர்களைப் பார்க்கலாம். முனகல்களைக் கேட்கலாம். தூங்கமட்டும் முடியாது. ஒரு வகையில் கண்காணிப்பதுதான் அவன் வேலை. நோயாளரின் பாதுகாப்புக்கு இடைஞ்சல் ஏதாவது ஏற்பட்டால் அதைத் தாதிக்கோ, காவலர்களுக்கோ உடனேயே அறிவிக்கவேண்டும். இப்படி அவனுக்கே தன்கடமை என்னவென்று சரியாகத் தெரியாத ஒரு வேலை.

அன்று அவனைத் தொலைபேசியில் அழைத்து ஒரு குறிப்பிட்ட மருத்துவமனைக்குப் போகச் சொன்னார்கள். இது ரொறொன்ரோவின் பழக்கமில்லாத ஒரு பகுதியில் உள்ள சிறிய ஆஸ்பத்திரி. அதைச் சுற்றியுள்ள பிராந்தியம் மோசமானது. இவ்வளவு சிறப்பான இடத்தில் யாரும் ஒரு ஆஸ்பத்திரியைக் கட்டியிருக்க முடியாது. பாதாள ரயில் ஸ்டேசனில் இருந்து நாலு மைல் தூரத்திலும் 401 பிரதான நெடுஞ்சாலையில் இருந்து 11 மைல் தூரத்திலும் அது இருந்தது. தகவல் கிடைத்தபோது துள்ளிக் குதிக்கும் ஆனந்தம் அவனுக்கு ஏற்படவில்லை. இருந்தாலும் போனான்.

நீளமான ஓவர்கோட்டை அணிந்து, ஆள் உயரத்துக்கு இரு பக்கமும் பனி குவிந்திருக்கும் சாலையில் அவன் நடந்தான். மரங்களில் தொங்கும் பனிக்கொத்துக்கள் திடீர் திடீர் என்று முறை வைத்துக்கொண்டு அவன் மேலே விழுந்து நொறுங்கின. அவன் ஆகாயத்தை நிமிர்ந்து பார்த்தான். ரோட்டிலே குவிந்திருந்த அவ்வளவு பனியும் அங்கே இருந்து கொட்டியதற்கான அடையாளம் எதுவுமில்லை.

முதல் ஷிப்ட் முடிந்து தாதி போகும்போது அவனிடம் நாலாம் நம்பர் பேஷண்டைக் கொஞ்சம் கவனமாகப் பார்க்கும்படி சொல்லிவிட்டுப் போனாள். புதிதாக வந்திருந்தவள் ஒரு பிலிப்பைன் நாட்டு நர்ஸ். அவளுடைய தாடை எலும்புகள் சதையைத் தள்ளிக் கொண்டு வெளியே நின்றன. அவளுடைய முகம் கண்ணுக்குப் புலப்படுமுன் கன்னத்து எலும்புகளே தெரிந்தன. ஒரு கையில் உருவிவைத்த கறுப்பு கையுறையை மேல் தொடையில் மெல்லத் தட்டியபடி, புளோரன்ஸ் என்று தன்னை அறிமுகப் படுத்தினாள். அடுத்த எட்டு மணி நேரம் அவள்தான் அவன் எசமானி. அவனும், உச்சரிக்கமுடியாத தன் பெயரை அவள் வசதி கருதிச் சுருக்கிச் சொன்னான். அந்தப் பெயரைச் சிரித்து ஏற்றுக்கொண்டாள்.

மற்றவர்களைப்போல அதைத் திருப்பி உச்சரிக்க முயலவில்லை.

அவன் கடமை ஆரம்பமானது. நாலாம் நம்பர் கட்டிலைப் பார்த்தான். பதின்மூன்று வயதுப் பையன். பால்போல வெள்ளை முகம். யேசுமாதாவின் முகம் போல வெகு அமைதியாக இருந்தது. உள்ளுக்கிருப்பதைக் காட்டும் கண்ணாடி போன்ற ஒரு ரெயின் கோட்டை அணிந்திருந்தான். எது காரணம் கொண்டும் அவன் அதை கழற்றமாட்டான் என்று சொன்னார்கள். படுத்திருந்தபடியே தன் இரண்டு கைகளையும் உயர்த்திப் பிடித்துத் தனக்குத் தானே தன் விரல்களினால் ஏதோ விளையாட்டுக் காட்டிக் கொண்டிருந்தான். அந்தச் சிறுவனிடம் அவன் பேர் என்ன என்று கேட்டான். ஜோன்ஸன் வில்பர்ஃபோர்ஸ் சாமுவெல் என்று முழுப்பெயரையும், ஒரு பள்ளிக்கூடத்தில் ஒப்புவிப்பதுபோலச் சொன்னான். அவன் மிகவும் வேகமாகப் பேசினான் என்றாலும் சொற்கள் ஒன்றுடன் ஒன்று முட்டாமல் தனித்தனியாக நின்றன. ஆனால் குரல் சிறு குழந்தையின் குரல். அவன் திரும்பவும் வந்து தனக்கு ஒதுக்கப்பட்ட நாற்காலியில் அமர்ந்துகொண்டு வாசிப்பதற்காக வீட்டில் இருந்து எடுத்து வந்த 'கோவேறு கழுதைகள்' புத்தகத்தை விரித்துப் படிக்கத் தொடங்கினான்.

இப்படியான ஆஸ்பத்திரி வேலையில் கிடைக்கும் ஓய்வு நேரத்தில் படிப்பதற்காகவே எழுதப்பட்ட நாவல் அது. அதன் முதல் பக்கத்திலேயே 30 பேர் அறிமுகமானார்கள். எல்லாம் கிறித்துவப் பாத்திரங்கள். குரிசு, இரிசு என்று பேர்கள். ஆண் பெயர்களா, பெண் பெயர்களா என்றுகூடத் தெரியவில்லை. யார் யாரோடு பேசுகிறார்கள் என்பதும் மர்மம். அடுத்த வரியில், அல்லது அதற்கு அடுத்த வரியில் வரும் 'அவன்' அல்லது 'அவள்' என்ற வார்த்தையை வைத்து பாத்திரம் ஆணா, பெண்ணா என்பதை நுட்பமாகக் கண்டுபிடிக்கவேண்டும். நாலு பக்கம் படித்தான் என்றால், முதல் பக்கத்தை நாலுதரம் படித்தான். அப்படியும் தோற்று விட்டபடியால் தலைமயிரைப் பிய்க்கத் தொடங்கினான். நாவலை மூடி வைத்துவிட்டு இன்னும் சிறப்பான ஒரு காரியம் செய்ய முடிவெடுத்தான். சும்மா இருப்பது.

அப்பொழுது அந்த பிலிப்பைன் நர்ஸ் வந்தாள். கரும்பச்சைச் சீருடையில், மார்பிலே தன் பெயரைக் குத்தி வைத்தபோது, அவள் அழகு இன்னும் கொஞ்சம் கூடியிருந்தது. தான் சற்று அறையில் ஓய்வெடுக்கப் போவதாகவும் ஏதாவது தேவையென்றால் தன்னை தட்டி அழைக்கவும் சொல்லிவிட்டுப் போனாள். அவள் இப்போது தான் வீட்டிலிருந்து வந்து அதற்கிடையில் ஓய்வுக்குப் போகிறாள். சீருடை மாற்றினால்தான் அவளால் ஓய்வெடுக்க முடியும் போலும்.

ஒருவேளை இவளும் அவனைப்போல பிலிப்பைன் நாட்டு நாவலாசிரியர் ஒருவர் எழுதிய நூலைக் கொண்டு வந்திருக்கலாம். அதிலேயும் முதல் பக்கத்தில் முப்பது பாத்திரங்கள் அறிமுகமாகி யிருக்கலாம் என்று மனதுக்குள் நினைத்துக்கொண்டான்.

அவள் போன பிறகு அந்த வார்டு அவனுக்குச் சொந்தம் ஆனது. நாலாம் நம்பர் பையனுடைய கோப்பு மேசைமேலே திறந்தபடி இருந்தது. நின்றபடி மெல்ல பேப்பர்களைத் தள்ளிப் பார்த்தான். அந்தச் சிறுவனின் சரித்திரக் குறிப்பு அச்சடித்து கோப்பில் கிடந்தது. அந்தப் பையனுக்கு அடிக்கடி மனப் பிரமை ஏற்படும். திறந்த ஜன்னல்கள் பிடிக்காது, அவை மூடியபடியே இருக்கவேண்டும். அல்லாவிடில் ஜன்னல்கள் வழியாக நீண்ட கைகள் வந்து அவனைக் கவர்ந்து போகின்றன. கம்ப்யூட்டர் திரை களும் ஆபத்தானவை. எப்பொழுதும் அவனுக்கு மறுக்க முடியாத கட்டளைகளை அவை இடுகின்றன. அவன் செய்தே ஆகவேண்டும்.

உணவைக் கொடுக்கும்போது அவை தலைகீழாக இருக்க வேண்டும். ரொட்டியில் வெண்ணெய்த் தடவிய பக்கம் கீழ் நோக்கி இருக்கவேண்டும். பொரித்த முட்டையின் மஞ்சள் பக்கம் பிளேட்டில் தொடவேண்டும். அல்லாவிடில் அவை தப்பி ஓடிவிடும். schizophrenia observation என்று இரண்டு பக்கங்களில் குறிப்புகள் நிரம்பிக் கிடந்தன. யாரோ வரும் சத்தம் கேட்டதால் கோப்பை மூடிவிட்டு அவன் தன் நாற்காலிக்குத் திரும்பினான்.

யேசுமாதா போன்ற முகம் உள்ளவனுடைய கட்டிலைப் பார்த்தான். அவன் சிறு குழந்தையைப்போல அயர்ந்து தூங்கிக் கொண்டு இருந்தான். அவனுடைய பக்கத்துக் கட்டில் நோயாளர் மூத்திரக் கோப்பையைப் படுக்கையிலே ஒரு குழந்தையைப்போல வைத்துக்கொண்டு தூங்கினார்.

அது என்ன உபயோகத்திற்காகப் படைக்கப்பட்டதோ அதைச் செய்ய வாய்ப்புக் கொடுக்கப்படவில்லை. இன்னொருவர், ஐவி போத்தலை ஸ்டாண்டுடன் சேர்த்து இழுத்துக்கொண்டு பாத்ரூமுக்குப் போனார்.

அப்படியே நாற்காலியில் சாய்ந்து நித்திரை கொள்ளக்கூடாது என்ற முடிவோடு கெட்ட சிந்தனைகளை மனத்திலே ஓடவிட்டான். அப்படியும் நித்திரை எப்படியோ வந்து கண்களை மூடிவிட்டது. என்னவோ வந்து நெஞ்சைத் தீண்ட கண்களைத் திறந்து பார்த்தான். இந்தப் பையன் அவனுக்கு முன்னால் குனிந்து அவன் கண்களை உற்றுப் பார்த்துக்கொண்டு நின்றான். அவன் திடுக்கிட்டபடி எழும்பினான்.

'எனக்கு ஏதாவது குடிக்க வேண்டும்' என்றான் சிறுவன். ஒரு மூன்று வயதுக் குழந்தையின் குரல் அது. தாதியின் அறைக் கதவைத் தட்டினான். அவள் உடனேயே ஆடை கலைந்த நிலையில் வெளியே வந்தாள். ஒரு கடுதாசிக் குவளையில் பழச்சாறு கொடுத்து அந்தச் சிறுவனை அணைத்துச் சென்று படுக்கையில் விட்டாள்.

அவன் படுக்கையில் ஏறி உட்கார்ந்து கால்களை ஆட்டிக் கொண்டு இருந்தான். பழச்சாறு குடிக்கவில்லை. பிறகு பழச்சாறு குவளையை மேசையில் வைத்துவிட்டு, கண்ணாடி மழை உடையுடன் படுத்து, அதற்குமேல் போர்வையால் மூடினான். கொஞ்ச நேரத்தில் அவனுடைய ஒரு கால் மாத்திரம் போர்வைக் குள் இருந்து வெளியே வந்து ஆடத்தொடங்கியது. அந்த காலின் ஆட்டத்தைப் பார்த்துக் கொண்டிருந்தான். அவனைப் பார்ப்பதை நிறுத்திவிட்டு, தன் சிந்தனையை விட்ட இடத்தில் இருந்து தொடர முயன்றான். எங்கே விட்டதென்பது ஞாபகத்துக்கு வரவில்லை. தாதி பழையபடி அறைக்குள் போய் மூடிக்கொண்டாள்.

கையிலே கட்டியிருந்த கடிகாரத்தைப் பார்த்தான். சற்று முன்பு வரை செவ்வாய்க்கிழமையாக இருந்த நாள் இப்போது உருண்டு புதன் கிழமையாக மாறிவிட்டது. ஒரு நாள் தன் பெயரை மாற்றும் சடங்கை அவன் நேருக்கு நேர் கண்டுவிட்டான். ஏதோ ஒரு கள்ளனைத் தனியாகப் பிடித்து விட்ட மகிழ்ச்சி அவனுக்கு ஏற்பட்டது.

இந்தப் பையன் திடீரென்று மறுபடியும் அவன் முன்னே தோன்றினான். அவன் போர்வையை அகற்றியதையோ, கட்டிலில் இருந்து இறங்கியதையோ, நடந்து வந்ததையோ அவதானிக்கத் தவறிவிட்டான். ஒரு நிழல் நுழைவதுபோல ஓசையில்லாமல், ஓர் அற்புதம் செய்து முன்னே நின்றான். அவன் கையில் தாதி கொடுத்த பழச்சாறு குவளை. ஒரு சொட்டும் குடிக்கப்படவில்லை.

அந்த முகத்தைப் பார்த்து திடுக்கிட்டான். அது படு விகார மாக மாறியிருந்தது. புருவங்கள் மண்டை ஓட்டுக்குள் சொருகி, முன்பு இல்லாத நரம்புகள் எல்லாம் வெளியே வந்து புடைத்துக் கொண்டு நின்றன. பற்களை நெருமியபடி அம்மாவில் தொடங்கும் ஒரு வசையைச் சொல்லி 'அந்தப் பெட்டை நாய் எங்கே?' என்றான். 'எனக்கு டிவி பார்க்க வேண்டும், எனக்கு டிவி பார்க்கவேண்டும்' என்று கத்தியபடி டிவி அறைக் கதவைத் தன் தலையினால் முட்டத் தொடங்கினான்.

அவன் தாதியை அழைத்துவந்தான். அவளைக் கண்டதும் இன்னும் உரத்துக் கத்தினான். வாந்தி எடுப்பதுபோல வார்த்தைகள்

பச்சை பச்சையாக வெளியே வந்தன. தாதி சமயோசிதமோ, இங்கிதமோ, தற்காப்போ அறியாதவள். மொட்டையாக 'டிவி இப்போ பார்க்க முடியாது' என்று சொல்லியபடி, அவனை மறுபடியும் படுக்கைக்கு அழைத்துச் செல்ல முயன்றாள். சிறுவன் நட்ட மரம்போல நின்றான். உடம்பை மாத்திரம் திருப்பி பழச்சாறுக் குவளையை நீட்டினான். ஒரு கணம்கூட மூளையை உபயோகிக்காமல் அவன் கைகளை நீட்டி அதை வாங்கினான். அவனுடைய கைகள் கட்டுப்பட்ட அதே கணத்தில் சிறுவனின் கைகள் விடுதலை அடைந்தன.

தாதியின் மேல் பாய்ந்து அவளை முரட்டுத்தனமாகத் தாக்கத் தொடங்கினான். அவன் குவளையைப் போட்டுவிட்டு சிறுவன்மீது தாவினான். இப்பொழுது அவன் பதின்மூன்று வயதுப் பையன் அல்ல. தூண்போல நின்ற அவன் தேகம் பத்துப்பேர் பலம் கொண்டதாகப் பெருகியிருந்தது. ஒரு புலி திரும்புவதுபோலக் கழுத்தை மட்டும் திருப்பி அவனுடைய புஜத்தைப் பற்களால் கவ்விக் கடிக்கத் தொடங்கினான். மேற்பற்களும் கீழ்ப் பற்களும் சதைகளின் கீழ் சந்திப்பது அவனுக்கு நன்றாகக்கேட்டது. அவனால் ஒன்றுமே செய்யமுடியவில்லை. மயக்கமடைவதை மாத்திரம் செய்யத் தோன்றியது.

நர்ஸ் 'ஆ ஆ' என்று பிலிப்பைன் மொழியில் எதையோ சொல்லி அலறினாள். எப்படியோ பறித்துக்கொண்டு ஓடிப்போய்க் காவலர்களைக் கூட்டி வந்தாள். இரண்டு தடியான காவலர்கள் உருண்டையான கைத்தடிகளுடன் உள்ளே நுழைந்தார்கள். கால் களை அகலமாக வைத்து நிதானமாக அவர்கள் வந்த தோரணையே பயத்தை கிளப்பியது.

அடுத்த கணமே இந்தப் பையன் பிடியை விட்டுவிட்டுத் தன் இரண்டு கைகளையும் அவர்களை நோக்கி நீட்டினான். அவர்களிடம் விலங்கு இல்லை. ஆனால், இரண்டுபேரும் அவன் தோள்மூட்டை இறுக்கிப் பிடித்த படி அவனைப் படுக்கைக்கு அழைத்துப் போனார்கள். அதற்கு அவசியமே இல்லை. அவன் ஓர் ஆட்டுக்குட்டிபோலப் போய்ப் படுக்கையில் கைகளை உடம்புடன் ஒட்டிக்கொண்டு நீட்டிப் படுத்தான். நர்ஸ் இந்தச் செயலால் தடுமாறிப்போய் இருந்தாள். அவளுடைய தாடைகள் நடுங்கின. அந்த நிலையிலும் ஒரு இஞ்செக்ஸனை எடுத்துப்போய், பக்கவாட்டில் திருப்பிய சிறுவனின் பிருஷ்டத்தில், கண்ணாடி மழை உடையை அகற்றாமல், அவன் உடுப்பைக்கூட விலக்காமல் அதற்குமேலால் ஏற்றினாள்.

நர்ஸ் இப்பொழுதுதான் அவனை வியப்புடன் பார்த்தாள். அவனது வலது புஜத்தில், அவன் பார்க்கமுடியாத இடத்தில், சதை பிளந்து போயிருந்தது. ரத்தம் விடாமல் கொட்டி அவன் நெஞ்சு சட்டையை நனைத்து, கால்சட்டையை நனைத்து, கார்ப்பெட்டையும் நனைத்தது. கையிலே கட்டுப்போடுவதற்காக நர்ஸ் அவனை அழைத்தாள். சில நிமிடங்களுக்கு முன் தன் முழுப் பெயரையும் ஜோன்ஸன் வில்பர் ஃபோர்ஸ் சாமுவெல் என்று ஒரு பிரின்சிபாலுக்குத் தரும் மரியாதையோடு தன்னிடம் சின்னக் குரலில் சொன்ன சிறுவனைத் திரும்பிப் பார்த்தான்.

அவன் முகம் யேசுமாதாவின் முகம்போல சாந்தமாக மாறி யிருந்தது. வாயிலே வழிந்த ரத்தத்தை எப்போதோ நக்கி சுத்தம் செய்து விட்டான்.

உன் குதிரைகளை இழுத்துப் பிடி

எனக்கு முன்பு அங்கு வேலையில் இருந்தவர் ஒரு தென்னாப் பிரிக்க வெள்ளைக்காரர். அவர் ஒரு காலத்தில் அங்கே உயர் பொலீஸ் அதிகாரியாக வேலை பார்த்தவர், இப்பொழுது சோமாலி யாவில் ஒரு பொறுப்பான பதவியில் கடமையாற்றினார். ஆனால் வாழ்நாள் முழுக்கக் கறுப்பின மக்களை ஆட்டிப்படைத்த அவருக்கு சோமாலியா மீதோ, அந்த மக்கள் மீதோ ஒருவித கரிசனமும் இருக்கவில்லை. தன்மானத்தையும் தனித்துவமான சிந்தனையையும் எந்த நிலையிலும் விட்டுக்கொடுக்காத சோமாலியர்களைப் பற்றி மிகவும் தரக்குறைவாகப் பேசினார். அவர் சொன்னார் 'உமக்கு தெரியுமா, இந்த சோமாலியா மொழியில் 'நன்றி' என்ற பதத்திற்கு வார்த்தை கிடையாது. ஒரு சாக்கு நிறைய தங்க நாணயங்களைக் கொடுத்தால் நன்றி கூறமாட்டார்கள். சாக்கைத் தூக்கிப்போக ஒட்டகக்கூலி கேட்பார்கள்' என்றார்.

சோமாலியாவுக்குப் பணி நிமித்தம் வருபவர்கள் அங்கே ஒரு வருடம்கூடத் தங்குவதில்லை. இது விதி. சில நிறுவனங்கள் திறக்கும் வேகத்திலேயே மூடிவிடும். நான் வந்து சில வாரங்களிலேயே இந்த தென்னாப்பிரிக்கர் ஒரு நாள் திடீரென்று சொல்லாமல் கொள்ளாமல் சோமாலியாவைவிட்டு வெளியேறினார்.

வல்லரசான அமெரிக்காவின் பிளாக் ஹோக் ஹெலிகொப்டரை வீழ்த்தி, பதின்மூன்று அமெரிக்கப் படையினரைக் கொன்ற சம்பவம் சோமாலியாவில் நடந்து கிட்டத்தட்ட ஐந்து வருடங்கள் கடந்து விட்டன. அந்தக் காலகட்டத்தில் இரண்டு பெரும் பிரச்சினைகள் சோமாலியாவை ஆட்டிப்படைத்தன. கண்ணிவெடிகள். இவை லட்சக்கணக்காகப் புதையுண்டு கிடந்தன. எவ்வளவு வேகமாக இவற்றை அகற்றினாலும் ஆகக் குறைந்தது பத்து வருடங்கள் பிடிக்கும் என்று நிபுணர்கள் அபிப்பிராயப்பட்டார்கள்.

மற்றது சனப்பெருக்கம். இந்த உலகத்திலே உள்ள 192 தேசங் களிலும் ஆகக்கடைசியான வறுமை நிலையில் இருப்பது மொஸாம்பிக் நாடு. சோமாலியா அதற்கு வெகு நெருக்கமாக இருந்து கடைசி நிலைக்குப் போட்டியிட்டது. இது தவிர, இதைச்

சரிப்படுத்துவதற்காகக் குடும்பக் கட்டுப்பாடு அலுவலகம் முனைப்போடு வேலை செய்தது. சோமாலியா கிளை நிறுவனத்தின் தலைமைப் பொறுப்பை ஒரு ஸ்வீடன் நாட்டுப் பெண்மணி ஏற்றிருந்தார். சாம்பல் நிறக் கண்களில் கனிவான பார்வை கொண்டவர். கறுப்பு சால்வையால் தன் வைக்கோல் நிற தலைமயிரை மறைக்காமல் வெளியே புறப்படமாட்டார். விடாமுயற்சிக்குப் பேர் போன இவர், சோமாலியப் பெண்களைக் கொண்ட ஓர் அணி திரட்டி கிராமம் கிராமமாகச் சென்று பிரச்சார வேலைகள் செய்தார். தாய், சேய் நலனில் இவர் வெளிக்காட்டிய அதே அக்கறையைக் குடும்பக்கட்டுப்பாட்டிலும் காட்டினார். கூட்டங்களுக்கு நிறைய பெண்களை இழுப்பதற்காக குழந்தை உணவுகளை இலவசமாக வழங்குவார். ஆனால் நாளடைவில் இவர் செய்யும் பிரச்சாரச் செய்திகள் ஆண்கள் காதுகளிலும் விழுந்து எதிர்ப்பு வந்தது. பிறகு அவருக்குத் தனிப்பட்ட முறையில் மிரட்டல்களும் வரத் தொடங்கின.

என்னுடைய பல பணிகளில் ஒன்று விபத்தில் இறந்தவர்களுக்கு இழப்பீடு பெற்றுக் கொடுப்பது. சோமாலியாவில், எங்கள் நிறுவனத்தில் வேலை செய்பவர்கள் கண்ணிவெடி விபத்துக்களில் செத்துக் கொண்டிருந்தார்கள். ஆகவே அலுவலகத்தில் வேலை பார்த்த அத்தனை பேரும் காப்பீடு செய்யப்பட்டிருந்தார்கள். எங்கள் அலுவலகத்தைச் சேர்ந்த சோமாலியர் ஒருத்தர் பணி நிமித்தமாக ஒரு கிராம அதிகாரியைப் பார்க்கப்போன இடத்தில் மிதிவெடியில் மாட்டி இறந்துபோனார்.

காப்பீட்டில் இருந்து அவருக்குப் பணம் பெற்றுக்கொடுக்கும் வேலையை நான் துவக்கினேன். இன்சூரன்ஸ் நிறுவனம் சட்டென்று பணத்தை தூக்கிக் கொடுத்துவிடாது. பாரத்துக்கு மேல் பாரமாக நிரப்பவேண்டும். வரைபடம் வரைந்து விபத்து வர்ணனையை முழுமையாகக் கூறவேண்டும். இன்னும் பல அத்தாட்சி பத்திரங்களை இணைக்க வேண்டும். இதற்குமேல் பல கேள்விகள் வரும். அதற்கெல்லாம் பதில் சொல்லி அந்தப் பணத்தைப் பெற்றுக் கொடுப்பதற்கிடையில் பெரும் அலுப்பு வந்து மூடிவிடும்.

இந்த இழப்பீடு சம்பந்தமாக ஒரு பெண் அடிக்கடி அலுவலகத்துக்கு வருவாள். இறந்தவர் வயதுக்கு இவள் மிகவும் இளமையானவள். அழகாக வேறு இருந்தாள். அந்த மனிதரின் சாவில் பெரும் துக்கம் அனுபவித்தவள்போல இல்லாமல் மலர்ந்த முகத்துடன் வந்து போனாள். ஒருநாள் பணம் வந்துவிட்டது. இறந்துபோனவர் அவளுடைய பெயரையே பொலிசியில் குறிப்பிட்டிருந்தார். அவள் பெற்ற பணம் அவருடைய இருபது

வருட சம்பளத்துக்கு ஈடானது. முகத்தில் ஒருவித ஆச்சரியத் தையோ, மகிழ்ச்சியையோ அவள் காட்டவில்லை. அந்தப் பெரிய தொகையைப் பெறுமுன் எப்படி நடந்து வந்தாளோ அதே மாதிரி அதைப்பெற்ற பின்னும் நடந்து போனாள்.

இது நடந்து சில மாதங்கள் கழித்து ஒரு நடுத்தர வயதுப் பெண், துக்க ஆடை அணிந்து, மூன்று பிள்ளைகளை இழுத்துக் கொண்டு அலுவலகம் வந்தாள். தான் இறந்து போனவரின் மனைவி என்று சொல்லிக் கண்ணீர் விட்டாள். கணவரின் இழப்பீட்டுப் பணம் இன்னொரு பெண்ணுக்குப் போய்விட்டது அவளுக்குத் தெரியாது. பொலிசியை மீண்டும் ஆராய்ந்தபோது மனைவியின் பெயர் அதில் குறிப்பிடப்படவே இல்லை. பணம்போனதுகூடப் பெரிய அதிர்ச்சியாக இல்லை, அவளுக்குத் தெரியாமல் ஒரு பெண்ணுடன் சகவாசம் வைத்திருந்ததும் அவளுக்கே முழுப்பணத் தையும் எழுதி வைத்ததையும் இந்தப் பெண்ணால் தாங்கிக்கொள்ள முடியவில்லை. சூரியன் கீழே போகுமட்டும் அலுவலக வாசலில் குழந்தைகளைக் கட்டிப்பிடித்தபடி அவள் இருந்ததாக பின்னர் பலர் என்னிடம் சொன்னார்கள்.

என்னுடைய வேலையில் இன்னும் சில துக்கமான பகுதி களும் இருந்தன. அதில் ஒன்று கண்ணிவெடி அகற்றுவது சம்பந்தப் பட்டது. கண்ணிவெடி அகற்றும் நிறுவனங்கள் பல இந்த ஒப்பந்தங்களுக்குப் போட்டி போட்டன. கண்ணிவெடி அகற்றுவதற் கான நிதியும் ஒதுக்கப் பட்டுவிட்டது. கிராமம் கிராமமாகக் கண்ணிவெடிகள் புதையுண்ட இடங்கள் கண்டுபிடிக்கப்பட்டு, மதிப்பீடு செய்யப்பட்டு, எல்லைகளும் வகுக்கப்பட்டிருந்தன. மண்டை ஓட்டுக்குக் கீழே எலும்புப் படங்கள் வரைந்த எச்சரிக்கைப் பலகைகள் அங்கங்கே மாட்டப்பட்டன. கிராமத்து மக்கள் நலன் குழுக்களை ஒன்றுகூட்டிக் கண்ணிவெடி அகற்றுவதற்கான ஒரு வேலைத் திட்டம் தயாரிப்பதில்தான் பிரச்சினை முளைத்தது. அவர்கள் சீக்கிரத்தில் இணைந்து ஒரு முடிவுக்கு வருவதாகத் தெரியவில்லை. நாலு நாட்கள் ஒருவர் என்று அந்த வருடம் மட்டும் இறந்தவர்கள் தொகை 94. அப்படியும் மூப்பர் குழுக்களுக்கிடையில் ஒரு தீர்வும் ஏற்படவில்லை.

இந்தக் கிராமத்துக் குழுக்களைக் கூட்டி அரசாங்கம் சார்பில் முடிவெடுக்க வேண்டிய அதிகாரியின் பெயர் அப்துல் ஜாமா. ஓர் ஆமை ஊர்ந்து வருவது போல இவர் நடந்து வருவார். இவர் பேசுவதும் மெதுவாகவே இருக்கும். காதுகளை அவர் வாயிலிருந்து ஓர் அங்குலம் தூரத்தில் வைத்தால் ஒழிய அவர் சொல்வது ஒன்றும் புரியாது. அடிக்கடி 'அவசரப்பட வேண்டாம், உங்கள் குதிரைகளை

இழுத்துப் பிடியுங்கள்' என்று சொல்வார். சட்டென்று ஒரு தீர்மானத்துக்கும் வரமுடியாதவர். ஆனால் எல்லாக் குழுக்களும் ஒருமனதாக முடிவு எடுக்கவேண்டும் என்பதில் உறுதியாக இருந்தார். இதனால் கண்ணிவெடி அகற்றும் ஒப்பந்தம் கைச்சாத்திடப்படாமல் பல மாதங்கள் தள்ளிக்கொண்டே போனது.

இப்படியான சமயத்தில்தான் ஒரு சம்பவம் நடந்து, அது முதல் முறையாக ஒரு பத்திரிகையிலும் வெளிவந்தது. கூனாகபாட் என்ற ஒரு கிராமம், வடமேற்கு சோமாலியாவில் ஹர்கீஸா என்ற நகரத்தில் இருந்து முப்பது மைல் தூரத்தில் இருந்தது. மிகவும் பின்தங்கியதும் ஏழைகள் நிறைந்ததுமான இந்தக் கிராமத்தில் ஸுக்ரி என்ற பெண் வாழ்ந்து வந்தாள். அவளுடைய தகப்பன் 40 ஒட்டகங்களைப் பெற்றுக்கொண்டு அவளை நாலாவது மனைவியாக ஒரு கிழவனுக்கு விற்றுவிட்டான். அவள் கிழவனுடன் வாழ முடியாது என்று துணிச்சலாக முடிவெடுத்து ஒரு ஒதுக்குப்புறமான குடிசையில் வசித்தாள். கிழவனுடைய மூத்த மனைவியருக்கும் குழந்தைகளுக்கும் தான் வேலைக்காரியாகிவிடும் சாத்தியத்தை அவள் தீவிரமாக எதிர்த்தாள்.

ஸுக்ரியிடம் ஆடுகளும் ஒட்டகங்களும் இருந்தன. குர்ரா மரம் முண்டு கொடுக்கும் தூண்களும் களிமண் சுவர்களும் காட்டுப்புல் வேய்ந்த கூரையும் கொண்ட குடிசைதான் அவளுடைய உறைவிடம். அவளுக்கு முப்பது வயது தாண்டு முன்னரே மூன்று குழந்தைகள். இப்பொழுது நிறைமாதக் கர்ப்பிணியாக இருந்தாலும் அவள் சுறுசுறுப்பாக வேலை செய்தாள். அவளுடைய ஆடுகளையும் ஒட்டகங்களையும் இரண்டு பிள்ளைகள் மேய்ச்சலுக்கு ஓட்டிப் போய்விட்டார்கள். அவளுடைய சின்ன மகன் தாஹிர் தேய்ந்துபோன டயர் ஒன்றை உருட்டி உருட்டி வெளியே விளையாடிக் கொண்டிருந்தான். அந்த நேரம் ஸுக்ரிக்கு வலி எடுக்க ஆரம்பித்தது. அன்று பார்த்து அவளுக்குத் துணையாக யாரும் இல்லை. பக்கத்துக் குடிசைப் பெண்கூட, தண்ணீர் எடுக்க வெகுதூரம் போய்விட்டாள்.

தாஹிரைக் கூப்பிட்டு மருத்துவச்சியை அழைத்துவர அனுப்பினாள். எப்படி அந்த இடத்துக்குப் போகவேண்டும் என்பதை விளக்கமாகக் கூறினாள். அவனுக்கோ எட்டு வயது. தாய் கூறும்போது புரிந்தது, அவள் அடுத்த வாக்கியத்துக்குப் போன பிறகு முதலில் சொன்னது மறந்துபோனது. என்றாலும் இது ஒரு முக்கியமான சமாச்சாரம் என்பதில் அவனுக்கு சந்தேகமில்லை. தாய் பாதி கூறிக்கொண்டிருக்கும்போதே அவன் பிய்த்துக்கொண்டு ஓடினான்.

அவனுக்குத் தாய் தன்னை மெச்சும்படி இந்தக் காரியத்தைச் செய்யவேண்டும் என்பதில் விருப்பம். அவள் சொன்ன திசையில் வேகமாக ஓடினான். சிறிது தூரம் போன உடனேயே அடுத்த விவரம் ஞாபகத்துக்கு வர மறுத்தது. என்றாலும் திசையை மாற்றா மல் ஓடியதில் ஒரு சோளக்காடு வந்தது. அந்த அடையாளம் ஞாபகத்தில் இருந்தது. அங்கே பாதை இரண்டாகப் பிரிந்ததும் கொஞ்சம் தடுமாறிவிட்டான். இவன் நேராகப்போன பாதையைத் தெரிவு செய்தான்.

ஒரு நீளமான மரத்தில் மரங்கொத்தி ஒன்று செங்குத்தாக இருந்து கொத்தியது. அது பார்ப்பதற்கு வேடிக்கையாக இருந்தது. இஸ்க் என்று கையை உதறிக் கலைத்தபோது அது விர்ரென்று எழும்பிப் பறந்துபோனது. சந்தோசம் தாங்காமல் தலைக்கு மேலே ஒரு குச்சியைப் பிடித்துக்கொண்டு ஓர் ஒட்டக நடனம் ஆடினான். அதைப் பார்க்க ஒருவருமே இல்லை. அவன் கண்களுக்கு முன்னே மண்டை ஓடு கீறி, கீழே இரண்டு எலும்புகள் குறுக்காக வரைந்த ஒரு படம் கம்பத்தில் நின்றது. அந்த மண்டை ஓடுதான் அவன் ஆட்டத்தைப் பார்த்தது. அதற்குக் கீழே கறுப்புப் பலகையில், வெள்ளை எழுத்தில் வலது பக்கம் தொடங்கி இடது பக்கமாக ஏதோ எழுதியிருந்தது. அவன் இன்னும் வாசிக்கப் பழகவில்லை. பள்ளிக்கூடமே போகவில்லை. சிறிது நேரம் மண்டை ஓட்டையே பார்த்தான். அதில் ஏதோ வசீகரமாக அவனை நிறுத்தியது. பின்பு வயிற்றை அமுக்கிப் பிடித்த தாயின் நினைவு வர மேலும் ஓடினான். வேகமாகப் போனவனைச் சூரிய ஒளி தடுத்தது. ஒரு சுருட்டு போன்ற வடிவத்தில் இருந்த ஏதோ ஒரு பொருள் அவனை இழுத்தது. அது உலோக மாயிருந்தது. அதைக் கையிலே எடுத்து உருட்டிவைத்து பார்த்தான். அந்த நேரத்தில் அவனுக்குத் தாயின் ஞாபகம் முற்றிலும் மறந்துபோனது.

ஸுக்ரி வலியில் துடித்தாள். தாஹிர் வந்துவிட்டானா என்று அடிக்கடி வாசலைப் பார்த்தாள். நெற்றியில் இருந்து தொடங்கிய வேர்வை வெள்ளமாக வழிந்து அவள் ஆடைகளை நனைத்தது. இது அவளுக்கு நான்காவது பிரசவம். முன் அனுபவம் இருந்த படியால் அவள் தைரியத்தை இழக்கவில்லை. இரண்டு முழங்கால் களையும் மடித்து ஒரு வில்லுப்போல அவள் வளைந்துபோய் இருந்தாள். அடிக்கடி 'ஹூயா, ஹூயா' என்று அலறினாள். உடல் எடையின் மையம் கீழே இறங்கிக்கொண்டிருந்தது. சிரசு திரும்பிய குழந்தை எட்டு இன்ச் தூரத்தைக் கடக்க எடுத்துக்கொண்ட நேரத்தில் தாஹீர் இரண்டு மைல்களைக் கடந்து விட்டான். எதிர் பாராத விதமாக அந்தக் குடிசையில் ஒரு குழந்தையின் அழுகைச்

சத்தம் எழும்பியது. அந்தச் சத்தத்திலும் இனிமையான ஒன்றை ஸுக்ரி அவள் வாழ்நாளில் கேட்டதில்லை.

ஆனால், அவள் கேட்கக்கூடாத ஒரு சத்தம் இரண்டுமைல் தொலைவில் உண்டாகியது. அவளுக்குக் குழந்தை பிறந்த அதே நேரம் டயர் விளையாட்டைப் பாதியிலே நிறுத்திவிட்டு மருத்து வச்சியைத் தேடிப்போன அவளுடைய மகன் துண்டு துண்டாக வெடித்துச் சிதறினான்.

நாலு பக்கங்களுக்கு மேல் அச்சடித்தால் கட்டுபடியாகாத ஒரு சாணித்தாள் சோமாலி பேப்பர், மேற்கூறிய விபரங்களை ஒன்று விடாமல் 16 பொயிண்ட் சைஸில் எழுதியது. அந்தக் கிராமத்து சனத்தொகை ஒரு தானம் கூடிய அதே நேரத்தில் இன்னொரு இடத்தில் ஒரு தானம் குறைந்து கணக்கு சரியானதையும் சுட்டிக் காட்டியது. கிராமத்து குழுக்களுக்குள் நடக்கும் உள்சண்டைகளால் கண்ணிவெடி அகற்றும் ஒப்பந்தங்கள் கைச்சாத்திடப்படாமல் இழுபடும் அவலத்தை உடைத்து வைத்தது. குதிரையை வெகு நேரம் இழுத்துப் பிடித்தால் அது ஓடவேண்டும் என்பதையே மறந்துவிடும் என்று சொல்லி அந்தச்செய்தியை முடித்திருந்தது.

இந்தச் சம்பவம் நடந்த சில நாட்களில் குடும்பக் கட்டுப்பாடு நிறுவனம் தன் அலுவலகத்தை மூடிவிட்டு வெளியேறியது. வைக் கோல் முடிப் பெண்ணும் வெளியேறினாள். கண்ணிவெடி அகற்றும் ஒப்பந்தக்காரர்கள் பல மாதங்கள் முடிவுக்காகக் காத்திருந்து வெறுத்துப்போய் வெளியேறினார்கள். 1999ம் ஆண்டின் கடைசிப் பகுதியில் நான் வெளியேறினேன். மண்டை ஓடு போட்டு, பெருக்கல் குறிபோல இரண்டு எலும்புகள் கீழே கீறி, எச்சரிக்கை படம்போட்டு காப்பாற்றப்பட்ட பிரதேசம் அப்படியே ஒரு மாற்றமும் இல்லாமல் கிடந்தது. குடும்பக் கட்டுப்பாடு அலுவலகத் தின் வேலையையும் சேர்த்து அது செய்தது.

பெரிய முள் இரண்டில் வந்தவுடன்

ஆதாம், ஏவாளுக்குப் பிறந்த மூத்தவனுக்குப் பெயர் காயீன். இரண்டாமவன் பெயர் ஆபேல். கர்த்தர் காயீனிடம் 'நீ அவனை ஆண்டு கொள்வாய்' என்கிறார். ஆபேல் தன் மந்தையில் கொழுத்த ஆட்டை ஆண்டவனுக்குப் பலி கொடுத்து அவருக்கு பிரியமான வனாகிறான். இந்தச் செயலால் காயீன் அதிருப்தி அடைகிறான். தன் இருப்பைத்தக்கவைக்க தம்பி ஆபேலைக் கொன்றுவிடுகிறான். மனித இனத்தின் முதல் கொலை அங்கே விழுகிறது. அப்போதிருந்து தொடருகிறது இந்த ஆண்டான் - அடிமை விவகாரம்.

பல வருடங்களுக்கு முன்பு நடந்த ஒரு சம்பவம். இதைச் சொல்லாமல் தள்ளிப் போட்டுக்கொண்டே வந்தேன். இனிமேலும் தள்ளிப்போடுவதில் பிரயோசனமில்லை.

சமீபத்தில் கனடாவில் ஒரு கிறிஸ்துமஸ் விருந்துக்கு நாங்கள் அழைக்கப்பட்டிருந்தோம். எங்கள் வீதியில் குடியிருக்கும் பலர் இந்த விருந்துக்கு வந்திருந்தார்கள். பன்முக கலாச்சாரம் என்பதால் இத்தாலியர், ஜப்பானியர், இந்தியர், சீனர், கனடியர் என்று பல நாட்டவர். இதிலே ஒரு ஜேர்மன்காரரை மணமுடித்த போலந்துக் காரியும் அடக்கம். தலையிலே கடும்சிவப்பு குட்டை ஒன்றைக் கட்டியிருந்தார். வாட்டசாட்டமானவர். அவர் மேலும் கீழும் நடந்த போது மரத்திலான அந்த வீடு ஒரு குட்டி நடுக்கத்தை உண்டாக் கியது. விருந்தினர் சிறு சிறு குழுக்களாகப் பிரிந்து பேசியபோது ஒரே இரைச்சலாகிவிட்டது.

திடீரென்று மௌனம். அத்தனை குழுக்களும் ஒரே சமயத்தில் பேச்சை நிறுத்தின. போலந்து பெண்மணி, 'நேரம் என்ன? நேரம் என்ன?' என்று கேட்டார். யாரோ 'பதினொன்று பத்து' என்றார்கள். உடனே அவர் 'மிகச்சரியாக இருக்கிறது. 10 நிமிடம் தாண்டிய எந்த மணியிலும் உலகம் மௌனமாகிவிடும். எங்கள் நாட்டில் அப்படி ஒரு நம்பிக்கை' என்றார்.

அவரோடு ஒருவரும் தர்க்கம் செய்ய முடியாது. தர்க்கத்தில் தோற்பதை உரத்த சத்தத்தால் வென்றுவிடுவார்.

நான் வேலை பார்த்த, வசித்த, பயணம் செய்த பல நாடுகளில் சூடானைப்போல ஆச்சரியம் தந்த நாடு வேறு ஒன்றுமே இல்லை. பல வருடங்கள் அங்கே பிரிட்டிஷ் ஆட்சி நடந்தாலும் அதன் அறிகுறியைக் காணமுடியாது. சூடானியர்கள் பேசுவது அரபு மொழி. அவர்கள் பேசும்போதோ, எழுதும்போதோ மருந்துக்குக் கூட ஓர் ஆங்கில வார்த்தையைச் சேர்க்கமாட்டார்கள். அவர்களுடைய இன்னொரு குணாம்சம் விருந்தோம்பல். விருந்தாளிகளை உள்ளன்போடு உபசரிப்பதில் அவர்களுக்கு இணை யாருமில்லை.

இந்தக் குணங்களை எல்லாம் கண்டு நான் மயங்கிவிட்டேன். உடனேயே என் எண்ணத்தை மாற்றக்கூடிய சில சம்பவங்கள் நடக்கத்தொடங்கின.

புதிதாக வரும் எவரும் தலைநகரமான கார்ட்டூமிலேயே வீடு வாடகைக்கு எடுப்பார்கள். ஆனால், நான் கார்ட்டூமில் இருந்து சில மைல்கள் தூரத்தில் இருந்த ஓம்டூர்மான் என்ற பழம் நகரில் வசித்து வந்தேன். புழுதியும் ஒட்டகச்சந்தைகளும் மணி மாலை விற்போரும் சூழ்ந்த இந்த இடம் சரித்திரப் புகழ் வாய்ந்தது. இங்குதான் அல் மாஃடி என்ற இஸ்லாமிய இறைஞானி தன் தொண்டர்களுடன் சூரியன் மறையாத பிரிட்டிஷ் சாம்ராஜ்யத்தின் படைகளை முறியடித்தார். பதினாலு ஆண்டுகள் அவர்களுடைய ஆட்சி நடந்தது, பழையபடி கிச்சினர் என்ற பிரித்தானிய கவர்னர் ஓம்டூர்மானை 1898இல் திருப்பிக் கைப்பற்றும்வரை.

இந்தப் போரில் பிரிட்டிஷ் அரசிடம் இருந்தது சொற்ப துருப்புகளே. சூடானிய வீரர்கள் அலை அலையாக வந்து விழுந்து ஈசல்கள்போல மடிந்தார்கள். ஓயவே இல்லை. இறுதியில் சூடானியர்கள் பக்கம் இறந்தவர் எண்ணிக்கை 10000, காயம்பட்டோர் 16000, சிறைப் பிடிக்கப்பட்டவர்கள் 5000. பிரிட்டிஷ் பக்கம் இறந்தவர் 48, காயம்பட்டோர் 382. மிகவும் கோரமான போர் என்று இதைச் சரித்திரக்காரர்கள் வர்ணிப்பார்கள்.

இன்னொரு புகழ் ஓம்டூர்மானுக்கு உண்டு. உகண்டாவில் இருந்து பாயும் வெள்ளை நதியும் எத்தியோப்பியாவில் இருந்து வெளிக்கிட்ட நீல நதியும் கலப்பது ஓம்டூர்மானில்தான். இப்படி ஒன்றான நதி இன்னும் பல ஆயிரம் கிலோ மீட்டர்கள் ஓடி, எகிப்து தேசத்தைக் கடந்து, மத்திய தரைக் கடலில் போய் முடியும். இறைஞானி அல் மாஃடியின் சமாதிக்குச் சில மைல்கள் தூரத்தில் என் வீடு இருந்தது. மாடியில் இருந்து பார்க்கும்போது இணைந்த நைல் நதி ஒரு கர்ப்பிணியைப் போல மெதுவாகவும் திருப்தியுடனும் பெரிய எதிர்பார்ப்புடனும் நகர்வது தெரியும்.

உலக வங்கியும் சவூதி அரேபியாவும் ஜப்பானும் முதலீடு

செய்தபெரும் நிறுவனம் ஒன்று சூடானில் இயங்கியது. இதனுடைய இருதயம் போன்ற ஒரு சிறு அமைப்பு கார்ட்டூமில் இருந்தது. அங்கேதான் நான் வேலை பார்த்தேன்.

கடுமையான எழுத்து பரீட்சை, நேர்முகத் தேர்வு என்று வைத்தே ஆட்களை இங்கே வேலைக்கு எடுப்பார்கள். பீட்டர் மாலோங் என்பவன் இரண்டிலும் மிகச் சிறந்து முன்னணிக்கு வந்துவிட்டான். ஆனால் அவனைச் சேர்ப்பதில் ஒருவருக்கும் ஆர்வமில்லை. ஏதேதோ சாக்குப்போக்குச் சொல்லித் தட்டிக் கழிக்கப் பார்த்தார்கள். ஆரம்பத்தில் எனக்கு ஒன்றுமே புரிய வில்லை.

இவன் 21 வயது இளைஞன். கறுத்து மெலிந்து பந்தல் போடாத பயத்தங்கொடிபோல உயரமாக இருப்பான். அசைந்து அசைந்து நடந்து வரும்போது காற்றிலே நடுவில் முறிந்து விடுவானோ என்ற அச்சம் ஏற்படும். இவன் தெற்கு சூடான் கிறிஸ்டியன். வடக்கிலே இருப்பவர்கள் தங்களை ஆப்பிரிக்கர்கள் என்று ஒத்துக்கொள்வதில்லை; அரபியர்கள் என்பார்கள். இவர்கள் தெற்கில் இருப்பவர்களை ஆப்பிரிக்கக் காட்டு மிராண்டிகள், பில்லி சூனியக்காரர்கள், விலங்குகளை வணங்குபவர்கள் என்று பழித்துரைப்பார்கள்.

எங்கள் நிறுவனத்து சேர்மனுக்கு ஒரு காரியதரிசி இருந்தாள். பெயர் ஃபாட்மா. கோப்பி கலரில் மிகவும் அழகான பெண். இங்கிலாந்தில் படித்துப் பட்டம் பெற்றவள். பேச்சில் தேன் ஒழுகும். வெள்ளையிலும் வெள்ளையான துகில் உடையை அணிந்து வருவாள். ஒரு அக்குளில் ஒரு நுனியைச் சொருகி உடம்பைச் சுற்றி எடுத்துவந்து தலையை மூடி மறு நுனியை மற்றக் கையில் பிடித்திருப்பாள். இருக்கும் இரண்டு கைகளும் உடை நழுவாமல் ஆடையை இப்படிப் பிடிப்பதற்கே சரியாகிவிடும். இருந்தாலும் கெட்டிக்காரி. தன் பங்கு வேலையை எப்படியோ அரை நாளில் செய்து முடித்துவிடுவாள். மீதி நாளை சேர்மனின் மேசையில் இருந்து உதிரும் அதிகாரங்களை வைத்து அலுவலகத்தைக் கிடுகிடுக்க வைப்பதில் செலவழிப்பாள்.

பீட்டர் மாலோங் வேலையில் சேர்ந்த நிமிடத்தில் இருந்து அவன் எப்படியோ இவளுக்கு முதல் எதிரியாகிவிட்டான். ஒரு அலுவலகத்தில் ஒரு மனிதனுக்கு என்னென்ன கொடுமைகள் ஒருவர் இழைக்க முடியுமோ அவ்வளவையும் இவள் தனி ஆளாகச் செய்தாள். முழுக் காரியாலயமும் இவளுக்குப் பின்னால் இருந்தது. ஒருமுறை என்னிடம் வந்து தன் பெண் அங்கங்களை எல்லாம் வசீகரமான நிலையில் வைத்துக்கொண்டு சொன்னாள் 'உங்களுக்கு

நான் தெரிவிக்கவேண்டும். தெற்கிலே இருந்து வருபவர்கள் எல்லாம் விலங்கு வணங்கிகள்; அவர்களும் ஓர் அளவுக்கு விலங்குகள் மாதிரித்தான்.'

இரண்டு புத்தம் புது பஸ்கள் ஊழியரைக் கொண்டு வருவதற்காக வேலைசெய்தன. ஏதோ ஒரு காரணம் சிருஷ்டித்து பீட்டருக்கு அதில் இடம் இல்லையென்று ஆக்கிவிட்டாள். அந்த அலுவலகத்தில் ஆகக் கடைசியான ஒரு பணியாள் இருந்தான். தேநீர்ப் பையன். அவன் வேலை காலையில் இருந்து மாலை வரைக்கும் மேசைக்கு மேசை தேநீர் சப்ளை செய்வது. ஆனால், பீட்டர் மேசையை எப்படியோ மறந்துவிடுவான். பீட்டர் தானாகவே போய்த் தேநீரை எடுத்து வந்தால் உண்டு. பீட்டர் ஒரு நாளாவது முறைப்பாடு என்று வாய் திறந்து சொன்னதில்லை.

சூடானில் அரைவாசியை சகாராப் பாலைவனம் எடுத்துக் கொண்டதால் கோடையில் உஷ்ணம் எகிறும். குளிர்சாதன மெசின் இல்லாமல் ஒன்றும் செய்யமுடியாது. திடீரென்று மின்சாரத் தடங்கல் ஏற்படும்போது அலுவலகங்கள் ஸ்தம்பித்துப் போகும்.

இப்படியான தருணத்தில் ஒரு நாள் பீட்டர் என் அறைக்குள் பாம்பு நுழைவதுபோல முதலில் தலையை நுழைத்துப் பார்த்து விட்டு வந்தான். திடீரென்று ஒரு கேள்வி கேட்டான். 'குப்ளாய்கான் காலத்தில் சீனாவில் குதிரைப்பால் குடித்தார்களா?' வெப்பம் ஏறும் அறையில், மறையும் வெளிச்சத்தில், கேட்க வேண்டிய கேள்வியா இது? என்றாலும் 'தெரியவில்லை, குதிரைப்பாலில் ஒரு வித வைன் செய்து குடித்திருப்பார்கள்' என்றேன். அவன் சொன்னான், 'என் தங்கையை என்னால் மறக்க முடியவில்லை. என் கனவுகளில் திருப்பி திருப்பி வரும் குதிரைகள் என்னை பயமுறுத்தியபடியே இருக்கின்றன.'

தெற்கு சூடானில் மாஃடோல் என்ற ஒரு சிறு கிராமம். இங்கே இருப்பவர்கள் பெரும்பகுதியினர் இஸ்லாம் மதத்தையோ, கிறிஸ்துவ சமயத்தையோ தழுவாமல் பழைய சம்பிரதாயம், மூட நம்பிக்கை, பில்லி சூன்யம், விலங்கு வழிபாடு இவற்றில் நம்பிக்கை வைத்தவர்கள். இதில் ஒரு சிறிய பகுதியினர் கிறிஸ்தவர்கள். பீட்டர் படித்தது ஒரு மிஷனரி பள்ளியில். அவனுடைய அம்மா அங்கே முதல் வகுப்பு டீச்சராக இருந்தாள்.

அவன் சிறுவனாக இருந்தபோது ஒரு நாள் அவன் தாய் மணிக்கூட்டைக் காட்டி 'பெரிய முள் இரண்டுக்கு வரும்போது உன் தங்கையைப் போய்க் கூட்டிவா' என்று சொன்னாள். விளையாட்டு மும்முரத்தில் இவன், முள் இரண்டைத் தாண்டியதை கவனிக்கவில்லை. அன்று குதிரைக்காரர்கள் வரும் நாள். அவர்கள்

புகுந்து கிராமத்துச் சிறுவர், சிறுமியரைக்கொள்ளை அடித்துச் சென்றார்கள். அதிலே அவன் தங்கையும் அகப்பட்டு விட்டாள்.

'என்ன செய்வீர்கள்?'

'அரசபடைகள் இதற்கு உடந்தை. ஒன்றுமே செய்ய முடியாது. சரியாக இருபது நாட்கள் காத்திருப்போம். பிறகு மறந்துவிடுவோம்.'

'ஏன் இருபது நாட்கள்?' என்றேன்.

'கையிலே பத்து விரல்கள். காலிலே பத்து விரல்கள். இருபது. அதற்குமேல் எங்கள் கிராமத்தில் எண்ணத் தெரியாது' என்றான் சாதாரணமாக.

அவனுடைய தங்கை இன்னும் கோர்டோஃபானில் எங்கோ அடிமையாக வேலை செய்கிறாள் என்று நம்பினான். அவளுடைய பேர் அமீனா என்று மாற்றப்பட்டிருக்கும். விறகு வெட்டுவாள்; தண்ணீர் பிடிப்பாள்; வீடு பெருக்குவாள்; துணி தோய்ப்பாள்; இன்னும் என்னவெல்லாமோ ஏவல் வேலைகள் செய்வாள்.

'நீ போகாதது நல்லது. போயிருந்தால் இன்று நீயும் ஒரு அடிமை, இல்லையா?' என்றேன். அதற்கு அவன் சொன்ன பதில் என்னைத் திடுக்கிட வைத்தது. 'தெற்கிலே பிறந்தவர்கள் அந்த நிலையை என்றுமே தாண்டுவதில்லை.'

பீட்டருடைய வேலைத் திறன் பற்றியும் கொஞ்சம் சொல்ல வேண்டும். இவனைத் தாண்டி மூன்று படிகளுக்கு மேலே முதன்மைக் கணக்காளர் இருப்பார். இவனிடம் கொடுக்கப்பட்டது நல்ல புத்திசாலிகளுக்கு வெறுப்பேற்றும் routine வேலைகள். இவன் அவற்றை முடித்துவிட்டு அடுத்த வேலைக்குப் பறப்பான். ஏதாவது புதிதாகப் படிக்கவும் புதிதாகச் சாதிக்கவும் தயாராக இருப்பான்.

ஒருமுறை முதன்மைக் கணக்காளர் மட்டுமே செய்து முடிக்கவேண்டிய ஒரு வேலையை இவன் கச்சிதமாகப் பாதி நேரத்தில் செய்து முடித்துவிட்டான். பிறகு அதைத் தான் செய்த தாகச் சொல்லவேண்டாம் என்று கெஞ்சிக் கேட்டுக்கொண்டான். அந்தக் கணம் அவன் உடம்பு நடுங்கியது எனக்கு ஆச்சரியத்தைக் கொடுத்தது. நான் அந்தச் சம்பவத்தை உடனேயே மறந்துவிட்டேன்.

இது நடந்தபோது அவன் வேலையில் சேர்ந்து சில மாதங் களாகியிருந்தன. ஆனாலும், அலுவலகத்தில் சிறு சிறு தொல்லை களை அவனுக்கு ஏற்படுத்திக்கொண்டே இருந்தார்கள். அவன் மூச்சுவிட மாட்டான். ஒரு நாள் கழிவறை வாசலில் நின்ற நிலையில் சாப்பிட்டுக்கொண்டிருந்தான். அந்த அலுவலகத்தில் பெரிய ஓய்வு அறையும் சாப்பிடும் வசதிகளும் நிறைய இருந்தன. இதற்கெல்லாம்

சூத்திரதாரியாக இருக்கும் ஃபாட்மாவை விசாரித்தால் அதற்கான பதில் அவள் பக்கத்தில் நின்ற நாதியாவிடம் இருந்து வந்தது. 'He is welcome anytime to the din- ing room' என்றாள். ஃபாட்மா பதில் சொல்வதற்குத் தகுதி இல்லாத ஒரு கேள்வியை நான் கேட்டிருக்கிறேன் என்பதுதான் அர்த்தம்.

இந்த நாதியா கவ்டா என்ற பெண்ணைப் பற்றியும் கொஞ்சம் சொல்லவேண்டும். இவள் கொப்டிக் கிறிஸ்தவ பிரிவைச் சேர்ந்தவள். அந்தப் பிரிவு சேர்ச்சின் தலைமைப்பீடம் எகிப்தில் இருந்தது. ரோமாபுரி மன்னர் நீரோவின் காலத்தில் புனித மார்க்கின் அடியார்கள் இதை ஸ்தாபித்ததாக சொல்வார்கள். ஒரு வருடத்தில் பாதி நாட்களுக்கு மேல் இவள் உபவாசம் இருப்பாள். இருந்தும் அவள் சுற்றளவு ஒன்றும் அவசரமாகக் குறைந்ததாகத் தெரியவில்லை.

இவளுடைய வேலை டைப் அடிப்பதுதான். அவள் அளவு அகலமான கம்ப்யூட்டர் அவள் மேசையின் மேல் இருந்தது. ஒவ்வொரு வரியையும் அடித்துவிட்டு ஏதோ மாபிசைந்த மிச்சத்தை உதறுவதுபோலத் தன் கைகளைத் தட்டுவாள். அதற்குப் பிறகே அடுத்த வரிக்குப் போவாள். அறைக்கு வெளியே நிற்கும் ஒருவர் அவள் கைத்தட்டல்களை மட்டும் எண்ணி அவள் எத்தனை வரிகள் அன்று அடித்திருக்கிறாள் என்பதைச் சரியாகச் சொல்லிவிடலாம்.

இவள் தன் வீட்டு கிறிஸ்துமஸ் பண்டிகையை முன்னிட்டு அலுவலகத்தினருக்கு அழைப்பு விடுத்தாள். நான் வழக்கம்போல இந்தப் பண்டிகை டிசெம்பர் 25 ஆம் தேதி வரும் என்று நினைத்தேன். தவறு. அவர்களுடையது ஒவ்வொரு வருடமும் ஜனவரி 7ஆம் தேதி வருமாம். ஜூலியன் காலண்டரில் உள்ள பிழையை நீக்குவதற்காக கிரிகோரி போப்பாண்டவர் ஒரு காரியம் செய்தார். 1582 ஒக்டோபர் 5ஆம் தேதியை 15ஆம் தேதியாக மாற்றும்படி கட்டளையிட்டார். உலகம் முழுக்க அன்று பத்து நாட்களை இழந்தது. ஆனால் கொப்டிக் கிறிஸ்தவர்கள் இன்னமும் பழைய காலண்டர் முறையையே பின்பற்றுவதனால் யேசுவின் சரியான பிறந்த தினம் ஜனவரி 7ஆம் தேதிதான் என்று வாதமிடுவாள்.

அவளுடைய வீட்டு முகப்பில் அடித்த கூடாரத்தில் அலு வலகத்தில் வேலை பார்க்கும் அத்தனை பேரும் குழுமியிருந்தார்கள். பாட்டும், கேளிக்கையும் நடனமுமாக அமர்க்களப்பட்டது. விருந்தினர் அத்தனை பேருக்கும் பிளேட்டுகளில் உணவு பரிமாறிக் கொண்டுவந்து கொடுத்தார்கள். பீட்டர் கையில் ஓர் உணவு பிளேட் கிடைக்கவில்லை. அவன் அதைப் பொருட்படுத்தியதாகவும்

தெரியவில்லை. மிகவும் பழக்கப்பட்டவன்போலத் தன்னை சௌகரியமாக்கிக் கொண்டான். உணவு கொடுக்கவேண்டாம் என்ற பிரத்தியேகமான உத்தரவு அவனுக்காகப் போட்டிருக்க வில்லை என்று நினைக்கிறேன். ஆனால், உணவு பரிமாறிய அத்தனை சேவகர்களும் எப்படி அவனைத் தவிர்த்தார்கள் என்பது தான் ஆச்சரியம். நான் விருந்தை முடித்துப் புறப்படும்வரை அவன் கையில் ஒரு பிளேட் கிடைக்கவில்லை.

அடுத்த நாள் அவன் அதுபற்றி ஒரு மூச்சும் விடவில்லை. வழக்கமான உற்சாகத்தோடு அவனுக்கு ஒதுக்கப்பட்ட ஒரு பணியை அணுகுவதற்கு தயார் செய்தான். அவனுடைய திறமைக்கு சவாலான அந்த வேலையை சீக்கிரத்தில் முடிக்கவேண்டும் என்று சொல்லிவிட்டு புறப்பட்டான்.

சிறிது நேரம் கழித்து ஏதோ காரணத்திற்காக அவனை உள் தொலைபேசியில் அழைத்தேன். பதில் இல்லை. கொஞ்சம் பொறுத்து மறுபடியும் முயற்சி செய்தேன். அப்பொழுதும் இல்லை. ஒரு மணி நேரம் கழித்து தேநீர்ப் பையனை அவனிடம் அனுப்பி னேன். அறையிலே பீட்டர் இல்லையென்றான் அவன். அன்று மாலை வரை அவனைக் காணவில்லை. அலுவலகம் மூடிய பிறகு அவனுடைய மேசைக்குச் சென்று பார்த்தேன். கம்ப்யூட்டர் ஓடிக் கொண்டிருந்தது. ஒரு கோப்பு விரித்தபடி கிடந்தது. காபினெட் அரைவாசி திறந்த நிலையில். மேசையிலே சில பேப்பர்களில் எழுதி முடித்த கணக்குகள். குறிப்புகள் எடுத்த பேப்பரில் ஒரு வசனம் பாதியிலே நின்றது.

அடுத்த நாளும் அவன் வரவில்லை. அடுத்த வாரமும் இல்லை. அடுத்த மாதமும் இல்லை. அவனுக்குச் சேரவேண்டிய மீதிச் சம்பளம் ஒரு கவரிலே போட்டு, அவன் பேர் எழுதி, இரும்புப் பெட்டகத்தில் பூட்டப்பட்டு, கேட்பாரில்லாமல் கிடந்தது.

இதிலே ஒரு விநோதம் இருந்தது. அவன் என் அறையை விட்டுப்போன அரை மணி நேரத்தில் என்ன நடந்தது, எங்கே போனான், ஏன் திரும்பி வரவில்லை என்ற காரணம் அந்த அலுவலகத்தில் வேலைசெய்த அத்தனை பேருக்கும் தெரிந்திருந்தது. தேநீர்ப் பையனில் இருந்து சேர்மன் வரைக்கும். ஆனால் என்னிடம் மாத்திரம் அந்தக் காரணம் மறைக்கப் பட்டுவிட்டது.

போலந்து பெண்மணி சொல்கிறார் பத்து நிமிடம் தாண்டிய எந்த மணி நேரத்திலும் மனிதர்கள் சில விநாடி மௌனம் காப்பார்கள் என்று. அப்படியானால் பூமியின் ஒரே தீர்க்க ரேகையில் வசிக்கும் எல்லோரும் ஒரு கணத்தில் மௌனமாக இருப்பார்களா? இது சாத்தியமில்லை.

பீட்டர் மாலோங் ஏதோ அக்கிரமத்தை மறைப்பதற்காக மௌனம் சாதித்தான். அதில் சந்தேகமே இல்லை. அவன் மீதி வாழ்க்கையில் இன்னும் பல மௌனங்களை அனுட்டித்திருப்பான். அவை எல்லாவற்றுக்கும் காரணம் இருக்கும். எனக்குத் தேவையான தெல்லாம் ஒன்றே ஒன்றுதான். அவன் எதற்காக திடீரென்று மறைந்துபோனான். இதை யாராவது சொன்னால் நல்லாயிருக்கும். ஆனால் காலம் தப்பிவிட்டது. காயீன் செய்த கொலையின் காரணம் தெரிய வரும்போது இதுவும் தெரிய வரலாம்.

நூறு வருடம் லேட்

விமான நிலையத்தின் வரவேற்புக் கூடத்துக்குள் நுழைந்த அந்தக் கணமே அவனைக் கண்டேன். அவன் அணிந்திருந்த ஒரு சைஸ் குறைவான அரைக்கை சேர்ட்டை பல இடங்களில் மீறிக்கொண்டு அவன் உடம்பு கட்டுக்கட்டாகத் தெரிந்தது. காட்டு மரம் ஒன்றில் உருட்டி உருட்டிச் செய்ததுபோல இருந்தான். உடனே ஒரு பழைய பாடல்தான் ஞாபகத்துக்கு வந்தது. நாளுக்கு எட்டுத் தேர் செய்யும் ஒரு தச்சன் பார்த்துப் பார்த்து, இழைத்து இழைத்து ஒரு மாத காலமாக ஒரு தேர் செய்தானாம். அந்தத் தேர்போல அவன் தேகம் அமைதியாகவும் உறுதியாகவும் அவன் தேர்ந்த இடத்தைக் கச்சிதமாக நிறைத்துக் கொண்டும் நின்றது. அவனும் யாருடைய வரவுக்காகவோ காத்துக்கொண்டிருந்தான்.

பிளேன் வருகை நேரங்களை அறிவிக்கும் திரையைப் பார்த்தேன். அதில் கறுப்பு வெள்ளைக் கோடுகள் பக்கவாட்டில் ஓடிக்கொண்டிருந்தன. இன்னும் பலரும் திரையைப் பார்த்து ஏமாந்தார்கள். நான் அப்படியே திரையைப் பார்த்துக்கொண்டு நின்றபோது என்னைச் சுற்றித் துப்புரவுப் பணியாளர்கள் சுத்தம் செய்துகொண்டு போய்விட்டார்கள்.

'விசாரணைகள்' என்று கொட்டை எழுத்தில் எழுதிய போர்டு தலைக்கு மேலே தொங்க, மிக அழகாக அலங்கரித்த பெண்ணொருத்தி உயர்ந்த நாற்காலியொன்றில் உட்கார்ந்திருந்தாள். அவள் இடுப்புக்கு மேலே மிக நீண்டுபோய்த் தெரிந்தாள். ஒரு மென்சிவப்பு ஸ்வெட்டரைக் கழுத்து வழியாகப் போட்டுக் கூந்தலை விசிறிவிட்டிருந்தாள். அவளை அணுகி என் விமான இலக்கத்தைக் கூறி அது வரும் நேரத்தை விசாரித்தேன். அவள் கம்ப்யூட்டர் திரையில் அந்தத் தகவலைப் பார்க்கச் சொன்னாள். அவள் அப்படிச் சொன்னபோது அவளுடைய நிறைந்த உதடுகள் மிகவும் கஷ்டப்பட்டு எனக்காகத் திறந்தன. அதிகாலை நேரத்தில் அளவுக்கு அதிகமாக மேக்கப் செய்து எதற்காக எந்த நேரத்திலும் அறுந்து விழும் பலகைக்குக் கீழே காத்திருக்கிறாள், இதைச் சொல்வதற் காகவா?

'கம்ப்யூட்டர் திரை வேலை செய்யவில்லை' என்றேன். நிமிர்ந்து கேவலமாக என்னைப் பார்த்துவிட்டு, 'இல்லையே, வேலை செய்கிறது' என்றாள். அந்த மூன்று வார்த்தைகளையும் உண்டாக்கு வதற்கு முன்பற்களையும் நாக்கையும் அப்போதைக்கு வாயில் சேர்ந்திருந்த துப்பலையும் பயன்படுத்தினாள். ஒப்பனைக்கு எடுத்துக்கொண்ட நேரத்தில் சில செக்கண்டுகளை ஒதுக்கி இந்த அற்பத் தகவலை எனக்குத் தந்திருக்கலாம். 'பரவாயில்லை, அந்தத் தகவலை நீங்கள் தரலாமே' என்றேன். துப்பலை மிச்சப்படுத்து வதற்காக அவள் வாயைத் திறக்கவில்லை. கம்ப்யூட்டர் திரையில் பாருங்கள் என்று அவள் சொல்வதைக் கேட்பதற்காக இன்னும் நாலு பேர் எனக்குப் பின்னால் நின்றார்கள். இவளிடம் மினக் கெடுவதிலும் பார்க்க செருப்பு தோற்றம் கொண்ட ஒரு பரமேசியத் திடம் முறையிடலாம் என்று எனக்குப் பட்டது.

பிளேன் ஒரு மணிநேரம் லேட். விமான நிலையத்தில் காத்திருப்பது எனக்கு அலுப்புத் தருவதே இல்லை. ஒரு மிருகக் காட்சி சாலையில் நிற்பது போல ஏதாவது புதுமையாக ஒவ்வொரு கணமும் நடந்துகொண்டே இருக்கும். வாசலில் ஒவ்வொருவராகத் தோன்றுவார்கள். நாடகமேடையில் வரும் பாத்திரம்போல ஒரு எதிர்பார்ப்பு உடனே உண்டாகும். நாய்க் குட்டியை இழுத்துப் போவதுபோல ஒரு பெண் தன் சூட்கேஸை வேகமாக இழுத்தபடி போனாள். அவளுக்குப் பின்னால் ஒரு கட்டையான மனிதர் நாலு கனமான சூட்கேசுகளை ஒரு வண்டியில் வைத்து தள்ளிக்கொண்டு வந்தார். ஆனால், அவர் உடம்பு முழுவதும் மறைந்து விட்டது. ஒரு கணம் தூரத்திலே சூட்கேசுக்கு மேலே ஒரு தலை உட்கார்ந்து சவாரி செய்வதுபோலத் தோன்றியது. விநோதமான நீண்ட கருவிகளைக்காவியபடி ஒரு குழு கடந்துபோனது. எதையோ அளப்பதற்கு வந்த விஞ்ஞானிகள்போலத் தோன்றினார்கள். அந்த அதிகாலையிலும் மிக உற்சாகமாக விவாதித்தபடி கலைந்து போனார்கள்.

நானும் ஓர் இளம் விஞ்ஞானிக்காகக் காத்துக் கொண்டிருந்தேன். என் வயதிலும் அரைவாசிதான் இருக்கும் அவனுக்கு. தாசன் என்று பேர். என் சைடிலும் என் மனைவி சைடிலும் அவனுக்கு நாங்கள் உறவு. இப்பொழுது பிஎச்.டி. (Ph.D.) முடித்துவிட்டு மனித இயல்பு பற்றிய ஆராய்ச்சியில் ஈடுபட்டிருந் தான். மூன்று நாட்கள் ரொறொன்ரோவில் ஒரு விஞ்ஞானிகள் கருத்தரங்கில் கலந்துகொள்ள வருகிறான். இரண்டு வருடங்களுக்குப் பிறகு சந்திப்பதால் அவன் வரவை நான் ஆவலுடன் எதிர்பார்த் தேன். அவன் வந்தாலே கலகலப்புதான். எப்பொழுதும் இவனுடன் எனக்கு விவாதம், சண்டை, பந்தயம் என்று இருக்கும்.

பத்து வருடங்களுக்கு முன்பு ஒரு பந்தயத்தில் தோற்றுப் போனதில் இருந்து இவனிடம் மிகவும் எச்சரிக்கையாக இருப்பேன். கணிதத்தில் கல்குலஸ் என்ற பிரிவைக் கண்டுபிடித்தது லெய்ப்னிஸ் என்ற ஜேர்மன்காரர் என்றேன். அவன் நியூட்டன் என்றான். நியூட்டன் முதலில் கண்டுபிடித்தது மட்டுமல்லாமல் அதைத் தனக்குத்தானே ஏறக்குறைய முப்பது வருடங்கள் ரகஸ்யமாக வைத்திருந்திருக்கிறார், உலகத்துக்கு அறிவிக்காமல். அதுக்கு நான் என்ன செய்வேன். எனவே பந்தயத்தில் எனக்குத் தோல்வி.

தாசன் பயின்ற அட்லாண்டா பல்கலைக்கழக விஞ்ஞானிகள்தான் பேர்பெற்ற கபில நிற கப்புச்சின் குரங்கு பரிசோதனையை நிகழ்த்தியவர்கள். அதைப் பின்பற்றி இன்னும் பல விஞ்ஞானிகள் ஆராய்ச்சிகளைத் தொடர்ந்தார்கள். இவனும் அப்படியான ஓர் ஆராய்ச்சியில்தான் ஈடுபட்டிருந்தான்.

ஒரு பரிசோதனையில் முன்பின் அறிமுகமில்லாத இரண்டு ஆட்கள் பங்கேற்பார்கள். அதில் ஒருவரிடம் நூறு டொலர் தரப்படும். அவர் மற்றவருடன் அந்தக் காசை எப்படியும் பங்கு போட்டுக் கொள்ளலாம். அவர் கொடுக்கும் பங்கை இரண்டாமவர் ஏற்றுக்கொண்டால் இரண்டு பேருமே அந்தப் பணத்தை வைத்துக் கொள்ளலாம். ஆனால் இந்த வாய்ப்பு ஒரு முறையே. மற்றவர் அந்தப் பணத்தை ஏற்றுக்கொள்ளாவிட்டால் இருவருக்குமே பணம் கிடையாது.

இந்தப் பரிசோதனையில் அநேகம் பேர் சரிபாதியாக 50 டொலர், 50 டொலர் என்று பங்குபோட்டுக் கொள்வார்கள். இன்னும் சிலர் 60, 40 என்று பிரித்துக் கொள்வதுமுண்டு. ஆனால் 70, 30 என்று பிரிக்கும்போது அநேகமாக இரண்டாவது ஆள் தன் பங்கை ஏற்றுக்கொள்ளமாட்டார். அப்போது இருவருக்குமே பணம் கிடைக்காமல் போய்விடும்.

இதில் ஒரு கேள்வி இருந்தது. விஞ்ஞானிகள் இரண்டாவது ஆளைக் கேட்டார்கள். 'உமக்கு கிடைப்பது முப்பது டொலர்; அதுவும் இலவசம். அதை ஏன் நிராகரித்தீர்?' அதற்கு அவர் சொல்லும் பதில் ஒரே மாதிரி இருக்கும்.

'அது எப்படி, அவர் 70 டொலரைத் தனக்கு வைத்துக் கொள்ளலாம்?'

'ஆனால் சும்மா வந்த முப்பது டொலரை இழந்துவிட்டீரே!'

'அது பரவாயில்லை. அவருக்கு 70 டொலர் கிடைக்கக் கூடாது.'

அந்த விஞ்ஞானிகள் மனித உள்ளத்தின் ஆழமான ஒரு நுட்பத்தைத் தொட்டுவிட்டார்கள். ஆதி காலத்தில் இருந்தே

மனிதனுக்குச் சமத்துவத்தில் நாட்டமிருக்கிறது. தன் பங்கு அவனுக்குப் பெரிதில்லை. அடுத்தவனுக்கு அநியாயமாக அதிகம் கிடைக்கக்கூடாது. அதுதான் முக்கியம். ஆதியில் தொடங்கிய இந்தப் போராட்டம் தொடரும். எல்லாத் துறைகளிலும் சமத்துவம் கிடைக்கும்வரை மனிதன் நிறுத்தப் போவதில்லை என்பான் தாசன்.

நான் கேட்டேன். 'நூறாயிரம் ஆண்டுகளுக்கு முன்பே மனிதன் கல்லாயுதங்களை உபயோகிக்கக் கற்றுக்கொண்டான். இன்றுவரை இந்த மனித சமத்துவம் ஏற்படவில்லையே? அது ஏன்?'

அதற்கும் அவனிடம் பதில் இருந்தது. ஆதியிலே மெதுவாக ஆரம்பித்த மாற்றங்கள் இப்போது வேகமெடுத்துவிட்டன. பெண் களுக்கு முதலில் சம வோட்டு எங்கே கிடைத்தது. ஃபின்லாண்டு நாட்டில் 1906ஆம் வருடம். ஆப்பிரஹாம் லிங்கன் அடிமை ஒழிப்பு சட்டம் கொண்டு வந்தது கேவலம் 140 வருடங்களுக்கு முன்னால்தான். சிறார் தொழில் கொடுமை இங்கிலாந்தில் ஒழிக்கப் பட்டு சரியாக 60 வருடங்களாகின்றன. அநீதியை எதிர்ப்பது ஆதி மனித இயல்பு. மனித சமுதாயத்தில் வெகுவிரைவில் சமத்துவம் சந்துபொந்தெல்லாம் நிறைந்துவிடும் என்பதில் அவனுக்கு அசையாத நம்பிக்கை.

நான் எதிர்பார்த்த தாசனுடைய பிளேன் தரையிறங்கி விட்டது. நான் வாசலை உன்னிப்பாக கவனிக்கத் தொடங்கினேன். எனக்கு முன்னால் காத்திருந்த கட்டழகனும் உசாரானார். ஒரு தாய் தன்னுடைய மூன்று வயது மகனை முன்னே நடக்கவிட்டு அவனுடைய தலையைப் பிடித்து சரியான திசைக்குத் திருப்பியபடி வந்துகொண்டிருந்தாள். அவர்களுக்குப் பின்னால் சிவப்பு கொடி பறக்கும் சக்கர நாற்காலியில் ஒரு மூதாட்டியை யாரோ வழியை ஏற்படுத்தியபடி, தள்ளிக்கொண்டு வந்தார்கள். எனக்குப் பக்கத்தில் நின்றவர் கோயில் மணியை எட்டி அடிப்பதுபோல எம்பியெம்பிக் கையை அசைத்தார்.

எலுமிச்சை நிற ஆடையில் வெள்ளை கொலர் வைத்த சீருடையை அணிந்த நாலு விமானப் பணிப்பெண்கள் டக்டக் கென்று எங்களைக் கடந்து போனார்கள். அவர்களுக்குப் பின்னால் காதிலே நாலைந்து வளையம் மாட்டிய மெலிந்த இளைஞன் ஒரு கனமில்லாத சூட்கேஸைத் தள்ளியபடி வந்துகொண்டிருந்தான். அவனைக் கண்டதும் தேர்க்கால் அழகன் பரபரப்பானான். அந்த வாலிபன் வெளியே வந்ததும் ஓடிச்சென்று அவனுக்கு உதட்டிலே முத்தம் கொடுத்து வரவேற்றான். மிக நீண்ட நேரத்துக்குப்பின் ஓர் இடைவெளி வந்தது. பிறகு மீண்டும் அந்த முத்தத்தைத்

தொடர்ந்தார்கள். மடோனாவும் பிரிட்னி ஸ்பியர்ஸும் கொடுத்தது போல அது முடிவில்லாத முத்தமாக இருந்தது.

என் வாழ்நாளில் இப்படியான காட்சியை நான் பார்த்த தில்லை. இந்த பரவசம் தந்த அதிர்ச்சியில் நான் ஒரு விஷயத்தை மறந்துவிட்டேன். ஒருபால் மணத்தை சமீபத்தில் கனடாவின் பாராளுமன்றம் அங்கீகரித்தது. அதைத் தொடர்ந்து நாட்டின் உச்ச நீதிமன்றமும் சாதகமான தீர்ப்பு வழங்கியிருந்தது. அது மாத்திர மல்ல, ஓர் ஆண் தன் காதலனுக்கு நிரந்திர வதிவிடம் கோரி விண்ணப்பிப்பதற்கும் குடிவரவு அனுமதியளித்தது. ஒரு பெண்ணுக் கும் தன் காதலியை வரவழைப்பதற்கு அதே சலுகை. இவர்களைப் பார்த்தால் நீண்ட நாள் பிரிவுத் துன்பத்தை அனுபவித்த காதலர் களாகத் தெரிந்தார்கள்.

அப்பொழுது யாரோ என்னை உற்றுப் பார்ப்பதை உணர்ந்தேன். திரும்பிப் பார்த்தால் தாசன். அப்படியே அவனை அணைத்து வரவேற்றேன். நான் பார்த்த திசையில் அவனும் பார்த்துவிட்டு மௌனமாகச் சிரித்தான். பிறகு என்னைப் பார்த்து 'லேட்' என்றான்.

'ஒரு மணிநேரம்தானே, பரவாயில்லை' என்றேன்.

'நான் அதைச் சொல்லவில்லை. நூறு வருடம் லேட்' என்றான்.

'இளம் விஞ்ஞானியே, புதிர்போடாமல் பேசு.'

'கனடாவில் தற்போது பாஸ் பண்ணிய சட்டம் லேட் என்று சொல்கிறேன். நூறு வருடங்களுக்கு முன் ஒஸ்கார் வைல்டு என்ற பெரும் எழுத்தாளரை இங்கிலாந்தில் இரண்டு வருடங்கள் சிறையில் போட்டுக் கொடுமைப்படுத்தினார்கள். அவர் வெளியே வந்தபின் எழுதவே இல்லை. சீக்கிரத்தில் இறந்துபோனார். அருமையான இலக்கியப் படைப்பாளியை அநியாயமாக கொன்றுவிட்டார்கள். அவர் செய்த ஒரே குற்றம் அவருக்கு ஓர் ஆண் காதலன் இருந்ததுதான்.'

நடந்து வந்த தாசன் நின்று அவர்களைப் பார்த்தான். நானும் திரும்பிப் பார்த்தேன்.

ஒரு பிரமாண்டமான விமான வரவேற்புக் கூடத்தின் நடுவில் நின்று அந்தக் காதலர்கள் முத்தம் பரிமாறினார்கள். சன வெள்ளம் அந்த இடத்தில் ஒரு நதிபோல இரண்டாகப் பிரிந்து மறுபடியும் ஒன்றுகூடி நகர்ந்தது. பல்லாயிரம் ஆண்டுகளாக அடக்கப்பட்டு மெல்ல மெல்ல வளர்ந்த ஒரு தீவு மனித வெள்ளத்தில் அடிபட்டுப் போகாமல் அப்படியே நிமிர்ந்து நின்ற காட்சி, பார்க்க வெகு அழகாகத்தான் இருந்தது.

மூளை செத்தவன்

நியூயோர்க் நகரில் பிரபலமான தனியார் மருத்துவமனை யொன்றில் பணியாற்றும் டொக்டர் ஒருவர் சமீபத்தில் சொன்ன உண்மைக் கதை இது. சொன்னவர் இலங்கைக்காரர். இந்த மருத்துவமனையில் அவர் சேர்ந்த புதிதில் அவருக்கு வயது முப்பது இருக்கும். இவரிலும் பார்க்க ஒரு சில ஆண்டுகளே வயதில் மூத்த அமெரிக்க வெள்ளை டொக்டரும் அங்கே வேலை பார்த்தார். இந்த அமெரிக்கர் அதி நுட்பமான புத்திசாலி, மயக்கவியல் நிபுணர் (anesthesiologist). உலகத்தில் சிறந்த பத்து டொக்டர்களை இந்தத் துறையில் எண்ணினால் அதில் இவரும் ஒருவராய் இருப்பார். அப்படிப் புகழும் திறனும் பெற்றவர்.

ஆனால் இவரிடம் மிகப் பெரிய குறை ஒன்று இருந்தது. யாரையும் மதிக்கமாட்டார். இவருடன் வேலை செய்யும் பெரும் தகுதி பெற்ற டொக்டர்களையும் சகாக்களையும் மிகவும் கீழ்த்தர மாக நடத்துவார். இவர் வாயிலே இருந்து வெளிப்படும் வசைச் சொற்கள் ஒரு மருத்துவமனையின் சுவர்களுக்குள் ஒலிக்கக் கூடாதவை. சிறு வயதில் இருந்து அவர் சேர்த்துவைத்த கெட்ட வார்த்தைகளை எல்லாம் தயக்கமில்லாமல் வெளியே விட்டு அந்த இடத்தின் காற்றை அசுத்தப்படுத்துவார். அதிலும் அவருடைய எதிராளி ஒரு வேற்று நாட்டவனாகவோ அல்லது நிறம் குறைந்தவ னாகவோ இருந்துவிட்டால் அவருடைய சொற்பிரயோகங்கள் இன்னும் ஒரு மோசமான லெவலுக்குக் கீழே இறங்கும்.

ஆனால் இதுவெல்லாம் தன்னுடன் வேலைசெய்யும் சக டொக்டர்களிடமும் அலுவலகக்காரர்களிடமும்தான். நோயாளர் களின் முன்னிலையில் அவர் குழைவதைக் கண்கொண்டு பார்க்க முடியாது. தன் உடம்பில் உள்ள எலும்புகளை எல்லாம் மறந்து போய் வீட்டிலே விட்டுவிட்டு வந்ததுபோல உடம்பை நாலாக வளைப்பார்; ஐந்தாகச் சுருக்குவார். வசைபாடும் அதே வாய் கரிசனமான புகழ் உரைகளை அள்ளி வீசும். இலங்கைக்காரர் இவரிடத்தில் மிகவும் எச்சரிக்கையாக இருப்பார். இவருடைய செயல்பாடுகள் அவருக்கு எரிச்சல் தரும். உலகத்தரமான ஒரு மருத்துவமனையில், பிரமிக்க வைக்கும் தொழில் நேர்த்திகொண்ட

இந்த டொக்டர் செய்யும் நேர்மையற்ற காரியங்களை அவரால் புரிந்துகொள்ளவே முடியவில்லை.

ஒருமுறை இந்த அமெரிக்கர் சாதாரண ரண சிகிச்சைக்கு வந்த நோயாளர் ஒருவரிடம் அந்த வியாதியின் தீவிரத்தைப் பத்து மடங்கு அதிகமாக விவரித்து பயமூட்டினார். பிறகு பத்து நிமிடம் எடுக்கும் சிகிச்சைக்கு ஒரு மணி நேரம் இழுத்தெடுத்து நோயாளரைப் பிழிந்துவிட்டார். நோயாளரின் பையில் பணம் இருந்தால் அது இவர் பைக்கு மாற வேண்டும். அப்பொழுதுதான் திருப்தி. அவர் அறைக்குள் ஒரு நோயாளர் நடந்து வந்தால், அவர் ஒரு பணப்பொதி நடந்து வருவதையே காண்பார்.

ஒருமுறை இலங்கைக்காரர் இந்த விஷயத்தைத் தயங்கியபடி எடுத்தபோது அமெரிக்கர் மிகவும் தரக் குறைவாக நடந்து கொண்டார். 'எட்டாயிரம் மைல் தூரத்தில் இருந்து நீ படித்து வந்ததை அங்கேயே போய் பிராக்டிஸ் பண்ணு. அதைச் செய்ய முடியாவிட்டால் உன்னுடைய தாயுடன் அலுவல் பார்த்து அதைச் சரிப்படுத்து' என்று யோசனை சொன்னார். அதற்குப் பிறகு இலங்கைக்காரர் தீயாரைக் கண்டால் தூர விலகு என்ற மாதிரி ஓடி ஒளிந்துகொள்வார்.

இந்த டொக்டரிடம் இன்னொரு பலவீனம் இருந்தது. ஆடம்பரப் பிரியர். ஒவ்வொரு வருடமும் கார் மொடல் மாறியவுடன் புதிய கார் வாங்கிவிடுவார். அது விலை அதிகமான, மற்றவர்கள் கண்கள் பார்த்து பொறாமைப்படும்படி உயர்ரக வாகனமாக இருக்கும். அவர் அணியும் ஆடைகளும் அப்படியே. மடிப்புகள் கலையாத, அளவெடுத்துத் தைத்த பளபளக்கும் உடைகள்.

அவர் அலுவலகத்தில் அவருக்கென்று பிரத்தியேகமாகச் செய்யப்பட்ட சுழல் நாற்காலி ஒன்று இருக்கும். ஸ்வீடன் நாட்டில் இருந்து வரவழைத்தது. மெல்லிய பதப்படுத்தப்பட்ட மென்சிவப்பு ஆட்டுத்தோலினால் மூடப்பட்ட இருக்கை. ஆசனத்தை மடிக்கவும் நிமிர்த்தவும் சரிக்கவும் இன்னும் பல கோணங்களில் அசைவதற்கும் ஏற்ற மாதிரி இவருடைய உயரத்துக்கும் பருமனுக்கும் இசைவாகச் செய்யப்பட்டது. அவர் அதில் சில பாகை கோணத்தில் சாய்ந்திருந்து ஒரு சங்ககாலத்துக் குட்டி மன்னன்போல ஆட்சி புரிவார்.

சில வருடங்கள் கழித்து அவர்கள் டிப்பார்ட்மெண்டில் ஒரு கறுப்பு இன டொக்டரும் சேர்ந்துகொண்டார். அந்தக் கணத்தில் இருந்து அமெரிக்கருக்கு அந்தக் கறுப்பு டொக்டரைப் பிடிக்காமல் போனது. பலர் முன்னிலையில் அவரை இழிவுபடுத்திப் பேசுவார்.

அவர் அடிக்கடி உபயோகிக்கும் வார்த்தைப் பிரயோகம் 'brain dead'. 'அவன் மூளை செத்தவன், அவன் மூளை செத்தவன்' என்று காதுபட திட்டுவார்.

ஒரு நாள் நடந்த சத்திர சிகிச்சையின்போது அமெரிக்க டொக்டரின் செய்முறையில் உள்ள ஒரு தவறைக் கறுப்பு டொக்டர் சுட்டிக் காட்டியபோது, அது பெரும் வாக்குவாதத்தில் போய் முடிந்தது. கறுப்பு டொக்டரும் விட்டுக்கொடுக்கவில்லை. அப்பொழுது அமெரிக்கர் சொன்னார், 'மறந்துவிடாதே! நீ ஆப்பிரிக்காவில் மரத்தில் ஏறும்போது நான் இங்கே மயக்கவியல் நிபுணனாகப் பணியாற்றத் தொடங்கிவிட்டேன். ஒரு நாளைக்கு நீ இந்த ரோட்டைக் கடக்கும்போது உன்னை ஒரு வாகனம் அடித்து விட்டுப் போகும். அப்பொழுது உன்னை எடுத்துக்கொண்டு இந்த ஆஸ்பத்திரிக்கு வருவார்கள். அன்று பார்த்து இங்கு டியூட்டியில் நான் மட்டுமே இருப்பேன். இறந்துபோன உன் மூளையைத் திருப்பி, மண்டை ஓட்டில் திணிக்கும் காரியம் என் மேற்பார்வையிலேயே நடக்கும். என்னைப் பகைக்காதே. என்னைப் பகைக்காதே!' என்று சத்தமிட்டார். பிறகு ஒருமாதிரி அந்த சண்டை அடங்கிவிட்டது.

இது நடந்து ஆறு மாதங்கள்கூட ஆகவில்லை. ஒரு நாள் முழு இரவு படிவதற்கு இன்னும் ஒரு மணி நேரம் இருந்தது. பனியும் மழையும் சேர்ந்து விழுந்த தினம். இந்த அமெரிக்க டொக்டர் எதிர்ச் சாலைக்கு ஒரு காரியமாகப் போவதற்காக ரோட்டைக் கடந்தார். அந்தச் சிறு அவகாசத்தில் எங்கிருந்தோ விரைந்து வந்த ஒரு கார் அவரை அடித்துத் தூக்கி எறிந்தது.

ஆஸ்பத்திரிக்கு அவரைக் கொண்டுவந்தபோது அங்கு கடமையில் இருந்தது கறுப்பு டொக்டர்தான். அவர் மூளை நிபுணர். எவ்வளவோ முயற்சி செய்தும் பயனில்லை. அடிபட்ட வருக்கு மூளைச்சாவு ஏற்பட்டு விட்டது. அதாவது கிட்டத்தட்ட அவர் ஒரு தாவரம் மாதிரித்தான். உடம்பில் உயிர் இருந்தது, ஆனால் மூளையின் செயல்பாடு நின்று விட்டது. சிறிது காலம் சென்று அவர் ஒரு மூளை இறந்தோர் காப்பகத்துக்கு மாற்றப் பட்டார். சில வருடங்களில் அங்கேயே இறந்தும் போனார்.

இப்பொழுது அந்த மருத்துவமனையின் தலைமைப் பொறுப்பு அந்தக் கறுப்பு டொக்டரிடம்தான். ஸ்வீடனில் இருந்து வரவழைக்கப்பெற்ற, பல கோணங்களில் மடிக்கவும் சரிக்கவும் சாய்ந்தும் கொடுக்கவும் பழக்கப்பட்ட அந்த சுழல் நாற்காலியில் அமர்ந்து வேலை செய்வது அந்த இலங்கைக்காரர்.

நல்ல புத்தகங்களைத் தேடுவது

தரமான புத்தகத்தை வாசிக்காத மனிதர், எழுத்தறிவில்லாதவரிலும் பார்க்க ஒருவிதத்திலும் உயர்ந்தவர் அல்ல என்கிறார் மார்க் ட்வெய்ன் என்ற அறிஞர். நல்ல புத்தகங்களைத் தேடுவது அவ்வளவு கடினமான விடயம். ஒரு தரமான புத்தகத்தை எப்படிக் கண்டுபிடிப்பது? இதுதான் வாசகர்களுக்கு ஏற்படும் தீராத பிரச்சினை. ஒருவர் ஆரம்பத்தில் எப்படிப்பட்ட புத்தகத்தையும் படிக்கலாம். ஆனால் போகப்போக அவர் தன் தரத்தை மேம்படுத்திக்கொண்டே போகவேண்டும். பத்தாயிரம் புத்தகங்களைப் படித்த ஒருவரிலும் பார்க்க பத்து புத்தகங்களைப் படித்தவர் உயர்வானவராக இருக்கலாம்.

ஐம்பது வருடங்களாக வாசித்து வரும் என்னுடைய அக்கா 16 ரமணி சந்திரன் நாவல்களை சேகரித்து வைத்திருக்கிறார். இன்னும் சேர்ப்பார். சிறு வயதில் ஊர் ஊராகப் போய் அக்காவுக்கு நாவல் இரவல் கேட்பதும், பத்திரிகைகள் கடன் வாங்குவதுமாக என் வாழ்க்கை ஆரம்பித்தது. அன்று தொடங்கி இன்று வரை எத்தனை ஆயிரம் நாவல்களை என்னுடைய அக்கா வாசித்துத் தள்ளியிருப்பார். ஆனால் அவருடைய வாசிப்பின் சிகரம் இன்றைக்கும் ரமணி சந்திரன்தான்.

இதிலே எனக்கு ஒரு படிப்பினை இருந்தது. நாவல்கள் படிப்பதில் எண்ணிக்கை பிரதானமல்ல; தரம்தான் முக்கியம். சிலர் எவ்வளவுதான் படித்தாலும் தங்கள் தரத்தை உயர்த்த முயற்சிப்பதில்லை. இன்னும் சிலரோ நாலு புத்தகங்களைப் படித்துவிட்டு அதற்கு அடுத்தபடி இலக்கியத்துக்கு நகர்ந்துவிடுவார்கள்.

இன்னும் ஓர் இருபது வருடங்கள் தொடர்ந்து எழுதினால் ரமணி சந்திரனுக்கு நாலாவது இடத்தை நான் பிடித்துவிடலாம் என்று என் அக்கா நம்புகிறார். இன்னும் இருபது வருடத்தில் அக்காவின் நிலைமை எப்படி இருக்கும்? அவருடைய நாவல் சேகரிப்பு 36 ஆக உயர்ந்திருக்கும்.

சமீபத்தில் பி. அனந்தகிருஷ்ணன் எழுதிய 'புலி நகக்கொன்றை' நாவலைப் படித்தபோது இந்த எண்ணங்கள் எனக்கு

ஏற்பட்டன. இதை எழுதிய ஆசிரியர் இந்திய மத்திய அரசு அதிகாரியாக டில்லியில் வேலை பார்க்கிறார். அவர் முதலில் ஆங்கிலத்தில் The Tigerclaw Tree என்ற பெயரில் இதை எழுதி 1998 ல் பென்குயின் வெளியீடாக கொண்டு வந்துள்ளார். பிறகு அதே நாவலை மொழிபெயர்க்காமல் தமிழிலே திரும்பவும் எழுதினார். தமிழிலே முதலில் எழுதாதற்கு என்ன காரணம் என்று கேட்டால் 'பயம்' என்று சொல்லியிருக்கிறார். இவ்வளவு அழகான தமிழ் நடையை வைத்துக்கொண்டு பயந்தால் மற்றவர்கள் கதி என்ன ஆவது என்று நான் நினைத்தேன்.

தமிழ்நாட்டிலே வசித்த தென்கலை ஐயங்கார் குடும்பம் ஒன்றின் வாழ்க்கையைச் சொல்வதுதான் நாவல். அவர்கள் குடும்பத்தை நாலு தலைமுறையாக ஒரு சாபம், மரணத்துக்கு மேல் மரணமாக துரத்துகிறது. பொன்னா பாட்டி படுத்த படுக்கையில் இருந்து தன் நினைவுகளைச் சுழல விடுகிறாள். அந்த நினைவுகள் கொள்ளுப் பேரன்களான நம்பி, கண்ணன் இவர்களைத் தொட்டுத் திரும்புகின்றன. அதேவேளை அவளுடைய இளமைக்கால ஞாபகங் களும் அவளை அசைக்கின்றன. ஒரு பெரிய நதி கரைகளையும், மலைகளையும், மரங்களையும் தொட்டுக்கொண்டு ஓடுவதுபோல இந்த நாவல் அரசியல், சமூக மாற்றங்கள், சினிமா, ஆன்மீகம் என்று எல்லாவற்றையும் தொட்டுக்கொண்டு நகர்கிறது. ஒரு நூறு வருட வரலாற்றை, நாலு தலைமுறைக் கதையை 300 பக்கங்களில் சுவாரஸ்யம் குறையாமல் சொல்வது பிரயத்தனமானது. தொடக்கத்திலிருந்து முடிவு வரை உண்மையின் நாதம் ஒலிப்பது இந்த நாவலின் சிறப்பு. பொன்னா, ஆண்டாள், நம்பி, கண்ணன் போன்ற பாத்திரங்களின் வார்ப்பில் பிரத்தியேகமான அழுத்தம் இருக்கிறது. சுருக்கமாகச் சொன்னால் இது இரண்டு கொள்ளுப் பேரன்களின் கதை; நம்பி அசைக்கமுடியாத ஒரு கொள்கையில் வைத்த நம்பிக்கையில் உயிரை விடுகிறான்; கண்ணனோ நிரந்திரமான கொள்கைப்பிடிப்பு ஏதும் இல்லாமல், முடிவுகளைத் தள்ளிப் போடுபவனாக வாழ்க்கையை தயக்கத்துடன் எதிர்கொள் கிறான். இலக்கியத் தேர்ச்சியுடனும், கலை நயம் குறையாமலும் கூறப்பட்ட நாவல் என்று இதைச் சொல்லலாம். இமயமலைத் தொடர்போல நாவல் பல சிகரங்களைத் தொட்டுச்செல்கிறது. விஷக்கடி வைத்தியனுக்கும் ஆண்டாளுக்குமான அந்த முடிவு பெறாத இரவு, திடீரென்று பாதை மாறுகிறது. 'கரிய மயிர் அடர்ந்த மார்பில் இரண்டு பேருக்கு தாராளமாக இடம் இருந்திருக்கும்.' பொன்னாவும் ஓர் இளம் விதவைதான். 'அம்மா, உங்கிட்ட இருக்குது புருசன் போனதோடு போகாது' அப்படி பொன்னாவைப் பார்த்து மருத்துவச்சி சொல்கிறாள். வைத்தியனுடைய தோற்றம்

பொன்னாவையும் நிலை குலைய வைத்துவிட்டது.

ஆண்டாள் கூனிக்குறுகி நிற்பாள் என்று எதிர்பார்த்தால் வேறு என்னவோ நடக்கிறது. தருணம் கொடுத்த துணிவில் ஆண்டாள் கூறுகிறாள். 'ஆமாம், நானேதான் கூப்டேன். அப்படிப் பாக்காதே. ஒண்ணும் நடக்கல. நீதான் மோப்பம் பிடிச்சுண்டு வந்துட்டயே.' ஒரு விதவைத் தாயிடம் விதவை மகள் பேசும் வார்த்தைகள். சவுக்கு சுருண்டு சுளீர் என்று உறைக்கிறது.

இன்னொன்று நரசிம்மன் தூக்குப்போட்டு சாகும் இடம். அவன் சாவுக்கு காரணமாக இருந்த மலம் அள்ளுபவள் ஊர்வலத்தின் பின்னால் ஒப்பாரி வைத்துக்கொண்டு சுடுகாடு வரை போகிறாள். அவன் செய்தது குற்றம்; ஆனால் பெற்ற தண்டனை மிக அதிகம். அது அவளை சுட்டு சுடுகாடுவரை இழுக்கிறது.

பேராசிரியருக்காக கண்ணன் கலெக்டரிடம் பேசித் தோற்கும் இடம். குற்றம் சாதாரணம், ஈவ் டீசிங்கில்கூட அடங்காது. அது பொலீஸ் அக்கிரமமாக மாறி, சாதிக் கலவரம் என்ற தோற்றத்தை உண்டுபண்ணுகிறது. அத்துடன் நிற்கவில்லை. மாணவர் ஆசிரியர் போராட்டக் குழு மாவட்ட ஆட்சியாளரைப் பார்த்துப் பேசிய பிறகு முற்றிலும் புதிய வடிவம் எடுக்கிறது. அதிகார வர்க்கத்தின் அடக்குமுறை. தனிமனித தண்டனை. அதற்கு வசதியாக பலியாகிறான் கண்ணன். இத்தனையும் அற்புதமான படங்களாக சித்தரிக்கப்பட்டு மனதிலே இடம் பிடித்துவிடுகின்றது.

கண்ணனும் தாசியும் கழிக்கும் இரவு. இது மகோன்னதமாகப் படைக்கப்பட்டிருக்கிறது. 'இருங்க. இடுப்புக்கு அண்டக் கொடுக்கணும்ல.' ரவிக்கையால் மூடிய லெனின் இரண்டு பாகங்கள் இடுப்புக்கு கீழே உதவிக்கு வருகின்றன. வெள்ளைக் கலையுடுத்திய சரஸ்வதி தேவிக்கு ஸ்தோத்திரம் நடக்கிறது. அவள் லெனினையும், கண்ணனையும் காப்பாற்றிவிடுகிறாள்.

இறுதியில் நம்பியின் முடிவு. வசைகளிலே எத்தனை வகையுண்டோ அத்தனையும் இலக்கியத் தன்மையோடு வெளி வருகின்றன. அரச பயங்கரவாதத்தை தமிழில் முதலில் சொன்ன காவியம் சிலப்பதிகாரம் என்றால் இந்த நாவல் அதையே மிகை யில்லாமல், சிறப்பாக கூர்மையாகச் சொல்கிறது. இங்கேயும் முறை யான விசாரணை இல்லாமல் ஒருவன் அரச பயங்கரவாதத்தின் உச்சத்தில் அநியாயமாகக் கொல்லப்படுகிறான்.

'நம்பி ஐந்து நாட்கள் பிணவறைத் தரையில் அமைதியாக அழுகினான். அவனது காயங்களும் அழுகி அடையாளம் தெரியாமல் கரைந்தன. அவனுடைய உடல் பனை ஓலையில்

தாறுமாறாகக் கட்டப்பட்டு குடும்பத்தினரிடம் கொடுக்கப்பட்டது. புகையிலைக் கருப்பட்டிச் சிப்பம். அதே வண்ணம். அதே ஒழுகல். நாற்றம்தான் வேறுமாதிரி... ஒரு கள்ளி படர்ந்த திருவனந்தபுரச் சுடுகாட்டில் அவன் புகைந்துபோனான்.' இந்த வார்த்தைகள் வெகு காலமாக வாசகர்களின் மனதில் புகைந்துகொண்டிருக்கும்.

அரசியல், சமூக மாற்றங்கள், சினிமா, ஆன்மீகம் எல்லாம் அளவோடு பின்னிப் பிணைந்து வருகின்றன. காங்கிரஸ், திமுக, கம்யூனிஸ்ட், பெரியார் சித்தாந்தங்களும், காந்திஜி, ராஜாஜி, திலகர், வ.வே.சு ஐயர் நடவடிக்கைகளும், ஆஷ் கொலை வழக்கும் இன்னும் உலக சம்பவங்கள்கூட நாவலில் சரியான இடங்களில் தலை காட்டினாலும் எந்த சமயத்திலும் அவை அதன் ஓட்டத்தை இழுத்து நிறுத்தவில்லை.

The Statesman இந்த நாவல் One Hundred Years of Solitude கதையை நினைவூட்டியதாக குறிப்பிட்டிருந்தது. எனக்கும் அவ்விதமே அடிக்கடி தோன்றியது. நாலு தலைமுறை வந்தது ஒரு காரணம். மற்றது ஒவ்வொரு சாவும் உள்ளத்தை உருக்குவதாக இருந்தது. ராமனுடைய மரணம். ஆண்டாளுடைய சிறுவன்/ கணவன் மரணம். லட்சுமியின் மரணம். நரசிம்மனுடைய சாவு. இறுதியில் நம்பி கொல்லப்படும் கொடூரம். இவை எல்லாமே சீக்கிரம் மனதை விட்டு அகலாது. தமிழ் நடை தெளிந்த நீரோடை போல சுகமாக இருக்கிறது. இது ஆசிரியருடைய முதல் எழுத்து என்பதை நம்பவே முடியவில்லை. இப்படி அழகான நடை சாதாரணமாக எல்லோருக்கும் கிட்டுவதில்லை. சில உதாரணங்களைப் பாருங்கள்.

'இவளுக்குள் நேரம் ஏற ஏற ஆசை அதிர்ந்து தளும்பும். வழியாமல் பார்த்துக்கொள்வது பெரும்பாடு.'

'எரியும் நிலக்கரிபோல் கண்கள்'

'எழுபதைத் தாண்டி ஐஞ்சு வருஷம் ஆயிட்டு. பாம்பு நெளியற சத்தம் கூட இன்னிக்கு வரைக்கும் கேக்குது எனக்கு.'

'முந்தையப் படங்களில் கரகரத்த தொண்டையில் பேசும் வில்லன்களுடன் கத்திச்சண்டை போட்டு பிதுங்கிச் சதை வழிந்து வெளித்தள்ளிய இடுப்புகளைக் கொண்ட, காப்பாற்றப்படக்கூடாத கதாநாயகிகளைக் காப்பாற்றினார்.'

'எல்லாரும் திருடனுங்க. மேகவெட்டைச் சாமானுங்க. இரண்டணா தேவிடியாகூட பக்கத்தில் வர யோசிப்பா.'

'அழுகின்ற குழந்தை ஒன்றை அதனுடைய தாய் வாயில் அடித்தே அடக்கிக் கொண்டிருந்தாள்.'

'ஆனால் ஜன்னல் கொழுத்த குறைவாயுள் கொண்ட மழை முத்துக்களைச் சேர்க்கத் தொடங்கியதில் மரங்கள் சீக்கிரம் மறைந்து போயின.'

இப்படிப் பல அற்புதமான வசனங்கள். இவற்றை எழுதிய ஆசிரியர் தனக்கு தமிழில் எழுதப் பயம் என்று கூறியிருந்தது என் ஆச்சரியத்தை கூட்டியது.

இந்த நாவலின் தலைப்பு பிரமாதம். இப்படியான ஒரு நாவலுக்கு தலைப்பு வைப்பது சிரமமானது. ஆனால் இந்தத் தலைப்பு மிகவும் பொருத்தமாக அமைந்துவிட்டது.

ஐங்குறுநூறு 142 ஆவது பாடலில் இருந்து தனக்கு இந்த நாவலுக்கான தலைப்பு கிடைத்ததாக ஆசிரியர் சொல்கிறார்.

எக்கர் ஞாழல் இறங்கிணர்ப் படுசினைப்
புள்ளிறை கூருந் துறைவனை
உள்ளேன் தோழி படீஇ இயரென் கண்ணே.

'தோழி கேள். நான் அவனைப்பற்றி நினைக்கமாட்டேன். யாரை? எவன் நாட்டின் மணலடர்ந்த கரையில் இருக்கும் புலி நகக் கொன்றை மரத்தின் தாழ்ந்த, பூத்திருக்கும் கிளைகளில் பறவைகள் ஆக்கிரமித்துக் கூச்சல் இட்டு அழிவு செய்து கொண்டிருக்கின்றனவோ அவனை. என் கண்களுக்கு சிறிது தூக்கம் கிடைக்கட்டும்.' (ஞாழல் – புலி நகக் கொன்றை)

உண்மையில் இது காதலைச் சொல்லும் பாடலல்ல; குடும்பத்தைப் பற்றியது. எவ்வளவுதான் துன்பம் வந்தாலும் அவற்றை தாங்கிக்கொண்டு மரம் நிற்கிறது. பட்சிகள் அதன் கிளை களையும், பூக்களையும் கொத்தி அழிவு செய்தபடியே இருக்கின்றன. ஆனால் மரம் ஒன்றுமே செய்வதில்லை, எதிர்பார்ப்பதும் இல்லை. உயிர் கொடுத்தபடியே இருக்கிறது. புலி நகக் கொன்றை. இதைவிடப் பொருத்தமான தலைப்பு கிடைத்திருக்குமா என்பது சந்தேகம்தான்.

கண்ணன் அழகான பாத்திரம். நாவலிலேயே சொல்லி யிருப்பதுபோல ஒரு குழப்பமே உருவான ஹம்லெட்தான். சினிமா, திமுக, கம்யூனிஸ்ட் கட்சி, கடைசியில் ஆன்மீகம் என்று அவன் பயணம் தொடர்ந்தாலும் இறுதியில் அவனிடம் சிறிது இரக்கம் ஏற்படுகிறது. நிபந்தனைகளோடு வந்த உமாவின் காதலில் அவனுக்கு நிறைவு கிடைக்கவில்லை. தாசியிடம் போகிறான். ரோசாவை மணமுடிக்க கேட்கிறான். மறுபடியும் உமாவிடம் போகும் ஆசை துளிர்க்கிறது. இப்படி கதை போகிறது.

குறையென்று ஏதாவது கூறவேண்டும் என்று பிடிவாதமாகப் பார்த்தால் ஒன்று, நாவலின் தொடக்கத்தைச் சொல்லலாம். இதை

கொஞ்சம் சுவாரஸ்யமாக அமைத்திருக்கலாம். இந்த தொடக்கம் பல வாசகர்களை விரட்டிவிடும். இரண்டு, கண்ணன் திடீரென்று ரோசாவை மணக்கும்படி கேட்கிறான். இதற்கான காரணம் வலுவாகக் காட்டப் படவில்லை, அவன் குழப்பமான மனிதனாக இருந்தாலும்கூட. மூன்றாவது கண்ணன், உமா, ராதா பாத்திரங்களை இன்னும் கொஞ்சம் ஓட விட்டிருக்கலாம். அவர்கள் வரும்போதெல்லாம் புதுக் காற்று அடித்தது.

முடிவை நெருங்கும்போது பதினெட்டாம் நாள் போரில் வீமனுடைய மனம் அடைந்த குழப்பத்துடன் என் மனம் கண்ணனை ஒப்பிட்டது. கண்ணனுக்கு வெற்றியா, தோல்வியா? பெரிய எதிர்பார்ப்புகள் கொண்ட மனிதனல்ல அவன். உமாவுக்காக ஐ.ஏ.எஸ் பரீட்சை எழுதுகிறான், அவளுக்காக தன் வாழ்க்கை முறையையே மாற்றச்சம்மதிக்கிறான். எந்த அதிகாரம் மிகவும் கொடூரமான முறையில் அவனுடைய வேலையைத் தற்காலிகமாகப் பறித்து அவமானம் செய்ததோ அதே அதிகாரப் படையில் சேர்வதற்கு டெல்லி போகிறான். மிகப்பெரிய முரண். பதினெட்டு அத்தியாயங்கள், மிகவும் பொருத்தமானதே. பகவத் கீதைகூட 18 அத்தியாயங்கள்தான். இதை யோசித்தே ஆசிரியர் அதிகாரங்களை அமைத்திருப்பார் என்று எனக்குப் படுகிறது.

கடந்துபோன ஆண்டுகளில் நான் வாசித்த நாவல்களில் (ஆங்கிலம் உள்பட) மனதுக்குப் பிடித்த சிறந்த பத்து நாவல்களில் இதுவும் ஒன்றாக இருக்கும். தேடுபவனிடம் தரமான இலக்கியங்கள் சிக்கும். அபூர்வமான சிற்பக் கலை நிபுணர் ஒருத்தர் பார்த்து, பார்த்து செதுக்கியதுபோல இந்த நாவல் மிகவும் நுட்பமானதாக அமைந்திருக்கிறது. அல்லது யாளியின் வாயில் காலம் காலமாக உருண்டு தேய்ந்து வழுவழுப்பான, உருட்ட முடிந்த ஆனால் எடுக்க முடியாத, கல் உருண்டைபோல என்றும் சொல்லலாம். அல்லது தேர்ந்த கலைஞன் இரவும், பகலும் கவனம் குறைவு படாமல் இழைத்த 120 கண் பத்தமடைப் பாய் போல என்றும் சொல்லலாம்.

புத்தகத்தை கீழே வைத்துவிட்டேன். புள்ளினங்கள் இன்னும் மரத்தைச் சுற்றிப் பறந்து கொண்டிருக்கின்றன. அவற்றின் சத்தம் அடங்காது. அவை சொல்லும் சங்கதிகளுக்கும் ஓய்வில்லை.

பேய்களின் கூத்து

பனிக்காலத்தின் ஆரம்பத்தில் நான் அமெரிக்காவுக்குச் சென்றேன். அங்கு தங்கியிருந்த சமயத்தில் மூன்று புத்தகங்கள் படித்தேன். இப்பொழுதெல்லாம் நல்ல புத்தகங்கள் வாங்குவது கஷ்டமாகிவிட்டது. ஆகவே நண்பர்களின் பரிந்துரைகளையும், பத்திரிகைகளின் மதிப்பீடுகளையும் வைத்து அவற்றைத் தீர்மானிக் கிறேன். என் விஷயத்தில் நல்ல காலமாக மூன்று புத்தகங்களுமே எனக்கு பிடித்துக்கொண்டன. ஆனாலும் Aminatta Forna எழுதிய The Devil That Danced On The Water என்ற புத்தகத்தை என்னால் மறக்க முடியவில்லை. அதற்குக்காரணம் இருந்தது.

நான் வேலைசெய்த முதல் ஆப்பிரிக்க நாடு சியரா லியோன். இந்த நாவல் இந்த நாட்டின் பின்னணியில் எழுதப்பட்டது. சில சம்பவங்கள், ஏன் சில பாத்திரங்கள்கூட எனக்குப் பரிச்சய மானவை. இது ஒரு கற்பனை நாவல் அல்ல. சரித்திரம் அல்ல. சுயசரிதை அல்ல. இவை எல்லாம் கலந்த ஓர் அற்புதமான கதை.

சுதந்திரம் அடைந்த சியாரா லியோனின் இரண்டாவது பிரதமர் சியாக்கா ஸ்டீவன்ஸ். அவருடைய நிதி மந்திரி முகம்மட் போஃர்னா. நேர்மையானவர். நாட்டின் நிதியை தவறான வழியில் பிரதமர் செலவு செய்வதை எதிர்த்து பதவி துறக்கிறார். இறுதியில் தேசத்துரோகக் குற்றம் சாட்டப்பட்டு தூக்கிலிடப்படுகிறார்.

அமினாட்டா அவருடைய மகள். தகப்பனைத் தூக்கிலிட்ட போது அவருக்கு வயது பத்து. இந்த நாவல் அமினாட்டாவின் முதல் பத்து வருடங்களையும், போஃர்னாவின் கடைசிப் பத்து வருடங்களையும் சொல்கிறது. அமினாட்டா ஸ்கொட்லாந்திலும், இங்கிலாந்திலும் படித்து தற்போது பி.பி.சியில் ஒலிபரப்பாளராக வேலை பார்க்கிறார். அத்துடன் எழுத்தாளர். பல வருட ஆராய்ச்சி களுக்குப் பிறகு இந்தப் புத்தகத்தை எழுதியிருக்கிறார்.

ஒரு நூலகத்தை இரண்டாகப் பிரிக்கலாம் என்று சொல்வார் கள். ஒரு பக்கத்தில் 'பொய்' என்று எழுதி வைத்து எல்லா கற்பனை சமாச்சாரங்களையும் அங்கே அடுக்கி வைக்கலாம். இன்னொரு பக்கத்தில் 'உண்மை' என்று பதிந்து சரித்திரம், விஞ்ஞானம்,

கணக்கியல் போன்ற நூல்களுக்கு இடம் கொடுக்கலாம். கற்பனை வசீகரங்களுடன் முழுக்க முழுக்க உண்மைச் சம்பவங்களையும், சரித்திர நிகழ்ச்சிகளையும் கொண்ட அமினாட்டாவின் புத்தகம் எந்த வகையைச் சார்ந்தது?

லத்தீன் அமெரிக்க நாவல் ஆசிரியர்களின் கற்பனை அடிக்கடி சரித்திரக் கோடுகளை மீறுகின்றன என்ற குற்றச்சாட்டு உண்டு. அமினாட்டாவின் நாவலில் கற்பனை வளம் கரைபுரண்டா லும் வரலாற்றை மங்கலாக்காமல் தன் வேலையை அது ஒழுங்காகச் செய்கிறது. அமினாட்டாவே ஓர் இடத்தில் சொல்கிறார்: 'முற்றிலும் கற்பனை நாவலாக இருந்தால் இந்தக் கதையின் முடிவில் சிதிலமான நுனிகளை எல்லாம் நைஸாக முடிந்து அழகிய குஞ்ச மாக்கிவிடலாம். ஆனால் இது உண்மைக் கதை. சில நுனிகள் அசிங்கமாக தொங்கத்தான் செய்யும்.'

இன்னும் ஒரு வித்தியாசம். வழக்கமாக ஆப்பிரிக்காவைப் பற்றிய புத்தகங்கள் ஆப்பிரிக்கர்களால் எழுதப்பட்டிருக்கும். அதில் ஆப்பிரிக்க மூளையையும், ஆப்பிரிக்க சிந்தனையையும் காணலாம். ஆப்பிரிக்க நடையும், பழமொழிகளும், சொல்லாட்சிகளும் அங்கங்கே மெருகூட்டும். இது அப்படியல்ல. ஆங்கிலச் சிந்தனை யில், ஆங்கில நடையில் சொல்லப் பட்டிருக்கிறது. ஸ்கொட்லாந்தில் எழும்பிய காற்று ஆப்பிரிக்க சிவப்பு மண்ணில் புரளுகிறது. அந்த மண்ணில் எழும் மணம் உலகத்துக்குச் சொந்தமானதாக பரிமளிக் கிறது.

கதை இதுதான். ஆப்பிரிக்காவின் சியாரோ லியோன் நாட்டில் வடக்குப் பகுதியில் ஒரு சிறு கிராமம். இங்கே பெண்கள் ரகஸ்ய கூட்டத்தின் தலைவி துடைப்பக்கட்டையை தூக்கி தலைக்கு மேல் பிடிக்கிறாள். அதன் அர்த்தம் ஒரு பெண் இறந்துவிட்டாள். அவளுக்குப் பிறந்த குழந்தை அனாதையாகிவிடுகிறது. அந்தக் குழந்தையின் பெயர் முகம்மட் போஃர்னா, இந்தக் கதையின் நாயகன்.

இதிலே ஒரு லாபம் இருந்தது. அந்தக் கிராமத்தில் ஒரு பள்ளிக்கூடம் திறந்திருந்தார்கள். பாதிரியார் கிராமத் தலைவரிடம் போய் வீட்டுக்கு ஒரு பிள்ளையை பள்ளிக்கூடத்துக்கு அனுப்பும்படி வேண்டுகிறார். தலைவரும் பாதிரியாரில் இரங்கி சம்மதிக்கிறார். எல்லாத் தாய்மாரும் தங்கள் தங்கள் பிள்ளைகளை பள்ளிக் கூடத்துக்கு அனுப்பாமல் காப்பாற்றுகிறார்கள். முகம்மட்டுக்கு அப்படி காப்பாற்ற ஒரு தாய் இல்லை. ஆகவே அவன் பள்ளிக் கூடம் போகிறான். அப்படித்தான் அவனுடைய படிப்பு ஆரம்பமா கிறது.

ஆனால் அவன் கெட்டிக்காரன். இயற்கையாகவே படிப்பில் ஆர்வம் உண்டு. பள்ளிப்படிப்பை முடித்துக்கொண்டு உபகாரச் சம்பளத்தில் மேல்படிப்புக்கு ஸ்கொட்லாந்து செல்கிறான். சியாரா லியோன் கிராமத்தில் இருந்து ஸ்கொட்லாந்து போகும் முதல் மாணவன் இவன்தான். மூன்றாம் ஆண்டு மருத்துவம் படிக்கும் போது (1959) மொறீன் என்ற வெள்ளைக்காரப் பெண்ணைக் காதலிக்க ஆரம்பிக்கிறான். அந்தப் பெண்ணின் கரத்தைக் கேட்டு (என்ன துணிச்சல்?) அவள் தகப்பனிடம் பேசுகிறான். அதற்கு தகப்பன் 'அப்படியா, கறுப்பு பையன் கறுப்பு பெண்ணை மணக்கலாம். சீனப்பெண்ணை சீனாக்காரன் மணக்கலாம். பச்சைப் பெண்ணை (அப்படி ஒன்று இருந்தால்) பச்சைப் பையன் மணக்கலாம்' என்று சொல்கிறார். அதுவே அவருடைய பதில்.

முகம்மட் உடைந்துபோகவில்லை. ரகஸ்யமாக மொறீனைத் திருமணம் செய்கிறான். மூன்று பிள்ளைகள் பிறந்த பிறகு தாய் நாட்டுக்குத் திரும்பி அரசாங்க மருத்துவமனையில் டொக்டராக வேலை பார்க்கிறான். அங்கே அவனுக்கு பல அதிர்ச்சிகள். கருவிலே இறந்து பிறந்த சிசுக்களை பிரசவ அறையிலேயே புத்தகங் கள் அடுக்குவது போல செல்பிஃல் அடுக்கி வைத்திருக்கிறார்கள். கருச்சிதைவு செய்யும்படி மேலதிகாரி இவருக்கு கட்டளைகள் இட்டபோதும் மறுக்கிறார். கடைசியாக பணியிலிருந்து விலகி தன்னுடைய கிராமத்தில் தனியார் மருத்துவமனை ஒன்று ஆரம்பிக்கிறார்.

ஏழைக் கிராம மக்களிடையே அவர் புகழ் பரவுகிறது. சியாக்கா ஸ்டீவன்ஸ் என்ற தொழிற்சங்கத் தலைவருடன் சேர்ந்து புதுக்கட்சி ஆரம்பித்து தேர்தலில் போட்டியிடுகிறார். இவர்களுக்கு அமோகமான வெற்றி. ஆனாலும் அரசை ஸ்தாபிக்கமுடியவில்லை. பல எதிர்ப்புகள். ராணுவப் புரட்சிகள். இறுதியில் 1967ல் சியாக்கா ஸ்டீவன்ஸ் பிரதமராகப் பதவி ஏற்கிறார். அவருடைய நிதி மந்திரி யாக இரண்டாவது இடத்தில் டொக்டர் முகம்மட் போஃர்னா.

போஃர்னாவின் புகழ் உலக வங்கி மட்டும் எட்டுகிறது. அதே சமயம் அவர் வளர்த்த கட்சியிலே பிளவு, தாம்பத்தியத்திலும் பிளவு. மொறீன் மணத்தை முறித்துக்கொண்டு பிள்ளைகளை எடுத்துச் சென்று இன்னொரு திருமணம் செய்கிறார். போஃர்னாவும் ஓர் ஆப்பிரிக்கப்பெண்ணை மணந்துகொண்டு பிள்ளைகளைத் திரும்ப பெறுகிறார்.

சியாக்கா ஸ்டீவன்ஸுடன் இவருடைய மோதல் பகிரங்கமா கிறது. அரசாங்கப் பணத்தை நேர்மையற்ற வழிகளில் அவர் விரயமாக்குவதை போஃர்னா எதிர்த்து பதவி விலகுகிறார்.

அப்பொழுதும் அவர் பிரச்சினை தீரவில்லை. அவர் உயிருக்கு ஆபத்து. தன் மனைவியையும் பிள்ளைகளையும் ரகஸ்யமாக இங்கிலாந்துக்கு அனுப்புகிறார்.

சியாக்கா ஸ்டீவன்ஸிடம் ஓர் அடியாள் இருந்தார். அவர் பெயர் எஸ்.ஐ.கொறோமா. 1971ம் ஆண்டு நாடு குடியரசாகி சியாக்கா ஸ்டீவன்ஸ் ஜனாதிபதியாக பதவியேற்கும்போது இவர் உப ஜனாதிபதியாவார். சியாக்கா ஸ்டீவன்ஸுக்கு எதிரிகளை பிடிக்காது. எஸ்.ஐ.கொறோமாவின் முக்கிய தொழில் இந்த எதிரிகளை அகற்றுவது. அவரிடம் எப்பவும் மாக்கியவல்லியின் 'இளவரசன்' புத்தகம் இருக்கும். அதில் சொல்லப்பட்ட மனிதனை யும் ஆற்றையும் கட்டுப்படுத்தலாம், ஆனால் நம்ப முடியாது என்ற வாசகத்தில் அவருக்குத் தீராத பற்று. நம்ப முடியாத மனிதர்களை அவர் பலவித உத்திகளை பாவித்து அகற்றினார். இப்பொழுது முகம்மட் போஃர்னா ஒரு நம்பமுடியாத மனிதராக மாறியிருந்தார். காரணமில்லாமல் போஃர்னா சிறையிலடைக்கப்பட்டு சில வருடங்களுக்குப் பிறகு வெளியே வருகிறார். மீண்டும் கைது செய்து அவர் மேல் தேசத்துரோகக் குற்றம் சுமத்தப்படுகிறது. முற்றிலும் எஸ்.ஐ. கொறோமாவினால் சோடிக்கப்பட்ட இந்த வழக்கில், போஃர்னாவுக்கு தூக்கு தண்டனை கிடைக்கிறது. அவருடைய கடைசி மகள் அமினாட்டா இருபத்தைந்து வருட காலத்திற்கு பிறகு தகப்பனுடைய கதையை எழுதுகிறார்.

ஒரு யோக்கியன் அதிகார சக்திகளை எதிர்த்து நின்று தோற்றுப்போகும் கதை இது. நூல் முழுக்க வருத்தமும், பிரிவும், ஆதங்கமும், சோகமும் கலந்திருந்தாலும் இது ஓர் ஆப்பிரிக்க கிராமத்து சிறுமியின் கதையையும், தனி மனிதன் கதையையும், ஒரு நாட்டின் கதையையும் சொல்கிறது. ஆப்பிரிக்காவின் நீண்ட சரித்திரத்தில் ஒரு சிறு நறுக்கு நேர்மையாகப் பதிவு செய்யப் படுகிறது. ஒரு சிறுமியின் கண்களால் ஆப்பிரிக்க கிராம வாழ்க்கை விவரிக்கப்படும்பொழுது Isabel Allende யின் எழுத்து வசீகரம் அடிக்கடி பளிச்சிடுகிறது.

ஒரு நாவலின் முதல் சிறப்பான அம்சம் அதன் வாசிப்புத் தன்மை (readability). எப்படியோ தமிழில் இலகுவான வாசிப்பு தன்மை கொண்ட படைப்புகள் ஆழமானவையல்ல என்ற கருத்து ஊன்றிவிட்டது. நல்ல வாசிப்புத்தன்மை கொண்ட நல்ல நாவல் களும் இருக்கின்றன. அதில் இது ஒன்று. ஒரு பூனை படுத்திருப்பது போல இந்த நாவல் மிக இயற்கையாக அமைந்திருக்கிறது. சிறிது சிறிதாக வேலைப்பாடுகள் செய்து உருவாக்கிய ஓர் அழகான மாளிகைக்குள் நுழைவதுபோல படிக்க படிக்க இதன் சுவாரஸ்யம் கூடிக்கொண்டே போகிறது.

இந்தக் கதையைச் சொல்வதில் ஒரு சங்கடம் உண்டு. தூக்கு தண்டனை பெற்ற ஒரு தகப்பனைப் பற்றி மகள் எழுதும் கதை. இதில் ஒரு பக்க சாய்வு ஏற்படும் வாய்ப்பு இருக்கிறது. இதை எழுதுவதற்குப் பல வருட ஆராய்ச்சிகளும், நேர்முக விசாரணை களும் தேவையாக இருக்கின்றன. இருபக்க ஆதாரங்களையும், தன் முடிவுக்குச் சாதகமில்லாத சில தகவல்களையும்கூட, வாசகர்களு டன் பகிர்ந்து கொள்வதிலிருந்து அமினாட்டாவின் நேர்மை புலப்படுகிறது.

ஒரு சரித்திர மாணவனுக்கு இந்த நாவலில் சில குழப்பங்கள் ஏற்படலாம். கால ஒழுங்கின்படி கதை சொல்லப்படவில்லை. முன்னுக்கு பின்னாக சம்பவங்கள் வருகின்றன. எந்த ஆண்டு எந்தச் சம்பவம் என்று ஊகிக்க வேண்டியிருக்கிறது. பல இடங்களில் ஒக்டோபர் என்றும் ஜூலை என்றும் வருடங்கள் போடாமல் மொட்டையாக ஆசிரியர் குறிப்பிடுகிறார். இன்னும் சில இடங்களில் 'எனக்கு ஆறு வயது நடந்தபோது' என்று ஆரம்பித்து அமினாட்டா சம்பவத்தை விவரிக்கிறார். இப்படியான சிறு குழப்பங்களை தவிர்த்திருக்கலாம் என்று படுகிறது.

ஆனால் அமினாட்டாவின் எழுத்தில் கவிதை சொட்டுகிறது. அபர்டீனில் எழும்பிய காற்று ஆப்பிரிக்க மண்ணில் புரளுகிறது. அந்த மண்ணில் எழும் மணம் உலகத்துக்கு சொந்தமானதாக வீசுகிறது. அமினாட்டாவிடம் இருந்து அசாதாரணமாகப் புறப்படும் சொல்லாட்சியும், பிரயோகங்களும் மனதை அசைக்கின்றன. இதைப் பாருங்கள்.

அவள் சிறுமி. பிளாஸ்டிக் வாளியை தலையிலே சுமந்தபடி வருகிறாள். சிவப்பு மண் பட்ட செருப்பில்லாத பாதங்கள். தோளில் கவுன் ஒரு பக்கம் நழுவி விழுகிறது. அவளுடைய ஒவ்வொரு அடிக்கும் பெரிய வாய் வாளியிலிருந்து தண்ணீர் தெறிக்கிறது. சிறு சிறு வானவில்களை சிருஷ்டித்தபடியே வருகிறாள். என்னைக் கண்டதும் சிரித்தாள்.

சாதாரண வார்த்தைகள். ஒரு படம் எங்கள் கண்முன் அப்படியே விரிகிறது. இன்னொரு காட்சி. அமினாட்டா 25 வருடங்கள் கழித்து ஆப்பிரிக்காவுக்கு வருகிறாள். தான் சிறுமியாக வசித்த குக்கிராமத்தில் தன் மாமியாரை (அடமா) சந்திக்கிறாள்.

'ஓ, அடமா, அடமா'

'என் அமினாட்டா, என் அமினாட்டா'

'எங்கள் இருவருக்கும் இடையில் நசுங்கிப்போன காற்றில் 25 வருடங்களும், இரண்டு கண்டங்களும், ஒரு போரும் தொங்கின.'

ஒரு நீண்ட பாராவில் சொல்லவேண்டிய ஒன்றை ஒரு வரியில் சொல்லி விடுகிறார் அமினாட்டா.

தான் சிறுமியாக இருந்தபோது நடந்த சம்பவத்தை அமினாட்டா விவரிக்கிறார்.

'என்னைத் தாண்டி அந்தக் கார் போனது. பிறகு நின்றது. காரிலிருந்தபடியே அந்தப் பெண் என்னைப் பார்த்து காறி உமிழ்ந்தார்.

ஒரு பெரிய பந்துபோல அந்த எச்சில் என் காலடியில் வந்து விழுந்தது. அதை நான் குனிந்து பார்த்தேன். ஒரு கடல் நுண்ணுயிர் போல அது புழுதியில் பரவியது. அதன் ஓரங்கள் துடித்து உயிர் ஜந்துபோல அசைந்தது.'

அமினாட்டாவின் கிராமத்தில் ஒரு நம்பிக்கை இருந்தது. பகல் காலத்தின் ஒளி மறைந்து, இருளின் ஆதிக்கம் தொடங்கும் சமயம் பேய்கள் தண்ணீரின் மேல் வந்து கூத்தாடும் என்று. அது மிகவும் உண்மை. உலகத்தில் நீதி போய், அநீதி தலை தூக்கும்போது பேய்கள் ஆட்சி அமைக்கின்றன. பொலீவியன் காடுகளில் சே குவேரா 'போர்வீரர்களே, சரியாகக் குறிவையுங்கள்' என்று சத்தம் போட்டபடியே செத்தான். அவன் இறந்த பிறகும் அவன் கைகளைத் துண்டித்தார்கள். இரண்டு மாதங்கள் மட்டுமே பிரதமராக பதவி வகித்த பற்றிஸ் லுமும்பா, கொங்கோ காடுகளில் கொடூரமாக கொல்லப்படுமுன் தன் மனைவிக்கு 'எனக்காக அழாதே, என் தோழமைக்காரியே' என்று செய்தி விட்டான்.

அப்பொழுதெல்லாம் பேய்கள் ஆட்சிசெய்தன. அந்த ஆட்சிகளில் நீதி கிடைக்கவில்லை. அதிகாரத்தினால் தடயங்கள் உண்டாக்கி, பொய்சாட்சிகள் புனைந்து, தூக்கிலிடப்பட்ட போஃர்னாவுக்கும் நீதி மறுக்கப்படுகிறது. அவருடைய உடல் அடையாளம் இல்லாத ஒரு மயானக் குழியில் புதைக்கப்படுகிறது. அமினாட்டா எழுதுகிறார்.

'என்னுடைய தகப்பனாரின் உடலை மட்டும் அவர்கள் அழிக்கவில்லை. அவருடைய சிந்தனைகள், லட்சியங்கள் எல்லாமே அழிந்தன. இந்தப் பெரிய மயானத்தில் அவர் உடலின் எச்சங்கள் எங்கே புதைக்கப் பட்டன? ஒருவேளை என் தகப்பனாரின் எலும்பு களின் மேல் நான் நடக்கிறேனா.'

இப்படி நாவல் முடிகிறது.

நான் சியாரா லியோனில் வசித்தபோது நடந்த ஒரு சம்பவம் இந்த நாவலுடன் தொடர்புடையது. எங்களுடைய குடும்ப வைத்தியர் பெயர் டொக்டர் சௌத்திரி. இந்தியாவில் இருந்து

வந்து ஓர் ஆப்பிரிக்க பெண்ணை மணம் முடித்து அங்கேயே தங்கிவிட்டவர்.

அவரும் டொக்டர் போஷ்ர்னாவும் சிறிது காலம் ஒன்றாக வேலை செய்தவர்கள். ஆகவே நண்பர்கள். போஷ்ர்னாவை தேசத்துரோக குற்றம் சாட்டி சிறையில் அடைத்தபோது சிறைக்கூட வைத்தியராக வேலை பார்த்தவர் சௌத்திரி. வழக்கை விசாரித்த நீதிபதி தூக்குதண்டனை விதித்தார். மரண தண்டனைக் குற்றவாளிகளைத் தூக்கிலிடுவதற்கு முதல்நாள் நிறுத்துப் பார்த்து அவர்கள் எடையை குறித்து வைத்துக் கொள்வார்கள்.

காரணம் அதே அளவு எடையுள்ள மண் சாக்கை தூக்கு மரத்துக்கயிற்றில் ஒத்திகை பார்த்து கயிற்றின் வலிமையை உறுதி செய்வதுதான். தூக்கு மரத்துப் பொறிகள் எல்லாம் வேலை செய்கின்றனவா என்று திருப்பி திருப்பி சோதனை செய்து பார்ப்பார்கள். தூக்கு மரத்தில் தொங்க விடுவதற்கும் ஒரு முறை உண்டு. பொறி விலகி விழும்போது கழுத்து எலும்பு முறிய வேண்டும். அதுவே வேதனை இல்லாத சாவு. எடை கூடிய தூக்கு கைதிக்கு கட்டையான கயிற்றையும், எடை குறைந்த கைதிக்கு நீளமான கயிற்றையும் பாவிப்பார்கள். ஒரு 150 ராத்தல் கைதி குறைந்தது ஆறு அடி தூரம் காற்றில் விழவேண்டும் என்பார் சௌத்திரி.

முதல் நாள் இரவு முழுக்க போஷ்ர்னா தூங்கவில்லை. சிறு வயதில் அவர் கற்ற ஒரு பாடலையே திருப்பி திருப்பி உரத்த குரலில் பாடிக்கொண்டிருந்தாராம். அப்படி மற்றக் கைதிகள் கூறினார்கள்.

Hang down your head Tom Dooley
Hang down your head and cry
Hang down your head Tom Dooley
Poor boy you are bound to die

(தலையை தொங்கப் போடு டொம் டூலி
தலையை தொங்கப் போட்டு அழு
தலையை தொங்கப் போடு டொம் டூலி
பாவியே நீ சாவது நிச்சயம்.)

டொக்டர் சௌத்திரி தன் நண்பரைக் கட்டிப்பிடித்து விடை பெறுகிறார். இவ்வளவு சிறை நெருக்கடியிலும் போஷ்ர்னாவின் உடலும் சரி, உள்ளமும் சரி தளரவில்லை. சௌத்திரியின் முதுகில் தட்டிக் கொடுத்து போஷ்ர்னாதான் ஆறுதல் சொல்ல வேண்டியிருக்கிறது.

ஜூலை 19, 1975 இரவு நடு நிசி. போஃர்னாவை தூக்கு மேடைக்கு அழைத்துச் செல்கிறார்கள். அவருடைய கைகள் கட்டப்பட்டு, கறுப்புத் துணியினால் முகம் மறைக்கப்படுகிறது. பிரிட்டிஷ் முறைப்படி செய்யப் பட்ட சுருக்கு கயிற்றில் (அமெரிக்க முறையில் பல மடிப்பு சுருக்குகள் இருக்கும்) போஃர்னாவின் கழுத்து மாட்டப்படுகிறது. பொறியை இழுத்ததும் உடல் தொங்குகிறது.

19 ம் தேதி நடு நிசியில் தூக்கு மேடை ஏறியவர் 20 ம் தேதி பிணமாகக்கீழே விழுகிறார். டொக்ரர் சௌத்திரி, கழுத்து எலும்பு முறிந்து உயிர் பிரிந்ததை உறுதி செய்கிறார்.

சடலத்தை திறந்த லொறியின் பின் பகுதியில் அலட்சியமாக எறிந்து ரோகுப்பா மயானத்துக்குக் கொண்டு போகிறார்கள். அதிகாரத்தில் இருப்பவர்களுக்கு தடயங்கள் எதிரி. அந்த உடலை அமிலத்தில் கரைத்துக்கரைத்து உருமாற்றுகிறார்கள். மிச்சம் மீதியை அடையாளமில்லாத ஆழமான ஒரு குழியில் புதைத்து விடுகிறார்கள்.

'திம்னி' மொழியில் கிழமைகளுக்கு சொல் இல்லை. மாதங்களுக்கு இல்லை. வருடங்களுக்கும் இல்லை. எல்லாமே அடையாளம் இல்லாத ஒரு நீண்ட கால வெளி. முகம்மட் போஃர்னா என்ற மனிதன் இந்தக் காலவெளியில் தோன்றி, இந்தக் கால வெளியிலேயே மறைந்துபோகிறான். அவன் வாழ்ந்ததற்கான ஒரு சாட்சியமும் இல்லை.

பாடெம்பா சிறைக்கூடத்தில் தடித்த கறுப்பு அட்டை பேரேடு ஒன்று இருக்கிறது. அந்தச் சிறையில் மரண தண்டனை அனுபவித்த காடையர்கள், கொள்ளைக்காரர்கள், கொலையாளிகள், வல்லுறவுக் காரர்கள் என்று எல்லோருடைய பேர்களும் அதில் அடக்கம். அந்த லெட்ஜரில் ஒரு பக்கத்தில் 18 ஜூலை 1975 என்று தேதியிட்டு, அதற்கு அருகில் 'முகம்மட் போஃர்னா' என்று குறித்து எடை '160' என்று பதிந்திருக்கும். இந்த ஒரு தடயமே இன்று எஞ்சி இருக்கிறது. மற்றவை எல்லாம் அழிந்துவிட்டன.

ஒரு பெரிய புத்தகத்தின் சிறிய வரலாறு

என் வாழ்க்கையில் நான் வாசகசாலைக்கு படிக்கப் போனது கிடையாது. அங்கே அமர்ந்து புத்தகங்கள் வாசித்ததோ, அல்லது இரவல் வாங்கி வந்து படித்ததோ இல்லை. இப்படி ஒரு பழக்கம். புத்தகங்களை வெகு காலமாக காசு கொடுத்து வாங்கிச் சேர்த்து வந்தேன். கனடாவில்தான் முதன்முதலாக நூலகத்தில் புத்தகம் இரவல் வாங்கலாம் என்ற எண்ணம் எனக்கு ஏற்பட்டது. அதற்குக் காரணம் இருந்தது. மனைவியின் எதிர்ப்பு. பார்த்தவுடன் ஆசைப் பட்டு புத்தகங்களை வாங்கிவிடுவதால் அவற்றில் பல படிக்கப்படா மலேயே பல அறைகளை நிறைத்துக்கொண்டு கிடந்தன. புத்தக அறையின் தட்டுகள் நிரம்பி வழிந்து மற்ற அறைகளிலும் மெள்ள எட்டிப்பார்த்தன. ஆனபடியால் புதுப் புத்தகங்களை இனிமேல் வாங்குவதில்லை என்ற தடையுத்தரவுக்கு நான் நிர்ப்பந்திக்கப் பட்டேன்.

தவறான நேரத்தில் தவறான இடத்தில் எடுத்த தவறான முடிவு.

இந்த முடிவு எடுத்த அன்றே ஒரு புதுப் புத்தகம் வெளி யானது. அதைப் பற்றி சில ஆங்கிலப் பத்திரிகைகளும், வார இதழ்களும் வானளாவப் புகழ்ந்தன. கலிபோர்னியாவில் இருந்து ஒரு நண்பர் மின்னஞ்சல்கூட அனுப்பினார். நான் என்னுடைய நூலகத்துக்குச் சென்று இந்தப் புத்தகம் இருக்கிறதா என்று விசாரித் தேன். இங்கேயெல்லாம் நூலகங்களில் போய் உங்களுக்குத் தேவை யான புத்தகத்தை உருவி எடுத்துக்கொண்டு உடனே புறப்பட முடியாது. அநேகமாக நீங்கள் கேட்கும் புத்தகம் வெளியிலே போயிருக்கும். உங்கள் பெயரை கம்ப்யூட்டரில் பதிவு செய்து வைத்து, உங்களுக்கு முன்பு அந்தப் புத்தகம் கேட்டவர்கள் எல்லாம் வாசித்து முடித்த பிறகே அது உங்களுக்குக் கிடைக்கும்.

நான் புத்தகத்தை பதியச் சென்றபோது நூலக அலுவலர் கம்ப்யூட்டரில் விபரத்தை பதிந்துவிட்டு என்னை நிமிர்ந்து பார்த்தார். 'மிக அதிசயமாயிருக்கிறது. நீங்கள் இந்தப் புத்தகத்துக்கு பதிந்த 311வது நபர். இந்த 310 பேரும் படித்த பிறகே இது உங்கள் கைக்கு வந்து சேரும்' என்றார். நான் வாயை மூடுமுன் அவர்

அடுத்த ஆளைக் கவனிக்கப் போய்விட்டார்.

இப்பொழுது எனக்கு ஆவல் அதிகமானது. இவ்வளவு பேர் ஆசைப்பட்டு வரிசையில் நிற்பதென்றால் ஒரு விசேஷம் இருக்கத் தான் செய்யும். 310 பேர் வாசிக்கும் வரைக்கும் காத்திருப்பது நடக்கிற காரியமா? எப்படியும் இந்தப் புத்தகத்தை கைப்பற்றிவிட வேண்டும் என்று தீர்மானித்தேன். ஆகப் பெரிய நூலக அதிபரைச் சந்தித்து ஒரு புத்தகத்திற்காக ஐந்து வருடத்திற்கு மேலாகக் காத்திருக்கவேண்டிய என்னுடைய துர்ப்பாக்கிய நிலையை பற்றிக் கூறினேன். அவர் பெயர் Patricia. புத்தகங்களை நேசித்த அளவு அவர் மனிதர்களையும் நேசித்தார்.

வாசிப்பு சுற்றுக்கு அல்லாமல் ஆராய்ச்சிக்கு மட்டும் ஒதுக்கி வைத்த ஒரு புத்தகத்தை 'ஒரு வாரத்திற்கு மட்டும்' எனக்கு இரவல் தரவேண்டும் என்ற விசேஷமான முடிவு ஒன்றை எடுத்தார். அப்படிப் பெற்றதுதான் அந்தப் புத்தகம்.

அந்தப் புத்தகத்தில் இருந்து என் கண்களை ஒரு வாரமாக எடுக்க முடியவில்லை. சட்டம் என்றால் என்ன. நமக்கு நாம் போடுவதுதானே. இது கட்டாயம் ஒருவர் வீட்டிலே இருக்க வேண்டிய அபூர்வமான புத்தகம். ரொறொன்ரோவில் உள்ள ஒரு பிரபலமான புத்தகக் கடைக்குச்சென்று இந்தப் புத்தகத்தை 30 டொலர் கொடுத்து வாங்கினேன். இப்பொழுது வேண்டியமட்டும் புத்தகத்தில் அடிக்கோடுகள் போட்டபடி இருக்கிறேன்.

Bill Bryson என்பவர் அமெரிக்காவின் தலைசிறந்த எழுத்தாளர். பல புத்தகங்கள் எழுதியிருக்கிறார். அதிகமானவை பயணப் புத்தகங்கள். இவர் இருபது வருடகாலம் இங்கிலாந்தில் வாழ்ந்தவர். திரும்பி அமெரிக்கா வந்தபோது தான் கண்ட புது அமெரிக்காவைப் பற்றி புத்தி ஜீவித்தனமான பல கட்டுரைகள் எழுதினார். அவை நகைச்சுவையின் சிகரம். அமெரிக்காவின் போக்குகளை இந்தக் கட்டுரைகள்மூலம் மெலிதாக கண்டனமும், பெரிதாக கேலியும் செய்கிறார்.

ஒருமுறை அவர் பசிபிக் சமுத்திரத்தின்மீது பறந்து கொண்டி ருந்தபோது அவர் மூளையில் ஒரு சிந்தனை ஓடியது. 'சூரியனைச் சுற்றி ஓடும் ஒன்பது கிரகங்களில் உயிர் வாழும் சாத்தியம் படைத்த ஒரே கிரகமான பூமிக்கிரகத்தில் நான் வாழ்கிறேன். இந்த வாழ்க்கை எனக்கு ஒருமுறையே சாத்தியம். ஆனால் எனக்கு பூமியைப் பற்றி என்ன தெரியும்? கடல் நீர் ஏன் உப்பாக இருக்கிறது என்ற சாதாரண கேள்விக்குக் கூட எனக்கு விடை தெரியாது.'

சிறுவயதாக இருந்தபோது விஞ்ஞானப் புத்தகங்களைப் படித்திருக்கிறார். ஆனால் புத்தகத்தை எத்தனை வேகமாக

படிப்பதற்கு எடுப்பாரோ அத்தனை வேகமாகத் திருப்பி வைத்து விடுவார். ஏனென்றால் ஒன்றுமே புரியாது.

விஞ்ஞானிகளுக்கு ஒரு பழக்கம் இருக்கிறது. எந்த ஒரு சாதாரண நிகழ்வையும் விளக்க முற்படும்போது அதன் காரண காரியங்களைப் புரியவைக்காமல் ஒரு விதியாகவோ, சூத்திர மாகவோ அந்த செயல் பாட்டைச் சொல்லிவிடுவார்கள். அப்படிச் செய்தால் போதிய விளக்கம் கொடுத்துவிட்டதாக அவர்களுக்கு ஒரு நினைப்பு. என்ன ஒரு விஷயத்தை சொல்ல வருகிறார்களோ அதை வார்த்தைகளைப்போட்டு அடுக்கி மூடிவிடுவார்கள். எவ்வளவு கிண்டிப்பார்த்தாலும் அவர்கள் சொல்ல வந்த விஷயத்தை கண்டுபிடிக்க முடியாது. அவ்வளவு சாமர்த்தியமாக மறைத்திருப்பார்கள். பில் பிரைஸன் விஞ்ஞானி அல்ல; அதற்கான படிப்பும் இல்லாதவர். ஆனால் விஞ்ஞானத்தைப் பற்றி அறிய வேண்டும் என்று அடங்காத ஆசை கொண்டவர். விஞ்ஞானம் பற்றி இவருடைய மூளையிலே முளைத்த கேள்வி எல்லாம் 'ஏன்? ஏன்?' என்பது அல்ல, 'எப்படி? எப்படி?' என்பதுதான். பூமியின் எடையை எப்படிக் கண்டு பிடித்தார்கள். சூரியனிலிருந்து பூமியின் தூரத்தை எப்படி அளந்தார்கள்? தனிமங்களை எப்படி ஒழுங்கு படுத்தி அடுக்கினார்கள்?

அப்பொழுது பில் பிரைஸன் தன்னுடைய வாழ்நாளில் மூன்று வருடங்களை இதற்காக ஒதுக்குவது என்ற முடிவை எடுத்தார். விஞ்ஞான புத்தகங்களை முறையாகக் கற்றுத் தேர்வது. இது சம்பந்தமாக கையில் கிடைத்த ஆய்வேடுகள், பத்திரிகை துணுக்குகளை எல்லாம் படிப்பது. அந்த அந்தத் துறையில் பேர் போன உலக விஞ்ஞானிகளை, நிபுணர்களை, பேராசிரியர்களை, ஆய்வாளர்களை அணுகி சந்தேகங்களைத்தீர்ப்பது, இப்படி. மூடத்தனமான கேள்விகளால் அவர்களை மூழ்கடித்து ஒரு சாதாரண மூளை கொண்டவன் எந்த அளவுக்கு விஞ்ஞான நுட்பங் களை அறிந்து கொள்ளமுடியுமென்று பரிசோதிப்பது. அப்படி சோதித்து, தான் கிரகித்ததை வாசகர்களோடு பகிர்ந்துகொள்வது. சகல துறைகளும் இந்த புத்தகத்தினுள் அடக்கம். சாதாரண மூளைக் காரர் கிரகித்து, சாதாரண மூளைக்காரர்களுக்காக எழுதியது.

அதுதான் 'A Short History of Nearly Everything' என்ற புத்தகம். 'கிட்டத்தட்ட சகல விஷயங்களையும் சொல்லும் சிறிய வரலாறு' என்று சொல்லலாம். விஞ்ஞானத்தின் அத்தனை மூலைகளையும் இது தொடுகிறது; விளக்கிச் செல்கிறது. எப்படி என்ற கேள்விக்குப் பதில் கிடைக்கிறது. முப்பது அத்தியாயப் புத்தகத்தில் உள்ள அவ்வளவையும் இங்கே சொல்லமுடியாது. ஒன்றிரண்டு மாதிரி களை மட்டுமே காட்டலாம்.

அவுஸ்திரேலியாவில் வாழும் Robert Evans என்ற பாதிரியாரின் பொழுதுபோக்கு இரவு நேரங்களில் வானத்தில் சுப்பர் நோவாக்களைக் கண்டுபிடிப்பது. சுப்பர்நோவா என்பது பிரம்மாண்டமான நட்சத்திரம் (எங்களுடைய சூரியனிலும் பார்க்க பல்லாயிரம் மடங்கு பெரிசானவை) இவை திடீரென்று வெடித்து மடியும்போது கோடி சூரியப் பிரகாசமான ஒளியைச் சிந்தும். இந்த ஒளிப்பிழம்பு வெடிக்கும் தருணத்தைப் பதிவு செய்வதுதான் இவருடைய பொழுதுபோக்கு.

ஒரு நட்சத்திரம் கோடானுகோடி வருடங்கள் உயிர் வாழ்ந்து ஒளியை விடலாம். ஆனால் அது ஒரு தருணத்தில் ஒரே ஒருமுறை பிரம்மாண்டமாக வெடித்து உயிரைவிடும். கோடிக்கணக்கான பால்வெளிகளில் தரிக்கும் கோடிக்கணக்கான நட்சத்திரங்களில் ஒன்று இப்படி வெடிக்கலாம். வானவெளியில் இது எங்கேயும் நடக்கும். அது நடக்கும்போது அதை முதலும் கடைசியுமாகப் பார்த்து பதிவுசெய்வதுதான் அவருக்குப்பிடித்த வேலை.

இந்த நட்சத்திர மரணங்கள் நடப்பது வெகு தொலைவில், பல்லாயிரமாயிரம் ஒளிவருட தூரத்தில். ஒவ்வொரு இரவும் இவர் தன்னுடைய 16 அங்குல தொலைநோக்கியால் வானத்தைத் துளாவுவார். அபூர்வமாக நடக்கும் நட்சத்திர மரணங்களை இவான்ஸ் எளிதாகப் பதிவு செய்வதற்குக் காரணம் அவருடைய அபாரமான மூளைதான்.

கறுப்பு விரிப்பால் மூடிய ஒரு மேசையில் ஒரு கை நிறைய அள்ளிய உப்பைச் சிதறவிடுகிறீர்கள். இதுதான் பால்வெளி. இப்படியே 1500 மேசைகள் இருக்கின்றன. இவான்ஸ் இந்த மேசைகளைச் சுற்றி ஒரு ரவுண்ட் வருகிறார். அடுத்த சுற்று வரும்போது ஒரு மண்ணிலும் சிறிய உப்புக்கல்லை ஒரு மேசையில் போட்டு வைக்கிறீர்கள். இவான்ஸ் அந்த உப்புக்கல்லை அடையாளம் காட்டுவார். ஒரு சுப்பர்நோவாவை தேடிப் பிடிப்பதும் அவ்வளவு கடினமானது. அவருடைய மூளை பிரபஞ்சத்து பால்வெளிக் கூட்டங்களை அப்படியே படம் பிடித்து வைத்திருக்கிறது. அதிலே ஒரு புதிய நட்சத்திரம் எரியும்போது அவர் இலகுவாகக் கண்டு பிடித்துவிடுகிறார். உண்மையில் இது ஒரு வரப்பிரசாதமான அபூர்வ திறமை.

வான்நிலை ஆராய்ச்சியாளர்கள் உலகம் முழுவதும் (1980க்கு முன்பு) அவதானித்த சுப்பர்நோவாக்களின் தொகை 60. ஆனால் இவான்ஸ் கடந்த 23 வருடங்களில் 36 சுப்பர்நோவாக்களை தன்னந்தனியாகக் கண்டுபிடித்திருக்கிறார். இப்பொழுது நீங்கள் வானத்தை நிமிர்ந்து பார்க்கும்போது ஒன்றுமே தெரியவில்லை என்றாலும் பல மில்லியன் வருடங்களுக்கு முன்பு இறந்துபோன ஒரு நட்சத்திரத்தின் ஒளி பிரயாணம் செய்துகொண்டிருக்கலாம். 2001

ஓகஸ்ட் இரவு வானத்தின் ஒரு சிறிய மூலையை இவான்ஸ் பார்த்துக் கொண்டிருந்த தருணத்தில் 60 மில்லியன் வருடங்களாக பிரயாணம் செய்த பெரும் நட்சத்திரத்தின் புகை சூழும் ஒளிப் பிழம்பு ஒன்று வந்து சேர்ந்தது. அந்த நேரம் வானத்தின் அதே கோணத்தில் படிந்திருந்த இவான்ஸின் 16 அங்குலம் தொலைநோக்கி அதைக் கைப்பற்றியது.

இப்பொழுது சுப்பர்நோவாவை கம்ப்யூட்டர்கள் 24 மணி நேரமும் வானத்தின் பல மூலைகளையும் ஒரே சமயத்தில் கண் காணித்து படம் பிடித்து பதிவு செய்கின்றன. இவான்ஸ் போன்றவர் கள் தேவை இல்லை. ஆனாலும் இரவு நேரங்களில் வானத்தின் மூலைகளை நோக்கி அவருடைய தொலைநோக்கி இன்னும் உற்றுப் பார்த்துக்கொண்டே இருக்கிறது.

ஐஸக் நியூட்டன் என்ற அபூர்வமான மூளை படைத்த பெரும் விஞ்ஞானி தான் கண்டுபிடித்தவற்றை அவசரமாக வெளி யிடமாட்டார். காலை நேரங்களில் படுக்கையில் இருந்து இறங்க காலைக் கீழே வைத்து விட்டு அப்படியே மணிக்கணக்காக இருப்பார். மூளையிலே கட்டுக்கடங்காத வேகத்துடன் புது சிந்தனைகள் பெரு வெள்ளம்போல அடிக்கும். அதை நிறுத்த முடியாமல் உறைந்துபோய் வெகுநேரம் இருப்பார்.

இவருடைய சிந்தனைகளை வெளி உலகத்துக்கு கொண்டு வந்த பெருமை ஹேலி (Halley's comet என்னும் வால் நட்சத்திரத்தை கண்டு பிடித்தவர்) என்பவரையே சாரும். நியூட்டனும் இவரும் நண்பர்கள். ஹேலியும் இன்னும் சில நண்பர்களும் கிரகங்களின் சஞ்சாரம் பற்றி பந்தயம் கட்டியிருந்தனர். அந்த பந்தயத்தை தீர்ப்பதற்காக நியூட்டனிடம் வந்த போது, கிரகங்கள் ஓடும் பாதை பற்றிய விதியை தான் எப்போதோ நிரூபித்துவிட்டதாக அவர் கூறினார். ஹேலி அந்த நிரூபணக் கணித முறைகள் வேண்டும் என்று கேட்டபோது நியூட்டன் தன் பேப்பர்களில் புரட்டிப் புரட்டித் தேடியும் அது கிடைக்கவில்லை. உலகத்தை மாற்றப் போகும் விதிகளைக் கண்டுபிடித்ததுமல்லாமல் அவற்றை வெளி யிடத்தவறிவிட்டார்; கணித செய்முறைகளையும் தொலைத்து விட்டார்.

ஹேலியுடைய தூண்டுதலினால் நியூட்டன் தன்னுடைய கணிதங்களை மீண்டும் செய்து மூன்று முக்கிய விதிகள் கொண்ட புகழ்பெற்ற Principia என்ற புத்தகத்தை வெளியிட்டார். இதில் ஒரு விதி ஆகர்ஷணம் பற்றியது. இரண்டு பொருட்கள் ஒன்றையொன்று ஆகர்சிக்கும். அந்தப்பொருள்களுக்கிடையில் இருக்கும் தூரத்தை இரண்டு மடங்காக்கினால் ஆகர்சிக்கும் சக்தி நாலு மடங்கு

குறையும். தூரம் மூன்று மடங்கு கூடினால் இழுப்பு சக்தி ஒன்பது மடங்கு குறையும்.

இந்த காலப்பகுதியில்தான் பூமியிலிருந்து சூரியனுடைய தூரம் கணக்கிடப்பட்டது. சூரியனுக்கு குறுக்காக வீனஸ் கிரகம் பயணிப்பதை அளப்பதற்காக பல விஞ்ஞானக் குழுக்கள் இறங்கினாலும் அவை எல்லாம் தோல்வியில் முடிந்தன. கடைசியில் அவுஸ்திரேலியாவை கண்டுபிடித்த காப்டன் குக் என்பவர்தான் சரியான அளவுகளை தாஹிற்றி மலை உச்சியில் இருந்து செய்துமுடித்தார். இந்த அளவுகளை வைத்து பிரெஞ்சு விஞ்ஞானி ஜோசெப் லாலண்டே பூமியிலிருந்து சூரியனுடைய தூரம் 150 மில்லியன் கி.மீட்டர் தூரம் என்பதை சரியாகக் கணித்து வெளியிட்டார்.

கல்லூரியில் வேதியியல் படித்தவர்களுக்கு Cavendish என்ற விஞ்ஞானியின் பெயர் ஞாபகம் இருக்கும். இவர்தான் முதன் முதலில் ஹைட்ரஜினும், ஒக்ஸிஜினும் சேர்ந்தால் தண்ணீர் கிடைக்கும் என்பதை பரிசோதனைமூலம் காட்டியவர். ஆனால் இவருடைய உண்மையான புகழ் வேறு ஒரு இடத்தில் இருக்கிறது.

இவருக்கு 67 வயது நடக்கும்போது, John Mitchell என்பவர் பெருமுயற்சியில் கண்டுபிடித்த ஒரு மெசின் அவர் இறந்தபின் காவெண்டிஷிடம் வந்துசேர்ந்தது. மிற்செல் அந்த மெசினை பூமியின் எடையை கணிப்பதற்காக உண்டாக்கியிருந்தார். ஆனால் அந்த வேலையைச் செய்துமுடிப்பதற்குள் இறந்துபோனார்.

கவெண்டிஷ் இந்த யந்திரத்தை கட்டி நிறுத்தினார். இது 350 றாத்தல் எடை கொண்ட இரண்டு பந்துகளையும், இரு சிறு பந்துகளையும் கொண்டது. நியூட்டன் கண்டுபிடித்த விதிப்படி இந்தப் பந்துகள் ஒன்றை ஒன்று ஈர்த்து தம் இடத்தில் இருந்து சிறிது விலகும். இந்த அளவுகளைத்துல்லியமாக அளந்து அதிலிருந்து பூமியின் எடையைக் கணிக்க வேண்டும். காவெண்டிஷ் 17 நுணுக்கமான அளவுகள் எடுப்பதற்கு ஒரு வருடம் எடுத்துக் கொண்டு அந்தத் தரவுகளை வைத்து தன் கணிப்பை செய்து முடித்தார். பூமியின் எடை 13 x 10^ 21 றாத்தல். காலம் காலமாக விஞ்ஞானிகள் தலைமுடியை பிய்த்த ஒரு விடயத்தை தன் அறையை விட்டு வெளியே வராமல் காவெண்டிஷ் செய்து முடித்தது பெரிய சாதனை. விஞ்ஞானம் வெகுதூரம் வளர்ந்து விட்ட இந்தக் காலத்தில் விஞ்ஞானிகள் இந்த கணிப்பை பெரிதும் வியக்கிறார்கள். காரணம் அவருடைய கணிப்பில் இன்றுவரை பெரிய மாற்றம் இல்லை.

டைனஸோர் என்ற விலங்குகள் ஒரு காலத்தில் உலகை வலம் வந்தன. ஆனால் அப்படி அவை வாழ்ந்ததற்கான எலும்பு

தடயம் ஒன்று 1787ல் கிடைத்தது. அனால் அது டைனஸோர் என்ற தொல்விலங்கினுடையது என்பது ஒருவருக்கும் தெரிய வில்லை. முதலில் கிடைத்த எலும்பு முதலில் தொலைந்தும் போனது. இன்னும் பல எலும்புகள் கண்டு பிடிக்கப்பட்டன. ஆனால் அவையும் சரியாக அடையாளம் காணப்படவில்லை.

இங்கிலாந்தில் மருத்துவராகப் பட்டம் பெற்ற மான்ரெல் என்பவரின் மனைவி தொல்லுயிர் பல் ஒன்றைக் கண்டுபிடித்தார். மான்ரெல் அதைப் பாரிஸுக்கு அனுப்பி ஆராய்ந்தபோதும் அப்போதைய விற்பன்னர்களுக்கு அதன் பெருமை தெரியவில்லை. இதற்குப் பிறகு வந்த ரிச்சார்ட் என்பவர்தான் டைனஸோர் என்ற விலங்கு குடும்பத்தை கண்டு பிடித்தார். தகுதியிருந்தும் அந்தப் பெருமை மான்ரெல்லுக்கு தவறிப்போய்விட்டது.

தன் வாழ்க்கை முழுக்க தோல்வியே கிடைக்கும் என்பது தெரியாமல் மான்ரெல் ஒரு வெறியோடு தன் மருத்துவத் தொழிலை மறந்து தொல்லுயிர் எச்சங்களைச் சேகரித்தார். வறுமை அவரைப் பீடித்தது. மான்ரெல்லுடைய அதிதீவிர ஈடுபாடு ரிச்சார்டுக்கு பிடிக்கவில்லை. மான்ரெல்லுடைய அறிவும், உத்வேகமும் தன் முன்னேற்றத்திற்கு இடைஞ்சலாக இருக்கும் என்று பயந்தார். தன் உத்தியோக பலத்தை பாவித்து மான்ரெல்லை உதாசீனம் செய்தார்; அவமதித்தார், தன் கண்காணிப்பில் வைத்துக் கொண்டார். கேட்டுக் கேள்வியில்லாமல் மான்ரெல் கண்டுபிடித்த வைகளை எல்லாம் அயோக்கியத்தனமான வழிகளில் தன் பெயரில் பதிவு செய்தார். இந்த அநீதிகளைத் தாங்க முடியாமல் மான்ரெல் தற்கொலை செய்தார். மான்ரெல்லுடைய முதுகெலும்பை மியூசியத்தில் வைத்து மரியாதை செய்யவேண்டும் என்று முடி வெடுக்கப்பட்டது. அந்த மியூசியத்துக்கு டைரக்டர் ரிச்சார்ட். இறந்த பின்னும்கூட ரிச்சார்டின் வலுக்கட்டாயமான கண்காணிப் பில் இருந்து மான்ரெல்லின் முதுகெலும்பு தப்ப முடியவில்லை.

இரண்டு தொல்பதிவு ஆய்வாளர்களுக்கு இடையில் ஏற்பட்ட முதல் வன்மமான போர் இது. இதனிலும் மோசமான ஒரு சண்டை அமெரிக்காவிலும் நடந்தது. அந்தக் கதையும் நம்பமுடியாதது. அதில் ஒருவர் பெயர் எட்வர்ட் கோப், மற்றவர் பெயர் கார் மார்ஸ். இருவருமே பணக்காரர்கள். தொல்பதிவு ஆராய்ச்சிக்காக தங்கள் வாழ்க்கையை அர்ப்பணித்தவர்கள். இருவரும் பெரும் போட்டி போட்டுக்கொண்டு நூற்றுக்கணக்கான தொல்லுயிர் எச்சங்களை (பெரும்பாலும் டைனஸோர் குடும்ப எச்சங்கள்) ஒரு வெறியுடன் சேகரித்தார்கள். கண்டுபிடித்தவற்றை அடையாளம் காணவோ, பதிவு செய்யவோ நேரம் இருக்கவில்லை. மற்றவரை போட்டியில் முறியடிப்பதுதான் ஒரே குறிக்கோள்.

ஒருவரை ஒருவர் பேச்சிலும் எழுத்திலும் திட்டிக் கொண்டார்கள். ஒருவரின் தொல்லுயிர் எச்சத்தை மற்றவர் களவாடினார். கல்லால்கூட ஒருவரை ஒருவர் அடித்துக் கொண்டார்கள். போட்டி ஆவேசத்தில் ஒரே விலங்கை 22 தரம் திருப்பித் திருப்பி கண்டு பிடித்தார்கள்.

இவர்களில் முதலில் இறந்துபோன கோப் என்பவருக்கு ஓர் ஆசை இருந்தது. தன் எலும்புக்கூட்டை உத்தியோகபூர்வமாக மனித எலும்புக் கூடு என்று அறிவித்து மியூசியத்தில் வைத்துப் பாதுகாக்க வேண்டும் என்று. அப்படியே உயிலும் எழுதி வைத்தார். 1600 ஆராய்ச்சிக் கட்டுரைகள் எழுதிய அவருடைய அந்த சின்ன ஆசை கூட நிறைவேறவில்லை. அவருடைய எலும்பில் மேக நோயின் அறிகுறி இருந்ததால் அந்த எலும்பு நிராகரிக்கப்பட்டது.

எப்படி என்ற எல்லாக் கேள்விகளுக்கும் பதில் கிடைக்கும் என்றில்லை. நைரோபியிலிருந்து நாற்பது மைல் தொலைவில் ஒலர்கஸாலி (Olorgesailie) என்ற தொன்மையான சமவெளிப் பிரதேசம் இருக்கிறது. இன்றுவரை விஞ்ஞானிகளுக்கு புதிராக விளங்கும் இடம். பன்னிரண்டு லட்சம் வருடங்களுக்கு முன்னர் கற்கால மனிதர்கள் இந்தப் பிரதேசத்தில் வாழ்ந்திருக்கிறார்கள். கல்லினால் செய்த ஆயுதங்கள் இங்கே விரவிக் கிடக்கின்றன. ஆனால் ஆயுதங்கள் செய்த கற்கள் 10 கி. மீட்டர் தொலைவில்தான் அகப்பட்டன. எப்படி அந்தக் கற்களை இங்கே நகர்த்தினார்கள். இந்தச் சமவெளி ஒரு கல் ஆயுதங்கள் செய்யும் தொழிற்சாலைபோல 10 லட்சம் வருடங்களாக செயல்பட்டிருக்கிறது. ஆனால் மனிதன் வாழ்ந்தான் என்பதற்கு தடயமாக இங்கே ஒரு மனித எலும்புகூட கிடைக்கவில்லை. விஞ்ஞானிகளால் விடுவிக்க முடியாத புதிர்களில் இதுவும் ஒன்று.

இந்தப் புத்தகத்தில் 30வது அத்தியாயம்தான் இறுதியானது. 1680 ஆண்டுகளில் ஐஸக் நியூட்டன் பிரபஞ்சத்தின் ஆழமான ரகஸ்யங்களை விடுவிக்கும் விதிகளைக் கண்டுபிடித்த அதே நேரத்தில் இன்னொரு பரிதாபகரமான விஷயமும் இந்த உலகில் நடந்தது. மொரீசியஸ் தீவில் காலம் காலமாக வசித்துவந்த, பறக்கத் தெரியாத டோடோ பறவைகளை மாலுமிகள் விளையாட்டுக்காக சுட்டுத் தள்ளினார்கள். இது ஒரு கெடுதலும் செய்யத் தெரியாத பறவை. இதன் இறைச்சியைக்கூட உண்ணமுடியாது. மூளை குறைவான இந்தப் பறவைக்கு பயந்து ஓடி தப்பவும் தெரியாது. ஆகையால் இவை ஒட்டுமொத்தமாகக் கொல்லப்பட்டன. இந்த உலகத்தில் ஒரு பறவைகூட மிச்சம் இல்லை; முட்டை இல்லை;

பாடம் செய்த உருவம்கூட இல்லை. முற்று முழுதாக பூமியிலிருந்து அழிக்கப்பட்டுவிட்டன.

இது ஒரு உதாரணம்தான். இன்னும் எத்தனையோ பறவைகளும், மிருகங்களும் அழிந்துபோயின; பெரும் ஆமைகள், ராட்சத ஸ்லொத்துகள். இப்படி மனிதனால் அழிக்கப்பட்ட உயிரினம் மட்டுமே 120,000 என்று விஞ்ஞானிகள் கணக்கு சொல்கிறார்கள்.

உலகத்து ஜீவராசிகள் அனைத்தையும் காவல் காக்க வேண்டுமென்றால் அதற்கு மனிதன் நிச்சயமாக தகுதியானவன் அல்ல. ஆனால் இயற்கை மனிதனைத்தான் தேர்வு செய்திருக்கிறது. மனிதன்தான் இருக்கும் உயிரினங்களில் எல்லாம் உயர்வானவன். இவனே கேவலமானவனும். இந்தப் பிரபஞ்சத்தில் உயிர்களை தரிக்கும் கிரகம் ஒன்றே ஒன்றுதான். பூமிக் கிரகம். 'ஒரே ஒரு கிரகம். ஒரே ஒரு பரிசோதனை' என்றார் ஒரு ஞானி. மனிதன் ஒருவனால் மட்டுமே அழிக்கமுடியும். அவனால் மட்டுமே காக்கவும் முடியும். மனிதன் எதனைத் தேர்ந்தெடுப்பான் என்பது இனிமேல்தான் தெரியவரும்.

இப்படி சரித்திரமும், உண்மைகளும், அபூர்வமான தகவல்களும் புத்தகம் நிறையக் கிடைக்கின்றன. புத்தகத்தின் கடைசிப் பக்கத்துக்கு வரும்போது இன்னொரு முறை படிக்க வேண்டும் என்ற ஆவல் ஏற்படும். சுவாரஸ்யம் கூடுகிறது. இப்பொழுது எனக்கு முன்னால் 310 பேர் இந்தப் புத்தகத்தைப் படிப்பதற்காகக் காத்துக்கொண்டிருந்த மர்மம் புரிந்தது.

மறுபடியும் அந்த நூலக மேலதிகாரியை (Patricia) சந்தித்து என் நன்றியை சொன்னேன். 'புத்தகம் எப்படி இருந்தது?' என்றார். 'மிகவும் அருமை. எல்லோரிடமும் இருக்கவேண்டிய, படிக்க வேண்டிய புத்தகம். நான் ஒரு புத்தகத்தை ஏற்கனவே சொந்தமாக வாங்கிவிட்டேன்,' என்றேன்.

'எல்லோரும் மெச்சுகிறார்கள். நானும் அதைப் படிக்கவேண்டும். என் முறைக்காக காத்திருக்கிறேன்' என்றார் அந்த அதிபர்.

'அப்படியா! என்னுடைய புத்தகத்தை உங்களுக்கு இரவல் தர நான் தயார்' என்றேன்.

பத்து லட்சம் புத்தகங்களுக்கு அதிபதியாக இருக்கும் ஒருவருக்கு புத்தகம் இரவல் கொடுப்பது எவ்வளவு ஒரு பெருமையான விஷயம்.

அந்தப் பெண் அதிகாரி புன்சிரிப்பு கொஞ்சமும் குறைக்கப்படாமல் என்னைப் பார்த்து ' பார்ப்போம்' என்றார்.

கனடா திரைப்பட விழாவில் செவ்வாய்க் கிரகம்

செந்நிறமான செவ்வாய்க் கிரகம் செப்டெம்பர் மாதம் வானத்தில் தோன்றும். கனடாவில் இருந்து இது மிகவும் துல்லியமாகத் தெரியும் என்று ஒரு பத்திரிகை செய்தி சொன்னது. அதே பத்திரிகையில் கீழே இன்னொரு செய்தியும் பிரசுரமாகி யிருந்தது. கனடாவில் வருடா வருடம் நடக்கும் உலகத் திரைப்பட விழா ரொறொன்ரோவில் 2003, செப்டம்பர் 4 - 14 தேதிகளில் நடைபெறும். இது 28ஆவது திரைப்பட விழா; 3000 விண்ணப்பங் களில் தேர்வுசெய்த 339 படங்கள். 55 நாடுகளிலிருந்து பெறப்பட்ட இவை 21 அரங்குகளில் திரையிடப்படும்.

பத்து நாட்களில் 30 படம் பார்ப்பவர்களும் உண்டு. முழு நாளையும் இதற்காக ஒதுக்கி வைத்து பின் மதியம் ஒன்று, பின்னேரம் ஒன்று, இரவு ஒன்று என்று ஆர்வமாகப் பார்த்து முடிப்பார்கள். நான் அப்படிச் செயல்படவில்லை. ஒரு நாளைக்கு ஒன்று என்று 7 நாட்கள் தொடர்ச்சியாகப் பார்த்தேன். போக வர, கியூவில் நிற்க, படம் பார்க்க என்று நாளுக்கு ஐந்து மணி நேரத்தைச் செலவழித்தேன். போகும்போது படத்தைப் பற்றிய எதிர் பார்ப்பும் திரும்பும்போது அது பற்றிய சிந்தனையாகவும் இருந்தேன்.

நீண்ட நேரம் கியூவில் நின்றபிறகு முழங்கால்கள் தானாக மடிந்து நான் சொன்ன வேலையைச் செய்ய மறுத்துவிட்ட நிலையில் ஒரு பதின்பருவத்து பெண் ஊழியர் வந்தார். தலையிலே வட்டத் தொப்பியும் காதிலே அணிந்த ஒலி வாங்கியும் கையிலே ஏந்திய தாள் அட்டையுமாக என்னிடம் நெருங்கி, ‘நீங்கள் ஏன் இந்த லைனில் நிற்கிறீர்கள்?’ என்று கேட்டார். எங்கள் லைனைப் போல இன்னும் பல லைன்கள் இன்னும் பல திரைப்படங்களுக்கு அங்கே நீண்டு நெளிந்து நின்றன. ‘இது என்ன கேள்வி? இந்த லைனின் நீளம் போதவில்லை. அதைக் கூட்டுவதற்காக நிற்கிறேன்’ என்றேன். மூன்று மாதம் முன்பாகவே ரிசர்வ் செய்து, இரண்டு நாள் ஆராய்ச்சிக்குப் பிறகு தேர்வு செய்து, முழுக்காசையும் கட்டி டிக்கட்டுகள் எடுத்தபின்பும் இந்த தொந்திரவுகளா?

இப்படி இரண்டு மணி நேரம் வரிசையில் நின்று பார்த்த

முதல் படம் Mayor of the Sunset Strip. டிக்கட் கையில் இருப்பதால் உங்களுக்கு சீட் நிச்சயம். வரிசையில் நிற்பது நல்ல இருக்கை ஒன்று கிடைப்பதற்காகத்தான்.

முன் சீட்டில் இருந்த பெண்மணி இப்படியான ஒரு விழாவுக்கே வளர்த்ததுபோல, தன் தலைமுடியை நீளமாகவும் பளபளப்பாகவும் வளர்த்து அதைக் காசு கொடுத்து தலைக்குமேலே அலங்காரமாக அமைத்திருந்தார். அது நீளமாகவும் அகலமாகவும் இருந்தது. 13 டொலர் கொடுத்து டிக்கட் வாங்கிய நான் அந்தப் பெண்மணியின் தலைக்குப் பின்னால் அகப்பட்டுவிட்டேன். சினிமாவில் பாதியை மட்டுமே என்னால் பார்க்க முடிந்தது. என்னுடைய அளப்பரிய கற்பனை வளத்தால் மீதியை நிரப்பி சமாளித்துவிடலாம் என்று நினைத்தேன்.

Rodney Bingenheimer என்பவர் லாஸ் ஏஞ்சல்ஸ் ரேடியோவில் 30 வருடங்களாகப் பணியாற்றிப் புகழீட்டிய பாடல் தொகுப்பாளர். அவருடைய வாழ்க்கையைச் சொல்லும் விவரணப் படம் இது. அவர் சிறுவனாய் இருந்தபோது அவருடைய தாய் ஒரு வீட்டு வாசலில் அவரை காரிலிருந்து இறக்கி விடுகிறார். தன்னுடைய டிவி ஆதர்ச நாயகர் வந்து புத்தகத்தில் கையொப்பமிடுவார் என்று சிறுவன் காத்து நிற்கிறான். அந்த நேரத்தில் தாயாரின் கார் விரைவாக ஸ்பீட் எடுத்து மறைந்துவிடுகிறது.

எத்தனையோ புகழ்பெற்ற பாப் இசைப் பாடகர்கள் இவரால் முன்னுக்கு வருகிறார்கள். வாசலில் போட்டிருக்கும் கால் துடைக்கும் பாய் போல எல்லோரும் இவரைத் தாண்டிப் போய் விடுகிறார்கள். அவருடைய சரிதத்தில் ஒரு சிறு சோகம். புகழின் நுழைவாயிலில் நின்றவாறு ஒரு முழுத் தலைமுறையைக் கழித்து விட்டார். ஆனால், அந்தப் புகழ் என்பது இவருடைய தாயாரின் கார் சத்தம்போல இவருக்குக் கிட்டாமல் தூரத்தில் போய் மறைந்துவிட்டது.

மிகச் சாதாரணமான இந்த விவரணப் படம் எப்படி சர்வதேச திரைப்பட விழாவில் இடம் பெற்றது. ஆனால் அதனிலும் ஆச்சரியம் திரையிடப்படும் 339 படங்களில் நான் எப்படி இந்தப் படத்தைத் தேர்வுசெய்தேன் என்பதுதான். என்னைச் சுற்றிப் பார்த்தேன். ஒரு சீட்டும் காலியில்லாமல் தியேட்டர் நிரம்பி யிருந்தது. மீண்டும் திரையைப் பார்த்தேன். எனக்குமுன் இருந்த சடாமுனி மிகவும் ரசித்துப் பார்த்துக்கொண்டிருந்தார். திரையில் பாதியே எனக்குத் தெரிந்தது. இன்னும் கொஞ்சம் முடியை வளர்த்து மீதித் திரையையும் மறைத்திருக்கலாமே என்று எனக்குத் தோன்றியது.

ஏழு படங்களில் ஒன்று போய்விட்டது, இனிமேல் வருவதா வது நல்லாக இருக்கவேண்டும் என்று மனது அடித்தது. அடுத்த தேர்வு Francis Ford Coppola என்ற இயக்குநருடையது. இவரை ஞாபகம் இருக்கலாம். முப்பது வருடங்களுக்கு முன்பு மூன்று ஒஸ்கார் விருதுகள் பெற்ற The Godfather படத்தை இயக்கி உலக பிரபல்யம் அடைந்தவர். இந்த வகையில் கப்போலா ஹொலிவிட்டில் ஒரு சிறு கடவுள்தான். இவர் அரங்கிலே தோன்றி பார்வையாளர்களுடைய கேள்விகளுக்குப் பதிலளிப்பார் என்றார்கள். அன்றைய படத்தின் பெயர் One from the Heart.

1982 இல் எடுக்கப்பட்ட இந்தப் படத்தைத் தூசு தட்டி, சில திருத்தங்களுடன் மீண்டும் வெளியிட்டிருக்கிறார். கதை என்று பார்த்தால் எளிமையானது. சூதாட்ட தலைநகரமான லாஸ் வேகாஸின் பின்னணியில் அமைந்தது. ஐந்து வருடமாக மண முடித்த தம்பதியினருடைய ஐந்தாவது மண நாளில் அவர்களுக் கிடையில் பிணக்கு ஏற்படுகிறது. அவள் அவனைவிட்டுப் பிரிகிறாள். அவளுக்கு ஒரு காதலன் கிடைக்கிறான். அவனுக்கும் ஒரு காதலி கிடைக்கிறாள். ஆனால் பட முடிவில் கணவனும் மனைவியும் திரும்பவும் ஒன்று சேர்கிறார்கள்.

இது ஒரு இசை நாடகத்தன்மையுடன் எடுக்கப்பட்டிருந்தது. இந்தப் படத்தை இன்னொரு முறை பார்ப்பதாயிருந்தால் ஒரேயொரு சீனை மாத்திரம் நான் பார்ப்பேன். அது மிகவும் கலையம்சத்துடன் எடுக்கப்பட்ட ராங்கோ நடனம். ஆணின் உடம்பு வளைவுகளில் பெண்ணின் வளைவுகள் ஒட்டிக்கொண்டே வருவதுபோன்ற அற்புதமான நடனக்காட்சி. ஆங்கில சினிமாக் களில், சொல்லப்பட்ட அழகோடு ராங்கோ நடனம் இடம்பெறும் படங்கள் மூன்று. மார்லன் பிராண்டோ நடித்த Last Tango in Paris. இதில் வந்த நடனத்தில் ஆவேசமும், புதுமையும் இருக்கும். அடுத்தது The Scent of a Woman. இதில் ஒரு கண்பார்வையற்ற மனிதர் முன்பின் அறிமுகமில்லாத ஓர் இளம் பெண்ணுடன் ஆடுவார். இதில் அதிர்ச்சியும் அழகும் கலந்திருக்கும். இந்தப் படத்தில் வரும் நடனம் கேளிக்கையும் கலையம்சமும் நிறைந்தது. இதைப் பார்ப்பதற் காகவாவது இந்தப் படத்தை இன்னொருதடவை பார்க்கலாம்.

இதைத் தவிர இந்தப் படத்தின் அமைப்பில், இயக்கத்தில், வசனத்தில் கப்போலாவின் மேதமையைக் காட்டும் காட்சி ஒன்று கூட இல்லை. ஒரு சாதாரணமான திரைப்படம்தான்.

படம் முடிந்ததும் கப்போலா மேடையில் தோன்றி கேள்விகளுக்குப் பதில் அளித்தார். இந்தப் படத்தைத் தான் சொற்ப நாட்களில், குறைந்த பணச்செலவில் எடுத்து முடித்ததாகக்

கூறினார். லாஸ்வேகாஸ் காட்சிகள் முழுவதும் தத்ரூபமாக செயற்கையான செட் போட்டே எடுக்கப்பட்டனவாம். படம் எடுக்கும்போதே டிஜிட்டல் முறையில் எடிட்டிங் செய்யும் சாத்தியக் கூறுகளைத் தான் அப்போது, இருபது வருடங்களுக்கு முன்பாகவே, கண்டுபிடித்துவிட்டதாகக் கூறினார்.

அவரிடம் கேட்கப்பட்ட இரண்டு கேள்விகளும் பதில்களும்.

1) பிரிந்த தம்பதியினர் திரும்பவும் ஒன்று சேர்வதற்கு வலுவான காரணம் காட்டப்படவில்லையே, ஏன்?

காதல் என்பது மிகவும் சிக்கலானது. மனித மனம் காதலை விஞ்ஞானக் கூர்மையுடன் அணுகுவதில்லை. காதல் மனிதர்கள் எடுக்கும் தீர்மானங்களும் அப்படியே. மனித மனத்தின் காண முடியாத மறுபக்கத்தின் ஒரு கூறைச் சொல்வதுதான் கதை.

2) நீங்கள் நீண்டகாலமாக வெற்றிப் படங்கள் தருகிறீர்கள். வெற்றியின் ரகஸ்யம் என்ன?

நீங்கள் வெற்றி பெறவேண்டுமானால் மணமுடித்திருப்பது அவசியம். (சிரிப்பு) மணமுடித்தவர்கள் மனது வெகு சீக்கிரத்தில் சமநிலையை அடைகிறது. அவர்களால்தான் ஆழமான சிந் தனையைத் தூண்டும் கலைப்படைப்புகளைத் தரமுடியும்.

வெளியே வந்தபோது ஒரு நல்ல படம் பார்த்த அமைதி ஏற்படவில்லை. ஆனால், உலகத்தரமான ஓர் இயக்குநரைப் பார்த்த திருப்தி இருந்தது.

அடுத்து Sofia Coppola வின் Lost In Translation படம்; அதாவது 'மொழிபெயர்ப்பில் இழந்தது' என்ற தலைப்பு. இந்த சோஃபியா மேலே சொன்ன கப்போலாவின் மகள்தான். இது நான் திட்டமிடாமல் தற்செயலாக நடந்த ஏற்பாடு. இன்னொரு விசேஷ மும் உண்டு. இது முழுக்க முழுக்க யப்பானில் 27 நாட்களில் மிகக் குறைந்த செலவில் (4 மில்லியன் டொலர்) படமாக்கப் பட்டிருந்தது.

கதாநாயகன் ஹரிஸுக்கு 45 - 50 வயதிருக்கும்; மணமுடித்து 25 வருடங்கள்; அமெரிக்காவின் பெரிய நடிகர். அவர் யப்பானுக்கு 2 மில்லியன் டொலர் சம்பளத்தில் ஒரு விஸ்கி விளம்பரப் படம் நடித்துக்கொடுப்பதற்காக வந்திருந்தார். இவருடைய நடிப்பு வாழ்க்கை சரிவுப் பாதையில் இறங்கிவிட்டது. மனைவியுடனான உறவும் சுமுகமாக இல்லை. ஒரு யப்பானிய ஐந்து நட்சத்திர ஹொட்டலில் ஒருவித அலுப்புடனும் சோர்வுடனும் தங்கியிருப் பவரை யப்பானிய வழிபாட்டாளர்கள் அதீத மரியாதை கொடுத்து எரிச்சலூட்டுகிறார்கள்.

அதே ஹொட்டலில் கதாநாயகி சார்லட் தங்கியிருக்கிறாள். வயது இருபதுக்குள்ளேதான் இருக்கும். சமீபத்தில் ஓர் உலகப் புகழ் புகைப்படக்காரனை மணமுடித்து தொழில் நிமித்தமாக கணவன் அடிக்கடி வெளியே போய்விட ஹொட்டலிலேயே தனிமையில் இருந்து புழுங்குகிறாள்.

எதிர்காலம் பற்றி இருவருக்குமே ஐயம்; மணவாழ்க்கையில் நம்பிக்கையின்மை. இந்தச் சூழ்நிலையில் யதேச்சையாக இருவருக்கு மிடையில் ஒரு சிறு பரிச்சயம் ஏற்பட்டு, மெதுவாக நகர்ந்து நட்பாகிறது. அந்த நட்பு ஒரு பூவின் இதழ் ஒவ்வொன்றாக விரிவதுபோல விரிந்து காதலாக முகிழ்த்து ஓர் எல்லை வந்ததும் ஸ்தம்பித்து நிற்கிறது. இதை அழகாகச் சொல்வதுதான் கதை.

ஆரம்பத்திலேயே சுவாரஸ்யம் பிடித்துவிடுகிறது. விளம்பரப் படம் எடுக்கும் காட்சி. ஒருவர் ஹரிஸுக்கு மொழிபெயர்க்கிறார். இயக்குநர் இரண்டு நிமிடமாக எப்படித் திரும்பவேண்டும், எப்படி விஸ்கி கிளாஸைக் கையிலே பிடிக்கவேண்டும் என்று விளக்குகிறார். மொழிபெயர்ப்பாளினி ஒரு வரியிலே அதைச் சொல்கிறாள். இப்பொழுது ஹரிஸ் ஒரு சின்னக் கேள்வி கேட்கிறான். எப்படி திரும்புவது, இடமிருந்து வலமா அல்லது வலமிருந்து இடமா. அந்தக் கேள்வியை மொழிபெயர்க்க அந்தப்பெண்ணுக்கு இரண்டு நிமிடம் எடுக்கிறது. யப்பானிய மொழியில் நிறுத்தாமல் பொழிந்து தள்ளுகிறாள். ஹரிஸின் புருவம் உயர்கிறது. சிரிப்பலை. இப்படிப் பல காட்சிகள்.

யப்பானியர்களை கேலி செய்யும் சீன்களுக்கும் குறைவில்லை. யப்பானியர் குள்ளர்கள் உயரமான ஹரிஸ் லிப்டில் நிற்கும்போது மற்றவர்கள் அவர் தோள்மூட்டுக்குக் கூட எட்டவில்லை. பாத்ரூமில் குளிப்பதற்கு உயரம் போதாமல் ஷவரில் குனிந்துகொண்டு ஹரிஸ் குளிக்கிறார். யப்பானியர்கள் L வார்த்தைகளையும், R வார்த்தை களையும் மாறிப்போட்டு குழப்பியடிப்பது போன்ற வேடிக்கைக் காட்சிகள்.

யப்பானியர்களுடைய தொழில்நுட்ப முன்னேற்றத்தையும் காட்டத்தவறவில்லை. அதிகாலையில் படுக்கையறை யன்னல் திரைச்சீலைகள் தானாகவே நகர்ந்து வெளிச்சத்தை உள்ளே விடுகின்றன. அறையில் உள்ள தொலைநகல் மெசின் தகவல்களைச் சுருள்சுருளாகப் பகலிலும் இரவிலும் கொண்டுவந்து சேர்க்கிறது.

டோக்கியோவின் தகதகக்கும் நியோன் விளக்கு இரவுகளில் ஹரிஸும் சார்லட்டும் உல்லாசமாகத் திரிகிறார்கள். பல கேளிக்கை நடனங்கள். பல காட்சிகள் கிரிகொறி பெக்கும், ஓட்றி ஹெப்பெர்னும் நடித்த Roman Holiday படத்தை நினைவுக்குக்

கொண்டுவருகின்றன. அதைப்போல இவர்களிடையே ஒரு வரம்பு மீறாத நெருக்கமும் உண்டாகிறது.

ஹரிஸுக்கு விரக்தியான முகம்; அதில் சிரிப்பு வருவது அபூர்வம். சார்லட் பேசும் முழு வசனங்களும் ஒரு பக்கத்துக்குள் அடங்கும். ஆனால் அவள் கண்கள் பத்துப் பக்க வசனங்களைப் பேசிவிடுகின்றன. அவள் முகமும் உடலும் அதன் கோணமும் அந்தக் காட்சிக்கு என்ன உணர்ச்சி தேவையோ அதை அசங்காமல் வெளியே விட்டபடியே இருந்தது. அலட்டல் இல்லாத நடிப்பு என்பார்கள், அது இதுதான்.

எப்படி நட்பு உண்டாகியதோ அதே மாதிரி கலை அழகுடன் பிரிவும் சொல்லப்படுகிறது. இருவர் மனதுக்குள்ளும் பூட்டி வைத்த ஏதோ ஒன்றை அவர்கள் பரிமாறிக்கொள்ளவில்லை; தங்களுட னேயே திருப்பி எடுத்துப் போகிறார்கள்.

இந்தப் படம் Sofia Coppola வுக்குப் பணத்தையும் புகழையும் கொட்டிக் குவிக்கும். இந்த இளம் வயதில் உலகத்து சிறந்த இயக்குநர் வரிசையில் இடம் பிடித்துவிடுவார். ஒன்றிரண்டு ஒஸ்கார் பரிசுகளும் நிச்சயம். மொழிபெயர்ப்பில் எப்படி ஒரு பகுதியை இழந்து விடுகிறோமோ அதேபோல வாழ்க்கையிலும் ஒரு பகுதியை நாம் இழந்து விடுகிறோம். அது முழுமை பெறுவதே இல்லை; அதைத் தேடி ஓடுவதுதான் விதிக்கப்பட்டது என்ற செய்தி துலக்கமாகவே கிடைக்கிறது.

கலையம்சம் என்று பார்த்தால் இந்தப் படம் பூரணம் பெற்றுவிட்டதாகச் சொல்லமுடியாது; மொழிபெயர்ப்பில் இழந்தது போல அதிலும் ஏதோ ஒன்று இழந்துபோய்த்தான் தெரிந்தது.

Good Bye, Dragon Inn என்ற தாய்வான் படத்தை இயக்கிய வரும் ஓர் இளைஞரே. பெயர் சோய் மிங்லியாங். இவருடைய பல படங்கள் உலகத் திரைப்பட விழாக்களில் விருதுகள் பெற்றிருக் கின்றன. இவருக்கு ஒரு பேர் இருக்கிறது. காமிராவை எடுத்து ஒரு கோணத்தில் வைத்தால் அதை அவசரப்பட்டு மீண்டும் தொட மாட்டார். மற்றவர்கள் குளோசப், தூரக் காட்சி, இடைக்காட்சி என்று ஒவ்வொரு நாலு செக்கண்டும் வெட்டி எடுக்கும்போது இவர் இரண்டு நிமிடக் காட்சிகளை விடாப்பிடியாக எடுப்பார். இவை மனிதர்களின் பொறுமையைச் சோதித்து எரிச்சல் ஊட்டக் கூடியன.

படம் தொடங்கமுன் இயக்குநர் மேடையில் தோன்றிப் பேசினார். ‘இங்கே இப்பொழுது அரங்கம் நிறைந்திருக்கிறது. படம் முடியும்போது என்னுடைய நீண்ட காட்சிகளில் அலுத்துப்போய் பாதிப்பேர் ஓடிவிடுவீர்கள். அப்படி ஓடவேண்டாம். முக்கியமானது

கடைசிக்காட்சி, அதையும் பார்த்துவிடுங்கள்' என்று கூறினார். அரங்கம் சிரித்தது.

அவருடைய பேச்சு சுருக்கமாக இருந்தது. அவருடைய ஒரு காட்சியின் நீளம்கூட இருக்கவில்லை.

நீண்ட காட்சிகள் மட்டுமல்ல; அவருடைய படத்தில் இன்னும் பல புதுமைகள் இருந்தன. இது மௌனப் படம்போல (ஒன்றிரண்டு வசனங்கள்தவிர) வசனம் இல்லாமலே ஓடியது.

ஒரு காலத்தில் பிரபலமாக இருந்த ஒரு தியேட்டரைப் பற்றியது படம். அந்த தியேட்டரில் ஓடும் படத்தைப் பார்க்க வரும் சனத்தொகை வரவர குறைகிறது. அந்த தியேட்டரையும் அதைப் பார்க்கவரும் ஒன்றிரண்டு பார்வையாளர்களையும் அதில் ஓடும் படத்தையும் காட்டுவதுதான் படம். அந்த தியேட்டர் படத்தில் வரும் பின்னணி இசையும் டயலாக்கும் நிஜ படச் சம்பவங்களுக்குப் பொருந்தும்படி அமைத்திருப்பதுதான் சிறப்பு.

கதாநாயகி கால் ஊனமான ஓர் இளம்பெண். படம் முழுக்க இந்தப்பெண் பெரும் சத்தம் போடும் ஊனக்காலை நகர்த்தி வைத்துப் போகும் ஒலி நிறைந்திருக்கும். நீண்ட காட்சிகள். இந்தப் பெண் கீழிருந்து மூன்று மாடிப்படிகளை ஏறி முடிக்கும்வரை காமிரா அசையாமல் தொடர்ந்து காட்டிக்கொண்டே இருக்கிறது. பயங்கரமான டக் டக் ஒலிதான் பின்னணி. படத்தின் முடிவு வரை இந்தப்பெண் ஒரு வார்த்தை பேசவில்லை.

படத்தின் தொடக்கத்தில் ஊனப்பெண்மணி நீண்ட படிக்கட்டுகளைக் கடந்துவந்து நீராவியில் ஏதோ உணவை வேக வைக்கிறார். பிறகு ஆற அமர உட்கார்ந்து அதைப் பாதியாக வெட்டிச் சாப்பிடுகிறார். பிறகு மீதியை மூடி பத்திரமாக வைக்கிறார். இந்தக் காட்சி ஒரு பத்து நிமிடநேரம் ஓடுகிறது.

தியேட்டரில் பல சம்பவங்கள் நடக்கின்றன. ஒருபால் புணர்ச்சியாளர்கள் ஒருவரை ஒருவர் தேடுவது. விலைமாது வாடிக்கையாளரைப் பிடிக்கும் நோக்கத்தில் தியேட்டருக்கு வருவது. மிகப் பெரிய சத்தத்துடன் தியேட்டரில் வத்தகப்பழ விதைகளை உடைத்து உண்பது. அடுத்து ஏதோ முக்கியமான காட்சி வரப் போகிறது என்பதுபோலப் பல எதிர்பார்ப்புகள்.

கதாநாயகியின் நடமாட்டம்தான் படம் முழுக்க வியாபித்திருக்கிறது. நடு இரவு நேரங்களில் பல மாடிகள் கொண்ட அந்த ஆளரவம் இல்லாத தியேட்டரில் அவள் தோன்றுமுன்னரே கொடூரமான காலடிச்சத்தங்கள் ஒலிக்கத் தொடங்கும். பிறகு அவள் தோன்றுவாள். அவளே டிக்கட் கொடுப்பவள். அவளே தியேட்ட

ரின் பாதுகாப்புக்குப் பொறுப்பானவள். அவளே இருக்கைகளைச் சுத்தமாக வைக்கக் கடமைப்பட்டவள். அவளே ஆண்கள், பெண்கள் கழிப்பறைகளையும் சுத்தம் செய்பவள். தனியாக அந்தப் பிரம்மாண்டமான தியேட்டரின் முழு அலுவல்களையும் வெறுப் பில்லாமல் செய்கிறாள். அவள் முகத்தில் பார்க்கக்கூடிய ஒரே உணர்ச்சி ஏக்கம்தான்.

படம் முடிவதற்கு இரண்டு நிமிடம் வரைக்கும் சம்பவக் கோர்வையில் ஒரு கதையும் தென்படவில்லை. எல்லாமே போக்கு காட்டும், கதைக்குத் தொடர்பில்லாதக் காட்சிகள்தான். திடீரென்று ஒரு நாள் அந்த தியேட்டரை மூடிவிட முடிவு எடுக்கிறார்கள். அப்பொழுதுதான் படத்தின் கதாநாயகன் முதன்முறையாகத் தோன்றுகிறான். இவன்தான் தியேட்டரில் படம் ஓட்டி. இவன்கூட அவனுக்குக் கொடுத்த அந்த ஐந்து நிமிடங்களில் ஒரு வார்த்தை தானும் பேசவில்லை.

கடைசி நாள். இந்தப் பெண் மிகப் பொறுப்பாக எல்லாக் கதவுகளையும் மூடுகிறாள். தியேட்டரின் இருக்கைகளைச் சரி பார்க்கிறாள். ஆண்களின் நீண்ட கழிவறைக்குப் போய் அங்கே ஒவ்வொரு கழிவறையாகத் தண்ணீர் ஊற்றிக் கழுவி சுத்தம் செய்து அவற்றை சரிவர மூடுகிறாள். தன்னுடைய சொந்தப் பொருட் களைப் பையிலே வைத்து மூடி சரி பார்க்கிறாள். அப்பொழுதும் அவளுக்கு திருப்தியில்லை. பையைத் தூக்கிக்கொண்டு திரும்பித் திரும்பிப் பார்த்தவாறே தியேட்டரை விட்டு வெளியேறுகிறாள்.

கதாநாயகனும் புறப்படுவதற்கு ஆயத்தங்கள் செய்கிறான். திடீரென்று ஏதோ ஞாபகம் வந்து இவளுடைய அறைக்குப் போகிறான். அங்கே அவள் மீதம்விட்ட பாதி உணவு இருக்கிறது. அதைக் கண்டு திடுக்கிடுகிறான். அதைப் பாதுகாப்பாக எடுத்துக் கொண்டு போய் அவளிடம் கொடுக்கவேண்டும் என்பதுபோல விரைந்து ஹெல்மட்டை மாட்டி மோட்டார்சைக்கிளில் ஏறி சீறிக்கொண்டு பறக்கிறான்.

அவன் போன பிறகு மறைவிடத்தில் இருந்து நொண்டிய படியே பெண் வெளிப்படுகிறாள். அவன் போவதை நம்ப முடியாமல் வெறித்துப் பார்த்தபடி நிற்கிறாள். அவள் முகத்திலே வழக்கமான உணர்ச்சி ஏக்கம்தான்; ஆனால் இப்போது ஆசை, ஏக்கம், ஏமாற்றம்.

அவளைத் தேடித்தான் அவன் போவது அவளுக்குத் தெரியாது. அப்படியே படம் முடிகிறது.

கடைசி இரண்டு நிமிடங்கள் தவிர மீதி நேரம் எல்லாம் பார்வையாளர்களுக்குப் போக்குக் காட்டும் வேலைதான் நடக்கிறது.

கதை நடப்பது கடைசி இரண்டு நிமிட நேரத்தில்தான். மீதி நேரம் இந்த உச்சக் கட்டத்துக்கு தயார் செய்யும் முயற்சிதான். பத்து செக்கண்ட் நடக்கும் சுமோ மல்யுத்தத்திற்குப் பத்து நிமிட நேரம் தயார்செய்வதுபோலத்தான் இதுவும்.

ஆனால் இந்தப் படத்தில் ஏதோஇருக்கிறது. இரண்டு நாட்களாக இது மனத்தைப்போட்டு அலைக்கழித்தது. பல இடங்களில் எரிச்சல்கூட வந்தது. ஆனாலும் இது முடிந்தபோது ஆழ்மனதில் போய் எதையோ கலக்கிவிட்டது. அந்தக் காலடி ஓசைகள் இன்னும் என்னைத் துரத்திக்கொண்டே இருக்கின்றன.

Since Otar Left ஒரு பிரெஞ்சு திரைப்படமாக இருந்தாலும், அது ஜோர்ஜியா நாட்டின் பின்னணியில் எடுக்கப்பட்டது. மூன்று தலைமுறைப்பெண்களின் கதை *90* வயதான ஏக்கா, *55* வயதான விதவை மகள் மரீனா, ஏக்காவின் பேத்தி *16* வயது அடா - இவர்கள்தான் நாயகிகள்.

ஜோர்ஜியாவின் ஒரு நகரத்தின் சின்ன வீட்டிலே இவர்கள் வசிக்கிறார்கள். இரண்டொரு காட்சிகளில் இவர்களுடைய வறுமை நிலை சொல்லப்பட்டுவிடுகிறது. மூன்று பெண்கள் வாழும் ஒரு வீடு எப்படி இருக்கும். எப்போதும் பிக்கல், பிடுங்கல், சச்சரவுகள் தான். ஆனால் அது வெளித்தோற்றத்திற்கு. அதை ஊடுருவி ஆழமான அன்பும் தியாகமும் சேவையும் நிறைந்திருக்கின்றன.

ஒட்டார் திரையிலே தோன்றாத கதாநாயகன். அவனைச் சுற்றித்தான் கதை நகர்கிறது. பாரிஸ் நகரத்தில் வசதிகள் மறுக்கப் பட்ட ஒரு மலிவு அறையில் அவன் வாழ்கிறான். அங்கேதான் அவனுடைய பிழைப்பு.

ஏக்காதான் குடும்பத்தலைவி. அவள் சொல்லுக்கு மறுப்பு கிடையாது. இருப்பினும் சிறு சிறு பிணக்குகள் அவ்வப்போது ஏற்படும். ஆனாலும் முக்கியமான விடயங்களில் அவள் சொல்லுக்கு மதிப்பு இருக்கிறது. ஒரு முறை நடு இரவில் அவளை மருத்துவமனை அவசரப் பிரிவுக்கு இட்டுச் செல்கிறார்கள். அப்பொழுது அவளிடம் குடும்பத்தினர் காட்டும் பரிவும் அன்பும் வெளிப்படுகின்றன. ஏக்காவுக்கும் அவள் பேத்தி அடாவுக்கும் இடையில் மெல்லிய ஒரு பாசம் இறுக்கமாக உருவாகிறது.

ஏக்கா தன் மகன் ஒட்டாரின் கடிதங்களுக்கும் டெலிபோன் அழைப்புகளுக்கும் காத்திருப்பதுதான் படத்தில் பிரதானமான காட்சி. கடிதம் வந்தால் அதைத் திருப்பித் திருப்பிப் படிப்பாள். டெலிபோன் என்றால் மாறிமாறிப் பேசுவார்கள். அவன் குரலைக் கேட்கும்போது ஏக்காவின் சுருங்கிய முகம் ஒரு பூ மலர்வதுபோல விரிவது மறக்க முடியாதது. அன்று மிகவும் சந்தோஷமான நாள்.

குதூகலம் ஓடி வழியும். இவர்கள் வாழ்வது அந்தத் தொலைபேசி மணி அடிப்பதற்காக. அது அடித்து முடிந்தபின், அடுத்த மணி அடிப்பதற்காக.

இளம் பெண் அடாவின் பாத்திரம் அருமையாக அமைந்தது. ஓர் இளம்பெண்ணுக்குரிய ஒன்றையும் அவள் செய்வதில்லை. காதலன் இல்லை. நடனங்களுக்கும் போவதில்லை. எதிர்காலம் பற்றிய அக்கறை இல்லை. வேலை இல்லை. இந்தப் பெண்கள் மத்தியில் அவள் வாழ்நாள் கரைந்துகொண்டு போகிறது. அவளைப் பற்றிய கவலை இப்போது கிழவிக்கும் பிடித்துவிடுகிறது.

ஒரு நாள் இடிபோலச் செய்தி வருகிறது. ஓட்டார் ஒரு விபத்தில் இறந்துவிடுகிறான். இதைக் கிழவியிடம் யார் சொல்வது. அவள் உயிரைப் பிடித்துக்கொண்டிருப்பது ஓட்டாருக்காகத்தான். அவள் இறந்தாலும் இறந்துபோவாள். அந்தச் செய்தியை அப்படியே மறைத்துவிடுகிறார்கள். டெலிபோனும் கடிதமும் இப்போது இல்லை. கிழவி வருத்தம் அடைகிறாள். பிடிவாதமாக பாரிஸ் போகவேண்டும் என்று சொல்கிறாள். வேறு வழியில்லாமல் சம்மதிக்கிறார்கள்.

ஆனால், அங்கே போனதும் நாம் எதிர்பார்க்காத ஒரு விஷயம் நடந்துவிடுகிறது. தன்னுடைய மகன் இறந்துபோன விஷயத்தைக் கிழவி தானாகவே கண்டுபிடித்து விடுகிறாள். அந்த இடத்தில் அவள் அதிர்ந்துபோய் அலறவில்லை. மிக அமைதியான திடசித்தத்துடன் அந்த மரணத்தை ஏற்றுக்கொள்கிறாள். அது மாத்திரமல்ல, மற்றவர்களிடம் இருந்து இதை மறைத்து விடுகிறாள். ஓட்டார் திடீரென்று அமெரிக்கா போய்விட்டான் என்று பொய்ச் சொல்கிறாள். ஓட்டார் இறந்துவிட்டது தெரிந்திருந்தாலும் கிழவி சொன்ன பொய்யை நம்புவதுபோல மற்றவர்களும் நடிக்கிறார்கள்.

படம் முடிவதற்கு இன்னும் சில நிமிடங்களே இருக்கின்றன. மூன்று பெண்களும் பாரிஸ் விமான நிலையத்தில் ஜோர்ஜியா விமானத்துக்காகக் காத்திருக்கிறார்கள். விமானத்தில் ஏறுவதற்கான கடைசி அழைப்பு. திடீரென்று இளம் பெண் அடா காணாமல் போய்விடுகிறாள். கண்ணாடித் தடுப்புக்கு அப்பால் நின்று கைக் காட்டுகிறாள். பாரிஸில் நின்றுவிட அவள் தீர்மானித்துவிட்டாள். தாய் திடுக்கிட்டுப் போய் அழுகிறாள். ஆனால் ஏக்கா அதே திடசித்தத்துடன் இதை ஏற்கனவே எதிர் பார்த்ததுபோல மரீனாவை அணைத்துத் தேற்றிக்கொண்டு விமானத்தை நோக்கிப் புறப்படுகிறாள்.

மூன்று பெண்களை மட்டும் வைத்து எடுத்த, மூன்று தலைமுறைகளைக் காட்டும், ஆடம்பரமில்லாத, அலட்டல்

இல்லாத படம். காமிரா படம் எடுப்பதே தெரியவில்லை. ஒரு குடும்பத்தினுள்ளே அவர்களுக்குத் தெரியாமல் நுழைந்து விட்டது போன்ற ஓர் உணர்வுதான். நாம் பார்வையாளர் என்பதே அடிக்கடி மறந்துபோய்விடுகிறது.

மூன்று பெண்கள் வாழ்ந்த வீட்டில் இப்பொழுது இரு பெண்கள் வாழ்வார்கள். அவர்கள் குடும்பத்தில் ஒருவர் சம்பாதிக்கத் தொடங்கி விட்டார். அவர்கள் இப்போது அடாவின் டெலிபோன் அழைப்புக்காகக் காத்திருப்பார்கள்.

படம் முடிந்த பிறகுதான் அவ்வளவும் நடிப்பு என்ற திடுக்கிடல் ஏற்படுகிறது. மிகத் தூரத்தில் இருந்து வரும் ஒரு டெலிபோன் அழைப்புக்காக மூன்று பெண்கள் காத்திருப்பது அடிக்கடி படத்திலே வரும் ஒரு காட்சி. அந்தப் பெண்கள் காத்திருப்பதுபோல படம் முடிந்த பிற்பாடும் மனம் ஏதோ ஒன்றுக்காகக் காத்திருந்தது. தியேட்டரை விட்டு வெளியே வர நேரம் எடுக்கிறது.

The Matchstick Men என்ற படத்தில் நடித்தவர் அடிக்கடி சினிமா போகிறவர்களுக்கு பரிச்சயமான நிக்கலஸ் கேஜ் என்ற தேர்ந்த நடிகர். இதை இயக்கியவர் Gladiator படத்தை தந்த அதே ஸ்கொட் என்பவர்தான்.

ரோய் (Nicolas Cage) ஒரு கம்பனி நடத்துகிறார். அதிலே அவருடைய பார்ட்னராகவும் அவரிடம் தொழில் பழகுபவராகவும் ப்ராங் என்ற இளைஞர் வேலை பார்க்கிறார். இவர்களுடைய தொழில் ஆட்களை ஏமாற்றுவதுதான். பெரிய தர ஏமாற்றாக இல்லாமல் மிகக்கவனமாக, பொலீஸில் பிடிபடாமல் சிறு சிறு தொகைகளாக ஏமாற்றிப் பறிப்பார்கள். அவர்களுக்குப் பலியாவது தனியாக வசிக்கும் பெண்கள், ஓய்வு பெற்று வாழ்பவர்கள், இப்படி. இதில் கிடைக்கும் பணத்தை அவர்கள் பங்குபோட்டுக் கொள்வார்கள். ரோய் தன் பணத்தை வங்கி லொக்கரில் கட்டுக் கட்டாக அடுக்கிவைத்துப் பாதுகாக்கிறான்.

ரோயுக்கு ஓர் அபூர்வமான நரம்பு வியாதி. அவனால் வெளியே அதிக நேரம் இருக்கமுடியாது. சூரியனைப் பார்க்க இயலாது. வீட்டிலே தூசு துரும்பு இருக்கக்கூடாது. அதுவும் கார்ப்பெட் எப்பவும் அப்பழுக்கில்லாமல் பளிச்சென்று இருக்க வேண்டும். மனநல மருத்துவரிடம் கிரமமாகப் போய் அவர் கொடுக்கும் மாத்திரையைத் தினமும் எடுப்பான். அல்லாவிடில் வாய் கோணி, கண் வெட்டி இழுக்கத் தொடங்கிவிடும்.

ரோயினுடைய புது மனநல மருத்துவர், மனைவியுடன் பிரிந்துபோன அவனுடைய மகளைச் சந்திக்கச் சொல்கிறார்.

அவளுக்கு இப்ப வயது பதினாலு. அந்தச் சந்திப்பு பெரிய மருந்தாக இருக்கும் என்ற நம்பிக்கை அவருக்கு.

பதினாலு வயது அஞ்சலா சில்லுப்பலகையை வேகமாக உருட்டிய படி ஒரு வெளிச்ச தேவதைபோல வந்து இறங்குகிறாள். அந்த வயதுப்பெண் குழந்தைக்கு உரிய சிரிப்பு, சினம், துணிச்சல் எல்லாம் அவளிடம் இருக்கிறது. ஒரு நாள் தாயுடன் கோபித்துக் கொண்டு இவனுடைய வீட்டுக்கு வந்துவிடுகிறாள். ஆடம்பரமான வீட்டைப் பார்த்து அப்படியே அசந்துபோய் நிற்கிறாள். தகப்பன் உதாவாக்கரை என்று அவள் தாய் போதித்திருக்கிறாள்.

அஞ்சலா வந்த இரண்டு நிமிடங்களில் வீடு தலைகீழாகிறது. ரோய் ஒழுங்காக ஒருவித வெறித்தன்மையுடன் அடுக்கிவைத்த பொருள்கள் எல்லாம் சிதறிப்போய்க் காட்சியளிக்கின்றன. பசியில்லை என்று சொல்வாள்; அடுத்த நிமிடம் பெட்டி பெட்டியாக பீட்ஸா ஓடர் பண்ணி, பளபளக்கும் விலை உயர்ந்த வெள்ளை கார்ப்பட்டில் சிந்தியபடியே சாப்பிடுவாள். அவளுடைய உற்சாகம், அலட்சியம் எல்லாம் இவனுக்கும் தொற்றிவிடுகிறது. முன்பின் அறிந்திராத ஒரு தகப்பன்–மகள் உறவு சிறிது சிறிதாக நெருக்கமாகிறது. ரோய் இப்பொழுது மருந்துகள்கூட எடுப் பதில்லை. மகளைப்போல அவனும் சப்பாத்துகளைக் கழற்றி, கழற்றிய இடத்திலேயே எறிந்துவிட்டு, வாழ்க்கையைச் சுதந்திரமாக அனுபவிக்கக் கற்றுக்கொள்கிறான்.

அஞ்சலா வரும் காட்சிகள் எல்லாம் ஒளி வெள்ளம் பாய்ந்து மற்றவர்களுடைய நடிப்பை அமுக்கிவிடுகிறது. அவள் சிரிக்கும் போது நாமும் சிரிக்கிறோம்; துள்ளும்போது எமக்கும் துள்ளத் தோன்றுகிறது. அவள் அழும்போது எமக்கும் அழுகை வருகிறது. அப்படியான பிரசன்னம்.

ஒரு நாள் அஞ்சலா தகப்பனுடைய உண்மையான தொழிலைக் கண்டுபிடித்துவிடுகிறாள். அதுமட்டும் அவன் நேர்மையானவன் என்று அவள் நம்பியிருந்தாள்.

'எதற்காக இந்தத் தொழிலைச் செய்கிறாய்?'

அதற்கு அவன் சொல்கிறான். 'இதில் நான் திறமையுள்ளவ னாக இருக்கிறேன்.'

அவன் பணத்திற்காக என்று சொல்லவில்லை. தனக்குப் பிடித்ததொழில் என்றும் கூறவில்லை. தனக்குத் திறமை இருப்பதால் செய்வதாகச் சொல்கிறான். மிகவும் நேர்மையான பதில்.

ரோயும் பிராங்கும் அவர்கள் வழக்கத்திற்கு மாறாகப் பெரிய ஏமாற்று வேலை ஒன்றைச் செய்வதற்குத் திட்டமிடுகிறார்கள். ரோய்

ஒவ்வொரு சிறு விபரத்தையும் சேகரித்து அணு பிசகாமல், நுணுக்கமாக பிளான் பண்ணுகிறான். அவன் இதுவரை பொலீஸில் பிடிபட்டது கிடையாது. பிராங்கும் அப்படியே. கடைசி நிமிடத்தில் சந்தர்ப்பவசத்தால் அஞ்சலாவையும் சேர்த்துக்கொள்ளவேண்டிய கட்டாயம் ஏற்படுகிறது. அஞ்சலா துணிச்சல்காரி. விமானக் கூடத்தில் ஒரு கட்டத்தில் கவனத்தைத் திருப்புவது அவள் வேலை. சனங்கள் நிரம்பிய ஒரு பாரிலே வசை சங்கிலியை அவிழவிட்டு எல்லோரையும் அதிர வைக்கிறாள்.

ஆனால், ஒரு சின்னத் தவறு நடந்துவிடுகிறது. அஞ்சலா ஏற்கனவே பொலீஸில் பிடிபட்டவள். அவள் பதிவு பொலீஸில் இருக்கிறது. தகப்பனுடைய தியாகத்தில் மகள் தப்புகிறாள். கதையின் சிதிலமான நுனிகள் எல்லாம் முடியப்பட்டு படம் முடிகிறது.

சரியாக இரண்டு மணிநேரம் ஓடும் இந்தப் படத்தில் இருக்கையின் கைப்பிடிகளை இறுக்கிப் பிடிக்கவைக்கும் காட்சிகள் அதிகம். அஞ்சலாவாக வரும் அலிஸன் லோஃமனின் நடிப்பு பிரமாதம். ஓர் இடத்தில்கூட தொய்வு வராமல் இயக்குநர் சீன்களை நெருக்கமாக அமைத்திருக்கிறார்.

தகப்பனும் மகளும் சந்திக்கும் இறுதிக்காட்சி எதிர்பார்த்த நெகிழ்ச்சியை ஏற்படுத்தவில்லை. முக்கியமான இந்தக் காட்சி மட்டும் சரியாக அமைந்திருந்தால் இந்தப் படம் அடுத்த லெவலுக்குப் போயிருக்கும். இதைப் பார்த்தபோது ஒஸ்கார் பரிசு பெற்ற ரெயின்மான் (Rainman) படக்காட்சிகள் அடிக்கடி ஞாபகத்துக்கு வந்தன. The Matchstick Men இந்தப் படம் அளவுக்கு உயர்ந்திருக்கவேண்டியது; எங்கோ கதையிலோ, இயக்கத்திலோ, நடிப்பிலோ ஏற்பட்ட யோக்கியத்தன்மையின் சறுக்கலில் அதைத் தவறவிட்டிருக்கிறது.

தியேட்டரைவிட்டு வெளியே வரும்போது 'அட, மிக உன்னதமாக வந்திருக்கவேண்டிய படம்' என்ற எண்ணமே வலுத்திருந்தது.

At Five In The Afternoon (பின் மதியம் ஐந்து மணியானபோது) என்று ஓர் ஈரானியப் படம். இதை இயக்கியவர் ஸமீரா மக்மல்பவ் என்ற 23 வயது ஈரானியப் பெண்மணி. கான் திரைப்படவிழாவில் காட்டப்பெற்ற இரண்டு படங்களில் இதுவும் ஒன்று. இரண்டுமே ஜூரி பரிசு பெற்றவை. இவருடைய தகப்பனார் சமீபத்தில் கண்டஹார் படத்தை இயக்கியவர். இந்தப் படம் அதன் தொடர்ச்சி என்றுகூட ஒருவகையில் சொல்லலாம்.

ஆப்கானிஸ்தானில் தாலிபான்களின் வீழ்ச்சிக்குப் பிறகு பெண்கள் பள்ளிக்கூடங்களில் அனுமதிக்கப்படுகிறார்கள். ஆனால்

நோக்ரே என்ற இளம் பெண்ணின் வண்டியோட்டும் தகப்பனுக்கு இந்த மாற்றங்கள் பிடிக்கவில்லை. முகம் மூடாத பெண்ணைக் கண்டால் கண்ணை மூடி பிரார்த்திக்கிறார். நோக்ரே கறுப்பு முழு பர்தா அணியவேண்டும் என்று நிர்ப்பந்திக்கிறார். அந்நியருடன் பேசும்போது பெண்கள் வாயிலே விரலை விட்டு குரலை மாற்ற வேண்டும் என்று உத்தரவிடுகிறார். இறை நிந்தனை பெருகிவிட்டது என்று வருந்துகிறார்.

ஆனால் நோக்ரேயை குர்ரான் வகுப்புக்கு அனுப்ப சம்மதிக்கிறார். குர்ரான் வகுப்பில் இருந்து நோக்ரே தப்பி பின்வழியால் பெண்கள் பள்ளிக்கூடத்துக்குச் செல்கிறாள். வழியிலே பர்தாவை கழற்றி விடுகிறாள். அதேபோல பழைய காலணியையும் நீக்கிவிட்டு புதிய குதிச் சப்பாத்தை அணிந்துகொள்கிறாள். வகுப்பிலே காரசாரமான விவாதங்கள் நடக்கின்றன. ஆசிரியை மாணவிகளின் எதிர்கால லட்சியத்தைக் கேட்கிறார். நோக்ரே துணிச்சலாக தான் எதிர்கால ஆப்கானிஸ்தானின் ஜனாதிபதியாக வர விரும்புவதாகச் சொல்கிறாள். எல்லோரும் சிரிக்கிறார்கள். ஒரு மாணவி எழும்பி 'நீ ஒரு இஸ்லாமியப்பெண் மறந்துவிடாதே. உன் கடமை வீட்டில் பிள்ளைகளைப் பார்ப்பதும், கணவருக்கு அடங்கி நடப்பதுவும்தான்.' அவள் 'அது எப்படி. பாகிஸ்தான் ஒரு முஸ்லிம் நாடு. நான் பெனாசிர் பூட்டோபோல வருவேன்' என்று ஆவேசத்தோடு சொல்கிறாள்.

வண்டியோட்டி, நோக்ரே, அவளுடைய அக்கா, அவள் கைக்குழந்தை எல்லோரும் ஓர் உடைந்து போன பிளேனில் வசிக்கிறார்கள். நோக்ரேயின் அக்கா தினமும் பஸ் தரிப்பிடத்துக்குச் சென்று பாகிஸ்தானில் இருந்துவரும் அகதிகளிடம் தொலைந்து போன தன் கணவனைப் பற்றித் தகவல் விசாரிப்பாள். வறுமை அவர்களைப் பிடுங்கியது. குழந்தை எப்பொழுது பார்த்தாலும் பாலுக்காக அழுதது. தினம் தினம் தண்ணீரைத்தேடுவது நோக்ரேக்கு இன்னொரு பிரச்சினை.

நோக்ரே ஒரு கவிஞனைச் சந்திக்கிறாள். அவனிடம் கேட்கிறாள் பெனாசிர் பூட்டோ கூட்டங்களில் என்ன பேசினார் என்று. சனங்கள் அவருக்கு எப்படி வோட்டுப் போட்டார்கள். அவருடைய பேச்சின் நகல் தனக்கு வேண்டும் என்று கேட்கிறார். அவர்களுக்கிடையில் ஒரு மெல்லிய காதல் வளர்கிறது. அவன் ஒரு கவிதையை அவளுக்குச் சொல்லித் தருகிறான். பழைய ஸ்பானியக் கவிதை அது. இக்னாஸியா என்ற இளைஞன் காளைச் சண்டையில் பலியாகிறான். அவனுடைய நண்பர், பெரும் கவிஞர், இறந்த இளைஞனுக்கு அஞ்சலி செய்து ஒரு கவிதை படைக்கிறார்.

அந்தக் கவிதை 'பின் மதியம் ஐந்து மணி' என்று தொடங்கும். அதை நோக்ரே பாடமாக்குகிறாள்.

ஒரு நாள் நோக்ரே தண்ணீர் தேடி அலைந்தபோது காவல் நிற்கும் ஒரு பிரெஞ்சு படைவீரனைத் தற்செயலாகச் சந்திக்கிறாள். அவனிடம் அவள் கேட்கும் முதல் கேள்வி 'உங்கள் நாட்டு ஜனாதிபதி யார்?' என்பதுதான். அவன் சொல்கிறான். அடுத்து அவள் கேட்கிறாள், 'உங்கள் ஜனாதிபதி தேர்தலில் என்ன பேசினார்?' அவன் தனக்குத் தெரியாது என்று சொல்கிறான்.

'நீ அவருக்கு வாக்கு போட்டாயல்லவா? அவர் என்ன சொன்னார். எனக்கு அது தெரியவேண்டும்' என்று பிடிவாதமாகக் கேட்கிறாள்.

'என்னுடைய ஜனாதிபதியின் பேச்சு உனக்கு எதற்கு?'

அவள் சொன்னாள், 'நான் என் நாட்டுக்கு ஜனாதிபதியாகப் போகிறேன்.'

உடனே போர்வீரன் பயந்து ஒடுங்கி சல்யூட் செய்கிறான். இந்தக்காட்சி மிக ஆழமாகவும், நகைச்சுவை ததும்பவும் படமாக்கப்பட்டிருக்கிறது.

நோக்ரே அடிக்கடி தனிமையில் தன் குதிச் சப்பாத்துகளை போட்டு ஒரு ஜனாதிபதிக்குரிய கம்பீரத்தோடு நடைபோட்டுப் பழகுகிறாள். கவிஞன் அவளுடைய படத்தை போஸ்டர்களாக தயாரித்து அவளைச்சுற்றிச் சுவர்களில் ஒட்டிவைக்கிறான். நோக்ரே தனிமையில் பெரும் பேச்சுக்களை தயார் செய்கிறாள்.

நோக்ரேயின் தமக்கையின் கணவன் இறந்துவிட்டதாகச் செய்தி வருகிறது. வண்டியோட்டி இந்தத் தகவலை மகளிடமிருந்து மறைத்து விடுகிறார். அவருக்கு மேலும் அங்கே இருக்கப் பிடிக்கவில்லை. அகதிகள் புது நாகரிகத்தைக் கொண்டுவருகிறார் கள். பெண்கள் பர்தா அணிவதில்லை. ரேடியோவில் இசை கேட்கிறார்கள். எங்கும் இறை நிந்தனை பெருகிவிட்டது என்று வெறுக்கிறார். எல்லோரையும் கூட்டிக்கொண்டு பாலைவனத்தைக் கடந்து கண்டஹார் போக முடிவு செய்கிறார். பாதி வழியிலேயே குதிரை இறந்துவிட, நடந்து கடக்க முடிவு செய்கிறார்கள்.

மாலை நேரம். தங்குவதற்கு இடம் தேடி அலைகிறார்கள். அப்போது ஒரு வழிப்போக்கன் இறந்துபோன தன் கழுதைக்குப் பக்கத்தில் குந்திக்கொண்டு இருக்கிறான். வண்டியோட்டி குழந்தையைத் தலைப்பா துணியில் சுற்றி எடுத்துக்கொண்டு இரு மகள்களையும் பார்த்து 'போங்கள், போய் தண்ணீர் கொண்டு

வாருங்கள்' என்று கட்டளையிடுகிறார். அவர்கள் மறுப்புக் கூறாமல் மாலை சூரியனை நோக்கி நடக்கிறார்கள்.

வண்டியோட்டிக்கும் வழிப்போக்கருக்கும் இடையில் சம்பாஷணை நடக்கிறது. வண்டியோட்டி ஒரு கூரான கல்லை எடுத்து ஆவேசமாக மணலிலே குழி பறித்தபடி பேசுகிறான்.

'எல்லாம் இறை நிந்தனை. எங்கும் இறை நிந்தனை. உலகம் எங்கே போகிறது. இங்கே இனி வாழமுடியாது. அல்லாவை நிம்மதியாகத் தொழும் இடம் ஒன்று எனக்கு வேண்டும்.'

குழி பறித்து முடிந்ததும் தலைப்பா துணியில் சுற்றப்பட்டு இறந்துபோன குழந்தையை அப்படியே மண்போட்டு மூடிப் புதைத்து விடுகிறான்.

இது ஒன்றும் தெரியாமல் நோக்ரே தன் அக்காவுடன் முடிவில்லாத பாலைவனத்தில் தண்ணீர் தேடி அலைகிறாள், தன் காதலன் சொல்லித்தந்த பாடலைப் பாடியபடி.

பின் மதியம் ஒரு நாள்
ஐந்து மணி
மிகச் சரியாக
ஐந்து மணி
எல்லா மணிக்கூடுகளிலும்
ஐந்து மணி
வெய்யிலிலே
ஐந்து மணி
நிழலிலே
ஐந்து மணி
....
....

இந்தக் காட்சியோடு படம் முடிகிறது. இசையின் கூர்மை யான கதிர்கள் வனாந்திர எல்லைகளைத் தாண்டிச் செல்கின்றன.

பச்சைக் குழந்தையை அந்தத் தாயின் அனுமதிகூட இல்லாமல் புதைக்கும் ஒரு நாட்டில் நோக்ரேயின் கனவுகளும் புதைக்கப்படுகின்றன. 'காளை மட்டுமே நிற்கிறது, வெற்றிக் களிப்பில்' என்று கவிதை முடியும்போது காளையின் வெற்றியை மட்டும் அது கூறவில்லை.

திரைப்பட விழாவின் ஆரம்பம் மோசமாக இருந்தாலும் பல படங்கள் மன நிறைவைத் தந்தன. ஏழு படங்களில் ஐந்து படங்களை இளம் இயக்குநர்கள் இயக்கியிருக்கிறார்கள். அதிலும்

மூன்றுபேர் இளம் பெண்கள். பெருமைப்பட வேண்டிய விஷயம். வழக்கமாக நண்பர்களுடன்தான் படங்களைப் பார்க்கச் செல்வேன். இம்முறை முழுக்கவனமும் இருக்கவேண்டும் என்பதற்காகத் தனிமையில் அவற்றைப் பார்த்தேன். அது ஒரு துக்கம்.

என்றாலும் இந்த ஏழு நாட்களும் படம் முடிந்து நான் வெளியே வந்தபோது கடந்த 60,000 வருடங்களில் பூமிக்கு மிக அண்மித்து வந்துவிட்ட சிவப்பு ஒளி வீசும் செவ்வாய்க் கிரகம் வானத்தின் தென் மேற்கு மூலையில் எனக்காகப் பெரும் பொறுமையோடு காத்துக்கொண்டிருந்தது. நான் வீடு வந்து சேரும் வரைக்கும் என்னுடனேயே வந்தது.

அங்கே இப்ப என்ன நேரம்?

சூடானுக்கு நான் மாற்றலாகிப் போனபோது என் மனைவியும் கூடவே வந்தாள். வழக்கமாக நான் முதலில் போய் வீடு வசதிகள் எல்லாம் ஏற்பாடு செய்தபிறகே அவள் வருவாள். ஆனால், அந்த முறை பிடிவாதமாக அவளும் என்னுடனேயே வந்துவிட முடிவு செய்தாள்.

நாங்கள் போய் இறங்கிய சில வாரங்களிலேயே எங்கள் சாமான்களும் வந்து சேர்ந்தன. பெரிய லொறியொன்றில் நடுச்சாமத்தில் பிரம்மாண்டமான பெட்டிகளில் அவை வந்து இறங்கின. லொறி வேலையாட்கள் நாங்கள் முன்கூட்டியே அடையாளமிட்ட இடங்களில் அந்தப் பாரமான பெட்டிகளை இறக்கிவைத்துவிட்டுப் போனார்கள்.

நாங்கள் வாடகைக்கு எடுத்த வீட்டில் பதினொரு கயிற்றுக் கட்டில்கள் இருந்தன. வீட்டின் சொந்தக்காரர் இன்னும் மூன்று கட்டில்கள் தருவதற்கு ஆர்வமாக இருந்தார். நான் கெஞ்சிக் கூத்தாடி அவற்றைத் திருப்பி விட்டேன். அவர் கருணையுடன் தந்த நீண்ட புத்தக செல்ஃபை மாத்திரம் ஏற்றுக்கொண்டேன். என் புத்தகங்கள் மாத்திரம் இரண்டு பெரிய பெட்டிகளில் வந்து இறங்கியிருந்தன. என் மனைவி அவற்றைத் தான் அடுக்கி விடுவதாகச் சொன்னாள். இப்படி எதிர்பாராத திசைகளில் இருந்து வரும் உதவிகளை யாராவது மறுப்பார்களா? என்றாலும் உள்ளர்த்தம் வேறு ஒன்றும் இல்லை என்பதை நன்றாக உறுதி செய்துகொண்டு அதற்குச் சம்மதித்தேன்.

உலகத்து நூலகங்களுக்கு எல்லாம் பிதாமகரான ஸெனோடோரஸ், 2300 வருடங்களுக்கு முன்பு அலெக்ஸாந்திரியா வில் 500,000 சுவடிகளைப் பரப்பி வைத்துக்கொண்டு ஆலோசித்தது போல என் மனைவியும் கடும் யோசனையில் ஆழ்ந்தாள். எனக்கு மனம் திக்கென்றது. கடைசியில் ஒரு பௌர்ணமி இரவில் புத்தகம் அடுக்கும் ஒரு புதுமையான முறையைக் கண்டுபிடித்தாள். உலகத்து திறம் நூலகங்களில் எல்லாம் இப்படியான வகைப்படுத்தலைக் காணமுடியாது. அமெரிக்க முறை, பிரிட்டிஷ் முறை என்று பல

உண்டு. இலக்கியம், விஞ்ஞானம், தத்துவம், வரலாறு என்று பிரித்து அடுக்குவது ஒரு வகை. இன்னும் சில நூலகங்களில் எண் முறையையோ, அகரவரிசை எழுத்து முறையையோ பயன்படுத்தி அடுக்குவார்கள். இன்னும் சில நூலகங்களில் ஆசிரியரின் பெயரின் பிரகாரம் ஒழுங்கு பண்ணியிருப்பார்கள். ஒரு புத்தகம் தேவை யென்றால் அதை எழுதிய ஆசிரியரின் பெயரின் கீழ் தேடினால் பட்டென்று கிடைத்துவிடும்.

என் மனைவிக்கு இப்படியான நுணுக்கங்களில் எள்ளளவும் நம்பிக்கை கிடையாது. அவளுக்குப் புத்தகங்களின் அட்டையும் தடிப்பும் கனமும்தான் முக்கியம். தொக்கையான புத்தகங்களை எல்லாம் அடி செல்ஃபிலும் பாரம் குறைந்தவற்றை மேல் தட்டிலு மாக அடுக்கினாள். அதாவது எடையே முக்கியம். எடை குறையக் குறைய அவை மேல்நோக்கி நகரும். நான் எவ்வளவு மன்றாடியும் ஒரு தேர்ந்த நூலக அதிபரின் கடும் தோரணையோடு இந்தக் காரியத்தை சிரத்தையாக, ஒருநாள் முழுவதும் முழங்காலில் நின்றபடி, செய்து முடித்தாள்.

புத்தகத்தைத் தட்டிலே அடுக்கும் வேலையை ஒரு மூன்று வயதுக்குழந்தைகூட செய்துமுடித்துவிடும். ஆனால் அந்தப் புத்தகத்தைத் திருப்பி எடுப்பது அல்லவா சிரமம்! உதாரணமாக தி. ஜானகிராமனின் 'மோக முள்' தேவை என்றால் முதலில் ஒரு தியான நிலைக்குப் போய் அந்தப் புத்தகத்தின் அட்டை, வடிவம், எடை முதலியவற்றை நினைவுக்குக் கொண்டுவரவேண்டும். அதன் பிறகு எடை வாரியாக அதைத் தேடிக்கொண்டேபோய்ப் பிடித்துவிடவேண்டும். இன்னும் சி.சு.செல்லப்பாவின் 'சுதந்திர தாகம்' எடைப் பிரகாரம் முதலாம் பாகம் கடைசித் தட்டிலும் இரண்டாம் பாகம் நாலாம் தட்டிலும் மூன்றாம் பாகம் முதல் தட்டிலும் இருக்கும். இதை எல்லாம் தேடி எடுப்பதற்கிடையில் தண்ணீர் தாகம் எடுத்துவிடும். இது எவ்வளவு பிரயாசையான சங்கதி என்பதை நான் அவளுக்கு விளக்கிக்கொண்டு வந்தேன். பத்து நிமிட விளக்கத்துக்குப் பிறகு மனைவி பதில் கூறினாள், சமையலறையில் இருந்து. ஒன்பது நிமிடங்கள் முன்பாகவே அவள் அங்கே போய்விட்டாள்.

இன்னும் ஒரு கஷ்டம் இருந்தது. என் மனைவி செங்கல்களை செங்குத்தாக அடுக்கி வைப்பதுபோல புத்தகங்களை நெருக்கமாக அடுக்கி வைத்திருந்தாள். 'ஈக்கிடை புகா' என்று சொல்வார்களே, அப்படி. ஒரு புத்தகத்தைக் கண்டுபிடித்து இழுத்து எடுப்பதற்குத் திறமையான தியானமும் கொஞ்சம் புத்தியும் நிறைய தந்திரமும் விரல் நுனிகளில் போதிய பலமும் இருக்கவேண்டும். இப்படி

யெல்லாம் பெரும் ஆயத்தம் செய்து புத்தகத்தை இழுத்தெடுத்தால் அது போனவாரம் நீங்கள் தேடிய ஒரு புத்தகமாக அமைந்துவிடும்.

சூடானில் இருக்கும்போதுதான் நாங்கள் தொட்டிகளில் மீன் வளர்க்கத் தொடங்கினோம். இதற்குப் பெரிய காரணம் ஒன்றுமில்லை. இங்கே எல்லோரும் மீன் வளர்த்தார்கள். இருபத்து நாலு மணிநேரமும் காற்றுக்குமிழ்களை உற்பத்தியாக்கும் கருவி களைப் பூட்டி, பெரிய பெரிய கண்ணாடித் தொட்டிகளை நிறுத்திவைத்து, அதற்குள் மீன்கள் சுற்றிச் சுற்றி வரும் அழகைப் பார்த்து ரசித்தார்கள். வீட்டிற்கு வருபவர்கள் முதலில் தொட்டி யையே வந்து பார்ப்பார்கள். ஆனபடியால் நாங்களும் பெரிய மீன் வளர்ப்புக்காரர்களாக மாறியிருந்தோம்.

இதில் பல மீன்கள் நைல் நதியில் கிடைத்தவை. பார்வோன் மன்னன் காலத்தில் இருந்து வாழும் மீன்கள். அதிலே 'சிக்லிட்' என்றொரு மீன் தன் குஞ்சுகள் புடைசூழ நகர்ந்துகொண்டிருக்கும். ஏதாவது ஆபத்துபோலத் தோன்றினால் அது வாயை ஆவென்று திறக்கும். குஞ்சுகள் எல்லாம் ஒன்றன்பின் ஒன்றாகத் தாயின் வாய்க்குள் நுழைந்துவிடும். நாங்கள் நினைப்போம் சில நாய்கள் செய்வதுபோலத் தாய், குஞ்சுகளை விழுங்கிவிடும் என்று. ஆனால், சிறிது நேரத்தில் அது வாயைத் திறந்ததும் மீன் குஞ்சுகள் வெளியே வந்து நீந்தும்.

இது தவிர தங்க மீன், புலி வால் மீன், பெரிய செதிள்கள் வைத்த ராட்சத மீன், இப்படிப் பல. நண்பர் ஒருவர் சொன்னார் மீன் வளர்ப்பில் பல வசதிகள் என்று. நாயைப் போல உலாத்த அழைத்துப்போகத் தேவையில்லை. வீட்டிலும் மெத்தையிலும் மயிர் கொட்டி வைக்காது. அதன் அழுக்குகளைக் கூட்டி அள்ளத் தேவை இல்லை. மிருகவைத்தியரும் தேவைப்படாது. இப்படிச் சொல்லிக்கொண்டே போனார்.

இவருடைய பெயர் அலி. என்னுடன் அலுவலகத்தில் வேலை செய்தார். பங்களதேஷ்காரர். பம்பரமாகச் சுழன்று ஓயாமல் வேலை செய்த படியே இருப்பார். இவருக்கு ஒரு மனைவியும் ஐந்து வயது மகளும். மகள் துடிதுடியென்று இருப்பாள். பெயர் நுஸ்ரத்.

அலியின் மனைவி சிறு உடல் கொண்ட அழகி. எப்பொழுது பார்த்தாலும் புது மெழுகிலே செய்த பதுமைபோல அசையாமல் இருப்பார். இவரைப்போல ஒரு சோம்பல் பெண்ணை நான் பார்த்தது கிடையாது. அந்தக்காலத்து சரோஜாதேவிபோலத் தன் சொந்த மயிரையும் இன்னும் யார் தலையிலோ முளைத்த வேறு மயிரையும் பந்துபந்தாகச் சுருட்டி ஒரு கோபுரம்போலத் தலையை

அலங்காரம் செய்திருப்பார். கால் மேல் கால் போட்டுக்கொண்டு தன் கை நகங்களைக் கூராக்குவார். அது முடிந்ததும் அந்த நகங்களுக்குப் பூச்சு பூசுவார். பிறகு அந்த கலர் பிடிக்காமல் போகவே அதை அழித்துவிட்டு வேறு கலர் பூசுவார். இப்படி அவரும் நாள் முழுக்க உழைத்தபடியேதான் இருந்தார்.

அலிக்கு அடிக்கடி வெளிநாடுகளுக்குப் பயணம் செய்யும் உத்தியோகம். தான் போகும் நாடுகளில் இருந்து தினமும் ஏதாவது தகவல் அனுப்பாமல் இருக்கமாட்டார். அந்தக் காலத்தில் எல்லாம் ஈ மெயில் கிடையாது. ஆகையால் சுருண்டு சுருண்டு வரும் டெலெக்ஸ் காகிதங்களில் பைபிள் வசனங்களுக்கு நம்பர் போட்டது போல 1,2,3 என்று ஒவ்வொரு வாக்கியத்துக்கும் நம்பர்போட்டு அனுப்புவார்.

சிலவேளைகளில் தொலைபேசியில் அழைப்பார். அது அநேகமாக ஒரு நடுச்சாமமாக இருக்கும். சுழட்டி டயல் பண்ணும் அந்த டெலிபோன் கைப்பிடியைத் தூக்கி காதில் வைத்ததும் முதல் கேள்வியாக அங்கே என்ன நேரம் என்று விசாரிப்பார். எங்கே இருந்து பேசுகிறீர்கள் என்று நான் கேட்பேன். அவர் நியூயோர்க் என்பார்; அல்லது டோக்கியோ என்பார். எவ்வளவுதான் விபரம் தெரிந்தவராக இருந்தாலும் அலிக்கு இந்த 'நேர வித்தியாசம்' என்பது பிடிபடாத பொருளாகவே இருந்தது. இரவு இரண்டு மணிக்கு அழைத்துவிட்டு மிகச் சாதாரணமாக 'அப்படியா, மன்னித்துக்கொள்ளுங்கள்' என்று கூறிவிட்டு சம்பாஷணையைத் தொடர்வார். அடுத்த முறையாவது அதைத் திருத்திக்கொள்வார் என்று எதிர்பார்ப்பேன். நடக்காது.

ஒரு முறை அலியிடம் சொன்னேன். 'அலி, சூரியன் கிழக்கே உதிக்கிறது. ஆகவே நீங்கள் கிழக்கில் இருக்கும்போது உங்களுக்குச் சூரியன் முதலில் உதயமாகிவிடும். அப்போது மேற்கில் இருக்கும் எனக்கு இன்னும் விடியாமல் நடுச்சாமமாக இருக்கும். ஆகையால் உங்கள் நேரத்தில் இருந்து சில மணித்தியாலங்களைக் கழித்தபிறகே என் நேரம் வரும். நீளக்கோடு 15 பாகை வித்தியாசத்துக்கு ஒரு மணித்தியாலம் என்ற கணக்கு.'

பிறகு சர்வதேச தேதிக்கோடு எப்போது பிறந்தது, அது எப்படி ஒரு தேசத்தையும் கிழிக்காமல் போகிறது என்று பாடம் எடுத்தேன். அவர் தலை ஆட்டும்போதே அவருக்கு ஒன்றும் புரியவில்லை என்று எனக்குத் தெரிந்துவிட்டது. பல தேசத்து அதிகாரிகளைச் சந்தித்து, சிக்கலான விஷயங்களுக்கு தீர்வுகாணும் தகுதி படைத்த ஒருவருக்கு, இந்தச் சிறு விஷயம் கடைசிவரை எட்டாதது எனக்கு

ஆச்சரியத்தைக் கொடுத்தது. எங்கள் சம்பாஷணை நடந்த சில நாட்களிலேயே மீண்டும் எனக்கு ஒரு தொலைபேசி வந்தது. இரவு ஒரு மணி. மனைவி டெலிபோனுக்குப் பக்கத்தில் இருந்தாலும் அதைத் தொடவில்லை. புன்னகையுடன் என்னைப் பார்த்தாள். அலி இல்லாமல் வேறு யார் இப்படிச் சரியாக ஒரு மணிக்கு அழைப்பார்கள்.

ஆனால் இந்தமுறை அங்கே என்ன நேரம் என்று அலி ஆரம்பிக்கவில்லை. மன்னிப்பும் கேட்கவில்லை. 'எனக்கு திடீரென்று யப்பானுக்கு மாற்றலாகி விட்டது. நான் வீட்டைக் காலிசெய்வதற்கு வீட்டுக்காரருக்கு ஒரு மாதம் நோட்டீஸ் கொடுக்க வேண்டும். என் காரியதரிசியிடம் விபரங்கள் இருக்கின்றன. நாளைதான் கடைசி நாள். கெடு முடிவதற்குள் தயவுசெய்து நோட்டீஸைக் கொடுத்துவிடுங்கள்' என்றார். நானும் 'சரி' என்றேன்.

எங்கள் தொழிலில் இப்படி அடிக்கடி நாடுவிட்டு நாடு மாறுவது ஒன்றும் புதிதல்ல. ஆனால், அலியின் திடீர் மாற்றல் என்னைக் கொஞ்சம் நிலைகுலைய வைத்தது. மாதக் கடைசியில் வீட்டை காலிசெய்துவிட்டு அலி முதலில் யப்பான் சென்று விட்டார். மனைவிக்கும் நுஸ்ரத்துக்கும் விமான டிக்கட் ஒரு வாரத்தில் வந்து அவர்களும் கிளம்பிவிடுவார்கள். இந்த ஒரு வாரமும் அவர்கள் எங்கள் வீட்டில் தங்குவதாக ஏற்பாடு.

நுஸ்ரத்தின் கைகளும் கால்களும் சும்மா இரா. எப்பவும் சிவப்பு சொக்ஸ் அணிந்த கால்களில், சில்லுப் பூட்டி வைத்தது போல அவசரம் காட்டுவாள். எங்கள் வீட்டிலே ஏற்படும் அழிவு களை வைத்து அவள் போன பாதையை கரெக்டாகச் சொல்லி விடலாம். அவளைப் பார்க்கும் போதெல்லாம் எனக்குள் ஒரு துயரம் பொங்கும். நுஸ்ரத்தின் தாயார் அவளைக் கொஞ்சுவது கிடையாது. அவளுக்கு உடுப்பு அணிவித்து சரி பார்த்ததையோ, தலை சீவி விட்டதையோ நாங்கள் பார்க்கவில்லை. ஆனால் நுஸ்ரத் ஏவிய வேலைகளைச் செய்வதற்கு நாங்கள் இருவரும் எப்பவும் தயார் நிலையில் இருந்தோம். எங்களுக்கு சலிப்பு ஏற்படாமல் அவளும் புதிய வேலைகளை உண்டாக்கினாள்.

நுஸ்ரத்துக்குப் புத்தகங்கள் என்றால் பிரியம். புத்தக அடித்த ட்டில் ஹாம்லின் பதிப்பில் நாற்பது வருடத்துக்குமுன் வெளியான உலகச் சரித்திர புத்தகம் ஒன்று உண்டு. தொக்கையான இந்தப் புத்தகம் நான் சிறுவனாக இருந்தபோது பரிசாகக் கிடைத்தது. இப்பொழுது பதிப்பில் இல்லாத பொக்கிஷம். இதில் இருக்கும் வர்ணப்படங்கள் புகழ்பெற்ற சைத்ரிகர் ஒருவரால் வரையப்

பட்டவை. அந்தப் புத்தகத்தை இந்தக் குழந்தை எடுத்துவைத்து மணிக்கணக்காகப் பார்த்துக்கொண்டே இருக்கும். இன்னும் வாசிக்கப் பழகாத சொற்களுக்கு மேல் தலையை வைத்தபடி சில நேரங்களில் உறங்கிவிடும். என் மனைவி என்ன வேலையில் இருந்தாலும் அதை விட்டுவிட்டு ஓடி வந்து அந்தப் புத்தகத்தை எடுத்து சரியான ஒட்டையில் திரும்பவும் அடுக்கி வைத்துவிடுவாள்.

இவர்கள் இருந்த அந்த ஒரு வாரமும் எங்கள் வீட்டில் பலத்த சேதம். ஒரு புயல்காற்று அடித்து முடிந்ததுபோல என் மனைவி வீட்டை சுத்தம் செய்தபடியே இருக்கவேண்டும். அபூர்வமாக வளர்த்த பெரிய செதிள் மீன்கள் இறந்துபோய் தரையிலே கிடந்தன. பாத்ரூமில் தகுந்த பாதுகாப்போடு இருந்த வாசனைத் திரவிய போத்தல்கள் இரண்டு ஒரேநாளில் உடைந்து போயின. மணிக் கூடுகள் நேரத்தை மாற்றி மாற்றிக் காட்டின. அந்த முள்கள் டோக்கியோ நேரத்தையோ, நியூயோர்க் நேரத்தையோ இன்னும் உலகத்தின் நீளக்கோட்டில் உள்ள வேறு ஏதோ ஒரு தேசத்தின் நேரத்தையோ காட்டின.

அவர்கள் புறப்படும் இரவு எதிர்பாராத தடங்கல் ஒன்று ஏற்பட்டது. அன்று பின்மதியம் தொடங்கிய மணல்புயல் விடாமல் அடித்து நடுச்சாமம் வரைக்கும் இழுத்து, பிறகு மெள்ள மெள்ள ஓய்ந்தது. இந்த மணல், பவுடர்போல இருப்பதால் கதவு நீக்கல்கள், ஜன்னல் வெடிப்பு என்று எங்கே சிறு கீறல் இருந்தாலும் அதன் வழியாக உள்ளே புகுந்து விடும். நாங்கள் வாசல் கதவுகளையும் ஜன்னல்களையும் ஈரத்துணிபோட்டு அடைத்திருந்தோம். அப்படியும் மெல்லிய தூசிப்படலம் வீட்டின் பளிங்குத் தரை முழுக்கப் படர்ந்துவிட்டது.

காரின் உடல் முழுவதும் கூடைபோல மூடி மணல் மேடாகி விட்டது. ஒரு துடைப்பத்தால் மணலை அகற்றி, துணியால் துடைத்து காரை மீட்பதற்குச் சரியாக அரைமணி நேரம் பிடித்தது. நானும் மனைவியுமாக அவர்களை விமானத்தில் ஏற்றிவிடப் புறப்பட்டோம். பச்சை நிறத்து சந்திரனின் சிறிய ஒளியில் ஊர்ந்து போனபோது ஒரு புது தேசத்துக்கு வந்துவிட்டது போன்ற உணர்வுதான் எஞ்சியது.

பிளேன் அறிவிப்பு வந்தபோது அந்தக் குழந்தை செய்த காரியம் திடுக்கிட வைத்தது. என் கழுத்தைக் கட்டிப்பிடித்து அழுதது. பிறகு என் மனைவியை இறுக்கிப்பிடித்து, விட மறுத்தது. தன்னிலும் உயரமான ஒரு கண்ணாடியைத் துடைப்பதுபோல கையைக் காட்டியபடி போனது. இந்தக் குழந்தைக்கு நாங்கள் என்ன

செய்தோம். திறமான இரண்டு வேலைக்காரர்போலச் செயல் பட்டது தவிர வேறு ஒன்றுமே செய்யவில்லை. அது எப்படியோ தன் நுண்ணுணர்வினால் அன்பின் ஊற்றுக் காலைக் கண்டுபிடித்து விட்டது.

திரும்பும்போது ரோடு எங்கே தொடங்குகிறது, எங்கே முடிகிறது என்று ஒன்றுமே தெரியவில்லை. எல்லாமே மணல் பரப்பு. லைட் கம்பங்கள் மட்டுமே எல்லைகளை நினைவூட்டின. பாதை நெடுக வேறு உயிரினமே இல்லை. வீட்டிற்கு கிட்ட வந்தபோது அந்த அதிகாலையிலே, தலையிலே உறுமால் கட்டிய ஒரு பால்காரன் 20 லிட்டர் அலுமினிய பால் பாத்திரங்களைக் கழுதையின் இரண்டு பக்கமும் தொங்கவிட்டபடி அதன்மேல் வந்து கொண்டிருந்தான். அவனுடைய தலை தூக்கத்தில் கவிழ்ந்திருந்தது. அந்தக் காட்சி அந்த நேரத்துக்கு என் மனத்தில் எதையோ அசைத்துவிட்டது.

காலை நாலு மணி. நித்திரைக் கலக்கத்தில் நாங்கள் அப்படியே விழுந்து படுத்துவிட்டதால் ஒன்றைக் கவனிக்கத் தவறிவிட்டோம். புத்தகத்தட்டில் உலகச் சரித்திர புத்தகத்தைக் காணவில்லை. அது உண்டாக்கிய நீள்சதுர ஓட்டை மாத்திரம் அப்படியே இருந்தது. வீட்டில் ஒரு மூலை தவறாமல் எவ்வளவு தேடியும் புத்தகம் அகப்படவில்லை. அப்பொழுது ஒன்றைக் கவனித்தேன். மணல்புயலால் வீடு முழுக்க மெல்லிய வெண் புழுதிப் படலம் மூடியிருந்தது. அந்த மெல்லிய தூசியில் புத்தகத் தட்டுக்கு முன் சிறு பாதச் சுவடுகள் வந்து, திரும்பிப் போன தடங்கள். நான் பிரமித்துப்போய் நின்றேன். மனைவி வாயைத் திறந்து அதே வேகத்தில் கைகளால் பொத்திக்கொண்டாள். எனக்கு பொக்கிஷமான புத்தகம். மனம் பதறியது. அந்தச் சிறுமி அதைத் திருடியிருப்பாள் என்பதை என்னால் நினைத்துக்கூடப் பார்க்க முடியவில்லை.

இரண்டாம் நாள் இரவு நடுநிசியில் தொலைபேசி வந்தது. அலிதான் பேசினார். அங்கே என்ன நேரம் என்று கேட்டார். பிறகு பேசிக்கொண்டே போனார். அந்தப் புத்தகத்தைத் தவறுதலாக எடுத்துக் கொண்டுபோய் விட்டதைப் பற்றிச் சொல்லுவார், சொல்லுவார் என்று காத்திருந்தேன். கடைசிவரை அவர் ஒன்றுமே சொல்லவில்லை. அந்தக் குழந்தை திருடியது இப்போது நிச்சயமாகிவிட்டது.

இந்த விஷயத்தை இப்படியே விட்டுவிடவேண்டும் என்றுதான் என் மனம் விரும்பியது. புத்தகம் போனதில் நிரம்பிய

துக்கம்தான். ஆனால், அந்தக் குழந்தையைக் குற்றம் சொல்ல யாருக்கு மனது வரும்.

என் மனைவி வேறுமாதிரி நினைத்தாள். ஓர் ஐந்து வயதுக் குழந்தை நடுநிசியில் யாருக்கும் தெரியாமல் புத்தகத்தைக் களவெடுக்கிறது. பாதுகாப்புடனும் எச்சரிக்கையுடனும் இன்னொரு நாட்டுக்குக் கடத்துகிறது. குழந்தையின் பெற்றோருக்கு இதுபற்றி ஒன்றுமே தெரியாது. அந்தக் குழந்தை மிகப் பெரிய திருடியாக மாறிவிடும் வாய்ப்பிருக்கிறது. அதனுடைய எதிர்காலத்தை உத்தேசித்தாவது பெற்றோருக்கு இதைத் தெரியப்படுத்தவேண்டும். இது மனைவியின் பிடிவாதம்.

இப்படியே ஆறுமாதங்கள் கழிந்தன. ஒரு நாள் விடிந்த பிறகு அலியிடமிருந்து தொலைபேசி வந்தது. நான் துளியும் நினைத்துப் பார்த்திராத ஒரு செய்தியைத் தாங்கிக்கொண்டு. நான் அங்கே என்ன நேரம் என்று ஆரம்பித்தேன். ஆனால் மறுபக்கத்தில் இருந்து பேச்சு வரவில்லை. என் மனைவியோ சைகை செய்யத் தொடங்கி விட்டாள். புத்தகம் களவு போனதைச் சொல்லவேண்டும் என்பதைப் பல சங்கேதக் குறிப்புகளால் உணர்த்தினாள். இதில் அவள் பிடிவாதமாக இருந்தாள். ஆனால் எனக்கு ஏதோ விபரீதம் என்று பட்டது. அலியின் குரல் அடைத்துப்போய் கரகரத்தது.

'அலி, அலி என்ன நடந்தது?' என்று கத்தினேன். ஏதோ பிழை.

'எல்லாம் முடிஞ்சுபோட்டுது' என்றார்.

'என்ன? என்ன?'

'நுஸ்ரத்தை இப்போதுதான் அடக்கம் செய்துவிட்டு வருகிறோம்.'

பிறகு ஒரு விக்கல். மீண்டும் நீண்ட மௌனம். மெல்ல மெல்ல அவர் முழுவதையும் சொன்னார். அன்று காலை நுஸ்ரத் பள்ளிக்கூடம் போனபோது சாதாரணமாகத்தான் இருந்தாளாம். மயக்கம்போட்டுவிழுந்த உடனே மருத்துவமனை அவசரப் பிரிவுக்குக் கொண்டு போயிருக்கிறார்கள். மருத்துவர் aneurysm என்றாராம். மூளையிலேயே ரத்தநாளம் வெடித்துவிட்டது.

டெலிபோனை வைத்த பிறகும் அதை அமத்திப் பிடித்த படியே இருந்தேன்.

ஒன்றுமே நடக்காததுபோல அன்றும் வழக்கம்போல வெளிக்கிட்டு அலுவலகம் போனேன். வழிநெடுக அந்தச் சிறுமியின் நினைவே. நான் எடுத்த படம் ஒன்று இருக்கிறது. நுஸ்ரத்

சூரியனைப் பார்த்தபடி கண்களைச் சரித்துக்கொண்டு நிற்கிறாள். பள்ளிக்கூட பழுப்பு மஞ்சள் ஆடையில், முதுகுப் பையுடன் நிற்பது. என்னுடைய நிழல் அவள்மேல் விழுந்து அந்தப் படத்தில் அவளுடன் இருக்கிறது. நான் இரவு உணவு சாப்பிட்டபோது அவள் அங்கே பாத்ரூமில் நுனிக்காலில் நின்று பிரஷ் பண்ணி, கோணல்மாணலாகத் தலை சீவி, ஒரு புதிய நாளைத் தொடங்கியிருக்கிறாள். பின்னிரவில் ஒவ்வொரு இலையாக நிலா பட்டு என்னிடம் வந்து சேர்ந்தபோது, அவள் சீருடை போட்டு, சிவப்பு சொக்ஸ் அணிந்து, பள்ளிக்கூடம் போயிருக்கிறாள். நான் நிம்மதியான நித்திரைக் கனவுகளில் திளைத்தபோது அவள் இறந்து விட்டிருக்கிறாள்.

அதன் பிறகு, ஒரு தேசத்தையும் தீண்டாத சர்வதேச தேதிக்கோடு இடையிலே விழுந்ததுபோல எங்களுக்குள் பெரும் மௌனம் இறங்கி விட்டது. அலியின் நடுநிசித் தொலைபேசிகள் நின்றன. திருட்டுப்போன அதே சைஸ் மொத்தையான வேறு ஒரு புத்தகத்தை என் மனைவியால் கண்டுபிடிக்க முடியவில்லை. ஆனபடியால், என்னுடைய புத்தக செல்ஃபில் செவ்வக வடிவமான ஓட்டையொன்று, நாங்கள் சூடானை விடும்வரைக்கும், அப்படியே நிரப்பப்படாமல் இருந்தது. கிழவரின் உதிர்ந்துபோன முன் பல்லைப்போல, எப்பவும் ஞாபகப்படுத்தியபடி.

ரோறா போறா சமையல்காரன்

எனக்கு ஒரு சமையல்காரர் தேவை. அப்படி ஒருவர் கிடைத்தால் அவருடைய வேலை மிகவும் சுலபமானதாக இருக்கும் என்று என்னால் உத்தரவாதம் தர முடியும். அவர் சமைக்க வேண்டியது என் ஒருவனுக்கு மட்டுமே. அதுவும் காலை உணவை நானே தயாரிக்கும் வல்லமை பெற்றிருந்தேன். ரோஸ்டரில் அமத்தி துள்ளிவிழும் ரொட்டியில் வெண்ணெய் தடவி உண்பதற்கு நான் சரியாக நாலு நிமிடம் எடுத்துக்கொள்வேன். மதிய உணவும் இரவு உணவும்தான் பிரச்சினை.

பாகிஸ்தானின் வடமேற்கு மூலையில் இருக்கும் பெஷா வாரில்தான் நான் அப்போது வசித்தேன். மனைவி வருவதற்கு ஆறு மாத கால அவகாசம் இருந்தது. அதற்கிடையில் நான் எப்படியும் ஒரு சமையல்காரரை ஏற்பாடு செய்தாக வேண்டும். இங்கே சமையல்காரர் தேவை என்று யாரும் விளம்பரம் செய்வ தில்லை. வாய் வழியாக விசாரித்துத்தான் ஒருவரைப் பிடிக்க முடியும்.

பெஷாவார் வாழ்க்கையில் பல நூறு வருடங்களைப் பின் னோக்கித் தள்ளிவிட்டது போன்ற உணர்வே எனக்குத் தோன்றும். அதிகாலை நேரங்களில் குதிரைக் குளம்படிச் சத்தம் கேட்டுத்தான் எனக்கு விழிப்பு ஏற்படும். டக்குடக்கென்று இந்தக் குதிரைகள் நடந்து செல்லும்போது நான் ஐந்து நூற்றாண்டுகளைக் கற்பனையில் கடந்துவிடுவேன். இன்னும் சில நேரங்களில் வேகமாக ஓடும் குதிரையின் குளம்படிகள் என் சன்னலின் கீழ் கேட்கும். பக்கத்து நாட்டு அரசனிடம் இருந்து ஒரு தூதுவன் அவசர ஓலை கொண்டு வருகிறான் என்று எண்ணிக்கொள்வேன்.

மணநாளில் பெண் தன் கணவன் வீட்டுக்குப் பல்லக்கில் வந்து இறங்குவதையும் நான் மேல் மாடியில் நின்றவாறு பார்த்திருக் கிறேன். இனசனம் புடை சூழ, மங்கல வாத்தியங்கள் முழங்க, நாலு தடியான பேர் வழிகள் பல்லக்கைத் தூக்கி வருவார்கள். ஒரு வெள்ளையான கால் முதலில் வெளியே தெரியும். பிறகு சரிகை வைத்த முகத்திரை அணிந்த பெண் ஒருத்தி வெளிப்படுவாள். சிறு

அசைவிலேயே அவள் பெரும் அழகி என்பது எனக்குத் தெரிந்து விடும்.

காலை நேரங்களில் ரோடுகளில் அலுவலக போக்குவரத்து கனத்து விடும். அப்பொழுதுகூட ஒற்றைக் குதிரை பூட்டிய தட்டை வண்டி ஆசனத்தில் நின்றுகொண்டு குதிரை ஓட்டும் வாலிபர்கள் பென்ஹர் படத்து ரதப்போட்டியை என் ஞாபகத்துக்கு கொண்டு வருவார்கள். இன்னும் பலவிதமான புதிய மொடல் கார்களும், ஓட்டோக்களும் ஸ்கூட்டர்களும் வண்ணச் சித்திரங்கள் வரைந்த பஸ்களும் சைக்கிள்களுமாகச் சாலை நெருக்கியடிக்கும். ஷட்டில் கொக்கை கவிழ்த்து வைத்ததுபோல கறுப்பு பர்தா அணிந்த பெண் களும் வெள்ளை உடை ஆண்களும் நடைபாதையை நிறைப் பார்கள்.

பெரும் வசதிகள் கொண்ட நகரமாக பெஷாவார் இருந்தா லும் எனக்கு ஒரு சமையல்காரர் கிடைப்பது வரவர சிரமமாகி விட்டது. அலுவலகத்திலும் பல பேரிடம் சொல்லி வைத்திருந்தேன். என் வீட்டு சொந்தக்காரரிடம் முறையிட்டபோது அவருடைய புத்திமதி ரஸ்யப்போரில் இடம் பெயர்ந்து வரும் ஆப்கானியர்களில் அருமையான சமையல்காரர்கள் இருப்பார்கள், அவர்களில் ஒருவரைப் பிடிக்க வேண்டும் என்பதாக இருந்தது.

ஒருநாள் காலை என் வீட்டு மாடியில் நின்று பார்த்தபோது சற்று தூரத்தில் வெள்ளம் பாய்ந்து வந்த கால்வாயில் சிறுவர்கள் எருமைகளைக் கழுவிக் கொண்டிருந்தார்கள். ஒரு சிறுவன் பெரிய கறுத்த எருமை ஒன்றின் கழுத்தைக் கட்டிப்பிடித்தபடி தலைகீழாகத் தொங்க மற்றவர்கள் அவனையும் சேர்த்துக் குளிப்பாட்டினார்கள். இதைச் சற்றும் பொருட்படுத்தாமல் அதே நீரில் பெரிய அலகுகள் கொண்ட, உடல் சிறுத்த நீர்ப் பறவைகள் மேலே பறப்பதும் டைவ் அடித்துக் கீழே இறங்குவதுமாக இருந்தன.

அந்த நேரம் பார்த்து வீட்டு அழைப்பு மணி அடித்தது. வந்தது மும்தாஜ். (உங்களுக்கு மும்தாஜ் என்று ஒரு சினிமா நடிகையைத்தான் தெரியும். ஆனால் பெஷவாரில் மும்தாஜ் என்பது ஆண் பெயர்). மும்தாஜ் என்னுடன் வேலை செய்பவன். அவன் உடல் அலுவலத்தில் இருந்தாலும் உள்ளம் ஆயிரம் அடி உயரத்தில் பறந்து கொண்டிருக்கும். இராசாளிகளைப் பிடித்து வருடாவருடம் வரும் அராபிய வணிகர்களிடம் விற்பதுதான் அவன் முக்கிய தொழில். கறுப்பு தொப்பி போட்டுப் பழக்கிய ஒரு பெண் இராசாளியை விற்றால், அந்த லாபம் ஒரு வருடத்து சம்பளத்துக்கு ஈடாகிவிடும் என்று சொல்வான்.

மும்தாஜுக்குப் பக்கத்தில் ஒரு கிழவர் செங்குத்தாக நின்று கொண்டிருந்தார். முரட்டுத் துணியில் செய்த சால்வார் கமிஸ் அணிந்து, அதனிலும் முரடான ஒரு சால்வையினால் போர்த்தி அதன் நுனியைப் பின்னால் எறிந்திருந்தார். கொய்யாப் பழம் பழுப்பதுபோல அவர் கண்கள் மஞ்சளாகிக்கொண்டு வந்தன. ஒரு சமையல்காரருக்கான தோற்றம் அவரிடம் இல்லை. என்னைக் கண்டதும் அவர் ஒரு பட்டாளக்காரனைப் போல காலை உதைத்து விறைப்பாக நின்று ஒரு சல்யூட் அடித்தார். அடித்துவிட்டு சிவத்த முரசு தெரிய பளீரென்று சிரித்தார்.

நேர்முகக் கேள்விகள் ஆரம்பமாயின. பதில்கள் ஒரு வார்த்தை அல்லது இரண்டு வார்த்தைகளில் மட்டுமே வந்தன. அவரிடம் இருப்பில் இருந்த 15 ஆங்கில வார்த்தைகளில் பதில் சொல்லக்கூடிய கேள்விகளையே நான் கேட்கவேண்டும் என்று எதிர்பார்த்தார். அவருடைய கிராமம் ஆப்கானிஸ்தானிலுள்ள ரோறா போறா. பின்னொரு காலத்தில் இந்த ஊர் உலகப் புகழ் பெறும் என்பதோ, அமெரிக்க வல்லரசின் B 52 விமானங்கள் இந்தச் சிறு கிராமத்தின்மீது ஆயிரக்கணக்கான குண்டுகளை வீசி அதைத் தரைமட்டமாக்கும் என்பதோ அப்போது கிழவருக்குத் தெரியாது. நானும் யூகித்திருக்க வாய்ப்பில்லை. அவருடைய இரு மகன்களும் ரஷ்யப் போரில் இறந்துவிட்டனர். அவர் எஞ்சி இருக்கும் ஒரு மகளுடன் தங்குவதற்காக பெஷாவார் வந்திருந்தார்.

அப்பொழுதுதான் அவர் கொண்டு வந்திருந்த சாக்கு மூட்டையைப் பார்த்தேன். அதற்குள்ளிருந்து ஒரு வத்தகப் பழத்தை எடுத்து என்னிடம் கொடுத்து, அது தன்னுடைய தோட்டத்தில் விளைந்தது என்று சொன்னார். அது சாடையாக வெடித்து உள்ளே இருந்த சிவப்பு தெரிந்தது. பெஷாவாரில் இருந்து ரோறா போறா எண்பது மைல் தூரத்தில் இருந்தது. என் வீட்டிலிருந்து இரண்டே நிமிட நேர தூரத்தில் இருந்த சந்தையில் இந்தப் பழங்கள் மலைபோலக் குவிந்து, மலிவு விலைக்குக் கிடைத்தன. இந்த மனிதர் என்றால் தன் தோட்டத்தில் விளைந்த பழத்தை இத்தனை மைல் தூரம் சுமந்து வந்திருந்தார்.

'உங்களுக்கு என்ன சமைக்கத் தெரியும்?' என்று கேட்டேன். அதற்கு அவர் 'எல்லாம் தெரியும்' என்று பதில் கூறினார். அந்தப் பதிலின் நீளம் போதாது என்றோ என்னவோ அவர் சொல்லாமல் விட்ட மீதியைச் சிரிப்பாக வெளிப்படுத்தினார்.

மும்தாஜ் பல மொழிகளில் தேர்ச்சி பெற்றவன். கிழவருடைய சில வாசகங்களை எனக்கு மொழிபெயர்த்தான். திடீர் திடீர் என்று தன் பங்குக்கும் சில வேண்டுகோள்களை வைத்தான். ஒரு

கட்டத்தில் எனக்கு எது மும்தாஜ் சொல்வது, எது கிழவர் சொல்வது என்று தெரியாமல் போய் குழப்பமானது. இந்தக் கிழவருக்கு நான் வேலை கொடுக்கவேண்டிய அவசியத்தையும் அவர் படும் துயரத்தையும் இன்னும் ரகஸ்யமான சில குடும்ப நிலவரங்களையும் பகிரங்கப்படுத்தினான். அந்த விவரங்களுக்கும் இந்தக் கிழவருடைய சமைக்கும் திறனுக்கும் என்ன தொடர்பு என்பதுதான் எனக்குத் தெரியவில்லை.

நேர்முக பரீட்சை முடிவுக்கு வந்தது. அவர் பதில்கள் சுருக்கமாக இருந்தன. சிரிப்புகள் நீளமானதாக அமைந்தன. நான் ஏதோ பட்டாளத்துக்கு ஆள் சேர்க்கிறேன் என்று அவரிடம் யாரோ தவறுதலாகச் சொன்னதுபோல அவர் இன்னும் விறைப்பாகவே என் முன்னால் நின்றார். அவருடைய சமைக்கும் திறன் பற்றிய என் அறிவு நேர்முக பரீட்சையின் ஆரம்பத்தில் இருந்ததுபோலவே அதன் முடிவிலும் இருந்தது. இன்னொருமுறை 'உங்களுக்கு என்ன சமைக்கத் தெரியும்?' என்று கேட்டேன். அவர் 'எல்லாம் தெரியும்' என்றார். இந்த வசனம் ஒன்றையே அவர் ரோறா போறாவில் இருந்து பயணம் செய்ய எடுத்துக்கொண்ட அத்தனை மணித் தியாலங்களிலும் மனனம் செய்திருந்தார் போலப் பட்டது.

என் மனம் இரண்டாகப் பிளந்து ஒரு பாதி மற்றொரு பாதியுடன் மோதிக்கொண்டது. என்னுடைய முகக் குறிப்பில் இருந்து காரியம் நல்லாகப் போகவில்லை என்பதை கிழவர் எப்படியோ ஊகித்துக்கொண்டார். இந்த விவகாரத்தை ஒரு சுபமான முடிவுக்கு கொண்டு வருவதற்கான ஒரு யுக்தி திடீரென்று தோன்றி அவர் முகத்தில் ஓர் ஒளி அடித்தது. ஆறில் நின்ற கடிகாரமுள் சட்டென்று ஒன்பதுக்கு நகர்ந்தது போலக் கிழவர் விறைப்பாகப் பக்கவாட்டில் திரும்பினார். குனிந்து தன் கமிசின் ஓரத்தைப் பிடித்து உருட்டி உருட்டி வயிற்றுக்கு மேலே கொண்டு வந்து நிறுத்திவிட்டு, சால்வாருக்குள் கையை நுழைத்து எதையோ இழுத்து எடுத்தார். வியப்பின் அடுத்த நிலைக்குச் செல்ல நான் என்னைத் தயாராக்கிக் கொண்டேன். தண்ணீரிலும் வியர்வையிலும் இன்னும் வேறு திரவத்திலும் நனைந்து விடாமல் பாதுகாப்பதற்காக கண்ணாடித்தாளில் சுற்றிவைத்த ஒரு கடித உறையை பத்திரமாக எடுத்து என்னிடம் தந்தார்.

அந்தக் கடிதம் மிகப் பழசாக இருந்தது. உறையைத் திறந்து கடிதத்தை மெதுவாக இழுத்தால் அது எட்டாக மடிக்கப்பட்டு எந்த நேரமும் தனித்தனியாகப் பிரிந்து பறந்துவிடும் ஆபத்தில் இருந்தது. மடிப்புகளை பக்குவமாக நீவி விரித்தேன். முழுக்கடிதமும் என் கையில் ஓர் உயிர்ப் பிராணிபோலத் துடித்தபடி கிடந்தது.

தேதியைப் பார்த்தேன். நான் பிறந்த அதே வருடம். கிழவர் இளைஞனாக இருந்தபோது சேவை செய்த ஆங்கில துரை எழுதியது. தன்னிடம் பணியாற்றிய ஒருவரின் விசுவாசத்திற்கும் திறமைக்கும் அத்தாட்சி தருவதற்காகப் பல ஆண்டுகளுக்கு முன்பு ஒரு வெள்ளைக்காரர் ரைப்ரைட்டர் முன் உட்கார்ந்து அச்சடித்த கடிதம். To whom it may concern என்று அது ஆரம்பித்தது.

'இதனால் சகலருக்கும் அறியத்தருவது,

இந்தக் கடிதத்தை நீங்கள் படிக்கிறீர்கள் என்றால் குலாம் முகம்மது நிஸாருதீன் உங்களிடம் வேலைக்கு விண்ணப்பித்திருக்கிறார் என்று அர்த்தம். இவர் என்னிடம் இரண்டு வருட காலம் சமையல்காரராக வேலை பார்த்தார். இவருக்குச் சமைக்கத் தெரியாது. மிகவும் நல்லவர். மற்ற என்ன வேலை கொடுத்தாலும் செய்வார் என்றே நினைக்கிறேன்.

வில்பிரெட் ஸ்மித் (ஒப்பம்)'

ரத்தினச் சுருக்கம் என்று சொல்வார்களே அப்படி இருந்தது. கடிதத்தை இருந்த மாதிரியே ஒடிந்துவிடாமல் மடித்து, கவருக்குள் வைத்து அவரிடம் நீட்டினேன். உலகத்தில் புழங்கும் அத்தனை மொழிகளிலும் ஒன்றைக்கூட படிப்பதற்கோ, எழுதுவதற்கோ வேண்டிய திறமை பெற்றவர் அல்ல கிழவர் என்பது பளிச்சென்று தெரிந்தது. அதில் என்ன எழுதியிருக்கிறது என்று அறிய சிறு முயற்சிகூட எடுக்காமல் இத்தனை வருடங்களாகப் பாதுகாத்து வந்த கடிதத்தை, வலக்கையின் கீழ் இடது கையை பொருத்தியபடி திரும்பவும் பெற்றுக்கொண்டார். பெரும் எதிர்பார்ப்போடு என் முகத்தை நோக்கினார். இருபது செக்கண்டுகளுக்குள் வேலையைத் தனக்கென்று எடுத்துக்கொள்ளும் உத்தேசம் அவர் கண்களில் தெரிந்தது. முகத்தில் வென்றுவிட்ட மகிழ்ச்சி. வாயின் அகலத்தை இரண்டு இன்ச் அதிகமாக்கிச் சிரித்தார். அவர் சுமந்து வந்த வத்தகப் பழம் வெடித்ததுபோல அந்தச் சிரிப்பு சிவப்பாக இருந்தது.

அண்ணனின் புகைப்படம்

அமைதியாக இருந்த எங்கள் கிராமத்தைக்கெடுக்கும் விதமாக ஒரு நாள் புகைப்படக்காரர் ஒருவர் அங்கே நுழைந்தார். எதோ தும்பு மிட்டாய் விற்க வந்தவரைப்போல சிறுவர்கள் அவரைச் சூழ்ந்துகொண்டார்கள். மூன்று கால்கள் வைத்த பெட்டியைத் தூக்கிக்கொண்டு, தலையோடு ஒட்டிய ஒரு தொப்பியை அணிந்த அந்தப் புகைப்படக்காரர், ஒரு பறவை நடப்பதுபோல மெதுவாக வழி விசாரித்துக்கொண்டு எங்கள் பக்கத்து வீட்டிற்குள் புகுந்தார். எல்லோரும் அவர் பின்னால் போனார்கள். எனக்கு அப்போது மூன்று வயதுகூட நிரம்பவில்லை. ஆனாலும் நான் நுழையவில்லை. ஏனென்றால் அந்தச் சிறுவயதிலேயே அந்த வீட்டுக்காரர் எங்கள் எதிரி என்ற விஷயம் எனக்கு எப்படியோ அறிவுறுத்தப்பட்டிருந்தது.

நான் அவர்கள் வீட்டுப் படலைக்கு வெளியே நின்று ஏக்கத்துடன் பார்த்தேன். எனக்கு ஓர் அண்ணன் இருந்தான். ஒரு கம்பு எழுந்து நடப்பதுபோல நடப்பான். முழங்காலில் இருந்து பாதம்வரை ஓர் இடம் மிச்சமில்லாமல் சிரங்கு போட்டிருக்கும். அதன் காரணமாக கொஞ்சம் நொண்டுவான். என்னிலும் ஐந்து வயது மூத்தவன். ஆர்வமும் ஐந்து மடங்கு அதிகம். ஆசையைக் கட்டுப்படுத்தி அவனும் எனக்குத் துணையாக வெளியே நின்றுவிட்டான்.

எங்கள் கிராமத்துக்கு வந்த முதல் புகைப்படக்காரர் அவர்தான். பக்கத்து வீட்டு கிட்ணனைப் படம் பிடிப்பதற்காக வந்திருந்தார். கிட்ணனுக்கும் என்னளவு வயதுதான். இந்தப் படம் எடுக்கும் வைபவத்தைப் பார்ப்பதற்காகச் சிறுவர்கள் மட்டு மல்லாமல் பெரியவர்களும் அந்த வீட்டில் குழுமிவிட்டார்கள்.

சமயங்களில் என் அண்ணனின் மூளை அசத்தலாக வேலை செய்யும். எங்கள் வீட்டு வேலியிலே பெரிய ஓட்டை போட்டு கிட்ணன் படம் பிடிக்கப்படுவதைப் பார்ப்பதற்கு வசதி செய்து தந்தான். கிட்ணன் மேல் சூரியனின் சதுரமான கட்டங்கள் விழுந்தன. ஒரு கொலர் வைத்த மேல் சட்டையும் வார் வைத்த கால் சட்டையும் அணிந்திருந்தான். அவன் தலை எண்ணெய் வைத்து இழுத்து கறுப்பு ஒளி வீசியது. புகைப்படக்காரர் வெகு

நேரம் காமிரா ஓட்டை வழியாகப் பார்த்தார். பிறகு சூரியனை அதிருப்தியாக நிமிர்ந்து நோக்கினார். இன்னும் பல நிமிடங்கள் அப்படி வளைந்தபடியே இருந்தார். படம் எடுப்பது எவ்வளவு சிரமமான காரியம் என்பது எல்லோருக்கும் உறைக்கும்வரை அவர் நிமிரவில்லை. கடைசியில் பெரும் ஆரவாரம் கிளம்பியபோது படம் எடுத்து முடிந்துவிட்டது என்று தெரிந்தது.

நானும் அண்ணனும் புகைப்படச் சம்பவத்தை வீட்டிலே வந்து வர்ணித்தபோது அதே கதை இன்னும் பல ரூபங்களில் எங்கள் வீட்டை ஏற்கனவே அடைந்துவிட்டது. அப்பாவுக்கும் அம்மாவுக்கும் அதைத்தாங்க முடியவில்லை என்பது பள்ளிக்கூடம் போகும் வயதை எட்டாத எனக்குக்கூட அப்பட்டமாகத் தெரிந்தது. ஆனால், அதிர்ஷ்டம் கிட்ணனுடைய வயதில் நான் வீட்டில் இருந்ததுதான். எப்படியும் என்னை நிற்க வைத்து அதேமாதிரி ஒரு படம் எடுத்து ஊரிலே சரிந்திருந்த மதிப்பைத் திரும்பவும் நிறுத்திவிட வேண்டும் என்று அப்பா தீர்மானித்தார்.

எங்கள் வீட்டுக்கும் அயல் வீட்டுக்கும் சண்டை ஒரு சாதாரணமான விவகாரத்தில்தான் ஆரம்பித்தது. காரணம் ஒரு புளியமரம். எங்கள் வீட்டிலே மரம் நின்றாலும் அதன் பெரிய கொப்புகள் பக்கத்து வீட்டிலே போய் காய்த்துக் கொட்டின. எங்கள் பக்கமிருந்த கொப்புகளோ காய்க்க மறுத்தன. அப்பாவுக்கு கிரமமாக புத்திமதி வழங்கும் சொந்தக்காரர்கள் அடுத்த வீட்டுக் கொப்புகளை வெட்டிவிட்டால் எங்கள் பக்கம் காய்க்கும் என்று கூறினார்கள். அப்பா மனத்திலே ஏற்கனவே சிந்தித்து வைத்திருந் ததைத்தான் அவர்கள் சொல்லியிருக்க வேண்டும். அன்றே அப்பா கோபம் மிகுதியாகி இரண்டு கொப்புகளை வெட்டிவிட்டார். தீராத பகையும் அன்றுதான் ஆரம்பித்தது. மூன்று கால் காமிராவினால் கிட்ணனைப் படம் பிடித்தபோது ஊர் முழுக்க அதை ஒரு விழா போலக் கண்டு களித்தது. அந்தக் காட்சி எங்களுக்கு மறுக்கப் பட்டதும் அதனால்தான்.

அப்பாவுக்கு இந்தப் புகைப்படச் சம்பவம் பொறுக்க முடியாமல் போனதில் ஆச்சரியமில்லை. அம்மாவுக்கும் முதன் முதலாக ஒரு புகைப்படக்காரரை எங்கள் வீட்டுக்கு அழைத்து படம் எடுக்கும் சந்தர்ப்பம் தவறிப் போனதில் நிரம்பவும் துயரம் இருந்தது. என் எஞ்சிய வாழ்நாள் முழுக்க நான் மறக்க முடியாத ஒரு காட்சி எனக்கு அப்போதுதான் கிடைத்தது. அம்மாவின் மூக்கு நுனியில் ஒரு துளி கண்ணீர் தொங்கியது. ஆனால் அது எப்படி அங்கே உண்டாகியது என்பது ஒருவருக்கும் தெரியவில்லை.

ஒரு சனிக்கிழமை பின்மதியம் மூன்று மணிக்கு புகைப்படக் காரர் வருவதாக ஏற்பாடு. அப்பா போய்ச் சொல்லிவைத்து

அச்சாரமும் கொடுத்திருந்தார். எங்களுக்கு நேர்ந்த அவமானத்தை நேராக்குவதற்கு நான் தயாராக இருந்தேன். என்னுடைய புகைப் படம் பக்கத்து வீட்டில் எடுத்ததிலும் பார்க்க ஏதோ ஒரு விதத்தில் உயர்ந்ததாக இருக்கவேண்டும் என்பதில் முடிவாக இருந்தார்கள்.

எங்களுடைய இந்த தீவிரமான ஏற்பாடுகளுக்கு எதிர்பாராத இடத்திலிருந்து இடைஞ்சல் ஒன்று வந்தது.

என்னுடைய அண்ணனுக்கு எட்டு வயது. வழக்கமாகப் பத்து மணிவரை தூங்குபவன் அந்தப் பிரதானமான சனிக்கிழமை அதிகாலையிலேயே எழும்பிவிட்டான். தனக்கு என்ன சட்டை அணிவது என்று அம்மாவைத் தொந்திரவு பண்ணத் தொடங்கினான். போட்டி எனக்கும் கிட்ணனுக்கும் இடையில்தான். அது அண்ணனுக்கு நல்லாகத் தெரியும். ஆனால் அவனும் படத்தில் இருக்கவேண்டும் என்று அடம் பிடித்தான்.

அம்மா அவனைச் சட்டை செய்யவில்லை. என்னைக் குளிக்க வார்ப்பதிலேயே கவனமாக இருந்தாள். பிறகு தலையை அழுத்தி வாரி இழுத்து ஒரு இடத்தில் என்னை பேசாமல் உட்கார வைத்தாள். அண்ணன் விடுவதாயில்லை. அம்மாவையே சுற்றிச் சுற்றி வந்து தனக்கும் தலையை இழுத்துவிடச் சொல்லிக் கெஞ்சினான். அம்மாவின் முந்தானையை விரல்களால் இறுக்கப் பிடித்தபடியே இழுபட்டான். இந்த விவகாரத்தில் யாருக்கு வெற்றி கிடைக்கும் என்பதை என் இடத்தில் இருந்தபடியே நான் அசையாமல் அவதானித்தேன்.

ஒரு சமயத்தில் பொறுக்காமல் போய் அம்மா முந்தானையைப் பறித்துக்கொண்டு 'என்ன இளவுக்கு அழுறாய். உன்ரை தம்பியைதான் போட்டோக்காரன் படம் எடுக்க வாறான். நீ ஏன் அவதிப்படுகிறாய்' என்றாள். அண்ணன் அப்படியே நின்றான். அவன் வாய் திறந்து கிடந்தது. நான் ஏதோ பாடப்போகிறான் என்று முதலில் நினைத்தேன். அவன் ஓவென்று அழத் தொடங்கினான். அவனுடைய திறந்த வாயில் குடத்தில் நீர் நிறைவதுபோலக் கண்ணீர் நிறைந்துகொண்டு வந்தது.

திடீரென்று அண்ணன் தன் யுக்தியை மாற்றினான். குருடர்கள் செய்வதுபோல தன் இரண்டு கைகளையும் நீட்டிப் பிடித்து, அதற்கு மேலே சலவை செய்து வந்த தன் வெள்ளை சேர்ட்டையும் நீலக் கால்சட்டையையும் வைத்துக் கொண்டான். அம்மா போகும் இடமெல்லாம் அவனுக்கும் ஏதோ வேலை அங்கே இருப்பதுபோலப் போனான். அம்மா திரும்பியும் பார்க்கவில்லை.

அப்பா வந்தபோது அவர் ஏதாவது செய்வார் என்று எதிர்பார்த்தால் அவர் தன் பங்குக்கு அவன் வயிற்றுடன் சேர்த்து

சட்டையைப் பிடித்துக்கொண்டு ஓர் அடி கொடுத்தார். அண்ணன் நிலத்திலே விழுந்து கழுத்தை முறிப்பதுபோல உருளத் தொடங்கி னான். புழுதியை எல்லாம் பூசிக்கொண்டு பெரிதாகக் கத்தினான். அப்படி அலறியபோதெல்லாம் தன்னையும் படம் எடுக்க வேண்டும் என்பதை ஞாபகமாகச் சொல்லிச்சொல்லி வந்தான். அப்பா என்ன நினைத்தாரோ சரி சரி நிறுத்து, உன்னையும் சேர்த்து எடுப்பம் என்று கடைசியில் சொல்லிவிட்டார். ஒரு சுவிட்ச் போட்டதுபோல அவன் அழுகை நின்றது. சிரித்துக்கொண்டே எழும்பினான். சேர்ட் கொலரைக் கைகளால் இழுத்து கண்ணைத் துடைத்துக் கொண்டான். அப்படியும் கண் இமைகள் நனைந்து கிடந்தன. நிமிடத்திலே அழவும் அழுகையை நிற்பாட்டவும் உடனேயே சிரிக்கவும் அவன் தன்னுடைய முகத்துத் தசைகளைப் பழக்கியிருந் தான்.

அண்ணனுடைய சந்தோசம் சொல்லமுடியாது. வதவத வென்று குளித்தான். அம்மா, அவன் சொக்கையை அமத்திப் பிடித்தபடி தலையை வாரி விட்டாள். குட்டிக்கூரா பவுடரைக் கையிலே கொட்டிக் கன்னத்தில் நிறையப் பூசினான். அவ்வளவு நேரமும் காவித் திரிந்த பொத்தான் வைத்த நீலக் கால்சட்டையை ஒருவர் உதவியில்லாமல் தானாகவே அணிந்துகொண்டான். சலவை வெள்ளை சேர்ட்டை விரித்து இரண்டு பெருவிரல்களாலும் தூக்கிப் பிடித்தான். அது கஞ்சிபோட்டு மொரமொரவென்று, சிரட்டைக் கரியால் நெருப்பு மூட்டி சூடாக்கிய பெட்டியால் இஸ்திரி செய்யப்பட்டிருந்தது. சேர்ட்டின் முன்பக்கமும் பின்பக்கமும் ஒட்டிப்போயிருந்தது. அதைப் பிரித்தபோது நல்ல வாசனையும் ஒரு பேப்பரைக் கிழிக்கும் ஓசையும் எழுந்தது. அப்படியும் அதன் மடிப்புகள் முழுவதும் குலையாமல் கவனமாக அதை அணிந்தான். சேர்ட்டின் கைகளை வேண்டிய அளவுக்கு மட்டுமே பிரித்து தன் கைகளை உள்ளே நுழைத்தான். கையிலே செட்டை முளைத்ததுபோல மீதி மடிப்பு ஒட்டுப் பட்டுப்போய் விறைப்பாகவே நின்றது. இந்த சேர்ட்டின் அடிப்பாகத்தை கால்சட்டைக்குள் சுருக்கிவிட்டுக் கொண்டான். அத்துடன் முடிய வில்லை. அரைத்த சந்தனத்தை உருட்டி எடுத்து நடு நெற்றியில் அமத்தினான். இப்பொழுது அலங்காரம் பூர்த்தியாகிவிட்டது. ஏதோ தான்தான் பிரதானமான ஆள் என்பது போன்ற பாவனை யுடன் எனக்குப் பக்கத்தில் தூணைப் பிடித்துக்கொண்டு ஆடாமல் அசையாமல் புகைப்படக்காரருக்குக் காத்திருக்கத் தொடங்கினான்.

சொன்ன நேரத்துக்குப் புகைப்படக்காரர் வரவில்லை. ஒரு மணிநேரம் தாமதமாகிவிட்டது. அவரோடு சேர்ந்து முன்னும் பின்னுமாகச் சிறுவர்களும் வந்தார்கள். சூரியனுடைய வெளிச்சம்

நல்லாகப்படும் விதமாக ஒரு சுவருக்கு முன்னால் என்னை நிற்பாட்டினார்கள். ஒரு பக்கத்தில் செம்பருத்தி மரமும் மறுபக்கத்தில் அண்ணனுமாக நான் சரிநடுவில் அசைவில்லாமல் நின்றேன். நாலு மணித்தியாலமாக வெளிக்குந்தில், எவ்வளவு முடியுமோ அவ்வளவு அமைதியாகக் காத்திருந்த அண்ணன், காமிரா முன்னாலும் அதைத் தொடர்ந்தான். அசைவின்மை அவனுக்கு என்னிலும் பார்க்க நல்லாக வந்தது.

புகைப்படக்காரர் காமிராவை மூன்று காலில் நிற்பாட்டினார். பிறகு முன்னுக்கு, பின்னுக்கு என்று அதை நகர்த்தி ஓர் இடத்தைத் தேர்வு செய்தார். ஒரு பெரும் கறுப்பு போர்வையால் தன்னையும் காமிராவையும் சேர்த்து மூடிக்கொண்டார். துணிக் கூடாரத்திற்குள் தலையை நுழைத்து வெகு நேரம் பார்த்தார். நாங்கள் எல்லாம் முடிந்துவிட்டது என்று எங்களைத் தளர்த்திய நேரம் கறுப்புத் துணியை விலக்கிக்கொண்டு வெளியே வந்தார். ஒரு வார்த்தை பேசாமல் காமிராவுக்குள் பிலிம்மை போட்டு, மரச் சட்டத்தை ஓசையுடன் மூடினார். சட்டையின் மடிப்பு கலையாமல் இருப்பதற்காகக் கைகளை அகலித்து விறைப்பாக வைத்திருந்த எங்களுக்கு நோவு எடுத்தது.

புகைப்படக்காரர் இறுதிச் சரிபார்த்தலில் அண்ணனை சற்று விலத்தி நிற்கச் சொன்னார். அவனும் எங்கள் இடைவெளியை அதிகமாக்கினான். காமிராக்காரர் இன்னும் கொஞ்சம் என்றார். மீண்டும் தள்ளி நின்றான். சரி ரெடி என்றார். நாங்கள் வயிறுகளை எங்களால் முடிந்தமட்டும் எக்கிக்கொண்டு, என்ன நடக்கப்போகிறது என்ற ஊகம் சிறிதும் இல்லாமல் நின்றோம். கறுப்பு போர்வைக்குள் இருந்து மெதுவாக ஒரு கை பாம்புபோல வெளியே வந்தது. அந்தக் கையையே பார்த்தோம். அது சடக் கென்று காமிரா மூடியை அகற்றி அதே வேகத்தில் திரும்பவும் மூடியது. படம் எடுத்து முடிந்தது என்றார்கள்.

என்னுடைய அண்ணனுக்குச் சின்ன மூளை; அப்பாவுக்குப் பெரிய மூளை. அந்தப் பெரிய மூளை பெரிய வேலை செய்யும் என்பது புகைப்படம் வந்தபோதுதான் தெரிந்தது. அதிலே நான் நடுவில் கண்களைச்சற்று கூசிக்கொண்டு காமிராவுக்குப் பக்கத்தில் இருந்த ஏதோ ஒன்றைக் கொஞ்சம் பீதியுடன் பார்த்தபடி நின்றேன். என் மூக்கிலே இருந்து விழுந்த நிழல் என் சொண்டுக்கு மேலே சிறு கறுப்பாகத் தெரிந்தது. சற்று பழுதுபட்ட பின் சுவர் தெரிந்தது. செம்பருத்தி தெரிந்தது. கால்சட்டை பொத்தான்கூடத் தெரிந்தது. அண்ணனைக் காணவில்லை. பதிலாக அண்ணனின் இடது முழங்கையும் விறைப்பாக நின்ற சேர்ட் விளிம்பும் மட்டுமே படத்தில் பதிந்திருந்தன.

இரண்டு மணிநேரம் புழுதியில் புரண்டு, நாலு மணிநேரம் வெளித்திண்ணையில் காத்திருந்து எடுத்த படம் இப்படி வந்ததில் அவனுக்கிருந்த மனவருத்தத்தை விவரிக்க முடியாது. ஒரு வாரம் கழித்து அப்பா அந்தப் படத்தை பிரேம் போடுவதற்காகத் தேடினார். எவ்வளவு தேடியும் படம் கிடைக்கவில்லை. எப்படியோ இந்தச் சம்பவத்தை நாளடைவில் வீட்டில் எல்லோரும் மறந்து விட்டனர்.

எஸ்.எஸ்.சி சோதனைக்கு நான் படித்துக் கொண்டிருந்த காலத்தில், சில வருடங்களுக்கு முன் வீட்டைவிட்டு ஓடிப்போன அண்ணன் பாவித்த தைலாப் பெட்டி என் சொத்தாக மாறியிருந் தது. ஒரு நாள் அதைக்குடைந்து கொண்டிருந்தபோது, கள்ளறை ஒன்றில் பாதுகாப்பாக மறைத்துவைத்த ஒரு பழைய காலத்து அப்பியாசக் கொப்பி அகப்பட்டது. அதை இழுத்து எடுத்துத் திறந்து பார்த்தேன். சந்திரகுப்த மன்னனைப் பற்றிய சரித்திரக் குறிப்புகள் அண்ணனுடைய சதுரமான கையெழுத்தில் இருந்தன.

சந்திரகுப்தன் மௌரிய வம்சத்தைச் சேர்ந்தவன். அவனு டைய மதி மந்திரியின் பெயர் கௌடில்யன். பல எதிரிகளைப் போரிலே தோற்கடித்து, பரந்த இந்தியத் தேசத்தை ஒரு குடைக்கீழ்க் கொண்டு வந்த முதல் அரசன் இவன். போரில் தோற்ற எதிரிக்கு 500 யானைகளைப் பரிசாக அளித்தான். தான் பாடுபட்டு கட்டி எழுப்பிய ராச்சியத்தைத் தன் மகன் பிந்துசாரனுக்குத் தந்துவிட்டு நாட்டை விட்டு வெளியேறினான். அப்படியே பட்டினி கிடந்து செத்துப்போனான்.

ஒவ்வொரு பக்கமாகப் புரட்டிக்கொண்டு வந்தால் பல வருடங்களுக்கு முன் தொலைந்துபோன என்னுடைய புகைப்படம் கடைசி அட்டையில் ஒட்டப்பட்டிருந்தது. ஒரு வித்தியாசம். என்னுடைய உருவம் அதிலே இல்லை. சரி பாதியாக அது வெட்டப்பட்டுவிட்டது. எஞ்சிய படத்தில் ஒரு சிறுவனின் முழங்கையும் விறைப்பாக நிற்கும் அரைக்கை சேர்ட்டும் மட்டுமே தெரிந்தன. வேறு ஒன்றுமே இல்லை.

அதைப் பார்த்ததும் எனக்கு பல வருடங்களுக்கு முந்திய அந்த சனிக்கிழமை மாலை ஞாபகம் வந்தது. சிரங்குக் காலும் பொத்தான் போட்ட கால் சட்டையும் நெற்றியிலே உருட்டி வைத்த சந்தனமும் கஞ்சிபோட்டு விறைப்பாக நிற்கும் அரைக்கை வெள்ளை சேர்ட்டுமாக வயிற்றை எக்கிக்கொண்டு நின்ற என் அண்ணனின் பயந்த முகம் உயிர் உள்ளவரை என் மனத்தில் நிற்கும்.

இந்த முகத்தை ஞாபகத்துக்குக் கொண்டுவர எனக்கு மூன்றுகால் வைத்த காமிராப் பெட்டியோ, அதை மூடும் கறுப்பு போர்வையோ, கறுப்பு துணிக்கு உள்ளே இருந்து பாம்புபோலப் புறப்பட்டு வரும் கையோ தேவையாக இருக்காது.

நான் பாடகன் ஆனது

என் பள்ளிப் பருவத்தில் பல பாடசாலைகளில், பல வகுப்புகளில், பல ஆசிரியர்களிடம் படித்திருக்கிறேன். பல மாணவர்களை பரிச்சயம் செய்துகொண்டு பல வாங்குகளைத் தேய்த்திருக்கிறேன். பலவகைப்பட்ட வண்ண மைகளில் தோய்த்துத் தோய்த்து தொட்டெழுதும் பேனாவினால் ஊறும் தாள் கொப்பிகளை நிரப்பியிருக்கிறேன். ஊறாமல் தேங்கி நிற்கும் எழுத்துக்களை ஒற்றுத்தாள்களில் ஒற்றி எடுத்திருக்கிறேன். ஆனால் ஒரு கிளாஸை மட்டும் என்னால் மறக்க முடியாது. அதற்குப் பல காரணங்கள். சில மகிழ்வானவை; சில துக்கமானவை. அதைப் பற்றித்தான் இப்போது சொல்லப் போகிறேன்.

நாளையிலிருந்து புது வகுப்புக்குப் போகவேண்டும் என்று அம்மா சொன்னபோதே எனக்கு வயிற்றில் நடுக்கம் பிடித்தது. புது வகுப்பு என்றால் புது டீச்சர். பக்கத்து வீட்டு ஜெயராசசிங்கம் மேசை பிடிக்கப் போய்விட்டான். இந்த மேலதிகத் தகவலையும் அம்மாவே சொன்னார். திங்கள் புது வகுப்பு தொடங்குவதால் ஞாயிறு மாலையே இந்த வேலையை நாங்கள் செய்தாகவேண்டும்.

அந்த ஞாயிறு என்னுடன் சேர்ந்து இன்னும் சில பொடியன்களும் 'மேசை பிடிக்க' வந்திருந்தார்கள். மேசைகள் என்ன மாடுகள் போல ஓடுகின்றனவா? நல்ல மேசையைப் பிடிப்பதுதான் நோக்கம். நான் ஒரு மேசையை தெரிவு செய்தேன். மைப் போத்தல் வைப்பதற்கு விளிம்பிலே வெட்டி வைத்த வட்டமான துவாரம் உடையாமல் இருக்கிறதா என்று சோதித்துப் பார்த்தேன். கடுதாசி மடித்து வைத்து சமன் செய்யும் அவசியம் இல்லாமல் நாலு கால்களும் ஒரே உயரத்தில் இருக்கின்றனவா என்று அளவு பார்த்தேன். 'கமலா' என்றோ 'புவனேஸ்வரி' என்றோ எழுதியிருந்ததைக் கை தேயும்வரை அழிஅழியென்று அழித்துக் கழுவி, முதலாம் வரிசையில் நாலாவது இடத்தில் மேசையை நிறுத்தி, சாட்சி வைத்து உறுதி செய்தேன்.

சுகிர்தம் டீச்சர்தான் எங்கள் வகுப்பு ஆசிரியை. எங்களுக்கு சரித்திர பாடம் எடுத்தவர். எங்கள் வகுப்பு தரையிலிருந்து

உயரத்தில் இருந்தது. படிகள் இல்லை. சுகிர்தம் டீச்சர் ஒரு மான் குட்டிபோலத் துள்ளிக்கொண்டு பாய்ந்து ஏறுவார்; இறங்குவார். அவருக்கு அரைத்தாவணிக்குத் தகுதியான முகம். ஆனாலும் பூப்போடாத, கோடு போடாத பிளேன் பருத்திச் சேலையை உடுத்தி வருவார். அது அவர் உடம்பைச் சுற்றி இருக்க, ஒவ்வொரு மடிப்பும் அது அதற்கு விதித்த இடத்தில் அசையாமல் பள்ளி விடுமட்டும் காத்திருக்கும். இது எப்படி என்று எங்களுக்கு விநோதமாகப்படும். எங்களில் பலர் அவர் சாரியை உடம்பில் உடுத்திவிட்டு இஸ்திரி பண்ணுகிறார் என்பதைப் பலமாக நம்பினோம்.

இவர் வகுப்பில் தண்டிப்பதே இல்லை. குழப்படி மிஞ்சினால் அடி மட்டத்தை எடுத்து கூர்ப் பக்கத்தால் சிறு தட்டு தட்டுவார். அப்படித் தட்டிவிட்டு அவர் முகத்தில் தோன்றும் வேதனையைப் பார்த்தால் அவர் மனத்தை இப்படிக் காயப்படுத்தி விட்டோமே என்ற வருத்தம்தான் எங்களுக்கு ஏற்படும்.

சுப்பிரமணியம் மாஸ்டர்தான் எங்களுக்குப் பூமிசாஸ்திரம் எடுத்தவர். எவ்வளவுதான் உண்மையை நீட்டினாலும் இவருடைய உயரம் 5 அடி 3 அங்குலத்தைத் தாண்டாது. 20 வயதானதும் இவர் உயரமாக வளர்வதை நிறுத்திவிட்டார்; ஆனால் அகலமாக வளர்வதை நிறுத்தவில்லை. வயது கூடக்கூட அகலமும் கூடியது. நான் பள்ளிக்கூடத்தை விடும் வரைக்கும் அவர் வகுப்பு வாசல்களுக்குள்ளால் வரும்படியான சைஸில்தான் இருந்தார்.

முதல் நாள் வகுப்பில் 'பிள்ளைகளே' என்று ஆரம்பித்து பூமி சாஸ்திர பாடத்துக்கு நாங்கள் என்ன என்ன வாங்கவேண்டும் என்று ஒரு பட்டியல் தந்தார். ஒரு சிறு ராஜகுமாரனாக இருந்தால் ஒழிய அவர் சொன்ன அவ்வளவு சாமான்களையும் வாங்கும் வசதி பெற்றவர் அந்தக்கிராமத்தில் ஒருவர்கூட இல்லை. அவர் சொன்ன பொருள்களில் ஒன்று 160 பக்க சிவப்பு மட்டை மொனிட்டர்ஸ் கொப்பி. இதை எப்படியும் வாங்கிவிடவேண்டும் என்று நான் பிடிவாதமாக நின்றேன். என் அண்ணனும் அக்காவும் எதிரிகளாக மாறி அம்மாவின் மனத்தைக் குழப்பப் பார்த்தார்கள். நான் கெஞ்சிக்கூத்தாடி எப்படியோ கொப்பியை வாங்கிவிட்டேன்.

முதல் நாள் அவர் சொன்ன வசனத்தைக் கொப்பியின் முதல் பக்கத்தில், முதல் லைனில் எழுதினேன். 'உலகத்திலேயே மிகப் பெரியது சைபீரியா சமவெளிப் பிரதேசம்.' அதற்குப் பிறகு அடுத்த வரி நிரப்பப்படவில்லை; அடுத்த பக்கமும் நிரப்பப்படவில்லை. வருடம் முழுக்க அந்தக் கொப்பி அப்படியே புல்பூண்டு ஒன்றும் முளைக்காத சைபீரிய பெருவெளிபோல ஓவென்றுபோய் கிடந்தது.

எனக்கு பக்கத்தில் இருந்து சோதனை எழுதினவன்

ராஜகோபால். சுகிர்தம் டீச்சர் சரித்திரத்தில் பத்துக் கேள்விகளில் ஒன்று வலகம்பாகு என்று சொல்லியிருந்ததால் இவன் எல்லாக் கேள்விகளுக்கும் 'வலகம் பாகு', 'வலகம்பாகு' என்று ஒரே விடையை எழுதிப் பத்து மார்க் சம்பாதித்துவிட்டான். இவன் பிற்காலத்தில் படித்து பெரிய டொக்டராக வந்தான். எல்லா வியாதிகளுக்கும் ஒரே இஞ்செக்ஷன் போட்டிருப்பானோ தெரியாது.

ஆனால் அம்பிகைபாகன் இன்னும் நுட்பம் கூடியவன். இனி இல்லையென்ற புத்திசாலி. எந்தக் கட்டுரையையும் நீட்டிவிடுவான். பராக்கிரமபாகு 33 வருடம் ஆட்சி புரிந்தான் என்று நேராக எழுத மாட்டான். 'பராக்கிரமபாகு பாண்டியனைத் தோற்கடித்தான். பத்து வருடங்கள் ஆட்சி செய்தான். பொலநறுவையை ராசதானியாக்கினான். இன்னும் பத்து வருடங்கள் ஆண்டான். புத்தருடைய தந்தத்தைத் திருப்பிக்கொண்டு வந்தான். மேலும் 13 வருடம் ஆட்சி நடத்தினான். தன் மகன் விஜயபாகுவுக்கு பட்டம் சூட்டினான்.' இப்படி எழுதுவான். சுகிர்தம் டீச்சரின் தயாள குணத்தினால் அவனுக்கு எப்படியோ முழு மார்க் கிடைத்துவிடும்.

அப்பொழுது எங்கள் பள்ளிக்கூடத்தில் ஒரு ரூல் இருந்தது. பள்ளிக்கூடம் விட்டதும் ஒவ்வொரு வகுப்பும் அவரவர் வகுப்பில் தேவாரம் பாடிய பிறகே வீட்டுக்குப் போகவேண்டும். இது கண்டிப்பான சட்டம்.

இந்தத் தேவாரம் பாடுவதற்கு எங்கள் வகுப்பில் மூன்று தகுதியானவாகள் இருந்தோம். சபாரத்தினம், குணவதி, நான். ஞானசம்பந்தர் பாண்டிய நாட்டுக்கு புறப்பட்டபோது எல்லோரும் அவரை எச்சரித்தார்கள். சமண நாடு ஆபத்தானது, போகவேண்டாம் என்றார்கள். சம்பந்தர் 'எனக்கு என்ன பயம்' என்று பாடிய பதிகம்தான் 'வேயுறு தோளி பங்கன்.' சம்பந்தர் பாடியது சரி. ஆனால் சபாரத்தினம் பாடத் தொடங்கியபோது மொத்த வகுப்புமே பயத்தில் நடுங்கும். அதில் 'அ' வரும் இடத்தில் 'ஆ ஆ ஆ' என்று ஆலாபனை செய்தும், 'எ' வரும் இடத்தில் 'ஏ ஏ ஏ' என்று நீட்டியும் சும்மா கிடந்த பாட்டைப் பத்து நிமிடத்துக்கு இழுத்துவிடுவான்.

இவன் பிற்காலத்தில் தேவாரம் பாடுவதை நிறுத்திவிட்டு உதை பந்தாட்டத்தில் பிரபல்யம் அடைந்தவன். அவனுடைய லட்சியம் எல்லாம் எவ்வளவு பலம் உண்டோ அவ்வளவையும் பிரயோகித்து பந்தை உயரத்துக்கு அடிப்பது. அது சூரியனிடம் போகவேண்டும்; குறைந்தபட்சம் அதை மறைக்கவேண்டும். பார்வையாளர்கள் எல்லாம் கழுத்தை முறித்து இரண்டு நிமிடம் மேலே பார்க்கவேண்டும். எதிர் சைட்டில் கவிழ்த்து வைத்த

'ப' வடிவத்தில் ஒரு கோல் போஸ்ட் இருப்பதோ, அதற்குள் பந்தை அடித்தால் ஒரு கோல் கிடைக்கும் என்பதோ, கோல்களை எண்ணியே வெற்றி நிச்சயிக்கப்படுகிறது என்பதோ அவனுக்குப் பொருட்டில்லை. பந்து காலில் பட்டால் அது உயரத்துக்கு எழும்பவேண்டும் என்பதே முக்கியம்.

குணவதி குணமானவள். திருநீறு பூசி அதற்குமேல் சந்தனப்பொட்டு வைத்து அதற்குமேல் ஒரு துளி குங்குமம் வைத்துக்கொண்டு வருவாள். பாவாடை பின்பக்கத்தை இழுத்து இழுத்து குதிக்காலை மறைத்தபடியே இருப்பாள். ஏதோ அதில்தான் உயிர் நிலையம் இருக்கு என்றமாதிரி. லம்போதரா வரைக்கும் சங்கீதம் கற்றிருந்தாள். இவள் தெரிவு செய்யும் பாடல் 'ஆயகலைகள்' என்று தொடங்கும். சரியான ராகத்தில், சரியான தாளத்தில் பாடுவேன் என்று அடம் பிடிப்பாள். இதுபெரிய குற்றம் என்று சொல்லமுடியாது. ஆனால் குற்றம் என்னவென்றால் ஒவ்வொரு வரியையும் இரண்டு தரம் அல்லது மூன்று தரம் பாடுவதுதான். இப்படி அவள் லயித்து பாடி முடிக்கும்போது மற்ற வகுப்பு மாணவர்கள் எல்லாம் வீடுபோய்ச் சேர்ந்துவிடுவார்கள்.

என்னுடையது 'பாலும் தெளிதேனும்' என்று தொடங்கும். எனக்காகவே அவ்வையார் பாடி வைத்ததுபோல நாலே நாலு மணியான வரிகள். கொக்குவில் ஸ்டேசனில் நிற்காமல் போகும் எக்ஸ்பிரஸ் ரயில் வண்டிபோல ஸ்பீட் எடுத்துப் பாடுவேன். முழுப் பாடலையும் பத்து செக்கண்டுகளுக்குள் பாடி முடித்துவிடுவேன். கடைசி அடியில் 'சங்கத்தமிழ் மூன்றும்' என்ற இடம் வரும்போது வகுப்பில் மூன்று பேர்தான் மிச்சம் இருப்போம். நான், குணவதி, சுகிர்தம் டீச்சர்.

இந்தக் காரணத்தினால் வகுப்பில் எனக்கு நல்ல புகழ் இருந்தது. கடைசி மணி அடித்தவுடன் எங்கே குணவதியோ, சபாரத்தினமோ பாடத் தொடங்கிவிடுவார்களோ என்று கிளாஸ் அஞ்சும். கடைசி மணி அடிக்க சில நிமிடங்கள் இருக்கும்போதே பெடியன்கள் பின்னுக்கு இருந்து என் உட்காரும் பகுதியில் கிள்ளத் தொடங்குவார்கள். நான் கரும்பலகையைப் பார்த்தபடி நெளிவேன். மணி அடித்து அந்த ரீங்காரம் அடங்குவதற்கிடையில் என் பாடல் முடிந்துவிடும்.

இன்றுவரை பிடிபடாத ஒரு மர்மமாக இருப்பது சுகிர்தம் டீச்சர் என்னை ஒரு பாட்டுக்காரனாக எப்படித் தெரிவு செய்தார் என்பது. என்னுடைய குரல் வளம் அந்தக் காலத்து டீ.ஆர். மகாலிங்கத்தின் குரலுக்கு சவாலாக எதிர்காலத்தில் வரும் என்ற நம்பிக்கையில் இருக்கலாம். அல்லது கிரமமாக வகுப்பில் தேவாரம்

பாடியதற்காக இருக்கலாம். அல்லது எவ்வளவு ஸ்பீடில் பாடினாலும் சங்கீதத்தின் ஒரு நுனி அந்தப் பாடலில் தென்பட்டதால் இருக்கலாம்.

அந்த வருடம் கொழும்பு, கண்டி, மாத்தளை என்று பிரதானமான நகரங்களில் எல்லாம் நாடகம் போடவேண்டும் என்று எங்கள் பள்ளிக்கூடம் முடிவெடுத்தது. இதில் வரும் லாபம் கட்டட நிதிக்குப் பயன்படும். அந்த நாடகத்தில் இடம் பெற்ற பிரதானமான பாடகர்களில் நானும் ஒருவன்.

கொழும்புக்கு நாடகக் குழுவோடு போவதென்பது நினைத்துக்கூடப் பார்க்க முடியாத பெரிய விஷயம். 'பாலும் தெளிதேனும்' பாடிச் சேர்த்து வைத்த என் புகழ் என் வகுப்பர்களிடம் சரிந்து பொறாமையாக உருவெடுத்தது. அதை நான் பொருட்படுத்தவில்லை. ஆனால் நாடகக்குழுவில் போவதற்கு இருந்த ஒரு நிபந்தனை என்னைத் தடுமாறவைத்தது. கறுப்பு சப்பாத்து அணியவேண்டும் என்று சொல்லிவிட்டார்கள். என்னிடம் இருந்தது முன்பக்கம் கொஞ்சம் நிமிர்ந்த பிரவுன் சப்பாத்து. புதுச் சப்பாத்து என்றால் பக்கத்து வீட்டைக் கொள்ளை அடிக்கவேண்டும் என்று அம்மா சொல்லிவிட்டார். பிரவுன் சப்பாத்துக்குக் கறுப்பு பொலிஷ் பூசி அதைக் கறுப்பாக்கினேன். லேசைப் பெருக்கல் குறிபோல மாறி மாறிப் பின்னிக் கட்டினேன். ஒருவரும் கண்டுபிடிக்கவில்லை. இன்றுதான் முதல் முதலாக ஒப்புக் கொள்கிறேன்.

கொழும்பிலே நாடகங்கள் எல்லாம் குறைவின்றி அரங்கேறின. ஒவ்வொரு நாடகத்துக்கும் டிக்கட்டுகள் விற்றுத் தீர்த்தன. அதிலே 'சங்குகொண்டே வெற்றி ஊதுவோமே' என்று உச்சத்தில் எடுத்து பிறகு சடாரென்று கீழே போய் 'ஆடுவோமே' என்று பாடி அசத்திய என் சாதனை பெரும் பங்கு வகித்தது. இந்தக் கொழும்பு பயணத்தில் நாலு மறக்கமுடியாத சம்பவங்கள் நடந்தன; அதிலே ஒன்று இங்கே சொல்ல முடியாதது.

முதல்முதலாகக் கழிவறையைப் பார்த்தேன். காலைக்கடன் முடித்து விட்டு மேலே தொங்கும் சங்கிலியை எட்டி இழுத்தால் தண்ணீர் எங்கிருந்தோ குபுகுபுவென்று பெரும் ஓசை எழுப்பி வந்து அடித்துக்கொண்டு போனது. நான் திகைத்துப் போய் வந்த காரியத்தை மறந்து சுவரோடு நின்றேன். வெளியே வந்து ஒருவரிடம் இந்தத் தண்ணீர் எங்கே போகிறது என்று கேட்டால் 'இந்து சமுத்திரம்' என்று சொன்னார். எங்களுக்குப் பூமி சாஸ்திரம் படிப்பித்த சுப்பிரமணியம் மாஸ்டர் இது பற்றி ஒன்றுமே சொல்லித் தரவில்லை. அவர் சைபீரியா சமவெளியைப் பற்றியே பேசினார்.

அதுவும் ஒரு வரி. இந்து சமுத்திரத்தின் இந்தப் பெரிய வேலையை நான் அன்று அறிந்துகொண்டேன். இந்து சமுத்திரத்துடன் எனக்கான உறவு இப்படித்தான் ஆரம்பித்தது.

நாடக ஒத்திகையின்போது சபாபதி மாஸ்டர் என்னைப் போட்டு உருட்டி எடுத்துவிடுவார். இவருக்கும் எனக்கும் ஒரு தொடர்பும் இல்லை. பெரிய கிளாசுக்குப் படிப்பித்தவர். இவர் தலையில் ஒரு பகுதி முடி முளைப்பதை நிறுத்திவிட்டது. சைக்கிளைப் பிடித்து பத்தடி தூரம் ஓடிய பிறகு ஏறுவார். சில நேரங்களில் அவர் ஏறுமுன்னரே அவர் போகவேண்டிய இடம் வந்துவிடும். என்னை இல்லாமல் செய்வதற்கு தீர்மானித்தவர் போல திருப்பித் திருப்பிப் பாடச் சொல்லுவார். மற்றவர் கண்களுக்குப் பிடிபடாத நுணுக்கமான பிழைகள் இவர் கண்களில் படும். சுகிர்தம் டீச்சர் வந்து காப்பாற்றுவார். அவருடன் பேசும்போதுமட்டும் அடிக்கடி சிரிப்பார். சிரிப்பு நின்றபிறகும் தொண்டைக்குள் இருந்து களுக்களுக் என்று சத்தம் அவருக்கு வரும்.

குதியால் தரையைக் குத்திக்கொண்டு பின்பாகத்தை குலுக்கி, பலவித நெளிவுகளை உடலில் காட்டியபடி, அந்தப் பெண் தோன்று வாள். கையிலே ஏந்திய மாலை இருக்கும். அப்படியே கொண்டு வந்து என் கழுத்தில் சூட்டுவாள். அவள் பாடிய பாட்டு 'மகான், காந்தி மகான்.' அது நான்தான். ஒத்திகையின் போது சிலையாக நான் நடிக்கவேண்டும். சிலையாவது கொஞ்சம் அசைந்திருக்கும். ஓட்டுக்குள் அடங்கிய ஆமைபோல நான் அசையாமல் இருப்பேன். நாடகம் நடந்த அன்று எப்படியோ ஒரு காந்தி சிலையைக் கண்டு பிடித்து கொண்டு வந்ததால் நான் தப்பினேன்.

புதிய கட்டடத்துக்குப் போதிய பணம் சம்பாதித்துக்கொண்டு நாங்கள் திரும்பினோம். புழுதித்தரை சிமெந்தாக மாறியது. ஓலைக் கூரை ஓட்டுக்கூரை ஆகியது. பெரிய அட்டைப் பெட்டிகளில் அடைத்து வைத்த விஞ்ஞானக் கருவிகள் எல்லாம் சோதனைக் கூடத்தில் அடுக்கப்பட்டன. இந்தப் புதிய மஞ்சள் கட்டடத்தின் ஒரு சுவரிலோ, ஒரு செங்கல்லிலோ, ஒரு தூணிலோ என் பாட்டு சாதனைக்கான அத்தாட்சி இன்றுவரை ஒளிந்திருக்கும்.

நான் கொழும்பிலிருந்து திரும்பி வந்தபோது செலவுக்குக் கொண்டுபோன காசில் 25 சதம் மிச்சம் இருந்தது. பதினைந்து சதத்துக்குப் பழுக்க ஆரம்பித்த ஆனை வாழைப்பழம் ஒரு சீப்பு ஐயாவுக்கு வாங்கினேன். இது எங்கள் கிராமத்தில் கிடைக்காது. ஐயா விருப்பமாக வைத்து, வைத்து சாப்பிடுவார். அவருக்கு அதைச் சாப்பிட்டு ஜீரணிப்பதில் சங்கடம் இருந்தால் நான் உதவி செய்யலாம்.

மிகவும் யோசித்து, ஆலோசனைகள் கேட்டு, அம்மாவுக்குப் பத்து சதத்திற்குக் கொழும்பு வெற்றிலை வாங்கினேன். இந்த வெற்றிலை நாட்டு வெற்றிலையைப்போலக் கடும்பச்சையில், முரடாக இருக்காது. சுண்ணாம்பு வெள்ளையாக, சத்தமே போடாமல் கிழியும். நரம்புகூட கிள்ளத் தேவையில்லை. அப்படி மெத்தென்று இருக்கும்.

அந்த வெற்றிலைக் கட்டை அம்மா தண்ணீர் தெளித்து, தெளித்துப் பாதுகாத்து ஒரு வாரகாலம் சாப்பிட்டுத் தீர்த்தார். வீட்டுக்கு வருபவர்களிடமும் வராமல் ரோட்டால் போனவர்களிடமும் 'என்ரை பிள்ளை கொழும்பில் இருந்து கொண்டு வந்தது' என்று கைகளால் அளவைக்காட்டியபடி சொன்னார். நாள் போகப் போக இந்த அளவு கூடிக்கொண்டே வந்தது. ஒரு நாள் பருந்து பறப்பதுபோல கைகளை அப்படி விரித்துக் காட்டினார். சுற்றுப் பயணம் முடிந்து திரும்பிய ஒரு மாதத்தில் வருடச் சோதனை நடந்தது. அடுத்த வகுப்புக்கு புரமோஷன் கிடைத்தபோது அம்மா இல்லை. இறந்து போனார். விடுமுறை முடிந்து பள்ளிக்கூடம் தொடங்கும் நாள் வந்தது. எங்கள் புது வகுப்புக்கு சுகிர்தம் டீச்சர் இல்லை என்று சொன்னார்கள். ஞாயிற்றுக்கிழமை பின்னேரம் வழக்கம்போல மேசை பிடிக்க எல்லோரும் போனார்கள். அந்தக் கூட்டத்தில் நான் இல்லை.

ஐந்தொகை

சங்க இலக்கியங்களைச் சேர்ந்தது பத்துப்பாட்டு, எட்டுத் தொகை என்பது எல்லோருக்கும் தெரியும். இந்த எட்டுத் தொகையில் குறுந்தொகை, கலித்தொகை போன்றவை அடங்கும். இதில் ஐந்தொகையும் ஒன்று என்று நான் பல நாட்களாக நினைத்திருந்தேன். நான் வேலையில் சேர்ந்த முதல் நாள் இந்த சந்தேகம் எனக்குத் தீர்ந்தது.

பட்டப்படிப்பு முடிந்த பிறகு என்ன செய்வது என்ற கேள்வி எழுந்தது. சாட்டர்ட் அக்கவுண்டன் சோதனைக்குப் படிக்க வேண்டும் என்பது என் ஆசை. ஆனால் அதற்குப் பல இடைஞ் சல்கள் இருந்தன. மூன்று வருடப் பயிற்சி; வேலை செய்தபடியே படிக்கவேண்டும். இது தவிர ரூ2000 நிறுவனத்துக்குக் கட்ட வேண்டும். இது திருப்பிக் கிடைக்காத பணம். லஞ்சம் அல்ல; பயிற்சி எடுப்பவர் அதற்குத் தரும் கட்டணம் என்று சொன்னார்கள்.

என் அக்காவின் காணியை விற்று வந்த பணம் முழுவதையும் கட்டி முதல் நாள் நான் வேலையில் சேர்ந்தேன். இது ஒரு கணக்கு ஆய்வு நிறுவனம். இங்கே அறுபது பேர் வேலை செய்தார்கள். பார்த்த உடனேயே அங்கே இட நெருக்கடி இருப்பது தெரிந்தது. ஒரு மேசையில் இரண்டுபேர், நாலு பேர் என்று வேலை செய்தார்கள். என்னைத் தவிர இன்னும் பல பயிற்சியர் இருந்தனர். அவர்கள் எல்லாம் சீனியர். நானே கடைக்குட்டி. நோவல் என்பவன் என்னை அழைத்துப்போய் ஒரு மேசையில் உட்கார வைத்தான். அதில் ஏற்கனவே ஒரு பெண் அமர்ந்து வேகமாகத் தட்டச்சு செய்துகொண்டிருந்தாள். மேசையிலே முக்கால்வாசியைப் பிடிக்கும் நீளமான தட்டச்சு மெசின் அது. ஒவ்வொரு வரி முடியும் போதும் டைப்ரைட்டரின் உருளை வந்து என் தோளைத் தொட்டு மீளும். நானும் மனத்தைத் தளரவிடாமல் அந்த மேசையில் ஒரு மூலையைக் கைப்பற்றி என்னுடைய சாம்ராஜ்யத்தை நிலை நாட்டினேன். நோவல் இரண்டு தொக்கையான லெட்ஜர்களைப் மேசையிலே எறிந்து அவற்றைக் கூட்டச்சொன்னான். என்னுடைய ஆட்சியில் முதல் மூன்று மாத காலம் எனக்குக் கூட்டல் பயிற்சிதான். அதற்கு அப்பாலும் தப்பிப் பிழைத்தால் வேறு வேலை

கிடைக்கக்கூடும். இந்த நிறுவனத்துக்கு மூன்று பார்ட்னர்கள் இருந்தார்கள். மூத்த கூட்டுநரின் பெயர் விஜயரட்னா. கூடிய எலும்பும் குறைந்த சதையும் கொண்ட அவர் காலையிலே தன் அறையில் போய்க் குந்தினார் என்றால் மதிய உணவு நேரம் வரைக்கும் அசையமாட்டார். மாறி மாறி சிகரட் பிடிப்பதால் ஒரு நிமிட நேரம்கூட புகை இல்லாமல் அந்த அறை இருந்ததில்லை. கடும்பிடியான மனிதர். அவர் அறைக்குள் காலடி எடுத்து வைக்க நடுங்குவார்கள். தான் நினைத்த பதில் வரும் வரைக்கும் ஒரே கேள்வியைத் திருப்பி திருப்பிக் கேட்பார்.

'நோவல், வங்கியில் பணம் கட்டினாயா?'

'இன்று காலை நான்...'

'நோவல், வங்கியில் பணம் கட்டினாயா?'

'வாடிக்கையாளரின் இரண்டு காசோலைகள்....'

'நோவல், வங்கியில் பணம் கட்டினாயா?'

'எப்படியும் மதியம் வங்கி மூடமுன்...'

இப்படியே போகும். ஆம் அல்லது இல்லை என்பதுதான் அவருக்குப் பிடித்த பதில். விஜயரட்னா திருந்துவதாகத் தெரியவில்லை. நான் அந்த நிறுவனத்தை விடும்வரை நோவலும் திருந்தவில்லை. இரண்டாவது கூட்டுநர் பெயர் அலெஸ். இவருடைய சிறப்பியல்புகள் மர்மம் நிறைந்தவை. தூர நாட்டில் இருந்து தகரக் குழாய் வழியாகக் கதைப்பதுபோல அவர் குரல் வளம் இருக்கும். எப்பொழுதும் அவர் அறையில் யாராவது ஒரு பயிற்சியர் மாட்டிப்போய் இருப்பர். அவர் தலைக்குப் பின்னால் இருந்த கரும்பலகையில் அன்றைய சூரிய உதய அஸ்தமன நேரங்களைக் குறித்து வைத்திருப்பார். இவர் செய்த வேலைக்கும் சூரியனுடைய வேலைக்கும் என்ன சம்பந்தம் என்பது ஒருவருக்கும் தெரியாது. நான் பயிற்சியிலிருந்த மூன்று வருடத்திலும் ஒரு நாளாவது அவர் அறிவு கொழுந்துவிட்டதை நான் காணவில்லை. கடைசிக் கூட்டுநர் மார்ட்டின். இவரும் மற்ற இருவரையும்போல இங்கிலாந்தில் படித்தவர். அதி புத்திசாலி. தானாகவே தேதி போட்டு படம் எடுக்கும் காமிராபோல இவர் ஒவ்வொரு சம்பவத்தையும் தேதியோடு ஞாபகம் வைத்திருப்பார். நாலு வருடத்துக்கு முன் இன்ன தேதியில் இந்த வாடிக்கையாளர் ரூ1540.37 பணம் கட்டினார் என்று சொல்வார். பழைய லெட்ஜர்களில்போய்த் தேடிப்பார்த்தால் அப்படியே இருக்கும். ஐந்து மணிக்கு அலுவலகம் மூடினாலும் இரவு பத்து மணி வரை அங்கேயிருந்து ரேஸ் புத்தகங்களை ஆராய்வார். இலங்கை

குதிரைகளில் பணம் கட்டமாட்டார். எங்கேயோ இங்கிலாந்து தேசத்து குளிரில் ஓடும் குதிரைகள் மீது இங்கிருந்தபடி பந்தயம் கட்டுவார். ரேஸால் பணம் போட்டு பணக்காரர் ஆனவரை அப்பொழுதுதான் முதன்முறை பார்த்தேன். அதுதான் கடைசியும். எனக்கு முன்னால் இருந்து மேசையின் முக்கால் பாகத்தை ஆக்கிரமித்துத் தட்டச்சு செய்த பெண்ணின் பெயர் ஈனா. கண்டிச் சிங்களவர் உடுத்தும் பாணியில் சேலை கட்டியிருந்தாள். வலது வயிற்றில் ஒரு சிறு கொய்யகம் வைத்து அதே பக்கத்து தோளில் மடித்து மடித்து தாவணியை நீட்டாக விட்டிருந்தாள். வேலைக்கு இடைஞ்சல் ஏற்படுத்தாமல் பதினெட்டு ஊசிகளால் சாரியையும் பிளவுஸையும் அந்தந்த இடங்களில் குத்தி வைத்திருந்தபடியால் அவள் உடம்பை ஊகிப்பது சிரமமாக இல்லை. ஒரு சிரிப்பை வெளியே விடாமல் கொடுப்புக்குள் அடக்கி வைத்திருந்தாள். அங்கே இருந்த மற்ற பெண்களுடன் ஒப்பிடும்போது அவள் மிகவும் சாதாரணம். மெல்லிய சங்கிலி ஒன்றுகூட அலங்கரிக்கும் வாய்ப்பு பெறாத அந்த நீண்ட கழுத்து மெல்ல மெல்ல இறங்கி அவளுடைய தொண்டைக் குழியை கடந்து பிளவுசுக்குள் சென்று மறைந்தது. அப்படி மறைந்த பிறகும் எஞ்சியிருந்த கழுத்து தன் வசீகரத்தை குறைக்கவில்லை. அவளுக்கு முன்னால் மூலையில் ஒடுங்கியிருந்த என்னை அவள் நிமிர்ந்து பார்க்கவில்லை. ஒரு முனைப்புடன் டைப் அடித்துக்கொண்டிருந்த, இரண்டு கைகளாலும் விரித்துப் பிடிக்கவேண்டிய அகலமான கணக்கை, அவள் balance sheet என்றாள். தமிழில் அதற்கு பெயர் ஐந்தொகை. இது ஒரு நிறுவனத்தின் அன்றைய நிதி நிலவரத்தைக் காட்டும். வலது பக்கத்தில் சொத்துக்களையும் இடது பக்கத்தில் முதலீட்டையும் லாபத்தையும் கொடுக்கவேண்டிய கடன்களையும் சொல்வது. இடது பக்கக் கூட்டுத் தொகை வலது பக்கக் கூட்டுத் தொகைக்கு சமனாக இருக்கும். இது எப்படி என்று ஈனாவைக் கேட்டேன். அவளுக்கு மூளை மட்டு மட்டாகத்தான் வேலை செய்தது. தெரிய வில்லை. அந்த முதல் நாள் அவ்வளவு விளங்கியது போதும் என்று என்னை நான் சமாதானப் படுத்திக்கொண்டேன். ஆனால், இந்த ஐந்தொகைக் கணக்கின் சூட்சுமத்தை பல மாதங்கள் கழிந்த பிறகு கூடப் புரிந்துகொள்வது எனக்கு சிரமமாகத்தான் இருந்தது.

முகம் தெரியாத யாரோ ஒருவர் தொட்டெழுதும் பேனா வினால் இரவிலோ, பகலிலோ பாடுபட்டு எழுதி வைத்த லெட்ஜர் கணக்குகளை அன்று முழுக்கக் கூட்டிக் கூட்டிச் சரி பார்த்தேன். மற்றவர்கள் செய்வது போல ஒரு கூரான பென்சிலை வலது கையில் பிடித்திருந்தேன். எவ்வளவு பாடுபட்டும் கூட்டுத் தொகைகள் மாறவில்லை; ஐந்தும் மூன்றும் எட்டுத்தான். இரண்டும் ஏழும்

ஒன்பதாகத்தான் வந்தது. ஈனா கவனம் குலையாமல் விரல்களைத் தலைக்கு மேல் தூக்கித் தூக்கி டைப் அடித்த வண்ணம் இருந்தாள். நான் அவளைப் பார்க்கவில்லை. அவளும் என்னைப் பார்க்க வில்லை.

எங்கள் இரண்டு பேருக்குமான உறவு டைப்ரைட்டர் உருளை அடிக்கடி வந்து என் தோளை இடிப்பதோடு நின்றுபோனது. மதியச் சாப்பாட்டின்போது எல்லோரும் கூட்டமாக மேசைகளைச் சுற்றி உட்கார்ந்து உணவருந்தினார்கள். பலர் வீட்டிலே இருந்து கொண்டு வந்திருந்தார்கள். இன்னும் சிலர் கடைகளிலே இருந்து எடுத்து வைத்து சாப்பிட்டார்கள். நான் இருந்த மேசையில் துணைக்கு ஒருவரும் இல்லை. என்ன நினைத்தாளோ அங்குமிங்கும் ஒருமுறை பார்த்துவிட்டு ஈனா என் பக்கத்தில் வந்து அமர்ந்தாள். என்னுடைய உணவு வீட்டிலே இருந்து சாப்பாட்டுக்காரனால் கொண்டுவரப்பட்டது. என் வீட்டிலே போய் எடுக்கும் சாப்பாட்டுக் காரன்தான் இங்கே கொண்டு வருவான் என்ற உத்திரவாதம் இல்லை. அது இரண்டுதரம் கைமாறி வரும். சைக்கிள் காரியரில் கட்டிய பெரிய பெட்டிகளில் அவை குலுங்கி குலுங்கி வருவதால் அன்றைய சாப்பாட்டில் என்ன கறி, என்ன குழம்பு என்று சாப்பிட்டு முடிந்தபிறகும் ஊகிக்க முடியாமல் போகும். ஒரு பிளேட்டை இன்னொரு பிளேட்டினால் மூடி, வெள்ளைத் துணியில் சுற்றிக் கட்டிய என் சாப்பாடு, விலாசம் எழுதிய சீட்டு தொங்க என் முன்னால் கிடந்தது. ஈனாவுடையது அவள் வீட்டில் இருந்து அவளே தயாரித்து கொண்டு வந்தது. ஒரு பொடி டப்பா சைஸில் சதுரமாக இருந்தது. அவள் அதன் மூடியைத் திறந்ததும் நாலு நாள் முன்பு இறந்துபோன ஒரு மீனின் வாசனை அடித்தது. கருவாடாகவும் இருக்கலாம். ஊகம்தான். நான் என்னுடைய மேல் பிளேட்டைச் சிறிது தள்ளி துவாரம் செய்து நான் சாப்பிட உத்தேசித்த உணவில் சரி பாதியைச் சாப்பிட்டு முடித்தேன். ஈனா தன்னுடைய உணவை நாலே நாலு வாயில் முடித்துக்கொண்டாள். எங்கள் அலுவலகத்து பாத்ரூம் கதவில் ஆண் உருவமோ, பெண் உருவமோ பொறிக்கப்படவில்லை. எழுத்தும் இல்லை. தட்டி மறை வில் மூன்று கறுப்பு கதவுகள் பக்கத்து பக்கத்தில் இருந்தன. அதிலே ஒன்றுதான் பாத்ரூம் கதவு. ஆணும் பெண்ணும் அதையே பாவித் தார்கள். எல்லோரும் உள்ளே போனார்கள்; வந்தார்கள். அந்த முழு அலுவலகத்திலும் எனக்குத் தெரிந்த ஒரேயொரு ஜீவன் ஈனாதான். நான் எழும்புவதும் இருப்பதும் கால்களை மாற்றி வைப்பதுமாக இருந்தேன். ஈனா தன் வட்டக் கண்களால் என்னைப் பார்த்து 'அதுல, அதுல' என்றாள். என்னுடைய மனத்தைப் படிக்கும் கெட்டிக்காரத்தனம் அவளிடம் இருந்தது. நான் சரியான

கதவைக் கண்டுபிடித்து என் காரியத்தை நிறைவேற்றினேன். அவள் இதழ்களை விரித்து 'அதுல அதுல' என்று சொன்ன விதம் இனிமையாக இருந்தது. அன்று பின்னேரம் அலுவலகம் மூடுவதற் கிடையில் அவளை இன்னொருமுறை எப்படியும் அதைச் சொல்ல வைத்துவிடவேண்டும் என்று மனத்திற்குள் நினைத்துக் கொண்டேன். மதியச் சாப்பாடு முடிந்த சிறிது நேரத்தில் விஜய ரட்னாவின் மனைவி தன் இரண்டு பிள்ளைகளையும் பள்ளிக் கூடத்தில் இருந்து அழைத்துக் கொண்டு நேராக அலுவலகத்துக்கு வந்தார். பிள்ளைகளுக்கு வயது 5, 8 இருக்கும். சீருடையில் கொழுகொழுவென்று இருந்தார்கள். மனைவி சிவப்பாக, மிகையான சதையுடன் உயரமாக இருந்தார். கைகள் நீக்கிய பிளவுஸ் அணிந்திருந்தார். பிடரியோடு நிறுத்தப்பட்ட தலை மயிர் பின்னாலே அலைய குதிக்கால்களால் பெரும் சத்தம் எழுப்பியபடி நடந்துவந்தார். அவர் மூத்த கூட்டுநரின் அறையை அடைய எடுத்துக்கொண்ட ஒரு முழு நிமிடமும் அந்த அலுவலகத்தில் ஒருவரும் வேலை செய்யவில்லை.

விஜயரட்னாவின் மனைவி திரும்பியதும் நோவல் கண்களில் சிரிப்புடன் அணுகினான். 'இதுதான் அருமையான சந்தர்ப்பம். விஜயரட்னா சிரித்த சத்தம் எனக்குக் கேட்டது. அவர் நல்ல மூடில் இருக்கிறார். உடனேயே நீ போனால் அவர் ஐந்தொகையில் கையொப்பத்தை போட்டுவிடுவார். ஓடு ஓடு' என்று ஈனாவை அந்தரப்படுத்தினான். அவளோ தலை நிமிராமல் ஆறு கார்பன் தாள்கள் வைத்த டைப்ரைட்டரில் ஓங்கி ஓங்கிக் குத்தினாள். ஏழாவது நகல் மங்கலாக வந்தால் இன்னொருமுறை தட்டச்சு செய்யவேண்டி வரும் என்ற பெரும் கவலை அவளுக்கு. ஒரு புகைமூட்டம் எழும்புவதுபோல, மெல்ல அவசரமில்லாமல் ஈனா எழுந்து நின்றாள். அவளுடைய வியர்வை வட்டமாகி இரண்டு அக்குள்களையும் கறுப்பாக்கியது. தன்னுடைய இடது கை சின்னி விரலால் கொய்யகத்தையும், பக்கவாட்டுகளை மறைக்காத சாரி போர்டரையும் சுண்டினாள். என் கண்ணுக்குப் படாத தூசியை அவள் கண்டிருந்தாள். அன்று முழுக்க அவளுக்கு முன் உட்கார்ந் திருந்தாலும் அப்பொழுதுதான் முதல் தடவை அவளுடைய நின்ற உருவத்தை நான் பார்ப்பது. வாடிக்கையாளரின் கோப்பு, தான் டைப் செய்த ஐந்தொகை, லாப நட்டக் கணக்கு, அறிக்கைகள் என்று பல சாமான்களைச் சேகரித்து ஏதோ தூர வழிப் பயணி போல விஜயரட்னாவின் அறையை நோக்கி நடந்தாள். மாறி மாறி சிகரட் பிடித்தபடி கண்ணாடிக் கதவின் பின்னால் அவர் இருப்பது தெரிந்தது. ஐந்தொகையில் கையொப்பம் வாங்கி வாடிக்கை யாளருக்கு அனுப்பவேண்டிய கடைசித் தேதி அது. பித்தவெடிப்பு

குதியை வார் கவ்விப்பிடிக்கும் மலிவு செருப்பை அணிந்துகொண்டு பாதி தூரம் போனவள் ஏதோ நினைத்து மீண்டும் திரும்ப வந்தாள்.

டைப் செய்த பாலன்ஸ் சீட் கூட்டல் தொகையை ஒருமுறை செக்பண்ண முடியுமா என்றாள். டைப் செய்வதற்கு முன்னர் இந்தக் கூட்டல்தொகை சரி பார்க்கப்பட்டிருந்தது. ஆனால் தட்டச்சு செய்யும்போது பிழைகள் ஏற்பட்டிருக்கலாம். அன்றைய கடும் பயிற்சியில் என்னுடைய மூளை கூராக இருந்தது. பென்சிலும் கூராக இருந்தது. அதைக் கையில் பிடித்தபடி வேகமாகப் புதிதாக அச்சடித்த தானங்களைக் கூட்டினேன். என்னுடைய வாழ்க்கையின் முழு எதிர்காலமும் இதிலேதான் தங்கியிருக்கிறது என்பதுபோல திருப்பி சரிபார்த்தேன்.

ஒன்பது ரூபா வித்தியாசம் விழுந்தது. ஈனாவின் கால்கள் தரையில் நிற்காமல் பரபரத்தன. ஒவ்வொரு எண்ணாக செக் பண்ணியபோது ஒரு இடத்தில் 56 என்பதற்குப் பதிலாக 65 என்று ஈனா தானங்களை மாற்றி அடித்திருந்தது கண்டுபிடிக்கப்பட்டது.

ஐந்தொகைக் கணக்கில் பிழை திருத்துவது என்பது பெரியதொல்லை பிடித்த வேலை. ஒவ்வொரு தாளாக ஏழு தாள்களிலும் அந்த தானத்தை அழி ரப்பரினால் அழிக்கவேண்டும். பிறகு தனித்தனியாக தாளை டைப்ரைட்டர் உருளையில் மாட்டி சரியான இடத்துக்கு உருட்டி கொண்டுவரவேண்டும். மேலேயோ, கீழேயோ, பக்கவாட்டிலோ போகாமல் தானத்தைச் சரியாக அடிக்கவேண்டும். இப்படி ஏழு தரம் செய்யவேண்டும். இந்த விவகாரத்தில் ஒருவிதத்திலும் சம்பந்தப்படாத நான் தூக்கு தீர்த்தவன் கடிகார முள்ளைப் பார்ப்பதுபோல அடிக்கடி நேரத்தைக் கவனித்துக் கொண்டிருந்தேன். இறுதியில் ஒருவாறாக இருபது நிமிடத்தில் ஈனா பிழையைத் திருத்தி அடித்துமுடித்தாள். அச்சடித்த தாள்களை எல்லாம் ஒழுங்குபடுத்தி, அறிக்கைகளையும் தூக்கி ஒரு குழந்தையை அணைப்பதுபோல நெஞ்சோடு அணைத்துக்கொண்டு விஜயரட்னாவின் அறையை நோக்கிப் புறப்பட்டாள்.

மத்தியானம் நான் சாப்பிட்ட உணவு வாய் வரைக்கும் வந்து அதன் ருசியை ஞாபகப்படுத்திவிட்டு திரும்பிப் போனது. நான் ஈனாவைப் பார்த்தேன். அந்த அவசரத்திலும் என்னைக் கனிவோடு திரும்பி பார்த்து 'போமஸ்துதி' என்றாள். அவள் உதடுகளில் இருந்து பிரிந்த வார்த்தைகள் என்னிடம் மெதுவாக வந்தன. விஜய ரட்னாவை எனக்குப் பிடிக்காது என்ற முடிவை நான் அப்பொழுது தான் எடுத்தேன். சரியாக மூன்று வருடம் கழித்து என் ஒப்பந்த காலம் முடிவுக்கு வந்தபோது விலகிக்கொண்டேன். இந்தக் கால கட்டத்தில் பல தடவைகள் என்னை அவருக்கும் அவரை எனக்கும்

பிடிக்காமல் போனது. ஒரு முறை மிகப் பெரிய உபகாரம் செய்து விட்டதாக நான் நினைத்துக்கொண்டேன். ஆனால் காரியம் வேறு மாதிரி போனது.

ஸொகோமான் என்ற பிரெஞ்சு நிறுவனம் அப்போது இலங்கை அரசிடம் தண்ணீர்க் குழாய் போடும் ஒப்பந்தத்தை எடுத்திருந்தது. இந்த வேலை பல வருடங்களாக நடந்தது. இதன் கணக்குத் தணிக்கை வேலைகளை எங்கள் நிறுவனம் ஏற்றுக் கொண்டிருந்தது. ஒரு முறை இந்தக் கம்பனியின் கணக்கு ஆய்வுகளை நடத்த என்னை அனுப்பியிருந்தார்கள். நான் அப்பொழுது மூன்றாவது வருடத்தில் இருந்தேன். நாள்கூலி ஊழியர்களின் சம்பளக் கணக்குகளை செக் பண்ணியபோது பணம் கையாடல் செய்யப்பட்டிருப்பது தெரியவந்தது. நான் இதன் மூலத்தைப் பிடிப்பதற்கு ஒவ்வொரு மாதமாகப் பின்னுக்கு சென்றேன். நடப்பு வருடத்தையும் சேர்த்து மூன்று வருடங்கள் கையாடல் நடந்திருந்தது. கம்பனிக்கு ரூ 90,000 நட்டம். அந்தக் காலத்தில் அது பெரிய தொகை.

உடனேயே கோப்புகள் சகிதம் விஜயரட்னாவைப் போய் சந்தித்தேன். என்னைப் பாராட்டுவார் என்று நினைத்தேன். புகை நடுவே அவர் முகம் கறுத்து சிறுத்துப் போய்க் காட்சியளித்தது. நடப்பு வருடத்து கையாடலைக் கண்டுபிடித்தது நல்லது. அதுதான் எங்கள் உத்தியோகம். ஆனால் அதற்கு முன்னும் இரண்டு வருடங்கள் கையாடல் நடந்திருக்கிறது. எங்கள் தணிக்கை குழு ஏன் இவற்றைக் கண்டு பிடிக்கவில்லை என்ற கேள்வியை அது எழுப்பும். ஸொகோமான் ஊழியர்கள் இருவரைக் கைது செய்து வழக்கு தொடரப்பட்டது. என்ன காரணமோ என் கோப்புகளைக் கைப்பற்றி விஜயரட்னா என்னை விடுவித்தார்.

நான் நிறுவனத்தைவிட்டு வெளியேறினேன். அதற்குப் பிறகு ஒரு நாளாவது கூட்டுநர்களில் ஒருவரையாவது நான் சந்தித்தது கிடையாது. என்னோடு வேலை பார்த்த மற்றவர்களையும் காண வில்லை. அங்குப் பயிற்சி பெற்ற சமயத்தில் என்னுடைய மாதச் சம்பளம் ரூ. 44; அதாவது நாளுக்கு இரண்டு ரூபா.

அப்பொழுதெல்லாம் தள்ளு வண்டிக்காரன் நாளுக்கு ஐந்து ரூபா சம்பாதித்தான். அங்கே உழைத்ததற்கான ஒரேவொரு அத்தாட்சி என்னுடைய ஒப்பந்தக் கடிதம்தான். இதை எழுதும் போது அது என் முன்னே கிடக்கிறது. அதன் தேதி 13. 06. 62. விஜயரட்னாவின் கையொப்பம் மங்காமல் கறுப்பு எழுத்தில் இருந்தது.

அந்தக் கறுப்பு மை விஜயரட்னாவின் ஆயுளைத் தாண்டி இன்றும் வாழ்ந்துகொண்டிருக்கிறது. பல வருடங்கள் கழித்து நான் ஒரு செய்தி கேள்விப்பட்டேன். ஆச்சரியமாக இருந்தது. நான் நிறுவனத்தை விட்டு விலகிய சில மாதங்களிலேயே விஜய ரட்னாவை ஈனா திருமணம் செய்துகொண்டாள். மரத்தரையில் சப்பாத்து சத்தம் போட நடந்து வந்த அவருடைய மனைவியை விஜயரட்னா மணவிலக்கு செய்துவிட்டு ஈனாவை மணந்து கொண்டார். காதல் திருமணம் என்று சொன்னார்கள்.

சதுரமான சாப்பாட்டு பெட்டி உணவை நாலே வாயில் சாப்பிட்டு விட்டு 'அதுல அதுல' என்று அவள் என்னிடம் சொன்னது ஞாபகத்துக்கு வந்தது. மணம் முடித்த பிறகு வேறு ஓர் இடத்தில், வேறு ஒரு தருணத்தில் இனிமையான சத்தம் எழுப்பும் 'அதுல, அதுல' என்ற வார்த்தைகளை அவள் சொல்லி யிருக்கலாம் வேறு ஒரு பொருள் தொனிக்க. அடிக்கடி விரல்களால் சரி பார்க்கும் தொந்திரவு இல்லாமல், 18 பின்களைக் குத்தி சாரியையும் பிளவுஸையும் ஒரே இடத்தில் நிறுவி வைக்கும் ஈனா, பாலன்ஸ் சீட்டைத் தூக்கிக்கொண்டு அந்த முதல் நாள் கையொப்பம் வாங்கப் போன காட்சியை என்னால் மறக்க முடிய வில்லை. இவளுக்கு எப்போது காதல் வந்தது? ஒரு சிகரட் புகைந்த படி கிண்ணத்தில் இருக்க, இன்னொரு சிகரட்டை மறதியாகக் கொளுத்தும் விஜயரட்னாவின் முன்னால் பேப்பர்கள் பறக்க, கோப்புகளைக் காவிக்கொண்டு நடுங்கியபடி காத்து நின்றபோதா? எப்படித்தான் மூளையைப் போட்டு கசக்கினாலும் விளங்கிக் கொள்ள முடியாத பெரும் ஐந்தொகைக் கணக்கு இதுதான்.

நாணாத கோடரி

பத்து வருடங்களாக நைஜீரியாவில் வேலைசெய்த நண்பர் ஒருவர் வீட்டுக்கு விருந்துக்குப் போயிருந்தேன். அவர் முதல் காரியமாகத் திடுக்கிடவைக்கும் வேலை ஒன்று செய்தார். அவருடைய படுக்கை அறைக்கு என்னை அழைத்துப் போனார். அங்கே இருந்த இரண்டு சேந்தைக் கட்டில்களைக் காட்டினார். முழுக்க முழுக்கக் கருங்காலி மரத்தினால் செய்யப்பட்டவை அவை. நாலு பேர் பிடித்துத் தூக்கினாலும் தூக்கமுடியாத பிரம்மாண்டமான கட்டில்கள்.

நைஜீரிய அரசாங்கம் காட்டிலே வளர்ந்த கருங்காலி மரங்களை வெட்டுவதற்கோ, அவற்றில் தளபாடங்கள் செய்வதற்கோ தடை விதித்திருந்தது. இந்த நண்பர் அரசாங்கம் அறியாமல் மிக சாமர்த்தியமாக அந்த மரங்களை வெட்டுவித்து கட்டில்களைச் செய்திருந்தார். காடுகளில் தன்னிச்சையாக 300 - 400 வருடங்கள் வாழ்ந்த அந்த மரங்கள், 100 - 150 அடி உயரமானவை. நாலுபேர் கைகளைக் கோத்துக் கட்டிப்பிடித்தாலும் பிடிக்கமுடியாத விட்டமான பல மரங்கள் நண்பருடைய சயனத் தேவைகளை நிறைவேற்றுவதற்காக அழிக்கப்பட்டிருந்தன. முந்நூறு வயது மரத்தைத் தறிக்க இரண்டு கோடரிகளுக்குப் பல மணி நேரங்கள் எடுத்ததாகக் கூறினார். அந்த மரங்களின் நடுக் குருத்துகளைச் செதுக்கி, ஒரு கோவில் விக்கிரகம் செய்வதுபோன்ற அக்கறையுடன், ஆப்பிரிக்காவின் கைத்தேர்ந்த தச்சர்கள் அந்தக் கட்டில்களைச் செய்தார்களாம்.

அழகு மாத்திரம்தானா? இந்தப் பூமிக்கு உயிர் தரும் பிராண வாயுவைச் சமன் செய்வது, மழையைக் கொடுப்பது, மற்ற உயிரினம் வாழ மூலகாரணமாக இருப்பது, எல்லாம் மரமே. இருந்தாலும் அவற்றை அழிப்பதில் மனிதனுக்கு இருக்கும் உற்சாகம் சொல்லமுடியாது. பின்வரும் சந்ததியினருக்குப் பூமிக்கிரகத்தை அப்பழுக்கில்லாமல் விட்டு வைத்துவிடுவோமோ என்று பயப்படுவதுபோல ஓர் அவசரத்தோடு இந்த வேலைகள் மனிதனின் மேற்பார்வையில் நடைபெறுகின்றன.

கலிபோர்னியாவில் ஒரு நண்பர் புது வீடு வாங்கினார். அவர்

வீட்டு வாசலில் ஒரு பெரிய தேவதாரு மரம். கடந்த 500 வருடங்களாக அது கவையாகி, கொம்பாகி, ஒரு கல்யாண ஊர்வலத்தை நிறுத்தும் உத்தேசத்துடன் வளர்ந்ததுபோல அடி பருத்து, கிளை விரித்து பாரிய விருட்சமாக நின்றது. அந்த நண்பர் சொன்னார், மரம் அவருக்குச் சொந்தமானது; ஆனால் மாநில அரசு அதை 'அரசு சொத்து' என்று அறிவித்திருந்தது. அது மாத்திர மல்ல; அந்த மரத்தைப் பேணுவதற்கும் கிளைகளை முறையாக வெட்டித் திருத்துவதற்கும் அவர்கள் 60 சதவீதம் செலவை ஏற்றுக் கொண்டிருந்தார்கள். அந்த மரத்துக்கு ஒரு எண் கொடுக்கப்பட்டு அது அந்த நகரத்துக் கணிப்பொறியில் கண்காணிக்கப்பட்டது. அந்த மூதாதை மரமும் மனிதன் தரும் மரியாதையை ஏற்று மேற்குக் காற்றில் தலை சிலுப்பி நின்றது.

எங்கள் மூதாதையர்களுக்கும் மரங்களின் மீது கரிசனம் இருந்தது. வனத்தை அழிப்பதற்கு மிகவும் யோசித்தார்கள். மரத்தை ஒரு வகையில் ஆராதித்தார்கள் என்று சொல்லலாம். பரம்பரை பரம்பரையாகப் பழையன அழிய, புதியன நட்டு பராமரித்தார்கள். அந்தக் காலம் இப்பொழுது மறைந்துகொண்டு வருகிறது.

நான் சிறுவனாயிருந்த சமயத்தில் எங்கள் கிராமத்தில் ஒரு பெரியவர் இருந்தார். அவர் வேட்டைப் பிரியர்; மாமிசம் இல்லாமல் அவருக்கு உணவு இறங்காது. ஒருமுறை கடலில் இருந்து ஒரு பெரிய ஆமையைப் பிடித்து வந்தார்கள். அங்கே ஆமை இறைச்சி விசேஷமென்றபடியால் அதற்கு எல்லோரும் பறந்தார்கள். ஆனால் அந்தப்பெரியவர் ஆமை இறைச்சியை உண்ண மறுத்து விட்டார். காரணம் கேட்டபோது 'நான் என்னிலும் வயதுகூடிய பிராணியின் இறைச்சியைச் சாப்பிடமாட்டேன்' என்றார். சுறா மீனையோ, கடல் ஆமையையோ அவர் தொடுவதில்லை. அவை நூறு வயதுக்கு மேலே வாழக்கூடியவை. அந்தக் கடல் ஆமைக்கு 150 வயதிருக்கலாம் என்றார்கள். அதன் கால்கள் உரல்கள்போல இருந்தன. ஒரு மீனைச் சாப்பிட்டால் அடுத்த ஆறு மாதத்தில் இன்னொரு மீன் அதன் இடத்தை நிரப்ப வந்துவிடும். கோழியைச் சாப்பிட்டால் ஒரு இரண்டு வருடத்தில் இன்னொரு கோழி தயாராகிவிடும். ஆனால் இந்த ஆமையைப்போல இன்னொரு ஆமை இந்த உலகத்தை நிரப்ப நூறு வருடங்கள் எடுக்கும். அந்த பாவத்தைச் செய்ய அவர் விரும்பவில்லை. ஆயிரம் வருடங்கள் வாழ்ந்த ஒரு விருட்சத்தை வெட்டுவதை அந்தப் பெரியவர் எப்படித் தாங்கியிருப்பார் என்று இப்போது எண்ணிப் பார்க்கிறேன். எங்கள் முன்னோர்கள் வாழ்க்கை இயற்கையோடு ஒட்டி இருந்ததால் அதை அழியாமல் காப்பாற்றுவதில் அவர்கள் பெரும் சிரத்தை எடுத்தார்கள்.

இயற்கை வளத்தைப் பாதுகாக்கும் அரசுகளில் கனடிய அரசு முன்னணியில் நிற்கிறது. கறுப்பு அணில்கள் கனடாவில் பிரசித்தமானவை. உலகத்து அணில்கள் எல்லாம் சாம்பல் நிறத்தில் அல்லது வெள்ளை நிறத்தில் இருக்கும்போது கனடிய அணில்கள் மாத்திரம் கறுப்பாக இருக்கும். பனிக்காலம் ஆரம்பமாகும் சமயங்களில் கொழுத்துப்போய்க் குடுகுடுவென்று ஓடுவதைக் காணலாம். ஆனால், அவை இப்போது அருகிவருகின்றன. இதைக் கண்ணுற்ற கனடிய அரசாங்கம் சமீபத்தில் ஒரு சட்டம் இயற்றியுள்ளது. கறுப்பு அணில்கள் இனவிருத்தி செய்யும் மாதங்கள் சித்திரை, வைகாசி ஆகும். இந்தக் காலங்களில் அவை அதிர்ச்சிக்கு உள்ளாகாமல் பார்க்க வேண்டியது கனடிய மக்களுடைய பொறுப்பு. கறுப்பு அணில்களுடைய தனிமையைக் கலைப்பவர்களுக்கு $500 அபராதம் என்று கனடிய அரசாங்கம் அறிவித்திருக்கிறது. நடைபோவோரும் ஓட்டக்காரர்களும் தங்கள் வேகத்தை 10கி.மீட்டருக்கு மேல் போகாமல் மட்டுப்படுத்துவது அவசியம் என்றும் சொல்கிறது. மீறினால் அந்த அதிர்ச்சி கறுப்பு அணில்களின் இனவிருத்தி ஆசைகளை விரட்டி விடுகிறதாம்.

ஆனால், இப்படி கரிசனையுடன் இயற்கை வளத்தை பாதுகாக்கும் எண்ணம் எங்கள் பழங்கால அரசர்கள் பலருக்கு இருந்ததாகச் சொல்ல முடியாது. சில வருடங்களுக்கு முன்னர் நான் திருவனந்தபுரம் போயிருந்தேன். அங்கே பத்மநாபபுரம் அரண்மனையைப் பார்வையிட்டபோது எங்கள் வழிகாட்டி அந்த அரண்மனையின் அரசர் படுத்து உறங்கிய மஞ்சத்தைக் காட்டினார். எழுபத்திரண்டு மூலிகை மரங்களால் அந்தக் கட்டிலைச் செய்த தாகச் சொன்னார். ஆடை களைந்த அரசர் அந்தப் படுக்கையில் தன் தேகம்பட துயில் கொள்வாராம். அந்த மூலிகை மஞ்சம் மன்னருக்குக் குறையாத ஆரோக்கியத்தையும் நிறைந்த ஆயுளையும் கொடுத்ததாம். அதற்காக எழுபத்திரண்டு அபூர்வமான, மனிதனின் கைப் படாமல் தானாகவே உண்டாகிய அரிதான வனவிருட்சங்கள் அழிக்கப்பட்டன என்று சொன்னார். என் நைஜீரிய நண்பரின் வீட்டுக்குச் சென்றபோது அந்த வழிகாட்டி சொன்னது என் ஞாபகத்துக்கு வந்தது.

அந்த அரசர் மறைந்து பல நூறு ஆண்டுகளாகியும் மனித சிந்தனையில் ஒருவித மாற்றமும் இல்லை. ஓய்வில்லாமல் அழிக்கப் படும் காடுகளில் மனிதக் கண்களுக்கு மறைந்து உறுதியாக வளர்ந்த கருங்காலி மரங்களைத் திருடி செய்யப்பட்ட சப்ரமஞ்சக் கட்டிலில் இன்று நண்பர் படுத்து பள்ளி கொள்கிறார். அந்த மஞ்சம் திடகாத்திரமாக அவரைத் தாங்கட்டும். அவருடைய சயனம் கனவுகளின்றி இன்பமாக நீளட்டும்.

தமிழில் மொழிபெயர்ப்பு

என்னுடைய அப்பாவின் இலக்கியச் சாதனைகள் சொல்லிக் கொள்ளக்கூடியதாக இல்லை. சற்று வயது சாய்ந்த காலங்களில் கல்கி, விகடன் போன்ற சஞ்சிகைகளை நேரம் கிடைக்கும் போதெல்லாம் அவர் படிப்பார். நீளமான மரக் கட்டிலின் நடுவே சப்பணக்கால் போட்டு உட்கார்ந்து, கண்ணாடி அணிந்து, வெளிச்சத்துக்காக சாயும் தென்னை மரம்போல தலையை ஒரு பக்கம் சரித்து, நீண்ட நேரம் வாசிப்பார். கடைசியில் ஒற்றையைத் திருப்பிவிட்டு 'ச்சாய்' என்று தொடையில் அடித்துக்கொள்வார். அவர் அவ்வளவு நேரமும் படித்தது ஒரு தொடர்கதையாக இருக்கும்.

இது அடிக்கடி நடந்தது. முன்கூட்டியே தொடர் கதையா இல்லையா என்பதை உறுதி செய்துகொண்டு படிக்கலாம் என்ற உண்மை அவருக்குக் கடைசிவரை தெரியாமலே போய்விட்டது.

அவருடைய கையெழுத்தில் நடுக்கம் தோன்றி வார்த்தைகள் ஒரு வரியில் செல்லாமல் மறுவரிக்கும் தாவிப்போக தொடங்கிய வுடன் அவருக்கு ஒரு எழுத்தர் தேவைப்பட்டது. அந்த வேலை எனக்குத்தான் கிடைத்தது. அவருடைய தேர்வுக்கு எங்கள் வீட்டில் ஏழு பேர் எனக்குப் போட்டியாக இருந்தாலும் நான்தான் இதற்குத் தெரிவு செய்யப்பட்டிருந்தேன். இதில் எனக்கு ஏற்பட்ட பெருமை கனகாலம் நீடிக்கவில்லை.

அப்பா இருந்த கோலத்தில் கடிதம் சொல்லத் தொடங்குவார். பழக்கதோஷத்தினால் கண்ணாடி அணிந்தபடிதான் இது நடக்கும். மூளையால் யோசித்து, வாயால் சொல்லும்போது கண்ணாடிக்கு என்ன வேலை என்று எனக்குக் குழப்பம். இருந்தாலும் அதைக் கேட்கும் துணிவு கூடி வரவில்லை.

ஒரு முறை 'உங்கள் லெட்டர் கிடைத்தது' என்று சொன்னதை 'உங்கள் கடிதம் கிடைத்தது' என்று எழுதிவிட்டேன். அவருக்குச் சரியான கோபம் வந்துவிட்டது. நானோ விடாமல் 'இரண்டும் ஒன்றுதான்' என்று வாதித்தேன். இரண்டும் ஒன்று என்றால் எப்படி நான் சொன்னதை நீ மாற்றி எழுதலாம் என்று

சத்தம் போட்டார். என் வேலை பறிபோனது.

அதற்குப் பிறகு என் தங்கை அந்த பிரதானமான உத்தியோகத்தைக் கைப்பற்றிவிட்டாள்.

இன்றுவரை அப்பா எதற்கு என்னிடம் கோபப்பட்டார் என்பது எனக்குத் தெரியவில்லை. அவருடைய ஆங்கிலப் புலமைக்கு எதிரியானதாலா அல்லது நல்ல தமிழ்ச் சொல்லை நான் எழுதி அவரை இழிவு படுத்திவிட்டேன் என்பதற்காகவா.

இந்தச் சோதனை இன்றுவரை தொடர்கிறது. சமீப காலங்களில் நான் சில அருமையான தமிழ் மொழிபெயர்ப்பு நாவல்களையும் சிறுகதைகளையும் படித்து வருகிறேன். பிரமிக்கும் படியான மொழிபெயர்ப்புகள் சிலவற்றை வாசிக்கும்போது மூல நூலைப் படிக்கும்போது ஏற்பட்ட அதே பரவசம் ஏற்பட்டது.

ஆனாலும், என்னை சில விஷயங்கள் தூக்கியடித்தன. ஒரு புகழ்பெற்ற ஆசிரியர் அருமையாக மொழியாக்கம் செய்யப்பட்ட ஒரு நாவலில் திருப்பி திருப்பி 'வீல்சேர்' என்றே எழுதி வந்தார். Wheel chairக்கு சக்கரநாற்காலி என்ற சாதாரண சொல் வெகு காலமாகவே புழக்கத்தில் இருப்பது அவருக்கு தெரியவில்லை போலும். இன்னொரு பிரபலமான, நான் மிகவும் மதிக்கும் ஆசிரியர் 'கறிக்குலம்' என்ற வார்த்தையை அடிக்கடி பயன்படுத்தி னார். எனக்கு ஒன்றும் புரியவில்லை. சந்திரகுலம், சூரிய குலம் போல இதுவும் நான் தூங்கும்போது யாரோ கண்டுபிடித்த புதிய குலமாக்கும் என்று நினைத்துக்கொண்டேன். பிறகுதான் உண்மை தெரிந்தது. Curriculum அதாவது பாடத்திட்டம் என்பதைத்தான் ஆசிரியர் அப்படி எழுதியிருந்தார் என்று.

இன்னொரு புத்தகத்தில் காமி ராமன், காமி ராமன் என்று வந்துகொண்டே இருந்தது. சிவகாமி ராமன் என்பதைச் சுருக்கி இப்படி ஒரு பெண்மணி வைத்துக் கொண்டாராக்கும் என்று நினைத்தேன். அது உண்மையில் camera man என்று அறிந்தபோது மிகவும் ஆனந்தப்பட்டேன். அதேமாதிரி வேறொரு இடத்தில் 'கொஸ்டீன் பேப்பர்' என்பதை வாசித்து திடுக்கிட்டேன். கேள்வித் தாள் என்ற வார்த்தையை உண்மையிலேயே அந்த ஆசிரியர் அறியவில்லையா?

முன்பு வந்த மொழிபெயர்ப்பு நூல்களுக்கும் தற்போது வருபவைக்கும் இடையில் நான் பெரிய மாறுதலைக் காண்கிறேன். சமீபத்தில் வந்த தமிழாக்கங்களில் Things Fall Apart என்ற தலைப்பில் Chinua Achebe எழுதி தமிழில் 'சிதைவுகள்' என்று என்.கே. மகாலிங்கம் மொழிபெயர்த்த ஆப்பிரிக்க நாவலையும் 'Mothers and Shadows' என்ற தலைப்பில் Marta Traba படைத்து தமிழில்

'நிழல்களின் உரையாடல்' என்று அமரந்தா மொழிபெயர்த்த நாவலையும் முக்கியமானவை என்று குறிப்பிடலாம். இந்த மொழியாக்கங்களை முதல் நூல்களுடன் ஒப்பிட்டுப் பார்த்தபோது அவை மிகவும் நேர்த்தியாகவும் படைத்தவருக்கு விசுவாசத்துடனும் எழுதப்பட்டிருப்பது தெரிந்தது. இதிலே பிரதானமான விஷயம் அவை படிப்பதற்கு வெகு சரளமாக இருந்தது மட்டுமல்லாமல் அவற்றின் சாரம் சிறிதும் குறையாமல் இயற்கையான அழகும், பொலிவும் நிறைந்து படைக்கப்பட்டிருந்ததுதான். அத்தோடு நிற்காமல் கதை நடந்த அந்நிய நாட்டின் பழக்க வழக்கங்களையும், நம்பிக்கைகளையும் சுவை கெடாமல், கதையின் போக்கிலேயே மிகச் சில அடிக்குறிப்புகளுடன் சொல்லிய முறைதான் அவற்றின் வெற்றிக்குக் காரணமாக அமைந்தது என்று சொல்லலாம்.

இப்படிப் பொறுப்புடன் மொழிபெயர்ப்பாளர்கள் பிறநாட்டுச்செல்வங்களைத் தமிழில் தருவது மகிழ்ச்சிக்குரிய விஷயமே. இவர்கள் எதிரே வரும் ஆங்கில வார்த்தைகளை அப்படியே தமிழில் கொட்டாமல் நல்ல தமிழ்ப் பதங்களாகத் தேடி பயன்படுத்துகிறார்கள். படிக்கும்போது தமிழைப் படிக்கிறோமா அல்லது ஆங்கிலத்தைப் படிக்கிறோமா என்ற மயக்கம் ஏற்படுவ தில்லை. இந்த உதாரணத்தை மற்றவர்களும் பின்பற்ற வேண்டும். கணிசமான மனித உழைப்பைக் கொடுத்து ஒரு பிறமொழி இலக்கியத்தை மாற்றும்போது மிகச் சாதாரண ஆங்கில வார்த்தை களைக் கூட அப்படியே பதியாமல் சிறிது அக்கறை காட்டி ஏற்ற தமிழ்ச் சொற்களைச் சேர்ப்பது அவசியமாகிறது.

மொழிபெயர்ப்புக்குக் கடுமையான உழைப்பும் படைப்புக் கலை ஆற்றலும் தேவை. மிகவும் சிரத்தையாகச் செய்து வந்த ஒரு முயற்சி ஒன்றிரண்டு ஆங்கில வார்த்தைகளை அப்படியே புகுத்தும்போது தரம்தாழ்ந்து அந்தப் படைப்பிலேயே அவநம்பிக்கை கொள்ள வைத்துவிடுகிறது. கார், சைக்கிள், கம்ப்யூட்டர் போன்ற எங்கள் அன்றாட வாழ்க்கையில் சேர்ந்துவிட்ட சொற்களை அப்படியே எழுதுவதில் ஒரு தவறும் இருப்பதாகத் தெரியவில்லை. ஆனால் அரசியல் யாப்பு (constitution), யந்திரக்கலப்பை (tractor), கடவுச்சொல் (password), பயனர்கள் (users), ஆவணக்காப்பகம் (archive) போன்ற அருமையான தமிழ்ச் சொற்களைத் தந்துவிட்டு அடுத்த மூச்சில் 'கறிக்குலம்' என்று எழுதுவதைத்தான் தாங்க முடியாமல் இருக்கிறது.

ஐம்பது வருடங்களுக்கு முன்பு என் அப்பா ஒரு புதிரைத் தொடங்கி வைத்தார். இன்றுவரை அதற்கு விடை தெரியவில்லை.

பணக்காரர்கள்

இருபது வருடங்களுக்கு முன்பு நான் ஒரு தவறு செய்தேன். மருத்துவம் படித்துக்கொண்டிருந்த ஒரு மாணவி தான் எழுதிய சிறுகதை ஒன்றை என்னிடம் படிக்கத் தந்து அதை விமர்சிக்கச் சொன்னார். இந்தப் பெண்ணுக்கு பயமின்றி வேலை செய்யும் விளையாட்டுத்தனமான மூளை. கதையைப் படித்துப் பார்த்தேன். அது நல்லாக எழுதப்பட்டு, மூன்று கிளைவிட்டு பரந்து கிடந்தது. ஆசிரியரும் வஞ்சகம் வைக்காமல் மூன்று உச்சக்கட்டம் வைத்து கதையை முடித்திருந்தார்.

அப்பொழுதெல்லாம் பொய்ப்பேசி எனக்குப் பழக்கமில்லை. அப்படியே என் கருத்தைச் சொல்லிவிட்டேன். அந்த மாணவிக்கு கோபம் வந்துவிட்டது. 'நீங்கள் ஆணாதிக்கப் பார்வையில் பார்க்கிறீர்கள். அது தான் ஒரு உச்சக்கட்டம் என்று பேசுகிறீர்கள். பெண் பார்வையில் மூன்று உச்சக் கட்டம் வைக்கலாம். பிழையே இல்லை' என்றார்.

அதற்கு பிறகு இரண்டு நல்ல விஷயங்கள் நடந்தன. அந்தப் பெண் கதை எழுதுவதையே நிறுத்திக்கொண்டார். நானும் விமர்சிப்பதை விட்டு விட்டேன்.

அவரை சமீபத்தில் அமெரிக்காவில் சந்தித்தேன். டொக்டராகப் பணியாற்றினார். வயது 45 இருக்கும். இன்னும் ஐந்து வருடத்தில் ஓய்வெடுக்கப் போவதாகச் சொன்னார். நான் இன்னும் 20 வருடகாலம் வேலை செய்யலாமே என்று கேட்டேன். அதற்கு அவர் சொன்னார்.

'முதல் 25 வருடம் படிப்பு. இரண்டாவது 25 வருடம் வேலை. மூன்றாவது 25 வருடம் வாழ்க்கையை அனுபவிப்பதற்கு. சம்பாதிக்கும் நேரத்தில் போதிய பொருளீட்டிவிட்டால் அதைச் சரியாக முதலீடு செய்து மீதி வாழ்க்கையை ஆனந்தமாகத் தொடரலாம்' என்றார்.

என்னுடைய புத்தி இந்தப் பெண் எப்ப பார்த்தாலும் தன் வாழ்க்கையை மூன்று உச்சக்கட்டமாகப் பார்க்கிறாரே என்றுதான்

எண்ணியது. ஆனாலும் சிறிது சிந்தித்துப் பார்த்தபோது அவர் பேசியதன் உண்மை புரிய ஆரம்பித்தது.

அமெரிக்கா போன்ற தேசங்களில் 18 வயதிலேயே கோடீஸ்வர ராகும் வாய்ப்பு உண்டு. சினிமா, களிக்கை, இசை, விளையாட்டு, கம்ப்யூட்டர், மேலாண்மை போன்ற பல துறைகளில் மிகவும் குறுகிய காலத்திலேயே சிலர் மில்லியன் டொலர்களைச் சம்பாதித்து விடுகிறார்கள். பத்திரிகைகளும், ரேடியோ, டிவீக்களும் பொருளை எப்படி முதலீடு செய்வது, எவ்வளவு சீக்கிரம் ஓய்வு பெறலாம் என்பது பற்றியே ஓயாமல் அலசுகின்றன. நான் பார்த்த டிவி காட்சியில் ஒரு முதலீட்டு நிபுணர் முன் ஓய்வு பெறும் சாத்தியங்களை விலாவாரியாக, வரைபடங்களுடன் விளக்கிக் கொண்டிருந்தார்.

சைபர் பற்றிய ஞானம் பலருக்குக் குறைவு. 'முப்பத்து முக்கோடி தேவர்கள்' என்று சொல்லும்போது எத்தனை சைபர்கள் போட வேண்டும் என்பது சிறுவயதில் எனக்குப் பெரும் குழப்ப மாகவே இருந்தது. ஒரு மில்லியன் என்றால் ஒன்றும் ஆறு சைபரும்; அதை தமிழில் பிரயுதம் என்பார்கள். ஒரு பில்லியன் என்றால் ஒன்றும் ஒன்பது சைபரும்; அதைத் தமிழில் நிகர்ப்புதம் என்பார் கள். ஒரு மில்லியன் டொலர் சொத்து வைத்திருப்பவரை மில்லியனி யர் என்றும் பில்லியன் சொத்து வைத்திருப்பவரை பில்லியனியர் என்றும் கூறுவார்கள். இதுவெல்லாம் இப்பொழுது நான் தெரிந்து வைத்துக்கொண்டது

நான் அமெரிக்காவில் இரண்டாவதாகச் சந்தித்தது ஒரு நண்பரை. அவர் ஒரு முதலீட்டு நிபுணராக வேலை பார்க்கிறார். செல்வந்தர்களுடைய செல்வத்தை மேலும் பெருக்கிக் கொடுக்கும் வேலை. அவருடைய நிறுவனத்தில் 100 மில்லியன் டொலருக்கும் குறைவான முதலீட்டை ஏற்றுக்கொள்ள மாட்டார்கள் என்று சொன்னார். அப்படி என்றால் பாருங்கள். தினமும் மில்லியனியர் களுடனும் பில்லியனியர்களுடனும் பழகும் இவரிடம் நான் பல நாட்களாக தயாரித்து வைத்திருந்த இரண்டு கேள்விகளைக் கேட்டேன்.

முதலாவது கேள்வி : எல்லா மில்லியனர்களிடமும் காணப் படும் ஒத்த குணம் என்ன?

பதில்: அவர்களுடைய கவன ஈர்ப்புதான். அது இலையானு டையதைப் போல இருக்கும். தொடர்ந்து இரண்டு நிமிடங்களுக்கு மேலாக அவர்களுடைய கவனத்தை கவர முடியாது. மூளை அலைந்தபடியே இருக்கும். உங்களுடன் ஒரு விஷயம் பேசும்போதே

அவர் மூளை வேறு எங்கோ ஒரு நாட்டில் நுணுக்கமான ஒரு பிஸ்னஸ் பிரச்சனைக்கு தீர்வை அலசிக்கொண்டிருக்கும். அவர் களுடன் பேசும்போது முதல் இரண்டு நிமிடங்களிலேயே நீங்கள் சொல்ல வேண்டியதைச் சொல்லிவிட வேண்டும். நேரம் என்பது அவர்களுக்கு முக்கியமானது. ஒரு நிமிடத்தில் மில்லியன் டொலர் சம்பாதித்து விடுபவர்களும் இருக்கிறார்கள்.

இரண்டாவது கேள்வி: ஒரு 100 மில்லியன் டொலர் அதிபதிக்கும் ஒரு பில்லியனியருக்கும் இடையில் அதிக வித்தியாசம் இருக்கிறதா?

பதில் : வித்தியாசமே இல்லை. ஒரு லெவலுக்கு மேலே பணத்தை வைத்து ஒன்றுமே செய்ய முடியாது. இவரிடம் சொந்தமாக பிளேன் இருந்தால் அவரிடமும் இருக்கும். இவரிடம் நாலு காலத்துக்கு நாலு மாளிகைகள் இருந்தால் அவரிடமும் இருக்கும். இவர் செய்யும் அவ்வளவு காரியத்தையும் அவரும் செய்வார். அவர்கள் வேறுபடுவது அவர்கள் செய்யும் தான, தருமங்களில்தான்.

இந்த விஷயம் எனக்கு ஆச்சரியமாக இருந்தது. யோசித்துப் பார்த்தால் உண்மை என்றும் தோன்றியது. ஓர் அளவுக்கு மேல் பணத்தை வைத்து என்ன செய்ய முடியும்? வயிற்றின் அளவுக்கு மேல் உண்ண முடியுமா? அல்லது இரண்டு படுக்கைகளில் ஒரே சமயத்தில் உறங்க முடியுமா?

நண்பர் இன்னொரு விஷயமும் சொன்னார். இந்த செல்வந்தர்களுடைய நேரத்தில் 20 - 30 வீதம் அறக்கட்டளைகளை உண்டாக்கி அவற்றை நிர்வகிப்பதிலேயே செலவழிந்து போகிறது என்றார். அவர்கள் செய்யும் தான தருமங்கள் சரியான இலக்கைப் போய்ச் சேரவேண்டுமென்பதில் தீவிரமாக இருப்பார்களாம்.

என் ஆர்வத்தைத் தணிப்பதற்காக நண்பர் என்னைச் செல்வந்தர் ஒருவர் வீட்டுக்கு அழைத்துப் போனார். இவர் பல மில்லியன் டொலர்களுக்கு அதிபதி. இன்னும் சில வருடங்களில் பில்லியனியராகும் தகுதி பெற்றுவிடுவார். இருபது ஏக்கர் பரப்பில் அவர் வீடு இருந்தது. அரண்மனை என்று சொல்ல முடியாது; ஆனால், முற்றிலும் உயர்ந்த மரங்களினால் வேலைப்பாடு செய்யப் பட்ட ஒரு பிரம்மாண்டமான மாளிகை. வீட்டின் முன்னே பல கார்கள் தரித்து நின்றன. அங்கே போனபோது இவர் ஒரு காரைக் கழுவிக்கொண்டிருந்தார்.

அவரிடம் ஒரு யப்பான் தோட்டம் இருந்தது. யப்பானிய முறைப்படி அமைக்கப்பட்ட, யப்பானிய தாவரங்கள் செடிகளால்

சூழப்பெற்ற தோட்டம். அதை அலங்கரித்த கற்கள்கூட யப்பானில் இருந்து வந்திருந்தன. எத்தனையோ லட்சம் டொலர்கள் செலவில் அதை உண்டாக்கி அவராகவே பராமரித்து வந்தார். ஒரு செல்வந்தரின் ஆடம்பரம் என்று சொல்லக்கூடியது அது ஒன்றுதான்.

அவர் வீட்டு நடப்புகள் எல்லாம் சாதாரணமானவையாகவே இருந்தன. காலை பேப்பர் மறைந்துவிட்டது. அதில் வந்த ஒரு தகவலைக் காட்டுவதற்காக அவர் எவ்வளவு தேடியும் அது அகப்படவேயில்லை. அவருடைய ஒரு குழந்தை 24 கலர் கிரேயன் பெட்டியில் உள்ள அத்தனை கலர்களையும் பாவித்து தான் கீறிய ஓவியத்தைக் கொண்டுவந்து காட்டியது. இன்னொரு குழந்தை முழங்கால்களினால் அதி வேகமாக நகர்ந்தது. அதன் கூரிய கண்களுக்கு மட்டுமே தெரிந்த ஏதோ ஒன்றை ஆழமான கம்பளத்திலிருந்து பொறுக்கிச் சாப்பிட்டது.

அவருடைய மனைவி உடல் அசைவோடு இசைந்துபோகும் ஓர் எளிய உடையில் காணப்பட்டார். பேச்சுத் திருத்தம் சொல்லித் தரும் பள்ளியில் சாதாரண ஆசிரியை வேலை பார்க்கிறார். புளூ மவுண்டன் ஜமைக்கன் கோப்பி தந்து உபசரித்தார். அது கைச்சலாகவும் பால் குறைச்சலாகவும் சீனியில் மிச்சம் பிடித்ததாகவும் தோன்றியது. அவர்களுடைய எளிமை நம்பமுடியாததாக இருந்தது.

எல்லாருமே எளிமையானவர்கள் என்று சொல்ல முடியாது. அதிதீவிரமாகப் பொருளீட்டுபவர்களும் இருக்கிறார்கள். இந்தப் பூமியிலேயே தலைசிறந்து விளங்கும் முதலீட்டு நிபுணர் George Soros என்பவர். இவரிடம் 1969இல் 1000 டொலர் முதலீடு செய்தவர்கள் இன்று அது 1,300,000 டொலர் சொத்தாக வளர்ந்திருப்பதைக் காணலாம். ஜோன் மேஜரின் பிரிட்டிஷ் அரசாங்கத்தைத் தனியொரு ஆளாக எதிர்த்து நின்று வென்றவர் இவர்.

1992ல் உலக நாணயங்களை 200 வருட காலமாக ஆட்சி செய்துவந்த பிரிட்டிஷ் பவுண்ட் விழத் தொடங்கியது. அரசாங்கம் எத்தனையோ முறை பவுண்டைத் தூக்கி நிறுத்தி வைக்க முயற்சி செய்தாலும் அது கீழே சறுக்கியபடி இருந்தது. இந்தச் சமயம் ஜோர்ஜ் சோரொஸ் அதைத் தலை எழும்பவிடாமல் நிரந்தரமாக கீழே தள்ளிவிட முடிவு செய்தார். உலகச் சரித்திரத்திலேயே ஒரு சக்திவாய்ந்த அரசாங்கத்தைப் பொருளாதார ரீதியில் தனி மனிதன் எதிர்த்து நின்று வெற்றி பெற்றது இதுவே முதல்தடவை. கடைசித் தடவையும்கூட.

கறுப்பு புதன்கிழமை என்று சொல்லப்படும் 16 செப்டம்பர் 1992 அன்று ஜோர்ஜ் சோரொஸ் பிரிட்டிஷ் வங்கியிடம் 5

பில்லியன் பவுண்டுகள் கடனாகப் பெற்று அதை ஜேர்மன் மார்க்காக மாற்றிக் கொள்கிறார். அப்படிச் செய்துவிட்டு இரவு எளிய உணவு உண்ட பிறகுத் தூங்கச்செல்கிறார். உடனேயே நித்திரையாகியும் விடுகிறார்.

ஆனால் உலகம் நித்திரை கொள்ளவில்லை. பிரிட்டிஷ் அரசு பவுண்ட் இனிக் கீழே இறங்காது என்று உத்திரவாதம் கொடுத் திருந்தது. ஜோர்ஜ் சோரொஸ் இறங்கியே ஆகவேண்டும் என்ற துணிவில் சொத்து முழுவதையும் பணயம் வைக்கிறார். உலகம் மூச்சு விடுவதை நிறுத்திக்கொள்கிறது. பவுண்ட் இன்னும் கீழே சரிந்து ஜோர்ஜ் சோரொஸின் ஊகத்தைப் பலிக்கச் செய்துவிடுகிறது. மறுபடியும் ஜேர்மன் மார்க்கை மாற்றி கடனை அடைக்கிறார். இன்னும் சில சில்லறை முதலீடுகளை விற்கிறார். ஓர் இரவில் அவர் ஈட்டிய லாபம் இரண்டு பில்லியன் டொலர்கள். உலகச் சரித்திரத்திலேயே இது மறக்கமுடியாத ஒரு சாதனையாக அமைந்து விடுகிறது.

ஆனால் சமீப காலங்களில் இளவயது முதலீட்டு மன்னர்கள் ஆட்சிக்கு வந்து, குறுகிய காலத்தில் செல்வத்தை பெருக்கியிருக் கிறார்கள். Cois Peltz என்பவர் 'புதிய முதலீட்டு நிபுணர்கள்' என்று ஒரு புத்தகம் எழுதியிருக்கிறார். இதிலே 13 உலக முன்னிலை முதலீட்டு நிபுணர்கள் பற்றியும், அவர்கள் கடைப்பிடிக்கும் உத்திகள் பற்றியும் பேசுகிறார்.

இந்த 13 பேர்களிலும் எட்டாவதாகப் பேசப்படும் பெயர் எங்களுக்கு ஆச்சரியம் தருகிறது. ராஜ் ராஜரத்தினம் என்ற இலங்கைத்தமிழர். அவருடைய சக முதலீட்டு நிபுணர்கள் வியக்கும் வகையில் சொற்ப வருடங்களில் முன்னுக்கு வந்தவர். இவருடைய மேற்பார்வையில் சொத்துக்கள் அமோகமாகப் பெருகி முதலீட்டாளர்களுக்கு லாபத்தை அள்ளி வழங்கியது. 1998ல் அவர் நிர்வாகத்தில் இருந்த சொத்து மதிப்பு 1.0 பில்லியன் டொலர்கள். 2000 ஆண்டில் இது 5.0 பில்லியன் டொலர்களாக உயர்ந்து விடுகிறது. இவருடைய விசேஷமான துறைகள் சுகாதாரமும் தொழில் நுட்பமும்தான்.

'நான் மனத்தைக் குவித்து செயல்படுவதோடு, கண்டிப்பாக வும் வைத்திருக்கிறேன். இந்த தொழிலுக்கு முரட்டுத்தனம் தேவை. அதே சமயம் சொந்த ஈடுபாட்டைக் காட்டவும் தவிர்க்கவும் தெரிந்திருக்க வேண்டும்.' இப்படித் தன்னுடைய வெற்றிக்கான ரகஸ்யத்தை ராஜ் ராஜரத்தினம் கூறுகிறார்.

உலகிலேயே உயர்ந்த பணக்காரர் யார் என்று கேட்டால்

ஒரு குழந்தைகூடச் சொல்லிவிடும். முதலாவதாக நிற்பவர் பில் கேட்ஸ். இந்தக்கட்டுரை எழுதும்போது அவருடைய சொத்து மதிப்பு 52.8 பில்லியன் டொலர்கள். இரண்டாவதாக நிற்கிறார் Warren Buffett, அவருடைய சொத்து மதிப்பு 35.0 பில்லியன் டொலர்கள். அவரும் அமெரிக்கரே. 41ஆவது இடத்தில் இருப்பவர் ஓர் இந்தியர், பெயர் அஸிஸ் பிரேம்ஜி.

அவருடைய சொத்து மதிப்பு 6.4 பில்லியன் டொலர்கள்.

ஆனால் இப்படி உலகத்து பணக்காரர்களை வரிசைப்படுத்துவதை பலர் விரும்புவதில்லை. இந்த முறை தானம் கொடுப்பவர்களுக்கும் தர்ம ஸ்தாபனங்களுக்கு எழுதி வைப்பவர்களுக்கும் இடைஞ்சலாக இருக்கிறது. வரிசையில் 10ஆவதாக இருப்பவர் 9ஆவதாக வர முயற்சி செய்கிறார். 50ம் இடத்தில் இருப்பவர் 49ஆம் இடத்துக்கு வர பாடுபடுகிறார். இந்த இடையறாத போட்டிகளில் தருமம் செய்பவர்கள் தங்கள் சொத்து குறைந்து போகுமே யென்று தானங்களைத் தள்ளிப் போடுகிறார்கள்.

இன்னொரு குழு ஒரு மனிதருடைய உண்மையான சொத்து. அவர் எவ்வளவு சேர்த்து வைத்திருக்கிறார் என்பதில் இல்லை; அவர் எவ்வளவு தானம் செய்திருக்கிறார் என்பதில்தான் நிச்சயிக்கப் பட வேண்டும் என்று சொல்கிறது.

தான, தருமங்கள் செய்வதிலும் அறக்கட்டளைகளுக்கு எழுதி வைப்பதிலும் அமெரிக்கர்களை மிஞ்ச முடியாது. சராசரி அமெரிக்கர் வாழ்க்கையில் வருடத்துக்கு 800 டொலர் தருமம் செய்வதாகப் புள்ளி விபரம் சொல்கிறது. சமீபத்தில் Ruth Lilly என்ற பெண்மணி தன் உயிலில்100 மில்லியன் டொலர்கள் 'கவிதை'க்கு எழுதிவைத்துவிட்டு போயிருக்கிறார். ஹோமர் தொடங்கி, சேக்ஸ்பியரிலிருந்து பாரதி வரைக்கும் பூமியின் தொடக்கத்திலிருந்து இன்றுவரை வாழ்ந்த உலகத்து கவிகள் எல்லோருடைய ஊதியத்தைக் கூட்டினாலும் இந்தத் தொகையை எட்டமுடியாது என்று கூறுகிறார்கள்.

செல்வரைப் பற்றிச் சொல்ல வந்த வள்ளுவர் 'இல்லாரை எல்லாரும் எள்ளுவர், செல்வரை எல்லாரும் செய்வர் சிறப்பு' என்று கூறுகிறார். ஆனால் 'பணம் பணம்' என்று ஓடும்போது சிலர் வாழ்க்கையைத் தவற விட்டு விடுகிறார்கள். நான் நைரோபியில் தற்செயலாக ஒரு மேல்நாட்டுத் தம்பதியினரைச் சந்தித்தேன். நடு இரவில் கென்யாவின் காட்டுப்பகுதியில் உள்ள ஆர்க் என்ற இடத்தில் சிங்கங்கள் தண்ணீர் குடிக்க வரும் காட்சியைப் பார்ப் பதற்காக வந்திருந்தார்கள். இவர்கள் பெரும் தொழிற்சாலைகளில்

நவீன முறைப்படி வெண்ணெய்க்கட்டி தயாரித்து அமோகமாக வியாபாரம் செய்தவர்கள். ஒரு கட்டத்தில் சேர்த்த செல்வம் போதுமென்று தீர்மானித்து வியாபாரத்தை விற்று முதலீடு செய்துவிட்டு ஒரு புதுவிதமான சுற்றுலாவை மேற்கொண்டிருந்தார்கள்.

பூமியில் உள்ள அத்தனை நாடுகளிலும் ஒரு நாட்டை தெரிவு செய்து அங்கே ஒரு வருடம் வசிப்பார்கள். மிகவும் எளிமையான வாழ்க்கை; எளிமையான பயணம். ஒரு வருடத்திற்கு ஒரு மில்லியன் டொலர்களை ஒதுக்கியிருந்தார்கள். வருட முடிவில் மீதியாக இருக்கும் பணத்தை அந்த நாட்டு அறக்கட்டளை ஏதாவது ஒன்றுக்கு எழுதி வைத்துவிடுவார்கள். இந்தத் தம்பதியினர் அடுத்த ஆண்டு பிரேஸில் நாட்டில் ஒரு வருடம் தங்குவதாகத் திட்டம் போட்டிருந்தார்கள். அவர்கள் சொன்னது. 'வாழ்க்கை வேறு; பணம் வேறு. பணத்தைச் சேர்த்துவிட்டால் மாத்திரம் வாழ்க்கையை அனுபவித்ததாகச் சொல்லிவிடமுடியாது.' அவர் சொன்னது எத்தனை உண்மை.

இந்தக் கட்டுரையை நியூயோர்க்கர் இதழில் வந்த ஒரு கார்ட்டூனைச் சொல்லி முடிப்பது பொருத்தமாக இருக்கும்.

ஒருவர் காட்டுக்குள்ளே பல மணி நேரமாகத் தான் தொலைத்த கொல்ஃப் பந்தைத் தேடுகிறார். இறுதியில் 'ஆ! பந்தைக் கண்டுபிடித்து விட்டேன். இனி மைதானத்தைத் தேட வேண்டியதுதான்' என்கிறார்.

இது போலத்தான் பணத்தைத் தேடும் அவசரத்தில் பலர் வாழ்க்கையைத் தொலைத்து விடுகிறார்கள்.

யன்னல்களைத் திறவுங்கள்

சமீபத்தில் நான் ஓர் எழுத்தாளரின் செவ்வியைப் படித்தேன். அது என்னை மிகவும் பாதித்தது. அவர் சொல்கிறார், 'நான் ஒவ்வொரு யன்னலாகச் சாத்திக்கொண்டே வருகிறேன்' என்று. இது எவ்வளவு அவலமானது. நடு வயதுகூட தாண்டாத ஒரு எழுத்தாளர் கூறும் வார்த்தைகளா இவை என்று என்னை இது சிந்திக்க வைத்தது.

எங்களைச் சுற்றியிருக்கும் அவலங்களிலும் போதாமைகளிலும் இயலாமைகளிலும் நம்பிக்கையை முன்னெடுத்து ஒரு நிறைவு தேடிச்செல்வதுதானே வாழ்க்கை. இதுதானே மனித சிருஷ்டியின் ரகஸ்யம். உலகத்தின் தலை சிறந்த படைப்பாளிகள் எல்லாம் வாழ் நாளின் கடைசிக்கட்டத்தில்கூட புது யன்னல்களைத் திறந்தபடி தானே இருந்தார்கள். வாழ்வுக்குச் சுவை கூட்டுவது யன்னல்கள் அல்லவா? அவற்றை யாராவது சாத்துவார்களா?

ஐம்பது வருடங்களுக்கு மேலாக இயற்கை பற்றியும் சுற்றுச் சூழல் பற்றியும் ஆங்கிலத்தில் அற்புதமாக எழுதி வந்தவர் மா.கிருஷ்ணன். அவர் 1995 ஆம் ஆண்டு தனது 82வது வயதில் ஒரு புது யன்னலைத் திறந்தார். அப்போது அவர் எழுதியதுதான் அவருடைய புகழ்பெற்ற 'Verse for a Living' என்ற கட்டுரை. இதை வசதிக்காகத் தமிழில் 'பசிக்கு எழுதிய பாடல்' என்று மொழி பெயர்த்துக் கொள்ளலாம்.

இயற்கை எழுத்தாளர் என்று பேர் பெற்று அதைப் பற்றியே எழுதி வந்தவர் தமிழ் இலக்கியப் பக்கம் தனது 82ஆவது வயதில் திரும்பியது ஓர் அதிசயமான நிகழ்ச்சியே. 'பத்மாவதி சரித்திரம்' என்ற தமிழ் நாவலை எழுதியவர் அவருடைய தந்தையார் மாதவய்யா. அவர் நூறு வருடங்களுக்கு முன்னால் கண்டெடுத்த ஓர் ஓலைச்சுவடியில் அகப்பட்ட தனிப்பாடல் பற்றி எங்களுக்கு எழுதுகிறார் கிருஷ்ணன்.

குமாரசாமிப் பாண்டியன் என்று ஒரு சிற்றரசன். மகா கஞ்சன். அவனைப் புகழ்ந்து பெயர் தெரியாத ஓர் ஏழைப்புலவர் பரிசிலுக்காகப் பாடினார். எத்தனையோ இடர் பட்டு பல நாட்கள்

பிரயாணம் செய்து வந்த புலவருக்குப் பரிசாக ஒரு சொற்ப காசே கிடைக்கிறது. வயிறெரிந்த புலவர் சொல்கிறார், 'முன்பொரு காலத்தில் மூதைப் பெரியவன் ஒரு பாடலுக்காகத் தன் மகளைத் தந்தான், சீதக்காதியோ செத்த பிறகும் கொடுத்தான், ஓ! விரித்த கை குமாரசாமியே சொல், என் பாடலுக்கு உன் கையிலிருந்த அத்தனை காசுகளையும், முழுதாகப் பதினெட்டு பைசாவையும் ஈந்துவிட்டாயே, நாளை என்ன செய்வாய் உன் உணவுக்கு?' இப்படி அங்கதமாகப் பாடிய புலவருடைய ஏமாற்றத்தை எங்களுடன் பகிர்ந்து கொள்கிறார் கிருஷ்ணன். அந்த முதிர்ந்த வயதிலும் தான் பெற்ற இன்பம் இந்த வையகமும் பெறவேண்டும் என்ற உயர்ந்த எண்ணத்தில் புது யன்னல்களை எங்களுக்குத் திறந்து விடுகிறார்.

எழுத்தாளர் சிறு குழந்தையைப் போலத்தான். அவர்கள் கண்கள் பரபரப்பாகச் சுழன்று கொண்டிருக்கும். ஒரு குழந்தை காலை துயில் எழுவதைப் பாருங்கள். அவர்களுக்கு ஒவ்வொரு நாளுமே ஒரு புது நாள்தான். அன்றைய நாளின் அதிசயங்களில் என்னென்ன பூட்டி வைத்திருக்கோ அவை அவ்வளவையும் திறந்து விடவேண்டும் என்ற ஆவலோடு இருப்பார்கள்.

ஆனால் மனிதன் வளர வளர அவனை பயம் பிடித்துக் கொள்கிறது. அவனுடைய சிந்தனைகள் உள்நோக்கி வளருகின்றன. சுயநலம் பிடித்து, பொதுநலம் பற்றிய சிந்தனை மறைந்துவிடுகிறது. மற்றவர்கள் தனக்கு என்ன செய்வார்கள் என்று எதிர்பார்க்கிறானே ஒழிய, தான் மற்றவர்களுக்காக என்ன செய்யலாம் என்று யோசிப்பதில்லை.

சந்தாகுரூஸில் உள்ள ஒரு பேக்கரியில் பலவிதமான கேக், ரொட்டி வகைகள் காணப்படும். தட்டையானதும் நீண்டதும் உருண்டையானதும் அடி பெருத்து நுனி சிறுத்ததும் மணம் வீசுவதுமாக எண்ணில்லா வடிவங்களில் அவை அங்கே சுடச்சுட விற்பனைக்கு இருக்கும். காலையில் 9 - 10 மணிக்கும், மாலையில் 4 - 6 மணி வரைக்கும் கூட்டம் இந்தக் கடை வாசலில் அலைமோதும். காரிலும் சைக்கிளிலும் நடந்தும் வரும் ஆட்கள் வரிசையில் நின்று தங்கள் தேவைகளைப் பெற்றுப்போவார்கள். அப்படிச் செய்யும்போது ஒரு விசித்திரம் நடந்தது. எல்லோரும் காசு கொடுப்பதற்கு முன்னர் 'நான் நடந்துவந்தேன்', 'நான் சைக்கிளில் வந்தேன்', 'நான் காரில் வந்தேன்' என்று சொன்னார்கள். என்னுடைய முறை வந்தபோது நானும் 'நான் நடந்து வந்தேன்' என்று காரணம் தெரியாமல் சொல்லி வைத்தேன். அவர்கள் எனக்கு 10% தள்ளுபடி தந்தார்கள். பிறகு தெரிந்தது நடந்து வந்தவர்களுக்கும் சைக்கிளில் வந்தவர்களுக்கும் இந்த சலுகை

என்று. காரில் வந்தவர்களுக்கு இல்லை.

நான் விசாரித்ததில் இந்த நிறுவனத்தை நடத்தும் மனிதருக்கும் அரசாங்கத்துக்கும் ஒருவித சம்பந்தமும் இல்லை. தானாக அவருக்கு சுற்றுச்சூழலுக்கு ஏதாவது செய்யவேண்டும் என்று தோன்றியது. அதன் விளைவுதான் இந்த ஏற்பாடு. தன்னால் இயன்ற வரையில் இதைப் பெரிதுபடுத்தாமல் நடத்தி வருகிறார். அவருக்கு ஏற்படும் நட்டம் சிறிது; ஆனால் அவர் உலகத்துக்கு விடுக்கும் செய்தி பெரியது.

கலிபோர்னியாவில் ஒரு நாள் காலை பத்திரிகைகள் ஒரு பறவை பற்றி எழுதின. வழி தவறி வந்த இந்தப் பறவையின் கதை இணையம் மூலம் பரவியது. 2001 ஆம் ஆண்டு, பிப்ரவரி மாதம் போலினாஸ் நீர் நிலையருகே இந்தப் பறவை காணப்பட்டது. இதன் பெயர் கிறெற்றர் சாண்ட் புளோவர் என்று பறவை நோக்கர்கள் தெரிவித்தார்கள். ஆனால், இது வட அமெரிக்காவுக்கு உரிய பறவை அல்ல. அபூர்வமான இந்தப் பறவை மங்கோலியாவில் இருந்து குளிர் காலங்களில் தென் இந்தியாவுக்கு வருவது. இந்தத் தடவை இடம் பெயர்ந்தபோது வழி தவறி கலிபோர்னியாவுக்கு வந்து விட்டது.

பறவை நோக்கர்கள் பல தூரங்களிலிருந்து இந்தப் பறவையைப் பார்ப்பதற்கு வந்தார்கள். இதன் நீளம் ஒரு அடிக்கும் குறைந்தது; கறுப்பு சொண்டும், சிவப்புக் கண்களுமாக மண் நிறத்தில் இருந்தது. பத்தாயிரம் மைல் தூரம் வழி தவறிய இந்த அதிசயப் பறவையைப் பார்க்க ஒரு நாளைக்கு இருநூறு முன்னூறு பேர் வந்தார்கள். எனக்குப் பக்கத்திலே ஓர் இளம் பையன் தொலைநோக்கு கண்ணாடியில் பார்த்துக் கொண்டிருந்தான். அவன் மாணவன். கடந்த பத்து வருடங்களாகப் பறவைகளை அவதானிப்பதாகச் சொன்னான்.

ஆனால், எனக்கு ஒரு வயோதிகர்தான் வியப்பூட்டினார். அவர் கடந்த ஒரு வருடமாக இதைச் செய்கிறாராம். வட அமெரிக்காவில் இருக்கும் 650 பறவை வகைகளில் 120 பறவைகளைத்தான் அடையாளம் காண முடிவதாக ஒரு சிறு பிள்ளையின் குதூகலத்துடன் கூறினார். அவர் இன்னொரு விஷயமும் சொன்னார். 'நாங்கள் எந்த ஒரு பிராணி வளர்த்தாலும் எவ்வளவு அன்பைக் கொட்டினாலும் எங்கள் குறுக்கீடு அதன் வாழ்க்கையில் இருக்கத்தான் செய்யும். ஆனால் பறவைகளை நோக்குவது என்பது உத்தமமான பொழுது போக்கு. அவற்றின் சுதந்திரத்தில் குறுக்கிடாமல் தூரத்தில் இருந்தே அவற்றை அவதானிப்பது உயர்ந்த மனித ரசனை' என்றார்.

எங்கள் வாழ்நாளில் நாங்கள் எத்தனையோ சிறு வயது

ஆசைகளை நிறைவேற்றாமலே போய்விடுகிறோம். காரணம் நேரமின்மை என்றும் வசதியின்மை என்றும் கூறிக்கொள்கிறோம். உண்மையான காரணம் சோம்பேறித்தனம்தான். அந்தத் தள்ளாத வயதிலும் அவருக்கு இருந்த ஆர்வத்தைப் பார்த்தபோது நிறைவாக இருந்தது. வாழ்க்கையின் இறுதிக்கட்டத்தில் அந்த முதியவர் ஒரு யன்னலைத் திறந்திருக்கிறார். இயற்கையின் அளப்பரிய படைப்பில் மனத்தைப் பறிகொடுப்பதும் மரியாதை செய்வதும் மகிழ்வதும் பெரிய பேறல்லவா?

தனி மனிதர்கள் அல்ல, சில வேளைகளில் அரசாங்கங்களும் இன்ப அதிர்ச்சி தருவதுண்டு. கனடாவின் 401 நெடுஞ்சாலையில் இது நடந்தது. இந்தச் சாலை உலகத்திலேயே மிகவும் பிரபலமானது. அதில் மணிக்கு 16,000 வாகனங்கள் பயணம் செய்வதாகப் புள்ளி விபரங்கள் சொல்லும். ஒரு நாள் ரக்கூன் என்று சொல்லப்படும் சிறு மிருகம் ஒன்று தவறுதலாக ஒரு விளக்குக் கம்பத்தின் நுனிக்கு ஏறிவிட்டது. இந்தச் சாலை போக்கு வரத்து நெரிசலில் உச்சமானது. ரக்கூன் ஏறிவிட்டதே ஒழிய அதற்கு இறங்கிப் போவதற்கு முடிய வில்லை. அப்படி இறங்கினாலும் ஏதோ ஒரு வாகனத்தில் 140 கி.மீ வேகத்தில் சாவது நிச்சயம். யாரோ வன உயிரில் அக்கறை கொண்டவர் பொலீஸுக்கு அறிவித்துவிட்டார்.

அடுத்த நிமிடம் அந்தச் சாலை இன்னும் பரபரப்பாகி விட்டது. தீயணைப்புப் படையும், பொலீஸும், மிருக வதைத் தடுப்பு சங்கமும் சேர்ந்து ஒரு மீட்பு பணிக்குழு உருவாகியது. ஒரு மணிநேரம் அந்த பெருஞ்சாலையின் ஒரு பகுதி மூடப்பட்டது. வாகனங்கள் திசை திருப்பப்பட்டன; 50,000 பயணிகள் வசதிக் குறைவுக்கு ஆளாகினர். கம்பத்திலிருந்த ரக்கூன் மீட்கப்பட்டு மறுபடியும் காட்டினுள் விடப்பட்டது.

ஒரு முதல் மந்திரியின் இடைஞ்சலற்ற பயணத்திற்காக இரண்டு மணி நேரம் ரோடுகளை அடைத்து பயணிகளை இம்சைப் படுத்துவதைப் பார்த்துப் பழகிப்போன எனக்கு, ஓர் இலையானைப் போலக் கவனிப்பாரற்று மேலும் கீழும் சனத்தோடு சனமாகப் போய் வரும் பிரதம மந்திரி இருக்கும் நாட்டில் ஒரு வனவிலங்குக் காக 50,000 பயணிகள் வழி மாற்றப் பட்டது மேலும் ஒரு யன்னலைத் திறந்தது போலத்தான்.

வாழ்க்கைப் பயணம் சுவையானது. அதை ஒரு சுரங்கப் பாதையாக மாற்றுவது மனிதன்தான். யன்னல்களைத் திறவுங்கள். புதிய காற்று உள்ளே நுழையட்டும்.

பாப்பம்

சில வார்த்தைகளின் அர்த்தம் லேசில் புரியாது. புரிந்துவிட்டது போலத் தோன்றும், ஆனால் அவற்றின் முழுப் பரிமாணத்தையும் உணர பல நாட்கள் எடுக்கலாம். அப்படியான ஒரு வார்த்தைதான் மேலே கூறியது.

கனடாவுக்கு வந்த சில நாட்களிலேயே எனக்கும் இந்த வார்த்தைக்கும் சம்பந்தம் ஏற்பட்டுவிட்டது. வீடு மாறவேண்டிய கட்டாயம் எனக்கு. நான் மஞ்சள் பக்க புத்தகத்தைப் புரட்டிப் பார்த்து மூன்று கம்பனிகளிடம் வீட்டு சாமான்களை எடுத்துப் போவதற்கான விலைக்குறிப்பு கோரினேன். அதில் இரண்டு கனடிய கம்பனிகள்; ஒன்று தமிழ் கம்பனி.

இரண்டு கனடிய கம்பனிகளும் வந்து வீட்டுச் சாமான்களின் உயரம், பருமன், எடை எண்ணிக்கை எல்லாவற்றையும் பார்த்து ஒரு விலை நிர்ணயித்துப் போனார்கள். ஒரு பாரத்திலும் புள்ளடி போட்ட இடத்தில் கையொப்பம் வாங்கிக்கொண்டார்கள்.

தமிழ் கம்பனி தலை காட்டவில்லை. காலை எட்டு மணிக்கு வருவதாகச் சொல்லியிருந்தார்கள். தொலைபேசியில் கூப்பிட்டேன். என் வீட்டு விலாசத்தை மறுபடியும் கொடுத்தேன். அப்பொழுதும் வரவில்லை. பால் நினைந்தூட்டும் தாயைப்போல மீண்டும் மீண்டும் நினைவூட்டினேன். கடைசியில் பன்னிரண்டு மணிக்கு ஒருவர் வந்தார்.

ஒரு 19 வயது மெல்லிய பையன். காளான் தலை முடிவெட்டு; கிழித்துவிட்ட கால் சட்டை. ஓட்டையை மிச்சம் பிடிப்பதற்காக ஒரு காது ஓட்டையில் மாட்டிய இரண்டு வளையங்கள். ஒரு பொத்தான்களும் போடாமல் திறந்துவிடப்பட்ட X அல்லது XL சைஸ் சேர்ட். அந்த சேர்ட்டின் இரண்டு நுனிகளும் கையில் அகப்படாமல் ஒரு பறவையின் செட்டைகளைப்போலப் படபடவென்று அடித்தன. ஒரு கார் கண்ணாடித் துடைப்பான் போலத் தலையை இரண்டு பக்கமும் மாறி மாறி ஆட்டியபடி வந்துகொண்டிருந்தார். அவருடைய வலதுகை சுட்டுவிரலில் கார் சாவி வளையம் சுழன்று சுழன்று இறங்கியது.

மற்றவர்களைப்போல இவர் சாமான்களை ஆராயவில்லை. தன் மேலான பார்வையை ஒரு தொங்கலில் இருந்து மறு தொங்கல் வரை ஓடவிட்டார். பிறகு ஒரு தொகையைச் சொன்னார். இவருடைய விலை மற்ற கம்பனிகள் சொன்ன விலையிலும் பார்க்க பாதியாக இருந்தது. 'திங்கள் காலை எட்டு மணிக்கு லொறி வர வேணும். சரியாக 12 மணிக்கு வீட்டை காலிசெய்து ஒப்படைக்க வேணும்' என்றேன்.

'பாப்பம்' என்றார்.

'தம்பி, இது பாப்பம் இல்லை. 12 மணிக்கு மற்ற வீட்டுக்காரர் வந்து விடுவார். நான் வெறும் வீடு பாரம் கொடுக்காவிட்டால் நட்ட ஈடுகட்டவேண்டியிருக்கும்' என்றேன்.

பிறகும் 'யோசிக்காதேயுங்கோ, பாப்பம்' என்றார்.

இந்த வார்த்தை என்னை பயம் காட்டியது. நான் ஒரு கனடிய கம்பனியுடன் ஒப்பந்தத்தை முடித்து நிம்மதியாக வீடு மாறினேன்.

பாப்பம் என்ற வார்த்தை அதற்குப் பிறகும் பல தடவைகள் என் வாழ்க்கையில் குறுக்கிட்டது. இந்த வார்த்தையின் பொருள் 'ஆம்' என்பதா, 'இல்லை' என்பதா அல்லது இரண்டுக்கும் இடைப் பட்டதா என்பதை என்னால் நிச்சயிக்க முடியவில்லை. தருணத்திற்கு ஏற்றமாதிரி இதன் கருத்தும் மாறியபடியே இருக்கும் போல எனக்குப் பட்டது.

நான் பாகிஸ்தானில் பெஷாவார் என்ற இடத்தில் சில வருடங்கள் வேலை பார்த்தபோது என் வீட்டு சௌக்கிதார் இடுப்பில் துப்பாக்கியைச் சொருகியபடி, பஸ்மினா சால்வையால் போர்த்திக்கொண்டு, ஆயிரம் தலை வாங்கி இளவரசன்போல எந்த முக்கியமான வேலையைக் கொடுத்தாலும் 'இன்ஷா அல்லா' என்று பதில் இருப்பது ஞாபகத்துக்கு வந்தது. அதன் அர்த்தம்' கடவுள் கிருபை இருந்தால்' என்று இருக்கும். நாலு வருடங்களாக அவனுடைய விலைமதிப்பற்ற வாயிலிருந்து 'ஆம்' என்ற வார்த்தையை என்னால் வரவழைக்க முடியவில்லை.

இப்பொழுதும் யோசித்துப் பார்க்கிறேன். நான் 'அடுத்த மாதத்தில் இருந்து உன் சம்பளத்தை இரண்டு மடங்காக உயர்த்தப் போகிறேன். உனக்குச் சம்மதமா?' என்று கேட்டிருந்தால் அவன் என்ன சொல்லியிருப்பான். சந்தேகமில்லாமல் 'இன்ஷா அல்லா' என்றுதான்.

தீர்க்கமாக ஒரு முடிவைச் சொல்வதற்கு எதிர்ப்பாகத்தான் இந்த வார்த்தை கண்டுபிடிக்கப்பட்டிருந்தது. சிலர் முடிவெடுப் பதற்குப் பல மணி நேரங்களைச் செலவழிப்பார்கள். சிலர்

எடுக்கவே மாட்டார்கள். இன்னும் சிலர் எடுத்த முடிவை அடிக்கடி மாற்றியபடியே இருப்பார்கள். இதற்கு அருமையான ஓர் உதாரணம் என்னிடம் இருக்கிறது. அவர் ஒரு நாட்டின் ஜனாதிபதி.

நான் எழுபதுகளில் சியாரா லியோனுக்குப் பணி நிமித்தம் போனேன். அங்கு அப்போது தேர்தல் சமயம். அறுபது வயது தாண்டிய சியாக்கா ஸ்டீவன்ஸ் என்பவர் அதிக வாக்குகள் பெற்று ஜனாதிபதியாகப் பதவி ஏற்றார். அங்கே இருந்த புஃல்லா இனத்து மக்கள் அவர் வெற்றியைக் கொண்டாட தங்கள் சமூகத்தில் இருந்து உறைய வைத்த பழச்சாறு போல வழுவழுப்பாகவிருந்த ஒரு 16 வயது புஃல்லா பெண்ணை அவருக்குப் பரிசாகக் கொடுத்தார்கள். அவருடைய முடிவெடுக்கும் திறமை புஃல்லா மக்களுக்குச் சாதகமாக இருக்க வேண்டுமென்பதை ஊக்குவிப்பதற்காகக் கொடுக்கப்பட்டவள்.

இவருடைய ஆட்சி விசித்திரமானது. ஒரு சட்டத்தைப் பிறப்பிப்பார். சில நாட்களில் ஓர் இன மக்கள் ஊர்வலமாக வந்து அந்தச் சட்டத்தை எதிர்ப்பார்கள். உடனேயே இவர் சட்டத்தை திருத்தி வேறுமாதிரி மாற்றி விடுவார். அப்பொழுது இன்னொரு சமூகம் அதை எதிர்த்து படை எடுத்து அரச மாளிகையை முற்றுகை இடும். அதையும் மாற்றுவார். இப்படியே மாற்றிக் கொண்டிருப்பார். கடைசியில் இந்த மக்கள் களைத்துப் போவார் கள். எந்தச் சட்டம் கடைசியில் அமலில் இருந்ததோ அதுவே தொடரும்.

இதுவும் நல்ல யுக்தியாகவே எனக்குப் பட்டது. பீற்றர் ட்ரக்கர் (Pe- ter Drucker) என்ற புகழ் பெற்ற மேலாண்மை ஆசான் 'பத்து முடிவுகள் எடுக்கும்போது இரண்டு முடிவுகள் தோல்வியாக மாறுவது தவிர்க்க முடியாதது. ஆனால் தவறான முடிவுகளை எடுக்கும் மேலாளர், முடிவு எடுக்கவே முடியாதவரிலும் பார்க்க சிறந்தவர்' என்று கூறுவார்.

என் மனைவி கனடாவிற்கு வந்த புதிதில் மிகவும் சிரமப்பட்டு ஒரு தையல்காரியைக் கண்டுபிடித்தாள். இவருடைய வாக்கு தேவதை வாக்கு. செவ்வாய்க்கிழமை என்றால் செவ்வாய்க் கிழமைதான். அதில் மாற்றமே கிடையாது. ஆனால் எந்த மாதத்து செவ்வாய் என்பது மிகவும் ரகஸ்யமாகவே பாதுகாக்கப்படும். அது மார்ச் ஆக இருக்கலாம்; ஏப்ரல் ஆக இருக்கலாம்; அடுத்த வருடத்து நவம்பர் மாதமாகக்கூட இருக்கலாம்.

இப்படித்தான் என் மனைவி தைக்கக் கொடுத்த ஆடையை மீட்பதற்காக 17 மாடிகள் கொண்ட லொடலொட லிப்டில் பல தடவை ஏறி இறங்கிவிட்டாள். இந்தப் பெண்மணி தொலைபேசி

அழைப்பை ஏற்பதில்லை. எங்கள் நம்பர் தொலைபேசியில் விழுந்தவுடன் அவர் கைப்பேசியைத் தூக்கவே மாட்டார்.

ஒரு நாள் வேறொரு வீட்டில் இருந்து அழைத்தபோது அவர் தொலைபேசியைத் தூக்கிவிட்டார். ஆடை முடிந்துவிட்டதாகவும் அன்று மாலை ஆறுமணிக்கு வரும்படியும் சொன்னார். விழுந் தடித்துப் போனால் பெரும் ஏமாற்றமே. 'நாளைக்கு இதே நேரம் வாருங்கோ, பாப்பம்' என்றார்.

என் மனைவி சாது. கோபமே வராது. உயர்ந்த சமாதான விரும்பி.

'கட்டாயம் தருவீங்களா?' என்றாள்.

'அய்யோ, கட்டாயம் என்று சொல்லக்கூடாது. கட்டாயம் என்றால் கஞ்சியும் கிடைக்காதாம், அப்பா சொன்னவர்' என்றார்.

'நிச்சயம் நாளைக்குக் கிடைக்குமா?' என் மனைவி விடவில்லை.

'நிச்சயம், கட்டாயம் என்றெல்லாம் சொல்லவேண்டாம். நாளைக்குப் பாப்பம்' என்றார்.

என் மனைவியின் சொண்டு துடித்தது. ஆனால் ஆடை முக்கியமல்லவா? திரும்பிவிட்டாள்.

கோப மிகுதியில் 17 மாடிகளையும் மின்தூக்கியின் உதவி இன்றித் தனியாகக் கடந்தாள். ஒன்றுக்குப் பின் ஒன்றாகத் தள்ளிக் கொண்டு வந்த அவளுடைய மூச்சு நிதானத்துக்கு வர அரை மணிநேரம் எடுத்தது. தைக்கக்கொடுத்த துணியைத் திரும்பவும் நாங்கள் கண்ணால் பார்க்கவே இல்லை. என் மனைவியின் கடைசிப் புன்னகை அன்று ஆறு மணியுடன் முடிவடைந்தது.

முடிவெடுக்க முடியாதவர்கள் பலரைக் காவியங்களில் கண்டிருக்கிறோம். நளனுடைய மனம் பட்ட பாட்டைப் புகழேந்திப் புலவர் ஆய்ச்சியர் கைபோல என்று நளவெண்பாவில் வர்ணிக்கிறார்.

> "போயொருகால் மீளும் புகுந்தொருகால் மீண்டேகும்
> ஆயர் கொணர்ந்த அடுபாலின் தோயல்
> கடைவார்தங் கைபோல் ஆயிற்றே காலன்
> வடிவாய வேலான் மனம்."

மோர் கடையும் ஆய்ச்சியர் கை முன்னும் பின்னும் அசைவதுபோல அவனுடைய மனதும் அல்லாடியதாம். சேக்ஸ் பியருடைய புகழ் பெற்ற ஹாம்லெட்டும் இந்த வகைதான். வாழ்வா? சாவா? என்பதுதான் அவனுடைய பெரும் போராட்டமாக

இருந்தது.

அன்று ஒரு மணவீட்டுக்குப் போகவேண்டும். சரியாக எட்டு மணி என்று சொல்லியிருந்தார்கள். அதிகாலையில் திரைச்சீலையை நீக்கிப் பார்த்தபோது சூரியனின் அன்றைய திட்டம் தீர்மானிக்கப் படவில்லை. அவனும் பாப்பம் என்ற வார்த்தையில் மிகவும் மோகம் வைத்திருந்தான் போலும். வெடவெட குளிர் அடிக்கும் அந்தச் சாம்பல் நிறக் காலை நேரத்தில் நானும் மனைவியும் வெளிக்கிட் டோம். முழு விலாசம் தரப்படாத அந்த மண்டபத்தை என்னுடைய உளவறியும் திறமையால் கண்டுபிடித்து விட்டேன்.

உள்ளே நுழைந்தால் ஒருவரும் இல்லை. தங்கள் பெயர்களை மார்பிலே எழுதி அணிந்த ஊழியர்கள் இரண்டு பேர். ஓர் ஆண்; ஒரு பெண். பார்த்த உடனேயே அங்கே இட நெருக்கடி இருப்பது தெரிந்தது. அவனுடைய கைகள் இருந்த இடத்திலேயே அவளு டைய கைகளும் இருந்தன. அவனுடைய கால்கள் இருந்த இடத்தி லேயே அவளுடைய கால்களும் இருந்தன. அவனுடைய உதடுகள் இருந்த இடத்திலேயே அவளுடைய உதடுகளும் இருந்தன. கடவுள் படைத்த வெளியை இப்படி அவர்கள் மிகச் சிக்கனமாக உபயோகித் தார்கள்.

எங்களைக் கண்டதும் அந்தப் பெண் ஒரு வெல்கிரோவை உரிப்பதுபோல தன்னை உரித்துக்கொண்டு வந்து 'என்ன, என்ன?' என்றாள்.

'ஒரு சின்னத் தவறு நடந்துவிட்டது. நாலாம் எண் மண்டபம் எது?' என்றேன்.

வாயைத் திறந்து அனாவசிய செலவு வைக்காமல் இடது கை விரலை மட்டும் அசைத்துக் காட்டினாள். பின் மறுபடியும் தன் வேலையை விட்ட இடத்தில் இருந்து தொடரச் சென்று விட்டாள்.

நாங்கள் நாலாம் மண்டபத்துக்கு வந்தபோது அங்கே ஒரு மின்சாரக்காரர் வயர்களை இழுத்துக்கொண்டு திரிந்தார். கதிரைகள் நிரையாக அடுக்கப்பட்டிருந்தன. நாங்கள் கடைசி வரிசையில் போய் உட்கார்ந்தோம். பயமாக இருந்ததால் ஒருவர் கையை ஒருவர் பற்றிக்கொண்டோம். பத்து மணி வாக்கில் ஒவ்வொருவராக ஆட்கள் வரத் தொடங்கினார்கள்.

பத்து மணி விழாவுக்கு எட்டு மணிக்கு அழைப்பதில் ஒரு சூட்சுமம் இருந்தது. நிசமான நேரம் ஒன்பது என்றால் விழாக்காரர் எட்டு மணிக்கு அழைப்பார். விருந்தினருக்கு உண்மை தெரியுமாத லால் அவரும் ஒரு மணி கழித்துத்தான் வருவார். இதை ஈடு

கட்டுவதற்கு மேலும் ஒரு மணி நேரம் கூட்டி விழாக்காரர் ஏழு மணிக்கு அழைப்பார். இதையும் விருந்தாளி மோப்பம் பிடித்து இரண்டு மணி நேரம் தாமதமாக வருவார். இப்படியே இந்த ஆபத்தான வட்டம் பெருக்கல் வாய்ப்பாடுபோலப் பெருத்துக் கொண்டே போகும்.

முடிவெடுக்க முடியாமல் போவது உண்மையில் ஒரு நோய் என்று கண்டுபிடித்திருக்கிறார்கள். சில அமெரிக்க நிறுவனங்கள் தங்கள் அதிகாரிகளுக்கு ஒரு சோதனை வைப்பதுண்டு. இதற்கு Myers and Briggs Test என்று பேர். இது முடிவெடுக்க முடியாதவர் களை வகைப்படுத்துகிறது. பிறகு அவர்கள் அந்த நோயிலிருந்து மீள என்ன செய்யவேண்டும் என்ற வழிவகைகளைப் போதிக்கிறது.

முடிவைத் தள்ளிப்போடுவது இன்னொரு வகை. டிம் ஹோர்ட்டன் சிறு உணவகத்தில் நீண்ட வரிசை. எனக்கு முன் இந்த இளம் காதலர்கள் இடித்துக்கொண்டு நின்றார்கள். இடைக்கிடை அவன், ஒன்றுக்குமேல் ஒன்றாக அணிந்த மூன்று குளிர் ஆடைகளுக்கு மேலால் அவளைக் தடவிக் கொடுத்தான். அந்தத் தடவல் அவள் சருமத்திற்குப் போய்ச்சேர ஒரு நாள் எடுக்கும். அவளுக்கு எப்படியோ தெரிந்து முறுவலித்தாள். அவர்கள் முறை வந்ததும், பாதி விளிம்பு தொப்பியும் கறுப்பு உதட்டுப் பூச்சும் அணிந்த பெண் 'என்ன வேண்டும்?' என்று கேட்டாள். இவனுக்கு பிடித்தது அவளுக்குப் பிடிக்கவில்லை; அவனுக்கு வேண்டியதை இவள் விரும்பவில்லை. இரண்டு டொலர் உணவுக்கு இரண்டு நிமிடம் எடுத்துக்கொண்டார்கள். பின்னால் 11 பேர் நின்றோம். 22 மனித நிமிடங்கள் வீணாகின. இவர்கள் மணமுடித்த பிறகு இன்னும் சிறப்பாக மனித நிமிடங்களை விரயமாக்கத் திட்டம் ஏதும் வைத்திருப்பார்கள்.

ஞாயிற்றுக் கிழமைகள் படைக்கப்பட்டது விருந்துகளுக்காக என்பது என் மனைவியின் நம்பிக்கை. மதியம் ஒரு மணிக்கு நாற்பது பேருக்கு நாங்கள் விருந்து கொடுப்பதாக ஏற்பாடு. உணவகம் ஒன்று சாப்பாட்டுக்குப் பொறுப்பு. உணவகத்தில் ஓடரை எடுத்தவர் 'ஞாயிறு மத்தியானந்தானே பாப்பம்' என்றார். நான் அப்போது விழித்திருக்க வேண்டும். அந்த நேரம் என்னுடைய புத்தி கொழுந்து விட்டு வேலை செய்யவில்லை.

விருந்துக்கு ஆட்கள் வரத்தொடங்கினார்கள். மேலங்கிகள் மலையளவுக்கு வளர்ந்து விட்டன. சரியாக ஒரு மணிக்கு சாப்பாட்டை எடுப்பதற்காக உணவகத்துக்குப் போனேன். அங்கே என்னைக் கண்டதும் ஒருவர் அசைந்து வந்தார். அவரிடம் ஓடரைக் காட்டியபோது ஆச்சரியமாக வாயைப் பிளந்து pause

பட்டனை அமுக்கியதுபோல அப்படியே வைத்துக்கொண்டார். ஒரு பல் வைத்தியருக்கு முழு நாள் வேலை வைக்கக்கூடிய பற்களைக் காட்டி 'அண்ணை, நீங்கள் ஏளியாய் வந்திட்டீங்கள்' என்றார்.

'இல்லையே, ஒரு மணிக்கு சாப்பாடு என்றுதானே சொன்னேன்.'

'இன்றைக்கு ஞாயிறு. ஒருவரும் வெள்ளென எழும்ப மாட்டினம். வழக்கமாய் இரண்டு மூன்று மணிக்குத்தான் சாப்பிடுவினம்.'

'தம்பி, எனக்கு மற்றவை எத்தினை மணிக்கு எழும்பிறவை, எப்ப பல்லு தீட்டுவினம் என்றெல்லாம் தெரியாது. நான் ஒரு மணிக்குத்தான் ஓடர் குடுத்தனான்.'

'ஒன்று செய்யுங்கோ. கொஞ்சம் பொறுத்து வாருங்கோ. நான் றெடி பண்ணி வைக்கிறன்.'

அப்படியே திரும்பி வந்து பசியுடனும் கோபத்துடனும் இன்னொரு தடவை புறப்பட்டேன். 'நிறுத்து' எச்சரிக்கைகளில் நிற்காமலும் மஞ்சள் விளக்குகளை மதிக்காமலும் வேகமாக காரை ஓட்டினேன். நான் மணியை அடித்ததும் குசினியில் இருந்து ஒருவர் வந்து என்னை ஒரு கலகக்காரனைப் பார்ப்பதுபோல பார்த்தார். அவர் நாடி அடியில் நீர்கோத்து சொட்டாகச் சத்தத்துடன் மரத்தரையில் விழுந்தது. டீவியின் கீழே தோன்றும் செய்தி வாசகம் படிக்கமுன் ஓடிவிடுவதுபோல இவரும் நான் வாய் திறக்குமுன் மறைந்துவிட்டார். நான் எனக்கு முன் நின்ற காற்றுடன் பாதி வசனம் பேசியபின் நிறுத்தினேன்.

கடைசியில் ஒருவாறாக மூன்று மணி அளவில் உணவுப் பொதியை பெற்றுக்கொண்டு வீடு திரும்பினேன்.

இந்த விடயம் இத்துடன் முற்றுப் பெறவில்லை.

ஒரு வாரம் கழிந்தது. என் மனைவி சொன்னாள் 'என்னோட படித்த சிநேகிதி கனடா வந்திருக்கிறாள் குடும்பத்தோடு. அவர் களின் சொந்தக்காரரோடு தங்கியிருக்கிறாள். நாங்கள் அவர்களுக்கு அடுத்த ஞாயிறு ஒரு விருந்து கொடுக்கவேணும்.'

'எத்தனை பேர்?'

'இருபது பேர் இருக்கும்.'

'சரி, பாப்பம்' என்றேன்.

செம்புலப் பெயல் நீர்

ஒருவிதத்தில் பார்க்கப்போனால் மின்சாரம் எனக்குத் தம்பிதான். ஆறு வருடம் இளமை. இன்னும் விளக்கமாகச் சொன்னால் எங்கள் கிராமத்துக்கு மின்சாரம் வந்தபோது எனக்கு வயது ஆறு. அந்தக் காலத்தில் இருந்தே எனக்கு மின்சாரத்தில் இயங்கும் கருவிகளில் ஒரு பிரியம் இருந்தது.

என் இளவயதில் நான் பார்த்து அதிசயப்பட்ட மனிதர் பொன்னுசாமி. அவர் ஒரு கணக்காய்வு (audit) கம்பனியில் வேலை பார்த்தார். பெரிய பெரிய லெட்ஜர்களையெல்லாம் அவருடைய மேசைமேலே காலை வேளைகளில் கொண்டுவந்து போட்டு விடுவார்கள். வலது கையில் இரண்டு விரல்களுக்கிடையில் பென்சிலைப் பிடித்துக்கொண்டு மேலிருந்து கீழாகக் கோடு இழுத்துக்கொண்டே அசுர வேகத்தில் கணக்குகளைக் கூட்டி முடித்துவிடுவார். மின்சாரத்தில் இயங்கும் கூட்டல் மெசின் வந்த சில நாட்களில் அவருடைய வேலை பறிபோய்விட்டது.

நான் 16 மைல் தூரம் சைக்கிள் மிதித்துப் போய் கம்ப்யூட்டரைப் பார்த்தபோது அது ஒரு முழு அறையை அடைத்துக் கொண்டு கிடந்தது. மஞ்சள் உடை இளம்பெண்கள் நீள்சதுர அட்டைகளில் துளைகள் போட்டு கம்ப்யூட்டருக்கு தீனி கொடுத்துக் கொண்டிருந்தார்கள். அது விஷயத்தை கிரகித்து அன்றைய அலுவல்களைச் சரியாகச் செய்து கொடுத்தது.

ஓர் ஒன்பது வருடத்திற்கு முன்புதான் முதன்முதல் மடியில் வைக்கும் கம்ப்யூட்டர் ஒன்று எனக்குக் கிடைத்தது. இதை நான் கையேட்டில் சொன்னபடி மடியில் வைத்துச் சீராட்டினேன். ஏவல்களை வேகமாகச் செய்துகொடுத்தது. அது என்னை வளர்த்தது. என்னுடைய இணை பிரியாத தோழனாகி என் வாழ்வை சந்தோசமாக்கியது.

இது எப்படியோ 12000 மைல் தொலைவில் பிலிப்பைன் நாட்டில் வாழ்ந்த ஹென்றி போர்டிங்கோ என்ற ஒருவருக்குத் தெரிந்துவிட்டது. எனக்கு அவரைத் தெரியாது. அவரும் என்னை அறியார். ஆனால், அவர் என் சந்தோசத்தை எப்படியோ ஊகித்து

அதை நீடிக்க விடக்கூடாது என்று உறுதி பூண்டிருந்தார். என்னைக் கெடுத்து இல்லாமல் செய்துவிட தீர்மானித்தார்.

இதைத்தான் டொஸ்ரோவெஸ்கி என்ற ரஷ்ய பேராசான் சொன்னார், ஒருவர் பாரிஸ் ஈபல் கோபுரத்தைப் பார்க்கும்போது அவருடைய உள் மனதிலே அதனுடைய அழிவு பற்றியே சிந்தனை இருக்குமாம். இன்னொருவர் கெடும்போது ஏற்படும் திருப்தி, சந்தோசம் மனிதனுக்கு வேறு எதிலுமே கிடைப்பதில்லை.

இந்த உணர்வு மிருகத்துக்கோ, பறவைக்கோ, பூச்சி, புழுவுக்கோ இருப்பதாகத் தெரியவில்லை. ஆறறிவு படைத்த மனிதனிடம்தான் நிறைய இருக்கிறது. அக்பர் வரும் விருந்தாளிக்கு இரண்டு கோப்பைகளில் மது வைத்திருப்பாராம். ஒரு கோப்பையில் நஞ்சு கலந்திருக்கும். விருந்தாளி படும் அவஸ்தையைப் பார்ப்பதில் அவருக்கு அப்படி ஒரு சுகம்.

சமீபத்தில் வெளியான மெல் கிப்ஸனின் Passion of Christ படம் வரலாறு காணாத அளவுக்கு வசூலைக் கொட்டியது. அதிலே யேசுவை ரத்தம் ஒழுக பிரம்பினால் அடித்து வதைக்கும் காட்சி 20 தடவை காட்டப்பட்டது. அது முடிந்ததும், ஆணி வைத்த சங்கிலியால் யேசுவின் முதுகை சதைத்துண்டுகள் பறக்க அடிக்கிறார்கள். அதன் பிறகு சிலுவையில் அறைகிறார்கள். யேசுவின் அவலக் குரல் வானத்தைப் பிளக்கிறது. எங்கோ ஒரு ஆதி மனித உள்ளம் இதை ரசிக்கிறது. ஒருவருடைய அழிவு தரும் இன்பம் மனித அடிமனத்தில் வாழ்ந்துகொண்டே இருக்கிறது..

இப்படித்தான் முகம் தெரியாத ஹென்றி போர்டிங்கோ எனக்கு அனுப்பிய வைரஸ் வந்து என் கம்ப்யூட்டரில் இடம் பிடித்தது. இவன் யார்? சொந்தப் பெயரா, புனை பெயரா? இடது கைக்காரனா? இவன் சருமம் குட்டி எலிபோல சிவப்பாக இருக்குமா? ஞாயிற்றுக்கிழமை காலை வேளைகளில் உள்ளாடை அணிவானா? கொந்தல் மாங்காய் சாப்பிடுவானா? இது ஒன்றுமே தெரியாது! 600 கோடி சனங்களில் என்னை ஏன் தேர்ந்தெடுத்தான்? அவனுக்கு நான் மனதறிய ஒரு குற்றம் இழைக்கவில்லை; ஒரு துரோகம் நினைத்து அறியேன். நானும் என் பாடுமாக இருந்தேன். என் இருப்பு இவனை ஏன் அச்சுறுத்தியது?

என் முகவரியைத் தேடி வந்த அவனுடைய மின்னஞ்சல் இப்படி இருந்தது.

நண்பரே,

நான் முத்தமிடும்போது அவள் கண்களில் இந்த உலகத்தைப் பார்க்கிறேன். அவளோ கண்களை மூடிவிடுகிறாள். அது ஏன்

என்று உங்களுக்குத் தெரியுமா? இணைப்பைத் திறந்து பாருங்கள். என்ன வார்த்தைகள்! எப்படி ஏமாந்துவிட்டேன். மின்னஞ்சலைத் திறந்ததும் குளவிக்கூட்டில் கல்லெறிந்தது போலாகிவிட்டது. வைரஸ் என் கணினிக்குள் புகுந்து தனக்கென்று ஓர் இடத்தைப் பிடித்து வைத்துக்கொண்டு பெருகத் தொடங்கியது. ஒன்பது வருடங்களாக நான் பாடுபட்டு சேகரித்த தகவல்களை எல்லாம் ஒவ்வொன்றாக உருமாற்றியது. அரித்தது; கலைத்தது; அழித்தது; இடம் மாற்றி வைத்தது.

இன்னொரு புத்திசாலித்தனமான காரியமும் செய்தது. என்னுடைய விலாசப் புத்தகத்தில் போய் குந்தியிருந்து கொண்டு அந்தப் புத்தகத்தில் இருக்கும் ஒவ்வொரு முகவரிக்கும் செய்தி அனுப்பத் தொடங்கியது. இப்படி நூற்றுக்கணக்கான நண்பர்களிடம் அந்த வைரஸ் போய்ச் சேர்ந்து நாசம் செய்தது.

இவர்களில் சிலர் பதில் அனுப்பினார்கள். பத்து வருடமாக தொலைந்துபோன ஒரு நண்பரையும் நான் கண்டுபிடித்தேன். கோபமான ஒருவர் 'நீ என்ன செய்ய விரும்புகிறாய். என்னை ஒரு முட்டாளாக உருமாற்றப் பார்க்கிறாயா? அதை ஏற்கனவே நான் செய்துவிட்டேன்' என்றார். இன்னொரு கரிசனமான நண்பருடைய பதில் 'ஒரு மோசமான வைரஸ் உங்கள் கம்ப்யூட்டரை ஆக்கிரமித் திருக்கிறது. உடனேயே சுத்தம் செய்யுங்கள். சுத்தம் செய்யுங்கள்' என்று வந்தது.

இந்த வைரஸ்ஸின் தீவிரம் எனக்குத் தெரியவந்தபோது காலம் கடந்து போனது. கணிசமான அளவு என் கோப்புகளைத் தின்று பசியாறி விட்டது. நான் அதைத் திறக்கும்போதெல்லாம் மின்னல்கள் இடம்மாறி என் உத்தரவுகளுக்கு எதிர்மறையான செயல்கள் நடந்தேறின.

என்னிடம் பேர்பெற்ற வைரஸ் விரட்டி இருந்தது. அதைக் களத்தில் இறக்கினேன். அப்படியும் இந்த பிலிப்பைன் தேசத்து எதிரியை முறியடிக்க முடியவில்லை. என் அழிவில் அளவில்லாத வேகம் கொண்டிருந்தது.

அப்பொழுதுதான் நண்பர் ஒருவரின் ஞாபகம் வந்தது. எப்பொழுது அவரைக் கூப்பிட்டாலும் அவருடைய டெலிபோன் குரல்தான் தகவல் விடச் சொல்லி அறிக்கை விட்டது. காலையில் ஐந்து மணிக்குப் போய்விடுவார்; திரும்ப இரவு ஒன்பது மணியாகி விடும். கம்ப்யூட்டர் பழுது பார்ப்பது அவர் தொழில். முன்னாளில் அவர் தகப்பனார் அங்கே மருதனா மடத்தில் மந்திரித்துக் குழையடித்தவர்.

எக்லின்டன் மாக்கம் சந்திப்பில் அதிகாலை சனிக்கிழமை வேளை நான் போனபோது இரு கைகளையும் விரித்துப் பறப்பதற்கு ஆயத்தமாக நின்றார். பிறகு தெரிந்தது இது ஒரு சைனிஸ் வகை உடற்பயிற்சி என்று. அவரை காரில் ஏற்றிக்கொண்டு திரும்பிய போது நேரத்தை மிச்சப்படுத்து வதற்காக என்னுடைய கம்ப் யூட்டரின் குறைகளை விவரித்தபடியே வந்தேன். 'ம், ம்' என்ற வசனத்திலும் பார்க்க நீண்ட ஒரு வசனத்தை அவர் பேச விரும்ப வில்லை.

கூராக்கிய ஒரு பென்சிலைச் செங்கோல்போல பிடித்துக் கொண்டு கம்ப்யூட்டரின் வாசல்களை ஒவ்வொன்றாகத் திறந்து பார்த்து ஆராய்ந்தார். பிறகு என் தம்பி பற்றி ஒரு கேள்வி கேட்டார். 'இப்படி செய்யும்போது மின்சாரத் தூள் பறக்கிறதா?' என்றார்.

நான் 'ஓமோமோமோம்' என்றேன்.

என்ன மூளைத் திறம்! என்ன புத்திமான்! அப்பொழுதுதான் எனக்கு இவருடைய மூளையைக் காப்பதற்குப் பத்தொன்பது மண்டை எலும்புகள் இரவு பகலாகப் பாடுபடுவதன் சூட்சுமம் புரிந்தது.

'இது பொல்லாத வைரஸ்' என்றார். அவர் தகப்பனார் 'பொல்லாத காட்டேரி' என்று சொல்லும் போதும் அதே குரல் தான். என்னுடை சருமத்தின் கீழே ரத்தம் பெருக்கெடுத்து நாலு பக்கமும் வேகமாகப் பாய்ந்தது. அந்த இரைச்சல் கேட்காத தூரத்தில் நின்றுகொண்டு முகத்தை இயன்ற மட்டும் துக்கமாக மாற்றி வைத்து அவரைப் பார்த்தேன். இரண்டு மூச்சை இழுத்து ஒன்றாகவிட்டு 'இதை quarantine பண்ணவேணும்' என்றார்.

'ஒரு பத்து வயது பெடியனுக்குச் சொல்றதுபோல விளங்கப்படுத்துங்கோ.'

'அடக்கலாம், ஆனால் அழிக்கமுடியாது' என்றார்.

'இன்னும் கொஞ்சம் கீழே வந்து நாலு வயது பையனுக்குப் புரிகிறதுபோல சொல்லுங்கோ' என்றேன்.

'உங்களுக்கு சூரபத்மனுடைய கதை தெரியும்தானே. சாகா வரம் பெற்றவன். தேவர்களுக்குத் தொல்லை கொடுத்தபடியே இருந்தான். அப்பொழுது முருகப் பெருமான் கோபம்கொண்டு தன் வேலாயுதத்தை எறிந்தபோது சூரனுடைய உடல் இரண்டாகப் பிளந்தது. ஒரு பாதி சேவலாகவும் ஒரு பாதி மயிலாகவும் மாறியது.'

'இது பழைய கதை.'

'இன்னும் இருக்கு. சூரன் சாகவில்லை. உருமாறினான்.

அவ்வளவுதான். சேவலைப் பிடித்து கொடியிலேயும் மயிலைப் பிடித்து வாகனமாக காலின் கீழேயும் முருகன் வைத்துக் கொண்டார். இரண்டையும் எப்பவும் கண்காணித்துக் கொண்டே இருக்கவேணும். கொஞ்சம் அசந்தாலும் சூரன் பழைய உருவம் எடுத்துவிடுவான்.'

'அப்ப இந்த வைரஸ்ஸைக் கொல்ல முடியாது?'

'அதைத்தான் சொல்றன். புத்தியறிஞ்ச பெண்ணை மூலையில உட்கார்த்தி வைப்பதுபோல இந்த வைரஸை ஒரு மூலையில பிடித்து வைக்கவேணும். அடக்கலாம், கொல்ல முடியாது. கம்ப்யூட்டர் தன் பாட்டுக்கு வேலையைச் செய்யும்,' என்றார்.

'யாயும் ஞாயும் யாராகியரோ' என்று தொடங்கும் சங்கப் பாடல் நினைவுக்கு வந்தது.

எனது தாயும் உனது தாயும் யாரென்று அறியோம்
எனது தந்தையும் உனது தந்தையும் உறவு அற்றவர்
நானும் நீயும் முன்னோ பின்னோ கண்டதில்லை
பாலை மண்ணில் மழை நீர் போல
உன்னுடைய வைரஸ் என் கம்ப்யூட்டரில் கலந்ததுவே.

ராமர் அறியாமல் ஊன்றிய அம்பில் குற்றமற்ற ஒரு தேரை செத்துப்போனது என்பார்கள். அது விபத்து, ஆனால் இது என்னை நோக்கி ஏவப்பட்ட வைரஸ் அம்பு. பிலிப்பைன் நாட்டில் வாழும் முகம் தெரியாத நண்பரே! என் வந்தனங்கள். உமக்கு மகா திருப்தியாக இருக்கும். வயிறு குளிர்ந்திருக்கும். ஒரு கேடும் நினைத்தறியாத என்னை உம்முடைய வைரஸ் பீடித்துவிட்டது. இதைப் படைப்பதற்கு அல்லும் பகலும் எத்தனை மனித நாட்களை செலவழித்திருப்பீர். உம் உழைப்பு வீணாகவில்லை. வைரஸ் வலுவானது. இப்பொழுதும் அடிக்கடி வெளியே வந்து சிறு சண்டித்தனம் காட்டி மறைந்துவிடுகிறது. இனி, என்றென்றும் உமக்கு நான் அடிமையே. உம் பணி தொடரட்டும். இன்னும் பல தேசங்களுக்கும் படையெடுக்கட்டும். பரவட்டும்.

இலக்கியப் பற்றாக்குறை

நான் கனடாவுக்கு வந்த புதிதில் என்னுடைய நாளாந்த தேகப்பியாசத்துக்கு பிரச்சனையே இல்லை. காலையும் மாலையும் மற்றும் வேளைகளிலும் தொலைக்காட்சியின் ரிமோட்டைத் தேடுவதிலேயே எனக்கு போதுமான தேகப்பியாசம் கிடைத்துவிடும். சிலவேளைகளில் இந்த ரிமோட் நிலவறையில் கிடைக்கும், சிலவேளைகளில் சமையலறையில், மற்றும் வேளைகளில் படுக்கை அறையில். ஒருமுறை தோட்டத்து பிளாஸ்டிக் இருக்கையில் கூட அகப்பட்டது. நான் கீழ் வீட்டுக்கும் மேல்வீட்டுக்கும் நிலவறைக்கு மாக ஓடியாடி எப்படியோ இதைக் கண்டுபிடித்து விடுவேன். அன்று காலை, அது சமையலறையில் பாத்திரம் கழுவியின் மேல் உட்கார்ந்திருந்தது. யோசித்துப் பார்த்தேன். இந்தத் தொலை இயக்கி வருவதற்கு முதல் வாழ்ந்த ஆதி மனிதர்கள் தங்கள் அன்றாட தேகப்பியாசத்துக்கு என்ன செய்திருப்பார்கள்? புரியவில்லை. அதன் பெயரைப் பாருங்கள், தொலை இயக்கி. அடிக்கடி தொலைந்து விடும் என்பதை எப்படியோ முன்கூட்டியே உணர்ந்து தொலை நோக்கோடு வைத்த பெயர்.

நான் பிறகு வியர்வையைத் துடைத்துக்கொண்டு டிவியைப் போட்டேன். இருபது நிமிடப் படத்துக்கு 35 நிமிட நேரம் விளம்பரம் இருக்கவேண்டும் என்பது கனடிய அரசாங்கத்தின் ஆணை. ஆகவே நான் எப்ப டிவியை இயக்கினாலும் ஒரு விளம்பரம்தான் முதலில் வரும். ஆனால் அன்று வந்த விளம்பரம் அற்புதமாக இருந்து நான் காலை அனுபவித்த இடர்களை எல்லாம் தூக்கி எறிந்தது.

உதாரணம், காலையில் கம்ப்யூட்டருடன் எனக்கு நடந்த சண்டை. ஒரு நாளைப்போல இல்லாமல் அன்று காலை கம்ப்யூட்டரை இயக்கி விட்டு அதன் முழு உருவமும் இறங்கும்வரை காத்திருந்தபோது சிரித்தேன். என்னுடைய அம்மாவும், சோற்றுக் கஞ்சி வடிந்துமுடியக் காத்திருக்கும்போது இப்படித்தான் சிரிப்பார்.

என்றும் இல்லாத திருநாளாக கம்ப்யூட்டர் 'press any key when you are ready' என்றது. நான் காலை ஐந்து மணியில் இருந்து ரெடியாகவே இருந்தேன். என்றாலும் கம்ப்யூட்டரின் வார்த்தைக்கு

மறுப்புக் காட்டாமல் வீட்டுச் சாவியை எடுத்து அமத்தினேன். ஒன்றும் நடக்கவில்லை. அறைச்சாவியை எடுத்து அமத்தினேன். பிறகு கார் சாவியையும் அமத்திப்பார்த்தேன். ஒன்றும் நடக்க வில்லை. ஏதோ பெரிய பிழை நடந்துவிட்டது. கம்ப்யூட்டர் செய்யும் பெரிய என்ஜினியர்கள் எந்தச் சாவி என்பதை விளக்க மாகச் சொல்லலாம் அல்லவா?

Anyway கதைக்கு வருவோம். தொலைக்காட்சியில் தெரிந்த விளம்பரம் இதுதான். முதலில் ஒரு வாசகம் வந்தது.

'சில வேளைகளில் அதிசயமாக சொர்க்கம் கீழே விழுந்து விடுவதுண்டு. ஆனால் அவை திருப்பித் திருப்பி எங்கள் சுற்றுலாத் தளங்களில் விழுந்துவிடுவதுதான் இன்னும் அதிசயம்.'

இதற்குப் பிறகு சில சுற்றுலாத் தளங்களின் படங்களைக் காண்பித்தார்கள், அவ்வளவுதான். இந்த எழுத்துக்காகவே இந்த சுற்றுலாத் தளத்தைப் பார்க்கும் ஆசை எனக்கு எக்கச்சக்கமாகக் கூடியது.

தமிழ் ஊடகங்களில் கணக்கிலடங்காத விளம்பரங்கள் வருவதும் போவதுமாக இருக்கின்றன. அவற்றிலே சில கலைநயம் மிகுந்து காணப்படும்; இன்னும் சில வெறுப்பூட்டும். சமீபத்தில் ரேடியோவில் கீழே வரும் விளம்பரத்தைக் கேட்டேன்.

'என்ன, உங்கடை தங்கச்சி வந்து அஞ்சு வருசம்தானே. அவ எவ்வளவு பெரிய வீடு வாங்கிவிட்டா. நீங்களும் இருக்கிறியள் இருபது வருசமாக, மூன்று வேலை செய்துகொண்டு.' மனைவி தன் புருசனை இடித்துரைக்கிறாள்.

வீடு வாங்குவதற்கான விளம்பரம் இது. Advertisement in bad taste என்று சொல்வார்கள். தங்கையிடம் ஒரு நல்ல வீடு இருந்தால் சந்தோசப் பட அல்லவா வேண்டும். இது பொறாமையைத் தூண்டு வதற்குக் கொடுத்த விளம்பரமா அல்லது வீடு வாங்குவதற்குச் செய்த விளம்பரமா?

இவர்கள் ஒரு விளம்பரம் செய்வதற்கு எவ்வளவு பணம் செலவழிக்கிறார்கள். அதைக் கொஞ்சம் கலை நயத்துடன் செய்தால் பார்ப்பவருக்கு விருந்து; செய்பவருக்கும் ஆனந்தம் அல்லவா? இலக்கியமாக எழுதுவதற்குப் படிப்பு முக்கியமில்லை. நாலாம் வகுப்பு மட்டுமே படித்து கல்வியை முடித்துக்கொண்ட என் நண்பன் ஒருவன் தன் பக்கத்து வீட்டுப்பெண்ணுக்கு அற்புதமான கவிதை வரிகளில் தன் காதலைச் சொல்லியிருக்கிறான்.

எங்கள் நாட்டு வருமானவரி அலுவலகம் அதன் சுறு சுறுப்புக்குப் பேர் போனது. என்னுடன் படித்த பெண் ஒருவர்

அங்கே அதிகாரியாக வேலையில் சேர்ந்திருந்தார். இந்த அலுவலகத்தில் எழுந்தமானத்துக்கு வரி தீட்டி அனுப்பி விடுவார்கள்.

ஒருவர் தொழில் செய்து நசித்துப் போயிருந்தார். அவரிடம் எக்கச்சக்கமான வரி அறவிடப்பட்டிருந்தது. அவர் வரி refund க்கு விண்ணப்பித்து, தூக்குக்குத் தண்டனைக்காரர் தூக்கு மரம் ரெடியாகும் வரைக்கும் காத்திருப்பதுபோல காத்திருந்தார். அலுவலகத்துக்கு நடையாய் நடந்தார். சிலவேளைகளில் காலையிலும் மாலையிலும்கூடப் போனார். அவர் தரப்பில் நிறைய நியாயம் இருந்தது என்று அதிகாரிக்குத் தெரியும்.

ஆனால் நடந்தது வேறு. அலுவலகத்தின் ஒவ்வொரு பகுதியிலும் தலைமை ஊழியர் என்று ஒருவர் இருப்பார். அவரை மீறி கோப்பு ஒரு இன்ச்கூட நகரமுடியாது. அவரோ தினமும் மேசையிலே தன் கறுப்புத் தோல்பையைக் காவலுக்கு இருத்திவிட்டு, கன்டீனிலும், கழிவு விற்பனைக் கடைகளிலும் நகர்ந்து கொண்டிருப்பார்.

ஒருநாள் இந்த வரி செலுத்துநர் நடந்துவரும்போது ரோட்டி லேயே விழுந்து இறந்துவிட்டார். அப்போது இந்தப் பெண் அதிகாரி கோப்பிலே ஒரு குறிப்பு எழுதித் தலைமை ஊழியருக்கு அனுப்பி வைத்தார். 'வருமான வரி செலுத்துநர் உம்முடைய பதிலை எதிர்பார்த்துப் பார்த்துக் காத்திருந்தார். அப்படியே இறந்து போனார். இனிமேலாவது வரி செலுத்துபவர் இறக்குமுன்பாக முடிவை அறிவித்தால் அது பெரிய உதவியாக இருக்கும்.' ஏதோ அவர் இறந்தது இவர் முடிவைக் கடத்தியதால்தான் என்ற பாவனையில் அந்தக் குறிப்பு அமைந்திருந்தது.

இதே மாதிரி சம்பவம் தமிழ்நாட்டிலும் நடந்தது. கலைஞர் முதலமைச்சராக இருந்தபோது அவரிடம் வேலைபார்த்த ஐ.ஏ.எஸ். அதிகாரி ஒருமுறை என்னிடம் கூறினார். முதலமைச்சருக்கு வேண்டிய ஒரு விவகாரம் முடிவுக்கு வராமல் தள்ளிப்போட்டுக் கொண்டே வந்தது. அதிகாரிகள் இழுத்தடித்தார்கள். சம்பந்தப் பட்ட கோப்பு வளர்ந்து வளர்ந்து ஒரு பன்றிக்குட்டி சைஸுக்கு வந்துவிட்டது. கலைஞருக்கு எரிச்சல். கோப்பிலே இப்படி எழுதினாராம்.

'மெத்தை அளவுக்கு கோப்பு
நத்தை அளவுக்கு ஊர்கிறது.'

அந்தக் கோபத்திலும் அவரிடம் கவிதை பிறந்திருக்கிறது, பாருங்கள். அதுதான் இலக்கியம் செய்யும் வேலை.

ஒருமுறை, 1997ஆம் வருடம் என்று நினைக்கிறேன்,

பொஸ்டனில் பெரும் புயல் அடித்தது. வெள்ளத்தாலும் காற்றாலும் வீடுகளுக்குப் பலத்த சேதம். இந்தப் புயலிலே அகப்பட்டுக்கொண்ட என் நண்பர் இப்படி எனக்குக் கடிதம் எழுதினார்.

'இந்த முறை அடித்த புயல் காற்றினால் அதிர்ஷ்டவசமாக என் வீட்டுக்கு பலத்த சேதம் இல்லை. செங்குத்தான சுவர்கள் மாத்திரம் சிறிது சரிந்து விட்டன. சுவரில் தரை முட்டாதபடியால் தரை தப்பிவிட்டது. முழுக்கூரையும் பறந்துவிட்டதால் அதைப் பழுது பார்க்கும் செலவு $5000 மிச்சப்பட்டது. உண்மையைச் சொன்னால் நேற்று அடித்த புயலினால் நான் கொஞ்சம் லாபம் ஈட்டியது என்னவோ உண்மைதான்.'

இது எப்படி இருக்கிறது. போகட்டும், பத்திரிகைகளில் ஆசிரியருக்கு வரும் கடிதங்களும் சில சுவையாக இருக்கும்.

'அன்புள்ள ஆசிரியருக்கு,

ஜனாதிபதி புஷ்ஷின் சமீபத்திய பிரகடனம் மெச்சத்தக்கது. அயோவா மாகாணத்தில் மாட்டுச்சாணத்தில் இருந்து மின்சாரம் எடுப்பதற்கு 400 மில்லியன் டொலர் ஒதுக்கியிருக்கிறார். உண்மையில் இதை வாஷிங்டனில் செய்தால் இன்னும் மலிவாக இருக்கும். ஏனென்றால் அங்கேதான் மாட்டுச்சாணம் (bullshit) நிறைய கிடைக்கிறது.'

நான் சூடானில் வேலை செய்தபோது அங்கே அதிகாரிகள் வருடாவருடம் தங்கள் ஊழியர்களின் வேலைத்தரம் பற்றி அந்தரங்கமான மதிப்புரை எழுதி அதை மேலாளர்களுக்கு சமர்ப்பிக்க வேண்டும். இது நிறுவனத்தின் சட்டம். என்னுடன் பணியாற்றிய சக அதிகாரியிடம் ஓர் ஊழியர் வேலை பார்த்தார். எந்த ஓர் எளிய காரியத்தைக் கொடுத்தாலும் தப்புத் தப்பாகச் செய்து சிக்கலாக்கி மேலதிகாரிகளுக்கு இன்னும் வேலையைக் கூட்டுவார். அருமையான மனிதர், ஆனால் ஆண்டவன் அவரைக் கழுத்துக்கு மேலே விருத்தி செய்யவில்லை. இவருடைய நல்ல குணத்துக்காக ஒருவரும் இவரை வருட முடிவில் கண்டுகொள்வதில்லை. கடைசியில் ஒரு நாள் நண்பர், இனிமேலும் அவர் உபத்திரவத்தைத் தாங்க முடியாமல் வருடாந்திர மதிப்புரையில் ஒரேவொரு வசனம் எழுதினார். 'எங்கோ ஒரு கிராமத்து முட்டாளின் தலைமைப் பதவிக்கு இந்த ஊழியரால் அச்சுறுத்தல் இருக்கிறது.' அவ்வளவுதான். அந்த ஊழியருக்கு பிறகு என்ன நடந்தது என்பது சொல்லித் தெரிய வேண்டியதில்லை.

ஒருநாள் உணவகத்தில் தனியாகச் சாப்பிட்டுக் கொண்டிருந்தேன். எனக்கு முன்னால் ஒருவர் உணவை முடித்துவிட்டு சோகமாக உட்கார்ந்திருந்தார். அவர் பிளேட்டைப் பார்த்தேன்.

மிச்ச எலும்புகளை ஒன்றன் மீது ஒன்றாக ஒரு கோபுரம்போல அடுக்கி வைத்திருந்தார். இவர் ஒரு கட்டடக் கலைஞர், அல்லது இடுகாட்டில் பெரிய அதிகாரி இப்படி நினைத்துக்கொண்டேன்.

இந்த நாடுகளில் எச்சரிக்கையாக இருக்கவேண்டும். அவசர மில்லாமல் மூக்கை நுழைக்கக்கூடாது. இருந்தாலும் அவருக்கு என்ன துக்கம் என்று விசாரித்தேன். 'உயில் எழுதும் அவசியம் வந்துவிட்டது. எனக்கு கடன் எக்கச்சக்கம். கையிருப்பில் ஒன்றும் இல்லை. மீதியை ஏழைகளுக்குப் பிரித்துத் தரவேண்டும்' என்றார். இந்த மனிதருடைய முகம் வெகுகாலமாக என் மனதிலிருந்து மறையவில்லை. தமிழ் விளம்பரங்கள் எல்லாமே மோசமானவை என்று நான் சொல்ல வரவில்லை. சில வேளைகளில் திடுக்கிடும் விதமான சுவையுடன் அவை அற்புதமாக அமைந்துவிடுவதும் உண்டு. உதாரணத்திற்கு கனடாவில் tvi நிறுவனம் நடத்தும் வயோதிகர்களுக்கான ஒரு நிகழ்ச்சியைச் சொல்லலாம். அதன் தலைப்பு 'பழமுதிர்ச் சோலை'. பழங்கள் உதிர்வது என்ற கருத்தில் இல்லை; பழுத்த முதியவர்கள் உதிர்க்கும் நல்லுரைகள் என்று எடுக்க வேண்டும். என்ன நுட்பமான தலைப்பு வைத்திருக்கிறார்கள்.

மரணத்திலும் இலக்கியம் இருக்கிறது. கனடாவில் ஒரு மரண அறிவித்தலைக்கூட ரசனையுடன் செய்வார்கள். 'மறுமை எய்தினார்' என்பதுதான் வாசகம். எவ்வளவு அழகு. வின்ஸ்டன் சேர்ச்சில் மரணத்தறுவாயில் இருக்கும்போது கூறினார். 'தேவனுடனான பெரும் சந்திப்புக்கு நான் தயார்; அவர் தயாரா என்பது நான் சொல்வதற்கில்லை.' மார்க் ட்வெய்ன் சாவதற்கு முன்பாகவே சில ஆர்வமான பத்திரிகைகள் அவர் இறந்துவிட்டாரென்று செய்தி பரப்பிவிட்டன. மார்க் ட்வெய்ன் அறிவித்தார், 'என்னுடைய மரணம் பற்றிய செய்திகள் மிகைப்படுத்தப்பட்டிருக்கின்றன.'

ஆனால் கனடாவில் நான் பார்த்து மிகவும் ரசித்த விளம்பர வாசகம் என்றால் அது கீழே வருவதாகத்தான் இருக்கும். புதுமையும், இலக்கியமும் கலந்தது.

'சனி இடப்பெயர்ச்சி. கேள்விப்பட்டிருப்பீர்கள். வியாழன் இடப்பெயர்ச்சி, வெள்ளி இடப்பெயர்ச்சி எல்லாம் உங்களுக்கு பரிச்சயம். நாங்கள் ஏழு நாட்களும் இடப்பெயர்ச்சி செய்வோம். கனடாவின் சிறந்த இடப்பெயர்ச்சிக்காரர்கள் MOVERS நாங்கள் தான்.'

இப்பொழுது நானும் ஓர் இடப்பெயர்ச்சி செய்வதற்காக நிறுத்தவேண்டும். எனக்கு ஒரு வேலை இருக்கிறது. பக்கத்து வீட்டுக் காரரிடம் போய்க் கடைசி முயற்சியாக அவருடைய சாவியை வாங்கி அமத்திப் பார்ப்பேன்.

அருமையான பாதாளம்

இம்முறை அமெரிக்காவுக்குச் சென்றபோது நான் பொஸ்டனில் ஒரு நூலகத்தைக் கண்டுபிடித்தேன். பிரம்மாண்டமான இரண்டடுக்கு கட்டடம். இதிலே ஓர் அறை பிரத்தியேகமான கவனத்துடன் செய்யப்பட்டிருந்தது. அகலமான தூண்கள், உயர்ந்த கூரை, மெலிந்த நீண்ட ஜன்னல்கள். ஒரு நூறு வருடத்துக்கு முந்தைய மகாராஜாவின் படிப்பு அறைபோல இருந்தது. இதை வட்டமான மேஜைகளும் மிருதுவான சோபாக்களும் நிற்கும் மின்விளக்குகளும் அலங்கரித்தன. இந்த அறைதான் தனியாளான எனக்கு ஒதுக்கப்பட்டது. நான் கேட்ட புத்தகங்களும் என் மேசையைத் தேடி வந்தன. அடிக்கடி நூலகர் வந்து வசதிகள் சரியாக இருக்கின்றனவா என்று விசாரித்தார். மூடி வைத்த கடுதாசிக் குவளைகளில் கோப்பியோ, தேநீரோ கொண்டுவரலாம். எவ்வளவு நேரம் வேண்டுமானாலும் இணையத்துடன் தொடுக்கப் பட்ட கம்ப்யூட்டரை இயக்க அனுமதி இருந்தது.

இவ்வளவுக்கும் நான் அங்கே ஓர் அங்கத்தவன்கூட இல்லை. அந்நியன். ஆனால் அறிவுத்தாகம் தீர்க்க விரும்பும் எவரும் இந்த வசதிகளை இலவசமாக அனுபவிக்கலாம். Mark Twain எழுதிய அத்தனை புத்தகங்களும் இங்கே பூர்வ அட்டைகளுடன் கிடைத்தன. அவற்றைத் திரும்பவும் படித்தபோது எனக்கு இரண்டு விஷயங்கள் புலப்பட்டன. மேலான இலக்கியங்களை ஒருவர் சிறுவயதில் படிக்கக்கூடாது. நாங்கள் அநேகமாக சிறுவயதில் படிப் பவற்றைத் திரும்பவும் படிப்பதில்லை. இந்தப் புத்தகத்தில் சொன்ன எத்தனையோ அருமையான விஷயங்களை நான் முதல் வாசிப்பில் தவறவிட்டது மீண்டும் அவற்றைப் படித்தபோது தெரிந்தது.

இரண்டாவது, மார்க் ட்வெய்ன் அமெரிக்காவின் தலைசிறந்த இலக்கியக்காரர். அமெரிக்க இலக்கிய ஆரம்பமே இவர்தான். இவருக்குப் பின்னால் வந்த எழுத்தாளர்களில் எவரும் இவரைத் தாண்டவில்லை என்று சொல்கிறார்கள். நவீன அமெரிக்க எழுத் தாளர்களிடம்கூட இவருடைய சாயல் இருப்பதை உணரமுடிகிறது.

ஹக்கிள்பெரிஃபின் நாவலில் ஓர் இடத்தில் இப்படி வரும்.

Don't forget to remember that you don't know anything about it. உனக்கு ஒன்றும் தெரியாது என்பதை ஞாபகத்தில் வைத்திருக்க மறக்காதே. இதைப் படித்தபோது எனக்குச் சிரிப்பு வந்தது. வேறு யாரால் இப்படி எழுதமுடியும்.

'ஞாபகம்' என்றால் நினைவில் வைப்பது. அதற்கு எதிர்ப்பதம் 'மறதி'. அப்படி இருக்கும்போது ஞாபகமறதி என்ற சொல் எப்படி உண்டானது. எங்கள் வகுப்பு தமிழாசிரியர் எழுதச் சொன்ன கட்டுரையில் நான் ஒருமுறை 'ஞாபக மறதி' என்ற சொல்லை பாவித்துவிட்டேன். 'அது என்ன ஞாபக மறதி, மறதி என்றாலே போதும்' என்று ஒரு குட்டு வைத்தார். இவரிடம் கற்றதைவிட வாங்கிய குட்டுகளே அதிகம். சுருக்கமான தமிழுக்காக உயிரை விடுவார். அனுமதித்தால் உலகத்தையே சுருக்கி விடுவார். யாராவது 'அழகான பெண்' என்று எழுதினால் தொலைந்தார்; 'அழகி' என்று எழுதவேண்டும்.

என் நண்பன் 'பாண்டவருக்கும் கௌரவருக்குமிடையில் நடந்த சண்டை' என்று எழுதிவிட்டான். 'தனிப்பட்டவர்களுக்குள் நடப்பதுதான் சண்டை. படைகளுக்கிடையில் நடப்பது போர்' என்றார். இன்னும் அதை ஆழமாக விளக்குவதற்காக நீண்ட பிரம்பை எடுத்து வீசினார். அந்த வீச்சு முடிவு பெறுவதற்கிடையில் என் நண்பனுடைய முதுகு அதைத் தடுத்து விட்டது.

இவருடைய கடைசிக் காலத்தில் நான் இவரைப் போய்ப் பார்த்தேன். என் பெயரை மூன்று தரம் திருப்பித் திருப்பிக் கேட்டார். நான் விடைபெறும்போது மறுபடியும் கேட்டுத் தெரிந்து கொண்டார். அவருக்கு மறதி வியாதி. இப்பொழுது யாராவது 'ஞாபக மறதி' என்று எழுதினாலும், 'மறதி' என்று எழுதினாலும் அவருக்கு ஒன்றுதான்.

மறதி வியாதி பற்றி கிரேக்கப் புராணத்தில் ஒரு கதை உண்டு. ஈயொஸ் என்ற தேவதையிடம் மையல் கொள்கிறான் தைதோனிஸ். ஆனால் தைதோனிஸ் மரணத்தைத் தாண்டமுடியாத ஒரு சாதாரண மானுடன். பெரிய கடவுள் ஈறொஸிடம் தைதோனிஸுக்குச் சாகாவரம் தரும்படி வேண்டுகிறாள் அவன் காதலி ஈயொஸ். அவனும் கொடுத்துவிடுகிறான். ஆனால், அதில் ஒரு சூழ்ச்சி இருந்தது. இளமையுடன் கூடிய சாகாவரம் அல்ல அது. தைதோனிஸ் வயோதிகம் கூடி, தளர்ச்சியும் மறதியும் மூடி தொண தொணக்கத் தொடங்குகிறான். ஈயொஸால் பொறுக்கமுடியவில்லை. தைதோனிஸை வெட்டுக்கிளியாக மாற்றிவிட்டுத் தப்பி விடுகிறாள். இன்றும் வெட்டுக்கிளி ஓயாமல் சத்தம் போடுவது அதனால் தானோ என்னவோ.

அன்று தொடங்கியது இன்றுவரை தொடர்கிறது. முன்னாள் அமெரிக்க ஜனாதிபதி ரொனால்டு ரேகனுக்கு Alzheimer வியாதி என்று 1994 இல் கண்டுபிடிக்கப்பட்டது. இந்த மறதி வியாதிக்கு வைத்தியம் இல்லை. படிப்படியாக இது ஆளை மூழ்கடித்துவிடும். மறதியைத் தொடர்ந்து மூளைக் குழப்பம், வார்த்தை தடுமாறல், எரிச்சல், தொணதொணப்பு என்று எல்லாம் சேர்ந்துவிடும். சிலர் வியாதியை மூடி மறைத்தாலும் பெரும்பாலான அமெரிக்கர்கள் அப்படியில்லை. வியாதி அணுகியதும் ரேகன் அமெரிக்க மக்களுக்கு, தன் மூளை தன் வசத்தில் இருந்து விலக முன்னரே, ஒரு செய்தி விட்டார்.

'ஆண்டவன் என்னை அழைக்கும்போது, அது எந்த நாளாக இருந்தாலும், நான் இந்த நாட்டில் ஆழமான பற்றுடன்தான் கிளம்புவேன்.

'இன்று நான் என்னுடைய வாழ்க்கையின் அஸ்தமனத்தை நோக்கிய பயணத்தைத் தொடங்குகிறேன். அமெரிக்காவுக்கு ஒரு பிரகாசமான விடியல் நிச்சயம் என்பதை நான் அறிவேன்.'

இன்று, 90 வயதுக்கு மேலான நிலையில் தன்னைச் சுற்றி யுள்ள எல்லாவற்றையும் ரேகன் மறந்துவிட்டார். அவர் மனைவி யையோ, மகளையோ, உறவினர்களையோ, வேறு நண்பர்களையோ அவரால் அடையாளம் காணமுடியாது. மரண அரசனின் வரவேற் பறையில் காத்திருக்கிறார்.

எங்கள் புராணங்களிலும் மறதிக்காரர்கள் இல்லாமல் இல்லை. வேட்டையாட வந்த துஷ்யந்தன், காட்டிலே விளையாடிக் கொண்டிருந்த சகுந்தலையை கண்டு காமவசமாகி, அங்கேயே அவளை 'கந்தர்வ மணம்' செய்துகொள்கிறான். அடையாளமாக ஒரு மோதிரமும் தருகிறான். அவ்வளவு அவசரமாக மணம் செய்தவன் உடனே அவளை அரண்மனைக்கு அழைத்துப் போவது தானே. இல்லை. ஓர் அரசிக்குரிய மரியாதைகள் தந்து தன் பரிவாரங்களுடன் வந்து அழைத்துப் போவதாகச்சொல்லித் தப்பிவிடுகிறான்.

ராஜ்ஜியத்துக்குத் திரும்பியதும் சகுந்தலையை மறந்துவிடு கிறான் துஷ்யந்தன். சகுந்தலை அரண்மனைக்கு வந்து முறையிட்ட போது அவளை முற்றாக மறுத்து உதாசீனம் செய்கிறான். பிறகு அரசன் கொடுத்த மோதிரத்தை மீனவன் கண்டு பிடித்ததும், ஞாபகம் மீண்டு சகுந்தலையைத் திருப்பி ஏற்றுக்கொள்கிறான் என்று காளிதாஸர் கதையை முடிக்கிறார்.

ஒரு விஞ்ஞானிக்கு முக்கியமான உறுப்பு மூளை. இறுதிக்

காலத்தில் கலீலியோவின் மூளையை மறதி மழுங்கடித்து விடுகிறது. பூமிதான் சூரியனைச் சுற்றுகிறது என்று விஞ்ஞான பூர்வமாக முதலில் நிரூபித்தவர் கலீலியோ. இந்தக் கூற்றுக்காக அவர் மேல் கடவுள் நிந்தனைக் குற்றம் சுமத்தப்படுகிறது. உலகத்தின் புகழ் பெற்ற முதல் வான் கணிப்பாளர், தன் முதுமைக் காலத்தை வீட்டுக் காவலில் கழிப்பார். இந்தச் சமயங்களில் தான் இள வயதில் எழுதிய கணித சித்தாந்தங்களை எல்லாம் எடுத்துப் புரட்டிப் புரட்டிப் பார்த்துக்கொண்டே இருப்பார். அப்பொழுது ' நான் எழுதி வைத்த சித்தாந்தங்களே எனக்கு ஒன்றும் புரியவில்லையே' என்று கண்கலங்குவாராம்.

ஆனால், மறதிக் கதைகளுள் என்னை சமீபத்தில் கவர்ந்தது, கனடா செய்தித்தாளில் வந்த ஒரு தகவல்தான். தன்னுடைய செயற்கைக் காலை ஒருவர் பொது இடத்தில் மறந்து வைத்துவிட்டு போய்விட்டார். அவரைத் தேடுகிறது கனடா பொலீஸ். இந்தக் கால் பிளாஸ்டிக்கில் செய்யப்பட்ட இடதுகால். இது அடிடாஸ் ஆண் சப்பாத்து எட்டு சைஸை அணிந்திருந்தது. இந்தக் காலின் தேய்வை வைத்து சோதித்துப் பார்த்தபோது குறைந்தது இரண்டு வருடங்களாவது இந்தக் கால் நடந்து உதவி செய்திருப்பது தெரிய வந்திருக்கிறது.

மறதிக்குப் பரிசு கொடுப்பதென்றால் இந்த ஒற்றைக்கால் காரரை மறக்க முடியுமா!

எனக்கு மறதியுடன் சிறுவயதில் இருந்தே நல்ல பரிச்சயம் உண்டு. இரவு முழுக்க பரீட்சைக்குக் கண் விழித்து மனப்பாடம் செய்துவிட்டு பரீட்சை மண்டபத்துக்குச் சென்றால் நான் வாயே திறக்கமாட்டேன். படித்தவை வெளியே விழுந்துவிடுமோ என்ற அச்சம். கேள்வி பேப்பர் வந்ததும் கஜபாகுவின் தேதியும், கங்கை கொண்ட சோழனின் தேதியும் மாறி விடும்.

சில வருடங்களுக்கு முன்பு அப்படியான ஆபத்து ஒன்று எனக்கு வந்தது.

நான் படித்த பள்ளிக்கூடத்தில் ஒவ்வொரு நாளும் காலையில் தேகப்பியாச வகுப்பு நடக்கும். முதல் வேலையாக நேர்க்கோட்டில் நின்று நாங்கள் எண்ணிக்கொண்டே வரவேண்டும். அதாவது one, two, three என்ற ஒழுங்கில். இந்த நம்பர்கள் சொல்வதற்கும் தேகப் பியாசத்திற்கும் என்ன தொடர்பு என்று என்னைக் கேட்காதீர்கள்.

அருமைநாயகம் என்ற மாணவனுக்கு sixteen சொல்லவராது; 'சிக்கிட்டீன்' என்றே சொல்வான். அந்த வகுப்பு முடியும் வரை எங்களையெல்லாம் சிரிப்பு மூட்ட இது ஒன்றே போதும்.

வரிசையில் நிற்கும்போது எப்படியோ அவனுக்கு அந்த நம்பர்தான் கிடைக்கும்; அவனும் சிக்கிட்டீன் என்று சொல்வான்.

போகப்போக அவன் லைனில் நிற்கும் முன்பு தனக்கு முன் எத்தனை பேர் நிற்கிறார்கள் என்று எண்ணி 13ஆவது இடத்திலோ 18ஆவது இடத்திலோ நிற்கப் பழகிக்கொண்டான். அந்த யுக்தியும் பலிக்கவில்லை. வாத்தியார் பார்த்துவிட்டார். உயரப்படிதான் நிற்கவேண்டும்; பத்மநாபன் முதலில், ஜெயவீரசிங்கம் கடைசியில் என்று கட்டளை இட்டார். அவனை மாற்றி நிற்கவைத்தார். அவன் மறுபடியும் சிக்கிட்டீன் ஆகிவிட்டான்.

இந்த சம்பவத்திற்குப் பிறகு அவன் பெயரே எல்லோருக்கும் மறந்து விட்டது. சிக்கிட்டீன் என்றால்தான் தெரியும். அவனும் சிக்கிட்டீன் என்று கூப்பிட்டால் பதில் சொல்லப் பழகியிருந்தான். ஒரு நாள் ஆசிரியர்கூட சிக்கிட்டீன் என்று அவனைக் கூப்பிட்டது எங்களுக்கு முழுவெற்றி.

பல வருடங்கள் கழித்து கொழும்பில் அவனை ஒருமுறை சந்தித்தேன். மனைவியுடன் மிருகக்காட்சிச் சாலை பார்க்க வந்திருந்தான். அவள் வட்டமான தாலியும், சருகைவைத்த மொட மொடக்கும் சேலையும் அணிந்திருந்தாள். ஒரு திருமண வீட்டுக்குப் போவதற்கு வெளிக்கிட்டுப் பாதியில் மனத்தை மாற்றி மிருகங் களைப் பார்க்க வந்ததுபோல பட்டது. பதினாறு சொல்லத் தெரியா விட்டால் என்ன பெரிய நட்டம். அவன் மனைவி பேரழகி.

அவள் ஆவலுடன் மிருகங்களைப் பார்த்தாள். சற்றும் குறையாத அதே ஆவலுடன் மிருகங்களும் அவளைப் பார்த்தன. அவளுக்கு என்னை அறிமுகம் செய்து வைத்தான். நானும் அப்படியே அவனை என் மனைவிக்கு அறிமுகம் செய்யலாம் என்று பார்த்தேன். எவ்வளவு யோசித்தும் சிக்கிட்டீன் என்ற பெயர் தான் ஞாபகத்துக்கு வந்தது. அவனுக்கு விளங்கிவிட்டது. முந்திக்கொண்டு 'அருமைநாயகம்' என்றான்.

ஓர் அருமையான பாதாளத்தில் இருந்து அன்று நான் காப்பாற்றப்பட்டேன்.

தீபா மேத்தா காட்டிய 'தண்ணீர்'

ரொறொன்ரோவின் முப்பதாவது உலகத் திரைப்பட விழா இந்த செப்டம்பர் மாதம் எட்டாம் தேதி ஆரம்பமாகியது. இதில் முதலாவதாக தீபா மேத்தாவின் Water திரைப்படத்தை காட்டினார்கள். உலகிலேயே முதன்முதல் பார்வையாளர்களுக்காக ரையர்ஸன் தியேட்டரில் திரையிடப்பட்ட இந்தப் படத்துக்காக அரங்கில் 2000க்கும் மேலானோர் கூடியிருந்தனர்.

படம் தொடங்க முன்னர் மேத்தா மேடையிலே தோன்றினார். வாழ்க்கையில் சில நாட்கள் எல்லா அதிர்ஷ்டங்களும் கூடிய ஒரு நாளாக அமைவதுண்டு. அப்படியான ஒரு நாள் இது என்றார். 'தண்ணீர்' திரைப்படத்தை எடுக்கத் தான் பட்டபாட்டை விவரித்தார். 'இந்தப் படம் மதத்துக்கும் மனித ஆத்மாவுக்குமான போராட்டத்தைச் சித்தரிப்பது. நானே எடுத்த இந்தப் படத்தைப் பார்த்த ஒவ்வொரு முறையும் நான் அழுதேன். உங்களுக்கும் அழவேண்டும்போலத் தோன்றினால் தாராளமாக அழுங்கள். அது பொருட்டே இல்லை' என்றார்.

மேடையிலே அந்தப் படத்தில் நடித்தவர்களை முதலில் மேத்தா அறிமுகப்படுத்தினார். லீஸா ரே (கல்யாணி), சீமா பிஸ்வாஸ் (சகுந்தலா), ஜோன் ஆப்பிரஹாம் (நாராயண்), எட்டு வயது சரளா (சூய்யா) எல்லோரும் வணக்கம் கூறினார்கள். சீமா பிஸ்வாஸ் மட்டும் மேடையில் தீபா மேத்தாவின் கால்களைத் தொட்டு கண்களில் ஒற்றிக்கொண்டார். ரொறொன்ரோ பார்வையாளர்களுக்கு இது புதிது. ஆச்சரியத்தோடு இருக்கையிலிருந்து எம்பிப் பார்த்தார்கள். எனக்கு பக்கத்தில் இருந்த ஒரு வெள்ளைக்கார கிழவி 'ஏதாவது தொலைத்துவிட்டாரா?' என்றார். நான் 'அப்படித்தான் இருக்க வேண்டும். விரைவிலே கண்டுபிடித்துவிடுவார்' என்றேன்.

படத்தின் ஆரம்பக் காட்சி அதிர்ச்சி கொடுப்பது. சூய்யா என்ற சிறுமியின் முடியைக் கத்தை கத்தையாக வெட்டியெறிந்து அவள் தலையை மழிப்பார்கள். அவள் கண்கள் குத்திட்டு நிற்கும். ஆனால், ஒரு சொட்டுக் கண்ணீர் விழாது. விதவைகள் இல்லத்தில்

சேர்ப்பதற்குத்தான் இந்த ஆயத்தம். வெள்ளைச் சேலையைச் சுற்றிக் கட்டும்போது தகப்பன் கேட்கிறார், 'உனக்கு மணமுடித்தது ஞாபகம் இருக்கிறதா?' அவள், 'இல்லை' என்கிறாள். தகப்பன் 'புறப்படு, உன் கணவன் இறந்துவிட்டான். நீ இனி விதவைகள் இல்லத்தில் வாழவேண்டும்.' அவள் கேட்கிறாள், 'எத்தனை நாளைக்கு?' தகப்பன் பதில் கூறவில்லை. அவர் எப்படிச் சொல்லமுடியும் வாழ்நாள் முழுவதும் என்று.

கதை 1938 இல் கங்கைக் கரையை ஒட்டிய ராவல்பூர் கிராமத்தில் நடக்கிறது. சூய்யா ஒரு விதவைகள் இல்லத்தில் சேர்க்கப்படுகிறாள். அங்கே எட்டு வயதில் இருந்து எண்பது வயது கிழவிகள்வரை வாழ்கிறார்கள். பலவிதமான கட்டுப்பாடுகளுக் கிடையில், தங்களை வருத்திக்கொண்டு கடவுள் வழிபாடுகளில் காலத்தைக் கழிக்கிறார்கள். ஒரு வேளை உணவு மாத்திரமே. வெளியே போகமுடியாது.

அந்த ஆசிரமத்தின் தலைவி, அவளும் ஒரு விதவையே, கண்டிப்பானவள். ஊதிப் பெருத்துப்போய் இருக்கும் அவள் தன்னுடைய வசதிக்காகச் சில விதிகளை அவ்வப்போது தளர்த்து வாள். தான் உண்ணும் உணவில் கட்டுப்பாடு வைப்பதில்லை. கல்யாணி என்ற அழகான இளம் விதவை தலை மயிரை வளர்க்க அனுமதிக்கப்படுகிறாள். இரவு நேரங்களில் அவளை மட்டும் ரகஸ்யமாகச் சில பெரிய மனிதர்களின் தேவைகளுக்கு வெளியே அனுப்பி வைப்பாள். அதில் வரும் வருமானம் ஆசிரமத்துக்குத் தேவை.

புதிதாக வந்த சிறுமியைச் சகுந்தலா வளர்க்கிறாள். அவள் ஆசிரம விதிகளின்படி ஒழுகும், கடவுள் வழிபாட்டில் ஈடுபாடு கொண்ட நடுவயது விதவை. சிறுமியோ சிட்டுக் குருவிபோல கலகலப்பானவள். இந்த வாழ்க்கை அவளுக்குப் பிடிக்கவில்லை. எப்பொழுது வீட்டுக்குத் திரும்பிப் போகலாம் என்று சகுந்தலாவை நச்சரித்தபடியே இருக்கிறாள்.

ஒரு நாள் கல்யாணியும் நாராயண் என்ற வாலிபனும் தற்செயலாகச் சந்தித்துக் கொள்கிறார்கள். பேச்சில்லை, கண் பார்வைதான். நாராயண் காந்தி வழியிலே நம்பிக்கையும் விதவைகள் மறுவிவாகத்தில் புதிய சிந்தனைகளும் கொண்டவன். தன் காதலைக் கல்யாணியிடம் சொல்கிறான். ஆனால் ஆசிரமத் தலைவிக்கு அவர்கள் காதல் விவகாரம் தெரியவரவே மூர்க்கமாக எதிர்க்கிறாள். வேறு வழியில்லாமல் கல்யாணி ஆசிரமத்தைவிட்டு வெளியேறுகிறாள். தலைவி சொல்கிறாள் 'போ, ஆனால் திரும்பி வராதே.'

நாராயண் அவளைக் கூட்டிக்கொண்டு தன் வீட்டுக்குச் செல்கிறான். வழியில் அவனுடைய தகப்பனார் பெயரைச் சொன்னதும் கல்யாணி திடுக்கிடுகிறாள். எவ்வளவு தடுத்தும் உடனேயே ஆசிரமத்துக்குத் திரும்புகிறாள். தன் தகப்பனாரிடம் அவள் வந்து போனவள் என்பதை நாராயண் பின்னால் அறிந்து, வருத்தத்துடன் அவளைத் தேடிக் கொண்டு திரும்பவும் வருகிறான். அதற்கிடையில், ஆசிரமத்தில் அவளை ஏற்க மறுத்ததால் கல்யாணி கங்கையில் விழுந்து தற்கொலை செய்துகொண்டு விடுகிறாள்.

சகுந்தலா கடவுள் சேவையே தன்னைக் காப்பாற்றும் என்று ஒழுக்கமான வாழ்க்கை வாழ்கிறாள். கணவனும் மனைவியும் இந்து மதத்தில் இரு பாதிகள். கணவன் இறந்தால் மீதியான பெண் பாதி வாழ்க்கையே வாழவேண்டும் என்பதை நம்புகிறாள். சூய்யாவைத் தன் பாதுகாப்பில் வைத்திருக்கிறாள். கோயில் பண்டிதரிடம் தன் சந்தேகங்களை அடிக்கடி கேட்டு நிவர்த்தி செய்வாள். ஒரு நாள் பண்டிதர் விதவைகள் மறுமணம் சட்டரீதியாக அங்கீகரிக்கப்பட்டு விட்டதைச் சொல்கிறார். இவள் திடுக்கிட்டுப்போய்க் கேட்கிறாள், 'விதவைகளுக்காக அரசாங்கம் ஒரு சட்டம் பாஸ் பண்ணுகிறது. விதவைகளான எங்களுக்கு ஏன் அதுபற்றி ஒன்றும் தெரிவிக்கப்படவில்லை.' பண்டிதர் சொல்வார், 'எங்களுக்கு ஒரு லாபமும் தராத சட்டங்களை நாங்கள் கண்டுகொள்வதில்லை.'

ஒரு நாள் ஆசிரமத் தலைவி சூய்யாவை ஒரு பெரியவரின் தேவையை தீர்த்துவைக்க ரகஸ்யமாக அனுப்பிவைக்கிறாள். விசயம் அறிந்த சகுந்தலா அவளைத்தேடி ஓடினாலும் காப்பாற்ற முடியவில்லை. துவண்டுபோய்க் கிடக்கும் குழந்தையைத் தூக்கிக் கொண்டு கால்போன திக்கில் நடக்கிறாள். அன்று காந்திபோகும் ரயில் வண்டி அந்தக் கிராமத்து ஸ்டேசனில் ஒரு நிமிடம் நிற்கும். காந்தியின் தரிசனம் கிடைக்கிறது. 'உண்மைதான் கடவுள்' என்று அவர் பேசியது சகுந்தலாவுக்கு தைரியத்தைக் கொடுக்கிறது. சூய்யாவைத் தூக்கிக் கொண்டு காந்தியிடம் ஓடுகிறாள். ரயில் புறப்பட்டு வேகம் பிடிக்கிறது. அதே ரயிலில் நாராயணும் இருக்கிறான். சூய்யாவைக் காந்தியிடம் ஒப்படைத்து விடுமாறு அவனிடம் சேர்க்கிறாள். அத்துடன் படம் முடிகிறது.

தீபா மேத்தாவின் முப்படங்களில் முதலாவது 1996 இல் வெளியிடப்பட்ட Fire என்ற திரைப்படம். இரண்டு பெண்களுக் கிடையே அரும்பும் பாலியல் உறவைப் பற்றிச் சொல்வது. இந்தியாவில் பெரும் தாக்குதல்களுக்குள்ளான இந்தப் படம் சர்வதேச அரங்குகளில் 14 விருதுகளைப் பெற்றது. இரண்டாவதாக 1998 ல் வெளிவந்த Earth திரைப்படம். ஒரு காதல் கதையில் இந்தியா, பாகிஸ்தான் உறவையும் சித்தரிப்பது. மூன்றாவது Water.

‘தண்ணீர்’ பட வேலை இந்தியாவில் 2000 ஆண்டில் தொடங்கியது. இரண்டு காட்சிகள்தான் எடுத்திருப்பார்கள், அதற்கிடையில் பெரும் கலவரம் மூண்டுவிட்டது. ‘இந்து சமயத்தை இழிவுபடுத்தும் காட்சிகளை எடுக்க விடமாட்டோம்’ என்று போட்ட செட்டுகளை எல்லாம் ஒரு கும்பல் உடைத்து ஆர்ப்பாட்டம் செய்தது. தீபா மேத்தாவின் கொடும்பாவியை எரித்தார்கள். ஒரு பட இயக்குநரின் கொடும்பாவியை எரித்தது இதுதான் உலகத்திலேயே முதல் தடவை. மில்லியன் டொலருக்குமேல் நட்டம். அப்படியே மூடி வைத்து விட்டு மேத்தா கனடாவுக்குத் திரும்பினார். தீபா மேத்தா, இந்தியாவில் பிறந்திருந்தாலும் கடைசி 32 வருடங்களை கனடாவிலேயே கழித்தவர்.

திரும்பவும் படப்பிடிப்பு வேலைகள் ஆரம்பமாகின. இந்தத் தடவை மிக ரகஸ்யமாக, இலங்கையில். சூய்யாவாக நடிப்பதற்கு சிங்களம் மட்டுமே பேசத்தெரிந்த 8 வயது சரளாவைக் கண்டுபிடித்தார், மேத்தா. பிரம்மாண்டமான செட்டுகள் போடப்பட்டு, 2004ஆம் ஆண்டு இறுதியில் படப்பிடிப்பு வேலைகள் முடிவுக்கு வந்தன.

இந்தப் படம் எடுப்பதற்கான எண்ணம் எப்படி வந்தது? நிருபர்களின் கேள்விக்கு மேத்தா பதில் அளித்தார். ஒரு நாள் கங்கைக் கரையில் மொட்டையடித்து, வெள்ளைத் துணி கட்டிய ஒரு கிழவி, றால் போல வளைந்திருந்தவள், ஏதோ குனிந்து தேடிக் கொண்டிருந்தாள். அந்தக் காட்சி மேதாவை உலுக்கிவிட்டது. கிழவியின் அநாதரவான நிலை அவரை என்னவோ செய்தது. அது மனத்திலே பதிந்துவிட்டது. அந்தக் காட்சியில் இருந்துதான் படம் முழுவதும் உருவாகியது. எதற்காகத் தண்ணீர் என்ற தலைப்பு? தண்ணீர் வளைந்துகொடுக்கும் தன்மையானது. தன் உருவத்தை மாற்றும், வேகத்தைக் கூட்டும், குறைக்கும், எதிர்ப்புகளை சமாளித்து ஓடிக்கொண்டே இருக்கும். மதம் என்பதும் அப்படியே. கால ஓட்டத்துக்கு ஏற்றவாறு அது மாறி வாழ்க்கைக்கு இணக்கமாகி வரவேண்டும்.

இந்தப் படம் ஆரம்பமாகும்போது மனு சாஸ்திரம், இந்து மனைவிகளுக்கு விதித்த கடமைகள் எழுத்து வடிவில் காட்டப் படுகின்றன. படத்தின் முடிவில் 340 லட்சம் விதவைகள் தற்போது இந்தியாவில் வாழ்கின்றனர். அவர்களுடைய வாழ்க்கை நிலை ஆதியில் இருந்தது போலவே சிறிதும் மாறாமல் இன்றும் இருக்கிறது என்ற வாசகங்கள் திரையில் ஓடுகின்றன.

நல்ல சீன்கள் வரும் இடங்களுக்குக் குறைவில்லை. குழந்தையின் தலைமயிரை மழிக்கும்போது அவள் ஒரு உணர்ச்சியையும்

காட்டாமல் பேசாமல் இருக்கிறாள். ஒவ்வொரு மயிர் கத்தையும் நிலத்திலே விழும்போது பார்வையாளர்களின் மனம் அதிர்கிறது. வேறு ஓர் இடத்தில் சிறுமி கேட்பாள், 'ஆண் விதவைகள் எங்கே இருப்பார்கள்?' மற்றப் பெண்கள் அவள் மேல் சீறிப் பாய்கிறார்கள்.

ஆக வயதுபோன பொக்கை வாய்க் கிழவி ஒருத்தி, சிறுவயதிலேயே அங்கே வந்துவிட்டவள், அடிக்கடி தன் கல்யாண நாளை நினைவு கொள்வாள். சூய்யாவுக்குத் தன் மணவீட்டில் பரிமாறிய இனிப்பு வகைகளை விவரிப்பாள் குலாப் ஜாமுன், ரஸகுல்லா, லட்டு இப்படி. அவள் சூய்யாவுக்கு என்ன கதை, எங்கே சொன்னாலும் அதில் குலாப் ஜாமுனும் ரஸகுல்லாவும் எப்படியோ வந்துவிடும். அறுபது வருடங்களாக அவள் வாயில் இனிப்பு பட்டதேயில்லை. ஒரு நாள் சூய்யா பிச்சையாக அவளுக்குக் கிடைத்த காசில் ஒரு லட்டு வாங்கிக் கொடுக்கிறாள். கிழவியின் முகத்தில் கண்ட மகிழ்ச்சி சாதாரணமாகக் காணக் கிடைக்காதது.

கல்யாணி புடவை தோய்க்கிறாள். புடவையின் ஒரு பக்கம் சூய்யாவும் மறுபக்கம் கல்யாணியும் சேர்ந்து பிடித்து மேல்மாடியில் நின்று பிழிகிறார்கள். அன்று முழுவதும் கல்யாணியைத் தேடி களைத்துப்போய்க் கீழே நிற்கும் நாராயண் மேல் தண்ணீர் விழுகிறது. அவன் அண்ணாந்து பார்த்து, கல்யாணி என்று கண்டு அதிக சந்தோசம் கொள்கிறான். அவள் மன்னிப்பு கேட்க, இவன் 'இல்லை, பரவாயில்லை. இன்னும் ஒரு முறை வேண்டுமானால் செய்யுங்கள்' என்கிறான். மிக இயற்கையாக அமைந்த காட்சி.

ஆசிரமத்து தலைவி குப்புறப்படுத்துக் கிடக்க, அவளுக்கு மேலே ஏறி நின்று சூய்யா மேலும் கீழும் நடந்து மஸாஜ் கொடுக்கிறாள். திடீரென்று வெறிபிடித்துப்போய் "கல்யாணியை அவள் காதலனுடன் சேர்த்துவிடு" என்று பெரும் கூச்சலிட்டுக் கொண்டே அவளை உதைக்கிறாள். பத்துப்பேர் சேர்ந்து பிடித்தும் அவளை அடக்க முடியவில்லை.

கோயிலிலே ஒரு திருமணம் நடக்கிறது. சகுந்தலா தன்னை மறந்து அதைப் பார்த்தவாறு நிற்கிறாள். அவளுக்குத் தன் பழைய ஞாபகங்கள் வந்திருக்கவேண்டும். அப்போது அர்ச்சகர் அவளைப் பார்த்து, "மணமக்கள் மீது உன் நிழல் படாமல் பார்த்துக்கொள்" என்று எச்சரிக்கிறார்.

மோசமான காட்சிகளுக்கும் குறைவில்லை. முதன்முறை காதலர்கள் களவாக ஒரு மண்டபத்தில் சந்திக்கிறார்கள். நாராயண் அவளிடம் தன் காதலைப் பற்றிச் சொல்லாமல் காளிதாஸனுடைய மேகதூதத்தைப் பற்றிப் பேசுகிறான். அவளோ திரும்பிப் போவதற்கு

ஒருவித அவசரமும் காட்டாமல் சாவதானமாக உட்கார்ந்திருக் கிறாள். முதன்முதல் ரகஸ்யமாகச் சந்திக்கும் ஒரு காதல் காட்சியை எவ்வளவு சிறப்பாகச் செய்திருக்க முடியும்.

கடைசி சீன். சகுந்தலா சூய்யாவைத் தூக்கிக்கொண்டு ஓடுகிறாள். காந்தி தன் உரையை முடித்துவிட்டு ரயிலில் கிளம்பு கிறார். சகுந்தலா ரயிலைத் துரத்துகிறாள். சனக்கூட்டம் நெரித்துத் தள்ள மெல்ல மெல்ல முன்னேறுகிறாள். இதுவே உச்சபட்சக் காட்சி. இதற்குமுன் வந்த எத்தனையோ படங்களில் இந்த உபாயத்தைப் பயன்படுத்தி விட்டார்கள். பாலு மகேந்திராவின் மூன்றாம் பிறையில் இருந்து Crocodile Dundee வரைக்கும் இதே உத்திதான். என்ன நடக்கப்போகிறது என்பது முன்கூட்டியே தெரிந்து போனபடியால் ஒருவித புதுமையும் இல்லை. ஏமாற்றம் தான்.

படத்தின் மிகப் பெரிய குறை நாராயண் என்ற பாத்திரப் படைப்பு. ஒருவாய்ச் சோற்றை மிச்சம் பிடிக்கவே விதவைகள் இல்லம் என்ற ஏற்பாடு என்று பொருளாதாரம் பேசுபவன், கல்யாணிக்காக போராட நினைத்தவன், மற்ற விதவைகளைப் பற்றிக் கவலைப் படவேயில்லை. சகுந்தலாவுக்கும் அவனுக்கு மிடையில் கதையின் கடைசிக் கட்டங்களில் ஒரு மோதல் ஏற்பட்டிருக்கவேண்டும். இரண்டு பாத்திரங்களுமே உயர்ந்திருக்கும். அதுவும் நடக்கவில்லை. ஒப்புச் சப்பாகக் காந்தியின் சீனை நுழைத்து தீபா மேத்தா கதையை முடித்திருக்கிறார். நம்பும் படியாகவே இல்லை.

நடிப்பு என்று பார்த்தால் சகுந்தலாவின் ஆழமான, மௌன மான நடிப்பு நிகரற்றது. வசனங்கள் குறைவு. அவர் முகத்தில் உள்ள இறுக்கம் படத்திலும் தொத்திவிடுகிறது. எந்த சீனில் சகுந்தலா வந்தாலும் அவரே திரையை நிறைக்கிறார். ஆரம்பத்தில் இருந்து இறுதிவரை அவருடைய நடிப்பில் தொய்வே இல்லை. பாத்திரத்தை முழுமையாக உணர்ந்து நடித்த ஒரே நடிகை.

கல்யாணி எழுத்தறிவில்லாதவள். உலக நடப்பு ஒன்றும் தெரியாது. நாராயண் ஒரு நாள் வெள்ளைக்காரர்கள் வசித்த பகுதிக்கு அவளை ஒரு குதிரை வண்டியில் அழைத்துச் செல்கிறான். அந்த இடங்களைப் பார்த்து கல்யாணி பிரமித்துப் போகிறாள். அவள் கேட்கும் முதல் கேள்வி 'விதவைகளை எங்கே அடைத்து வைப்பார்கள்' என்பதே. நாராயண் சிரிக்கிறான். விதவைகளை அவர்கள் அடைப்பதே இல்லை. விதவைகளும் மற்றவர்கள் போலவே வாழ்கிறார்கள். கல்யாணியால் இதை நம்ப முடியவில்லை.

ஆசிரமத் தலைவியின் நடிப்பும் வசனங்களும் மிக இயல்பாக

அமைந்திருக்கின்றன. அதற்கு அவருடைய பெரிய உடம்பும் உதவி செய்தது. முழுக்க இந்தியில் (ஆங்கில சப் டைட்டிலுடன்) எடுத்த இந்தப் படத்தில், சூய்யாவாக நடித்த, சிங்களம் மட்டுமே தெரிந்த சிறுமி சரளாவின் நடிப்பும் மெச்சத்தக்கது.

நாராயண்ணாக நடித்த ஜோன் ஆப்பிரஹாம் பொலிவுட்டில் மிக பிரபலமான நட்சத்திரம். இவர் என்ன செய்வார். காதல் பாடல்களோ, நடனமோ, சண்டையோ இல்லாமல் நடித்தே ஆக வேண்டிய கட்டாயம். தடியை முழுங்கியவர்போல படம் முழுக்க வந்து போகிறார். படம் முடியும் வரைக்கும் தடியையோ, நடிப்பையோ அவர் வெளியே எடுக்கவில்லை.

மொடலாகவும் நடிகையாகவும் பிரபலமான கனடிய நடிகை லிசா ரே கல்யாணியாக இந்தப் படத்தில் நடித்திருக்கவே கூடாது. இவருடைய பாத்திரத்துக்கு நடிப்பு தேவைப்படும் என்பதை ஒருவரும் இவருக்குத் தெரியப்படுத்தவில்லை. பாடல் காட்சிகள் இல்லாதபடியால் நடனம் ஆடிச் சமாளித்திருக்க முடியாது. இவருடைய முழு ஆர்வம் படம் நிறைய எப்படி அழகாகத் தோற்றம் தரவேண்டும் என்பதே. நடிப்பைப் பற்றி இவர் நினைத்துக்கூடப் பார்க்கவில்லை. வெளிநாட்டு இந்தியர்களை கவர்வதற்காக புகுத்தப் பட்ட இந்த இருவரும் பாடல் காட்சி இல்லாமலும் கட்டிப் பிடிக்கும் சீன் இல்லாமலும் ரசிகர்களை கவர்வது எவ்வளவு சிரமம் என்பதை உணர்ந்திருப்பார்கள்.

சத்யஜித் ரேயின் படங்களுக்கு ரவிசங்கருடைய இசை பொருத்தமாக அமைந்து அங்கங்கே படத்தை உச்சத்துக்குத் தூக்கி விடும். இங்கே ஏ.ஆர். ரஹ்மானின் இசையில் மூன்று பாடல்கள். கதை வேகம் எடுத்துப் போகும்போது ஒரு பாடல் வந்து கதையை நிறுத்திவிடும். மறுபடியும் வேகம் பிடிக்கும்போது இன்னொரு பாடல் வந்துவிடும். இப்படி அவருடைய இசை அதைப் புகுத்திய விதத்தினால் படத்திற்கு எதிராக வேலை செய்தது பெரும் துரதிர்ஷ்டமே.

படம் பார்த்த நேரம் முழுக்க சத்யஜித் ரேயின் முப்படம் (பதேர் பாஞ்சலி, அபராஜிதோ, அபு சன்ஸார்) ஞாபகத்துக்கு வந்த படியே இருந்தது. அதுவும் முப்படம். இதுவும் முப்படம். அதுவும் கங்கைக் கரையில், இதுவும் கங்கைக் கரையில். அங்கேயும் கிழவி சாகிறாள்; இங்கேயும் கிழவி சாகிறாள். அங்கேயும் குழந்தை; இங்கேயும் குழந்தை.

வித்தியாசம் என்னவென்றால் சத்யஜித்ரே படம் எடுக்கும் போது இந்த சீன் வங்காளிகளுக்கு, இது இந்தியருக்கு, இது வெளிநாட்டினருக்கு என்று யோசித்து எடுக்கவில்லை. வறுமையை

எடுத்தாலும் அதில் அன்பு இருந்தது. கௌரவம் இருந்தது. சர்வ உலகத்திற்கும் பொதுவான உணர்வு இருந்தது.

மேத்தாவின் படத்தில் சில சீன்கள் இந்தியருக்காக எடுக்கப் பட்டிருந்தன. சில வெளிநாட்டுக்காரருக்கு. சில அவருடைய திருப்திக்கு. படத்தை அதன் போக்குக்கு ஓடவிடவில்லை. ஓட்ட வைத்த இடங்கள் பல; இயற்கையாக அமைந்த இடங்கள் சில.

பதேர் பாஞ்சலியை முதன்முதலாக உலகப் புகழ் பெற்ற யப்பானிய இயக்குநர் அக்கிரா குரசோவா பார்த்துவிட்டு சொன்ன வாசகங்கள் ஞாபகத்துக்கு வருகின்றன. It is the kind of film that flows with the serenity and nobility of a big river. ஆனால் மேத்தாவின் 'தண்ணீர்' ஓர் ஆற்றின் சாந்தத்துடனும் பெருந்தன்மையுடனும் ஓடவில்லை. பலவந்தமாக அதன் ஓட்டம் திசை திருப்பப் பட்டிருக்கிறது.

கலைப் படம், வணிகப் படம் என்ற இரு ஓடங்களில் மேத்தா காலை வைத்திருக்கிறார். இரண்டுமே அவருக்குக் கிடைக்கவில்லை. பார்வையாளருக்குக் கிடைத்தது ஏமாற்றம் மட்டுமே. தண்ணீரைத் தண்ணீராகவே ஓடவிட்டிருந்தால் அது நல்ல வெற்றியைத் தந்திருக்கும்.

கடவுளின் கால்

ஆர்ஜெண்டினாவுக்கு சமீபத்தில் போய் வந்த ஒரு நண்பர் ஆச்சரியப்பட்டுப் போனார். கால்பந்தாட்டத்தில் அந்த மக்கள் பைத்தியமாக இருப்பார்கள் என்ற விசயம் அவருக்கு முன்பே தெரிந்திருந்தது. ஆனால், நேரில் பார்த்தபோது அவரால் நம்ப முடியவில்லை.

அங்கே குடும்பத்தவர்கள் அந்நியோன்யமாக இருப்பார்கள். இரவு உணவுகளின்போது எல்லோரும் ஒன்றாக மேசையின்முன் உட்கார்ந்து சாப்பிடுவார்கள். அவர்கள் சம்பாசணை கால்பந்தாட்டம் பற்றியே இருக்கும். உலகக் கோப்பை சமயங்களில் மட்டுமா என்று நண்பர் கேட்டிருக்கிறார். அவர்களுக்கு எல்லா நாளும் உலகக் கோப்பைதான்.

தெருவில் நடந்துபோகும் பையன் நெளிந்துபோன ஒரு டின்னைப் பாதையிலே கண்டால் அதை உதைக்காமல் அங்கே நகரமாட்டான். எந்த ஒரு கிராமத்துக்கும் போய் ஆக வயதுபோன ஒரு கிழவியிடம் ஆர்ஜெண்டினா விளையாட்டு வீரர்களின் பெயரைக் கேட்டால் அவர் முதல் பெயர், நடுப்பெயர், கடைசிப் பெயர் என்று முழுவதையும் ஒப்பிப்பார். முடிந்துபோன போட்டி களை நுட்பமாக, புள்ளிவிவரங்களுடன் அலசுவார்கள். பத்து வருடம் முன்பு நடந்த போட்டியில் ஒரு வீரன் கோல் போடத் தவறியதை ஞாபகத்தில் வைத்து சொல்வார்கள்.

இன்றும் மாரடோனா அவர்களுக்கு ஒரு சிறு கடவுள். அவருடைய 1986 உலகக் கோப்பை கால் இறுதி ஆட்டத்தைப் பெரியவர்கள் நினைவு கூருவார்கள். இந்தப் போட்டி இங்கிலாந்துக் கும் ஆர்ஜெண்டினாவுக்கும் இடையில் நடந்தது. இதிலேதான் மாரடோனா கையினால் பந்தைத் தட்டி கோல் போட்டுவிட்டார். அவருடைய சக விளையாட்டு வீரர்கள் அவரைக் கட்டிப் பிடிக்க வில்லை. திகிலடித்துப்போய் நின்றார்கள். மாரடோனா 'கட்டிப்பிடி, கட்டிப்பிடி' என்று மும்தாஜ்போல அழைக்கவேண்டியிருந்தது. நடுவர் கோல் என்று அறிவித்துவிட்டார். ஆனால், ஆயிரம் காமிராக்கள் மாரடோனா கையினால் கோல் போட்டதைப் படம் பிடித்துவிட்டன. எனினும் முடிவில் நடுவர் மாற்றம் செய்யாததால்

ஆர்ஜெண்டினா வெற்றிபெற்றது.

போட்டி முடிந்ததும் பத்திரிகையாளர்கள் மாரடோனாவைச் சூழ்ந்துகொண்டார்கள். 'உங்களுடைய கை அந்தப் பந்தைத் தட்டியதா?' மாரடோனா உலகப் புகழ்பெற்ற அவருடைய பதிலை அப்போது கூறினார். 'ஆம்' என்றும் சொல்லவில்லை, 'இல்லை' என்றும் சொல்லவில்லை, 'அது கடவுளின் கை' என்றார்.

அதே போட்டியில் அவர் இரண்டாவதாகப் போட்ட கோலும் ஆச்சரியகரமானது. இன்றுவரை அது பற்றிக் கால் பந்தாட்ட ஆர்வலர்கள் பேசுவார்கள். காலிலே பந்தை எடுத்த மாரடோனா நீண்ட தூரத்துக்கு ஒருவர் உதவியில்லாமல் ஓடினார். ஐந்து ஆங்கில வீரர்களை வெட்டி, வெட்டி, விழுத்தி எடுத்து தனியாகக் கொண்டுபோய் கோல் போட்டார். பத்திரிகைக்காரர்கள் அதற்குத் தாங்களாகவே ஒரு பெயர் சூட்டினார்கள், 'கடவுளின் கால்.'

மாரடோனாவின் முடிவு 1994 உலகக் கோப்பையின்போது நிகழ்ந்தது. இரண்டே இரண்டு போட்டிகளின் பின்பு போதைப் பரிசோதனையில் தோல்வியடைந்த அவர் போட்டிகளிலிருந்து நீக்கப்பட்டார். 'என் கால்களை வெட்டிவிட்டார்கள்' என்று மாரடோனா அரற்றினார். அவருடைய பைசிக்கிள் அடியைப் (தலைகீழாக அந்தரத்தில் நின்று காலால் அடிப்பது) பார்ப்பதற்கு காத்திருந்த கோடிக்கணக்கான சனங்கள் துக்கம் கொண்டாடினர்.

நான் சிறுவனாய் வளர்ந்த கிராமமும் இப்படித்தான், உதை பந்தாட்டம் என்றால் அத்தனை ஆர்வம். மாலை ஐந்துமணிப் போட்டிக்குக் காலையில் இருந்தே தயாராகி விடுவார்கள். அது விவசாயக் கிராமம் என்பதால் சனங்கள் மாட்டுக்குத் தண்ணி வைத்து, ஆட்டுக்குக் குழையொடித்து கிளம்பி, பல மைல்கள் தூரமுள்ள முற்றவெளிக்கு ஏதோ விழாவுக்குப் போவதுபோலக் கூட்டம் கூட்டமாக நடந்து போவார்கள்.

எனக்கு ஞாபகமிருக்கும் ஒரு பெயர் ராவணேஸ்வரன். அது எப்படி, குழந்தை பிறக்கும்போதே பெற்றோருக்கு அவன் எப்படி வருவான் என்று தெரிந்திருந்தது. ஆறடிக்கு மேலாக உயரம்; உருண்டு, திரண்ட மேனி. பத்துத் தலைகளில் இருக்கவேண்டிய தலை முடி ஒரே தலையில் இருந்தது. அவர் தலையைச் சிலுப்பினால் அது சூரியனை மறைத்துவிடும். அவரைத் தாண்டி கோல் போடுவது அருமையிலும் அருமை. காலிலே பந்து பட்டால் அது உயரே எழும்பி, எல்லோரையும் கழுத்தை வளைத்து ஆகாயத்தைப் பார்க்க வைக்கும். யார் தோற்றாலும், யார் வென்றாலும் அடுத்த நாள் பள்ளிக்கூடத்தில் ராவணேஸ்வரன் அடித்த பந்தின் உயரம் பற்றித்தான் பேச்சு நடக்கும்.

இன்னொருவருடைய பெயர் 'பொந்தன்.' அப்பொழுதுதான் பொந்துக்குள் இருந்து புறப்பட்ட பிராணிபோல இருப்பார். குள்ளமான தேகம், உருண்டையான வடிவம். ஒரு பெருச்சாளியைப் போலப் பந்தை உருட்டிக்கொண்டு ஓடுவார். இவர் பந்தைப் பறிப்பதில் மன்னர். எதிராளிகளிடம் இருந்து மட்டுமல்ல தன் சைட்டில் இருந்தும் பறித்துவிடுவார். பறித்தால் ஓட்டம்தான். இவர் ஓடினால் பிடிக்கமுடியாது, அவ்வளவு வேகம். பக்கத்திலேயே மூச்சு இரைக்க ஓடிவரும் தன் டீமின் கால்களுக்குப் பந்தை பாஸ் பண்ணவே மாட்டார். நேராக கோல் கம்பங்களுக்கிடையே மட்டும் அடித்து கோலாக்குவார்.

இன்னொருத்தருடைய பெயர் ஞாபகம் வரவில்லை. அந்தக் காலத்தில் கால்பந்து விளையாடுபவர்கள் காலணி அணியவில்லை. பெருவிரலாலேயே அடிப்பார்கள். இவர் எதிராளியின் எந்த அரணையும் உடைத்துவிடுவார். இறுதிப் போட்டியின்போது இவருக்குப் பெருவிரலிலே காயம், எப்படி விளையாடுவார். அவரைக் காவிக் கொண்டு மைதானத்துக்கு வந்தார்கள். அவர் காலிலே கரண்ட் ஏற்றிப் பெருவிரலை விறைக்கப் பண்ணினார்கள். அவர் விளையாடி கோல் போட்டார்; போட்டியிலும் வெற்றி. கரண்ட் கொடுத்து எப்படி விறைக்க வைக்கலாம் என்பது எனக்கு அப்போது புரியவில்லை; இப்போதும் புரியவில்லை.

அன்று அவருக்கு நடந்த மரியாதையைப்போல முன்னும் நடந்ததில்லை; பின்னும் நடந்ததில்லை. அவரை ஒரு ரிக்சாவில் ஏற்றி, பெரியகடை வீதிகளில் இழுத்து வந்தார்கள். ஒவ்வொரு கடைவாசலிலும் நிறுத்தி நிறுத்தி உபசாரம்; உத்தரியம் போட்டார்கள்; மாலை அணிந்தார்கள்; ஆலத்தி எடுத்தார்கள். ராச மரியாதைதான்.

மறக்க முடியாத போட்டி என்றால் அது யாழ் இந்துக் கல்லூரிக்கும் சம்பத்திரிசியார் கல்லூரிக்கும் இடையில் நடந்த போட்டிதான். கடைசி நேரத்தில் நடுவர் சம்பத்திரிசியார் கல்லூரிக்கு சாதகமாக ஒரு பெனால்டி கொடுத்துவிட்டார். அவர்களும் கோல் அடித்து போட்டியில் வெற்றி பெற்றுவிட்டார்கள். சனங்கள் மைதானத்துக்குள் நுழைந்து நடுவரை அடிக்க முற்பட, அவர் பொந்தனே வியக்கும் வண்ணம், குதி பிடரியில் பட ஓடி மறைந்தார். போட்டி குழம்பினாலும் முடிவு இறுதிதான், அதில் மாற்றமில்லை. அன்று ஊர் முழுக்க அழுதது.

உடனுக்குடனேயே ஒரு நோட்டீஸ் அடித்து விநியோகித்தார்கள். தலைப்பு 'அம்பயரின் அநியாயம்.' அப்பொழுதெல்லாம் நடுவரை அம்பயர் என்றே அழைத்தார்கள். ஆயிரக்கணக்கானோர் அந்த நோட்டீஸை வாசித்து, தங்கள் மனக்குறையை ஆற்றிக்

கொண்டார்கள். எங்கள் வீட்டில் கை விளக்கின் ஒளியில் பெரியண்ணர் வாசிக்க நாங்கள் எல்லோரும் கேட்டோம். ஐயா கட்டிலின் மேலே இருந்தார். அம்மா நிலத்திலே இருந்தார். நாங்கள் சுற்றிவர நின்றோம். அதிலே ஓர் இடத்தில் 'கோறணை மாடும் போச்சு; உழுத கலப்பையும் போச்சு' என்ற வரிகள் வரும். அப்பொழுது அம்மாவின் கண்களில் கண்ணீர் உருண்டது.

உலகக் கோப்பை போட்டிகள் ஆரம்பமாகச் சில நாட்கள் இருக்கும் போதே இந்தத் தடவை எத்தனை போட்டி பார்க்க முடியுமோ அத்தனையும் பார்த்துவிடுவது என்று தீர்மானித்தேன். நான் தொடர்ந்து கால்பந்து விளையாட்டுகள் பார்ப்பவனல்ல. இப்போ அதன் விதிகளை எல்லாம் மாற்றிவிட்டார்கள். மஞ்சள் அட்டை, சிவப்பு அட்டை என்று கொடுக்கிறார்கள். ஒரு சப்பாத்து நீளம் முன்னுக்கு நின்றால்கூட நடுவர் offside என்கிறார். ஒரு நாட்டு விளையாட்டுக் குழு சேர்த்த மஞ்சள், சிவப்பு அட்டைகளைத் திருப்பி எடுத்துப்போகத் தனியாக ஒரு பை தேவை என்று கூறுகிறார்கள். என் நண்பன் சொல்கிறான் சில நடுவர்களுக்கும் மஞ்சள் அட்டை கொடுக்கவேண்டும் என்று. இப்படி பல சிக்கல்கள் இருந்தாலும் பழைய அனுபவங்களையும் புதிய அறிவுகளையும் வைத்து ஒருமாதிரி போட்டிகளைப் புரிந்து கொள்ளலாம் என்று நான் எண்ணியிருக்கிறேன்.

ஆறு கண்டங்களில் இருந்து நாலு வருடங்களாக அரித்து, அரித்து எடுத்த 32 நாடுகள் இறுதிப் போட்டிகளில் ஜேர்மனியில் கலந்து கொள்ளும். இந்த நாலு வருடங்களில் நடந்த போட்டிகளை 200 லட்சம் பேர் மைதானங்களில் நேரடியாகப் பார்த்திருக்கிறார்கள். டிவிக்களில் பார்த்தவர்கள் கணக்கில் சேரவில்லை. யூன் 9ஆம் தேதி போட்டி தொடங்கி, யூலை 9ஆம் தேதி முடிவுக்கு வரும். இது 18ஆவது உலகக் கோப்பை. இதுவரை 17 உலகக் கோப்பைகள் நடந்து முடிந்திருக்கின்றன; பிரேஸில் 5, ஜேர்மனி 3, இத்தாலி 3, ஆர்ஜெண்டினா 2, உருகே 2, இங்கிலாந்து 1, பிரான்ஸ் 1 என்று இதுவரை வெற்றி பெற்றிருக்கின்றன. இம்முறை ஜேர்மனி வெற்றிபெறும் என்றும் சிலர் பிரேஸிலை விழுத்த முடியாது என்றும் கூறுகிறார்கள்.

இந்தப் போட்டிகளில் எனக்கு விளங்காத பல அம்சங்கள் இருந்தன. எப்பொழுது ஒருவர் எதிர் டீம் ஆளை இடித்து விழுத்தினாலும் அவர் உடனே நடுவரிடம்போய்க் கெஞ்சத் தொடங்குவார். தனக்கு மஞ்சள் அட்டை கிடைக்கக் கூடாதென்று பிரார்த்திப்பார். அவர் எவ்வளவுதான் கெஞ்சினாலும் நடுவர் மனம் மாறுவதில்லை. அவருடைய தீர்ப்பு தீர்ப்புதான். இருந்தாலும் இவர் கெஞ்சுவதை நிறுத்துவதில்லை. நடுவரும் கெடுபிடியை நிறுத்துவதில்லை.

ஒருவர் தலை குப்புற விழுந்தவுடன் உயிர் போய்விட்டது போல வயிற்றைப் பிடித்துக்கொண்டு சுழலுவார். உருளுவார். ஓவென்று சத்தமிட்டு அலறுவார். எல்லோரும் அவரைச் சுற்றிக் கூடிவிடுவார்கள். நடுவர் எதிராளிக்குத் தண்டனை கொடுத்ததும் வேதனையில் துடித்துக் கிடந்த வீரர் துள்ளி எழுந்து விளையாட்டில் கலந்துகொள்வார். விளையாட்டில் இப்படி அப்படி இருந்தாலும் நடிப்புக் கலையில் வீரர்கள் எல்லோரும் ஜொலித்தார்கள்.

இன்னும் பெரிய குழப்பம் என்னவென்றால் இந்த வீரர்கள் அணியும் ஜேர்ஸி. இவர்களுடைய நாட்டின் கொடிக்கும், இவர்கள் போடும் ஜேர்ஸி கலருக்கும் சம்பந்தமே இல்லை. விளையாடும் நாட்டின் பெயரையும் அதன் கொடி வர்ணத்தையும் அவர்கள் போட்ட கோலின் தொகையையும் டிவி மூலையில் காட்டிக் கொண்டே இருப்பார்கள். நீங்கள் ஆரம்பத்தில் இருந்து பார்த்தால் ஒழிய இடையிலிருந்து தொடங்கினால் எந்த டீம் எது என்று கண்டுபிடிப்பதற்கிடையில் இடைவேளை வந்துவிடும். இவர்கள் சும்மா உட்கார்ந்து பார்த்துக்கொண்டிருக்கிறார்கள்தானே, இவர்களுடைய மூளைக்குக் கொஞ்சம் வேலை கொடுப்போம் என்று தொலைக்காட்சிக்காரர்கள் தீர்மானித்ததுபோலவே இது இருக்கிறது.

உதாரணம் ஜேர்மனி, போலந்து போட்டி. ஜேர்மன் கொடியின் வர்ணம் கறுப்பு, சிவப்பு, மஞ்சள். போலந்தின் வர்ணம் சிவப்பு, வெள்ளை. இந்த இரண்டு அணியில் வெள்ளை ஜேர்ஸி போட்டு ஆடுபவர்கள் போலந்து அணியாகத்தானே இருக்க வேண்டும், இல்லை. அது ஜேர்மனி. ஆகவே ஆட்டம் தொடங்கி பதினைந்து நிமிடங்களுக்கு பிறகுதான் பலர் எந்த டீம் என்ன உடை மாட்டியிருந்தார்கள் என்பதைக் கண்டுபிடிக்க முடிந்தது.

ஒரு முறை நானும் மனைவியும் ஸ்பானிஷ் மொழி வர்ணனையில் ஒரு போட்டியைப் பார்த்து முடித்தோம். போட்டி முடியும் வரைக்கும் எது எந்த நாடு என்பது மர்மமாகவே மறைக்கப் பட்டது. இறுதியில் அவ்வளவு நேரமும் நாங்கள் இருவருமே எதிர் அணிக்கு ஆதரவாகக் கைத்தட்டி சத்தம் போட்டிருக்கிறோம் என்பது தெரியவந்தது.

இவர்கள் பயிற்சியில் முக்கியமானது காலில் பந்து கிடைத்தால் அதை எதிராளியிடம் விட்டுக்கொடுக்கக் கூடாது என்பது தான். உயிரைக் கொடுத்தாலும் பந்தைத் தங்கள் பிடிக்குள் வைத்திருப்பார்கள். பந்து கால்களுக்குள் இருந்த நேரத்தைக் கணித்து அடிக்கடி டிவியில் புள்ளிவிவரமாகத் தருகிறார்கள். அதில் என்ன பிரயோசனம், வெற்றி தோல்வி அவர்கள் போட்ட கோல்களை வைத்தே தீர்மானிக்கப்படுகிறது. அதிக நேரம் பந்து

வைத்திருந்தவர்களுக்குப் பந்தை கோலாக மாற்றத் தெரியவில்லை; குறைந்த நேரக்காரர்கள் கோல் போட்டு வெற்றியைக் கைப்பற்றி யிருக்கிறார்கள்.

ராவணேஸ்வரன்போல உயர அடிப்பவர்களுக்கு உலகக் கோப்பையில் மவுசே இல்லை; அவரை டீமிலேயே சேர்க்க மாட்டார்கள். அவர் அடிக்கும் பந்து பூமிக்கு வந்து சேர்வதற் கிடையில் எதிர்க்கட்சி எல்லாம் திரண்டு வந்துவிடும். ஆகவே வேகம் முக்கியமான அம்சம், உயரம் அல்ல.

தன்படை வெட்டிக் கொல்லுதல், friendly fire என்பதுபோலக் கால்பந்தாட்டத்திலும் இருக்கிறது. இங்கிலாந்து அணியும் பராகுவே அணியும் இரண்டாம் நாளே போட்டியில் மோதிக்கொண்டார்கள். இங்கிலாந்து அணி *1 – 0* என்று வென்றது. அந்த கோலைப் போட்டது இங்கிலாந்தின் லம்பார்ட் அல்ல, ரூனி அல்ல, ஜோஜோ அல்ல, எதிர் அணியைச் சேர்ந்த கார்லோஸ் கமரா. இவர் இந்த கோலைப் போட்டிருக்காவிட்டால் இங்கிலாந்தின் கதி என்னவாகி யிருக்குமோ தெரியாது. கார்லோஸ் செய்த சேவைக்கு இங்கிலாந் தின் அரசி அவருக்கு சேர் பட்டம் கொடுப்பார் என்று பேசிக் கொள்கிறார்கள்.

பிரேஸில் விளையாடிய முதல் போட்டியைப் பார்த்து திடுக் கிட்டவர்களில் நானும் ஒருவன். எல்லோருடைய நாவும் உச்சரித்தது 'ரொனால்டோ, ரொனால்டோ' என்பதுதான். ஹலோவீனுக்கு வளர்த்த பூசணிக்காய்போல இவர் உருண்டு உருண்டு ஓடினார். இவர் காலில் பந்து படாதபோது சனங்கள் 'ஆ, ஆ' என்று கத்தினார்கள்; பட்டபோதும் 'ஆ, ஆ' என்று கத்தினார்கள். ஆறறிவு படைத்த இவரை ஓரறிவுகூட இல்லாத பந்து முந்தி ஓடியது. எல்லாக் காலத்துக்கும் உலகத்து உதை பந்தாட்ட மன்னர் பிரேஸில் நாட்டு வீரர் 'பெலே' என்பது அனை வரும் ஒப்புக்கொள்ளும் உண்மை. உலகக் கோப்பை போட்டிகளில் அவர் போட்ட கோல்களிலும் அதிகமாக ரொனால்டோ போட்டு விட்டார். இன்னும் ஒரேயொரு கோல் போட்டால் ஜேர்மன் வீரர் முல்லரின் சாதனையை முறியடித்து விடுவார். அவர் அப்படிச் செய்வதை இந்தக் கண்களினால் பார்ப்பதற்கு நான் காத்திருக்கி றேன். பந்துக்கும் காலுக்கும் இடையேயான தூரம் குறைந்தவுடன் அவர் இந்தச் சாதனையைச் செய்துமுடிப்பார் என்றே நினைக்கிறேன்.

சு.ரா ஒரு சிறுகதை எழுதியிருக்கிறார். இரண்டு பள்ளிக்கூட விளையாட்டுக் குழுக்களுக்கிடையில் நடக்கும் கால்பந்தாட்டப் போட்டி. விளையாட்டு ஆரம்பிக்க முன் எதிர் தரப்பு காப்டன் அவர்கள் தலைமையாசிரியரிடம் வருவான். 'ஃபாதர், எவ்வளவு

கோல் கொடுக்கவேணும்.' (கவனியுங்கள், 'போடவேணும்' அல்ல, 'கொடுக்கவேணும்.' அதாவது அவர்கள் கொடுக்கும் கோல்களை இவர்கள் மூட்டை கட்டி வீட்டுக்கு எடுத்துப் போவார்கள்). ஃபாதர் பதிலாக 'ஒன்பது' என்று சொல்வார். அவர்களும் சரியாக ஒன்பது கோல்கள் ஒரு கோல் குறையாமல், ஒரு கோல் கூடாமல் போட்டு வெற்றியைத் தட்டிக்கொண்டு செல்வார்கள்.

ஆனால் உலகக் கோப்பை விளையாட்டில் இப்படி எல்லாம் முதலிலேயே தீர்மானித்து கோல்போட முடியாது. ஆடம்பரமாக வந்தவர்கள் சடசடவென்று சரிந்தார்கள். எதிர்பாராதவர்கள் கோல் போட்டார்கள். இவர்தான் வெல்வார், இவர்தான் தோற்பார் என்று எவராலுமே சொல்லமுடியாது. அதுவே, நிசமான போட்டியாவும் இருக்கும்.

இந்தப் போட்டிகள் நடைபெறுவதற்கு ஜேர்மன் நாடு தெரிவானதே ஒரு கதை. தென் ஆப்பிரிக்காவுக்கும் ஜேர்மனிக்கும் இடையில் கடுமையான போட்டி. தேர்வாளர்கள் கூடி வாக்களிக்கும் சமயம் பத்திரிகையாசிரியர் ஒருவர் வம்புக்காக ஜாக் டெம்சி என்ற தேர்வாளருக்கு ஒரு கடிதம் அனுப்பிவைத்தார். 'ஐயா, நீங்கள் ஜேர்மனிக்கு உங்கள் வாக்கை அளித்தால் ஒரு குயில்கூவும் மணிக்கூட்டை உங்களுக்குப் பரிசாகத் தருவோம்.' டெம்சி பாவம் நடுங்கிவிட்டார். லஞ்சக் குற்றச்சாட்டில் எங்கே மாட்டிவிடு வோமோ என்று பயந்து அவர் வாக்களிக்கவே இல்லை. அவர் அளித்திருந்தால் தென் ஆப்பிரிக்கா வென்றிருக்கும். ஒரு பத்திரிகை யின் விஷமம் ஜேர்மனிக்கு வெற்றி பெற்றுக்கொடுத்த செய்தி இப்போது தெரிய வந்திருக்கிறது.

ஒலிம்பிக்கை யார் பார்ப்பார்கள், கால்பந்தை யார் பார்ப்பார் கள் என்று ஒருவரிடம் கேட்டபோது அவர் 'உலகமும் அவர்கள் மனைவியரும் பார்ப்பது ஒலிம்பிக்ஸ்; உலகமும், சமையல்காரனும், திருடனும், அவன் மனைவியும், அவள் காதலனும் பார்ப்பது உலகக் கோப்பை' என்று சொன்னாராம். அது முற்றிலும் உண்மையாகவே தெரிகிறது. உலகக் கோப்பையில் அமெரிக்கா பங்கெடுத்தாலும் அமெரிக்க மக்களுக்கு இதில் ஆர்வமில்லை. என் நண்பர் சொல்கிறார் அமெரிக்கர்களுக்கு விளம்பரம் முக்கியம் என்று. பேஸ்போலில் இருப்பதுபோல கால் பந்தாட்டத்திலும் ஒன்பது இடைவேளைகள் இருந்தால்தான் இது பிரபலமாகும். கால் பந்தாட்டம் மக்களை எப்படிப் பிரிக்கிறதோ அப்படியே ஒன்று சேர்க்கிறது. 17 விதிகளுக்குக் கட்டுப்பட்டு உலக நாடுகள் விளையாடும் இந்த அற்புதமான விளையாட்டில் ஆசிய நாடுகளும் அமெரிக்காவும் தங்கள் பங்களிப்பைக் கூட்டினால் இன்னும் சிறப்பாக நடைபெறும்.

உலகக் கோப்பை விளையாட்டு வீரர்கள் பிரபலமான அளவுக்கு அவர்கள் மனைவிகள், காதலிகள் மற்றும் காதலிக்க காத்திருப்பவர்களும் பிரபலப்படுகிறார்கள். இனி இல்லையென்று உடலை முறித்து விளையாடும் இங்கிலாந்து காப்டன் பெக்கம் மீது எவ்வளவு வெளிச்சம் விழுகிறதோ அதே அளவுக்கு சாய்ந்திருந்து, காலுக்குமேல் கால் போட்டு, கறுப்புக் கண்ணாடி அணிந்து வந்திருக்கும் பெக்கமின் மனைவி விக்டோரியா மீதும் விழுகிறது. இவர் முன்னாள் Spice Girls பாடகி, பிரபலமான மொடல். இவர் இங்கிலாந்திலிருந்து 60 கறுப்பு கண்ணாடிகள் கொண்டு வந்திருக்கிறாராம். ஒருநாள் அணிந்த கண்ணாடியை இன்னொரு நாள் போட்டிக்கு அணிய மாட்டார். இவருடைய கறுப்பு கண்ணாடி தீருமட்டுமாவது இங்கிலாந்து டீம் நின்றுபிடிக்க வேண்டும். அல்லது அவ்வளவு கண்ணாடியும் பாழ்.

இந்தக் கட்டுரை எப்போது வெளிவருமோ தெரியாது. இறுதி ஆட்டம் 9 யூலை அன்று நடக்கும். அதற்கு முன்னும் இந்தக் கட்டுரை வெளியாகலாம், பின்னும் வெளியாகலாம். ஆனால், அந்த ஆட்டத்தை நான் பார்ப்பேனா தெரியவில்லை. மொன்ரியோலில் உள்ள ஒரு மலைப்பாங்கான கிராமத்தில், டிவி வசதி இல்லாத ஓர் இடத்தில், அப்பொழுது நான் தங்கி இருப்பேன். இந்த இடத்தை புக் செய்யும்போது இறுதி ஆட்டத்தை நான் கணக்கில் எடுக்க வில்லை, எப்படியோ தவறிவிட்டது. ஆகவே அதைப் பார்ப்பேன் என்பது இந்தக் கணம்வரைக்கும் உறுதி இல்லை.

இறுதி ஆட்டம் நடக்கும் அன்று 100 கோடிக்கு மேலே உலக மெங்கும் சனங்கள் தொலைக்காட்சியில் உடனுக்குடன் அந்தத் தருணத்தைக் கண்டு களிப்பார்கள். பிரேஸிலோ, ஆர்ஜண்டி னாவோ, ஜேர்மனியோ, குட்டி போர்ச்சுக்கல்லோ இன்னும் வேறு ஒரு நாடோ போடப்போகும் ஒரு கோலினால் ஆட்டம் முடிவுக்கு வரும். அதைப் போடும் கால் கடவுளின் காலாக இருக்கும்.

என் நண்பர் வாக்கு தந்திருக்கிறார். எந்தப் பாடுபட்டாவது எனக்கு உலகக் கோப்பை இறுதி ஆட்டத்தைக் காட்டுவதாக. அவர் எங்கே போவாரோ, என்ன செய்வாரோ, எப்படி டிவி ஒன்றை உண்டாக்குவாரோ தெரியாது. மொழி தெரியாத ஊரில் யாரைப் பிடிப்பாரோ, விளையாட்டு வீரர்கள் நடுவரிடம் கெஞ்சுவதுபோல எவரிடம் கெஞ்சுவாரோ, அதுவும் தெரியாது. அவர் முயற்சியில் ஒரு டிவி கிடைத்தாலும் கிடைக்கலாம். அப்படிக் கிடைத்தால் அது 'கடவுளின் டிவி'.

விட்டுப்போச்சுது

கடந்த சில மாதங்களாக ஒரு புத்தகத்தைக் கண்டதும் ஓடுவதற்கு தயாராக இருந்தேன். அது என்னிடம் குற்ற உணர்வை வளர்த்தது. பல புத்தகங்கள் அரைவாசி படித்த நிலையில் திறந்தபடி கிடந்தன.

இன்னொரு புத்தகம், 'Hatchet Jobs' என்று தலைப்பு, ஒரு நண்பர் சிலாகித்தார் என்று அவசரப்பட்டு வாங்கித் திறக்கப் படாமல் இருந்தது. சிலவற்றை முதல் பாராவுக்கு மேலே படிக்க முடியவில்லை. சிலது முதல் பக்கத்தோடு நின்றுவிட்டன. இன்னும் சில, முக்கி முக்கி இருபது பக்கம் படித்த பிறகு நிறுத்தவேண்டி நேர்ந்துவிட்டது. திடீரென்று என்ன நடந்தது? புத்தகத்தின் தரம் குறைந்துவிட்டதா? அல்லது என்னுடைய வாசிப்பின் தரம் உயர்ந்துவிட்டதா? எனக்கே தெரியவில்லை.

அப்போதுதான் என்னிடம் கலாநிதி செவாலியர் அடைக்கலமுத்து எழுதிய 'இந்த வேலிக்கு கதியால் போட்டவர்கள்' என்ற புத்தகம் கிடைத்தது. பல நாட்களாகத் தள்ளிப்போட்டு வந்த ஒரு வேலையை அன்றைய தினம் செய்து முடிக்கவேண்டும் என்ற தீர்மானத்தில் இருந்தேன். ஆகவே நேரம் இல்லை. நின்ற நிலையில் இந்தப் புத்தகத்தைப் பிரித்துப் பார்த்தேன், பிறகு தட்டிப் பார்த்தேன். உட்கார்ந்து வாசிக்கத் தொடங்கினேன். அப்படியே இரண்டு மணி நேரம் அசையாமல் இருந்து 211 பக்க புத்தகத்தைப் படித்து முடித்தேன். பல மாதங்களுக்கு பின்னர் என் கையில் கிடைத்த சுவாரஸ்யமான ஒரு புத்தகம்.

இது ஒரு சுயசரிதைத் தன்மையான நூல். எண்பத்தி ஐந்து வயதான அடைக்கலமுத்து யாழ்ப்பாணத்தைச் சேர்ந்தவர். 60, 70 வருடங்களுக்கு முன்னர் நடந்த தன் இளமைக்கால அனுபவங் களை, சந்தித்த மனிதர்களைப் பற்றி சுவைபட எழுதிக்கொண்டே போகிறார். இவருடைய கண்களினூடாக பேராசிரியர் கணபதிப் பிள்ளை, பேராசிரியர் செல்வநாயகம், இளமுருகனார் என்று பலரைச் சந்திக்க முடிகிறது. அந்தக் காலத்து கல்வி முறைகள், ஆசிரியர்கள், மாணவர்கள் என்று வியக்கவைக்கும் குறிப்புகளும் கிடைக்கின்றன. ஒரு கால கட்டத்தின் நல்ல பதிவாகவும் இந்தப்

புத்தகத்தைப் பார்க்கலாம்.

சில மாதங்களுக்கு முன்பு அடைக்கலமுத்து ரொறொன்ரோ வந்திருந்தபோது அவரை நான் போய்ச் சந்தித்தேன். அவர் பேசப் பேசக் கேட்டுக்கொண்டே இருக்கலாம்போலப்பட்டது. பல வருடங் களுக்கு முந்தைய யாழ்ப்பாணத்தை என் கண்முன்னே கொண்டு வந்து நிறுத்தினார்; தன் சிறுவயதில் நடந்த பல சம்பவங்களையும் நினைவு கூர்ந்தார்.

அடைக்கலமுத்துவின் தகப்பனாருடைய தொழில் சுருட்டுக் கொட்டில்களில் மாபாரதம் வாசிப்பது. ஒரு நாளைக்கு 67 மணி நேரம் தொடர்ந்து உரக்க வாசிக்கவேண்டும்; கடுமையான வேலை. அவருக்கு மாபாரதம் கரதலப் பாடம். அடைக்கலமுத்து கிறிஸ்தவ பாடசாலையில் படித்ததால் அங்கே ஆசிரியர்கள் புராணங்களில் ஏற்படும் சந்தேகங்களை அவரிடம் கேட்பார்கள். அடைக்கல முத்துவும் தகப்பனிடம் கேட்டுத் தெரிந்து ஆசிரியர்களுக்குச் சொல்வார்.

இந்த ஆசிரியர்களில் சிலர் மோசமானவர்கள், தீரவிசாரிக் காமல் அடித்து நொறுக்கி விடுவார்கள். ஆர் முதலில் முறைப்பாடு கொடுக்கிறாரோ அவர் பக்கமே தீர்ப்பு இருக்கும். அடைக்கலமுத்து கெட்டிக்காரன் என்றபடியால் அவருக்குப் படிப்பு விசயத்தில் அடி கிடைத்ததில்லை, ஆனால் அவருடன் படிக்கும் மாணவர்களின் சதியில் மாட்டுப்பட்டு அடி வாங்குவார். முதல் முறை அடி விழுந்த போது தாங்கிக்கொண்டார்; இரண்டாவது முறை பள்ளிக்கூடத்தை விட்டே ஓடவேண்டி நேர்ந்தது.

சண்முகம் இவருடன் படித்த மாணவன். தினமும் வண்டியில் மணல் ஏற்றிப் பறித்துவிட்டு வருவதால் நேரம் பிந்தியே வருவான். ஆனால் புத்திசாலி, ஒவ்வொரு நாளும் புதிதாக ஏதாவது சாட்டு தயாரித்து ஆசிரியரை சமாளிப்பான். அவனுடைய பட்டப் பெயர் 'சாலக்கார சண்முகம்.' அவனுக்குப் புகையிலை போடும் பழக்கம் இருந்தது. ஆசிரியர் அவனுடைய மடியை அடிக்கடி சோதித்துப் பார்ப்பதால் அடைக்கல முத்துவிடம் புகையிலையைக் கொடுத்து பத்திரமாக வைத்திருப்பான்.

ஒரு நாள் சாலக்கார சண்முகம் வீட்டுக் கணக்கு போட வில்லை. ஆசிரியர் அவனை அடிக்கப்போகிற சமயம் அவரைத் திசை திருப்புவதற்காக அடைக்கலமுத்து மடியில் புகையிலை ஒளித்து வைத்திருக்கும் விசயத்தைச் சொல்லிவிடுகிறான். ஆசிரியர் அடைக்கலமுத்துவின் மடியைச் சோதித்துப் பார்த்து நல்ல அடி கொடுக்கிறார். அத்துடன் அடைக்கலமுத்து எச்சரிக்கையாக இருக்கப் பழகிக்கொண்டார். அப்படியும் விதி வசத்தால்

இரண்டாவது தடவையும் ஒரு சதியில் மாட்டினார். அது அவருடைய வாழ்க்கையையே மாற்றியது.

அடைக்கலமுத்து கணிதத்தில் வலு கெட்டிக்காரர். விஞ்ஞானியாக வேண்டும் என்று நினைத்தார். இவரோடு படித்த சிவராசனுக்குக் கணக்கு ஓடாது. ஒவ்வொரு நாளும் இவர் கொண்டுவரும் வீட்டுக் கணக்கை கொப்பியடித்து சிவராசனும் தப்பிக்கொண்டு வந்தான்.

ஒரு நாள் ஆசிரியர் வகுப்பில் முதல் கெட்டிக்காரன் அடைக்கலமுத்து என்றும் இரண்டாவது கெட்டிக்காரன் சிவராசன் என்றும் சொல்லி விட்டார்.

அன்றிலிருந்து அடைக்கலமுத்து சிவராசானுக்கு கொப்பி காட்ட மறுத்தார். சிவராசானுக்கு கருவம். எப்படியும் அடைக்கல முத்துவைப் பழி வாங்க நினைத்தான். ஒரு நாள் அடைக்கல முத்துவை ஆசிரியர் அழைத்து ஒரு சதம் காசு கொடுத்து அதற்கு இரண்டு சூப்புத்தடி வாங்கிவரும்படி பணித்தார். அடைக்கலமுத்து திரும்பி வரும் வழியில் ஒரு சூப்புத்தடியை நக்கிப் பார்த்து, துடைத்துவிட்டு ஆசிரியரிடம் கொடுத்தார். சிவராசன் அடைக்கல முத்து நக்கியதைக் கண்டு அதை அப்படியே போய் ஆசிரியரிடம் சொல்லிவிட்டான். அன்று அடைக்கலமுத்துவுக்குக் கிடைத்த அடியில் சதை உரிந்து பள்ளிக்கூடம் போவதையே நிறுத்திவிட்டார். தகப்பன் எவ்வளவு வற்புறுத்தியும் அசையவில்லை. கடைசியில் அவர் விருப்பப்படி தமிழ்ப் பள்ளிக்கூடத்தில் சேர்த்தார். உலகம் ஒரு தமிழறிஞரைப் பெற்றது; விஞ்ஞானியை இழந்தது.

ஒருமுறை புகழ்பெற்ற ஒரு சாமியாரை அடைக்கலமுத்து பார்க்கப் போயிருக்கிறார். அப்போது அவருக்கு இளவயது. கவிதைகள் எழுத ஆரம்பித்திருந்தார். இவருடைய கேள்வி 'சாமி, என்னுடைய எதிர்கால வாழ்க்கை எப்படி இருக்கும்?' சாமியார் இவருடைய ஊர்ப் பெயரைக் கேட்டார். இவர் சொன்னார். 'சரி போ' என்று விடைகொடுத்தார். இவருக்கு திருப்தி இல்லை, இன்னொரு முறை கேட்டார். 'என்னுடைய எதிர்கால வாழ்க்கை எப்படி இருக்கும்?' மறுபடியும் ஊர்ப் பெயரைக் கேட்டுவிட்டு, 'சரி போ' என்றார். இவர் வீடு திரும்பும்போது யோசித்துப் பார்த்தார். இவருடைய ஊரின் பெயர் 'எழுதுமட்டுவாழ்.' 'நீ எழுதுமட்டும் உனக்கு வாழ்க்கை அமையும்' என்பதுதான் பொருள் என்று பின்னர் விளங்கியது. அவருடைய வாழ்க்கையும் சாமியாரின் வாக்குபடியே பலித்தது.

'கற்றாரைக் கற்றாரே காமுறுவர்' என்பதை விளக்க அடைக்கலமுத்து ஒரு கதை கூறினார். ஓர் அரசனைப் பார்க்க

ஒரு புலவர் நெடுந்தூரம் நடந்து, களைத்து, புழுதி படிய வந்து சேர்ந்தார். அரசன் புலவருக்கு ஸ்னானம் செய்வித்து, புத்தாடை புனைந்து, வாசனைத் திரவியங்கள் பூசி அவரைத் தன்னிடம் அழைத்துவரும்படி சேவகனுக்குக் கட்டளையிட்டார். அப்படியே அவன் செய்தான்.

புலவருக்கு எண்ணெய் தேய்க்கும்போது அவர் சேவகனை நிறுத்தச் சொல்லி 'ஒருகையில் வைத்து எண்ணெய் தேய்க்க வேண்டாம்', இதை இப்படியேபோய் அரசனிடம் சொல்லு என்று அவனை அனுப்பினார். சேவகனும் அப்படியே செய்தான். அரசனின் மதியூகத்தைச் சோதிக்கவே புலவர் அப்படிச் சொன்னார். அரசன் சேவகனிடம் 'புலவரை எங்கே இருத்தி எண்ணெய் தேய்த்தாய்?' என்று விசாரித்தார். அவன் 'கல்லுக்கும்பி' என்றான். அரசனுக்குப் புலவரின் அடிப்பாகம் நொந்திருக்கிறது என்பது விளங்கிவிட்டது. 'ஒரு கை' என்பதற்கு எதிர்ப்பதம் 'பலகை.' ஒரு கையில் வைத்து எண்ணெய் தேய்க்காமல் புலவரைப் 'பலகையில்' வைத்து எண்ணேய் தேய்க்கும்படி அரசன் கட்டளை யிட்டான். புலவரும் அரசனின் மதிநுட்பத்தை வியந்து அவன் மேல் கவி பாடினார் என்பது கதை. கற்றவர் சொல்வது கற்றவருக்கே புரியும்.

இப்படிப் பல கதைகளை என்னுடன் பேசி மகிழ்ந்தார் அடைக்கலமுத்து. நேரம் போனதே தெரியவில்லை. நான் விடைபெறும்போது எங்கள் சந்திப்பைக் கட்டுரையாக எழுதப் போவதாகச் சொன்னேன். அப்போது அவர் தான் எழுதிய புத்தகம் விரைவில் வெளிவந்துவிடும் என்றும் அதை வாசித்த பிறகு எழுதும்படியும் சொன்னார். அவருடைய புத்தகத்தை படித்தபோது இன்னும் பல புது விசயங்கள் கிடைத்தன, ஆனால் என்னிடம் சொன்னவை புத்தகத்தில் இல்லை.

ஈழத்திலே வாழ்ந்த தமிழறிஞர் பண்டிதமணி கணபதிப் பிள்ளையைப் பற்றி அவர் புத்தகத்திலே சொல்கிறார். அவரிடம் தான் அடைக்கலமுத்து தமிழ்ப்படித்தார். அன்று அவருக்கு முதல் நாள், முதல் வகுப்பு. பண்டிதமணியிடம் கலிங்கத்துப் பரணி பாடலை விளக்கம் கேட்டது தன் வாழ்நாளில் முக்கியமான நிகழ்வு என்று கூறுகிறார், அடைக்கலமுத்து.

பணம் இல்லாதவனுக்கு திடீரென்று பெரும் திரவியம் கிடைத்தால் என்ன செய்வான். ஆருமில்லாத நேரம், அங்குமிங்கும் பார்த்துவிட்டு பணத்தை எண்ணிப் பார்த்து திரும்பவும் பூட்டிவைப்பான்.

கணவன் அவளுடைய முலையிலே பதித்த கைவிரல் நக

அடையாளம் நாணயக் குத்திபோலப் பதிந்து கிடக்கிறது. ஒருத்தரும் காணாத இடத்திலே போய் மெல்லத் தாவணியைக் கழற்றி நெஞ்சிலே பதிந்திருக்கும் அடையாளத்தைப் பார்ப்பாள். அது முந்திப் பிந்தி பணத்தைக் காணாதவர் கண்டதுபோல சந்தோசமா யிருக்கும். அது அழியக்கூடாது என்று நினைத்து அவசர அவசர மாகச் சீலையினாலே மூடிவைப்பாள்.

முலைமீது கொழுநர் கைநகம் மேவு குறியை முன் செல்வம் இல்லாதவர் பெற்ற நிதிபோல் கலைமீது எடா(து) யாரும் இல்லாத இடத்தே கண்ணுற்று நெஞ்சகம் களிப்பீர்கள் திறமின்.

எப்பொழுது கலிங்கத்துப் பரணியைக் கையிலே எடுத்தாலும் பண்டிதமணியின் ஞாபகம் வராமல் போகாது என்று கூறுகிறார் அடைக்கலமுத்து.

பாலசுப்பிரமணியம் என்ற பெயரை இளமுருகன் என்று மாற்றிய புலவர்மணி ஈழத்திலே வாழ்ந்தார். தனித்தமிழ் ஆர்வத்தி னால் தன்னுடைய பெயரை மாத்திரமில்லாமல் 'நாராயணன்' என்ற தன்னுடைய வேலைக்காரனுடைய பெயரையும் 'நடுவிலான்' என்று மாற்றியவர். இவர் அடைக்கலமுத்துவின் குரு. ஒருநாள் நடு வானத்தை நோக்கிச் சூரியன் ஏறிக்கொண்டிருந்தான். இவருடைய குரு களைப்போடு வீதியிலே பேருந்துக்காகக் காத்து நின்றார். அடைக்கலமுத்து அவசர அவசரமாக அவருக்குத் தன்னுடைய மகன் மூலம் பால், பழம், கசுக்கொட்டை, முந்திரியவத்தல் போன்ற வற்றை அனுப்பிவைத்தார். குரு நெகிழ்ந்துபோனார். உடனேயே பக்கத்திலே சுருட்டி வைத்திருந்த வீரகேசரிப் பத்திரிகையின் விளிம்பிலே ஒரு வெண்பா எழுதி அனுப்பினார். அதன் பொருள் இதுதான்.

முன்னொரு காலத்திலே அவ்வை விநாயகரிடம் நாலு தந்து மூன்றைக் கேட்டாள். அதாவது பால், தேன், பாகு, பருப்பு இவற்றைக் கொடுத்து அதற்கு பிரதியுபகாரமாகச் சங்கத் தமிழ் மூன்றையும் கேட்டாள். முருகனிடம் கேட்கவில்லை, கேட்டால் அது கிடைக்காதென்று அவளுக்குத் தெரியும். அப்படியிருக்க, நீரோ இளமுருகனான எனக்கு நாலு தந்து என்ன பயன்? ஒன்றும் பிரயோசனமில்லை, என்றாலும் நல்லாயிரும்.

நாலு கொடுத்தவ்வை மூன்று வரங்கேட்டாள் வேலவற் கீந்திட்டால் வீணென்றே மேலும் இளமுருகற் கீந்தால் என்ன பயன், என்னமுதே வளம் பெருகி நீடூழி வாழ்.

புத்தகத்தில் ஓர் இடத்தில் அடைக்கலமுத்து யாழ்ப் பாணத்துக்குக் கல்கி ஆசிரியர் வந்து போனதைப் பற்றியும் குறிப்பிடு கிறார். கூட்டத்தில் ஒருவர் கல்கியிடம் ஒரு கேள்வி கேட்கிறார்.

'வடக்கே இந்தியும் தெற்கே சிங்களமும் நசிக்கும்போது தமிழின் எதிர்காலம் என்ன?' கல்கியின் பதில் இப்படி இருந்தது

'எனக்கு நன்கு அறிமுகமான ஒரு நண்பர் இருக்கிறார். அவர் ஒரு சிவபக்தர். தனது அருமை மகனுக்கு மிக நீளமான ஒரு பெயரை வைத்திருந்தார். சிவநாராயண பழனிவேல். இவ்வளவு நீண்ட பெயரை ஏன் வைத்தீர்கள் எனக் கேட்டேன். நாராயணனை இந்தப் பக்கம் சிவனும் அந்தப் பக்கம் பழனிவேலனும் நசுக்கவேண்டும். அதற்காகத்தான் இந்தப் பெயரைத் தெரிந்துகொண்டேன் என்றார். எப்படி நசுக்கினும் நாராயணன் நசுங்கிவிடப் போவதில்லை. தமிழ் ஆயிரக்கணக்கான ஆண்டுகளாக எத்தனையோ இடர்ப்பாடுகளிலே தழைத்திருக்கிறது. அதற்கு ஆபத்து வந்துவிடாது.'

ஐம்பது வருடங்களுக்கு முன்னர் கல்கி கூறிய பதில் இன்றைக்கும் பொருத்தமானதாகத்தான் இருக்கிறது.

பேராசிரியர் செல்வநாயகத்திடம் பேராதனைப் பல்கலைக் கழகத்தில் அடைக்கலமுத்து இலக்கிய நலனாய்தல் படித்தார். அந்தக் காலத்தில் ரா.பி. சேதுப்பிள்ளைபோல எழுதுவது ஃபாஷனாக இருந்தது. 'நாடு நீங்கிக் காடு புகச் சென்ற கோதை யாகிய சீதை' என்று யாராவது எழுதினால் அது என்ன 'கோதை யாகிய சீதை' என்று பேராசிரியர் கிண்டல் செய்வார். 'ஓசை செவியில் கேட்டு' என்று எழுதினால் போச்சு, குறுக்காக வெட்டி விட்டு 'ஓசை வேறு எங்கே கேட்கும், கண்ணிலா?' என்று புன்னகைப்பார். ஒரு நாள் வகுப்பில் பாரதியாருடைய 'திக்குத் தெரியாத காட்டில்' பாடல் விவாதத்திற்கு எடுத்துக் கொள்ளப் பட்டது. அப்போது அடைக்கலமுத்து எழுந்து நின்று பாரதியார் நினைத்த கருத்துக்குப் பாடல் வரிகள் ஒத்துப் போகவில்லை என்றார். வகுப்பில் ஒரே அமைதி. 'எப்படிச் சொல்கிறீர்கள்?' என்றார் பேராசிரியர்.

'திக்குத் தெரியாத காட்டில் கண்ணனைக் காணத் தவிக்கிறாள் காதலி. அவனைத் தேடித் தேடி அலைகிறாள். ஆனால் அவளுக்கு என்ன தெரிகிறது? மிக்க நலமுடைய மரங்கள், விந்தைச் சுவையுள்ள கனிகள், மலைகள், நதிகள், நெஞ்சில் கனல் மணக்கும் பூக்கள், நீளக் கிடக்கும் இலைக் கடல்கள், சுனைகள், முட்கள், புதர்கள். இவற்றிலே அவள் மனத்தைப் பறிகொடுக்கிறாள், ஒரு சுற்றுலாப் பயணிபோல. கண்ணன் தோன்றுவானா? இதுதான் கண்ணனைக் கண்டடையும் முறையா?' பேராசிரியர் மடிப்புச் சால்வையை இழுத்துப் போட்டபடி அடைக்கலமுத்துவைப் பாராட்டினார்.

புலவர்களையும் பேராசிரியர்ளையும் மட்டுமல்லாமல் தன்

இளவயது நண்பர்களைப் பற்றிய குறிப்புகளையும் அடைக்கலமுத்து தருகிறார். இவரோடு படித்த கேசவன் ஏழைக் குடும்பத்தைச் சேர்ந்தவன். அவனுக்குப் படிப்பு ஏறாதபடியால் ஒரு சாப்பாட்டுக் கடையில் வேலை பார்த்தான். இவர் தன் நண்பனைப் பார்க்கப் போனபோது அவன் அளவில்லா மகிழ்ச்சியில் குதித்தான். அதுவே கேடாகவும் அமைந்துவிட்டது.

அன்று அவனுக்கு வேலை முடிந்ததும் இருவரும் படம் பார்க்கப் போவதென்று தீர்மானித்தார்கள். அவன் அவசர அவசரமாகத் தோசை மாவை அரைத்து அண்டாவில் கலக்கி வைத்துவிட்டு இரண்டாவது ஆட்டத்துக்குப் புறப்பட்டான். அவசரத்தில் வந்தவன் அண்டாவை மூட மறந்துவிட்டான்.

அடுத்த நாள் காலை தோசை சாப்பிடுவதற்கு ஒருவர் கடை திறந்ததும் வந்து சேர்ந்தார். அவர் தோசையைப் பிய்த்து வாயில் வைத்தால் மயிர் மயிராக வருகிறது. 'என்ன முதலாளி தோசைக்கு மசிர் இருக்கா?' என்றார். பார்த்தால் தோசை மாவுப் பானைக்குள் இரவு ஒரு பூனை விழுந்துபோய் கிடந்தது. கேசவனுக்கு வேலை போய் விட்டது. இருந்த ஒரு வேலையையும் தொலைத்த கேசவன் ஆடிப் போகவில்லை, 'மசிர் வேலை' என்றான்.

ஒரு காலத்தில் P.P. பொன்னம்பலம் யாழ்ப்பாணத்துக்கு குட்டி ராசா போல இருந்தார். காங்கிரஸ் கட்சியின் தலைவர். அடைக்கலமுத்து காங்கிரஸ் கட்சி கூட்டங்களில் எல்லாம் பேசுவார். இருவரும் ஒருவர்மேல் ஒருவர் பெருமதிப்பு வைத்திருந்தார்கள். P.P ஒரு புகழ்பெற்ற நியாயதுரந்தர். (பயப்படவேண்டாம், இந்தக் காலத்து தமிழில் 'வழக்கறிஞர்.') இவர் வாதாடி வென்ற வழக்குகள் பற்றி ஒரு புத்தகம் எழுதலாம். அதிலே இலங்கை முழுக்க பேசிய வழக்கு என்று ஒன்று இருந்தால் அது 'யானை மார்க் தீப்பெட்டி' வழக்குத்தான். ஒரு கடைக்காரரை, தீப்பெட்டி அரைச் சதம் கூட்டி விற்றார் என்று பொலீஸ் பிடித்துவிட்டது. அரசாங்கத் தரப்பு வழக்கறிஞர், கடைக்காரர் 'ஒரு யானைப்பெட்டியை' அரசாங்கம் நிர்ணயித்த விலையிலும் பார்க்க அதிக விலையில் விற்றுவிட்டதாகக் குற்றம் சாட்டினார். ஜீ.ஜீ. பொன்னம்பலம் நீதவானுக்குத் தீப்பெட்டியைத் தூக்கி காட்டி அதில் இரண்டு யானைகள் படம் போட்டிருப்பதாகவும் அது 'ஒரு யானைப்பெட்டி' அல்ல என்றும் வாதாடி வழக்கை வென்றுவிட்டார்.

இப்படி பல ருசிகரமான தகவல்கள் கிடைத்தாலும் இது வெறும் சம்பவங்களின் தொகுப்பு அல்ல; அதைச் சொன்னவிதம் இலக்கியத் தரமாக அமைந்திருந்தது. வர்ணனைகளும் உவமைகளும் வாசிப்பு இன்பத்தைக் கூட்டின. உதாரணத்துக்குச் சில.

'சூரிய உதயத்தை எதிர்பார்க்கும் இரா காவல்காரனைப் போல...'

'இனிப்பு போத்தல்களின் மேலால் முதலாளியின் முகம் தெரிந்தது.'

'என் இருதயத்தின் எல்லா அறைகளிலும் விளக்குகள் எரிந்தன.'

'கமக்கட்டுக்கு மேலே தொங்கிய சட்டையோடு வந்த மகளை...'

'எழுதி இலேசாக அழிந்த கரும்பலகைபோல, தலைமயிர் நரையும், கருமையும் கலந்திருக்கிறது.'

நான் புத்தகத்தை வாசித்து முடித்ததும் லண்டனில் இருக்கும் அடைக்கலமுத்து ஐயாவை தொலைபேசியில் அழைத்து என் பாராட்டைத் தெரிவித்துவிட்டு 'என்ன ஐயா, இப்படிச் செய்துவிட்டீர்கள்?' என்றேன். அவர் 'ஏன்?, ஏன்?' என்றார். 'நீங்கள் என்னிடம் சொன்ன சுவையான சம்பவங்கள் எல்லாம் விட்டுப் போச்சுதே?' அவர் 'அப்படியா, என்ன?' என்றார். நான் ஒன்றுக்கு மேல் ஒன்றாகச் சொன்னேன். 'இவை உங்கள் வாழ்க்கையையே மாற்றிய சம்பவங்கள், மிக முக்கியமானவை' என்றேன். சிறிது நேர மௌனத்திற்குப் பிறகு சன்னமான குரலில் 'விட்டுப்போச்சுது' என்றார் துயரத்தோடு.

மார்க்கோ போலா என்பவர் தான் சீனாவுக்குப் போய் வந்த வரலாற்றைப் பெரிய புத்தகமாக எழுதினார். இறக்கும்போது தான் பார்த்ததில் பாதியைத்தான் எழுதியதாகக் கூறினார். மீதி விட்டுப் போச்சுது. ஜெயமோகன் சமீபத்தில் சு.ராவைப் பற்றி ஒரு புத்தகம் எழுதினார். அது எழுதி வெளிவந்த சில நாட்களில் பேசும்போது பல சம்பவங்கள் விடுபட்டுவிட்டதாக அவரே என்னிடம் சொன்னார்.

நான் அடைக்கலமுத்து ஐயாவைச் சமாதானப்படுத்தும் நோக்கத்தோடு 'இது எல்லோருக்கும் நடப்பதுதான்' என்றேன். அவர் 'தம்பி, நீங்கள் சிறுகதை எழுதுறவர் என்றபடியால் அந்தக் கண்ணால் பார்க்கிறீர்கள். உங்களுக்குத் தெரிந்திருக்கிறதே' என்று துக்கமாகச் சொன்னார்.

நான் 'ஐயா, யோசிக்காதையுங்கோ. விடுபட்ட எல்லா சம்பவங்களையும் தொகுத்து இன்னொரு புத்தகம் போடலாம்' என்றேன்.

அவர் சிரித்தார். அந்த 85 வயது சிரிப்பு அட்லாண்டிக் சமுத்திரத்தைக் கடந்து என்னிடம் வந்தது.

என் குதிரை நல்லது

அமெரிக்காவின் மொன்ரானா மாநிலம் எனக்குப் பிடிக்கும். கனடாவைத் தொட்டுக்கொண்டு இது வாஷிங்டனுக்குப் பக்கத்தில் இருந்தது. ஏப்ரஹாம் லிங்கன் காலத்தில் இருந்தது போலவே இயற்கை வளங்கள் இன்றும் மனிதக் குறுக்கீடுகளில் அழியாமல் பாதுகாக்கப்படுகின்றன. நிறைய மலைத் தொடர்களும் ஆறுகளும். நேரம் தப்பாமல் சீறியடிக்கும் சுடுநீர்க் கிணறுகள்; வனவிலங்கு சரணாலயங்கள். இவை எல்லாவற்றையும் மீறி நட்பான மனிதர்கள் அங்கே நிறைந்திருந்தார்கள்.

ஆனால், அங்கே போவதற்குப் பிடிக்காத காரணம் ஒன்றும் இருந்தது. கணிதம். மொன்ரானாவுக்கு சேமமாகப் போய்ச் சேர்வதற்குக் கணித அறிவு தேவை. நீங்கள் கணிதத்தில் வல்லவராக இருக்க வேண்டும். ரொறொன்ரோவில் இருந்து மொன்ரானாவுக்கு நேராக விமானத்தில் பறக்க முடியாது. முதலில் வாஷிங்டனுக்குப் போக வேண்டும். கைக்கடிகாரத்தில் மூன்று மணி நேரத்தைப் பின்னுக்குத் தள்ளி வைக்கவேண்டும். பிறகு மொன்ரானா போய்ச் சேர்ந்ததும் ஒரு மணித்தியாலம் முன்னுக்குத் தள்ளி வைக்க வேண்டும். அல்லது முதலில் வடக்கு டகோட்டாவுக்குப் போய் அங்கிருந்து மொன்ரானா போய்ச் சேரலாம். அப்படி என்றால் முதலில் ஒரு மணித்தியாலத்தைப் பின்னுக்குத் தள்ளி வைத்து மொன்ரானா போனதும் மேலும் ஒரு மணித்தியாலத்தைப் பின்னுக்குத் தள்ளவேண்டும். இந்தக் கணிதப் போராட்டம் நடக்கும் போது அநேகமாக உங்களுக்கு பிளேன் தவறிவிடும்.

மொன்ரானாவின் ஒடுக்கமான வீதிகளின் வழியாகக் காற்று சீறியடித்துக்கொண்டு வந்து என்னை முந்திச் சென்றது. அங்கே தனியார் விடுதிகள் பிரபலம். ஒரு வீட்டிலே மூன்று அல்லது நாலு அறைகள் இருக்கும். காலை உணவும் தருவார்கள். நான் தெரிவுசெய்த விடுதியில் அந்தச் சமயம் ஆறுபேர் தங்கி யிருந்தார்கள். அதை ரோஸ் என்ற பெண்மணி நடத்தினார். முன் னால் எவ்வளவு அழகாக இருந்தாரோ அதே அளவுக்குப் பின்னா லும் அழகாக இருந்தார். காலை உணவு ஒவ்வொரு நாளும் ஒவ்வொரு வகையாக இருந்தது. ஒரு நாள் அருந்திய உணவு

இன்னொரு நாள் கிடைக்காது. உணவு பரிமாறிய பின்னர் ரோஸ் ஏப்ரனைக் கழற்றிவிட்டு மேசையின் முன்பாக வந்து கைகளைக் குவித்தபடி நிற்பார். நான் நினைத்தேன் இறைவணக்கம் கூறப் போகிறார் என்று. அப்படி இல்லை.

அன்று நாம் உண்ணப் போகும் உணவு யாரால், எப்போது கண்டுபிடிக்கப்பட்டது, அதனுடைய பெயர் என்ன, அதன் செய்முறை என்ன, எப்படி அதை உண்ணவேண்டும் என்பதை எல்லாம் விளக்குவார். உங்கள் போசனம் நல்லாக அமையட்டும் என்று வாழ்த்திவிட்டுப் போய்விடுவார்.

19ம் நூற்றாண்டில் மொன்ரானாவில் வாழ்ந்த ஆனி சார்ள்ஸ் என்பவர் கண்டுபிடித்த விசேஷமான waffle அப்பத்தையும் வேகவைத்த அப்பிளையும் அன்று நாங்கள் சாப்பிட்டோம். அதன் சுவையை நான் வேறெங்கும் அனுபவித்தது கிடையாது. எனக்கு முன்னால் XL சைஸ் ஸ்வெட்டரை முழுக்க நிறைத்தபடி ஒரு பெண் உட்கார்ந்து, பிளேட்டில் இருந்து கண் எடுக்காமல் சாப்பிட்டார். விடுதிப் பெண்ணின் கணவர்போலத் தோற்றமளித்த ஒருவரும் எங்களுடன் அமர்ந்து உணவருந்தினார். அவர் cowboy தொப்பி அணிந்திருந்தார். நான் தங்கியிருந்த ஏழு நாட்களும் அவர் எக்காரணத்தைக் கொண்டும் தொப்பியைக் கழற்றவில்லை. அவர் பேச்சு சுவாரஸ்யமாக இருந்தது. அதில் 'நல்லது' என்ற வார்த்தை அடிக்கடி வரும். மொன்ரானாவைப் பற்றி நிறைய அறிந்து வைத் திருந்தார். கால நிலைகள், வரைபடங்கள், பார்க்கவேண்டிய இடங்கள். பனிக்காலங்களில் கையுறை, பூட்ஸ் போன்றவற்றின் முக்கியத்துவத்தை வலியுறுத்தினார். அவற்றின் தரம் பற்றிப் பேசியவர் மொன்ரானாவின் cowboy கதை தெரியுமா என்று கேட்டார். யாரும் பதில் கூற முன்னரே அவர் கதையைச் சொல்ல ஆரம்பித்தார்.

அவர் சொன்ன கதை அமெரிக்க பேச்சுவழக்கில், மொன் ரானா உச்சரிப்பில் இருந்தது. இன்னும் சில வார்த்தைகள் அகராதியில் இல்லாதவை. அவர் கூறியதில் எனக்குப் புரிந்ததை, என்னுடைய மொழியில், 'நல்லது' என்ற வார்த்தைகளை அகற்றி விட்டு, கீழே தருகிறேன்.

அமெரிக்காவில் 1886ஆம் ஆண்டு பனிக்காலம் கொடுமை யாக இருந்தது. எந்தச் சரித்திர புத்தகமும் அதைச் சொல்லும். கால்நடைகள் தீவனம் இல்லாமல் இறந்தன. மூஞ்சியால் பனிக்கட்டிகளை அகற்றியும் தரையில் உள்ள புல்லை அவற்றால் அடைய முடியவில்லை. பனிக்காலம் வழக்கத்திலும் பார்க்க முன்பாகவே இறங்கியிருந்தது. கண்களை மூடினால் இமையும்

இமையும் சந்திக்கும் இடத்தில் நோவெடுத்தது. மாடுகள் நின்ற படியே இறந்து விழுந்தன; அல்லது விழுந்து இறந்தன.

மொன்ரானா மாநிலத்தைச் சேர்ந்த ஓர் இளம் மாட்டுக் காவலன் (cowboy) அந்த வருடம் முழுக்கப் பனிக்காலத்துக்காகப் பணத்தைச் சேமித்திருந்தான். குளிரிலிருந்து தப்புவதற்கான கோட்டிலோ, கையுறைகளிலோ அவன் பணத்தைச் செலவழிக்க வில்லை. அதில் மிச்சம் பிடித்த காசை எல்லாம் கொடுத்து கையி னால் செய்யப்பட்ட ஒரு பூட்ஸை நல்ல விலைக்கு வாங்கினான். அது பளபளவென்று விளிம்பிலே செய்த வேலைப்பாடுகளுடன், கொடுத்த ஒவ்வொரு சதத்துக்கும் பெறுமதியானதாக இருந்தது. அதைக் காலிலே அணிவதற்கு அவனுக்குத் தயக்கமாக இருந்தது. அவ்வளவு அழகு.

பக்கத்து வயோமிங் மாநிலத்தில் பனிக்குளிர் குறைவு என்று யாரோ சொன்ன வார்த்தைகளை நம்பி எல்லைக் கோட்டைக் கடந்து அந்த மாநிலத்துக்குள் நுழைந்தான். அவன் தரித்திருந்த மேலங்கியோ, உடைகளோ, கையுறைகளோ அவனுடைய பூட்ஸ் அளவிற்கு உயர்ந்ததாக இல்லை.

வயோமிங் குளிர் உண்மையில் மிகவும் அதிகமாக இருந்தது. அவன் அணிந்திருந்த உடை போதுமானதாக இல்லை. இரண்டு கால்கள் மாத்திரம் கதகதப்பாக இருந்தன. பவுடர் ஆற்றைக் கடந்த போது அவன் குளிரினால் விறைத்துப்போய் அந்த இடத்திலேயே விழுந்து இறந்து போனான்.

அடுத்த நாள் நண்பகல் குதிரையில் ஆற்றைக் கடந்த மூன்று பேர் மரக்கட்டைபோலக் கிடந்த அந்தப் பிணத்தைக் கண்டார்கள். அதில் இருவர் சகோதரர்கள். அவர்கள் இருவரும் அருகருகே பயணம் செய்தார்கள். பனிக்குளிருக்குப் பொருத்தமான ஆடை களை அணிந்திருந்தார்கள். சற்றுப் பின்னால் வந்தவன் பஞ்சத்தில் அடிபட்டவன்போல இருந்தான். தரித்திரமான ஆடைகள். அவன் அணிந்திருந்த பூட்ஸ் முன் பக்கம் பிளந்துபோய் உள் காலை பார்க்கக்கூடிய விதமாக இருந்தது.

மூவரும் பிணத்தின் அருகே வந்து குதிரையில் அமர்ந்தபடியே அதைப் பார்த்தார்கள். பிணம் அரைவாசி பனியில் புதையுண்டு போய்க் கிடந்தது. அதனுடைய முகம் நீலமாக மாறியிருந்ததால் அந்த முகத்தின் சொந்தக்காரனின் உண்மையான நிறம் என்ன என்பது ஊகிக்கக்கூடிய விதத்தில் இல்லை.

தரித்திரம் பிடித்தவனுடைய பெயர் சீட்ஸ். இறந்தவனுடைய பூட்ஸையே நெடுநேரம் உற்றுப் பார்த்த அவன் திடீரென்று

கத்தினான். 'அவனுடைய கால் அளவும், என்னுடையதும் ஒன்றுபோல இருக்கிறது' என்று சொல்லிவிட்டுக் குதித்தான். அந்தப் பிணத்தின் காலில் இருந்த பூட்ஸை கழட்டுவதற்கு எவ்வளவோ முயன்றான். முடியவில்லை. அது உறைந்துபோய்க் கிடந்தது. எங்கே பூட்ஸ் முடிகிறது, எங்கே சதை தொடங்குகிறது என்பது தெரியவில்லை.

அவனுக்கு அதை விட்டுவிட்டு வர விருப்பமும் இல்லை. மற்ற இருவரும் குதிரையின் மேலேயே இருந்தார்கள். அவர்களில் மூத்தவன் போலத் தோன்றியவன் 'ஏ . . . சீட்ஸ், காலை வெட்டி எடு. பிறகு பூட்ஸை உருவிக்கொள்ளலாம்' என்றபடியே தன் கத்தியை நீட்டினான்.

சீட்ஸ் இரண்டு கால்களையும் பூட்சுக்கு ஒரு சேதமும் ஏற்படாமல் வெட்டி எடுத்துக்கொண்டான். எலும்பு பகுதியை வெட்டுவது சிரமமாக இருந்ததால் முறிக்கவேண்டி இருந்தது. இரண்டு சோடியையும் கயிற்றிலே கட்டி, கழுத்திலே மாலைபோல அணிந்து கொண்டு குதிரையில் ஏறினான். குதிரையில் பயணித்த அவ்வளவு நேரமும் அந்த பூட்ஸ் விளிம்பில் காணப்பட்ட அற்புதமான இலை, பூ வேலைப்பாட்டை நினைத்தபடியே வந்தான்.

மாலை நெருங்கிக்கொண்டு வந்தது. சகோதரர்களில் மூத்தவன் சொன்னான், 'இன்று நாங்கள் வழக்கமாக இளைப்பாறும் தங்கு மடத்துக்குப் போகமுடியாது. இருட்டியபின் வழி தவறிவிடும். பக்கத்தில் கிழவன் கிரைஸின் விடுதி இருக்கிறது. இன்றிரவு அங்கே சமாளிப்போம்.' மற்றவன், 'கிழவனிடம் ஏதாவது சாப்பிடக் கிடைக்கும். ஒரு சிறு கணப்பு அடுப்பு இருந்தாலும் போதும். தேகம் முறிகிறது' என்றான்.

குளிர் சரசரவென்று கீழே இறங்கியபடியே இருந்தது. துப்பினால் அது படீர் என்று வெடித்தது. சிறுநீர் கழிப்பதற்கு அஞ்சினார்கள். குதிரையில் இருந்து கீழே இறங்கி அந்த முயற்சியை தொடங்கினால் அப்படியே தரையுடன் ஒட்டிக்கொண்டு விடுவோமோ என்று பயந்தார்கள். வயோமிங்கின் மோசமான குளிர் காற்று அடிக்கும் ஒவ்வொரு முறையும் அவர்களின் எலும்புகள் கூசின.

நல்ல காலமாக, கிழவன் கிரைஸ் வீட்டிலே இருந்தான். 'வாருங்கள், வாருங்கள்' என்று உபசரித்தான்.

'குதிரைகளை எங்கே கட்டலாம்?'

'உள்ளே குதிரைக்கு இடமில்லை. அங்கே வெளியே ஒரு தடுப்பு இருக்கிறது. அதற்குள் கட்டுங்கள். என்னுடைய இரண்டு

குதிரைகள் உள்ளே இருக்கின்றன. நீங்கள் குதிரைகளுடன்தான் படுக்கவேண்டும். ஒன்று சாதுவானது. மற்றது கொஞ்சம் கடிக்கும் அல்லது துப்பும். பயமே இல்லை.'

அது ஒடுக்கமான அறை. அதில் பாதியைக் குதிரைகள் பிடித்து விட்டன. அறை முழுக்க குதிரைகளின் மணமே நிறைந் திருந்தது. உண்மையில் அவர்கள் குதிரையின் அறையையே வாடகைக்குப் பிடித்திருந்தார்கள். 'உங்கள் இடங்களை நீங்களே தேடிப் படுங்கள்' என்றான் கிழவன்.

சிறிது நேரத்தில் சுடச் சுட ரொட்டியும் சூப்பும் வந்தது. கணப்பில் சூடு கிளம்பிவர, மது அருந்தியபடி நாலு பேரும் பழைய கதைகள் பேசினார்கள். கிழவன் ஒரு பொய்ச் சொல்ல இவர்கள் ஒரு பொய்ச் சொல்ல காலம் சுகமாகப் போனது. குதிரைகளின் மூச்சுக் காற்றும் கதகதப்பைக் கூட்டியது.

இவர்களுடைய அந்த இரவு சந்தோசத்தைக் கெடுத்த ஒரே விடயம் கிழவன் இவர்களிடம் அறவிட்ட பணம்தான். நாலு டொலர் எழுபது காசு. அதை நினைத்து கொஞ்ச நேரம் அமைதி இழந்து கிடந்தார்கள். கடைசியில் நடு நிசி அளவில் கிழவன் விளக்கை அணைத்தான். சகோதரர்கள் இருவரும் வழக்கம்போல அருகருகே படுத்துத் தூங்கினார்கள்.

சீட்ஸ் சற்று தள்ளி, குதிரைகளுக்குப் பக்கத்தில் படுத்துக் கொண்டான். அவற்றின் குளம்பு மாறும் சத்தம் அவனுக்குத் தாலாட்டுவதுபோல இருந்தது. கடைசித் தடவையாகத் தான் வெட்டி வந்த பூட்ஸை இருட்டில் தடவிப் பார்த்து, தலை மாட்டில் வைத்தபடி உறங்கிப் போனான்.

அதிகாலையில் விழித்தது சீட்ஸ்தான். முதல் வேலையாக தலைமாட்டில் இருந்த பூட்ஸைத் தொட்டுப் பார்த்தான். அது சூட்டுக்கு உலர்ந்துபோய் இருந்தது. மெல்ல ஆட்ட உள்ளே கால் அசைந்தது. தலைகீழாகப் பிடித்து கால்கள் இரண்டையும் வெளியே இழுத்தான். பூட்சுக்குள் தன் கால்களை நுழைத்தான். அது கச்சிதமாகப் பொருந்தியது. தன்னுடைய பழைய பூட்சுகளையும் கால் துண்டுகளையும் அந்த இடத்தில் விட்டுவிட்டுப் புறப்பட் டான்.

சகோதரர்களை அவன் எழுப்பவில்லை. விடுதிக்கார கிழவ னையும் எழுப்பவில்லை. அவனுடைய அம்மாவுக்கு ஒரு தந்தி கொடுக்க வேண்டும். அன்று அவளுடைய பிறந்த நாள்; அவள் காத்துக்கொண்டு இருப்பாள். இப்பொழுதே புறப்பட்டு போனால் தான் தந்தி அலுவலகம் மூடுமுன் போய்ச் சேரலாம்.

கிரைஸ் கிழவன் கோப்பியை வறுத்து, பிறகு அரைக்கும் சத்தம் கேட்டது. மூன்று கோப்பி தயாரித்துக்கொண்டு அவன் அறைக்குள் நுழைந்தான். அவன் கண்ணில் முதல் பட்டவை இரண்டு கால் துண்டுகளும் பூட்சும்தான். குதிரை பூட்சை நக்கிக்கொண்டு நின்றது. ஆட்களை எண்ணிப் பார்த்தான். இரண்டு பேர்தான் இருந்தார்கள்.

'ஐயோ மோசம் போயிட்டேனே, ஐயோ மோசம் போயிட்டேனே' என்று அலறத் தொடங்கினான்.

சகோதரர்கள் இருவரும் பதறியடித்துக்கொண்டு எழும்பினார்கள்.

'என்ன? என்ன?'

'என்னுடைய குதிரை நல்லது. அது கடிக்குமே ஒழிய சாப்பிடாது. உங்கள் நண்பரை அது முழுக்கச் சாப்பிட்டுவிட்டது. இரண்டு கால்கள்தான் மிச்சம். அதைச் சாப்பிடமுன் நான் வந்துவிட்டேன். இந்தக் குதிரை இதற்குமுன் இப்படிச் செய்ததே கிடையாது.' என்று தலையிலடித்தபடி அரற்றினான்.

சகோதரர்கள் இருவரும் வெளியே வந்த புன்னகையை மறைத்தபடி ஒருவரை ஒருவர் பார்த்துக்கொண்டார்கள்.

கிழவன் அந்தக் குதிரையைப் பிடித்து இழுத்து அடி அடியென்று அடித்தான். அப்படியும் போதாமல் உதைத்து அதை வெளியே துரத்திவிட்டு சகோதரர்களின் காலில் வந்து விழுந்தான்.

'இதோ பாருங்கள். நான் வேண்டுமென்று செய்யவில்லை. என்னை மாட்டிவிடாதீர்கள். என் வாழ்நாள் முழுக்க சேமித்த காசு நாப்பது டொலர் இங்கே இருக்கிறது. நேற்று உங்களிடம் அறவிட்டது நாலு டொலர் எழுபது காசு. இதையெல்லாம் எடுத்துக்கொள்ளுங்கள். யாரிடமும் இது பற்றி மூச்சு விட வேண்டாம். கெஞ்சிக் கேட்கிறேன். என் குதிரை நல்லது.' என்றான்.

சகோதரர் இருவரும் காலை உணவை முடித்துக்கொண்டு (இலவசம் தான்) குதிரைகளில் ஏறி தங்குமடத்தை நோக்கிப் புறப்பட்டார்கள். மெல்லிய சூரியன் சிரித்துக்கொண்டு வெளியே வந்தான். காது எட்டாத தூரத்துக்கு வந்ததும் இருவரும் பலமாகச் சத்தம் போட்டுச் சிரிக்கத் தொடங்கினார்கள்.

சிறிது தூரம் அப்படியே போனதும் தம்பிக்காரன் கேட்டான், 'அண்ணா, நீதான் கணிதத்தில் விண்ணன் ஆச்சே. எனக்குப் பள்ளிக் கூடத்தில் கணிதமே வராது. 40 டொலர். இன்னும் 4 டொலர் 70 காசு. உனக்கு எவ்வளவு, எனக்கு எவ்வளவு' என்றான்.

'பொறுத்துக் கொள், தம்பி' என்றான் அண்ணன்காரன்.

ஒரு குளம் பனியில் கட்டியாகிப்போய் இருந்தது. அதைத் தாண்டி அடுத்த கரைக்குப் போய்ச் சேர்ந்தார்கள். தங்குமடம் வருவதற்கிடையில் இன்னொரு முறை தம்பிக்காரன் அதே கேள்வியைக் கேட்டான். 'அண்ணா, எனக்குச் சேரவேண்டிய பாதி எவ்வளவு?' அண்ணன் பதில் சொல்லவில்லை. அந்தக் கணிதம் தம்பிக்காரன் மூளைக்கு எட்டாத தொலைவில் இருந்தது.

அன்று இரவு தங்குமடத்துக்கு சீட்சும் வந்து சேர்ந்தான். அவனுடைய காலில் புது பூட்ஸ் மினுமினுத்தது. 'உன்னுடைய அம்மாவுக்குத் தந்தி அனுப்பினாயா?' என்று சகோதர்கள் கேட்டார்கள். அவன் அதற்கு 'ஆம்' என்று பதில் சொன்னான். 'வாழ்த்துகள்' என்றார்கள். 40 டொலர்கள் பற்றி அவனிடம் அவர்கள் மூச்சுவிடவில்லை.

அவர்களுக்கு வசதியான ஓர் அறை அன்றிரவு கிடைத்தது. குதிரைகளோடு அறையை பகிர்ந்துகொள்ளத் தேவையில்லை. கணப்பு அடுப்பும் அளவான சூடு கொடுத்தது. முதல் நாள் இரவு போல சீட்ஸ் சற்று தள்ளிப் படுத்துக்கொண்டான். அவன் தலை மாட்டில் புது பூட்ஸ் இருந்தது. அதைத் தொட்டுப் பார்த்தபடி தூங்கிப்போனான்.

வழக்கம்போல் சகோதரர்கள் இருவரும் பக்கத்துப் பக்கத்தில் படுத்துக்கொண்டார்கள். ஒரு வித்தியாசம். அவர்களுக்கு நடுவில் கணிதமும் படுத்திருந்தது.

கடந்த பதினைந்து மாதங்களாக இந்தக் கதையை நான் என் மூளையிலே காவியபடி திரிந்தேன். இது ஒரு நாட்டுப்புறக் கதை. மொன்ரானா மாநிலத்தில் பரம்பரை பரம்பரையாக சொல்லப் பட்டு வந்திருக்கலாம். ஆனால் எங்கோ, ஏதோ இடித்தது. கதையின் முடிவு ஒரு நாட்டுப்புறக் கதை போலவே இல்லை. அதில் இலக்கியம் இருந்தது.

சமீபத்தில்தான் இந்த புதிர் உடைந்து போனது. இது அனி புரூலிக்ஸ் என்பவருடைய கதை. அவருடைய கதையைப் படித்து விட்டு அந்த மனிதர் சொன்னாரோ அல்லது அவர் சொன்ன கதையை அனி புரூலிக்ஸ் எழுதினாரோ தெரியவில்லை.

அனி புரூலிக்ஸ் என்பவர் அமெரிக்காவின் சிறந்த படைப்பாளி. நாவல்கள், சிறுகதைத் தொகுப்புகள் என்று நிறைய எழுதியிருக்கிறார். இவருடைய Shipping News நாவல் புலிட்ஸர் பரிசைப் பெற்றது. பல சிறுகதைகளுக்கு ஓ ஹென்றி பரிசு கிடைத்திருக்கிறது. சமீபத்தில் இவருடைய Brokeback Mountain

சிறுகதையைத் திரைப்படமாக எடுத்திருந்தார்கள். அது பல பரிசுகளையும் மூன்று ஒஸ்கார் விருதுகளையும் வென்றிருக்கிறது. இந்தப் படத்தைப் பார்த்தபோது எனக்கு பிரமிப்பு ஏற்பட்டது. இரண்டு ஆண்களின் காதலை இவ்வளவு நுட்பமாக ஒரு பெண்ணால் எப்படிச் சொல்லமுடிந்தது?

பழந்தமிழ் பாடல்களில் இடைச் செருகல் என்று கேள்விப் பட்டிருக்கிறோம். இடைச் செருகல் செய்பவர் மூலப் பாடலை தான் மேம்படுத்துவதாகத்தான் நினைக்கிறார். இந்த மனிதரும் கதை சொல்லும்போது தன் கற்பனையை நிறைய விரித்திருக்கிறார் என்பது தெரிந்தது.

யோசித்துப் பார்க்கும்போது இவர் சொன்ன கதை அனி புரூலிக்சின் கதையைவிடச் சிறந்ததாகதான் எனக்குப் பட்டது.

காதலும் அலைதலும்

பல வருடங்களாகத் தூங்கும் புத்தகங்கள் சில வேளைகளில் விழித்துக் கொள்வதுண்டு. எமிலி ப்ரொன்ரே என்ற 29 வயது ஆங்கிலப் பெண்மணி Wuthering Heights என்ற நாவலை எழுதி வெளியிட்ட அடுத்த வருடமே இறந்துபோனார். அவருடைய நாவல் பற்றி ஒருவருமே பேசவில்லை. விற்பனையுமில்லை. அவர் இறந்த பிறகு இரண்டாம் பதிப்பு போட்டார்கள். உடனேயே அவருக்கு உலகப் புகழ் கிடைத்தது. ஆங்கில இலக்கியத்தில் முக்கியமானதாகப் பேசப்படும் நாவல் என்று சொன்னார்கள். இன்றும் சிலர் ஒரு மணமாகாத இளம் பெண் எப்படி நுட்பமான ஒரு காதல் கதையை எழுதியிருக்கலாம். இது ஓர் ஆண் எழுதியதுதான் என்று விவாதிக்கிறார்கள்.

ரோல்ஸ்ரோயுடைய மாபெரும் படைப்பான அன்னா கரீனினாவை எடுத்துக்கொள்ளுங்கள். உலகத்தின் மிகச் சிறந்த நாவல் என்று இதைக் கருதுகிறார்கள். ஒருநாள் பகல் தூக்கத்தில் ஒரு பெண்ணின் வழுவழுப்பான முழங்கை ரோல்ஸ்ரோயின் கனவில் தோன்றியதாம். அதிலிருந்து பிறந்ததுதான் அன்னா கரீனினா. இதை அவர் எழுதி வெளியிட்டது 1877இல், அதன் ஆங்கிலப் பதிப்பு வந்தது 1901இல். இன்றுவரை எத்தனை ஆங்கிலப் பிரதிகள் விற்பனையாகியிருக்கும்? அதிகமில்லை.

சமீபத்தில், நூறு வருடங்கள் கழித்து, புதிய மொழிபெயர்ப்புடன் ஒரு பதிப்பு வந்தது. இங்கிலாந்தில் ஒரு சில நூறு பிரதிகள் விற்றன. அமெரிக்காவில் 32,000 பிரதிகள் அச்சிட்டார்கள். அதிர்ஷ்டம் என்னவென்றால் ஒப்ரா வின்ஃபிரே தன் தொலைக் காட்சியில் அன்னா கரீனினாவை அந்த மாதத்து புத்தகமாக அறிவித்தார். எல்லாப் பிரதிகளும் விற்றுத்தள்ளின. மேலும் 800,000 பிரதிகளை அச்சிட்டார்கள். அவ்வளவும் விற்றன. அமெரிக்காவின் பஸ்களிலும் ரயில்களிலும் விமானங்களிலும் பள்ளிகளிலும் வீடுகளிலும் நூலகங்களிலும் எல்லோர் கைகளிலும் அன்னா கரீனினாதான். ரோல்ஸ்ரோய் இதற்கு 125 வருடம் காத்திருக்க வேண்டி இருந்தது. இந்த செய்தியைக் கேட்டு மகிழ்வதா, அல்லது வருத்தப்படுவதா?

தமிழிலும் இப்படியான எழுத்தாளர்கள் இருக்கிறார்கள். புதுமைப்பித்தன், பா. சிங்காரம், பிரமிள் போன்றவர்களைச் சொல்லலாம். இந்த எழுத்தாளர்கள் எழுதிய புத்தகங்கள் உடனேயே விற்கவில்லை. நாள் செல்லச் செல்லத்தான் அவர்களுடைய புகழ் பரவியது. யாராவது ஒருவர் கண்டுபிடிக்கும்வரை சில புத்தகங்கள் தங்கள் முறைக்காகக் காத்திருக்கும்.

எனக்கு சார்ல்ஸ் போர்டிஸ் என்ற எழுத்தாளர் பற்றி ஒன்றுமே தெரியாது. அவரைப் பற்றி முதலில் சொல்லியது டேவிட் செடாரிஸ் தான். அவர் The Dog of the South என்ற புத்தகத்தைத் தான் பல தடவைகள் படித்ததாக என்னிடம் கூறியிருந்தார். அவரைத் தொடர்ந்து அகில் சர்மாவும் அது படிக்க வேண்டிய நாவல் என்று புகழ்ந்தார்.

சார்ல்ஸ் போர்டிஸ் என்பவர் 1933இல் அமெரிக்காவின் ஆர்கன்சாஸ் மாநிலத்தில் பிறந்தார். அங்கேயே படித்து, கொரிய யுத்தத்தில் மூன்று வருடங்கள் போர் புரிந்தார். பத்திரிகைத் துறையில் படிப்பை முடித்து ஹெரால்ட் ரிபியூன் லண்டன் கிளையின் ஆசிரியராகப் பணியாற்றினார். அதன் பிறகுதான் போர்டிஸ் நாவல் எழுதத் தொடங்கினார்.

The Dog of the South புத்தகம் 1979இல் வெளியானது. வெளியான உடனேயே மறக்கப்பட்டுவிட்டது. இருபது வருடங்கள் கழித்து அதனுடைய இரண்டாம் பதிப்பு 1999இல் வந்தபோது அதன் விற்பனை அதிகரித்தது. நாவல் இலக்கியத்தில் இது முக்கியமானது என்று சொன்னார்கள்.

இருபத்தியாறு வயதான ரே மிட்ஜ் என்பவன்தான் கதை சொல்லி. அவனே கதையை நடத்திச் செல்பவன். நாவல் இப்படி ஆரம்பிக்கிறது.

'டூப்ரி என்பவனுடன் என் மனைவி நோர்மா ஓடிவிட்டாள். அவர்கள் எந்தத் திசையில் போயிருக்கிறார்கள் என்பதைக் கண்டுபிடிப்பதற்காகக் கடன் அட்டை பில்கள் வரும்வரைக்கும் நான் காத்திருக்கிறேன்.'

நோர்மா என்பவள் ரேயின் மனைவி. இதற்கு முன்பு, டூப்ரி என்பவனை நோர்மா சில மாதங்கள் மணந்திருந்தாள். இப்பொழுது மறுபடியும் தன் முன்னாள் கணவனுடன் ஓடிவிட்டாள். டூப்ரி, மனைவியை மட்டும் திருடாமல் ரேயின் புதுகாரையும் அவனுடைய கடன் அட்டைகளையும் திருடிச் செல்கிறான். கடன் அட்டையில் தீர்த்த பயண பில்கள் ரேயிடம் வந்து சேர்ந்தபோது அவர்கள் மெக்சிகோவுக்கு ஓடிவிட்டது புலப்பட்டது. டூப்ரி,

தன்னுடைய எண்ணெய் ஒழுகும் பழைய பியூக் காரை விட்டுவிட்டு போயிருந்தான். அதை எடுத்துக்கொண்டு அவர்களைப் பிடிப்பதற்காக ரேயும் புறப்படுகிறான்.

சுங்க அதிகாரிகளுக்கு லஞ்சம் கொடுத்து ரே மெக்சிக்கோ எல்லையைக் கடக்கிறான். அங்கே பணக்காரர்கள், ஏழைகள் வித்தியாசம் கண்டுபிடிப்பது இலகுவானது. பணக்காரர்கள் கறுப்பு கண்ணாடி அணிந்திருப்பார்கள். ஏழைகளிடம் அது இல்லை. ரோட்டிலே அவர்கள் ஓட்டும் வாகனங்களை முந்தக்கூடாது; அது அவர்களை எரிச்சல் படுத்தும். வழியில் தென்படும் அருங்காட்சியகம் ஒன்றிற்கு ரே போகிறான். அங்கே குறிப்பு புத்தகத்தில் நோர்மாவின் கையெழுத்தைப் பார்த்து அப்படியே பரவசமாகிப் போகிறான். டூப்ரி இந்த வழியால் ஹொண்டுராசுக்குத் தன் மனைவியைக் கூட்டிச் செல்கிறான் என்பதை ரே ஊகித்து விடுகிறான்.

வழியில் டொக்ரர் சிம்ஸ் அவனுடன் சேர்ந்துகொண்டார். The Dog of The South என்று நாமம் சூட்டிய அவருடைய பஸ் உடைந்துவிட்டது. அவர் விசித்திரமான பிறவி. அவருடைய நீண்ட கால்சட்டையில் பல சுருள்கள் அவர் சப்பாத்திலே தொங்கியது. அவருடைய பெல்ட்டில் எட்டு அங்குல நீளம் மீதமாக ஆடியது. தில்லுமுல்லுகள் பல செய்து லைசென்ஸ் பறிக்கப்பட்ட டொக்ரர் அவர்; இரண்டுதரம் சிறைக்குப் போனவர். இருவரும் நட்பாகிறார்கள். ஆனால், சிம்ஸ் முறைப்பாடுகள் செய்தபடியே ரேயுடன் பயணிக்கிறார். பல தடவைகள் கார் உடைந்தபோதும், ரே ஒரு மாதிரி திருத்தி சரிக்கட்டி ஓட்டிக்கொண்டு போகிறான்.

சிம்ஸ் தன்னுடைய அம்மாவைப் பார்க்க ஹொண்டுராஸ் போகிறார். அவருடைய அம்மாவுக்கு சொந்தமான ஒரு வனாந்திரப் பகுதியை வாங்கி, காசு குவிக்கும் வேட்டைத் தலமாக மாற்றுவது தான் சிம்ஸுடைய திட்டம். தேவாலயத்தில் கறுப்பு சிறுமிகளுக்கு பைபிள் பாடம் சொல்லிக் கொடுக்கும் தாயாரிடம் சம்மதம் வாங்குவதற்காகவே இந்தப் பயணம்.

கார் மறுபடியும் பழுதாகிவிடுகிறது. ஒரு மாதிரியாக அதைச் சரிபண்ணுவதில் ரே முழுமூச்சுடன் ஈடுபட்ட சமயம் சிம்ஸுக்கு மூச்சிரைப்பு ஏற்பட்டு செயலிழந்துபோகிறார். ஹொண்டுராஸ் நுழைவு எல்லையும் வந்துவிட ரேயின் தலையில் முழுப் பொறுப்பும் விழுகிறது. அவனிடம் பணம் இல்லை. சிம்ஸிடம் கட்டுக் கட்டாக பணம் இருக்கிறது. எல்லைப் பகுதி காவலர்கள் கேட்ட லஞ்சப் பணத்தை சிம்ஸ் கொடுக்கச் சம்மதிக்கவில்லை. சரி பஸ் பிடித்துவா என்றால் அதற்கும் மறுக்கிறார். ஆனால் ரேயிடம் கெஞ்சுவார்,

தன்னை நிர்க்கதியாக விட்டுவிட்டுப் போகவேண்டாம் என்று. மயக்கமடைந்த நிலையில் சிம்ஸைக் கள்ளத் தோணியில் கடல் மார்க்கமாக ரே அனுப்பிவைக்கிறான்.

சுங்க அதிகாரிகளிடம் ரேயுக்கு நல்ல சேதி கிடைக்கிறது. ஓர் அழகான பெண்ணும் ஆணும் அவனுடைய ரொறீனா காரில் சில நாட்கள் முன்பு எல்லையைக் கடந்ததாக அறிகிறான். சிம்ஸை ரே அவன் தாயாரிடம் சேர்க்கிறான். அவள் மகிழ்ச்சியால் துள்ள வில்லை; ஏதாவது ஏமாற்று திட்டத்துடன் சிம்ஸ் வந்திருப்பானோ என்ற ஐயத்தில் அவனுக்குச் சிகிச்சைகூடக் கொடுக்கவில்லை. ரேயிடம் ஒரேயொரு கேள்விதான் அவளுக்கு இருக்கிறது. 'உன்னிடம் சியர்ஸ் catalogue ஒன்று இருக்கிறதா?'

ரே ஒரு ஹொட்டலில் தங்கும்போது அங்கே வேலை செய்யும் வெப்ஸ்டர் என்ற சிறுவனுடன் நட்பாகிறான். அவன் வித்தியாச மான பையன். ரேயினுடைய புஜத்து சதையில் ஆழமாகக் கிள்ளி விட்டுத்தான் தன் சம்பாசணையை ஆரம்பிப்பான். வெளியே பேர் எழுதி ஒட்டிய ஒரு பெட்டிக்குள்ளேயே அவன் தினமும் படுக்கிறான். அவன்தான் ரேயுக்கு உணவு வாங்கி வருவான். அவனுடைய இன்னொரு வேலை பொலீஸ் கார்களைக் கழுவுவது. சிறுவனுடைய் உதவியுடன் பொலீஸ்காரர்கள் மூலம் டீப்ரி எங்கே இருக்கிறான் என்பதை ரே கண்டுபிடிக்கிறான்.

டீப்ரியை தேடிக்கொண்டு ரே போகிறான். அங்கே டீப்ரி துப்பாக்கியுடன் இவனை எதிர்கொள்கிறான். அவனுடைய ரொறீனா கார் எங்கே என்று கேட்க, தான் அதை விற்றுவிட்ட தாகச் சொல்கிறான். நோர்மா அவனுடன் இல்லை என்கிறான். அவன் துப்பாக்கி வைத்திருப்பதால் ரேயினால் ஒன்றுமே செய்ய முடியவில்லை.

ரேயிடம் ஒரு சதமுமில்லை. சிம்ஸைத் தேடிப் போய் அவனிடம் 20 டொலர் கடன் கேட்க அவன் மறுத்து விடுகிறான். ரே துக்கத்துடன் 'சரி காரை விற்றுவிடவேண்டியதுதான்' என்று தீர்மானித்து அதை விற்பதற்கு சென்றால் அங்கே இவனுடைய ரொறீனா கார் நிற்கிறது. கார்க்காரன்தான் அந்த காரை மலிவு விலைக்கு டீப்ரியிடமிருந்து வாங்கிவிட்டதாகச் சொல்கிறான்.

ரே மறுபடியும் டீப்ரியைத் தேடிப் போகிறான். அங்கே அவன் இல்லை. நோர்மாவும் இல்லை. இவன் ஓட்டிவந்த பியூக் காரும் புதை சேற்றில் மாட்டிப் புதைந்துவிடுகிறது. தோல்வியுடன் நடந்து திரும்புகிறான். புயல் காற்று சுழன்று அடிக்கிறது. வெள்ளத்தில் அகப்பட்டவர்களுக்கு உதவுகிறான். மண்சாக்குகள் அடுக்கும் கைதிகளுடன் சேர்ந்து இவனும் வேலை செய்கிறான். அந்தக்

கைதிகளில் ஜாக் என்ற அமெரிக்கனும் இருக்கிறான். அப்படியே மருத்துவமனைக்குச் சென்று அங்கேயும் உதவியவன் ஓர் இடத்தில் ஸ்தம்பித்துப் போய் நிற்கிறான். நோர்மா ஒரு கட்டிலில் எலும்பும் தோலுமாகப் படுத்திருக்கிறாள். டூப்ரி தன்னைக் கைவிட்டுவிட்டதாகச் சொல்லும் அவளிடம், தான் முதுகு வலி மாத்திரை கொண்டுவந்திருப்பதை ரே கூறுகிறான். இரவு பகலாக அவளுக்குப் பக்கத்திலிருந்து பணிவிடை செய்து அவள் உடம்பைத் தேற்றுகிறான்.

சிறையதிகாரிகளிடம் மன்றாடி ஜாக்கைச் சிறையிலிருந்து விடுவிக்கிறான். ஜாக்குடைய காரில் பயணம் செய்து ரேயும் நோர்மாவும் ஆர்கன்சாஸ் வந்து சேருகிறார்கள். நோர்மா இவனுடன் வாழச் சம்மதிக்கிறாள். முதல் கிறிஸ்மஸ் வருகிறது. வெப்ஸ்டருக்கு 'நெல்சனுடைய வாழ்க்கை' என்ற புத்தகத்தையும் சிம்ஸின் தாயாருக்கு அவர் கேட்ட சியர்ஸ் catalogueஐயும் ரே அனுப்பி வைக்கிறான்.

நாவலின் ஒவ்வொரு பக்கத்திலும் ஏதாவது ஒரு திருப்பம்; எதிர்பாராதது சம்பவித்துக்கொண்டே இருக்கும். ஒரு புதிய செய்தி அல்லது பழைய உண்மை வேறு உருவத்தில் கிடைக்கும். நகைச் சுவை நன்றாக மறைக்கப்பட்டு இருப்பதால் முதல் வாசிப்பில் அநேகமாகப் பிடிபடாமல் திருப்பிப் படிக்கும்போதுதான் தெளிவு ஏற்படுகிறது.

ரேயுக்குக் கிடைத்தது 74,000 மைல்கள் ஓடிய பழைய பியூக் கார். அதன் ஓட்டு வளையம் கால் வளைவு தேய்ந்தது. ஒரு திருப்பத்துக்கு முழு வளைவு தேவைப்பட்டால் இந்த காரில் ஒன்றேகால் வளைவு திருப்ப வேண்டும். காரை அறுபது மைல் வேகத்துக்கு மேல் ஓட்ட முடியாது. காரின் தரையில் ஓர் ஓட்டை இருப்பதால் இந்த வேகத்தை எட்டியதும் காரிலே சேர்ந்திருக்கும் குப்பை எல்லாம் ரேயின் கண் மட்டத்தில் மிதக்கத் தொடங்கிவிடும்.

ஒரு இடத்தில் ரே மின்னல் அடிக்கும் மழை நேரத்தில் இரண்டு பெலிகன் பறவைகளைப் பார்க்கிறான். அவன் கண் முன்னே இடி விழுந்து ஒரு பறவை அங்கேயே சாம்பலாகிவிடுகிறது. மற்றது ஒன்றுமே அறியாமல் அதே இடத்தில் இருக்கிறது. இந்தச் சம்பவத்தை ரே காண்பவரிடம் எல்லாம் விபரிக்கிறான். ஒருவருமே நம்பவில்லை. அவனுக்கு வருத்தமாயிருக்கிறது.

நாவலின் தலைப்பு The Dog of The South. ஓர் இலக்கும் இல்லாமல் ஓடுவது நாய். அலைதலுக்கு அது ஒரு குறியீடு. மனித மனத்தின் அமைதியின்மையைச் சொல்வது. காதலைச் சொல்வது. அலைதலைச் சொல்வது.

கதை சொல்லியான ரே ஒரு அற்புதமான புத்திசாலி. எத்தனையோ இக்கட்டான கட்டங்களைத் தன் புத்திக்கூர்மையால் சமாளித்தவன். ஆனால், திருப்பித் திருப்பி முட்டாள்தனமான காரியங்களையே செய்கிறான். அதற்குப் பதில் நாவலின் முடிவில் ஒரு வசனத்தில் வருகிறது. அவனே வியப்படைந்து சொல்கிறான், 'என்னை மறந்து பொதுநலம் பற்றிச் சிந்திக்கும்போது என்னால் திறம்படச் செயல்பட முடிகிறது.' அதுவே நாவலின் பிராணன்.

சார்ல்ஸ் போர்டிசின் எழுத்தைப் படிக்கும்போது சில நம்பக் கூடியதாக இருக்கும்; சில நம்ப முடியாததாக இருக்கும். ஆனால், படிக்கப் படிக்க உண்மையின் பக்கம் நீங்கள் சாய்ந்துகொள்வீர்கள். அது உங்களை மாற்றிவிடும். நாவலில் வரும் பாத்திரங்கள் எல்லாம் விசித்திரப் பிறவிகளாகவே இருக்கிறார்கள். ரே பொது உணவகங்களில் ஏதாவது பானம் அருந்தும்போது இடது கையால் கைப்பிடியை பற்றி அருந்துவான். காரணம், இடது பக்கத்தில் மிகக் குறைந்த வாய்களே அந்தக் கிண்ணத்தில் வாய் பதித்திருக்கும் என்பான். ரேயின் மனைவி நோர்மா தன் தலை மயிரின் நிறத்தை மாற்ற வேண்டுமென்று சொல்வாள்; தன் பெயரை மாற்றவேண்டும் என்பாள். இந்திய நகைகள் விற்கும் ஒரு கடையைத் திறக்கவேண்டும் என்று சொல்லிக்கொண்டே இருப்பாள்; செய்ய மாட்டாள்.

நோர்மாவுடன் பேசும்போதெல்லாம் டூப்ரி ஒரு பேப்பர் குழாய் செய்து அதன் மூலமே பேசுவான். சிம்ஸின் தாயார் ரேயின் கால்சட்டையைத் தன் கைத்தடியினால் தூக்கிப் பார்த்துவிட்டு 'உனக்குப் பொய்க்காலா?' என்று கேட்பார். காரிலே பயணம் செய்யும்போது சிம்ஸுக்கு ஒரே பயம், கார் சில்லு காரைவிட்டு கழன்று முன்னாலே போய்விடுமோ என்று. இப்படி நாவல் மாந்தர்கள் எல்லாம் விநோதமானவர்களாகவே தெரிகிறார்கள்.

நாவலாசிரியர் தெரிவு செய்த மொழியின் சாத்தியம் உங்களை ஆச்சரியப்படுத்தும். வார்த்தைகளைத் தேர்வு செய்த முறையும் அடுக்கிய விதமும் ஆடம்பரம் இல்லாதது; எளிமையானது. நாவலின் தொடக்கத்திலிருந்து முடிவு வரை அதன் அடிநாதம் மாறவே இல்லை. சில வசனங்களை நீங்களே பாருங்கள்.

'அவனுக்குத் தற்போது அரசியல் நாட்டம் வந்துவிட்டது. அது அவனுடைய கீழ்த்தனத்தை முற்றாக மலர வைத்துவிடும்.'

'என்னுடைய மனைவி இனிமையானவள். கிறிஸ்மசுக்கு நிறைய பரிசுகள் வாங்கிக் கொடுப்பேன். ஒரு நாளாவது அவள் என்னை வெளியே துரத்திக் கதவைப் பூட்டவில்லை.'

'ஒப்பரேசனுக்கு முதல் எனக்கு மயக்க மருந்து கொடுத்திருந்தார்கள். பாதி மயக்கத்தில் மருத்துவர் தாதியிடம் சொன்னது எனக்குத் துல்லியமாகக் கேட்டது. 'பிண அறைச் சாவி உன்னிடம் இருக்கிறது அல்லவா?'

'பறவையைப்போல அவன் முகம் குவிந்திருக்கும்; நாடியே இல்லை. அவனைத் தூக்கிலே போட வேண்டும் என்றால் என்ன பண்ணுவார்கள். மூக்கிலேதான் அவனைக் கொழுவவேண்டும்.'

இப்படி நாவலைப் பற்றி நிறைய சொல்லிக்கொண்டே போகலாம்.

யாரோ ஓர் எழுத்தாளர் சொன்னார் நாவலோ, சிறுகதையோ முற்றுப்புள்ளியில் முடியக்கூடாது; அவை அரைப் புள்ளியில்தான் முடியவேண்டும் என்று. இந்த நாவலும் முடிவுக்கு வரும்போது அப்படியே நினைக்கத் தோன்றுகிறது. நாவலின் கடைசி வரிகள் மறக்க முடியாதவை.

'நோர்மா தன் சிநேகிதியைப் பார்ப்பதற்கு மெம்ஃபிசுக்குப் போனாள். அங்கே அவளுக்குத் தொலைக்காட்சி அலுவலகத்தில் வேலை கிடைத்தது. தான் திரும்பி வரக்கூடும் என்று என்னிடம் சொன்னாள்; ஆனால் வரவில்லை. மெம்ஃபிஸ் இங்கேயிருந்து 130 மைல் தூரம் மட்டுமே. ஆனால், நான் திரும்பவும் அவளைத் தேடிப் போகவில்லை.'

இந்த நாவலுக்கும் டொன் குவிஸோட் நாவலுக்கும் பல ஒற்றுமைகள் இருக்கின்றன. டொன் குவிஸோட் நாவலை ஒரு வரியில் சொல்வதானால் பைத்தியக்காரர்களால் நிரம்பிய உலகில் பைத்தியம் அல்லாத ஒருவரின் அலைச்சல் என்று சொல்லலாம். The Dog of The South நாவலைப் படிக்கின்றபோது அதிகம் கிடைத்தது போலவும் இருக்கும்; ஏதோ பறிகொடுத்தது போலவும் இருக்கும். ரேயின் செயல்பாடுகள் பல இடங்களில் பைத்தியக்காரத்தனத்தின் உச்சம். ஆனால், அவற்றின் காரணம் ஆத்மாவின் தூண்டுதல் என்பது பின்னால் புரியவரும்.

நாவல் எப்படி துவங்கியதோ அப்படியே முடிகிறது. அலைதல் அரைப்புள்ளியுடன் நிற்கிறது. காதல் இருக்கும் வரை அலைதலும் இருக்கும்.

இலக்கியக்காரனின் இறுதி வார்த்தை

சரித்திரம் என்றால் தேதிகள் என்று என் சிறு வயது ஆசிரியர் என்னை நினைக்கவைத்தார். அலெக்சாந்தரில் இருந்து ஆதித்த சோழன் வரைக்கும் தேதிகளை நான் மனனம் செய்யவேண்டும். ஒரு பாடத்தை எவ்வளவுக்கு வெறுக்கமுடியுமோ அவ்வளவுக்குச் சரித்திரப் பாடத்தை வெறுத்தேன். வரலாறுதான் மனிதர்களின் கதை என்பதையும் மனிதர்களின் கதைதான் இலக்கியம் என்பதையும் அந்த ஆசிரியர் எனக்குச் சொல்லித்தர மறந்து விட்டார்.

மார்க்கோ போலோவை நான் வெறுத்ததற்கும் அதுதான் காரணம். அவனுடைய தேதிகள் எல்லாம் மாறிப்போனது. பரீட்சையில் ஒருமுறைகூட அவன் எனக்குக் கைக்கொடுக்கவில்லை. அவனுக்கும் நான் கைகொடுக்கவில்லை. அவனுடைய பயணக் கதை மிகவும் சுவாரஸ்யமானது. அச்சு யந்திரம் கண்டுபிடிப்பதற்கு இன்னும் 150 வருடங்கள் இருந்த அந்தக் காலத்தில் அவன் கதை உலகமெல்லாம் பரவியது. கையினால் எழுதிய பல பிரதிகள் உலவின. அவை பிரெஞ்சில் எழுதப்பட்டு பின்னர் லத்தீன், இத்தாலியன், ஆங்கிலம் போன்ற பல மொழிகளில் மொழி பெயர்க்கப்பட்டன. அவை ஒவ்வொன்றும் ஒவ்வொரு கதையைச் சொல்லின.

புனைவுக் கட்டுரை என்ற இலக்கிய ரகத்தைக் கண்டு பிடித்தது In Cold Blood நாவலை எழுதிய ட்ரூமன் கபோரே என்று சொல்வார்கள். ஆனால் அந்த இலக்கிய ரகத்தை முதலில் கண்டு பிடித்தது மார்க்கோ போலோதான். எழுநூறு வருடங்களுக்கு முன்னர் வெளியான அவனுடைய பயணக் கட்டுரையில் புனைவு கலந்திருக்கும். என்ன கொஞ்சம் அதிகமாகவே கலந்திருந்தது. ஒரு பயணக்காரனாக இருந்ததிலும் பார்க்க மேலான இலக்கியக் காரனாகவே அவன் இருந்தான். உலகம் முழுவதும் அவனுடைய நூல்களைப் போட்டி போட்டுக்கொண்டு படித்தது. அதுதான் 13ஆம் நூற்றாண்டில் அதிகம் விற்பனையான புத்தகம். இந்த மேலான இலக்கியக்காரன் இறக்கும் போது சொன்ன வாசகம்

இன்றுவரை எல்லோரையும் போட்டுக் குழப்பிக்கொண்டே இருக்கிறது.

பெரும் இலக்கியக்காரர்கள் மரணத்தின் வாயிலில் குழம்பிப்போய் இருக்கிறார்கள். ஜேம்ஸ் ஜோய்ஸ் இறக்க முன்னர் 'நான் எழுதியது ஒருவருக்குமே புரியவில்லையா?' என்று ஆற்றாது புலம்பினார். பிரிட்டிஷ் பெண் எழுத்தாளர் வர்ஜீனியா வூல்ஃப் தன் சட்டைப் பைகளில் கற்களை நிறைத்துக்கொண்டு, தண்ணீருக்குள் இறங்கி தற்கொலை செய்துகொண்டார். இறப்பதற்கு முன்னர் அவர் இப்படி எழுதிவைத்தார். 'என்னுடைய மூளை குழம்பிப் போய் இருப்பது எனக்கு நிச்சயமாகத் தெரிகிறது. அந்த நரகத்தை இன்னொருமுறை என்னால் அனுபவிக்க முடியாது. இம்முறை மீட்சியில்லை. எனக்குச் சத்தங்கள் கேட்கத் தொடங்கிவிட்டன.'

வேறு சில எழுத்தாளர்கள் மரணத்திற்கு முன்னர் குழப்பமடைவதற்குப் பதிலாக வெளிச்சத்தைக் கண்டிருக்கிறார்கள். ஓஹென்றி 'விளக்கை ஏற்றுங்கள். இருட்டிலே வீட்டுக்குப்போக எனக்கு பிரியமில்லை' என்றார். விக்டர் ஹ்யூகோ 'எனக்குக் கறுப்பு வெளிச்சம் தெரிகிறது' என்றார். தாகூர் 'மரணம் என்றால் வெளிச்சத்தை மறைப்பது அல்ல; விளக்கை அணைப்பது. ஏனென்றால், வாசலில் வைகறை வந்துவிட்டது' என்றார். மரணம் நெருங்கியபோதும் நகைச்சுவையை விடாத மனிதர் மார்க் ட்வெய்ன்தான். அவர் இறக்கும் சமயம் பிரபலம் பெற்றுவிட்டார். அமெரிக்காவின் நிருபர்களுக்கு இடையில் போட்டி, யார் முதலில் அவருடைய மரணச் செய்தியை வெளியிடுவது என்று. ஒரு பத்திரிகை அவர் இறக்கமுன்னரே அவர் இறந்துவிட்டார் என்ற செய்தியை அறிவித்தது. இதை அறிந்ததும் மார்க் ட்வெய்ன் ஓர் அறிக்கை விட்டார். 'நான் இறந்துபோன செய்தி மிகைப்படுத்தப் பட்டிருக்கிறது.'

மரணத்தின் வாயிலில் இலக்கியக்காரர்களாக மாறியவர்களும் உண்டு. சேர் ஃபிரான்சிஸ் பேக்கன் என்பவர் 16ஆம் நூற்றாண்டில் முதலாம் ஜேம்ஸ் மன்னரிடம் விஞ்ஞானியாக, தத்துவவாதியாக, சட்ட நிபுணராக உயர்ந்த பதவிகள் வகித்தவர். ஒரு நாள் லஞ்சம் வாங்கும்போது பிடிபட்டு லண்டன் டவரில் அடைக்கப்பட்டார். அப்பொழுது தன்மீது கருணை காட்டும்படி மாட்சிமை பொருந்திய மன்னருக்கு ஃபிரான்சிஸ் பேக்கன் உருக்கமான கடிதம் ஒன்றை எழுதினார். டவரில் அடைக்கப்பட்டவர்களுக்கு வழக்கமான தண்டனை சிரச்சேதம்தான். சிரச்சேதம் செய்யப்பட்டால் அவருடைய தலையை வயிற்றின்மேல் வைத்து வெளியே அனுப்பு வார்கள். சிலபேரை மன்னர் மன்னிப்பதும் உண்டு. இன்னும் சிலர்

வாழ்நாள் முழுவதும் சிறையில் கிடந்து வாடவேண்டியதுதான். பேக்கன் விசயத்தில் அவர் கடைசி நிமிடத்தில் மன்னிக்கப்பட்டு கழுத்தின்மேல் தலை நிற்க வெளியே வந்தார். அரச பதவிகள் எல்லாம் துறந்து ஐந்து வருடங்கள் சாதாரண வாழ்க்கை வாழ்ந்து இறந்துபோனார். இந்தக் காலத்தில் அவர் அழியாத தத்துவங்களைப் படைத்தார். இவர் புகழ்பெற்ற இலக்கியவாதியும்கூட. சேக்ஸ்பியருடைய நாடகங்களை இவர்தான் எழுதினார் என்று சொல்பவர்கள் இன்றும் இருக்கிறார்கள்.

டோஸ்டோவ்ஸ்கி உலகத்தின் தலைசிறந்த படைப்பாளியாக மதிக்கப்படும் ரஸ்ய எழுத்தாளர். அவர் இளைஞராக இருந்த சமயம் பிரெஞ்சு எழுத்தாளர்களை விரும்பிப் படிப்பார். அவருக்கு 28 வயதாகும்போது அவரும் இன்னும் சில நண்பர்களும் கைது செய்யப்பட்டார்கள். ராசத்துரோகக் குற்றம் சாட்டி அவர்களுக்கு மரண தண்டனை விதித்தார்கள். அவருடைய மரணத்துக்கு ஒரு நிமிடம் முன்பு தண்டனையை மாற்றினார்கள். அந்தச் சம்பவத்தைக் குறிப்பிட்டு தன் சகோதரருக்கு டோஸ்ரோவ்ஸ்கி கடிதம் எழுதினார்.

‘தண்டனையை நிறைவேற்றுவதற்காக எங்களை செமினோவ் மைதானத்துக்கு அழைத்துச் சென்றார்கள். அங்கே எங்களுக்கு வழங்கப் போகும் தண்டனை வாசித்துக் காட்டப்பட்டது. சிலுவையை முத்தமிடச் சொன்னார்கள். வாள்களை உருவி எங்கள் தலைகளுக்குமேல் முறித்துப்போட்டார்கள். கொல்லுவதற்கு வசதியாக மூன்று பேரைச் சேர்த்து ஒரு தூணில் கட்டினார்கள். நான் ஆறாவது ஆள். மூன்று மூன்று பேராக அழைத்தார்கள். இரண்டாவது குழுவில் நான் இருந்தேன். இறப்பதற்குச் சரியாக ஒரு நிமிடம் இருந்தது. நான் உன்னை நினைத்தேன், சகோதரனே. கடைசி நிமிடத்தில் உன்னை மாத்திரமே நினைத்தேன். என் பக்கத்தில் நின்ற இரண்டு நண்பர்களிடமும் இறுதியாக தழுவி விடைபெற்றுக்கொண்டேன். அப்பொழுது ஊதுகுழல் ஒலித்தது. மாட்சிமை பொருந்திய மன்னர் எங்கள் மரண தண்டனையைக் குறைத்து நாலு வருட கடும்தண்டனையாக மாற்றியதை எங்களுக்குச் சொன்னார்கள்.’

அன்று டோஸ்ரோவ்ஸ்கி மரணத்தில் இருந்து கடைசி நிமிடத்தில் தப்பியிருக்காவிட்டால் அவருடைய படைப்புகளை எல்லாம் இழந்திருப்போம். குற்றமும் தண்டனையும், காரமசோவ் சகோதரர்கள், முட்டாள் போன்ற நாவல்கள் எங்களுக்குக் கிடைக்காமலே போயிருக்கும்.

வாழ்நாள் முழுக்க இலக்கியத்துக்காகவே வாழ்ந்து மரணம்

வந்தபோது இலக்கியத்தைத் துறந்தவர்களும் உண்டு. ஒக்டேவியஸ் சீசர் காலத்தில் வாழ்ந்த பெரிய கவி வேர்ஜில். இவரும் ஒக்டேவியசும் இளவயதில் ஒன்றாகப் படித்தவர்கள்; நண்பர்கள். ஒக்டேவியஸ் கேட்டுக்கொண்டதற்கு இணங்க வேர்ஜில் லத்தீன் மொழியில் ஒரு பெரிய காவியம் படைத்தார். அதற்கு ஏனிட் என்று பெயர். திரோஜன் ஒருவன் இத்தாலிக்குப் பயணம் செய்து ரோம் நகரை வெல்வதைச் சொல்லும் கதை. 11 வருடங்கள் தொடர்ந்து எழுதி அதை முறைப்படி வெளியிட முன்னர் அவர் இறந்துபோனார். மரணத்துக்கு முன் தன் நண்பர்களிடம் தான் எழுதிய காவியத்தை அழித்துவிடச் சொல்கிறார். அவருக்குக் காவியத்தில் போதிய திருப்தி இல்லை. ஆனால், நண்பர்கள் சிறு திருத்தங்கள் செய்து காவியத்தை வெளியிடுகிறார்கள். இன்றுவரை லத்தீனில் இது புகழ்பெற்ற காவியமாக விளங்கி வருகிறது. மரணம் சமீபித்தபோது அவர் விட்ட வேண்டுகோளை நண்பர்கள் நிராகரித்ததால் மானுட சமுதாயத்துக்குப் பெரும் காவியம் ஒன்று கிடைத்தது.

உலகத்தின் முதல் best seller நூலை எழுதியவன் மார்க்கோ போலோ. அவனுக்கு ஆறு வயது நடந்து கொண்டிருந்தபோது, அவனுடைய தகப்பனும், சகோதரனும் ஒரு நீண்ட பயணத்தைத் தொடங்கினார்கள். அவர்கள் வெனிஸ் தேசத்து வர்த்தகர்கள். அந்தக் காலத்தில், நினைத்துக்கூடப் பார்க்க முடியாத தூரத்தி லிருந்த சீனாவுக்குப் புறப்பட்டார்கள். பயணத்தை முடித்து அவர்கள் மீண்டும் வெனிசுக்குத் திரும்பிவந்து சேர்ந்தபோது மார்க்கோவுக்கு வயது 15. ஒன்பது வருடங்கள் அவர்கள் பயணம் செய்திருக்கிறார்கள். இந்த இடைப்பட்ட காலத்தில் மார்கோவைப் பெற்ற தாயாரும் இறந்துபோகிறாள்.

இரண்டு வருடம் கழித்து மறுபடியும் பயணம் புறப்பட்ட போது 17 வயதான மார்க்கோவும் சேர்ந்துகொள்கிறான். அவன் இளம் வாலிபனாய் இருந்தபோதிலும் பொறுப்புடனும் கருத்துட னும் தன்னைச் சுற்றித் தினமும் மாறும் உலகை அவதானித்தபடி பயணம் செய்கிறான். முதல் உலகப் பயணி மார்க்கோ போலோ அல்ல. அவனுக்கு முன்பும் பலர் பயணம் செய்திருக்கிறார்கள். ஆனால், மார்க்கோ போலோவை இன்றும் நினைவில் வைத்திருப் பதற்குப் பல காரணங்கள் இருக்கின்றன. அதில் முக்கியமானது அவன் தனது பயணத்தை இலக்கியமாக்கியது.

நாலு வருடங்கள் பயணம் செய்து சீனாவின் பெய்ஜிங் நகரை அடைகிறார்கள். அங்கே மங்கோலிய சக்கரவர்த்தி குப்ளாய்கான் அரசு செலுத்துகிறார். 17 வருடங்கள் பல அலுவல்களில் அரசனுக்கு

ஆலோசனையாளராக மார்க்கோ பணிபுரிகிறான். 'பிரம்மாண்டமான பளிங்கு மாளிகை, அவற்றில் தங்கமுலாம் பூசிய அறைகள், கண்ணைப் பறிக்கும் வர்ணங்களில் தீட்டப்பட்ட மனித உருவங்களும் மிருகங்களும் உங்கள் மூச்சை நிறுத்தி பரவசத்தையும் அதே சமயத்தில் வியப்பையும் தரும்.' இப்படி வர்ணிக்கிறான். அங்கு நடக்கும் விருந்துகளும் அவனுக்கு ஆச்சரியத்தை விளைவிக்கின்றன. 6,000 விருந்தினர்கள் ஒரே சமயத்தில் உணவருந்தும் மண்டபம். 10,000 வல்லூறு வேட்டைக்காரர்கள், 20,000 நாய் காவலர்கள் அரச ஊழியத்தில் இருக்கிறார்கள். இவனுடைய வர்ணனையில் மயங்கிய ஆங்கிலக் கவி சாமுவெல் டெய்லர் கோலரிட்ச் பின்னாளில் குப்பளாய்கான் பற்றிக் கவிதை புனைவார்.

மார்க்கோவின் வர்ணனைகள் நேரில் நின்று பார்ப்பது போன்ற உணர்வைக் கொடுக்கும். அற்பமான சம்பவம்கூட அவன் எழுத்தில் இலக்கியமாக மாறிவிடும். கொடிய பாலைவனத்தைக் கடப்பதைப் பற்றி இப்படி எழுதுகிறான்.

'சில நேரங்களில் பயணிகள் பாலைவனத்தைக் கடக்கும் போது கொள்ளைக்காரர்கள் அவர்களை நோக்கி வரும் சத்தம் கேட்டு எதிர்திசையில் சிதறி ஓடி வழி தவறுவதுண்டு. பகல் நேரத்தில்கூட அமானுட ஓசைகளும் போர் ஒலிகளும் மேளச் சத்தங்களும் கிளம்பி பயணிகளை கிலி பிடிக்கவைக்கும். இந்தக் காரணங்களுக்காக பயணிகள் ஒருவருக்கொருவர் நெருக்கமாகவே பயணிப்பர். இரவு தூங்க முன்னர் அடுத்த நாள் காலை பயணப்பட வேண்டிய திசையை நோக்கித் திசை காட்டியை நட்டு வைப்பர். மிருகங்களின் கழுத்துகளில் மணிகளைக் கட்டிவைக்கவும் தவற மாட்டார்கள். இந்த முறையில் வழி தவறாமலும் மிருகங்கள் தொலையாமலும் பாதுகாத்துக் கொள்வார்கள்.'

தாய் நாட்டுக்கு அவன் திரும்பியதற்கு முக்கியக் காரணம் குப்ளாய் கான் முதுமையடைந்துவிட்டதுதான். எந்த நேரமும் அவர் இறக்கலாம். அவர் இறக்கமுன்னர் தான் ஈட்டிய திரவியம் முழுவதையும் தன் பிறந்த நாட்டுக்கு எடுத்துச் செல்ல தீர்மானித்தான். திரோஜன் போரை முடித்துவிட்டு ஓடிசியஸ் பத்து வருடங்கள் அலைந்ததுபோல மார்கோவும் பத்து வருடங்கள் பயணம் செய்தான். அவன் திரும்பவும் வெனிசுக்கு வந்து சேர்ந்தபோது அவனுக்கு வயது 42.

அவன் அரும்பாடுபட்டு சேர்த்த செல்வத்துடன் நிம்மதியாக வாழ முடியவில்லை. வெனிசுக்கும் ஜெனோவாவுக்கும் இடையில் போர் மூண்டது. போரிலே மார்க்கோ போலோவைக் கைதுசெய்து சிறையில் அடைத்தார்கள். சிறையிலே கைதிகளுக்கு மார்க்கோ

போலோ தன் 25 வருட பயணக் கதைகளை வெறும் ஞாபகத்தில் இருந்து சொல்ல, அவனுடன் இருந்த சக கைதி ஒருத்தன் எழுத்தாளன் பெயர் ரஸ்டிசெல்லோ அதை பிரெஞ்சு மொழியில் எழுதினான்.

ஹெரோடோரஸ் போல மார்க்கோ வரலாறு படைப்பதற் காகப் புறப்பட்டவன் அல்ல. வழி நெடுக குறிப்புகளும் எழுதி வைக்கவில்லை. சிறையில் நேரத்தைப் போக்குவதற்காகத் தன் அனுபவங்களை எழுதினான். 17 வயதிற்குள் பல இலக்கியங்களை ஆழமாகக் கற்றிருந்த படியால் அவன் எழுதியதில் கலைநேர்த்தி இருந்தது. அமோகமான ஞாபகசக்தியும் நுண்ணிய அவதானிப்புமே அவனை இலக்கியக்காரனாக மாற்றியது.

மேற்கு கிழக்காக பல பயணங்கள் மேற்கொள்ளப்பட்டிருந் தாலும், வடக்கு தெற்காக பிரயாணம் செய்த முதல் பயணி மார்க்கோதான். சீனாவில் தான் கண்ட புதுமைகள் அனைத்தையும் மார்க்கோ வர்ணித்தபோது அந்தக் காலத்து சரித்திர ஆசிரியர்கள் அதை புளுகு மூட்டை என்று தள்ளி வைத்துவிட்டார்கள். அவன் எழுதிய விபரங்கள் பின் வந்த வரலாற்றுக்காரர்களுக்கு உதவியாக அமைந்தன.

இன்றும் சிலர் இவன் எழுதிவைத்ததை நிராகரிக்கிறார்கள்.

மார்க்கோ அரைவாசி சரித்திரக்காரன், அரைவாசி கற்பனைக்காரன் என்று குற்றம் சாட்டுகிறார்கள் ஓர் இடத்தில் மார்க்கோ எழுதுகிறான்:

'ஒரு ராட்சதப் பறவை யானையைத் தன் கால்களில் இடுக்கிக் கொண்டு பறக்கும். நல்ல உயரத்துக்கு எழும்பியதும் தொப்பென்று யானையைக் கீழே போட்டு அதன் எலும்புகளை உடைக்கும். அதன் பிறகு இறைச்சியைக் கொத்திச் சாப்பிடும்.'

இப்படி புளுகுகளைச் சேர்த்ததால் எது உண்மை, எது பொய் என்று தெரியாமல் குழப்பம் ஏற்பட்டது. இன்னும் சில வரலாற்று ஆசிரியர்கள் இவன் சீனாவுக்குப் போனதே கிடையாது, தன் பயணங்களில் கேள்விப்பட்டதையும் கற்பனையையும் கலந்து கதை விட்டிருக்கிறான் என்று கூறுகிறார்கள். அதற்குக் காரணம் இருக்கிறது. சீனாவின் புகழ் பெற்ற தேநீரைப் பற்றியோ, அவர்கள் குச்சிகளினால் சாப்பிடுவது பற்றியோ ஒரு வார்த்தை அவன் எழுதவில்லை. நீண்ட நெடுஞ் சுவரைப்பற்றி சொல்லவில்லை. சீனப் பெண்கள் கால்களை துணியினால் சுற்றி இறுக்கக்கட்டி சிறுக்க வைப்பது பற்றியும் அவன் கூறவில்லை.

உண்மை சரித்திரத்தை எழுதுபவர்கள் அதில் சிறு பொய்ச்

சேர்த்தாலும் உண்மையின் மதிப்பு போய்விடுகிறது. மார்க்கோ போலோ அருமையான பயணச் சித்திரங்களை இலக்கியமாக்கிய போது அவற்றின் சுவையை மேலும் அதிகமாக்க சிறிது புனைவை கலந்திருக்கிறான். அவன் பெரும் பொய்யனோ அல்லது சரித்திரக் காரனோ தெரியாது. ஆனால் அவன் பெரும் பயணி. அதனிலும் சிறந்த இலக்கியக்காரன்.

அவன் இறக்கும்போது அவனுக்கு வயது 70. அந்தக் கடைசி நிமிடங்களிலும் அவன் இலக்கியக்காரனாகவே வாழ்ந்தான். 'நான் பார்த்ததில் பாதியைத்தான் கூறினேன், மீதியைச் சொல்லவே இல்லை' என்று மர்மமாகச் சொல்லிவிட்டு இறந்து போனான்.

அவன் சொல்லாமல் விட்ட பாதி சரித்திர மூட்டைகளா, புளுகு மூட்டைகளா?

அவனுக்கு மட்டுமே தெரியும்.

இடைச்செருகல்

சமீபத்தில் பொஸ்டன் நகரத்துக்கு வந்த ஒரு ரஸ்யப் பெண்மணி கம்ப்யூட்டர் நிறுவனம் ஒன்றில் மென்பொருள் நிரல் எழுதும் வேலைக்கு விண்ணப்பித்திருந்தார். நேர்காணலில் மிகத் திறமையாகச் செய்து வேலை கிடைக்கப்போகும் தறுவாயில் கம்பனி அதிபர் ஒரு சாதாரணக் கேள்வி கேட்டார். 'உங்கள் பொழுதுபோக்கு என்ன?'

பெண் உடனேயே பரவசமாகி 'வைரஸ் எழுதுவேன்; உலகத் தரமான வைரஸ்கள் சில நான் உண்டாக்கியவைதான்' என்றிருக்கிறார். கம்பனி அதிபர் அதிர்ச்சி அடைந்த அளவுக்கு ரஸ்யப் பெண்ணும் அதிர்ச்சி அடைந்தார். அவருக்குத் தான் செய்தது நாசவேலை என்பதுகூடத் தெரியவில்லை.

இதே மாதிரிதான் யாழ்ப்பாணத்தில் 19ஆம் நூற்றாண்டில் ஒரு புலவர் இடைச்செருகல் செய்வதில் வல்லவராயிருந்தார். எந்தப் பிரபலமான கவியின் பாடல்களிலும் தன்னுடைய இரண்டு பாடல் களை நுழைத்துவிடுவார். தான் செய்வது தீங்கான வேலை என்பதைக் கூட அவர் உணரவில்லை; மாறாக பெருமைப்பட்டார். 'இடைச் செருகல் அம்பலவாணர்' என்றே அவரை அழைத்தார்கள்.

அப்பொழுது யாழ்ப்பாணம் வண்ணார்பண்ணையில் வாழ்ந்த நட்டுவச் சுப்பையனார் 400 பாடல்கள் கொண்ட 'கனகி சுயம்வரம்' என்ற புராணத்தைப் பாடியிருந்தார். கனகி என்பவள் அக்காலத்தில் சிவன்கோவில் தாசியாக இருந்த பேரழகி. அவள் அழகில் மதிமயங்கிய பலரில் சுப்பையனாரும் ஒருவர். எடுத்த எடுப்பிலேயே கனகியின் அழகை இப்படி வர்ணிப்பார்.

நடந்தா ளொரு கன்னி மாராச
கேசரி நாட்டிற் கொங்கைக்
குடந்தா னசைய வொயிலா
யது கண்டு கொற்றவருந்
தொடர்ந்தார் சந்நியாசிகள் யோகம்
விட்டார் சுத்தசை வரெல்லாம்
மடந்தா னடைத்துச் சிவ
பூசையுங் கட்டி வைத்தனரே.

ஆனால், கனகி சுயம்வரம் பாடல்களில் இன்று கையில் கிடைத்தவை 28 பாடல்கள்தான். அதிலும் 16 பாடல்கள் இடைச்செருகல் என்பதைக் கண்டுபிடித்திருக்கிறார்கள்.

பத்தொன்பதாம் நூற்றாண்டு ஈழத்திற்கு ஒரு பொற்காலம் என்று சொல்லலாம். அச்சுக்கலை ஏற்கனவே வந்துவிட்டபடியால் பல புலவர்கள் நூல்களை எழுதி வெளியிட்டார்கள். இந்தப் புலவர்களுக்கு எல்லாம் நாயகர்போல விளங்கியவர் ஆறுமுக நாவலர். அதே காலத்தில்தான் சி.வை. தாமோதரம்பிள்ளை, நா. கதிரைவேற்பிள்ளை போன்ற பல புகழ்பெற்ற புலவர்களும் வாழ்ந்தார்கள்.

நாவலருக்கும் பெர்சிவல் பாதிரியாருக்கும் இடையில் மாணாக்கர், நண்பர், குரு என்ற விசித்திரமான ஓர் உறவு இருந்தது. தமிழ் நாட்டில் அனுபவம் வாய்ந்த ஆங்கில தமிழ் புலமையாளர்கள் பலர் இருந்தபோதிலும் இருபது வயதேயான நாவலரிடம் பெர்சிவல் பாதிரியார் பைபிளை தமிழில் மொழிபெயர்க்கும் பெரும்பணியை ஒப்படைத்தார். நாவலர் நாளுக்கு ஆறு மணி நேரம் என்று எட்டு வருட காலம் உழைத்து பணியை முடித்தார். பாதிரியாரும் நாவலரும் சென்னைக்கு வந்து பைபிள் சங்கத்தின் அங்கீகாரத்தைப் பெற்று அதை 1850ஆம் ஆண்டு வெளியிட்டார்கள்.

யாழ்ப்பாணப் புலவர்களுக்குத் தமிழ் நாட்டில் பெரும் கௌரவம் இருந்தது. நாடகப் பேராசிரியர் பம்மல் சம்பந்த முதலியார்கூட தம் நூலில் இப்படி எழுதியிருக்கிறார்.

'பொதுவாக அக்காலத்தில் யாழ்ப்பாணவாசிகளே தமிழில் நன்றாய்க் கற்றவர்கள் என்று மதிக்கப்பட்டவர்கள். அவர் களுக்குள்ளும் தாமோதரம்பிள்ளை அவர்கள் சிறந்த புலமை யுள்ளவர் என்று மதிக்கப்பட்டார். பேசும்போது ஏறக்குறைய தமிழ்ச் சொற்களையே கையாளுவார்.'

2300 ஆண்டுகளுக்கு முன்னரேயே தமிழகத்துடன் ரோமர்கள் தொடர்பு வைத்திருந்தார்கள் என்று 'பதிவிரதை விலாசம்' எழுதிய ஈழத்து குமாரகுலசிங்கத்தின் மகன் கலாநிதி தம்பையா தன் ஆராய்ச்சியில் கூறியிருக்கிறார். கி.பி 40இல் ரோமாபுரியை ஆண்ட குளோடியஸ் காலத்தில் அவருடைய அவைக்களத்தில் யாழ்ப் பாணத்தைச் சேர்ந்த இராசையா என்னும் தமிழர் இருந்தார் என்று இலங்கை வரலாறு எழுதிய எமர்சன் ரென்னற் சுட்டிக்காட்டி யுள்ளதையும் குறிப்பிட்டிருக்கிறார்.

நெல்லைநாத முதலியார் என்றொரு புலவர் யாழ்ப்பாணத்தில்

வாழ்ந்தார். எதையும் ஒருமுறை கேட்டால் அதை அப்படியே ஞாபகத்தில் வைத்து திருப்பிச் சொல்லும் ஆற்றல் படைத்தவர். முத்துக்குளிப்பில் அளவற்ற ஆதாயமீட்டிய வைத்திலிங்கம் செட்டியார் பெரும் செல்வந்தர். நெல்லைநாதரும் இன்னும் பல புலவர்களும் புடைசூழ தினம் செந்தமிழ் பாடல்களை அனுப விப்பது அவருடைய வழக்கம்.

ஒருநாள் அவர் சபையில் செந்திக்கவி என்ற தமிழ்நாட்டு புலவர் பல எடுபிடிகளோடு வந்து தன் பாடல்களைப் பாடிக் காட்டினார். அவர் முடித்ததும் செல்வந்தர் நெல்லைநாதரைப் பார்த்து பாடல்கள் எப்படி என்று வினவியிருக்கிறார். அவரோ 'பாடல்கள் நல்லவைதான், ஆனால் அவையெல்லாம் பழம் பாடல்கள்' என்று கூறி அத்தனை பாடல்களையும் மடமடவென்று வரிசை தவறாமல் பாடிக்காட்டினார். செந்திக்கவி ஏங்கி, கதிகலங்கி நின்றதைப் பார்த்த நெல்லைநாதர் சிரித்து, உண்மையைக் கூறி அவரைத் தழுவி வாழ்த்தினார். அவரும் அகமகிழ்ந்து பரிசு பெற்றுத் திரும்பினார் என்பது கதை.

அதே காலத்தில் முத்துக்குமார கவிராயர் என்பவரும் ஈழத்தில் வாழ்ந்தார். இவருடைய சிறப்பு ஊர்களின் பெயர்களை இட்டுக்கட்டி அவற்றுள் வேறு பொருளை வைத்துப் பாடுவது. பார்வைக்கு ஊர்ப் பெயர்களாக இருந்தாலும் பாடலின் பொருள் இன்னொன்றாக இருக்கும். யாழ்ப்பாணத்து ஊர்கள் சில: சுன்னாகம், தாவடி, கொக்குவில், கொடிகாமம், ஆனைக்கோட்டை, கட்டுடை, உடுவில், பன்னாலை, மல்லாகம், பலாலி, இளவாலை.

கைலாச மலை சிவன் மகன் குதிரையில் வர பெண் கொடி காமம் மிகுதியாகி, ஆனைக்கொம்பு போன்ற மார்புகளைக் கட்ட விழ்த்துவிட்டாள். கரும்பு வில் மன்மதனும் இளவாலை மடக்கொடி யிடம் வந்து சேர்கிறான். இதுதான் பொருள்.

முடிவி லாதுறை சுன்னாகத் தான்வழி
முந்தித் தாவடிக் கொக்குவின் மீதுவந்து
அடைய வோர்பெண் கொடிகாமத் தானசைத்து
ஆனைக் கோட்டை வெளிகட் டுடைவிட்டாள்
உடுவி லான்வரப் பன்னாலை யான்மிக
உருத்த னன்கடம் புற்றமல் லாகத்துத்
தடைவி டாதனை யென்று பலாலிகண்
சார வந்தன ளோர்இள வாலையே.

என்னுடைய சிறுபிராயத்தில் அம்மா மகாபாரதத்தில் இருந்து பாடல்கள் பாடிக் காட்டுவார். திரௌபதி என்றால் அம்மா

வுக்குக் கண்ணீர் வந்துவிடும். துச்சாதனன் போய் திரௌபதியை இழுத்துவரும் கட்டத்தில் இப்படி ஒரு பாடல் வரும்.

ஐவருக் கொருத்தியாய அன்னமே நடந்து வாடி தைவரு தருமன்தோற்ற தையலே நடந்து வாடி பொய்நல மெய்யதாகப் புணரு மெல்லியலே வாடி துய்ய அண்ணனைச் சிரித்த தோகையே நடந்து வாடி இந்தப் பாடலை உண்மையில் யாழ்ப்பாணத்தைச் சேர்ந்த அருணாசலம் சுவாமிநாதர் என்ற புலவர்தான் பாடியிருந்தார்.

இவர் இராம நாடகமும் தருமபுத்திர நாடகமும் எழுதினார். ஒரு காலத்தில் இந்த நாடகங்கள் ஊரூராக நடிக்கப்பட்டு சன ரஞ்சகமாக இருந்தன. ஆறுமுக நாவலரும் பின்னர் வந்த விபுலானந்த அடிகளும் அவற்றைப் போற்றியிருக்கிறார்கள். இவருடைய பாடலைத்தான் அம்மா பாடினார் என்பது எனக்குப் பல வருடங்களுக்குப் பின்னரே தெரியவந்தது. இன்றைய சினிமாப் பாடல்கள்போல ஒரு காலத்திலே சுவாமிநாதரின் பாடல்கள் ஈழநாட்டின் கிராமத்து பட்டி தொட்டிகளிலெல்லாம் ஒலித்திருக்க வேண்டும்.

இந்தக் காலகட்டத்தில் யாழ்ப்பாணத்தில் ஒரு நீண்ட விவாதம் நடந்தது. அதிலே வியப்பளிப்பது என்னவென்றால் விவாதத்திற்கு எடுத்துக்கொள்ளப்பட்ட பொருள்.

விசுவநாதபிள்ளை தன் இருபதாம் வயதிலேயே தமிழ், ஆங்கிலம், கணிதம், வானசாஸ்திரம் என்று பல துறைகளையும் கற்றுத் தேர்ந்திருந்ததோடு எழுத்திலும் பேச்சிலும் வல்லவராயிருந் தார். இவருக்கும், 18 வயது நாவலருக்கும் இடையில் கடும் வாக்குவாதம் மூண்டது.

'கண்ணுக்குச் சுய ஒளி உண்டா, இல்லையா?' என்பதுதான் தலைப்பு. இது நடந்தது 1840ஆம் ஆண்டில். இந்த வாக்குவாதத்தில் நாவலர் எந்தக் கட்சி, விசுவநாதபிள்ளை எந்தக் கட்சி என்பது தெரியவில்லை. கண்ணுக்குச் சுய ஒளி உண்டென்றால் இருட்டிலே இருக்கும் சாமான்கள் எல்லாம் டோர்ச் அடித்ததுபோல பளிச்சுப் பளிச்சென்று தெரியுமே என்பதை ஒரு குழந்தைகூடச் சொல்லும். இது தவிர, இந்த விவாதம் நடப்பதற்கு 800 வருடங்கள் முன்பாகவே அரபிய விஞ்ஞானி அல்ஹாசன் என்பவர் பொருள்கள் ஒளியைப் பிரதிபலிப்பதன் மூலமே கண்கள் அவற்றைப் பார்க்கின்றன என்பதைக் கண்டுபிடித்திருந்தார். இரண்டு பெரும் தமிழ்ப் புலவர்கள் ஏற்கனவே கண்டறிந்த ஒரு விஞ்ஞான உண்மையை மீளக் கண்டுபிடிப்பதற்கு ஈழத்தில் சண்டைபோட்டது ஒரு புதுமை தான்.

இதே விசுவநாதபிள்ளை, அவர் இரண்டு வயது மூத்தவராயிருந்த போதிலும், பின்னர் சிதம்பரத்தில் நாவலரைக் குருவாக ஏற்றுக் கொள்கிறார். விசுவநாதபிள்ளையிடம் படித்தவர்தான் சி.வை. தாமோதரம்பிள்ளை. இருவரும் சென்னை சென்று அங்கே 1857ம் ஆண்டில் ஆரம்பிக்கப்பட்ட பல்கலைக்கழகத்தில் பி.ஏ பரீட்சைக்கு விண்ணப்பித்தார்கள். பல்கலைக்கழகம் நடாத்திய முதல் பி.ஏ வகுப்பில் சித்தி பெற்றவர்கள் இவர்கள் இருவருமே யாவர். இவர்களால் அன்று ஈழம் பெரும் புகழ் பெற்றது.

சி.வை. தாமோதரம்பிள்ளைத் தொடர்ந்து சட்டம் படித்து பி.எல் பட்டம் பெற்று புதுக்கோட்டை நீதிபதியாக உத்தியோகம் பார்த்தார். விசுவநாதபிள்ளை சென்னைப் பல்கலைக் கழகத்திலேயே வேலைபெற்று பரீட்சகராகக் கடமையாற்றினார். இவருடைய பெரிய சாதனை 676 பக்கங்கள் கொண்ட தமிழ்-ஆங்கில அகராதி ஒன்றை உருவாக்கியது. சென்னைக் கலாசங்கத்தார் 1929ம் ஆண்டு வரை ஐந்து பதிப்புகள் வெளியிட்டுள்ளார்கள்.

யாழ்ப்பாணத் தமிழ் அகராதி எனப் பெயர் பெற்ற பேரகராதியைச் சந்திரசேகர பண்டிதர் தன்னந்தனியனாய் தயாரித்தார். 1842இல் வெளிவந்த இந்த அகராதி 58,500 வார்த்தைகளை உள்ளடக்கியது. தமிழ் உலகம் இதை வியந்து போற்றியதற்குக் காரணம் இருந்தது. ஆங்கிலத்தில் வந்த முதல் அகராதியை தயாரித்தவர் சாமுவெல் ஜோன்சன் என்ற அறிஞர். எட்டு வருடம் தனியாக உழைத்து 1755ஆம் ஆண்டு வெளியிடப்பட்ட அகராதியில் 40,000 வார்த்தைகளே இருந்தன. இத்துடன் ஒப்பிடும்போது 87 ஆண்டுகள் பிந்தி வெளிவந்த தமிழகராதியைப் பெரும் சாதனை என்றே சொல்லவேண்டும்.

மற்றுமொரு ஈழத்து புலவரான ஹென்றி மார்ட்டின் என்பவரை 'சகலாகம பண்டிதர்' என்று போற்றுவர். இவர் போதகராயும் ஆசிரியராயும் புலவராயும் கலைஞராயும் பொறியியலாளராகவும் பணியாற்றினார். பாலோடு நீர் கலந்தால் அதைக் காட்டிக்கொடுக்கும் கருவியை கண்டுபிடித்தார். இவர் உருவாக்கிய விநோதமான பூகோள உருண்டையைக் கண்ட பிரித்தானிய அரசு இவருக்கு கௌரவ அங்கத்தினர் பதவி கொடுத்தது. இவரே முதன் முதலாக காளிதாசரின் சகுந்தலை காவியத்தை தமிழில் நாடகமாக தந்தவர்.

இவர் சிறுவராக இருந்தபோது நடந்த ஒரு சம்பவம் இவருடைய விடாமுயற்சியையும் புத்திக்கூர்மையையும் காட்டும். மேற்படிப்பில் சேர்ப்பதற்காக இவருடைய தந்தையார் இவரைத்

தெல்லிப்பழை மிஷன் பள்ளிக்கூடத்திற்கு ஒருநாள் காலை அழைத்துச் சென்றார். அங்கே அதிபராக இருந்த பூர் என்ற வெள்ளைக்காரரர் இடமில்லை என்று மறுத்துவிட்டார். தந்தையார் மனமுடைந்து திரும்ப முற்படவே சிறுவன் மறுத்து இரவு மட்டும் அங்கேயே நின்றான். வேலை முடிந்து வெளியே பூர் வந்தபோது சிறுவன் 'ஐயா, நூறு ஆடுகள் மேய்கின்ற நிலத்திலும் கிடக்கின்ற பட்டியிலும் ஓர் ஆட்டுக்குட்டிக்கு இடம் இருக்காதோ?' என்று கேட்டதும் பெரியவர் பூர் அவனை வாரியணைத்து இடம் கொடுத்தாராம்.

நாவலர் மெச்சிய இன்னொருவர் வைமன் கதிரைவேற் பிள்ளை. இவர் ஆழ்ந்த படிப்பாற்றலுடன் இயற்கை விவேகியாகவும் இருந்தார். தமிழ், ஆங்கிலம், சமஸ்கிருதம், இலத்தீன், கிரேக்கம், ஹீபுரு முதலிய மொழிகளைக் கற்றுத் தேர்ந்திருந்தார். கணிதத்தில் தூய கணிதம், பிரயோக கணிதம் என்றும் வானசாஸ்திரம், தர்க்கசாஸ்திரம் என்றும் ஒன்றையும் விட்டுவைக்காமல் படித்து முடித்து ஆசிரிய வேலை பார்த்தவர் தனது 26ஆம் வயதில் சட்டம் படிக்க ஆரம்பித்தார். அந்தக்கால வழமைப்படி தோமஸ் றஸ்ட் என்பவரிடம் நூறு பவுண் கொடுத்து இரண்டாண்டு பயிற்சி பெற்றார். பயிற்சி முடிவில் கதிரைவேற்பிள்ளையின் திறமையால் கவரப்பட்ட றஸ்ட், 50 பவுணைத் திருப்பி அவரிடமே கொடுத்து, வாழ்த்தி அனுப்பினார்.

1872இல் இவர் நீதவானாகப் பதவி ஏற்றார். இளைப்பாறிய தும் தன்னோடு பல புலவர்களையும் சேர்த்துக்கொண்டு தமிழகராதி தொகுக்கத் தொடங்கினார். அந்தப் பணி முற்றுப்பெற முன்னர் அவர் காலமானாலும் 1910ஆம் ஆண்டில் 'கதிரைவேற்பிள்ளை தமிழகராதி' என்ற பெயரில் அது வெளிவந்தது.

இந்தத் தகவல்கள் எல்லாம் என் சொந்த முயற்சியில், நான் செய்த ஆராய்ச்சியில் பெற்றவை அல்ல. சமீபத்தில் பல்கலைப் புலவர் க.சி.குலரத்தினம் எழுதி வெளிவந்த 'செந்தமிழ் வளர்த்த செம்மல்கள்' நூலில் கிடைத்தவைதான். இன்னும் பல சுவாரஸ்யமான சம்பவங்களையும் அரிய தகவல்களையும் அந்த நூலில் அவர் தருகிறார். நேரம் போவது தெரியாமல் புத்தகத்தை ரசித்து வாசிக்கக் கூடியதாக இருக்கிறது.

பாண்டவர்கள் மாறுவேடத்தில் ஏகச்சக்கர நகரத்தில் வாழ்ந்த போது ஒவ்வொரு வாரமும் பகாசுரனுக்கு ஒவ்வொரு வீட்டினரும் வண்டி நிறைய உணவுடன் ஓர் ஆளையும் பசியாற அனுப்பி வைக்கவேண்டும். இந்தப் பகாசுரனைத்தான் வீமன் ஒரு காலை நேரம் ரகஸ்யமாக வதம் செய்தான். புராணத்தில் மாத்திரமல்லாமல்

உண்மையில் யாழ்ப்பாணத்திலும் இப்படியான ஒரு சம்பவம் போர்த்துக்கீசர் காலத்தில் நடந்தது. போர்த்துக்கீச அதிபதிக்கு ஒவ்வொரு வீட்டாரும் முறைவைத்து அவர் உண்பதற்கு பசுக்கன்று ஒன்றை அனுப்பி வைக்கவேண்டும். காராளபிள்ளை ஞானப் பிரகாசர் என்பவர் அதிபதியின் கட்டளையை துச்சமாக மதித்தார். இவரால் அவனை வதம் செய்யமுடியவில்லை ஆனால் இரவிரவாக இந்தியாவிற்கு ஓடி, துறவியாகி வடமொழியிலும் தமிழிலும் பாண்டித்தியம் பெற்று, பல நூல்கள் செய்து ஆதீனப் பெருமை பெற்றார்.

நாவலர், சி. வை. தாமோதரம்பிள்ளை போல திருகோண மலை அகிலேசபிள்ளையும் பல அரிய நூல்களைப் பரிசோதித்து பதிப்பித்தார். நாவலர் பாராட்டிய இன்னொருவர் உடுப்பிட்டி சிவசம்பு புலவர். புலமைப் பெருக்கம் உள்ளவர்; பேரும் புகழும் படைத்தவர். தமிழ்நாட்டு மீனாட்சி சுந்தரம்பிள்ளைப் போல மூவாயிரத்துக்கும் மேலான பாடல்களை அசையாமல் பாடிக் குவித்தார். ஏழைகளுக்குப் பொருளை அள்ளிக் கொடுத்து அவருக்கு முடை வந்தபோது மட்டக்களப்பு வர்த்தகர் கந்தசாமி தன்னை வந்து பார்க்கும்படியும் தான் அவருக்கு ஆயிரம் ரூபா தருவதாகவும் வாக்களித்தார். புலவர் சிரமத்தைப் பாராது பல நூறு மைல் தூரம் பயணம் செய்து வர்த்தகரிடம் போனால் அவர் வீட்டில் இல்லை. தாம் வந்த காரியத்தைச் சொன்னபோது அவருடைய மனைவி இரண்டாம் கதை பேசாது ஆயிரம் ரூபாவைத் தூக்கிக் கொடுத்து வணங்கினாராம். ஆயிரம் ரூபா அந்தக் காலத்தில் எவ்வளவு பெரிய தொகை. இந்தச் சம்பவம் புலவர் மீது வர்த்தகர் வைத்த மரியாதையை சொல்கிறதா அல்லது கணவன் மனைவியின் அந்நியோன்யத்தைச் சொல்கிறதா? இரண்டையும்தான். கந்தசாமி யையும் மனைவி தெய்வானையையும் புலவர் பிரபாவப் பாமாலை யாகப் பாடி தன் நன்றிக் கடனைத் தீர்த்துக் கொண்டார்.

நெவின்ஸ் சிதம்பரப்பிள்ளைக் கணிதப் பாடத்தில் அதி வல்லவராய் இருந்ததால் யூக்ளிட் என்றே அவரை அழைத்தார்கள். மத்திய கல்லூரியில் பணியாற்றிய காலத்தில் தலைப்பாகை, கோர்ட், உத்தரியம் அணிந்து தாளங்குடை பிடித்து காலை வேளையில் ஆறுதலாக நடந்து வருவார். அப்போது அவரைப் பின்தொடர்ந்து மாணாக்கர்கள் ஓடியோடி படிப்பார்களாம். இவருடன் ஆங்கிலேயர் பலரும் கற்பித்தனர். ஒருநாள் மாணாக்கன் ஒருவன் பூசிச் சென்ற திருநீற்றை ஆசிரியர் அழிக்கச் சொன்னதால் உண்டாகிய மனக்கசப்பில் அவர் கல்லூரியை விட்டு நீங்கினார் என்று கூறுவர்.

அளவெட்டி கனகசபைப் புலவர் சிலேடையாகப் பேசுவார். தையல் பூ வேலை செய்யும் பெண்ணிடம் நகைச்சுவையாக 'நீ ஒரு பூத்தை' என்றாராம். மட்டக்களப்பு மொட்டை வேலாப் போடியார் எடுத்த எடுப்பில் எள்ளலாகப் பாடல்கள் எழுதுவார். தம்பிலுவில் வேலை பார்க்க வந்த ஒருவர் தவறான வழியில் ஒருத்தியோடு தொடர்பு வைத்துக்கொண்டிருந்தார். ஊரவர் அந்த உத்தியோகத்தரின் காதை எட்டிய மட்டில் அறுத்து துரத்தி விட்டனர். அவர் நிலை கண்டு இரங்கிய பெண் அவருக்கு ஒரு பசு மாட்டையும் கன்றையும் ரகசியமாக அனுப்பிவைத்தாளாம். புலவர் அந்தச் சம்பவத்தை இப்படி மக்கள் இலக்கியமாக்கினார்:

காதறுந்த வேதனைக்குப் பால் கறந்து உண்ணவென்று
காரிகையாள் மாடு கன்று தான் கொடுத்தாளாம்
காதறுந்து நாவரண்டு காமவிடாயால் மெலிந்து
காட்டகத்திற் பேயதுபோல் ஓடலுற்றானாம்.

புலவரும் வறுமையும் பிரிக்க முடியாதது என்று கூறுவார்கள். இந்தப் புத்தகத்தைப் படிக்கும்போது 19ஆம் நூற்றாண்டு ஈழத்துப் புலவர்கள் உயர் பதவிகளில் நல்ல வசதியாக வாழ்ந்தது தெரிகிறது. உண்மையான தமிழ் ஆர்வம் ஒன்றே அவர்கள் பணி செய்யக் காரணமாக அமைந்தது. சேனாதிராய முதலியார் நீதிமன்றத்தில் மொழிபெயர்ப்பாளராகவும் அப்புக்காத்தாகவும் இருந்தார். சைமன் காசிச்செட்டி நில அளவையாளராக இருந்தார். சி.வை. தாமோதரம் பிள்ளை நீதவானாகவும், ஹென்றி மார்ட்டின் ஆசிரியராகவும், கனகசபை வைத்தியராகவும், கந்தப்பிள்ளை ஆராய்ச்சியாளராகவும் இருந்தார்கள். ஒருத்தரும் வயிற்றுப் பிழைப்புக்காக 'சந்திரனே, சூரியனே' என்று பொய்யாகப் புகழ்ந்து பாடி இரந்து வாழ வேண்டிய நிர்ப்பந்தத்தில் இருக்கவில்லை. தன்மானத்தோடும், தன்னார்வத்தோடும் தரமான கவிதைகளையும் நிறைவான சாதனைகளையும் படைத்தார்கள்.

இன்னுமொன்று காணலாம். புலவரின் பெயருக்கு முன்னே – அவர் கிறிஸ்துவரோ, இந்துவோ ஓர் ஆங்கிலப் பெயரும் இணைந்து கொண்டிருக்கும். எவாட்ஸ் கனகசபை, வைமன் கதிரைவேற்பிள்ளை, சைமன் காசிச்செட்டி, கறோல் விசுவநாத பிள்ளை, நெவின்ஸ் சிதம்பரப்பிள்ளை, இப்படி. அந்தக் கால வழக்கத்தின் பிரகாரம் அமெரிக்கப் புரவலர் ஒருவரின் பெயரை நன்றிக்கடனாகச் சூடிக் கொள்ளவேண்டும். இந்த நியதியின் படி கிறிஸ்தவ கல்லூரிகளில் படித்தவர்கள், அவர்கள் இந்துவாக இருந்தாலும், ஒரு கிறிஸ்தவ பெயரை முன்னுக்கு ஒட்டவைத்தார்கள்.

இந்த நூலைப் படித்து முடித்தபோது ஒரு யோசனை

தோன்றியது. அந்தக் காலத்தில் இடைச்செருகல்காரர்கள் கெடுதி செய்ததுபோல, இந்தக் காலத்திலும் வைரஸ்காரர்கள் தங்கள் பெயரை மறைத்து, தங்கள் மேலான உழைப்பைக் கொடுத்து, தீங்கான காரியங்களில் ஈடுபடுகிறார்கள். ஒரு மாற்றத்துக்கு, யாராவது நட்டுவச் சுப்பையனாரின் கனகி சுயம்வரத்தையும் கட்டுவன் சட்டம்பியாரின் வசந்தன் நாடகத்தையும் மங்களநாயகி எழுதிய 'உடைந்த உள்ளம்' என்ற நவீனத்தையும் இணையத்தில் இடைச்செருகல் செய்தால் அது எவ்வளவு பயன் உள்ளதாக இருக்கும்.

வைரஸ்காரர்களும் இடைச்செருகல்காரர்களும் இதைக் கொஞ்சம் யோசிக்கவேண்டும்.

உட்டுவான்கண்டே ராசா

சந்தனக் கடத்தல் வீரப்பன் 17 வருடங்கள் காட்டு ராசாவாக இருந்தான். இவன் 2000க்கு மேற்பட்ட யானைகளையும் கணக்கிலடங்காத சந்தனக் காடுகளையும் அழித்தவன். இவனைப் பிடிப்போருக்கு 3 கோடி ரூபா வெகுமதியென அரசு அறிவித்திருந்தது. கடந்த ஒக்டோபர் 18ஆம் தேதி, இரவு பதினொரு மணிக்கு பாப்பாரப் பட்டி கிராமத்து ரோட்டில் தமிழ்நாட்டு பொலீஸ் வீரப்பனையும் கூட்டாளிகளையும் சுற்றி வளைத்தது. அவனுடைய கூட்டாளிகளில் ஒருவன் உளவு கொடுத்திருந்தது வீரப்பனுக்குத் தெரியாது. ஆம்புலன்ஸ் வாகனத்தில் இருந்து வீரப்பன் சுடுவதற்கு எத்தனித்தபோது பொலீஸார் அவனைச் சுட்டுக் கொன்றனர். இப்படியான செய்திகள் சமீபத்தில் பல பத்திரிகைகளில் வெளியாயின.

பொலீஸ் அவனை அக்கிரமக்காரன் என்று வர்ணித்தாலும் பலர் வீரப்பனை கருணையானவன் என்றும் அவ்வப்போது ஏழைக் கிராமவாசிகளுக்கு உதவிகள் செய்தவன் என்றும் சொல்கிறார்கள். இவனைப் போலவே ஒருத்தன் 160 வருடங்களுக்கு முன்பு இலங்கை யிலும் வாழ்ந்தான். அவன் கொள்ளை, கொலைகளுக்கு அஞ்சாத வன் என்றாலும் ஏழை மக்கள்மீது தணியாத அன்பு வைத்திருந் தான். அவன் பெயர் சாரடியல்.

கடைசி ராச்சியமாக இருந்த கண்டி அரசு 1815இல் வீழ்ந்து வெள்ளைக்காரர்களின் பிடியில் முழு இலங்கையும் அகப்பட்டது. திடீரென்று தோன்றினான் ஒரு மலைக்கள்ளன். அவன் உட்டுவான் கண்டே குன்றுகளில் மறைந்திருந்து தாக்குதல்களை நடத்தினான். எந்த ஓர் அரசனும் எதிர்த்து நிற்கத் துணியாத வெள்ளைக்கார சாம்ராஜ்யத்துக்குச் சரியான சவாலாக அவன் அமைந்திருந்தான். அவன் கட்டுப்பாட்டில் இருந்த கண்டி பாதையில் சனங்களும் அரச அதிகாரிகளும் பயணம் செய்ய பயப்பட்டனர். வேலூர் சிறையில் அடைக்கப்பட்டிருந்த கண்டி அரசன் சிறீ விக்கிரமராஜ சிங்கன் இறந்த சில வருடங்களிலேயே இந்த அட்டகாசங்கள் தொடங்கிவிட்டன. இன்னொரு குட்டி அரசன் தோன்றிவிட் டானோ என்று பிரிட்டிஷ் ஆட்சி கலக்கம் அடைந்தது.

ஒரு சிறு சம்பவம்தான் சாரடியலை வெள்ளைக்காரனுக்குப் பிடிக்காத கொள்ளைக்காரனாக மாற்றியது. காட்டுபாவா என்று ஒரு சிறு வியாபாரி. அவன் உட்டுவான்கண்டே கிராமத்துக்கு அடிக்கடி வந்து சாமான்கள் விற்றுப் போவான். அந்தக் கிராமத்தில் வசித்த ஏழைகளில் பலர் அவனுக்குக் கடனாளியானார்கள். அந்தக் கடன் பளுவில் இருந்து அவர்களுக்கு மீள வழியில்லை. சாரடியல் ஓர் இரவு அவனைக் கொள்ளையடித்தான். அவனுடைய மீசையை பாதி மழித்து அலங்கோலமாக்கித் துரத்திவிட்டான். கொள்ளையடித்த பணத்தை மக்களுடன் பங்குபோட்டுக்கொண்டான். கிராம மக்கள் விடுதலையானார்கள். அதுதான் அவனுடைய முதல் கொள்ளை. அப்படித்தான் அவன் தன்னை உட்டுவான் கண்டே ராசாவாக பிரகடனம் செய்தான்.

அதைத் தொடர்ந்து மேலும் பல சம்பவங்கள். ஒரு முறை சூட்கேஸில் 3000 ரூபாவை அடைத்துக்கொண்டு சில்வா என்பவர் காட்டு வழியில் பிரயாணம் செய்தார். கடுகனாவா தேயிலைத் தோட்டத்தில் வேலை செய்யும் கூலியாட்களின் சம்பளப் பணம். எப்படியும் அதைக் கொண்டுபோய்ச் சேர்த்துவிடவேண்டும். எந்த நிமிடத்திலும் சாரடியல் தாக்கிவிடுவான் என்ற பயம் அவரை நடுங்க வைத்தது. அப்போது ஒரு வழிப்போக்கன் அவருக்குத் துணையாகச் சேர்ந்துகொண்டான். அவர் வீடுவரை கொண்டுவந்து சேமமாக விட்டான். நன்றி நண்பரே, உங்கள் பெயர் என்ன என்று கேட்டார் சில்வா. அவன் சாரடியல் என்று கூறி மறைந்து விட்டான்.

அடிவயிற்றில் கட்டிய பணப்பையுடன் அந்தக் கிழவன் நடக்கிறான். அது அடிவயிற்றில் பற்றிய தீப்போல எரிகிறது. சாரடியலின் குன்றைத் தாண்டி கிழவன் போகவேண்டும். நினைத்தபடியே நடக்கிறது.

'இது ராசாவின் பாதை என்பது உனக்குத் தெரியாதா? எடு பணத்தை.' சிறிது ஈரமாகிப்போன துணிப்பையைக் கிழவன் உருவி எடுக்கிறான். அவன் கைகள் நடுங்குகின்றன.

'ஐயா, நான் ஏழை தச்சன். வாழ்நாள் முழுக்க சேமித்தது. என் மகளுடைய சீதனம்.' சாரடியல் நிமிடம்கூடத் தாமதிக்காமல் பையைப் பறித்துக்கொண்டு சடுதியில் மறைந்துபோகிறான்.

அடுத்த நாள் இரவு, அதே நேரம் சாரடியல் பணத்தைக் கிழவனிடம் திருப்பிக் கொடுக்கிறான். அத்துடன் இன்னும் 500 ரூபாயும் சேர்த்து. இது உன் மகளுக்கு என் சீதனம். கிழவன் வாயைப் பிளந்து அவனைப் பார்த்துக்கொண்டே நிற்கிறான்.

சாரடியலின் தயாள குணத்தை மக்கள் மெச்சினார்கள். ஆனால், அவன் எந்த நிமிடம் என்ன செய்வான் என்பதை ஒருவராலும் சொல்லமுடியாது. நாகோட்டி செட்டி, எக்கச்சக்கமான வட்டியில் பணம் கொடுத்து அதை மீட்பதற்காக எதையும் செய்யும் துணிவு கொண்ட பணக்காரன். ஈவிரக்கம் இல்லாதவன். உட்டுவான்கண்டே கிராமத்தில் பல ஏழைகள் இவனிடம் கடன் பட்டு அடிமைகளாயிருந்தனர். ஒரு நாள் சாரடியல் பிச்சைக்கார வேடம் அணிந்து ஒரு மரத்தடியில் காத்திருந்தான். நாகோட்டி செட்டி அவ்விடத்தில் வர அவனிடம் பிச்சை கேட்கிறான். செட்டி அவனைப் பார்த்து காறித் துப்பிவிட்டு மேலே செல்கிறான். சாரடியலின் கிறிஸ் கத்தி செட்டியின் வயிற்றைக் கிழிக்கிறது. அவன் உடம்பில் இன்னும் பல ஓட்டைகள் போடுகிறான். செட்டியின் உயிர் ஏதோ ஓர் ஓட்டை வழியாகப் போய்விடுகிறது. உட்டுவான் கண்டே ராசா தன் குடிகளைக் காப்பாற்றிய சந்தோசத்தில் கத்தியைத் துடைத்துக்கொண்டு அமைதியாகத் தன் வேடத்தைக் களைகிறான்.

சாரடியலுக்கு ஆரம்ப காலத்தில் ஒரு காதலி இருந்தாள். பெயர் மெனிக்கா. அவன் அவளை அணுகியபோதெல்லாம் அவள் காதலை ஏற்றுக்கொள்ளவில்லை.

> அவன் கையிலே ஒரு பூ
> பூனைபோலத் துள்ளி அவள் பின்னால்
> நிற்கிறான்.
> ஓ மெனிக்கா!
> என் காதலி, என்னைக் காதலி.
> மெனிக்கா கண்களை
> மேலும் கீழும் சுழட்டுகிறாள்.
> நீ ஒரு காற்று
> இன்று இங்கே
> நாளை எங்கேயோ
> காகத்தைப் போல.

சாரடியலின் அட்டூழியங்களை ஒரு முடிவுக்கு கொண்டுவர வெள்ளைக்கார அரசாங்கம் தீர்மானிக்கிறது. இருநூறு பவுண்டுகள் சன்மானம் என்று தண்டோரா போடுகிறது. எங்கும் அறிவித்தல்கள்; வேண்டும் சாரடியல், உயிரோடு அல்லது பிணமாக.

உட்டுவான்கண்டே என்றால் சிங்களத்தில் 'ஒட்டக முதுகு' என்று அர்த்தம். ஒட்டக முதுகுபோல வளைந்திருக்கும் மலைகளில் போய் ஒளிந்துகொள்கிறான் சாரடியல். பொலீஸாருடைய வலை பெரிதாக விரிகிறது. ஊருக்கு ஊர் உளவாளிகளை ஏவி

விடுகிறார்கள். மூலை முடுக்கெல்லாம் தேடுதல் நடக்கிறது. இது தெரியாமல் மெனிக்காவும் அலைகிறாள். அவள் காலம் கடந்து போய் சாரடியலை மலை அடிவாரங்களில் தேடுகிறாள். கவிதை இப்படி போகிறது.

இருள் நிறம்
மெலிந்த உருவம்
பட்டுக் கச்சு
இறுக்கி வழுக்கும்
மார்பு விளிம்புகள்
பாட்டிக் சேலை
வரிந்து தாங்கும் பிருட்டம்.
பின் மதியச் சூரியனை
கூசிப் பார்க்கும்
விழிகள்.
தெருமுனைக் காவல்
பொலீஸ்காரனிடம்
பக்கவாட்டில் நகர்ந்து
சிறிய மணிக்கட்டு
நெருப்பு வளையல்கள்
அசைய
'எத்தனை மைல்கள் மாவனெல்லைக்கு?'
எத்தனை மைல்கள் உட்டுவான்கண்டேக்கு?'
புல்லினும் மெல்லிய குரல்.
காற்று மரித்து கிடந்தது
கல்போல.

சாரடியலுக்கு ஒரு விசுவாசமான கூட்டம் இருந்தது. அவர்கள் திட்டம் தீட்டினார்கள். ஒரு குதிரை வணிகன் மேல் சாரடியல் பல நாட்களாகக் கண் வைத்திருந்தான். அந்த அரபு வியாபாரி ஒரு குற்றமும் செய்யாதவன். அவனுடைய குற்றம் எல்லாம் அவன் பணக்காரனாக இருந்ததுதான். சாரடியல் ஒரு தந்திரம் செய்து இந்தக் குதிரை வியாபாரியை தீர்த்துக்கட்ட தீர்மானித்தான். தன்னிடம் உத்தமமான குதிரைகள் இருப்பதாகவும் அவற்றை சகாய விலையில் பெற இன்ன இடத்துக்கு வரவேண்டும் என்றும் தகவல் கொடுத்தான். குதிரை வணிகன் ஓர் அழகான அரபுக் குதிரையில் ஏறி குறிப்பிட்ட இடத்துக்குப் புறப்பட்டான். கல்கெதர என்ற அந்த ஏழைக் கிராமத்து வீதிகளுக்கு முற்றிலும் பொருத்தமில்லாத உயர் ஜாதி புரவி அது. குதிரையிலேயே பிறந்து வளர்ந்த ஒரு ராஜகுமாரன் ஆரோகணித்து வந்ததுபோல அவன் இருக்கிறான். சாரடியல் அவன் மேலே பின்னால் இருந்து பாய்கிறான்.

அவனுடைய கிறிஸ் கத்தி அரபு வணிகனின் கழுத்தைக் கிழிக்கிறது. வணிகன் இறந்த பிறகும் அந்தக் கத்தி நிறுத்தாமல் குத்துகிறது.

எசமான் விழுந்த பிற்பாடும் தன் கடமை தீரவில்லை என்பதுபோல கம்பீரமாக நிற்கிறது வெண்புரவி. அதன் பிடரி மயிர் சந்திர ஒளியில் மின்னுகிறது. ஒரு பாவமும் அறியாத அந்தப் பிராணியைத் தன் துப்பாக்கியால் சுடுகிறான் சாரடியல். இறந்து முடிந்த பிறகு அது தொப்பென்று நிலத்திலே விழுகிறது. எசமானுக்குக் கத்தி, அவனுடைய வாகனத்துக்குத் துப்பாக்கி. இப்படி ஓர் ஒழுங்கு முறையில் கொலைகள் நடந்து முடிகின்றன. இந்த அக்கிரமத்தைப் பார்த்து அவனுடைய கூட்டாளிகள்கூட விக்கித்துப்போய் நிற்கிறார்கள். இவ்வளவும் அந்த அரபு வணிகனிடம் இருந்த 500 ரூபாய் காசுக்காகத்தான். சாரடியலின் கடைசிக் கொலை.

துரோகிகளால் நிறைந்த இந்த உலகம் பற்றி வெள்ளைக்கார அரசுக்கு நிறைய தெரிந்திருந்தது. அது ஒரு வியூகம் வகுத்தது. சாரடியலின் குழுவிலேயே உளவு பார்க்க ஒருவனை ஏற்பாடு செய்தது. அந்த நண்பனின் பெயர் சிறீமாலே. சார்ஜண்ட் மஹாட் தலைமையில் ஒரு பொலீஸ் படை மாவனல்லையில் ஒரு வீட்டைச் சுற்றிவளைத்தது. பொலீஸ் உளவுப்பிரிவு இந்தத் தகவலைச் சேகரித்திருந்தது. சிறீமாலே அடையாளம் காட்டுவதற்காக முன்னே சென்றான். ஓட்டையை மறைத்த கிடுகு மறைப்பை நீக்கி சிறீமாலே எட்டிப் பார்த்தான். 'அங்கே நிற்கிறான், அங்கே நிற்கிறான்' என்று நடுக்கத்தோடு கூறிவிட்டு சிறீமாலே தாவி ஓடினான். சாரடியலும் அதே கணம் பார்த்துவிட்டான். அவன் சுடுவதற்கு ஆயத்தமாகி துப்பாக்கியை எடுத்து கீழும் மேலும் வளம் பார்த்தான். அந்தச் சமயம் பார்த்து சார்ஜண்ட் மஹாட் குறிவைத்துச் சுட்டான். அவன் துப்பாக்கிக் குண்டு சாரடியலின் பிருட்டத்தைத் துளைத்தது. ஆவென்று சாரடியல் கீழே விழுந்து தரையைத் தழுவினான், ஆனால் சாவைத் தழுவவில்லை.

பயம் என்ற வார்த்தை சிங்களத்துக்கும் தமிழுக்கும் பொது. அதை எழுத்துக்கூட்டி எழுதப் பழகியிருந்தான் சாரடியல். ஆனால், அவனுக்கு பயம் என்றால் என்னவென்று தெரியாது. பொலீஸ் பிடியிலிருந்துப் பல தடவைகள் தப்பியிருக்கிறான். சிறுவனாய் இருந்தபோது பள்ளிக்கூடத்தில் செல்வந்தர்களுடைய பிள்ளை களுடன் சேர்ந்து படித்தான். அவர்கள் கழுத்திலும் கைகளிலும் சங்கிலிகள் அணிந்து பகட்டாக வருவார்கள். இவனைப் படிப்பித்த புத்த குருமார் இவனை முகச்சுழிப்போடு ஏற்றுக்கொண்டார்கள். இவன் தகப்பன் ஒரு வண்டியோட்டி. தாயோ கோப்பி விற்பவள்.

கூடப்படித்த பிள்ளைகள் இவனைப் பழிப்பு காட்டி இம்சை செய்வார்கள். இவனுக்குப் பின்னால் 'கோப்பி கோப்பி' என்று கத்துவார்கள். ஒரேவழி அவர்களைக் கால்களில் போட்டு மிதிப்பது தான். அவனுக்கு எப்பொழுதும் கிடைக்காத ஒரு மரியாதை அப்போது கிடைக்கும்.

கோர்ட் வளாகத்தில் என்றும் இல்லாதமாதிரி சன வெள்ளம் மோதி அடித்தது. சாரடியலைப் பார்த்தவர்கள் அதிர்ச்சி யுற்றார்கள். அவன் புஜபல பராக்கிரமம் இல்லாத ஒரு சாதாரண வாலிபனாக, சாந்தமான முகத்தோடு காணப்பட்டான். அவனைக் கைது செய்தவர் வெள்ளைக்கார அதிகாரி சாண்டர்ஸ்; வழக்கை விசாரித்தவர் வெள்ளைக்கார நீதிபதி தொம்ஸன். அவருக்கு உதவிய ஜூரர்கள் முழுக்க வெள்ளைக்காரர்கள். அதி வேகமான விசாரணை. கைது செய்த நாளிலிருந்து 15ஆவது நாள் நீதிபதி சாரடியலுக்குத் தூக்குத் தண்டனை வழங்கினார்.

தூக்கில் இடுவதற்குச் சில நாட்கள் முன்பாக சாரடியல் கத்தோலிக்க மதத்தைத் தழுவியிருந்தான். கர்த்தரின் ஜெபங்களை இரவு பகலாக மனனம் செய்தான். அவருடைய பெரும் மன்னிப்புக்குத் தன்னை தயார்ப்படுத்தினான். 1864ஆம் ஆண்டு, மே மாதம் ஏழாம் தேதி அதிகாலை தூக்கு தினம். அவனுடைய கத்தோலிக்க பெயர் ஜோசெப். அது அவனுக்குப் பிடித்திருந்தது. நல்ல சாவுக்கு இந்தப் பெயர் உத்திரவாதம் என்று பாதிரியார் சொல்லியிருந்தார். காலை உணவைச் சாப்பிட்டான். மீதியாய் இருந்ததைத் தன் மறியல் நண்பர்களுக்குப் பகிர்ந்து கொடுத்தான். அதுவே அவனுடைய கடைசிக் கொடை.

அவனுடைய தண்டனையைச் சிறை அதிகாரி வாசித்தபோது மதிப்புக் குறையாமல், மௌனமாகச் செவி மடுத்தான். எதிர்பாராத தருணத்தில் முழங்காலில் இருந்து மன்னிப்புக் கோரினான். தூக்கு மேடையில் அவனை ஏற்றினார்கள். அவனுடைய கால்களும் கைகளும் கட்டப்பட்டிருந்தன. 'இந்தக் கயிறுகள் தங்கச் சங்கிலிக ளாக மாறட்டும்' என்று கூறினான். அங்கே கூடியிருந்த சனங்களைப் பார்த்து 'என் பாவங்களுக்கெல்லாம் இன்று கணக்கு தீர்க்கும் நாள்' என்றான். அவன் முகம் மூடப்பட்டது. ஸ்தோத்திரத்தை ஒருமுறை கூறினான். உட்டுவான்கண்டே ராசாவின் வாழ்க்கை, 32 வயது முடிய இன்னும் சில நாட்களே இருக்கும்போது, தூக்கு மேடையில், அந்த அதிகாலையில், பல சனங்களின் முன்னால் ஒரு முடிவுக்கு வந்தது.

'அவன் முழு ஸ்தோத்திரத்தை ஒரு முறை கூறினான். மறுபடியும் 'பரமண்டலத்தில் இருக்கும் எங்கள் பிதாவே' என்று

ஆரம்பித்தான். அப்பொழுது அடிப் பலகை விலகி, கயிறு கழுத்திலே இறுக்க, கீழே விழுந்தான். அந்த ஸ்தோத்திரத்தின் மீதியை அவன் பரமண்டலத்திலே முடித்திருப்பான்' என்று எழுதி வைத்தார் அன்று சாரடியலின் கடைசி நேரங்களில் அவனுடன்கூட இருந்த டஃபோ பாதிரியார்.

பின்குறிப்பு:

The Mountain Lord என்ற புத்தகத்தை எழுதியவர் பெயர் Rienzi Crusz. இவர் இலங்கையைவிட்டு 1965இல் வெளியேறி, இங்கிலாந்திலும் கனடாவிலும் படித்து பட்டம் பெற்று, கனடிய பல்கலைக் கழகம் ஒன்றில் நூலக அதிபராகக் கடமையாற்றி சமீபத்தில் ஓய்வு பெற்று கனடாவில் வசிக்கிறார். பன்னிரண்டு ஆங்கிலக் கவிதைத் தொகுப்புகளை வெளியிட்டிருக்கிறார். இவருடைய கவிதைகள் நேரடியானவை, ஆனால் கனதி மிக்கவை. The Mountain Lord புத்தகத்தில் சாரடியலின் வாழ்க்கையைக் கடிதங்களாகவும் கட்டுரைகளாகவும் கவிதைகளாகும் தந்திருக்கிறார். கையிலே தூக்கினால் புத்தகத்தை முடித்தபிறகுதான் கீழே வைக்க முடியும். படிக்கவேண்டிய புத்தகம்.

மூன்று கவிகள்

புனைவுத் திறனை மேம்படுத்த முடியுமா என்ற கேள்விக்கு டேவிட் செடாரிஸ் ஆம் என்று பதில் சொல்கிறார். செடாரிஸ் அமெரிக்காவின் புகழ்பெற்ற எழுத்தாளர். புனைவு இலக்கியம் கற்பிப்பவர். தன்னுடைய மாணவர்களில் அதை பரீட்சித்துப் பார்த்திருக்கிறார். அவர் மாணவர்களுக்குக் கொடுக்கும் கட்டுரைத் தலைப்புகள்:

கொலைக் குற்றத்திற்காகச் சிறையில் இருக்கும் உன் தந்தைக்கு 150 வார்த்தைகளில் ஒரு கடிதம் எழுது.

உனக்கு ஏழு வயதாயிருந்தபோது இன்னொருவருடன் ஓடிப் போன உன் அம்மாவுக்கு ஒரு கடிதம் எழுது. புனைவுத் திறமையை இப்படியான பயிற்சிகள் நிச்சயம் அதிகமாக்கும் என்று இவர் நம்புகிறார்.

சமீபத்தில் ஃபிராங்க் மக்கோர்ட் என்ற அமெரிக்க எழுத்தாளர் ரொறொன்ரோ வந்திருந்தார். இவர்தான் AngelaÔs Ashes என்ற புலிட்சர் பரிசு பெற்ற நாவலை தன் 66ஆவது வயதில் எழுதினவர். கற்பனையைத் தூண்டுவதற்குத் தன்னிடம் வேறு யுக்தி இருக்கிறது என்கிறார். முப்பது வருடங்களாக உயர்நிலைப் பள்ளி மாணவர்களுக்கு ஆங்கிலமும் புனைவு இலக்கியமும் கற்றுக் கொடுக்கும் இவர் மாணவர்களை பரீட்சிப்பதற்கு எழுதக் கொடுக்கும் கட்டுரைத் தலைப்புகள் இப்படி இருக்கும்.

கடவுளிடம் மன்னிப்புக் கேட்டு ஆதாம் எழுதும் கடிதம்.
கடவுளிடம் மன்னிப்புக் கேட்டு ஏவாள் எழுதும் கடிதம்.
கடவுளிடம் மன்னிப்புக் கேட்டு சர்ப்பம் எழுதும் கடிதம்.

ஜோன் ஆஸ்பெரி என்பவர் நியூயோர்க் மாநிலத்தின் அரசவைக் கவி. புலிட்சர் உட்பட பல பரிசுகளையும் விருதுகளையும் பெற்றவர். இவரும் மாணவர்களுக்குப் புனைவு இலக்கியம் கற்பிப்பார். ஆனால், இவருடைய முறை வித்தியாசமானது. ஒரு ஸ்வீடிஷ் கவிதையை அல்லது மண்டரின் கவிதையை அல்லது அரபுக் கவிதையை அதே மொழியில் அச்சடித்து மாணவர்களுக்கு விநியோகித்துவிட்டு அதை மொழிபெயர்க்கச் சொல்வார்.

மாணவர்களுக்கு அந்த மொழி தெரியாது. முழுக்க முழுக்கக் கற்பனையை உபயோகித்து அவர்கள் மொழிபெயர்க்க வேண்டும். மாணவர்களின் உச்சமான கற்பனை அப்போது வெளிப்படுவதாக அவர் சொல்கிறார்.

அமெரிக்காவில் கவிதை கற்பிக்கும் ஆசிரியர்கள் புனைவுத் திறமையை மேம்படுத்தலாம் என்பதை நம்புகிறார்கள். கவிதை தெரியாதவர்களை ரசிக்கப் பண்ணலாம்; ரசிக்கத் தெரிந்தவர்களைக் கவிதை புனைய வைக்கலாம்; கவிதை எழுதத் தெரிந்தவர்களை உன்னதமான கவிதை படைக்க வைக்கலாம் என்று சொல்கிறார்கள்.

அறுபது, எழுபதுகளில் அமெரிக்காவில் கவிதை உலகில் ஒரு மலர்ச்சி காணப்பட்டது. கவிதை படிப்பதிலும் ஆர்வம் அதிகமானது. ஒரு தருணத்தை, மனநிலையைக் கைப்பற்றும் கவிதைகள் வெளியாயின. அவற்றில் அந்தரங்கமானவையும் சுயசரிதைத் தன்மையானவையும் மாயத் தோற்றத்தைத் தருபவையும் புதிய வரவாக இருந்தன. அந்தக் கவிதைகள் இப்படி இருந்தன.

அவர்கள் விளக்கை அணைத்துவிட்டார்கள்
இருள் மூலையில் அசைகிறது
இந்த அறையிலே திசைகாட்டி மரங்கள் இல்லை
ஓ, இசை என்னிடம் திரும்பவும் நீந்தி வருகிறது.

சமீபத்தில் என் கையில் 60, 70 களில் வெளியான மூன்று கவிதைத் தொகுப்புகள் கிடைத்தன. கவிதை உலகில் பிரபலமான மூன்று கவிஞர்கள் படைத்தவை. அந்தக் கவிதைகளில் பல ஒற்றுமைகள் இருந்தன; வேற்றுமைகளும் இருந்தன. ஆனால், பூரண கவிதா அனுபவத்தைக் கொடுப்பதில் அவை ஒன்றுக்கொன்று சளைக்கவில்லை.

சில்வியா பிளாத் (Sylvia Plath) 1932 -1963

அமெரிக்காவின் மாசசுசெட்ஸ் மாநிலத்தில் சில்வியா பிறந்தார். சிறுவயதில் இருந்தே இவருக்குக் கவிதைகளில் ஈடுபாடு. எட்டு வயதிலேயே கவிதைகள் எழுதியிருக்கிறார். பல்கலைக் கழகத்தில் படிக்கும்போது The Bell Jar என்ற சுயசரிதை நாவலை வெளியிடுகிறார். அப்பொழுது அவருக்கு வயது 21. பல்கலைக் கழகப் படிப்பைச் சிறப்பான தரத்தில் முடித்துவிட்டு ஆங்கிலக் கவி ஒருவரைக் காதல் திருமணம் செய்துகொள்கிறார். ஆனால் அவருடைய திருமணம் எதிர்பார்த்த சந்தோசத்தைக் கொடுக்க வில்லை. அவருடைய முதலாவது The Colossus கவிதைத் தொகுப்பு வெளியாகி பரவலான அறிமுகத்தைக் கொடுக்கிறது. கணவனுக்கு வேறொரு பெண்ணிடம் தொடர்பு ஏற்பட சில்வியாவின் வாழ்க்கை நரகமாகிறது. மனநோயும் பிடித்துவிடுகிறது. இந்தக் காலகட்டத்தில்

இவர் கவிதைகளாக எழுதிக் குவிக்கிறார்.

இவருடைய கவிதைகளை முதலில் படிக்கும் உரிமையை நியூ யோர்க்கர் இதழ் வாங்குகிறது. சில கவிதைகளை அவர்களுக்கு அனுப்புகிறார். இரண்டாவது பிள்ளை பிறக்கிறது. ஒரு நாவல் எழுதுகிறார் ஆனால், அது முடிவதற்கிடையில் கணவனும் மனைவியும் பிரியவேண்டிய கட்டாயம். பாதி எழுதிய நாவலைக் குப்பையிலே போட்டு எரிக்கிறார். அடுத்த வேளை உணவுக்குக்கூடப் பணம் இல்லாத நிலை.

31 வயதில் சில்வியா இறந்த பிறகுதான் இவருடைய கவிதை தொகுப்புகள் வெளியாகின்றன. Ariel, Crossing the Water, Winter Trees. இவர் இறந்து *19* வருடங்களுக்குப் பிறகு, *1982*இல் The Collected Poems நூலுக்கு புலிட்சர் பரிசு கிடைக்கிறது. இவர் கவிதைகளில் சுயசரிதைத் தன்மையும் பெண்களின் நிலை குறித்த ஆற்றாமையும் சமுதாயத்தின் மீதான கோபமும் மேலாக நிற்கும். வயது கூடக்கூட சுவை பெருகும் வைன்போல, இவருடைய கவிதைகள் எழுதிப் பல வருடங்களுக்குப் பிறகுதான் புகழ்பெறத் தொடங்கின.

சில்வியாவின் கவிதைகளில் காணப்படும் மாயத்தோற்றமும் தொழில்நுட்ப நேர்த்தியும், மனத்தை இலகுவில் கலைத்துப்போடும். முதலாவது தொகுப்பின் தலைப்பை ஆறுதடவை மாற்றிய பிறகுதான் இவரால் முடிவெடுக்க முடிந்தது. மொழிபெயர்ப்பதற்காக *274* கவிதைகளில் ஒன்றைத் தேர்வு செய்வதென்பது மகா கடினம். அநேகமானவை நீண்ட கவிதைகள். இவருடைய ஆரம்பக் கவிதைகளில் ஒன்று கீழே மொழிபெயர்க்கப்பட்டிருக்கிறது.

முத்தம் கொடுத்து என்னை ஏய்க்க ஒருபோதும் நினைக்காதே.

முத்தம் கொடுத்து என்னை ஏய்க்க ஒருபோதும் நினைக்காதே பறவைகள் இங்கே தங்க வந்ததென்று பாசாங்கு செய்து; சாகும் மனிதன் இதை ஏளனம் செய்வான்.

இருதயமில்லாத இடத்தில் பாறை பொய்வேடம் பூணும் காமுகி வீனஸ் கிடந்த இடத்திலிருந்து கன்னிகள் எழும்புவர்: முத்தம் கொடுத்து என்னை ஏய்க்க ஒருபோதும் நினைக்காதே.

மதிப்பான எங்கள் மருத்துவர் வேதனை தன்னுடையதென்கிறார், பிணி பிடித்தவர்களோ அதை ஆமோதிக்கின்றனர்; சாகும் மனிதன் இதை ஏளனம் செய்வான்.

வீரியமான வாலிபன் பக்கவாதத்திற்கு பயப்படுகிறான், கிழவேலைக்காரி சுவர் மூலையில் முழுநாளும் அழுகிறாள்: முத்தம் கொடுத்து என்னை ஏய்க்க ஒருபோதும் நினைக்காதே.

சாசுவதமான இனிய சர்ப்பம் பேரின்பம் உறுதியென்று
சொல்கிறது மகிழ்ச்சிக்கு ஏங்கும் குழந்தைகளிடம்;
சாகும் மனிதன் இதை ஏளனம் செய்வான்.

இன்றோ நாளையோ ஏதோ தவறு நடக்கும்;
பாடும் பறவைகள் கூட்டமாகப் பறந்து அகலும்;
ஆகவே, முத்தம் கொடுத்து என்னை ஏய்க்க ஒருபோதும்
நினைக்காதே:
சாகும் மனிதன் இதை ஏளனம் செய்வான்.

ஆன் செக்ஸ்டன் (Anne Sexton) 1928 -1974

இவரும் அமெரிக்காவின் மாசசுசெட்ஸ் மாநிலத்தில் பிறந்தார். உயர்நிலைப் பள்ளியில் படிக்கும்போதே கவிதை எழுதத் தொடங்கி விட்டார். ஒருவருக்கும் அடங்காத, காற்றைப்போல சுதந்திரமான பெண். பதின் பருவத்திலேயே தன் எதிர்காலக் கணவனுடன் வீட்டை விட்டு ஓடினார். ஆன் எழுதிய கவிதை களைப் படித்துவிட்டு அவருடைய தாயார் 'திருட்டுக் கவிதைகள்' என்று கூறினார். தன்னுடைய விளையாட்டுத்தனமான மகள் அவ்வளவு உயர்ந்த கவிதைகளை எழுதுவாள் என்பதை அவரால் நம்ப முடியவில்லை.

ஆன் அடிக்கடி மனநோய்க்கு ஆளானார். அவருடைய மனநல மருத்துவர் நோய் உக்கிரமாகும் காலங்களில் மும்முரமாகக் கவிதை எழுதி நோயைத் தோற்கடிக்கவேண்டும் என்று ஆலோசனை கூறினார். இவரும் அப்படியே கவிதைகள் படைக்க ஆரம்பித்தார். ஒரு சமயம் 300 தடவை ஒரு கவிதையைத் திருத்தி எழுதியிருக்கிறார்.

ஒரு கவிதை அரங்கில் சில்வியா பிளாத்தைச் சந்தித்தார். இவரைப் பற்றி சில்வியா பிளாத், 'தன்னுடைய ஒரு குதிச்சப்பாத்தை கழற்றி வைத்து அதற்குள் தான் பிடிக்கும் சிகரெட் சாம்பலை சுண்டிக் கொண்டு இருந்தார்' என்று கூறுகிறார். அந்தச் சிறு சம்பவமே ஆன் ஒரு கவலையில்லாத பெண் என்பதை உணர்த்தி யது. இவருடைய முதல் கவிதைப் புத்தகம் To Bedlam and Part Way Back வெளிவந்தபோது பெரிதும் கவனிப்புக்குள்ளானார். 1966இல் Live or Die கவிதை நூலுக்கு புலிட்சர் பரிசு கிடைத்தது. ஹார்வார்ட் பல்கலைக்கழகம் 187 வருட பாரம்பரியத்தை உடைத்து முதல் பெண்ணாக இவரை Phi Beta Kappa சாப்டரில் சேர்த்துக் கொண்டது.

ஆண்கள் உலகத்தில் தனித்தன்மையுடன் ஒலித்த இவருடைய குரலில் வசியமும் ஒரு பெண்ணின் கோபமும் துயரமும் முறைப்

பாடும் நிறைந்திருக்கும். கவிதை ஒன்றை மொழிபெயர்ப்பதற்காகத் தேடியபோது, 360 கவிதைகளில் எதைத் தேர்வது என்ற குழப்பம் ஏற்பட்டது. ஓர் இடத்தில் மழைத்துளிகள் புழுக்கள் போல இறங்குவதாகச் சொல்கிறார். இன்னொரு இடத்தில் 'என்னுடைய மகள். பதினொன்று. பூந்தோட்டம்போல இருக்கிறாள்' என்கிறார். ஒரு கவிதையின் தலைப்பு 'தன் மனைவியிடம் திரும்பிப் போகும் காதலனுக்கு.' கடைசியில் கீழே வருவதைத் தெரிவு செய்தேன். காரணம், அவர் இறப்பதற்குச் சில நாட்களுக்கு முன்பு இதை எழுதினார்.

பசி பற்றிய பாடங்கள்

'உனக்கு என்னைப் பிடிக்கிறதா?'
நான் நீலக் கோட்டிடம் கேட்டேன்
பதில் இல்லை.
மௌனம் அவன் புத்தகங்களிலிருந்து
திரும்பிப் பாய்ந்தது
மௌனம் அவன் நாவிலிருந்து
கீழே விழுந்து
எங்கள் இருவருக்கும் நடுவில்
உட்கார்ந்து
என் தொண்டையை அடைத்தது,
என் நம்பிக்கையைச் சிதைத்தது.
என் வாயிலிருந்து சிகரெட்டுகளைப்
பிடுங்கியது.
நாங்கள் குருட்டுச் சொற்களை
பரிமாறிக்கொண்டோம்.
நான் அழவில்லை
நான் கெஞ்சவில்லை
ஆனால் என் காதுகளை, இதயத்தை
முழு இருள் அடைத்தது.
அதுவரை நன்மையே செய்த
கரிசனையான பிராணவாயு
ஒரு வாயு அடுப்பாக மாறியது.
'உனக்கு என்னைப் பிடிக்கிறதா?'
என்ன அபத்தம்!
இது என்ன கேள்வி?
இது என்ன மௌனம்?
நான் எதற்காக இன்னும் மினெக்கெடுகிறேன்,
அவனுடைய மௌனம் சொன்னதையே
நினைத்துக்கொண்டு?

தியோடர் ரீத்கே (Theodore Roethke) 1908 -1963

தியோடர் அமெரிக்காவின் மிச்சிகன் மாநிலத்தில் பிறந்தார். பள்ளிக்கூடத்தில் படிக்கும்போது இவர் எழுதிய ஓர் உரை 26 மொழிகளில் மொழிபெயர்க்கப்பட்டது. பல்கலைக்கழகத்தில் படிக்கும் போது குடிப்பழக்கத்திற்கு ஆளானார். இருந்தபோதும் மிகச் சிறந்த மதிப்பெண்களுடன் பட்டப் படிப்பை முடித்தார். ஹார்வார்ட் பல்கலைக்கழகத்தில் தொடர்ந்து உயர் படிப்பை முடித்து ஆங்கிலப் பேராசிரியராகப் பணியாற்றினார்.

அடிக்கடி மனநோய் தாக்குதல்களுக்கு உள்ளானபோது தன் மனத்தின் அடி ஆழங்களுக்கு அவரால் சுலபமாகப் பயணிக்க முடிந்தது. உயர்ந்த கவிதைகளையும் படைத்தார். இவருடைய கவிதைகள் இயற்கையான சந்தத்திற்கும் படிமக் காட்சிகளுக்கும் பேர் போனவை. பல அமெரிக்க கவிகளுக்கு இவர் ஆதர்சமாகவும் உந்து சக்தியாகவும் விளங்கினார்.

முதல் கவிதைத் தொகுப்பு Open House இவருடைய 33ஆவது வயதில் வெளிவந்தது. இது சுயசரிதைத் தன்மையான கவிதைகளின் தொகுப்பு. The Waking என்ற இவருடைய கவிதை நூலுக்கு புலிட்சர் பரிசு கிடைத்தது. இவருடைய புகழ் பெற்ற தொகுப்புகள் The Lost Son and other Poems, Words for the Wind, I am, says the Lamb. இவர் இறந்தபிறகு இவருடைய மனைவியால் பதிப்பிக்கப்பட்டது The Far Field என்ற கவிதைத் தொகுப்பு.

இவருடைய கவிதைகளில் பூவும் பறவையும் மரமும் இருக்கும். தனித்துவமான பிரமிக்கவைக்கும் உருவகங்கள் இவருக்கே யுரிய முத்திரை. ஓர்க்கிட் பூவை வர்ணிக்கும்போது 'சர்ப்பத்தின் வாய்' என்று சொல்லுவார். இன்னொரு இடத்தில் 'மிருதுவான ஒளிரும் விரல்கள்' என்பார். விரக்தியான தனிமையைச் 'சூரியன் எனக்கு விரோதியானது; சந்திரன் என்னை வேண்டாமென்றது' என்று வர்ணிக்கிறார். ஒரேயொரு வார்த்தை ஒரு கவிதையின் வரியை, பத்தியை, கவிதையையே முழுவதும் மாற்றிவிடும் அற்புதத்தை இவரிடம் காணலாம்.

My Papa's Waltz கவிதை தியோடரின் 32ஆவது வயதில் வெளியானது. தகப்பன் தன் மகனுடன் நடனமாடுவது சிறுவன் வாயினால் சொல்லப்படுகிறது. கவிதையில் ஓர் இடத்தில்கூட அப்பா என்ற வார்த்தை வரவில்லை. அந்தக் கவிதையின் தமிழாக்கம் கீழே வருகிறது:

அப்பாவின் வால்ட்ஸ் நடனம்
உன் மூச்சில் வீசும் விஸ்கி
ஒரு சிறுவனை

மயக்கக்கூடும்;
மரணப்பிடியில் நான் தொங்க,
நீ ஆடிய
வால்ட்ஸ் நடனம்
எளிதாக இல்லை.
எங்கள் அட்டகாசமான
நடனத்தில்
சமையலறைப் பாத்திரங்கள்
சறுக்கி விழுந்தன;
என் அம்மாவின் முகத்து கடுகடுப்பு
அவசரமாக
மறையவில்லை.
என் மணிக்கட்டைப் பற்றிய
உன் கைமுட்டியில்
ஒருவிரல் உடைந்து கிடந்தது;
ஒவ்வொரு தப்படி வைத்தபோதும்
என் வலது காது
உன் உடையின் பக்கிளை
உரசியது.
புழுதி அப்பிய
உன்னுடைய கை
என் தலையில்
தாளம் போட்டது,
சேர்ட்டை இறுக்கிய என்னையள்ளி
நடனம் குறையாமல்
படுக்கையில் கிடத்தினாய்.

இந்த மூவருக்கும் இடையில் பெரும் ஒற்றுமை இருக்கிறது. மூவரும் சமகாலத்தில் வாழ்ந்த அமெரிக்கக் கவிகள். மூவரும் கவிதைக்கு வழங்கப்படும் அதி உயர் புலிட்சர் இலக்கியப் பரிசை பெற்றவர்கள். மூவரும் கவிதைத் துறையில் இருபதாம் நூற்றாண்டின் சரி பாதியை ஆக்கிரமித்தவர்கள். மூவரும் மனநோயினால் பீடிக்கப்பட்டவர்கள். அவர்கள் மரணத்தில்கூட ஒற்றுமை இருந்தது.

31 வயது சில்வியா பிளாத் ஒரு பிப்ரவரி காலை தன் பிள்ளைகள் தூங்கும்போது அவர்கள் இருவருக்கும் அவர்களுடைய அறையில் பாலும் ரொட்டியும் வைத்தார். அவர்கள் படுக்கை அறை யன்னல் ஒன்றை உடைத்து ஓட்டை உண்டாக்கினார். பிறகு கதவை வெளியே இருந்து பூட்டிவிட்டுச் சமையலறைக்குச் சென்று நாலு பக்கங்களையும் அடைத்து சமையல் வாயுவை திறந்து தற்கொலை செய்துகொண்டார்.

ஆன் செக்ஸ்டனுக்கு அவருடைய 44ஆவது வயதிலே அவர் பெரிதும் விரும்பிய பொஸ்டன் பல்கலைக்கழகப் பேராசிரியர் பதவி கிடைக்கிறது. ஆனால், அவர் அதை முற்றிலும் அனுபவிக்க முடியவில்லை. மனநோய் முற்றி மூன்று தடவை மருத்துவ மனைகளில் அனுமதிக்கப்படுகிறார். அதே காலகட்டத்தில் மணமுறிவும் ஏற்படுகிறது. அவரால் தாங்கமுடியவில்லை. ஓர் இலையுதிர் மாதம் அவர் தன்னுடைய கார் கராஜின் நாலு பக்கங் களையும் காற்றுப் போகாமல் அடைக்கிறார். காரை இயக்கி அந்தப் புகையைச் சுவாசித்து மரணத்தைத் தழுவுகிறார்.

இந்த மூன்று கவிகளிலும் அதிக வயது வாழ்ந்தவர் தியோடர் ரித்கேதான். இறக்கும்போது இவருக்கு வயது 55. அடிக்கடி bipolar disorder என்ற மனக்கோளாறினால் அவஸ்தைப்பட்டார். மனக்கிளர்ச்சி உச்சத்துக்கும் ஆழத்துக்கும் மாறி மாறி சஞ்சரிக்கும். இவருடைய வைத்தியரின் ஆலோசனைப்படி மனப்பிறழ்வு ஏற்படும் சமயங்களில் உன்னதமான கவிதைகளை எழுதி அந்த தருணத்தைத் தாண்ட முயன்றார். 1963ஆம் ஆண்டு ஒரு நாள் நீச்சல் குளத்துக் குள் இறங்கினார். திரும்பவும் ஏறவில்லை. இறந்துபோனார்.

சில்வியாவிலும் பார்க்க ஆன் நாலு வயது மூத்தவர். ஆனின் கவிதைகளில் காணப்பட்ட அதே கோபமும் ஆவேசமும் அந்தரங்க மும் சில்வியாவின் கவிதைகளிலும் இருந்தன. அவர்களின் சாயல் ஒன்றானாலும் சில்வியாவில் வேகம் அதிகம். ஆனில் ஆழம் அதிகம். மாறாக ரித்கே காதலையும் வாழ்க்கையையும் கவிதையாக்கி னார். அதன் போக்கை இடர் செய்யாத ஓசை நயத்துக்கு முக்கிய இடம் கொடுத்தார். ஆனால், மூவரும் சுயசரிதைத் தன்மை கூடிய கவிதைகள் புனைவதில் ஒன்றாயிருந்தனர்.

அறுபது, எழுபதுகளில் கவிதை உலகில் புயல்போல பிரவேசித்த இம்மூவரும் திடீரென்று மறைந்துபோனார்கள். கவிதையை அனுபவிக்கவும் ஆழ்ந்து சிந்திக்கவும் வைத்தவர்கள் இருபதாம் நூற்றாண்டின் ஐம்பதாண்டுக் காலத்தை மூவேந்தர்போல ஆண்டார்கள். ஆங்கிலக் கவிதை உலகத்தில் இவர்கள் மறைவால் பெரும் பள்ளம் ஏற்பட்டது. அந்தப் பள்ளம் இன்னமும் நிரப்பப் படவில்லை.

உலகத்துக்கு எழுதிய கடிதம்

எமிலி டிக்கின்ஸனின் கவிதைத் தொகுப்பு ஒன்று படிக்கக் கிடைத்தது. நூற்றுக்கணக்கான கவிதைகள் எழுதியிருப்பார் என்று நினைத்தேன்; ஆனால், இவர் உண்மையில் ஆயிரக்கணக்கான கவிதைகளை எழுதிக் குவித்திருந்தார். 19ஆம் நூற்றாண்டிலே வாழ்ந்த இந்த அமெரிக்கப் பெண் கவியின் பெருமையை அவர் காலத்தில் ஒருவருமே உணரவில்லை. அவர் உயிருடன் இருந்த போது ஐந்தாறு கவிதைகள் மட்டுமே பிரசுரமாகியிருந்தன; அவை யும் அவருக்குத் தெரியாமல்.

வார்த்தைகளை அவர் ஆராதித்தார் என்று சொல்லலாம். சிலர் ஒரு வார்த்தை பாவிக்கப்பட்டதும் அந்த வார்த்தை இறந்து விட்டது என்று சொல்வார்கள். எமிலியோ ஒரு வார்த்தையை பாவிக்கத் தொடங்கியதும் அது அன்றைய நாளை வாழத் தொடங்குகிறது என்பார். தன்னுடைய கவிதைகளுக்கு அங்கீகாரம் கிடைக்கவில்லை என்பதில் அவருக்குத் துக்கம் உண்டு. அவருடைய மன அவஸ்தையைச் சொல்லும் கவிதை வரிகள் இப்படிச் செல்லும்:

எப்போது காலை வருமென்று
தெரியாமல்
ஒவ்வொரு கதவாகத் திறக்கிறேன்.

கடைசி வரையில் கவிதை உலகில் தன் இடம் தெரியாமலே 120 வருடங்களுக்கு முன்னர் அவர் இறந்துபோனார்.

ரொறொன்ரோவில் சர்வதேச எழுத்தாளர் மாநாடுகள் அடிக்கடி நடக்கும். ஒரு கூட்டத்துக்குப் போனபோது சபையிலே எண்பது வீதம் பெண்களாகவே இருந்தார்கள். மேடையைப் பார்த்தால், ஒன்றிரண்டு ஆண் எழுத்தாளர்களைத் தவிர மீதி எல்லாமே பெண்கள். ஓர் அமர்வில் நோபல் பரிசு பெற்ற வோலே சோயிங்கா வாசித்தார். இன்னொன்றில் புலிட்சர் பரிசு பெற்ற எட்வர்ட் ஜோன்ஸ் ஒரு சிறுகதை படித்தார். நைஜீரியாவிலிருந்து வந்திருந்த இளம்பெண் சிமமண்டா Half of a Yellow Sun என்ற அவருடைய நாவலின் முதலாவது அத்தியாயத்தை வாசித்தார். அவருடைய தன்னம்பிக்கையும் வாசிப்பும் கதை சொன்ன பாங்கும்

சபையோரைக் கவர்ந்தது. வாசிப்பு முடிந்ததும் புத்தகத்தை வாங்கிக் கொண்டு பலர் அவருடைய கையெழுத்துக்காக நீண்ட வரிசையில் நின்றார்கள். பெண்களுடைய எண்ணிக்கை சபையிலே எக்கச் சக்கமாக இருந்ததன் காரணம் எனக்கு அப்போது புரிந்தது.

சிமமண்டாவின் எழுத்திலே திடீர் திருப்பமோ, அடுத்து என்ன நடக்கும் என்பதை அறிய விழையும் ஆர்வமோ பெரிதாக இருக்காது. ஆனால், மிக அமைதியான நடையில் எழுதிக் கொண்டே போவார். ஒரு வரியைப் படித்தால் அடுத்த வரியையும் படிக்கத் தூண்டும் எழுத்து. இவருடைய சிறுகதை ஒன்றை நான் படித்திருந்தேன். அந்தச் சிறுகதையை அவர் இரண்டு வருடங்களாக எழுதியதாகச் சொன்னார். ‘இரண்டு வருடங்களா? ஒரு சிறுகதைக்கா?’ என்றேன். சிறுகதையை எழுதும்போது அதை ஒரு முடிவை நோக்கிச் செலுத்தினேன். பின்னர் படித்துப் பார்த்தபோது பலவந்தமாக ஒரு திசையில் அதைத் தள்ளிக் கொண்டு போனது தெரிந்தது; இயற்கையாகவே இல்லை. மீண்டும் தொடக்கத்தில் இருந்து புதிதாக எழுதவேண்டி வந்தது என்றார். ஒரு சிறுகதை கேட்டதும் பத்து தாள்களுடன் அறைக்குள் போய் பூட்டிக்கொண்டு மூன்று மணி நேரத்தில் சிறுகதையோடு வெளியே வரும் எழுத்தாளர்களை எனக்குத் தெரியும். நான் வியப்படைந்ததற்குக் காரணம் அதுதான்.

அவரிடம் உங்களுக்குப் பிடித்த எழுத்தாளர் யார் என்று கேட்டதும் அவர் தந்த பதில் ஆச்சரியமாக இருந்தது. ரொமேஷ் குண சேகெரா என்றார். அவர் பெயரைக் கேள்விப்பட்டிருந்தேனே ஒழிய அவரைப் படித்ததில்லை. ஓர் இலங்கை எழுத்தாளரைப் பற்றி நைஜீரியப் பெண் கனடாவில் வைத்து என்னிடம் கூறியது அபூர்வமான விடயம்தான். ஒருவருடைய எழுத்து தரமானதா என்பதைக் கண்டுபிடிக்க எழுத்தாளருடைய ஒரு வசனத்தைப் படித்தாலே போதும். வார்த்தைகளை எப்படித் தெரிவு செய்கிறார், எப்படி அடுக்குகிறார், வசனங்களைச் செதுக்கி எப்படி உருவம் கொடுக்கிறார் என்பதைப் பார்ப்பதே முக்கியம் என்றார்.

சிமமண்டாவுக்கு *29* வயதாகிறது. இரண்டு நாவல்களும் சிறு கதைகளும் எழுதியிருக்கிறார். இவருடைய முதலாவது நாவலின் பெயர் Purple Hibiscus. இரண்டாவது நாவல்தான் Half of a Yellow Sun. *1960*களில் நைஜீரியாவின் ஒரு பகுதியான Biafra பிரிந்து தனி நாடாகப் பிரகடனம் செய்தது. அதைத் தொடர்ந்து உள்நாட்டுப் போர் மூள்கிறது. அந்தக் காலகட்டத்தின் பின்னணியில் கதை சொல்லப்படுகிறது. ஒரு பேராசிரியர், அவருடைய காதலி ஒலானா, அவர்கள் வேலைக்காரன் உக்வு, இவர்களே பிரதான கதை

மாந்தர்கள். போர் எப்படி அறிவுஜீவிகளையும் சாதாரண ஏழை மக்களையும் ஒரே மாதிரி பாதிக்கிறது என்பதையும் அதனால் ஏற்படும் அவலங்களையும் கொடூரங்களையும் பாத்திரங்களின் சம்பாசணை ஊடாக மெல்ல மெல்ல வெளிப்படுத்துகிறது நாவல். கைனானி என்று ஒரு பெண், ஒலானாவின் இரட்டைச் சகோதரி; அவள் பேசும்போது நறுக்காகவும் கெறுக்காவும் இருக்கும். அற்புதமான அவளுடைய குணாதிசயம் நூல்கண்டில் சுழல்சுழலாக நூல் பிரிவதுபோல வெளிப்படும். நாவலின் இடையிலே வந்து இடையிலே மறைந்துவிடும் அந்தப் பாத்திரம் மனத்தை விட்டு அகலுவதில்லை.

நாவலை விமர்சகர்கள் புகழ்கிறார்கள். பல விருதுகளும் பரிசுகளும் சிமமண்டாவைத் தேடி வருகின்றன. அடுத்த சினுவ ஆச்சிபி என்று இவரைச் சிலர் சொல்கிறார்கள். எனக்கு என்னவோ இவரை புக்கர் பரிசு பெற்ற நைஜீரிய எழுத்தாளர் பென் ஒக்ரியுடன் ஒப்பிடவே தோன்றுகிறது. இவரால் ஒரு மோசமான வசனம்கூட எழுத முடியாது. இவருடைய வசனத்துக்கு ஒரேயொரு உதாரணம். 'அவள் குருவி கொத்துவதுபோல நிறுத்தி நிறுத்திப் பேசினாள்.' என்ன காட்சி வடிவமான, நுட்பமான வசனம். அவருடைய புத்தகத்துக்குக் கொடுத்த காசு அந்த ஒரு வசனத்துக்கே சரியாய்ப் போய்விட்டது.

எதற்காக எழுதுகிறீர்கள் என்ற கேள்விக்கு அவருடைய பதில்:

'நான் எழுதுகிறேன். நான் எழுத வேண்டும். எழுதாமல் இருக்க என்னால் முடியாது. சில வேளைகளில் எழுத்து என்னிலும் பெரிதாக இருக்கிறது.'

சமீபகாலங்களில் நான் நிறைய பெண் எழுத்தாளர்களைப் படிக்க நேர்ந்தது. முன்னெப்போதும் இல்லாத மாதிரி இளம் பெண்கள் எக்கச்சக்கமாக எழுதுகிறார்கள். அவர்களுடைய எழுத்து புதுமையாகவும் விநோதமாகவும் சுவைக்கும்படியாகவும் இருக்கிறது.

மொனிகா அலியுடைய பிரிக் லேன் மறக்க முடியாத நாவல். மொனிக்கா பங்களதேசத்திலிருந்து இங்கிலாந்துக்கு வந்தபோது அவருக்கு வயது மூன்று. அவருடைய 27ஆவது வயதில் இந்த நாவல் பிரசுரமாகி புக்கர் பரிசு குறும்பட்டியலில் இடம் பெற்றது. இங்கிலாந்தில் வசிக்கும் ஒரு பங்களதேசக் குடும்பத்தின் கதைதான் நாவல். பதினெட்டு வயது நஸ்னீன் நாற்பது வயது சானுவை மண முடிப்பதுடன் கதை ஆரம்பமாகி அவர்கள் குடும்ப வாழ்க்கையை அணுஅணுவாகச் சித்தரித்த விதமாக நகர்கிறது.

வி.எஸ். நய்பாலுடைய House for Mr Biswas நாவலில் வரும்

பிஸ்வாஸை அறிந்தவர்களுக்கு சானுவைப் புரிந்துகொள்வது சிரமமாக இராது. இருவரையும் இடம் மாற்றி வைக்கலாம். கோமாளித்தனமான, புத்திசாலியான, தினம்தினம் தோல்வியைச் சந்திக்கும் ஒரு கணவன். தன்னுடைய தோல்விக்கு மற்றவர்களே காரணம் என்று உறுதியாக நம்புகிறவர். நஸ்னீன் அடக்கமான, விசுவாசமான, அன்பான இளம் மனைவியாக அறிமுகமாகிறாள். ஆரம்பத்தில் அவளுக்குத் தன் இடம் எதுவென்று தெரியவில்லை. கணவனுடைய காலில் ஆணி வளரவளர அதைக் கிரமமாக வெட்டுவாள். அவளிடம் தன் காலைக் கொடுத்துவிட்டு சானு தன் எதிர்காலத் திட்டங்களை அவிழ்த்து வைப்பார். நாட் செல்லச்செல்ல நஸ்னீனுக்குத் தன் கணவனின் கையாலாகாத் தன்மை வெளிச்சத்துக்கு வருகிறது. ஒரு கட்டத்தில் சானு தன் நிரந்தரமான பணியைத் துறந்துவிட்டு வாடகைக் கார் ஓட்டும் வேலையை ஏற்றுக்கொள்கிறார். அதே சமயம் நஸ்னீனும் வீட்டிலே தையல் மெசின் ஒன்றை வாங்கி வைத்து சம்பாதிக்கத் தொடங்கு கிறாள். துணி தைக்கக் கொடுக்க வரும் இளைஞன் அலியுடன் நஸ்னீனுக்குக் காதல் உண்டாகிறது. ஒளிவுமறைவில்லாமல் நீண்ட காலமாக இந்தக் கள்ளக் காதல் தொடர்ந்தாலும் சானுவுக்கு அது இறுதிவரை தெரியவரவில்லை. காதலைவிட்டு வெளியே வரும்போது நஸ்னீன் ஒரு வித விடுதலை உணர்வையும் முதிர்ச்சி யையும் அடைகிறாள்.

நாவலை இன்னொரு பரிமாணத்துக்கு உயர்த்துவது பங்கள தேசத்தில் வசிக்கும் நஸ்னீனின் தங்கை ஹஸீனாவிடமிருந்து கிரம மாக வரும் கடிதங்கள். ஹஸீனா ஒளிவுமறைவில்லாமல் தன் சகோதரிக்குத் தன் வாழ்க்கையைத் தினக் குறிப்பு போல எழுது கிறாள். உடைந்த ஆங்கிலத்தில் எழுதப்பட்ட அத்தனைக் கடிதங் களும் கவிதைகள்தான். இளவயதிலேயே காதலனுடன் வீட்டை விட்டு ஓடிப்போன ஹஸீனா தொழில் சாலையில் வேலை பார்க்கை யில் முதலாளியின் ஆசைநாயகியாகிறாள். அவர் கைவிட, பாலியல் தொழிலில் ஈடுபடுகிறாள். இறுதியில் வேலைக்காரியாகிறாள்.

இரண்டு சகோதரிகளின் வாழ்க்கையையும் அலி பக்கத்துப் பக்கத்திலே காட்டிக்கொண்டு போகிறார். ஒரு மொழியை, அதன் பலவித சாத்தியங்களுடன் இவ்வளவு லாவகமாகக் கையாளும் திறமையை 27 வயதுக்குள் தன் வசமாக்கிவிட்ட அலியின் அசாத்திய சாதனை வாசிப்பவர்களை வியப்படைய வைக்கும்.

கிரான் தேசாயுடைய Inheri tance of Loss வெளிவந்தபோது அதைப் படிப்பதில்லை என்ற முடிவுடன் இருந்தேன். என்னுடைய பிடிவாதம் தெரிந்தோ என்னவோ அந்தப் புத்தகத்துக்கு 2006ஆம்

ஆண்டின் புக்கர் பரிசு கிடைத்தது. கிரான் தேசாயும் இளம் பெண்தான், 35 வயதாகிறது. 14 வருடங்களை இந்தியாவிலும் ஒரு வருடத்தை இங்கிலாந்திலும் 20 வருடங்களை அமெரிக்காவிலும் கழித்திருக்கிறார். இவரிடம் இந்திய கடவுச்சீட்டே உள்ளது. ஏன் அமெரிக்கக் குடியுரிமைக்கு விண்ணப்பிக்கவில்லை என்று வினவினால் ஜோர்ஜ் புஷ்சைக் காரணம் காட்டுகிறார். பொதுநல நாடுகள் மட்டுமே பங்கேற்கும் புக்கர் பரிசுக்குத் தன் புத்தகத்தை அனுப்ப வேண்டும் என்ற காரணத்தினாலேயே அமெரிக்கக் குடியுரிமைக்கு விண்ணப்பிக்காமல் காலம் கடத்தினார் என்று சிலர் இவர்மேல் குற்றம் சாட்டுகிறார்கள்.

இவருடைய புத்தகம் புக்கர் பரிசு குறும் பட்டியலில் இடம் பெற்றதும் கடைகளில் போய்த் தன்னுடைய புத்தகத்தைக் கிரான் தேசாய்த் தேடியிருக்கிறார். ஒன்றுமே இல்லை. அவருடைய போட்டியாளர்களின் புத்தகங்கள்கூட அகப்படவில்லை. தனக்குப் பரிசு கிடைத்ததும் எங்கிருந்தோ புத்தகங்கள் மாயமாகக் கடைகளுக்கு வந்துவிட்டன என்கிறார். நானும் என்னுடைய பிடிவாதத்தை விட்டு கிரான் தேசாயுடைய புத்தகத்தை வாங்கிப் படித்த போது அந்தப் பெண்ணில் எனக்கு அளவுகடந்த மரியாதை உண்டாகியது.

இந்த நாவலின் பிரதானமான பாத்திரங்கள் அதில் வரும் தாத்தா, அவருடைய 17 வயது பேத்தி சாய், சமையல்காரக் கிழவன், பேத்தியைக் காதலிக்கும் விடுதலைப் போராளி கயான், அமெரிக்காவில் உணவகத்தில் வேலை செய்யும் சமையல்காரக் கிழவனின் மகன் பிச்சு. அமெரிக்காவில் கள்ளத்தனமாகக் குடியேறிய பிச்சு குடிவரவு அதிகாரிகளை ஏமாற்றியபடி அலைகிறான். தகப்பனை நினைத்துக்கொண்டு எப்படியும் வாழ்க்கையில் முன்னேறிவிட வேண்டும் என்று உழைக்கிறான். ஆனால் அவன் முயற்சிகள் எல்லாம் தோல்வியிலேயே முடிகின்றன.

சாயுக்கும் கயானுக்கும் இடையில் ஏற்படும் காதல் சுவாரஸ்யமாகச் சொல்லப்படுகிறது. கயான் ஏழைக் குடும்பத்தில் பிறந்தவன். சாயுக்குப் பாடம் சொல்லிக் கொடுப்பதற்காக அவனைத் தாத்தா ஏற்பாடு செய்கிறார். கயான் அவளிடம் கேட்கும் முதல் கேள்வி 'நீ தலைக்கு எண்ணெய் பூசுகிறாயா?' மெல்ல மெல்ல சம்பாசணை வேறு திசையில் போகிறது. இரண்டு பேரும் கை விரல்களைப் பக்கத்துப் பக்கத்தில் வைத்து அளந்து பார்க்கிறார்கள். பிறகு கைகள், கால்கள் என்று அவயவம் அவயவமாக அளந்து நெருங்கிய போது காதலும் வளருகிறது. இன்னும் கொஞ்சம் சொல்லியிருக்கலாமே என்று தோன்றும்போது காதல் நின்றுவிடுகிறது. நாவலின்

ஒவ்வொரு பக்கத்தைத் திருப்பும்போதும் ஒன்றோ இரண்டோ நல்ல வசனத் தொடர் கிடைக்கிறது.

நாவலின் கதை நாலு திசைகளிலும் கிளைவிட்டுப் படர்வதால் முக்கியமான பாத்திரங்கள் மெலிந்துபோய் தோன்று கிறார்கள். உபகதைகளும் அநேகம். வாசகரின் கவனம் நாவலின் மையமான கதையில் ஒட்டாமல் சிறு சிறு பாத்திரங்களிலும் சம்பவங்களிலும் சிதறிப் போகிறது. எதிர்பார்த்த முடிவை நோக்கி நாவல் நகர்ந்தபோது கிடைக்கும் ஏமாற்றத்தை ஈடுகட்டுவது கிரானின் எழுத்தும் நடையும்தான். அதற்காக அவருடைய நாவலை எத்தனை முறையும் படிக்கலாம்.

இன்னொரு இளம் பெண் எழுத்தாளர் ஷேடி ஸ்மித். ஒரு நூலைப் படிக்க முதலும், படித்த பின்னரும் படிக்கும்போதும் பிரமிப்புக்கு மேலே பிரமிப்பு ஏற்பட்டது என்றால் அது இவருடைய White Teeth நாவலைப் படித்தபோதுதான். இருபத்திரண்டாவது வயதிலேயே ஷேடி ஸ்மித் தன்னுடைய நாவலின் சில பகுதிகளை எழுதிவிட்டார். பிரசுரிப்பாளர்கள் பலர் ஒன்றுசேர்ந்து நாவலை யார் வெளியிடுவது என்று ஏலம் விட்டு தீர்மானித்தார்கள். முன்பின் தெரியாத ஓர் இளம்பெண்ணின் நாவலைப் பிரசுரிக்க இப்படி போட்டி நடந்தது புதுமையான விசயம். இரண்டு வருடங்களில் அவர் நாவலை எழுதி முடித்துவிட்டார். நாவல் என்று சொல்வதிலும் பார்க்க அதைக் காவியம் என்றுதான் அழைக்க வேண்டும். நாவல் வெளியான உடனேயே உலக பிரபல்யம் அடைந்தது. ஓர் இருபத்தினாலு வயதுப் பெண்ணால் ஏறக்குறைய 500 பக்கங்கள் கொண்ட ஒரு காவியத்தை எப்படி எழுத முடிந்தது என்று விமர்சகர்கள் வியந்தார்கள். உலகத்திலே வெளியான ஆகத்திறமான 100 நாவல்களின் பட்டியலில் இந்த நூலும் இடம்பெற்றிருப்பது மிகச் சரியானது என்றே பலரும் கருதுகிறார்கள்.

இந்த நாவலைப் படிக்கும்போது அடிக்கடி மகாபாரதத்து வியாசர் நினைவுக்கு வருகிறார். ஒரு விசயத்தை ஒரு வசனத்தில் சொல்லிவிட்டு ஆசிரியரால் நகர முடியாது. அதை ஆதியோடு அந்தமாகச் சொன்னால் தான் அவருக்கு திருப்தி. உப பாத்திரங்க ளாக வருபவர்களின் கதைகளும் விஸ்தாரமாகச் சொல்லப் படுகின்றன. ஆனால், சுவை குன்றாமல். அதை ஒரு குறை என்று சொல்லலாம்; அதுவே பலம் என்றும் சொல்லலாம்.

ஆழமான உண்மைகளை வெகு சாதாரணமாகச் சொல்லி விட்டு நகரும் இடங்களில் மெல்லிய நகைச்சுவை வெளிப்படுகிறது. அது ஏற்படுத்தும் அதிர்வு சிறிது நேரம் நம்முடனேயே இருக்கிறது.

ஒரு புது நாட்டில் குடியேறியவர்களுடைய கஷ்டங்களையும், எதிர்பார்ப்புகளையும், ஏமாற்றங்களையும் வெற்றிகளையும் நாவல் சொல்கிறது. முதுகிலே பட்ட மண்ணைத் தட்டிவிடுவதுபோல ஒருவர் தன் பழையதை புறக்கணித்துவிட்டு வாழ முடியாது. அது நிழல் போல அவரைத் தொடரும். மனிதன் என்னதான் பிரயத்தனம் செய்தாலும் அவனையும் மீறி சில காரியங்கள் நடந்து விடுகின்றன; இதற்கு இதுதான் விளைவு என்பதை முன்கூட்டியே யாராலும் தீர்மானிக்க முடியாது. நாவலின் முடிவு செயற்கையான உச்சக்கட்டத்தை நோக்கி நகர்ந்தாலும் ஓர் இளம்பெண்ணின் இந்த முதல் நாவல் எவருக்கும் பிரமிப்பைத் தரும் என்பதில் ஐயமே இல்லை.

இந்த நாலு புத்தகங்களும் எனக்குப் படிப்பதற்கு எதேச்சையாக ஒன்றன்பின் ஒன்றாகக் கிடைத்தன. இவற்றை எழுதிய நால்வருமே இளம் பெண்கள். ஒருவர் நைஜீரியப் பெண்மணி; ஒருவர் இந்தியர்; ஒருவர் பங்களதேசத்தில் பிறந்து இங்கிலாந்தில் வளர்ந்தவர்; மற்றவர் ஜமாய்கன் தாய்க்குப் பிறந்தவர். இவர்களுடைய எழுத்து அனாயாசமாக இருக்கிறது; ஒன்றுடன் ஒன்று போட்டி போடுகிறது. ஆங்கில இலக்கிய உலகில், மாறுபட்ட கலாச்சாரப் பின்னணியிலிருந்து இவ்வளவு பெரிய வரவு முன்பு ஒருபோதும் இருந்ததில்லை.

இந்த நாவல்களில் சில ஒற்றுமைகள் இருக்கின்றன. இவை எல்லாம் ஒரு குறுகிய காலகட்டத்தில் இளம்பெண்களால் எழுதப்பட்டவை. ஆசிரியர்களுடைய பூர்வீகம் வேறுவேறாக இருந்தபோதிலும் நாவல்கள் ஆங்கிலத்தில் எழுதப்பட்டிருக்கின்றன. உலக யுத்தம், தீவிரவாதம் அல்லது விடுதலைப் போர் நாவல்களில் மோதலுக்கான அடிப்படைக் காரணங்களாக அமைந்திருக்கின்றன. இந்த நாவல்கள் அனைத்தும் அதிவிற்பனைப் பட்டியலில் இடம் பெற்ற தோடு பல பரிசுகளையும் விருதுகளையும் பாராட்டுகளையும் பெற்றவை.

Brick Lane நாவலைப் படித்து கடைசிப் பக்கங்களுக்கு வந்தபோது நிதானமாக ஓடிவந்த ஆறு திடீரென்று வற்றிப்போய் முடிவுக்கு வந்துவிட்டதுபோலச் சின்ன ஏமாற்றம் உண்டானது.

White Teeth தற்செயலான கணங்கள் நிறைந்தது. நம்பிக்கைத் தன்மையை சில இடங்களில் தொலைத்துவிடுகிறது. உச்சக்கட்டப் பகுதி சினிமாத்தனமாக மாறியதுவேறு நெருடுகிறது.

Inheritance of Loss நாவல், 1500 பக்கங்களைச் சுருக்கி 357 பக்கங்களுக்குள் அடக்கியது. ஆகவே நீண்ட மௌன இடைவெளிகளும் சில அருமையான நல்ல பகுதிகளும் அங்கங்கே வரும்.

நல்ல பகுதிகளை ஒன்றுசேர்க்கும்போது கிடைக்கும் கூட்டுத் தொகை மொத்த நாவலைப் படித்தபோது கிடைக்கவில்லை.

Half of a Yellow Sun நூலை எப்படிப் பார்த்தாலும் அது ஒரு நிறைவான நாவல். இதைப் பற்றிப் பேசும்போது ஆசிரியர் 'கற்பனை உண்மை' என்ற வார்த்தைத் தொடரை உபயோகிப்பார். நாலு வருடங்களாக ஆராய்ச்சி செய்து அடுக்கி வைத்த குறிப்புகளைப் பயன்படுத்தாமல் அவர் அதைச் சுற்றி எழுதியதுதான் நாவலின் வெற்றிக்குக் காரணம். பள்ளிக்கூடப் பிள்ளைகளிடம் Show and Tell என்று ஒரு முறை இருக்கிறது. ஒரு பொருளை மாணவர் வகுப்பறைக்கு எடுத்துச் சென்று அதைக் காட்டிப் பேசுவது. சிமமண்டாவின் யுக்தி Show, Don't Tell. அவர் வசனம் எழுதுவதில்லை; காட்சி காட்சியாகவே எழுதுகிறார்.

நாவல் தன்னைத் தானே எழுதியது என்பதற்கு இதைவிட சிறந்த உதாரணம் கிடைக்காது. குதிரையின் கடிவாளத்தைப் பிடித்துச் செல்வதுபோல அதை ஆசிரியர் நடத்திச் செல்லவில்லை; இரைதேடும் வேட்டை நாய்க்குப் பின்னால் போகும் வேட்டைக் காரர்போலக் கதையை ஓடவிட்டு, பின்னே தொடர்கிறார்.

நவீனப் பெண் படைப்பாளிகளுடன் ஒப்பிடும்போது எமிலி டிக்கின்ஸன் மீது இரக்கம் பிறக்கிறது. அவருடைய 56ஆவது வயதிலே அவர் இறந்தபோது, 40 நோட்டுப் புத்தகங்கள் நிறைய அவர் கவிதைகள் எழுதி வைத்திருந்ததைக் கண்டுபிடித்தார்கள். எல்லாமாக 1789 கவிதைகள். அவற்றை வெளியிட்டபோது எமிலி டிக்கின்ஸனுக்குக் காலம் தாழ்த்திப் பெரும் புகழ் கிடைத்தது. 19ஆம் நூற்றாண்டில் வாழ்ந்த சிறந்த கவி என்று கவிதை உலகம் சொன்னது. ஆனால், அவர் வாழ்ந்த காலத்தில் அவர் அறியப்பட வில்லை. அவருடைய ஒரு கவிதையே அதற்கு சாட்சி.

உலகத்துக்கு இது என் கவிதை
உலகம் எனக்கு எழுதவில்லை.

இன்று எமிலி டிக்கின்ஸன் வாழ்ந்திருந்தால் மேலே சொன்ன கவிதையை அவர் எழுதியிருக்க மாட்டார். இளம் வயதிலேயே புகழ் சம்பாதித்துவிடும் இன்றைய பெண் படைப்பாளிகள் போல அவரும் உலக பிரபலமாகியிருப்பார்.

ஒரேயொரு நல்ல வசனம்

இலங்கையிலிருந்து என் பழைய நண்பர் கனடா வந்திருந்தார். திடீரென்று அவர் எழுத்தாளராகியிருந்தார். முப்பது வருடங்களாக வருமான வரித்துறையில் உழைத்து உழைத்து இளைப்பாறியவர், பேப்பரில் பேனாவை வைத்து ஒரு வார்த்தை எழுதி அறியாதவர், இப்பொழுது என்றால் வேகவேகமாக எழுதிக் குவித்தார். உங்களுக்கு writer's block ஏற்படுவது கிடையாதா என்றேன். அவர் அது ஒரு ரகஸ்யம் என்றுவிட்டு மர்மமான முறையில் சிரித்தார்.

விளிம்பு இல்லாத சதுரக் கண்ணாடியோடு, விமானச் சீட்டு கட்டித் தொங்கும் இரண்டு சூட்கேஸ்களை ஏற்றிய வண்டியை தள்ளிக்கொண்டு வந்தார். உண்மையில் இளமை குறையாமல் துள்ளலுடன் இருந்தார். தொடர்ந்து 30 மணி நேரம் பயணம் செய்தவர்போலத் தெரியவே இல்லை. மின்னஞ்சலில் வந்த படம்போல பளிச்சென்று காணப்பட்டார்.

காரின் வலதுபக்கம் ஏறுவதற்குப் பதிலாக நண்பர் இடது பக்கம் ஏறினார். பிறகு, தவறை உணர்ந்து வலது பக்கத்தில் ஏறி அமர்ந்தார். சீட் பெல்ட்டை அவருக்காக இழுத்துக்கட்டிவிட்டேன். (அவர் கனடாவில் தங்கி இருந்த நாலு வாரமும் இப்படி காரின் இடது பக்கம் ஏறமுயல்வதும் நான் சிரத்தையாக அவருக்கு சீட் பெல்ட்டைக் கட்டிவிடுவதும் தொடர்ந்து நடந்தது). அப்படி சீட் பெல்ட்டைக் கட்டாத பட்சத்தில், நான் $500 தண்டம் அழவேண்டியதுடன் இரண்டு கறுப்பு புள்ளிகளையும் சம்பாதிக்க நேரிடும் என்பது அவருக்குத் தெரியாது.

என்னுடைய கேள்வி சும்மா பேச்சுக்காகக் கேட்டதல்ல. ஏறத்தாழ எல்லா எழுத்தாளர்களையும் இந்த 'எழுத்துத் தடங்கல்' தாக்கியிருக்கிறது. தனிய ஒரு கையினால் தூக்கமுடியாத 'போரும் சமாதானமும்' நாவலை எழுதிய டோல்ஸ்டோய்கூட அடிக்கடி ஏற்பட்ட மூளை அடைப்பினால் எழுதமுடியாமல் தவித்திருக்கிறார். சாமுவேல் டெய்லர் கொலரிட்ச் என்ற ஆங்கிலக் கவி, அவருடைய இருபதாவது வயதுகளிலேயே புகழ்பெற்ற தன் கவிதைகளையெல்லாம் படைத்து விட்டார். Rime of the Ancient Mariner என்ற

நீண்ட கவிதை அவருடைய படைப்புகளில் மிக உயர்ந்தது. பிற்பாடு அவருக்கும் இந்த நோய் பிடித்தது. ஒவ்வொரு பிறந்த தினம் வரும்போதும், 'இன்னும் ஒரு பிறந்த நாள் வந்துவிட்டது. நான் ஒன்றுமே எழுதவில்லை' என்று புலம்புவார்.

எழுத்துத் தடங்கலில் 'தாய் எழுத்து தடங்கல்' என்று ஒன்றிருந்தால் அது கம்பனுக்கு ஏற்பட்டதாகத்தான் இருக்கும். ராமாயணம் இயற்றுவதில் ஒட்டக்கூத்தனுக்கும் கம்பனுக்கும் இடையில் மன்னன் குலோத்துங்கன் ஒரு போட்டி வைத்து விட்டான். கம்பனுடைய சோம்பல்தனம் மன்னனுக்குத் தெரியும். ஒட்டக்கூத்தன் சுந்தரகாண்டம் வரைக்கும் பாடி முடித்துவிட்டான். கம்பனின் எழுத்தாணியோ முதல் ஓலையைக்கூடத் தாண்ட வில்லை. யாரோ மன்னனிடம் இதைப் போய்ச் சொல்லிவிட்டார் கள். அவையில் மன்னன் கம்பனிடம் விசாரித்தான். கம்பனோ தான் யுத்த காண்டம் வரைக்கும் பாடிவிட்டதாக புளுகிவிடுகிறான். அரசன் சோதித்துப் பார்ப்பதற்காக எங்கே ஒரு பாடல் சொல்லும் என்றான். கம்பன், குமுதன் என்ற வானரம் மலையைப் பெயர்த்து அணைகட்டும் இடத்தில் வரும் 'குமுதனிட்ட குலவரை' என்று தொடங்கும் பாடலை எடுத்துவிட்டான். சபை திகைத்தது. அந்த அதிர்ச்சியில் மூளை அடைப்புநீங்கி ராமாயணத்தைக் கம்பன் பாடத் தொடங்கினான் என்பது கதை.

உண்மையில் கம்பனுக்கு மூளை அடைப்பு ஏற்படவில்லை. அவனுடைய மூளை இயங்கிக்கொண்டே இருந்தது. ஒவ்வொரு பாடலாக அவன் மனம் இயற்றி அடுக்கிக்கொண்டே வந்திருக்கிறது. ஆனால், வெளிப்பார்வைக்கு அவன் ஒன்றுமே செய்யவில்லை. மன்னன் கேட்டதும் தன் மன அடுக்கில் இருந்து ஒரு பாடலை எடுத்து வெளியே விட்டிருக்கிறான். அவ்வளவுதான்.

எழுத்துத் தடங்கல் என்று ஒன்றுமே இல்லை என்கிறார்கள் சிலர். நீங்கள் யாராவது ஒரு தச்சு வேலைக்காரரோ, பாம்பாட்டியோ தனக்கு மூளை அடைப்பு, ஆகவே வேலைக்குப் போகமுடியாது என்று சொல்வதைக் கேட்டிருக்கிறீர்களா? அல்லது பராசூட்டில் குதிப்பவர் எனக்கு மூளை வற்றிவிட்டது, வேறு வேலை தாருங்கள் என்று கேட்டிருக்கிறாரா? அது என்ன, எழுத்தாளருக்கு மட்டும் விசேஷமாக ஏற்படக்கூடிய வியாதி?இவர்கள் தனியாகப் பயிற்சி ஏதும் எடுத்திருப்பார்களா?

ஐஸாக் அஸிமோவும் அப்படித்தான். மூளை அடைப்பு என்றால் என்னவென்று கேட்பார். ஐந்நூறுக்கு மேற்பட்ட புத்தகங் களை எழுதிக் குவித்த அமெரிக்கர் இவர். எழுபத்திரண்டு வயது மட்டும் வாழ்ந்து உலகத்திலுள்ள அத்தனை துறைகளிலும்

எழுதினார். விஞ்ஞானக் கட்டுரைகள், கதைகள் மட்டுமில்லாமல், பைபிள் பற்றியும் சேக்ஸ்பியர் பற்றியும்கூட எழுதினார். உலகச் சரித்திரத்தில் இத்தனை மாறுபட்ட துறைகளில் இத்தனை நூல்கள் எழுதிய ஒரே எழுத்தாளர் தான்தான் என்று அவரே தன்னைப் பற்றிக் கூறுகிறார். எழுதுவதில் ஏற்படும் உண்மையான பரவசத்தை நிறைய அனுபவித்தவர். நாளுக்குப் பத்து மணி நேரம் குறையாமல் வேலை செய்வார்.

அவர் டைப் செய்யும் பேப்பரின்மேல் அடுத்து என்ன வசனம் தோன்றும் என்று பார்ப்பதற்காகவே தான் எழுதுவதாக சொல்வார். இறக்கும் வரைக்கும் எழுதிக்கொண்டே இருந்தார். உலகத்தின் அத்தனை துறைகளையும் தன் அதீத புத்திக்கூர்மையால் வெற்றி கண்டவர், மூளை அடைப்பு என்பது என்ன என்று கடைசி வரை தெரியாமலே இறந்துபோனார்.

தமிழிலே புயல் வீச்சுப்போல இலக்கியம் படைத்துக்கொண் டிருப்பவர் ஜெயமோகன். அவரிடம் ஒருமுறை கேட்டேன் உங்களுக்கு எழுத்துத் தடங்கல் ஏற்பட்டிருக்கிறதா என்று. அவர் சொன்ன பதில் ஆச்சரியம் தந்தது. ‘அதற்கு நான் இடம் கொடுப்பதே இல்லை. மனத்திலே தோன்றுவதை எழுதிக் கொண்டே போவேன். மூன்றாவது பக்கத்தைத் தாண்டியவுடன் ஒரு உத்வேகம் வந்து என்னை ஆட் கொண்டுவிடும், பிறகு அதுவாகவே எழுதும். அப்படி ஒரு தவம் போல என் எழுத்து நடக்கும். எழுத்து முடிவுக்கு வந்ததும் முதல் மூன்று பக்கததைப் படித்து பார்த்தால் மிகச் சாதாரணமானதாக இருக்கும். அவற்றை அப்படியே அடித்துவிடுவேன்’ என்றார்.

கனடாவில் வாழும் கவிஞர் ஒருவர் சொல்கிறார் தனக்கும் அடிக்கடி எழுத்துத் தடங்கல் ஏற்படும் என்று. அதற்குக் காரணம் போதிய உற்சாகம், ஊக்குவிப்பு இல்லாததுதான் என்கிறார். அப்படி யாராவது அவருடைய கவிதையைப் புகழ்ந்தாலோ, ஊக்குவித்துப் பேசினாலோ இவருக்குப் போதும். அன்றிரவே நல்ல கவிதைகளைப் படைத்துவிடுவார்.

மூளை அடைப்பு என்று சொன்னதும் முதலில் யாருக்கும் நினைவுக்கு வருவது ஏர்னஸ்ட் ஹெமிங்வேயாகத்தான் இருக்கும். For Whom the Bell Tolls, The Old Man and the Sea போன்ற உலகப் புகழ் நாவல்களை எழுதியவர். அவருக்கு அடிக்கடி மூளைத் தடங்கல் நோய் ஏற்பட்டு அவரை மடக்கிவிடும். அவரால் ஒன்றுமே எழுத முடியாமல் போகும். பாரிஸின் உயரமான கட்டடத்தின் உச்சியில்ஏறி நின்றுகொண்டு தனக்குத் தானே சொல்வார், ‘கவலைப்படாதே. நீ இதற்கு முன்பும் எழுதியிருக்கிறாய்.

இனிமேலும் எழுதுவாய். நீ செய்ய வேண்டியதெல்லாம் ஒன்றே ஒன்று. ஒரேயொரு வசனம், நல்ல வசனம் எழுது. அதற்குப் பிறகு எல்லாமே அதிலிருந்து உற்பத்தியாகும்.'

வெற்றித் தேவதை நெருங்க நெருங்க எழுத்தின் ஊற்று அடைக்கத் தொடங்கும். இது ஹெமிங்வே விஷயத்தில் சரியானது. இவருக்கு நோபல் பரிசு 1954ஆம் ஆண்டு கிடைத்தது. எழுத்து தடங்கல் அதிகமானது. 1961ஆம் ஆண்டு தன் இரட்டைக்குழல் துப்பாக்கியை எடுத்து தன் மண்டை ஓட்டில் குறிபார்த்து வைத்துக் கொண்டார். அந்த மண்டை ஓடு பாதுகாத்த அவருடைய மூளைதான் A Farewell to Arms நாவலை முப்பதாவது வயதில் படைத்தது. அதன் கடைசிப் பக்கத்தை அவர் 39 தடவை திருப்பித் திருப்பி எழுதினார். பளபளக்கும் வரை கூராக்கினார். அவர் உருவாக்கிய நாவலின் கதாநாயகன் ஹென்றி கோழையல்ல; துணிச்சலாக வாழ்க்கையைச் சந்தித்தவன். ஆனால், அவரோ எஞ்சியிருக்கும் தன் வாழ்நாளை எதிர்கொள்வதற்குப் போதிய தைரியம் இல்லாமல் துப்பாக்கியின் விசையை இழுத்து தன் எழுத்துக்கும் வாழ்க்கைக்கும் ஒரு முடிவைத் தேடிக்கொண்டார்.

ஹெமிங்வே சொன்னதுபோல ஆரம்ப வசன பிரச்சினை பலருக்கும் இருந்தது. ஒரு நல்ல துவக்கம் கிடைத்துவிட்டால் பாதி தூரம் கடந்தது போலத்தான். லட்சம் கிரந்தங்கள் பாடிய கச்சியப்பருக்கு ஆரம்ப வார்த்தை கிடைக்கவில்லை. ராமாயணம் படைத்த வால்மீகிக்கும் இதே பிரச்சினைதான். முதல் வரி வரவே இல்லை. என் நண்பர் ஒருவர் பெரும் நாவல் ஒன்றை மனதிலே தயார் பண்ணி விட்டார். இன்னும் ஆறுமாதமாக எழுதத் தொடங்கவில்லை. ஏன் என்று விசாரித்தால் முதல் வசனத்துக்காகக் காத்திருப்பதாகக் கூறினார்.

இந்த முதல் வசன வரம் கிடைப்பதற்காக எழுத்தாளர்கள் என்னவும் செய்வார்கள். விக்டர் ஹியூகோ என்ற பிரெஞ்சு எழுத்தாளர் உலகப் புகழ்பெற்றவர். The Hunchback of Notre Dame, Les Miserables போன்ற நாவல்களை எழுதியவர். அவருக்கும் இதே பிரச்சினை. தன்னுடைய வேலைக்காரனைக் கூப்பிட்டுத் தன் ஆடைகளை எல்லாம் களைந்து அவனிடம் கொடுத்து அனுப்பி விடுவார். அவர் கூப்பிடும் வரைக்கும் அவன் திரும்பி வரவே கூடாது. அவரிடம் மிஞ்சியிருப்பதெல்லாம் பேப்பரும் பேனாவும் தான். வெளியே போக முடியாது. என்ன செய்வது. எழுதியே தீரவேண்டும்.

ஆனால், சிலருக்கு எழுதுவதற்குத் தடையாக இருப்பது அவர் களுடைய ஆடைகள் அல்ல; புகழ்தான். எக்கச்சக்கமாகப் புகழ்

சம்பாதித்துக்கொண்டவர்கள் புதிதாக எழுதுவதற்கு யோசிப்பார்கள். எங்கே தான் எழுதுவது முன்பு எழுதியதிலும் பார்க்க மோசமாக அமைந்துவிடுமோ என்ற பயம்தான் காரணம். J.D. Salinger என்பவர் ஒரேயொரு புத்தகம் எழுதி உலகப் புகழ்பெற்றார். அதுவும் இளவயதில். அதற்கு பின்னர் அவர் எழுதவே இல்லை. Harper Lee என்ற அமெரிக்க பெண்மணி ஒரு புத்தகம் எழுதினார். பெயர் To Kill a Mocking Bird. இது எதிர்பாராத வெற்றியைத் தந்தது. நாற்பது மொழிகளில்மொழி பெயர்க்கப்பட்டது. உலகமெங்கும் 15 மில்லியன் கொப்பிகள் விற்றுத் தள்ளின. இதை எழுதிய ஆசிரியருக்கே ஆச்சரியம் தாங்கவில்லை. அவரால் அதற்கு பின்னர் ஒரு புத்தகம்கூட எழுத முடியவில்லை.

இப்படி பயத்தினால் எழுதுவதை நிறுத்தியவர்கள் நிறைய உண்டு. ஆனால் தமிழ் எழுத்தாளர்கள் பலர் அப்படியில்லை. கேட்கும் போதெல்லாம் எழுதிக் கொடுத்தார்கள். சமீபத்தில் ஒரு பேட்டியில் சுஜாதா 'பெரும்பாலான கதைகள் பத்திரிகைகளின் அவசரத்துக்காக எழுதியவை. இதனால் கதையின் தரம் சிலவேளை பாதிக்கப்பட்டிருக்கலாம்' என்று சொல்கிறார். புதுமைப்பித்தனுடைய பல கதைகளும்கூட அவசரத்துக்காக எழுதியவைதான். அதனால் சில கதைகள் மோசமாக அமைந்ததும் தவிர்க்கமுடியாதது. இந்த 'அவசரம்' என்பது எழுத்தாளனுடைய மூளை ஊற்றுக்கு அவசியம். அந்த வகையில் தரம் போனாலும் இது மூளை அடைப்பு வராமல் பார்த்துக் கொள்ளும்.

கடந்த நாற்பது வருடங்களாக வெங்கட் சாமிநாதன் தண்ணீர் பாய்வதுபோலத் தடையில்லாமல் எழுதுகிறார். இது எப்படி சாத்தியம்? எழுதுவதற்குமுன் அவர் பெரிய தயாரிப்பெல்லாம் செய்வதாகப் படவில்லை. எழுதியதைத் திருப்பிப் படிக்கும் சங்கதியும் கிடையாது. அடிப்பதோ, திருத்துவதோ இல்லை. ஆற்றிலே தண்ணீர் ஓடிக் கொண்டே இருக்கும். அதிலே ஒரு குடம் நீர் மொண்டு கொடுப்பது போல சுலபமாக எழுதித் தந்து விடுகிறார். இது எப்படி என்று சமீபத்தில் அவரிடமே கேட்டேன்.

'கட்டுரை கேட்கும்போது கெடு வைத்துவிடுவார்கள். கெடுவுக்கு முதல் எழுதி முடிக்கவேண்டும் என்பது என் கொள்கை. மூளையிலே கட்டுரையின் வடிவத்தை நிர்ணயித்து, தர்க்கங்களை அடுக்கிக் கொண்டே போவேன். கெடு தேதி நெருங்கியதும் ஒரே அமர்வில் எழுதி முடித்துவிடுவேன். ஒவ்வொரு காரியத்துக்கும் கெடு என்று ஒன்று வைத்துவிட்டால் writer's block உங்களை நெருங்காது' என்றார்.

முன்னாள் அமெரிக்க ஜனாதிபதி பில் கிளிண்டன் எழுதிய

'என் வாழ்க்கை' என்ற சுயசரிதை புத்தகம் வெளிவந்திருக்கிறது. 957 பக்கங்கள். படுத்திருந்தபடி அந்தப் புத்தகத்தை வயிற்றின் மேல் வைத்துப் படித்தால் விலா எலும்பு முறிந்துவிடும். அவ்வளவு பாரம். அதை எழுதும்போது அவருக்கு writer's block ஏற்பட்டதா என்று கேட்டார்கள். அவர் சில அசௌகரியமான இடங்களில் தடை ஏற்பட்டது என்றும் தான் அதைத் தாண்டி எழுதியதாகவும் கூறுகிறார். எப்படித் தாண்டினார் என்பதை மட்டும் அவர் சொல்லவில்லை.

என்னுடைய நண்பர் கனடாவை விட்டுத் திரும்புமுன் இந்த மர்மத்தை விடுவித்தார். நண்பர் போய்ச் சேரவேண்டிய இடம் வந்த பிறகும் அவர் அசையாமல் இருந்தார். நான் அவருடைய சீட் பெல்ட்டை கழற்றிவிட்டேன். 'எந்த ஒரு கட்டுரைக்கும் ஒரு முடிவு இருக்கும் அல்லவா? அந்தக் கடைசி பாராவை முதலில் எழுதிவிடவேண்டும். அப்புறம் அந்த இறுதி பாராவுக்கான காரணத்தை யோசித்தால் விஷயம் பொங்கிக்கொண்டு வரும். அப்படியே எழுதிவிடுங்கள். மூளைத்தடங்கல் என்ற சமாச் சாரத்துக்கே இடமில்லை' என்றார்.

அட, இப்படியும் ஒன்று இருக்கிறதா? என்று அடக்க முடியாத வியப்புடன் நான் நண்பரைப் பார்த்தேன். இன்னும் இரண்டு நாட்களில் அவர் திரும்பிப் போய்விடுவார். அன்று இரவு தான் எழுதப் போகும் கட்டுரையின் கடைசிப் பாராவை அவர் மூளை ஏற்கனவே தீர்மானித்திருக்கும். கார் சீட்டில் அவர் உடம்பு ஏற்படுத்திய பள்ளம் நிரம்புமுன் துள்ளி ஓடி மறைந்துவிட்டார்.

திசைப்பெண்

பல வருடங்களுக்கு முன் நான் சியரா லியோன் என்ற ஆப்பிரிக்க நாட்டில் சில வருடங்கள் வேலை பார்த்தேன். அங்கே நடுக்காட்டில் ஒரு மரத்தினால் ஆன வீட்டை எனக்கு ஒதுக்கி யிருந்தார்கள். அது இரண்டு அறைகள், ஒரு குளியலறை, ஒரு சமையல் அறை, ஓர் இருக்கும் அறை கொண்ட சின்ன வீடு.

ஒரு நாள் குளியலறைக் கதவில் ஒரு சிறிய திருத்த வேலை. அதைச் சரிப்படுத்துவதற்காக ஒரு தச்சு வேலைக்காரரை வீட்டுக்கு அழைத்தேன். அவர் தன்னிடமிருக்கும் எல்லா ஆயுதங்களையும் கொண்டுவந்தார். உலகத்தில் எந்த விதமான திருத்த வேலைக்குக் கூப்பிட்டாலும் அவர் அவற்றையே எடுத்து வருவார். அவை வாள், சுத்தியல், திருப்புளி. அது சிறிய வேலை, ஐந்து நிமிடம் எடுக்கும் என்றார். நான் வெளியே காத்திருந்தேன்.

5, 10, 30 நிமிடங்கள் கழிந்தும் ஆளைக் காணவில்லை. நான் உள்ளே போய்ப் பார்த்தால் அவர் வேலையை முடித்துவிட்டு சப்பாணி கட்டி தியானத்தில் இருப்பதுபோலக் காத்திருந்தார். என்ன என்றேன். அவருக்குத் திரும்பி வர வழி தெரியவில்லை என்றார். எனக்கு ஆச்சரியம் ஏற்பட்டிருக்கவேண்டும். பதிலாக மகிழ்ச்சியே ஏற்பட்டது. காரணம் அன்றுவரை இந்த உலகத்தில் திசை தெரியாமல் தடுமாறுவது நான் ஒருவன்தான் என்று நினைத்திருந்தேன். ஆனால் என்னிலும் மோசமானவர் ஒருவர் இந்த உலகத்தில் வாழ்ந்தார். அதுவே என் மகிழ்ச்சிக்கான காரணம்.

என்னுடைய திசை பிரச்சினை சிறுவயதிலேயே ஆரம்பமாகி விட்டது. அம்மா என்னை கடைக்கு அனுப்பும்போது காசைத் தொலைக்கக்கூடாது என்று திருப்பித் திருப்பிச் சொல்லி அனுப்புவார். காசைத் தொலைக்கமாட்டேன். ஆனால், நான் தொலைந்து போவேன். இடது பக்கம் திரும்பவேண்டுமா அல்லது வலது பக்கம் திரும்பவேண்டுமா என்பதுதான் என்னுடைய பிரச்சினை. எனக்கு நிச்சயம் இடது பக்கமென்று தோன்றினால் அது வலது பக்கமாக இருக்கும்; வலது பக்கம் என்று தோன்றினால் அது இடது பக்கமாக இருக்கும். என் மூளையின் வயர்களைக்

கடவுள் மாற்றிப் பூட்டியிருக்கிறார் என்று என் மகள் சொல்கிறாள்.

எனக்கு மட்டும்தான் இந்தப் பிரச்சினை என்று இல்லை. என் பொஸ்டன் நண்பர் என்னிலும் மோசமாக இருந்தார். இவர்தான் என்னுடைய 'கரமுண்டார் வீடு' நாவலை கடன் வாங்கிவிட்டு இன்றுவரை திருப்பித் தராதவர். இதனால் எனக்குப் பெரிய நட்டம் என்று ஒன்றுமில்லை. இந்தப் புத்தகம் போனபிறகு என் வீட்டு படிப்பறையில் சேகரமாயிருக்கும் வசவு வார்த்தைகளின் மொத்த எண்ணிக்கை சரி அரைவாசியாகக் குறைந்துவிட்டது.

நண்பர் என்னை ஒரு நாள் பகல் காட்சி சினிமா பார்ப்பதற்கு அழைத்தார். படத்தின் பெயர் Million Dollar Baby. இது இந்த வருடம் நாலு ஒஸ்கார் விருதுகளை அள்ளிக்கொண்ட படம். இதிலே நடித்த Hilary Swank க்கு சிறந்த நடிகைக்கான விருது கிடைத்திருந்தது. இவருடைய நடிப்பை நான் இதற்குமுன் பார்த்திராத படியால் நண்பர் கேட்டதும் உடனேயே சம்மதித்தேன். முட்டாள் தனமான முடிவுகளுக்கு அதிகநேரம் தேவைப்படுவதில்லை.

பத்து நிமிட தூரத்தில் தியேட்டர் இருக்கிறது என்று சொல்லியபடி நண்பர் காரை எடுத்தார். அவர் எவ்வளவுதான் எச்சரிக்கையோடு ஓட்டினாலும் ஒரு திருப்பத்தைத் தவறவிட்டுவிட்டு அது தவற விட்டது தெரியாமல் அமெரிக்காவின் நெடுஞ்சாலைகளில் விதிக்கப்பட்ட வேகத்திலும் கூடிய வேகத்தில் வெகுதூரம் போய்விட்டார். எங்கேயிருந்து வந்தோம் என்பது மறந்துவிட்டது; எங்கே போகிறோம் என்பது இன்னும் குழப்பமாகிவிட்டது. தொலைந்து போய்விட்டோமா என்று இறுதியில் கேட்டேன். இல்லை, ரோட்டுப் பெயர்கள் எல்லாம் மாறிவிட்டன என்றார் நண்பர். என்னுடைய ஊகத்தில் நாங்கள் அப்போது கனடாவின் எல்லைக்குக் கிட்டவாகவும் பொஸ்டனில் இருந்து தூரமாகவும் இருந்தோம் என்று நினைக்கிறேன்.

ஓர் இடத்தில் சற்று அழகு கூடிப்போன ஒரு பெண், சரிந்த வெய்யிலில் உத்தியாவனத்தில் நடப்பதுபோலத் தன் நாயை நடத்தி வந்தார். அந்த நாய் உயரமாயும் அதே அளவுக்கு நீளமாயும் இருந்தது. எங்கே ஒரு பெண்ணை நாயுடன் கண்டாலும் எனக்கு சேக்கோவின் 'The Lady with the Dog' சிறுகதை ஞாபகம் வந்துவிடும். அத்தோடு அதன் தமிழ் மொழிபெயர்ப்புகளும் நினைவுக்கு வரும். ஒருத்தர் 'நாயுடன் நடைபோன நங்கை' என்று மொழிபெயர்த்திருந்தார். இன்னொருத்தருடையது 'நாயை வைத்திருக்கும் நாயகி.' எதுகை மோனைக்காக இவர் என்னவும் செய்யக்கூடியவர். கடைசியாகப் படித்த மொழிபெயர்ப்பு 'நாயுடன் கூடிய சீமாட்டி.' இதற்குப் பிறகு நான் மொழிபெயர்ப்புகள் படிப்பதை நிறுத்திவிட்டேன்.

அந்தப் பெண்ணுக்குக் கிட்ட வந்ததும் நண்பர் காரை நிறுத்தினார். செல்லப்பிராணிகள் வளர்க்கும் பெண்கள் நல்லவர் களாயிருப்பார்கள். அவர்களிடம் நிறைய நேரமும் இருக்கும். அந்தப் பெண்ணிடம் வழி விசாரித்தார். அவர் நின்றவுடன் நாய் மூன்று நாலு தடவை அவரைச் சுற்றி ஓடி எங்கள் வேலையை சுலப மாக்கியது. அவர் வழி கூறாமல் அங்கேயிருந்து நகரமுடியாது. ஐந்து நிமிட நேரமாக எங்களுக்கு வழி கூறினார். அந்தப் பெண் ணின் முகத்தைவிட்டு நண்பர் கண்ணை எடுக்கவில்லை. சரியாக ஐந்து நிமிடத்தில் மறுபடியும் தொலைந்து போனோம்.

இப்பொழுது புல்லு வெட்டிக்கொண்டிருந்த ஒருத்தர் அகப் பட்டார். இடது திருப்பம், வலது திருப்பம் என்று சொல்லிக் கொண்டு வந்தபோது நண்பர் தலையை ஆட்டியபடியே இருந்தார். கடைசியில் கிழக்கு பக்கமாகத் திரும்பினால் தியேட்டரைக் கண்டுபிடிக்கலாம் என்றார். இது என்ன சோதனை. வலது இடது என்றால் சுலபம். கிழக்குப் பக்கம் என்றால் நாங்கள் எப்பொழுது அதைக் கண்டுபிடிப்பது. அடுத்த நாள் காலை சூரியன் உதயமாகும் போதுதான் அது சாத்தியப்படும். அமெரிக்காவில் யாரிடமாவது போய் எது கிழக்குப் பக்கம் என்று கேட்க முடியுமா?

அடுத்து ஒரு பையனின் முறை. மிஞ்சிப்போனால் 16 வயது இருக்கும். அவனிடம் வழி கேட்டார். அவன் பேசாமல் இவரையே உற்றுப் பார்த்தபடி நின்றான். இவரும் விடுவதாயில்லை. இறுதியில் மௌனவிரதத்தைக் கலைத்து எனக்குத் தெரியாது என்றான். நண்பர் அத்துடன் விட்டிருக்கலாம். எப்படி உனக்குத் தெரியாது. நீ இந்த ஏரியா பையன். உனக்கு இது தெரியவேண்டும். அந்தக் கால ஸ்ரீதரின் படம் ஒன்றில் வருவதுபோல சொல், சொல், சொல் என்று விரட்டினார். அவன் வாய் திறக்கவில்லை. இவர் காரை எடுத்ததும் இவருடைய தாயாரைப் பற்றி எனக்குக்கூடத் தெரியாத ஒரு விசயத்தை அவன் உரத்த குரலில் சொல்லிவிட்டு ஓடி மறைந்தான்.

இப்படி பல இடங்களில் விசாரித்து விசாரித்து எத்தனை தவறுகள் விடமுடியுமோ அத்தனை தவறுகளையும் செய்துவிட்டு ஒருவாறாக வந்து சேர்ந்தோம். டிக்கட் எடுத்து உள்ளே போனால் படம் பல ரீல்கள் ஓடிவிட்டது. திரையில் ஒரு குத்துச்சண்டை நடந்துகொண்டிருந்தது. படம் முடிவதற்குச் சில நிமிடங்கள் இருக்கும்போது யார் ஒஸ்கார் பரிசு பெற்ற கதாநாயகி என்பதை நானும் நண்பரும் ஒரே சமயத்தில் கண்டுபிடித்தோம்.

கனடாவில் கார் ஓட்டப் பயிற்சி வகுப்புகளுக்கு போயிருக்கி றேன். அங்கே பயிற்சியாளர் பல பயனுள்ள தகவல்களைச்

சொல்லித் தருவார். அதிலே ஒன்று எங்கே புறப்படுவதற்கு முன்னும் ஒரு வரைபடம் கீறி வைத்துக்கொள்ளவேண்டும் என்பது. நான் மிக ஊக்கமான மாணவன். இரண்டு படங்கள் கீறி வைத்திருப்பேன். ஒன்று போவதற்கு. ஒன்று திரும்பி வருவதற்கு. அவ்வளவு எச்சரிக்கையாக இருந்தும் நான் ஒவ்வொருமுறை வெளிக்கிடும் போதும் பல புதிய பிரதேசங்களைக் கடந்தபிறகுதான் வீடு வந்து சேர்வேன்.

நான் பார்த்தவர்களில் திசையைப் பற்றி நன்றாக அறிந்தவர் என் கனடா நண்பர்தான். இவர் ரோட்டோரங்களில் கொடுத்திருக்கும் அறிவிப்புகள், எச்சரிக்கைகள், விபரங்கள் ஒன்றையும் படிக்கமாட்டார். ரோட்டின் பெயர்கள்கூட அவருக்குத் தெரியாது. மாப்பை எடுத்து விரித்துப் பார்ப்பதோ, முன்தயாரிப்பாக ஏதாவது செய்வதோ கிடையாது. ஆனாலும் அவர் காரில் ஏறி உட்கார்ந்தால் எப்படியோ போய்ச்சேரவேண்டிய இடத்துக்குக் கொண்டுபோய்ச் சேர்த்துவிடுவார். அந்தக் காலத்து மாலுமிகள்போல இவர் பகல் நேரத்தில் சூரியனையும் இரவு நேரத்தில் நட்சத்திரங்களையும் பார்த்து வழி கண்டுபிடிக்கிறார் என்பது என் முடிவு. சூரியனையோ நட்சத்திரங்களையோ பார்க்க முடியாத கடும் பனிக்குளிர் காலங்களில் என்ன செய்வார். கனடாவின் பழங்குடி இனுயிட் மக்கள் போல மரத்திலே வடக்குப் பக்கம் படர்ந்திருக்கும் பாசியை வைத்து திசையைக் கண்டுபிடிக்கிறார் என்பது என் ஊகம்.

என்னுடைய இந்த நீண்டநாள் பிரச்சினையைத் தீர்ப்பதற்காக மகள் ஒரு காரியம் செய்தாள். என் பிறந்த நாளின்போது எனக்கு ஒரு திசைக்கருவி வாங்கித் தந்தாள். இது காரிலே பூட்ட வேண்டிய கருவி. வடக்கு, தெற்கு காட்டும் திசைமானி என்று நினைக்கக்கூடாது. ஒரு கம்ப்யூட்டரும் பூமியின் வேகத்தில் பூமியை ஓயாது சுற்றிவரும் மூன்று சாட்டிலைட்டுகளும் சேர்ந்து செய்யும் வேலை. காரிலே பொருத்தியிருக்கும் சிறிய திரையில், அந்த நகரத்து தெருக்களில் உங்கள் காரின் நகர்வை படமாக நீங்கள் அவதானிக்கலாம்.

நீங்கள் செய்யவேண்டி காரியம் போகவேண்டிய இடத்தின் முகவரியை அந்தக் கருவியில் பதிவது. அவ்வளவுதான். ஒரு பெண்ணின் குரல் வந்து இடது பக்கம் திரும்பவும், வலது பக்கம் திரும்பவும் என்று சொல்லி உங்களை நேரே கொண்டுபோய்ச் சேர்த்துவிடும். இன்னும் எவ்வளவு நேரம் எடுக்கும், எவ்வளவு தூரம் இருக்கு என்ற தகவல்களை எல்லாம் தந்தபடியே இருக்கும். இந்தக் கருவியை காரிலே பொருத்திய பிறகு அடிமுட்டாள்கூட வழி தவறமுடியாது.

எனக்காகவே யாரோ விஞ்ஞானி கடுமையாக உழைத்து கண்டு பிடித்ததுபோல இருந்தது. நீங்கள் தற்செயலாக ஒரு தவறான பாதையில் திரும்பிவிட்டீர்கள் என்று வைத்துக்கொள்ளுங்கள். உடனேயே இந்தப் பெண்ணின் குரல் வந்து 'யூ திருப்பம் செய்யவும்' 'யூ திருப்பம் செய்யவும்' என்று ஒலிக்கும். அமெரிக்காவின் அத்தனை மாநிலங்களையும் அத்தனை நெடுஞ்சாலைகளையும் ரோட்டுகளையும் ஒரு வழிப்பாதைகளையும் சிக்னல் விளக்கு களையும் இந்தக் கருவி மனப்பாடம் செய்து வைத்திருந்தது. மிகவும் பொறுமையாகவும் கரிசனமாகவும் பாதுகாப்பாகவும் உங்களை நீங்கள் போகவேண்டிய இடத்துக்குக் கொண்டுபோய்ச் சேர்க்கும்.

ஆனாலும் எனக்கு ஒரு துக்கம் உண்டு. இடது பக்கம் திரும்பி 14 மைல் தூரம் நேராகப் போகவும் என்று அந்தப் பெண் சொல்வாள். பிறகு மௌனமாகி விடுவாள். இன்று காலை என்ன சாப்பிட்டீர்கள் என்று கேட்கலாம். அவள் கேட்பதில்லை. குதிரைக் குளம்பொலி பிடிக்குமா என்று கேட்கலாம். கேட்பதில்லை. மௌனமாக என் பக்கத்தில் இருந்து அவதானிக்கிறாள். நான் காரை நிற்பாட்டுவதோ, திருப்புவதோ, சிவப்பு விளக்கில் காத்திருப் பதோ அவளுக்குத் தெரிகிறது. இன்னும் கொஞ்சம் சிநேகிதமாக இருந்தால் என்ன கெட்டுவிடும்? இப்படி நான் நினைப்பேன்.

நான் அவளுக்கு ஒரு நட்சத்திரத்தின் பெயரை சூட்டியிருக்கிறேன். அருந்ததி. இந்த நட்சத்திரம் பகலோ, இரவோ இடம் மாறுவதில்லை. ஒரே இடத்தில் நின்று பூமியை அவதானிக் கிறது. அதுபோலவே இவளும். இரவும் பகலும் என்னை அவதானிக்கிறாள். அவள் குரலைக் கேட்கவேண்டும் என்று தோன்றும்போதெல்லாம் ஒரு திருப்பத்தில் பிழையாகத் திரும்பு கிறேன். உடனேயே அவள் உசாராகி விடுகிறாள்; 'யூ திருப்பம் செய்யவும்' என்று அவளுடைய குரல் மென்மையாக ஒலிக்கிறது.

ஒரு நாள் ஒரு நீண்ட பயணத்தின்போது திசைப் பெண்ணிடம் 'எமக்கு வேண்டும் அரசியல் அல்ல; எமக்கு வேண்டும் மதிய உணவு' பாடல் தெரியுமா என்று கேட்டேன். அவள் பதில் கூறவில்லை. நான் பாடிக் காண்பித்தேன். திசைச் சொல் என்றால் என்னவென்று கேட்டேன். அவளுக்குத் தெரியவில்லை. சொன்னேன். பிப்ரவரி 1865 ஏன் முக்கியமானது? அந்த மாதத்தில் பூரண சந்திரனே வரவில்லை. சரி, யேசுவுக்கு நாலு சகோதரர்கள். அதில் யார் மூத்தவர் என்று கேட்டேன். மூன்று சாட்டிலைட்டுகளும், ஒரு கம்ப்யூட்டரும் உதவி செய்ய பக்கத்தில் இருந்தபோதும்கூட அவளுக்குத் தெரியவில்லை. 'நீங்கள் போகவேண்டிய இடத்துக்கு வந்துவிட்டீர்கள்' என்றாள்.

திசைப்பெண்ணுடன் நான் கிரமமாக சம்பாசிக்கிறேன். அவளுடைய பதில்கள், இடது பக்கம், வலது பக்கம், சாய்வான இடது பக்கம், யூ திருப்பம் என்று இருந்தாலும் அவளுடைய கிள்ளை மொழி எனக்குப் பிடித்திருக்கிறது. நான் தவறு செய்கிற போதெல்லாம் நான் சொன்னேன் நான் சொன்னேன் என்று அவள் சொல்வதில்லை. உலகத்தில் உள்ள அத்தனை மனைவியர்களிலும் 'நான் சொன்னேன், நான் சொன்னேன்' என்று சொல்லாத மனைவியரும் உண்டா? இது எவ்வளவு பெரிய ஆறுதல்.

இவ்வளவு இனிமையான, அனுசரணையான நட்பை அவள் எனக்குத் தந்தாலும் என்னால் முற்றிலும் அவளை நம்ப முடிவ தில்லை. சிறுவயதில் இருந்து என்னோடு பிறந்து, என்னோடு வளர்ந்து இன்று என்னுடைய வயதாகியிருக்கும் திசைப்பயம் இன்னும் என்னைவிட்டு அகலவில்லை. ஒவ்வொரு திருப்பத்தில் திரும்பும்போதும் அடி வயிறு கலங்குகிறது. இவள் சரியாகச் சொல் கிறாளா, இதுதான் நான் போகவேண்டிய பாதையா, சேமமாக வீடு வந்து சேருவேனா என்ற பயம் என்னைப் பிடித்து ஆட்டுகிறது.

நான் பகல் காட்சி சினிமாவுக்குப் புறப்பட்டதும் மகள், 'அப்பா நேராகப் போய்ச் சேருவீங்கள்தானே' என்றாள். அவளுக்கு என்மேல் இன்னும் நம்பிக்கை பிறக்கவில்லை. 'யாமிருக்கப் பய மென்' என்பது போல 'திசைக்கருவி இருக்கப் பயமென்' என்றேன்.

பொஸ்டன் நண்பரும் வருவதாகச் சொல்லியிருந்தார். அவரிடம் போனபோது அவர் பிரெட்டை நீளவாக்கில் வெட்டி வெண்ணெய் தடவி நின்ற நிலையில் விளிம்பு விளிம்பாகக் கடித்து சாப்பிட்டுக் கொண்டிருந்தார். துப்பாக்கியை என்னுடைய மண்டை ஓட்டுக்குக் கிட்ட யாராவது பிடித்தால் ஒழிய இவர் ஓட்டும் காரில் போவதில்லை என்று நான் மனதுக்குள் சபதம் எடுத்திருந்தேன். வாருங்கள் என்றேன். அவர் பேசாமல் ஏறி பக்கத்தில் உட்கார, நான் காரை எடுத்தேன். திசைப்பெண் வழிகாட்டிக்கொண்டே வந்தாள். வலது பக்கம், இடது பக்கம் என்று நேராக என்னைக் கொண்டுபோய்ச் சேர்த்தாள். காட்சி தொடங்க இன்னும் சில நிமிடங்கள் இருந்தன. நண்பரைக் கடைக்கண்ணால் பார்த்தேன். எனக்குப் பெருமை தாங்க ஏலாமல் போய்விட்டது.

எதற்கும் இருக்கட்டும் என்று எனது வலது கால்சட்டை பையில் கையால் வரைந்த வரைபடம் ஒன்றைப் பாதுகாப்புக்காக வைத்திருந்தேன். இடது பையில் திரும்பிப் போவதற்கான வரைபடம் இருந்தது. இதைப்பற்றி என் நண்பருக்கு ஒன்றும் தெரியாது. மகளுக்கும் தெரியாது. திசைப்பெண்ணுக்கும் தெரியாது.

நானும் கஞ்சாவும்

நான் சிறுவனாய் இருந்தபோது எங்கள் வீட்டுக்கு அடிக்கடி ஒரு பாடகர் வருவார். மடியிலே, சுருட்டி பத்திரமாக கஞ்சா இலை வைத்திருப்பார். நான் அவருக்குத் தென்னந்தும்பை உருட்டிக் கொடுப்பேன். கஞ்சாவை எடுத்துக் கசக்கி குழாயிலே இட்டு, அதற்குமேல் தென்னந்தும்பு உருண்டையை வைத்துக் கொளுத்திப் புகைப்பார். எங்கள் ஊரிலே அகிழான் பிடிப்பதற்குப் புகை போடுவோம். இவரும் அப்படித்தான். உள்ளே புகை போனதும் பாட்டு ரெடியாகும். அவர் வாயைத் திறந்ததும் அவை துள்ளிக்கொண்டு வெளியே வந்துவிடும். நடுச்சாமம் வரைக்கும் அந்தப் பாட்டுகள் ஊர் முழுக்கக் கேட்கும்.

ஆப்பிரிக்காவில் நான் இருந்தபோது எங்கள் வீட்டில் கொங்கோ நாட்டு வேலைக்காரன் ஒருவன் வேலை செய்தான். அரிவாள் மணையில் உட்காருவது போலவே எப்பவும் கால்களை மடித்து உட்கார்ந்திருப்பான். என்ன வேலை கொடுத்தாலும் வேகமாகச் செய்து முடித்துவிடுவான். இவன் 14 மொழிகள் பேசுவான். ஒரு நாள் இவனை திடீரென்று காணவில்லை. பொலீஸில் இருந்து தொலைபேசி அழைப்பு வந்து அங்கே போனால் கஞ்சா புகைத்த குற்றத்திற்காக இவனைக் கைது செய்திருந்தார்கள். 14 மொழிகளில் அவன் கெஞ்சியும் அவனைச் சிறையில் தள்ளிவிட்டார்கள். அவனுடைய பெயர் அமோஸின். என்னுடைய துக்கம், 14 மொழிகளில் விற்பன்னனான இவன் தன்னுடைய பெயரிலேயே தமிழின் முதல் எழுத்தையும் கடைசி எழுத்தையும் வைத்திருப்பவன் தமிழைக் கற்றுத்தேறுமுன் சிறையில் அடைபட்டுவிட்டானே என்பதுதான்.

பாகிஸ்தானுக்குப் போனேன். அங்கே பெஷாவார் என்னும் ஊரிலே எனக்கு வேலை. பெஷாவார் என்பது புஸ்பபூர் என்பதிலிருந்து மருவியது. பெயருக்கு ஏற்ற வகையாக எங்கள் வீட்டு தோட்டத்தில் விதவிதமான பூக்கள் பூத்தன. உலகத்தில் உள்ள அத்தனை வகையான பூக்களும் அங்கே இருந்தன என்றே நினைக்கிறேன். அதிலே பல பூக்களை நான் முன்பு பார்த்ததே கிடையாது.

வாரத்தில் மூன்று நாட்கள் ஒரு தோட்டக்காரன் வந்து புஸ்து மொழியில் பூக்களுடன் உரையாடியபடியே பூந்தோட்டத்தைப் பராமரிப்பான்.

ஒருநாள் ஐக்கிய நாடுகள் போதைப் பிரிவின் பெஷாவார் தலைவர் எங்கள் வீட்டுக்கு விருந்துக்கு வந்தார். தோட்டத்தைப் பார்வையிட்டவர் ஓர் இடம் வந்ததும் அப்படியே அசையாது நின்றார். ஒரு பூவைக் காட்டி இதுவென்னவென்று தெரியுமா என்று கேட்டார். அது வட்டமான ரத்தச் சிவப்புப் பூ. நான் சிவப்புப் பூ என்றேன். கஞ்சாவுக்கு ஒருபடி மேலே மோசமானது இந்தச் செடி. இந்தப் பூவின் பெயர் பொப்பி, இதன் நெற்றில் இருந்துதான் அபின் தயாரிப்பார்கள் என்றார். அவருடைய நாடி குதிரை லாடம்போல மேலும் கீழும் அசைவதை நான் பார்த்தேன். காது கேட்பதை நிறுத்திவிட்டது. தோட்டக்காரன் புஸ்து பேசியபடி வேறு லாபகர மான வியாபாரமும் பார்த்திருக்கிறான் என்பது எனக்குப் பின் னாலே தெரிந்தது. அடுத்தநாள் அந்தப் பூவும் இல்லை; அது பூத்த செடியும் இல்லை, அதை வளர்த்த தோட்டக்காரனும் இல்லை.

கனடாவுக்கு வந்து சேர்ந்தோம். நான் வந்தது அப்போதைய பிரதமர் ஜோன் கிறேட்டியனுக்கு எப்படியோ தெரிந்துவிட்டது. அவர் கஞ்சா புகைப்பதை ஒரு கனடிய கலாச்சாரமாக்க எவ்வளவு பாடுபட்டார் என்பது எல்லோருக்கும் தெரியும். வில்லியம்ஸ் என்ற பதின்பருவத்து பையன் பொது இடத்தில் கஞ்சா புகைத்து பிடிபட்டபோது அதை விசாரித்த உயர் நீதிமன்ற நீதிபதி கஞ்சா புகைப்பது சட்டவிரோதமான காரியம் அல்ல என்று தீர்ப்பு சொல்லிவிட்டார். இதை விட்டுக் கொடுக்கக்கூடாது என்று மாவட்ட பொலீஸ் அதிபர் 30 கிராமுக்குக் கீழே கஞ்சா வைத்திருப்பவர்களைதான் கைது செய்யப்போவதில்லை என்று அறிவித்தார். கிறேட்டியன் 2003ஆம் ஆண்டின் இறுதியில் இளைப்பாறியபோது, தான் ஓய்வு நாட்களைக் கஞ்சா புகைத்து கழிப்பேன் என்று மக்களுக்கு உறுதிமொழி அளித்தார்.

இது இப்படியிருக்க, அமெரிக்காவில் பில் கிளின்டன் தான் இங்கிலாந்தில் இருந்தபோது இரண்டொரு முறை கஞ்சா அடித்ததை ஒப்புக்கொண்டார். பிரபல திகில் நாவல் அரசர் ஸ்டீபன் கிங், கஞ்சா ஓர் அருமையான பொருள், அதை வீடுகளில் பயிரிட்டு பராமரியுங்கள் என்று இளைய தலைமுறையினருக்கு அறைகூவல் விடுத்தார். ஒன்ராறியோ வாவியையும் தாண்டிவந்த இந்த அறைகூவல் ரொறொன்ரோவிலேயே தங்கிவிட்டது.

நான் குடியிருந்த வீட்டுக்குப் பக்கத்து வீடு பல காலமாகப் பூட்டியிருந்தது. தொடைவரை இழுத்துவிட்ட பூட்சும், அழகான

தொப்பியும் அணிந்த ஒரு பெண் அந்த வீட்டுக்கு ஒரு பெரிய ரொயோட்டா வாகனத்தை ஓட்டிக்கொண்டு அடிக்கடி வருவார். பூனை மேடையில் காட்சி வரும் பெண்கள் போல இடையை முன்னுக்குத் தள்ளி, தலையைப் பின்னுக்கு வளைத்து, இடது தோள் மூட்டால் சிறிது திரும்பிப் பார்த்தபடி மெல்ல நடந்துவந்து அன்று வந்திருக்கும் கடிதங்களைப் பெட்டியில் இருந்து எடுத்துச் செல்வார்.

ஒரு முறை நான் அவரிடம் பேச்சுக்கொடுத்தேன். தன்னுடைய பெயர் லொலிற்றா என்றார். எதற்காக வீட்டைப் பூட்டி வைத்திருக்கிறீர்கள் என்று கேட்டதற்குத் தன்னுடைய இரண்டு பிள்ளைகளும் இரண்டு வெவ்வேறு பள்ளிகளில் படிப்பதாகவும் இருவருக்கும் எங்கள் ரோட்டிலிருக்கும் பள்ளிக்கூடத்தில் சேர அனுமதி கிடைத்து விட்டதாகவும் வருகிற யூன் மாதம் இந்த வீட்டுக்கு மாறிவிடுவார்கள் என்றும் கூறினார். எனக்கு மகிழ்ச்சியாக இருந்தது, எங்கள் அயலில் வரப்போகிறவர் நல்லவராயும் அழகாயும் இருக்கிறார் என்று. 24 மணி நேரத்துக்குள் இந்த எண்ணத்தில் மண் விழப்போவது எனக்கு அப்போது தெரியாது.

அன்று இரவு பதினொரு மணிக்கு எங்கள் வீட்டு கதவு மணி விடாமல் அடித்தது. என் மனைவி கண்ணாடியால் எட்டிப் பார்த்து விட்டு கதவைத் திறக்க மறுத்துவிட்டாள். பொலீஸ் காரர்கள் போலத் தோற்றமளித்த இரண்டுபேர் நின்றார்கள். வடக் கயிறு முறுக்கியதுபோல திடகாத்திரமான தேகம்; கதவைத் திறக்காவிட்டால் ஒரு தள்ளிலேயே கதவை உடைக்கக்கூடிய வல்லமை படைத்த சதுரமான கைகள். நான் எட்டிப் பார்த்தேன். லேசாகக் கைகால்கள் நடுங்கின. பொலீஸ் பாட்ஜைத் தூக்கிக்காட்ட அது இரண்டாகப் பிளந்து விழுந்து ஆடியது. எத்தனை ஹொலிவுட் படங்களில் பார்த்திருக்கிறேன். ஆஹா, உடம்பு புல்லரித்தது.

பக்கத்து வீட்டுக்காரரைப் பற்றி விசாரித்தார்கள். நான் அந்தப் பெண்ணின் பெயர், உயரம், எடை, நிறம், ரொயோட்டா ரன்னர் SR5 வாகனம், அதன் நம்பர் எல்லாத்தையும் கொடுத்தேன். இப்படியும் ஒருவனா என்று அவர்கள் ஆச்சரியப்பட்டதுடன், நன்றி கூறிவிட்டு மறைந்து போனார்கள். அன்று இரவு நான் அவர்களுடைய பாட்ஜ் பிளந்து விழுந்த அதிசயத்தை நினைத்தபடியே உறங்கிவிட்டேன்.

அடுத்த நாள் காலை பேப்பர்கள், கொட்டை எழுத்தில் பக்கத்து வீட்டை பொலீஸார் நடுச் சாமத்தில் உடைத்து திடீர் சோதனை செய்ததைப் பற்றி எழுதியிருந்தன. நில அறையில் காடாகக் கூரையைத் தொடும் கஞ்சா செடிகள் அங்கே வளர்ந்ததாகவும், அவற்றை பொலீஸ் அழித்ததாகவும் கடந்த வருடத்தில்

மட்டும் இந்த வீட்டுக்காரர் இரண்டு மில்லியன் டொலருக்கு மேலே ஆதாயம் கண்டதாகவும் எழுதியிருந்தார்கள். நான் வெளியே வந்து பக்கத்து வீட்டைப் பார்த்த போது, தன் பிள்ளைகள் பள்ளிக்கூடம் மாறுவதற்காகக் காத்திருப்பதாகச் சொன்ன பெண்ணின் கஞ்சா செடிகளையெல்லாம் பொலீஸார் இரவிரவாகவே அகற்றி விட்டார்கள்.

எங்கள் ரோட்டிலேயே சனசமூக மையம் இருந்ததால் அன்று அதன் தலைவர் ஓர் அவசரக் கூட்டம் கூட்டி அதிலே பொலீஸ் அதிகாரியைப் பேசவைத்தார். அந்த உரையின் சுருக்கம் இதுதான்.

ரொறொன்ரோ வீடுகளில் சட்டவிரோதமாக கஞ்சா வளர்ப்பது அதிகமாகிக்கொண்டே வருகிறது. பொதுமக்கள் உதவியின்றி இந்த விரோதிகளைப் பிடிக்க முடியாது. அயல்வீடு களை அவதானித்து பொலீசுக்குத் தகவல் கொடுப்பதன் மூலமே இவற்றைத் தடுக்க முடியும். கஞ்சா வளர்க்கும் வீடுகளிலே அவதானிக்கவேண்டிய விசயங்கள்:

1) வீடு பூட்டியிருக்கும்; ஆள் நடமாட்டம் இராது.

2) எப்பொழுதும் திரைச்சீலைகள் இழுத்து வீட்டை மூடியபடியே இருக்கும்.

3) நில அறை விளக்குகள் பகலும் இரவும் தொடர்ந்து எரியும்.

4) எவ்வளவு பனி பெய்தாலும் கூரையில் பனி தங்காது; உருகி வழிந்துவிடும்.

உங்கள் ரோட்டில் நடந்த திடீர் சோதனைக்கு காரணம் ஒரு நல்ல மனிதர் கொடுத்த தகவல். இப்படி பொலீஸ் அதிகாரி பேசினார்.

அவர் சொன்ன நல்ல மனிதர் நான்தான்.

இந்தச் சம்பவம் நடந்தபிறகு என்னுடைய மனைவி வேறு வீடு பார்க்கவேண்டும் என்று அடம் பிடித்தாள். எவ்வளவு சொல்லி யும் கேட்கவில்லை. நான் அண்ணாமலை சீரியலை முதலில் இருந்து கடைசிவரை அவளுடன் சேர்ந்து இனிமேல் டிவியில் பார்ப்பேன் என்று எவ்வளவோ சத்தியம் செய்தேன். சரிவரவில்லை.

ஒரு வீடு முகவரை நான் தேடிப் பிடித்தேன். அவர் பல வீடுகளை, பல மாதங்களாக எங்களுக்குக் காட்டினார். ஒவ்வொரு சிவப்பு விளக்கிலும் காரை நிறுத்தி கைத்தொலைபேசியில் மின்னஞ்சல் படிப்பார். அடுத்த சிவப்பு விளக்கில் அதற்குப் பதில் அனுப்புவார். இவர் வீட்டை விற்பதிலும் பார்க்க எங்களை

இம்பிரெஸ் செய்வதையே அதிகம் விரும்பினார் என்று நினைக்கிறேன்.

இறுதியில் ஒரு நாள் மாலை நேரம் நாங்கள் ஒரு வீட்டைக் கண்டுபிடித்தோம். அது எல்லா விதத்திலும் சிறந்ததாக இருந்தது. பொலீஸ் அதிகாரி வீடு மாறும்போது கஞ்சா பயிர்செய்து பழக்கப் படாத வீடாகப் பார்த்து குடிபோகவேண்டும் என்பதை எச்சரித் திருந்தார். அந்த வீட்டு கார் தரிக்கும் இடம்கூட சுத்தமாக துப்புரவு செய்யப்பட்டு, பளிங்குபோலக் காட்சியளித்தது. இதுதான் எங்கள் வீடு என்று நினைத்த சமயத்தில் நாங்கள் இரண்டு பேரும் அந்த வீட்டின் கூரையைத் தற்செயலாக நிமிர்ந்து பார்த்தோம். அங்கே ஒரு பனிக்குவியலும் இல்லாமல் பளிச்சென்று இருந்தது. மனைவி என்னைப் பார்த்தாள். நான் அவளைப் பார்த்தேன். அப்பொழுது தான் எங்கள் இருவருக்கும் ஒரே சமயத்தில் ஞாபகம் வந்தது அது கோடைக்காலம் என்று.

குறிப்பறியமாட்டாதவன்

எங்கள் பள்ளிக்கூடத்தில் 21 பேர் பல்கலைக்கழக நுழைவுத் தேர்வு பரீட்சை எழுதினோம். அதிலே 19 ஆண்கள், இரண்டு பெண்கள். நான் அப்போது பௌதிகம் என்றும் இப்போது இயற்பியல் என்றும் அழைக்கப்படும் பாடத்தில் மிக மோசமாகச் செய்திருந்தேன். பரீட்சை முடிவுகள் வரும் தினம் நெருங்கியது. வாழ்க்கையில் ஒரு பெரிய அடியை எதிர்பார்த்து நாட்களைக் கழித்தேன்.

அப்பொழுது ஒரு பெரிய தவறு நேர்ந்தது. எங்கள் பள்ளிக்கூடத்தில் இருந்து ஏழு பேரைச் செயல்முறை பரீட்சைக்கு கொழும்புக்கு வரும்படி பல்கலைக்கழகம் அழைத்திருந்தது. அந்த ஏழு பேரில் என் பெயரும் இருந்தது. எங்கள் பௌதிக ஆசிரியர் ஒரு கேரளக்காரர். அவர் எங்களைக் கடைத்தேற்ற படாதபாடு பட்டிருந்தார். பட்டியலில் என் பெயர் இருந்தது என்னிலும் பார்க்க அவருக்குக் கூடிய ஆச்சரியத்தைக் கொடுத்தது. பௌதிக செயல் முறை பாடம் நாளின் கடைசி பீரியட் என்றபடியால் நான் அநேக மாக அந்த வகுப்புக்குப் போவதில்லை. கட் அடித்துவிடுவேன். அங்கே நியூட்டனின் ஈர்ப்புவிசை சோதனைகள் நடக்கும்போது நானும் அதே சோதனையைப் பெண்கள் பள்ளிக்கூட வாசல்களில் நடத்திக்கொண்டிருப்பேன்.

பௌதிக மாஸ்டர் நான் அரும்பட்டாக பாஸ் பண்ணியிருக்க வேண்டும் என்ற கருத்தைத் தெரிவித்தார். செயல்முறை பரீட்சையில் ஆகக்கூடிய மார்க்ஸ் எடுத்தால் தேர்வு பரீட்சையில் சித்தியடை வதற்கு நல்ல சான்ஸ் இருக்கு என்றார். கொழும்புக்குப் போவதற்கு இன்னும் பத்து நாட்கள் அவகாசம் இருப்பதால் நான் எந்த நாள், எந்த நேரம் என்றாலும் சோதனைக்கூடத்துக்கு வந்து செயல்முறை பரீட்சையில் என் திறமையைக் கூராக்கலாம் என்று சொன்னார். அத்தோடு நிற்காமல் சோதனைக்கூடம் பள்ளிக்கூடத்தின் தென் கிழக்கு மூலையில் இருக்கும் பச்சைக் கட்டடம் என்ற அதிகபட்ச தகவலையும் தந்துவிட்டு மறைந்துபோனார்.

செயல்முறை பரீட்சைக்குத் தெரிவான நாங்கள் ஏழு பேரும்

ஒரே நாளில், ஒரே ரயிலில் கொழும்புக்குப் பயணமானோம். அதில் காந்தருவதத்தையும் இருந்தது மூன்றுபேருக்குக் கரை கொள்ளாத மகிழ்ச்சி. ஏனென்றால் அந்த மூன்றுபேரும் அவளைக் காதலித் தார்கள். அது அவளுடைய உண்மையான பெயர் அல்ல; நடராசா சூட்டியதுதான். சீவகசிந்தாமணியில் வரும் காந்தருவதத்தை போலவே இவள் இருக்கிறாள் என்றும், இவள் சிரிக்கும்போது அறையில் வெளிச்சம் கூடுவதாகவும் அவன் சொன்னான். 220 றாத்தல் எடை உள்ள அவன் சொன்னதை எதிர்க்க ஒருவருக்கும் துணிச்சல் வரவில்லை.

நான் கொழும்பில் இரண்டு நாள் தங்கி பரீட்சை எடுப்பதற்கு என் மாமாவின் நண்பர் கனகராசாதான் ஏற்பாடு செய்தார். அஞ்சுலாம்படி சந்திக்கு என்னை அழைத்துப்போனார். நான் எதிர் பார்த்தபடி அங்கே அஞ்சு லாம்புகள் இருக்கவில்லை. ஆனால், இரவிரவாகக் கூட்டுச் சேர்ந்த ஐம்பது விதமான வாசனைகள் காலை வேளைகளில் அங்கே வெளியே திறந்துவிடப்பட்டன. அந்த மணங்களில் புகையிலை, வாழைப்பழம், சீமெந்து, மண்ணெண் ணெய், மாட்டுச்சாணி, கருவாடு என்று சகலதும் இருக்கும். மரத்திலான படிகளில் ஏறிப்போய் இரண்டாவது மாடியில் ஒரு சிறிய அறையை எனக்குக் கனகராசா காட்டினார். தண்டவாளத்து சிலீப்பர்கள் போல ஆறுபேர் அடுக்கடுக்காக அங்கே படுத்திருந் தார்கள். அந்த ஜனசமுத்திரத்தில் ஒரு துளியாக நான் கரைந்து போனேன்.

நான் காலையில் எழுந்து பார்த்தபோது அங்கே படுத்திருந்த அத்தனை பேரும் வேலைக்குப்போய்விட்டார்கள். கனகராசா மாத்திரம் எனது துயில் கலையும்வரை காத்திருந்தார். முதல் நாள் இட்லிக்குப் போட்டு மிஞ்சிய மாவில் சுட்ட நாலு தோசையை எனக்கும் தந்தார். தான் லேட் என்பதை எனக்கு உணர்த்துவதற்காக நின்றபடியே தோசையை விண்டு விண்டு விழுங்கிக்கொண்டிருந் தார். கையிலே இருந்த தோசையை வைக்க வாயைத் திறந்தபோ தெல்லாம் ஏற்கனவே வாய்க்குள் இருந்தது கீழே விழுந்தது. அவர் அதைச் சட்டைசெய்யவில்லை. தனக்குக் கிட்டங்கியில் கணக்கெழு தும் வேலை என்றார். கிட்டங்கி என்றால் எனக்கு என்னவென்றே தெரியாது. கவர்னர் உத்தியோகத்துக்கு அடுத்த லெவல் என்பது போல 'அப்படியா' என்றேன். மகிழ்ந்துபோனார். என்னுடைய பஸ் நம்பரை இன்னொரு முறை அவரிடம் கேட்டு உறுதி செய்துகொண்டு ஆர்க்கிமெடிஸ், நியூட்டன், போயில்ஸ், கூலோம்ப் போன்ற மாபெரும் விஞ்ஞானிகளுக்கு என்னால் அன்று ஏற்படப் போகும் அபகீர்த்தியை நினைத்துக் கொண்டு புறப்பட்டேன்.

பரீட்சைக் கூடத்து கதவுக்கு வெளியே மாணவ, மாணவிகள் எல்லாம் கூடி நின்றார்கள். சரியாக ஒன்பது மணிக்கு மணி அடித்தது. அதே நேரத்தில் கதவும் திறந்தது. நாங்கள் எல்லாம் வரிசையாகவும் இடித்துப் பிடித்துக்கொண்டும் உள்ளே நுழைந்தோம். எங்கள் நம்பர் பிரகாரம் ஒவ்வொருவருக்கும் சோதனைக் கருவிகள் மேசைகளில் அடுக்கி வைக்கப்பட்டிருந்தன. எனக்கு ஒதுக்கப்பட்ட மேசையின் முன்பு நின்றேன். அந்தக் கருவிகளை முன்பு வகுப்பறையிலோ, விஞ்ஞானக்கூடத்திலோ, பாடப் புத்தகத்திலோ நான் பார்த்த ஞாபகம் இல்லை.

எதற்கும் உதவக்கூடும் என்பதுபோல கேள்வித்தாளை ஒருமுறை படித்துப் பார்த்தேன். விஞ்ஞானக்கூடத்தைச் சுற்றிலும் நோட்டம் விட்டேன். காந்தருவதத்தைக்குக் குவியக் கண்ணாடியும் மெழுகுதிரியும் கிடைத்திருந்தது. அவள் மெழுகுதிரியை கொளுத்தி அதன் பிம்பத்தைப் பல கோணங்களில் அவதானித்தாள். மெழுகுதிரியில் வெளிச்சம் குறையும்போதெல்லாம் அவள் பல்லைத் திறந்துகாட்டி சமாளிப்பாள் போலும் என்று நான் அந்தச் சமயத்திலும் நினைத்துக் கொண்டேன். அவள் ஏற்கனவே மேசையில் குனிந்துகொண்டு உருண்டையான எழுத்துக்களால் தன்னுடைய வினாத்தாளை நிரப்பத் தொடங்கியிருந்தாள்.

பூலோகசிங்கம் இன்னும் அதிர்ஷ்டக்காரன். அவனுக்குக் கிடைத்தது பெண்டுலம் சோதனை. இதை அவன் நூற்றிருபது தடவைகளாவது பயிற்சி செய்திருப்பான். பத்மநாபனுக்கு எட்டாம் வகுப்புக்காரர்கள் செய்யும் போயில்ஸ் விதிகள். நடராசாவின் மேசையில் ஓம்ஸ் லோ சம்பந்தப்பட்ட மின்சாரக் கருவிகள் பொருத்தப்பட்டிருந்தன. நடராசா மின்சாரத்திலும் வேகமாக வேலைசெய்தான். இன்னும் சில நிமிடங்களில் முடித்துவிடுவான் போலப் பட்டது.

மறுபடியும் என் மேசையைப் பார்த்தேன். விசைச்சுருளும் இரும்புக் குண்டுகளும் மனிதக் கைப்படாமல் அப்படியே பளபள வென்று இருந்தன. விசைச்சுருளின் இழுவை நீளத்தை அளக்க வசதியாக ஒரு ரூலரும் செங்குத்தாகப் பொருத்தப்பட்டு என் அசைவுக்காகக் காத்து நின்றது. ஒரு தூரக்கண்ணாடியும் இருந்தது. செய்முறைக் குறிப்புகளும் ஒரு சமாந்திரமும் தரப்பட்டிருந்தது. தூரக்கண்ணாடியில் முதலில் இடது கண்ணால் பார்த்தேன்; பிறகு வலது கண்ணால் பார்த்தேன். ஒன்றுமே தெரியவில்லை. மறுபடியும் கேள்வித் தாளைப் படித்தேன். சுவரில் தொங்கிய மணிக் கூட்டைப் பார்த்தேன். மறுபடியும் கண்ணாடிக்குள் கண்ணை விட்டுத் தேடினேன். இப்படியே நேரம் கழிந்தது.

பரீட்சை அதிகாரி தென்பட்டார். செருப்பின் அடியில் ஒட்டியிருக்கும் ஏதோ ஒன்றைத் தேய்ப்பதுபோல ஆறுதலாக நடந்து வந்தார். 'இதிலே ஒருத்தன் மரம் மாதிரி நிற்கிறானே, இவன் இங்கே காலூன்றி நின்ற பிறகு இவன் தலைமயிர் அரை இன்ச் வளர்ந்துவிட்டதே. இவனை என்னவென்று விசாரிப்போம்' என்ற கரிசனை கொஞ்சமும் இல்லாமல் என்னைக் கடந்துபோனார். அவர் இரண்டாவது சுற்று வந்தபோது இன்னும் கிட்ட வந்து என்னுடைய விடைத்தாளை எட்டிப் பார்த்தார். அதிலே ஒரு வரிகூட, ஒரு வசனம்கூட, ஒரு வார்த்தைகூட இல்லாதது கண்டு அவர் மிகவும் திருப்திப்பட்டுத் திரும்பிப் போனார்.

எங்கள் செயல்முறை பரீட்சைக்கு 45 நிமிடம் அனுமதித்திருந் தார்கள். இரண்டு வருடப் படிப்பும் 12 மணிநேர ரயில் பிரயாண மும் நாலு தோசையும் இந்த 45 நிமிடத்துக்குத்தான். என்னுடைய வியர்வை என் பெனியனை நனைத்து, சேர்ட்டையும் நனைத்து விட்டது. என் உடம்பில் இருக்கும் அவ்வளவு தண்ணீரும் என் முதுகுத்தண்டில் சேர்ந்து மெல்ல மெல்ல இறங்குவது எனக்குத் தெரிந்தது. முப்பது நிமிடம் ஓடிவிட்டது. மூளையில் ஒரே இருட்டு. தூரக் கண்ணாடியிலும் எப்படியோ அதே இருட்டுத்தான் தெரிந்தது.

அப்பொழுது கடவுள் தோன்றினார். கட்டை கால்சட்டை, மஞ்சள் ஸ்வெட்டர் அணிந்து. அவர் கைகளில் படிந்திருந்த ஊத்தை அப்படியே வேகம் குறையாமல் அவருடைய ஸ்வெட்டரி லும் அப்பிப் போய் இருந்தது. அவர் ஓர் உதவியாளர் அல்ல; அதிலும் கீழே - விஞ்ஞானக்கூடத்தில் வேலைபார்க்கும் ஒரு வேலையாள். நான் எளிதாகப் பார்க்கக்கூடிய ஓர் இடத்தில், ஆனால், சோதனை அதிகாரி பார்க்கமுடியாத ஓர் இடத்தைத் தேர்வு செய்து அங்கே போய் நின்றார். இரண்டு பக்கமும் முழுசிப் பார்த்துவிட்டு என்னைப் பார்த்தார். அந்தக் கண்களில் பயம் நிறைந்திருந்தது. தன்னுடைய இரண்டு ஆள்காட்டி விரல்களையும் தூக்கி ஒரு சுழட்டு சுழட்டிக் காட்டினார். பிறகு வந்த மாதிரியே மறைந்துவிட்டார்.

நான் யோசித்தேன். இந்தக் ஸ்வெட்டர்காரரின் குறிப்பில் ஏதோ ஒரு விஷயம் இருக்கிறது. நித்திரையில் இருந்த என்னுடைய மூளை எழும்பியது. தூரக்கண்ணாடியைக் சுழற்றி எதிர்ப்பக்கத்தை என் முன்னால் கொண்டுவந்து அதற்குள்ளால் பார்த்தேன். தேவ லோகம் தெரிந்தது; உலகம் தெரிந்தது. விஞ்ஞானக்கூடம் தெரிந்தது. விசைச்சுருள் தெரிந்தது. இவ்வளவு நேரமும் தவறான கண்ணாடி வழியால் பார்த்திருக்கிறேன் என்பதை என்னால் நம்பமுடிய வில்லை.

ஐந்தே நிமிடத்தில் அடுத்தடுத்து எட்டு அளவுகள் எடுத்தேன். அவற்றை வைத்து வரைந்த கிராஃப் ஒரு ரூல்தடியிலும் பார்க்க நேரானதாக இருந்தது. கோணத்தை அளந்து, அவர்கள் கொடுத்த சமாந்திரத்தை நிரப்பி, கணக்குகளை விரைவாக செய்து முடித்தேன். புவியீர்ப்பு g யின் மதிப்பு 981 செ.மீட்டர் என்று வந்தது. நம்ப முடிகிறதா? நியூட்டனான நியூட்டனுக்கே இப்படியான ஒரு விடை கிடைத்திருக்குமா என்பது என் சந்தேகம். என் விடைத்தாளை ஒழுங்குபடுத்தி அடுக்கவும் பெல் அடித்தது.

சோதனை முடிந்து நான் வெளியே வந்தபோது சினிமா தியேட்டர் வாசல்களில் நிற்பதுபோல அடுத்த சோதனைக்கான மாணவ-மாணவிகள் வரிசையாக நின்றனர். என்னைக் கண்டதும் மண்டிபோட்டு குனிந்து குனிந்து வணங்கினர். பயில்வான் போன்ற நடராசா நாய்க்குட்டிபோல என் காலடியில் நடந்து வந்தான். பல்கலைக்கழகத்தில் இருந்து அஞ்சுலாம்படி சந்திவரைக்கும் அலரி மலர்கள் தூவி அலங்காரம் செய்யப்பட்டிருந்தது.

நான் நாலு வருடங்கள் பல்கலைக்கழகத்தில் படித்தேன். மஞ்சள் ஸ்வெட்டர் அணிந்த அந்த மனிதரின் பெயர் பியதாசா என்பதைக் கண்டுபிடித்தேன். இந்த நாலு வருடங்களிலும் அவரை நான் சந்தித்து ஒரு வார்த்தை பேசியதில்லை. இவ்வளவிற்கும் நான் அவர் வேலைசெய்த அதே சோதனைக்கூடத்திலேயே என் சோதனைகளைச் செய்தேன். என்னை இங்கே கண்டால் அவர் அங்கே போய் விடுவார். அங்கே கண்டால் இங்கே போய்விடுவார். அன்று அவர் கொடுத்த குறிப்பை வேறு யாராவது பார்த்திருந்தால் அவர் வேலையை இழந்திருப்பார். அவருடைய பென்சனும் போயிருக்கும். முன்பின் தெரியாத என்னைக் காப்பாற்ற எதற்காக இப்படி ஆபத்தான ஒரு வழியைத் தேர்ந்தெடுத்தார். நிச்சயம் எங்கள் இருவரில் ஒருவர் நடுரோட்டில் நின்றிருப்போம்.

பல்கலைக்கழகத்தில் என்னுடைய கடைசிநாள் அன்று எதேச்சையாக எதிர் திசையில் பியதாசா அதே மஞ்சள் ஸ்வெட்டரில் வந்து கொண்டிருந்தார். நான் அவரை மடக்கினேன். 'நீங்கள் செய்த உதவியை என்னால் மறக்கமுடியாது. என் வாழ்க்கை முழுவதும் உங்களை நினைப்பேன்.' இப்படி சொன்னேன். வெறும் வார்த்தைகள் அல்ல; மனதாரவே சொன்னேன்.

அவருடைய முகம் பீதியால் நிறைந்தது. அங்குமிங்கும் திரும்பிப் பார்த்தார். நடுங்கும் குரலில் 'என்ன உதவி? யார் செய்தது? எனக்கு ஒன்றுமே தெரியாது' என்று சொல்லிவிட்டு கிலிபிடித்தவர் போலஅந்த இடத்தைவிட்டு அகன்றார். நான் சற்று

முன்புவரை அவர் நின்ற இடத்தைப் பார்த்தபடியே சில நிமிடங்கள் திகைத்துப்போய் நின்றேன்.

இப்பொழுது யோசித்துப் பார்க்கிறேன். எத்தனையோ வருடங்களுக்குமுன் கொடுத்த வாக்கு பிரகாரம் பியதாசாவை பல இரவுகள் நான் நினைத்துப் பார்த்ததுண்டு. திறந்திருக்கும் மேல் மாடியில் பல்லாயிரம் வருடங்களுக்கு முன்னர் புறப்பட்ட நட்சத்திரங்களின் ஒளியை எதிர்பார்த்திருக்கும் கணங்களில் மீண்டும் யோசிக்கிறேன். துரியோதனனும் பீமனும் யுத்தம் செய்த போது கிருஷ்ணன் தன் தொடையிலே தட்டி ஒரு சைகை கொடுத்தான். குறிப்பறிந்த பீமன் துரியோதனனின் தொடையை கதாயுதத்தால் பிளந்து யுத்தத்தை ஒரு முடிவுக்குக் கொண்டுவந்தான்.

இரண்டு விரல்களைச் சுழற்றி பியதாசா எனக்குக் கொடுத்த சைகையில் நான் அன்று பரீட்சையில் பாஸ் பண்ணினேன். அதன் பயனாகப் பல்கலைக்கழகத் தேர்விலும் வெற்றி பெற்றேன். பிறகு என் வாழ்க்கையின் போக்கு எப்படி எப்படி எல்லாமோ மாறி எங்கேயெல்லாமோ என்னைத் தூக்கிப் போனது.

அன்று அந்த சைகை எனக்குக் கிடைத்திருக்காவிட்டால் என் வாழ்க்கையில் என்ன நடந்திருக்கும். நான் பெயில் ஆகியிருப்பேன். பல்கலைக்கழகப் படிப்பு எனக்கு எட்டாமல் போயிருக்கும். நான் அரசாங்க அலுவலகம் ஒன்றில் எழுதுவினைஞனாகப் பணியாற்றியிருக்கலாம். ஒரு தனியார் கம்பனியில் வீடுவீடாகச் சென்று விற்பனை செய்யும் ஊழியனாகியிருக்கலாம். கடவுச்சீட்டு விண்ணப்பதாரர்களுக்கு எண்பது ரூபாவுக்கு நாலு புகைப்படம் என்று கூவி எடுக்கும் புகைப்படக்காரனாகியிருக்கலாம். கிட்டங்கியில் கணக்கு எழுதலாம் அல்லது மாட்டுக்கு லாடம் அடிக்கலாம். யார் கண்டது, ஓர் எழுத்தாளனாகக்கூட ஆகியிருக்கலாம்.

சிசுருட்சை

முன்னொரு காலத்தில் ஒரு வார்த்தை இருந்தது. சிசுருட்சை. அந்த வார்த்தை இப்போது மறைந்துவிட்டது என்று நினைக்கிறேன். ராஜாஜி போனபோது அதுவும் போய்விட்டது. குந்திபோஜன் அரண்மனைக்கு துர்வாச முனிவர் வந்தபோது குந்தி சிறுபெண். அவள் ஒருவருட காலம் இரவும் பகலும் தன்னுடைய தூக்கத்தையும் பசியையும் தள்ளிவைத்துவிட்டு முனிவருக்குப் பணிவிடை செய்தாளாம். அதுதான் சிசுருட்சை. ஒரு குருவுக்கு சிஷ்யன் அயராமல் செய்யும் தொண்டுக்கும் பெயர் அதுதான். ஒரு கணவனுக்கு மனைவி செய்வது அல்லது பெற்றோருக்குப் பிள்ளைகள் செய்வது. இப்போது அப்படியான சேவைகள் ஒன்றையும் எதிர்பார்க்க முடியாது. ஆனபடியால் அந்த வார்த்தையும் அழிந்துவிட்டது.

நான் கனடாவுக்கு வந்தபோது அந்த வார்த்தையை மீளக் கண்டுபிடித்தேன். என்னுடைய மகளுக்கு நான் செய்வதும் ஒரு தொண்டு வகையைச் சேர்ந்ததுதான். எள் என்றால் எண்ணெய், ஐஸ் என்றால் ஐஸ் கிரீம் அப்படி அல்ல. ஐஸ் என்றால் ஐஸ்வரிய ராயாகவே நான் மாறிவிடுவேன். அந்தந்த வேலைகளை அந்தந்த இடத்தில் அந்தந்த நேரத்துக்கு நான் செய்து முடித்தேன். நாளுக்கு 24 மணித் தியாலங்கள், வாரத்துக்கு ஏழு நாட்கள், வருடத்திற்கு 52 வாரங்கள், லீப் வருடம் உட்பட, குறையில்லாத சேவை செய்தேன்.

சிசுருட்சை என்பது இதுதான். கிறிஸ்மஸ் தொடங்குவதற்கு நாலு நாட்கள் மாத்திரமே இருக்கும்போது யாராவது சுப்பர் மார்க்கட் போவார்களா? நான் போனேன். என் மகளுடைய கட்டளைகளை நிறைவேற்றுவதற்காக. இது இன்று இரண்டாவது தடவை. இன்று இரவு முடிவதற்கிடையில் இன்னும் நாலு முறைகள் போக நேரிடலாம்.

எனக்கு இந்த உலகத்தில் தெரியாத விஷயங்கள் பல இருக் கின்றன. நான் காரை நிறுத்திவிட்டு வந்தால் திரும்பிப் போகும் போது அது வேறு இடத்தில் நிற்கிறது. இது எப்படி? தெரியாது. பிரபஞ்சம் விரிந்துகொண்டே போகிறது என்று சொல்கிறார்கள்.

எதற்காக? தெரியாது. ஒவ்வொரு வருடமும் எவ்வளவு கவனமாகப் பிரித்தாலும் கிறிஸ்மஸ் லைட் வயர்கள் சிக்குப்பட்டுவிடுகின்றன. ஏன்? தெரியாது.

பொருத்திச் சேர்க்கும் விளையாட்டு சாமான்கள் வாங்கினால் ஒரு துண்டு காணாமல் போய்விடுகிறது. எப்படி? தெரியாது. அது போலவே இதுவும். யேசு பாலன் பிறந்து இரண்டாயிரம் வருடங்கள் ஓடிப்போனாலும் மகள் கிறிஸ்மஸ் பட்டியல் போடும்போது இரண்டு சாமான்கள் எப்படியும் தவறிவிடுகின்றன.

கால் வைத்தால் கணுக்கால் வரைக்கும் மூடும்படியாகப் பனி கொட்டியிருந்தது. நான் சுப்பர்மார்க்கட்டுக்குள் மறுபடியும் நுழைந் தேன். அது ஒரு சரித்திர கணம். திரும்பி வரும்போது நான் முற்றிலும் மாறிப் போய்விடுவேன் என்பது எனக்கு அப்போது தெரியாது. சனங்களாலும் சாமான்களாலும் சோடனைகளாலும் ஒலிகளாலும் சுப்பர்மார்க்கட் நிறைந்திருந்தது. ஒவ்வொரு கிறிஸ்மஸுக்கும் தூசி தட்டிப்போடும் 'அமைதி இரவு' பாடல் பெரும் சத்தத்துடன் யாரையும் தவற விட்டுவிடக்கூடாது என்பது போல கண்ணுக்குத் தெரியாத மூலை முடுக்குகளில் எல்லாம் ஒலித்துக் கொண்டிருந்தது.

நான் வாங்கப் போகும் பொருட்கள் நுண்மையான விபரங்கள் கொண்டவை. முட்டை, சிவப்பு, பெரியது, ஒரு டஸன் run free வகையைச் சேர்ந்தது. சுதந்திரமாக ஓடும் முட்டை அல்ல, சுதந்திரமாக ஓடும் கோழி இட்ட முட்டை. கிடைத்தது. முட்டை பக்கட்டைத் திறந்து பரிசோதித்தேன். ஒன்றும் உடையவில்லை. ஒரு முறை ஒரு முட்டை உடைந்து போனதால் வீட்டிலே பெரும் யுத்தம் மூண்டது. உடைந்த முட்டைக்கு சீனாவில் விலை அதிகம் கொடுக்க வேண்டும். நான் அதை எவ்வளவு சொல்லியும் ஒருவரும் நம்பத் தயாராயில்லை. அடுத்தது கொழுப்பு அகற்றப்பட்ட, சர்க்கரை நீக்கப்பட்ட, விட்டமின் D சேர்க்கப்பட்ட 1% பால், 1.9 லிட்டர் கிடைத்தது.

இப்படிக் கவனமாக என் பொருள்களைத் தேர்ந்து சேகரித்தேன். பத்துப் பொருட்களுக்குக் குறைவானவர்கள் நிற்கும் விரைவு லைனில் நின்றேன். எனக்குப் பக்கத்தில் வளைந்து வளைந்துபோன ஏனைய வரிசைகள் எல்லாம் வண்டிகளால் நிறைந் திருந்தன. அந்த வண்டிகள் எல்லாம் சாமான்களால் நிறைந் திருந்தன. முழங்கால் வரைக்கும் பூட்ஸ் போட்ட ஒரு மனிதர் இரண்டு வண்டிகள் நிறைய சாமான்கள் வாங்கியிருந்தார். அந்த இரண்டு வண்டிகளையும் பக்கத்துப் பக்கத்தில் பாதுகாப்பாகப் பிடித்தபடி, ஒரு மோட்டார் சைக்கிளை ஓட்டுவதற்கு தயாரானவர் போல நின்றார்.

எனக்கு முன் நின்ற பெண் சிறிய கைப்பிடி வைத்த தோல்பையை அவள் தோளுக்கும் விலா எலும்புக்கும் இடையில் சொருகி வைத்திருந்தாள். அவள் வாங்கிய சாமான்களை வெறும் கையில் பிடித்தபடி நின்றாள். அவள் சும்மா நின்றாலும் அவள் போட்டிருந்த ட்ரெஸ் அவளைச் சுற்றி வட்டமாக ஆடிக்கொண் டிருந்தது. இன்று முழுக்க அங்கே நிற்பதற்கு தயாராக வந்தவள் போல சாவதானமாக சுயிங்கத்தை மென்றுகொண்டிருந்தாள்.

சுப்பர்மார்க்கட் காசாளர் பெண் பரபரவென்று வேலை செய்தாள். அவள் தலையில் சிவப்பு கிறிஸ்மஸ் தொப்பி இருந்தது. பறவையாக இருந்தால் எங்கே செட்டை முளைத்திருக்குமோ அங்கே இரண்டு செண்டுகளைக் குத்தி வைத்திருந்தாள். அவள் உடம்பு முழுக்க அவள் விரல்கள் வழியாக வேலை செய்தது. அந்த விரல்கள் வேகத்தோடு அசையும்போது செண்டுகளும் அசைந்தன. அவள் விரல் அசைவும் பொருட்களின் மந்திரக் கோடுகள் எழுப்பிய டிங் ஒலியும் ஒரே லயத்தில் இருந்தன. ஒவ்வொரு முறையும் விலையைப் பதிந்துவிட்டுக் குனிந்து தன் மார்பைப் பார்த்தாள். இருபது சாமான்கள் என்றால் இருபது தடவை பார்த்தாள். எத்தனை தடவை பார்த்தாலும் அது முன்பு இருந்தது போலவே இருந்தது.

கியூ மெல்ல அசைந்து முன்னேற ஆட்கள் இன்னும் பின்னால் சேர்ந்துகொண்டார்கள். இப்பொழுது ஒரு பாரிய உடம்பு கறுப்பு இனப் பெண்ணின் முறை. அவள் காசாளருக்கு முன்னால் நின்றாள். சாமான்களோடு சாமானாக அவள் வண்டியில் ஒரு கைக்குழந்தையும் இருந்தது. பக்கத்திலே ஆறு வயது மதிக்கக்கூடிய சிறுவன் கையிலே ஓர் ஊதுகுழலை வைத்துக்கொண்டு வண்டியின் விளிம்பில் ஏறி நின்று ஆடினான். புவியீர்ப்புக்கும் அவனுக்கும் போட்டி. அவன் விழவில்லை; வண்டியும் சாயவில்லை. அந்த அம்மாள் ஒன்றையும் சட்டை செய்யாமல் சாமான்களை ஒவ்வொன்றாக எடுத்து வைத்தாள். காசாளர் பெண்மணி விலை களைப் பதிந்தாள். அடிக்கடி அம்மாள் எவ்வளவு என்று கேட்க அந்தப் பெண்ணும் கூட்டுத் தொகையைச் சொல்லிக்கொண்டே வந்தாள். தொகை 25 டொலரை எட்டியதும் அந்த அம்மாள் ஏற்கனவே விலை பதிந்த சில பொருட்களை நீக்கி விட்டு இன்னும் சில புதிய சாமான்களைத் தூக்கி வைத்தாள். மறுபடியும் காசாளர் பெண்மணி தொகையைச் சொன்னாள். திருப்தியில்லை. மீண்டும் ஆலோசனை. இன்னும் சில பொருட்களை நீக்கினாள். நீக்கிய சில பொருட்களை மறுபடியும் தூக்கி வைத்தாள். எதை வாங்குவது எதை விடுவது என்பதில் அவளுக்கு பெரும் குழப்பம். இறுதியில் சமரசம் ஏற்பட்டு பில்லைப் போடச் சொன்னாள். அவள் வாங்கிய

சாமான்களிலும் பார்க்க மேசையில் விட்ட சாமான்கள் கூடுதலாக இருந்தன. நான் பெருமூச்சு விட்டேன். என்னைத் தொடர்ந்து 19 பெருமூச்சுகள் பின்னால் கேட்டன.

பிறகுதான் தெரிந்தது நான் அவசரமாகச் சந்தோசப்பட்டு விட்டேன் என்று. உண்மையில் விவகாரம் அப்பொழுதுதான் ஆரம்பமாகியது. அந்த அம்மாள் பத்து டொலரைக் காசாக நீட்டினாள்; மீதித் தொகையை அடைக்க வங்கி அட்டையைக் கொடுத்தாள். காசாளர் பெண் திகைத்துவிட்டாள். அன்று காலை யில் இருந்து அவள் 400 பேரை சமாளித்து இருந்தாள். இப்படியான இக்கட்டை அவள் இதற்கு முன் சந்தித்தது கிடையாது. 'மெடம், முழுதையும் காசாகக் கொடுங்கள் அல்லது முழுதையும் வங்கி அட்டையில் தீருங்கள். பாதி இங்கே, பாதி அங்கே என்று செய்ய முடியாது.' அந்த அம்மாளுக்கு கோபம் வந்துவிட்டது. 'நான் எப்படியும் கணக்குத் தீர்ப்பேன். அதை முடிவு செய்ய வேண்டியது என் பொறுப்பு' என்றாள். அவளுடைய வாய் அகலமாகத் திறந்து திறந்து மூடியபோது அவளுடைய தலை, மேல்பாதியும் கீழ்பாதியு மாக பிளந்து மறுபடியும் ஒன்றுகூடி முழுதானது.

காசாளர் பெண்ணின் வெள்ளை முகம் கறுத்துச் சுருங்கியது. அவள் பணிவாக 'இல்லை மெடம், கம்ப்யூட்டர் இரண்டு முறையை ஏற்காது' என்றாள். அம்மாள் மறுபடியும் கத்தத் தொடங்கினாள். 'நீ பிறக்க முன்னேயே நான் இங்கே வந்து போகிறேன். உனக்கு ஒண்டும் தெரியாது. கூப்பிடு உன் சுப்பர்வைஸரை. கூப்பிடு. என்னிடம் இரண்டு பசியான குழந்தைகள் இருக்கிறார்கள். ஒரு நாள் முழுவதும் உனக்கு முன்னால் நிற்கமுடியாது.'

இந்த விவகாரம் நீடித்துக்கொண்டே போனது. காசாளர் பெண் பணிவு மாறாமல் சொன்னதையே திருப்பித் திருப்பிச் சொன்னாள். அவளுக்கு புது வார்த்தைகள் கிடைக்கவில்லை. அம்மாளின் குரல் 'அமைதி இரவு' பாட்டையும் மீறி சுப்பர் மார்க்கட்டின் நாலு மூலைகளிலும் ஒலித்தது. அந்தப் பெண்ணின் குரலில் நடுக்கம் சேர்ந்துகொண்டது. பரிதாபகரமாக இருந்தாள். அந்தக் கணம் அவளுக்கு செட்டை முளைத்திருந்தால் அப்படியே பறந்து போயிருப்பாள். நான் திரும்பிப் பார்த்தேன். எங்கள் வரிசையின் கடைசி ஆள் என் கண்களுக்குத் தென்படவில்லை. பிறகு எப்படியோ மேற்பார்வையாளர் வந்து அவர்கள் விவகாரத்தை ஒரு முடிவுக்குக் கொண்டுவந்தார்.

பெரும் வெற்றியீட்டிய சிற்றரசர்போலத் தன் தலையைப் பின்னால் எறிந்துவிட்டு அந்த அம்மாள் வண்டியைத் தள்ளியபடி புறப்பட்டாள். திடீரென்று சிறுவனின் கூக்குரல் எழுந்தது. ஒரு ரிலே ரேஸ் போல அவனுடைய சத்தம் தாயார் விட்ட அதே

இடத்தில் இருந்து தொடங்கியது. 'எங்கே என் ஊதுகுழல்?' என்றான். அவன் அவ்வளவு நேரமும் கையில் வைத்திருந்த ஊதுகுழலை இப்போது காணவில்லை. அந்த அம்மாள் அவனை கவனித்ததாகவே காட்டிக்கொள்ளவில்லை. காசாளர் முன் இருந்த சாமான் குவியலில் அந்தப் பையனின் ஒரு டொலர் ஊதுகுழலும் கிடந்தது.

கியூவில் நின்றவர்கள் ஒருவரை ஒருவர் பார்க்கத் தொடங்கினார்கள். 'நீ வாக்கு கொடுத்தாய். நீ வாக்கு கொடுத்தாய்' என்றான் சிறுவன். அவன் கண்களில் அழுகை இல்லாவிட்டாலும் குரலில் கண்ணீர் இருந்தது. அந்த அம்மாள் குனிந்து, அவன் காதுகளைச் சாப்பிடப் போவதுபோல வெகு அருகில் தன் வாயை வைத்து 'நீ இன்று இரவு சாப்பிட வேண்டும் அல்லவா? ஊது குழலைச் சாப்பிட முடியுமா? வா' என்றாள். ஒரு கையால் அவனைப் பிடித்து கொறகொறவென்று இழுத்தபடி மறுகையால் வண்டியைத் தள்ளினாள். கண்கள் மினுங்க கைக்குழந்தை வண்டி யிலேயே பேசாமல் இருந்தது. அந்தக் குழந்தையின் முதுகில் மந்திரக் கோடுகள் இல்லாதபடியால் அது திருப்பிக் கொடுக்கப்படவில்லை.

சிறுவன் ஓவென்று கதறி அழ ஆரம்பித்தான். இரண்டு கால்களாலும் தரையை உதைத்தான். அம்மாள் பிடியை விட வில்லை. சுப்பர்மார்க்கட் கதவை அணுகியதும் அது தானாகவே திறந்து கொண்டது. மிகக் கவனமாக அம்மாள் வண்டியை முதலில் வெளியே தள்ளினாள். அது வாசலைத் தாண்டியது. பையன் கதவை ஒரு கையால் பிடித்தபடி தொங்கினான். அவன் குரல் இன்னும் மேலுக்குப் போனது. அம்மாள் வண்டியை விட்டுவிட்டு வந்து பையனின் விரல்களை ஒவ்வொன்றாகப் பிரித்து எடுத்தாள். ஒரு குழந்தை, ஒரு தாய், ஒரு சிறுவன், ஒரு தள்ளுவண்டி. பனி புதையும் குளிரில் அவர்கள் நடந்து போனார்கள். 'என் ஊதுகுழல். என் ஊதுகுழல்.' நம்பிக்கை அற்பமாகிப்போன அந்தக் கடைசி நிலையிலும் சிறுவன் விடாது கத்துவது கேட்டது. சுப்பர்மார்க்கட் பெரும்கதவு அவன் குரலைப் பாதியாக வெட்டி மூடியது.

அக்காவின் சங்கீத சிட்சை

நான் இதை எழுதிக்கொண்டிருக்கும் இந்தச் சமயம் பாகிஸ்தானில் ஒரு வழக்கு நடக்கிறது. இப்பொழுது பிரபலமான ஒரு பாடல் பாகிஸ்தானின் பட்டிதொட்டிகளிலெல்லாம் ஒலிக்கிறது. இந்தப் பாடல் வரிகள் இப்படிச் செல்கின்றன:

'ஓ, பர்வீன் நீ உப்பு மிகுந்தவளாக இருக்கிறாய்.' இளம் பெண்களுக்கும், ஆண்களுக்கும் பிடித்த இந்தப் பாடல் ஒரேயொரு பெண்ணுக்கு மாத்திரம் பிடிக்கவில்லை. இந்தப் பாடலைப் பாடிய பாடகரின் பெயர் இப்ரார் உல்ஹக். அவர்மீது வழக்குத் தொடுத் திருக்கிறார் அந்தப் பெண். அந்தப் பாடல் தன்னையும் பெண் குலத்தையும் இழிவுபடுத்துவதாகக் கூறுகிறார். வழக்கு அவள் பக்கம் தீர்ந்தால் இப்ரார் உல்ஹக் தன் மீதி வாழ்நாளின் பெரும் பகுதியைப் பாடுவதில் கழிக்காமல் சிறையில் உப்பில்லாத ரொட்டி தின்பதில் கழிப்பார்.

என் அக்காவுக்கும் அவர் சிறுவயதாயிருந்தபோது ஒரு பாடல் பிடிக்காமல் போனது. அப்பொழுது அவருக்குப் பல பெயர் கள் வழங்கின. வீட்டிலே அக்கா, தங்கச்சி, மேனை, இராசு, இராஜேஸ்வரி என்ற பெயர்களால் அறியப்பட்டார். ஆனால், குடிசனத்தொகைக் கணக்கெடுப்பாளர் வந்தபோதுதான் அவருடைய உண்மையான பெயர் என்ன என்பதை எங்களால் கண்டுபிடிக்க முடிந்தது. பர்வதராசகுமாரி. என்னுடைய பெற்றோர் இந்தப் பெயரைத் தேர்ந்தெடுப்பதற்கு எவ்வளவு பிரயத்தனப் பட்டிருப்பார்கள் என்று இப்போது நினைத்துப் பார்த்தாலும் மலைப்பு வருகிறது.

ஒருநாள் பர்வதராசகுமாரியாகிய, இராஜேஸ்வரியாகிய, இராசு என்ற என் அக்கா பள்ளிக்கூடத்திலிருந்து பாதியில் தலைதெறிக்க வீட்டுக்கு ஓடிவந்தார். அவர் கொண்டுபோன புத்தகங்கள்கூடத் திரும்பிவரவில்லை. எல்லோரும் பதறிப்போக அம்மா மட்டும் எங்களைக் கிட்ட அண்டவிடாமல் 'ஓடு ஓடு' என்று கலைத்தார். அக்காபெரிய பிள்ளையாகிவிட்டார் என்ற செய்தி எங்கள் பின்னாலேயே வந்தது. சாமத்தியச்சடங்கு

முடிந்தபின்னர் அக்கா இனிமேல் பள்ளிக்கூடம் போகத்தேவை யில்லை என்று ஐயா அறிவித்தார். அப்பொழுது அக்காவின் முகத்தில் தோன்றிய சந்தோசத்தை நான் அதற்கு முன்னர் ஒருபோதும் கண்டதில்லை.

ஆனால் ஐயாவிடம் ஒரு ரகஸ்யத் திட்டம் இருந்தது. அது தெரிந்திருந்தால் அக்கா பள்ளிக்கூடத்துக்கு ஓட்டமாய் ஓடிப் போயிருப்பார். நாள் முழுவதும் தோட்டத்தில் அலைந்து புளியங்காய் பிடுங்கலாம் மாங்காய் சாப்பிடலாம் கொக்கான் விளையடலாம் ஒருவரும் கண்டுபிடிக்கமுடியாத மூலையில் குந்தியிருந்து கதைப்புத்தகம் படிக்கலாம் என்றெல்லாம் அக்கா கனவு கண்டுகொண்டிருந்தார்.

ஒரு நாள் உயரமான, மெலிந்து எலும்பு தெரியும் ஒருத்தர் ஐயாவைப் பார்க்க வந்திருந்தார். விபூதி பூசி, பொட்டு வைத்து, கக்கத்தில் குடையை வைத்துக்கொண்டு அவர் ஒற்றைக் கையை வீசி வீசி நடந்துவந்தது விசித்திரமாக இருந்தது. அவர் தன் பாரத்தி லேயே நுனியிலே வளைந்துபோய் இருந்தார். அவசரமாக உட்கார்ந்தால் நடுவிலே முறிந்துவிடுவார்போலவும் பட்டது. நாங்கள் எங்களுக்குள் பந்தயம் கட்டினோம். மாட்டுத்தரகர். சாதகம் பார்ப்பவர். குடை திருத்துபவர். எல்லா ஊகங்களுமே பிழைத்து விட்டன. அவர்தான் அக்காவின் கனவுகளை நிர்மூலமாக்க ஐயாவினால் ஏற்பாடு செய்யப்பட்ட பாட்டு வாத்தியார். பெயர் பாலகிருஷ்ணன். அடுத்த நாலு வருடங்களும் அக்கா என்ன என்ன செய்யவேண்டும் என்பதை தீர்மானிக்கும் பொறுப்பு இந்த நெடிய மனிதரிடம் விடப்பட்டது.

அம்மா ஆகக்குறைவாகக் கிழிந்த பாயை விரித்துப் போட்டார். பாட்டு வாத்தியார் உட்கார்ந்ததும் அவருக்கு ஒரு லோட்டாநிறையத் தண்ணீர் கொடுக்கவேண்டும். வழக்கமாக அதை நான்தான் செய்வேன். வாத்தியார் தலையைப் பின்னால் வளைத்து முகட்டைப் பார்ப்பார். மந்திரவாதி வாய்க்குள் வாளை நுழைப்பதற்கு முன் தலையைப் பின்னால் சாய்ப்பதுபோல அது இருக்கும். பிறகு லோட்டா தண்ணீரை இரண்டு கைகளாலும் நேராகத் தூக்கித் தலைக்குமேலே பிடித்து மெல்லச் சரித்து ஊற்றுவார். அது நீர்வீழ்ச்சிபோல நேராக அவர் வாய்க்குள் சென்று இறங்கும். ஒரு சொட்டு நீர் இந்தப்பக்கம் அந்தப் பக்கம் சிந்தாது. ஒரே மூச்சில் முழு லோட்டாவும் முடிந்துவிடும். இதனிலும் பெரிய பாத்திரம் என்றால் அதையும் குடித்து தீர்த்து விடுவார் என்றே நினைக்கத் தோன்றும்.

அக்காவின் சித்திரவதை ஸ்வர வரிசைகளில் ஆரம்பித்தது.

வீடு நிறைய ஸ்வரங்கள் சத்தம் போடும். காலை, பகல், மாலை எல்லாம் அதே சத்தம்தான். அக்காவுக்கு சங்கீதத்தில் இயற்கையான ஈடுபாடு கிடையாது. குரலையும் 'கருக்கு மட்டைக் குரல்' என்று அம்மா வர்ணித்திருக்கிறார். வாத்தியார் கொடுத்த வேலையைச் செய்து முடிக்கவேண்டும் என்ற கட்டாயத்தில் அக்கா, பாவம், கத்தினார். நிலம், கூரை, சுவர் எல்லாம் சங்கீதமாக அதிர்ந்தது.

அருமையான மாலைப் பொழுதுகளில் அக்கா தோட்டத்தில் அலையாமல், கொக்கான் விளையாடாமல், கதைப் புத்தகம் படிக்காமல் ஆர்மோனியப்பெட்டியை முன்னுக்கு வைத்து இழுத்துக் கொண்டு சரளி வரிசையைப் பாடினார். அது முடிவை எட்டிய பிறகும், இடத்தை விட்டு அசையாமல்,

ஸஸ ரிரி கக
ஸஸ ரிரி கக மம
ரிரி கக மம
ரிரி கக மம பப

என்று ஜண்டை வரிசையை ஆரம்பித்தார். சதா இப்படி சாதகம் பண்ணிக்கொண்டு இருப்பது பார்க்க பரிதாபமாக இருக்கும். நான் அக்காவை முன்பக்கமாகவோ, பின்பக்கமாகவோ தாண்டும்போது குனிந்து ஆர்மோனியத்தின் வெள்ளைக் கட்டையையோ, கறுப்புக் கட்டையையோ அமத்துவேன். அது புதுவிதமான சத்தத்தையும் விநோதமான சங்கீதத்தையும் எழுப்பும். அக்கா கைகளை வளைத்து எட்டி என் மணிக்கட்டில் தட்டி 'சீ, போடா' என்று விரட்டுவார்.

பாலகிருஷ்ணன் இந்தியாவில் நாலுவருடம் தங்கி சங்கீதம் பயின்றவர். மேடையில் கச்சேரி செய்யும் அளவுக்கு அவர் சங்கீத ஞானத்தை வளர்க்கவில்லை. அந்தக் காலத்தில் பிரபலமான கீர்த்தனைகள் சிலவற்றைப் பாடமாக்கியிருந்தார். யாழ்ப்பாணத் துக்குத் திரும்பி வந்தபோது வீடு வீடாகப் போய் சங்கீதம் சொல்லிக் கொடுக்கும் அளவுக்குத்தான் அவருக்கு அறிவு கூடியிருந்தது.

அக்காவுக்கு ஸ்வர வரிசைகளில் ஒருவித சாமர்த்தியம் வந்ததும் பாட்டுவாத்தியார் 'யாரோ, இவர் யாரோ' என்ற கீர்த்தனையைச் சொல்லிக்கொடுத்தார். இது பைரவி ராகத்தில் அமைந்தது. அருணாசலக்கவிராயர் அல்லும்பகலும் பாடுபட்டு அருமையாக எழுதிய பாட்டு. அக்கா அதைச் சப்பு சப்பென்று பாடமாக்கி உருத்தெரியாமல் ஆக்கிவிட்டார். பாட்டு வாத்தி யாருக்கு திருப்தியில்லை. 'அம்மா, இது ராமரும் சீதையும் முதன் முதலாக சந்திக்கும் இடம். ராமன் ஆர் என்று தெரியாமல் சீதை இரங்கிப் பாடுவது. நீ பாடும்போது குரலில் ஏக்கம் இருக்க வேண்டும்; உருகிப்பாடம்மா, உருகு' என்று சொல்வார்.

அக்கா அதைப் பிடித்துக்கொண்டு மெழுகுவர்த்திபோல உருகினார். 'யாரோ இவர் யாரோ' என்று அக்கா காலை, மாலை என்று பார்க்காமல் உருகுவது வீட்டிலும், வளவிலும், ரோட்டிலும் கேட்டது. தெருவிலே போகிற யாரோ ஒருத்தன் ஒருநாள் பாட்டைக் கேட்டு விட்டு 'அது நான்தான்' என்று உரக்கக் கத்திவிட்டு மறைந்தது ஐயாவுக்குப் பிடிக்கவில்லை. அந்த ஆள் யார் என்பதையும் ஐயாவால் கண்டுபிடிக்க முடியவில்லை. அன்றே அந்தப் பாடலுக்குத் தடை விழுந்தது. ஐயா விதித்த முதல் தடை அதுதான்.

பாட்டு வாத்தியார் ஐயா ஏன் அந்தத் தடையை போட்டார் என்பதைக்கூடக் கேட்டுத் தெளியாமல் அடுத்த கீர்த்தனையை ஆரம்பித்தார்.

காரணம் கேட்டுவாடி சகியே காதலன் சிதம்பரநாதன் இன்னும் வராத காரணம் கேட்டுவாடி.

பந்துவராளியில் அமைந்த இந்தக் கீர்த்தனை பந்துபோலப் பல இடங்கள் சுற்றி அலைந்தபின் அக்காவிடம் வந்து சேர்ந்தது. அக்கா இரவும் பகலும் சாதகம் பண்ணினார். எல்லாம் நல்லாகவே நடந்தது, எல்லாம் நல்லாகவே நடக்கிறது, இனிமேலும் நல்லாகவே நடக்கும் என்று நம்பிக்கை பிறந்தபோது திடீரென்று அந்தப் பாட்டுக்கும் ஐயாவிடம் இருந்து தடைவந்தது. சிதம்பரநாதன் என்று ஓர் இளம் பையன் எங்கள் கிராமத்தில் எங்கோ வசிக்கிறான் என்ற தகவல் ஐயாவுக்கு வந்து சேர்ந்திருந்தது. உடனே தடைச் சட்டத்தை ஐயா பிரயோகித்தார். பாட்டு வாத்தியாருக்கு அப்பவும் என்ன விசயம் என்று தெரியாது. ஐயாவும் சொல்லவில்லை, அடுத்த பாடலை ஆரம்பிக்கச் சொன்னார். பாட்டுவாத்தியாருக்கு எரிச்சலான எரிச்சல். இப்படிக் காரணம் தெரியாமல் வரிசையாக பாடல்களை அரைவாசியில் நிறுத்துவது அவருக்கு அவமானமாகப் பட்டது. ஒவ்வொரு பாடலாக இப்படித் தாவிக்கொண்டே போனதால் அக்காவுக்கும் தன் வித்துவத்தைக் காட்டும் சந்தர்ப்பம் தள்ளிக்கொண்டு போனது.

அடுத்த கீர்த்தனையில்தான் ஐயாவுக்கும் பாட்டு வாத்தியாருக்கும் இடையிலான சச்சரவு உச்சநிலையை அடைந்தது. பாட்டுவாத்தியார் மிகவும் கவனமாகவே தனது அடுத்த பாட்டைத் தெரிவு செய்தார். கோபாலகிருஷ்ணபாரதியாரின் கீர்த்தனை. அது இப்படித் தொடங்கியது.

எப்போ வருவாரோ
எந்தன் கலிதீர ஆ ஆ ஆ ஆ
எப்போ வருவாரோ

இதுதான் பல்லவி. அக்காவும் அனுபவித்துப் பாடினார். ஒரு மாதமாக பல்லவி அப்பியாசம் நடந்தது. பல்லவி முடிந்ததும் அநுபல்லவியை ஆரம்பித்தார். அநுபல்லவியில் ஒரு குண்டு வந்து இறங்கப்போவது ஐயாவுக்கோ, பாட்டுவாத்தியாருக்கோ தெரியாது. அக்கா, பாவம் அவருக்கும் தெரியாது.

எப்போ வருவாரோ
எந்தன் கலிதீர ஆ ஆ ஆ ஆ
எப்போ வருவாரோ
செப்பியதில்லை சிதம்பரநாதன்.

ஐயாவுக்கு தலை சுற்றியது. ஒருமாத காலமாக அநு பல்லவியை ஒளித்து வைத்துவிட்டு இப்பொழுதுதான் வெளியே எடுத்து விடுகிறார் என்று. பாட்டு வாத்தியாரைப் பிடிபிடியென்று பிடித்துவிட்டார். 'என்ன காணும் பிறகும் சிதம்பரநாதன், சிதம்பரநாதன் என்று சொல்லிக்கொடுக்கிறீர்?' என்றார் ஐயா. 'நான் என்ன செய்ய.

எனக்குத் தெரிந்த பாடலைத்தானே நான் சொல்லிக் கொடுக்கமுடியும். இது கடவுளின்ரை பேர். இது போனால் இன்னொரு பேர். நானா பாடலை எழுதினேன். இது தோதுப் படாது.' அவர் சால்வையை உதறி தோளிலே போட்டுக்கொண்டு திடீரென்று எழும்பி நின்றபோது கூரையை இடித்துவிடுவார் போலத் தோன்றியது. பிறகு எப்படியோ இருவரும் சமாதான மானார்கள்.

பாட்டுவாத்தியாருடைய கையிருப்பு வேகமாகக் குறைந்தபடி வந்தது. அடுத்த பாடலைத் தொடங்கு முன்னரே ஐயாவுக்கு முழுப் பாடலையும் படித்துக் காட்டினார். அதிலே ஒரு ஆணின் பெயர் வந்தது. ஆனால் அந்தப் பெயரில் ஓர் ஆண்பிள்ளையாவது எங்கள் ஊரில் கிடையாது என்று தீரவிசாரித்து உண்மை அறிந்துகொண்டு தான் ஐயா அனுமதி கொடுத்தார்.

கனகசபாபதி தரிசனம் ஒருநாள்
கண்டால் கலி தீரும்.

அக்கா சாதகம் செய்த அத்தனை பாட்டுக்களிலும் அக்கா உருகி, உணர்ந்து, அனுபவித்துப் பாடியது அந்தப் பாட்டுத்தான். பல மாதங்களுக்கு இந்தப் பாடலை அக்கா திறம்பட சாதகம் செய்து குறைவில்லாமல் வெளிப்படுத்தினார். அக்கா பாவத்தோடு பாடும்போது மகிழ்ச்சியாக இருந்தார்; துக்கமாகவும் இருந்தார். யாராவது விருந்தினர் வரும்போது அக்கா அந்தப் பாடலையே பாடிக் காண்பித்தார். அந்தச் சமயங்களில் அக்கா உருகியதுபோல நந்தனார்கூட உருகியிருக்கமாட்டார்.

ஒருநாள் எதிர்பாராத இடத்திலிருந்து தடை வந்தது. பாட்டுவாத்தியார் கேட்டபோது அக்கா அந்தப் பாட்டைப் பாட மறுத்துவிட்டார். அம்மா கேட்டபோதும் இல்லையென்றார். ஐயாவுக்கும் அதேதான். திடீரென்று என்ன நடந்தது, காரணம் கேட்டபோது அதற்கும் அக்கா வாயைத் திறக்கவில்லை. ஆர்மோனியப் பெட்டியைப் பிடித்தபடி தலையைக் குனிந்து கீழ் சொண்டுகளை மேற்பக்களால் கவ்விப் பிடித்துக்கொண்டு, அசையாமல் உட்கார்ந்திருந்தார். அன்றும், அதற்கு அடுத்த நாளும். அடுத்த வாரமும். அடுத்த மாதமும் அக்கா அந்தப் பாட்டைப் பாடவில்லை. ஏனோ அவருக்கு அந்தப் பாட்டு திடீரென்று பிடிக்காமல் போய்விட்டது. அக்காவின் பாட்டு அகராதியில் இருந்து அது என்றென்றைக்குமாக அகற்றப்பட்டுவிட்டது.

இது எல்லாம் நடந்து ஐம்பது வருடங்கள் கடந்துவிட்டன. சமீபத்தில் ஒருநாள் அக்காவிடம் சிறுவயதில் சங்கீதம் கற்ற சம்பவத்தை நினைவூட்டினேன். அவருக்கு ஞாபகமில்லை. 'யாரோ இவர் யாரோ' பாட்டு நினைவிருக்கிறதா என்றேன். இல்லை என்றார். 'எப்போ வருவாரோ எந்தன் கலிதீர', 'காரணம் கேட்டு வாடி' ஒன்றுமே அவருக்கு ஞாபகத்தில் இல்லை.

'கனகசபாபதி தரிசனம்' என்றேன். இருட்டில், எதிர்த் திசையிலிருந்து வேகமாக வந்த காரின் வெளிச்சம் முகத்திலே பட்டது போல ஒரு பிரகாசம் தோன்றி மறைந்தது. பாகிஸ்தான் பெண்ணின் கதையைச் சொன்னேன். அவளுக்கு ஒரு பாட்டுப் பிடிக்காமல் அதற்கு வழக்குப் போட்டிருக்கிறாள் என்றேன். 'அவளுக்கு என்ன பிரச்சினையோ' என்றார். 'அது சரி, அவளுக்கு ஒரு காரணம் இருந்தது. பெண்களை அந்தப் பாடல் கேவலப்படுத்துகிறதாம். 'இனிப்பு கூடியவளே' என்று பாடியிருந்தால் வழக்கு போடுவாளா' என்றேன். அக்கா கொஞ்சம் யோசித்துவிட்டு 'இனிப்பு கூடியவளே என்றால் அது பொய். உப்பு என்றால்தான் உண்மை, உண்மைதான் சுடும்' என்றார். 'ஆனால் நீங்கள் எதற்காகக் கனகசபாபதி பாட்டைப் பாட மறுத்தீர்கள். எல்லோரும் கெஞ்சிக் கேட்டார்களே?' என்று வினவினேன். உடனே 'நீ என்ன கதை எழுதப் போறாயோ?' என்று என்னை நிமிர்ந்து கடுமையாகப் பார்த்தார்.

அக்காவின் கணவர் இறந்து பத்து வருடங்கள் ஆகியிருந்தன. பிள்ளைகள் எல்லாம் மணமுடித்து நல்லாயிருந்தார்கள். 'யோசிக்க இனிமேல் என்ன இருக்கு, என்னிடம் சொல்லலாம்தானே, என்ன நடந்தது?' என்று மறுபடியும் துளைத்தேன். அக்காவின் பார்வை அவருக்கும் எனக்கும் இருந்த தூரத்தின் நடுவில் நின்றது. தன்னுடைய 68 வயது கீழ் சொண்டை மேற்பற்களால் இழுத்து

கடித்தபடி யோசித்தார். 'என்ன, காதலா?' என்றேன். அக்கா தன் கைகளை வளைத்து எட்டி என் மணிக்கட்டில் தட்டி 'சீ, போடா' என்றார்.

கனகசபாபதி பாட்டைப் பாட மறுத்த பிறகும் அக்காவின் சங்கீத சிட்சை தொடர்ந்தது. மாரிமுத்தாப்பிள்ளையின் 'காலைத் தூக்கி நின்று' பாட்டை வாத்தியார் சொல்லிக் கொடுத்தபோது ஒருவித எதிர்ப்பும் எந்தப் பக்கத்திலிருந்தும் கிளம்பவில்லை. அதிலே ஆண் பெயர்கள் இல்லை என்பதை சலித்துப் பார்த்து உறுதிசெய்த பிறகுதான் ஐயா அனுமதித்தார். அக்காவும் தன் சக்திக்கு இயன்ற மாதிரி அந்தப் பாடலைத் திறமையாகப் பாடினார். 'வேலைத் தூக்கும் பிள்ளை' என்று வரும் இடத்தில் மூச்சைப் பிடித்து உச்சத்தில் எடுக்கும்போது அக்காவின் தொண்டை நரம்புகள் நீலமாக தள்ளிக்கொண்டு நிற்கும். ஆனாலும் 'கனகசபாபதி தரிசனம்' போல உருக்கத்துடனும் உணர்ச்சியுடனும் ஒன்றிப்போய் அக்காவால் பாடமுடியவில்லை. அதுவே அக்கா பாடம் கேட்ட கடைசிப் பாட்டு என்று நினைக்கிறேன். அதற்குப் பிறகு சங்கீதத்தின் கரையை அக்கா கண்டுவிட்டபடியாலோ என்னவோ அப்பா பாட்டு வாத்தியாரை நிற்பாட்டினார்.

அக்காவுக்குக் கடைசிப் பாட்டு என்றாலும் எங்கள் கிராமத் துக்கு அதுவே முதல் பாட்டாக அமைந்தது. கொக்குவிலிலும் அதைச் சுற்றியுள்ள கிராமங்களிலும் அந்தப் பாடலின் பிரபலம் நாளுக்கு நாள் கூடிக்கொண்டே போனது. அன்று தூக்கிய கால் இன்றுவரை கீழே இறங்கவே இல்லை.

பூங்கொத்து கொடுத்த பெண்

நான் பாகிஸ்தானில் போய் இறங்கி இரண்டு மணி நேரம் முடிவதற்கிடையில் வேலை கேட்டு என்னிடம் ஐந்து விண்ணப் பங்கள் சேர்ந்துவிட்டன. நான் அப்பொழுது பணியில் சேரக்கூட இல்லை. என்னுடைய வேலையைப் பொறுப்பேற்பதற்கு இன்னும் 15 மணி நேரம் இருந்தது. ஆனால், விண்ணப்பங்கள் வரும் வேகம் குறையவில்லை. நான் விமான நிலையத்திலிருந்து பிடித்து வந்த வாடகைக் கார் சாரதியிலிருந்து, ஹொட்டல் சேவகர் வரை வேலைக்கு விண்ணப்பம் செய்தார்கள். இதில் அதிசயம் என்ன வென்றால் இவர்கள் எல்லோரும் ஏற்கனவே தயாரித்து வைத்திருந்த விண்ணப்பக் கடிதங்களையே கொடுத்தார்கள். என்ன வேலைக் கான விண்ணப்பம் என்று கேட்டால் எந்த வேலை என்றாலும் பரவாயில்லை என்றார்கள். இவர்கள் ஒவ்வொருவரும் காலையில் எழும்பி வீட்டிலிருந்து வெளிக்கிடும்போது ஒன்றிரண்டு விண்ணப்பக் கடிதங்களைத் தயாரித்துக்கொண்டு புறப்படுவார்கள் போலும்.

பாகிஸ்தானின் வடமேற்கு நகரமான பெஷாவாரில்தான் எனக்குப் பணி. நகரத்தின் எந்த மூலையில் பார்த்தாலும் அங்கே நடிகை ஸ்ரீதேவியின் முகம் தெரிந்தது. சுவரிலே இடம் இருந்தால் அதிலே ஸ்ரீதேவியின் படமுள்ள சுவரொட்டியைக் காணலாம். மூன்று சக்கர வண்டிகளின் பின் படுதாவிலும் ஸ்ரீதேவி சிரித்தபடி அசைந்துகொண்டிருப்பார். ஸ்ரீதேவியின் புகழ் உச்சக்கட்டத்தில் இருந்த காலம் அது. அவர் பாகிஸ்தானில் நடந்த தேர்தலில் அப்போது போட்டியிட்டிருந்தால் நிச்சயமாக வென்றிருப்பார். வடமேற்கு மாநில முதலமைச்சராகக்கூட ஆகியிருக்கலாம். யார் கண்டது?

நான் தங்கியிருந்த ஹொட்டலில் இருந்து வீடு வாடகைக்குப் பார்க்கப் புறப்பட்டால் அதற்கும் நூற்றுக் கணக்கான தரகர்கள் இருந்தார்கள். ஹொட்டலுக்கு வந்து கூட்டிப் போய் வீடுகளைக் காட்டுவார்கள். ஒரு சுற்றுப் போய் திரும்பிவந்தால் இன்னொரு தரகர் வந்து முந்தியவர் காட்டிய அதே வீடுகளைக் காட்டுவார். பாகிஸ்தானில் வீடு பார்ப்பது பெரிய அலுப்பு தரும் காரியம்.

மழைக்காலம் ஆரம்பித்துவிட்டபடியால் வீட்டுக் கதவுகள் எல்லாம் உப்பிப்போய் இருந்தன. கதவுகளைத் தள்ளித் திறக்க முடியாது; உதைத்துத்தான் திறக்க வேண்டும். வாசலில் இருக்கும் குழல் விளக்கைப் போட்டால் நீங்கள் வீட்டைப் பார்த்துவிட்டு திரும்பும்போதுதான் அது எரியத் தொடங்கும்.

ஒரு வீட்டுக்கு போய்ப் பார்த்தபோது மேசையிலே கோப்பைகளில் உணவு பரிமாறி பாதி சாப்பிட்ட நிலையில் இருந்தன. மேசையின் நாலு கால்களும் தண்ணீர் ஊற்றிய நாலு டின்களில் ஊறியபடி நின்றன. அந்த உணவைச் சாப்பிட்டுக் கொண்டிருந்த ஆட்களைக் காண முடியவில்லை; அதைச் சாப்பிட முடியாத எறும்புகளையும் காண முடியவில்லை. போகப் போகத்தான் தெரிந்தது ஒரு வீட்டைக் காட்டும்போது இந்தத் தரகர்கள் வீட்டுப் பெண்களையும் குழந்தைகளையும் ஓர் அறையில் வைத்து பூட்டிவிடுகிறார்கள் என்பது. பிரதானமாக இளம் பெண்கள் கண்ணிலே பட மாட்டார்கள். ஐந்து அறைகள் கொண்ட வீட்டைப் பார்த்தால் தரகர் நாலு அறைகளைத்தான் காட்டுவார். முழு வீட்டையும் பார்ப்பதென்பது முடியாத காரியம்.

முதல் வாரம் வீடு பார்த்ததில் எனக்கு ஒரு வீடும் அமையவில்லை; ஆனால், தரகர்கள் கொடுத்த விண்ணப்பங்கள் நிறைய சேர்ந்திருந்தன. அதிலே ஒன்று ஸைராவுடையது. கைகளினால் எழுதிய பல விண்ணப்பங்களுக்கிடையே அவளுடையது நல்ல தாளில் அழகாக அச்சடிக்கப்பட்டிருந்தது. தகைமைகள் சரியாக இருந்தன. தேவையான அளவுக்கு அனுபவம் கொண்ட இளம் பெண். நேர்முகத் தேர்வுக்கு அழைக்கப்பட்டவர்களின் பட்டியலில் அவள் பெயரும் இருந்தது. நான் நினைத்தது சரி. அவள் வித்தியாசமானவளாகவே இருந்தாள். எல்லாப் பெண்களும் சாதரால் தலையை மூடி அடக்கவொடுக்கமாக வந்திருந்தார்கள். இவளுடைய தலை மூடப்படவில்லை. கேசம் அருவி போல ஒரு பக்கமாக விழுந்து இடது கண்ணின் பாதியை மறைத்துக் கொண்டிருந்தது. சிரிப்பா இல்லையா என்பதுபோல ஒரு மெல்லிய நகை முகத்தைவிட்டு அகலாமல் இருந்தது. கேட்ட கேள்விகளுக்கு மேசையைப் பார்த்து அவள் பதில் சொல்லவில்லை. அவள் நடந்து வந்தபோதும் நீளமான வார் கைப்பை தோளிலே ஆட திரும்பிப் போனபோதும் தன்னம்பிக்கை தெரிந்தது. ஆனால் என்ன பிரயோசனம், அவளுக்கு வேலை வாய்க்கவில்லை.

எங்கள் நிறுவனத்தில் எந்த வேலைக்கு விளம்பரம் செய்தாலும் குறைந்தது இருநூறு அல்லது முந்நூறு விண்ணப்பங் கள் வந்துசேரும். அவற்றைப் புரட்டிக்கொண்டு போனால் அதில் ஸைராவின் விண்ணப்பமும் இருக்கும். ஒரு விளம்பரத்தையும்

அவள் தவற விடுவதில்லை. நேர்காணலின்போது திருப்பித் திருப்பிச் சந்தித்ததில் அவள் எனக்குப் பழக்கமாகிவிட்டாள். தேர்வுக் குழுவினர் கேட்கப்போகும் கேள்விகள் அவளுக்கு மனப்பாடம். சரியான பதில்களையே கொடுப்பாள். ஆனால் தேர்வுக் குழுவினரை அவளால் வெற்றிகொள்ள முடியாமல் போனது.

ஸைராவுக்கு வயது இருபது நடந்தது. அவளுக்குப் பதினாறு வயதில் மணமாகி, பதினேழில் மணவிலக்காகி மீண்டும் மண முடித்து அதுவும் விலக்கில் முடிந்திருந்தது. விடா முயற்சி என்பதை அவளிடம்தான் பார்க்கலாம். தொலைபேசியில் என்னை அழைத்து ஏதாவதுவேலை விளம்பரங்கள் வருகின்றனவா என்று விசாரிப்ப தோடு அந்த விளம்பரங்களின் விபரங்களையும் கேட்பாள். ஆனால் ஒருமுறைகூட தேர்வுக் குழுவின் முடிவு என்னவென்றோ, தனக்கு ஏன் வேலை கிடைக்கவில்லை என்றோ எல்லை மீறி அவள் கேட்டது கிடையாது.

ஒரு நாள் எனக்கு கல்யாண அழைப்பிதழ் ஒன்று வந்தது. என்னை யாரும் திருமணவிழாவுக்கு அழைத்தது கிடையாது. ஒரு பாகிஸ்தான் மணவினை எப்படி நடக்கும் என்பதைப் பார்ப்பதிலும் எனக்கு ஆசையிருந்தது. வேறு சில நண்பர்களும் எங்கள் நிறுவனத் திலிருந்து அந்த மணவிழாவுக்குப் போனதால் நானும் அவர் களுடன் சேர்ந்துகொண்டேன். இதுவே நான் போன முதல் இஸ்லாமியத் திருமணம் என்று சொல்லலாம். ஸைராவின் தங்கை தான் மணப்பெண். அவர்கள் வழக்கப்படி மணப்பெண்ணும் மண மகனும் சந்திக்கவே இல்லை. தனித்தனியாக குர்ஆனில் கையெழுத்து வைப்பது மட்டுமே பெரிய சடங்காக நடந்தது.

லாகூரில் இருந்து வரவழைக்கப்பட்ட முஜ்ரா நடனப் பெண் களின் ஆட்டம் ரகஸ்யமாக நடந்தது. வாசலில் துப்பாக்கிதாரிகள் இருவர் நின்று காவல் காத்தனர். பெஷாவாரில் இப்படியான நடனங்களுக்கு அனுமதியில்லை. நாலு பெண்கள், கணக்கற்ற சினிமாப்படங்களில் காட்டியது போல சினிமா இசைக்கு நடன மாடினார்கள். ஆண்கள் ரூபா நோட்டுக்களை அள்ளி வீசுவதை முதன்முதலாகப் பார்த்தேன். சில துணிந்த பேர்வழிகள் நேரே நடந்துபோய் அந்தப் பெண்களின் மார்புக் கச்சைக்குள் பணத்தைச் செருகினார்கள். முஜ்ரா நடனம் ராஜஸ்தானில் பரம்பரை பரம்பரையாகப் பேணப்பட்ட நடனம் என்று சொன்னார்கள். ஆனால், நான் பார்த்தது ஹிந்தி சினிமாவைப் பார்த்து கற்றுக் கொண்டு ஆடிய பெண்களைத்தான்.

ஸைரா என்னை அழைத்து தன்னுடைய தாய், தம்பி, மணப்

பெண் எல்லோருக்கும் அறிமுகம் செய்துவைத்தார். அவர்களுக்கெல்லாம் என்னை ஏற்கனவே தெரிந்திருந்தது. என்னைப் பற்றி நிறைய ஸைரா சொல்லியிருப்பதாகச் சொன்னார்கள். விண்ணப்பப் படிவங்கள் வரவர அவற்றை ஸைராவிடம் கொடுத்த பாவம் ஒன்றை மாத்திரம்தான் நான் செய்தேன். என்னில் அவ்வளவு மரியாதை வைக்கும் அளவுக்கு நான் ஒன்றும் செய்யவே இல்லை. ஆனால், நான் அதை மறுக்காமல் அவர்கள் தந்த மரியாதையை ஏற்றுக்கொண்டேன்.

ஒரு நாள் மாலை ஐந்து மணிவாக்கில் விண்ணப்பப் படிவம் ஒன்றைப் பெற அலுவலகத்துக்கு வந்த ஸைரா என்னைப் பார்க்க வேண்டும் என்று சொன்னாள். அந்த நாள் எனக்கு நன்றாக ஞாபகம் இருக்கிறது. சில மணி நேரம் முன்புதான் நிலநடுக்கம் ஒன்று ஏற்பட்டு நாங்கள் அரண்டுபோய் இருந்தோம். எங்கள் அலுவலகம் இருந்த நாலாவது மாடி ஒரு கணம் ஒரு பக்கம் சாய்ந்து, பிறகு நிமிர்ந்து மறு பக்கம் சாய்ந்து நேராக வந்து நின்றது. அரைவாசி அலுவலர்கள் பயந்து போய் வீட்டுக்கு ஓடிவிட்டார்கள்.

இந்தப் பெண் வேறு ஒரு கிரகத்தில் இருந்து வந்தவள்போல கவலையே இல்லாமல் காணப்பட்டாள். எனக்கு முன்னால் இருந்த நாற்காலியில் அமர்ந்துகொண்டு விண்ணப்பப் படிவம் நிரப்புவது பற்றி சில கேள்விகள் கேட்டாள். நானும் பதில் தந்தேன். சிறிது நேரமாக ஒரு சத்தமும் வராததால் நிமிர்ந்து பார்த்த நான் திகைத்து விட்டேன். அவள் கண்களில் இருந்து கண்ணீர் பெருகிக்கொண்டு இருந்தது. உதடுகள் மேலும் கீழும் அசைந்தனவே ஒழிய ஒரு சிறு சத்தம்கூட வெளிப்படவில்லை. அவள் அடக்க அடக்க கண்ணீர் நிற்காமல் கொட்டியது. நான் அதிர்ந்துபோய் 'என்ன, என்ன?' என்றேன். அவள் பேச முயன்றாள் ஆனால் முடியவில்லை. வார்த்தைகள் ஒவ்வொன்றாக வெளியே வர அவள் விழுங்கிக் கொண்டிருந்தாள்.

'எனக்கு ஏன் வேலை கிடைக்கவில்லை என்பது தெரியும்' என்றாள்.

'ஏன்?'

'நான் இப்படி உடுத்துவது ஒருவருக்கும் பிடிக்காது. தலையை முக்காடிட்டு வர வேண்டும் என்று எதிர்பார்க்கிறார்கள். இரண்டு விவாகரத்து செய்தவள் என்பது அடுத்த காரணம். ஆனால் முக்கியமானது என்னுடைய மகனை நான் கிறிஸ்தவப் பள்ளிக்கூடத்துக்கு அனுப்புவது.'

'உங்களுக்கு ஒரு மகன் இருக்கிறானா?'

'ஐந்து வயது. முதல் கணவருக்குப் பிறந்தவன். என்னுடைய

சுயவிபரக் குறிப்புகளைப் படிப்பவர் நீங்கள் ஒருவர்தான். தேர்வுக் குழுவில் உள்ள மற்றவர்களுக்கு அதில் இல்லாத விபரங்கள் நிறையத் தெரியும்.'

எங்கள் நிறுவனத்தின் எல்லா விளம்பரங்களுக்கும் அவள் சளைக்காமல் விண்ணப்பித்தாள். அவள் வாழ்க்கையின் குறிக்கோள் எங்கள் நிறுவனத்தில் ஏதாவது ஒரு வேலையில் சேர்வது என்பது போலவே செயல்பட்டாள். ஒருமுறை தலைமைச் சாரதி வேலைக்கு விளம்பரம் செய்தபோது அதற்கும் விண்ணப்பம் அனுப்பினாள். இதனிலும் பார்க்க குறைந்த தகைமைகள் கொண்ட வேலை எங்கள் நிறுவனத்தில் கிடையாது. கடைநிலையான இந்த வேலையைச் செய்வதற்கு மூளை அடைவு 150 தேவையாக இருக்காது. அதற்கும் இவள் விண்ணப்பம் அனுப்பினாள். அந்த எளிமையான வேலைகூட அவளுடைய கையை விட்டுப் போய்விட்டது. நாலு வருட முடிவில் நான் பெஷாவாரை விடும்வரைக்கும் அவள் விண்ணப்பம் அனுப்பிக்கொண்டே இருந்தாள்.

பெஷாவாரில் என் வீட்டுக்குப் பக்கத்து வீட்டில் வசித்தவர் பெயர் அஹமத். பெரிய வங்கி ஒன்றில் மேலாளராக வேலை பார்த்தார். அருமையான நண்பர். எந்தவிதமான காலநிலையிலும் அதிகாலையில் வாத்து சுடப் போய்விட்டுத்தான் அலுவலகம் செல்வார். நான் விடைபெறுவதற்காக அவரிடம் சென்றபோது எலும்பு நொறுங்குவது போலக் கட்டிப்பிடித்து விடை கொடுத்தார். நான் என்னுடைய வீட்டிலே சில சாமான்களை விட்டு விட்டுப் புறப்படுவதாக இருந்தேன். அவர் அவற்றை எனக்கு அனுப்பி வைப்பதாக உறுதி கூறியிருந்தார். அமெரிக்கா வந்து சேர்ந்ததும் அஹமத்தைத் தொலைபேசியில் அழைத்தேன். அவர் என்னைப் பேசவிடவில்லை. எடுத்தவுடன் 'உங்களுக்கு ஒரு பூங்கொத்து பரிசு வந்திருக்கிறது' என்றார். 'பூங்கொத்தா, எனக்கு யார் அனுப்பு வார்கள்?' என்றேன். 'நேற்று ஒரு பெண் வந்தாள். இந்தப் பூங் கொத்தைத் தந்துவிட்டுப் போனாள். அவளுடைய பெயர் ஸைரா. மிக அழகான பெண்' என்றார்.

'பூங்கொத்தில் என்ன என்ன மலர்கள் இருக்கின்றன?' என்றேன்.

'கார்னேசன் பூக்கள் மட்டுமே.'

'என்ன நிறம்?'

அவர் 'மென்சிவப்பு' என்றார்.

பூக்கள் அகராதியின்படி மென் சிவப்பு கார்னேசன் மலர்களுக்கு 'உன்னை என்றும் மறக்கமாட்டேன்' என்று அர்த்தம். ஆண்கள் பெண்களுக்குப் பூங்கொத்து அனுப்புவது வழக்கம். நான்

படித்த நாவல்களிலோ, பார்த்த சினிமாக்களிலோ ஒரு பெண் ஆணுக்குப் பூங்கொத்து அனுப்பிய சம்பவம் கிடையாது. கடைசி வரை ஒரு விநோதமான பெண்ணாகவே ஸைரா இருந்தாள். ஒருவர் நாட்டை விட்டுப் போகும் கடைசி நாளில் ஒரு பெண் ஆணுக்குப் பரிசு கொடுத்தால் அது நிச்சயமாக எதையாவது எதிர்பார்த்து இருக்கமுடியாது.

நண்பர் அழகான பெண் என்றார். அது தவறு, அவள் பேரழகி. அதிலே துயரம் என்னவென்றால் அவளுக்கு அது தெரியாது. நான் பாகிஸ்தானில் பார்த்த பெண்களிலே அவளைப் போன்ற ஓர் அழகியை வேறெங்கும் பார்த்ததில்லை. நாட்டை விட்டுப் போகும்போதாவது அவளுக்கு வேலை கிடைக்காததன் உண்மையான காரணத்தை நான் சொல்லியிருக்கலாமே என்று பட்டது.

என் நண்பர் அஹமத் 'மூச்சை நிறுத்தும் அழகு' என்று அடிக்கடி கூறுவார். அது இதுதான். எந்தக் கோணத்தில் இருந்து பார்த்தாலும் அவள் அழகாகவே தென்படுவாள். பைபிளில் வரும் சொலமான் அரசனின் மாளிகையில் பளிங்குத்தரை போட்டிருந்தது. ராணி ஷீபா அரசனைப் பார்க்க வந்தபோது தண்ணீர் என்று நினைத்து தன் ஆடையைச் சிறிது தூக்கி நடந்தாளாம். அவள் முகத்தைக் காணுமுன்னரே அவள் பாதங்களைக் கண்டு அரசன் மோகித்தான் என்று கதையுண்டு. ஸைரா என்னைக் காண முதலில் வந்தபோது காலுக்கு மேல் கால் போட்டபடி உட்கார்ந்திருந்தாள். பாதிக் கால் தெரியும் செருப்பை அவள் அணிந்திருந்தாள். ஒரு பாதம் ஒளிவீசுவதை அன்றுதான் நான் கண்டேன். அவளுக்கு வேலை கிடைக்காததற்கு அவளுடைய பேரழகுதான் காரணம் என்பதை எப்படி நான் சொல்வேன். அவளுடைய அழகை ஒரு பெண் உடம்பு தாங்க முடியாது. அவளுடன் வேலை பார்ப்பவர்களால் தாங்க முடியாது. அலுவலகமே தாங்க முடியாது.

நீண்ட காலத்துக்குப் பிறகு அரபு தெரிந்த ஒரு நண்பர் ஸைரா என்றால் 'சிரிப்பு அகலாதவள்' என்று ஒரு பொருள் இருப்பதாகச் சொன்னார். அவள் பூக்களை எடுத்துக் கொண்டு என்னைப் பார்க்க வந்தபோது நிச்சயம் அவள் உதட்டில் மாறாத புன்னகை இருந்திருக்கும். அப்போது மணி ஏழரை என்று அஹமத் சொன்னதாக ஞாபகம். நான் அட்லாண்டிக் சமுத்திரத்துக்கு மேல் நியூயோர்க்கை நோக்கிச் சென்ற விமானத்தில் 35,000 அடி உயரத்தில் பறந்துகொண்டிருந்தேன்.

படிக்காசு

இந்த முறை புதுவருடம் பிறந்தபோது எனக்கு மூன்றே மூன்று வாழ்த்துக்கள் வந்தன. என் வாழ்நாள் முழுக்க சேர்த்த நண்பர்களின் தொகை இப்பொழுது மூன்றிலே வந்து நின்றது. ஒரு நண்பர் மின்னஞ்சலில் வாழ்த்து அனுப்பியிருந்தார். அது சுற்றுநிருபம் போல மேலும் முப்பது பேருக்கு அனுப்பப்பட்டிருந்தது. அடுத்த நண்பர் அதுகூடச் செய்யவில்லை. ஒரு கொழுவியை (link) அனுப்பியிருந்தார். நான் அதைச் சொடுக்கினால் என் வாழ்த்து அட்டை 'கிணிங்' என்ற சத்தத்துடன் திறந்து வாழ்த்து சொல்லுமாம். நான் அதற்குள் போகாமல் வெளியே நின்று அதை நீக்கினேன். மூன்றாவது வாழ்த்து மின்னஞ்சல் வெங்கட் சாமிநாதனிடமிருந்து வந்தது. எத்தனையோ ஆயிரம் மைல்களுக்கு அப்பாலிருந்து என்னை நினைத்து வாழ்த்து அனுப்பியிருந்தார். அந்த வாழ்த்துடன் ஒரு கேள்வியும் கேட்டிருந்தார். 'நீங்கள் ஈழத்தில் புதுவருடம் கொண்டாடுவீர்களா?'

நான் சிறுவனாய் இருந்தபோது எனக்குப் பிடித்த கொண்டாட்டம் பொங்கல்தான். அன்றுதான் பொங்கிப் படைத்து உண்டு மகிழ்வோம். சிறுவர்களுக்கு சீனவெடி, வாணம், பூந்திரி என்று வகைவகையாக கிடைக்கும். தீபாவளியில் நாங்கள் வெடிப்பது இல்லை, புது உடுப்போடு சரி. புது வருடம் எங்களுக்கு பிடித்ததற்கான காரணம் அதிகாலை முழுகி புத்தாடை அணிந்த பிறகு கிடைக்கும் 'கைவியளம்.' வருடத்தில் ஒரு முறை சிறுவர்களாகிய நாங்கள் காசு பார்ப்பதென்றால் அது அன்றுதான்.

பகல் வேளையாயிருந்தாலும் ஒரு நல்ல நேரம் பார்த்து ஐயா குத்துவிளைக்கைக் கொளுத்திவைத்து அமர்ந்திருப்பார். ஒரு தாம்பாளத்தில் காசு தாளாகவும், சில்லறையாகவும் அடுக்கி பக்கத்தில் ஒரு கட்டு வெற்றிலை, பூக்கள், நெல்தானியம் என்று பரப்பியிருக்கும். ஐயா வெற்றிலையில் காசு, பூ, நெல் வைத்து மடித்து கொடுப்பார். ஒவ்வொருவரும் வந்து வாங்கிச் செல்வார்கள். ஐயாவின் 'கைவியளம்' நல்ல அதிர்ஷ்டத்தை வருடம் முழுக்க தரும் என்று நம்பினார்கள். எல்லோருக்கும் கொடுத்து முடிந்தபிறகு எங்கள் முறை. எனக்கு 25 காசு கிடைக்கும்; என் தம்பிக்கும் 25

காசு. வருடா வருடம் எங்கள் உயரத்திலும் வயதிலும் எடையிலும் மாற்றமிருந்தாலும் காசில் மாற்றமிருக்காது.

வருடப் பிறப்பில் இன்னொரு விசேடம் போர்த் தேங்காய் அடிப்பது. மாதக்கணக்காகக் கிணற்று நீரில் ஊறவைத்து வலுவூட்டப்பட்ட தேங்காய்கள் எல்லாம் அன்று வெளியே வரும். எங்கள் வீட்டு வீதியில்தான் போர் நடக்கும். நாணயத் தேர்வு ஒன்றும் கிடையாது. முதலில் ஒருவர் போர்த்தேங்காயை நெட்டுக் குத்தாக வைக்க, மற்றவர் அதை அடிப்பார். அடுத்து மற்றவர் நிறுத்த முதலாமவர் அடிப்பார். யாருடைய தேங்காய் முதலில் உடைகிறதோ அவர் தோற்றுப்போனவர் ஆவார்.

எங்கள் வீதி சாதனைக்காரன் தங்கராசா. ஒரு முறை தங்கராசா எல்லா தேங்காயையும் அடித்து நொருக்கிவிட்டு இனி வெல்லுவதற்குத் தேங்காய் இல்லாமல் நின்றான். அப்பொழுது பார்த்து வழியால் தேவசகாயம் போனான். அவன் கிறிஸ்தவப் பையன். எங்கள் பள்ளியில் படித்து பிறகு படிப்பைப் பாதியில் விட்டவன். ஓர் இறுக்கமான கால் சட்டையும் இனிமேல் கிழிவதற்கு இடமில்லாத ஒரு சேர்ட்டும் அணிந்திருந்தான். 'உன்னிடம் தேங்காயிருக்கா?' என்றான் தங்கராசா. அவன் கால்சட்டைப் பைக்குள் கையைவிட்டு ஒரு சின்னத் தேங்காயை வெளியே எடுத்துக்காட்டினான். ஆனால் விளையாடச் சம்மதிக்கவில்லை. காசுக்கு விளையாடுவதற்கு உடனேயே ஓம்பட்டான். தங்கராசா விடம் கைவியளக் காசு ஐம்பது சதம் இருந்தது. தேவசகாயமும் தன் காசைக் காட்டினான்.

முதலில் தேவசகாயம் தேங்காய் வைக்க தங்கராசா அடித் தான். அது சறுக்கிக்கொண்டு போனது. இப்பொழுது தேவ சகாயத்தின் முறை. தேங்காயை நல்ல வளம் பார்த்து ஒரு கோணத்தில் நிறுத்தினான். இரண்டு கால்களையும் அகட்டிக் கொண்டு, தன் தேங்காயின் அடிப்பக்கம் இறங்குவதுபோல கன நேரம் கோணம் சரி பார்த்தான். கண்மூடி திறப்பதற்குள் இடிபோல ஓர் அடி. தங்கராசாவின் காய் சிதறியது. தேவசகாயம் 50 காசை வாங்கிக்கொண்டு வந்தவழியே போனான். அன்றுதான் முதல் பாடம் படித்தேன். போர்த் தேங்காயில் வெல்வது என்பது முற்றிலும் தேங்காயில் இல்லை, அடிப்பவனின் சாமர்த்தியத்தைப் பொறுத்தே இருக்கிறது. பிறகுதான் கேள்விப்பட்டோம் அன்று தேவசகாயம் ஒரு சின்னத் தேங்காயை வைத்துக்கொண்டு நல்ல காசு உழைத்தான் என்று.

அதற்கு முதல் வருடமோ அடுத்த வருடமோ ஞாபகமில்லை. நாங்கள் ஒழுங்கையில் போர்த்தேங்காய் அடித்து விளையாடிக்

கொண்டு இருந்தபோது பத்துமா என்பவள் ஒரு தேங்காயை நெஞ்சுக்கு மேலே தூக்கிப் பிடித்துக்கொண்டு வந்தாள். அவள் எங்கள் வீட்டுக்கு முன் வீட்டில் வசிப்பவள். அந்த வீட்டில் இருந்தவர்கள் அத்தனை பேரும் பெண்கள். இவள் கடைக்குட்டி. இவள் சிறுமியல்ல; முழுப் பெண்ணும் அல்ல. ஆகவே இரண்டு பருவத்துக்கான அனுகூலமும் அவளுக்கு உண்டு. அவளுடைய உடம்பு நாடியிலே ஆரம்பித்து இடுப்பிலே முடிந்ததால் அனைத்து கண்களும் அங்கேயே சுழன்றன. அவள் கொண்டுவந்த தேங்காய் வயிறு பெருத்து உருண்டையாகக் காணப்பட்டது. அது போர்த் தேங்காய் வம்சமே அல்ல. சமைப்பதற்குக் கூடக் கத்தியால் உடைக்கத் தேவை இல்லை. 'இதை உடைக்கட்டாம்' என்று நுங்கு குடிப்பதுபோல உறிஞ்சி உறிஞ்சி சொன்னாள். இரண்டு கைகளை யும் முன்னால் கோர்த்துக்கொண்டு வகுப்பிலே வாய்ப்பாடு ஒப்பிப்பதற்கு நிற்பதுபோல நின்றாள்.

ஆடியபாதம் தேங்காயை அடிப்பதற்குச் செய்த ஆயத்தங் களைப் பார்த்து நாங்கள் திகைத்துவிட்டோம். முதலில் சேர்ட்டைக் கழற்றி கிளுவையில் தொங்கவிட்டான். அவன் கேசம் குளிர் காலத்தில் கட்டிப்பதமாகும் தேங்காய் எண்ணெய்ப் பூசி வாரப் பட்டிருந்தது. சீப்பு கிழித்த கோடுகளைப் பத்தடி தூரத்தில் இருந்து கூட யாரும் எண்ணிவிடலாம். அவனுடைய கையும், திரண்ட புஜமும் இந்தப் போருக்கு அவசியமானதாகவே தெரியவில்லை. கொடுப்பு பல் தெரிய சிரித்துக்கொண்டு, கறுத்து மினுங்கும் தேங்காயின் கூர்ப் பாகத்தால் ஓங்கி அடித்ததும் பத்துமாவின் தேங்காய் காத்திருந்தது போல பிளந்தது. அந்தப் பெண் ஆரோ உயிரை எடுத்ததுபோல அழுதுகொண்டு உள்ளே ஓடியது. ஆடிய பாதம் ஓநாயொன்றின் ஊளை போலப் பெரிதாகச் சத்தம்போட்டுச் சிரித்தான்.

சிறிது நேரம் கழித்து பத்துமா தாழ்த்திய கண்களுடன் வெளியே வந்து, 'அம்மா உடைந்த தேங்காயைக் கொண்டரட்டாம்' என்றபோது நாங்கள் சிரட்டையைத் தவிர மற்ற எல்லாத்தையும் சாப்பிட்டு விட்டோம். ரோட்டுச் சண்டைக்கும் வசைக்கும் பேர் போனவர் அந்தத் தாய். அவர் வெளியே வந்து வசைபாட ஆரம்பித் தால் பள்ளிக்கூடத்தில் பத்து இலக்கிய வகுப்புகளில் கற்றுக் கொள்ள முடியாத கற்பனை எல்லைகளை ஒரே நிமிடத்தில் கற்றுக் கொண்டு விடலாம். ஆடியபாதம் என்ற பெயரில் இருந்து ஆரம்பித் தார் அந்த அம்மா. 'பாதம்' என்பதை நீக்கிவிட்டு இன்னும் பொருத்தமான ஓர் உடலுறுப்பைச் சேர்த்துவைத்துப் பேசினார். பிறகு அவனுடைய தாயையும் தகப்பனையும் திட்டித் தீர்த்தார்.

இறுதியில் 'உன்ரை கொப்பனிட்டை போய் சொல்லடா. உன்ரை இளங்கொடியைத் தாட்ட இடத்தில் கிண்டிப் பார்க்கச் சொல்லு. உன்ரை மூளையில் பாதி அதோடை போட்டுது' என்றார்.

அழுதுகொண்டு உள்ளே ஓடிய அதே பத்துமா சரியாக ஐந்து வருடம் கழித்து ஆடியபாதத்துடன் ஓடிப்போனாள். அப்பொழுது அவளுடைய இரண்டு அக்காமாருக்கும் மணமாகவில்லை. பத்துமா வின் காதல் போர்த்தேங்காயில்தான் ஆரம்பித்திருக்க வேண்டும் என்று பலரும் ஊகித்தார்கள். அவனுடைய தோள் அழகைக்கண்டு மயங்கினாளா அல்லது ஓநாய்ச் சிரிப்பைக் கேட்டு மயங்கினாளா என்பதும் தெரியவில்லை. ஒரு வேளை அவளுடைய தாயாரின் அசாதாரணமான உவமை அவளை அவன்பால் ஈர்த்திருக்கலாம்.

அதற்கு அடுத்து வந்த புதுவருடமும் நல்ல ஞாபகமிருக்கிறது. அது மறக்க முடியாதது, ஏனென்றால் எப்படி யோசித்து பார்த்தா லும் அதற்குப் பிறகு வந்த ஒரு புது வருடத்தையும் என்னால் நினைவுக்குக் கொண்டுவர முடியவில்லை. அதுவே, என் ஞாபகத் தில் என்றும் இருக்கும் கடைசிப் புதுவருடம்.

எனக்கும் என் தம்பிக்கும் ஒருவருட வித்தியாசம்தான். அவன் படிப்பில் கெட்டிக்காரன். வகுப்பில் முதல் ஐந்துக்குள் வந்து கொண்டிருந்தவன் கடைசி இரண்டு தவணைகளும் கீழே இறங்கியிருந்தான். என் விசயம் என்றுமே நல்லாய்ப் போனதில்லை. சோதனை முடிவுகள் இறங்குமுகமாக இருந்தன. ஐயா தீர்மானமாகச் சொல்லிவிட்டார். இந்தத் தடவை சோதனையில் நல்லாய்ச் செய்தால்தான் 'கைவியளம்' என்று. ஐயாவின் அகராதிப் படி முதல் ஐந்துக்குள் வந்தால் போதும். நானும் தம்பியும் விழுந்து விழுந்து படித்தோம். சில நாட்கள் காலை நாலுமணிக்கு எழும்பி கைவிளக்கைக் கொளுத்தி வைத்துப் படித்தோம்.

எனக்கு நினைவு தெரிந்த நாளிலிருந்து விதி எனக்கு எதிராக தான் வேலைசெய்திருக்கிறது. அன்றைக்குத்தான் விதி சாதகமாகவும் வேலை செய்யும் என்பது எனக்குத் தெரிய வந்தது. என் தம்பி வகுப்பில் இரண்டாவதாக வந்திருந்தான். நானும் அந்த தவணை யில் அதிசயமாக இரண்டாவதாக வந்திருந்தேன். வாமதேவனை முதல்முறையாக முறியடித்திருந்தேன்.

கைவியளம் நாள் அன்று ஐயா வெற்றிலையில் பூ, நெல் தானியம், காசு என்று சுருட்டி வைத்து வழங்கிக்கொண்டிருந்தார். எங்கள் முறை வந்தது. ஐயா வெற்றிலைச் சுருளை மடித்துக் கொடுத் தார். பிரித்துப் பார்த்தபோது என் கண்களை நம்பமுடியவில்லை. என் தம்பிக்கு ஒரு ரூபாய்க் குற்றி. எனக்கும் ஒரு ரூபாய்க் குற்றி.

இவ்வளவு பெரிய செல்வத்தை வைத்து நான் என்ன செய்வது? திட்டம் போடத் தொடங்கினேன்.

என் தம்பி எனக்கு நேர் எதிராக இருப்பான். அவன் திட்டமெல்லாம் போடுவதில்லை. கையில் காசு கிடைத்தால் அதைச் சாப்பாடாக மாற்ற வேண்டும். அதுவே லட்சியம். அன்று அவன் நேராகக் கடைக்கு ஓடிப்போய் அவனுக்கு வேண்டிய தின்பண்டங்கள் அத்தனையையும் வாங்கினான். தும்புமிட்டாய், ஐஸ்பழம், இனிப்புக் கடலை. ஒரு வாரத்தில் அவ்வளவு காசையும் தின்று முடித்துவிட்டான்.

திட்டம் போட்டு முடிவதற்கே எனக்கு ஒரு வாரம் தேவைப் பட்டது. எங்கள் கிராமத்தில் நவரத்தினம் கடைதான் பல்பொருள் அங்காடி. அங்கே பலசரக்கு விற்பார்கள்; பள்ளிக்கூடப் பொருள்கள், விளையாட்டுச் சாமான்கள் எல்லாம் கிடைக்கும். உள்ளங்கையில் வைக்கக் கூடிய ஒரு மஞ்சள் நிறக் கோழிப் பொம்மை அங்கே இருந்தது. அதைப் பிடித்து அமத்தினால் அது செட்டை விரித்து முட்டை இடும். அமத்த அமத்த அடுக்கடுக்காக ஐந்து முட்டை போடும். மறுபடியும் முட்டைகளைக் கோழியின் முதுகில் உள்ள ஓட்டைவழியாகத் தள்ளவேண்டும். ஓர் அட்சய பாத்திரம்போல முட்டைகள் வந்து கொண்டேயிருக்கும். இதன் விலை சரியாக ஒரு ரூபாய். நீல நிறத்திலும் ஒரு கோழி இருந்தது. நான் பல ஆலோசனைகளுக்குப் பின்பு மஞ்சள் நிறக் கோழியை வாங்குவதென்று முடிவு செய்தேன்.

அடுத்த நாள் ஒரு முழு ரூபாயை எடுத்துக்கொண்டு வந்து கடைக்காரரிடம் நீட்டினேன். அவர் காசை வாங்கிச் சுண்டிப் பார்த்தார். பிறகு மேசையிலே போட்டு அதன் சத்தத்தை கவனித்துக் கேட்டார். பல்லினாலே கடித்துப் பார்த்தார். அவருடைய முகம் ஏனோ சம்மதமாகவில்லை. காசு செல்லாதென்று திருப்பி தந்து விட்டார். நான் அதை வாங்கிக்கொண்டு ஐயாவிடம் ஓடினேன். அவரும் காசைச் சுண்டிப் பார்த்தார்; கடித்துப் பார்த்தார். 'அப்படியா கடைக்காரன் சொன்னான். நான் அவனுடன் பேசுறன்' என்று சொல்லியபடியே காசை மடியிலே செருகிக்கொண்டார்.

அன்றிலிருந்து நான் ஐயாவுக்குக் கரைச்சல் கொடுக்கத் தொடங்கினேன். 'சரி, நாளைக்குப் பார்க்கலாம்' என்பார். ஒவ்வொரு நாளாகக் கழிந்துகொண்டிருந்தது. எனக்கு மனம் பதறியது, ஐயாவோ கண்டு கொள்ளவில்லை. என்னுடைய காசு திரும்புமா என்ற சந்தேகம் வேறு பிடித்தது. செல்லாக் காசை எடுத்துக்கொண்டு நல்ல காசைத் தருவதில் என்ன பிரச்சினை. என்னுடைய தம்பி ஒரு முழு ரூபாய்க்குத் தின்று தீர்த்துவிட்டானே.

ஒரு நாள் கடையில் மஞ்சள் கோழியை விற்றுவிட்டார்கள். எனக்கு நெஞ்சு படக்கென்றது. கடைக்காரரிடம் நீலக் கோழியை வேறு ஒருவருக்கும் விற்கவேண்டாம் என்று கெஞ்சிக் கேட்டுக் கொண்டேன். அவரும் வாக்குறுதி தந்தார். அவர்மேல் நான் வைத்த நம்பிக்கை என் சொந்த ஐயாமேல் எனக்கு உண்டாகவில்லை. அன்று ஐயாவிடம் காசு கேட்டபோது அவர் 'என்ன காசு?' என்றார். எனக்கு வயிறு வரைக்கும் பகீர் என்றது. நான் எனது விருத்தாந்தத்தை ஆதியோடந்தமாக ஐயாவுக்கு இன்னொருமுறை சொல்லவேண்டி நேர்ந்தது.

ஒரு வாரம் போய், இரண்டு வாரம் போய் ஒரு மாதமும் கழிந்தது. ஐயாவிடம் காசு பெயரும் வழியைக் காணவில்லை. ஐயாவின் பதில் 'இப்ப இல்லை', 'நாளைக்கு பாப்பம்', 'எவ்வளவு காசு' என்று பல தினுசில் இருந்தது. ஒரு நாளாவது அவருடைய இரண்டு தொங்கும் கைகளுக்கு நடுவில் இருக்கும் மடியை பிரித்து என்னுடைய காசை எடுத்து விட்டெறியலாம் என்பது அவருக்குத் தோன்றவில்லை.

திருவீழிமிழலை ஸ்தலத்துக்குத் திருஞானசம்பந்தரும் திருநாவுக்கரசரும் சேர்ந்தே போனார்கள். சேர்ந்தே பதிகம் பாடினார்கள். மறுநாள் காலை நாவுக்கரசருக்கு ஒரு படிக்காசு கிடைத்தது. சம்பந்தருக்கும் ஒரு படிக்காசு கிடைத்தது. நாவுக்கரசருக்குக் கிடைத்தது நல்ல காசு. சம்பந்தருக்குக் கிடைத்தது செல்லாக் காசு. கடவுள் ஏமாற்றியதை என்னால் சுலபமாக ஏற்றுக் கொள்ள முடிந்தது. ஆனால், என்னுடைய ஐயா ஏமாற்றுவதை மட்டும் என்னால் நம்பவே முடியவில்லை.

வெங்கட் சாமிநாதனுடைய மின்னஞ்சல் கிடைத்தபோது எனக்கு அந்தப் புதுவருடமே ஞாபகத்துக்கு வந்தது. அதற்கு அடுத்து வந்தவை அழிந்துவிட்டன. அந்த வருடத்தையும் அந்த ரூபாயையும் என்னால் மறக்கமுடியவில்லை. அடுத்த புதுவருடம் வந்தது. அதற்கு அடுத்ததும். அடுத்ததும். என்னுடைய ஒரு ரூபாய் திரும்பக் கிடைக்கவில்லை. என்றென்றைக்குமாக.

முகம் கழுவாத அழகி

பொலீசுடன் ஆன என்னுடைய பிரச்சினை ஒரு பனிக் காலத்தில் பொஸ்டன் நகரில் 'பாதை இருபது' என்று அழைக்கப் படும் நெடுஞ்சாலையில் காலை 11 மணிக்கு சம்பவித்தது. நான் முற்றிலும் எதிர்பார்க்காத ஒரு தருணத்தில் என் எச்சரிக்கை உணர்வைத் தளர்த்தியிருந்த வேளை இது நடந்தது. என் வாழ்நாள் முழுக்கப் போக்குவரத்து விதிகளுக்குக் கட்டுப்பட்டே குறைந்தது பத்து வெவ்வேறு நாடுகளில் கார் ஓட்டியிருக்கிறேன். எந்த நேரத்திலும் விதிக்கப்பட்ட வேகத்தை மீறி ஓட்டியதில்லை. ஆனால் அன்று முட்டாள்தனத்தின் உச்சத்தை எப்படியும் தொட்டுவிட வேண்டும் என்ற முடிவில் இருந்தேன். நாலு வயது அப்ஸரா என்னைக் காணாவிட்டால் சத்தம் வராமல் கண்களில் நீரைக் கொட்டியபடி வழியைப் பார்த்திருப்பாளே என்ற தவிப்பு. சிலவேளை சிறிது வேகம் கூடியிருக்கலாம். இரையைக் குறிவைக்கும் விலங்குபோல திடீரென்று ரோட்டின் நடுவிலே தோன்றி, கையைக் காட்டி காரை மறித்தான் பொலீஸ்காரன். கறுப்பு சீருடையில் ஆறடிக்கும் மேலாக, அகலமாக என்னிடம் நடந்துவந்து கார் ஓட்டும் உரிமத்தையும் மற்ற விபரங்களையும் கேட்டபோது எனக்கு என்ன என்ன மொழிகள் பேசத் தெரியும் என்பதே மறந்துவிட்டது. குளிருக்காக அணிந்திருந்த தடித்த மேலங்கிக்குள் என் உடல் தனியாக நடுங்கிக்கொண்டிருந்தது.

இதற்கெல்லாம் காரணம் என் மகள்தான். நான் மகளுடன் தங்கியிருந்த இரண்டு மாத காலமும் அப்ஸராவைப் பள்ளிக்கூடத்தி லிருந்து கொண்டுவரும் பொறுப்பை என்னிடம் ஒப்படைத்தாள். எனக்கு கிலி பிடித்தது. நான் மறுத்தேன். போக்குவரத்து குறைவான சமயத்தில்கூட வீட்டிலிருந்து பள்ளிக்கூடத்துக்குப் போக அரைமணி நேரம் பிடிக்கும். போக்குவரத்து அதிகமானால் சொல்லவே தேவை இல்லை. பொஸ்டன் நகரத்து வீதிகளை நம்ப முடியாது. வளைந்து நெளிந்து மேடும் பள்ளமுமாக இருக்கும். திடீரென்று நெடுஞ்சாலை வரும், போகும். நெடுஞ்சாலை வரிக் காசு சரியாக வைத்திருக்க வேண்டும். பாதைகள் சுழன்று சுழன்று இடப் பக்கம், வலப்பக்கம் என்று பிரிந்துபோய் எனக்குக் குழப்பம்

உண்டாக்கும். நான் அடிக்கடி தொலைந்து போகிறவன். ஆகவே தயங்கினேன்.

மகள் ஒரு காரியத்தை எடுத்தால் அதைச் சாதிக்காமல் நிறுத்துவதில்லை. பொஸ்டன் வரைபடத்தைத் தூக்கி மேசை மேலே வைத்து தடிப்பாக எழுதும் ஒரு பேனாவினால் பாதையைக் கீறினாள். 'பாருங்கள். இரண்டு இடது திருப்பம். மூன்று வலது திருப்பம். எளிமையானது. இதைப் புரிந்துகொள்வதற்கு rocket science தேவையில்லை' என்றாள். அந்தக் கடமையில் முழு மனதுடன் ஈடுபட்டதுதான் என்னை பொலீஸ் வரை கொண்டுவந்து மாட்டிவிட்டிருக்கிறது.

அப்ஸராவின் பள்ளிக்கூடம் மேட்டுப் பகுதியில் ஒரு சிற்றோடைக்குப் பக்கத்தில் கட்டப்பட்டிருந்தது. எங்கள் நாட்டில் அரிவரி என்று நாங்கள் அறியும் ஒரு வகுப்பில் அவள் படித்தாள். அவள் வகுப்பில் 18 பிள்ளைகள்; வகுப்புக்கு இரண்டு ஆசிரியைகள். பிள்ளைகளை எடுக்கப்போகும் பெற்றோர்கள் கார்களில் வரிசையாக நிற்பார்கள். சரியாக 12.30 மணிக்குக் கதவுகள் திறக்கும். 18 பிள்ளைகளும் ஒருவர் பின் ஒருவராக வருவார்கள். காரில் இருப்பவர்கள் காரிலேயே இருக்கவேண்டும். ஆசிரியை ஒவ்வொரு பிள்ளையாக அழைத்து வருவார். அவரே கதவைத் திறந்து, அவரே பிள்ளையை ஆசனத்தில் ஏற்றி அமரவைத்து, அவரே இருக்கை வாரையும் கொழுவி விடுவார். ஒவ்வொரு காராக ஒழுங்குடன் 18 காரும் புறப்பட்டுப் போகும்.

முதலாம் நாள் எப்படியும் பிந்தக்கூடாது என்று எச்சரிக்கையாகப் புறப்பட்டு 12 மணிக்கே பள்ளிக்கூடத்துக்கு வந்து சேர்ந்து விட்டேன். என் கார் முதலாவது காராக நின்றது. சில நிமிடங்கள் கழித்து எனக்குப் பின்னால் ஏழு பேர் இருக்கும் வசதி கொண்ட நீண்ட வாகனம் வந்து நின்றது. அதை ஓட்டி வந்தது ஒரு பெண். முப்பது முப்பத்திரண்டு வயதிருக்கலாம். அவள் காரிலே குழந்தை இருக்கைகள் நாலு இருந்தன. அதில் மூன்று குழந்தைகள் ஆசனப் பட்டையால் கட்டப்பட்டு இருந்தனர். அவள் என்னைப் பார்ப்பதும் கண்ணாடி வழியாக நான் அவளைப் பார்ப்பதுமாகச் சிறிது நேரம் கழிந்தது.

சற்று பொறுத்து இறங்கி வந்து என் கார் கதவைத் தட்டினாள். நான் கண்ணாடியை இறக்கினேன். விளம்பரங்களில் வருவதுபோன்ற அழகி அவள். ஆனால் ஒப்பனை செய்து பழக்கப்படாத, கழுவாத முகம் அது. தலை முடி கலைந்து கிடந்தது. ஆடை அழுக்காக இல்லாவிட்டாலும் மிகச் சாதாரணம். தன்னுடைய இயற்கை அழகை என்ன என்ன செய்தால்

மறைக்கலாமோ அதை எல்லாம் செய்து மூட முயன்றவள்போல தோற்றமளித்தாள்.

'ஓர் உதவி செய்யமுடியுமா?' என்றாள். நான் 'நிச்சயமாக' என்றேன்.

'வழக்கமாக நான் பன்னிரண்டு மணிக்கே வந்துவிடுவேன். காரை இந்த இடத்தில்தான் நிற்பாட்டுவேன். இது மரத்தின்கீழ் வசதியாக இருக்கிறது. நான் மூன்று மாதக் குழந்தைக்குப் பாலூட்ட வேண்டும். நீங்கள் கொஞ்சம் நகர்ந்தால் உதவியாயிருக்கும்.'

நான் சரியென்று காரை ஒரு வட்டம் அடித்து அவள் காருக்குப் பின்னால் கொண்டுவந்து நிறுத்தினேன். அவள் முன்னகர்ந்து நிறுத்தி விட்டுக் குழந்தையை விடுவித்துப் பால் கொடுக்கத் தொடங்கினாள்.

அந்தச் சந்திப்புக்குப் பிறகு நான் அவளுடைய இடத்தைப் பிடிப்பதில்லை. சில வேளைகளில் அவளுடைய இடத்தைப் பிடித்து வைத்து அவள் வந்ததும் விட்டுக் கொடுப்பேன். ஒரு புன்னகை, கையசைப்பு என்று எங்கள் விவகாரம் போய்க் கொண்டிருந்தது. அந்தப் பெண்ணின் பெயர் ஒலிவியா. இரட்டைக் குழந்தைகள் உட்பட அவருக்கு நாலு பிள்ளைகள். அவளுடைய மூத்த மகளின் பெயர் அனா. அப்ஸராவும் அனாவும் ஒரே வகுப்பில் படித்தார்கள். அனா தன்னுடைய உற்ற சிநேகிதி என்று அப்ஸரா சொல்வாள்.

அந்தப் பள்ளிக்கூடத்துக்குக் குழந்தைகளை அழைத்துப்போக வரும் தாய்மார்களில் ஒலிவியா வித்தியாசமானவளாக இருந்தாள். எல்லோருமே இளம் தாய்மார்தான். பளபளவென்று இருப்பார்கள். இரவு விருந்துக்குப் புறப்பட்டதுபோல ஒப்பனையுடன் அலங்காரம் செய்திருப்பார்கள். உடைகள் ஆடம்பரமானவை என்பது பார்த்த வுடனேயே தெரியும். அவர்கள் வரும் வாகனங்களும் உயர்ந்த ரகமாகவே இருக்கும். இதற்கு விதி விலக்கு நான் ஒருத்தன் மட்டுமே. எனக்கு அடுத்தபடி வருவது ஒலிவியா. அவள் முடி கலைந்து இருக்கும். முகம் காலையிலோ மாலையிலோ அதற்கிடைப்பட்ட காலத்திலோ தண்ணீர் என்ற பொருளைக் காணாததாக இருக்கும். விற்பனைப் பெண், வரவேற்பறைப் பெண் அல்லது உயர் அதிகாரத்தில் இருக்கும் பெண்போலக் கணத்தில் தோன்றிக் கணத்தில் மறைந்துவிடும் புன்னகையுடன் அவள் இருப்பாள்.

ஒருநாள் ஒலிவியா மறுபடியும் வந்து கார் கண்ணாடியைத் தட்டினாள். நான் என்னவென்றேன். அடுத்த நாள் அப்ஸராவை எடுக்க நான் வரும்போது அனாவையும் எடுத்து எங்கள் வீட்டுக்கு என்னால் கொண்டுபோக முடியுமா? அவள் மருத்துவரைச் சந்திக்க

வேண்டும். மூன்று மணிக்கு எங்கள் வீட்டுக்கு வந்து அவள் அனாவை எடுத்துப் போவாள்.

நான் 'நீங்கள் என்னுடைய மகளுடன் பேசினால் நல்லது' என்றேன். அவள் நான் ஏற்கனவே பேசிவிட்டேன். உங்களுக்கு 'மென்சிவப்பு சீட்டு' ஏற்பாடு செய்திருக்கிறேன் என்று சொல்லி விட்டுப் போய் விட்டாள். அப்ஸராவின் பள்ளிக்கூடத்தில் பெற்றோர் தங்கள் பிள்ளையைத் தவிர வேறொரு பிள்ளையைப் பள்ளியிலிருந்து அழைத்துப் போக முடியாது. மென்சிவப்புப் பத்திரத்தில் அனுமதி வழங்கியிருந்தால் மட்டுமே அப்படிச் செய்யலாம்.

நான் அடுத்த நாள் அப்ஸராவையும் அனாவையும் காரில் ஏற்றி வீட்டுக்கு அழைத்து வந்தேன். அது மெல்லிய பனித்தூறல் போட்ட ஒரு நாள். அனாவும் அப்ஸராவும் பின் சீட்டில் பேசிக் கொண்டும் சிரித்துக்கொண்டும் இருந்தார்கள். பொஸ்டன் நகரத்தில் எட்டு லட்சம் கார்கள் இருப்பதாக எங்கோ புள்ளி விபரத் தில் படித்திருந்தேன். அன்று பார்த்து அத்தனை கார்களும் இருபதா வது நெடுஞ்சாலையில் நின்றன. அனாவும் அப்ஸராவும் 'வீடு வந்து விட்டதா? வீடு வந்துவிட்டதா?' என்று கேட்டு உயிரை எடுத்தார் கள். கடைசியில் ஒருவாறாக வீடு வந்து சேர்ந்தபோது என் வாழ்வில் கிடைத்த அதிர்ச்சிகளில் ஒன்றாக அந்த நாள் எனக்கு அமையும் என்று நான் நினைக்கவில்லை.

சொன்ன நேரத்துக்கு ஒரு மணி நேரம் பிந்தியும் ஒலி வியாவைக் காணவில்லை. வீடு இரண்டுபட்டுக் கொண்டிருந்தது. என் மனைவி பிரளயம் போன்ற ஒன்று அங்கே உண்டாகும் என்று எதிர்பார்க்காததால் அதிர்ந்துபோய் உட்கார்ந்திருந்தாள். இருவருமே சாதுவான குழந்தைகள். ஆனால் அவர்கள் ஒன்று சேர்ந்தபோது விளைவு மோசமாக இருந்தது. நான் வேதியியல் மாணவனாக இருந்தபோது தண்ணீர் போலத் தெரியும் இரண்டு திரவத்தைக் கலந்தபோது குபீரென்று ஊதா நிறமாக மாறியது ஞாபகத்துக்கு வந்தது. அப்ஸரா ஒரு விளையாட்டு சாமானைத் தூக்கினால் அது அனாவுக்கு வேண்டும்; அனா எடுத்தால் அந்த நிமிடமே அப்ஸரா வுக்கும் அது தேவை. சிரிக்கும்போது இருவரும் குலுங்கிச் சிரித்தார் கள்; அழும்போது இருவரும் சேர்ந்து அழுதார்கள்.

ஒலிவியா அரக்கப் பரக்க ஓடி வந்தபோது அவளுடைய தலைமுடி துள்ளித்துள்ளி மேலெழும்பி விழுந்தது. கையிலே அவளுடைய குழந்தை, அவள் தொடைகளில் இரண்டுபக்கமும் ஒட்டியபடி இரட்டைக் குழந்தைகள். 'மம்மி, நான்தான் உன்னு டைய பூனைக்குட்டி' என்று அனா அவரிடம் ஓடிப் போனாள்.

ஒலிவியா வந்ததும் வராததுமாக மன்னிப்புக் கேட்டார். பனி மூடியதால் பாதை மாறி சுற்றி அலைந்ததை விவரித்தார். குழந்தைக்குப் பாலூட்டும் நேரம் தவறிவிட்டதால் அங்கேயே கொடுக்கலாமா என்று கேட்டார். நான் 'தாராளமாக' என்றேன். அவர் கண்ணிலே பட்ட முதல் நாற்காலியில் உட்கார்ந்து ஒரு மார்பை வெளியே எடுத்து பால் கொடுக்க ஆரம்பித்தார்.

இரண்டு குழந்தைகளைக் கண்காணிக்க முடியாமல் திணறிய நாங்கள் இப்போது நாலு குழந்தைகளை சமாளிக்க வேண்டி இருந்தது. அவர்கள் தொடங்கிய எந்த ஒரு விளையாட்டும் ஓட்டத்தில் ஆரம்பித்து ஓட்டத்தில் முடிந்தது. ஓடினால் நால்வருமே நாலு திசைகளில் ஓடினார்கள். அந்த ஓட்டத்தை அவர்கள் தாமாகவே நிற்பாட்டுவதில்லை. ஏதோ சுவரோ, நாற்காலியோ, சமையல் அடுப்போதான் குறுக்கிட்டு நிறுத்த வேண்டும்.

ஒலிவியா ஒரு மார்பு பாலைக் கொடுத்து முடிந்ததும் அதை உள்ளே விடாமல் மற்றதையும் வெளியே எடுத்து பாலைக் கொடுக்க ஆரம்பித்தபோது என்னிடம் திரும்பிப் போவதற்குச் சுருக்கமான பாதை இருக்கிறதாவென்று விசாரித்தார். வரை படங்களில் எனக்குப் பொதுவாகவே எரிச்சல் உண்டு. ஆனால், அந்தப் பிராந்தியத்து படத்தை நான் மனனம் செய்து வைத்திருந்தேன். எனக்குத் தெரிந்த பாதையைக் கூறியதும் அவர் அது எதிர்த் திசையில் போகிறது என்றார். நான் வரைபடம் கீறி விளக்கியும் அவருக்குச் சம்மதமாகவில்லை. நான் இறுதியாக 'நீங்கள் என்னை நம்பலாம். இரண்டு இடது திருப்பம், மூன்று வலது திருப்பம். நீங்கள் நெடுஞ்சாலைக்கு வந்துவிடுவீர்கள். இதைப் புரிய rocket science தேவை இல்லை' என்றேன். அந்தப் பெண்ணின் முகம் ஒரு கணம் கறுத்து மறுகணம் சமநிலைக்கு வந்தது. மேய்ப்பவன் ஆடுகளை எல்லாம் ஒன்று திரட்டுவதுபோல குழந்தைகளை எல்லாம் கூட்டிக்கொண்டு தன் நீண்ட வாகனத்துக்குப் போனார். ஒவ்வொருவராக ஏற்றி அவர்களை இருக்கையில் வைத்து வாரினால் கட்டினார். கைக்குழந்தையைப் பின்பார்க்கும் ஆசனத்தில் இருத்திப் பட்டையை இழுத்துப் பூட்டினார். 'இரண்டு இடம், மூன்று வலம், சரிதானே' என்று பலவீனமாகச் சிரித்தார். அவர் கன்னத்திலே விழுந்த பனித்துகள் ஒன்று அவர் உடம்புச் சூட்டில் உருகி வழிந்து கொண்டிருந்தது. 'சிரமத்துக்கு நன்றி' என்றுவிட்டு வாகனத்தைத் திருப்பி எடுத்துக்கொண்டு போனார். ஒரு ஜெட் விமானம் புறப்பட்டு போனதுபோலப் பெரும் அமைதி உண்டானது.

நான் அப்ஸராவின் கையைப் பிடித்தவாறு வீட்டின் உள்ளே

நுழைந்தபோது வீடு நிறைய சாமான்கள் தாறுமாறாக எகிறிக் கிடந்தன. ஒரு துப்புரவுப் பணியாளருக்கு இரண்டு நாள் வேலையை அவர்கள் உண்டாக்கியிருந்தார்கள். கூடத்தின் நடுவில் என் மனைவி தலையில் கையை வைத்துக்கொண்டு உட்கார்ந்திருந்தார். அவருடைய சுவாசப்பை பெருஞ்சப்தத்துடன் வேலை செய்தது. இத்துடன் விவகாரம் முற்றுக்கு வந்திருக்கவேண்டும். ஆனால் கதை இன்னும் முடியவில்லை.

இரண்டு வாரங்கள் கழித்து மகளிடம் ஒலிவியா ஒரு மணி நேரம் கழித்து வந்ததையும் வீடு பட்ட அலங்கோலத்தையும் நாங்கள் பட்ட பாட்டையும் விவரித்தேன். அதிவேகமாக கார் ஓட்டி எனக்கு அபராதம் கிடைத்ததையோ, அதை நான் ரகஸ்யமாகக் கட்டியதையோ சொல்லவில்லை. 'எதற்காக லேட்டாக வந்தார்' என்றாள் மகள் சாவதானமாக. நான் அவள் பாதை தவறியதையும் எங்களுக்குள் நடந்த சம்பாசணையையும் பற்றி விபரமாகக் கூறினேன். ஓர் இடம் வந்ததும் மகள் 'என்ன, என்ன' என்று கேட்டு இரண்டு கைகளாலும் வாயைப் பொத்தியபடி எழுந்து நின்றாள்.

'அப்பா, என்ன சொன்னீங்கள்?' என்றாள். நான் திருப்பி சொன்னதும் கைகளை இடுப்பிலே வைத்து விழுந்து விழுந்து சிரிக்கத் தொடங்கினாள். எனக்கு ஒன்றுமே புரியவில்லை. 'மகளே, சிரித்துவிட்டுச் சொல் அல்லது சொல்லிவிட்டுச் சிரி' என்றேன். அவள் சிரிப்பை அடக்க முடியாமல் அப்பா நீங்கள் It is not rocket science என்று சொன்னதை நினைத்து சிரித்தேன்.

'ஏன்?'

'அப்பா, ஒலிவியா நாசாவில் வேலைபார்க்கும் rocket scientist. இப்போது ஆறுமாதகால மகப்பேறு விடுப்பில் இருக்கிறார்' என்றாள்.

அந்தப் பெண்ணின் முகம் ஒரு கணம் கறுத்ததை நினைத்துப் பார்த்தேன். இரண்டு கைகளாலும் வாயைப் பொத்த வேண்டியது இப்பொழுது என்னுடைய முறை.

மொரமொரென புளித்த மோர்

என் அம்மாவைப் பெண் பார்க்க வந்தபோது அவர் மரத்திலே ஏறி ஒளிந்து கொண்டுவிட்டார். எல்லோரும் எல்லாப் பக்கமும் தேடினார்கள். அக்கம்பக்கத்திலும் ரோட்டிலும் கிணற்றிலும் தேடியவர்கள் மரங்களில் தேடவில்லை. அம்மா மேலே இருந்தது மாத்திரமல்லாமல் கீழே என்ன நடக்கிறது என்பதையும் வேடிக்கை பார்த்துக்கொண்டிருந்தார். என்னுடைய பாட்டி 'எட்டுப் பவுண் சங்கிலி, எட்டுப்பவுண் சங்கிலி' என்று அரற்றிக்கொண்டிருந்தாராம். இதை அம்மாவே எங்களுக்குப் பிற்காலத்தில் சொல்லிவிட்டு விழுந்து விழுந்து சிரிப்பார்.

அம்மாவுக்கு அப்பொழுது பதினொரு வயது. முதல் மனைவி இறந்து போனபடியால் ஐயாவுக்கு இரண்டாம் தாரமாக அவரைக் கட்டிவைத்தார்கள். மணம் முடித்து வந்த பிறகுகூட அம்மாவின் விளையாட்டுக் குணம் மாறவில்லை. அதிலே முக்கியமானது மரம் ஏறுவது. எங்கே ஒரு மரத்தைக் கண்டாலும் அம்மாவுக்கு அதிலே ஏறவேண்டும். எங்கள் வீட்டு முற்றத்திலேயே நல்ல வசதியாக வளைந்த ஒரு மாமரம் இருந்தது. நான் பிறந்து வளர்ந்து முதலில் ஞாபகத்துக்கு வருவது அம்மா சேலையைக் கொஞ்சம் உயர்த்திப் பிடித்தபடி பின்னுக்கு நாலைந்து அடி நகர்ந்து பிறகு வேகம் பிடித்து ஓடி வந்து ஏறுவதுதான்.

அம்மா மரத்தில் சும்மா இருப்பதில்லை. ஒவ்வொரு மாங்காயையும் பிடுங்கும்போதே அதன் உபயோகத்தை தீர்மானித்து விடுவார். சில உடனேயே சாப்பிடுவதற்கு; சில சம்பல்போட; சில பழுக்கவைத்துச் சாப்பிட; சில கறி வைக்க, இப்படி இருக்கும்.

இப்பொழுது யோசித்துப் பார்க்கும்போது பெரிய ஆச்சரிய மாக இருக்கும். அந்த வயதிலேயே அவர் சமையல் வேலையில் மிகத் திறமைசாலியாக இருந்தார். இவ்வளவு திறமையையும் அவர் பிறந்த வீட்டிலிருந்து கொண்டு வந்திருக்க முடியாது. அவரிடம் இயற்கையாகவே ஆர்வமும் நிறைய கற்பனையும் இருந்திருக்க வேண்டும். ஹோமருடைய ஒடீஸியஸ் காவியத்தில் ஓர் இடம் வரும். அதிலே ஃபேமியஸ் என்ற கவி இப்படிச் சொல்வார்.

'கவிதை செய்வதை நானாகவே கற்றுக்கொண்டேன். கவிதையின் பாதைகளை எல்லாம் கடவுள் என் மூளையிலே எழுதி வைத்துவிட்டார்.' இதே போலத்தான் என் அம்மாவின் மூளையிலே யும் கடவுள் சமையல் கலையின் பாதைகளையெல்லாம் வரைந்து அனுப்பியிருக்க வேண்டும். அவருடைய வயதிலும் இரண்டு மடங்கு வயதான பெண்கள் சமையல் ஆலோசனை கேட்க அம்மாவிடம் வந்துபோவது சாதாரணமான காட்சி.

நான் வெளிநாடுகளில் வேலை பார்த்தபோது என்னிடம் திருப்பித் திருப்பிக் கேட்கப்பட்ட கேள்வி ஒன்று உண்டு. உங்கள் நாட்டின் பிரதானமான சமையல் பதார்த்தம் என்ன? பிரதானமான பதார்த்தம் என்றால் எங்கள் நாட்டில் எல்லோரும் உண்பது அல்ல; எல்லோரும் விரும்புவதும் அல்ல. யாழ்ப்பாணத்துக்கு மட்டுமே தனித்தன்மையானது, வேறொரு நாட்டிலும் கிடைக்காதது என்று அர்த்தம். இதற்கு என்னால் பதில் கூற முடிந்ததில்லை. தனித் தன்மையான பானம் என்று ஒருவரும் கேட்பதில்லை. கேட்டால் அதற்கான பதில் எப்பவும் என்னிடம் தயாராக இருந்தது.

அது முட்டைக் கோப்பி. உலகத்திலேயே யாழ்ப்பாணத்தில் தான் இது கிடைக்கும். ஐரிஸ் கோப்பி, அரபுக் கோப்பி, துருக்கிய கோப்பி, அமெரிக்க கோப்பி என்பதுபோலதான் இந்த முட்டைக் கோப்பியும். என்னுடைய சிறுவயது ஞாபகங்களில் இன்றுவரை அழியாமல் இருப்பது அதிகாலை வேளைகளில் இது எழுப்பும் மணம்.

எங்கள் வீட்டில் முட்டைக் கோப்பி கிடைக்க வேண்டுமா னால் முதலில் தடிமன் காய்ச்சல் வரவேண்டும். அப்படியான நேரங்களில் படுக்கையில் இருக்கும்போதே அம்மா முட்டை அடிக்கும் சத்தம் கேட்கும். அதிகாலையிலேயே நுரை பொங்க பொங்க அம்மா முட்டை கோப்பியை அதற்காகவே நியமனம் செய்யப்பட்ட ஒரு கோப்பையிலே ஊற்றிக் கொண்டுவந்து தருவார். நீண்ட நேரம் நுரையைக் குடித்த பிறகு கோப்பி வாயிலே படும். கொழ கொழ என்று இருக்கும் கோப்பியின் சுவையை என்றுமே மறக்கமுடியாது.

பெரியவர்களுக்கு அம்மா கோப்பி தயாரிக்கும்போது சிறிது பிராந்தியும் கலந்து கொடுப்பார். தடிமன் காய்ச்சலை அது உடனேயே சாய்த்து விழுத்திவிடும் என்று ஐயா அடிக்கடி சொல்லு வார். மருந்து என்பதால் அதற்கு வீட்டிலே தடையில்லை. சரியாக ஒவ்வொரு சனிக்கிழமை காலையும் ஐயாவுக்குத் தடிமன் காய்ச்சல் வந்துவிடும். அம்மா முட்டைக் கோப்பி தயாரிக்கும் சத்தம் எங்களை எழுப்பும். ஐயா, ஆறு கால்கள் வைத்த மரக்கதிரையில்

உட்கார்ந்து, கோப்பியை நார் இறைச்சியை சாப்பிடுவதுபோல சப்புக்கொட்டி சுவைத்துக் குடிப்பார். அந்தச் சத்தத்துக்கு நாங்கள் மறுபடியும் தூங்கிவிடுவோம்.

ஆப்பிரிக்கர்களின் தனித்துவமான உணவு என்னவென்றால் பலவிதமான பதில்கள் உங்களுக்குக் கிடைக்கக்கூடும். ஆபத்தான உணவு என்றால் அது ஃவூஃவூதான். உச்சரிப்பது எவ்வளவு கடினமோ அதைவிட கடினமானது அதைச் சமைக்கும் முறை. அதையும்விட கடினமானது அதை உண்பது. மரவள்ளிக் கிழங்கைக் காயவைத்து, பொடியாக்கி, தண்ணீரில் ஊறவைத்து, இடித்து, அரைத்து, களியாக்கி அடுப்பிலே வைத்து கிண்டி இறக்குவது. இதை அவசரமாகச் சாப்பிட முடியாது. தொண்டையிலே இறங்கியதும் நாலு பக்கத்தையும் அடைத்துக்கொள்ளும். மேலேயும் வராது, கீழேயும் இறங்காது. மூச்சுவிட முடியாமல் அவஸ்தைப்பட நேரிடும். குழந்தைகள் இதைச் சாப்பிடமுடியாது. இதைச் சரிக்கட்டுவதற்காக ஒரு வெண்டைக்காய் சூப் போடுவார்கள். அது வழவழா குழகுழா என்று இருக்கும். இந்த ஃவூஃவூவை உருட்டி எடுத்து அந்த சூப்பில் தோய்த்து அதை அப்படியே வாயில் போட்டால் அது வழுக்கிக்கொண்டேபோய் வயிற்றிலே இறங்கி விடும். இதை யாரும் இதுவரை ருசித்ததாகத் தெரியவில்லை. ஆனா லும் ஆப்பிரிக்கப் பெண்கள் இதைத் தயாரிப்பதற்காக காலையிலே இருந்து மாலை வரை பாடுபடுவார்கள். ருசிக்க முடியாத ஒரு பொருளுக்கு எதற்காக இவ்வளவு ஆர்ப்பாட்டம் என்பது யாருக்கும் புரிவதில்லை.

எங்கள் உணவு வகை ஆபத்தானவை இல்லை. ஆனால் வேகமான தயாரிப்புக்குக் கண்டுபிடிக்கப்பட்டவை அல்ல. சில உணவு வகைகளை தயாரிக்க முழுநாள் வேண்டும். சில இரண்டு நாட்கள் எடுக்கும். இன்னும் சில மூன்றுநாள்கூட எடுப்பதுண்டு. தோசை, இட்லி, வடை, அப்பம் என்று எதை எடுத்தாலும் அவை யெல்லாம் ஊறப் போட்டு அரைத்து புளிக்கவைத்து செய்யும் சமாச்சாரங்கள்தான். மூன்று நாட்களுக்கு முன் தகவல் சொன்னால் தான் அம்மாவால் அப்பம் சுட்டுத்தர முடியும்.

ஒரு முறை எங்கள் நாட்டின் பிரதானமான உணவு அப்பம் என்று சொல்லி வைத்துவிட்டேன். உடனேயே கேரளக்காரர் சண்டைக்கு வந்துவிட்டார். புட்டு, இடியப்பம் என்று நான் வாய் திறக்கும்போதெல்லாம் அவர் எதிர்த்தார். தோசை, இட்லி என்று சொன்னால் தமிழ்நாட்டுக்காரர்கள் என்னை உண்டு இல்லை யென்று ஆக்கிவிடுவார்கள். பழைய சோறு ஒன்றுதான் மிச்ச மிருந்தது. அதைச் சொன்னால் இந்தியா முழுவதுமே சண்டைக்கு வந்துவிடும்.

என்னுடைய நண்பன் எள்ளுருண்டை என்றான். இதில் எனக்கு முழுச் சம்மதம். ஏனென்றால், ஹரப்பா நாகரீகம் இருந்த காலத்திலேயே, அதாவது 3500 வருடங்களுக்கு முன்பதாகவே எள், அரிசி, பருப்பு வகைகள் இருந்ததாக அகழ்வாராய்ச்சிக்காரர்கள் கண்டுபிடித்திருக்கிறார்கள். சங்கப் பாடல்களில் எள் பற்றிய செய்தி பல இடங்களில் வருகிறது. எள்ளுருண்டை தயாரிப்பதற்கு என்னுடைய அம்மாவும் இன்னும் மூன்று பெண்களும் காலையிலிருந்து மாலைவரை பாடுபடுவார்கள். எள்ளை உரலிலே போட்டு இடிப்பதுதான் உலகத்திலேயே கஷ்டமான காரியம் என்று அம்மா சொல்லுவார். இது ஐந்து பாகம் கொண்ட பொன்னியின் செல்வனை இடது கையால் கடைசியில் இருந்து எழுதுவதற்குச் சமம். ஆரம்பத்திலே இடிப்பது சுகமாகத்தான் இருக்கும். போகப்போக எள் திரண்டு பசைபோல வந்து ஒட்டிக்கொள்ளும். இரண்டு பக்கமும் இரண்டு பெண்கள் நின்று குத்துவார்கள். உலக்கையை எடுக்கும்போது உரலும் மேலே கிளம்பிவிடும். இதற்காக ஒரு மூன்றாவது பெண் நியமிக்கப்படுவார். இவருடைய தொழில் சிவலிங்கத்தை மார்க்கண்டேயர் கட்டிப் பிடித்ததுபோல உரலைக் கட்டிப்பிடிப்பது. இந்தப் பெண்களின் வியர்வை எண்ணெய்மேல் சொட்டாக விழுந்து ததும்பும். அம்மா, கன்னத்திலே ஒட்டியிருக்கும் நெற்றி மயிரைப் பிறங்கையால் ஒதுக்குவதற்குகூட நேரமில்லாமல் எள்ளுப்பசையைத் தொட்டுப் பார்த்தபடியே இருப்பார். பதம் சரியானதும் கொஞ்சம் உளுக்கம் மாவைக் கலந்து உருட்டி உருட்டி வைப்பார். ஆனால் இதை எங்கள் தேசீய உண வாக நியமிப்பதை என் மனைவிகூட தீவிரமாக எதிர்க்கிறாள். இது சிங்களவர்களுடைய உணவாம்.

இன்று அதிகமாக மேற்கோள் காட்டப்படும் ஒரு பழம் பாடல் இருக்குமாயின் அது குறுந்தொகைப் பாடலாகத்தான் இருக்கும். பட்டுச் சேலை இடையிலிருந்து நழுவ, கண்களை அடுப்பு புகை ஈரமாக்க, தயிர் பிசைந்து கணவருக்குப் புளிப்பாகர் செய்கிறாள் மனைவி. அவள் பட்ட கஷ்டமெல்லாம் கணவன் இனிது என்று சொல்லும்போது பறந்து போய்விடுகிறதாம்.

இரண்டாயிரம் வருடங்களுக்கு முன்னரேயே புலவர்கள் புளித்த உணவின் மகிமையைப் பாடி வைத்துவிட்டார்கள்.

“முளி தயிர் பிசைந்த காந்தள் மென்விரல் கழுவுறு கலிங்கம் கழாஅது உடீஇ குவளை உண்கண் குய்ப்புகை கழுமத் தான் துழந்து அட்ட தீம்புளிப்பாகர்” ஆரம்பத்திலிருந்தே அம்மாவின் சமையலில் புளிப்புச் சுவை தூக்கலாக இருக்கும். மாங்காய், புளியம் பூ, புளியங்காய், தயிர், மோர் என்று அவர் எதையுமே விட்டுவைப்ப தில்லை. மற்ற கலாச்சாரங்களில் எப்படியோ தமிழர்களுக்கு

ஆதியில் இருந்தே புளிப்பு சுவையில் ஒரு மோகம் உண்டு. அதீத மோகம் என்றுகூடச் சொல்லலாம். பழைய இலக்கியங்களைப் படிக்கும்போது இது புலப்படும். புறநானூறு பாடல்களில் வீரம் பற்றிய பாடல்கள் அதிகம் இருக்கும் என்று நினைப்போம். உண்மையில் ஒன்றுவிட்ட ஒரு பாடலில் உணவைப் பற்றிய ஏதாவது குறிப்பு வந்தபடியே இருக்கும், அதுவும் புளிப்பான உணவு.

ஔவையாரைச் சொல்வார்கள் கூழுக்குப் பாடி என்று. மற்ற புலவர்கள் எல்லாம் பொன்னுக்கும் பொருளுக்கும் பாடித் திரிந்த போது ஔவையார் கீரைக்கும் மோருக்கும் பாடினார்; மன்னரையும் பாடினார், புல்வேளூர்ப் பூதனையும் பாடினார். 'வரகரிசிச் சோறும், வழுதுணங்காய் வாட்டும் மொரமொரெனவே புளித்த மோரும்'

அவருக்குக் கிடைத்தபோது இந்த பூலோகத்தையே அதற்கு ஈடாகத் தரலாம் என்றார். மோரும் எப்படியானது பாருங்கள், வழவழவென்று இருக்கும் மோரல்ல, மொரமொரென உலர்ந்துபோய் இருந்ததாம் அந்த மோர்.

புளித்த மோர் மட்டுமில்லை, புளித்த கள்ளையும் ரசித்து உண்டார்கள் பழங்காலத்துத் தமிழர்கள். நான் சொல்லவில்லை, ஆவூர் மூலங்கிழார் என்ற புலவர் சொல்கிறார்.

சிவந்த கண்களுடைய வீரர்கள் ஒருவருக்கொருவர் கள் பரிமாறுகிறார்கள். வயிறு நிறைய மேலும் புளிப்புக்காக ஏங்கி, களாப் பழமும் துடரிப் பழமும் தின்பர். அது போதாமல் நாவல் பழங்களையும் பறித்துச் சாப்பிடுவர்.

புளித்த உணவுக்கு எவ்வளவு ஏங்கினார்கள் என்பதற்கு இன்னொரு உதாரணமும் புறநானூறில் உள்ளது.

தினை முற்ற அதைக் கொய்து காட்டெருமைப் பாலில் முன்பு மானிறைச்சி சமைத்த, பழைய வெள்ளைக் கொழுப்பு கரை யெல்லாம் ஒட்டியிருக்கும் பானையில் இட்டு, சமைத்துச் சாப்பிடுவார்கள்.

அவர்கள் பானைகளைக் கழுவுவதேயில்லை. புளித்த பானை யிலேயே திருப்பித் திருப்பிச் சமைத்து ருசியை அதிகப்படுத்து வார்களாம்.

தோசையும் வடையும் தமிழர்களின் ஆதி உணவு. இரண்டுமே புளிக்கவைத்து செய்வதுதான். ஆனால், இட்லி பின்னுக்கு வந்தது என்று சொல்வார்கள். ஏழாம் நூற்றாண்டில் Xuang Zang என்ற சீனத்துறவி 17 ஆண்டுகளை இந்தியாவிலே கழித்துவிட்டுத் திரும்பிய போது இந்தியாவில் 'அவிக்கும் பாத்திரம்' இல்லை என்று குறை

கூறியிருக்கிறார். அவிக்கும் பாத்திரம் இல்லாமல் இட்லி தயாரிப்பது எப்படி? ஆராய்ச்சியாளர்கள் முடிவு என்னவென்றால் ராஜேந்திர சோழன் காலத்துக்குப் பின்னர்தான் இந்தோனேசியாவிலிருந்து இட்லி பாத்திரமும் அதைச் செய்யும் முறையும் இறக்குமதி செய்யப் பட்டதாம். அப்படி நாடு விட்டு நாடு வந்த அகதி இட்லிகூடப் புளிக்க வைத்த மாவை அவித்து தயாரிப்பதால் தமிழர்களுக்கு மிகவும் பிடித்துப்போய், இன்று தமிழர்களின் முக்கிய காலை உணவாக மாறிவிட்டது.

இட்லிப் பாத்திரம் இல்லாமல் இட்லி அவிக்க முடியாது. ஆனால், புட்டு அப்படியல்ல. அதுவும் தமிழர்களின் உணவுதான். புளிப்பு இல்லாத உணவு என்றபடியால் அவ்வளவு பிரபலமானது என்று சொல்லமுடியாது. ஆனால், உதிர்ந்த புட்டுக்காக சிவபெருமான் வைகை நதிக்கரையில் பாண்டியனின் பிரம்பால் முதுகில் அடிவாங்கிய கதையை நாங்கள் மறக்கமுடியாது. அதுவும் எங்கள் உணவுதான், ஆனால் யாழ்ப்பாணத்துக்கே உரிய உணவு என்று உரிமை கொண்டாடினால் மதுரைக்காரர்கள் சண்டைக்கு வந்துவிடுகிறார்கள்.

அம்மா சமைக்கும்போது அடிக்கடி ஒரு வார்த்தையைப் பயன்படுத்துவார். வட்டணை. நடனக்கலையை எடுத்துக்கொண் டால் அடிக்கடி மேடையில் வட்டம்போட்டு மேடையைக் கைப்பற்றுவதை வட்டணை என்று சொல்வார்கள். சமையல் மேடையின் நாலுமூலைகளையும் ஆக்கிரமித்து அதன் நுட்பங் களைக் கைப்பற்றுவதைத்தான் அம்மா அப்படி சொல்லியிருப் பாரோ என்று நினைக்கிறேன்.

அம்மா சமையல் கலையின் அகலத்தை அறிந்ததுபோல அதன் ஆழத்தையும் நுட்பத்தையும் உணர்ந்தவர். அது தவிர அவரிடம் நிறைய துணிச்சல் இருந்தது. அதற்கும் அதிகமான கற்பனை வளம். புதிது புதிதாக ஏதாவது தனாகவே சமைத்து பரீட்சித்துப் பார்ப்பார். ஒரு நல்ல இசைக் கலைஞன் வாத்தியக் குழுவுக்கு ஸ்வரங்களை அமைக்கும்போதே அவன் மனத்திலே இசை ஓடுவதுபோலச் சேர்மானங்களைச் சேர்க்கும்போதே அம்மாவின் நாக்கிலே அதன் சுவை தெரியும் என்பார். இதன் காரணமாக அவர் சமைக்கும்போது ருசி பார்ப்பதே கிடையாது.

அம்மாவின் திறமையின் உச்சம் கணவாய் கறி செய்யும்போது வெளிப்படும். இது சமைப்பதற்கு மிகவும் கடினமானது. அடுப்பிலே வேகும்போது அம்மாவின் முகம் குவிந்து முனைப்புக்கொள்ளும். வயிற்றை எக்கி, மூச்சைப் பிடித்து ஊதாங்குழலை ஊதாத நேரமெல் லாம் சொண்டுக்குள் சுலோகம் சொல்வதுபோல எதையோ முணு

முணுப்பார். நாங்கள் என்ன குழப்படி செய்தாலும் கண்டுகொள்ள மாட்டார். கணவாய் வேகும்போது ஒரு கட்டம் வரைக்கும் அவியும், அதற்குப் பிறகு இறுகத் தொடங்குமாம். தன் காலுக்குள் ஒரு கணவாய் ஓட்டை மிதித்தபடி அம்மா காத்திருந்து, அந்தக் கணம் வந்ததும் கறியை இறக்கி வைப்பார். ஏன் கணவாய் ஓட்டை மிதித்தார் என்று கேட்டால் 'அது ஒரு நாணம்' என்று பதில் வரும். ஐயா சாப்பிடும்போது வெகுவாகப் புகழ்வார். குறுந் தொகையில் வரும் பட்டுடைப் பெண்போல அம்மா பட்ட துன்பம் எல்லாம் அப்போது மறைந்துபோகும் என்று நினைக்கிறேன்.

துன்பம் இல்லாத சமையல் அரபுக்காரர்களுடையது. இலகுவானது; பல வசதிகள் கொண்டது. பச்சை இறைச்சியை அடித்து அடித்தே அதைப் பசையாக்கி விடுவார்கள். அடுப்பு என்ற ஒரு பொருளில் அவர்களுக்கு நம்பிக்கையே கிடையாது. சின்னச் சின்ன கிண்ணங்களில் பலவிதமான பதார்த்தங்கள் மேசையை நிறைத்துக் கிடக்கும். இவற்றில் அடுப்பில் வேகாதவையே அதிகம். தமிழர்களுக்கு எப்படி புளிப்பு பிடிக்குமோ அப்படியே இவர்களுக்கும் வேகவைக்காதது பிடிக்கும். பிட்டா ரொட்டியைக் கையிலே எடுத்து அதைப் பிய்த்து ஏதாவது பதார்த்தத்தைத் தொட்டு உருட்டி வாயிலே வைப்பார்கள். இவர்களுக்கு பிளேட்டே தேவை இல்லை. சாப்பிட்டு முடிந்ததும் வாயை ரொட்டியாலேயே துடைத்துக்கொள்வார்கள். தண்ணீரும் மிச்சம். வசதியான உணவு.

ஆப்பிரிக்கர்களுக்கு ஓர் உணவு, அரபியர்களுக்கு ஓர் உணவு என்றால் ஆப்கானிஸ்தானியர்களுக்கும் பாரம்பரியமான உணவு ஒன்று உண்டு. கல்விமான்களும் சாதாரணர்களும் வெள்ளிக்கிழமை களில் அங்கே ஒன்றுகூடுவார்கள். கல்விமான்கள் என்றால் ஏழாம் வாய்ப்பாடு தெரிந்தவர்கள். சாதாரணர்கள் என்றால் அது தெரியாதவர்கள். மலைப்பாம்புபோல நீண்ட ஒரேயொரு ரொட்டி அவர்கள் மடிகளிலே தவழ விடப்படும். அதையொரு கையினாலே பிடித்து மற்ற கையினாலே பிய்த்துப் பிய்த்து உண்பார்கள். பிலிப்பைன்காரர்களிடமும் பேடொக் என்று ஒரு சமாச்சாரம் உண்டு. குஞ்சு பொரிப்பதற்கு இன்னும் ஒரு நாள் இருக்கும்போது தாரா முட்டையை எடுத்து அவித்து முட்டையையும் உள்ளே உள்ள குஞ்சையும் வித்தியாசம் பாராட்டாமல் சாப்பிடுவது. சூடானியர் களுடைய கிஸ்ர உணவு கிட்டத்தட்ட தோசைபோலவே இருக்கும். ஆனால், இன்னும் புளிப்பு கூடியதாக. தமிழர்களுடைய பாரம் பரியம் இல்லா விட்டாலும், புளிப்பு விசயத்தில் அவர்கள் தமிழர்களுக்குச் சரியான போட்டி.

பழங்காலத்து தமிழர்கள் நடப்பனவில் மான், முயல், கடா, பன்றியையும் ஊர்வனவில் ஆமையையும் நீந்துவனவில் மீனையும்

பறப்பனவில் புறாவையும் மயிலையும் உண்டார்கள். கோழி உணவு பிந்தித்தான் வந்தது. பூச்சியில் ஈசலைச் சாப்பிட்டார்கள். தாவரத்தில் பூ, காய், பழம், குருத்து, கிழங்கு, தழை, கீரை, தண்டு, பட்டை என்று ஒன்றையும் விட்டுவைக்கவில்லை. பானத்தில் நுங்கு, இளநீர், தேன், தயிர், மோர், கள், கரும்புச்சாறு என்றும் தானியத்தில் நெல், வரகு, தினை என்றும் வைத்திருந்தார்கள். காலப் போக்கில் இந்த உணவுப் பழக்கத்தில் பல மாற்றங்கள் ஏற்பட்டன. ஆனால் இன்றுவரை மாறாதது புளிக்க வைத்து உண்பதும் குழைத்துச் சாப்பிடுவதும்.

தமிழர்களின் முக்கியமான பண்பு குழைத்து உண்பது. மேலை நாட்டவர்கள் போல உணவைத் தனித்தனியாக ருசிப்பதில் அவர்களுக்கு நாட்டமில்லை. ஏழுவர்ணங்கள் சேர்ந்து வரும் சூரிய ஒளிபோல, ஆறு சுவையும் கூடிய உணவுதான் அவர்களுக்குப் பிடித்தது. புறநானூற்றில் வரும் கபிலரின் பாடல் ஒன்று இந்தப் பண்பைச் சித்தரிக்கிறது.

> வரகு அறுத்து, தினை அறுத்து
> எள் கறுக்கும்போது
> வெள்ளை அவரை அறுத்து
> நிலத்திலே புதைத்து மூப்படையச் செய்த
> கள்ளைப் பகிர்ந்து
> வெண்ணெயில் கடலை பொரித்து
> சமைத்த அரிசி உணவை
> வீட்டுப் பெண்கள் நீண்ட கைகளால் பரிமாற
> குழைத்து உண்பர்.

குழைத்து உண்பதில் உள்ள அனுகூலம் பல்வேறு சுவைகளும் அதில் கலந்திருப்பது. அப்படியான ஓர் உணவு வகையை அம்மா தயாரிப்பார். அது திடீரென்று இப்பொழுது ஞாபகத்துக்கு வருகிறது. இது தமிழர்களின் ஆதி உணவாக இருப்பதற்கு எல்லாத் தகுதியும் கொண்டது. புளித்து உயர்ந்தது; பல சுவைகளையும் தன்னுள் அடக்கியது. இந்தக் கட்டுரை எழுதி முடிவதற்கிடையில் ஒரு கேரளக்காரர் இதற்கும் சொந்தம் கொண்டாட வரலாம். ஆனால் இதுதான் யாழ்ப்பாணத்தவருடைய உணவு வகை என்பதிலோ, இதை தயாரிப்பதில் அம்மா மிகத் திறமைசாலியாக இருந்தார் என்பதிலோ எனக்கு ஒரு சந்தேகமும் இல்லை.

அந்த உணவுக்கு பெயர் 'பாணிப் பினாட்டு.' ஒவ்வொரு வருடமும் எங்கள் வீட்டில் அம்மா இதைச் செய்யும் நாளுக்காக நாங்கள் எல்லோரும் காத்திருப்போம். ஜாடியில் பாதுகாக்கப்பட்ட இந்த உணவைத் துண்டம் துண்டமாக எடுத்து அம்மா தருவார். வாயிலே போட்டவுடன் மேல் அண்ணத்துடன் ஒட்டிக்கொண்டு

அது தன் சுவையை நீண்டநேரத்துக்கு மெல்ல மெல்ல விடும். பக்கத்து வீட்டுப் பெண்கள் மொரமொரென இருக்கு என்று புகழ்வார்கள்.

கலகலவென்று சூரியன் எரியும் ஒரு நாளில் அம்மா பதமான பனங்காய்களைத் தேர்வு செய்து பினையத் தொடங்குவார். ஊர்ப் பெண்கள் வந்து உதவி செய்வார்கள். புற்றீசலை மோரிலே புளிக்க வைத்து உண்ட சங்க காலம் தொடங்கி, புளிப்பையே நயந்து வந்த தமிழரின் நீண்ட பயணம் அம்மாவின் பனங்களியிலே வந்து தணிந்து நிற்கும். ஒரு வாளியிலே போதிய சாறு சேர்ந்ததும் கவர் வைத்த கம்பினால் கடைந்து தும்புகளை அகற்றி, பாயிலே ஊற்றி பரப்பிவைப்பார்கள். அதன் பிறகு முழுவேலையும் சூரியனுடையது.

காய்ந்த பினாட்டை உரித்தால் அது அப்படியே கிளம்பி வரும். அதுவே சரியான பதம். பனங்கட்டிப் பாணியை தயாரித்து பினாட்டை பாணியிலே முங்கி எடுத்து சாடிகளிலே மிளகும் எள்ளும் சேர்த்து அடைத்து வைத்தால் அது ஒரு வருடத்துக்குத் தாக்குப் பிடிக்கும். இனிப்பு, புளிப்பு, துவர்ப்பு, உறைப்பு என்று நால்வகையான சுவையை அடக்கியிருக்கும். நாள் கூடக்கூட அதன் ருசி இன்னும் கூடுமென்று அம்மா சொல்வார்.

ஒரு முறை அம்மா நல்ல நாள் குறித்து பனங்காய்ப் பிழிந்து காயவைத்திருந்தார். இந்த நாட்களில் வீடு உயர்ப் பாதுகாப்பு நிலைக்கு உயர்த்தப்பட்டிருக்கும். அம்மா உள்ளே வேலையாய் இருந்தாலும் அடிக்கடி வெளியே வந்து கண்காணித்தபடி இருப்பார். எனக்கோ விளையாட்டு வயது. ரயர் உருட்டிக்கொண்டு வேகமாக வந்து ஒரு வளைவு எடுக்கமுடியாமல் தடுக்குப்பட்டு கீழே விழுந்து பினாட்டு முழுக்க மண்ணாகிவிட்டது. ரயர் ஒரு பக்கம் போனால் நான் மறுபக்கம் போய் விழுந்தேன். என் உடுப்பு முழுக்க பினாட்டு; அதற்குமேல் மண். அது நல்ல காட்சியாக இருந்திருக்கும். ஆனால், அதை ரசிக்கும் நிலையில் நான் இல்லை. ரயர் போனதிசைக்கு எதிர்த் திசையில் ஓடி மறைந்துபோனேன்.

ஓர் எட்டு வயது சிறுவனால் எவ்வளவு நேரத்துக்குப் பசியை தள்ளி வைக்க முடியும். வீட்டுக்கு வந்துதானே ஆகவேண்டும். மண்ணாய்ப்போன பினாட்டை இனிமேல் ஒன்றுமே செய்ய முடியாது. பெரிய பெரிய வரிக் காயங்கள் ஏற்படுத்தும் தடியினால் தண்டனை பெறுவதற்கு என்னை தயார்படுத்தியிருந்தேன்.

நான் திரும்பவும் உள்ளே அடியெடுத்து வைத்தபோது வீடு ஓவென்று காட்சியளித்தது. இவ்வளவு நிசப்தமான ஒரு வீட்டை நான் சந்தித்தது கிடையாது. பனங்களியின் புளிச்ச நாற்றம் காற்றெல்லாம் பரவிக் கிடந்தது. என்னை யாரோ முழுப்பெயர்

சொல்லி மெதுவாக அழைப்பது கேட்டது. குரல்தான் இருந்தது; உருவம் இல்லை. அசரீரியாக இருக்குமோ என்ற பயம் பிடித்தது. நிமிர்ந்து பார்த்தேன். என் முதுகு எலும்பு சில்லிட்டது. அம்மா மாமரத்தில் இருந்து என்னையே பார்த்தபடி இருந்தார். நான் திரும்புவதற்கு அடியெடுத்து வைத்தேன். அவர் பாம்பு போல சரசரவென்று இறங்கத் தொடங்கினார். 'நில், நில், ஓடாதே' என்று கத்தினார். அந்த வார்த்தைகள் தலைகீழாக வந்துகொண்டிருந்தன.

நான் இப்பொழுது சந்திப்பவர்கள் எல்லோரிடமும் எங்கள் உணவு பாணிப்பினாட்டு என்பதைச் சொல்லிவருகிறேன், அவர்கள் கேட்கா விட்டாலும்கூட. வெளிநாடுகளில் இருந்தபோது இந்த உண்மையைச் சொல்லாததற்காக வருந்துகிறேன். இதை என் நாட்டுக்கு நான் செய்த துரோகமாக அல்ல, என் அம்மாவுக்கு செய்த துரோகமாகவே நினைக்கிறேன். அம்மா போன பிறகு நான் இதைச் சாப்பிட்டது கிடையாது. அதன் புளிப்பு ருசி ஞாபகத்தில் இருந்து அகன்று விட்டது. அதன் வாசனையையும் மறந்து விட்டேன். ஆனால், அதை நினைக்கும் போதெல்லாம் இன்றைக்கும் அம்மாவின் அந்தப் பார்வையே என் ஞாபகத்துக்கு வரும்.

தொன்மையில் இல்லை, தொடர்ச்சியில்

(கம்ப்யூட்டர் பற்றி ஒரு கட்டுரை வேண்டும் என்று காலச்சுவடு கேட்டதும் நான் உடனேயே சம்மதித்தேன். காரணம் கம்ப்யூட்டர் பற்றிய என்னுடைய அறிவு ஓர் ஆமையினுடையதற்குச் சமம்; அல்லது அதற்கும் கொஞ்சம் கீழே. இதனிலும் பார்க்க சிறந்த தகுதி வேறென்ன வேண்டும். கணினி நிபுணர்களையும் ஆர்வலர்களையும் கேட்டால் அவர்கள் சொல்லித்தருவார்கள். அப்படி நினைத்தேன். உண்மையில் அது அவ்வளவு சுலபமானதாக இல்லை. ஒரு கணினி பயனாளர் என்ற முறையில் நான் படும் இன்னல்களையும் கணித்தமிழ் படும் இன்னல்களையும் கணினி ஆர்வலர்கள் படும் இன்னல்களையும் தொகுத்தாலே போதும் என்று பட்டது.

தன்னலம் பாராது, ஒரு சதம் ஊதியம் பெறாமல், ஒருவித ஆதாயமும் எதிர்பாராமல், இருந்த காசையும் தொலைத்து தம் நேரத்தையும் செலவழித்து, மனைவி மக்களுடைய வெறுப்பையும் சம்பாதித்து, தமிழைக் கணினியில் ஏற்ற பாடுபட்ட அத்தனை தமிழ் உள்ளங்களையும் இந்தக் கட்டுரை மூலம் நான் நினைத்துக் கொள்கிறேன்.

பிரதானமாக, தம் பிறந்த நாட்டிலிருந்து துரத்தப்பட்டு, சொந்த நாட்டைப் பறிகொடுத்து உலகம் எங்கும் சிதறிப்போயிருந்தாலும், கம்ப்யூட்டர் வலைகளில் தனி ஆவேசத்தோடு தமிழைத் தவழவிடுவதன் மூலம் தாம் இழந்த ஒரு நாட்டை மீண்டும் கண்டு பிடித்து அதில் மகிழ்ச்சி காணும் ஈழத்து தமிழர்களை மறக்க முடியாது.)

1993ஆம் ஆண்டு பொஸ்டனில் ஓர் இலங்கையரைச் சந்தித்தேன். அவர் தமிழ்ச் செயலி ஒன்று தயாரித்திருக்கிறார் என்று கேள்விப்பட்டு அவரைத் தேடிப் போனேன். தமிழை எப்படியும் கணினியில் பார்க்கவேண்டும் என்ற அவா எனக்கு. அவர் வீட்டுக்குப் போய்க் காசு கொடுத்து அந்தச் செயலியை வாங்கினேன். அவர் பணம் வாங்க மறுத்தாலும், ஒருத்தருடைய

உழைப்புக்குக் கொடுக்கவேண்டிய மரியாதை என்று சொல்லி வற்புறுத்திக் கொடுத்தேன். அவர் என்னைத் தன் அறைக்குள் அழைத்துச் சென்று தன்னுடைய கம்ப்யூட்டரில் ஒரு விசயம் காட்டினார். அவர் ஒரு தமிழ் அகராதி தயாரித்துக் கொண்டிருந் தார். வார்த்தை, அதற்கு பொருள், மேற்கோள் வசனங்கள், அந்த வார்த்தையுடன் தொடர்பான வேறு வார்த்தைகள், அதற்கு நிகரான ஆங்கில வார்த்தை, இப்படி பெரும் வேலை அங்கே நடந்து கொண்டிருந்தது. இன்னும் ஒரு விசேஷமும் இருந்தது. ஒரு பட்டனை அமுக்கினால் அந்த வார்த்தையின் தமிழ் உச்சரிப்பு ஒலித்தது. எனக்கு ஒரே சமயத்தில் மகிழ்ச்சியும் அதிர்ச்சியும்.

அமெரிக்காவில் நல்ல சம்பளம் பெறும் அதிகாரி அவர். எதற்காகத் தன் நேரத்தை விரயம்செய்து, தனியாக இந்த பிரம்மாண்டமான வேலையில் இறங்கியிருக்கிறார். ஒரு நாளைக்கு தான் எப்படியும் இருபது வார்த்தைகள் செய்வதாகச் சொன்னார். அகராதியின் உபயோகம் முற்றிலும் கணினியிலேயே இருக்கும்; சொல்திருத்தியாகவும் பயன்படுத்தலாம் என்றார் அடக்கமாக. சிலமாதங்கள் கழித்து அவருடன் தொடர்புகொள்ள முயன்றபோது அவர் அவுஸ்திரேலியா போய்விட்டதாகச் சொன்னார்கள். அத்துடன்அவருடைய தொடர்பும் எனக்குத் துண்டித்துப்போனது.

அப்போது ஆங்கில அகராதியை முதன்முதல் படைத்த சாமுவேல் ஜோன்ஸனின் ஞாபகம்தான் எனக்கு வந்தது. சேக்ஸ் பியருக்கு அடுத்தபடி ஆங்கில இலக்கியத்தில் அடிபடும் பெயர் இவருடையதுதான். தனி ஆளாக எட்டு வருடங்கள் பாடுபட்டு, பண உதவி எல்லாம் வற்றிவிட்ட தரித்திர நிலையில், அவர் அகராதியை உருவாக்கினார். 40,000 வார்த்தைகள், 140,000 மேற்கோள்கள் என்று பிரம்மாண்டமான தயாரிப்பு. அதன்பின் 173 வருடங்கள் கழித்துதான் ஒக்ஸ்போர்டு ஆங்கில அகராதி பெரும் கல்விமான்கள் குழுவினால் தயாரிக்கப்பட்டு வெளியானது.

எனக்குத் தோன்றிய சிந்தனை இதுதான். எந்த ஒரு துறையின் வளர்ச்சியும் பல்கலைக்கழகங்களிலோ, பெரும் அறிஞர் குழுவிலோ தங்கியிருப்பதில்லை. அர்ப்பணிப்பு சுபாவமுள்ள தனி நபர்கள்தான் பெரும் பாய்ச்சல்களை நிகழ்த்தியுள்ளார்கள். விஞ்ஞானம், இலக்கியம் என்று இன்னும் பல துறைகளிலும் ஆதாரம் காட்டலாம்.

பொஸ்டன் நண்பரிடம் செயலியை வாங்கியவுடன் என் தமிழ் பிரச்சினை தீர்ந்துவிடவில்லை; அப்போதுதான் ஆரம்ப மாகியது. சில வருடங்கள் செயலி நன்றாகவே வேலை செய்தது. ஒரு முழுப் புத்தகம் அதில் அடித்து முடித்தேன். கம்ப்யூட்டரின்

தரம் மாறும்போது அல்லது உலாவிகள் மாறும்போது பிரச்சினைகள் கிளம்பின. பிறகு கனடாவில் ஒரு செயலியை வாங்கி கொஞ்சக் காலம் ஓட்டினேன். மறுபடியும் பிரச்சினை.

ஒருத்தர் முரசு அஞ்சல் பற்றிச் சிறப்பாகச் சொன்னார். ஒரு செயலியை வாங்கினேன். இதை வேலை செய்ய வைப்பதற்கு அரைமணி நேரமும், ஓர் எட்டு வயதுப் பையனின் உதவியும் போதுமானதாயிருந்தது. தமிழ் எழுத்துக்கள் அழகாக உருண்டு உருண்டு வந்து இறங்கின. அதுவும் சில வருடங்களே. ஒரு பழைய நெட்ஸ்கேப் 4.04இல் நல்லாக வேலைசெய்தது. உலாவியை மேம்படுத்தினால் தகராறு. ஒரு முறை நண்பருக்கு மின்னஞ்சல் அனுப்பினேன். 'இ' எழுத்தைக் காணவில்லை. அப்பொழுது 'இனாவைக் காணவில்லை' என்று ஒரு கட்டுரைகூட எழுதினேன். அந்தக் காலங்களில் 'இ' வரும் இடங்களில் எல்லாம் இனாவை வெட்டி ஒட்டி, வெட்டி ஒட்டி கட்டுரையை முடிப்பேன்.

இன்னொருமுறை கணினி தரம் மாற்றம் அடைந்தபோது 'ஆ' வரவில்லை. கதையிலே வரும் ஆலமரத்தை அரசமரமாக்கினேன். ஆவென்று அழுதான் என்று எழுதாமல் ஓவென்று அழுதான் என்று எழுதினேன். ஆனால், 'ஆனால்' என்ற வார்த்தையைத் தவிர்த்து எவ்வளவு தூரத்துக்கு ஓடமுடியும். இப்படி நான் பட்ட அல்லல்கள் நீண்டுகொண்டே போயின.

ஒரு பிரச்சினையை தீர்க்கும்போது இன்னொன்று வந்து புகுந்துகொள்ளும். கம்ப்யூட்டர் கம்பனிகளும் சும்மா இருப்பதில்லை. 'அட எல்லாமே தமிழில் வேலைசெய்கிறது' என்று ஆசுவாசமாக மூச்சு விடுவது அவர்களுக்கு எப்படியோ தெரிந்து விடுகிறது. உடனேயே கம்ப்யூட்டரை மேம்படுத்திவிடுவார்கள். 'பொ' அடித்தால் ஒற்றைக் கொம்பு ஒரு வரியிலும் பா அடுத்த வரியிலும் வரும். 'ணீ' வரவே வராது. கண்ணிலே கண்ணீர் விழுந்தாலும் வார்த்தையிலே கண்ணீர் விழாது.

உலகத்து தமிழ்க் கணினி ஆர்வலர்கள் எல்லாம் முதன்முறையாக ஒன்று சேர்ந்து தரப்படுத்தப்பட்ட தமிழ் திஸ்கி எழுத்துருவைக் கொண்டுவந்தார்கள். இதற்காக உழைத்தவர்களில் பலர் ஈழத்துத் தமிழர்கள். எப்படியும் உலகம் முழுவதும் பயன்படுத்தும் ஒரு தமிழ் எழுத்துரு கிடைக்கவேண்டும் என்ற ஆர்வம்தான் காரணம். அப்பொழுது பார்த்து தமிழ்நாடு தாப், தாம் என்ற இரண்டு எழுத்துருக்களை அங்கீகரித்தது. பிரச்சினைகள் குறைந்தபாடில்லை. மின்னஞ்சல்கள் அனுப்பும்போது அதைப் பெறுபவர்கள் வாசிக்க முடியாது சிரமப்பட்டார்கள். எப்பொழுதுதான் எல்லோரும் ஒரே குறியீடுகள் கொண்ட செயலிகளில் எழுதுவார்கள்; கட்டுரை,

கதைகள் என்று ஒருவருக்கொருவர் தடையின்றி அனுப்பலாம்; மின்னஞ்சல்கள் பரிமாறலாம் என்று நான் ஏங்குவேன்.

கணினியில் தமிழ் வேலை செய்வதில் ஏன் இவ்வளவு பிரச்சினை என்பதை அறிவதற்காக நான் சில கணினித்துறை நிபுணர்களிடமும் ஆர்வலர்களிடமும் பேசினேன். இவர்கள் எல்லாம் உலகத்தின் பல பாகங்களிலும் நல்ல தொழில்நிலையில், வசதியான சூழ்நிலையில் வாழ்பவர்கள். இவர்களுடைய தமிழ்ப் பற்று என்னை பிரமிக்க வைத்தது. தமிழ்க் கணினித் தொழில் நுட்பத்தை எப்படியும் முன்னெடுத்துச் செல்லவேண்டும் என்று ஒரே இலட்சியத்தில் இவர்கள் கடுமையாக உழைத்தார்கள்.

அப்படியான ஒருவர்தான் முத்து நெடுமாறன். மலேசியாவில் பிறந்து வளர்ந்தவர். இருபது வருடங்களுக்கு மேலாகத் தகவல் தொழில் நுட்பதுறையில் அனுபவம் கொண்ட இவர்தான், பிரபல மான முரசு அஞ்சல் மென்பொருளை சந்தைப் படுத்தியவர். இன்றைய முன்னணி இதழ்கள், வலைப்பக்கங்கள், பயனாளர்கள் எல்லாம் உபயோகப்படுத்துவது இவருடைய எழுத்துருக்களைத் தான்.

இவர் உலகத் தமிழ்த் தகவல் தொழில்நுட்ப மன்றத்தின் (உத்தமம்) தலைவராக இருக்கிறார். இந்த மன்றத்தின் நோக்கம் தமிழ்த் தகவல் தொழில்நுட்ப முன்னேற்றத்திற்கு உழைப்பது. 1997இல் தொடங்கி இன்றுவரை நடந்த தமிழ் இணைய மாநாடுகளில் பெரும் பங்காற்றி வருவதுடன், முதன் முதலாக, தமிழில் குறுஞ்செய்தி அனுப்பும் சேவையையும் நடைமுறைப் படுத்தியுள்ளார். இவருடைய மிகப் பெரும் சாதனை மென்பொருள். அதன் தரமும் சேவையும் உலகளாவியது.

இவரைத் தொடர்ந்து பலர் தமிழ் எழுத்துருக்கள் செய்ய ஆரம்பித்தார்கள். சில நிலைத்து நின்றன, இன்னும் சில மறைந்து போயின. தமிழ் எழுத்துருவைக் கண்டுபிடித்ததன் நோக்கமே ஒருவருடன் ஒருவர் தமிழில் தொடர்பு கொள்வது. அந்த நோக்கத்துக்கு எதிர்த் திசையில் காரியங்கள் நடந்தன. நூற்றுக் கணக்கான எழுத்துருக்கள் உண்டானதும் ஒவ்வொருவரும் ஒவ்வொன்றைப் பிடித்துக்கொண்டார்கள். ஒருவருடன் ஒருவர் தொடர்பு கொள்வது சாத்தியமில்லாமல் போனது.

அப்பொழுது ஒருவர் இந்த பிரச்சினைகளை தீர்க்கவென்று புறப்பட்டார். சுரதா யாழ்வாணன் என்ற ஈழத்து தமிழர். சொந்த நாட்டில் இருந்து துரத்தப்பட்டு அகதியாக ஜேர்மனியில் தஞ்சம் புகுந்து, இருபத்திரண்டு வருடங்களாக அங்கே வாழும் கம்ப்யூட்டர்

நிபுணர். தமிழில் அவருக்கு உள்ள பற்றை அளவிடமுடியாது. வேலையில் இருந்து திரும்பியதும் தமிழ் நிரலி எழுதுவதற்காக கம்ப்யூட்டரின் முன் உட்காருவார். உடனேயே மனைவி, பிள்ளைகளின் ஞாபகம் மறந்துபோகும். நாலு மணிக்கு விடியும்போது இன்னொரு நாள் பிறந்துவிட்டதை உணர்ந்து மறுபடி வேலைக்குச் செல்வார். இவருடைய செயலிகள் இருபதுக்கு மேலாக இலவசமாகக் கிடைக்கின்றன. இந்தச் செயலிகள் மூலம் எந்த ஓர் எழுத்துருவையும் இன்னொரு எழுத்துருவுக்குச் சில நிமிடங்களிலேயே மாற்றிவிடலாம். புதுப்புது எழுத்துருக்கள் உண்டாகும்போதெல்லாம் அலுக்காமல் அவற்றை மாற்றும் செயலிகளை தயாரித்து விடுகிறார். எனக்கு எங்கேயிருந்து, என்ன எழுத்துருவில் மின்னஞ்சல் வந்தாலும் இவருடைய மாற்றி மூலம் படித்து விடுவேன்.

எதற்காக இந்தச் செயலிகளை இலவசமாக வழங்குகிறீர்கள் என்று கேட்டேன். 'எத்தனையோ எங்களுக்கு இலவசமாகக் கிடைக்கிறது. கூகிளில் இலவசமாகத்தானே தேடுகிறோம். என் நண்பர்களும் பிறரும் பல செயலிகளையும் நிரல்களையும் இலவசமாகத் தந்து உதவியிருக்கிறார்கள். உங்கள் கதைகளை நான் இலவசமாகத்தானே இணையத்தளங்களில் படித்தேன். நானும் இந்த உலகத்துக்குத் திருப்பி ஏதாவது இலவசமாக விட்டுப்போக வேண்டும் அல்லவா?' என்றார். அவருடைய தயாள குணம் என்னை நெகிழவைத்தது.

ஒரு பக்கத்திலே தமிழ்ச் செயலிகளை மேம்படுத்தும் வேலை நடந்தது. இன்னொரு பக்கத்தில் எழுத்துருக்களை ஒன்றிலிருந்து ஒன்றுக்கு மாற்றும் வேலை நடந்தது. அப்பொழுது புதுவிதமாக ஒருத்தர் சிந்தித்தார். அச்சுயந்திரங்கள் வந்தபொழுது எப்படி அச்சுப் பிரதிகளும் வாசிப்பும் பெருகியதோ அதேபோல தமிழ்க் கணினி வந்தபிறகு புத்தகங்கள் வெளியிடுவதிலும் வாசிப்பிலும் ஒரு மறுமலர்ச்சி ஏற்பட்டது. அதிலும் புலம் பெயர்ந்த தமிழர்கள் பெரும் பசியோடு புத்தகங்களை விலைகொடுத்து வாங்கினார்கள். இந்த வளர்ச்சிக்கு எப்படி ஈடு கொடுப்பது? புத்தகங்களை எப்படிப் பாதுகாப்பது, அதிலும் எங்கள் பழம்பெரும் இலக்கியங்களை எப்படிக் கணினியில் ஏற்றுவது, வாசிப்பைப் பரவலாக்குவது என்று அவர் யோசித்தார்.

அறுநூறு வருடங்களுக்கு முன்பு குட்டன்பேர்க் என்ற ஜேர்மன்காரர்தான் முதன்முதலில் அச்சுப்பிரதிகள் செய்தார். ஆயிரக்கணக்கான பைபிள்களை அடித்து வினியோகித்தார். பெரும் வாசிப்பு புரட்சி அப்போது ஏற்பட்டது. குட்டன்பேர்க்கை

கௌரவிக்கும் முகமாக 1971இல் 'குட்டன்பேர்க் திட்டம்' என்று ஒரு திட்டம் ஆரம்பிக்கப்பட்டது. ஆங்கிலத்தில் உள்ள சிறந்த புத்தகங்களை எல்லாம் மின்புத்தகங்களாக இந்தத் திட்டத்தின்கீழ் ஏற்றினார்கள். இந்த ஏற்பாட்டினால் இப்பொழுது விலை மதிப்பிட முடியாத 15,000 ஆங்கிலப் புத்தகங்களை வாசகர்கள் உலகின் எந்த மூலையில் இருந்தாலும் கணினி வழியாக இலவசமாகப் படிக்க முடிகிறது.

முனைவர் க. கல்யாணசுந்தரம் சுவிட்ஸர்லாந்தில் வசிக்கும் ஒரு வேதியியல் அறிஞர். இதேபோல ஒரு திட்டத்தை அவர் 'மதுரைத் திட்டம்' என்ற பெயரில் 1998ஆம் ஆண்டு தைப்பொங்கல் அன்றுத் தொடங்கினார். திருக்குறள் முழுவதையும் அவர் தன்னந்தனியாகத் தமிழில் தட்டச்சு செய்து இந்தத் திட்டத்தில் ஏற்றினார். உலகெங்குமிருந்து 350 தன்னார்வத் தொண்டர்கள் கலந்துகொண்டார்கள். இதுவரை 200 புத்தகங்கள் ஏறிவிட்டன. இவற்றில் பழந்தமிழ் இலக்கியங்களும், நவீன இலக்கியங்களும் இன்னும் சில அரிய புத்தகங்களும் அடங்கும். திருமூலர், திருக்குறள், கம்பராமாயணம், சங்க இலக்கியங்கள், நாலாயிரம் திவ்யபிரபந்தம், பாரதியார், கல்கி என்று படிப்பதற்கு இவை கிடைக்கின்றன. கனடாவில், ஒரு குளிர்கால இரவில் நான் வீட்டைவிட்டு ஓர் அடிகூட நகராமல், எட்டுத்தொகைகளில் ஏழாவதான நெடுநல் வாடையை என் கணினியில் இறக்கி இலவசமாகப் படித்தேன். இது எப்படி சாத்தியமானது. இந்தத் தொண்டர்களின் உழைப்புக்கு விலைபோட முடியுமா? என்னுடைய கணக்குப்பிரகாரம் ஒரு மில்லியன் டொலருக்கு அதிகமாகவே வந்தது.

திரு சி.வை. தாமோதரம்பிள்ளையும், திரு உ.வே. சாமிநாதையரும் 19ஆம் நூற்றாண்டின் பிற்பகுதியில் அரிய பழந்தமிழ் நூல்களை ஏட்டுச் சுவடிகளில் கண்டுபிடித்துத் திருத்தமாக்கிப் பதிப்பித்துத் தமிழ் இலக்கியத்தில் ஒரு மறுமலர்ச்சி ஏற்படக் காரணமாயிருந்தனர். பெரும் பல்கலைக்கழகங்கள் செய்யவேண்டிய காரியத்தை இவர்கள் தனியாகவும் செவ்வையாகவும் செய்து முடித்தனர். இந்த முயற்சி இல்லையெனில் விலைமதிப்பற்ற பழந் தமிழ் நூல்கள் பலவற்றை நாம் இழந்திருப்போம். கம்ப்யூட்டரில் சேமிக்கப்படாத தமிழ் நூல்களும் எதிர்காலத்தில் அழிந்துபோகும் என்பது உண்மை. உலகளாவிய மதுரைத்திட்ட தன்னார்வலர்கள் கணினித் தமிழுக்கு அர்ப்பணித்த உழைப்பு எவ்விதத்திலும் இந்த முன்னோடிகளின் சேவைகளுக்குக் குறைந்ததல்ல என்றுதான் எனக்குப் படுகிறது.

இன்னும் சிலர் தமிழ் எழுத்து சீர்திருத்தத்துக்கு இதுவே

சரியான நேரம் என்று நினைக்கிறார்கள். தமிழ்க் கணினி உலகில் நன்றாக அறியப்பட்ட ஆவரங்கால் சிறீவாஸ் ஓர் ஈழத்துக்காரர். முப்பது வருடங்களாக லண்டனில் வசிக்கும் இலத்திரனியல் பொறியியலாளர். யூனிகோட் அடிப்படைக் கோட்பாடும் தொல் காப்பியக் கோட்பாடும் தர்க்கரீதியில் ஒன்று என்று சொல்லும் இவர் தமிழ் எழுத்துச் சீர் திருத்தத்தை மேலெடுத்துப்போக யூனிகோட்தான் சிறந்த வழி என்கிறார். இவர் உருவாக்கிய பல எழுத்துருக்கள் இன்று உலகம் முழுக்க பாவனையில் இருக்கின்றன. திஸ்கி குழுவில் பாடுபட்டவர்களில் இவரும் ஒருவர். இவருடைய ஆவரங்கால் எழுத்துரு திஸ்கியிலும் யூனிகோட்டிலும் செயல்படும். இப்பொழுது உலகம் முழுவதும் பிரபலமான எகலப்பை யூனிகோட் எழுத்துருவில் ஆவரங்கால் உள்ளடங்கி இருக்கிறது என்று சொல்லும் இவருடைய எழுத்துருக்கள் எல்லாமே இலவசமாகக் கிடைக்கின்றன.

இந்த வேலைகள் இப்படி போய்க்கொண்டிருக்கும்போது, இன்னொரு குழு ஒரு பிரதானமான பிரச்சினையை தீர்ப்பதற்கு அணுகியது. வெங்கட்ரமணனும் அவருடைய குழுவினரும் பல வருடங்களாக லினக்ஸ் இயங்குதளத்தின் மேம்பாட்டுக்காக உழைத்து வருகிறார்கள். இது ஒரு திறமூல இயங்குதளம். இதன் குறியீடுகள் மறைக்கப்படாதவை; யாரும் உபயோகிக்கலாம். வெங்கட்ரமணன் அவர் வீட்டில் கம்ப்யூட்டருக்கு முன் உட்கார்ந்து அடிக்கும்போது நான் பார்த்திருக்கிறேன். தேனீக்கள் சுழல்வது போல அவருடைய விரல்கள் சுழலும். எந்த விரல் எங்கே இருக்கிறது என்று சொல்ல முடியாது. முழுக்க முழுக்கத் தமிழி லேயே அவருடைய கம்ப்யூட்டர் இயங்கும். மைக்ரோசொஃப்ட் பக்கம் அவர் போவதே இல்லை.

இந்த லினக்ஸ் இயங்குதளம் இலவசமாகவே கிடைக்கிறது. இது விண்டோஸிலும் பார்க்க சிறப்பாக வேலை செய்கிறது என்பது பல நிபுணர்களின் கருத்து. இதில் தமிழ் யூனிகோட் எழுத்துருக்கள் திறமாக செயல்படுகின்றன என்பதையும் ஒப்புக்கொள்கிறார்கள். ஆனால், ஏதாவது பிரச்சினை என்றால் அதை தீர்ப்பதற்கு உத்திர வாதம் இல்லை; வைரஸ் வந்து தாக்கினால் யார் பொறுப்பு என்ற கேள்விகளையும் எழுப்புகிறார்கள்.

மைக்ரோசொஃப்ட் என்பது பெரும் விருட்சம். தமிழ் என்பது இப்போது தழைக்கும் கொடி. பலம் பெறும்வரை மைக்ரோசொஃப்டைச் சார்ந்து தமிழ் நிற்பதே நல்லது. அதே சமயம் லினக்ஸ்ஸை விட்டும் வெகுதூரம் போய்விடக்கூடாது என்ற பொதுவான கருத்தே நிலவுகிறது.

ஒரு பக்கத்தில் தமிழ்க் கணினி அமோகமான வளர்ச்சி யடைய இன்னொரு பக்கத்தில் சில பாதகமான விளைவுகளும் ஏற்பட்டன. தமிழில் சொற்கூட்டலையோ, இலக்கணத்தையோ கவனிப்பது வெகுவாகக் குறைந்துவிட்டது. ஆறுமுகநாவலர் காலத்தில் அச்சான புத்தகங்களைப் பார்த்தால் ஒரு விஷயம் தெரிய வரும். கடைசிப் பக்கத்தில் பிழைதிருத்தம் என்று போட்டிருக்கும். பிழையான வார்த்தை, சரியான வார்த்தை,பக்க எண் என்று கொடுத்திருப்பார்கள். இப்பொழுது வரும் புத்தகங்களில் அப்படியான ஒரு பக்கத்தைக் காணமுடியாது. சொற்பிழை இல்லை என்ற அர்த்தமல்ல; அவற்றைச் சேர்த்தால் அதுவே அரைப் புத்தக சைசுக்கு வந்துவிடும். அப்படிப் பிழை மலிந்திருக்கும்.

ஆனால் ஆங்கிலத்தை எடுங்கள். ஒரு ஞாயிற்றுக்கிழமை விசேஷ பதிப்பு பத்திரிகை என்றால் குறைந்தது 200 பக்கங்கள் இருக்கும். அதாவது 400,000 வார்த்தைகள். ஆனால், ஒரு சொற் பிழையைக் கூட காணமுடியாது. ஆங்கிலத்தில் கம்ப்யூட்டரின் சொல்திருத்தி இந்த வேலையை செவ்வனே செய்துவிடும். தமிழுக்கு மட்டும்தான் இந்தக் கதி. ஒரு சொல்திருத்தி தமிழில் வந்துவிட்டால் இந்த பிரச்சினையை தீர்த்துவிடலாம்.

சொற்கள்தான் பிரச்சினை என்றால் இலக்கணத்தின் நிலை இன்னும் மோசமாக இருக்கிறது. Editor என்ற வார்த்தைக்கு ஒரு தமிழ்ப்பதம் உண்டு என்று சொல்கிறார்கள். பிரதிமேம்படுத்துநர். இதனிலும் நீளமான வேறு வார்த்தை அகப்படாததால் இதையே நாமும் பயன்படுத்துவோம். தமிழிலே இலக்கணத்தை யார் சரி பார்க்கிறார்கள். மலையாளத்தில் எழுதுவதுபோல 'நாய் போனான்' என்று எழுதினால்கூட பதிப்பித்து விடுகிறார்கள். இந்த நீண்ட பெயரைச் சுமந்துகொண்டிருக்கும் பிரதிமேம்படுத்துநர் என்ன செய்கிறார் என்பதே தெரிவதில்லை.

சமீபத்தில் நியூ யோர்க்கர் பத்திரிகையில் ஒரு செய்தி வாசித்தேன். அவர்கள் பத்திரிகையில் இலக்கணத்துக்கு என்று ஒரு தனியான எடிட்டர் இருப்பார். எந்தப் பெரிய கொம்பன் எழுத்தாளரும் அவருடன் சமரசமாகிப் போவாராம். மூன்று வார்த்தை வசனத்தில் நாலு பிழை கண்டுபிடிப்பாராம் இந்த எடிட்டர். தமிழில் அப்படி வேண்டாம், ஆனால், பேருக்காவது ஒருவர் இலக்கணத்தைச் சரிபார்க்கலாம். ஆங்கிலக் கணினிகளில் இலக்கணத்திருத்தி வந்துவிட்டது. இன்னும் மேம்படுத்திக் கொண்டே இருக்கிறார்கள். தமிழில் இது மிகவும் அவசியம். இன்றும் தொல்காப்பியருடைய இலக்கணம்தான் முடிவு தேதி இல்லாமல் ஓடிக்கொண்டிருக்கிறது. புதிப்பிக்கப்பட்ட இலக்கணத்

திருத்தி வரவேண்டும். அல்லாவிட்டால் இப்பொழுது எழுதும் தமிழ் இன்னும் பத்து வருட காலத்திலேயே படிக்கமுடியாமல் போய்விடும்.

இன்னொரு முக்கியமான அம்சம் தமிழில் தேடுபொறி உண்டாக்குவது. நண்பர் ஜெயமோகன் எழுதிய 'காடு' நாவல் வெளிவந்தபோது அதை வாங்கிய முதல் வாசகர்களில் நானும் ஒருவன். நாவலைத் திறந்து படித்தால் முதல் வசனத்திலேயே 'மிளா' என்று ஒரு வார்த்தை வந்து என்னை மிரள வைத்தது. ஒரு மிருகம் என்று தெரிந்தது. ஆனால், என்ன மிருகம் என்று தெரியவில்லை. இலங்கை நண்பர்களிடமும், இந்திய எழுத்தாளர்களிடமும் விசாரித்தேன். ஒருவருக்கும் தெரியவில்லை. என்னிடம் ஐந்து தமிழகராதிகள் இருந்தன. அவற்றிலும் பலனில்லை. நானும் விடுவதாயில்லை. ஆங்கில கூகிளில் போய் kerala animal population என்று எழுதி துளைத்து துளைத்து தேடியபோது திடீரென்று விடை கிடைத்தது. 1993 கணக்கெடுப்பு mlavu (sambha deer) 10,665 என்று வந்தது. சம்பா மான்தான் மிளா என்பதைக் கண்டுபிடித்து விட்டேன் அப்பொழுது யோசித்தேன் தமிழில் ஒரு தேடு யந்திரம் இருந்தால் எப்படி இருக்கும் என்று. வெகு விரைவிலேயே தமிழில் தேடு யந்திரம் வந்துவிடும் என்பது அப்போது எனக்குத் தெரிந்திருக்கவில்லை.

யூனிகோட்டின் வருகையினால் தமிழில் தேடு பொறி கிடைத்திருக்கிறது. முடக்குத் தெருக்கள், குச்சு ஒழுங்கைகள் என்று தாண்டி யூனிகோட் என்ற நெடுஞ்சாலைக்குத் தமிழ் வந்துவிட்டது. இன்றுவரை இருந்த வேறுபாடுகளை எல்லாம் தவிர்த்து ஒருங்கிணைந்த குறியீட்டு முறை தமிழுக்குக் கிடைத்திருக்கிறது. இது ஒரு வரப்பிரசாதம். உலக மொழிகள், இந்திய மொழிகள் எல்லாவற்றிற்கும் ஒரேயொரு குறியீட்டு முறைதான். 'இந்த முறையில் தமிழுக்கு என்று தனி இடம் இருக்கிறது. அது சரியாகவும், சிறப்பாகவும் இயங்குகிறது. யூனிகோட்டில் எழுதி இணையத்தில் பதிவான கட்டுரைகளை கூகிள் தேடுதளங்களில் தேடலாம். இது முதன்முறையாகத் தமிழில் சாத்தியமாகியிருக்கிறது. தமிழுக்கு ஒரு சொந்தவீடு கிடைத்துவிட்டது. வாடகை வீடு இனிமேல் இல்லை. தமிழிலே அனுப்பும் செய்தி தமிழிலேயே கிடைக்கும். நல்ல பாதுகாப்புக்கும் உறுதி இருக்கிறது. தமிழின் எதிர்காலம் யூனிகோட் தான்.' இப்படி சொல்கிறார் முத்து நெடுமாறன்.

கூகிள் தமிழ் தேடுபொறியில் முதன்முதல் சோதிப்பதற்காக நான் அடித்துப் பார்த்த வார்த்தை 'நல்லூர்' 36 பதிவுகள்

கிடைத்தன. என் மகிழ்ச்சிக்கு அளவே இல்லை. நான் கடைசியாக இவ்வளவு சந்தோசப்பட்டது என் மனைவி விசா அட்டையைத் தொலைத்தபோதுதான். யூனிகோட்டின் பெருமையை தீர்க்கதரிசனமாக உணர்ந்து 'திசைகள்' இணையத்தளத்தை இரண்டு வருடம் முன்பாகவே துணிந்து தொடங்கியவர் மாலன். கனடாவில் மகேன் நடத்தும் 'எழில்நிலா' பக்கமும் மிகவும் பிரபலமானது. 'அப்பால் தமிழ்', 'மரத்தடி' என்று புதிய யூனிகோட் இணைய தளங்கள் பல இன்று வந்துள்ளன.

யூனிகோட் கூட்டுமையம் (Unicode Consortium) உலக மொழிகள் அனைத்துக்கும் ஒதுக்கிய இடங்கள் 65,500. அதில் தமிழுக்கு மாத்திரம் கிடைத்த இடங்கள் 128. சில நிபுணர்கள் இது போதாது தமிழுக்கு 512 இடங்கள் வேண்டும் என்று கேட்கிறார்கள். இன்னொருவர், சிங்களம் சில சலுகைகள் கிடைத்து யூனிகோட் குறியீட்டு முறையில் வேகமாக முன்னேறிக் கொண்டிருக்கிறது. தமிழ் பின்னுக்கு நிற்கிறது. காரணம் சிங்களத்துக்கு ஒரு நாடு உண்டு; தமிழுக்கு நாடு கிடையாது. யூனிகோட் முறையில் தமிழை மேலே நகர்த்துவதற்கு ஒரு நாடு தேவை என்கிறார்.

சமீபத்தில் இந்திய அரசின் கீழ் இயங்கும் 'சிடாக்' (Centre for Development of Advanced Computing) நிறுவனமும், மத்திய அரசின் தொலைதொடர்பு மற்றும் தொழில்நுட்பதுறை அமைச்சும் சேர்ந்து புதுவருடம் அன்று சென்னையில் குறுந்தகடு ஒன்றை வெளியிட்டிருக்கிறார்கள். இந்தச் செய்தியைக் கேட்டதும் நான் பெருமகிழ்ச்சி அடைந்தேன், இதிலே பலதரப்பட்ட பயனுள்ள செயலிகளை இணைத்திருந்தார்கள். 92 யூனிகோட் எழுத்துருக்கள், 46 தாப் எழுத்துருக்கள், 65 தாம் எழுத்துருக்கள், ஒளிவழி எழுத்துணரி, சொல்திருத்தி, தமிழகராதி என்று பல உபயோகமான அம்சங்கள். தமிழகராதி சிறப்பாக உள்ளது. ஆனால், அது தாப்பில் தொழில்படுகிறது என்றார் ஒருவர். இது தவிர இந்தக் குறுந்தகட்டில் கொடுத்த சில பொதிகள் தனி ஆர்வலர்களால் உருவாக்கப்பட்டது என்றும் அவர்களுக்கு அங்கீகாரமோ, மரியாதையோ கொடுக்கப் படவில்லை என்றும் சொன்னார்கள். என்னுடைய ஆரம்ப மகிழ்ச்சியை இது வெகுவாகக் குறைத்தது.

ஆனால், இந்த வெளியீட்டு விழா எங்களுக்குச் சொல்லும் சேதி இன்னும் குழப்பத்தைக் கொடுக்கிறது. 92 வகையான புது யூனிகோட் எழுத்துரு உபயோகத்துக்குத் தமிழ் பயனர்கள் ஆயத்தம் என்ற நம்பிக்கை கிடைக்கிறது. அதே சமயம் சொல்திருத்தியும் அகராதியும் இன்னும் பல எழுதுருக்கள் தாப்பிலும் தாமிலும்

வெளியானது அந்த நம்பிக்கையைப் பெரிதும் குலைக்கிறது. தமிழ்க் கணினித்துறை எங்கே செல்கிறது, யூனிகோட் இருக்கும் பக்கமா அல்லது அதற்கு எதிர்த் திசையிலா என்பது தெரியவில்லை.

ஒரு நல்ல பகல் வெளிச்சத்தில் கம்ப்யூட்டரின் முன்பக்கம் எது, பின்பக்கம் எது என்று கண்டுபிடிக்கும் திறமைக்கு மேலாக என்னிடம் ஒன்றும் இல்லை. இந்தக் கட்டுரையை எழுதுவதற்காக உலகத்தின் பல பாகங்களில் வதியும் கணினி நிபுணர்களுடன் தொலைபேசியில் பேசினேன். சிலரை நேரில் சந்தித்தேன். இன்னும் சிலருடன் மின்னஞ்சலில் கருத்துகள் பரிமாறிக்கொண்டேன். இவர்கள் எல்லோருமே ஒருமுகமாக தமிழின் எதிர்காலம் யூனிகோட் குறியீட்டில் தான் தங்கியிருக்கிறது என்பதில் உறுதியாக இருந்தார்கள். ஒருவராவது யூனிகோட் தமிழுக்குச் சரிவராது என்று சொல்லவில்லை. கணிப்படம் போன்ற சில துறைகளில் இன்னும் கொஞ்சம் வேலை இருக்கிறது என்றார்கள். பழைய கம்ப்யூட்டரில் இருப்பவர்களை திடீரென்று புதிய கணினிகளுக்கு மாற்றமுடியாது என்றார்கள். உடனேயே அரசு யூனிகோட்டுக்கு மாறவேண்டும் என்றும் ஒருவரும் சொல்லவில்லை. ஆனால், குறைந்தபட்சம் இன்ன தேதியில் இருந்து அரசு மாறும் என்று அறிவிக்கவேண்டும் என்று எதிர்பார்க்கிறார்கள். அப்பொழுது ஒரு நம்பிக்கை பிறக்கும். தமிழ் எங்கே போகிறது என்பதில் ஒருவருக்கும் சந்தேகம் இராது. அதற்கான முயற்சிகளில் பலரும், முக்கியமாக உலகம் எங்கும் பரந்திருக்கும் தமிழ்க் கணினி ஆர்வலர்கள், ஊக்கமாக இறங்கு வார்கள். சொந்த வீடு கிடைத்துவிட்ட பிறகு எவ்வளவு நாளைக்கு வாடகை வீட்டில் தமிழ் தங்கியிருக்கப் போகிறது.

என்னுடைய பொஸ்டன் நண்பர் ஒரு நாளைக்கு 20 சொற்கள் என்ற ரீதியில் இன்றைக்கும் எங்கோ அவுஸ்திரேலியாவின் ஒரு நகரத்தில் நடுநிசி தாண்டி வேலை செய்துகொண்டிருக்கலாம். அவருடைய கணினி அகராதி 2020ஆம் ஆண்டு வெளிவரலாம்; வராமலும் போகலாம். வந்தாலும் வராவிட்டாலும் அவருடைய பெயர் ஒரு ஜனாதிபதி விருதுக்கோ, சாகித்திய விருதுக்கோ, தமிழ்நாடு விருதுக்கோ இன்னும் வேறு வெளிநாட்டு விருதுக்கோ தமிழுக்குப் பெரும் தொண்டு ஆற்றியவர் என்ற வகையில் பரிந்துரை செய்யப் படப்போவதில்லை. நாவல், கவிதைகள், சிறு கதைகள், நாடகம், மொழிபெயர்ப்பு என்று பல துறைகளிலும் இன்று இலங்கையிலும் இந்தியாவிலும் இன்னும் வெளிநாடுகளிலும் பல விருதுகளும் பரிசுகளும் வழங்கப்படுகின்றன. தமிழைக் கணினித்துறையில் மேல் நகர்த்தியவர்களுக்கு ஏதாவது பரிசு உண்டா என்று பார்த்தால், கிடையாது.

தமிழின் எதிர்காலம் தன்னலம் பாராமல், தம் சொந்த நேரத்தைச் செலவுசெய்து, தமிழைக் கணினியில் ஏற்ற பாடுபடும் நிபுணர்களின் கையில்தான் இன்றுள்ளது. ஆனால் எவ்வளவுதான் ஆய்வாளர்களும் ஆர்வலர்களும் பாடுபட்டாலும் ஏழுகோடி தமிழ் மக்களைக் கொண்ட மாநில அரசு ஆதரவு இல்லாமல் தமிழை கணினித்துறையில் முன்னெடுத்துச் செல்லமுடியாது. பேராசிரியர் கா.சிவத்தம்பியின் வார்த்தைகளைக் கடன் வாங்கி 'தமிழின் மேன்மை அதன் தொன்மையில் இல்லை, தொடர்ச்சியில்' என்று சொல்லும்போதுதான் அந்த உண்மை தெரியவருகிறது. எனக்கு என்ன தோன்றுகிறதென்றால் எவ்வளவு சீக்கிரம் முடியுமோ அவ்வளவு சீக்கிரம் யூனிகோட் என்னும் கம்ப்யூட்டர் ரயிலில் தமிழ் ஏறி உட்கார்ந்து விடவேண்டும். அல்லாவிடில் ஸ்டேசனில் தவறவிட்ட குழந்தைபோலத் தமிழ் நிற்கும்; ரயில் போய்க்கொண்டே இருக்கும்.

மற்றுப் பற்றெனக்கின்றி

முன்னொரு காலத்தில் சீத்தலைச் சாத்தனார் என்று ஒரு புலவர் இருந்தார். மணிமேகலை காப்பியத்தை இயற்றியவர். இவருக்கு வாய்த்த மாணாக்கர் பாடத்தில் ஏதாவது தவறு செய்தால் இவர் கையிலிருக்கும் எழுத்தாணியால் தன் தலையி லேயே குத்திக்கொள்வார். அவருடைய மாணாக்கர்கள் பிரகாச மான மூளை கொண்டவர்கள் என்று சொல்ல முடியாது. ஆகவே, புலவர் அடிக்கடி தலையில் குத்திக்கொண்டார். அவர் தலையில் எப்பொழுதும் சீழ் பிடித்து ஒழுகும். அதுதான் அவரைச் சீழ் தலைச் சாத்தனார் (சீத்தலைச் சாத்தனார்) என்று அழைத்தார்களாம். (இது அல்ல, அவருடைய ஊர் சீத்தலை என்போரும் உண்டு.)

எங்கள் ஐயாவும் இப்படித்தான். அவர் எங்களைக் கைநீட்டி அடித்தது கிடையாது. ஆனால், நாங்கள் அவருக்குப் பிடிக்காதது எதையாவது செய்தால் தன் கையால் தன் தலையிலேயே அடித்துக் கொள்வார். எங்கள் குடும்பத்தில் நாங்கள் எல்லோருமாக, ஐயா அம்மா உட்பட, பத்துப்பேர் இருந்தோம். ஒரே உணவைச் சாப்பிட்டு, ஒரே பாயில் படுத்து, ஒரே பேன்சீப்பால் தலை இழுத் தோம். இருந்தும் எங்கள் வீட்டில் இருவர் மட்டுமே வாசிப்பில் ஆர்வம் காட்டினோம். ஒன்று அக்கா, அடுத்தது நான். அக்காவுக்கு நாவல்கள் பிடிக்கும். நான் எங்கேயெல்லாமோ அலைந்து திரிந்து யாரிடமிருந்தாவது நாவல் இரவல் வாங்கி வருவேன். அக்கா படிப்பார். ஆனால், இது ஐயாவுக்குப் பிடிக்காது. பஞ்சமாபாதகங் களில் நாவல் படிப்பதும் ஒன்று என்று அவர் நம்பினார். சீக்கிரத்தில் கெட்டுப்போய்விடுவோம் என்று பயப்பட்டார். நானோ அக்காவோ பிடிபட்டுவிட்டால் தன் தலையில் தானாகவே அடித்துக்கொள்வார். நாங்கள் தளர்ந்து போகாமல் சதித்திட்டத்தின் தரத்தை மேம்படுத்தி நாவல்களை அரிசிப்பானை, ஆர்மோனியப் பெட்டி, சுற்றிவைத்த பாய் போன்ற இவற்றுக்குள் ஒளித்து வைக்கவும் பின்பு தேடி எடுக்கவும் பழகிக் கொண்டோம்.

அப்போது கல்கியில் அலை ஓசை வாராவாரம் வர ஆரம்பித்திருந்தது. நான் அம்புலிமாமா, கல்கண்டுவைத் தாண்டி

கல்கி படிக்கத் தொடங்கியிருந்தேன். எங்கள் கிராமத்தில் இருந்த ஒரேயொரு கல்வீட்டில் கல்கி கிடைக்கும். என்ன வித்தை செய்தார்களோ ஒவ்வொரு கிழமையும் அவர்களுக்கு 'கல்கி' தபாலில் வந்தது. என்னுடைய வாழ்நாளில் நான் செய்த முதல் களவுக்கும் அது காரணமாக அமைந்தது.

கல்வீட்டில் இருந்தவர்கள் பரோபகாரிகள். கல்கிப் புத்தகத்தை இரவல் தரச் சம்மதித்தார்கள். ஒவ்வொரு கிழமையும் சரியாக நான் போய் அவர்கள் முன் நிற்பேன். அவர்கள் கல்கி புத்தகத்தைத் தருவார்கள். ஐயாவின் கண்ணில் படாமல் கொண்டு வந்து சேர்ப்பது என் பொறுப்பு. ஒளிக்கும் சாமர்த்தியம் அக்காவைச் சார்ந்தது. நானும் அக்காவும் சண்டை பிடித்தவாறு படிப்போம். படித்து முடிந்ததும் அப்படியே பத்திரமாகத் திருப்பிக் கொண்டுபோய்க் கொடுத்துவிடுவேன்.

அலை ஓசை முதல் அத்தியாயம் மறக்க முடியாதது. தபால் சாவடி என்பது தலைப்பு. பெரிய மாளிகைக்குள் நுழைவதற்குக் கட்டிய சிறிய வாசல்போல அந்த அத்தியாயம் அமைந்திருந்தது. ராஜம்பேட்டை என்ற சின்னக் கிராமத்தின் வர்ணனையுடன் ஆரம்பித்து, ஜனவரி மாதம் வந்தால் ஜன வரி வசூலிக்கவேண்டும் என்ற சிலேடையுடன் அத்தியாயம் முடிவுக்கு வரும்.

பல வாரங்கள் சுமுகமாக ஓடின. ஒரு முறை வழக்கம்போல கல்கி இரவல் வாங்கப் போனபோது கல்வீட்டில் ஒருவரும் இல்லை. தபால்காரன் போட்டுவிட்டுப் போன கல்கி பத்திரிகை விறாந்தையில் கேட்பாரின்றிக் கிடந்தது. ஒரு நிமிடம்கூட யோசிக்காமல் அதைத் தூக்கிக்கொண்டு வீட்டுக்குப் புறப்பட்டேன். தொடர் விறுவிறுப்பாக மாறியிருந்தது. தாரிணி கதையினுள் பிரவேசித்திருந்தாள். சூரியாவுக்கும் ராகவனுக்கும் இடையில் முறுகல் நிலை. நானும் அக்காவும் போட்டிபோட்டுப் படித்த பிறகு பத்திரிகையைத் திருப்பிக் கொடுக்க விரைந்தேன். கல்வீட்டுக் கேட்டைக் கொஞ்சம் தூக்கித்தான் திறக்க வேண்டும். அப்படித் திறந்த நான் ஸ்தம்பித்துப் போய் நின்றேன்.

கல்வீட்டுக்காரர்கள் எல்லோரும் கூடி நின்றார்கள். பக்கத்து வீட்டுக்காரர் ஒருவரும் வந்திருந்தார். இரண்டு வேலைக்காரர்கள். அந்த நேரம் பார்த்து சுருட்டிப் பிடித்த பத்திரிகையுடன் நான் உள்ளே நுழைந்தேன். ஏதோ கொலைகாரப் பாவியைப் பார்ப்பது போல என்னைப் பார்த்தார்கள். என் ரத்தம் எல்லாம் எதிர்திசையில் ஓட ஆரம்பித்தது. அந்த வாரம் படித்த தொடரில் சூரியா தாஜ்மகால் பொம்மையை அடித்து உடைப்பான். அதிலே ஒரு துண்டு தெறித்து தாரிணியின் நெற்றியில் பட்டு ரத்தம் கசியும்.

இந்த நல்ல மனிதர்களைக் காயப்படுத்திவிட்டோமே என்று உணர்ந்த என் நெஞ்சமும் அப்போது மெல்லக் கசிந்தது.

சில வருடங்களுக்கு எனக்குக் கல்கிதான் கடவுளாக இருந்தார். வேறு எவர் எழுத்தையும் படிக்க நான் தயாராக இல்லை. மகுடபதி என்று ஒரு நாவல். அதைப் படித்துவிட்டு கல்கிக்கு ஒரு கடிதம் எழுதினேன். அதற்கு அவர் ஒரு தபால் அட்டையில் பதில் எழுதினார். அந்த அட்டையைப் பல வருடங்கள் பாதுகாத்து வைத்திருந்தேன். பிறகு எப்படியோ அது தொலைந்து போனது. ஒரு முறை கல்கி நான் படித்த கிராமத்துப் பள்ளிக்கூடத்துக்கு வந்து பேசினார். இதைவிடப் பெரிய அதிர்ஷ்டம் யாருக்குக் கிட்டும். இலங்கையின் அத்தனை கிராமங்களிலும் உள்ள அத்தனை பள்ளிக் கூடங்களிலும் கல்கி எப்படியோ நான் படித்த பள்ளிக் கூடத்தையே தெரிவு செய்தார். இதை அதிர்ஷ்டம் என்று சொல்லாமல் வேறு எப்படி அழைப்பது. மேடையில் கல்கி இருந்த அத்தனை நிமிடங்களும் நான் வேறு எவரையும் பார்க்கவில்லை. அவரைப் பார்த்தபடியே இருந்தேன்.

ஒருநாள் க.கைலாசபதி (அப்பொழுது அவர் பேராசிரியர் அல்ல) ஒரு புத்தகத்தைத் தந்து படித்துப் பார்க்கச் சொன்னார். அது புதுமைப்பித்தன் என்று ஒருவர் எழுதிய புத்தகம். அன்று நான் படிக்கவேண்டிய பாடங்களைத் தள்ளிவைத்துவிட்டு இந்தப் புத்தகத்தை இரவிரவாகப் படித்து முடித்தேன். என்னால் நம்ப முடியவில்லை. இப்படிக்கூட புத்தகங்கள் இருக்கின்றனவா? உடனேயே தீர்மானித்தேன். இனிமேல் புதுமைப்பித்தன்போல எழுதவேண்டும் என்று. இன்னும் சிறிது காலம் கழித்து க. கைலாசபதி இன்னொரு புத்தகம் தந்தார். அது ஒரு ஆங்கிலப் புத்தகம். ஜேம்ஸ் ஜோய்ஸ் என்பவர் எழுதிய Dubliners. அதைப் படித்து முடித்த பிறகு இரண்டு நாள் ஒன்றும் ஓடாமல் அலைந்தேன். மீண்டும் தீர்மானித்தேன். இனிமேல் எழுத்தாளனாகி ஜேம்ஸ் ஜோய்ஸ்போல எழுதவேண்டும்.

இதுவே என் வாழ்க்கையின் முக்கியமான கட்டம். கொலம்பஸ் புதுப்பூமியைத் தேடி அலைந்ததுபோல நானும் தினம் தினம் புது எழுத்தாளர்களைக் கண்டுபிடித்தேன். ஆனால் திருப்தி கிட்டவில்லை. இன்னும் புதியவர்களைத் தேடினேன். இதிலே முக்கியமான ஒரு செய்தி உண்டு. நான் புதுமைப்பித்தனை அக்காவிடம் கொடுத்து படித்துப் பார்க்கச் சொன்னபோது அவரால் ஒரு பக்கத்தைக்கூடத் தாண்ட முடியவில்லை. அவரோ மு.வரதராசனையும் காண்டேகரையும் லட்சுமியையும் தொடர்ந்து படித்து தன்னை முன்னேற்றி இப்பொழுது ரமணிச்சந்திரனில் வந்து நிற்கிறார். அப்போது பிரிந்த எங்கள் பாதை மறுபடி ஒன்றுசேர

வில்லை. இது எப்படி நடந்தது, ஏன் நடந்தது என்பதற்கு என்னிடம் விளக்கமும் இல்லை.

இந்தக் காலகட்டத்தில் என் ஐயாவைப்போல நானும் தலையில் அடிக்கும் வழக்கத்தை ஏற்படுத்திக்கொண்டேன். ஒரு நல்ல நாவலைப் படிக்கும்போது அதிலே ஒரு நல்ல வசனம் வந்தால் அல்லது அபூர்வமான சொற்றொடர் ஒன்று காணப்பட்டால் புத்தகத்தை அப்படியே மூடிக் கீழே வைத்துவிட்டு, கண்களை மூடி, அந்த வசன அடுக்கை இன்னொருமுறை சொல்லிப் பார்ப்பேன். பிறகு என் தலையில் நானே அடித்துக்கொள்வேன். அட, என்ன அமைப்பு. என்ன நுட்பம். இது எனக்குத் தோன்றாமல் போய் விட்டதே என்று என்னை நொந்துகொள்வேன்.

ஆரம்பத்தில் ஒரு நாவலைப் படித்து முடிந்ததும் அதைத் தூக்கிப் போட்டுவிட்டு இன்னொன்றை ஆரம்பிப்பேன். சில நாவல்களை இன்னொருமுறை படிக்கும் ஆசை ஏற்பட்டது. நாவலின் கதைதான் தெரிந்துவிட்டதே எதற்காக இரண்டாவது தடவை படிக்கவேண்டும் என்று தோன்றும். அப்பொழுது புரிந்தது இந்த நாவலில் வேறு ஒன்றும் இருக்கிறது என்று. அதன் கட்டமைப்பு, சொல் முறை, நடை, வார்த்தைத் தேர்வு இவை எல்லாமே முக்கியம். இந்த அம்சத்தை ரசிக்கத் தொடங்கியதும் நாவலை வேறு ஒரு பரிமாணத்தில் பார்க்க ஆரம்பித்தேன். இன்னும் நாட்செல்ல மர்மம், விறுவிறுப்பு, திருப்பங்கள் என்று வந்தால் அது பிடிக்காமல் போனது. பக்கம் திருப்பிகள், அடுத்து என்ன நடக்கும் என்று அறியும் ஆவலைத் தூண்டும் கதைகள் எனக்கு உவப்பானதாயில்லை. வேகம், ஆழ்ந்த ரசனைக்கு எதிரியாக இருந்தது.

நாவலில் துவங்கிய வாசிப்பு அனுபவம் சிறுகச் சிறுக கவிதை, சிறுகதை, கட்டுரை இலக்கியம் என்று விரிந்தது. இது எல்லாவற்றுக் கும் பொதுவாக ஒன்று இருந்தது. அதுவே வார்த்தை. வார்த்தை களின் அடிப்படையிலேயே அனைத்து இலக்கிய வடிவங்களும் எழும்பின. மிகப் பொருத்தமான வார்த்தையைத் தேர்வு செய்வது தான் ஒரு படைப்பின் சவால் என்றார்கள். ஓர் எழுத்தாளர் சரியான வார்த்தை ஒன்று கிடைப்பதற்காகப் பல நாட்கள் காத்திருந்ததாகச் சொன்னார். முதலாவது திருத்தத்தில் வெட்டிய வார்த்தையை ஏழாவது திருத்தத்தில் மறுபடியும் சேர்த்துக் கொண்டதாக இன்னொருவர் கூறினார்.

எழுத்தை மட்டுமல்ல எழுத்தாளரையும் அறியவேண்டும் என்று பின்னாளில் தோன்றியது. அவர்களில் பலர் தங்கள் காலுறை களுக்குள் ஒரு சின்ன குறிப்புப் புத்தகத்தை வைத்திருந்தார்கள்.

திடீரென்று தோன்றும் ஒரு வார்த்தையை அல்லது சுவாரஸ்யமான ஒரு சம்பவத்தைக் குறித்துவைத்துக்கொள்கிறார்கள். சிலர் ஓய்வாக இருக்கும் சமயத்தில் அகராதியைப் படிக்கிறார்கள். வேறு சிலர் பழைய நாட் குறிப்புகளைப் படிக்கிறார்கள். டேவிட் செடாரிஸ் என்ற எழுத்தாளர் கடந்த நூற்றாண்டின் மிகச் சிறந்த புத்தகம் ஜொனாதன் ஃபிரான்ஸன் எழுதிய The Corrections என்கிறார். அஸார் ïMR Lolita வை படிக்கச் சொல்கிறார். ஃபிராங் மக்கோர்ட் தான் படுக்கைக்குப் போகும்போது P.G.Wodehouse ஐ படிப்பதாகச் சொல்கிறார். இந்தக் குறிப்புகள் எல்லாம் வாசிப்பை மேலெடுத்துப் போவதற்கு எனக்கு உதவியாக இருந்தன.

இருபதாம் நூற்றாண்டின் ஆகப்பெரிய கண்டுபிடிப்பு கட்டுரை இலக்கியம். Truman Capote, Norman Mailer போன்றவர்கள் கட்டுரை இலக்கியத்தைப் புது உயரத்துக்குத் தூக்கிச் சென்றார்கள். கட்டுரை என்றும் இல்லாமல், முழுப் புனைவு என்றும் இல்லாமல் இரண்டுக்கும் உள்ள இடைவெளியில் படைத்தார்கள். The Executioner's Song என்ற உண்மைக்கதை நாவலுக்கு முதல்முறையாக புனைவுப் பிரிவில் புலிட்ஸர் பரிசு கிடைத்தது. இலக்கிய வாசகர்களுக்கு இது முற்றிலும் புதுமையான விருந்து.

நாவல், சிறுகதை, கவிதை, கட்டுரை என்று ஒரு சுற்று வந்தாகி விட்டது. கடந்த பத்து வருடங்களில் தமிழ் இலக்கியத்தில் பெரும் பாய்ச்சல் ஏற்படுவதைக் காண்கிறேன். புனைவு, கட்டுரை இலக்கியம், கவிதை என்று மிகத் தரமான படைப்புகள். சில புதுப் படைப்பாளிகளின் எழுத்தைப் படிக்கும்போது தலையிலே அடித்துக்கொள்கிறேன், அட எனக்கு இது தோன்றவில்லையே என்று. இணையத்தில் அகப்படும் சில கட்டுரைகள் தேடிக் கண்டுபிடித்த மாணிக்கக் கற்கள்போல ஒளிருகின்றன. இப்போது வரும் புத்தக பதிப்புகள் கண்ணிலே ஒற்றிக்கொள்ளவேண்டும்போல இருக்கின்றன. நாலாவது வாசிப்பில் ஒற்றைகள் பிய்ந்துபோய்ப் பறப்பதில்லை; அடிக்கோடு இட்டால் மை பின்பக்கம் ஊறுவ தில்லை.

தமிழ் விக்கிபீடியா வேகமாக வளர்கிறது. தற்போது 5800 கட்டுரைகள் ஏறிவிட்டதாக அறிகிறேன். அவற்றை உலகத்தின் எந்தப் பாகத்தில் இருந்தும் எவராலும் இருக்கும் இடத்தைவிட்டு அசையாமல் வாசிக்க முடிகிறது. ஆனால், இந்திய மொழிகளில் தெலுங்கு முதல் இடத்தில் 26,000 கட்டுரைகளுடன் இருக்கிறது. நாலாவது இடத்தில் தமிழ் இருந்தாலும் ஹிந்தியை முந்திவிட்டது. ஊர் ஊராக அலைந்து இரவல் பத்திரிகை படித்த எனக்கு இது எத்தனை பெரிய கதவைத் திறந்துவிட்டிருக்கிறது.

மனிதன் அனுபவிக்கக் கிடைத்த எத்தனையோ இன்பங்களில் வாசிப்பு இன்பம் மேலானது. எவ்வளவு வாசித்தாலும் தெவிட்டுவதில்லை. ஒன்றுக்குப் பின் ஒன்றாக பிரமிக்க வைக்கும் புத்தகங்கள் வெளிவந்துகொண்டே இருக்கின்றன. தோரோ என்ற ஒரு தத்துவவாதி, மேதை, எழுத்தாளர். காந்தியை மாற்றிய 13 புத்தகங்களில் இவருடையதும் ஒன்று. இத்தனை வருடங்களாகியும் கையில் அகப்படாத புத்தகம் இப்போதுதான் கிடைத்தது. பெண் எழுத்தாளர்களின் படைப்புகள் அதிகமாகியிருக்கின்றன. அவர்கள் காட்டுவது முற்றிலும் பரிச்சயமில்லாத ஓர் உலகம். Brick Lane நாவலை எழுதியவர் மொனிகா அலி என்ற பெண்மணி. நாவல் பங்களதேசத்திலும் லண்டனிலும் நடைபெறுகிறது. அவருடைய நடை என்னை அடிமை கொண்டது என்றால் என்னை அசைத்துப் போட்ட புத்தகம் White Teeth. இதை எழுதியவர் Zadie Smith என்ற இளம் பெண். இவருடைய 25ஆவது வயது முடிவதற்கிடையில் இவர் இதை எழுதி முடித்தார். பதிப்பாளர்கள் புத்தகத்தை வெளியிடுவதற்குப் போட்டியிட்டார்கள். உலகத்தில் வெளியான ஆகத்திறமான நூறு நூல்களின் பட்டியலில் White Teeth இருக்கிறது. இந்தப் புத்தகத்தைப் படித்தபோது பல தடவைகள் தலையில் அடித்துக்கொண்டேன். அப்போது திரும்பத் திரும்ப மனத்தில் தோன்றிய எண்ணம் 25 வயதுகூட நிரம்பாத பெண்ணுக்கு இது எப்படிச் சாத்தியமானது என்பதுதான்.

அம்புலிமாமாவில் ஆரம்பித்த வாசிப்பு ஆர்வம் பல புத்தகங்களையும், பல நாடுகளையும், பல வருடங்களையும் கடந்து இன்றும் தொடர்கிறது. நல்ல வாசகர்கள் இருக்கும் வரை நல்ல புத்தகம் வரும். நல்ல புத்தகங்கள் வரும்போது நல்ல வாசகர்களும் உருவாவார்கள். இதில் எது முதல் என்பதுதான் தெரியவில்லை.

2007 புதுவருடம் அன்று எனக்குப் பரிசாகக் கிடைத்த புத்தகம் மார்க் பௌடன் எழுதிய கட்டுரை இலக்கியம். எல்லோராலும் ஆராய்ச்சி செய்ய ஏலாது; அப்படிச் செய்தாலும் உண்மையை உருவி எடுக்கமுடியாது. அப்படி எடுத்தாலும் அதை சுவாரஸ்யமாக, ஒரு கதை போலச் சொல்வது கடினம். மார்க் பௌடன் இந்தக் கலையில் உச்சத்தைத் தொட்டவர். அவருடைய எழுத்தைப் படிக்கும் போது அடிக்கடி தலையில் அடித்துக் கொள்ளத் தோன்றுகிறது. இந்தப் புத்தகம் அரைவாசி படித்து முடித்த நிலையில் மனுஷ்ய புத்திரனிடம் இருந்து கட்டுரை கேட்டு மின்னஞ்சல் வந்திருக்கிறது. இந்தக் கட்டுரையை எழுதுவதற்காக வாசிப்பைப் பாதியில் நிறுத்தியிருக்கிறேன். மறுபடியும் புத்தகத்தை எடுக்கும்போது மீண்டும் தலையில் அடித்துக்கொள்வதைத் தொடரலாம்.

புத்தகத்தில் உண்மையான பற்று வைக்கும் ஒருவருக்கு வேறு பற்று இருக்காது. ஆயிரம் புத்தகம் படித்தால் ஆயிரத்தியோராவது புத்தகத்தில் வியப்பதற்கு விசயம் குறைந்துகொண்டே வரும். எனக்கோ வியப்பு கூடிக்கொண்டு வருகிறது. இது பொதுவிதியாக இருக்க முடியாது, எனக்கு மட்டும் சம்பவிக்கிறது என்றே நினைக்கிறேன். ஒருவேளை அனுபவம் கூடக்கூட நல்ல புத்தகங்களைப் படிப்பதற்குத் தெரிவு செய்யும் திறமை என்னிடம் அதிகமாகியிருக்கலாம். முன்னெப்போதும் இல்லாதமாதிரி தரமான புத்தகங்களின் வருகையும் அதிகமாகியிருக்கிறது. அவை தரும் வாசிப்பு இன்பமும் கூடுகிறது. அருமையான சொற்றொடர்கள் வரும்போது என்னையறியாமல் தலையில் அடிப்பதும் அதிகமாகிறது. என்னுடைய எஞ்சிய வாழ்நாள் மட்டும் குறைந்து கொண்டே வருகிறது.

வாசகர் கடிதம்

இப்படி நடையாக நடப்பது வழக்கமாகிவிட்டது. நான்தான் முதல் ஆளாக நிற்பேன். கடை சரியாக ஒன்பது மணிக்குத் திறக்கும். நான் 8.55க்கு வீட்டைவிட்டுப் புறப்பட்டு நிதானமாக நடந்தால் ஒன்பது மணிக்கு அங்கே போய்விடுவேன். கடைக்காரர் என்னைக் கண்டதும் நாளிதழ், வார இதழ், மாத இதழ்கள் என்று ஒவ்வொன்றாக எடுத்துப் போடுவார். நான் ஏற்கனவே மனத்தில் நினைத்து வந்ததை வாங்குவேன். ஆனால் இந்த இதழ்கள் எல்லாம் ஒரே நாளில் வருவதில்லை. ஆகவே, ஒவ்வொரு நாளும் நடையாக நடக்கவேண்டி இருந்தது.

நான் முதலில் படிப்பது வாசகர் கடிதம் பகுதியைத்தான். அதில் என் கடிதம் ஏதாவது வந்திருக்கிறதா என்று பார்ப்பேன். நின்று கொண்டே மற்றக் கடிதங்களையும் படித்துவிடுவேன். பத்திரிகையில் நிறைந்திருக்கும் மீதி எழுத்துக்களை ஒருநாளும் படிப்பதில்லை. இதுதான் மனைவிக்குக் கோபம். இவ்வளவு காசு கொடுத்து பத்திரிகைகள் வாங்கி வாசகர் கடிதம் மட்டுமே படிப்பது அநியாயமாகப்பட்டது. ஒரு பிளேட் நிறைய சோறு போட்டால் அதில் ஒரு பருக்கை தவறாமல் தின்று முடிக்கவேண்டும் என்று எதிர்பார்ப்பவள் அவள். எப்படி இதை அனுமதிப்பாள்.

வாசகர் கடிதம் படிப்பதிலும் ஒரு சூட்சுமம் இருக்கிறது. ஒரே பத்திரிகையில் வரும் கடிதங்களைத் தவறாமல் படிக்க வேண்டும். அப்படிச் செய்தால் வேறு ஒன்றும் படிக்கவேண்டிய அவசியமே இல்லை. சுருக்கமாக உங்களுக்கு எல்லா விஷயங்களையும் வாசகர்களே கூறிவிடுவார்கள். நேரம் மிச்சப்படும்.

மஃர்பியின் விதிகள் என்று கேள்விப்பட்டிருப்பீர்கள். அந்த மஃர்பி எனக்காகவே இந்த விதிகளையெல்லாம் உண்டாக்கியிருக் கிறார் என்று நினைக்கிறேன். என் விஷயத்தில் அவை அப்படியே பலிக்கின்றன. அவருடைய முதலாவது விதி 'தவறு நேரும் என்றால் அது நேரும்.' இன்னொரு விதி, 'இரண்டு மூன்றுக்குச் சமமில்லை; மிகப் பெரிய இரண்டுகூட.' இப்படி அவர் புத்தகம் நிறைய எழுதி வைத்திருக்கிறார்.

கடைசியில் இவர் எப்படி இறந்தார் தெரியுமா? இதுவும் ஒரு வாசகர் கடிதத்தில் படித்ததுதான்.

ஒருநாள் மஃர்பி தன் கிராமத்து வீதியில் மிகக் கவனமாக உலாத்தச் சென்றார். எதிர் வரும் வாகனங்களைத் தவிர்ப்பதற்காக இடது பக்க ரோட்டில் நடந்து போனார். அப்பொழுது பார்த்து இங்கிலாந்தில் இருந்து வந்த ஒரு புதியவர் தவறான சைட்டில் காரை ஓட்டி வந்து அவரை அடித்துக் கொன்றுவிட்டாராம். தவறு நேரும் என்றால் அது நேரும். அதை அவர் வாழ்ந்தபோதும் நிரூபித்தார்; இறந்தபோதும் நிரூபித்தார்.

மஃர்பி நிரூபித்ததுபோல அந்த அதிமுக்கியமான நாள் புத்தகக் கடைக்கு நான் போனபோது பிந்திவிட்டது. என்னுடைய கடிதம் ஒன்று வாசகர் பகுதியில் அன்று வருவதாக இருந்தது. ஆனால் கடையோ பூட்டியிருந்தது. கடைக்கு வெளியே ஆரம்பமாகிய கியூவில் மூன்றுபேர் நின்றார்கள். கடைவாசலில் அதன் சொந்தக்காரர் ஒரு போர்டு தொங்கவிட்டிருந்தார். அவர் 30 நிமிடங்களில் திரும்பி வந்துவிடுவாராம். இதிலும் ஒரு தந்திரம் ஒளித்திருந்தது. அந்த முப்பது நிமிடம் எங்கே ஆரம்பிக்கிறது என்று ஒருவருக்கும் தெரியவில்லை. கடைக்காரர் அடுத்த நிமிடத்திலும் வருவார், 29 நிமிடம் கழித்தும் வருவார். ஆகவே நான் திரும்பி விட்டேன். அடுத்தநாள் வேறு நேரம் பார்த்து போனால் அப்போதும் பூட்டு. பிறகு விசாரித்ததில் சஞ்சிகை தீர்ந்துவிட்டது என்றார்கள். அடுத்த வாரத்து சஞ்சிகையில் வந்த கடிதங்களைப் புரட்டிப் பார்த்தேன், என்னுடைய கடிதத்துக்கு எதிர்வினை ஏதாவது இருக்குமா என்று. அப்படி இல்லை. இன்றுவரை அந்தப் பத்திரிகையில் என் கடிதம் வந்ததா என்பது தெரியவில்லை.

தமிழ் பத்திரிகை வாங்க வேண்டுமென்றால் அதற்கு பிரத்தியேகமான ஒரு கடைக்குச் செல்லவேண்டும். அங்கே கடைக்காரர் என்னைக் கண்டதும் கீழே குனிந்து லாச்சியை இழுத்து திறந்து அதற்குள் இருக்கும் கறுத்த அட்டை கொப்பியை எடுத்து என் பேருக்கு எதிரில் புள்ளடி போட்டுவிட்டு என்னுடைய இதழைத் தருவார். ஆள் மாறாட்டம் நடந்துவிடக் கூடாது, பாருங்கள்.

சமீபத்தில் அமெரிக்க முன்னாள் ஜனாதிபதி ரேகன் இறந்து போனார். பத்திரிகைகள் தலைப்புச் செய்திகள் போட்டன. பத்தி பத்தியாக எழுதின. அவை எல்லாவற்றையும் நான் படிக்கவில்லை. ஆனால் ஒரு வாசகர் எழுதிய கடிதம்தான் மேலானதாக, மனத்தைத் தொடும் விதமாக இருந்தது. ரேகனுக்கு மறதி வியாதி என்பது எல்லோருக்கும் தெரியும். அவர் செய்த அளப்பரிய செயல்கள் அனைத்தும் கடைசிகாலத்தில் அவருக்கு மறந்துவிட்டன. தான்

ஜனாதிபதியாக இருந்தவர் என்பதுகூட மறந்துபோனது. தன் மனைவி பெயர் மறந்துவிட்டது. ஆனால் தான் இளவயதில் உயிர்காக்கும் நீச்சல்காரராக லோவல் பார்க் கடற்கரையில் வேலை செய்தபோது 77 உயிர்களைக் காப்பாற்றியது அவருக்கு ஞாபகத்தில் இருந்தது.

இப்படி அந்த வாசகர் எழுதியதைப் படித்தபோது எனக்கு வேறு ஒன்றுமே தேவையாக இருக்கவில்லை.

வாசகர் கடிதத்தில் அருமையான அறிவுரைகளும் வரும். சுப்பர் மார்க்கட்டில் பத்துக்குக் குறைவான சாமான் வாங்குபவர் களுக்கு விரைவு லைன் ஒன்று இருக்கும். அதுபோல விமான நிலையங்களிலும் ஒரு சூட்கேஸ் மாத்திரமே இருப்பவர்களுக்கு விரைவு லைன் கொடுக்கவேண்டும் என்று ஒருவர் எழுதினார். உடனேயே இன்னொருத்தர் சுப்பர் மார்க்கட் வேறு, விமானப் பயணம் வேறு. உண்மையில் அதிக சூட்கேசுகளை எடுத்துப் போவோருக்கே முன்னுரிமை கொடுக்கவேண்டும் என்று எழுதினார்.

ஒரு வாசகர் பயங்கரவாதிகள் விமானங்களைக் கடத்தாமல் இருப்பதற்கு ஆலோசனை கூறினார். நாய்களுக்கு வெடிமருந்துகளை மணக்கப் பழக்குவதுபோல கம்ப்யூட்டர்களுக்கும் பழக்குவது. தான் ஏற்கனவே தன் கம்ப்யூட்டருக்கு ஒரு குறிப்பிட்ட மணத்தை கண்டு பிடிப்பதற்கு நிரல் எழுதியிருப்பதாகவும், இன்னும் சில வருடங்களில் எல்லாவிதமான மணத்தையும் கம்ப்யூட்டர் மணந்து இனம்பிரிக்க முடியும் என்றார். அதன்பின் விமான நிலையங்களில் பயங்கரவாதிகளை கம்ப்யூட்டர் மணந்து பிடித்துவிடும்.

செட்னா என்ற புதிதாகக் கண்டுபிடிக்கப்பட்ட கிரகத்தைப் பற்றி ஒரு வாசகர் உணர்ச்சி பொங்க எழுதினார். இது 40 நாளில் தன்னைத்தானே சுற்றும்; ஒரு சூரிய வட்டம்போட 10,500 வருடங்கள் எடுக்கும்; புளூட்டோவிலும் பார்க்க கொஞ்சம் சிறியது. இவ்வளவு காலமும் அதை விஞ்ஞானிகள் கண்டுபிடிக்கவில்லை என்றால் அது விஞ்ஞானிகளின் பிழை. செட்னாவின் பிழை அல்ல. அது குற்றமற்ற கிரகம். அதையும் சூரியக் குடும்பத்தில் சேர்த்து பத்து கிரகம் என்று அறிவிக்க வேண்டும். அல்லாவிட்டால் அவர் இன்னும் சில வானவியல் ஆர்வலர்களைக் கூட்டுச் சேர்த்துக் கொண்டு போராட வேண்டிவரும். இப்படி அவர் விடுபட்டுப் போன கிரகத்துக்காக வாதாடுகிறார்.

தமிழ் பத்திரிகைகளில் வரும் கடிதங்கள் இன்னும் சுவாரஸ்ய மாக இருக்கும். சில கட்டுரைபோல நீளும். ஒரு நீண்ட கட்டுரையை எழுதிய வாசகர் பாதி தூரத்தில் மனத்தைத் திருப்பி

ஆசிரியருக்குக் கடிதமாக மாற்றியதுபோல இருக்கும். சிலர் நேரிடையாக இன்னொரு வாசகரை அல்லது எழுத்தாளரை மட்டம் தட்டி எழுதுவார்கள். இன்னும் சிலர் குறுக்கெழுத்து போட்டிபோலப் பேரைச் சொல்லாமல் பலவிதமான ரகஸ்யக் குறிப்புகள் கொடுத்து எழுதுவார்கள். இதை வைத்து மண்டையைப் போட்டுக் குழப்பி ஆளைக் கண்டுபிடிப்பதற்கிடையில் அடுத்தமாத சஞ்சிகை வந்துவிடும்.

சமீபத்தில் ஒரு வாசகர், எழுத்தாளர் ஒருவரைப் பிடிபிடி யென்று பிடித்துவிட்டார்.

அவர்களுக்குள் நடந்த கடிதச் சமரில் வாசகர்தான் வெற்றி பெற்றார். அந்த எழுத்தாளர் கொடுங்கோன்மைக்கு உதாரணமாக நீரோ மன்னனைக் காட்டியிருந்தார். அவன் தாயைக் கொன்று, மனைவியைக் கொன்று பிறகு சகோதரனையும் கொன்றான். கடைசியில் அரிய தத்துவ மேதையான அவனுடைய குரு சேனகாவையும் கொன்று விட்டான். இவன்தான் ரோம் நகரம் பற்றி எரியும்போது பிடில் வாசித்தவன்.

வாசகருக்குப் பற்றிவிட்டது. கொடுங்கோல் மன்னன் என்றால் நீரோ மட்டும்தானா?

தமிழில் எத்தனைபேர் இருந்திருக்கிறார்கள். அவர்களைச் சொல்லலாமே. ஏன் சங்ககாலத்தில்கூட நன்னன் என்ற மன்னன் கொடுங்கோலாட்சி செய்திருக்கிறான். நீராடப்போன பெண் நீர் இழுத்து வந்த பசுங்காயைத் தெரியாமல் உண்டுவிட்டாள். மன்னன் அதற்குத் தண்டனை விதித்தான். அவள் இழப்பீடாக 81 யானைகளும், அவள் எடைக்கு எடை பொன்னும் தருவதாகச் சொல்லியும் மன்னன் திருப்தியடையாமல் அவளைக் கொன்றான். இவ்வளவு சிறப்பான அரசர்கள் இருந்தும் கொடுங்கோல் தன்மையில் தமிழ்நாடு குறைவானது என்று சொல்லியது இவருடைய ரத்தத்தைச் சூடாக்கிவிட்டது. இவருடைய தேசப் பற்றும் அதை முந்திக்கொண்டு வந்த தமிழ்ப் பற்றும் அதை முந்திக் கொண்டு வந்த சங்கப் பாடல் பற்றும் என் பக்கத்தில் நிற்பவர் மயிரைக்கூடச் சிலிர்க்கவைக்கும்.

ஆனால், வாசகர் கடிதம் படிப்பதில் என்னைத் தாண்டிய ஆர்வம் கொண்ட ஒருத்தன் இருக்கிறான். இவன்கூட என்னைப் போல நடையாக நடக்கிறான். இவன் சாதாரணமான ஆள் இல்லை. உலகப் புகழ்பெற்றவன். ஒரு நாள் இவன் பெயரை உலகத்து பத்திரிகைகள் அனைத்தும் தலைப்புச் செய்தியாக வெளி யிட்டன. அவன் பேர் ரிச்சர்ட் ரீட். சப்பாத்துக் குண்டுதாரி. இவன் விமானம் பறந்துகொண்டிருக்கும்போது தன் சப்பாத்து குண்டுக்குத்

தீவைக்க முயன்றான். அப்போது பயணிகள் அவன் மீது பாய்ந்து அமுக்கிப் பிடித்ததும் அவன் முயற்சி தோல்வியில் முடிந்தது. நீதிமன்றத்தில் குற்றத்தை ஒப்புக்கொண்டு இப்போது சிறைத் தண்டனை அனுபவிக்கிறான். அவனும் என்னைப்போல தீவிரமாக வாசகர் கடிதம் படிப்பவன். அவன் டைம் இதழுக்கு வருட சந்தா கட்டியிருந்தான். ஆகவே அவனுக்கு டைம் இதழ் வாராவாரம் கிடைத்தது. ஆனால், ஒரு வித்தியாசம். சிறை விதிகளின் பிரகாரம் ஆசிரியருக்குக் கடிதம் பகுதி முற்றிலும் வெட்டப்பட்டிருக்கும். அவன் சொல்கிறான் தான் முழு டைம் பத்திரிகைக்குச் சந்தா கட்டியதாக; பாதி வெட்டப்பட்ட இதழுக்கு அல்ல. அவனுக்குச் சொந்தமான இதழை கூறுபோடுவது அவனுடைய உரிமையில் குறுக்கிடுவதாகும். சிறை அதிகாரிகள் சொல்கிறார்கள் வாசகர் கடிதத்தில் சங்கேத வார்த்தைகள் மூலம் எதிரிகள் தகவல்கள் பரிமாறிக்கொள்ளுவார்கள் என்று. அதனால் தடை அவசியம். அவனுக்கோ வாசகர் கடிதம் அவசியம். கத்தரிக்காத டைம் பத்திரிகை தனக்குக் கிடைக்க வேண்டும் என்று அவன் போட்ட வழக்கு சமீபத்தில் தள்ளுபடியானது. ஆனால், தீவிரமான ஒருத்தன் இத்துடன் விட்டுவிடுவான் என்று நான் நினைக்கவில்லை. இன்னும் திருப்பி அப்பீல் பண்ணுவான். அதுவும் தோற்றால் அதுக்கும் அப்பீல் பண்ணுவான். கோர்ட்டுக்கும் சிறைக்கும் இடையில் நடந்து கொண்டே இருப்பான் சப்பாத்து தேயும்வரை அல்லது குண்டு வெடிக்கும்வரை. எது முதல் நடக்கிறதோ அதுவரை.

பூமியின் பாதி வயது

இந்தமுறை புது வருடம் பிறந்தபோது வழக்கமான தொலைபேசி வாழ்த்துக்களும் வாழ்த்து அட்டைகளும் வந்தன. பலர் மின்னஞ்சல் வாழ்த்து தெரிவித்திருந்தனர். அதிலே ஆறுமாதகாலமாக வேலை தேடிக்கொண்டிருக்கும் ஓர் இளம் நண்பர் விநோதமான வாழ்த்து ஒன்று அனுப்பியிருந்தார்.

இந்தப் புதுவருடத்தில்
உங்கள் முடி உதிராமல் இருக்கட்டும்,
உங்கள் பங்குச்சந்தை விலை இறங்காமல் இருக்கட்டும்,
உங்கள் வீட்டுக் கடன் வட்டி உயராமல் இருக்கட்டும்,
உங்கள் பயோடேட்டா நீளம் குறையாமல் இருக்கட்டும்.

அவருடைய கடைசி வசனம் எனக்கு சிரிப்பை வரவழைத்தது. தமிழருக்கும் பயோடேட்டாவுக்கும் ஒத்துவராது. அது இன்று தொடங்கிய சமாச்சாரம் அல்ல. 'அடக்கம் அமரருள் உய்க்கும் அடங்காமை ஆரிருள் உய்த்துவிடும்' என்று வள்ளுவர் பாடி வைத்தபோதே ஆரம்பமாகிவிட்டது. குண்டூசிக்குக்கூட விளம்பரம் செய்ய வேண்டிய காலம் இது. அப்படியிருக்க வேலை தேடும்போது தன்னைத்தானே விளம்பரம் செய்யவேண்டியது அவசியம். அந்த இளம் நண்பருடைய தகைமைகள் மதிப்பானவை. ஆனால் அவருடைய அடக்கமான குணத்தினால் அவர் எழுதும் சுயவிபரக் குறிப்பில் போதிய பலம் இருக்காது. அதனால் அவருக்கு வேலை கிடைப்பதும் தள்ளிப் போய்க்கொண்டே இருக்கிறது.

கம்பரை எடுத்துக்கொள்வோம். பத்தாயிரம் பாடல்கள் பாடியவர். உலகக் கவிகளில் ஒருவர். அவர் எப்படி ராமாயணத்தை ஆரம்பிக்கிறார். ஓயாமல் சத்தம் போடும் பெரிய பாற்கடலை ஒரு பூனையானது முழுவதையும் நக்கிக் குடித்துவிட முயல்வதுபோல நானும் ராமாயணத்தைச் சொல்ல ஆசைப்படுகிறேன் என்று தொடங்குகிறார். எத்தனை பெரிய கவி, ஆனாலும் எவ்வளவு அடக்கம். இவர் குலோத்துங்கச் சோழனிடம் வேலைகேட்டு எப்படி விண்ணப்பித்திருப்பார். தெரியவில்லை. ஆனால், இன்று கம்பர் இருந்து அவர் ஒரு வேலைக்கு விண்ணப்பம் எழுதினால் அவருக்கு மலிவுப் பதிப்பு நாவல் வெளியிடும் அச்சகத்தில் மெய்ப்புப்

பார்க்கும் வேலைகூடக் கிடைக்குமா என்பது சந்தேகம்தான்.

எனக்குப் பிடித்த கவி காளமேகம். அடக்கம் என்ற நோய்க்கு ஆள்படாதவர். ஒரு சுயவிபரக் குறிப்பு எழுதுவது எப்படி என்று அவரிடம்தான் கற்கவேண்டும். தன்னை விளம்பரம் செய்ய அவர் தயங்கியதே கிடையாது. ஆசு, மதுரம், சித்திரம், வித்தாரம் என்ற நால்வகைக் கவிகளையும் கரைகண்ட அதிமதுரக் கவிராயர் 'நீவிர் யாவரோ?' என்று கேட்க காளமேகம், "தூது அஞ்சு நாழிகை சொற்சந்த மாலை ஆறு நாழிகை அந்தாதி ஏழு நாழிகை கோவை பத்து நாழிகை பரணிபாட நாள் முழுதும் பாரகாவியமோ ஓரிரு தினத்திலே பாடும் வல்லமை படைத்த நான் திருமலைராயன் முன்னே திருட்டுக் கவிராயரைப் பிடித்துக் காதறுத்து வெற்றிக் கொடி நாட்டும் காளமேகம்" என்று இறுமாப்பாகப் பதில் கூறுகிறார்.

இந்த நூற்றாண்டிலே சுயவிபரக்குறிப்பு எழுதி பிழைக்கக் கூடிய ஒரேயொரு கவி காளமேகம்தான். பாரதி புதுவையில் இருந்து திரும்பி வந்த பிறகு மறுபடியும் எட்டயபுரம் ராஜாவிடம் வேலைக்கு மனுப்போட்டிருக்கிறார். அப்பொழுதே பாரதி பெரிய கவி. பாஞ்சாலி சபதம், கண்ணன் பாட்டு, குயில் பாட்டு என்று இன்னும் நூற்றுக் கணக்கான பாடல்கள் எழுதிவிட்டார். இதுதவிர எண்ணிறந்த கட்டுரைகள், மொழிபெயர்ப்புகள். பாரம்பரியமான தமிழ்ப் பண்பாட்டின்படி அவருடைய சுயவிபரக்குறிப்பு வெகு அடக்கமானதாகவே இருந்திருக்கும். அவர் விண்ணப்பித்த வேலை கிடைக்காமலே மூன்று வருடத்தில் அவர் இறந்துபோவார்.

மேல்நாடுகளில் சுயவிபரக்குறிப்புகள் எழுதுவதற்குத் தனி கம்பனிகள் இருக்கின்றன. என்னுடைய நண்பன் ஒருவனுக்கு எவ்வளவு தேடியும் வேலை கிடைக்கவில்லை. அவனுடைய படிப்பு தகைமைகள், அனுபவம் எல்லாவற்றையும் ஒரு கடித உறையின் பின்பக்கத்தில் எழுதிமுடித்துவிடலாம். அரைப் பக்கம்கூடத் தேறாது. அவன் என்ன செய்வான்? ஒரு 65 டொலர் காசு கொடுத்து தன் சுயவிபரத்தை ஒரு கம்பனியைக் கொண்டு தயாரித் தான். அவர்கள் 'வானை வளைப்பேன், வில்லை உடைப்பேன், வற்றாத சமுத்திரத்தை உருட்டிக் குடிப்பேன்' என்ற வகையாக பீற்றி அவனுடைய விண்ணப்பக் கடிதத்தை 18 அங்குல நீளத்துக்கு நீட்டிவிட்டார்கள். படித்துப் பார்த்தபோது அவனுக்கே அது தன்னுடைய சுயவிபரம் என்பது புலப்படவில்லை. ஆனால், அவனை நேர்முகம் கண்ட கம்பனி நிர்வாகிக்கு அவனைப் பிடித்துக்கொண்டது. வேலையும் கிடைத்தது.

ஆனால், அதற்காக அளவு மீறிப் புளுகக்கூடாது. எதற்கும் ஓர் எல்லையுண்டு. சுப்ரதீபக் கவிராயர் என்று ஒருவர் இருந்தார்.

இவர்தான் கூளப்பநாயக்கன் காதலைப் பாடினவர். மனுசன் புளுகத் தொடங்கினால் அதற்கு ஒரு வரையறை கிடையாது. அவர் கூளப்ப நாயக்கனுடைய சுயவிபரக்குறிப்பைத் தருகிறார், எவ்வளவு புளுகு என்பதை நீங்களும் உங்களுடைய ஐந்து வயதுப் பிள்ளையும் ஒரே சமயத்தில் கண்டுபிடித்துவிடலாம். கூளப்ப நாயக்கன் ஒரு சிற்றரசன். அவன் நடந்துபோனால் ஓர் இலையான்கூடத் திரும்பிப் பார்க்காது. ஒரு சாம்ராஜ்ஜியத்தின் பேரரசரைப் பாடுவதுபோல கவிராயர் அவரை உச்சியில் வைத்துக் கொண்டாடுவார்.

அவன் பல்லக்கில் ஏறி அமர முன்னரே அவன் படைகள் போய் எதிரிகளை விழுத்தித் திரும்பி வந்துவிடும்.

அவன் அரண்மனையில் பொன்னும் வச்சிரமும் மின்னும். முன் கதவு பொன்னாலும் பின் கதவு முத்துக்களாலும் நிறைந்திருக்கும்.

சிங்கள ராசாக்கள் கப்பம் கட்ட வாயிலில் நிற்பார்கள். சீனர்கள் திறையுடன் காத்திருப்பார்கள்.

யானைக்குட்டிகள் அரண்மனை முகப்பில் ஓடிப்பிடித்து விளையாடும். அசோகச்சக்கரவர்த்தியே வெட்கும்படியாக கவிராயர் அவரைப் புகழ்ந்து தள்ளிவிடுகிறார்.

அரை உண்மை என்று ஒன்றிருக்கிறது. சுயவிபரக் குறிப்புகள் எழுதும்போது அரை உண்மைகள் மிக முக்கியம். உதாரணமாக கனடாவின் சிஎன் கோபுரத்தைக் கட்டும்போது அதில் செங்கல் எடுத்துக் கொடுக்கும் வேலையாளராக நீங்கள் வேலை செய்திருக்கலாம். அதை நீங்கள் இப்படி எழுதவேண்டும். 'ஒன்ராறியோ வாவியின் வடக்கு கரையோரத்தில் உள்ள உலகத்தின் மிக உயர்ந்த கட்டடமாகிய சிஎன் கோபுர நிர்மாணக் குழுவில் முக்கிய அனுசரணையாளராக இருந்தேன்.' இதுதான் எழுதும் முறை. சூக்குமம். இது தெரியாதவர்களுக்குத் தகைமைகள் எவ்வளவு இருந்தாலும் வேலை கிடைப்பது கஷ்டம்தான்.

சமீபத்தில் ஒரு புத்தகம் படித்தேன். அதில் புகழ்பெற்ற சில கலைஞர்கள் அவர்கள் காலத்தில் எப்படி வேலை கேட்டு விண்ணப்பித்தார்கள் என்ற தகவலைக் கூறி அவர்களுடைய அசல் விண்ணப்பக் கடிதங்களையும் கொடுத்திருந்தார்கள். அதிலே முக்கியமான இரண்டு விண்ணப்பச் சுருக்கங்களைக் கீழே தருகிறேன்.

Franz Schubert என்பவர் சிறந்த இசைமேதை. 18ஆம் நூற்றாண்டில் வியன்னா நகரத்தில் வாழ்ந்தவர். மேற்கத்திய இசையின் போக்கை திசை திருப்பியவர் என்று இவரைப் புகழ்வார்கள். இசைநாடகம், இசைக்கோவை அத்துடன் 600க்கு

மேற்பட்ட பாடல்களைப் படைத்தவர். இவருடைய சில படைப்பு கள் போல இதற்கு முன்னும் இல்லை பின்னும் இல்லை என்று சொல்வார்கள். பிறந்தநாள் முதல் வறுமையில் உழன்ற இவர் பேரரசர் இரண்டாம் ஃபிரான்ஸிசிடம் வேலைகேட்டு இப்படி விண்ணப்பித்தார்:

மாட்சிமை பொருந்திய மன்னர்பிரானுக்கு கீழ்க்காணும் அடியேன் துணை இசை நடத்துநர் பதவியை யாசித்து சமர்ப்பிக் கும் விண்ணப்பமானது:

கீழ்க்கண்டவர் பிறந்தது வியன்னா நகரில். அவர் ஐந்து வருடங்கள் அரசு கல்லூரியில் வேலை பார்த்தார்.

அவர் அன்ரன் ஸலியேரி என்ற மேதையிடம் இசை இயற்றுவதில் பயிற்சி பெற்றார்.

அவருடைய பெயர் வியன்னாவில் மட்டுமல்ல ஜேர்மனியி லும் பிரபலமானது.

அவர் மாதாகோயிலில் வாத்தியக் குழு இசை அமைத்திருக் கிறார். அவருக்குத் தற்போது வேலை இல்லை.

தங்களிடம் நிரந்திர உத்தியோகம் கிடைத்து அவருடைய அரிய இசை ஆசைகள் எல்லாம் நிறைவேறும் பட்சத்தில் தங்களுக்கு முழுத் திருப்தி கிடைக்க இடையறாது உழைப்பார்.

தங்களுக்குக் கீழ்ப்படிந்த விசுவாசம் நிறைந்த உண்மையான சேவகன். மன்னர் இந்தக் கடிதத்துக்குப் பதில்கூட எழுதவில்லை. அவருக்கு வேலையும் கிடைக்கவில்லை. இன்னும் இரண்டு வருடங்களில் இசைமேதை மேகநோய் பிடித்து இறந்துபோவார்.

இரண்டாமவர் எப்படி வேலைக்கு விண்ணப்பித்தார் என்பதைப் பார்ப்பது சுவையானது. இவர் 15ஆம் நூற்றாண்டுக் காரர். பெயர் லியார்னடோ டாவின்ஸி. இவரைத் தெரியாதவர்கள் இருக்கமுடியாது. விலைமதிக்க முடியாத மோனலிஸா ஓவியத்தை வரைந்தவர். இன்னும் பல ஓவியங்கள் இன்றும் அவர் பெயரைச் சொல்லுகின்றன. அவருடைய இன்னொரு புகழ்பெற்ற ஓவியம் யேசுவின் கடைசிப் போசனம். அவர் காலத்தில் அரசராக இருந்த லொடொவிக்கோ ஸ்ஃபோஸாவிடம் அவர் வேலைகேட்டு அனுப்பிய மனுவின் சுருக்கம்:

போருக்கான போலி ஆயுதங்களைத் தயார்பண்ணும் பலரது முயற்சிகளின் நடுவே என்னுடைய சில ரகஸ்யங்களைத் தங்களுக்குச் சொல்லுகிறேன்.

நான் பாரம் குறைந்ததும் வலிமையானதும் இலகுவில் நிறுவக்கூடியதுமான பாலங்களைக் கட்டுவேன்.

முற்றுகையின்போது ஏணிகளையும் தோணிகளையும் உண்டாக்குவேன்.

நேராகச் செல்லும் அல்லது வளைந்து செல்லும் சுரங்கப் பாதைகளை ஓசைப்படாமல் செய்துமுடிப்பேன்.

எதிரிகளை பயங்கரமாகத் தாக்கி பேரழிவு உண்டாக்கும் பீரங்கிகளைத் தயாரிப்பேன்.

எதிரிப் படைகளின் வியூகத்தைக் கிழிக்கும் பேராற்றல் கொண்ட எறி யந்திரங்களைக் காவிச்செல்லும் கவச வாகனங்களை உண்டாக்குவேன்.

கடலிலே கப்பல்களைத் தாக்கவும் அவற்றை எதிரியிடமிருந்து காப்பாற்றவும் வல்லமை பொருந்திய யந்திரங்களை உருவாக்குவேன்.

சமாதான காலங்களில் கட்டடங்களையும் கால்வாய்களையும் கட்டுவேன்.

இவற்றைத்தவிர ஓவியமும் வரைவேன்.

அந்தக் காலத்தில் நாட்டில் எந்த ஒரு மூலையிலாவது போர் நடந்துகொண்டே இருக்கும். அரசர்களுக்குப் போர் ஆயுதங்களும் உபகரணங்களும் அவசியம். அரசருக்கு என்ன தேவையோ, என்ன முக்கியமோ அதில் தன் ஆற்றலை மிகைப்படுத்தி கடைசி கடைசியாக ஏனோதானோவென்று தன் ஓவியத் திறமை பற்றிக் கூறி முடிக்கிறார் டாவின்ஸி. கேட்கவே தேவை இல்லை. அரசரிடம் இருந்து அவருக்கு உடனேயே வேலைக்கு அழைப்பு வந்தது. பதினேழு வருடங்கள் அரசரிடம் வேலை பார்த்தார்.

ஆதியிலிருந்து பூமியின் பாதி வயது காலம் கோடிக்கணக்கானவர்கள் வேலை கேட்டு விண்ணப்பம் செய்திருக்கிறார்கள்; இனிமேலும் செய்வார்கள். இந்த விண்ணப்பதாரிகளில் என் நண்பனும் ஒருவன். வேலைக்குத் தொடர்ந்து மனுப்போடுபவர்களுக்கு மேலே சொன்ன உபாயங்களும் விண்ணப்ப மாதிரிகளும் பயனுள்ளவையாக இருக்கும். என் நண்பனுக்கும் அவற்றை அனுப்பிவைப்பேன். எப்படி விண்ணப்பம் தயாரித்தால் வேலை கிடைக்கும் என்பது அவனுக்குப் புரியும்; முக்கியமாக என்னமாதிரி எழுதினால் கிடைக்காது என்பது தெரியவரும். இந்த விசயத்தில் சுப்ரதீபக் கவிராயரும், காளமேகமும்கூட அவனுக்குக் கைக்கொடுப்பார்கள். இந்த வருடம் முடிவதற்கிடையில் அவனுடைய பயோடேட்டா பத்து சைஸ் எழுத்துருவில் மேலும் 18 அங்குலம் நீளமாக வளரட்டும்.

சொந்த நாட்டுக்குப் போ

சுந்தர ராமசாமி இறப்பதற்குச் சில நாட்கள் முன்பு நான் அவருடன் பேசிக்கொண்டிருந்தபோது, 'இளையராஜா ஒரு மேதை. அவரைச் சந்திக்கும் வாய்ப்பு கிடைத்தால் அவரைப் பற்றி எழுதுவேன்' என்று சொன்னார். கடைசி வரை அந்த வாய்ப்பு அவருக்குக் கிடைக்கவில்லை என்றே நினைக்கிறேன். இளையராஜா பற்றி ஒன்றும் எழுதாமலே சுந்தர ராமசாமி இறந்துபோனார்.

சில விசயங்களைத் தள்ளிப்போடக் கூடாது; முக்கியமாக பாராட்டுகள்.

2004ஆம் ஆண்டு எனக்கு மிகவும் மோசமான ஆண்டு. கோடைக்கால முடிவில் எனக்கு தீவிரமான ஓர் அறுவை சிகிச்சை நடந்தது. பதினாலு நாட்கள் படுத்த படுக்கையாக, அசைய முடியாமல் ஒரே இடத்தில் கிடந்தேன். அந்தச் சமயங்களில் எனக்குப் பக்கத்தில் இருந்தது ஒரேயொரு புத்தகம். சி.புஸ்பராஜா எழுதிய 'ஈழப் போராட்டத்தில் எனது சாட்சியம்.' கடுமையான மருந்துகள் உள்ளே எடுத்ததால் நித்திரையும் முழிப்புமாக என் காலம் கழிந்தது. விழித்திருக்கும் ஒவ்வொரு கணமும் நான் அந்தப் புத்தகத்தை நெற்றிக்கு மேலால் பிடித்துப் படித்தேன். நெஞ்சில் அது விரித்தபடி படுத்திருக்க நான் நித்திரையாகினேன். மீண்டும் எழும்பியதும் விட்ட இடத்திலிருந்து படித்தேன். இப்படி 14 நாட்கள் என் பக்கத்தில் உறுதுணையாக, நண்பனாக அந்தப் புத்தகம் இருந்தது. 631 பக்கங்களையும் இந்தக் காலகட்டத்தில் நான் படித்து முடித்தேன். சில அத்தியாயங்களை இரு தடவை; சில பத்திகளை இரு தடவை; சில வசனங்களை இரு தடவை; சில வார்த்தைகளை இரு தடவை. என்னை அது மிகவும் பாதித்தது.

புஸ்பராஜாவை எனக்கு முன்பின் தெரியாது. கேள்விப் பட்டதும் இல்லை. எப்படியும் அவரைத் தொடர்புகொண்டு பாராட்டவேண்டும் என்று நினைத்தேன். ஒருவருக்கும் அவருடைய முகவரியோ, தொலைபேசி இலக்கமோ தெரியவில்லை. அப்படியே காலம் கடந்துபோய்விட்டது. இனிமேல் நான் எவ்வளவுதான் முயன்றாலும் அது முடியாத காரியம். ஒருவரைப் பாராட்ட

வேண்டுமென்றால் அதை உடனேயே செய்யவேண்டும். தூற்றுவதாயிருந்தால் தள்ளிப் போடலாம், பாதகமேயில்லை. சுந்தர ராமசாமிக்கு நடந்ததுபோலவே எனக்கும் நடந்தது. மரணம் முந்திக்கொண்டுவிட்டது.

சில நண்பர்கள் சொன்னார்கள் புஸ்பராஜா எழுதிய நூலில் பல சரித்திரப் பிழைகளும் தகவல் பிழைகளும் இருக்கின்றன என்று. இருக்கலாம். ஆனால் அவரே சொன்னதுபோல நான் இதை ஒரு ஆய்வு நூலாகப் பார்க்கவில்லை. சரித்திர மாணவர்களுக்குப் பயன்படும் முதல் ஆவணமாகவே பார்த்தேன். இனிமேல் வரும் பதிப்புகளில் தகவல் பிழைகளைத் திருத்திக்கொள்ளலாம். நான் மெய்யாகவே அனுபவித்தது அவருடைய இயல்பான நடையையும் இலக்கிய மொழியையும்.

மருத்துவர்கள் எல்லாம் கைவிட்ட நிலையில் புஸ்பராஜா பிரான்ஸில் இருந்து புறப்பட்டு இந்தியா போனார். மரணத்தைத் தற்காலிகமாகத் தள்ளிவைக்கலாம் என்று நினைத்தார். அவர் செய்து முடிப்பதற்கு இந்தப் பூமியில் இன்னும் சில இலக்கிய வேலைகள் இருந்தன. சிறிது அவகாசம்தான் தேவைப் பட்டது. இந்தியாவில் அவரை பரிசோதித்த வைத்தியர்கள் 'ஒன்றுமே செய்ய முடியாது. உங்கள் சொந்த நாட்டுக்கு போங்கள்' என்று சொல்லிவிட்டார்கள். 56 வருடங்களாகச் சொந்த நாடு ஒன்றைத் தேடித் திரிந்தவருக்கு இந்த வார்த்தைகள் எப்படி இருந்திருக்கும். மறுபடியும் பிரான்ஸ் தேசம் வந்தார். அங்கேயே உயிரை விட்டார்.

The View from Castle Rock இல் அலிஸ் மன்றோ சொன்னது நினைவுக்கு வருகிறது. 'It cannot be my home. It can be nothing to me but the land where I will die.' புகுந்த நாடு ஒரு போதும் சொந்த நாடாக மாறமுடியாது. நீ இறக்கப் போகும் நாடாக வேண்டுமானால் இருக்கலாம்.

கனடாவில் நடந்த இரங்கல் கூட்டத்தில் கற்சுறா அவருடன் தான் இறுதி நாட்களில் தொலைபேசியில் உரையாடியதை நினைவு கூர்ந்தார். புஸ்பராஜா சொன்னார், 'நண்பரே, மரணம் பின் வாசல் வழியாக வரும் என்று நினைத்தேன். அது முன் வாசல் வழியாக வந்துவிட்டது.' புஸ்பராஜா வாசல் கதவில் மரணத்தை சில மாதம் தடுத்துவைக்க நினைத்தார். 'நான் எழுத நினைத்ததை முடிக்க எனக்கு ஒன்பது மாதங்கள் அவகாசமே போதும்' என்று வருந்தினார். அப்படி வருத்தப்படுவதற்கு அவசியமே இல்லை.

திருவள்ளுவர் எத்தனை நூல்கள் எழுதினார். ஒன்றுதான், அது திருக்குறள். கணியன் பூங்குன்றனார் 1800 வருடங்களுக்கு முன்னர் படைத்த ஒரு கவிதைக்காக இன்றுவரை போற்றப்

படுகிறார். ஹார்ப்பர் லீ தன் வாழ்நாளில் எழுதிய புகழ்பெற்ற ஒரேயொரு நாவல் To Kill a Mocking Bird. பிரிட்டிஷ் இளம் பெண் Emily Bronte படைத்த வாழ்நாள் சாதனை இலக்கியம் Wuthering Heights.

இந்த வகையில் 'ஈழப் போராட்டத்தில் எனது சாட்சியம்' நூல் அடங்கும். ஒரு வாழ்வுக்கு ஒரு நூல் போதுமானது. ஒரு தேசத்துக்கு ஒரு நூல் போதுமானது. ஒரு வரலாற்றுக்கு ஒரு நூல் போதுமானது. ஓர் இலக்கியத்துக்கு ஒரு நூல் போதுமானது.

முதலும் கடைசியும்

எல்லோரும் சுரா என்று அன்போடு அழைக்கும் திரு. சுந்தர ராமசாமியை எனக்குக் கடந்த பத்து வருடங்களாகத்தான் தெரியும். தெரியும் என்றால் கடிதம் மூலம்தான். முதன்முதல் நான் அவரைச் சந்தித்தது *2000* ஆண்டு சந்தாகுரூசில். ஒரு நாள் முழுக்க அவருடன் கழித்தேன். அவருடைய துணைவியாரின் விருந்தோம்பல் மனத்தை நெகிழவைத்தது. என் வாழ்நாளில் அது மறக்கமுடியாததொரு நாளாகிவிட்டது.

நான் கனடாவுக்குப் புலம்பெயர்ந்த பிறகு அவர் *2001*ஆம் ஆண்டு மே மாதம் ரொறொன்ரோவுக்கு வருகை தந்தார். கனடா தமிழ் இலக்கியத் தோட்டமும் ரொறொன்ரோ பல்கலைக்கழகத்தின் தென்னாசிய கல்வி மையமும் இணைந்து வழங்கும் இயல் விருதைப் பெறுவதற்காக வந்திருந்தார். அந்த வைபவத்தில் அவர் பேசியது என்றென்றும் என் மனத்தில் நிற்கிறது. 'என் மண்ணும் என் மொழியும்' என்ற தலைப்பில் அவர் ஆற்றிய உரை அவருடைய வாழ்நாளிலேயே முக்கியமான ஒன்று.

அடுத்த நாள் அவரை என் வீட்டுக்கு விருந்துக்கு அழைத் திருந்தேன். அவருடைய உணவுப் பழக்க வழக்கங்கள் எனக்குத் தெரியாது. என்னுடைய மனைவி திண்டாடிப் போனார். அவர் யாழ்ப்பாணத்து முறையில் மரக்கறி உணவு தயாரித்திருந்தார். எதற்கும் இருக்கட்டும் என்று கோழிக்கறியும் வைத்திருந்தார். சுரா, அவருடைய மனைவி கமலா, மகள் தங்கு, அவர் கணவர் இன்னும் பல தமிழ் அன்பர்களும் கூடியிருந்தார்கள். இருபதுக்கு மேல் இருக்கும். எல்லோரும் மேசையிலிருந்து ஒன்றாக உணவருந்த முடியாது. ஆகவே buffet முறை நடைமுறைப்படுத்தப்பட்டது. மேசையில் அவர்களே பிளேட்டை எடுத்து அவர்களே பரிமாறி உண்ணவேண்டும். எல்லோரும் தங்களுக்கு வேண்டியதைப் பரிமாறிக்கொண்டு சாப்பிட அமர்ந்தார்கள்.

கடைசி கடைசியாக சுராவும் பரிமாறிக்கொண்டு அமர்ந்தார். நானும் அவர் பக்கத்தில் உட்கார்ந்து சாப்பிட்டேன். அப்போது சுரா 'முத்துலிங்கம்' என்று என் முழுப்பெயரையும் சொல்லி அழைத்து 'ஒரு ரகஸ்யம்' என்றார். எப்பொழுதும் அவர் என்

முழுப்பெயரைச் சொல்லியே அழைப்பார். அவர் சொன்னது எனக்கு ஆச்சரியத்தைக் கொடுத்தது. தனக்கு மணமாகி 45 வருடங்களுக்கு மேலாகிவிட்டது. இத்தனை வருடங்களில், தன் பிளேட்டில் தானே பரிமாறிச் சாப்பிடுவது இதுவே முதல் தடவை என்றார். எந்த நேரம் சாப்பிடுவது, என்ன சாப்பிடுவது, எவ்வளவு சாப்பிடுவது என்று அத்தனையும் கமலாவே பார்த்துக் கொள் வதாகச் சொன்னார். அன்று அவர் தனக்குத் தானே பரிமாறிச் சாப்பிட்டது முதல் தடவை. அதுவே கடைசித் தடவையாகவும் இருக்கும்.

தொலைபேசியில் ஒவ்வொருமுறை அழைக்கும் போதும் சுராவிடம் 'எப்படி இருக்கிறீர்கள்?' என்று கேட்பேன். அவர் வழக்கம்போல 'முத்துலிங்கம், நான் சின்னப் பையனாய் இருந்தப்போ ரொம்ப நோய்ப்பட்டு இருப்பேன். பள்ளிக் கூடத்துக் கும் போகமுடியாது. ஆனால் இப்ப, வயது கூடக்கூட ஆரோக்கியம் கூடிக்கொண்டே போறது. டெய்லி வாக்கிங் போறேன்' என்பார். கேட்க சந்தோசமாக இருக்கும்.

அமெரிக்காவின் பிரபல எழுத்தாளர் Edward P.Jones என்பவர் எழுதிய The First Day என்ற சிறுகதையை நான் அப்பொழுதுதான் தமிழில் மொழிபெயர்த்து அது பிரசுரமாகியிருந்தது. அவரும் அதே கதையை ஆங்கிலத்தில் படித்திருந்தார். என்னுடன் பேசியபோது தனக்கு அந்தக் கதை பிடித்திருந்ததாகவும், அதைதான் மொழி பெயர்க்க நினைத்திருந்ததாகவும் ஆனால், நான் முந்திக்கொண்டு விட்டேன் என்றும் சொன்னார். நான் 'அட, நீங்கள் செய்திருந்தால் இன்னும் சிறப்பாக வந்திருக்குமே' என்றேன். 'இல்லை, நல்லாகவே செய்திருக்கிறீர்கள்' என்றார், பெருந்தன்மையாக.

எங்கள் உரையாடல் ஒரே பொருளில் நிற்பதில்லை. தாவிச் தாவிச் செல்லும். நான் என்னவோ சொல்ல நினைப்பேன், அவரும் அதே நிமிடத்தில் ஏதாவது பேச ஆரம்பிப்பார். அவர் என்ன புத்தகம் படிக்கிறார் என்று நான் கேட்பேன். சொல்வார். நான் படிக்கும் புத்தகம் ஆங்கிலப் புத்தகமாயிருந்தால் அவர் விபரங்களை மின்னஞ்சலில் அனுப்பிவைக்கும்படி கேட்டுக்கொள்வார். நானும் அப்படியே செய்வேன். அப்படி அனுப்பத் தவறினால் நினைவூட்டுக் கடிதம் வந்துவிடும். புத்தகத்தைப் பற்றிய முழுவிபரமும் அவருக்குத் தேவை.

ரொறொன்ரோவில் இருந்து வெளிவருவது 'காலம்' சஞ்சிகை. அதன் இருபத்தைந்தாவது இதழை ஒரு சிறப்பு மலராகக் கொண்டுவர வேண்டும் என்று அதன் ஆசிரியர் செல்வம் விரும்பினார். அவர் பதினைந்து ஆண்டுகள் தொடர்ந்து அந்த

இதழை நடத்தி வருகிறார். காலம் பத்திரிகைக்காகச் சுராவிடம் ஒரு சிறுகதை வேண்டுமென்றேன். மிகவும் யோசித்துத்தான் கேட்டேன். சமீபத்தில் அவர் மருத்துவமனையில் இருந்து திரும்பியிருந்தார். 'காலம் இதழுக்காக நீங்கள் கேட்டு நான் எப்படி மறுப்பது?' என்றார். நான் அப்படியே விட்டுவிட்டேன். சுரா ஒரு வாக்குக் கொடுத்தாரென்றால் எப்படியும் அதைச் செய்து முடித்து விடுவார். அது எனக்குத் தெரியும். ஒரு மாதம் கழித்து மெல்லிதாக நினைவூட்டினேன். சில நாட்களில் அனுப்புவதாகச் சொன்னார். கடைசித் தேதி நெருங்கிக்கொண்டே வந்தது. மிகவும் தயக்கத்துடன் ஒரு மின்னஞ்சல் அனுப்பி வைத்தேன். அடுத்த நாளே கதை வந்து சேர்ந்தது. அவர் இரவிரவாக அதை எழுதியிருப்பார் என்று எனக்குத் தோன்றியது. அதிகம் தொந்திரவு கொடுத்துவிட்டேனோ என்ற குற்ற உணர்வு என்னை வருத்தியது. அந்தக் கதையின் தலைப்பு 'ஜகதி.' அது காலம் இதழில் ஒக்டோபர் மாதம் வெளியானது. ஆனால், அதை அவர் பார்க்கவில்லை. அதுவே அவருடைய வாழ்நாளில் அவர் எழுதிய கடைசிச் சிறுகதை.

இந்தச் சிறுகதை எனக்குக் கிடைத்த தேதி செப்டம்பர் 12. மிகச் சிறியதாக இருந்தாலும் சொல்ல வந்த விசயத்தைக் கூர்மையாகச் சொன்ன கதை. நான் அந்தக் கதையைப் பற்றி அவருடன் இரண்டு நாள் கழித்து, 14ஆம் தேதி தொலைபேசியில் பேசினேன். இரண்டு விசயங்களை அவரிடம் கூறினேன். கதை தொடங்குவதற்கு முன் வரும் கிராம வர்ணனை நீண்டதாக உள்ளதுபோல் தெரிகிறது என்றேன். அவர் அதை வர்ணித்த பிறகுதான் தன்னால் கதைக்குள் இறங்க முடிந்தது என்றார். இரண்டாவதாக இந்தக் கதைக்கும் அவருடைய முந்தைய கதையான பள்ளத்துக்கும் ஒற்றுமை இருக்கிறது என்றேன். ஒரு சினிமாப் பைத்தியமான தாய் தன் குழந்தையின் கண்ணைத் தோண்டிவிடுகிறாள். இந்தக் கதையில் ஒரு பைத்தியக்கார தாய் தன் குழந்தையைத் தாரிலே முங்கிக் குளிப்பாட்டி அதைக் கொன்று விடுகிறாள். இரண்டுமே தாய், பிள்ளை உறவைச் சொல்லும் கதை. 'அப்படியா, உங்களுக்குக் கதை பிடித்திருக்கிறதா?' என்றார். 'நிறைய' என்றேன். சரியாக ஒரு மாதம் கழித்து, அதே 14ஆம் தேதி, ஒக்டோபர் மாதம் அவர் இறந்துபோய்விடுவார்.

அமெரிக்காவில் இருக்கும்போது சுரா தன் இரண்டு மகள்களுடனும் மாறி மாறித் தங்குவார். அவர் கொனக்டிக்கட்டில் இளைய மகளுடன் தங்கியிருந்தபோது ஒரு நாள் அழைத்தேன். என்ன புத்தகம் படிக்கிறீர்கள் என்ற வழக்கமான கேள்வியைக் கேட்டார். நான் அப்போது The Prophet of Zongo Street என்ற சிறுகதைத் தொகுப்பை படித்துக் கொண்டிருந்தேன். இதை

எழுதியது Mohammed Naseehu Ali என்பவர். ஆப்பிரிக்காவின் கானாவில் இருந்து அமெரிக்காவுக்குப் புலம்பெயர்ந்து தற்போது நியூ யோர்க்கில் வாழ்பவர். அவர் ஓர் இசைக்கலைஞரும்கூட. நான் அலியின் புத்தகத்தைச் சிலாகித்து சில நிமிடங்கள் நிறுத்தாமல் பேசினேன். அவருடைய சிறுகதை நியூ யோர்க்கரில் வெளியான போது அதைப் படித்திருந்தேன். ஆகவே அவருடைய புத்தகம் வெளிவந்ததும் முதலாளாக நின்று வாங்கிப் படித்திருந்தேன். 'அந்தப் புத்தகம் எங்கே கிடைக்கும்?' என்று கேட்டார். நான் அதை அவருக்கு அனுப்புவதாகச் சொன்னேன். அவர் 'வேண்டாம், வேண்டாம்' என்றார்.

முன்பொரு முறை Frank McCourt எழுதிய Angela's Ashes என்ற புத்தகத்தைப் படித்துவிட்டு நான் ஓயாமல் அது பற்றியே சுராவிடம் பேசிக்கொண்டிருந்தேன். ஒரு surpriseஆக இருக்கட்டும் என்று ஒரு புத்தகம் வாங்கி பார்சல் மூலம் அவருக்கு அனுப்பி வைத்தேன். அவர் 'நன்றி' என்றுவிட்டுத் தனக்குப் புதுப் புத்தகங்கள் அனுப்ப வேண்டாம் என்றார். அவர் இருக்கும் இடத்துக்கு கிட்ட மிகக் குறைந்த விலைக்குப் பழைய புத்தகக் கடையில் என்ன புத்தகமும் வாங்கலாம் என்றார். ஆகவே, அவருக்கு அந்தச் சம்பவத்திற்குப் பிறகு நான் ஒரு புத்தகமும் அனுப்பவில்லை. என்ன காரணமோ அலியின் புத்தகத்தை மட்டும் அவருக்கு எப்படியும் அனுப்பிவிட வேண்டும் என்று நினைத்தேன். இளைய மகள் வீட்டில் ஒரு மாத காலம் தங்கிவிட்டு மீண்டும் சந்தாகுரூஸ் வருவதாக சுரா சொல்லியிருந்தார். சந்தாகுரூசுக்கு வரும்போது புத்தகத்தை அனுப்பி வைக்கலாம் என்று நான் மனதுக்குள் தீர்மானித்துக்கொண்டேன். ஆனால் அதை அவருக்குச் சொல்லவில்லை.

என்னுடைய டயரியில் சுராவுடைய மூன்று விலாசங்கள் இருக்கின்றன. ஒன்று நாகர்கோவில். ஒன்று சந்தாகுரூஸ். இன்னொன்று கொனக்டிக்கட். இதில் எந்த முகவரிக்கும் இனி நான் அந்தப் புத்தகத்தை அனுப்பமுடியாது.

நான் தொலைபேசியில் அவருடன் எப்பொழுது பேசினாலும் சமீபத்தில் படித்த சில தமிழ்ப் புத்தகங்களை பரிந்துரை செய்ய தவறமாட்டார். அப்படி அவர் சொன்னால் நான் உடனேயே வாங்கிப் படித்துவிடுவேன். அவர் கடைசியாகப் பரிந்துரை செய்தது இரண்டு தமிழ்ப் புத்தகங்கள். ஒன்று ரா.அ.பத்மநாபன் தொகுத்த 'பாரதியின் கடிதங்கள்.' அடுத்தது கே.ஏ.குணசேகரன் எழுதிய சுயசரிதை நூல் 'வடு.' உடனேயே சென்னைக்கு மின்னஞ்சல் அனுப்பி இரண்டு புத்தகங்களையும் தருவித்துவிட்டேன். இரண்டுமே சிறிய நூல்கள்; ஒரு மணி நேரத்தில் படித்து

முடித்துவிடலாம். நூல்கள் என் கையில் கிடைத்தபோது அவர் மருத்துவமனையில் அனுமதிக்கப் பட்டிருந்தார். அவர் குணமாகி வெளியே வரும்போது நூல்கள் பற்றிப் பேசிக்கொள்ளலாம் என்று நினைத்தேன். அது நடக்கவில்லை.

கடைசியாக அவருடன் பேசியபோது நான் படித்த புத்தகங்கள் பற்றிக் கேட்டார். நானும் சொன்னேன். இம்முறை இரண்டு நூல்கள். ஒன்று அருந்ததி ராய் எழுதிய War Talk என்னும் கட்டுரைகள் அடங்கிய புத்தகம். அடுத்தது The Next Fifty Years. அடுத்த ஐம்பது வருடங்களில் உலகத்தில் என்ன நடக்கும் என்று 25 உலகத்து முதல் தரமான விஞ்ஞானிகள் எழுதிய கட்டுரைகள். சுராவில் உள்ள சிறப்பு அவர் கடைசிவரை வியப்படைவதை நிறுத்த வில்லை. புது விசயங்களை ஒரு குழந்தையின் ஆர்வத்தோடு கேட்பார். மூப்படையாத மனம். 'அப்படியா, அப்படியா' என்று ஆச்சரியப்படுவார். எல்லாப் புத்தகங்களும் அவருக்குத் தேவை. இந்தப் புத்தகங்களை வாங்கினாரா தெரியாது. வாங்கினாலும் படித்தாரா என்பதும் தெரியவில்லை.

என்னதான் புத்தகங்கள், சஞ்சிகைகள் என்று தொடர்ந்து பேசினாலும் நான் எழுதிய புத்தகங்கள் பற்றியோ, கட்டுரைகள் பற்றியோ ஒன்றுமே பேசமாட்டார். சிலவேளைகளில் அவர் எழுதும் ஒரு பத்திரிகையில் அவருடைய கட்டுரைக்கு பக்கத்தி லேயே என்னுடைய கட்டுரையும் வந்திருக்கும். ஆனால், அது பற்றி ஒன்றும் சொல்லமாட்டார். எனக்கு கூச்சம். நானும் கேட்கமாட்டேன்.

செப்டம்பர் காலச்சுவடு இதழ் உணவுச் சிறப்பிதழாக வெளிவந்தது. அதிலே 'மொரமொரெனவே புளிக்கும் மோர்' என்று ஒரு கட்டுரை எழுதியிருந்தேன். ஒரு நாள் அபூர்வமாகக் காலையில் அவரிடமிருந்து தொலைபேசி வந்தது. சுராதான் பேசினார். 'உங்கள் கட்டுரை நல்லாக வந்திருந்தது. முதல் வரியில் இருந்தே அம்மா கரெக்டர் சரியாக அமைந்துவிட்டது' என்று பாராட்டினார். நான் நன்றிகூடச் சொல்லமுடியாமல் திகைத்து நின்றேன். எதற்காகப் பேசினார். இதைச் சொல்வதற்காகவா எடுத்தார். அவராக தொலைபேசி எடுத்து என்னைப் பாராட்டியது இதுவே முதல் தடவை. இதுவே கடைசியுமாகி விட்டது.

எழுத்து மேசை

மே 30ஆம் தேதி, சனிக்கிழமை. சூரியன் எரித்துக் கொண்டிருந்த நடுப்பகல் நேரம். நான் வசித்த மார்க்கம் நகரில் எங்கள் வீட்டைச் சுற்றி ஓடிய நாலு வீதிகளிலும் garage sale என்ற அறிவிப்பு பல இடங்களிலும் காணப்பட்டது. இப்படியான விற்பனையின் போது பழைய நல்ல புத்தகங்கள் அகப்படுவதுண்டு. நான் ஒவ்வொரு வீடாகச் சென்று அங்கே பரப்பி வைத்திருக்கும் சாமான்களைப் பார்வையிட்டேன். புத்தகம் அகப்படவில்லை. ஆனால், ஓர் இடத்தில் ஓக் மரத்தில் செய்த அழகான மேசை பளபளவென்று மினுங்கிக்கொண்டு கிடந்தது. சற்சதுரமாக இருந்த அந்த மேசையின் கால்கள் ஒன்றரை அடி உயரம் இருக்கும். தரையில் உட்கார்ந்து எழுதுபவர்களுக்குப் பொருத்தமானது. விலையோ மலிவு. 'எதற்காக விற்கிறார்கள்?' என்று கேட்டேன். 'அந்த மேசையைப் பாவித்து வந்த மூதாட்டி முதியோர் இல்லத்துக்குப் போகிறார். அவர் ஓர் எழுத்தாளர். பல புத்தகங்கள் எழுதியிருக்கிறார்' என்று சொன்னார்கள். தன் வாழ்நாள் முழுக்க அந்த மேசையில்தான் எழுதினார் என்றும் இனிமேல் எழுத மாட்டார் என்றும் அவர்கள் கூறியபோது என்னவோ செய்தது. நான் காசைக் கொடுத்து மேசையை வாங்கி வீட்டுக்குக் கொண்டு வந்து சேர்த்தேன். என் வீட்டிலும் மேசை அதே வேலையைச் செய்தது; எழுத்தாளர்தான் மாறிவிட்டார்.

சர்வதேச புக்கர் பரிசு

அலிஸ் மன்றோவுக்கு சர்வதேச புக்கர் பரிசு கிடைத்திருக்கிறது. பரிசுத் தொகை 100,000 டொலர்கள் (60,000 பவுண்டுகள்). இவர் கனடிய எழுத்தாளர். மூன்று கனடா ஆளுநர் பரிசுகளும் இரண்டு கில்லர் பரிசுகளும் வேறு பல பரிசுகளும் பெற்றவர். வழக்கமாக புக்கர் பரிசுகள் பொதுநல நாடுகளைச் சேர்ந்தவர்களுக்கே வழங்கப்படும். ஆனால், சர்வதேச புக்கர் பரிசை உலகத்தில் புனைவு இலக்கியம் படைக்கும் எந்த நாட்டு எழுத்தாளரும் பெறலாம். எந்த மொழியிலும் எழுதலாம். ஆனால், ஆங்கில மொழிபெயர்ப்பு இருக்கவேண்டும். இதை நோபல் பரிசுக்கு அடுத்தபடி என்று சொல்லலாம். அலிஸ் மன்றோவுக்கு கிடைத்த பரிசில் எனக்குப் பெரிய மகிழ்ச்சி உண்டு. ஏனெனில் அவர் சிறுகதைகள் மட்டுமே எழுதி உலகப் புகழ் பெற்றவர். அவருடைய சில சிறுகதைகள் 70 பக்கம் நீளும். இன்று உலகத்தில் சிறுகதைக்கு இலக்கணம் அவர்தான். சிலர் அவரை தற்கால செக்கோவ் என்று அழைக்கிறார்கள். இவரை நான் சந்தித்திருக்கிறேன். அவருடனான என்னுடைய நேர்காணல் பத்திரிகைகளில் நாலு வருடங்களுக்கு முன் வெளியானது. அதிகாலையில் அவரிடமிருந்து எனக்கு ஒரு தொலைபேசி வந்தது. நான் யாரோ சந்தைப்படுத்துதலுக்கு அழைக்கிறார்கள் என்று நினைத்து சற்றுக் கடுமையாகப் பேசிவிட்டேன். பிறகு அவர் பெயரைக் கூறியதும் மன்னிப்பு கேட்டேன். பழகுவதற்கு இனிமையானவர். அடிக்கடி சிரித்து சிரித்துப் பேசுவார். அவருடைய வயது 78. வாழ்த்துக்கடிதம் போட்டிருக்கிறேன். பதில் வருமோ தெரியாது.

அமெரிக்க உளவாளி

விருந்துக்கு என்னையும் அழைத்துப் போகும்படி நண்பனிடம் கேட்டேன். அவன் மறுத்துவிட்டான். அப்பொழுது நான் வாசிங்டனில் சில நாள்களை விடுமுறையில் கழிப்பதற்காகப் போய்த் தங்கியிருந்தேன். என்னுடைய முகம் அப்படி விழுந்துபோகும் என்று நண்பன் எதிர்பார்க்கவில்லை. 'சரி சரி அவர்களிடம் பேசிவிட்டுச் சொல்கிறேன்' என்றான். எனக்கு உடனேயே கூச்சம் வந்தது. ஐஸ்கிரீம் வண்டியைத் துரத்திச் சென்ற சிறுவனிடம் ஐஸ்கிரீம்காரர் 'முடிந்துவிட்டது' என்று சொன்னது போல எனக்குப் பெரிய ஏமாற்றமாகப் போய்விட்டது. அந்த ஏமாற்றத்தை மறைப்பது ஆகப் பெரிய சவாலாகவும் ஆனது.

எனக்கு ஒருவிதத்திலும் சம்பந்தம் இல்லாத விருந்து அது. என்னுடைய நண்பருடன் வேலை செய்யும் அமெரிக்கப் பெண்ணுக்கு சமீபத்தில் திருமணம் நிச்சயமாகியிருந்தது. மூன்று வருடமாகக் காதலித்தவளுக்கு இப்பொழுதுதான் காதலன் ஒரு மோதிரத்தைக் கொடுத்துக் காதலை உறுதிப்படுத்தியிருந்தான். அடுத்து திருமணம்தான். இந்தக் காதலர்களுக்கு வாழ்த்து சொல்கிற மாதிரி அந்தப் பெண்ணின் அலுவலகத்தைச் சேர்ந்த சில நண்பர்கள் விருந்து ஏற்பாடு செய்திருந்தார்கள். இந்த விருந்துக்குத்தான் நான் போகவேண்டுமென்று விரும்பினேன். காரணம் நண்பர் போகிறபோக்கில் சொன்ன ஒரு தகவல்தான். அந்தக் காதலன் வேலை செய்வது சி.ஐ.ஏ (Central Intelligence Agency) நிறுவனத்தில். அதாவது அமெரிக்காவின் மைய உளவுத்துறையில். என்னுடைய ஆர்வம் அதுதான். நான் என் வாழ்க்கையில் அமெரிக்க உளவுத் துறை அதிகாரி ஒருவரைச் சந்தித்தது கிடையாது. இனிமேல் சந்திப்பேன் என்பதும் நினைத்துப் பார்க்க முடியாத ஒன்று.

உளவுத்துறை பற்றி நான் அறிந்தது எல்லாம் புத்தகத்தில் படித்ததுதான். மீதியை அமெரிக்க சினிமாவில் பார்த்துத் தெரிந்து கொண்டேன். சினிமாவில் நான் பார்த்த துப்பறிவாளர்கள் எல்லாம் மனத்தில் திகில் எழுப்பக்கூடியவர்கள். அவர்கள் சாகசங்கள் மெய் சிலிர்க்க வைக்கும். சிறுவயதில் படித்தது சங்கர்லால். அவர் சத்தம் எழுப்பாத மெல்லிய ரப்பர் சூக்களை அணிந்தபடி நாலு மாடிக் கட்டடங்களில் அனாயாசமாகப் பாய்ந்து ஏறிவிடுவார். அடுத்து

படித்து வியந்தது வந்தியத்தேவன். இவன் தைரியசாலி. வாய் திறந்தான் என்றால் புதுப்புதுப் பொய்களை அந்தக் கணமே உண்டாக்கி விடுவான். ஆனால் அவன் புத்திசாலியல்ல; மூடத்தனம் கூடியவன். அவன் கண்டுபிடித்தது எல்லாம் தற்செயலாகத்தான் நடந்தது. ஆகவே, நவீனத் துப்பறிவாளன் என்ன செய்வான், எப்படித் திட்டமிடுவான், எப்படிச் செயல்வடிவம் கொடுப்பான் என்பதையெல்லாம் நேருக்கு நேர் நான் அறியத் துடித்தது இயற்கையானது.

பின்னேரம் அலுவலகத்திலிருந்து திரும்பிய நண்பர் 'சரி, பிரச்னை இல்லை' என்றார். அப்படித்தான் ஒரு சனிக்கிழமை மாலை நடந்த விருந்துக்கு என்னை அழைத்துப்போனார். போகும் வழியில் காரில் நண்பரிடம் அந்த சி.ஐ.ஏ அதிகாரிக்குப் பக்கத்தில் எனக்கு ஓர் ஆசனம் பிடித்துத் தரும்படி கேட்டுக்கொண்டேன். அந்த உளவாளியிடமிருந்து அத்தனை விசயங்களையும் ஆகக் குறைந்த நேரத்தில் உறிஞ்சிவிடவேண்டும் என்பது என் திட்டம். நண்பரும் ரோட்டைப் பார்த்தபடி சரி என்று தலையாட்டினார். ஆனால், விருந்து நடந்த இடத்துக்குப் போய்ச் சேர்ந்தபோது எனக்குப் பெரும் ஏமாற்றம்தான் மிஞ்சியது. அங்கே ஆசனங்களே இல்லை, அது ஒரு கொக்ரெய்ல் விருந்து என்று சொன்னார்கள். நீண்ட நீண்ட கிளாஸ்களில் பானங்களை நிறைத்துக்கொண்டு கிரகங்கள் சுற்றுவதுபோலச் சுற்றிக்கொண்டிருந்தார்கள். பரிசாரகனிடம் எனக்கு வேண்டிய பானத்தைக் கூறினேன். அவன் கீழே அகன்று, மேலே வாய் ஒடுங்கிய கிளாஸ் ஒன்றில் பானத்தை ஊற்றி அதே அளவு ஐஸ் கட்டிகளை மிதக்கவிட்டு அதற்குமேலே ஒரு மென்சிவப்புக் குடையை விரித்து வைத்து என்னிடம் நீட்டினான்.

நண்பன் நான் கேட்டதை மறக்கவில்லை. முதல் வேலையாக என்னை அழைத்துப்போய்த் தன்னுடன் வேலை செய்யும் அமெரிக்கப் பெண்ணை அறிமுகப்படுத்தினான். முற்றிலும் மென் சிவப்பு வர்ணத்தில் அவள் இருந்தாள். அவளாகவே தான் மணமுடிக்கப் போகும் சி.ஐ.ஏ அதிகாரியிடம் என்னை அறிமுகம் செய்துவிட்டு மறைந்துபோனாள். முப்பது வயது மதிக்கத்தக்க உயரமான ஆள். சதுரமான முகம், சதுரமான உடம்பு. என்னுடைய கைகளைக் குலுக்கியபோது முறிந்து விழுந்துவிடும்போல இருந்தது. ஒரு ஜேம்ஸ் பொண்டின் உருவத்தை மனத்திலே சித்தரித்து வைத்திருந்த எனக்கு அவருடைய உடலமைப்பும் முக வெட்டும் சொண்டுக்குள் மறைந்திருந்த சிரிப்பும் அப்படியே பொருந்திப் போனது. ஆனால், அதற்குப் பிறகு நடந்ததுதான் நான் எதிர்பாராதது.

அந்தக் கூட்டத்தில் ஒருவராவது நின்ற இடத்தில் நின்று பேசவில்லை; சுற்றிக்கொண்டே இருந்தார்கள். உளவுத்துறை

அதிகாரியும் என்னுடன் சிறிது நேரம் பேசிவிட்டு நகர்ந்துவிட்டார். விருந்துக்கு டிவி சீரியலில் நடிக்கும் ஒரு சின்ன நடிகரும் வந்திருந்தார். இளம் பெண்கள் எல்லோரும் அவரைச் சுற்றி நின்று பேசினார்கள். அவர் நகர்ந்தபோது சொறி பிடித்த நாயைச் சுற்றி இலையான்கள் மொய்ப்பதுபோல அவர்களும் நகர்ந்தார்கள். ஒரு பெண் எழுத்தாளரும் வந்திருந்தார். அவருக்கு 50 வயது இருக்கும். எகிப்திய கடவுள்கள் பற்றிய அவருடைய புத்தகம் ஒன்று ஏற்கெனவே வெளிவந்திருந்தது. அதிலே பிரதானமாக தோத் என்ற கடவுள் மீது தான் ஆராய்ச்சி செய்ததாகவும், தோத் கடவுள் ஆண் உடம்பும் ஐபிஸ் பறவையின் தலையும் கொண்டிருப்பார் என்று விளக்கினார். தன்னுடைய அடுத்த புத்தகம் தயாராகிவிட்டது ஆனால், அதற்கு ஒரு பதிப்பாளரைக் கண்டுபிடிக்கவில்லை என்றும் கூறினார். அது என்ன புத்தகம் என்று நான் கேட்க வில்லை. அது இன்கா இனத்தவரின் கடவுள்களாக இருக்கலாம் என்று ஊகித்துக்கொண்டேன்.

ஒருவர், யாரோ பாடப் போகிறார் என்று அறிவித்தார். ஒரு சீனப் பெண் கையிலே வட்டமான வைன் கிளாசைத் தூக்கிப் பிடித்தபடி கூடத்தின் நடுவுக்கு வந்து நின்றார். தரையைத் தொடும் ஆடையில் அவர் நடந்து வந்தபோது அவர் பாதங்களை ஒருவரும் பார்க்கவில்லை. இனிமேல் பாடப்போகும் மெட்டுக்கு ஏற்ப அசைந்து வந்தார். முதுகு நேராக நிற்க அவருடைய இடை மாத்திரம் பெண்டுலம்போல இரண்டு பக்கமும் ஆடியது. அந்தப் பாடல் ஒரு பழைய சீனப் பாடல் என்று சொல்லிவிட்டுப் பாடி னார். ஒலிவாங்கியைப் பிடிப்பதுபோல வைன் கிளாஸை வாய்க்குக் கிட்ட வைத்துக்கொண்டு பாடியபோது எல்லா வார்த்தைகளும் ஒரே வார்த்தைபோல ஒலித்தன. உயிர் எழுத்துக்கள் எல்லாம் மூக்கினாலும் மெய் எழுத்துக்கள் வாயினாலும் ஒலிவடிவம் பெற்றன என்று நினைக்கிறேன். பாடலின் இசை சாதாரணமாகத் தொடங்கி முடிவில் ஒரு மெல்லிய சோகரசத்தைத் தொட்டுவிட்டு நின்றது. பாட்டு முடிந்ததும் எல்லோரும் கைத்தட்டி அவரைச் சூழ்ந்துகொண்டு பாராட்டினார்கள்.

கூட்டம் ஒருவாறு அகன்றதும் நானும் பாராட்டிவிட்டு 'இது ஒரு சோகப் பாடலா?' என்று வினவினேன். அவர் அது சரி என்றார். நீங்கள் பாடியதன் பொருள் என்ன என்றேன். அவர் அதிசயித்தார். ஒருவருமே அவரிடம் அதைக் கேட்கவில்லை. புதிதாக மணமான ஆண், மனைவியின் பிரிவைத் தாங்கமுடியாமல் அரற்றியது. மெல்லிய குரலில் சீன மொழியில் ஒவ்வொரு வரியாக உச்சரித்து அதன் மொழிபெயர்ப்பையும் சொன்னார். வீட்டுக்கு வந்தபோது எல்லாமே மறந்துவிட்டது, சில வரிகளைத் தவிர.

பளிங்குத்தரையில் உனது பட்டாடை
உரசும் சத்தம்
நின்றுவிட்டது.
புழுதி சேர்ந்துவிட்டது.
பழுத்த இலைகள்
வாசல் கதவடியில்
குவிந்துவிட்டன.
உன்னையே ஏங்கி
அடிக்கும் என் இருதயம்
ஓய்வது எப்போது?

ஒரு குறுந்தொகை பாடலை நினைவூட்டுகிறது என்று அவரிடம் சொன்னேன். அவர் குறுந்தொகை என்றால் என்னவென்று கேட்டார். பின்னர் அது பற்றிப் பேசினோம்.

அவரை எனக்கு நல்லாகப் பிடித்துக்கொண்டது. நான் பேசியபோது ஒரு வார்த்தையையேனும் தவற விட்டுவிடக்கூடாது என்பதுபோல உன்னிப்பாகக் கேட்டார். அவ்வளவு கூர்மையான கவனத்தை நான் முன்னர் ஒருவரிடமும் கண்டதில்லை. ஒரு நிமிடத்தில் வெடிக்கப் போகும் வெடிகுண்டைச் செயலிழக்க வைப்பது எப்படி என்று ஒருவர் கூறுவதை உள்வாங்குவதுபோல அவர் முழுக் கவனத்துடன் கேட்டார். தன்னுடைய தொலைபேசி எண்ணை ஒரு பழைய கார் தரிப்பு டிக்கட்டின் பின்பக்கத்தில் பேனையால் எழுதி என்னிடம் தந்தார். மறுபடியும் சுற்றில் அவர் கலந்துகொண்டபோது நான் அவர் பாதங்களைக் காணவில்லை.

மீதிச் சுழற்சியில் மேலும் இரண்டு முறை அமெரிக்க உள வாளியைச் சந்தித்தேன். இரண்டு இரண்டு நிமிடங்கள் பேசினார். அமெரிக்காவின் சி.ஐ.ஏ. நிறுவனம் ஐம்பது வருடங்களுக்கு முன்னால் ஜனாதிபதி ஃபிராங்க்ளின் ரூஸ்வெல்ட் காலத்தில் ஆரம்பிக்கப்பட்டது என்று படித்திருந்தேன். ஆனால், இன்றுவரை அதில் எத்தனை பேர் வேலை செய்கிறார்கள் என்பது ஒருவருக்கும் தெரியாது. எந்தெந்த நாடுகளில் அமெரிக்க உளவாளிகள் மறைந்திருக்கிறார்கள் என்பதும் ஒருவரும் அறிந்ததில்லை. நிறுவனத்தின் பட்ஜெட் வருடத்துக்கு 40 பில்லியன் டொலர்களுக்கு மேல் என்று எழுதியிருக்கிறார்கள். ஆனால், உண்மை ஒருவருக்கும் தெரியாது. எனக்கு முன் நின்று பேசிய உளவாளியைப் பார்த்தால் மெல்லிய ரப்பர் ஒட்டிய சப்பாத்து அணிந்த சங்கர்லால் போலவோ, முரட்டுத் தோற்றம் கொண்ட வந்தியத்தேவன் போலவோ இல்லை. ஒளிவு மறைவு இல்லாமல் நேராகக் கண்களைப் பார்த்து நேசமுடன் பேசினார். ரோட்டிலே இவரைப்

பார்த்தால் நான் ஒரு வீடு விற்பனை முகவர் என்றோ அல்லது விமான ஓட்டி என்றோதான் ஊகிப்பேன்.

நான் மறுபடியும் சுழற்சியில் சேர்ந்து நகர்ந்தபோது விவாதம் செய்யும் இருவரிடம் அது என்னைக் கொண்டுபோய்ச் சேர்த்தது. ஒருவர் அந்தக் கூடத்தையே நிறைத்து விடுவதுபோல நடுவிலே நின்றார். பக்கத்திலே ஓர் இளம் பெண். அங்கு வந்திருந்த பெண்களில் அவரே அதிக அழகானவர். மாலை வெய்யில் நிறம். அவருடைய கண் இமைகள் அவருடைய கண்களைப் பாதி மறைத்துவிட்டன. தன்னுடைய வம்ச வேர்களைத் தேடிப்போன கதையை அவர் சொன்னார். தன்னுடைய தகப்பன் வழி ரஸ்யாவில் தொடங்கி போலந்துக்கு வந்து இரண்டாம் உலக யுத்தத்துக்குப் பின்னர் அமெரிக்காவுக்குக் குடிபெயர்ந்ததென்றும் தன் தாய் வழி நேராக கிரீஸிலிருந்து வந்ததாகவும் கூறினார். ரஸ்ய முடியும் கிரேக்கக் கண்களும் அவருக்கு அப்படி அமைந்திருந்தன. கூடத்தின் நடுவில் நின்ற மனிதர் தன்னுடைய பெயர் கிப்ளிங் என்றும் தன்னுடைய மூதாதையர் இங்கிலாந்தின் பிக்கரிங் பிரதேசத்தைச் சேர்ந்தவர்கள் என்றும் தனக்கு பிரபல எழுத்தாளர் ருட்யார்ட் கிப்ளிங் சொந்தமாக இருக்க வாய்ப்புள்ளது என்றும் கூறினார். எல்லாவிதமான வம்சத் தேடலும் ஓர் அரசகுமாரனிலோ, புகழ்பெற்ற எழுத்தாளனிலோ, பிரபலமான பாடகனிலோதான் முடிவடையும். ஒரு கொலைகாரனிலோ, கொள்ளைக்காரனிலோ, நாட்டை விட்டுத் துரத்தப்பட்டவனிலோ முடிவடைவதில்லை.

பத்து மணியளவில் விருந்து முடிந்ததும் நான் நண்பனின் காரில் ஏறிக்கொண்டேன். அவன் கார் சாவியைத் துளையில் நுழைத்துவிட்டு காரை கிளப்பாமல் சும்மா அமர்ந்திருந்தான். பின்னர் என்னைத் திரும்பிப் பார்த்து 'நான் உங்களுக்கு இன்னும் கூட உதவி செய்திருக்கலாம்' என்றான். 'இதுவே பெரிய உதவி' என்றேன் நான். காரை மௌனமாக எடுத்து நெடுஞ்சாலைக்கு விட்டான். எதிர் வெளிச்சத்தை வெளிச்சத்தால் வெட்டிக்கொண்டு வேகமாக காரை ஓட்டிய நண்பன் 'அமெரிக்க ஒற்றருடன் நிறைய பேசினீர்களா? என்ன கண்டு பிடித்தீர்கள்?' என்று கேட்டான். எனக்கு டக்கென்றது. யோசித்துப் பார்த்தபோது ஒரு விசயம் பிடிபட்டது. அந்த ஒற்றரிடம் நான் என் முழுப்பெயரையும் கொடுத்திருந்தேன். நான் பிறந்த நாடு, வளர்ந்த நாடு, படித்த படிப்பு, என் பெற்றோர், எங்கேயெங்கே வேலை செய்தேன், என்ன வேலை, யார் யாரைத் தெரியும், என் மனைவி, என் பிள்ளைகள், என் வீடு, என் ஆசைகள், என் திட்டங்கள் என சகலத்தையும் அவரிடம் சொல்லியிருந்தேன். ஆனால், அவரைப் பற்றி எனக்கு ஒன்றுமே

தெரியாது. அவருடைய மூன்றெழுத்து முதல் பெயர்தான் தெரியும். முழுப்பெயரைக்கூட நான் கேட்டு அறியவில்லை. இந்த உண்மை தலையில் இறங்கியதும் நான் திகைத்துப்போய் உட்கார்ந்திருந்தேன்.

அந்த விருந்துக்கு என்னிடமிருந்த ஆகத் திறமான உடுப்புத் தரித்து, ஆகத்திறமான சப்பாத்து அணிந்து, ஆகத்திறமான அமெரிக்க ஆங்கிலத்தை எடுத்துக்கொண்டு போனது எவ்வளவு வீண் என்று பட்டது. உளவாளியிடம் நான் எதையுமே பெற்றுக் கொள்ளவில்லை. ஒன்றுமே மிஞ்சவில்லை. மிஞ்சியது ஒரு சீனக் கவிதை மட்டுமே.

வெடிகுண்டு நாய்

இந்தச் செய்தியை நான் சமீபத்தில் படித்தேன். அதை எனக்குத் தோன்றியபடி கீழே தருகிறேன்.

என்னுடைய மகன் வசிக்கும் மாநிலத்தின் பெயர் மொன் ரானா. அமெரிக்காவில் அதிகம் கவனிக்கப்படாத மாநிலம் இது. ஆனால் இங்கே இயற்கைக் காட்சிகள் கொட்டிக் கிடக்கும். மலைகள், காடுகள், ஆறுகள் நிறைந்த பிரதேசம். அபூர்வமான பறவைகளும் விலங்குகளும் வனக் காப்பகங்களும் உள்ளன. பூச்சி வீசி மீன்பிடிப்பதற்கும் வனவிலங்கு வேட்டைக்கும் பனிச்சறுக்கு விளையாட்டுக்கும் பேர்போன இடம். மற்றத் தேசங்களில் இருந்தும் மாநிலங்களில் இருந்தும் வருடத்துக்கு நிறையப் பேர் வந்துபோவார்கள்.

இந்த மாநில பொலீஸாருக்கு ஒரு வெடிகுண்டு மோப்பம் பிடிக்கும் நாய் தேவைப்பட்டது. பயிற்சி கொடுத்த ஒரு நல்ல நாயின் விலை 20,000 டொலர்கள். ஆனால், இஸ்ரேல் நாடு உபயோகத் தன்மை முடிந்துவிட்ட ஒரு நாயை இலவசமாகத் தருவதாகச் சொன் னார்கள். பொலீஸாரும் அதை வாங்கிவிட்டார்கள்.

ஆனால், அதை வாங்கிய பின்னர்தான் ஒரு பிரச்னை ஆரம்பித்தது. அந்த நாய்க்கு ஆங்கிலம் தெரியாது. ஹீப்ரு மொழி யில் ஆணை கொடுத்தால்தான் செய்யும். ஒரு பொலீஸ்காரர் மினக் கெட்டு ஹீப்ரு வார்த்தைகளைப் பாடமாக்கி ஆணை கொடுத்துப் பார்த்தார். அப்பொழுதும் நாய் திரும்பிப் பார்க்கவில்லை.

ஆகாயத்தை நோக்கி முகத்தை வைத்துக்கொண்டு துக்கமாக உட்கார்ந்திருந்தது.

மொன்ரானாவில் யூதர்கள் மிக மிகக் குறைவு. ஆகவே ஹீப்ரு மொழிபேசும் ஒருவரை அங்கே அபூர்வமாகவே காணமுடியும். அதிர்ஷ்டவசமாக யூத பாதிரியார் ஒருவரைக் கண்டுபிடித்தார்கள். அவர் ஹீப்ரு மொழியில் ஆணை கொடுத்ததும் வெடிகுண்டு நாய் துள்ளி துள்ளி அவர் கட்டளைகளை நிறைவேற்றியது. பொலீஸாருக்கு மட்டற்ற மகிழ்ச்சி. ஒவ்வொரு ஞாயிறும் ஒரு பொலீஸ்காரர் பாதிரியாரிடம் சென்று ஹீப்ரு வார்த்தைகளின் சரியான உச்சரிப்புகளைப் படித்துக்கொண்டார். மூன்று

மாதத்திலே நாய் பொலீஸ்காரரின் ஹீப்ரு கட்டளைகளை பட்பட்டென்று நிறைவேற்றியது.

மொன்ரானா மக்களுக்குத் தங்கள் மாநிலத்துக்கு ஒரு வெடிகுண்டு நாய் கிடைத்ததில் மிகவும் சந்தோசம். பொலீஸ் காரருக்குக் கட்டளைகள் கொடுப்பதில் சந்தோசம். நாய்க்குக் கட்டளைகளை நிறைவேற்றுவதில் சந்தோசம்.

இந்த விவகாரத்தில் ஆகச் சந்தோசப்பட்டது யூத பாதிரி யார்தான். அந்தப் பெரிய மாநிலத்தில் இவ்வளவு நாளும் பாதிரி யாருக்கு ஹீப்ரு பேசுவதற்கு ஒரு நாயும் இருக்கவில்லை. இப்போது இருந்தது.

கம்ப்யூட்டரின் வேகம்

சில வேளைகளில் எதிர்பாராமல் எனக்குப் பெரிய அதிர்ஷ்டம் அடிப்பதுண்டு. இந்த வருடப் பனிக்கால ஆரம்பத்தில் வீட்டைச் சூடாக வைத்திருக்கத் தேவையான உலைக்கலன் சரியாக வேலை செய்கிறதா என்பதை பரிசீலிப்பதற்காக வழக்கம்போல அதன் பராமரிப்பாளரை அழைத்தேன். அதிசயமாக அவர் அழைத்த அன்றே வந்தார். உலைக்கலனின் கீழே அதை வணங்குவதற்கு வந்தவர்போலப் படுத்திருந்தபடியே வேலை செய்தார். பின்னர் மல்லாக்காகப் படுத்து ஒவ்வொரு பகுதியாக நீக்கி ஆராய்ந்தார். தன் இடுப்பிலே கட்டியிருந்த ஆயுதத்தை எடுத்து சில இடத்தில் திருகினார். சில பகுதியைப் பிரித்து எடுத்துத் தூசி தட்டி மீண்டும் பொருத்தி உலைக்கலனை ஓடவிட்டார். அவர் முகம் திருப்தியடையவில்லை. பிறகு இரண்டு கைகளையும் நிலத்தில் ஊன்றித் தவழ்ந்து புழுதியோடு எனக்கு முன்னால் எழுந்து நின்றார். என்னுடைய சிறுநீர் பரிசோதனை முடிவைக் கேட்பதற்காக மருத்துவர் முன் நிற்பதுபோல நெஞ்சு படபட வென்று அடிக்கத் தொடங்கியது. ஒரு பிரார்த்தனையை விரை வாகச் சொல்லி முடித்துவிட்டு அவர் முகத்தைப் பார்த்தேன். அவர் ‘உங்களுக்கு ஒரு நல்ல செய்தி இருக்கிறது. ஒரு கெட்ட செய்தியும் இருக்கிறது’ என்றார்.

‘முதலில் கெட்டதைச் சொல்லுங்கள்’ என்றேன்.

‘உங்கள் உலைக்கலன் பழுதாகிவிட்டது. நீங்கள் அதிர்ஷ்டம் செய்தவர் என்றபடியால் என்னை இன்று கூப்பிட்டிருக்கிறீர்கள். அதை உடனே பழுது பார்க்காவிடில் அது கொலைக்கலனாக மாறிவிடும். எந்த நிமிசமும் விஷவாயுவைக் கக்கியிருக்கும். அதற்கு மணமும் இல்லை, நிறமும் இல்லை. நல்ல காலம் தப்பிவிட்டீர்கள்’ என்றார். கீழ்ப்பாகத்தையும் மேல்பாகத்தையும் சேர்த்துத் தைத்த ஓர் உடையை அணிந்திருந்த அவர், உடுப்பிலே படிந்திருந்த தூசியை மூன்று விரல்களாலும் தட்டியபடியே என்னைப் பார்த்தார். ‘பழுது பட்ட உதிரிப்பாகத்தை மட்டும் மாற்ற முடியாதா?’ என்றேன். என் குரல் எனக்கே கேட்கவில்லை. ‘மாற்றலாம், உத்திரவாதம் தரமுடியாது. முழுக் கலனையும் மாற்றினால்தான் சேமம்’ என்றார்.

‘என்ன விலை வரும்?’ என்றேன்.

அவர் கூசாமல் '5300 டொலர்' என்றார். நான் முகத்தில் என்ன உணர்ச்சியைக் காட்டலாம் என்று தீர்மானிக்குமுன் 'நல்ல செய்தி ஒன்றும் இருக்கிறது. அதை நீங்கள் கேட்கவில்லையே' என்றார்.

'சொல்லுங்கள்' என்றேன்.

'நீங்கள் ஒரு புது உலைக்கலன் பூட்டினால் அரசாங்கம் உங்களுக்கு 1300 டொலர் திருப்பித் தரும். உண்மையில் உங்கள் கைச்செலவு 4000 டொலர்தான்' என்றார்.

என் நண்பர் ஒருவர் அடிக்கடி சொல்வார், கத்தியை வயிற்றிலே ஐந்து அங்குலம் குத்திவிட்டு மூன்று அங்குலம் வெளியே இழுத்து சகாயம் செய்வதுபோல என்று.

வேறு வழியில்லாமல் சரி என்று நான் சொல்ல அவர் மூன்று நாள்கள் கழித்து வந்து ஒரு புது உலைக்கலனைப் பூட்டிவிட்டு முழுக்காசையும் பெற்றுக்கொண்டு போனார். பல நிறமான பத்திரங்களை நிரப்பி அவர் காட்டிய இடத்தில் கையெழுத்து வைத்து அரசாங்கத்துக்கு அனுப்பிவைத்தேன். அவர்கள் எனக்கு 1300 டொலர் திருப்பி அனுப்பும் நாளை எதிர்பார்த்துக் காத்திருந்தேன்.

மூன்று மாதமாகிவிட்டது. தெற்கே போன பறவைகள் வடக்கு நோக்கி வர ஆரம்பித்துவிட்டன. என்னுடைய காசோலை வரவில்லை. ஒருநாள் அரசாங்கத்துக்கு நினைவூட்டி மின்னஞ்சல் போட்டேன். உடனேயே பதில் வந்தது.

'உங்கள் கடிதம் கிடைத்தது. நீங்கள் குறிப்பிடும் விண்ணப்பம் கிடைக்கவில்லை. எங்கள் இணையதளத்தில் போய் அதற்கான பாரத்தை இறக்கி, நிரப்பி, கையெழுத்து வைத்து அனுப்பவும். விரைவில் கவனிப்போம்.'

நான் அப்படியே மீண்டும் அதே பாரங்களைப் பூர்த்திசெய்து கையொப்பம் வைத்து அனுப்பினேன். அதற்கும் பதில் இல்லை.

மீண்டும் நினைவூட்டி ஒரு மின்னஞ்சல் அனுப்பினேன். அதற்கும் உடனே பதில் வந்தது.

'உங்கள் கடிதம் கிடைத்தது. நீங்கள் குறிப்பிடும் விண்ணப்பம் கிடைக்கவில்லை. எங்கள் இணையதளத்தில் போய் அதற்கான பாரத்தை இறக்கி, நிரப்பி, கையெழுத்து வைத்து அனுப்பவும். விரைவில் கவனிப்போம்.'

எத்தனை தரம்தான் ஒரே பாரத்தை நிரப்பி அனுப்புவது; நான் அனுப்பவில்லை. பொறுத்திருந்தேன். ஒருநாள் பார்த்தால்

தபாலில் எனக்கு 1300 டொலர் வந்து சேர்ந்தது. நான் கடிதம் எழுதினேன்.

'அன்புள்ள அம்மையாரே.

பணம் 1300 டொலர் காசோலை இன்று கிடைத்தது. மிக்க நன்றி'

அதற்கும் உடனே கம்ப்யூட்டரில் இருந்து பதில் வந்தது. 'உங்கள் கடிதம் கிடைத்தது. நீங்கள் குறிப்பிடும் விண்ணப்பம் கிடைக்கவில்லை...'

அதற்குப் பிறகு நடந்ததைத்தான் நீங்கள் நம்ப மாட்டீர்கள். நான் ஒரு கடிதம் எழுதினேன்.

'அன்புள்ள அம்மையாரே,

உங்களை மணமுடிக்க விரும்புகிறேன்.'

'உங்கள் கடிதம் கிடைத்தது. நீங்கள் குறிப்பிடும் விண்ணப்பம் கிடைக்கவில்லை. ..'

என்ன கதைப்பது?

ஒரு துறையில் பிரசித்தி பெற்றவரை திடீரென்று சந்தித்தால் வாயடைத்து நிற்பது என் வழக்கம். அப்படியிருக்க வீடு தேடிவந்த கொலைகாரனிடம் பேசவேண்டிய நிர்ப்பந்தம் ஏற்பட்டால் அதை எப்படி சமாளிப்பது. அத்தோடு மொழிப்பிரச்னை வேறு எனக்கு இருந்தது. இது நடந்தது பல வருடங்கள் முன்பு. இன்று அதையெல்லாம் தாண்டி நான் வந்திருந்தாலும் எந்தச் சந்தர்ப்பத்திலும் யாருடனும் பேசுவதைக் கலையாகவே வளர்த்து வைத்திருக்கும் சிலரைக் காணும்போது ஏற்படும் பொறாமையை நிறுத்தமுடியவில்லை.

சமீபத்தில் ஒபாமா கனடா வந்திருந்தார். அவரை கனடிய ஆளுநர் விமானத்திலிருந்து இறங்கியதும் வரவேற்றார். அரை நிமிட நேரத்தில் இருவரும் சிரித்து சிரித்துப் பேசினார்கள். இதைத் தொலைக்காட்சி கேமராக்கள் உலகெங்கும் ஒளிபரப்பின. அவர்கள் என்ன பேசியிருப்பார்கள் என்பதை எவ்வளவு கற்பனை வளம் உள்ளவராலும் ஊகிக்கமுடியாது.

ஒருமுறை நான் நைஜீரியாவின் புகழ்பெற்ற எழுத்தாளர் வோலே சோயிங்காவுடன் கைக்குலுக்க நேர்ந்தது. ஒரு முழு நிமிடம் நான் ஒன்றுமே பேசவில்லை. அப்பொழுதே அவர் இலக்கியத்துக்கான நோபல் பரிசை வென்றிருந்தார். அந்தத் தருணம் நழுவிப் போனது. 'உங்கள் சிறைக் கவிதைகள் படித்தேன், நல்லாயிருந்தது' என்று சொல்லியிருக்கலாமோ என்று பின்னர் பட்டது. ஆனால், யோசித்துப் பார்த்தபோது மௌனமாக இருந்ததே சரியென்று தோன்றியது.

உலகப் பிரபலமானவர்களை எதேச்சையாகச் சந்திக்கும் போது என்ன செய்யவேண்டும்? முதல் நிமிடத்திலேயே அவரைப் புகழக்கூடாது. சிலருக்கு அது அவமானமாகவும் கூச்சமாகவும் இருக்கும். எரிச்சலைக்கூடத் தரும். 'உங்கள் புத்தகத்தை வாசித்தேன், அதுபோல ஒன்றை என் வாழ்நாளில் படித்தது கிடையாது' என்று சொல்லலாமா?' அதனால் அவருக்கு என்ன பிரயோசனம். அதிக பெறுமதி வாய்ந்த அவருடைய நேரத்தைப் பகிர்ந்துகொள்ளும் போது நீங்கள் சொல்வது அவருக்குப் பயனுள்ளதாக இருக்க வேண்டும்; அல்லது வித்தியாசமாகவாவது இருக்கவேண்டும்.

குறைந்தபட்சம் ஒரு சம்பாசணையை கிளப்புவதற்கான சுவாரஸ் யத்தையாவது தரவேண்டும்.

சமீபத்தில் ஒரு நண்பர் வீட்டுக்கு விருந்துக்குப் போயிருந் தேன். அந்த நண்பர் எந்த விசயத்தையும் எந்த ஆளுடனும் எந்தச் சமயத்திலும் பேசுவதற்கு தயாராயிருப்பவர். அவருடைய அறிவு ஆழமில்லாதது. ஆனால், அகலமானது. மொழி தெரியாத எஸ்கிமோவை அவர் சந்திக்க நேர்ந்தால் சில நிமிடங்களில் எஸ்கிமோக்களுக்குப் பிடித்த அஸாலீக் ரொட்டியை எப்படி மிருதுவாகச் செய்வது என்று அவர் கற்றுக் கொடுத்துக் கொண்டிருப்பார். அந்த நண்பர் விருந்து முடிந்த பின்னர் ஒரு புகைப்படத்தை எனக்குக் காட்டினார். அதில் நண்பரும் இன்னொரு 75 வயது மதிக்கத்தக்க வெள்ளைக்காரரும் இருந்தனர். அந்த வெள்ளைக்காரர் ஒரு காலத்தில் உலகம் முழுவதற்கும் தெரிந்தவர். ஒரு கிராமத்துக் குழந்தைக்குக்கூட அவருடைய பெயர் பரிச்சயம். ஆனால், எனக்குத் தெரியவில்லை. நண்பர் 'அவர் நீல் ஆம்ஸ்ரோங், சந்திரனில் காலடி எடுத்து வைத்த முதல் மனிதர்' என்றார்.

நான் உடனே பரபரப்பாகி, அப்படியா எங்கே சந்தித்தீர்கள், என்ன பேசினீர்கள் என்று கேள்விகளை அடுக்கினேன். பொஸ்டனில் ஒரு கருத்தரங்கில் நீல் ஆர்ம்ஸ்ரோங் சிறப்பு விருந்தினராகக் கலந்துகொண்டார். அங்கே அவருடன் பேசுவதற்கு நண்பருக்குச் சில நிமிடங்களை ஒதுக்கினார்கள். நண்பர் கேள்விகள் ஒன்றையும் முன்கூட்டியே தயாரித்திருக்க வில்லையாதலால் அந்தக் கணம் மனத்தில் தோன்றியதைக் கேட்டிருக்கிறார்.

நண்பர்: சந்திரனுக்குப் போனது சரி, செவ்வாய்க் கிரகத்துக்கு மனிதன் பயணிப்பதற்கான ஆராய்ச்சிகள் நடக்கின்றனவா?

ஆர்ம்ஸ்ரோங்: நான் இதை உத்தியோகபூர்வமாகச் சொல்ல முடியாது. ஆனால் நாசாவில் அதற்கான ஆராய்ச்சிகள் ஆரம்ப மாகிவிட்டன. இன்னும் இருபது வருடங்களில் செவ்வாய்க் கிரகத்தை நோக்கி மனிதன் பயணம் செய்யக்கூடும்.

நண்பர்: முதன்முதலில் சந்திரனை நோக்கிப் பயணித்தபோது உங்களுக்குப் பயம் இருந்ததா?

ஆர்ம்ஸ்ரோங்: இருந்தது, ஆனால் பயணம் பற்றிய பயம் அல்ல. சோவியத் யூனியன் விஞ்ஞானிகள் மனிதன் இல்லாத விண்கலம் ஒன்றைச் சந்திரனுக்கு அனுப்பி அங்கே நாங்கள் காலடி வைப்பதற்கு முன்னர் அவர்கள் கொடியை நாட்டுவதற்குத் திட்ட மிட்டிருந்தார்கள் என்ற செய்தி எங்களுக்குக் கிடைத்தது. அது

நடந்துவிடுமோ என்ற பயம் அந்தப் பயணம் முழுக்க எங்களிடம் இருந்தது. ஆனால், அப்படியொன்றும் நடக்கவில்லை.

நண்பர்: மறக்கமுடியாத சம்பவம் ஏதாவது?

ஆர்ம்ஸ்ரோங்: மறக்க முடியாதது அல்ல, துன்புறுத்திய சம்பவம். நாங்கள் சந்திரனில் இறங்கிய பிறகு உடனடியாகத் தரையில் கால் வைப்பது என்ற திட்டமில்லை. ஓய்வெடுத்த பிறகுதான் அதைச் செய்வதாக இருந்தோம். ஆனால், சந்திரனுக்குப் போன பிறகு அதை மாற்றினோம். சந்திரனில் இரண்டரை மணி நேரம் நானும் என் சக விண்வெளிப் பயணி அல்டிரினும் சோதனைகள் நடத்தினோம். சந்திரன் தன்னைத்தானே சுற்ற 28 நாள்கள் எடுக்கும். சந்திரன் பூமியைச் சுற்றவும் அதேபோல 28 நாள்கள் எடுக்கும். ஆகையால் சந்திரனின் ஒரு பக்கம் எப்பவும் பூமியைப் பார்த்தபடியே இருக்கும். சந்திரனில் பகல் 28 நாள்கள் என்றால் இரவும் 28 நாள்கள். அங்கே காற்று இல்லாதபடியால் காலை, மாலை என்றெல்லாம் கிடையாது. வெப்பமோ தாங்க முடியாது, 102 டிகிரி செண்டிகிரேட். அந்தக் காலத்து விண்வெளி உடை கார் ரேடியேற்றர் போலத் தண்ணீரைச் சுற்றி அனுப்பி உடம்பைக் குளிரவைக்கும். ஆனால் அது போதாது. உடம்பு கொதித்தபடி இருந்தது. என்னால் ஓய்வெடுக்க முடியவில்லை; தூங்கமுடியவில்லை. அந்த உடைதான் என்னை இம்சைப் படுத்தியது.

ஒருவித ஆயத்தமும் இல்லாமல் நீல் ஆர்ம்ஸ்ரோங்குடன் இந்த சம்பாசணையை நண்பர் நடத்தியிருக்கிறார். எனக்கு இப்படியான வாய்ப்புக் கிடைத்தால் என்ன செய்திருப்பேன் என்று யோசித்துப் பார்த்தேன். ஒன்றுமே மனத்தில் உடனடியாகத் தோன்ற வில்லை. ஆற அமர சிந்தித்தபிறகு நான் ஆம்ஸ்ரோங்கிடம் இப்படிக் கேட்டிருக்கலாம் என்று பட்டது. 'விண்வெளிப் பயிற்சிக்கு விண்ணப்பங்கள் கோரப்பட்டபோது நீங்களும் அனுப்பினீர்கள். ஆனால், உங்கள் விண்ணப்பம் ஒருவாரம் பிந்தி, முடிவு தேதி கடந்தபிறகு போய்ச் சேர்ந்தது. டிக்டே என்பவர் உங்கள் விண்ணப்பத்தை ரகஸ்யமாக எடுத்து ஏற்கெனவே வந்திருந்த விண்ணப்பங்களுக்கு நடுவில் செருகிவிட்டார். ஆகவே, நீங்கள் பயிற்சிக்குத் தேர்வானீர்கள். எப்போதாவது நீங்கள் டிக்டேக்கு நன்றி சொன்னீர்களா?' என்று கேட்டிருக்கலாம். ஆனால், உடனுக் குடன் மனத்தில் தோன்றியதைக் கேட்டு ஒரு சம்பாசணையைச் சரியான திசையில் செலுத்துவது என்பது என் நண்பர் போன்றவர் களுக்கே சாத்தியமானது.

பிரபலமான ஒருவரைக் கண்டு மௌனமாக இருப்பதிலும்

பார்க்க மோசமானது அவரிடம் மோசமான கேள்விகளைக் கேட்பது. நடிகை பத்மினி ஒருமுறை கனடாவுக்கு வந்திருந்தார். ஐம்பது வயதான ஒரு பெண்மணி விமான நிலையத்துக்கே வந்து விட்டார், அவரை வரவேற்க. அவருக்குப் பத்மினியை முன்பின் தெரியாது. ஆனால், அதற்காக அந்தப் பெண்மணி அதிகாலை யிலேயே எழுந்து மிகையான ஒப்பனை செய்ததில் முகம் ஒரு நிறத்திலும் கழுத்தும் கைகளும் வேறு நிறத்திலும் இருந்தன. முதல் நாள் இரவே காசுகொடுத்துத் தலையலங்காரம் செய்து கதிரையில் உட்கார்ந்தபடியே இரவு தூங்கியதாகச் சொன்னார். இந்தப் பெண்மணி தன் மனத்தில் பத்மினியிடம் கேட்பதற்கான ஒரு கேள்வியை முப்பத்தைந்து வருடங்களாகக் காவி வருகிறாராம். பத்மினி கனடா மண்ணில் காலடி வைத்து சரியாக அரை மணி நேரம் கூடக் கழிய முன்னர் அவரிடம் இந்த நடுத்தர வயதுப் பெண் கேட்ட கேள்வி: 'நீங்கள் ஏன் சிவாஜியைக் கல்யாணம் செய்துகொள்ளவில்லை?'

நான் பிரபலமானவர்களைத் தேடிப் போய்ச் சந்திக்கும்போது எப்படியும் ஒரு வித்தியாசமான கேள்வியைக் கேட்டு சம்பா சணையைத் தொடங்கவேண்டும் என்று நினைத்துக்கொள்வேன். அப்படிக் கேட்டால்தான் அவருக்கும் கேள்விக்குப் பதில் சொல்வதற்கான ஒரு சுவாரஸ்யம் ஏற்படும். கனடாவில் வசிக்கும் பிரபல எழுத்தாளர் மார்கிரட் அட்வூட்டைச் சந்தித்தபோது நான் முதல் கேள்வியாக அவருடைய புத்தகத்தைப் பற்றிக் கேட்கவில்லை. அவருடைய சிவப்பு சுருண்ட தலைமுடியைப் பற்றிய கேள்வியை எழுப்பினேன். 'இளவயதில் இருந்து இன்றுவரை உங்கள் தலைமுடி ஸ்டைல் மாறவில்லை. இதைப் பராமரிப்பதற்கு ஏதாவது விசேஷமாகச் செய்வீர்களா?' இதுதான் கேள்வி. அவருடைய முகத்தில் தோன்றிய மகிழ்ச்சியை அப்போது பார்த்திருக்க வேண்டும்.

அவர் 'இந்த முடி என்னுடைய ஐரிஷ் மூதாதையர் மரபில் வந்தது. நான் அதைப் பராமரிக்க சிரமப்பட்டு ஒன்றுமே செய்த தில்லை. அதன் வளர்ச்சியில் நான் குறுக்கிடாமல் இருக்கிறேன். அவ்வளவுதான்' என்றார். அதற்குப் பிறகு மீதி கேள்விகளை இலகுவாகத் தொடர முடிந்தது. அதே மாதிரிதான் Zana Brisky யும். 2005ஆம் ஆண்டு அவர் இயக்கிய Born into Brothels விவரணப் படத்துக்கு ஒஸ்கார் விருது கிடைத்தது. நான் அவரிடம் 'விருதுச் சிலையை நீங்கள் எங்கே வைப்பீர்கள்? வீட்டிலா அலுவலகத்து மேசையிலா, வங்கி லொக்கரிலா?' என்று கேட்டேன். அவர் அலுவலகத்து மேசை என்று சொல்லிவிட்டுச் சிரித்தார். அதன்பிறகு சம்பாசணை தடையின்றி ஓடியது.

எனக்குத் தெரிந்த ஒரு விஞ்ஞானி அமெரிக்காவில் ஒரு கலந்துரையாடலில் கலந்துகொண்டார். அந்தக் கூட்டத்தில் பில் கேட்ஸ் உரையாற்றினார். இந்த விஞ்ஞானியும் பேசினார். அவர்களுக்கிடையில் சில அடிகள் தூரமே இருந்தது. 'நீங்கள் பில் கேட்சிடம் ஏதாவது பேசினீர்களா?' என்று கேட்டேன். அவர் 'இல்லை, என்ன பேசுவது. விண்டோஸ் என்னுடைய கணினியில் நன்றாக வேலை செய்கிறது என்று சொல்வதா?' என்றார். 'என்ன இப்படிச் செய்து விட்டீர்கள்? பில் கேட்ஸ் நிலத்துக்கு அடியில் வீடு கட்டி வாழ்கிறார். அவர் வீட்டுக் கூரையில் புல் முளைக்கிறது. அதுபற்றிக் கேட்டிருக்கலாமே' என்றேன். நண்பரோ 'நீங்களே அடுத்தமுறை அதை அவரிடம் நேரில் கேளுங்கள்' என்று பதில் இறுத்தார்.

உலகப் புகழ் பெற்றவர்களைச் சந்திப்பதற்கு அருமையான இடம் பறக்கும் விமானம்தான். நான் ஒன்றிரண்டு பேரை விமானத்திலேயே சந்தித்திருக்கிறேன். விமானத்தில் அவர்கள் அகப்பட்டால் அவர்கள் உங்களிடமிருந்து தப்பி ஓட முடியாது. நீங்கள் கேட்கும் கேள்விகளுக்குப் பதில் சொல்லியே ஆகவேண்டும் அல்லது தூங்குவதுபோல பாசாங்கு செய்யலாம். தூங்கினாலும் தூக்கம் கலைந்து எழும்பும்போது மீண்டும் தொடரலாம். ஒருமுறை பக்கத்தில் அமர்ந்த எழுத்தாளர் ஒருவரிடம், 'நீங்கள் 'எனக்கு இன்று சுகமில்லை, ஆகவே கவிதை எழுத முடியாது. நான் கட்டுரைதான் எழுதுவேன்' என்று சொன்னீர்களாமே? அது உண்மையா?' என்று கேட்டேன். அவர் அப்படிச் சொன்னதே கிடையாது. அவர் 'உண்மையில்லை' என்று சொல்வார் அல்லது வேறு பதில் கூறுவார். எப்படியும் ஒரு சம்பாசணை ஆரம்பமாகிவிடும்.

இப்பொழுதெல்லாம் பயணம் செய்யும்போது சில கேள்விகளை தயாராக வைத்திருக்கிறேன். தற்சமயம் உலகத்தில் நடிப்பிற்கு அதிக சம்பளம் வாங்கும் அஞ்சலினா ஜூலியை விமானத்தில் தற்செயலாகச் சந்தித்தால் அவரிடம் கேட்பதற்குக்கூட என்னிடம் கேள்விகள் உள்ளன. 'உங்கள் பெயரில் ஆண் பெயர் இல்லை, இரண்டுமே பெண் பெயர்கள். அதற்கென்ன காரணம்?' என்று கேட்கலாம். அல்லது 'நீங்கள் இளம் பெண்ணாக இருந்தபோது கோபம் வரும் சமயங்களிலெல்லாம் உங்கள் கைகளில் நீங்களே கத்தியால் வெட்டிக்கொள்வீர்களாமே. இப்பொழுதும் அப்படிச் செய்வதுண்டா?'

இந்தக் கேள்வியை, அஞ்சலினா ஜூலி சாப்பிட்டு முடித்த பின்னர் விமானப் பணிப்பெண் அவருடைய கரண்டிகளையும் கத்திகளையும் திரும்பப் பெற்றுக்கொண்டு போய்விட்டார்

என்பதை உறுதிப்படுத்திய பின்னரே கேட்பேன். அதற்குப் பதிலாக அவர் என்ன சொன்னாலும் அடுத்தநாள் அது பத்திரிகை செய்திதான்.

ஒரு கேள்வியே தயாரிக்க முடியாத ஒருவர் உடனுக்குடன் பதில் சொல்வதென்பது எவ்வளவு கடினமான காரியம். முந்திய பிரிட்டிஷ் பாராளுமன்றத்தில் விவாதங்கள் காரசாரமாக நடக்கும். சுடச்சுட பதிலடி கொடுப்பார்கள். அதையெல்லாம் புத்தகங்களில் பதிந்து வைத்திருக்கிறார்கள். அன்றிலிருந்து இன்றுவரை மேற்கோள் காட்டப்படும் சாமர்த்தியமான வாசகம் ஒன்றுள்ளது. ஜோன் வில்க்ஸ் என்பவர் எழுத்தாளர், அத்துடன் அரசியல்வாதி. ஒருமுறை அவருடைய எதிரி அவரைப் பார்த்து இப்படி வசை பாடினார். 'நீ ஒன்றில் தூக்கில் தொங்குவாய் அல்லது மேகநோய் பிடித்துச் சாவாய்.' வில்க்ஸ் மூக்குப்பொடி போடும் வழக்கமுள்ளவர். அவர் பொடியை எடுத்து சாவதானமாக மூக்கினுள் உறிஞ்சிவிட்டு இப்படிப் பதிலடி கொடுத்தார். 'அது சொல்ல முடியாது. நான் உம்முடைய கொள்கையைத் தழுவுகிறேனா அல்லது உம்முடைய ஆசைநாயகியைத் தழுவுகிறேனா என்பதில்தான் அது தங்கியிருக்கிறது.' உடனுக்குடன் பேசி எதிரியை முறியடிப்பது என்பது ஒரு கலை.

தயாரிப்பு இல்லாமல் பேசும் அறிவு பல வருடங்களுக்கு முன்னர் என்னிடம் இல்லை. ஒரு முழுக் கொலை செய்தவனுடன் இந்த உலகத்தில் எத்தனை பேர் உரையாடியிருப்பார்கள். ஒரு காலத்தில், 50 வருடங்களுக்கு முன்னர், கரோலிஸ் என்ற பெயர் இலங்கையில் பிரசித்தம். காலையில் தினப்பத்திரிகையைத் திறந்தால் அவனுடைய பெயரும் படமும் முதல் பக்கத்தில் இருக்கும். அந்தப் பிரபலத்துக்குக் காரணம் கரோலிஸ் தன் மனைவியைக் கொலை செய்தவன். அவனுடைய வழக்கு தீர்ப்பு வெளியாகும்வரை அவன் பெயர் பேப்பர்களில் அடிபட்டது. அவனைக் குற்றவாளி என்று கண்ட நீதிமன்றம் அவனுக்குத் தூக்குத் தண்டனை விதித்தது. பிறகு அது ஆயுள் தண்டனையாகக் குறைக்கப்பட்டது.

நான் மணமுடித்து இரண்டு வருடங்கள் ஆனபிறகு ஒரு நாள், நானும் மனைவியும் மாடியில் நின்றுகொண்டிருந்தோம். எங்கள் ஆறுமாதக் குழந்தை உள்ளே தூங்கியது. அப்பொழுது தூரத்தில் ஐம்பது வயது மதிக்கத்தக்க ஒருத்தன் நடந்து வருவது தெரிந்தது. வெள்ளைச் சாரம், வெள்ளை சேர்ட், கறுத்த அகலமான பெல்ட். அவனைப் பார்த்துவிட்டு என் மனைவி 'ஐயோ கரோலிஸ்' என்று கத்திவிட்டு உள்ளே ஓடினார்.

நான் எதிர்பார்த்த மாதிரியே கரோலிஸ் வந்து எங்கள்

வீட்டுக் கதவு மணியை அடித்தான். நான் திறப்பதா வேண்டாமா என்று தயங்கிவிட்டு, கதவைத் திறப்பதற்காகக் கீழே இறங்கினேன். நான் மணமுடிப்பதற்கு முன்னர் என் மனைவி வீட்டில் கரோலிஸ் டிரைவராக வேலை பார்த்தவன். மனைவியுடைய நாலு வயதில் இருந்து அவருடைய 14 வயது வரை, பத்து வருடங்கள் காலையில் பள்ளிக்கூடத்துக்கு ஏற்றிப் போவதும் மாலையில் திரும்ப அழைத்து வருவதும் அவன் பொறுப்பு. நேர்மையானவன், நம்பிக்கையானவன், குணசீலன் என்று பேரெடுத்தவன். அவன்தான் தன் மனைவியை நடு ரோட்டில் கழுத்தை நெரித்துக் கொன்றுவிட்டு, அது போதாமல் என் மனைவி வீட்டுக் காரை இரண்டுமுறை அவள் மேல் ஏற்றி அவள் செத்துப்போய்விட்டதை நிச்சயம் செய்தவன். இந்தத் தகவல்கள் எல்லாம் நீதிமன்றத்து விசாரணையில் வெளிவந்தன. பன்னிரண்டு வருடங்கள் கழித்து ஆயுள் தண்டனையை முடித்துவிட்டு கரோலிஸ் வெளியே வந்திருந்தான்.

நான் கதவைத் திறந்தபோது அவன் இன்னொரு முறை மணியை அடிப்பதற்காக ஒரு கையைத் தூக்கியபடி நின்றான். என்னைக் கண்டதும் அதே கையை மற்ற கையுடன் சேர்த்து வணக்கம் என்றான். அவன் புறங்கைகளில் மயிர் எக்கச்சக்கமாக முளைத்துக் காணப்பட்டது. வாய் ஓரம் வெடித்து சிவப்பாக இருந்தது. நானும் வணக்கம் கூறினேன். என்னை அவனுக்குத் தெரியாது, நான் மணமுடித்தபோது அவன் சிறையில் இருந்தான். ஆனால் ஊகித்திருப்பான். அவனுக்கு எவ்வளவு தமிழ் தெரியுமோ அதே அளவுக்கு எனக்கு சிங்களம் தெரிந்தது. என் மனைவி நல்லாக சிங்களம் பேசுவார். ஆனால், அவர் மாடி அறை ஒன்றில் நடுக்கத்துடன் ஒளிந்துகொண்டிருந்ததால் எனக்கு உதவ யாரும் இல்லை. கரோலிஸும் வந்த காரியத்தை முடிக்காமல் போக மாட்டான் போல இருந்தது. கரோலிஸ் தன் இடது தோளைப் பார்த்தபடி அடுத்துப் பேசிய வசனம் முக்கியமானது.

'பேபி சுகமாய் இருக்கா?'

'இப்ப தூங்குது. எழும்பியதும் தூக்கிக்கொண்டு வந்து காட்டுறன்.'

என் மனைவி குழந்தையாக இருந்த காலத்திலிருந்து கரோலிஸ் அவரைத் தூக்கித் தோளில் வைத்து விளையாடியிருக்கிறான். அவன் பேபி என்று சொன்னது என் மனைவியைத்தான். தாகூரின் இன்னொரு காபூலிவாலா கதை. சின்ன பேபியும் பெரிய பேபியும் அறையைவிட்டு வெளியே வரவில்லை. ஒரு கொலைகாரனுடன் நான் தனியே விடப்பட்டேன். அவனுடன் என்ன பேசுவது, என்ன பேசாமல் விடுவது என்பது எனக்குத் தெரியவில்லை.

சாவியை நுழைத்து யாரோ கார் எஞ்சினை முடுக்கிவிட்டதுபோல என் நெஞ்சு டுக்கு டுக்கென்று அடித்தது. அடுத்த ஒரு மணிநேரம் சம்பாசணையை முடிவுக்குக் கொண்டுவர நான் என்ன என்ன வெல்லாமோ தந்திரங்கள் செய்யவேண்டியிருந்தது.

கையுறை

என் மனைவி ஒரு கதை சொன்னார். அவர் மாணவியாக இருந்த சமயம் அவருடைய ஆசிரியை யப்பானுக்குப் போய் வந்திருந் தார். அங்கே ஒரு ரயில் நிலையத்தில் ஆசிரியை கைப்பையை மறதி யாக விட்டுவிட்டு ரயில் ஏறிவிட்டார். இரண்டு மணி நேரம் கழித்து அவர் திரும்பவும் வந்தபோது அந்தக் கைப்பை வைத்த அதே இடத்தில் இருந்ததாம். யப்பானியர்கள் நாணயமானவர்கள் என்று என் மனைவி தன் தீர்ப்பைச் சொல்லி முடித்தார். ஒருவருடம் முன்பு யப்பானிய அமைச்சர் ஒருவர் லஞ்சம் வாங்கி பிடிபட்டு உலகச் செய்தியான கதையை நான் மனைவிக்கு நினைவூட்ட வில்லை. ஆனால் நான் 'கனேடியர்களும் அப்படித்தான், நாணய மானவர்கள்' என்று சொன்னேன்.

எப்பொழுது நான் அப்படிச் சொல்வேன் என்று காத்துக் கொண்டிருந்ததுபோல ஒரு சம்பவம் நடந்தது. மறுநாள் காலை விடிந்தபோது சூரியன் வெளியே வந்திருந்தான். ஆனால், பனிக் குளிரை அவனால் விரட்ட முடியவில்லை. அன்றைய வேலைகள் எனக்கு நிரையாக இருந்தன. நான் அவற்றை ஒவ்வொன்றாகச் செய்து முடித்தேன். சாமான்கள் வாங்குதல், கார் கழுவுதல், வங்கியில் பணம் மாற்றுதல், பெற்றோல் போடுதல் இப்படி பல தொல்லைகள். வீடு வந்து சேர்ந்த பின்னர்தான் இடதுகை கையுறை தொலைந்து போனது தெரிந்து மனம் திடுக்கிட்டது.

ஏதாவது பொருள் தொலைந்து போனால் அன்றைய என் நடமாட்டத்தைப் பின்னோக்கித் தள்ளித் தேட வேண்டும் என்பது என் அம்மாவின் புத்திமதி. அப்படியே செய்தேன். இந்தக் கையுறை சாதாரணமானது அல்ல. என் மகன் பத்து வருடத்துக்கு முன்னர் தனது முதல் சம்பளத்தில் ஆசையாக வாங்கிப் பரிசளித்தது. இளம் வெள்ளாட்டுத் தோலில் பதப்படுத்திச் செய்யப்பட்டது. கையுறை அணிந்ததுபோலவே தெரியாமல் கையோடு ஒட்டிக்கொண்டு கனமில்லாமலும் மிருதுவாகவும் இருக்கும். கறுப்பு அல்ல, கபில நிறமும் அல்ல; இரண்டுக்கும் இடைப்பட்ட கலர். எந்தக் காரணத்தைக்கொண்டும் அதை இழந்துவிட நான் தயாராக இல்லை.

நான் பெற்றோல் நிலையத்துக்குப் போனேன். காசை எடுத்துக் கொடுத்தபோது கையுறையை அங்கே தவற விட்டிருக்கலாம். மேலாளர் இல்லை, அவர் ஐந்து நிமிடத்தில் வந்துவிடுவார்

என்றார்கள். நான் நீண்ட மேலங்கியை மெல்லத் தூக்கிவிட்டு அமர்ந்தேன். தொலைபேசியில் முக்கியமான ஒரு தகவல் காத்திருப்பது போல நான் அங்கே காத்திருந்தேன். ஐந்து நிமிடம் என்பது எவ்வளவு பெரிய கால அளவு. ஒரு முழு முகச்சவரம் செய்து கொள்ளலாம். செல்பேசியில் நாலு குறுஞ்செய்திகள் அனுப்பலாம். பாதி தேநீர் தயாரிக்கலாம். காத்திருந்தேன். மேலாளர் எதையோ மென்றபடி வந்தார். என் வலது கையைத் தன் இரண்டு கைகளுக்கும் இடையில் வைத்து சாண்ட்விச்போல அமத்திப் பிடித்து விசாரித்தார். நான் கையுறை விருத்தாந்தத்தைக் கூறினேன். சுருக்கமாக அப்படி யாரும் கையுறை விடவில்லையே என்றார்.

ஆறு படிகள் ஏறி நுழையும் வீட்டுக்குச் சென்றேன். ஓரங்களில் கிழிந்த தரை விரிப்பும் ஒருபோதுமே கழுவாத திரைச்சீலைகளும் நான் முதல்நாள் பார்த்ததுபோலவே காணப்பட்டன. வீட்டுப் பெண்மணி பிரசவ அப்பியாசம் செய்துகொண்டிருந்தார். தொலைந்த என் கையுறையைப் பற்றிக் கேட்டேன். அவர் அப்பியாசத்தை நிறுத்தாமல் இல்லை என்றார். வங்கிக்குப் போனேன். எந்த நேரமும் நிறைந்த சிரிப்புடன் காணப்படும் பெண்ணிடம் என் கதையைச் சொன்னேன். அவள் இரண்டு யோசனைகளுக்கு நடுவில் நின்றாள். அப்படியிருந்தும் சிரிப்பைச் சிறிதளவாவது குறைக்காமல் கையுறையை நான் அங்கே விடவில்லை என்றாள். நான் மறுபடியும் வீட்டுக்குத் திரும்பி என் துயரக்கதையை மீட்டி அனுபவித்தேன்.

அடுத்தநாள் இரண்டு அங்குலம் பனி கொட்டியபடியால் நான் வெளியே போகவில்லை. ஆனால் நடு இரவில் ஒரு யோசனை உதித்தது. கார் கழுவிய இடத்தை நான் சோதிக்கவில்லை. கார் சில்லு இரண்டு தண்டவாளத்துக்கு நடுவில் செல்லாமல் ஒன்றில் ஏறி மறுபக்கம் விழுந்துவிட்டது. நான் கீழே இறங்கி சில்லை ஆராய்ந்தது ஞாபகத்துக்கு வந்தது. விடிந்ததும் முதல் வேலையாக அங்கே ஓடினேன். என்ன சொல்வது? நான் காரைவிட்டு இறங்கிப் பரிசோதித்த அதே இடத்தில் இரண்டு அங்குலம் பனிக்குக் கீழே கையுறை எனக்காகக் காத்துக்கொண்டிருந்தது. அதை ஒருவருமே திருடவில்லை. நீண்ட நாள் பிரிந்திருந்ததுபோல ஆசையுடன் தடவி அணிந்துகொண்டேன். உலகத்தில் ஆகக்கூடிய மகிழ்ச்சியை வள்ளுவர் 'காழில் கனி' என்று சொல்வார். விதையில்லாத பழத்தை உண்ட இன்பத்தை அந்தக் கணத்தில் உணர்ந்தேன்.

யப்பானைப்போல ரொறொன்ரோவும் நாணயமான மக்களால் நிறைந்திருக்கிறது என்றேன். மனைவி 'ஒற்றைக் கையுறையை உலகில் எந்த நாட்டிலும் எந்தத் திருடர்களும் திருடமாட்டார்கள். நீங்கள் ஒருமாதம் கழித்துச் சென்றிருந்தாலும் கையுறை விட்ட இடத்திலேயே கிடந்திருக்கும்' என்றார். மனைவிகள் எந்தக் காலத்திலும் பொய் உரைப்பதில்லை என்பது நினைவுக்கு வந்தது.

எதற்காக வந்தீர்கள்?

என்னுடைய கணக்குப்படி அமெரிக்காவுக்கு நான் கடந்த பல வருடங்களில் குறைந்தது 40-50 தடவைகள் பயணம் செய்திருக்கிறேன். ஒவ்வொரு தடவையும் குடிவரவில் கேள்விகள் காத்திருக்கும். அமெரிக்காவைப் பாதுகாப்பாக வைப்பதுதான் அவர்கள் நோக்கம். அதுவும் 9/11க்குப் பிறகு கெடுபிடி அதிகமானது. பாம்பு வசிக்கும் புற்றுப்போல பத்திரமான ஊர் என்று புறநானூறு சொல்லும். அப்படி நாட்டை பத்திரமாகப் பாதுகாப்பதுதான் அவர்கள் வேலை. எதற்காக அமெரிக்கா வருகிறீர்கள்? பதில் சொல்வேன். எவ்வளவு காலம் தங்குவீர்கள்? அதற்கும் சரியாகக் கணக்கு வைத்துச் சொல்வேன். இதற்கு முன்னர் வந்திருக்கிறீர்களா? கடைசியாக எப்போது வந்தீர்கள்? இந்தக் கேள்விகளுக்கெல்லாம் குடிவரவு அதிகாரிக்குப் பதில் தெரியும், என்றாலும் கேட்பார். நானும் கீழ்ப்படிவுடன் பதில் கூறுவேன். நல்ல ஒரு பதிலைச் சொல்வதிலும் பார்க்க வேறு என்ன பெரிய வேலை எனக்கு இருக்கிறது.

ஒருமுறை பெண்ணதிகாரி ஒருவருக்கு முன் நிற்கவேண்டி நேர்ந்தது. அளவான, கச்சிதமாகத் தைத்த மொரமொரப்பான சீருடையில் சிலைபோலத் தோற்றமளித்தார். கொஞ்சம் அளவுக்கு அதிகமாகவே ஒப்பனை செய்த பெண். அன்று வேலைமுடித்த பிறகு தன்னுடைய காதலனைச் சந்திப்பதற்கு அவர் போகக் கூடும். இந்தப் பெண்ணும் அதே கேள்வியைக் கேட்டார். 'கடைசியாக எப்போது வந்தீர்கள்?' அவர் கையில் பறவை செட்டையை விரிப்பதுபோல விரித்து வைத்திருந்த என்னுடைய கடவுச் சீட்டில் அந்த விவரம் இருந்தது. 'போனதடவை வந்தபோது' என்று சொன்னேன். அந்தப் பெண்ணுக்கு அது பிடிக்கவில்லை. கொலை வேல் நெடுங்கண்ணை என்மீது பாய்ச்சினார். அநாவசியமாக மேலும் ஓர் ஐந்து நிமிடம் அவர் முன் நிற்கவேண்டி வந்தது.

பிரான்ஸ் தேசத்துக்குப் போனால் அவர்கள் அங்கேயும் இதே கேள்விகளைக் கேட்டார்கள். ஆனால், உதடுகளில் தடவி மிருதுவாக்கப்பட்ட ஆங்கிலத்தில். எதற்காக வந்தீர்கள் என்று கேட்டபோது நான் லூவர் மியூசியம் என்றோ ஈஃபல் கோபுரம்

என்றோ பதில் கூறவில்லை. நோத்ரேடேம் மாதா கோவில் என்று பதில் சொன்னேன். உண்மையில் ஈஃபல் கோபுரத்திலும் பார்க்க மாதா கோவிலுக்கே அதிகம் சுற்றுலாப் பயணிகள் வருவதாக புள்ளி விவரம் சொன்னது. அந்தனி குவினும் ஜீனா லொலொபிரிஜிடாவும் நடித்த Hunchback of Notre Dame படத்தைப் பார்த்த பின்னர் எனக்கு அந்த மாதா கோவிலைப் பார்க்கவேண்டும் என்ற ஆசை வருடா வருடம் கூடிவந்தது. இந்த நாவலை எழுதிய விக்டர் ஹுயூகோ ஒரு புது மைப்போத்தலை வாங்கி, ஒரு சின்ன அறைக்குள் போய்த் தன்னைப் பூட்டி வைத்துக்கொண்டு நீண்ட நாள்களாக அதை எழுதி முடித்த பின்னர்தான் வெளியே வந்தார் என்று படித்திருந் தேன்.

750 வருடப் பழமையான அந்த பிரம்மாண்டமான மாதா கோவிலில் நான் பார்த்து ரசித்தது நிமிர்ந்து பார்க்கவைக்கும் அதன் இரட்டைக் கோபுரங்கள். கண்ணாடிகளில் வரைந்து வைத்த ஆயிரக்கணக்கான ஓவியங்கள். கூனனான அந்தனி குவினுக்கும் அழகி லொலொபிரிஜிடாவுக்கும் இடையில் அரும்பும் காதல் தேன் வடிவதுபோலக் கொஞ்சம் கொஞ்சமாக வளர்வதைப் படத்தில் காட்டியிருப்பார்கள். மாதா கோவிலில் வெவ்வேறு உயரங்களில் தொங்கும் பிரம்மாண்டமான கண்டாமணிகளின்மீது குரங்கு போலத் தாவி தாவிக் கூனனும் செவிடனுமான அந்தனி குவின் மணியடிக்கும் காட்சி மறக்க முடியாதது.

சமீபத்தில் பிரான்ஸில் இருந்து வந்த நண்பர் ஒருவருடன் பேசிக்கொண்டிருந்தபோது அவர் பிரான்ஸ் குடிவரவில் அமெரிக்கர்களிடம் 'எப்போது கடைசியாக வந்தீர்கள்?' என்று கேட்பதில்லை என்று சொன்னார். நான் நம்பவில்லை. சில வருடங்களுக்கு முன்னர் நடந்த கதையை அவர் சொன்னபோது நம்புவதா விடுவதா என்று தெரியவில்லை.

பிரெஞ்சு குடிவரவு அதிகாரியை நோக்கி ஓர் அமெரிக்கக் கிழவர் மெல்ல மெல்ல அடியெடுத்து ஊர்வதுபோல வந்தார். கிழவருக்கு வயது எண்பதுக்கு மேல் இருக்கலாம். அவருக்குப் பின்னால் நீண்ட வரிசை நின்றது. மெலிந்து உயர்ந்த அந்த உருவம் சற்று முன்பக்கம் கூனியபடி கால்களைத் தரையில் இருந்து உயர்த் தாமல் நகர்ந்தது. அவர் கையிலே பிடித்திருந்த பை உடம்பில் இருந்து ஓர் அடி முன்னுக்குக் கையிலே தொங்கியது. இளம் அதிகாரி 'பாஸ்போர்ட்' என்றார். கிழவர் திடுக்கிட்டு ஞாபகம் வந்தவர்போல நடுங்கும் மெல்லிய கைகளால் தன் உடலின் ஒவ்வொரு பாகத்தையும் தடவி பொக்கட்டைக் கண்டுபிடித்து பாஸ் போர்ட்டைத் தேடினார். இங்கும் அங்கும் தேடி ஒருவழியாக

பாஸ்போர்ட்டைக் கண்டடைந்து, அதை எடுத்து அதிகாரியிடம் நீட்டினார். அதிகாரி எரிச்சலை அடக்கிக்கொண்டு வழக்கமான கேள்விகளைக் கேட்டார். எதற்காக வந்தீர்கள்? எத்தனை நாள் தங்குவீர்கள்? இதற்குமுன் வந்திருக்கிறீர்களா? கடைசியாக எப்போது வந்தீர்கள்? கிழவர் சில கேள்விகளுக்குப் பதில் அளித்தார். சிலவற்றுக்கு அதிகாரி வேறு ஏதோ மொழி பேசியது போலப் புரியாமல் ஒன்றுமே பேசாமல் முன்னால் நின்றார். அதிகாரி சினத்துடன் எருது மாடு வாலை அடிப்பதுபோல கடவுச் சீட்டில் தேவைக்கு அதிகமான சத்தத்துடன் முத்திரை குத்தி அதை நீட்டியபடி முதியவரிடம் 'அடுத்த தடவை வரும்போது கடவுச் சீட்டை தயாராக வைத்திருங்கள்' என்றார். கிழவர் பாஸ்போர்ட்டைத் திரும்பப் பெற்றுக்கொண்டார். ஆனால், நகரவில்லை.

'1944ஆம் ஆண்டு' என்றார் கிழவர். அதிகாரி ஒன்றும் புரியாமல் அவரையே பார்த்தார்.

'ஜூன் 6ம் தேதி. அப்பொழுது நீ பிறந்திருக்கமாட்டாய்.'

'நகருங்கள், நகருங்கள்' என்று விரட்டினார் அதிகாரி.

'D Day என்று அழைக்கப்படும் அந்த நாளில் நானும் இன்னும் பல ஆயிரம் அமெரிக்கப் படைவீரர்களும் பிரான்ஸ் தேசத்தின் ஒமஹா கடற்கரையில் வந்து இறங்கினோம், உன்னுடைய தேசத்துக்கு விடுதலை வாங்கித்தர.'

அதிகாரிக்குச் சற்றுப் புரிய ஆரம்பித்தது. திகைத்துப்போய்க் கிழவரைப் பார்த்தார்.

'நான் கடைசியாக வந்தது அப்போதுதான். என் கடவுச் சீட்டைக் காட்டுவதற்கு ஒரு பிரெஞ்சுக்காரரையும் அந்தக் கடற் கரையில் என்னால் கண்டுபிடிக்க முடியவில்லை.'

இதுதான் நண்பர் சொன்ன கதை. இந்தச் சம்பவத்துக்குப் பிறகு பிரெஞ்சு குடிவரவு அதிகாரிகள் அமெரிக்கர்களிடம் 'நீங்கள் எப்போது கடைசியாக வந்தீர்கள்' என்று கேட்பதில்லையாம். யாராவது அமெரிக்கர்களிடம் இது பற்றி நான் கேட்கவேண்டும் என்று இருக்கிறேன்.

தண்டனை

விமானத்தில் ஒரு முறை பறந்துகொண்டிருந்தபோது அது பாதி வழியில் பழுதாகி மேலே பறக்க முடியாமல் கீழே அகப்பட்ட விமான நிலையம் ஒன்றில் இறங்கியது. முதலில் இரண்டு மணித்தியாலத்தில் விமானம் சரியாகிவிடும் என்று சொன்னார்கள். பின்னர் ஆறு மணி நேரம் என்றார்கள். பழுதுபார்க்கப்பட்ட விமானத்தில் ஏறி மூன்று மணிநேரம் ஓடுதரையில் காத்திருந்த பின்னர் மீண்டும் இறக்கப்பட்டோம். ஒரு முழு நாள் ஆனது. விமான கம்பனி பயணிகளுக்கு தங்க இடமும் உணவும் ஏற்பாடு செய்து, ஒரு புது விமானம் வருகிறது காத்திருங்கள் என்றது. எல்லா பயணியரும் கோபத்தின் உச்சிக்குப் போய்ப் பழுதுபட்ட விமானத்தில் மீண்டும் பறப்பதற்கு தயாராக இருந்தார்கள். காத்திருப்பது ஒருவருக்குமே பிடிப்பதில்லை. அது பெரிய தண்டனை.

ஆப்பிரிக்காவில் வேலை கிடைத்து நான் அங்கே போன போது நடந்த ஒரு சம்பவம். அந்த நாட்டில் அப்பொழுது கிட்டத்தட்ட மூன்று வருடங்களைக் கழித்துவிட்டேன். எங்கள் வீடு காட்டுப் பகுதியில் நாலு தூண்களுக்கு மேல் தனியாக நின்றது. நான் வேலை செய்த கம்பனி காட்டு மரங்களை வெட்டி வெளிநாடுகளுக்கு ஏற்றுமதி செய்தது. கம்பனியில் கணிசமான அரசாங்க முதலீடு இருந்தபடியால் அது ஒரு முற்று முழுதான அரசாங்க நிறுவனமாக மாறுவதற்கு முயன்றுகொண்டிருந்தது.

ஒருநாள் பின்னேரம் ஏழுமணியளவில் நான் வெளிவராந்தாவில் உட்கார்ந்து ஓய்வெடுத்தேன். மனைவியும் பிள்ளைகளும் உள்ளே இருந்தார்கள். வெளியே எரிந்த மின்விளக்கை அணைத்திருந்தேன். ஏனென்றால், ஆப்பிரிக்காவின் அத்தனை பூச்சிகளும் என்னைச் சுற்றி மொய்த்துவிடும். காடு எழுப்பும் ஒலி நேரத்துக்கு நேரம் மாறுபடும். ஆறு மணிக்கு ஒரு சத்தம், ஏழு மணிக்கு ஒரு சத்தம், நடு இரவு ஒரு சத்தம் என்று வித்தியாசமாக இருக்கும். அந்த ஒலிகளை தனித்தனியாக இனம் பிரித்து இது இன்ன பூச்சியின் சத்தம், இது இன்ன பறவையின் சத்தம், இது இன்ன மிருகத்தின் சத்தம் என்று ஊகிப்பது எனக்குப் பிடித்த விளையாட்டு. அதைத்தான் செய்துகொண்டிருந்தேன்.

அப்பொழுது பார்த்து திடீரென்று ஒரு வாகனம் வந்து நின்றது. அந்த நேரத்தில் ஒருவரும் காட்டுக்கு அண்மையில் இருக்கும் என் வீட்டிற்கு வருவது கிடையாது. அது அரசாங்க முத்திரை பதித்த வாகனமாயிருந்தபடியால் ஆச்சரியம் இன்னும் கூடியது. சீருடை அணிந்த சேவகன் ஒருவன் வந்து ஒரு தந்தியைக் கொடுத்துவிட்டுப் போனான். வழக்கமாக இப்படி, இந்த நேரத்தில் தந்தி விநியோகிப்பதில்லை. இது விபரீதமாகப் பட்டது. ஏதோ முக்கியமான சமாச்சாரம் என்று நினைத்துக்கொண்டு உறையைப் பிரிப்பதற்காக வீட்டின் உள்ளே போனேன். மின்விளக்கு வெளிச்சத்தில் என் கை உதறுவதைக் கண்டேன். என் மனைவி மகளைத் தூக்கி இடுப்பில் வைத்துக்கொண்டு என் பக்கத்தில் நின்றாள். என் மகன் காலைப் பிடித்துக்கொண்டு கீழே நின்றான். ஒரு சொல் ஒருவரும் பேசாவிட்டாலும் அந்தத் தந்திக்குள் எங்கள் வாழ்க்கையை மாற்றப் போகும் வார்த்தைகள் இருப்பது அந்தக் கணம் எல்லோருக்கும் தெரிந்திருந்தது.

அந்த நாட்டு ஜனாதிபதியின் அரண்மனையிலிருந்து தந்தி வந்திருந்தது. மூன்றே மூன்று வார்த்தைகள்தான். 'அரண்மனைக்கு உடனே வரவும்.' என் முகம் எப்படி மாறிப்போனது என்பது எனக்குத் தெரியாது. ஆனால், மனைவியின் கண்களில் முன்னெப் பொழுதும் தோன்றாத பீதி தெரிந்தது. என்ன என்ன என்று கேட்டார். என்னால் பதில் சொல்லமுடியவில்லை. நிச்சயமாக அரசமாளிகை இரவு விருந்துக்கு என்னைக் கூப்பிடவில்லை. தங்க மாலை போட்டு விருது வழங்கவும் அழைக்கவில்லை. என்னைப் போன்றவர்களுக்கு ஜனாதிபதியிடமிருந்து தந்தி வந்தால் அதன் பொருள் ஒன்றுதான். நீங்கள் சிறைக்குச் செல்கிறீர்கள். அல்லது நாடு கடத்தப்படுகிறீர்கள். நான் என்ன நடந்திருக்கும், எதற்காக இந்தத் தந்தியை அனுப்பியிருக்கிறார்கள் என்று மூளையை ஆசுவாசப்படுத்தி யோசிக்க ஆரம்பித்தேன்.

எங்கள் கம்பனிக்கு ஒரு தலைமையதிகாரி இருந்தார். என்னிலும் பார்க்க இருபது வயது கூடியவர். அஞ்சாநெஞ்சர். நுட்பமாகச் சிந்தித்துச் செயலாற்றத் தெரிந்தவர். தொடர்ந்து 12 மணி நேரம் களைக்காமல் வேலை செய்யக்கூடியவர். ஆனால், அதே சமயம் கேளிக்கை பிரியர். நான் கம்பனியில் சேர்ந்ததும் கொஞ்சம் கொஞ்சமாகத் தன் வேலைகளை எல்லாம் என் பக்கம் தள்ளிவிட்டு கம்பனி விசயமாகப் பயணம் செய்வதைத் தன் முழுநேர கடமையாக மாற்றினார். மாதத்தில் இருபது நாள்கள் அவர் வெளிநாட்டில் சுற்றினார். அந்த நாள்களில் அவர் வேலை யையும் நான்தான் பார்க்கவேண்டும்.

ஒரு வாரத்துக்கு முன்பு ஜனாதிபதிக்கு வேண்டிய ஒருவர் அவரிடமிருந்து ஒரு கடிதத்தைக் கொண்டுவந்தார். கையெழுத்து இல்லாத, தட்டச்சு செய்த இரண்டு வரிக் கடிதம். அதை நீட்டி ஒரு காரியம் ஆகவேண்டுமென்று சொன்னார். அவர் கேட்டது கம்பனி விதிகளுக்கு அப்பாற்பட்டது. ஆகவே, நான் மறுத்து விட்டேன். என்னுடன் வேலை செய்தவர்கள் அவர் பலம் வாய்ந்தவர் என்றும் அவரைப் பகைக்கக் கூடாது என்றும் அறிவுறுத்தினர். நான் அதை உதாசீனம் செய்தேன். அப்பொழுது எனக்கு வயது இப்பொழுது இருக்கும் வயதில் சரி பாதி. மூளையும் சரி பாதி. 'கோழியும் அவங்கட, புழுங்கலும் அவங்கட' என்பதை நான் நினைத்துப் பார்க்கவில்லை. அதன் விளைவுதான் இந்தத் தந்தி என்பது ஊகிக்கக்கூடியதாக இருந்தது.

மனைவி இப்பவே புறப்பட வேண்டுமா என்று கேட்டார். தந்தியின் வாசகம் மிகத் தெளிவாக இருந்தது. அரண்மனைக்கு உடனே வரவும். அரண்மனை மூன்று மணி தூரத்தில் இருந்தது. காட்டுப் பாதையில் இரவில் தனியாக பிரயாணம் செய்யவேண்டும். இப்பொழுது புறப்பட்டால் இரவு ஒரு மணிக்கு அரண்மனை போய்ச் சேரலாம். ஜனாதிபதி என்னை எதிர்பார்த்து அந்த நேரம் காத்திருக்கப் போகிறாரா? அடுத்த நாள் காலை நாலு மணிக்குப் புறப்படுவதென தீர்மானித்தேன்.

நான் அன்றிரவு தூங்கவில்லை. புறப்படுவதற்கு முன்னர் மனைவி என்னென்ன செய்ய வேண்டுமென்று பட்டியலிட்டேன். என்னைச் சிறையில் அடைத்தார்கள் என்றால் எந்த வழக்கறிஞரைத் தொடர்பு கொள்ளவேண்டும், அவரிடம் என்ன விவரங்கள் சொல்லவேண்டும் போன்ற குறிப்புகளை எழுதினேன். என்னை நாடு கடத்தினால் எந்தத் தூதரகத்தை அணுகவேண்டும் போன்ற விவரங்களையும் குறித்து வைத்தேன். என்ன என்ன சாமான்களை சூட்கேசுகளில் அடைக்கவேண்டும் என்ற முடிவை அவரிடமே விட்டுவிட்டேன்.

அடுத்த நாள் அதிகாலை நாலு மணிக்குப் புறப்பட்டு சரியாக ஏழு மணிக்கு அரண்மனை வாசலை அடைந்தேன். காவல்காக்கும் ராணுவ வீரர்கள் என்னையும் தந்தியையும் பார்த்த பின்னர் உள்ளே விட்டார்கள். அரண்மனை இன்னும் திறக்கப் படவில்லை. வெளியே காணப்பட்ட பளிங்கு இருக்கை ஒன்றில் அமர்ந்து காத்திருக்கத் தொடங்கினேன். எட்டு மணிக்கு அரண்மனை சுறுசுறுப்பானது. ஜனாதிபதியின் அந்தரங்கக் காரியதரிசி வந்தாள். முப்பது வயது மதிக்கத்தக்க பெண். கழுத்து நீண்டு, தலை நிமிர்ந்து நாடியும் செவியும் ஒரே நேர்கோட்டில் இருந்தன. அவளிடம் என்

தந்தியைக் காட்டினேன். அவள் அதைப் படிக்கவில்லை. ஆழப் புதையும் கம்பளம் விரித்த ஓர் ஆடம்பரமான அறையைக் காட்டி அங்கே தங்கச் சொன்னாள். ஜனாதிபதி வந்ததும் முதல் ஆளாக என்னை அழைப்பார் என்று நினைத்தேன். இன்னும் பலர் ஒவ்வொருவராக வந்து வெவ்வேறு ஆசனங்களில் அமர்ந்து கொண்டார்கள். சிலர் உள்ளே போனார்கள். சிலர் வெளியே வந்தார்கள். இரண்டு வெளிநாட்டுத் தூதுவர்கள் வந்து அவர்களும் காத்திருந்தார்கள். தொழிலதிபர்கள் மாத்திரம் உடனுக்குடன் உள்ளே போய் வெளியே வந்தார்கள். ஆட்கள் போவதும் வருவதுமாக ஒரு ரயில்வே ஸ்டேசன் போல அந்த அறை அமளி யுடன் காணப்பட்டது. என்னை ஒருவரும் அழைக்கவில்லை. அதே சொகுசு நாற்காலியில், அதே இடத்தில், அதே உடல் வளைவுகளு டன் நான் காத்திருந்தேன்.

எனக்கு பாத்ரூமுக்கு வந்தது, நான் போகவில்லை. சரியாக அந்த நேரம் பார்த்து அழைக்கப்பட்டால் நான் என்ன செய்வது. தண்ணீர்த் தாகமெடுத்தது. சற்றுத் தள்ளி கேட்டுக்கு வெளியே ஒரு கடையில் குளிர்பானம் விற்றார்கள். சிலர் போய்க் குடித்துவிட்டு வந்தார்கள். நான் குடிக்கவில்லை. எனக்குப் பசித்தது.

சிறைக்கூடத்தில் என்ன உணவு தருவார்கள் என்று யோசனை போனது. அன்று அந்த நாற்காலியில் உட்கார்ந்து என் மனம் யோசித்த அவ்வளவையும் எழுதினால் அது பெரிய நாவலாக விரிந்திருக்கும். ஓர் அரண்மனையில் ஜனாதிபதியைச் சந்திக்கக் காத்திருக்கும் ஒருவர் என்ன செய்யவேண்டும் என்பது எனக்குத் தெரியவில்லை.

மறுபடியும் அந்தரங்கக் காரியதரிசியிடம் சென்றேன். அவள் எனக்கு வட்டமான பின்பக்கத்தைக் காட்டிக்கொண்டு நின்றாள். உடம்பை ஒட்டிப் பிடித்த கட்டையான ஸ்கேர்ட். உயரமான சப்பாத்து. அவளிடம் கைக் கொடுக்கும்போது சிலர் இடது கையி னால் வலது முழங்கையைத் தொட்டுக்கொண்டு கொடுத்தார்கள். பழுதுபட்ட திசைகாட்டி முள்போல அவள் சுழன்றுகொண்டு வேலைசெய்தாள். எங்கே நடமாடுகிறாள் என்பதை அவளின் சப்பாத்தின் ஒலியை வைத்துச் சொல்லிவிடலாம். அந்த ஒலியில் அதிகாரம் இருந்தது. கழுத்திலே மெல்லிய ஸ்கார்ஃபைப் பூப்போலக் கட்டியிருந்தாள். ஒரு தோடம்பழத்தை உரித்து நடுவிலே ஓட்டைபோட்டு உறிஞ்சிக்கொண்டிருந்தாள். என்ன தண்டனை கிடைத்தாலும் பரவாயில்லை, ஒரு நிமிடம்கூட இனிமேல் தங்க முடியாது என்று எனக்குத் தோன்றியது. அவளிடம் நான் வாய் திறக்கக்கூட இல்லை. என்னைப் பார்த்ததும் தோடம்பழத்தில்

புதைந்திருந்த சொண்டை வெளியே எடுத்து 'ஜனாதிபதிக்கு நீங்கள் வந்திருப்பது தெரியும். அவர் அழைப்பார்' என்றாள். சொண்டு மறுபடியும் தோடம்பழத்துக்குள் போய்விட்டது.

என்ன நடக்கிறது இங்கே? சிறைக்கூடத்தை தயார் செய்கிறார்களா அல்லது பிளேன் டிக்கட் ஏற்பாடு செய்கிறார்களா? என்னை முதலில் அனுப்பிவிட்டுப் பின்னர் மனைவியையும் பிள்ளைகளையும் அனுப்புவார்களா? இதற்கெல்லாம் ஒரு முறை இருக்க வேண்டுமே? அப்பொழுது பார்த்து இரண்டு பொலீஸ்காரர்கள் வந்தார்கள். நான் என்னை தயார்படுத்திக்கொண்டேன். அவர்கள் இருவரும் ஒருவர் கையை ஒருவர் பற்றியபடி காரியதரிசியிடம் போய் பேசிவிட்டு என்னை நோக்கி வந்தார்கள். ஒரு நிமிடம் தாமதமாகியிருந்தால் நான் எழும்பி கைகளை நீட்டியிருப்பேன். அவர்கள் என்னை கவனிக்கவில்லை, வந்த மாதிரியே வெளியே போனார்கள். சுவர்க் கடிகாரத்தைப் பார்த்தேன், அது ஏழுதரம் அடித்தது. நான் கண் விழித்தபோது எனக்கு முன்னால் இரண்டு கறுத்த வழுவழுப்பான தொடைகள் தெரிந்தன. காரியதரிசிப் பெண் என்னைக் குனிந்து பார்த்து 'நீங்கள் போகலாம்' என்றாள். நான் ஒன்றுமே கேள்வி கேட்கவில்லை. உடனே எழுந்து புறப்பட்டேன்.

மூன்று வார்த்தைகளில் வரச் சொன்னார்கள், இரண்டு வார்த்தைகளில் வீட்டுக்குப் போகச் சொன்னார்கள். நான் காத்திருந்த இந்த 12 மணித்தியாலத்தில் என்னைக் கூப்பிட்டு விசாரிக்க வேண்டிய பிரச்னைக்கு என்ன நடந்தது. தானாகவே தீர்ந்து விட்டதா? ஜனாதிபதியின் உணவருந்தும் வேளை நெருங்கி விட்டதால் என்னை போகச்சொல்லி மறுபடியும் நாளை வரச் சொல்வார்களா? திரும்பிப் போகும் வழியெல்லாம் இதைத்தான் யோசித்தேன். இரண்டு வருட சிறைத் தண்டனை அனுபவிக்கவும் நான் தயாராக இருந்தேன். ஆனால், இந்தக் காத்திருத்தல் மட்டும் வேண்டாம்.

சரியாக இரவு 10 மணிக்கு வீடு வந்து சேர்ந்தேன். நான் பார்த்த காட்சி என்னைத் திடுக்கிட வைத்தது. இரண்டு சூட்கேசுகள் நிறைய அடைக்கப்பட்டு வாசலில் நிறுத்தி வைக்கப்பட்டிருந்தன. மனைவி பயண ஆடைகள் தரித்து புறப்படத் தயாராக இருந்தார். என் குழந்தைகளும் நல்ல ஆடைகள் உடுத்திக் காணப்பட்டனர். மகள் பொம்மையைக் கட்டிப்பிடித்தபடி வாசலிலேயே தூங்கிவிட்டாள். என்னுடைய மகன் பள்ளிப் புத்தகங்களையும் நோட்டுப் புத்தகங்களையும் ஒன்றுக்கு மேல் ஒன்றாக அடுக்கிக் கயிற்றினால் கட்டி முக்காலிபோலச் செய்து அதற்குமேல்

உட்கார்ந்திருந்தான். கறுப்பு கால்சட்டை, வெள்ளை சேர்ட் அணிந்து ஏதோ பள்ளிக்கூடம் போகப் புறப்பட்டதுபோல அமைதியாக இருந்தான். அவனுடைய முதல் கேள்வி 'கே.எல்.எம் பிளேனிலா பறக்கப் போகிறோம்?' நான் இல்லை என்றேன். மனைவி சூட்கேசுகளை உள்ளே வைக்கட்டா என்றார். ஓம் என்றேன். பிள்ளைகளின் உடுப்பைக் களையட்டா? ஓம் என்றேன். சப்பாத்துகளைக் கழற்றட்டா? ஓம் என்றேன்.

அவர்கள் காத்திருந்த அந்த 12 மணி நேரத்தைப் பற்றி யோசித்தேன். மனைவி காலையிலேயே சூட்கேசுகளை அடுக்கி வாசலிலே வைத்துவிட்டதாகச் சொன்னார். அன்று வீட்டிலே சமைக்கவில்லை. முதல்நாள் மிச்சமிருந்த உணவைச் சாப்பிட்டிருந் தார்கள். எந்த நிமிடமும் ஒரு பொலீஸ் வண்டி வரக்கூடும் என்று எதிர்பார்த்ததாகச் சொன்னார்கள். வீட்டினுள் தொட்டியில் வளர்த்த பூக்கன்றுகளுக்கு கடைசித் தரமாக நிறையத் தண்ணீர் ஊற்றி அது தரையில் ஓடிக்கொண்டிருந்தது.. அவர்கள் அனுபவித்த வேதனையை நினைத்தபோது பெரும் துயரம் எழுந்து என்னை மூடியது.

நோர்மன் மெய்லர் எழுதிய The Executioner's Song என்ற புத்தகம் ஒரு கொலையாளியின் கதையைச் சொல்கிறது. கரி கில்மோர் என்பவன் ஒரு ஹொட்டல் மனேஜரைக் கொலைசெய்து விடுகிறான். அவனுக்கு அமெரிக்க நீதிமன்றம் மரண தண்டனை விதிக்கிறது. கொலையாளியைச் சுட்டுக் கொல்லவேண்டும் என்பதுதான் தீர்ப்பு. நாலு பேர் துப்பாக்கிகளைத் தூக்கிக் குறிவைத்துச் சுட தயாராகி, கட்டளைக்காகக் காத்திருக்கிறார்கள். அப்பொழுது கரி கில்மோர் சொல்கிறான் 'Let's do it'. 'இதை முடித்துவிடுவோம்' என்கிறான். இறப்பதிலும் பார்க்கக் காத்திருப் பது அவனுக்குக் கூடிய தண்டனையாகப் படுகிறது.

நான் என் வாழ்க்கையில் மேற்கொண்ட அநேகவிதமான பயணங்களிலிருந்தும் வசித்த நாடுகளிலிருந்தும் சந்தித்த மனிதர் களிலிருந்தும் பல விசயங்களை கற்றுக்கொண்டிருக்கிறேன். அவற்றிலே நான் கண்ட உண்மை என ஒன்றிருக்கிறது. தண்டனை களில் ஆகக் கொடுமையானது காத்திருக்க வைப்பதுதான். என்ன நடக்கப்போகிறது என்பது தெரியாமல் காத்திருக்க வைப்பது இன்னும் கொடூரமானது. ஜனாதிபதிகளுக்கு அது தெரியும்.

விதையின் ஆற்றல்

நான் கலிபோர்னியாவுக்குப் போனபோது அங்கேயிருக்கும் ஆக வயது கூடிய மரத்தைப் பார்க்க விரும்பினேன். உலகத்திலேயே ஆக வயதுகூடிய மரம் அங்கே வாழ்ந்தது. அதன் வயது 4770 வருடங்கள் என்று கணக்கிட்டிருக்கிறார்கள். மரத்தின் பெயர் மெதுஸெலா. அந்த மரத்தை நான் பார்க்கவில்லை. ஆனால், நண்பர் என்னை றெட்வுட் மரம் ஒன்றைக் காட்ட அழைத்துச் சென்றார். அந்த மரத்தின் வயது 1100 வருடங்கள். கொலம்பஸ் அமெரிக்காவைக் கண்டுபிடித்தபோது அந்த மரத்துக்கு அப்போதே வயது 600. அதன் கீழே நின்று அதன் நுனியைப் பார்க்கவே முடியவில்லை, 200 அடி உயரம் இருக்கலாம். அந்த மரத்தின் விதை காற்றினால் பரப்பப்படுகிறது. பார்ப்பதற்கு மிக லேசாக இருக்கும் சிறிய விதை. இந்தச் சின்ன விதைக்குள் இருந்து பிரம்மாண்டமான விருட்சம் தோன்றியிருக்கிறது என்பதை நம்பவே முடியவில்லை. இத்தனை ஆற்றல் வெளிவர தயாராக இத்தனை சின்ன விதைக்குள் அடைபட்டுக் கிடந்தது என்பது சிந்திக்க வைத்தது.

ஒன்றின் உருவத்தையோ அதன் ஆரம்பத்தையோ வைத்து அது பிற்காலத்தில் எப்படி வரும் என்பதை ஒருவரும் சொல்ல முடியாது. 'விளையும் பயிர் முளையிலே தெரியும்' என்பது முழுக்க முழுக்க உண்மையில்லை. அயின்ஸ்டீன் படிக்கும்போது மிகச் சாதாரணமான மாணவராகத்தான் இருந்தார். ஆசிரியர்கள் அவர்மேல் பெரும் எதிர்பார்ப்புகள் கொண்டிருக்கவில்லை.

ஹரியட் பீச்சர் என்பவர்தான் Uncle Tom's Cabin நாவலை எழுதினார். பெரிதாகத் திட்டமிடாமல் 1852இல் அவசரமாக எழுதிய நாவல் இது. அமெரிக்க அடிமைகளின் துயரைச் சொல்லிய நாவல். அந்த நாவல் எழுதப்பட்டபோது அதைப் பெரிய இலக்கியம் என்று ஒருவரும் கொண்டாடவில்லை. ஆனால், அது ஒரு விழிப்புணர்வு அலையை உருவாக்கியது. அடிமை விடுதலைக்கு வித்திட்டது. அது எழுதி சில வருடங்களில் அடிமை விடுதலைப் பிரகடனத்தை ஆப்பிரஹாம் லிங்கன் நிறைவேற்றினார். அடிமை விடுதலைக்காக அவர் ஒரு போரைக்கூட நடத்தவேண்டியிருந்தது. நாவல் எழுதிய ஆசிரியரை ஒருமுறை ஆப்பிரஹாம் லிங்கன் சந்தித்தபோது அவரிடம் 'இந்தச் சிறிய பெண்ணா அந்தப் பெரிய

போரை ஆரம்பித்து வைத்தது' என்று சொன்னாராம். 19ஆம் நூற்றாண்டில் ஆகக் கூட விற்பனையான நாவல் என்ற பெயரை அது பெற்றது. நாவலை எழுதிய பெண்மணி இந்த பிரம்மாண்டமான வெற்றியை எதிர்பார்க்கவில்லை. எங்கே, எப்போது, எவரிடமிருந்து ஆற்றல் வெளிப்படும் என்பதை முன்கூட்டி ஒருவருமே அனுமானிக்க முடியாது.

இப்பொழுது டிவிட்டர் பிரபலமாகியிருக்கிறது. இதைக் கண்டுபிடித்து நாலுவருடம்தான் ஆகிறது. ஆனால், இதன் பரப்பும் ஆற்றலும் வியக்கவைக்கிறது. ஆயிரக்கணக்கானவர்களுக்கு ஒரே சமயத்தில் ஒரு தகவலை அனுப்பிவிட முடிகிறது. ஒவ்வொரு பிரபலரும் ஒரு டிவிட்டர் வைத்திருக்கிறார். அவரை ஆயிரக்கணக்கான ஆர்வலர்கள் தொடருகிறார்கள். அமெரிக்க ஜனாதிபதி தேர்தலில் ஒபாமா டிவிட்டரைச் சரியானமுறையில் பயன்படுத்தியதுதான் அவருடைய வெற்றிக்கான காரணம் என்று சொல்பவர்கள் இருக்கிறார்கள்.

லான்ஸ் ஆர்ம்ஸ்ரோங் என்பவர் ஏழு தடவை Tour de France சைக்கிள் ஓட்டப்பந்தயத்தில் சாம்பியன் பட்டம் பெற்றவர். ஒருமுறை கலிபோர்னியாவில் அவருடைய விலையுயர்ந்த பந்தய சைக்கிளை யாரோ திருடிவிட்டார்கள். லான்ஸ் ஆர்ம்ஸ்ரோங்க் டிவிட்டரில் ஒரு தகவல் கொடுத்தார். சில மணி நேரங்களில் அவர் சைக்கிள் மீட்கப்பட்டது.

இன்று டிவிட்டரின் வளர்ச்சி எங்கேயோ போய்விட்டது. இதில் பிரச்னை என்னவென்றால் 140 எழுத்துக்களை மட்டுமே உபயோகித்து தகவல் அனுப்பவேண்டும். ஆகையால் சொல்ல வேண்டியதைச் சுருக்கமாகச் சொல்லும் அவசியம் ஏற்படுகிறது.

சொற்களைச் சுருக்கி, வசனங்களைச் சுருக்கி ஒரு புதுமொழியையே உண்டாக்கி வருகிறார்கள். பழக்கமில்லாத ஒருத்தர் டிவிட்டர் வாசகத்தைப் படித்துப் புரிந்து கொள்வது சிரமம்.

HAND - Have a nice day

TIA - Thanks in advance

PEANUT - Very special person

இப்படி, பல சொற்கள் பாவனைக்கு வந்துவிட்டன. சில விதைகள் ஊன்றியவுடன் முளைவிடும்; சில பத்து, இருபது வருடங்கள்கூட மண்ணில் கிடந்து நல்ல தருணத்துக்காகக் காத்திருந்து வெளியே வரும். டிவிட்டர் என்ற பிரம்மாண்டமான விருட்சத்துக்கு ஒரு விதை ஊன்றப்பட்டிருக்கிறது. எதிர்காலத்தில்

டிவிட்டர் மொழியில் கவிதைகள், கட்டுரைகள் எழுதப்படலாம். நாவல்கள் வரலாம். ஒரு புது மொழிக்குத் தேவையான டிவிட்டர் அகராதி உருவாகலாம். இந்த விருட்சத்தின் நிழல் மற்ற மரங்களைச் சாப்பிட்டு விடும் பயம் அதிகரித்திருக்கிறது.

BFN - Bye for now.

இப்போதைக்கு விடை பெறுகிறேன்.

குளிக்க வேண்டாம்

ஒரு தமிழ்ப் பெண் எழுத்தாளரைச் சந்தித்தேன். அவர் எடுத்த வீச்சில் தனக்கு ஜெயமோகனைப் பிடிக்காது என்றார். 'ஏன், அவர் என்ன பாவம் செய்தார்?' என்று கேட்டேன். 'நீங்கள் பின் தொடரும் நிழலின் குரல் புத்தகத்தைப் படிக்கவில்லையா, அதிலே 51ஆவது பக்கத்தில் நாகம்மைக்கும் அருணாசலத்துக்கும் இடையில் நடக்கும் சல்லாபமும் கொஞ்சலும் படிக்கவே கூசுகிறது. அதிர்ச்சி யாக இருக்கிறது. எச்சிலும் வியர்வையும் அந்தப் பெண்ணின் சருமத்திலிருந்து எழும் மணமும் அவருக்குக் காமத்தை கிளப்புகிற தாம்' என்றார். 'இதிலே என்ன பிழை. காமத்தில் பெரிய பங்கு உடல் மணம்தானே' என்றேன். அவர் ஏதோ அந்தப் புத்தகத்தை நான்தான் எழுதியதுபோல என்னிடம் கோபித்துக்கொண்டு போனார்.

எனக்கு நைரோபியில் வேலை செய்த நாள்கள் ஞாபகத்துக்கு வந்தன. நான் அங்கே கொஞ்சகாலம் ஒரு ஜேர்மன் அதிகாரியின் கீழ் வேலை பார்த்தேன். ஜேர்மன் அதிகாரி என்றால் அவர் கெடு பிடியானவர் என்பதைச் சொல்லத் தேவையில்லை. அவரை யார் சந்திக்கப் போனாலும் அவருடைய அலுவலகக் கதவை சாத்தி விட்டுத்தான் சந்திப்பார். ஆனால், அங்கே வேலை செய்த ஒரே வொரு ஊழியரைச் சந்திக்கும்போது மட்டும் கதவை விரித்து வைப்பதோடு யன்னலையும் திறந்து விடுவார். காலப்போக்கில் அலுவலகத்தில் வேலைசெய்த மற்றவர்களும் காரணத்தை ஊகித்துக் கொண்டார்கள்.

சில நாள்களில் அங்கே நடந்த அலுவலக விருந்து ஒன்றுக்கு அந்த ஊழியர் தன் மனைவிப் பிள்ளைகளை அழைத்து வந்திருந் தார். அழகான மனைவி அவர் இடுப்பைப் பிடித்தபடி, தோள்மூட் டில் தலை சாய்த்து அசைந்தவாறு நடந்து வந்தாள். பின்னால் எறும்பு நிரைபோல வரிசையாக ஆறு பிள்ளைகள். அந்தப் பெண் ணுக்கு அவருடன் தாம்பத்திய உறவு வைப்பதில் எந்தக் குறையும் இருந்ததாகத் தெரியவில்லை.

மாமன்னன் நெப்போலியன் காதலித்து மணமுடித்தது ஜோசபின் என்ற பெண்ணை. அந்தப் பெயர்கூடக் காதலிக்கு

அவன் சூட்டியதுதான். அவளுக்கு வேலை நிறைய பேர்களுக்குக் காதலியாக இருப்பது. ஏற்கெனவே விதவை, இரண்டு பிள்ளை களுக்குத் தாய் அவள். நெப்போலியனிலும் பார்க்க ஆறுவயது கூடியவள். அவளைத்தான் நெப்போலியன் துரத்தி துரத்திக் காதலித்தான். அவளை முதலில் பார்த்த கணத்திலிருந்து அவள் மேல் மோகம்கொண்டான். போர்க்களத்திலிருந்து நூற்றுக்கணக் கான கடிதங்களை ஜோசபினுக்கு வரைந்துகொண்டே இருப்பான். அவள் கிரமமாகக் பதில்கூடப் போடுவதில்லை. தன் காதலர் களுடன் பாரிஸ் வீதிகளில் சுற்றிக்கொண்டிருந்தாள்.

நெப்போலியனுக்கு உலகத்தில் எந்தப் பெரிய அழகியும் கிடைப்பாள். அப்படியான ஒரு புகழின் உச்சியில் அவன் இருந்தான். ஆனாலும் அவனால் ஜோசபினை மோகிப்பதை நிறுத்த முடியவில்லை. இதில் ஒன்றும் பெரிய ஆச்சரியமில்லை. அவன் அவளுக்கு எழுதிய கடிதம் ஒன்றைப் படித்தால் போதும்.

'நான் நாளை மாலை பாரிசுக்கு வருகிறேன். அன்பே, குளிக்க வேண்டாம்.'

என்னுடன் கோபித்துக்கொண்டு போன பெண் எழுத்தாளர் தன்னுடைய மின்னஞ்சல் முகவரியை மாற்றிவிட்டார். அது தெரிய வரும்போது நெப்போலியன் அனுப்பிய கடிதத்தின் நகலை அவருக்கு அனுப்பி வைக்கலாம் என்று இருக்கிறேன்.

நெருப்பு

கனடாவில் என்னை யாராவது விருந்துக்கு அழைத்தால் எனக்கு பயம் பிடித்துவிடும். ஆறு மணிக்கு அழைத்தால் எட்டு மணிக்குச் சாப்பாடு தருவார்கள். எட்டு மணிக்கு அழைத்தால் பத்து மணிக்குக் கிடைக்கும். ஆனால், பத்து மணிக்கு அழைத்தால் இரவில் எத்தனை மணிக்குச் சாப்பிடுவது? நடுச்சாமம் தாண்டும் என்று தோன்றியது. விருந்துக்கு நூற்றுக்கு மேற்பட்ட பேர் வந்திருந்தார்கள். நேரம் நடுநிசியை நெருங்கியது. பசி கொழுந்து விட்டு எரிந்துகொண்டிருந்தது. ஒருவரோடு ஒருவர் பேசக்கூட இல்லை. பசிதான் பேசியது. என் பக்கத்தில் உட்கார்ந்திருந்தவரின் முகத்தை ஆரோ குறுக்காக வாளால் வெட்டியதுபோல அவருக்குப் பெரிய வாய். அவர் வாயைத் திறந்து கொட்டாவி விட்டபோது அவர் முகமே மறைந்துபோனது. எதற்காக இவ்வளவு லேட் என்று அவரிடம் கேட்டேன். அவர் வயிற்று வலிக்கு வயிற்றைப் பிடிப்பது போல அமுக்கிக்கொண்டு 'இன்னும் அப்பக்காரர் வரவில்லை' என்றார்.

மீனாட்சி திருக்கல்யாணத்தின்போது சிவபெருமான் தன் பூதகணமான குண்டோதரன் வயிற்றில் அக்னியை ஏவிவிட்டார். அவன் பசி தாங்கமுடியாமல் மணவீட்டில் மீதமாயிருந்த அத்தனை உணவையும் கபளீகரம் செய்தான். பசி அடங்காமல் வைகை நதியில் வாயை வைத்து உறிஞ்சிக் குடித்தான். அப்படியும் அவனுடைய வயிற்றுத் தீ அணையவில்லை என்று கூறுகிறது புராணக் கதை. அது மாதிரியான தீ அங்கே கண்ணுக்குத் தெரியாமல் பரவியிருந்த நேரம் அப்பக்காரர்கள் முழங்கைகளால் வழிசெய்து கொண்டு வந்தார்கள். மூன்று சமையல்காரர்கள். 18 எரிவாய்கள் கொண்ட மூன்று வாயு அடுப்புகள். ஒரு நிமிடத்தில் அவர்களால் 18 அப்பம் சுடமுடியும். அங்கே கூடியிருந்த அத்தனை சனங்களின் பசியையும் அவர்கள் அரை மணி நேரத்தில் தீர்த்து வைப்பார்கள். அடுப்புகளை மேசைகளில் ஏற்றி, பெரிய பெரிய அண்டாக்களில் அப்ப மாவைக் கலக்கி, துளாவி தயார் படுத்த ஐந்து நிமிடம் சென்றது. அடுப்பைப் பற்றவைக்க ஒரு நெருப்புப் பெட்டி வேண்டும் என்றார் மூத்த சமையல்காரர். அங்கே கூடியிருந்த அத்தனை

பேர்களில் ஒருவரிடம்கூட நெருப்புப் பெட்டி இல்லை. லைட்டரும் கிடையாது. அடுப்பு மூட்டாவிட்டால் சமைக்க முடியாது; சமைக்காவிட்டால் சாப்பாடு கிடைக்காது.

'ஒரு நெருப்புப் பெட்டி, ஒரு நெருப்புப் பெட்டி' என்று அவர் கூவினார். மூன்றாம் ரிச்சார்டு மன்னன் 'ஒரு குதிரை, ஒரு குதிரை, ஒரு குதிரைக்கு ஒரு சாம்ராஜ்ஜியம்' என்று கத்தியது போல ஒரு நெருப்புப் பெட்டியைத் தேடி அலைந்தார். கிடைக்கவில்லை. அங்கே கூடியிருந்த அத்தனை சனங்களின் வயிற்றுத் தீயின் கூட்டுத் தொகைகூட அடுப்பை மூட்டப் போதாது போலிருந்தது. பின்னர் சமையல்காரர் தன் வாகனத்துக்குப் போய் அதிலுள்ள சிகரெட் லைட்டரில் நெருப்பு உண்டாக்கி, அதனால் அடுப்பு மூட்டி அப்பம் சுட்டு விருந்தினரின் பசியை ஆற்றினார்.

எனக்கு அப்போது ஒரு விசித்திரமான எண்ணம் தோன்றியது. நான் கனடாவுக்குப் புலம்பெயர்ந்த இந்தப் பத்து வருடங்களில் எங்கள் வீட்டில் நெருப்புப் பெட்டி என்ற பொருளுக்கு வேலையே இல்லை. வீட்டில் அது கிடையாது. சமையல் மின்சாரத்தில் இயங்கியது. வீடு மின்சாரத்தால் சூடாக்கப்பட்டது. நுண்ணலை அடுப்பு மின்சாரத்தில் வேலை செய்தது. மற்றும் வீட்டுக்குத் தேவையான எல்லாக் கருவிகளும் மின்சாரத்தில் இயங்கியதால் நெருப்பு என்ற பொருளைப் பார்க்காமலே காலத்தை ஓட்டி விட்டோம். ஒரு காலத்தில் வாழ்வாதாரமாக இருந்த நெருப்பு இன்று வீடுகளில் அந்நியமாகிவிட்டது.

நான் சிறுவனாக இருந்தபோது காலையில் ஐந்து மணிக்கே அம்மா எழும்பி முதல் வேலையாக அடுப்பைப் பற்றவைப்பார். அப்படி மூட்டிய அடுப்பு இரவு நாங்கள் படுக்கப் போகும்வரைக்கும் அணைவதேயில்லை. அடுப்பிலே எப்பவும் தணல் கனன்றபடி இருக்கும். படுக்கும்போது அது தண்ணீர் தெளித்து அவிக்கப்படும். மறுபடியும் அடுத்தநாள் காலை அம்மா அடுப்பு மூட்டுவார்.

எங்கள் கிராமத்தில் ஒரு வீட்டிலிருந்து இன்னொரு வீட்டுக்கு நெருப்பு கடன் வாங்கிப் போவது சர்வசாதாரணம். நெருப்பு எடுத்துப்போக காலை, மத்தியானம், மாலை என்று அக்கம் பக்கத்து வீட்டுக்காரர்கள் வந்தபடியே இருப்பார்கள். தேங்காய் மட்டைகளில் தணலை வைத்துப் பிடித்து காவிக்கொண்டு போகிறவர்களைத் தினமும் ஒழுங்கைகளில் காணலாம்.

எங்கள் பக்கத்து வீட்டில் குடியிருந்தது செல்லம்மாக்கா குடும்பம். அவர்கள் வீட்டில் நெருப்புப் பெட்டி என்ற பொருள் கிடையாது. எப்போது நெருப்பு தேவையென்றாலும் எங்கள்

வீட்டுக்கு வருவார்கள். அன்னம் வந்து நெருப்பை எடுத்துப் போவாள். எட்டு வயது அவளுக்கு. ஆனால், அவள் மாலையில் தான் வருவதுண்டு. அவர்கள் வீட்டில் ஒரு நேரம்தான் சமையல். மாலை சாப்பிட்டுப் படுத்தால் மறுபடியும் உணவு அடுத்தநாள் மாலைதான்.

மனிதன் நெருப்பை எப்படிக் கண்டுபிடித்திருப்பான்? முதலில் காட்டுத் தீ தோன்றியபோது மிருகங்களைப்போல அவனும் பயந்து ஓடியிருப்பான். இடிவிழுந்து மரம் எரிவதைப் பார்த்துக் கலங்கியிருப்பான். போகப் போக நெருப்பை எப்படிப் பயன்படுத்துவது என்பதைத் தெரிந்துகொண்டான். ஆனால், நெருப்பின் உபயோகத்தை அறிந்தாலும் அதைக் கட்டுப்படுத்தும் ஆற்றலை அவன் கற்றுக்கொண்டது 15 லட்சம் வருடங்களுக்கு முன்னர்தான் என்று ஆராய்ச்சியாளர்கள் சொல்கிறார்கள்.

ஆதியிலே நெருப்பு பெரிய செல்வமாக இருந்திருக்க வேண்டும். நெருப்பை வளர்த்துப் பாதுகாத்தவர்கள் அதை ரகஸ்யமாக வைத்துக்கொண்டார்கள். நெருப்புக்குச் சொந்தக்காரன் சமுதாயத்தில் மதிப்புள்ளவனாகக் கருதப்பட்டான். சமீபத்தில் நமிபியாவுக்குச் சென்ற என் நண்பர் அங்கே இருந்து நெருப்புத் தடிகளைக் கொண்டுவந்தார். அதிலே ஒரு தடி தட்டையாகச் சிறுகுழி விழுந்து இருந்தது. நகத்தினால் கீறினால் அந்த அடையாளம் விழும், அவ்வளவு மெத்தென்ற மரத்தின் பட்டை அது. நேரான குச்சியைக் குழியிலே வைத்து நண்பர் கடைந்த போது ஒரு நிமிடத்துக்கும் குறைவான நேரத்தில் புகை வந்து, அதிலே பஞ்சைப் பிடித்ததும் தீப் பற்றிக்கொண்டது. நமிபியாவில் இன்றைக்கும் சில ஆதிவாசிகள் நெருப்புத் தடிகளை உபயோகிக்கிறார்கள். அங்கே ஓர் ஆணுக்குப் பல மனைவிகள் உண்டு. அதிலே மூத்த மனைவியின் கடமை நெருப்பைப் பாதுகாப்பது. அவர் படுக்கைக்கு அருகில் தீ வளர்த்து அதை இரவும் பகலும் அணையாமல் பார்த்துக்கொள்வாராம்.

கிரேக்கப் புராணத்தில் கடவுள்களின் அரசனான சியஸ் கட்டுப்பாட்டில் நெருப்பு இருந்தது. அதைத் திருடி வந்து மனிதருக்குக் கொடுத்தவன் புரொமிதியஸ். அவனுடைய திருட்டு கண்டுபிடிக்கப்பட்டு அவனுக்குக் கடும் தண்டனை கிடைத்தது. ஆனாலும் மனிதனுக்குக் கிடைத்த நெருப்பு கிடைத்ததுதான். எங்கள் புராணங்களும் நெருப்பைப் பற்றிச் சொல்லாமல் இல்லை. ரிக் வேதத்தில் அக்னி பற்றி வருகிறது. நெருப்பு தானாகவே தோன்றுவதுபோல அக்னியும் தானாகவே தோன்றினாராம். அவருக்கு இரண்டு தலைகளும் ஏழு கைகளும் இரண்டு கால்கள்,

நாலு கால்கள், எட்டுக் கால்கள் என்றெல்லாம் கேள்விப் பட்டிருக்கிறோம். அக்னிக்கு மூன்று கால்கள். மூன்றாவது காலை அவர் உபயோகிப்பாரா அல்லது சங்க காலத்து வண்டிகளுக்குச் சேம அச்சு இருந்தது போல இந்த மூன்றாவது காலும் சேமக்காலாக இருந்திருக்குமோ என்ற ஐயம் எனக்கு இன்றைக்கும் இருக்கிறது.

பசி என்றால் நெருப்பு என்பதை நான் என் சின்ன வயதிலேயே உணர்ந்துகொண்டேன். சூரியன் மறையும் நேரம் நெருங்கியும் அன்னத்தைக் காணவில்லை. எனக்குப் பதற்றம் பிடித்தது. அம்மா விளக்கு ஏற்றினார் என்றால் நெருப்பு கடன் கொடுக்கவே மாட்டார்.

'ஏன் அம்மா இருட்டுப்பட்ட பிறகு நெருப்பு கொடுக்கக் கூடாது?'

'லட்சுமியடா, லட்சுமி. விளக்கு வைத்த பிறகு அவர்கள் நெருப்பைக் கொண்டுபோனால் எங்கள் வீட்டு லட்சுமி அவர் களுடன் போய்விடும்.'

அன்னத்துக்கு இது தெரியும். அவள் தினம் தினம் வந்து மாலை நேரம் நெருப்பு வாங்கிக்கொண்டுபோவாள். சிலசமயம் எங்கள் வீட்டில் விளக்கு வைத்த பிறகு அவள் வந்ததுண்டு. அப்போ தெல்லாம் அம்மா நெருப்பு கொடுக்காமல் அவளை விரட்டி விடுவார்.

பக்கத்து வீட்டில் இருப்பது மூன்றே மூன்று பேர்தான். அன்னத்தின் அப்பா, அம்மா, அன்னம். அவள் எனக்கு ஒரு வகுப்பு கீழே படித்தாள். எங்கள் வீட்டுக்கு வந்து நெருப்பு வாங்கித்தான் அன்றைய சமையலுக்கு அன்னம் வீட்டில் அடுப்பு மூட்டுவார்கள். அதற்குப் பிறகுதான் இரவுச் சமையல். அம்மா எங்கள் இரவுச் சாப்பாட்டுக்கு இடியப்பம் பிழிந்து, சம்பலும் அரைத்துவிட்டார். இனி, பால்சொதி ஒன்று வைக்கவேண்டும். இரண்டு காலையும் ஒரு பக்கம் மடித்து வைத்து விறுவிறுவென்று தேங்காய் துருவிய போது சீவல் வெள்ளைப் பூப்பூவாக விழுந்து சுளகை மறைத்தது.

'சரி, இருட்டிப்போட்டுது கைவிளக்கை எடுத்துக் கொளுத்து' என்றார் அம்மா.

'கொஞ்சம் பொறுங்கோ அம்மா. நல்ல வெளிச்சம் இருக்குத் தானே. பிறகு கொளுத்தலாம்.' நெருப்பு வெளிச்சத்தில் அம்மா வின் முகத்தில் தங்க நிழல்கள் விழுந்து விழுந்து எழுந்தன. வழக்க மாக இந்த நேரம் அன்னம் ஒரு தேங்காய் பொச்சை எடுத்துக் கொண்டு நிழல் வருவதுபோலச் சத்தம் கேட்காமல் நடந்து வந்து அடுக்களைக் கதவடியில் நிற்பாள். நான் சட்டென்று கதவைத்

திறந்து பார்த்தேன். அன்னம் இல்லை. இருட்டுப்படப் போகுது, இவளைக் காணவில்லையே என்ற கவலை பிடித்தது.

'ஏன் அம்மா நெருப்பை நானே கொண்டுபோய்க் கொடுத்து விட்டு வாறேனே.' குனிந்து வெங்காயம் வெட்டிக்கொண்டிருந்த அம்மா தலையை நிமிர்த்தி என்னைப் பார்த்தார்.

'இது என்ன புதுப் பழக்கம். ஒவ்வொரு நாளும் கொண்டு போய்க் கொடுப்பியா?'

'இல்லை அம்மா, இன்றைக்கு மட்டும். நெருப்பு இல்லாமல் சமைக்க முடியாது. அவர்கள் பட்டினி கிடப்பார்கள். பாவம், அன்னம்' என்றேன்.

'சரி சரி. கொண்டுபோய்க் கொடுத்திட்டு வா. இன்றைக்கு மாத்திரம்' என்று கூறிக் கழுத்தை நீட்டி அடுப்பைக் காட்டினார்.

நான் ஒரு தென்னம் பொச்சில் தணலை வைத்து ஊதி ஊதி எடுத்துக்கொண்டு அன்னம் வீட்டுக்குப் போனேன். அங்கே பார்த்த காட்சிக்கு நான் தயாராயிருக்கவில்லை. இரண்டு நாய்கள் ஒன்றையொன்று துரத்தி விளையாடின. அன்னம் வெளிக்குந்தில் இருந்து சதுர ரூல் கொப்பி ஒன்றில் இருட்டுப்படுவதற்குள் வீட்டுப்பாடக் கணக்கை எழுதிக்கொண்டிருந்தாள். அன்னத்தின் தாய், வற்றிய ஆறுபோன்ற கால்களை நீட்டி, தலையை விரித்துப் போட்டு, ஈர் வாங்கியால் ஈர் எடுத்துக்கொண்டிருந்தார். அன்னத்தின் தகப்பன் சுவரில் சாய்ந்துபோய், தலை முழங்கால் களுக்குக் கீழே தொங்க, ஒட்டகத்தின் உதடுபோலப் பெருத்துக் கிடந்த கீழ் சொண்டிலிருந்து நீர் வடிய, வேறு உலகத்தில் இருந்தார். அவர் கண்கள் திறந்திருந்தாலும் அவை உலகத்தைப் பார்க்க வில்லை.

அங்கே சமையலுக்கான ஓர் ஆயத்தம்கூட எனக்குத் தெரிய வில்லை.

செல்லம்மாக்கா சட்டென்று எழும்பி நின்றதும் முழங்கால் எலும்புகள் முறிந்து சத்தமெழுப்பின. இரண்டு கைகளையும் மெதுவாகத் தூக்கித் தலையை முடிந்து கட்டினார். 'நெருப்பு கொண்டு வந்தாயோ, என்ரை ராசா. அங்க பார், என்ரை புருசனை. நல்லாய்க் குடிச்சுப்போட்டு வந்து கிடக்கிறதை. இன்றைக்குச் சமையல் இல்லை. நான் இவளைச் சாப்பிடுவன். இவள் என்னைச் சாப்பிடுவாள்' என்று கத்தினார். அவர் வார்த்தைகள் முடிந்தபிறகும் கோபம் அங்கே நின்றது. நான் தீயைக் கையில் ஏந்திக்கொண்டு என்ன செய்வதென்று தெரியாமல் மெல்லிய துணிபோலப் புகை ஆடிக்கொண்டு மேலே எழும்புவதைப் பார்த்தபடி நின்றேன். என்

இருதயம் பெரிதாகி விலா எலும்பை முட்டியது.

அன்னம் எழும்பி பானையில் இருந்த தண்ணீரை எடுத்துக் குடித்தாள். மீண்டும் ஒரு பேணி அள்ளி என்னையே பார்த்துக் கொண்டு குடித்து முடித்தாள். அவள் கண்களை எடுக்கவில்லை. குண்டோதரன் வயிற்றை ஆக்கிரமித்த அக்னி அவள் வயிற்றிலும் எப்படியோ புகுந்திருக்கவேண்டும். எவ்வளவு தண்ணீர் குடித்தாலும் அவள் வயிற்றுக் கனலை அன்று அணைத்திருப்பாள் என்று எனக்குத் தோன்றவில்லை.

இடிக்கும் மின்னலுக்கும் பழக்கவேண்டும்

இன்று *15* ஏப்ரல் *2010*, தொலைக்காட்சியில் NBC நடத்தும் Today Show வைப் பார்த்தேன். உலகத்திலே எட்டே எட்டு வடக்கு வெள்ளைக் காண்டாமிருகங்கள் (Northern White Rhinos) உள்ளன. மீதம் எல்லாம் இறந்துவிட்டன. இதிலே நாலு ஏற்கெனவே மிருகக்காட்சிச்சாலைகளில் வாழ்கின்றன. மீதி நான்கு காண்டா மிருகங்களை செக் குடியரசு மிருகக்காட்சிச் சாலையிலிருந்து கென்யாவுக்குக் கொண்டுசென்று, அங்கே திறந்த வெளிப்பரப்பில் அவற்றைச் சுதந்திரமாக உலவ விட்டிருக்கின்றது.

காட்டிலிருந்து மிருகங்களைப் பிடித்துக் கூண்டில் அடைத்து வைப்பார்கள். மிருகங்கள் புதுவாழ்க்கைக்குப் பழகிக்கொள்ளும். ஆனால், கூண்டில் வளர்ந்த மிருகங்களைக் காட்டில் விடுவது அபூர்வமாக நிகழும் ஒன்று. மிருகங்கள் மறுபடியும் காட்டு வாழ்க்கையைப் பழகவேண்டும்.

காண்டாமிருகங்களுக்கு எதிரிகள் இல்லை. மனிதன் மட்டுமே எதிரி. அவற்றின் கொம்புக்காக ஆயிரம் வருடங்களாக அழித்து வருபவன். உணவைத் தாமே தேடிக்கொள்ளும். ஆனால், இயற்கை அந்நியமாகிவிட்டது. மழையும் மின்னலும் இடிமுழக்கமும் பழக்க மில்லை. மெல்ல மெல்ல இயற்கை வாழ்க்கைக்குப் பரிச்சயமாகித் திறந்து புல்வெளியில் வாழப் பழகிவருகின்றன. விரைவில் இனப் பெருக்கம் செய்யும் என்று வனவிலங்கு ஆர்வலர்கள் எதிர்பார்க் கிறார்கள். இனப்பெருக்கம் நிகழாவிட்டால் அவை அழிந்துபோகும். இதுவே, அவற்றின் உயிர்ச்சங்கிலியின் கடைசிக் கண்ணி.

காண்டாமிருகங்கள் புது இடப்பெயர்வில் பல்கிப் பெருகட்டும். எங்கள் வாழ்த்துக்கள். அவற்றை வீடியோ படம் பிடித்தவர் எனக்குத் தெரிந்தவர். அதனால் இதை நான் இங்கே இடுகிறேன். இன்னொரு காரணமும் உண்டு. நீங்களே யூகிக்கலாம்.

கறுப்பு அணில்கள்

வசந்தம் வந்துவிட்டது. கனடாவில் வசந்தம் என்று சொல்வதில்லை துளிர்காலம் என்றுதான் கூறுவார்கள். இலைகள் கொட்டும் காலத்தை உதிர் காலம் என்பதுபோல. துளிர்காலம் என்றால் மரங்கள் மட்டுமல்ல உயிர்கள் துளிர்க்கும் காலமும். மூன்று மாதமாக நீண்ட நித்திரையிலிருந்த சில உயிர்கள் மீண்டும் நடமாட ஆரம்பிக்கும். நிலத்தில் புதைந்துகிடந்த புற்கள் மறுபடியும் மெல்லத் தலை நீட்டும். தெற்கே போன பறவைகள் வடக்கு நோக்கித் திரும்பும். எங்கும் உயிர்களின் துடிதுடிப்பு.

ரொறொன்ரோ வீடுகளிலும் வீதிகளிலும் மரங்களிலும் பூங்காக்களிலும் கறுப்பு அணில்கள் வந்து விளையாடுகின்றன. மெலிந்து காணப்பட்டாலும் சுறுசுறுப்பாக இயங்குகின்றன. மறைந்த பனிக்காலம் அவற்றைப் பட்டினி போட்டிருக்கிறது. விரைவில் பளபளப்பான சருமத்துடனும் குத்தி நிற்கும் மயிருடனும் இணையுடன் துள்ளி விளையாடத் தொடங்கும்.

இந்தக் காலங்களில் அவற்றுக்குக் கிட்டப் போவதோ, நிலம் அதிர ஓடுவதோ, கார்களில் கடக்கும்போது ஹோர்ன் அடிப்பதோ ரொறொன்ரோவில் தடுக்கப்பட்டிருக்கிறது. கறுப்பு அணில்களின் எண்ணிக்கை குறைந்து வருகிறது. ஆகவே அவையினுடைய இனப்பெருக்கத்துக்குத் தடையாக யாரும் எதுவும் செய்யக்கூடாது.

புறநானூறில் வரும் பெண் ஒருத்தி மான் இணைகள் பிரிந்துவிடுமென அஞ்சி ஒதுங்கிச் செல்வாள். அகநாநூறு இன்னும் விரிவாகச் சொல்லுகிறது. குறுங்குடி மருதனார் என்ற புலவர், தலைவனை எதிர்பார்த்து ஏங்கி நிற்கும் தலைவியிடம் தோழி கூறுவதாகப் பாடலில் சொல்கிறார்.

'மரங்கள் பூக்கத் தொடங்கிவிட்டன. மான்கள் துள்ளி விளையாடுகின்றன. வேகமாகக் குதிரைகள் இழுக்க, தேரில் உன் தலைவன் இதோ வந்துவிட்டான். ஏன் தேர் மணிச்சத்தம் கேட்கவில்லை என்று நினைக்கிறாயா? வேறு ஒன்றுமில்லை. துணையோடு இன்புறும் தேன்சிட்டுகள் பிரிந்துவிடும் என அஞ்சி, தேரின் மணி நாக்குகளை அவன் கட்டியிருக்கிறான். அவன்

வந்துவிடுவான், உன் வருத்தத்தை விடுவாயாக.'

ரொறொன்ரோவில் கறுப்பு அணில்களை அவை கூடும் சமயத்தில் பிரிப்பவர்களுக்குத் தண்டனை உண்டு. ஆனால், சங்க காலத்தில் அப்படியெல்லாம் இல்லை. ஆணும் பெண்ணும் மற்ற உயிரினங்களில் அத்தனை அன்போடு இருந்தார்கள்.

நாளுக்கு ஒரு நன்மை

நான் அப்போது பொஸ்டனில் இருந்தேன். எங்கள் வீட்டில் இரண்டு விதமான ஆட்கள் இருந்தார்கள். உட்கார்ந்து வேலை செய்துவிட்டு நின்று இளைப்பாறுபவர்கள்; நின்று வேலை செய்து விட்டு உட்கார்ந்து இளைப்பாறுபவர்கள். நான் மூன்றாவது வகை. நின்று இளைப்பாறிவிட்டு உட்கார்ந்து இளைப்பாறுபவன்.

அப்படியிருக்க அன்று அதிகாலை சூரியன் எழும்பு முன்னர் நான் எழும்பிவிட்டேன். கதவை யாரோ தட்டும் சத்தம் கேட்டது. அந்த நேரத்தில் யார் தட்டுவார்கள் என்று நான் யோசிக்கவில்லை. திறந்துவிட்டேன். பார்த்தால் என்னிலும் உயரமான ஒரு white-tail deer. ஆண் மான் என்றபடியால் இரண்டு பக்கமும் கிளைவிட்டுப் பரந்த கொம்புகளைத் தூக்கமுடியாமல் தூக்கிக்கொண்டு நின்றது. நான்கு கால்களையும் சரிசமமாக ஊன்றிப் பக்கவாட்டில் நின்று முகத்தை மாத்திரம் திருப்பி என்னைப் பார்த்தது. வீட்டு அபாய மணியை அணைக்க மறந்துவிட்டதால் அது அலறத்தொடங்கியது. வீட்டில் அன்று தூங்கிய அத்தனை நின்று இளைப்பாறுபவர்களும் உட்கார்ந்து இளைப்பாறுபவர்களும் ஓடிவந்தார்கள். அப்ஸராவும் ஓடிவந்து என்னைக் கடந்து போனாள். நான் அவளைத் தூக்கிய பிறகும் அவள் கால்கள் ஓடிக்கொண்டிருந்தன. இந்தச் சத்தத்திலும் கலவரத்திலும் மான் துள்ளித் திரும்பி ஓடிவிட்டது. அபாய மணியை அணைத்துவிட்டு மற்றவர்கள் திரும்பப் படுக்கைக்குப் போய்விட்டார்கள். அப்ஸரா மாத்திரம் என்னுடன் தங்கினாள்.

அவளுக்கு வயது ஐந்து. அறிவாளி. பிரச்னைகள் என்றால் நான் ஆலோசனை கேட்பது அவளிடம்தான். 'எதற்காக மான் வந்து கதவைத் தட்டியிருக்கும்?' என்றேன். அது திரும்பி ஓடிவிட்ட துக்கம் என்னிலும் பார்க்க அவளுக்கு அதிகம். கண்களில் நீர் தளும்பி நின்றது. வீட்டுக்குப் பின்னால் இருக்கும் காட்டில் பல மான்கள் வாழ்ந்தன. அவ்வப்போது அவை வரும். ஆனால், கதவைத் தட்டுவதில்லை. அப்ஸரா யோசித்துவிட்டு, 'காலை வணக்கம் சொல்வதற்காக இருக்கலாம்' என்றாள். நான் 'சரி அப்படித்தான் இருக்கும் என்று சொல்லிச் சிரிப்பு காட்டினேன்.

அவளும் சிரித்தாள். வந்த கண்ணீரைக் காணவில்லை. எப்படியோ கண்ணீரைக் கண்களால் உறிஞ்சி உள்ளே இழுத்துவிட்டாள்.

பெற்றோர் தூங்கும்போது முழு வீடும் அவளுக்குத்தான் சொந்தம். 'இன்று என்ன நல்வினை?' என்றாள். 'பூஞ்செடிக்குத் தண்ணீர் ஊற்றலாம்' என்று சொன்னேன். அவள் சின்னத் தலையை ஆட்டிவிட்டுப் போனாள். நாளுக்கு ஒரேயொரு நன்மை செய்தால் போதும் என்பது அவள் கற்றுக்கொண்டது.

நான் சிறுவயதில் படித்த பள்ளிக்கூடத்தில் ஒரு வாத்தியார் படிப்பித்தார். காந்தி வாத்தியார் என்று பெயர். ஐந்தடி நாலு அங்குலம் உயரம் இருப்பார். மேல்சட்டை அணியமாட்டார். இரண்டே இரண்டு வேட்டிகள் அவரிடம் இருந்தன. ஒன்று கிழிந்தால்தான் இன்னொரு புதிசு வாங்குவார். காந்திபோல ஒரு போர்வைதான். உரத்துப் பேசத் தெரியாது. சிரிக்கும்போதுகூட இரண்டு ஸ்வரத்தில் மட்டும் சிரிப்பார். காந்தி வைத்திருந்ததுபோல உயரமான தடியை அவர் வைத்திருக்கவில்லை. மற்றும்படிக்குக் காந்தியைப் போலவே நடந்துகொண்டார். அவர் என் அண்ணனைப் படிப்பித்தார்; தங்கையைப் படிப்பித்தார்; தம்பியைப் படிப்பித்தார். ஆனால், என் வகுப்பை அவர் படிப்பிக்கவே இல்லை. ஆனாலும் எனக்கு அவரிலே பிரியம் இருந்தது. அவர் அந்த வயதில் எனக்குச் சொன்னது 'ஒரு நாளைக்கு ஒரு நன்மை செய்தால் போதும்' என்பது. அது சொல்லிப் பல வருடங்களாகி விட்டன என்றாலும் அதை இன்னும் அவ்வப்போது நான் கடைப்பிடித்து வந்தேன். அப்ஸராவுக்கும் சொல்லியிருந்தேன். பெரிதாக ஒன்றும் இல்லை. பெரியவர்களுக்கு வணக்கம் சொல்வது; அஞ்சல் பெண்ணுக்கு நன்றி கூறுவது; முன்பின் தெரியாத ஒருவரைப் பார்த்து முறுவல் செய்வது. அவ்வளவுதான். அப்ஸரா ஒவ்வொரு செடியாகத் தண்ணீர் ஊற்றி வந்தாள். செடிக்குப் போன தண்ணீரிலும் பார்க்க வெளியே அதிகமாக நீர் பாய்ந்து ஓடிக் கொண்டிருந்தது.

இரண்டு நாள்களுக்கு முன்னர் என் நண்பர் தொலை பேசியில் அழைத்திருந்தார். ஏதோ பேச்சில் காந்தி வாத்தியாருடைய பெயர் வந்தது. அவரும் மனைவியும் கஷ்டத்தில் இருக்கிறார்கள் என்றார். எனக்குக் காந்தி வாத்தியாருடன் 50 வருடங்களுக்கு மேலாகத் தொடர்பே இல்லை. எனினும் இன்றைய என் நன்மை இதுதான் என்று தீர்மானித்து நண்பரிடம் முகவரி பெற்று காந்தி வாத்தியாருக்கு என்னால் இயன்ற சிறு தொகை பணம் அனுப்பி வைத்தேன். இங்கே சிறுதொகை ஆனால் இலங்கையில் அது பெரும் கொடை. அனுப்பியதுடன் அதை மறந்து போனேன்.

அவர் பற்றிய சின்னச் சின்ன சம்பவங்களை மறக்க முடிய

வில்லை. நான் புதுப் பாடப் புத்தகம் வாங்கியதும் அதற்கு மாட்டுத் தாள் கடுதாசியில் உறைபோட்டுக் கொண்டுபோய் என்னுடைய பெயரை எழுத காந்தி வாத்தியாரிடம் கொடுப்பேன். புத்தகங்களில் பெயர் எழுதித் தருவது அவர்தான். அவர் என் பெயரை நான் எதிர்பார்த்த மாதிரி முன்பக்கத்திலோ, மட்டையிலோ எழுதாமல் இருபதாம் பக்கத்தில் எழுதினார். ஏன் என்று கேட்க பதில் சொல்லவில்லை. ஆனால், 'புத்தகம் பத்திரம்' என்றார். அப்பொழுது எங்கள் பள்ளிக்கூடத்தில் புத்தகங்கள் களவு போய்க் கொண்டிருந்தன. இரண்டே இரண்டு நாளில் என் புத்தகமும் களவு போனது. நான் காந்தி வாத்தியாரிடம் போய் முறைப்பாடு செய்தேன். அங்கே படிப்பித்த எல்லா வாத்தியார்களிலும் இவரிடம் தான் பிரம்பு என்ற பொருள் இல்லை, அடிக்கவும் மாட்டார். ஆனாலும் இவரைத்தான் நான் தெரிவு செய்தேன்.

மாணவர்களிடம் அவர் கேட்கும் முதல் கேள்வி 'இன்று என்ன நன்மை செய்தாய்?' ஒரு நாளைக்கு ஒரு நன்மை என்பது அவர் உபதேசம். ஒரு மாணவன் 'ஏன் சேர் இரண்டு நன்மை செய்யக்கூடாதா?' என்று கேட்டான். அவர் 'அது பேராசை, ஒரு நாளைக்கு ஒன்று போதும்' என்பார்.

காந்தி வாத்தியார் எங்கள் வகுப்புக்குள் நுழைந்து எல்லோருடைய புத்தகங்களையும் வாங்கி ஒற்றையைத் தட்டி பரிசோதித்த பின்னர் திருப்பிக் கொடுத்துவிட்டுப் போனார். பள்ளிக்கூடம் முடிந்த பிறகு என்னையும் எப்பொழுதும் வகுப்பில் கடைசி வாங்கில் குடியிருக்கும் கிருட்டிணபிள்ளை என்பவனையும் தன் வகுப்பறைக்குக் கூப்பிட்டார். கிருட்டிணபிள்ளை உயரமானவன். ஒரு கண்ணாடி யன்னலுக்குப் பின்னால் நின்று முகத்தை அழுத்திப் பார்ப்பதுபோலச் சப்பையான முகம். அவன் முன்னாலே ஏதோ பரிசு வாங்கப் புறப்பட்டதுபோல நடந்துபோக நான் பின்னால் போனேன். அவனுடைய புத்தகத்தில் இருபதாம் பக்கம் கிழிக்கப்பட்டிருந்தது. அந்தப் புத்தகத்தை எடுத்து காந்தி வாத்தியார் என்னிடம் தந்தார். அவனுக்கு ஒரு புதுப் புத்தகம் தன் காசில் வாங்கிக் கொடுத்தார். கிருட்டிணபிள்ளை ஓர் அடி பின்னுக்கு நகர்ந்து விம்மத் தொடங்கினான். காந்தி வாத்தியார் சொன்ன அறிவுரை இதுதான். 'நீ படிக்கவேண்டும் என்று ஆசைப் பட்டது நல்லது. ஆனால், களவெடுத்ததுதான் பிழை.' அங்கே நடந்த விசயம் எங்கள் மூவரையும் தவிர வேறு ஒருவருக்கும் தெரியாது.

அவர் வெள்ளிக்கிழமைகளில் முழு நாளும் உபவாசம் இருப்பது மாணவர்களுக்குத் தெரியும். 'பசிக்காதா சேர், உங்களுக்கு

நோய் பிடிக்காதா?' என்று கேட்பார்கள். அவர் சொல்வார், 'போன சனிக்கிழமையில் இருந்து அடுத்த வெள்ளிக்கிழமை நான் விரதம் என்பது எனக்குத் தெரியும். என் வயிற்றுக்கும் தெரியும். அது தன்னை தயார் செய்துவிடும். எதிர்பார்ப்புதான் பசியைக் கொண்டு வருகிறது.' எங்கள் ஊரில் வரும் நோய்களில் பாதிக்குமேல் தண்ணீரால் வருபவை. 'தண்ணீரைக் காய்ச்சிக் குடியுங்கள், பாதி நோய் போய்விடும்' என்பார். அனைத்து மாணவர்களும் வீடுகளில் போய்த் தங்கள் தாய்மார்களை தொந்திரவு செய்வார்கள். தண்ணீரைச் சுடவைத்தால்தான் குடிப்பேன் என்று அடம் பிடிப்பார்கள். அடுத்தநாள் பெற்றோர்கள் தலைமையாசிரியருக்கு முறைப்பாடு கொண்டுவருவது நிச்சயம்.

காந்தி வாத்தியாருக்குக் கடிதம் போட்டுப் பல வாரங்களாகியும் பதில் இல்லை. அவர் இருப்பது திருக்கோணமலையில். அங்கே நிலவரங்கள் சரியில்லை என்று தமிழ் தினசரிகளில் செய்திகள் வந்த வண்ணம் இருந்தன. ஆள் கடத்தலும் குண்டு வெடிப்புகளும் குறைந்தபாடில்லை. கடிதம் போய்ச் சேர்ந்ததோ என்றுகூடத் தெரியாது. ஒரு பதில் வந்தால் நிம்மதியாக இருக்குமே என்று நினைத்துக்கொண்டேன்.

ஆறு மாதம் கழித்து அப்ஸரா ஒரு நீலநிற வான்கடிதத்தைத் தூக்கிக்கொண்டு வந்து அஞ்சல் பெண் தந்ததாகச் சொல்லிக் கொடுத்தாள். அஞ்சல் பெண்ணுக்கு நன்றி சொன்னாயா என்று கேட்டேன், சொன்னேன் என்றாள். அன்றைய நாளின் நன்மை அவளுக்கு முடிந்துவிட்டது. வான்கடிதத்தைப் பிரிப்பதற்கு நிறைந்த பொது அறிவும் பொறுமையும் தேவை. சிறு கவனயீனமும் கடிதத்தை மூன்று துண்டுகளாகக் கிழித்துவிடும்.

காந்தி வாத்தியார்தான் எழுதியிருந்தார். ஒரு 15 வயதுப் பெண்ணின் கையெழுத்துப்போல ஓர் எழுத்தோடு ஒன்று முட்டாமல் வட்ட வட்டமான எழுத்துக்கள். 'அன்புள்ள ஐயா' என்று கடிதம் தொடங்கியதும் எனக்குத் துணுக்கென்றது. நான் என்னை யாரென்று அவருக்கு நினைவூட்டுவதற்காக என் தங்கையைப் பற்றியும் தம்பியைப் பற்றியும் அண்ணனைப் பற்றியும் எழுதியிருந்தேன். நான் அவரிடம் 'சத்திய சோதனை' புத்தகம் பரிசு பெற்றதையும் ஞாபகப்படுத்தியிருந்தேன். 'தங்களுடைய கடிதம் எனக்குப் பெரிய மகிழ்ச்சியையும் ஆனந்தத்தையும் தந்தது. அத்தோடு அதிசயமாகவும் இருந்தது. தங்கள் கடிதத்தை என் மனைவிக்கு வாசித்துக் காட்டினேன். அவர் மிகவும் சந்தோசப் பட்டார். இரண்டு நாள் கழித்து அவர் சிவபதம் அடைந்தார். அவருக்கு வயது 84. எனக்கு 90 நடக்கிறது.' இப்படித் தொடர்ந்து

அவர் பல விசயங்களை நீலக் கடிதத்தின் ஓர் ஓரத்தில் இருந்து மறு ஓரம் வரை நெருக்கி நெருக்கி, கடிதத்தின் முழுப்பெறுமதி யையும் பெறும்விதமாக எழுதியிருந்தார். தான் வெள்ளிக்கிழமை களில் நீராகாரம் மட்டுமே அருந்துவதாகவும் கடந்த 65 வருடங்களில் ஒரு முறைகூட அதில் தவறியதில்லை என்றும் எழுதியிருந்தார். நடப்பது கஷ்டமாக இருக்கிறதாம். யாரோவுடைய சைக்கிள் பாரிலும் மோட்டார் சைக்கிள் பின் சீட்டிலும் அமர்ந்து வெளியே பயணம் செய்வதாகவும் தூர இடம் என்றால் ஓட்டோவில் போவதாகவும் கடிதத்தில் கூறியிருந்தார்.

'ஒரு நாளில் 24 மணி. ஆறு மணி சாப்பாட்டுக்காக உழைக்கவேண்டும். ஆறு மணி சுயகருமங்கள். ஆறு மணி நித்திரை. ஆறு மணி நாட்டு மக்களுக்குச் சேவை.' சனங்களுக்கு சேவை செய்யாத ஒவ்வொரு மணி நேரமும் கடவுளிடமிருந்து தூரமாகவும் மரணத்துக்குக் கிட்டவாகவும்தான் நகர்வதை உணருவதாக அவர் சொன்னது நினைவுக்கு வந்தது. அவருடைய இந்தக் கொள்கையில் கடந்த 65 வருடங்களில் ஒரு மாற்றம்கூட இல்லை என்பதையும் எனக்குத் தெரிவித்திருந்தார்.

காந்தி வாத்தியார் கடிதத்தை இப்படி முடித்திருந்தார்.

'தாங்கள் மனமுவந்து மன நிறைவோடு அனுப்பிய பணம் வங்கிமூலம் பெற்றுக்கொண்டேன். நீங்கள் உங்களைப் பல வகையிலும் பல நிகழ்ச்சிகளிலும் நினைவூட்டி எழுதி அறிமுகப் படுத்தியிருந்தீர்கள். ஆனால், நீங்கள் யாரென்று எனக்கு ஞாபக மில்லை. என்னை மன்னியுங்கள்.'

இப்படித்தான் உலகம்

இன்று நாள் 6.40க்கு விடிந்தது. மாலை 7.58க்குச் சூரியன் மறைந்து பகல் முடிவுக்கு வரும். இன்றைய நாள் ஐந்து டிகிரி சென்டிகிரேட் வெப்பத்துடன், மழை இல்லாமல் மூட்டமுடன் காணப்படும். காற்றழுத்தம் 103 ஆகவும் காற்று வேகம் வடக்குத் திசையில் மணிக்கு 19 கி.மீட்டராகவும் ஈரப்பதம் 61 ஆகவும் பார்வை தூரம் 24 கி.மீட்டராகவும் இருக்கும். வயது ஒரு நாள் அதிகரிக்கும். நான் இன்று ஒரு நல்லவரைச் சந்திப்பேன். ஒரு கெட்டவரைச் சந்திப்பேன்.

என் மகள் சிறுவயதாயிருந்தபோது யாராவது அவள் வயதைக் கேட்டால் ஐந்து என்று சொல்லமாட்டாள். ஐந்து வருடம், இரண்டு மாதம் என்பாள்; ஆறரை என்பாள்; ஏழுவருடம் 10 நாள் என்பாள். அவள் வயதை எண்ணும்போது ஒவ்வொரு நாளும் முக்கியம் பெறும். அவள் வாழ்ந்த ஒவ்வொரு தினமும் அவளுக்கு இனிப்பானது. ஒருநாளைத் தவறவிட்டாலும் ஏதோ துரோகம் செய்துவிட்டதுபோல நினைப்பாள். பதின்பருவம் நடந்த போது 14 வயது என்று ஒருபோதும் சொல்லமாட்டாள், 'பதினைந்தாகப்போகிறது' என்பாள். 21 வயதில் பெரிய கொண்டாட்டம், இமயமலையின் உச்சியில் ஏறி நின்றதுபோல. முப்பதைத் தொட்டபோது 'ஓ முப்பதாகிவிட்டது' என்று முனகி னாள். நாற்பது, ஐம்பது, அறுபது என்று வருடங்கள் பாய்ந்தோடு கின்றன. எழுபதை அடைந்ததும் இப்பொழுதுதானே அறுபதைக் கொண்டாடினோம் என்று ஆச்சரியப்படுகிறோம். சிறுவயதில் ஒருநாள் விடியும்போது அது ஒரு புது நாள், இன்னும் திறக்காத ஒரு பரிசுப் பொருள்போல. வாழ்க்கையை முழுவதுமாக, கடைசிச் சொட்டுவரை அனுபவிக்கவேண்டும் என்ற ஆசையும் வேகமும் இருக்கும்.

முதுமையில் அந்த ஆவல் நசிந்துபோய்விடுகிறது, 'இன்னொரு நாள்' என்று அலுத்துக்கொள்கிறோம்.

நான் தினம் ஒரு நல்லவரையும் கெட்டவரையும் சந்திக்கி றேன். காலையில் நடைபயிலச் செல்லும்போது ஒரு நினைவுக்

கல்லைக் கடக்கிறேன். ஒரு நாள் நின்று அதில் எழுதியிருப்பதைப் படித்துப் பார்த்தேன். ஜோஸப் ரொமில்சன் என்பவர், அமெரிக்கா சுதந்திரப் பிரகடனம் செய்வதற்கு முன்னர், 1748இல் கனடாவுக்குக் குடிபெயர்ந்து ஒரு புதுக்குடியிருப்பைத் தொடங்கி வைத்தவர். ரூச் நதிக்கரையில் விவசாயம் செய்து மாக்கம் பிராந்தியத்தை வளமாக்கியவர். தானதருமங்கள் செய்து மக்களுக்கு முன்னோடியாக வாழ்ந்தவர். இன்று நான் வசிக்கும் இடம் ஒரு காலத்தில் அவருக்கு சொந்தமாக இருந்தது. அவருடைய வழித்தோன்றல்கள் அவருக்கு ஒரு நினைவுச் சின்னம் எழுப்பியிருக்கிறார்கள். அவர் வாழ்ந்த காலத்தில் இன்னொருவரும் வாழ்ந்தார். அவர் பெயர் ஆப்பிரஹாம் தன் மகனைச் சுட்டுக் கொலை செய்தவர். அவருக்கு ஒருவரும் நினைவுச் சின்னம் எழுப்பவில்லை.

நேற்று என் கம்ப்யூட்டரைத் திறந்தபோது ஒரு வைரஸ் வந்து தாக்கியது. கம்ப்யூட்டர் நான் நினைத்தபடி வேலை செய்யவில்லை, தான் நினைத்ததைச் செய்தது. பலமணிநேரம் செலவு செய்து ஒருவர் இந்த வைரஸை உண்டாக்கிப் பல்லாயிரம் மைல்களுக்கப்பால் இருந்து அனுப்பியிருக்கிறார். அவருக்கு நான் யாரென்று தெரியாது. அவருக்கு நான் ஒரு கெடுதல் செய்ததும் கிடையாது. ஆனால் இன்னொருவருடைய அழிவு அவருக்கு இன்பத்தைக் கொடுக்கிறது. என் பக்கத்து வீட்டில் 8ஆவது படிக்கும் பையன் வந்து அந்த வைரஸைத் துரத்தி, கம்ப்யூட்டரைப் பழையபடி இயங்க வைத்தான். தொலைந்துபோன என் கோப்புகளை மீட்டெடுத்தான். ஒரு நல்லவன் இருந்தால் ஒரு கெட்டவனும் இருப்பான்.

நான் நடையை முடித்துவிட்டு வீட்டுக்குத் திரும்பியபோது என் வீட்டுக்கு முன்னால் நின்றிருந்த பேர்ச் மரத்தின் வேர்களுக்கிடையே ஒரு செல்போன் கிடந்தது. பார்த்தால் அது இப்பொழுது பிரபலமாகிவரும் விலை உயர்ந்த ஐபோன். யாரும் தவறுதலாக அங்கே கைநழுவ விடவில்லை; எறிந்திருக்கிறார்கள். அதைக் கையிலெடுத்து அதிலிருந்த சில நம்பர்களை அழைத்தேன். அழைத்தவர் எனக்குத் தெரியாத ஒரு மொழியில் பேசினார். இன்னொருவரை அழைத்தேன். அவரும் அப்படியே. சில மணி நேரங்களில் ஐபோனின் சொந்தக்காரர் என்னைத் தொடர்புகொண்டு ஐபோனை வந்து எடுத்துப்போனார். அவர் சொன்ன கதை இதுதான். அவர் காரைப் பூட்டாமல் வெளியே நிறுத்திவிட்டு வேலையாக உள்ளே இருந்திருக்கிறார். நாலைந்து இளைஞர்கள் ஐபோனைத் திருடியிருக்கிறார்கள். ஆனால், பாதி வழியில் பயந்துபோய் அதை எறிந்துவிட்டு மறைந்துவிட்டார்கள்.

முதுமை மனிதர்களைப் பெரிதும் மாற்றிவிடுகிறது. சிறுவயதில் எங்கள் கண்கள் நல்லவர்களையே கண்டது. நல்லவர்

களும் கெட்டவர்களும் நிறைந்த இந்த உலகம் கெட்டவர்களால் நடப்பதில்லை. நல்லவர்களால்தான் இயங்குகிறது. இதைத்தான் பல நூறு வருடங்களுக்கு முன்பு கடலுள் மாய்ந்த இளம்பெருவழுதி என்னும் புலவர் புறநானூறில் கூறியிருக்கிறார்.

உண்டாலம்ம இவ்வுலகம் இந்திரர்
அமிழ்தம் இயைவதாயினும் இனிதெனத்
தமியர் உண்டலும் இலரே முனிவிலர்
துஞ்சலுமிலர் பிறர் அஞ்சுவ தஞ்சிப்
புகழெனின் உயிரும் கொடுக்குவர் பழியெனின்
உலகுடன் பெறினும் கொள்ளலர் அயர்விலர்
அன்னமாட்சி யனையராகித்
தமக்கென முயலா நோன்றாள்
பிறர்க்கென முயலுநர் உண்மையானே. (புறம்: 182)

This world lives
because
some men do not eat alone,
not even when they get
the sweet ambrosia of the gods;
they've no anger in them,
they fear evils other men fear
but never sleep over them;
give their lives for honour,
will not touch a gift of whole worlds
if tainted;
ther's no faintness in their hearts
and they do not strive
for themselves.
Because such men are,
this world is.
(Translation by A.K. Ramanujan)

நல்லவர்களால் ஆனது உலகம். உலகம் நம்பிக்கை அளிப்பது. அனுபவிக்கவேண்டியது. தினமும் ஒருதடவையாவது படிக்க வேண்டிய பாடல் இது. பேராசிரியர் க.கைலாசபதி தன் மேசையில் இந்தப் பாடலைத்தான் எழுதி வைத்திருப்பார்.

என்னை மறக்கவேண்டாம்

கடவுள் ஒருநாள் எல்லாப் பூக்களையும் அழைத்து அவற்றுக்குப் பெயர் சூட்டினார். பூக்களுக்கு மகிழ்ச்சி, தங்கள் பெயர்களைத் தாங்களே சொல்லிப் பார்த்துக்கொண்டன. ஒரேவொரு பூ நிலத்தோடு வளர்ந்த செடியில் இருந்தபடி தன் முறைக்காகக் காத்து நின்றது. கடவுள் கவனிக்கவில்லை. எல்லாப் பூக்களுக்கும் பெயர் கொடுத்தாகிவிட்டது. 'என்னை மறக்க வேண்டாம், என்னை மறக்க வேண்டாம்' என்று கீச்சுக் குரலில் இந்தப் பூ கத்தியது. கடவுள் எட்டிப் பார்த்துவிட்டு 'சரி, அதுவே உன் பெயராக இருக்கட்டும்' என்றார்.

எழுத்தாளர் சுஜாதா ஓர் இரவு முழுக்கத் தூங்கவில்லை. நடு இரவில் திடீரென்று படையப்பா படத்தில் ரஜினியுடன் நீலாம்பரியாக நடித்த அந்தப் பெண்ணின் பெயரை மறந்துவிட்டார். அவருக்கு நல்லாய் தெரிந்த பெண்தான். ஆனால், அந்த நேரத்தில் பெயரை மறந்துவிட்டார். எவ்வளவு முயன்றும் நினைவுக்குக் கொண்டுவரமுடியவில்லை. அடுத்த நாள் விடிந்த பிறகுதான் அந்தப் பெயர் ரம்யா கிருஷ்ணன் என்பது ஞாபகத்துக்கு வந்து நிம்மதி பிறந்தது; வேறு அலுவல்களையும் அவரால் கவனிக்க முடிந்தது.

அவசரமாக ஏதாவது எழுதிக்கொண்டிருப்பேன். அந்த இடத்தில் ஒரு வார்த்தை தேவையாக இருக்கும்; அது வராது. மீதி எல்லாம் வரும். எழுதியதற்குப் பொருத்தமாக ஒரேவொரு வார்த்தை இருக்கும். அது மட்டும் நினைவுக்கு வராது. புறநானூறில் சோற்று மூட்டையைத் தூக்கிக்கொண்டு நிரையாகப் போகும் சிறுவர்கள் வருவது எந்தப் பாடலில் என்பது மறந்து போகும். மற்றப் பாடல்கள் எல்லாம் நினைவுக்கு வரும். விமான நிலையத்தில் காத்திருக்கும்போது உங்களுக்கு வேண்டிய விமானம் வராது. மற்ற எல்லா அறிவிப்புகளும் வந்துகொண்டிருக்கும். அது போலத்தான்.

விருந்து ஒன்றிலே ஒரு கிழவர் ஒரு கிழவியைச் சந்தித்தார். இருவரும் தனித்து வாழ்பவர்கள் அறுபது வயதைத் தாண்டியவர்கள். இருவருக்குமே துணை தேவையாயிருந்தது. நீண்டநேரம்

அவர்கள் தங்களை மறந்து கதைத்தார்கள். கிழவருக்குக் கிழவியைப் பிடித்துக்கொண்டது. வாழ்நாள் துணைவியாக அவர் தனக்கு வந்தால் எவ்வளவு நல்லது என்று யோசித்தார். ஒரு துணிச்சலில் நீ என்னை மணமுடிக்கச் சம்மதிப்பாயா என்று கேட்டார். கிழவியும் சரி என்று சொல்லிவிட்டார்.

நடு இரவில் கிழவருக்கு விழிப்பு ஏற்பட்டது. அந்தப் பெண் அவரை மணமுடிப்பதற்குச் சம்மதித்தாரா இல்லையா என்பது மறந்துவிட்டது. எவ்வளவு யோசித்தும் அவர் கேட்டது ஞாபகத்தில் இருந்தது. ஆனால், கிழவியுடைய பதில் மறந்துவிட்டது. விடியும் வரை காத்திருந்து விடிந்ததும் முதல் வேலையாகத் தொலை பேசியில் கிழவியை அழைத்தார். 'மன்னிக்கவேண்டும். நான் இரவு முழுக்கத் தூங்கவில்லை. நேற்று உன்னை மணமுடிக்கக் கேட்டேன். நீ சம்மதித்தாயா அல்லது மறுத்தாயா?' கிழவி உடனே, 'நான் சம்மதித்தேன். நான் சம்மதித்தேன்' என்று அலறினார். ஆனால், அடுத்த கணமே அணைந்துபோய் மௌனமானார். கிழவர் 'என்ன விசயம்?' என்றார். கிழவி 'நானும் தூங்கவில்லை. நான் சம்மதம் சொன்னது எனக்கு ஞாபகமிருந்தது. ஆனால் யார் என்னை மணமுடிக்கக் கேட்டார் என்பது மறந்துவிட்டது. நல்ல காலமாக உங்கள் தொலைபேசி வந்தது' என்றார்.

மறதி விளைவிக்கும் கேடு பற்றிச் சொல்வதற்கு எல்லோரும் இந்தக் கதையைத்தான் உதாரணம் காட்டுவார்கள். மறதி வியாதி பற்றி நூறு வருடங்களுக்கு முன்னர் முதலில் ஆராய்ச்சி செய்தவர் Alzheimer என்ற ஜேர்மன் மருத்துவர். அந்த வியாதிக்கும் அவருடைய பெயரையே சூட்டினார்கள். திரியில் எண்ணெய் கொஞ்சம் கொஞ்சமாக ஏறுவதுபோல இந்த வியாதி சிலருக்கு முதுமையில் மூளையில் ஏறிவிடுகிறது. மூளைக்கு வேலை கொடுப்பதன்மூலம் இந்த வியாதியைத் தடுக்கலாம் என்பது மருத்துவர்களின் கூற்று. படிப்பது, எழுதுவது, செஸ் விளையாடு வது, குறுக்கெழுத்து, சுடொக்கு போன்ற புதிர்களைச் செய்வது நல்லது என்று சொல்கிறார்கள். புதிர்களை விடுப்பதில் எனக்கு விருப்பம் உண்டு. ஒவ்வொரு நாள் காலையும் முதல்நாள் குறுக் கெழுத்துப் புதிரை எங்கே வைத்தேன் என்று தேடிக் கண்டுபிடித்த பிறகு நான் கிரமமாகச் செய்துவருகிறேன்.

நான் கனடாவுக்குக் குடிவந்த சமயத்தில் எங்கள் வீட்டுத் தோட்டம் செடிகளும் கொடிகளும் புதர்களுமாக தாறுமாறாக வளர்ந்து கிடந்தது. அதைச் செப்பனிட்டுத் தருவதற்கு ஒரு தோட்டக்காரரை ஏற்பாடு செய்தேன். கோமஸ் என்ற ஒரு நாற்பது வயதுக்காரர் முறுகிய இரண்டு கைகளை ஆட்டியபடி வந்தார்.

எங்கே உங்கள் ஆயுதங்கள் என்று கேட்டேன். அவர் முதலாம் வகுப்பு பள்ளிச் சிறுவன் முதல் நாள் பள்ளிக்கூடத்தில் புதுச் சாப்பாட்டு பெட்டியைத் திறப்பதுபோலப் பெருமையுடன் தன் பக்கெட்டுக்குள் கையை விட்டு ஒரு சுவிஸ் ராணுவ வில்லுக் கத்தியை எடுத்து விரித்துக் காட்டினார். ராவணனுடைய பத்துத் தலைபோலப் பலவிதமான ஆயுதங்கள் இருந்தன. தோட்ட வேலைக்கு ஒன்றும் உதவாது.

வந்தவருக்குத் தோட்டம் பற்றிய ஞானம் போதவில்லை. பூமியில் இருந்து ஏதாவது வளர்ந்தால் அதை வெட்டவேண்டும் என்பதுதான் அவருடைய ஆகக்கூடிய அறிவு. பக்கத்து வீட்டில் நான் ஒரு வாள் இரவல் வாங்கிக் கொடுத்தேன். அவர் அதைத் தடவிப் பார்த்துவிட்டு நல்லாய்ப் பயிற்சி பெற்ற ஒரு வாள்சண்டை வீரர் போலச் செடிகள், கொடிகள், பற்றைகள் என்று இரண்டு மணி நேரமாக துவம்சம் செய்தார். திடீரென்று மழை ஓய்ந்தது போல ஓர் இடத்தில் குனிந்து கவனித்தார். பின்னர் முழங்காலில் உட்கார்ந்தார். ஐந்து நிமிடம் கழிந்திருக்கும் மனிதர் எழும்பவில்லை. அவருக்கு முன்னால் ஒரு சின்னச் செடி இருந்தது. அதில் நடுவில் மஞ்சளும் சுற்றிவர நீலமுமாகச் சின்னச் சின்னப் பூக்கள். 'இதை மாத்திரம் வெட்ட வேண்டாம்' என்றார். அவர் கையிலேதான் வாள் இருந்தது, நான் எப்படி வெட்டப்போகிறேன்.

'இது என்ன பூ?' என்றேன். கோமஸ் என்னுடைய கேள்வியைப் பொருட்படுத்தவில்லை. 'என்னுடைய அப்பா மானிடோபா மாநிலத்தில் வசிக்கிறார். அது ஓர் அலுப்பான இடம். எங்கே பார்த்தாலும் சமதரை. மனிதரிலும் பார்க்க மாடுகளின் எண்ணிக்கைக்கூட. பத்துப் பேர் இருந்தால் அருகே ஒரு குளம் இருக்கும். அங்கே நான் செய்வதற்கு ஒன்றுமே இல்லை. என்னுடைய அப்பா என்னை அங்கே வரச்சொல்லி 12 வருடமாகக் கெஞ்சுகிறார். நான் தட்டிக்கழித்தேன், ஓரளவுக்கு அவரை மறந்தும் விட்டேன். சமீபத்தில்தான் அங்கே போனேன். அவருக்கு என்னைத் தெரியவில்லை, மறதி வியாதி.'

'அப்படியா, ஐயோ பாவம்' என்றேன்.

'மறதி வியாதி சங்கத்தின் சின்னம் இந்தப் பூதான். இதற்குப் பெயர் Forget me not. என்னை மறக்கவேண்டாம்.'

பிணங்களை வெளியே கொண்டுவாருங்கள்

17ஆம் நூற்றாண்டு இங்கிலாந்தில் இரண்டாவது சார்ல்ஸ் மன்னரின் ஆட்சி நடந்தபோது பிளேக் எனும் கொடிய கொள்ளை நோய் பரவியது. இது பயங்கரமான தொற்று வியாதி. மக்கள் நூற்றுக் கணக்கில் தினமும் செத்து விழுந்தனர். செல்வந்தர்கள் ஊரை விட்டு, நாட்டை விட்டு தப்பி ஓடினர். அரசன்கூட ஒரு தருணத்தில் வேறு ஊருக்கு தன் அரண்மனையை மாற்றினான். அவன் கட்டளைப்படி தினம் அரச சேவகர்கள் கைவண்டிகளைத் தள்ளிக்கொண்டு தெருத் தெருவாகச் சென்று கூவுவார்கள், 'உங்கள் பிணங்களை வெளியே கொண்டு வாருங்கள்' 'உங்கள் பிணங்களை வெளியே கொண்டுவாருங்கள்.' சிறுவயதில் சரித்திர மாணவனாக இதைப் படித்து நான் ஆச்சரியப்பட்டிருக்கிறேன். மீண்டும் என் வாழ்நாளில் இப்படி நிகழக்கூடும் என்பதை நான் நினைத்துக்கூடப் பார்த்ததில்லை.

ஈழத்துப் போரிலே செத்துமடியும் நூற்றுக் கணக்கான அப்பாவி மக்களைப் பற்றிய செய்திகளும் படத்துணுக்குகளும் தினம் தினம் இணையத் தளங்களை நிரப்புகின்றன. அவற்றைப் பார்க்கும் எந்த மனமும் பதறும். ஒரு குழந்தையின் தலை இரண்டாகப் பிளந்ததைப் படம் பிடித்துப் போட்டிருக்கிறார்கள். இந்தப் பிஞ்சுக் குழந்தை என்ன பாவம் செய்தது. அது தமிழ் குழந்தை என்று சொல்கிறார்கள். எப்படிச் சொல்லமுடியும்? அது இன்னும் தமிழ்ப் பேச ஆரம்பிக்கவில்லையே? அதற்குச் சிரிக்கவும் அழவும்தான் தெரியும். அதிலும் அந்தக் குழந்தை சிரிப்பை மறந்து வெகு நாள்களாகிவிட்டன.

ஐ.நா சாட்டிலைட் எடுத்த படத்தில் பாதுகாப்பு வளையத்துக் குள் குண்டுகள் விழுந்து வெடிப்பது பதிவாகியிருக்கிறது. குற்றம் செய்தவர்களை அடைத்துவைக்கும் இடம் சிறை. குற்றம் செய்யாதவர்களை அடைத்துவைப்பதற்குப் பெயர் internment camp. இலங்கை அரசு சமீபத்தில் உண்டாக்கிய இப்படியான முகாம்களில் சிறை வைக்கப்பட்டிருக்கும் மக்களுக்கு போதிய உணவும் இல்லை; மருந்தும் இல்லை. பெண்கள் பாலியல் வல்லுறவுக்கு ஆளாக்கப்படு

கிறார்கள். சிறுவர்கள் பிணங்களுடன் உறங்குகிறார்கள். அவை பிணங்கள் என்பது அவர்களுக்குத் தெரியாது. இவை எல்லா வற்றையும் இங்கிலாந்தின் சானல் நியூஸ் 4 காணொளிப் படங் களாகக் காட்டியிருக்கிறது.

இலங்கை அரசு போரை நடத்துகிறது என்று சொல்கிறார்கள். பொஸ்டன் குளோப் பத்திரிகை இந்த யுத்தத்தை 'நாலு சகோதரர்களின் யுத்தம்' என்று வர்ணிக்கிறது. உலகில் எங்கேயாவது ஓர் அரசாங்கத்தில் நாலு சகோதரர்கள் கூட்டுச்சேர்ந்து இன அழிப்புப் போர் ஒன்றை நடத்தியதாக சரித்திரம் இருக்கிறதா? யுத்தத்தில் அவலப்படும் இந்த மக்கள் என்ன கேட்கிறார்கள்? எகிப்திய அரசன் பார்வோனிடம் மோசே யாசித்ததுபோல 'எங்களை விட்டுவிடுங்கள்' என்று கேட்கிறார்கள். ஆனால் அது அவர்கள் காதுகளில் ஏறவில்லை. மாறாக அழிப்பு வேலை நாளுக்கு நாள் உக்கிரமடைகிறது. இந்த அக்கிரமக்காரர்கள் அவர்கள் பாவத்தை எங்கே போய்க் கழுவுவார்கள்.

சேக்ஸ்பியர் எழுதிய மாக்பெத் நாடகத்தில் டங்கன் என்ற அரசனை மாக்பெத் கொலைசெய்வான். கத்தியில் வழியும் ரத்தத்தைக் கழுவமுடியாமல் திகைத்து நிற்கும் மாக்பெத் 'நெப்டியூனின் கடல் தண்ணீர் முழுக்க என் ரத்தக் கறைகளைக் கழுவப் போதாதே' என்று அரற்றுவான். இந்தச் சகோதரர்களின் பாவத்தைக் கழுவ இந்து சமுத்திரத்தின் தண்ணீர் போதுமானதாக இருக்குமா என்பது தெரியவில்லை.

இப்பொழுது எங்களிடையில் ஒரு பாரதியார் இல்லையே என்ற துக்கம் எனக்கு அடிக்கடி வருகிறது. எங்கோ பீஜித்தீவில் கரும்புத் தோட்டத்தில் சிக்குண்டு மாடுகள் போல உழைத்த தமிழ் உயிர்களுக்காக அவர் அன்று பாடி வைத்தது, இன்றைய ஈழத் தமிழர்களுக்குப் பாடியது போல அல்லவா இருக்கிறது.

நாட்டை நினைப்பாரோ எந்த
நாளினிப் போயதைக் காண்பதென்றே அன்னை
வீட்டை நினைப்பாரோ அவர்
விம்மி விம்மி விம்மி விம்மியழுங் குரல்
கேட்டிருப்பாய்க் காற்றே! துன்பக்
கேணியிலே எங்கள் பெண்கள் அழுத சொல்
மீட்டும் உரையாயோ அவர்
விம்மி யழவும் திறங்கெட்டுப் போயினர்.

'விம்மி யழவும் திறங்கெட்டுப் போயினர்' என்ற வரிகள் எவ்வளவு நிசமானவை. ஒரு தாய் மரத்தின் அடியில் செத்துப்போன குழந்தையை மடியில் போட்டுக்கொண்டு வெறித்த பார்வையோடு

உட்கார்ந்திருக்கிறாள். அந்தப் படத்தில் அவள் கண்களில் கண்ணீர் வற்றிவிட்டது தெரிகிறது.

பிரிட்டிஷ் ராச்சியத்தைச் சூரியன் மறையாத ராச்சியம் என்று வர்ணித்தார்கள். இருபத்து நாலு மணிநேரமும் அவர்கள் ஆண்ட ஏதோ ஒரு நாட்டில் சூரியன் பிரகாசித்துக் கொண்டிருந்தான். அதனால்தான் சூரியன் மறையாத ராச்சியம் என்று சொன்னார்கள். இன்று உலகத்தின் பல பாகங்களிலும் புலம்பெயர்ந்த தமிழர்கள் வாழ்கிறார்கள். அவர்கள் புலத்தில் சூரியன் என்றுமே மறைவ தில்லை. புலம் பெயர்ந்த பத்து லட்சம் தமிழ் மக்கள் எங்கெங்கே சிதறிக்கிடந்தாலும் அவர்கள் இருப்பையோ, அடையாளத்தையோ எவரும் மறுக்கமுடியாது. சமுத்திரங்கள் பிரித்தாலும் அவர்கள் ஒரு மக்கள். உலகத்தைச் சுற்றி அவர்கள் எழுப்பும் ஒருமித்த எதிர்ப்புக் குரல் 24 மணி நேரமும் ஒலிக்கிறது. இதுவும் புதுச் சரித்திரம். ஆனால், தொடரும் இன ஒழிப்பை உலகம் கண்டு கொள்ள மறுக்கிறது.

நிறைய ஒளிப்படத் துண்டுகள் எனக்கு மின்னஞ்சலில் வரு கின்றன. அவற்றில் பலவற்றைக் கல்நெஞ்சக்காரர்கூடப் பார்க்க முடியாது. சிலதைத் திறந்து பார்த்தால் அன்று முழுக்க ஒன்றுமே செய்யத் தோன்றாது. சமீபத்தில் ஒன்றைப் பார்த்தேன். 'பிணங்கள் எங்கே, பிணங்கள் எங்கே' என்ற குரல் மட்டும் கேட்கிறது. பிணத்தைக் காட்டவில்லை. அவர்கள் பிணம் சேகரிப்பவர்கள் என்று பின்னர் தெரிந்துகொண்டேன்.

ஈழத்துப் போரில் சேரும் பிணத்தின் தொகை நாளாந்தம் அதிகரிக்க அவற்றை அகற்றுவதற்கு வேறு பல உபாயங்களையும் தந்திரங்களையும் புகுத்தவேண்டியுள்ளது. வீசிய நச்சுக் குண்டுகளில் சில பிணங்கள் ஏற்கெனவே கருகி விட்டதால் எரிக்கும் வேலை இல்லாமல் போய்விட்டது. சில பிணங்கள் கவனிப்பாரற்றுக் கிடக் கின்றன. இன்னும் சில பிணங்களை விட்டுவிட்டு உற்றார் உறவினர் ஓடிவிடுகிறார்கள். எதிர்வரும் காலங்களில் அரசு அறிவித்தல் ஒன்று இப்படி வந்தாலும் நாங்கள் ஆச்சரியப்படமுடியாது.

'உங்கள் பிணங்களைக் காலை எட்டு மணியிலிருந்து பத்து மணிக்குள் சேகரத்துக்கு தயாராக வைத்திருங்கள். தவறுவோர் கடுமையான தண்டனைக்குள்ளாக்கப் படுவார்கள்.'

சமீபத்தில் வெளிவந்த புள்ளிவிபரக் கணக்கு கடந்த ஐந்து மாதங்களில் போரில் இறந்தவர் தொகை 7000 என்று கூறுகிறது. இதே வேகத்துடனும் செயல் திறனுடனும் அரசு இன அழிப்பைத் தொடர்ந்தால் இன்னும் சில மாதங்களில் பிணங்கள் எல்லாம்

முடிந்துவிடும். பீரங்கிகள் ஓய்ந்து, போரும் நின்றுவிடும். முழுத் தீர்வு என்பது இதுதான்.

அப்பொழுது இலங்கை அரசு ஆறுதலான ஒரு பெரிய பெரு மூச்சை விடலாம். என்ன நடக்கிறது என்பதை உன்னிப்பாக வேடிக்கை பார்த்து வந்த உலக நாடுகளும் பெருமூச்சு விடும். இந்தியாவின் பெருமூச்சு மிக நீண்டதாக இருக்கும்.

ஆகச் சிறந்த வாசகி

நேற்று, சனிக்கிழமை, யாழ்ப்பாணக் கல்லூரி பழைய மாணவர் நடத்தும் இரவு விருந்துக்கு அழைப்பு வந்தது. நானும் பழைய மாணவன்தான். ஆகவே கட்டாயம் போகவேண்டும். இந்தப் பழைய மாணவர்களில் ஒன்றிரண்டு பேர் என் வாசகர்கள். இப்படியான சந்திப்பின்போது அவர்கள் என்னுடைய எழுத்தைப் பற்றி ஏதாவது சொல்வார்கள். சிறுவயதில் என்னோடு படித்த ஒருவர் தொடர்ந்து படிப்பதும் அபிப்பிராயம் சொல்வதும் மனத்துக்கு உவகை தரும் அனுபவம். எனவே தவறவிடக் கூடாது.

ஆனால் துக்கமும் இருக்கும். வருடா வருடம் நடக்கும் இந்தச் சந்திப்பில் என் நண்பர்களின் எண்ணிக்கை குறைந்து கொண்டே வந்தது. இம்முறை யாராவது வருவார்களா அல்லது ஒருவருமே வரமாட்டார்களா என்ற மெல்லிய பதற்றம் தொற்றியது. நான் வெளியே காட்டவில்லை.

விருந்து சிறப்பாகத் தொடங்கியது. அதில் பேச்சாளர் ஒருவர் சொன்னது பழைய ஞாபகங்களை கிளப்பியது. அவர் 100 வருடங்களுக்கு முன்னர் யாழ்ப்பாணக் கல்லூரியில் கடமையாற்றிய வெள்ளைக்கார அதிபர் அருள்திரு. ஜோன் பிக்னெல் பற்றிச் சொன்னார். இவருடைய ஆட்சியில்தான் ரவீந்திரநாத் தாகூர் எங்கள் கல்லூரிக்கு வருகை தந்திருந்தார். எங்கள் கல்லூரி அதிபரை கொழும்பு அரசி மாளிகைக்கு அப்போதைய கவர்னர் ஜெனரல் இரவு விருந்துக்கு அழைத்ததும் அந்தக் காலகட்டத்தில்தான். அங்கே அவர் ஆற்றிய இரவுப் போசன விருந்து உரை (after dinner speech) புகழ் பெற்றது. பலமுறை மற்றவர்களால் திருப்பிச் சொல்லப் பட்டது. விருந்தில் அவர் சொன்ன கதை இதுதான்.

ரோமாபுரியை ஆண்ட ஒரு மன்னனுக்கு இறக்கும்வரை போராடும் அடிமை மல்லர்களின் (gladiators) வீரசாகசங்களைப் பார்ப்பதில் விருப்பம் அதிகம். அடிக்கடி காட்சியரங்கில் பொதுசன பார்வைக்குச் சிங்கங்களையும் மல்லர்களையும் மோதவிட்டு வேடிக்கை பார்ப்பான். அடிமைகள் கடைசித் துளி உயிர் இருக்கும் வரை சண்டையிடுவதும் சிங்கங்கள் இறுதியில் வெல்வதும் ஒவ்வொரு முறையும் தவறாமல் நடக்கும். அரசன் காட்சியைக்

களித்துப் பார்ப்பான்.

ஒருமுறை உடம்பு ஒட்டி மெலிந்த அடிமையைச் சிங்கத்துடன் மோத சேவகர்கள் இழுத்து வந்தார்கள். எதிர்ப்பே இல்லாமல் சிங்கம் அடிமையை ஒரே அடியில் கொன்றுவிடும் என்று சபை எதிர்பார்த்தது. ஆனால் நிலைமை வேறுவிதமாக மாறியது. சிங்கம் பாய்ந்து வர அடிமை அதனிடம் ஓடிச்சென்று அதன் காதுக்குள் ஏதோ சொன்னான். அவ்வளவுதான், சிங்கம் பயந்து ஒடுங்கிப்போய், கூண்டுக்குள் புகுந்துகொண்டது. எவ்வளவு முயன்றும் திரும்ப வெளியே வரவில்லை.

மன்னனுக்கு ஆச்சரியம் தாங்கவில்லை. சிங்கத்திடம் அடிமை என்ன சொன்னான் என்று கேட்டால் அவன் பதில் கூற மறுத்து விட்டான். அடிமையைக் கொல்லலாம் ஆனால், ரகஸ்யமும் அவனுடன் மறைந்துவிடும். அரசனுக்கு திண்டாட்டம். அரசன் அடிமையை விடுதலை செய்ததும் அவன் அந்த ரகஸ்யத்தைச் சொன்னான். 'சிங்கமே, நீ என்னை விருந்தாக உண்பதில் எனக்கு ஆட்சேபமே இல்லை. ஆனால் விருந்துக்குப் பிறகு அரச சபை வழக்கப்படி நீ இரவுப் போசன உரை ஒன்று ஆற்றவேண்டும்.' சிங்கம் அடித்துப்பிடித்து ஓடியதன் காரணம் அப்போது அரசனுக்குப் புரிந்தது என்பதுதான் கதை.

இரவுப் போசனம் நடக்கும்போதே என் கண்கள் நண்பர் களைத் தேடிக்கொண்டிருந்தது. ஒருவரும் கண்ணில் படவில்லை. மனம் துணுக்கென்றது. தூரத்து மேசையில் ஒருவர் என் நண்பரின் சாடையில் தெரிந்தார். ஆனால் அது அவரில்லை. அவர் நான் எழுதுவதைத் தொடர்ந்து படிப்பவர். படிக்கும் காலத்தில் நிறைய வாக்குவாதங்கள் செய்திருக்கிறோம். அவர் செய்யும் தர்க்கம் சுழல் படிக்கட்டில் இறங்குவதுபோல, நேராக ஒன்றையும் சொல்லாமல் சுழன்று சுழன்று முடிவு நிலையை வந்தடைவார். 'உங்கள் எழுத்து இன்னும் அதே நிலைதான்; முழுமையடையவில்லை' என்பார். 'புத்தருக்குக்கூட ஞானம் அடைய 40 நாள் தேவைப்பட்டிருக்கிறது. முதல் 39 நாளும் வேஸ்ட் என்று சொல்லமுடியுமா?' என்பேன். ஒவ்வொரு வருடமும் இந்த சம்பாசணை இடம்பெறும். அந்த நண்பருக்கு என்ன நடந்ததென்று தெரியவில்லை.

எதிர்பாராதவிதமாக முன்பின் தெரியாத ஒருவர் என்னை நோக்கி வந்தார். கைகளைப் பின்னால் கட்டிக்கொண்டு அவர் நடந்துவந்த தோரணையில் ஆசிரியர் போலத் தென்பட்டார். நான் படித்த அதே கல்லூரியில் ஆசிரியராகப் பணியாற்றியவர் என்று சொன்னார். எனக்கு அவரைத் தெரியவில்லை; அவருக்கும் என்னைத் தெரியவில்லை. 'நீங்கள் அ.முத்துலிங்கமா?' என்று

கேட்டார். ஒருவரும் முதல் எழுத்தையும் சேர்த்து என் பெயரைச் சொல்வதில்லை. நான் ஓர் அடி பின்னால் நகர்ந்து 'ஓம்' என்றேன். 'நீங்கள் உங்கள் ஆசிரியர்களைப் பற்றி எழுதியிருந்தீர்கள். அவ்வளவு மோசமானவர்களா? நான் உங்கள் கட்டுரையைப் படித்தேன்' என்றார். 'என்னை மாணவனாக அடையும் சங்கடத்திலிருந்து நீங்கள் தப்பிவிட்டீர்கள்' என்றேன்.

'உங்கள் வாசகி ஒருவர் உங்களைச் சந்திப்பதற்கு மிகவும் ஆர்வமாக இருக்கிறார். அவரைக் கட்டாயம் நீங்கள் பார்க்க வேண்டும்' என்றார். ஒரு பதினாறு வயதுப் பெண்ணைக் கற்பனை செய்துகொண்டேன். 17 வயதாகக்கூட இருக்கலாம். என்னை அழைத்துச் சென்று அந்தப் பெண்ணுக்கு அறிமுகப்படுத்தினார். என்னிலும் பார்க்க பத்து வயதுகூடிய பெண் அவர். வெள்ளை வெளேரென்று இருந்தார். அவர் தலைமுடியும் அதே நிறம். ஒரு காலத்தில் ஆட்களை மயக்கும் அழகான யுவதியாக இருந்திருப்பார். நீல பிளவுசும் நீலக்கரை வைத்த சேலையும் அணிந்திருந்தார். சிரத்தையெடுத்துச் செய்த உடையலங்காரம். அவர் பிளேட்டைச் சுற்றி உணவு சிந்தியிருந்தது. உணவை இன்னும் முடிக்கவில்லை. அவருடைய கை நேராக உணவுக்குப் போகவில்லை. கையினால் பிளேட்டின் விளிம்பைக் கண்டுபிடித்து பின்னர் உணவை எடுத்து வாயில் வைத்தார். சாப்பிட்டு முடிந்த பின்னும் அவர் தாடை அசைந்துகொண்டிருந்தது.

அந்தப் பெண் நான் படித்த அதே கல்லூரியில் படித்தவராம். 'நீங்கள் படித்த நாள்களில் என்னைக் கண்டிருக்கிறீர்களா?' என்று கேட்டார். 'சின்ன வயதிலும் அதற்குப் பின்னர் வந்த நாள்களிலும் இன்றுவரை நான் பெண்களை ஏறெடுத்தும் பார்த்ததில்லை' என்றேன். அவர் சிரித்தார். நான் சிரித்தேன். மறுபடியும் சிரித்தார். மறுபடியும் சிரித்தேன். 'உங்களுடைய எல்லாப் புத்தகங்களும் என்னட்டை இருக்கு. உங்கள் அபிமான வாசகி நான். நீங்கள் என்ன எழுதினாலும் படிப்பேன்.' அடுத்த வசனத்துக்காக நான் காத்திருந்தேன். 'எல்லாம் மறந்து போச்சுது.'

கனடா போன்ற ஒரு நாட்டில், ஒரு விருந்தில், ஓர் இரவில் இரண்டு வாசகர்களைச் சந்திப்பது என்பது இறைவனின் நற்கருணை. இந்தப் பேறு சாதாரணமானது அல்ல. இருவரும் என்னிலும் வயது கூடியவர்கள் என்றால் என்ன? ஒரு பிரச்னையும் இல்லை. நேற்று நான் கடைசியாகச் சந்தித்த பெண்தான் என்னுடைய ஆகச் சிறந்த வாசகி என்று நினைக்கிறேன்.

வாழ்த்துக்கள் அனுப்புவது

சமீபத்தில் என் நண்பர் ஒருவருக்குச் சட்டப்படி மணவிலக்கு கிடைத்தது. அது அவருக்கு சுலபமாகக் கிடைக்கவில்லை. இரண்டு வருடப் போராட்டத்தின் பின்னர்தான் கிடைத்தது. இவரும் மனைவியும் இரு தரப்பு வழக்கறிஞர்களுக்கும் கூட்டாகக் கொடுத்தது என் ஊகத்தில் 50,000 டொலர் இருக்கலாம். நண்பர் நிம்மதியாகப் பெருமூச்சு விட்டார். அவருக்கு வாழ்த்து அனுப்புவதா அல்லது அனுதாபம் தெரிவிப்பதா என்று எனக்குத் தெரியவில்லை. பிரிவு எப்படி மகிழ்ச்சியைக் கொடுக்கமுடியும்? நான் ஒன்றுமே செய்யவில்லை, அப்படியே விட்டுவிட்டேன்.

இன்னொரு நண்பர் தன்னுடைய 47ஆவது ஆண்டு திருமண நாளைக் கொண்டாடினார். அவர் மனைவியுடன் பக்கத்தில் நின்றபோது சிரித்ததுபோலத்தான் பட்டது. ஆகவே வாழ்த்து அனுப்புவதென்று முடிவு செய்தேன். வாழ்த்து அட்டைகளில் எனக்கு நம்பிக்கை இல்லை. அவை நான் சொல்ல நினைப்பதை ஒருபோதும் சொல்வதில்லை. இதுதான் நான் நண்பருக்கு அனுப்பிய வாழ்த்துச் செய்தி.

'என் மனைவி என்னை மா வாங்கி வரும்படி சுப்பர்மார்க் கெட்டுக்கு அனுப்புவார். வழக்கம்போல என்ன மா என்பதைச் சொல்லவில்லை. ஒரு துண்டில் 'மா' என்று ஒற்றை எழுத்து வார்த்தையை எழுதி என்னிடம் தந்திருந்தார். பேப்பரில் நிறைய இடம் இருந்தது.

பேனையிலும் மை இருந்திருக்கும். கையும் உளை வெடுத்திராது. மா என்பதை நீட்டி வேறு விவரங்களும் தந்திருக் கலாம், ஆனால் அவர் அப்படிச் செய்யார். திருவள்ளுவருக்குத் தான் பெரிய போட்டி என்று மனத்திலே நினைப்பு. எத்தனை விதமான மா இருக்கிறது. நான் எதை வாங்குவது, எதை விடுவது?

முட்டை வாங்கப் போனாலும் இதே பிரச்னைதான். வெள்ளை முட்டை, சிவப்பு முட்டை, ஒமேகா 3 சிவப்பு முட்டை, ஒமேகா 3 வெள்ளை முட்டை, நாட்டுக்கோழி முட்டை, கூட்டுக்கோழி முட்டை இன்னும் எத்தனையோ வகை. பால்

வாங்கப் போனாலும் பிரச்னை ஒழியாது. முழுப் பால், 1% கொழுப்பு அகற்றிய பால், 2% கொழுப்பு அகற்றிய பால், லக்டோஸ் மட்டும் அகற்றிய பால், லக்டோசும் கொழுப்பும் அகற்றிய பால் இப்படி அதிலும் பல வகை.

சூப்பர்மார்க்கெட்டில் மா பக்கெட்டுகள் அடுக்கியிருக்கும் தட்டுக்கு முன் நின்று அண்ணாந்து பார்த்தேன். Wheat flour, self rising floor, bleached, unbleached, all purpose floor என எத்தனையோ வகை. ஒரு தட்டு நிறைந்து பக்கத்துத் தட்டிலும் தொடர்ந்தது. அப்பொழுது பார்த்து கடவுள் அனுப்பியதுபோல எனக்குப் பக்கத்தில் ஒரு நடுத்தர வயது அம்மையார். அவருடைய உடை, ஒப்பனை, காலணி, கைப்பை எல்லாம் அவர் அலங்காரத்திலும் தன் தோற்றத்திலும் அக்கறை எடுப்பவர் என்பதை உணர்த்தியது. சுப்பர்மார்க்கெட்டில் எந்த வரிசையில் என்ன ஒழுங்கில் சாமான்களை அடுக்கியிருப்பார்களோ அதே ஒழுங்கில் பட்டியலைத் தயாரித்து வந்திருந்ததால் அதைப் பார்த்து அதி விரைவாகத் தள்ளு வண்டியை நிறைத்தபடியே நகர்ந்தார். ஒரு முடி வெட்டுபவரிடம் எப்படி முடி வெட்டவேண்டும் என்று சொல்வோமோ அப்படி விவரமாக என்னுடைய பிரச்னையை அவரிடம் சொன்னேன். அவர் all purpose flour I ஐ வாங்கச் சொன்னார். ஏனென்றால் அதை எல்லா விதமான தேவைகளுக்கும் பயன்படுத்தலாம்.

ஆகவே, என்னருமை நண்பரே, தம்பதியரே, உங்களுக்கு என்னுடைய all purpose வாழ்த்துக்களை அனுப்பிவைக்கிறேன். அதாவது உங்களுக்கு என்ன விதமான தேவைகள், ஆசைகள், விருப்பங்கள் உள்ளனவோ அவை எல்லாவற்றுக்கும் பொதுவாக இந்த வாழ்த்துக்களை நீங்கள் பயன்படுத்திக் கொள்ளலாம்.

என் வாழ்த்துக்களுக்குக் காலாவதி தேதி இல்லை. ஆகவே, இந்த வாழ்த்துக்களை நீங்கள் ஆண்டாண்டு காலமாக உபயோகித்துக் கொள்ளலாம். உங்கள் ஆசைகளும் விருப்பங்களும் ஆண்டு தோறும் மாறும்போது வாழ்த்துக்களையும் புதுப்பித்துக் கொள்ளலாம். உங்கள் மனம் முழுக்க உவகை நிறைந்து நீங்கள் இணைந்து வாழும் ஒவ்வொரு நாளும் என்னை நிறைவடையச் செய்யும்.'

குழையல்

நான் சின்ன வயதாயிருந்தபோது அம்மா சமைப்பதைப் பார்த்திருக்கிறேன். தினமும் பத்துப் பேருக்கு அவர் சமைப்பார். கிணற்றடியிலிருந்து தண்ணீர் அள்ளுவதிலிருந்து சமைப்பதற்கு விறகு பொறுக்குவதுவரை எல்லாம் அவர்தான் செய்யவேண்டும். காலை ஐந்து மணிக்கு அடுப்பு மூட்டினார் என்றால் இரவு பத்து மணிக்குப் படுக்கப்போகும்வரை அது எரிந்துகொண்டே இருக்கும். அவ்வளவு நேரமும் அம்மா அடுக்களையில்தான். காலை உணவு, மதிய உணவு, மாலை பலகாரம், பின்னர் இரவு உணவு என்று மாறி மாறி ஒரு தொழிற்சாலைபோல அங்கே உணவு உற்பத்திதான்.

ஒருநாள் அம்மாவுக்குக் காலையில் எழும்போதே தலைச் சுற்றல் காய்ச்சல் எல்லாம் இருந்தது. ஆனாலும் ஏதாவது வேகமாகச் சமைத்துவிட்டுப் படுக்கவேண்டும். அவர் ஒரு காரியம் செய்தார். அங்கே கிடந்த காய்கறிகள், பருப்பு, கீரை எல்லாத்தையும் ஒன்றாக்கி அரிசியுடன் சேர்த்துச் சமைத்தார். தேவையான உப்பு, புளி, உறைப்பு சேர்க்கத் தவறவில்லை. வெந்ததை இறக்கி வைத்துவிட்டு அம்மா படுக்கப் போய்விட்டார். அன்றைய வேலை அவருக்கு ஒரு மணி நேரத்தில் முடிந்துவிட்டது.

மதியம் நாங்கள் பசியுடன் வந்து நாங்களாகவே தட்டில் போட்டுச் சாப்பிட்டபோது அது அற்புதமான ருசியுடன் இருந்தது. இதற்கு என்ன பெயர் என்று கேட்டபோது அம்மா 'குழையல்' என்று தானாகவே ஒரு பெயரைச் சூட்டினார். எத்தனையோ தடவை அதற்குப் பின்னர் அம்மாவைக் குழையல் செய்யச் சொல்லி நாங்கள் தொந்திரவு செய்தோம். ஆனால் அம்மா மறுத்து விட்டார். அதி காலையிலிருந்து இரவு படுக்கப் போகும்வரை அடுக்களையே கதியாகக் கிடந்தார். ஒரு மணி நேரத்தில் முடிந்து விடும் சமையல் தன்னுடைய தொழில் நேர்த்திக்கு ஏற்ற சவால் இல்லை என்று நினைத்தாரோ என்னவோ. எப்போவாவது படுக்கையில் விழுந்தால்தான் மறுபடியும் செய்வார் போலும் என்று நாங்களும் விட்டுவிட்டோம்.

ஒருமுறை எங்கள் வீட்டுக்குப் பறங்கியர் ஒருவர் விருந்துக்கு

வந்தது ஞாபகமிருக்கிறது. அவர் தெற்கிலிருந்து தேயிலை விற்பதற்கு வந்தவர் எப்படியோ அப்பாவுடன் நண்பராகி வீட்டுக்கு வந்திருந்தார். அம்மா தலை வாழை இலை விரித்து அதிலே சோறும் பலவிதமான கறிவகைகளும் பரிமாறினார். நாங்கள் ஒருவர் கையை ஒருவர் பிடித்துக்கொண்டும் அம்மாவின் முந்தானையைப் பற்றிக் கொண்டும் கதவு நிலையைத் தொட்டுக்கொண்டும் விருந்தாளியைச் சுற்றி நின்று அவர் உண்பதைப் புதினம் பார்த்தோம். அவருக்கு எங்கள் உணவை எப்படி உண்பதென்றே தெரியவில்லை. ஒரு கரண்டி கேட்டார். அம்மா மருந்துக்காக வைத்திருந்த ஒரேவொரு கரண்டியை எடுத்து நன்றாகத் துடைத்துவிட்டுக் கொடுத்தார். அவர் கரண்டியை வேல்பிடிப்பதுபோலச் சிறிது நேரம் செங்குத் தாகப் பிடித்துக்கொண்டு ஆலோசித்தார். பின்னர் கிழக்கிலிருந்து மேற்காக ஒவ்வொரு கறியாக அள்ளி வாயில் வைத்தார். ஒரு கரண்டி சோற்றையும் அள்ளி வாயிலே நுழைத்தார். இப்படியே தொடர்ந்தது. அவருக்குச் சோற்றைக் குழைத்து உண்ணத் தெரியாதது எங்களுக்குப் பெரும் வேடிக்கையாக அன்று பட்டது.

நான் கொழும்பில் படித்த காலத்தில் எனக்கு ஒரு நண்பர் இருந்தார். அரசாங்க திணைக்களம் ஒன்றில் எழுத்தராகப் பணி புரிந்தவர். வெள்ளவத்தையில் தனி அறை எடுத்துத் தானே சமைத்து, சாப்பிட்டுவந்தார். ஒரு ஞாயிறு மதியம் இவரும் நானும் சஃபையர் தியேட்டரில் ஓடிய மாயா பஜார் படத்தைப் பார்ப்பதற்குத் திட்டமிட்டோம். படம் இரண்டு மணிக்கு ஆரம்பம். நான் இவரைத் தேடி அறைக்குப் போனபோது அலுமினியத் தட்டில் அவர் உணவைப் பரிமாறிவிட்டு அதை உண்ணாமல் அருவருப்பாகப் பார்த்துக்கொண்டே இருந்தார். அது தண்ணீரில் தளும்பி மஞ்சள் நிறமாகக் காய்கறிகள் சோறு எல்லாம் சேர்த்து அவித்த குவியலாக இருந்தது. முதல் பார்வையில் அது சாப்பிடப்போகும் உணவா அல்லது வயிற்றுக்குள் போய்த் திரும்பி வந்ததா என்பது தெரியவில்லை. என்ன விசயம் என்றேன். தனக்கு சமைக்க நேரம் கிடைக்கவில்லை என்றும் தான் எல்லாத்தையும் ஒன்றாகப் போட்டு அவித்ததாகவும், வாயில் வைக்க முடியவில்லை என்றும் மனைவிமேல் குறைபட்டுக்கொள்வதுபோல புலம்பினார். படத்துக்கு நேரமாகிவிட்டதால் அவர் அன்று சாப்பிடாமலேயே என்னுடன் புறப்பட்டு வந்தார். படத்தில் கடோத்கஜன் வேடத்தில் நடித்த ரங்கராவ், கண்டசாலாவின் இரவல் குரலில் 'கல்யாண சமையல் சாதம் காய்கறிகளும் பிரமாதம்' என்று பாடினார். என் நண்பர் அந்தச் சமயம் பசியில் பெரும் வேதனை அனுபவித்திருக்கக் கூடும் என்பதை நான் அப்போது நினைத்துப் பார்க்கவில்லை.

நான் வெளிநாடுகளுக்குப் பயணம் செய்தபோது பல நாட்டு உணவுப் பழக்கங்களையும் அவதானிக்க முடிந்தது. வெள்ளைக் காரர்கள் சூப்பை கரண்டியினால் குடித்தார்கள். வேகவைக்காத கீரையை அள்ளி உண்டார்கள். அரைப்பதமாக வாட்டிய மாட்டிறைச்சியை வெட்டி வெட்டிச் சாப்பிட்டார்கள். உணவைக் குழைத்து உண்பதென்ற வழக்கம் அவர்களிடம் கிடையாது. பல நாடுகளில் ரொட்டியைப் பிய்த்து பிய்த்துக் கறிக்குழம்புடன் தொட்டுச் சாப்பிடுவார்கள். குழைத்து உண்பது என்பது தொன்று தொட்டு வந்த தமிழர்களின் வழக்கமாக இருக்கலாம். புறநானூறில் ஆத்தூர் கிழார் என்ற புலவர் புறாவின் முட்டைபோன்ற வரகரிசியைப் பாலில் அவித்துச் சோறாக்கித் தேனோடு முயல் இறைச்சியையும் குழைத்து உண்பது பற்றிச் சொல்லியிருக்கிறார். ஆகவே, தமிழர்களின் இந்தப் பாரம்பரியம் 2000 வருடங்களுக்கு மேலானது என்று சொன்னாலும் பிழையாகாது.

அமெரிக்காவில் லூயி எனக்குப் பழக்கமானது அவன் காதலி வெனஸா மூலம்தான். இவள் துப்புரவுப் பணிப்பெண், பனாமா நாட்டைச் சேர்ந்தவள். இவளுடைய மார்பும் பிருட்டமும் முழு வளர்ச்சியடைந்து ஒரே அளவில் இருக்கும். ஆனால், அதைத் தொடுக்கும் இடை திடீரென்று சிறுத்துப்போய் உடுக்கை போல ஒடுங்கி இருக்கும். தென் அமெரிக்காவையும் வட அமெரிக் காவையும் இணைக்கும் பனாமா போலவே அவள் இடுப்பு இருந்தது. பெல்ட்டின் கடைசி ஓட்டையில் இழுத்து இடையைக் கட்டிவைத்திருப்பாள். அவள் கள்ளமாக அமெரிக்காவில் வசித்து வந்ததால் அவளை பொலீஸ் பிடித்து நாடு கடத்திவிட்டது. லூயி கூரையிலே பனி அகற்றும் வேலையைச் செய்தான். அவனும் பனாமாக்காரன்தான். நாலு, ஐந்து அடி ஆழமான பனிக்கட்டிகளை நடுங்கும் குளிரில் கூரையில் நின்று வெட்டி அப்புறப்படுத்தும் ஆபத்தான வேலை. ஒரு பனிக்காலத்தில் உழைப்பது வருடம் முழுவதற்கும் போதும் என்று சொல்வான். எப்படியும் பணம் சம்பாதித்துத் தன் காதலியைத் திரும்பவும் எடுப்பிப்பதுதான் அவன் நோக்கம். வேலை இல்லாத நாள்களில் காதலியை நினைத்துக் கொண்டு தெருக்களில் திரிவான். என்னை அப்படித்தான் சந்தித்தான்.

ஸ்பானிய மொழி பேசும் யாரைச் சந்தித்தாலும் நான் ஆவலு டன் ஸ்பானிய எழுத்தாளர்கள் பெயர்களை வரிசையாகக் கூறி அவரைப் படித்தீர்களா, இவரைப் படித்தீர்களா என்று விசாரிப்பது வழக்கம். இது மூடத்தனமான வேலை என்பது எனக்குத் தெரியும். தமிழ்ப் பேசும் ஒருவரைச் சந்தித்ததும் உங்களுக்கு ஜெயகாந்தனைத்

தெரியுமா, சுந்தர ராமசாமியைத் தெரியுமா, ஜெயமோகனைத் தெரியுமா என்று கேட்பதற்குச் சமம். லூயி பெரிய ஸ்பானிய இலக்கியங்கள் ஒன்றும் படித்திருக்கவில்லை. ஆனால், பள்ளிக் கூடத்தில் பாப்லோ நெருடாவை படித்திருந்தான். 'உன் வாயை அவாவுகிறேன். உன் குரலை, உன் கூந்தலை. மௌனமாக பசியோடு தெருக்களில் அலைகிறேன்' என்ற நெருடாவின் வரிகளை ஒப்பிப் பான். நான் 'பாப்லோ நெருடா இலங்கையில் சில வருடங்கள் தூதரகத்தில் வேலைபார்த்தார். ஆனால், அது நான் பிறப்பதற்கு முன்னர்' என்று சொன்னேன். நான் சொல்லாதது அவர் தூதரகத்தில் வேலை செய்தபோது நடந்த ஒரு சம்பவத்தை. தினமும் அவருடைய மலத்தை அள்ளிப்போவதற்கு வெள்ளவத்தையிலிருந்து ஒரு தமிழ்ப் பெண் வருவாள். அகன்ற இடுப்பு, மெலிந்த இடை எனக் கொடி போன்றவள். அவளை நெருடா பலாத்காரம் செய்தார். அவள் கண்களை மூடாமல் பலாத்காரம் முடியும்வரை அவரையே பார்த்துக் கொண்டிருந்தாளாம். இந்த விவகாரத்தை முழுவதுமாக நெருடாவே பதிவுசெய்திருந்தார். ஆனால், அன்று நாங்கள் இருவரும் ஒரு பொதுவான சொந்தக்காரரைக் கண்டு பிடித்தது போலப் பெரு மகிழ்ச்சியடைந்தோம்.

லூயி ஒருநாள் என்னைத் தன் வீட்டு விருந்துக்கு அழைத் தான். சாதாரணமாக யார் வீட்டு விருந்துக்குப் போவதென்றாலும் எனக்கு பயம் உண்டு. ஆனால், இவன் வீட்டுக்குப் போகத் தயங்கியதற்குப் பல காரணங்கள் இருந்தன. இரண்டு நாள் பழசான ரொட்டியை மலிவு விலையில் விற்பார்கள். அதைத்தான் வாங்குவான். காலாவதியாக ஒருவாரம் இருக்கும் டின் உணவுகளும் அரை விலையில் கிடைக்கும். அவற்றையும் விட்டுவைக்க மாட்டான். அவன் சாப்பிடும்போது வாயை மூடுவதில்லை. தொண்டையில் உணவு இறங்கும் வரைக்கும் வாயில் பார்க்கலாம். உணவு வாயிலேயே காலாவதியாகி விடுமோ என்று பயந்ததுபோல வேக வேகமாகச் சாப்பிடுவான். இவன் விருந்துக்கு அழைத்தபோது முன்னெச்சரிக்கையாக என்ன உணவு என்று கேட்டு வைத்தேன். அப்பொழுதுதான் அவன் Paella என்ற உணவின் பெயரைச் சொன்னான்.

ராணி இஸபெல்லா என்ற பெயரை எல்லோரும் கேள்விப் பட்டிருப்பார்கள். 500 வருடங்களுக்கு முன்னர் இவர்தான் கொலம்பஸ் அமெரிக்காவைக் கண்டுபிடிப்பதற்கு மூன்று கப்பல் களைக் கொடுத்து உதவியவர். ஒருநாள் ராணிக்கு நேரமில்லாத நேரத்தில் பசியெடுத்தது. ராணியால் பசியைத் தாங்க முடிய வில்லை. நேராக அரண்மனை சமையல்கூடத்துக்குத் தன் சொந்தக்

கால்களில் நடந்து சென்றார். அங்கே தலைமை சமையல்காரரும் உதவியாளர்களும் மும்முரமாக இரவு உணவு தயாரிப்பதில் ஈடுபட்டிருந்தார்கள். ராணியை நேரில் கண்டதும் நடுநடுங்கி ஸ்தம்பித்துப்போய் அப்படியே நின்றனர். கைகளும் ஓடவில்லை கால்களும் ஓடவில்லை என்பது இதுதான். மகாராணி 'எனக்குப் பசிக்கிறது, இப்பொழுதே ஏதாவது வேண்டும்' என்றார்.

தலைமை சமையல்காரர் அங்கே ஏற்கெனவே வெட்டி வைத்திருந்த காய்கறிகள், இறைச்சி, மீன் என்று சகலத்தையும் ஒரு பாத்திரத்தில் இட்டு வேண்டிய சரக்குகளும் சேர்த்து வேகவைத்து இறக்கி அரசியின் சின்னம் பொறித்த தங்க பிளேட்டில் பரிமாறிப் பணிவுடன் கொடுத்தார். ராணி எல்லாவிதமான இறைச்சியும் உண்பார். ஆனால், முயல் இறைச்சியை மட்டும் தொடமாட்டார். அன்றைய உணவில் முயல் இறைச்சியும் சேர்க்கப்பட்டிருந்தது. வேக வைத்ததில் ஒன்றோடு ஒன்று கலந்து தனித்தனியாக எதுவென்று கண்டுபிடிக்க முடியாமல் அவியலாகி ஒரு புதிய சுவையைக் கொடுத்தது. மகாராணி சுவைத்துச் சாப்பிட்டார். மிகவும் பிடித்துக்கொண்டது. அடுத்த நாளும் அதுவே வேண்டும் என்றார். அதற்கு அடுத்த நாளும். ராணியின் அதிவிருப்பமான உணவாக அது மாறிவிட்டது. அதற்குப் பெயரே இல்லை. தலைமைச் சமையல்காரர் Paella என்று நாமம் சூட்டினார். ஸ்பானிய மொழியில் அதன் பொருள் For her, அதாவது மகாராணியாருக்கு. ராணிக்குப் பிடித்தமான அந்த உணவு ஸ்பெயின் தேசத்தில் பிரபலமாகிப் பின்னர் மற்றைய நாடுகளுக்கும் பரவியது.

லூயியின் சமையலை ருசிபார்க்கும் முன்னர் பலதடவை காலாவதியான உணவு ஒன்றும் சேர்க்கப்படவில்லை என்பதை உறுதிப்படுத்திக்கொண்டேன். என் கொலம்பிய நண்பர் அன்று படைத்த விருந்து நன்றாகவே இருந்தது. மகாராணிக்குக் கிடைத்த சுவை எனக்குக் கிடைத்ததோ தெரியாது. ஆனால், என் அம்மாவின் சமையலை சாப்பிட்டது நினைவு வந்தது. பல ஆண்டுகளுக்கு முன்னர் அம்மா சமைத்ததும் அதுவேதான். ஒருமுறைமட்டுமே அம்மா அப்படிச் சமைத்தார். இரண்டாவது முறை அதே நோய் வந்து படுத்தபோது படுக்கையால் எழும்பிக் குழையல் சமைக்கக் கூட பெலன் இல்லாமல் இறந்துபோனார். அம்மா கண்டுபிடித்த அந்த உணவு ஒரு ஸ்பெயின் நாட்டு மகாராணியின் பிடித்தமான உணவு என்பதும் அதன் பெயர் 'பாஎல்ல' என்பதும் அம்மாவுக்குத் தெரிந்திருந்தால் அவர் எவ்வளவு சந்தோசப்பட்டிருப்பார்.

யானை முந்திவிட்டது

ஐந்தாம் வகுப்புக்குள் நுழைந்து மாணவர்களிடம் யார் கிரஹாம் பெல் என்று கேட்டால் உடனே பதில் சொல்வார்கள். அவர்தான் டெலிபோனைக் கண்டுபிடித்தவர் என்பது எல்லோருக்கும் தெரியும். மார்டி கூப்பர் யார் என்று கேட்டால் ஒருவருக்குமே தெரியாது. அவர்தான் செல்பேசியைக் கண்டுபிடித்தார். 1973இல் மோட்டாரோலா கம்பனி செய்த முதல் செல்பேசி நாலரை றாத்தல் எடையிருந்தது. செலவு பத்து லட்சம் டொலர்.

1983இல் ஒரு செல்பேசியின் விலை 4000 டொலராகக் குறைந்துவிட்டது. அதன் எடை இரண்டரை றாத்தல். அதன் மின்கலன் 20 நிமிடத்துக்கு மேலே தாக்குப்பிடிக்காது. ஒருவர் கேட்டார். 'இது எப்படிக் காணும். இருபது நிமிடத்துக்குமேல் எப்படி பேசுவது?' அதற்கு விற்பனையாளர் பதில் சொன்னார். 'ஐயா, நீங்கள் இதைத் தோளிலே தூக்கிவைத்துப் பேசவேண்டும். இந்தப் பாரத்தை 20 நிமிடத்துக்குமேல் யார் தாங்குவார்கள். ஆகவே, 20 நிமிடம் போதும்.'

நேற்று 19 வயதுப் பையனைச் சந்தித்தேன். அவன் தான் புதிதாக வாங்கியிருந்த ஒரு செல்பேசியைக் காட்டினான். அது பேப்பர்போல மெல்லிசாக இருந்தது. என்ன வடிவம், என்ன அழகு. என்ன வழுவழுப்பு. அதனோடு வந்த கையேட்டையும் காட்டினான். அது தொக்கையாக, செல்பேசியிலும் பார்க்கப் பாரமாக இருந்தது. இந்த உலகத்திலே ஒரு பொருளிலும் பார்க்க அதனோடு வரும் கையேடு பாரமாக இருந்தால் அது இந்தச் செல்பேசியாகத்தான் இருக்கும்.

இன்று உலகத்தின் சனத்தொகையில் பாதிக்கு மேல் செல்பேசி சொந்தக்காரர்களாக இருக்கிறார்கள். இன்னும் பத்து வருடத்தில் உலக சனத்தொகையில் 90 விழுக்காடு மக்கள் செல்பேசி வைத்திருந்தாலும் ஆச்சரியப்பட முடியாது. ஆனால், இன்னும் கூடிய ஆச்சரியம் என்னவென்றால் பாவனையாளர்கள் அதை எதற்கெதற்கெல்லாம் பாவிக்கிறார்கள் என்பதுதான்.

என் வீட்டு வாசலில் மூன்று அடுக்குப் படிகள் செங்கல்லால் அமைக்கப்பட்டிருக்கும். அது திருத்தவேண்டிய நிலையில் இருந்தது.

ஓர் இளம் சீனாக்காரர் அந்தத் திருத்த வேலையைச் செய்துதர ஒப்புக்கொண்டார். வீதியில் சும்மா போனவரும் பக்கத்து வீட்டுக்காரரும் அவருக்கு அந்த வேலையைக் கொடுக்கவேண்டாம் என்று சொன்னார்கள். தொழில் நுட்பம் தெரிந்த அனுபவமுள்ள ஒருத்தர்தான் அதைச் சரியாகச் செய்ய முடியும் என்பது அவர்கள் கூட்டு அபிப்பிராயம். நான் சீனாக்காரரிடம் இந்த வேலையை அவர் முன்னர் செய்திருக்கிறாரா என்று கேட்டேன். அவர் 'இல்லை, முதல்தரம் செய்யும்போதுதான் எனக்கு அது சுவாரஸ்ய மாக இருக்கும். இரண்டாவது தடவை அலுத்துவிடும். நான் மூளையைப் பாவித்து ஒரு தொழிலைச் செய்யும்போதுதான் அந்த வேலை சிறப்பாக அமையும்' என்றார்.

செங்கல்களுக்கு மேல் பென்சிலால் 1, 2, 3, 4 என எண்களை எழுதினார். செல்போனை எடுத்துப் படம் பிடித்தார். பின்னர் செங்கல்களைக் கலைத்துவிட்டுத் திருத்தவேலைகளை ஆரம்பித் தார். முடிந்ததும் செல்போன் படத்தை முன்னே வைத்துக்கொண்டு அதே மாதிரி செங்கல்களைத் திருப்பி அடுக்கி வேலையைத் துரிதமாக முடித்தார். வேலை மிக திருப்திகரமாக அமைந்தது.

இரண்டு நண்பர்கள் யெல்லோ ஸ்டோன் தேசிய பூங்கா வுக்குப் போனார்கள். அவர்கள் நடப்பதற்காக ஒதுக்கப்பட்ட பாதையில் நடந்தபடி காட்சிகளைக் கண்டு களித்தார்கள். மரங்கள், செடிகள், விலங்குகள், பறவைகள் என சகலத்தையும் பார்த்தனர். ஒருவர் கறுப்புக் கண்ணாடி அணிந்திருந்தார்; மற்றவர் தன் கையிலிருந்த செல்பேசியால் அடிக்கடி புகைப்படம் எடுத்தார். 4, 5 மைல்தூரம் நடந்துவிட்டார்கள். கொதிக்கும் நீர் ஒவ்வொரு 65 நிமிடமும் சீறியடிக்கும் இடத்துக்கு வந்து சேர்ந்தார்கள். 150 அடி தூரம் அது எழும்பிச் சிறிது நேரத்தில் அடங்கிவிடும். நண்பர்கள் அதையும் படம் பிடித்துக்கொண்டு திரும்ப முடிவெடுத்தார்கள். அப்பொழுது கண்ணாடிக்காரர் அவ்வளவு நேரமும் போட்டிருந்த கண்ணாடியைக் காணவில்லை; எங்கேயோ பாதையில் விழுந்து விட்டது. ஐந்து மைல் தூரத்தில் எங்கேயென்று தேடுவது. செல்பேசிக்காரர் தான் எடுத்த படங்களை வரிசையாகப் போட்டுப் பார்த்தார். அவருடைய நண்பர் ஓர் இடத்தில் கண்ணாடி அணிந்திருந்தார். அடுத்து வந்த இடத்தில் கண்ணாடி அணிய வில்லை. நேராக இரண்டுக்கும் இடைப்பட்ட இடத்துக்குப் போய்க் கண்ணாடியை மீட்டார்கள்.

இதைவிட விசித்திரமானது பத்திரிகையில் நான் படித்த சேதி. கென்யாவில் காட்டு யானைகள் அடிக்கடி கிராமத்துக்குள் புகுந்து விவசாயிகளின் பயிர்களுக்குச் சேதம் விளைவிப்பதோடு சில சமயம்

ஆட்களையும் கொன்றுவிடும். விஞ்ஞானிகள் காட்டு யானை களைப் பிடித்து அவர்கள் கொலரில் செல்பேசியின் சிம்கார்டுகளை வைத்துத் தைத்துக் காட்டில் விட்டுவிடுவார்கள். சாட்டிலைட்டுகள் மூலம் ஒரு கற்பனைக்கோட்டை உண்டாக்கிக்கொண்டார்கள். யானைகள் இந்தக் கோட்டைத் தாண்டும்போது செல்போன் தானாக அடிக்கும். அதில் குறுஞ்செய்திகள் வரும். 'என் பெயர் மதுண்டே. நான் கியம்பு கிராமத்துக்குள் நுழைகிறேன்.' வனக் காவலர்கள் அந்த இடத்துக்கு விரைந்து சென்று யானைகளைக் காட்டுக்குள் விரட்டி விடுவார்கள்.

இந்தச் செய்தியை வாசித்த எனக்குப் பெரும் அதிர்ச்சியாக இருந்தது. செல்பேசிகளை எத்தனையோ பேர் எத்தனையோ விதமாகப் பயன்படுத்துகிறார்கள். இப்பொழுது யானைகளும் செல்போன் பாவிக்கத் தொடங்கிவிட்டன. வரும் காலத்தில் சிங்கம், புலி, கரடி, குரங்கு எல்லாம் செல்பேசும். இனியும் தாமதிப்பது அவமானம். நாளைக்கே ஒரு செல்பேசி வாங்கிவிடவேண்டும்.

நிலநடுக்க நிபுணர்

பாக்யராஜின் ஒரு திரைப்படத்தில் வாத்தியார் கேட்பார். 'ஏண்டா லேட்டு?'

'அதான் லேட்டாயிடுத்து சார்.'

'அதைத்தான் கேட்கிறேன், ஏன் லேட்டு?'

'லேட்டாயிடுத்து சார்.'

'சரி, போய் உட்காரு.'

மருத்துவர் என்னைப் பார்த்து ரத்தப் பரிசோதனை செய்யவேண்டும் என்று சொன்னார்.

'ஏன் ரத்தப் பரிசோதனை?'

'பரிசோதனை செய்யத்தான்.'

'அதான் ஏன்?'

'செய்தால்தானே சொல்லமுடியும்.'

நான் பின்னர் ஒன்றும் கேட்கவில்லை. மூன்றுதரம் ஒரே கேள்வியைக் கேட்கக்கூடாதென்று அம்மா சொல்லியிருக்கிறார்.

ரத்தப் பரிசோதனைக் கூடத்தில் எனக்கு முன் பல பேர் உட்கார்ந்திருந்தார்கள். நான் ஒரு நம்பரை எடுத்துக்கொண்டு என் முறைக்காகக் காத்திருந்தேன். மூன்று தாதிகள் வேகவேகமாக வேலை செய்தனர். எனக்கு வந்தது ஒரு கறுப்பு நிற நடுத்தர வயதுப் பெண்மணி. பச்சை அங்கியை மேலே மாட்டியிருந்தார். அகலமான கைப்பிடி வைத்த கதிரையில் என்னை உட்காரச் சொல்லி, ரப்பர் துண்டினால் முழங்கைக்குக் கீழே கட்டிவிட்டு, ஸ்பிரிட் பஞ்சினால் ஊசிகுத்தப்போகும் இடத்தைத் துடைத்தார். நான் கைவிரல்களைப் பந்துபோலச் செய்தேன். மருத்துவர் துண்டில் என்ன எழுதித்தந்தார் என்பது அங்கேதான் தெரிந்தது. ஐந்து விதமான சோதனைகள், ஆகவே ஐந்து விதமான ட்யூபுகள். ஒவ்வொரு குழாய் மூடியும் ஒவ்வொரு நிறம். பச்சை, நீலம், மஞ்சள், நீலம், மென்சிவப்பு. மூடிக்குத் தக்கமாதிரி எடுக்கவேண்டிய ரத்த அளவுகளும் மாறுபடும். ரத்த அளவுகள் குழாய்களில் குறிக்கப்பட்டிருந்தன. இந்தப் பெண் குத்தியதும் ரத்தம் எடுத்ததும் குழாய்களை அந்தந்த அளவுகளுக்கு நிரப்பியதும் துரிதமாக நடந்தன. ஓர் அசைவுகூட

வீணாகவில்லை. அவருடைய வலதுகை ஊசியைக் குத்திப் பிடித்திருந்தது, இடது கை விரல்கள் குழாய்களை ஒவ்வொன்றாக மாற்றி, குறிக்கப்பட்ட உயரத்துக்கு நிரப்பியது. அவருடைய செயல் திறன் உச்சமாக இருந்தது. அதிசயிக்கவைத்தது. தேர்ந்த கலைஞர் பியானோ இசைத்தது போல கைவிரல்கள் இசைவோடு வேலை செய்தன. ஊசியை வெளியே இழுத்துப் பஞ்சை வைத்து பிளாஸ்டரை ஒட்டினார். இவ்வளவும் செய்துமுடிக்க ஒரு நிமிடம் கூட ஆகவில்லை. ஒருநாளைக்கு 200 பேருக்கு ரத்தம் எடுப்பதாகச் சொன்னார். பெயர் எழுதி ஒட்டியிருக்கும் ட்யூபுகள் பரிசோதனைக் கூடத்துக்கு நேராகப் போகும். அங்கே கணினி மூலம் பரிசோதனை நடக்கும். தாதி அடுத்த நோயாளிக்கு தயாரானார். இன்னும் கொஞ்ச நேரம் அங்கே நிற்க அனுமதி கிடைத்தால் நான் நின்றிருப் பேன். அப்படி ஓர் அமைதியும் வேகமும் அழகும் கூடியிருந்தன.

நான் கீழே நிலவறையில் இருந்து கணினியில் தட்டச்சு செய்தால் அது மேல் அறையில் இருக்கும் மனைவிக்குக் கேட்கும். அந்தக் காலத்து உருக்கு இரும்பில் செய்த ரெமிங்டன் தட்டச்சு மெசினில் ஓங்கி ஓங்கிக் குத்திப் பழகியதால் இருக்கலாம். ஒரு பதின்பருவத்துப் பெண் கணினியில் டைப் செய்யும்போது சத்தமே கேட்காது. இறகு தடவுவதுபோல விசைப்பலகைகளில் அவள் மெல்லிய விரல்கள் தொட்டு தொட்டுப் பாயும். பார்க்கும்போதே ஒரு நல்ல கவிதையைக் கேட்பதுபோன்ற உணர்வு ஏற்படும்.

எந்த ஒரு தொழிலையும் நேர்த்தியாகச் செய்தால் அதிலே அழகு மிளிரும். நல்ல தோட்டக்காரர் செடி வெட்டும்போதுகூட அழகிருக்கும். பார்த்துக்கொண்டிருக்கலாம். ஒரு புதிய தொழிலை யாராவது ஈடுபாட்டோடு செய்தால் அதைப் பார்க்கப் பிடிக்கும். புதிய தொழில் நிபுணர்களைச் சந்தித்தால் இன்னும் பிடிக்கும்; அவர்களுடன் பேசுவதும் மனத்தை நிறைக்கும் அனுபவம். பத்துப் புத்தகங்களில் படித்துக் கிடைக்கும் ஞானம் ஒருவருடன் பேசும்போது பத்து நிமிடத்தில் கிடைத்துவிடும்.

ஒருமுறை விருந்து ஒன்றில் எனக்குப் பக்கத்தில் இருந்தவரை அறிமுகப் படுத்தினார்கள். அவர் ஒரு நிலநடுக்க நிபுணர். நான் என் வாழ்நாளில் ஒரு நிலநடுக்க நிபுணரையும் அதற்கு முன்னர் பார்த்ததில்லை; பேசியதுமில்லை. என் மனம் பரபரத்தது. 'நீங்கள் நிலநடுக்கம் இல்லாதபோது என்ன செய்வீர்கள்?' என்று கேட்டேன். இது ஒரு மிகவும் innocent ஆன கேள்வி. அவர் சட்டென்று எழும்பித் தூரமாக இருந்த ஒரு கதிரையில் போய் உட்கார்ந்து கொண்டார். ஏன் அப்படிச் செய்தார் என்று தெரியவில்லை. என் பக்கம் வந்தால் நிலநடுக்கம் உண்டாகிவிடும் என்பதுபோல, விருந்து முடிவுக்கு வரும்வரை அந்தக் கதிரையிலேயே தங்கிவிட்டார்.

படித்ததை எப்படி மறப்பது?

நான் அடிக்கடி ஆலோசனை கேட்கும் நண்பர் என்னிடம் சொல்வார், 'அந்த எழுத்தாளர் புத்தகத்தைப் படிக்க வேண்டாம். அவர் மோசடிக்காரர். ஏமாற்றும் பேர்வழி' என்று.

நான் ஏற்கெனவே புத்தகத்தைக் காசு கொடுத்து வாங்கியிருப் பேன். இவர் சொன்னதற்காகப் படிக்காமல் இருக்கவேண்டுமா? ஒரு புத்தகத்தைப் படிக்காமல் அதன் தரத்தை எப்படித் தீர்மானிப்பது. நண்பர் சொல்கிறார், 'ஆசிரியர் கெட்டவர் என்றால் அவருடைய புத்தகமும் அப்படித்தான் இருக்கும்.' நான் என்ன செய்யவேண்டும்? புத்தகத்தைப் படித்துவிட்டு அந்த எழுத்தாளரின் வாழ்க்கைக் குறிப்பை ஆராய்வதா? அல்லது எழுத்தாளரின் சுயசரிதையை முதலில் படித்து, அவருடைய தகுதியை நிர்ணயித்து விட்டு அவருடைய புத்தகங்களைப் படிப்பதா?

சேக்ஸ்பியர் அவருடைய 19ஆவது வயதில் இன்னொரு வருக்குச் சொந்தமான வேட்டைப் பூமியில் மான் திருடி, பிடிபட்டுச் சவுக்கடி வாங்கியிருக்கிறார். சிறைத்தண்டனையும் அனுபவித்தவர். அவருடைய நூல்களை நான் தள்ளிவைக்கவேண்டுமா? பாரதியார் கஞ்சா அடித்துவிட்டு ஒரு தியான நிலையில்தான் உச்சமான கவிதைகளைப் படைத்தார் என்பது எல்லோருக்கும் தெரியும். அப்படியானால் நான் இவ்வளவு நாளும் அவருடைய கவிதை களைப் படித்து இன்புற்றது தவறான காரியமா?

வில்லியம் தோமஸ் என்ற ஆங்கில எழுத்தாளர் ஒரு 13 வயதுச் சிறுமியிடம் பத்து பவுண்டைக் கொடுத்து அவளை ஒரு விபச்சார விடுதியில் வேலை செய்யச்சொன்னார். அவளுடைய அனுபவங்களை அவள் அவருக்குச் சொல்லவேண்டும். அப்பொழுதுதான் அவர் அந்தத் தகவல்களைத் தன்னுடைய நூலில் பயன்படுத்தமுடியும். நல்ல காலமாக டைடானிக் கப்பல் மூழ்கியபோது அந்த எழுத்தாளரும் மூழ்கிவிட்டார். ஆகையால் அவருடைய புத்தகத்தை வாசிப்பதா விடுவதா என்று தீர்மானிக்கும் சங்கடத்திலிருந்து நாங்கள் தப்ப முடிந்தது.

என்னுடைய பதின் வயதில் நான் ஜேம்ஸ் ஜோய்ஸ் எழுதிய

Dubliners நூலைப் படித்து அந்த எழுத்தில் மயங்கியிருந்தேன். என்னுடைய ஆங்கில வாசிப்பு ஆர்வத்துக்கு அந்த நூலே வாசலாக அமைந்தது. ஆனால், சமீபத்தில் நான் படித்த தகவல் எனக்கு அதிர்ச்சி அளித்தது. யூலிசிஸ் நாவலை ஜேம்ஸ் ஜோய்ஸ் எழுதிய கால கட்டத்தில் ஒரு மனைவி இன்னொருவனுடன் கள்ளத் தொடர்பு வைக்கும்போது அவள் கணவன் அடையும் பொறாமை உணர்ச்சியை அவர் அனுபவிக்கவேண்டும் என்று நினைத்தார். அப்பொழுதுதான் அந்த வர்ணனைகள் நாவலில் உண்மைபூர்வமாக அமையும் என்பது அவர் அபிப்பிராயம். அவர் தன் மனைவி நோராவை வேறு ஆண்களிடம் நெருங்கிப் பழகும்படி வற்புறுத்தினார். ஆனால், நோரா மறுத்துவிட்டாராம். இந்தத் தகவல் நல்லகாலமாக என் நண்பருக்குத் தெரியாது. தெரிய வந்தால் அவர் நிச்சயமாக என்னை ஜேம்ஸ் ஜோய்ஸ் நூல்களைப் படிக்க அனுமதிக்க மாட்டார்.

ஒரு கவி சொல்கிறார் 'இரவு திரும்பிப் படுத்தது' என்று. 'நான் திரும்பிப் படுத்தேன்' என்று சொல்வதும் 'இரவு திரும்பிப் படுத்தது' என்று சொல்வதும் ஒன்றுதான். அது கவியின் மொழி. எஸ்ரா பவுண்ட் ஓர் இடத்தில் காற்று கோதுமையின் மேல் வீசுகிறது என்பார். காற்றை யார் காணமுடியும். அவர் கோதுமைப் பயிர் அசைவதைத்தான் அப்படிச் சொல்கிறார்.

எஸ்ரா பவுண்டின் The Tea Shop என்ற ஒரு கவிதை:

தேநீர்க் கடைச் சிறுமி
முன்புபோல் இப்பொழுது அழகாயில்லை
ஆவணி மாதம் அவளைத் தேய்த்துவிட்டது
படிகளில் ஏறும்போது பெரிய ஆர்வமில்லை
ஆம், அவளும் ஒரு நடுவயதுக்காரியாக மாறுவாள்.

இவர்தான் முதன்முதல் கவிதையில் எதுகை மோனை முக்கியமில்லை, கருத்துதான் முக்கியம் என்று சொன்னவர்.

ஆனால் சமீபத்தில் நான் ஒரு பத்திரிகையில் சோல் பெல்லோ என்ற அமெரிக்க எழுத்தாளர் கூறியதைப் படித்தேன். சோல் பெல்லோ இலக்கியத்துக்காக நோபல் பரிசு பெற்ற யூத எழுத்தாளர். அவர் எஸ்ரா பவுண்டை வெறுத்தார். எஸ்ரா பவுண்ட் யுத்த காலத்தில் இத்தாலிய ரேடியோவில் யூத ஒழிப்புக்கு ஆதரவாகப் பேசியவர் என்ற குற்றச்சாட்டு அவரிடம் உள்ளது. இந்தக் காரணத்துக்காகத்தான் அவருக்கு நோபல் பரிசு கிடைக்கவில்லை என்றும் சொல்கிறார்கள்.

ருட்யார்ட் கிப்ளிங் இந்தியாவில் பிறந்து வளர்ந்த ஆங்கிலேய எழுத்தாளர். நேருவுக்கு அவருடைய எழுத்து நிரம்ப பிடிக்கும்.

அவருடைய 'If' கவிதை உலகப் புகழ் பெற்றது. எத்தனையோ மொழிகளில் மொழிபெயர்க்கப்பட்ட கவிதை அது. நான் ஆப்பிரிக்காவில் இருந்தபோது மிகப் பின்தங்கிய கிராமத்தில் ஒரு பள்ளிக்கூடத்துக்குப் போயிருந்தேன். அங்கே வகுப்பறையில் If கவிதையைச் சீலையில் பெரிய எழுத்தில் எழுதித் தொங்க விட்டிருந்தார்கள். அத்தனை மாணவர்களும் அதைப் பாடமாக்கி யிருந்தார்கள் என்றார் ஆசிரியர்.

அவருடைய கவிதை 'The Whiteman's Burden' ஐ ஒருவரும் படிக்கவில்லை என்றே நினைக்கிறேன். அவர் வெள்ளையராகப் பிறந்தவர்களுக்கு உலகத்தில் ஒரு கடமை உள்ளது என்று நம்பி னார். அது வெள்ளையர் அல்லாதோரை ஆண்டு, அவர்களை உய்விப்பது.

'உங்கள் (வெள்ளை) மகன்களை
வெளிநாடுகளுக்கு அனுப்புங்கள்
கைப்பற்றப்பட்டவர்களின் தேவைகளை
அவர்கள் கவனிக்கவேண்டும்.'

ருட்யார்ட் கிப்ளிங் சார்ள்ஸ் டிக்கின்ஸின் வாரிசாகக் கருதப் பட்டவர். சார்ள்ஸ் டிக்கின்ஸ் எழுதிய 'The Great Expectations' அவர் காலத்திலேயே பெரும் பிரபலத்தை அடைந்தது. வாழ்ந்த காலத்தில் அதிகப் புகழுடன் வாழ்ந்தவர் சார்ள்ஸ் டிக்கின்ஸ். The Old Curiosity Shop தொடர் நாவலை அவர் எழுதியபோது அவரின் புகழ் உச்சத்தில் இருந்தது. வாராவாரம் அவர் பத்திரிகைக் காக ஆயிரக்கணக்கான வாசகர்கள் காத்திருப்பார்கள். கடைசி அத்தியாயம் வெளியானபோது கதை வெளிவந்த பத்திரிகையைக் காவிவந்த கப்பலுக்காக 6000 மக்கள் நியூயோர்க் துறைமுகத்தில் காத்துக்கொண்டிருந்தார்களாம். கப்பலின் காப்டனை மேல்தளத் தில் கண்டதும் அத்தனை சனங்களும் ஒரே குரலில் கத்தினார்கள். 'நெல் இருக்கிறாளா, இறந்துபோனாளா?'

டிக்கின்ஸ், காதரின் என்ற பெண்ணை மணமுடித்து 22 வருடங்களில் அவர்கள் 10 பிள்ளைகளைப் பெற்றுக் கொண்டார் கள். அதன் பின்னர் காதரினின் தங்கை மேரி அவர்களுடன் வந்து தங்கினாள். உடனேயே அவளுடன் அவருக்குக் காதல் பிறந்து விட்டது. அந்தப் பெண் ஒரு வருடத்திலேயே இறந்துபோனாலும் தான் இறக்கும்போது தன்னை மேரியின் கல்லறைக்குப் பக்கத்தில் புதைக்கச் சொல்லிக் கேட்டுக்கொண்டார். இன்னொரு தங்கை வந்து சேர்ந்தாள், பெயர் ஜோர்ஜியானா. அப்படியே தங்கை தங்கை யாக வந்தார்கள். இவரும் வஞ்சகம் வைக்காமல் இறக்குமட்டும் காதலித்தார்.

இதையெல்லாம் மன்னித்துவிடலாம். ஓர் ஏழைப்பெண் வீதியிலே வசை பேசினாள் என்பதற்காக அவளைக் கைதுசெய்ய வைத்தார். அடிமை விடுதலை பிரகடனம் செய்த ஆப்பிரஹாம் லிங்கனை எதிர்த்தார். லிங்கனுக்கு எதிராகப் போராடியவர்களுக்குத் தன் ஆதரவைக் கொடுத்தார். இவருடைய நூல்கள் ரஸ்ய எழுத்தாளர்களான ரோல்ஸ்ரோய், டோஸ்ரோவ்ஸ்கி ஆகியவர்களுக்கு மிகவும் பிடிக்கும். எனக்கும் பிடிக்குமா என்பதை நான் இன்னும் தீர்மானிக்கவில்லை.

ஸ்பானிய மொழியில் படைக்கும் பாப்லோ நெருடாவின் கவிதைகளை உலகின் லட்சக்கணக்கான மக்கள் விரும்பிப் படிப்பார்கள். இருபதாம் நூற்றாண்டின் ஆகச் சிறந்த உலகக்கவி என்று அவரை வர்ணிப்பதுண்டு. இலக்கியத்துக்கான நோபல் பரிசு அவருக்கு 1971இல் கிடைத்தது. அவருடைய கவிதை வாசிப்பு ஒன்றுக்கு ஒருமுறை லட்சக்கணக்கான மக்கள் கூடினார்கள். இந்த உலகில் ஒரு கவிதை வாசிப்புக்குக் கூடிய சனங்களின் ஆகக்கூடிய எண்ணிக்கை அதுதான். ஒரு காலத்தில் அவருடைய கவிதை வரிகள் சிலதை நான் மனப்பாடம் செய்துவைத்திருக்கிறேன்.

நீ ஒவ்வொரு கதவாகத் திறக்கவேண்டும்.
நீ எனக்குக் கீழ்ப்படியவேண்டும்.
நீ உன் கண்களைத் திறக்கவேண்டும்.
அப்படியானால்தான் என்னால் அவற்றினுள்ளே தேடமுடியும்.

பாப்லோ நெருடா 1930 களில் இலங்கையில் சிலி தூதரகத்தில் வேலை பார்த்தார். அப்பொழுது ஒரு சம்பவம் நடந்தது. கொழும்பில் வெள்ளவத்தை பகுதியில்தான் தமிழர்கள் வசிப்பார்கள். அங்கேதான் அவரும் கடற்கரைக்கு அண்மையில் இருந்த ஒரு வீட்டில் வசித்தார்.

அவர் வீட்டுக்குத் தினமும் ஓர் இளம் தமிழ்ப் பெண் காலையில் அவருடைய மலத்தை அள்ளிப்போக வருவாள். அவள் நல்ல வனப்புடன் கவர்ச்சியாக இருந்தாள். என்னதான் வெறுக்கப்படும் ஒரு தொழிலை அவள் செய்தாலும் அவரால் அவளைத் தன் மனத்திலிருந்து விரட்ட முடியவில்லை. ஒரு வெட்கப்படும் வனமிருகம்போல அவள் வேறொரு உலகத்தைச் சேர்ந்தவளாக இருந்தாள். இனி அவரே அந்த சம்பவத்தை வர்ணிக்கிறார்.

'ஒருநாள் காலை அவளை முழுமையாக அனுபவித்துவிட தீர்மானித்தேன். அவள் மணிக்கட்டை இறுக்கமாகப் பற்றி அவள் கண்களை உற்று நோக்கினேன். அவளுடன் ஒரு மொழியிலும் என்னால் பேசமுடியாது. என் வழிகாட்டலில் சிரிப்பின்றி, மறுப்பு

காட்டாமல் பின்னால் வந்து படுக்கையில் நிர்வாணமாகச் சாய்ந்தாள். அகலமான இடுப்பும் மெலிந்த இடையுமாக அவள் கொடிபோலக் கிடந்தாள். அவளுடைய தளும்பும் கிண்ண முலைகள் தென்னிந்தியாவின் ஆயிரம் வருடத்துச் சிலைபோல அவளை ஆக்கின. ஓர் ஆணுக்கும் சிலைக்குமான உறவு அது. உறவு முடியும்வரை அவள் ஒருவித உணர்ச்சியையும் காட்டாது கண்களைத் திறந்தபடி வைத்திருந்தாள். அவள் என்னை வெறுப்பது சரிதான். அந்த அனுபவம் மீண்டும் ஒருமுறை நிகழவில்லை.'

இதுதான் நான் பாப்லோ நெருடாவைப் பற்றிப் படித்தது. எனக்கு அதிர்ச்சியாக இருந்தது. கொழும்பில் பல வருடங்கள் நான் வசித்ததும் வெள்ளவத்தையில் கடற்கரைக்குக் கிட்டிய ஒரு வீட்டில்தான். இப்பொழுது நான் என்ன செய்தால் சரியாக இருக்கும். பாப்லோ நெருடாவைப் படிப்பதை நிறுத்த வேண்டுமா? அல்லது மனனம் செய்த அவருடைய கவிதை வரிகளை மறந்தால் போதுமானதா? எல்லாம் தெரிந்த என் நண்பரிடம்தான் ஆலோசனை கேட்கவேண்டும்.

பொய்ப் பேசாத மகள்

ரொறொன்ரோ தமிழ் மாணவ – மாணவிகள் தங்கள் பல்கலைக்கழகங்களை வீட்டிலிருந்து தூரமாகத் தெரிவு செய்கிறார்கள். வீட்டுக்குக் கிட்ட நல்ல பல்கலைக்கழகம் இருந்தாலும் தூரமாக இருக்கும் பல்கலைக்கழகங்கள்தான் அவர்களுக்குப் பிடிக்கும். அப்போது பெற்றோர் கண்காணிப்பும் கண்டிப்பும் இல்லாமல் சுதந்திரமாக இருக்கலாம். ஒரு சின்ன அறையை வாடகைக்கு எடுத்து அங்கேயே தங்கிப் படிப்பதற்கு விரும்புவார்கள். மாதத்தில் ஒருதடவை வந்து பெற்றோரைப் பார்த்துப் போவார்கள். உண்மையில் ஊத்தை உடுப்பைக் கழுவிக் கொண்டு போவதற்காகத்தான் அவர்கள் வருவது.

சில சமயங்களில் இரண்டு அறை உள்ள வீட்டை எடுத்து இரண்டு பெண் சிநேகிதிகளோ இரண்டு ஆண் சிநேகிதர்களோ பகிர்ந்து கொள்வார்கள். இப்படிப் பகிர்ந்து கொள்வதில் கூடிய வசதியும் குறைந்த செலவும் உண்டு. சமீப காலங்களில் ஆண், பெண் சிநேகிதர்கள் ஒரு வீட்டை வாடகைக்கு எடுத்துப் பகிர்ந்து கொள்வது அதிகமாகி வருகிறது.

ஒரு தாய் தன் மகளைப் பார்க்க 80 மைல்தூரம் பயணம் செய்து போனார். மகள் அவளோடு படிக்கும் மாணவன் ஒருவனுடன் வீட்டைப் பகிர்ந்துகொண்டிருந்தாள். தாயாருக்கு இது பிடிக்கவில்லை. மகளிடம் கேட்டபோது அவள் 'அம்மா இது கனடா, ஊரில்லை. இங்கே ஆணும் பெண்ணும் சமம். என் அறையில் நான் தங்குவேன்; அவன் அறையில் அவன் தங்குவான்.

சமையல் ஒருநாள் அவன், அடுத்த நாள் நான். படிக்கும் போது ஒருவருக்கொருவர் பாடத்தில் வரும் சந்தேகத்தை தீர்த்துக் கொள்வோம். இங்கே எல்லோரும் இப்படித்தான் படிக்கிறார்கள். ஒரு பிரச்னையும் இல்லை' என்றார். தாயார் யோசித்தபடியே வீட்டுக்குப் போய்ச் சேர்ந்தார்.

அடுத்த தடவை மகளைப் பார்க்கப் போனபோது சந்தேகம் கூடியது. சிநேகிதன் வீட்டுக்குள்ளும் மேலங்கியை கழற்றாமல் நடமாடினான். சாப்பிடும்போது பயந்த விலங்கு சாப்பிடுவதுபோல

இரண்டு பக்கமும் பார்த்தபடியே சாப்பிட்டான். அவன் வீட்டில் இருக்கும்போது மகளின் நடத்தை ஒரு மாதிரியும் அவன் இல்லாத போது இன்னொரு மாதிரியும் இருந்தது. அவளுடைய பேச்சு வித்தியாசம், அசைவு வித்தியாசம், சிரிப்புக்கூட வித்தியாசம். தாய் மகளிடம் 'உண்மையைச் சொல்லு, நீ அவனுடன் படுக்கிறாயா?' என்றார்.

மகள் 'அம்மா, நாங்கள் நல்ல நண்பர்கள். உன்னிடம் நான் ஏன் பொய்ச் சொல்லவேண்டும். நீ எத்தனைதரம் கேட்டாலும் இதுதான் மறுமொழி' என்றாள்.

தாய் திரும்பிய மூன்றாவது நாள் மகளிடம் இருந்து ஒரு மின்னஞ்சல் வந்தது.

'அம்மா, நீ எப்ப வந்தாலும் ஒரு பிரச்னை உண்டாகிவிடும். முதல்தரம் வந்தபோது என் புத்தகம் ஒன்றைக் கைமறதியாக உன்னுடன் எடுத்துப் போய்விட்டாய். அடுத்த தடவை சோத்துப் பானையை இடம் மாற்றி வைத்து நான் தேடவேண்டி வந்தது. இந்தத் தடவை ஊறுகாய் போத்தலைக் காணவில்லை. மூன்று நாளாய் தேடுகிறேன்.'

தாய் மகளுக்கு எழுதினாள்.

'அன்பான மகளே,

மூன்று நாளாகத் தேடுகிறாயா? ஊறுகாய் போத்தல் உன் தலையணையின் கீழ்தான் இருக்கிறது.

அம்மா'

(இந்தக் கதை என் நண்பர் ஒருவர் கூறியது.)

சன்மானம் எவ்வளவு?

இப்பொழுதுதான் பனிக்காலம் முடிவுக்கு வந்தது. அதற்கிடையில் கோடைக்காலம் வந்துவிட்டதுபோல வீடு சூடு பிடிக்கத் தொடங்கியது. வெப்பம் ஒருநாள் 29 டிகிரி செண்டிகிரேட் காட்டியது. சரி, ஏசியைப் போடவேண்டியதுதான் என்று நினைத்து சுவிட்சைப் போட்டேன். ஏசி வேலை செய்யவில்லை. திரும்பவும் சுவிட்சைப் போட்டேன். நான் சுவிட்ச் போட்ட விசயத்தையே அது கண்டுகொள்ளவில்லை. ஐந்து மாதமாக ஓய்வெடுத்ததோ என்னவோ அது மீண்டும் உயிர்க்கொள்ள மறுத்தது.

வேறு என்ன செய்வது? இப்படியான குளிரூட்டும் யந்திரங்களைப் பராமரிக்கும் கம்பனிக்குத் தொலைபேசினேன். வழக்கமான பராமரிப்புக்காரர்கள் கிடைக்கவில்லை. ஆகவே புதுகம்பனியுடன் தொடர்புகொண்டேன். அவர்கள் அடுத்தநாள் காலை ஒரு நேரத்தைக் குறித்துத்தந்து பழுதுபார்ப்பவர்கள் வருவார்கள் என்று கூறினார்கள். மனது நிம்மதியானது.

குறித்த நேரத்துக்கு ஒரு பெரிய வாகனம் ஒன்று வந்து வீட்டு வாசலில் நின்றது. அதன் உள்ளே ஒரு சின்னத் தொழிற்சாலைபோலப் பழுதுபார்க்கத் தேவையான சகல ஆயுதங்களும் இருந்தன. இரண்டு வெள்ளைக்காரார்கள் நீலநிறச் சீருடையில் இறங்கினார்கள். கீழ்கால்சட்டையையும் மேல்சட்டையையும் சேர்த்துத் தைத்த ஒரு நீண்ட உடுப்பில் பலவித ஆயுதங்களைச் சொருகியபடி எந்தவிதமான பிரச்னைகளையும் தீர்ப்பதற்கு தயாரானவர்கள்போலக் காணப்பட்டார்கள். ஒருவர் வீட்டுக்கு வெளியே இருந்த குளிரூட்டும் யந்திரத்தின் மேல்மூடியை கழற்றத் தொடங்கினார். மற்றவர் வீட்டுக்குள் மின் இணைப்பு சரியாக இருக்கிறதா என்பதைச் சோதிப்பதற்காக உள்ளே வந்தார்.

'ஃபியூஸ் பெட்டி எங்கே இருக்கிறது?' என்று கேட்டார். நான் காட்டினேன். ஃபியூஸ் சுவிட்சைத் தன் வலது கை ஆள்காட்டி விரலால் தட்டினார். அவ்வளவுதான் ஏசி முழு பலத்தோடு வேலை செய்யத் தொடங்கியது. வெளியே வேலை செய்தவர் மூடியை கழற்றக்கூட இல்லை. நாலு திருகு ஆணியில் ஒன்றை மட்டும்

கழற்றியிருந்தார். அதைத் திரும்பவும் பூட்டிவிட்டு ஆயுதங்களைச் சேகரித்துக்கொண்டு புறப்பட்டார்கள்.

எவ்வளவு என்று கேட்டேன். வேலையாட்களில் மூத்தவர் வாய்க்கூசாமல் 125 டொலர் என்று சொன்னார். நான் 'நீங்கள் ஒன்றும் செய்யவில்லையே' என்றேன். அவருக்குப் பிடிக்கவில்லை. ஏதோ புளிமாங்காயைக் கடிச்சதுபோலக் கண்ணைக் கூசிக் கொண்டு 'இப்பொழுது குளிர்சாதனம் வேலை செய்கிறது அல்லவா?' என்றார். இரண்டாம் பேச்சுப் பேசாமல் 125 டொலருக்கு காசோலை எழுதிக் கொடுத்தேன். 'இரண்டு பேரை ஏற்றிக்கொண்டு வாகனம் ஒரு வீட்டை நோக்கிப் பழுதுபார்க்கப் புறப்பட்டால் ஆகக் குறைந்த கட்டணமாக 125 டொலர் அறவிடப் படும். அதுதான் கம்பனி விதி' என்றார். நானும் ஒரு விதியைப் பற்றித்தான் அப்பொழுது சிந்தித்துக்கொண்டு இருந்தேன்.

போனமாதம் தண்ணீர்க் குழாய் உடைந்தபோது ஒருவர் வந்து திருத்தித் தந்தார். அவருக்கு 60 டொலர் கொடுத்தேன். தலைமயிர் வெட்டப் போகும்போது முடி திருத்துபவருக்கு 20 டொலர் கொடுப்பேன். பக்கத்து வீட்டுப் பையன் உயர்நிலைப் பள்ளியில் படிப்பவன். கம்ப்யூட்டர் அவ்வப்போது என் கட்டளை களுக்குக் கீழ்ப்படிய மறுத்துவிடும். இந்தப் பையன் வந்து சரிசெய்து தருவான். நான் 25 டொலர் கொடுக்கவேண்டும் என எதிர்பார்ப்பான்.

ஒரு பத்திரிகை ஆசிரியர் என்னைக் கடந்த ஆறு மாதகால மாக தொந்திரவு செய்கிறார். அவருக்கு ஒரு கதையோ கட்டுரையோ வேண்டுமாம். அதற்கென்ன, எழுதிக் கொடுத்தால் போச்சுது.

'எவ்வளவு சன்மானம் தருவீர்கள்?' என்று கேட்டேன்.

இன்னும் பதில் வரவில்லை.

தள்ளிநின்றால் போதும்

சமீபத்தில் இக்வடோர் நாட்டுக்குச் சென்று திரும்பிய நண்பர் ஒரு கதை கூறினார். அந்த நாட்டு அரச கரும மொழி ஸ்பானிஷ். அவர்களுடைய மக்கள் மொழியான குவெச்சா அழிந்து வருகிறது. அதைப் பேசுவோரும் குறைந்து விட்டார்கள். தென் அமெரிக்காவின் ஆதிவாசிகளான இன்கா இனத்தவர் பேசிய மொழி அது. அதை அழிவிலிருந்து காப்பாற்றப் பெரும் முயற்சி எடுக்கப்பட்டது. இப்பொழுது மைக்ரோசொஃப்ட் நிறுவனம் குவெச்சா மொழி கம்ப்யூட்டரில் இடம் பெறும் தகுதி பெற்றுவிட்டது என அறிவித்திருக்கிறது.

ஒரு மொழியைப் பாவிக்காவிட்டால் அது அழிந்து போகும். தமிழ் நாட்டின் பிரபல கவி ஒருவர் "தமிழை ஒன்றுமே செய்யத் தேவை இல்லை, அது தானாகவே வளரும்" என்று சொல்லி யிருப்பதாகச் செய்தி வந்திருக்கிறது. அமெரிக்காவின் ஹவாய் மாநிலத்தில் ஆங்கிலம், ஹவாய் மொழியை நசுக்கி வருவதால் ஹவாய் மொழி பேசுபவர்கள் அருகிவிட்டார்கள். 1984இல் இருந்து அரசாங்கம் தலையிட்டு ஹவாய் மொழியை மறுபடியும் உயிர்ப்பித்து வருகிறது. வேல்ஸ் நாட்டில் ஆங்கிலத்துக்கும் வேல்ஸ் மொழிக்கும் சம அந்தஸ்து. அப்படியிருந்தும் வேல்ஸ் மொழி பேசுபவர்கள் 20 சதவிகிதமாகக் குறைந்துவிட்டார்கள். இங்கேயும் அரசாங்கம் விழித்துக்கொண்டு மேலும் மொழி அழிவதைத் தடுத்து வருகிறது. அவர்கள் ஒன்றுமே செய்யாமல் விட்டால் அந்த மொழிகள் கிட்டத்தட்ட ஒழிந்தே போயிருக்கும். நூறு வருடங்களுக்கு முன்னர் ஹீப்ரு மொழி, எழுத்தில் மட்டுமே வாழ்ந்தது. இன்று ஏழு மில்லியன் மக்கள் அதைப் பேசுகிறார்கள், எழுதுகிறார்கள். 1948இல் அவர்களுக்கு ஒரு நாடு கிடைத்து ஹீப்ரு மொழி புதுப்பிக்கப்பட்டது. அந்த நாடு கிடைத்திருக்காவிட்டால் அவர்கள் மொழி அழிந்துபோயிருக்கும்.

சமீபத்தில் ஒரு தமிழ் நாட்டுக்காரரைச் சந்தித்தேன். அவர் ஆரம்பத்திலிருந்து தமிழ்நாட்டிலேயே படித்து பல்கலைக்கழக படிப்பை முடித்து மேல்படிப்புக்காக அமெரிக்கா வந்தவர். தமிழ்

தடக்கி தடக்கித்தான் பேசுகிறார். அவருக்குத் தமிழ் எழுதவும் வாசிக்கவும் தெரியாது. அவர் சொன்னார் தமிழ்நாட்டில் தமிழ்த் தெரியாமலே முழுப்படிப்பையும் படித்து முடிக்கலாம் என்று. இது எப்படி சாத்தியமாகும்? ஸ்பெயின் நாட்டில் ஸ்பானிஷ் மொழி தெரியாமல் படிப்பை முடிக்க முடியுமா? பிரான்ஸ் நாட்டில் பிரெஞ்சு தெரியாமல் படிப்பை முடிக்கமுடியுமா? ஆனால், தமிழ் நாட்டில் இது சாத்தியம் என்று சொல்கிறார்கள். கனடாவில்கூட மாணவர்கள் பல்கலைக்கழக நுழைவுத் தேர்வுக்குத் தமிழ்ப் பாடத்தில் கிடைத்த மதிப்பெண்களை அவர்களுடைய தகைமையை தீர்மானிப்பதற்குக் கணக்கில் காட்டலாம். இது நம்புவதற்குக் கடினமானதாகத்தான் இருக்கிறது.

கனடா போன்ற நாடுகளில் புலம் பெயர்ந்தவர்களின் மொழி களை வளர்த்து ஊக்குவிப்பதற்கு கனடிய அரசு உதவி செய்கிறது. இம்முறை விஜயதசமியின்போது நூற்றுக்கணக்கான சிறுவர், சிறுமியர் ஏடு துவக்கி, தமிழ்க் கற்றுக்கொண்டார்கள். வரிசையாக நின்று சுட்டுவிரலால் அரிசியிலே எழுதினார்கள். ஆனால் ஒருவர் தன் மகளுக்குக் கணினியில் தமிழ் எழுதக் கற்றுக்கொடுத்தார். அந்தச் சிறுமி வெகுவிரைவிலேயே கணினியில் பல வார்த்தை களைத் தமிழில் எழுதினாள். கம்ப்யூட்டரில் தமிழ்ப் படிப்பது மிக சுலபம். மூன்று மாதத்தில் 2000 வார்த்தைகளை எழுதவும் வாசிக்கவும் கற்றுக்கொள்ளலாம். வீரகேசரி, தினகரன் பத்திரிகை கள் படிக்குமளவுக்குத் தமிழ் அறிவு பெறலாம். மீதியை அவர் களாகவே கற்றுக்கொள்ளலாம். இப்படியான வசதிகள் இன்று வந்துவிட்டன.

முப்பது வருடங்களாக ஒரே கேள்வியைத் திரும்ப திரும்பக் கேட்கிறார்கள். புலம்பெயர்ந்த நாடுகளில் அடுத்த தலைமுறையில் தமிழ் வாழுமா? இவர்களுக்கு ஒரே கதையைத்தான் நான் பதிலாகச் சொல்கிறேன். ஒரு காலத்தில் மிருகண்டு முனிவர் வாழ்ந்தார். மணமுடித்து பல வருடம் ஆகியும் அவருக்குப் பிள்ளை இல்லை. கடவுளை நோக்கித் தவம் செய்யவும் அவர் தோன்றி ஒரு கேள்வி கேட்டார். ‘உமக்கு 100 வயது வாழும் சாதாரண புதல்வன் வேண்டுமா அல்லது உலகுள்ளவரை பெருமை சேர்க்கக்கூடிய, 16 வயது மட்டுமே உயிர் வாழும் பிள்ளை வேண்டுமா?’ மிருகண்டு முனிவர் யோசிக்காமல் 16 வயது என்று சொன்னார். பிறந்த குழந்தைக்கு மார்க்கண்டேயர் என்று பெயர் சூட்டினார். மீதி கதை எல்லோருக்கும் தெரியும். புலம்பெயர்ந்த ஈழத்துத் தமிழர்கள் இன்று பத்து லட்சத்துக்கும் மேல் உலகமெங்கும் வாழ்கின்றனர். கனடாவில் மாத்திரம் மூன்று லட்சம் தமிழர்கள் வாழ்கிறார்கள்.

நூறு வார்த்தைகள் தெரிந்தால் அன்றாடத் தேவைக்குத் தமிழ்ப் பேசி இவர்கள் வாழ்க்கையை சமாளிக்கலாம். அதனால் என்ன பெருமை? நூறு வார்த்தைகள் கற்கும் தமிழர் வேண்டுமா அல்லது தமிழில் மேல்கல்வி கற்கும் புலமைபெற்றவர் வேண்டுமா?

வருடாவருடம் ரொறொன்ரோவில் தமிழியல் மாநாடு நடக்கிறது. இந்த வருடம் நடந்த ஐந்தாவது மாநாட்டில் பல நாடுகளிலிருந்து படைப்பாளிகளும் கல்வியாளர்களும் 50, 60 மாணவர்களும் கலந்து கொண்டார்கள்.

நுழைவு இலவசம் அல்ல; முன்கூட்டியே பதிவுசெய்து கட்டணம் கட்டியாகவேண்டும். அப்படியிருந்தும் பல மாணவர் களுக்கு இடம் கிடைக்கவில்லை. தானாக விரும்பித் தமிழ்ப் படிக்க முனையும் மாணவர்களின் எண்ணிக்கை அதிகரித்து வருகிறது. புலம்பெயர்ந்த தமிழர்களில் எதிர்காலத்தில் குறைந்தது ஆயிரத்துக்கு ஒருவர் தமிழை உயர்ப் பாடமாக எடுத்து முனைவர் பட்டம் வரை படிக்கும் வாய்ப்பு உள்ளது. இவர்கள் தமிழ் ஆராய்ச்சியில் இறங்குவார்கள், உயர்ந்த இலக்கியங்கள் படைப்பார்கள். தமிழை உலக அரங்கில் முன்னிறுத்துவார்கள்.

பல வருடங்களுக்கு முன்னர் ஃபிரான்ஸிலே சிறுவர், சிறுமியருக்கான தமிழ்க் கல்வித்திட்டம் ஒன்று உருவாக்கப்பட்டது. அதை இன்று உலகத்து பல நாட்டுத் தமிழர்களும் பயன்படுத்து கிறார்கள். மதுரைத் திட்டம், நூலகத் திட்டம் மூலமாக ஆயிரக் கணக்கான நூல்கள் கணினி வழியாக இலவசமாக உலக முழுவதும் படிக்கக் கிடைக்கின்றன. தமிழ் விக்கிபீடியாவில் இன்றைய தேதியில் 22,645 கட்டுரைகள் ஏறிவிட்டன. தமிழ் விக்சனரியில் 115,000 வார்த்தைகள் இடம்பெற்றிருக்கின்றன.

இவற்றுக்காக எத்தனையோ புலம்பெயர்ந்த தமிழர்கள் தங்கள் நேரத்தையும் பணத்தையும் செலவு செய்து மௌனமாக உழைக் கிறார்கள். அவர்களைப் பற்றி வெளியுலகம் அறிவதே இல்லை.

ஈழத்து பூராடனார் என்ற பெரும் தமிழ் அறிஞர் கனடாவில் வாழ்கிறார். இதுவரை 250 தமிழ் நூல்கள் எழுதியிருக்கிறார். தமிழில் கணினியில் 1986இல் அச்சடித்து முதல் வெளியான புத்தகம் அவருடையதுதான். அதன் பெயர் 'பெத்தலேகம் கலம்பகம்'. அந்த நூலை அச்சடித்த தமிழ் எழுத்துருவைக் கணினியில் உருவாக்கியதும் அவர்தான். ஹோமரின் ஒடிசி, இலியட் ஆகிய காவியங்களைத் தமிழில் மொழியாக்கம் செய்திருக்கிறார். 48 ஆதிகிரேக்க நாடகங் களை மொழியாக்கம் செய்து 14 புத்தகங்களாகப் பதிப்பித்திருக் கிறார். ஒரு பல்கலைக்கழகம் செய்யவேண்டிய வேலையைத் தனியொருவராகச் செய்தவரைப் பலருக்குத் தெரியாது. இவருக்குச்

செவ்வியல் மாநாட்டுக்கு அழைப்பு இல்லை.

கனடாவில் இயங்கிவரும் தமிழ் இலக்கியத்தோட்டம் பத்து வருடங்களைப் பூர்த்தி செய்துவிட்டது. கனடிய அரசு இதை charitable organization ஆக அங்கீகரித்திருக்கிறது. ரொறொன்ரோ பல்கலைக்கழகத்துடன் இணைந்து சிறப்பு இலக்கிய உரைகளைத் தொடர்ந்து ஏற்பாடு செய்கிறது. வருடா வருடம் இலக்கியத் தோட்டத்தின் சர்வதேச நடுவர்கள் உலகத்து சிறந்த தமிழ்ப் படைப்பாளிகளை அடையாளம் கண்டு பரிசு கொடுத்து கௌரவிக்கிறார்கள்.

புலம்பெயர்ந்த தமிழர்கள் பெரும் பாய்ச்சல்களைச் சத்தமில்லாமல் நிகழ்த்துகிறார்கள். தமிழ்க் கணிமைத்துறையில் புதிய ஆராய்ச்சிகளுக்குப் பெரும் தொகை முதலீடு செய்யப்படுகிறது. ஒலியில் இருந்து தமிழ் எழுத்துருவுக்கு மாற்றும் திட்டத்தில் தன்னார்வத் தொண்டர்கள் இரவு பகலாக உழைக்கிறார்கள். தமிழ்நாட்டுக் கவி சொன்னதில் பாதி உண்மை இருக்கத்தான் செய்கிறது. கிராமத்திலே ஒரு பழமொழி உண்டு. 'தானும் செய்ய மாட்டான், தள்ளியும் நிற்கமாட்டான்.' தமிழ்நாடு ஒன்றுமே செய்யவேண்டாம். தள்ளி நின்றால் போதும்; தமிழ் வளர்ந்துவிடும்.

சொன்னதைத் திரும்பச் சொல்லு

அன்புள்ள ஆசிரியருக்கு,

எனக்கு 27 வயது. என் காதலிக்கு 24 வயது. நாங்கள் இருவரும் 13 வருடங்களாகக் காதலிக்கிறோம். மாலதி, அவள்தான் என் காதலி. தன்னுடைய 11ஆவது வயதிலேயே என்னைக் காதலிக்கத் தொடங்கிவிட்டாள் என்பதைக் கணிதம் தெரிந்த நீங்கள் கண்டுபிடித்திருப்பீர்கள். அதாவது அவள் காதலித்த வருடங்கள் காதலிக்காமல் வாழ்ந்த வருடங்களிலும் பார்க்க அதிகம். மாலதி தோலங்கிகள் உற்பத்தி செய்யும் நிறுவனம் ஒன்றில் அதிகாரியாக வேலை பார்க்கிறாள். நல்ல சம்பளம். நான் மின்தூக்கிகள் சம்பந்தமான உயர்ப் படிப்புப் படிக்கிறேன். இன்னும் ஒரு வருடத்தில் முடித்துவிடுவேன்.

எங்களுக்குள் இப்போது பிரச்னை. வருடத்தில் மார்ச், ஏப்ரல் மாதங்கள் வந்தால் இப்படித்தான். நான் எப்பொழுது அழைத்தாலும் ‘நான் வருமானவரிப் பத்திரம் நிரப்புகிறேன். என்னை தொந்திரவு செய்யவேண்டாம்’ என்று சொல்கிறாள். இது நம்பக் கூடிய சாட்டாக இல்லை. எதற்காக என்னைத் திடீரென்று தவிர்க்கிறாள் என்ற காரணம் புரியவில்லை. என் வாழ்நாளில் பாதிக்கு மேல் இவளுக்குப் பின்னால் போய்விட்டேன். நான் எப்பவும் போலத்தான் இருக்கிறேன். இவளுக்குத் தான் உழைக்கிறேன், நான் இன்னும் படிக்கிறேன் என்று என்னில் இளக்காரம் தோன்றி விட்டதோ என்று ஐயப்படுகிறேன். என்னுடைய குரலை செல்போனில் கேட்டதுமே உருகி வழிந்தோடும் இவளுடைய குரல் இப்போது அப்படியில்லை. இறுமாப்பும் அலட்சியமும்தான் தெரிகிறது. வேண்டா வெறுப்பாகப் பேசுகிறாள். இரண்டு மாத காலமாக யாராவது எங்கேயாவது வருமானவரிப் பத்திரத்தை நிரப்புவார்களா?

இவளுடைய பாட்டி இறக்கும்போது இவளுக்குத் தன்னுடைய மூக்குக் கண்ணாடியைப் பரிசாக அளித்திருக்கிறார். இவளுக்குக் கண்பார்வையில் ஒரு குறையும் இல்லை. இருந்தாலும் பாட்டியின் மூக்குக்கண்ணாடியை அணிந்து வருவேன் என்று அடம் பிடிக்கிறாள். அவளுடைய கையைப் பிடித்து அழைத்துப் போக வேண்டியிருக்கிறது. என்ன சொன்னாலும் கேட்காத

பிடிவாதக்காரியாக மாறிவிட்டாள். இது பெரிய தலையிடிச்ச வேலை. ஒருவேளை இது காரணமாக இருக்குமோ? அல்லது பாட்டியுடைய பல்செட்டையும் அவள் ஏன் பெற்றுக்கொள்ள வில்லை என்று நான் கேட்டது காரணமாக இருக்குமோ? எனக்கு ஒன்றுமே புரியவில்லை.

ஒருநாள் சுப்பர்மார்க்கெட்டுக்கு நாங்கள் போய்ச் சாமான்கள் வாங்கினோம். ஒரு நல்ல காதலன் என்ற முறையில் நான் இப்படியான உதவிகளைச் செய்வதற்குத் தயங்குவதில்லை. மாலதி இரண்டு பை களில் சாமான்களை நிரப்பி இரண்டு கைகளிலும் தூக்கிக்கொண்டு முன்னால் நடந்தாள். நானும் சும்மா வரவில்லை, கார் சாவியைக் காவிக்கொண்டுதான் வந்தேன். அவளுடைய அறை மூன்றாவது மாடியில் என்பதால் அவள் ஏறினாள், நானும் பின்னால் தொடர்ந் தேன். இரண்டு கைகளிலும் சாமான்களைத் தூக்கிக் கொண்டு மாடி ஏறுவதும் அதே சமயம் மூச்சு விடுவதும் கஷ்டமாக இருக்கிறது என்று சொன்னாள். நான் மூச்சு விடுவதை நிறுத்தினால் ஈசியாக இருக்கும் என்று சொன்னேன். அதுதான் காரணமோ தெரியாது.

மாலதிக்கு முத்தமிடுவது பிடிக்கும். அடிக்கடி முத்தமிடு கிறாள். நேரம், காலம், இடம் பார்ப்பதில்லை. ரோட்டிலும் வாசலி லும் சுழல்கதவுக்குள்ளும் தியேட்டரிலும் உணவகத்திலும் இதே வேலைதான். சேற்றிலே செருப்புக்காலுடன் நடக்கும்போது எழும் உறிஞ்சும் சத்தம்போல முத்தம் சத்தம் போடுகிறது. சத்தக் குறை வான முத்தம் நல்லாயிருக்கும் என்று ஒருநாள் சொல்லிவிட்டேன். அதுவாயிருக்கலாம் என்று இப்பொழுது நினைக்கிறேன்.

அவளிடம் இன்னொரு குணம் உண்டு. காரில் போகும்போது அவர்கள் நிறுவனம் தயாரிக்கும் தோலங்கியை அணிந்து முன் இருக்கையில் உட்கார்ந்து பேசிக்கொண்டே போவாள். பேசும் போதே சறுக்கிச் சறுக்கி இருக்கை உயரத்துக்கும் கீழே போய் விடுவாள். அப்பொழுதும் அவள் பேச்சில் நான் குறுக்கிடக் கூடாது. என்னுடைய கவனத்தைத் தொடர்ந்து ஓர் இடத்தில் நிற்பாட்டுவது எனக்குக் கடினம். மூளை அங்குமிங்கும் அலைந்து விடும். திடீரென்று நிறுத்திவிட்டு ‘நான் கடைசியாக என்ன சொன் னேன். திருப்பிச் சொல்லுங்கோ’ என்று என்னை டெஸ்ட் பண்ணு வாள். இது பெரிய அநியாயம் என்று எனக்குப் படுகிறது. நான் என்ன ஒரு டேப்ரிக்கார்டரா?

நீங்கள் மூளைசாலி. உங்களுடைய புத்திமதி எனக்குப் பிடிக்கும். நீங்கள்தான் ஏதாவது அறிவுரை சொல்லி என்னுடைய 13 வருடக் காதலியை மீட்டுத் தரவேண்டும்.

காதலிக்காக ஏங்கும்
அதியமான் நெடுமான் அஞ்சி.

வணங்குவதற்கு ஒரு மண்

புறநானூறில் ஒரு பாடல் உள்ளது. குறுங்கோழியூர் கிழார் சேரமானைப் பார்த்துப் பாடியது.

'உன்னுடைய மண்ணைக் கர்ப்பிணிப் பெண்கள் மட்டுமே உண்ணுவர். எதிரிகள் உண்ண முடியாது.' பழந்தமிழர் சொந்த மண்ணை மாற்றான் அபகரிக்காமல் பாதுகாப்பதற்காகப் போர் புரிந்தார்கள். அதுவே ஒரு வாழ்வுமுறையாக அமைந்தது. மண்ணுக் காகப் போர்புரிந்து மரித்த வீரர்களுக்கு நடுகல் எழுப்பி அவர்களை வழிபடுவது தமிழர் பண்பாடாகியது.

அமெரிக்காவின் தலைநகரமான வாசிங்டனுக்கு சமீபத்தில் போயிருந்தேன். ஆப்பிரஹாம் லிங்கன் ஜனாதிபதியாக இருந்த போது ஆர்லிங்டனில் போரில் இறந்த வீரர்களுக்காக ஒரு பிரம்மாண்டமான மயானத்தை அமைத்தார். அதிலே உள்நாட்டுப் போரில் தொடங்கி இன்று ஆப்கானிஸ்தான், ஈராக்கு போன்ற நாடுகள்வரை மரிக்கும் அமெரிக்க வீரர்களை அடக்கம் செய்கிறார்கள். இன்றைக்கு அங்கே 300,000 நடுகல்கள் உள்ளன. வருடா வருடம் மயானத்தில் பெரும் அணிவகுப்பும் மரியாதை யும் நடக்கிறது. இருபத்திநாலு மணிநேரமும் வீரர்கள் காவல் காக்கிறார்கள். தினமும் ஆயிரக்கணக்கானவர்கள் அணிவகுப்பைப் பார்வையிடுவதற்காக வருகிறார்கள்.

இம்முறை நினைவுநாள் அன்று ஒபாமா அஞ்சலி செலுத்திய போது ஒரு தகவல் சொன்னார். அமெரிக்காவில் 1865ல் உள்நாட்டுப் போர் முடிவுக்கு வந்தது. வடக்கு வென்றது, தெற்கு தோற்றது. போர் முடிந்து ஒருவருடம் கழித்து சில பெண்கள் கொலம்பஸ் என்ற இடத்தில் போரில் மரித்த வீரர்களின் சமாதி களில் பூக்கள் வைத்து மரியாதை செய்தார்கள். அருகே இறந்து போன வடக்கு வீரர்களின் கல்லறைகள் பூக்கள் இல்லாமல் வெறுமையாகக் கிடந்தன. அதற்கும் மலர்கள் வைத்து வணங்கினார் கள். அவர்களும் அமெரிக்க வீரர்கள்தானே. அன்றிலிருந்து தான் நினைவுநாள் உண்டானது. இறப்பிலே வென்றவர், தோற்றவர் என்ற பேதம் இல்லை; எல்லோருமே சமம்.

கனடா, இங்கிலாந்து, பிரான்ஸ் போன்ற பல நாடுகளில் போரில் இறந்துபோன வீரர்களின் சமாதிகளில் வருடாவருடம் மரியாதை நடக்கிறது. ஐரோப்பாவில் பல நாடுகள் வருடத்தில் ஒருநாளை மரித்தவர்களுக்காக ஒதுக்கிவைத்து, அந்த நாளில் மயானங்களுக்குச் சென்று இறந்தவர்களின் கல்லறைகளைச் சுத்தம் செய்து, பூச்செண்டு வைத்து வழிபடுவதற்கு ஏற்பாடு செய்திருக்கின்றன. மாமன்னன் நெப்போலியன் இறந்து பல வருடங்களுக்குப் பின்னர் அவன் உடல் பிரான்சுக்குக் கொண்டு வரப்பட்டது. அவன் ஞாபகமாக ஒரு ஸ்தூபி எழுப்பப்பட்டு அதற்கு மக்கள் மரியாதை செய்கிறார்கள். ஆப்பிரிக்காவிலே இறந்துபோனவர்கள் எல்லாம் தெய்வம்தான். மூதாதை வழிபாடு அவர்களுக்கு முக்கியமானது. இறந்த போர்வீரர்களுக்கான மரியாதை இன்னும் முக்கியம் பெறுகிறது.

1919ஆம் ஆண்டு நடந்த ஜாலியன்வாலா படுகொலை எல்லோருக்கும் ஞாபகமிருக்கும். மைக்கேல் டையர் என்பவன்தான் அப்போது பஞ்சாப் கவர்னராக இருந்தவன். அந்தப் படுகொலையில் 400 நிரபராதிகள் சுட்டுக் கொல்லப்பட்டனர். மைகேல் டையர் அந்தக் கொலைகளுக்கு ஆணை கொடுத்தது மட்டுமல்லாமல் அவன் அவற்றைச் சரி என்று நியாயப்படுத்தியவன். கொலைநடந்த இடத்தில் சனங்களுக்குத் தண்ணீர்ப் பரிமாறியவன் உத்தம் சிங். துடிதுடித்து வீழ்ந்து மடிந்த சனங்களைக் கண்களால் பார்த்தவன். அவன் அந்த இடத்து மண்ணை அள்ளி சட்டைப்பையில் வைத்துக்கொண்டு, டையரைப் பழி வாங்குவதற்காக இங்கிலாந்துக்குப் புறப்பட்டான். அங்கே 21 வருடங்களாக அவனைத் தேடிக் கடைசியில் காக்ஸ்டன் மண்டபத்தில் ஒரு கூட்டம் நடைபெற்றபோது அங்கே பேசவந்த டையரைச் சுட்டு வீழ்த்தினான். காந்தி அவன் செய்த கொலையைக் கண்டித்தார். உத்தம் சிங்கை 1940ஆம் வருடம் இங்கிலாந்தில் தூக்கில் போட்டார்கள். இந்தியா விடுதலை பெற்ற பின்னர் 1974ல் அவனுடைய எச்சங்களைக் கொண்டுவந்து இந்திய அரசின் ஆதரவோடு எரித்து கங்கையில் கரைத்தார்கள். அன்றைய பிரதமர் இந்திராகாந்தி அந்த நிகழ்ச்சியில் கலந்து மரியாதை செய்தார். இன்றும் உத்தம் சிங்கின் நினைவுச் சின்னத்தைப் பஞ்சாபில் மக்கள் வழிபடுகிறார்கள்.

கிறிஸ்து பிறப்பதற்கு முன்னரேயே இலங்கையில் அநுராதபுரத்தில் தமிழ் மன்னன் எல்லாளனின் நீதியான அரசாட்சி நடந்தது. அவனுடைய ராச்சியத்தைக் கைப்பற்ற சிங்கள அரசனான துட்டகைமுனு போர் தொடுத்தான். அந்தப் போர் முன்னெப்

பொழுதும் கண்டிராதமாதிரி உக்கிரமானதாகவும் கொடூரமான தாகவும் இருந்தது. அந்த சமரை மஹாவம்சம் 'குளத்திலிருந்த நீர் எல்லாம் ரத்தச் சிவப்பாக மாறியது' என்று வர்ணிக்கிறது. போரில் துட்டகைமுனு வென்றான்; எல்லாளன் இறந்துபோனான். எல்லாளன் மக்களால் போற்றப்பட்ட தமிழ் மன்னனாகையால் அவன் விழுந்த இடத்தில் துட்டகைமுனு அவன் நினைவாக மண்டபம் எழுப்பினான். அந்த இடத்தைத் தாண்டும்போது மரியாதை செய்யவேண்டும் என்றும் வாத்தியங்கள் மௌனிக்கப் படவேண்டும் என்றும் சட்டம் இயற்றினான். அந்தச் சட்டம் பல நூறு ஆண்டுகள் மக்களால் மதிக்கப்பட்டது.

எந்த ஒரு போரிலும் உயிர் நீத்தவர்களுக்கு மரியாதை செய்வதுதான் உயர் பண்பாளர்களின் கடமை. ஆனால், இன்று ஈழத்துப் போரில் இறந்துபோன வீரர்களின் நடுகல்கள் அழிக்கப் படுகின்றன என்று வருகின்ற செய்தி நம்ப முடியாததாக இருக்கிறது.

புறநானூறில் மாங்குடி கிழார் இப்படிச் சொல்கிறார்.

மலர்களில் குரவம், தளவம், குருந்தம், முல்லை என்று நான்கு வகை உள்ளன.

உணவில் வரகு, தினை, கொள், அவரை என்று நான்கு வகை இருக்கின்றன.

குடிகளிலும் நான்கு வகை.

ஆனால், தொழுவதற்கு எங்களுக்குத் தெய்வம் ஒன்றுதான்.

அது இறந்துபோன வீரனின் நடுகல்.

இன்றோ எமக்குத் தெய்வமில்லை.

நடுகல் இல்லை.

ஒரு மண்ணும் இல்லை.

சில்லறை விசயம்

சிலர் பணம் சேமிப்பதற்குச் சீட்டுப் போடுவார்கள். எனக்கு அது பிடிக்காது. சிலர் சேமிப்பு வங்கிக் கணக்குத் திறந்து அதில் கொஞ்சம் கொஞ்சமாகச் சேமிப்பார்கள். அது எனக்குப் பிடிக்காது. வருமானத்தில் செலவழிந்தது போக மீதிப் பணம் சேமிப்பு. இது நாலாம் வகுப்புப் படிக்கும் மாணவிக்கும் தெரியும். அறிவு தெரிந்த நாளிலிருந்து எனக்கு அதுதான் கொள்கை. அப்படித்தான் நான் சேமிப்பேன்.

ஆனால் என் மனைவி அப்படி இல்லை. சீட்டுக்கட்ட முடியாது. சேமிப்புக் கணக்கு இல்லை என்றதும் சோர்ந்து விடாமல் ஓர் உண்டியல் வாங்கி அதில் சில்லறைகளைப் போட்டு சேமித்தார். ஒரு நல்ல நாளில் அதை உடைத்து தர்மத்துக்குக் கொடுத்து விடுவார். அன்றைய அருமையான காலை வேளையில் என்னுடைய பிரச்னை அப்படித்தான் தொடங்கியது. இரண்டு வருடமாக அவர் சேமித்த உண்டியல் நிரம்பிவிட்டது. அதை உடைத்து சில்லறைகளை ஒரு சாக்குப் பையில் போட்டு என்னிடம் தந்து, அதை வங்கியில் போய்ப் பண ஓலையாக மாற்றிவரச் சொன்னார். வருட முடிவில் வருமான வரி கட்டப்போவதுபோல என் மனம் ஆனந்தத்தில் துள்ளியது. இதைத்தானே நான் நெடுகலும் சொன்னேன். இந்தப் பணத்தை உண்டியலில் சேர்த்திராவிட்டால் இது வங்கியில்தானே இருந்திருக்கும். தூக்கிக்கொண்டு போகிற அவஸ்தை மிஞ்சியிருக்கும். நான் சொல்வதை கனடாவின் பிரதமர் ஸ்டீபன் ஹார்ப்பரில் இருந்து என் மனைவிவரை ஒருவருமே கேட்பதில்லை.

வங்கி வாசலில் நான் இரண்டு கைகளாலும் பாரத்தைக் காவிக்கொண்டு காத்து நின்றேன். ஒரு ருத்திர வீணையைக் காவுவதுபோல, இரண்டு ஆரோக்கியமான சத்துணவுக் குழந்தை களைக் காவுவதுபோல, மூன்று கதிரைவேற்பிள்ளை அகராதி களைக் காவுவதுபோலக் கைகள் கனத்தன. நான் கதவைத் திறக்க முடியாது. யாராவது திறந்துவிடவேண்டும். உள்ளே இருந்து ஒரு வாடிக்கையாளர் வெளியே வந்ததும் நான் அவரை இடித்துக் கொண்டு கதவு மூடமுன்னர் வங்கியினுள் நுழைந்துவிட்டேன்.

வங்கியில் மூன்று யன்னல்கள் இருந்தன. ஒரு யன்னல் பெண் தன் யன்னலை மூடிவிட்டுச் சற்றுத் தள்ளியிருந்த இருக்கையில் உட்கார்ந்து ஓர் அப்பிள் பழத்தைக் கையிலே வைத்து எங்கே கடிப்பது என்று யோசித்துக்கொண்டிருந்தார். அது விலை ஒட்டிய அப்பிள். விலை பேப்பரை உரித்து, கைகளால் நன்றாகத் துடைத்து விட்டு ஒரு கடி கடித்தார். வங்கிப் பெண் என்றபடியால் ஒவ்வொரு கடிக்கும் எவ்வளவு காசு மதிப்பான அப்பிள் உள்ளே போகிறது என்பதை அவரால் கணக்கு வைக்கமுடியும்.

இன்னொரு யன்னலில் ஒரு தொக்கையான மனிதர் ஒரு தொக்கையான மனுசியின் பணத்தை எண்ணிக்கொண்டிருந்தார். அந்தப் பணத்தை வங்கியில் போடுவதற்காக எண்ணுகிறாரா அல்லது மனுசியிடம் கொடுப்பதற்காக எண்ணுகிறாரா என்பது தெரியவில்லை. மூன்றாவது யன்னலில் ஓர் இளம்பெண் உயரமான சுழல் நாற்காலியில் உட்கார்ந்திருந்தார். அவருடைய முழங்கைகள் ஈட்டிபோலக் கூர்மையாக இருந்தன. பயிற்சியில் இருப்பதாக மார்பிலே எழுதி ஒட்டியிருந்தது. எந்த மார்பு என்று சொல்ல வில்லை. நான் அவர் முன் கலைந்த தலையுடனும் வியர்வை ஒழுகும் முகத்துடனும் போய் நின்றபோது அவர் என்னைப் பார்த்து அதிர்ச்சி அடைந்தது எனக்குத் தெரிந்தது. தொப்பென்று சாக்கு நாணயக் குவியலை அவர் முன் வைத்தேன். மான் சட்டென்று முகத்தைத் திருப்புவதுபோலத் திருப்பி, 'இது என்ன?' என்றார்.

'கனடிய நாணயங்கள்.'

'இதை ஏன் இங்கே கொண்டுவந்தீர்கள்?'

'நீங்கள் சோர்வாகக் காணப்பட்டீர்கள். உங்களுக்கு மகிழ்ச்சியூட்டத்தான்.'

'இதை நான் என்ன செய்வது?'

'கூட்டு வைப்பதா, கறி ஆக்குவதா?' என்று கேட்பதுபோல என்னிடம் கேட்டார். ஒரு வங்கியில் ஆகக் குறைவான மூளையைப் பாவித்துச் செய்யக்கூடிய காரியம் சில்லறைகளை எண்ணுவது. இதுகூட அந்தப் பயிற்சியிலிருக்கும் பெண்ணுக்குத் தெரியவில்லை.

'எனக்கொரு வங்கிக் கணக்கு இந்த வங்கியில் உள்ளது. நீங்கள் பிறப்பதற்கு முன்னரே நான் அந்தக் கணக்கை ஆரம்பித் திருந்தேன். இந்தச் சில்லறைக் காசை என் கணக்கில் வரவு வைக்க வந்திருக்கிறேன்.'

'இவ்வளவு காசையுமா?'

'இல்லை, மீதியை நாளை கொண்டு வருவேன்.'

நான் பார்த்துக்கொண்டிருக்கும்போதே பெண்ணின் நாடி கீழே இறங்கி அவர் நெஞ்சிலே அணிந்திருந்த பவள மாலையைத் தொட்டது. கிலி பிடித்தவர்போலத் தன் உயரமான இருக்கையி லிருந்து சறுக்கி இறங்கினார். அந்த வேகத்தைக் குறைக்காமல் ஓடி, தன் மேற்பார்வையாளரைக் கூட்டி வந்தார். மேற்பார்வையாள ருடைய முகத்தைப் பார்த்ததும் காரியம் சரியாகப் போகாது என்பது எனக்குத் தெரிந்துவிட்டது. அவர் கால்களைத் தேய்த்துப் பின்னுக்கு வளைந்தபடி நடந்துவந்தார். வணக்கம் சொன்னால் நான் வணக்கம் சொல்வதற்குத் தயாராக இருந்தேன். ஆனால் அவர் சொல்லவில்லை. எனக்கும் ஒரு சொல் மிச்சப்பட்டது. என்னுடைய முகத்திலிருந்து சரியாகப் பத்து அங்குலம் தூரத்தில் அவர் முகம் இருந்தாலும் அவர் யன்னலைப் பார்த்துத்தான் பேசினார்.

'எங்களுக்குச் சில விதிகள் இருக்கின்றன. உங்களுக்குத் தெரியும்தானே.'

'தெரியாது. நான் வங்கிக்கு வெளியே வேலை செய்கிறேன்.'

'நீங்கள் எனக்கு ஒரு உதவி செய்யவேண்டும்.'

'சொல்லுங்கள். உங்களுக்காக நான் என்னவும் செய்வேன். இடதுகைப் பழக்கக்காரனாக மாறு என்றால்கூட மாறுவேன்.'

'அதெல்லாம் வேண்டாம். சில்லறைக் காசை உறைகளில் நிரப்பி வாருங்கள். வங்கி ஊழியர்களின் நேரம் முக்கியமானது.'

'நன்றி. வாடிக்கையாளர்களின் நேரம் முக்கியமானதல்ல என்ற அறிவு இன்று கிடைத்தது.'

மேற்பார்வையாளர் அசையாமல் நின்றார். நானும் அதே இடத்தில் என் உடல் எடையைக் கூட்டிக்கொண்டு நின்றேன். ஒரு வார்த்தையும் நகரவில்லை.

இது மோசம் என்று நான் நினைத்தால் இதனிலும் மோசமான ஒன்று எனக்குக் காத்திருந்தது. வங்கி மனேஜரிடம் போனேன். அவருக்கு ஒரு நீர்ப்பிராணியின் கண்கள். அவர் உள்ளுக்குள் என்ன நினைக்கிறார் என்பதை ஒருவராலும் கண்டுபிடிக்க முடியாது. அவர் வங்கி விதிமுறைகள் பற்றி எனக்கு எடுத்துரைத்தார். ஒரு முழு நிமிட நேரத்தைக்கூட அவரால் எனக்குக் கொடுக்க முடியவில்லை. என்னுடன் பேசிக்கொண்டே இரண்டு திரைகள் உள்ள கம்ப்யூட்டரில் ஏதோவெல்லாம் செய்தார். நான் பாரதூரமான குற்றத்தைச் செய்துவிட்டது போலவும் என்

னுடைய காசு நேர்மையான வழியில் சம்பாதிக்கப்படவில்லை என்பது போலவும் என்னை உணரவைத்தார். அருமையான 15 நிமிடங்களை வீணாக்கிய பின்னர் அவருக்குக் கீழே வேலை பார்த்தவர்கள் சொன்னதையே அவரும் சொன்னார். அடுத்த பிறவியில் அவருடைய முதுகாகப் பிறக்கவேண்டும் என வேண்டிக் கொண்டேன். எந்தப் பிறவியிலும் அவருடைய கண்களால் பார்க்கப்படுவதை நான் விரும்பவில்லை.

மேன்மைதங்கிய ஐயா,

நான் உங்கள் வங்கியில் நீண்டகாலமாகக் கணக்கு வைத் திருக்கும் ஒரு சின்ன வாடிக்கையாளன். நான் நாளைக்கே என் வங்கி கணக்கை மூடினாலும் அது உங்களுக்குத் தெரியப் போவ தில்லை. அவ்வளவு சின்னக் கணக்கு. தொலைக்காட்சியிலும் பத்திரிகைகளிலும் சுவர்களிலும் காட்சியளிக்கும் உங்கள் விளம்பரங் களைப் பார்க்கும்போது எனக்கு எல்லையில்லா மகிழ்ச்சி பொங்கிப் புரளும். ‘உங்கள் பணத்தைப் பாதுகாக்க 29,000 அர்ப்பணிப்பான ஊழியர்கள் உழைக்கிறார்கள்.’ இதுதான் அந்த விளம்பரம். இதைக் காணும் தோறும் என்னுடைய பணம் பாதுகாப்பான இடத்தில் இருக்கிறதென்பது உறுதிப்படுத்தப்படும். மனம் நிம்மதியடையும்.

என் மனைவியின் மூச்சு சேமிப்பது. அப்படிச் சேமிக்கும் பணத்தைத் தர்மத்துக்குக் கொடுத்துவிடுவார். கடந்த இரண்டு வருடங்களாக அவர் உண்டியலில் சேர்த்த பணத்தை வங்கியில் கட்டுவதற்காக எடுத்துச் சென்றேன். வங்கி யன்னல் பெண் சில்லறையைப் பார்த்து பயந்து ஏற்க மறுத்துவிட்டார். சரி என்று மேற்பார்வையாளரை அணுகினேன். அவர் வங்கி விதிமுறைகளின் படி சில்லறைக் காசை உறையில் போட்டுத் தரவேண்டும் அல்லது ஏற்கமுடியாது என்று சொல்லிவிட்டார். நான் 23 வருடங்களுக்கு முன்னர் வங்கிக் கணக்கு ஆரம்பித்தபோது அப்படியான விதிமுறைகள் பற்றி ஒருவரும் என் அறிவைக் கூட்டவில்லை.

மனேஜர் இருக்கிறார் என்று அவரிடம் சென்றேன். அவர் பெரும் அவசரத்தில் இருந்தார். அவர் முன் உட்கார்ந்திருந்த என்னைவிட தொலைபேசியில் ஒரு வாடிக்கையாளரிடம் நீண்டநேரம் அன்பொழுகப் பேசினார். கம்ப்யூட்டர் திரைகளில் கவனத்தைச் செலுத்தினார். நான் அப்பொழுதுதான் நிலத்திலிருந்து கிளம்பி வந்ததுபோல என்னைப் பார்த்தார். வங்கிகளைப் பற்றியும் அவற்றின் தோற்றத்தைப் பற்றியும் அவை செய்யும் சேவை பற்றியும் அவற்றின் விதிமுறைகளின் முக்கியத்துவம் பற்றியும் உரையாற்றி னார். 15 நிமிடம் என்னைக் காக்க வைத்தபின்னர் அவருடைய மேற்பார்வையாளர் சொன்னதையும் யன்னல் பெண்

சொன்னதையுமே அவரும் சொன்னார்.

மேன்மைதங்கிய ஐயா, இது ஒரு சின்ன வாடிக்கையாளனின் சின்ன பிரச்னை. பெரிய நிறுவனத்தில் பெரிய அதிகாரங்கள் கொண்ட தங்களிடமிருந்து எனக்கு நியாயம் கிடைக்கும் என்றோ, என் பிரச்னையைத் தீர்த்து வைக்க தங்களுக்கு நேரம் இருக்கும் என்றோ நான் நினைக்கவில்லை. உங்கள் பதிலை எதிர்பார்க்கவும் இல்லை. 23 வருடங்களாக நான் வைத்திருக்கும் வங்கிக் கணக்கில் என்னுடைய சில்லறைக் காசைக் கட்ட முடியாவிட்டால் நான் இதை வேறு எங்குப் போய்க் கட்டுவது. புதிதாக இன்னொரு வங்கியில் கணக்குத் திறக்க வேண்டுமா?

சிலவேளைகளில் 29,000 அர்ப்பணிப்பான ஊழியர்கள் ஒரு வங்கியில் வேலைசெய்வதும் அவ்வளவு நல்லதுக்கல்ல.

தங்கள் உண்மையான, கீழ்ப்படிந்த சின்ன வாடிக்கையாளன்.

மேலே சொன்ன கடிதத்தை நான் ஓர் இரவு மின்னஞ்சல் மூலம் வங்கியின் தலைமைச் செயலகத்தில் இருக்கும் தலைவருக்கு அனுப்பிவைத்தேன். அவரிலும் பார்க்க உயர்ந்த அதிகாரம் கொண்டவர் அந்த வங்கியில் கிடையாது. கனடாவில் மூன்றாவது இடத்தில் இருக்கும் வங்கி அது; 1020 கிளைகள். சொத்து மதிப்பு 500 பில்லியன் டொலர்கள். இப்படியான பெரிய வங்கியிலிருந்து சின்ன வாடிக்கையாளனான நான் பதிலை எதிர்பார்ப்பது மடைத்தனம்.

அடுத்த நாள் காலை 11.00 மணிக்கு ஒரு தொலைபேசி வந்தது. வங்கி தலைமையகத்திலிருந்து தலைவரின் காரியதரிசி அழைத்துப் பேசினார். 'உங்கள் கடிதம் கிடைத்தது. நாங்கள் நடந்ததற்கு வருந்துகிறோம். உங்கள் வங்கிக் கிளைக்கு உத்திரவு சென்றுவிட்டது. சில்லறைக்காசை அவர்கள் ஏற்றுக் கொள்வார்கள். தலைவர் சார்பில் நான் மன்னிப்பு கேட்கிறேன்.'

வங்கிக்கு மறுபடியும் நான் போனபோது அங்கே இரண்டு ஊழியர்கள் காத்திருந்தார்கள். ஒரு பெரிய மேசையில் சில்லறைகளைக் கொட்டி எண்ணினார்கள். எண்ண எண்ண அவை வளர்ந்துகொண்டே இருந்தன. ஒரு சதம், ஐந்து சதம், பத்துச் சதம், 25 சதம், ஒரு டொலர், இரண்டு டொலர் என்று கைகள் தேய எண்ணிக் களைத்துவிட்டார்கள். ஒரு மணி நேரம் கழித்து, நான் கேட்டுக்கொண்டபடி இலங்கையில் உள்ள அனாதை இல்லத்தின் பெயரில் ஒரு பண ஓலை தந்தார்கள். அன்றைய நாள் தொடங்கிய பிறகு முதன்முறையாக என்னைப் பேருவகை சூழ்ந்தது. வேறு யாரோவுடைய பணம் எனக்குக் கிடைத்தது போன்ற மகிழ்ச்சி.

நான் பண ஓலையைப் பெற்றுக்கொண்டு திரும்பியபோது பின்னாலே பெரிய பெருமூச்சு ஒன்று கேட்டது. அது வங்கியின் பெருமூச்சுதான்.

இது நடந்து சில மாதங்கள் ஆனபோதும் என்னால் இந்த சம்பவத்தை மறக்க முடியவில்லை. சுவரில் இருந்த படத்தை அகற்றிய பின்னரும் மங்கலான சதுரம் தெரிவதுபோல அந்த ஞாபகம் தங்கிவிட்டது. அதிகாரத்தில் உள்ளவர்களின் முதல் வேலை விதிகளை உண்டாக்குவது. இதுபற்றி வாடிக்கையாளர்களுக்கு ஒன்றுமே தெரியாது. அவர்களைக் கலந்து ஆலோசிப்பதும் இல்லை. வாடிக்கையாளர்களின் வேலை அந்த விதிகளைச் சோதிப்பது. வளைப்பது. எவ்வளவு நீட்டமுடியுமோ நீட்டுவது. உடைப்பது. விதிகளை உடைப்பது போன்ற மகிழ்ச்சி வேறு எங்கு கிடைக்கும்.

மனைவி பண ஓலையை அனாதை இல்லத்துக்கு அனுப்பி வைத்தார். அவருக்கு வங்கியில் நடந்தது ஒன்றும் தெரியாது. இனிமேல் நான் வங்கிப்பக்கம் போகமாட்டேன் என்பதும் தெரியாது. போனாலும் சில்லறைப் பணத்தை வங்கியில் மாற்ற மாட்டேன் என்பதும் தெரியாது. செங்கல் நிறத்தில் பளபளப்பான புதிய உண்டியல் ஒன்று என் வீட்டில் தன் புதிய வேலையை ஆரம்பித்துவிட்டது எனக்குச் சிலநாள் கழித்துத்தான் தெரியவரும்.

ஐயம் தீரவில்லை

எனக்குத் தெரிந்த ஒரு கல்விமான் இருந்தார். தீவிரமான இடதுசாரிக் கொள்கை உடையவர். இவருடைய பையன் ஒரு பெண்ணைக் காதலித்தான். ஒரு வித மறுப்பும் தெரிவிக்காமல் அவர் பஞ்சாங்கத்தில் நல்லநாள் பார்த்து அவர்கள் திருமணத்தை நடத்திவைத்தார். அது ஒரு கலப்புத் திருமணம். கல்விமானைப் பற்றி அவர் நண்பர்கள் மத்தியில் மதிப்பு கூடியது.

அவர் நல்ல பேச்சாளர். அடிக்கடி கூட்டங்களில் கலந்து கொண்டு தோள்மூட்டு ஒலிவாங்கிக்கு நேராக நிற்கிறமாதிரி நின்று கொண்டு நீண்ட நேரம் பேசுவார். அவருடைய பேச்சுக்குக் கூட்டத்தில் நல்ல வரவேற்பு. 'செல்வந்தர்கள் இந்த உலகத்தில் வருவார்கள், போவார்கள். ஆனால் ஏழைகள் அப்படியல்ல; அவர்கள் நிரந்தரமானவர்கள். இந்தப் பூமியில் இருந்து அவர்களை ஒழிக்கவே முடியாது' என்று பேசுவார்.

அவருடைய மகள் வயதுக்கு வந்தாள். உடனே திருமணப் பேச்சு தொடங்கியது. அவர் சொந்தத்திலே தங்கள் சாதிக்குள் ஒரு பையனைப் பார்த்துக் கட்டிவைத்தார். சிலருக்கு இது பிடிக்க வில்லை. பேச்சு கல்யாணத்தின்போதுதான் அவர் தன்னுடைய கொள்கைப் பற்றை தீவிரமாகக் காட்டியிருக்கவேண்டும். மகனு டையதில் அவருக்கு வேறு தேர்வு கிடையாது. மகளுக்கு வெளியே கல்யாணம் செய்திருந்தால்தான் அவருடைய நேர்மையும் கொள்கைப் பிடிப்பும் உறுதியாகியிருக்கும் என்றார்கள்.

திருமணத்தின்போதுதான் ஒருவருடைய சாதி நிலைப் பாட்டைக் கண்டுகொள்ளலாம். மற்ற நேரங்களில் தாராளமாக இருப்பவர்கள் திருமணம் என்று வரும்போது இறுகிவிடுவதை நான் பார்த்திருக்கிறேன். சில நண்பர்கள் சேர்ந்து சினிமாவுக்குப் போவார் கள். விருந்துக்குப் போவார்கள். ஒன்றாகச் சேர்ந்து குடிப்பார்கள். ஆனால், வீட்டில் ஒரு விசேஷம் என்றால் அழைப்பிதழ் அனுப்ப மாட்டார்கள். தன் மகளுடைய திருமணத்துக்கோ, பிறந்த நாள் விழாவுக்கோ அல்லது அவர்கள் கல்யாணநாள் விருந்துக்கோ அழைப்பு வராது.

ஆனபடியால்தான் கல்விமானுடைய கொள்கையிலும் எனக்கு ஐயம் இருந்தது.

கம்பராமாயணத்தில் விபீடணனிடத்தில் ராமன் பேசும் இடம்.

குகனொடும் ஐவரானோம்
முன்பின் குன்று சூழ்வான்
மகனொடும் அறுவரானோம்
அம்முறை அன்பின்வந்த
அகமறர் காதல் ஐய
நின்னொடும் எழுவரானோம்.

'படகோட்டும் குகனைச் சந்தித்தபோது அவன் எனக்கு சகோதரனானான். அவனோடு நாங்கள் ஐந்துபேர். சுக்கிரீவனோடு ஆறுபேர். இப்பொழுது உன்னோடு சேர்த்து நாங்கள் ஏழுபேர் ஆகிவிட்டோம்' என்கிறான் ராமன்.

இது ஒரு பேச்சுக்காகச் சொன்னதா அல்லது ராமன் உண்மையில் அவர்களைச் சகோதரர்களாக ஏற்றுக் கொண்டிருந் தானா என்ற ஐயம் எனக்கு இருந்தது.

ராமன் அயோத்தி திரும்பிவிட்டான். பட்டாபிஷேகத்துக் கான ஏற்பாடுகள் திருப்தியாக நடக்கின்றன. அழைப்புகள் அனுப்பப்படுகின்றன. விபீடணன் வந்துவிட்டான். சுக்கிரீவன் வந்து விட்டான். பட்டாபிஷேகமும் நடக்கிறது.

அரியணை அனுமன் தாங்க, அங்கதன் உடைவாள் ஏந்த, பரதன் குடை பிடிக்க, சகோதரர்கள் கவரி வீச, வசிட்டர் ராமனுக்கு முடி சூட்டுகிறார். சகோதர்களில் விபீடணன் வந்திருக்கிறான். சுக்கிரீவன் வந்திருக்கிறான். படகோட்டி குகன் வந்தானா? அது தெரியவில்லை. இந்த சந்தேகம் எனக்குப் பல வருடங்களாக இருந்தது.

சமீபத்தில் ரொறொன்ரோவில் ஒரு தமிழ்ப் பேராசிரியரைச் சந்தித்தேன். அவரிடம் என் சந்தேகத்தைக் கேட்டேன். அவர் உடனே பதில் சொல்லவில்லை, கம்பராமாயணத்தைப் படித்துப் பார்த்துச் சொல்வதாகக் கூறினார். அதேநாள் தொலைபேசியில் அவருடைய பதில் வந்தது. பாடல் 10,341. கம்பன் ஒரு முழுப்பாட் டில் பட்டாபிஷேகத்துக்கு வந்திருந்த குகன் ராமனிடம் விடை பெறுவதைச் சொல்கிறான்.

கம்பனில் எனக்கிருந்த ஐயம் தீர்ந்தது. ராமனில் எனக்கிருந்த ஐயம் தீர்ந்தது. கல்விமானில் இருந்த ஐயம் இன்னும் தீரவில்லை.

இரண்டுதான்

அந்தப் பெண் தொலைபேசியில் அழைத்து உதவி கேட்ட போது நான் யோசித்திருக்கவேண்டும். யோசிக்கவில்லை. அடுத்த நாள் காலை வந்து தன்னைச் சந்திக்க முடியுமா என்று கேட்டார். சரி என்றேன். என்ன நேரம் என்று கேட்க எட்டு மணி என்றார். விலாசம் தரவில்லை. சிறிது நேரத்தில் தானே அழைத்து அதைத் தருவதாகச் சொன்னார். சம்மதித்தேன்.

இரவு படுக்கைக்குச் செல்லும் நேரமாகிவிட்டது, தொலை பேசி வரவில்லை. நானே அழைத்துக் கேட்டேன். அவர் சொன்ன முகவரியை குறித்து வைத்துக்கொண்டேன். காலை எழும்பி ஒரு மணி நேரம் முன்னதாகவே புறப்பட்டேன். பள்ளிக்கூட, அலுவலக நேரம் என்பதால் சாலை நெருக்கியடிக்கும். ஊர்ந்து ஊர்ந்து பாதி தூரம் வந்திருப்பேன், கார் டெலிபோன் அடித்தது. மனைவிதான், ஏனென்றால் வேறு ஒருவருக்கும் அந்த எண் தெரியாது. 'உங்களைக் கூப்பிட்ட பெண் வேறு விலாசத்துக்கு உங்களை வரச் சொன்னார்' என்றார். ஓர் இரவுக்குள் வேறு வீடு மாறிவிட்டாரா? நான் பெண்ணைத் தொலைபேசியில் அழைத்தேன். அவர் 'நேற்று அவசரத்தில் உங்களிடம் தவறான முகவரியைத் தந்துவிட்டேன். இதுதான் சரியான முகவரி' என்று வேறொன்றைச் சொன்னார். நான் குறித்துக்கொண்டேன். அது இன்னும் பல மைல் தூரத்தில் வேறு திக்கில் இருந்தது.

அவர் சொன்ன இடத்துக்கு வந்தால் அவர் குறிப்பிட்ட கட்டடத்தைக் காணவில்லை. இடது பக்கம் என்று சொல்லியிருந் தார். இடது பக்கம் காடாக வர முயற்சி செய்துகொண்டிருந்தது. மறுபடியும் அழைத்தேன். அவர் வலது பக்கம் என்றார். மன்னிப்பு என்ற ஒரு வார்த்தை அவர் வாயிலிருந்து வெளிவரவில்லை. கட்டடத்தை ஒருவழியாகக் கண்டுபிடித்து சடாரென்று திரும்பி ஒரு பாதசாரியிடம் பேச்சு வாங்கி, கார் தரிக்கும் இடத்துக்கு வந்த பிறகு அவரை அழைத்தேன். அவர் எண் 913க்கு வரச்சொன்னார். தகவலை அவர் தவணை முறையில்தான் தருவார்.

அந்தப் பழைய கட்டடத் தொகுதி ரொறொன்ரோ நகரம்

உண்டாகியபோது கட்டியதாக இருக்கவேண்டும். வீட்டு வாசல் கூடத்தின் உள்கதவு பூட்டியிருந்தது. அவர் தன் மாடியிலிருந்தபடி ஒரு பட்டனை அமத்தினால்தான் நான் கதவைத் திறந்து உள்ளே போகலாம். கதவைத் திறப்பதற்கான ரகஸ்ய எண்ணை நான் அழுத்தினேன். அம்மணி கதவைத் திறப்பதாகக் காணவில்லை. ஐந்து நிமிடம் கழிந்தது. ஓர் இளம் பெண் இளம் புயல் நுழைவதுபோல நுழைந்து கடவு எண்ணைப் பதிந்து, கதவை ஒருகையால் இழுத்துத் திறந்து உள்ளே போனார். கதவு மூடமுன்னர் வேகமாக நானும் பின்னே சென்றேன். அவர் மின்தூக்கிக்குள் நுழைய நானும் நுழைந்தேன். அவர் நாலை அமத்தினார். நான் ஒன்பதை அமத்தினேன். மின்தூக்கி ஒருநிமிடம் நின்று இளைப்பாறி மெல்ல அசைந்து உயிர்ப்பெற்று பெரும் சத்தம் உண்டாக்கி உயரத் தொடங்கியது. அந்தப் பெண் அதே தொகுதியில் வசிப்பவராக இருக்கவேண்டும். என்னைப்போல பயப் படாமல் தைரியமாக நின்றார். அவர் கண்களின் ஓரத்தில் உப்புக் கல் பதித்திருப்பதுபோல மினுங்கியது. நேற்றைய ஒப்பனையின் மிச்சம் அது என்று ஊகித்துக்கொண்டேன்.

நாலாவது மாடி வந்ததும் கதவு திறக்க இளம் பெண் என்னை விட்டுவிட்டுப் போய்விட்டார். நான் தனிய நின்றேன். மின்தூக்கி ஒரு இருபதுபேர் புதிதாக ஏறிவிட்டதுபோல முக்கி முனகி கடபுடா என்ற சத்தம் எழுப்பி மேலே சென்றது. ஏழாவது மாடியில் நின்று கதவைத் திறந்தது. நான் மறுபடியும் ஒன்பதை அமத்தினேன். கதவு மூடியது மறுபடியும் திறந்தது; மின்தூக்கி நகராமல் ஏழாவது மாடியிலேயே நின்றது. சரி ஏழாவது மாடியில் இறங்கி, படிக்கட்டுகள் வழியாக ஒன்பதாவது மாடிக்கு ஏறவேண்டுமாக்கும் என்று நினைத்து படிக்கட்டுகளைத் தேடிப் பார்த்தேன். இல்லை. மறுபடியும் புறப்பட்ட இடத்துக்குக் கீழே வந்து சேர்ந்தேன். அந்தப் பெரிய கட்டடத் தொகுதியில் ஒரு மனித உயிரைக் காணமுடிய வில்லை.

நான் சந்திக்கவந்த பெண்ணை மறுபடியும் அழைத்தேன். அவர் குரலில் எரிச்சல் தெரிந்தது. ஒன்பதாவது மாடிக்கு எப்படி வரவேண்டும் என்று ஒரு குழந்தைப்பிள்ளைபோலக் கேட்டேன். அவர் மின்தூக்கியில் ஏழாவது பட்டனை அமத்தவேண்டும் என்றார். ஒன்பதாவது மாடிக்குவர ஏழாவது பட்டனையா அமத்தவேண்டும். இதை எனக்கு முன்பே சொல்லியிருக்கலாமே. நான் என்ன மூக்குச் சாத்திரமா பார்ப்பது என்று பற்களைக் கடித்து மனத்துக்குள் சொல்லிக்கொண்டேன். ஒருவழியாக ஒன்பதாவது மாடியை அடைந்து 913ஆவது கதவைக் கண்டுபிடித்து அவரைச்

சந்தித்தேன். இரண்டு தேயிலைப் பைகள் தொங்கும் தேநீர்க் கோப்பையைக் கையிலே வைத்து அதைப் பார்த்துக்கொண்டிருந் தார். அவர் கேட்ட உதவி ஒரு சின்ன விசயம். தொலைபேசியி லேயே அதை முடித்திருக்கலாம். என்னை வீணாக அலைய விட்டிருக்கத் தேவையில்லை.

நான் பேசிக்கொண்டிருக்கும்போதே அவர் செல்பேசியைத் திறந்து தகவல் ஒன்றைப் பார்த்தார். முழங்கைக்குள் ஒரு கொட்டாவி விட்டார். குதிச் சப்பாத்தை மாட்டி கைப்பையையும் எடுத்து தயாராகப் பக்கத்தில் வைத்துக்கொண்டார். தான் அவசர மாக வெளியே போகவேண்டும் என்பதை எனக்கு சாடையாக உணர்த்துகிறாராம். நான் 'சரி, புறப்படுகிறேன். நான் முதலாவது மாடிக்குப் போக வேண்டும். அங்கேதான் காரை நிறுத்தியிருக் கிறேன். நான் மின்தூக்கியில் எத்தனையாவது பட்டனை அமத்தவேண்டும்?' என்றேன்.

அந்தப் பெண் இதைவிட மோட்டுத்தனமான ஒரு கேள்வியை ஒருவன் கேட்டிருக்கமுடியாது என்பதுபோல என்னைப் பார்த்து விட்டு 'இரண்டுதான்' என்றார்.

காதிலே கேட்ட இசை

கடந்த ஆண்டில் ஒரு நாள் அதிகாலை நான் வழக்கம்போலக் கணினியைத் திறந்தேன். ஒரு மின்னஞ்சல் வந்திருந்தது. எழுதியவர் பெயர் சுமி. யாரென்று தெரியவில்லை. அது ஒரு சிறிய கடிதம்.

'நீங்கள் இணையத் தளங்களில் எழுதுவதைப் படித்து ரசிக்கிறேன். உங்களுக்கு என் அப்பா கைலாசபதியைத் தெரியுமா? என் அம்மா சொல்வார் அவர் உங்கள் நண்பர் என்று.' என்னுடைய பதில் இன்னும் சின்னதாக இருந்தது. 'எந்தக் கைலாசபதி?' அதற்கு வந்த பதில் என்னைத் திடுக்கிட வைத்தது. 'பேராசிரியர் கைலாசபதி.' என்னால் நம்பவே முடியவில்லை. சுமி அமெரிக்காவில் இருந்ததால் உடனேயே அவரைத் தொலைபேசியில் தொடர்பு கொண்டு பேசினேன். நல்ல காலமாக கைலாஸின் மனைவி சர்வமங்களமும் அவருடனேயே அப்போது தங்கியிருந்தார். அவருடனும் பேசினேன். 40 வருடங்களாக துண்டிக்கப்பட்ட உறவு மீண்டும் புதுப்பிக்கப்பட்டது. இதிலே புதுமை என்னவென்றால் சுமியோ, சர்வமோ ஒருவிதத் தங்குதடையுமின்றிப் பழைய நட்பைப் பாராட்டி வெளிப்படையாகவும் உள்ளன்புடனும் தயக்கமில்லாமல் பேசியது தான்.

கைலாஸின் பழக்கம் நான் மாணவனாகப் படித்துக்கொண்டிருந்தபோது ஏற்பட்டது. இன்றைய என்னுடைய எழுத்துக்கு அவர்தான் முழுக்காரணம். அவரே எனக்கு ஒரு புது உலகத்தைத் திறந்துவிட்டவர்.

புதுமைப்பித்தனையும் ஜேம்ஸ் ஜோய்ஸையும் அவர்தான் அறிமுகப்படுத்தினார். அவருடைய வீடு எனக்கு எப்பவும் திறந்திருக்கும். புத்தகங்களை நான் கேட்காமலே தூக்கிக் கொடுப்பார். 'இதைக் கொண்டுபோய்ப் படித்துப்பாரும்' என்பார். அதைப் படித்ததும் எனக்கு இன்னொரு கதவு திறக்கும். புத்தகத்தைத் திருப்பிக் கொடுக்கும்போது ஒரு விவாதம் நடைபெறும். அவருடன் சேர்ந்து தியேட்டருக்குப் படம் பார்க்கப் போயிருக்கிறேன். அவருடன் சேர்ந்து பலதடவை உணவகத்தில் உணவருந்தியிருக்கிறேன். ஒரு முறையாவது என்னை உணவுக்குப் பணம்கொடுக்க

அவர் அனுமதித்ததில்லை. முதன்முதல் ஆறாயிரம் ரூபாய் கொடுத்து ஒரு புதிய முபோர்ட் கார் வாங்கினார். அதன் முன் இருக்கையில் அமர்ந்து அவருடன் பிரயாணம் செய்திருக்கிறேன். அவர் மேல்படிப்புக்காக வெளிநாடு போனார். நான் வேறுநாடு போனேன். அத்துடன் எங்கள் தொடர்பு முறிந்தது. தொலைபேசி இல்லை. கடிதம் இல்லை. பிரிந்த எங்கள் பாதைகள் மீண்டும் சந்திக்கவேயில்லை.

இந்த இடைக்காலத்தில் கைலாஸ் பர்மிங்காம் பல்கலைக் கழகத்தில் Tamil Heroic Poetry என்ற தலைப்பில் ஆய்வுசெய்து முனைவர் பட்டம் பெற்றிருந்தார். இலங்கை பல்கலைக்கழக யாழ்ப்பாண வளாகத்தின் முதல் தலைவராக நியமனம் பெற்றது அவர்தான். அதைத் தொடர்ந்து மனிதப்பண்பியல் பீடத்தின் பீடாதிபதியாகவும் பணியாற்றினார். இருபதுக்கு மேற்பட்ட நூல்கள் எழுதினார். இன்று தமிழில் ஆய்வு செய்யும் எந்த ஒரு மாணவரும், அவர் எந்த நாட்டவராக இருந்தாலும் சரி, கைலாசபதியைப் புறக்கணித்து ஆய்வை முற்றுப்பெறச் செய்ய முடியாது. மரபு இலக்கியங்கள், நவீன இலக்கியங்கள் ஆகியவற்றை மார்க்சிய கண்ணோட்டம் மூலம் விளங்கிக் கொள்வதற்கு ஒரு திசைகாட்டி யாகச் செயல்பட்டவர் கைலாஸ். அவர் எனக்கு ஒரு காலத்தில் நண்பராக இருந்தார் என்பது எவ்வளவு பெருமையானது.

சர்வம் தொலைபேசியில் நீண்டநேரம் பேசினார். பல்கலைக் கழக வாழ்க்கை, அவருடைய நண்பர்கள், இலக்கியம், இசை என்று பலதையும் தொட்டார். 'அவருடைய கடைசிக் காலத்தைப் பற்றிச் சொல்லுங்கள்?' என்றேன்.

'கைலாசுக்குச் சோர்வு என்பதே கிடையாது. புத்தகம் படிப் பார். நண்பர்களுடன் இலக்கிய விவாதம் செய்வார். இரவிரவாக எழுதுவார். ஒரு மணி, இரண்டு மணிக்கு முன்னர் அவர் படுத்த தில்லை. நல்ல ஒரு மாணவரைப்போல இடைவிடாது உழைத்தார். அடுத்த நாள் காலை ஒரு பரீட்சை எழுதவேண்டும் என்பதுபோலவே நடந்துகொள்வார். அவர் இரவிரவாக எழுதியதை அது ஆங்கிலமாக இருந்தால் நான் தட்டச்சு செய்து வைப்பேன். அது தமிழ் என்றால் அதை நான் நல்ல எழுத்தில் திருப்பி எழுதவேண்டும். அத்துடன் வேலை முடியாது. திருப்பிப் படிக்கும்போது அவருக்குப் புதுப்புது எண்ணங்கள் முளைக்கும். என்னிடம் sorry sorry என்று மன்னிப்பு கேட்டபடி நட்சத்திரக் குறி போட்டு வேறு ஒற்றையில் அ, ஆ, இ என்று எழுதிவைப்பார். நான் அவற்றையெல்லாம் கட்டுரையில் சேர்த்துத் திரும்பவும் எழுத வேண்டும். ஆரம்பத்தில் ஆறு பக்கக் கட்டுரையாக இருந்தது

முப்பது பக்கமாக மாறிவிடும்.

    1982 நவம்பர் எனக்கு நல்ல ஞாபகம் இருக்கிறது. திடீரென்று களைத்துப்போய்க் காணப்பட்டார். ஒன்பது மணிக்குப் போய்ப் படுத்துக்கொள்ளத் துடங்கினார். அடுத்த நாள் காலை எழும்பும் போதும் அதே களைப்புடன் இருந்தார். முந்திய உற்சாகம் மறைந்து விட்டது. எங்களுடைய மருத்துவ நண்பர் ஸ்ரீஹரன் ரத்தப் பரிசோதனை செய்து பார்த்துவிடலாம் என்றார். சரி என்று செய்தோம். அன்று பின்னேரம் தொலைபேசியை அவரிடமிருந்து எதிர்பார்த்துக் காத்திருந்தோம். நீண்ட நேரம் தொலைபேசி வரவில்லை. ஆனால், அவர் நேரே வீட்டுக்கு வந்தார். அவருடன் இன்னும் சில நண்பர்களும் வந்தார்கள். 'நீங்கள் இன்றே கொழும்புக்கு வெளிக்கிடவேண்டும். உங்கள் இருவருக்கும் டிக்கெட் டும் வாங்கிவிட்டோம்' என்றார். 'இன்றா, என்ன விளையாடு கிறீர்களா? அது எப்படி முடியும்?' என்று மறுத்துவிட்டோம். 'ஒன்றும் பயமில்லை. கொழும்பில் காட்டினால் ஒரு கிழமையி லேயே திரும்பிவிடலாம். எல்லாம் ஒரு மன திருப்திக்குத்தான்' என்றார். அவசர அவசரமாக ஒரு கிழமைக்குத் தேவையான உடுப்பை பெட்டியில் அடைத்துக்கொண்டு புறப்பட்டோம்.

    கொழும்பு போய் இறங்கியதும் அங்கே என்னுடைய அப்பா எங்களைச் சந்தித்தார். மருத்துவமனைக்குப் போனால் சிறப்பு மருத்துவர் எங்களுக்காகக் காத்துக்கொண்டிருந்தது மேலும் ஆச்சரியமாகவிருந்தது. எல்லா ஏற்பாடுகளையும் ஸ்ரீஹரன் யாழ்ப் பாணத்தில் இருந்தபடியே செய்துவிட்டார். நாங்கள் மருத்துவ மனையில் இருந்த முதல் ஐந்து, ஆறு நாள்களும் கைலாஸால் மறக்க முடியாத நாள்கள். அவ்வளவு மகிழ்ச்சியாக அவர் இருந்தார். மருத்துவர்களும் தாதிகளும் அந்தப் பரிசோதனை இந்தப் பரிசோதனை என்று இழுத்தடித்தாலும் அவருடைய மகிழ்ச்சிக்குக் காரணமிருந்தது. எழுத்தாள நண்பர்கள் அவரை எப்பவும் சூழ்ந்தபடி இருந்தார்கள். ஒரு பெரிய இலக்கியப் பட்டறை அங்கே தொடர்ந்து நடந்தது. விவாதங்கள் சூடுபிடிக்கும்போதே சில வேளைகளில் இவர் கண்கள் மெல்ல மூடிவிடும். ஆனாலும் உதட்டிலே மெல்லிய புன்னகை வீசும். அவர் கண்கள் தூக்கத்தில் மூடிக்கொண்டிருந்தாலும் உள்ளே பெரிய விவாதம் இன்னமும் ஓடிக்கொண்டுதான் இருந்தது. நண்பர்கள் ஓசைபடாமல் மெல்ல எழுந்துபோவார்கள்.

    ஐந்தாவது நாள் என்று நினைக்கிறேன். இந்துப் பத்திரிகை என்.ராம் இந்தியாவிலிருந்து நண்பர் மூலம் ஒரு புத்தகக் கட்டு அனுப்பியிருந்தார். அவை இவர் கேட்ட புத்தகங்களாக இருக்க லாம். புத்தகத்தைத் திறந்து பார்ப்பதும் தடவிக் கொடுப்பதுமாக

இருந்தார். மருத்துவருடைய சோதனைகளும் தாதிமாருடைய தொந்திரவுகளும் இல்லாவிட்டால் அன்றே புத்தகங்களை வாசிக்கத் தொடங்கியிருப்பார். அதே நாள் இரவு நான் பேராசிரியர் ராமசாமி யுடன் தொலைபேசியில் பேசிக்கொண்டிருந்தபோது ஓர் எதிர் பாராத விசயம் நடந்தது. 'சர்வம், நீங்கள் வெளிநாட்டுக்குப் போகப் போவதாக அறிந்தேன். இந்த மாதிரி லூக்கீமியாவில் நோயாளியின் வேதனைகளைக் குறைப்பதற்குத்தான்.....' என்று ஆரம்பித்து அவர் பேசிக்கொண்டே போனபோது எனக்கு வேறு ஒன்றுமே கேட்கவில்லை. லூக்கீமியா என்ற வார்த்தையே காதுகளில் திரும்ப திரும்ப ஒலித்தது. நான் இடிந்துபோய் உட்கார்ந்து அழத்தொடங்கி னேன். அதுவரைக்கும் மருத்துவர்கள் கான்சருக்குத்தான் வைத்தியம் பார்த்தார்கள் என்ற விசயம் எனக்குத் தெரியாது.

அன்று என்ன நடந்தது என்று எனக்கு ஞாபகமில்லை. எல்லா மருத்துவர்களும் என்னைச் சூழ்ந்துகொண்டார்கள். 'சர்வம், நீங்கள் தைரியமானவர் என்பது எங்களுக்குத் தெரியும். ஆனால் என்ன நோய் என்று கைலாசுக்குத் தெரியாமல் இருப்பது நல்லது. அவர் மனம் உடைந்து போய்விடும். முன்புபோலவே அவருடன் சந்தோசமாய்ப் பழகுங்கள். அவர் ஐமிச்சப்படக்கூடாது.'

நான் கைலாஸின் படுக்கைக்குப் போனபோது அவர்தான் யாழ்ப்பாணத்துக்குத் திரும்பிப் போவது, அவசரமாக எழுதி முடிக்கவேண்டிய கட்டுரைகள், புதிய வேலைத் திட்டங்கள் பற்றி எல்லாம் ஆர்வமாகப் பேசினார். தன்னுடைய நோய் குணமாகி இரண்டு கிழமைகளில் திரும்பிவிடலாம் என்றே அவர் சிறுபிள்ளைத்தனமாக நம்பினார்.

ஒவ்வொரு நாளும் அவருக்கு ரத்தம் ஏற்ற ஆரம்பித்தார்கள். வேறு யாரோவுடைய ரத்தம் உள்ளே போனதும் கொஞ்சம் உசாராக இருப்பார். ஆனால் சில மணி நேரங்களில் செலுத்திய அவ்வளவு ரத்தமும் வலுவிழந்துபோய்விடும். மறுபடியும் சோர்ந்துபோவார். காலைகளில் பதற்றமாக இருப்பார். என்ன என்பேன். ராட்சசி வரப்போகிறார் என்பார். அவர் சொன்னது ரத்தம் எடுக்கும் தாதியை. அவர் அப்படியான வார்த்தையை உபயோகிப்பதே இல்லை. பார்க்கப் பரிதாபமாகவிருந்தது. நோகிறதா என்பேன். ஒரு குழந்தைப்பிள்ளை கொட்டாவி விடுவது போல வாயைத் திறப்பார். உள்ளே முழுக்க அவிந்துபோய் ரத்தமா யிருக்கும். இன்னும் ஒன்றிரண்டு நாளைக்குத்தான், பிறகு எல்லாம் சரியாய்ப் போகும் என்பேன். அவர் அப்படியே கண்ணயர்ந்து போவார்.

அன்று பின்னேரம் பெரும் சோர்வுடன் காணப்பட்டார்.

என்னுடைய அப்பா அவரைப் பார்க்க வந்தார். என் அப்பாவிடம் அவருக்கு மரியாதை அதிகம். சிறுவயதிலிருந்து அப்பாதான் அவரைப் படிப்பித்து வளர்த்தெடுத்தவர். அவரைப் பார்த்ததும் கிட்ட வரச் சொன்னார். அப்பா போனார். இன்னும் கிட்ட என்றார். மேலும் இரண்டடி வந்ததும் கைலாஸ் கட்டிலில் உட்கார்ந்த நிலையில் அப்பாவைக் கட்டிப்பிடித்தார். இது கைலாஸ் வாழ்நாளில் செய்யாத ஒன்று. உணர்ச்சிகளை லேசில் காட்ட மாட்டார். ஒரு வேளை இவருக்குத் தெரிந்துவிட்டதோ, விடை பெறுகிறாரா என்றெல்லாம் யோசித்தேன். உண்மையில் கைலாஸ் இறக்கும் வரைக்கும் தனக்கு என்ன நோய் என்பது தெரியாமலே தான் இறந்துபோனார்.

இரண்டு நாள் முன்பாக நானும் அவரும் தனிமையில் இருந்தோம். அவர் என்னுடைய கையைப் பிடித்தார். ஒலிநாடாவில் அவருக்குப் பிடித்த பாடல் ஓடிக்கொண்டிருந்தது. கடந்த சில வருடங்களாக அவருக்கு இசையில் நாட்டம் அதிகமாயிருந்தது. ஒவ்வொரு வருடமும் நண்பர்களுடன் சென்னை இசைவிழாவுக்குப் பயணமாகிவிடுவார். இசை பற்றிய நுணுக்கங்களைத் தானாகவே கற்றார். நான் பத்து வருடமாக முறையாக வீணை கற்றிருந்தேன். ஆனால் எனக்குத் தெரியாத விசயங்கள் அவருக்குத் தெரிந்திருந்தன. ஒரு ராகத்தைப் பாடகர் பாட ஆரம்பித்தவுடன் அது என்ன வென்று சொல்லிவிடுவார். எப்படி அந்த ஆற்றலை வளர்த்துக் கொண்டார் என்பது அவருக்குப் பக்கத்தில் எந்த நேரமும் இருந்த எனக்கே புரியவில்லை.

அவர் மனத்திலே பெரிய ஆசையிருந்தது. பாரதியாரைப் பற்றி நிறைய குறிப்புகளும் ஆராய்ச்சி முடிவுகளும் அவரிடம் இருந்தன. பாரதியாரைப் பற்றி எழுதும் எண்ணம். முன்பு ஒருவரும் எழுதியிராத வகையில் ஒரு முழு நூலை உருவாக்கவேண்டும் என்று திட்டம் போட்டு வைத்திருந்தார். நாலு தொகுதிகளாகக் கொண்டு வருவதற்கு நிறைய விசயம் சேர்ந்திருந்தது. அவருடைய பீடாதிபதி வேலை, நிர்வாகத்தில் அதிக நேரத்தை விழுங்கியது. மாணவர்களும் கல்வியாளர்களும் எழுத்தாளர்களும் அவரிடமிருந்த மீதி நேரத்தைப் பங்குபோட்டுக்கொண்டார்கள். எப்படியும் நேரம் ஒதுக்கி முழுகவனத்தையும் செலுத்தித் தொகுப்பை முடித்துவிட வேண்டும் என்ற தீர்மானத்தில் இருந்தார்.

அத்துடன் இன்னொரு ரகஸ்ய ஆசை. ஒரு நாவல் எழுதுவது. அந்தக் காலத்தில் பல யாழ்ப்பாண மக்கள் பணம் சம்பாதிக்க மலேயா போனார்கள். அவருடைய பெற்றோர் அப்படிப் போனவர் கள்தான். இரண்டாம் உலகப் போர்ச்சூழலை வைத்து, மலேயா பின்னணியில் ஒரு நாவல் எழுதும் திட்டம். மருத்துவமனை

யிலிருந்து திரும்பியதும் இந்தத் திட்டத்தைச் செயல்படுத்தலாம் என்று அவர் நினைத்திருக்கலாம். அடுத்த வாரம் நிச்சயம் திரும்பிவிடலாம் என்பதே அவர் நினைப்பு.

திடீரென்று 'சர்வம், எங்கள் வாழ்க்கை எப்படி இருந்தது?' என்றார். எனக்குத் திக்கென்றது. 'இது என்ன கேள்வி, இந்த நேரத்தில்' என்றேன். 'உண்மையைச் சொல்லுங்கோ' என்றார். அவர் கை என்னுடையதை இறுகப் பற்றிக்கொண்டிருந்தது. நான் சொன்னேன். 'இதனிலும் பார்க்க மகிழ்ச்சியான வாழ்க்கை வேறு எங்கேயிருக்கு. எனக்கு ஒரு குறையுமில்லை.' 'எனக்கும் அப்படித் தான். உங்கட வாயாலே கேட்க வேணும்போல ஆசையாய் இருந்தது.' அவர் வாய் முணுமுணுத்தது, 'காலம் என்பது கறங்கு போல் சுழன்று, கீழது மேலாய், மேலது கீழாய்...' அப்படியே அன்று தூங்கிப் போனார்.

அடுத்த நாள்தான் அவர் கடைசி முறையாக என்னோடு பேசப்போகும் நாள்.

வழக்கம்போல அன்றிரவு நான் அவருடனேயே தங்கினேன். அடுத்த நாள் காலை நான் வீட்டுக்குப் போய் உடுப்பு மாற்றிக் குளித்துவிட்டு அவருக்கு சூப் செய்துகொண்டு வரவேண்டும். புறப்பட்டேன். 'சர்வம், கொஞ்சம் நில்லுங்கோ. இந்தப் பாட்டை கேளுங்கோ. இது வைணவ இசைபோல இருக்கு, இல்லையா?' என்றார். நான் திகைத்துப்போனேன். எனக்கு ஒன்றுமே கேட்க வில்லை. ஒலிநாடா ஓடவில்லை. அந்த இசை அவர் கற்பனையில் மட்டுமே ஓடியது. நான் 'நல்ல இசைதான். அருமையாயிருக்கு' என்றேன். அவருடைய வாயில் மெல்லிய புன்னகை. இசையை ஆழ்ந்து ரசிக்கும் பரவசம் முகத்தில் தெரிந்தது. நான் சற்றுத் தயங்கி நின்றுவிட்டுப் புறப்பட்டேன்.

வீட்டுக்கு வந்த சில நிமிடங்களில் தொலைபேசி ஒலித்தது. மருத்துவமனையிலிருந்து என்னை உடனே வரும்படி அழைத் தார்கள். எனக்கு டக்கென்றது. ஏதோ நடக்கப்போகிறது என்று மனது பதைத்தது. நான் திரும்பி வந்தபோது அவர் கோமாவில் இருந்தார். அவர் கண்கள் என்னைப் பார்க்கவில்லை. அவர் வாய் என்னுடன் பேசவில்லை. ஓர் உடம்புதான் அங்கே படுத்திருந்தது. அவர் பிறகு கண் விழிக்கவேயில்லை. அவரிடம் சற்று முன்னர் நான் பேசியதுதான் கடைசி. கேட்காத இசையை 'அருமை யாயிருக்கு' என்று சொன்னது கொஞ்சம் மனசுக்கு வருத்த மாயிருந்தது. கோமாவிலிருந்து மீளாமல் அன்று மாலையே அவர் உயிர் நீத்தார்.

அவர் இருக்கும்போது நண்பர்கள் எப்போதும் வீட்டை நிறைத்திருப்பார்கள். வழக்கமாக இரண்டு மூன்று விருந்தாளிகள் வீட்டிலே சாப்பிடுவார்கள். மாதத்திலே ஒரு தடவையாவது இருபது பேருக்கு எங்கள் வீட்டில் விருந்து நடப்பது சர்வ சாதாரணம். சனி, ஞாயிறுகளில் அதிகாலையிலேயே பண்ணைச் சந்தைக்குப் போய் மீன், நண்டு என்று வாங்கிக் கொண்டுவந்து போடுவார். நான் சமைப்பேன். அவருக்கு முட்டைப் பொரியலில் அப்படி ஒரு விருப்பம். அது கட்டாயம் இருக்கவேண்டும். மலேயாவில் சிறுவயதில் சண்டைக்காலத்தில் அவர் வாழ்ந்தபோது நிறைய கஷ்டப்பட்டிருக்கிறார். பெற்றோர்கள் இருக்கும் உணவை அவருக்குக் கொடுத்துவிட்டு பட்டினி கிடப்பார்கள். அந்தக் காலத்தில் ஒரு முட்டை அகப்பட்டால் விருந்து கிடைத்ததுபோல என்பார். அதை அவர் மறக்கவேயில்லை. நண்பர்களுடன் விவாதங்கள் சூடாக நடக்கும். நான் சமையலறையில் நெடுக நிற்பதும் பிடியாது. நானும் வந்து கலந்து கொள்ளவேண்டும். என்னுடைய அபிப்பிராயத்தை அடிக்கடி கேட்பார்.

அவர் இறந்த பிறகும் எழுத்தாள நண்பர்கள் தொடர்ந்து வந்து விசாரித்துப் போவார்கள். அதேபோல தமிழ்நாட்டில் வா.செ. குழந்தைசுவாமியும் குடும்பமும் தங்கள் அன்பினால் எங்கள் இழப்பை ஈடு செய்ய உதவினர். நீர்வை பொன்னையன் அடிக்கடி வந்து பார்ப்பார். மற்றது எழுத்தாளர் ரகுநாதன். அவர் வீட்டுக்குப் போவதற்கு என் மகள்களுக்கு நிறைய பிடிக்கும். ரகுநாதனின் மனைவி எனக்கு விருப்பம் என்று சண்டிவறை செய்துகொண்டு வந்து தருவார். ரகுநாதனை சைக்கிள் ஓட்டவேண்டாம் என்று மருத்துவர் கட்டளையிட்ட பிறகும் இரண்டு பஸ் பிடித்து வந்து எங்களைப் பார்ப்பார்.

கைலாஸ் இறப்பதற்குச் சில மாதங்களுக்கு முன்னால்தான் நாங்கள் திருவையாற்றிலிருந்து திரும்பியிருந்தோம். அடிக்கடி விரிவுரைகளுக்காக இந்தியா போயிருந்தாலும் கடைசித் தடவை போனபோது என்னவோ அவருக்கு நடந்துவிட்டது. அடுத்த வருடமும் குடும்பத்துடன் திருவையாறு போகவேண்டும் என்றார். காவிரியும் அந்தக் காற்றும் வீதிகளில் கேட்கும் இசையும் அவருக்கு பிடித்துக்கொண்டது. அவர் விருப்பத்தை நான் நிறைவேற்றினேன். அவர் இறந்த அடுத்த வருடம் குடும்பத்தோடு திருவையாறு போய் அவருடைய சாம்பலைக் காவிரியில் கரைத்தேன். அவர் மிகவும் நேசித்த அந்தக் காற்றிலும் நீரிலும் இசையிலும் அவர் கலந்து கொண்டார் என்றுதான் நினைக்கிறேன்.

மருத்துவமனையில் படுத்திருந்தபோது அவரைச் சுற்றியிருந்த

நண்பர்களுக்கும் உறவினர்களுக்கும் அவருடைய எஞ்சிய வாழ்நாள் நிமிடம் நிமிடமாகக் கரைந்துவருவது தெரிந்திருந்தது. அவருக்கு அது தெரியவில்லை. தான் திரும்பி யாழ்ப்பாணம் போய் 'பாரதி' பற்றிய புத்தகத்தைத் தொடங்கிவிடலாம் என்றே நினைத்திருந்தார். எழுத்தாளர்கள் வந்து பேசிவிட்டுப் போன பின்னரும் அவருடைய சிந்தனைகள் ஓயாது, அவர் முகம் ஒரு பரவச நிலையிலிருக்கும். இதை நான் பல தடவை பார்த்திருக்கிறேன். அன்று கடைசியாக என் காதுகள் கேட்கமுடியாத ஒரு வைணவ இசை அவருக்குக் கேட்கிறது என்று சொன்னபோது அவர் முகம் அப்படியான ஒரு பரவச நிலையையே எட்டியிருந்தது. அவர் மனத்தில் என்னென்ன சிந்தனைகள் அந்தச் சமயம் ஓடிக்கொண்டிருந்தனவோ. அவையும் எனக்குக் கேட்கவில்லை.

ஒன்றைத் தொடு

மகாபாரதத்தில் நச்சுப்பொய்கை ஒன்று வரும். பஞ்சபாண்டவர்கள் தண்ணீர் குடிக்க வரும்போது அந்தப் பொய்கையைக் காக்கும் யட்சன் கேள்விகள் கேட்பான். அதற்கு தருமர் புத்திசாலித்தனமான பதில்கள் சொல்லி தண்ணீர் குடிப்பதற்கு அனுமதி பெற்றுவிடுவார். அப்படி யாரும் இப்பொழுது கேள்விகள் கேட்பது இல்லை. என்னிடம் யாராவது உலகத்தில் அழகானது என்ன என்று கேள்வி கேட்டால் சொல்வதற்குத் தயாராக ஒரு பதில் வைத்திருக்கிறேன். 'மகளும் மகளும் நடந்து வருவது.' அதனிலும் அழகான காட்சி உலகில் உண்டா?

என் மகளின் மகளுக்கு பெயர் அப்ஸரா. ஆறாவது பிறந்த நாளைக் கொண்டாடிய நாளிலிருந்து ஒரு மாற்றம் தெரிகிறது. பேன் ஓடுவதுபோலக் கால்களுக் கால் ஓடிக்கொண்டே இருக்கிறாள். பிடிபட்டால் கால்கள் காற்றில் ஓடுகின்றன. சமீபகாலமாக தீவிரமான பிரச்னைகளை தீர்ப்பதற்கு சுலபமான ஒரு வழியைக் கண்டுபிடித்திருக்கிறாள். இரண்டு விரல்களை நீட்டுவாள். அதில் ஒன்றைத் தொடவேண்டும். நான் தொட்டேன். 'ஆ, இன்றைக்கு பால் குடிக்கத் தேவையில்லை' என்றாள். இன்னொரு நாள் விரலை நீட்டினாள், நான் தொட்டேன். 'ஆ, என்னை முதுகில் காவிக்கொண்டு நீங்கள் மாடி ஏறவேண்டும்.' நான் தொடாமல் விட்ட மற்ற விரலில் என்ன ரகஸ்யம் ஒளிந்திருக்கிறது என்பதை என்னால் கடைசிவரை கண்டுபிடிக்கவே முடியாது. முன்பு நான் பார்த்த ஒரு தமிழ்ப் படத்திலும் கதாநாயகி அடிக்கடி இரண்டு விரல்களில் ஒன்றைத் தொடச் சொல்லிப் பெரும் பிரச்னைகளை எல்லாம் சுலபமாகக் கடந்து செல்வார். ஒருமுறை யாரை மணப்பது என்பதில் சிக்கல். அவள் கோவிலில் பூக்கட்டி தொட்டு அதைத் தீர்த்தாள். பூவைத் தொடுவதும் விரலைத் தொடுவதும் ஒன்றுதான்.

ஆனால் சமீபத்தில் என்னைப் பார்க்க வந்த தம்பதிகள் செய்ததுதான் நம்புவதற்குக் கடினமாக இருக்கிறது. அவர்கள் என்னிடம் பேசியதிலும் பார்க்க தங்களுக்குள் பேசியதுதான்

அதிகம். அடிப்பதும் கிள்ளுவதுமாக விளையாடினர்.

திடீரென்று அந்த இளம் நண்பர் என் பக்கம் திரும்பி இரண்டு விரல்களை நீட்டினார். உண்மையில் விரல்கள் கூரையைப் பார்த்து நின்றன. கனடாவில் ஒரு விரலை இப்படிக் காட்டினால் வசை என்பது பொருள். இரண்டு விரல்கள் என்றபடியால் இரட்டிப்பு வசையாக இருக்குமோ என்று நினைத்தேன். அப்படி யில்லை. இவரும் அப்ஸராவைப்போல ஒரு விரலைத் தொடச் சொன்னார். நான் அதில் நல்ல தேர்ச்சிப் பெற்றிருந்தேன். தொட்டேன். 'என் மனைவி கர்ப்பம்' என்றார். நான் 'மிக்க மகிழ்ச்சி, வாழ்த்துக்கள்' என்றேன். சிறிது நேரம் கழித்து அவர்கள் போனார்கள்.

அவர்கள் போனபிறகுதான் நான் யோசித்தேன். நான் மற்ற விரலைத் தொட்டிருந்தால் என்ன நடந்திருக்கும்? தன்னுடைய மனைவி கர்ப்பம் இல்லை என்று சொல்லியிருப்பாரா? அல்லது என்னுடைய மனைவி கர்ப்பம் என்று சொல்லியிருப்பாரா?

யாராவது விரல் தொட்டுப் பார்க்கும் சாத்திரத்துக்குத் தடைச் சட்டம் கொண்டு வரவேண்டும். உலகம் பெரும் புதிராக மாறிக்கொண்டு வருகிறது.

கத்தரிக்காய் கூட்டு

என்னுடைய பக்கத்து வீட்டுக்காரர் ஒரு போலந்துக்காரர். அவர் மணமுடித்தது ஒரு ஜேர்மன் பெண்ணை. இவர்கள் இரண்டாம் உலகப்போர் முடிந்த கையோடு தம்பதிகளாக கனடாவுக்குக் குடிபெயர்ந்தவர்கள். இப்பொழுது அவர்கள் வயதை ஓர் அளவுக்குக் கணக்கிட்டுக்கொள்ளலாம். ஒருவர் சொல்வது மற்றவருக்குக் கேட்காது என்றபடியால் அவர்கள் மகிழ்ச்சியாக வாழ்ந்தார்கள்.

பனிக்காலம் முடியும்வரை வீட்டுக்குள்ளே பதுங்கியிருப்பவர்கள் வசந்தம் வந்ததும் சுறுசுறுப்பாகிவிடுவார்கள். பனி முற்றிலும் அகல முன்னரே தோட்டத்தை கிண்டி ஆயத்தப்படுத்தத் தொடங்குவார்கள். சூரியனின் கிரணங்கள் முழுவதும் அவர்கள் தோல்கள்மேல்தான். ஒரு நாளைக்கு 12 மணிநேரம்கூடத் தோட்டத்தில் பாடுபடுவார்கள். கத்தரி, தக்காளி, மிளகாய், வெள்ளரிக்காய் என்று பயிரிட்டு வளர்ப்பார்கள். அவர்களைப் பார்க்க எனக்குப் பாவமாக இருக்கும். இப்படி முறிந்து பாடுபடுகிறார்களே, இதனால் பயனுண்டா என்று யோசிப்பேன். தக்காளி சுப்பர் மார்க்கெட்டில் ஒரு றாத்தல் ஆக 1.49 டொலர்தான். ஆனால், அதை அவர்களிடம் சொல்வதற்கு எனக்குத் துணிவு வராது.

ஒருநாள் எங்களுக்கும் கொஞ்சம் தக்காளி கிடைத்தது. பளிங்குத் தோலுடன் இறுக்கமாக, சிவப்பாக மினுங்கும் தக்காளி. பச்சையாகக் கடித்துச் சாப்பிடத் தூண்டும். ருசி முன்பு எப்பொழுதும் அனுபவித்திராத புதுவிதமான ருசி. நான் அதைச் சொன்னேன். தம்பதிகள் என்னை அழைத்துப்போய்த் தங்கள் தோட்டத்தைக் காட்டினர். தக்காளிக்குப் பக்கத்தில் பஸில் செடியை வளர்த்தார்கள். பீன் கொடிக்குப் பக்கத்தில் சேஜ் செடியை வளர்த்தார்கள். பஸில் செடி தக்காளியை ருசியுள்ளதாக மாற்றுமாம். சேஜ் செடியும் அப்படித்தான் பீன் நல்ல ஆரோக்கியமாகவும் ருசியாகவும் காய்க்கும். டில் செடியை மாத்திரம் சற்றுத் தூரத்தில் தனியாக நட்டிருந்தார்கள். ஏன் என்று கேட்டதற்கு அது சுயநலம் பிடித்தது, மற்ற செடிகளுடன் நட்பாக இராது, அவற்றைக் கொன்றுவிடும் என்றார். 'செடிகளிலும் நல்லது, கெட்டது என இருக்கிறதா?' என்று கேட்டேன். அந்த ஜேர்மன் பெண்மணி ஒரு பெங்குவின் பறவைபோலச் சற்றுக் குனிந்து யோசித்தார்.

‘செடிகளும் மனிதர்கள்போலத்தான். இரண்டு நல்லவர்கள் சேரும்போது இன்னும் கூடிய நல்லவர்களாகிறார்கள். சிலர் எவரையும் காரணமின்றி எதிரியாகவே பார்ப்பார்கள். இயற்கைத் தாவரங்களையும் பறவைகளையும் விலங்குகளையும்கூடச் சில நல்லவை, சில கெட்டவை என்று பிரித்து வைத்திருக்கிறது. மனிதர்களிலும் அப்படித்தான்.’

அன்று டிவியில் சமையல் நிபுணர் ஒரு கூட்டு செய்வதை விளக்கிக் கொண்டிருந்தார். என் மனைவி கண்களை எடுக்காமல் நிபுணர் சொல்லும் குறிப்புகளை எழுதிக்கொண்டிருந்தார்.

முருங்கைக்காயும் கத்தரிக்காயும் போட்டுச் செய்த கூட்டு. வாசனை சரக்குகளை ஒவ்வொன்றாக இட்டுக் கூட்டைக் கொதிக்க வைத்துக்கொண்டிருந்தார். அப்பொழுது அவர் சொன்ன ஒரு தகவல் பக்கத்து வீட்டுக்காரர் சொன்னதோடு ஒத்துப்போனது. தனியாவையும் மிளகாயையும் கலந்துபோட்டால் அதன் சுவை ஒன்று. தனித்தனியாகப் போட்டால் சுவையில் பெரிய வித்தியாசம் தெரியுமாம். அவர் உப்பு போட்ட விதமும் என்புத்திக்கு அப்பால் பட்டதாக இருந்தது. முதலில் ஒரு கையால் அள்ளிப்போட்டார். அரை கொதியில் நாலு விரல்களாலும் கிள்ளிப் போட்டார். கூட்டு இறுகி அதை அடுப்பிலிருந்து இறக்கும் சமயத்தில் பொடிபோடுவது போல ஒரு சின்ன சிட்டிகை எடுத்துத் தூவினார். இது என்ன கணக்கோ, எப்படி அவருக்கு ஒரு சிட்டிகை குறைகிறது என்பது தெரிந்தது. அப்படி ருசியில் வித்தியாசம் தெரியுமா?

வெந்த கூட்டை இறக்கிவைத்துவிட்டு ஒரு கரண்டியால் அள்ளி ருசி பார்த்து ‘ஆஹா, நல்ல ருசி’ என்றார். வேறு எப்படிச் சொல்லுவார். புத்தகப் பின்னட்டைகள் எப்பொழுதும் புத்தகத்தைப் புகழ்ந்துதான் சொல்லும். இவரும் தன்னுடைய சமையலை புளுகத்தானே வேண்டும். ஒருமுறைகூடச் சமையல் வகுப்பில் இவர் ‘கொஞ்சம் பிழைச்சுப் போச்சுது, ருசி அவ்வளவு நல்லாயில்லை’ என்று சொன்னது கிடையாது.

கத்தரிக்காய்க் கூட்டு எனக்குப் பிடிக்கும்; முருங்கைக்காய்க் கூட்டு எனக்கு இன்னும் பிடிக்கும். இரண்டையும் சேர்த்து சமைத்தால் ருசி ஒன்றையொன்று மேம்படுத்துமா? அப்படித்தான் சொன்னார்; இது நம்பக்கூடியதாக இல்லை. நாளைக்கு எங்கள் வீட்டுச் சமையலில் என்ன கூட்டு இருக்கும் என்பது எனக்கு இன்றைக்கே தெரியும். குளிர்ப் பெட்டியில் தக்காளியும் இருந்தது; முருங்கைக் காயும் இருந்தது. இன்றிரவே தக்காளியை ஒளித்துவைக்கவேண்டும் அல்லது முருங்கைக்காயை ஒளித்து வைக்கவேண்டும். இது இரண்டும் சாத்தியப்படாவிட்டால் நாளைக்கு என்னை ஒளித்து வைக்கவேண்டும்.

கடன்

என் வாழ்க்கையில் நான் பட்ட கடன்களை வரிசைப் படுத்தும்போது பல கடன்களை நான் தீர்க்கவில்லை என்பது இப்போது தெரிகிறது. சிறுவயதில் பக்கத்து மேசை நண்பனிடம் பென்சில் கடன் வாங்கி அதைத் திருப்பிக் கொடுக்கவில்லை. கோவிலுக்கு நேர்ந்து கடவுளுக்கு இது செய்வதாக, அது செய்வதாகச் சொல்லி செய்யாமல் விட்டது. புத்தகங்கள் கடன் வாங்கிப் படித்தால் தவறாமல் திருப்பிவிடுவது என் வழக்கம். ஒரு முறை என் புத்தகத் தட்டை ஆராய்ந்தபோது யாரோ ஒருவரிடம் கடன் வாங்கிய புத்தகம் ஒன்று இன்னும் திருப்பிக் கொடுக்காமலே இருப்பது தெரிந்தது. ஆனால், யாரிடம் புத்தகத்தை இரவல் வாங்கினேன் என்பது மறந்துவிட்டது.

உரிய நேரத்தில் கடனை அடைக்காவிட்டால் அதைத் திருப்பிக் கொடுக்கும் வாய்ப்பே சமயத்தில் நழுவி விடக்கூடும். சில நாள்களுக்கு முன்பு ஒரு சிறுகதை படித்தேன். காதலித்து கல்யாணம் செய்துகொண்ட தம்பதிகள் மத்தியில் சிறு விரிசல் விழுகிறது. ஆற்றிலே தண்ணீர் வற்றுவதுபோல அவளுக்குக் கணவனிடத்தில் காரணமில்லாமல் அன்பு குறைந்துகொண்டே வருகிறது. திடீரென்று ஒருநாள் அவன் நெஞ்சு வலியில் அவதிப் படுகிறான். அவனை ஆஸ்பத்திரிக்கு எடுத்துச் செல்லும்போது அதுவரை பாதி படித்த நாவலையும் தன்னுடன் எடுத்துப் போகிறான். அவசரச் சிகிச்சையளித்தும் அவன் இறந்துவிடுகிறான். ஒருநாள், பல வருடங்கள் கழித்து புத்தகத்தட்டில் அவன் படித்த நாவலை மனைவி தற்செயலாகக் காண்கிறாள். அவன் கடைசியாகப் படித்த பக்கத்தை மடித்துவிட்டிருக்கிறான். தான் அவனிடம் உதாசீனமாக நடந்துகொண்டதை நினைத்து வருந்துகிறாள். அவளுக்கு அவன் மீது கனிவு மேலிட்டு அவனுக்காக ஏதாவது செய்யவேண்டும் என்று தோன்றுகிறது. அவன் முடிக்காமல் விட்ட பக்கங்களை அவனுக்காகப் படித்து முடிக்கிறாள்.

நான் யாழ்ப்பாணத்தில் 175 வருடப் பாரம்பரியம் கொண்ட அமெரிக்க மிஷன் பள்ளிக்கூடத்தில் படித்தேன். இங்கேதான் சி.வை. தாமோதரம்பிள்ளையும் ஒருகாலத்தில் படித்தவர். இது

பெயர்பெற்ற பாடசாலை என்றபடியால் மலேயா, சிங்கப்பூர் போன்ற வெளிநாடுகளில் இருந்தெல்லாம் மாணவர்கள் வந்து படித்தார்கள். கொழும்பில் இருந்துகூட மாணவர்கள் படிக்க வருவதுண்டு. இது ஒரு கலவன் பாடசாலையானபடியால் ஆண்களும் பெண்களும் வித்தியாசமில்லாமல் பழகினார்கள். வழக்கமாகப் பள்ளிக்கூடத்து மாணவர்கள் ஒரு வகுப்பில் உட்கார்ந்து படிப்பார்கள். ஆசிரியர்கள் மாறிமாறி வருவார்கள். இங்கே அப்படியில்லை. ஒரு வகுப்பு முடிந்ததும் நாங்கள் நடந்து இன்னொரு வகுப்புக்குச் செல்வோம். அங்கே ஆசிரியர் இருப்பார். அது முடிந்ததும் இன்னொரு வகுப்புக்குச் செல்வோம். அங்கு இன்னொரு ஆசிரியர் வருவார். இப்படி எடுக்கும் பாடத்துக்குத் தக்கமாதிரி வகுப்பர்களும் ஆசிரியர்களும் வகுப்பறைகளும் மாறிக்கொண்டே இருக்கும்.

முதலாம் தவணை முடிந்து இரண்டாவது தவணை தொடங்கியபோது ஒருமுறை கொழும்பில் இருந்து புதிய மாணவி ஒருத்தி வந்து சேர்ந்தாள். அவளுடைய பிரதானமான பாடம் உயிரியல் என்பதால் அவள் எங்களுடன் இயற்பியல், வேதியியல் போன்ற பாடங்களுக்கு மட்டுமே வந்து சேர்ந்துகொண்டாள். இந்தப் பெண்ணின் பெயர் அங்கயற்கண்ணி. சில நாள்களிலேயே அவளுடன் படித்த மாணவிகள் அவளை 'அங்கி' என்று அழைக்கத் தொடங்கிவிட்டனர். இந்தப் பெண் சேர்ந்த அன்றே முழுப்பள்ளிக் கூடமும் மாறிவிட்டதுபோல ஒரு தோற்றம் உண்டானது. நெற்றியிலே கறுப்புப் பொட்டு வைத்திருப்பாள். அது அநேகமாகக் கண்ணுக்குத் தெரியாது ஏனென்றால் அந்தப் பொட்டைப் போலவே அந்தப் பெண்ணும் கறுப்பாக இருந்தாள். கொடிபோன்ற உயரம். வசீகரமான முகம். பெரிய கண்கள். ஒரு பல்லின் நுனி கொஞ்சம் தள்ளிக்கொண்டு இருந்ததால் எப்பவும் சிரிப்பதுபோன்ற தோற்றம்.

அவள் வகுப்பிலே சேர்ந்த அடுத்த நாளே சிலர் பொத்து பொத்தென்று இயற்பியல், கணிதம் போன்ற பாடங்களைப் போட்டுவிட்டு உயிரியல் வகுப்பில் சேர்ந்துகொண்டார்கள். இந்தப் பெண் நடக்கும்போது மற்றப் பெண்களைப்போலக் கால் பெரு விரலைப் பார்த்து நடக்கவில்லை. தடிபோல நிமிர்ந்துகொண்டு நேராகப் பார்த்து நடந்தாள். தண்ணீர்ப் பூச்சிபோல சட்சட்டென்று திரும்பினாள். புத்தகங்களை அள்ளி மடித்த வலது கையில் அடுக்கி மார்புகளை மறைத்தபடி வகுப்புக்குள் நுழைவதில்லை. வலது தோள்மூட்டில் ஒரு துணிப்பையை மாட்டி அதற்குள் புத்தகங்களை நிரப்பி கைகளை கவர்ச்சியாக ஆட்டிக்கொண்டு வந்தாள். யாராவது மாணவன் பார்த்துச் சிரித்தால் அவளும் திருப்பிச்

சிரித்தாள். பேசினாலும் பேசுவதற்கு தயாராக இருந்தாள். ஆனால் மாணவர்கள்தான் கிலிபிடித்து தூர ஓடினார்கள்.

வகுப்பில் ஆசிரியர் கேட்கும் எந்தக் கேள்விக்கும் முதலில் கையைத் தூக்குவது அந்தப் பெண்தான். படிப்பில் மட்டும்தான் முதலிடம் என்றில்லை. நூறு யார் ஓட்டப்பந்தயத்திலும் அவள்தான் முதலாவதாக வந்தாள். நீளப்பாய்ச்சலிலும் அவள்தான் முதல். கூடைப் பந்து குழுவில் சேர்ந்த சில மாதங்களிலேயே அவள் காப்டனாகத் தெரிவுசெய்யப்பட்டாள். பந்து கையிலே கிடைத்ததும் நுனிச் சப்பாத்தில் நின்று சுழன்று லாகவமாகக் கூடைக்குள் பந்தை எறிந்து வெற்றியீட்டிவிடுவாள்.

ராஜகுமாரன் என்று ஒரு மாணவன் இன்னொரு வகுப்பில் படித்தான். அவனுக்குத் தான் ராஜவம்சம் என்றுதான் நினைப்பு. கொழுத்த பணக்காரன். ஒவ்வொருநாளும் காரில் வருபவன் ஒரு நாள் பார்த்தால் வெள்ளைக் குதிரை ஒன்றில் ஆரோகணித்து வந்து இறங்கினான். பள்ளிக்கூடத்தில் குதிரை கட்ட இடம் இல்லை என்பதால் பின்னாலே தலைதெறிக்க ஓடிவந்த குதிரைக்காரன் குதிரையைப் பிடித்துத் திரும்பவும் வீட்டுக்குக் கொண்டுபோனான். இதுவெல்லாம் அவன் செய்தது அங்கி என்ற அங்கயற்கண்ணிக் காகத்தான். ஒரு நண்பனிடம் எப்படி அவளுடன் பேசலாம் என்று கேட்டிருக்கிறான். அதற்கு அவன் ‘கொய்யாப் பழத்தில் முதல் கடிதான் கஷ்டம். அதற்குப் பிறகு இலகுவாக உண்டுவிடலாம்’ என்று கூறியிருக்கிறான். அவன் திடுக்கிட்டு ‘என்னைக் கடிக்கச் சொல்கிறாயா?’ என்று கேட்க, அவன் ‘இல்லை இல்லை, பேசச் சொல்கிறேன்’ என்றான். அடுத்த நாள் நடு மைதானத்தில் நின்று ராஜகுமாரன் அவளுடன் தனியப் பேசினான். கதை முடிந்தது என்று எல்லோரும் நினைத்தார்கள். ஆனால், மறுநாள் அங்கி அதே மைதானத்தில் புல்லு வெட்டும் அந்தோனியுடன் பத்து நிமிட நேரம் சிரித்தபடி பேசினாள். அவள் மட்டில் ஒரு வித்தியாசமும் தெரியவில்லை. அவளுக்கு இருவரும் ஒன்றுதான். பள்ளிக்கூடம் மறுபடியும் சீராக மூச்சு விடத் தொடங்கியது.

ராஜகுமாரனைத் தொடர்ந்து இன்னும் சில மாணவர்கள் அவளுடன் துணிச்சலாகப் பேசினார்கள். அவள் பதில் சொல்லும் போது பிரார்த்தனை செய்வதுபோலத் தலையைக் குனிந்து கேட்டார்கள். ஆனால் ஒன்றுமே நடக்கவில்லை. இந்தப் பெண்ணுடன் நான் இரண்டு வருடங்கள் ஒரே வகுப்பில் ஒரே ஆசிரியரிடம் படித்தேன். ஒரே புத்தகத்தைப் படித்தேன். ஒரே காற்றைச் சுவாசித்தேன். மற்ற மாணவர்களைப் போல எனக்கும் இந்தப் பெண்ணிடம் இரண்டு வார்த்தை பேசவேண்டும் என்ற ஆர்வம்

இருந்தது உண்மைதான். ஆனால், என் இரண்டு முழங்கால்களும் அடிக்கும் சத்தம் அவளுக்குக் கேட்டுவிடுமோ என்ற பயத்தில் அது தள்ளிப்போய்க்கொண்டே இருந்தது.

பல்கலைக்கழகத்துக்கு நாங்கள் எல்லோரும் ஒன்றாகவே எடுபட்டோம். அங்கயற்கண்ணி மருத்துவக் குழுவிலும் நாங்கள் எங்கள் பாடங்களுக்குத் தக்கமாதிரி வெவ்வேறு குழுக்களிலும் இருந்தோம். அதன் பிறகு அவளைப் பார்ப்பது அரிதாகி விட்டது. ஒரு கட்டத்தில் மறந்தும் போனேன்.

இருபது வருடங்களுக்குப் பிறகு நான் கனடாவுக்கு ஒரு வேலையாக மொன்றியல் நகரத்துக்குப் போனபோது உச்சமான பனிக்காலம். ஒரு நண்பர் பகலில் பிரதானமான காட்சிகளைக் காட்டிவிட்டு இரவு வேறு ஒன்றுக்குக் கூட்டிச் சென்றார். பனிப் புயல் அடித்த இரவு என்றபடியால் குளிர் என் சருமத்தைத் தாண்டி, தசையைத் தாண்டி எலும்பைத் தொட்டது. மொன்றியலின் பழைய பகுதியிலும் எலும்பைத் தொடுகிறமாதிரி ஒரு கதை இருந்தது. 250 வருடங்களுக்கு முன்னர் மேரி ஜோசெப் என்ற கறுப்பு அடிமை இருந்தாள். காதலனிடம் போவதற்காக வீட்டுக்குத் தீ வைத்துவிட்டு அவள் தப்பி ஓடியபோது அவளை வெள்ளை எசமானர்கள் பிடித்துவிட்டார்கள். சிறையில் அவளைச் சித்திரவதை செய்து தூக்கிலிட்டு எரித்து சாம்பலைத் தெரு வீதிகளில் எறிந்தார்கள். அவளுடைய ஆவி இப்பவும் அதே வீதிகளில் உலாவுவதாக நண்பன் சொன்னான். நான் பார்த்தபோது பனி தூவிய இடங்களிலெல்லாம் அந்த அடிமையின் ஆவியும் மிதந்ததுபோலவே எனக்குத் தோன்றியது.

அடுத்த நாள் காலை மொன்றியலில் விமானம் ஏறியபோது எனக்கு மெல்லிய காய்ச்சல் காய்ந்தது. மொன்றியலின் குளிரோ அடிமையின் ஆவியோ என்னைப் பிடித்துவிட்டது. ஆப்பிரிக்கா வின் லைபீரியா தேசத்தில் விமானம் இறங்கியபோது எனக்கு காய்ச்சல் 103 – 104 டிகிரியைத் தாண்டியிருக்கும். அங்கே ஏற் கெனவே பதிவு செய்த ஒரு ஹொட்டல் வரவேற்பறையில் என் லைபீரிய நண்பருடைய தொலைபேசி எண்ணைக் கொடுத்தது ஞாபகம் இருக்கிறது. அறைக்கு வந்து படுத்ததும் தூங்கிப்போனேன். நடுச்சாமம் போலக் குளிர் என்னைத் தூக்கி தூக்கி அடித்தது. அங்கே இருந்த அத்தனை போர்வைகளைப் போர்த்தியும் போத வில்லை. அப்போது பார்த்தால் ஏசி முழுவேகத்தில் வேலைசெய்து கொண்டிருந்தது. கட்டிலில் இருந்து இறங்கி மெல்ல மெல்லத் தவழ்ந்து நகர்ந்து ஏசி சுவிட்சை நிறுத்தியது கடைசியாக நினை விருக்கிறது. நான் மயக்கம்போட்டு விழுந்தேன்.

காலையில் நான் கண் விழித்தபோது முற்றிலும் பரிச்சயமில்லாத ஒரு வீட்டு அறையில் படுத்திருந்தேன். சுவரில் மாட்டியிருந்த படங்கள் யாருடையவை என்பது தெரியவில்லை. கணவர், மனைவி, குழந்தை படம் ஒன்றும் தொங்கியது. புத்தகத் தட்டில் நான் முன்பின் பார்த்திராத பெரிய பெரிய மருத்துவப் புத்தகங்கள். பிரம்பில் செய்த கூடைபோன்ற கதிரை ஒன்று கூரையிலிருந்து கயிற்றில் தொங்கியது. ஆங்கிலப் படங்களில் வருவதுபோல அந்தக் கூடையில் உட்கார்ந்து ஊஞ்சல்போல ஆடுவார்கள் போலும். மூலையில் இருந்த நிலைக்கண்ணாடியில் சற்று தாடி வளர்த்த மெல்லிய முகம் ஒன்றைக் கண்டு நான் திடுக்கிட்டேன். அது நான்தான். இன்னும் நான் எங்கேயிருக்கிறேன் என்ற கேள்விக்கு விடை தெரியாமல் குழம்பியிருந்த நிலையில் ஒரு பெண் வந்தார். சிரித்த முகம். மருந்து தந்தார், குடித்தேன். குடிப்பதற்குக் கஞ்சி தந்தார், ஒரு கதை பேசாமல் அதையும் குடித்தேன். மறுபடியும் தூங்கிவிட்டேன்.

முதல் நாள் இரவு என்னுடைய லைபீரிய நண்பர் என் நிலைமையைப் பார்த்துவிட்டு என்னை ஆஸ்பத்திரிக்கு அழைத்துச் செல்லவே நினைத்தார். ஆனால், அந்த ஆஸ்பத்திரியில் தலைமை மருத்துவராக வேலை பார்த்தவர் ஓர் இலங்கைப் பெண், பெயர் அங்கயற்கண்ணி. அவர் தான் என்னைத் தன் வீட்டுக்குக் கொண்டு வரச் சொல்லியிருக்கிறார். வீட்டிலே தன்னால் இன்னும் கவனமாகப் பார்க்கமுடியும் என்று அவர் நினைத்ததுதான் காரணம்.

அந்தப் பெண்ணைப் பார்த்தபோது அமெரிக்கக் கவி எமிலி டிக்கின்ஸன் சொன்னது ஞாபகத்துக்கு வந்தது. 'ஒவ்வொரு புது நாளும் உன் வயதைக் கூட்டுவதில்லை; மாறாக உன்னைப் புதுப்பிக்கிறது.' இருபது வருடமாகியும் அங்கயற்கண்ணி வயது முதிர்ந்து தோற்றமளிக்கவில்லை. புதிப்பிக்கப்பட்டிருந்தார். ஒரு பல் சற்று வெளியே தள்ள சிரித்தபடி என்னை கவனித்தார். காலை உணவை அவரே சமைத்து எடுத்துக் கொண்டுவந்து தந்தார். மருந்தையும் கையிலே கொடுத்து நான் அதைச் சாப்பிடும் வரைக்கும் பொறுமையோடு காத்திருந்தார். மத்தியான வேளை ஆஸ்பத்திரியிலிருந்து இதற்காகவே வந்து என்னை கவனித்தார். மாலையிலும் அப்படியே. முதல் நாள் அவர் ஆஸ்பத்திரிக்குப் போகவில்லை என்பதைப் பின்னால் அறிந்தேன். வேலைக்குப் போவதற்காக வெளிக்கிட்டு பின்னர் என் நிலைமையை யோசித்து மனத்தை மாற்றி நின்றுவிட்டார் என்று சொன்னார்கள். சங்கப் பாடலில் 'செலவழுங்குதல்' என்று சொல்வார்கள். அப்படி இருந்தது அவர் செய்கை.

அந்த வீட்டில் என்னை கவனித்தது அங்கயற்கண்ணி மட்டுமே. வேலைக்காரர்கள் இருந்தார்கள். ஆனால், அவர்கள் என் அறைக்குள் வரக்கூடாது என்ற கட்டளை இருந்திருக்கலாம். பத்திரிகைகளில் 'பல் திருத்துவதற்கு முன்', 'பல் திருத்தத்துக்குப் பின்' என்று இரண்டு படங்கள் வரும். அதில் 'பல் திருத்துவதற்கு முன்' என்ற படத்தில் வருவதுபோல முகத் தோற்றம் கொண்ட ஒரு வேலைக்காரனுக்கு நான் அங்கே தங்கியது புதிராக இருக்க வேண்டும். எப்பொழுது பார்த்தாலும் ஓடிய நாய் இளைப்பதுபோல இளைத்துக்கொண்டே இருந்தான். காலையிலும் மாலையிலும் சாப்பாட்டு மேசையில் பிளேட்டுகளை முறையாக வைப்பது அவன் பொறுப்பு. இரண்டு கைகளிலும் கோப்பைகளை அடுக்கி கிளாசை வாயிலே கவ்விப் பிடித்துக் கொண்டுவந்து வைப்பான். விளம்பர இடைவேளைபோலச் சரியாகப் பதினைந்து நிமிடத்துக்கு ஒருதடவை அறை வாசலில் வந்து தலையை மட்டும் நீட்டி என்னை எட்டிப் பார்ப்பான். நான் இன்னும் இருக்கிறேனா என்று கண்காணித்தான் என்று நினைக்கிறேன்.

பேசுவதற்குத் தெம்பு வந்ததும் ஒருநாள் மாலை அங்கயற் கண்ணி வழக்கம்போல மருந்து தந்தபோது 'நான் உங்களுடன் படித்திருக்கிறேன், ஞாபகமிருக்கிறதா?' என்றேன். அவர் 'அப்படியா?' என்றார். 'கூடைப்பந்து விளையாடும்போது சப்பாத்து நுனியில் நின்று சுழன்று பந்தை கையில் எடுத்தால் நிச்சயம் அதைக் கூடைக்குள் போட்டுவிடுவீர்கள்' என்றேன். 'அப்படியா?' 'தோளிலே துணிப்பையை மாட்டி 'புத்தகம் காவிவரும் பழக்கத்தைப் பள்ளிக் கூடத்தில் ஆரம்பித்ததே நீங்கள்தான்' என்றேன். அவர் அதற்கும் 'அப்படியா?' என்றார். முன்பல் கொஞ்சம் தெரிய அவர் தேன் வடிவதுபோல மெல்ல மெல்ல இதழ் விரித்தது அழகாக இருந்தது.

இரண்டு வருடம் இவருடன் ஒரே வகுப்பில் படித்த என்னை இவருக்கு அடையாளம் தெரியவில்லையே என்று நினைத்தபோது கொஞ்சம் அதிர்ச்சியாக இருந்தது. அந்த வகுப்பில் அப்பொழு தெல்லாம் என்னுடைய இருப்பு ஓர் இலையானுக்கும் கீழானது தான் என்று கண்டபோது சிறிது வருத்தமாகவும் இருந்தது. என்னை இவ்வளவு கரிசனையாகப் பார்த்தாரே என்பது நினைவுக்கு வந்து யோசித்தபோது நடுத்தெருவில் ஒரு வழிப்போக்கர் விழுந்து கிடந்திருந்தால் அவரையும் இப்படியே கவனித்திருப்பார் என்று தோன்றியது. அவர் இயல்பு அப்படி.

ஒருநாள் காலை நண்பரும் அங்கயற்கண்ணியும் என்னை விமான நிலையத்துக்குக் கூட்டிச் சென்றார்கள். லைபீரியாவில் சமிக்ஞை விளக்குகள் வீதியில் ஓர் அழகுக்காகத்தான். நண்பர்

ஒரு சிவப்பு விளக்கிலும் நிற்காமல் காரை ஓட்டினார். விமான நிலையத்தில் அங்கயற்கண்ணியிடம் அவருடைய தொலைபேசி நம்பரைக் கேட்டேன். அவர் பரிசு விழுந்த பரிசுச் சீட்டு இலக்கத்தைச் சொல்வதுபோல நிதானமாக ஒவ்வொரு எண்ணாகச் சொல்ல நான் குறித்துக்கொண்டேன். அன்று நான் எப்படியோ விமானத்தைப் பிடித்து வீடுபோய்ச் சேர்ந்தேன். வீட்டிலே மேலும் இரண்டுநாள் ஓய்வெடுத்து என்னைத் தேற்றிக்கொண்டேன். எங்கேயோ இருக்கும் ஆப்பிரிக்க கண்டத்தில் இந்தப் பெண் மருத்துவராகப் பணியாற்றியிருக்காவிட்டால் என் கதி என்னவாகி யிருக்கும் என்று யோசித்தபோது துணுக்கென்றது.

முதலில் ஒரு நன்றி மடல் வாங்கி அனுப்பலாம் என்று நினைத்தேன். அனுப்பவில்லை. தொலைபேசியில் அவரை அழைத்து நன்றி கூறுவோம் என்று நினைத்தேன். ஆனால், கூற வில்லை. நீண்ட கடிதம் ஒன்று எழுதுவோம் என்று நினைத்தேன். எழுதவில்லை. புதுவருடம் வருகிறது அப்பொழுது ஒரு வாழ்த்து அட்டை வாங்கி அதில் 'நன்றி' என்று ஒரு வார்த்தையைக் கூட்டி எழுதி அனுப்புவோம் என்று திட்டமிட்டேன். அதுவும் நடக்க வில்லை. நாள்கள் வாரங்களாகி, வாரங்கள் மாதங்களாகிப் பல வருடங்கள் ஓடிவிட்டன.

சமீபத்தில் அங்கயற்கண்ணி என்ற அங்கி இறந்து போய் விட்டதாகச் செய்தி கிடைத்தது. கொடிய ஒரு வியாதியால் பீடிக்கப் பட்டு பலநாள் வேதனை அனுபவித்து இறந்தார் என்று அறிந்தேன். 'அப்படியா, அப்படியா' என்று நான் சொன்னதற்கெல்லாம் அவர் பதிலாகச் சொன்னது நினைவுக்கு வந்தது. என் மனம் நோகும் என்றோ என்னவோ நேரடியாக என்னைத் தெரியவில்லை என்று அவர் கூறவே இல்லை. இனிமேல் நான் அவருக்கு என் நன்றியைச் சொல்லமுடியாது. என்றென்றைக்குமாக.

காந்தியின் கடிதம்

'எங்கள் வீட்டுக்கு கிருஷ்ணமேனன் வந்திருக்கிறார்' என்றார் நண்பர்.

'எங்கள் வீட்டுக்கு சுபாஷ் சந்திரபோஸ் வந்திருக்கிறார்' என்றேன் நான்.

'எங்கள் வீட்டுக்கு விஜயலட்சுமிபண்டிட் வந்திருக்கிறார்' என்றார் நண்பர்.

'எங்கள் வீட்டுக்கு மவுண்ட்பேட்டன் வந்திருக்கிறார்' என்றேன் நான்.

'எங்கள் வீட்டுக்கு நேரு வந்திருக்கிறார்' என்றார் நண்பர்.

'எங்கள் வீட்டுக்கு வின்ஸ்டன் சேர்ச்சில் வந்திருக்கிறார்' என்றேன் நான்.

'எங்கள் வீட்டுக்கு காந்தி வந்திருக்கிறார்' என்றார் நண்பர்.

'எங்கள் வீட்டுக்கு ஆறாம் ஜோர்ஜ் மன்னர் வந்திருக்கிறார்' என்றேன் நான்.

நான் சொன்னது எல்லாம் பொய்; நண்பர் சொன்னது அத்தனையும் உண்மை. நேற்று நண்பர் தான் சொன்னதை நிரூபிப்பதற்காக நாலாக மடிக்கப்பட்ட பொலிதீன் பையில் 16 கறுப்பு வெள்ளை புகைப்படங்களை எடுத்துக்கொண்டு என் வீட்டுக்கு வந்திருந்தார். அந்தப் புகைப்படங்களில் காந்தி இருந்தார். நேரு இருந்தார். மற்றும் அவர் சொன்ன கிருஷ்ணமேனன், விஜயலட்சுமி பண்டிட் எல்லோரும் இருந்தனர். ஒரு படத்தில் நேரு இரண்டாக வளைந்து குனிய ஒரு சிறுவன் நேருவுக்கு மாலை அணிவிக்கிறான். அந்தச் சிறுவன் என் நண்பர்தான். இது போதாது என்பதுபோலச் சாணித்தாள் கடித உறையில் பாதுகாத்து வைக்கப் பட்ட தபால் அட்டை ஒன்றை நண்பர் வெளியே எடுத்தார். அது காந்தி அவருடைய தாத்தாவுக்கு எழுதியது. என் நண்பருடைய பெற்றோர் மணமுடித்தபோது அவர்களுக்கு அனுப்பிய வாழ்த்து தான் அந்தக் கடிதம். காந்தி தன்னுடைய கையெழுத்தில்

தம்பதிகளை வாழ்த்துகிறார். தேதி 8 டிசெம்பர் 1934, சரியாக 75 வருடங்களுக்கு முன்னர் நடந்தது. அதில் ஒரு வரி இப்படி வருகிறது. 'தம்பதிகளுக்கு, நீண்ட மகிழ்ச்சியான சேவை வாழ்க்கை அமையட்டும்.' வாழ்த்து அட்டையிலும் காந்தி சேவையைப் பற்றியே பேசுகிறார்.

காந்தி அவருடைய புகழ்பெற்ற பச்சை மையினால் எழுதியிருக்கிறார். முகவரியும் அவருடைய கையெழுத்தில்தான் இருக்கிறது. பெறுநரின் பெயரை எழுதும்போது சிறீ என்ற அடைமொழியையும் சேர்த்துக்கொள்கிறார். அதன் பின்னர் வீட்டு எண்ணை எழுதி, வீதியின் பெயரையும் எழுதி, கீழே கொழும்பு என்று எழுதி முடிக்கிறார். அவ்வளவுதான். அவருடைய காரியதரிசி மகாதேவ் தேசாய் 'சிலோன்' என்று கறுப்பு மையினால் எழுதி விலாசத்தைப் பூர்த்திசெய்கிறார்.

காந்தியின் சிக்கனம் உலகறிந்தது. அவரையும் மிஞ்சுவார் மகாதேவ் தேசாய். அவர் 50 வருடங்கள் மட்டுமே வாழ்ந்து திடீரென்று தாக்கிய இருதய நோயில் இறந்துபோனவர். தேசாய் வாழ்ந்த 50 வருடங்களில் சரி பாதியை, 25 வருடங்கள், காந்திக்கு பக்கத்துப் பக்கத்தில் இருந்து காந்தியின் தேவைகளை கவனிப்பதில் செலவழித்தார். தபால் அட்டையின் பின்பக்கம் வீணாக வெறுமை யாக இருக்கிறது. தேசாயும் ஒரு வாழ்த்தை அந்த வெற்று இடத்தில் எழுதி நிரப்பி அனுப்புகிறார். கறுப்பு மையில் எறும்பின் கண்களி லும் பார்க்க சிறிய எழுத்துக்களில் அட்டையின் ஓர் ஓரத்தில் இருந்து மறு ஓரம் வரைக்கும் குறுக்கி குறுக்கி நீண்ட கடிதம் எழுதி நிரப்புகிறார். அதில் டெலிப்பதி பற்றியும் வருகிறது. 'நீங்கள் கடிதம் எழுதிய அதே நாள் நானும் உங்களுக்குக் கடிதம் போட்டிருக்கிறேன். கடிதம் கிடைத்ததா? இருவரும் ஒரே சமயம் மற்றவரைப் பற்றிச் சிந்தித்திருக்கிறோம்.

நீங்கள் என்னை மறக்காதபோது நான் எப்படி உங்களை மறக்கமுடியும்.'

இரண்டு பக்கங்களிலும் இரண்டு நிற மைகளினால் எழுதப் பட்ட இரண்டு வாழ்த்துக்களைக் காவியபடி அந்த முக்கால் அணா தபால் அட்டை 1200 மைல்கள் பிரயாணம் செய்தது. இன்று வாழ்த்து அனுப்பிய இருவரும் இல்லை. யாருக்காக வாழ்த்துகள் அனுப்பப்பட்டனவோ அவர்களும் இல்லை. காந்தியின் பச்சை மையும் தேசாயின் கறுப்பு மையும் பக்கத்துப் பக்கத்தில் அவர்கள் அன்று இருந்ததுபோல இன்றைக்கும் சீவித்திருக்கின்றன.

பிறப்பொக்கும் எல்லா உயிரும்

அமெரிக்க ஜனாதிபதிகளில் அதிகமும் போற்றப்படுபவர் தோமஸ் ஜெஃபர்ஸன். இவர் அமெரிக்காவின் மூன்றாவது ஜனாதிபதி. 4 ஜூலை 1776 இல் அமெரிக்கா சுதந்திரப் பிரகடனம் செய்தது. அந்தப் பிரகடனத்தை யாத்தவர் என்ற பெருமை இவருக்குத்தான் உரியது. அதிலே காணப்படும் முக்கியமான ஒரு வசனம் 'பிறப்பில் எல்லா மனித உயிரும் சமம்.' இன்றைக்கும் இந்த ஒரு வசனத்துக்காக அவர் புகழ் பேசப்படுகிறது. திருவள்ளுவர் எத்தனையோ பலநூறு வருடங்களுக்கு முன்னர் சொன்னதைத்தான் ஜெஃபர்ஸனும் சொன்னார்.

பிறப்பொக்கும் எல்லா உயிர்க்கும் சிறப்பொவ்வா
செய்தொழில் வேற்றுமையான்.

பிறப்பினால் எல்லோரும் சமம். அவரவர் செய்யும் தொழில் வேறுபாட்டினால் மட்டுமே அவர்களுக்குப் பெருமையுண்டு.

சுதந்திரப் பிரகடனத்தை யாத்தவர் என்பதனால் மட்டுமல்ல அவர் நினைக்கப்படுகிறார், அவர் பெரிய தீர்க்கதரிசியும்கூட. பிரான்சிடமிருந்து லூசியானா பிரதேசத்தை வாங்கி ஐக்கிய அமெரிக்காவுடன் இணைத்தவர். அமெரிக்காவின் கிழக்குக் கரைக்கும் மேற்குக் கரைக்கும் தரைவழிப் பாதை கண்டறிந்த ஆராய்ச்சிக்குழு பயணத்துக்கு ஏற்பாடு செய்தவர். அரசும் மதமும் பிரிந்திருக்க வேண்டுமென விரும்பியவர்.

ஜெஃபர்ஸன் மிகப்பெரிய அறிவாளி; சுயமாகச் சிந்தித்தவர். ஒருமுறை ஜனாதிபதி கென்னடி வெள்ளை மாளிகையில் 49 நோபல் பரிசாளர்களுக்கு விருந்தளித்தார். அப்போது அவர் 'ஜெஃபர்ஸன் தனியாக வெள்ளை மாளிகையில் உணவருந்திய அந்தத் தருணத்தைக் கணக்கில் எடுக்காவிட்டால், இந்த வெள்ளை மாளிகையில் இத்தனை பெரிய அறிவுப் பெருக்கம் இதற்குமுன்னர் ஒருபோதும் கூடியதில்லை' என்றார். கென்னடி அத்தனை பெரிய மதிப்பு ஜெஃபர்ஸன் மீது வைத்திருந்தார்.

ஜெஃபர்ஸன் ஜனாதிபதி பதவியிலிருந்து ஓய்வு பெற்றபின்னர்

தன்னுடைய மொன்டிசெல்லோ வீட்டில் 17 வருடங்கள் வாழ்ந்து அங்கேயே இறந்துபோனார். தன் சொத்துக் கணக்குகளையும் செலவுக் கணக்குகளையும் அவரே எழுதிவைப்பார். ஆனாலும் இறக்கும்வரை கடன் தொல்லையால் அவதிப்பட்டார். இவர் தன் வாழ்நாளில் 46 வருடங்களை மொன்டிசெல்லோ வீட்டை நிர்மாணிப்பதிலும் திருத்துவதிலும் இடிப்பதிலும் புதிதாகக் கட்டுவதிலும் செலவழித்தார். அப்படியும் அவர் விரும்பிய உருவம் இறுதிவரை கிடைக்கவில்லை. சுதந்திரப் பிரகடனம் செய்து சரியாக 50 வருடங்கள் கழித்து 4 ஜூலை 1826 அன்று இறந்துபோனார்.

அவர் இறந்தபொழுது அவருடைய சொத்துக் கணக்கில் 187 அடிமைகள் இருந்தனர். சுதந்திரப் பிரகடனம் எழுதிய அதே கையினால் அந்தக் கணக்கை எழுதி வைத்திருந்தார்.

பொலீஸ்காரரும் நானும்

முப்பது வருடங்களுக்கு முன்னர் புதுவருடம் பிறந்த சமயத்தில் நான் கனடாவிலுள்ள மொன்றியல் நகருக்குச் சென்றிருந்தேன். அங்கே என் நண்பர் ஒருவர் நீங்கள் என்ன பார்க்க விரும்புகிறீர்கள் என்று கேட்டார். மொன்றியலில் அரும்பொருள் காட்சியகங்கள், பழமைவாய்ந்த மாதாகோவில்கள், பூச்சிக் காப்பகங்கள் எனப் பலதும் இருந்தன. ஆனால், நான் நண்பரிடம் கேட்டதை இன்று நினைத்தாலும் வியப்பாகவே இருக்கிறது. நான் பார்க்க விரும்பியது ஒரு பொலீஸ்காரரை.

புதுவருட ஆசை நிறைவேறாமலே நான் வீடு திரும்பினேன். என்ன காரணமோ பொலீஸ்காரர்களின்மேல் எனக்கு ஒரு வசீகரம் இருந்தது. ரோட்டு சந்திகளில் நிற்கும் பொலீஸ்காரர்கள், சிவப்பு நீல ஒளிகள் சுழல கார்களில் பவனிவரும் பொலீஸ்காரர்கள், குதிரைகளில் ஆரோகணித்து பக்கவாட்டில் நகரும் பொலீஸ் காரர்கள் எனப் பல தரப்பினர் இருந்தாலும் நான் ஒருவரையும் காணவில்லை. பத்து வருடங்களுக்கு முன்னர் நான் கனடாவுக்குக் குடிபெயர்ந்த பிறகு எப்பொழுதாவது ஒரு பொலீஸ்காரருடன் நேரடியான சந்திப்பு ஒன்று ஏற்படலாம் என்று என் மனம் அவாவியது.

என் வீட்டு வீதி ஓரத்தில் இரவு நடுநிசிக்குப் பின்னர் கார் நிற்பாட்டக்கூடாது என்பது விதி. இது எனக்குத் தெரியாது. நான் காரை நிறுத்திவிட்டு படுக்கச் சென்றுவிட்டேன். எதற்காக அப்படி வெளியே நிறுத்தினேன் என்பது நினைவில்லை; தற்செயலாக நடந்திருக்கலாம். அடுத்தநாள் காலை காரின் கண்ணாடித் துடைப்பானில் ஒரு தண்டனை டிக்கட் செருகியிருந்தது. அபராதத் தொகை 95 டொலர். ஆனால், நான் தூங்கும்போது வந்து அந்த டிக்கட்டை காரிலே செருகிவிட்டுப்போன பொலீஸ்காரரை நான் காணவில்லை. அபராதத் தொகையைக் கட்டினேன். அந்தத் துக்கத்திலும் பார்க்க வீதி தேடிவந்த பொலீஸ்காரரைப் பார்க்காமல் போய்விட்டோமே என்ற துக்கம் எனக்கு மேலாக இருந்தது.

ஒருநாள் நானும் என் நண்பரும் பிரபலமான ஆங்கில

நாடகம் ஒன்றைப் பார்க்கச் சென்றோம். வழக்கம்போல நாடகம் தொடங்குவதற்கு ஐந்து நிமிடம் முன்பு சென்ற நாங்கள் அவசரமாக ஓடி டிக்கட்டைப் பெற்று உள்ளே நுழைந்தோம். நாடகம் எதிர்பார்த்ததுபோல நன்றாகவே இருந்தது. நண்பருக்கு சந்தோசம் வந்தால் சிறுபிள்ளைபோலப் பக்கத்திலிருப்பவரைக் கிள்ளுவார். அன்றும் அப்படியே என்னைக் கிள்ளியவாறு நாடகத்தைப் பற்றிப் பேசிக்கொண்டு நடந்து கார் தரிப்பிடத்துக்கு வந்து பார்த்தால் அங்கே காரைக் காணவில்லை. காரை நிறுத்திய இடத்தில் பனி விழாமல் நீள்சதுரமாக இருந்தது. சுற்றிவர பனி கொட்டிக் கிடந்தது. காரை நாங்கள் நிறுத்திவிட்டுப்போன பிறகு அது அப்படியே கிளம்பி அந்தரத்தில் பறந்து போனதுபோலத் தோன்றியது.

அங்கே நின்றவர்களிடம் விசாரித்ததில் ஒருவருக்கும் ஒன்றும் தெரியவில்லை. எப்படி இரண்டு மணி நேரத்துக்கிடையில் காரை யாரோ அபகரித்துப் போயிருக்கமுடியும். பொலீஸில் முறைப்பாடு செய்வோம் என்று நண்பர் சொல்ல நான் மகிழ்ச்சியோடு உடன் பட்டேன். அப்பொழுது அந்த வழியால் வந்த ஒருவர் அங்கே காணப்பட்ட அறிவிப்புப் பலகையைச் சுட்டிக்காட்டினார். அதிலே 'இங்கே வாகனம் நிறுத்தக்கூடாது. மீறுபவர்களின் வாகனம் அவர்கள் செலவில் அகற்றப்படும்.'

நானும் நண்பரும் ஒரு வாடகை கார்பிடித்து, இப்படித் தவறு செய்யும் வாகனங்களை இழுத்துவந்து சிறை வைக்கும் இடத்துக்கு விசாரித்து விசாரித்து போய்ச் சேர்ந்தோம். அந்தத் திறந்த வெளிச் சிறையில் நூற்றுக் கணக்கான வாகனங்கள் நிறுத்தப்பட்டிருந்தன. இந்தப் பெரிய நகரத்தில் எங்களைப்போல இன்னும் நூறு பேர்கள் இருக்கிறார்களே என்று கண்டபோது மனது கொஞ்சம் ஆறுதலடைந்தது. தண்டனைக் காசு எவ்வளவு என்று விசாரித் தோம். மிகப் பெரிய தொகை. வாடகைக் கார் காசையும் அதையும் சேர்த்தால் இன்னொரு பழைய கார் வாங்கிவிடமுடியும். என்ன செய்வதென்று தெரியாமல் அந்தத் தொகையைக் கட்டி காரை மீட்டுக்கொண்டு திரும்பினோம். அன்றுகூட பொலீஸ்காரரை முகத்துக்கு முகம் பார்க்கமுடியவில்லையே என்ற விசனம் எனக்கிருந்தது.

ஒருநாள் இரவு பத்துமணியிருக்கும், கதவு மணி அடித்தது. அந்த நேரத்தில் யார் மணியை அடிக்கிறார்கள் என்று ஆச்சரிய மாயிருந்தது. யாராவது வருவதென்றால் தொலைபேசியில் அழைத்துவிட்டு வருவதுதான் வழக்கம். ஆகவே, கண்ணாடி வழியால் யாரென்று பார்த்தேன். மனம் ஒருகணம் துள்ளியது. இரண்டு வாட்டசாட்டமான பொலீஸ்காரர்கள் நின்றார்கள்.

என்னுடைய நெஞ்சு படக்கென்று உடைந்து மறுபடியும் ஒட்டிக்கொண்டது. அவர்கள் தவறான வீடு என்று நினைத்துத் திரும்பிப் போய்விடுவார்களோ என்ற பயத்தில் கதவைப் பிரித்துத் திறந்தேன். குளிர் காற்றுதான் முதலில் நுழைந்தது. அவர்கள் தங்கள் தங்கள் அடையாள அட்டைகளைக் காட்டினார்கள். சினிமாப் படங்களில் வருவதுபோல அது திறந்து இரண்டாகப் பிளந்தது. 'நாங்கள் 42ஆம் டிவிசனிலிருந்து வருகிறோம். உங்களுடன் பேச வேண்டும்' என்றார்கள். உள்ளே வாருங்கள் என்று அழைத்தேன். அவர்கள் 'இல்லை, சின்னத் தகவல்தான்' என்று வாசலிலேயே நின்றுவிட்டார்கள்.

நான் அவர்களைப் பார்த்தேன். இரண்டுபேருமே சிவப்பு நிறம். ஆறடிக்கும் மேலான உயரம். ஒழுங்காக தேகப்பயிற்சி செய்து உருவாக்கிய கட்டான உடலமைப்பு. ஒருவருக்கு ஐம்பது வயது இருக்கும்; மற்றவருக்கு 25 – 30 மதிக்கலாம். உடம்பை இறுக்கிப் பிடித்த கறுப்புச் சீருடை. கறுப்புச் சப்பாத்து. கறுப்பு இடைப்பட்டி. கறுப்புத் தொப்பி அதைச் சுற்றிச் சிவப்பு ரிப்பன். பேசும்போது அதிகாரக்குரல் இல்லை. ஒவ்வொரு வசனமும் சேர் என்ற வார்த்தையுடன் ஆரம்பித்தது. 'உங்கள் பக்கத்து வீட்டில் இருப்பது யார் என்று தெரியுமா?' நான் தெரியும் என்று சொல்லி விவரங்களைக் கொடுத்தேன். அன்று நண்பகல்தான் தற்செயலாக அந்தப் பெண்மணியைச் சந்தித்தேன். அவருடைய பெயர் லில்லி என்றார். ஒரு விருந்துக்குப் புறப்பட்டவர்போல ஆடை அலங்காரங்களுடன் முன் தோட்டத்தில் நின்று, அளவாக வெட்டப் பட்டிருந்த புல்தரையில் குனிந்து களை பிடுங்கிக்கொண்டிருந்தார். கார் பாதையில் அவருடைய தந்த கலர் எஸ்யூவி வாகனம் பளபளவென்று நின்றது. அதன் நம்பர்கூட இலகுவாக நினைவு வைக்கத்தக்க இலக்கம். என்னுடைய கவனத்தை உடனே இழுத்த விசயம் இப்படி ஆடை ஆபரணங்களோடு ஒருவரும் தோட்ட வேலை செய்வதில்லை என்பதுதான். நான் அவரிடம் பேச்சுக் கொடுத்தேன். அவரும் கணவரும் பிரபலமான கம்பனி ஒன்றில் வேலைபார்த்தார்கள். இருவருமே கடும் உழைப்பாளிகள். அதி காலையில் வேலைக்குப் போனால் இரவுதான் திரும்புவார்கள். அவர்களுடைய இரண்டு பிள்ளைகளும் தூரத்திலிருக்கும் பாட்டியுடன் தங்கி பள்ளிக்குப் போய்வந்தார்கள். காரணம் எங்கள் வீதியிலிருந்த பள்ளிக்கூடத்தில் பிள்ளைகளுக்கு இன்னும் இடம் கிடைக்கவில்லை.

இந்த விவரங்கள் எல்லாம் அவர் சொன்னவைதான். மணல் கடிகையைத் திருப்பி வைத்ததும் மணல் நிற்காமல் கொட்டுவது

போல அந்தப் பெண் முழுவிவரத்தையும் என்னிடம் மனனம் செய்ததுபோல ஒப்பித்தார். முன்கூட்டியே தயாரித்துச் சொன்னது போலவும் பட்டது. நான் என் பங்குக்கு 'உங்கள் பிள்ளைகள் விரைவில் வந்து சேர்ந்து இந்த வீதி கலகலப்பாக மாறட்டும்' என்று கூறினேன். சிறிது நேரத்தில் நாலே நாலு களை பிடுங்கியபிறகு அந்த நீண்ட வாகனத்தில் ஏறி அவர் மறைந்தார். இவ்வளவு விவரங்களையும் பொலீஸ்காரர்களுக்கு நான் வாசல்படியில் நின்றவாறே கூறினேன். அவர்களுக்கு ஆச்சரியம், ஆனால் முகத்தில் காட்டவில்லை. ஓர் ஆமையின் முகத்தில் காணப்படும் உணர்ச்சியே தெரிந்தது. கனடாவில் ஒருவருக்கும் பக்கத்து வீட்டுக்காரர் களுடைய விவரங்கள் தெரியாது. எனக்கு அவை தெரிந்திருந்தது தற்செயலாகத்தான். நான் சொன்னவற்றை அவர்கள் குறிப்புப் புத்தகங்களில் எழுதிக்கொண்டு நன்றி சொல்லி விடைபெற்றார்கள்.

அடுத்தநாள் காலை பத்திரிகையைத் திறந்த எனக்கு அதிர்ச்சி காத்திருந்தது. ஒரு வீட்டின் நிலவறையில் நூற்றுக்கணக்கான கஞ்சா செடிகளை வளர்த்தார்கள். அவை 12 அடி உயரம் வளர்ந்து வீட்டையே நிறைத்திருந்தது. பொலீஸ்காரர்கள் அந்த வீட்டை முற்றுகையிட்டு, கதவை உடைத்து இரவிரவாக கஞ்சா செடிகளை அகற்றி, வீட்டுக்காரர்களையும் கைது செய்திருந்தார்கள். கைப்பற்றப் பட்ட கஞ்சாவின் மதிப்பு மில்லியன் டொலர்களுக்கும் மேலே என்று பொலீஸ் மதிப்பிட்டது. மேலே சொன்ன விவரங்களைப் படித்துவிட்டு முகவரியைப் பார்த்தால் அது பக்கத்து வீடு. முதல்நாள் பார்த்ததுபோல அப்படியே வீடு வெளித்தோற்றத்துக்கு இருந்தது. நான் நிம்மதியாக உறங்கிக்கொண்டிருந்தபோது இரவிரவாக பொலீஸ்காரர்கள் பக்கத்து வீட்டை உடைத்து கஞ்சா செடிகளை அகற்றியிருக்கிறார்கள் என்பதை நம்பவே முடியவில்லை.

பத்திரிகையை மீண்டும் கவனமாகப் படித்தபோது ஒரு சின்னக் குறிப்பு, 'பக்கத்து வீட்டுக்காரர் கொடுத்த தகவலின்படி' என்றிருந்தது. அந்தப் பக்கத்து வீட்டுக்காரர் நான்தான். பொலீஸ் காரர்களும் பத்திரிகைக்காரர்களும் எனக்கு வரவேண்டிய புகழைத் திருடி தாங்களே வைத்துக்கொண்டார்கள். இந்த வருத்தம் எனக்கு பல வருடங்களாக இருந்தது. ஆனால், இரண்டு பொலீஸ்காரர்கள் வீடு தேடி வந்ததும் உரையாடியதும் மதிப்புக் கொடுத்து நன்றி கூறியதும் என் நீண்டகால ஆசையை நிறைவேற்றியதுடன் பெரும் மகிழ்ச்சியையும் கொடுத்தன.

பொலீஸ்காரர்களுடனான என் சந்திப்பு முடிவுக்கு வந்து விட்டது என்று நான் நினைத்தேன். இன்னும் இருந்தது. ஒருநாள் நண்பர் ஒருவர் கொடுத்த இரவு விருந்துக்கு நானும் மனைவியும்

போனோம். திரும்பும்போது இரவு இரண்டு மணி. நான் சற்றுக் கோபத்திலிருந்தேன். ஏனென்றால் ஒரு மணி நேரம் பயணம் செய்து இரவு எட்டு மணிக்கு விருந்துக்குப் போய்ச் சேர்ந்தோம். அவர்கள் உணவை ஒன்பது மணிக்குத் தந்திருந்தால் நாங்கள் 11 மணிக்கு வீட்டுக்குத் திரும்பியிருக்கலாம். ஆனால் அங்கே நடந்தது வேறு. அந்த வீட்டுப் பெண் நிறைய ஒப்பனை செய்து பிளாஸ்மா டிவியில் தோன்றும் தொகுப்பாளினிபோல, நாற்காலி ஒன்றில் காட்சிக்கு வைத்ததுபோல உட்கார்ந்திருந்தார். விருந்தாளிகளை வரவேற்கக் கூட அவர் எழுந்திருக்கவில்லை. கணவர்தான் அங்குமிங்கும் நிர்வாண சங்கத்து நுளம்புபோல எல்லாத் திசைகளிலும் என்ன செய்வதென்று தெரியாமல் ஓடிக்கொண்டிருந்தார். ஆனால், வேலையொன்றும் நடக்கவில்லை.

கணவன், மனைவி இருவருமே ஒரு விசயத்தில் ஒற்றுமையாக இருந்தார்கள். பலவிதமான உணவு வாசனை எழும்பியது ஆனால் உணவு வரவில்லை. எப்படியும் உணவை 12 மணிக்கு முதல் மேசைக்கு எடுக்கக்கூடாது என்ற தீர்மானத்தில் அவர்கள் இருப்பது தெரிந்தது. இதுகூடப் பரவாயில்லை. வைன், விஸ்கி, பிராந்தி, வொட்கா என ஒன்றுமே பரிமாறப்படவில்லை. பழரசம் பழரசமாக ஊற்றித் தந்தார்கள். இதற்காகவா ஒருமணி நேரம் பயணம் செய்து போனோம் என்ற கோபம் எனக்கு ஆறவில்லை. உணவை மேசைக்கு எடுத்தபோது அது குளிர்ந்துபோய்விட்டது. வெளியே என்ன குளிரோ அதிலும் கூடிய குளிர். சோறு உருண்டைக் கட்டிகளாக வந்தது. சரி என்று கட்டிகட்டியாகச் சாப்பிட்டுவிட்டு கிளம்பியபோது இரவு ஒரு மணி. எங்கள் வீட்டை அடைவதற்கு இன்னும் ஐந்து மைல் தூரமே இருந்தது. நாங்கள் பயணித்த ரோடு இருளிலே மூழ்கி ஆளரவமற்று, அமைதியாக மெல்லிய பனி தூவலுடன் காணப்பட்டது. திடீரென்று ரோட்டை மறித்து இரண்டு பொலீஸ் கார்கள் குறுக்காக நின்றன. சிவப்பு நீல விளக்கு கள் சுழன்று சுழன்று பிரகாசித்தன. பனி தூவியதால் அந்த பிரகாசம் பத்து மடங்கு கண்ணைக் கூசவைத்தது. இரண்டு கறுப்பு உருவங்கள் கைகளிலே விளக்கைவைத்து ஆட்டி ஆட்டி காரை நிறுத்தின. வழிப்பறிக் கொள்ளைக்காரர்கள் என்று முதலில் நினைத் தேன். பிறகு பார்த்தால் பொலீஸ்காரர்கள். இல்லை, பொலீஸ் காரிகள்.

எந்தப் பெண்ணுமே சீருடை அணிந்தவுடன் வித்தியாசமான அழகுடன் காணப்படுவாள். ஒருத்தி கறுப்பு, மற்றவள் சிவப்பு. கறுப்புப் பெண் அவர்கள் விதிகளின்படி பொலீஸ் காருடன் எட்டத்தில் நின்றாள். சிவப்புப் பெண் மட்டும் எங்களை அணுகி னாள். இடுப்புப் பட்டியை ஓர் அங்குலம் கூடுதலாக இறுக்கிக்

கட்டியிருந்தாள். அவள் மார்பு அகலமும் பிருட்ட அகலமும் ஒன்றாக இருந்தன. எவ்வளவுதான் மிடுக்காக நடந்தாலும் அந்த நடையில் ஒரு நளினமும் காணப்பட்டது. தொப்பியிலும் கண் இமையிலும் பனித் துகள்கள். அதுவும் அழகைக் கூட்டின. கார் கண்ணாடியைத் தட்டினாள். இறக்கினேன். சுட்டு விளக்கை உள்ளே அடித்துச் சோதித்தாள். கார் பதிவு விவரத்தையும் காப்பீட்டுப் பத்திரத்தையும் கேட்டாள். நான் கார் பெட்டகத்தைத் திறந்து தேடினேன். மனைவியின் தையல் பெட்டிபோல எல்லாம் வந்தது, தேடியது கிடைக்கவில்லை. ஒருவாறாக அவற்றைக் கண்டுபிடித்துக் கொடுத்தேன். கறுப்புப் பெண் தகவல்களை கம்ப்யூட்டரில் பதிந்து சரி பார்த்தபோது சிவப்புப் பெண் எங்களிடம் கேள்விகள் கேட்டாள். எங்கேயிருந்து வருகிறீர்கள்? சொன்னேன். விருந்திலே குடித்தீர்களா? அந்த வயிற்றெரிச்சலை இவள் வேறு கிளப்பினாள். என் துக்கமே அதுதான். 'பழச்சாறு பழச்சாறாகத் தந்தார்கள். இன்னும் இரண்டுநாள் அது வயிற்றில் இருக்கும். இரவு இரண்டு மணிக்கு யாராவது உலகத்தில் எங்காவது இந்தக் குளிரில் பழச்சாறு குடிப்பார்களா? எனக்குக் காய்ச்சல் வரும்போல இருக்கிறது' என்றேன். அந்த இருளில் அவளுடைய முகம் மேலும் சிவப்பாகியதா கறுப்பாகியதா தெரியவில்லை. பக்கவாட்டில் சட்டென்று திரும்பியபோது அவளுடைய கைத்துப்பாக்கி என் கையெட்டும் தூரத்தில் நெருங்கியது. சிறிது அச்சம் உணர்ந்தேன். என்னை இறங்கிப் பத்தடி தூரம் நேராக நடக்கச் சொல்வாள் என்று நினைத்தேன். சொல்லவில்லை. சதுரமான பெட்டியைத் தந்து குழாய்க்குள் ஊதச் சொல்வாள் என்று நினைத்தேன். சொல்ல வில்லை. கறுப்பு பொலீஸ்காரி கம்ப்யூட்டரில் விவரங்களைச் சோதித்துவிட்டு இரண்டு கைகளையும் பின்தலையில் கோர்த்து வைத்து சாய்ந்த நிலையில் ஓய்வெடுத்தாள். சிவப்புக்காரி பத்திரங் களைத் திருப்பித் தந்து விடை கொடுத்தாள். அவர்கள் இருவரையும் அந்த இருட்டில் தனியாக விட்டுவிட்டுப் புறப்படுவதற்கு என்னவோ போல இருந்தது. சிரித்த முகத்துடன் 'நல்லிரவாக அமையட்டும்' என்று அவள் வாழ்த்தியதை இத்தனை வருடங்களிலும் என்னால் மறக்க முடியாமல் இருக்கிறது.

ரொறொன்ரோ நகரில் வேக விதிகளை மிகச்சரியாக அனுசரிக்கும் ஒருவர் இருந்தால் அது நானாகத்தான் இருக்கும். ரோட்டிலே 40 கி.மீ வேகம் என்று எழுதியிருந்தால் நான் 39 க்கு மேலே போவது கிடையாது. 60 என்றால் 59, 100 என்றால் 99 அப்படி மிகக் கடுமையாக உழைத்து விதிகளைக் கடைப்பிடிப்பேன். சிவப்பு விளக்குகளை நான் என்றுமே மீறியதில்லை. மஞ்சள் கோடுகளை மறந்தும் கடந்ததில்லை. ஒருநாள் 50 கி.மீ வேக வீதியில்

என்னையறியாமல் கொஞ்சம் வேகமாக காரை எடுத்துவிட்டேன். அபூர்வமான ஒரு மீறல். ஆனால் அன்றைக்கென்று ஒரு பொலீஸ்காரர் குறுக்கு ரோட்டிலே தன் காரை நிறுத்திவிட்டு ஒளித்திருந்து வீதியில் போகும் கார்களின் வேகத்தை வேகம் அளக்கும் கருவியினால் கண்காணித்துக்கொண்டே இருந்தார். அப்பொழுதுதான் நான் வந்தேன். பொலீஸ்காரர் ஒளிந்திருக்கும் விசயம் எனக்குத் தெரியாது. திடீரென்று அவர் ரோட்டு நடுவே பாய்ந்து வந்து பறக்க ஆயத்தம் செய்யும் பறவை போல இரண்டு கைகளையும் விரித்து ஆட்டி காரை நிறுத்தினார். வாகன பத்திரங்களைச் சரிபார்த்தார். நான் ஏதேதோ சாக்குகள் சொல்லி நீண்ட உரை நிகழ்த்தினேன். அவர் என் வாயையே பார்த்துக் கொண்டு ஏதோ எல்லாம் எழுதினார். எழுத எழுத அவர் சொண்டும் அசைந்தது. நான் சொன்னது ஒன்றையுமே அவர் கேட்டதாகத் தெரியவில்லை. நான் மீண்டும் என் உரையை நிகழ்த்த ஆரம்பித்தேன். மின்தூக்கி பட்டனைத் திருப்பி திருப்பி அமுக்குவது போல. பயனற்ற செயல். அபராத டிக்கட்டை நீட்டினார். மாட்டப் போகும் அடுத்த காருக்காக மறுபடியும் போய் மறைந்து நின்றார்.

வீதிக் குற்றங்களில் சிவப்பு விளக்கு, தரிக்குமிடம், மஞ்சள் கோடு மீறல் போன்ற குற்றங்கள் கேவலமானவை. வேகக் குற்றம் மதிப்பு வாய்ந்தது. பொலீஸ்காரரும் நீதிபதியும் உங்கள் வைப் பாட்டியும்கூட மதிப்பார்கள். ஆனால் பிரச்னை என்னவென்றால் வேகக் குற்றத்துக்கு இரண்டு கறுப்புப் புள்ளிகள் கிடைக்கும். கறுப்புப் புள்ளிகள் காப்புறுதிக் கட்டணத்தை அதிகமாக்கும். உங்கள் கார் ஓட்டும் வாழ்க்கையைச் சீரழித்துவிடும். ஒரு வழக்கறிஞரிடம் போனேன். தண்டனைக் காசிலும் பார்க்க இரண்டு மடங்கு பணத்தை அவர் பிடுங்கிக்கொண்டார். வழக்கை இரண்டு தரம் தள்ளிவைத்தார்கள். மூன்றாவது தடவை என்னைப் பிடித்த பொலீஸ்காரர் நீதிமன்றத்துக்கு வராததால் வழக்கு தள்ளுபடியாகி விட்டது.. கறுப்புப் புள்ளிகள் என் வாழ்க்கை முழுவதும் என்னைத் தொடரும் ஆபத்திலிருந்து நான் காப்பாற்றப்பட்டேன்.

ஆனால் இந்த விசயம், அதாவது வேகமாகச் சென்று பொலீஸில் பிடிபட்டது என் மனைவிக்குத் தெரியாது. நான் எழுதுவதை அவர் படிப்பதில்லை என்ற துணிவில் இதை எழுதுகிறேன். வேகக்குற்றம் செய்தது தெரிந்தால் பக்கத்தில் இருந்து 20 கி.மீட்டர் வேகத்தில் நான் கார் ஓட்டும்போது 'பொலீஸ் பிடிக்கப்போறான்' 'பொலீஸ் பிடிக்கப்போறான்' என்று அலறத் தொடங்கிவிடுவார். என்னுடைய கார் ஓட்டும் வாழ்க்கை நரகமாகி விடும்.

எனக்கு 2010 புதுவருடத்தில் ஒரு சங்கல்பம் இருக்கிறது.

கனடாவின் அதிவேக நெடுஞ்சாலையில் ஓடும்போது எல்லோரும் என்னை முந்திக்கொண்டு போவது வழக்கம். ஒரு முறை எண்பது வயதுக் கிழவி அவரிலும் பார்க்க வயதான காரை ஓட்டிக்கொண்டு என்னை முந்தியது மட்டுமில்லாமல் திரும்பிப் பார்த்துக்கொண்டும் போனார். இந்த வருடத்தில் அதிவேக நெடுஞ்சாலையில் ஒரு காரையாவது நான் முந்திப்போகவேண்டும். என்னைப் படைத்த கடவுள் என்னிலும் பார்க்க மோசமான ஒரு சாரதியையும் படைத்துத்தானே இருப்பார். எப்படியாவது, என்ன பாடுபட்டாவது ஒருவரை முந்திக்கொண்டு போகும்போது பொலீஸ்காரர் என்னைப் பிடித்த நேரத்தில் அடைந்த சந்தோசத்திலும் பார்க்க இன்னும் பல மடங்கு சந்தோசத்தை நான் அடைவேன்.

காக்க காக்க

இது எல்லாம் சரியாக ஒரு நிமிடத்தில் நடந்து முடியும். நான் கண்ணாடிக்கூண்டுக்கு முன் நிராயுதபாணியாக நின்றேன். அதிகாரி ஒரு நிமிடம் என்றார்.

நான் விட்ட பிழை என்னவென்றால் நியூ யோர்க் டைம் சதுக்கத்தில் நிஸான் வாகனத்தில் வெடிகுண்டு வைத்து அது கண்டு பிடிக்கப்பட்ட சில நாள்களில் கனடாவிலிருந்து அமெரிக்காவுக்குப் பயணம் புறப்பட்டதுதான். கனடாவுக்கு விமானத்தில் பறப்பவர்கள் முதலில் அமெரிக்கக் குடிவரவு அதிகாரிகளைத் தாண்டவேண்டும். அதற்குப் பின்னர்தான் பாதுகாப்புப் பரிசோதனை.

அந்த வெள்ளிக்கிழமை பின்மதியம் குடிவரவு வரிசையில் நின்றது குறைந்தது ஆயிரம் பேர் இருக்கும். அப்படி நீண்ட வரிசையை நான் எந்த நாட்டுக் குடிவரவிலும் காணவில்லை. எனக்கு முன் நின்றவர் உயரமான, பொய்த்தோள்மூட்டு வைத்த கோட் அணிந்த வெள்ளைக்காரர். எனக்குப் பின்னால் நின்ற இளம்பெண் முகத்தில் இன்னும் அழுகை மிச்சமிருந்தது. காதலனுக்குப் பிரியாவிடை சொல்லிவிட்டு வருகிறாள். ஓர் இரண்டு நிமிடம் அவள் தலை காதலனுடைய உடம்புக்கும் அவளுடைய உடம்புக்கும் நடுவில் இருந்தது. அதை விமானக்கூடத்தில் பலரும் பார்த்தார்கள்.

வரிசையில் ஆட்கள் கூடியதே ஒழிய அதிகாரிகளின் எண்ணிக்கை அதேதான். ஆனால் அவர்கள் கேட்கும் கேள்விகள் அதிகரித்திருந்தன. பயணிகள் கேள்விகளுக்கு சரியாகப் பதிலளித்த பின் அவர்கள் காவிய கடவுச் சீட்டுகளைப் பரிசோதித்தார்கள். அது அவருடைய கடவுச்சீட்டா, அதில் தெரியும் முகம் அவருடையதா என்றெல்லாம் சோதித்தார்கள். ஒரு விரலை படத்தின் கீழே விட்டுத் தடவி உறுதி செய்தார்கள். கம்ப்யூட்டரின் வாயில் கடவுச்சீட்டைத் தேய்த்தார்கள். குடிவரவைக் கடக்க எனக்கு 45 நிமிடங்கள் ஆகின.

பாதுகாப்புப் பகுதியிலும் அதே சனங்கள் வந்து குவிந்தார் கள். இங்கே அதிகாரிகள் முன்பு எப்போதையும் விட இரண்டு

மடங்கு அதிகரிக்கப்பட்டிருந்தார்கள், அவர்கள் நடத்தும் சோதனை களும் அதிகரிக்கப்பட்டிருந்தன. என்னுடைய முறை வந்ததும் மூன்று அதிகாரிகள் என்னைச் சூழ்ந்துகொண்டார்கள். வழக்கமாக ஒருவருக்கு ஓர் அதிகாரிதான். ஒருவர் என்னுடைய கடவுச் சீட்டையும் நுழைவு அட்டையையும் கைப்பற்றிக்கொண்டு மறைந்து விட்டார். இன்னொரு சீருடை தரித்த பெண் என்னுடைய கைப் பெட்டியைத் திறந்தாள். கம்ப்யூட்டரில் இருந்து வந்த வயர் முனையை பெட்டியிலுள்ள பொருள்களில் தடவிவிட்டு வயர் முனையை திரும்பவும் எடுத்துப்போய் கம்ப்யூட்டரில் செருகினாள். இது ஒருவிதமான புதிய சோதனை. என்னுடன் பயணித்த ஒருவர் அது வெடிமருந்துச் சோதனை என்று சொன்னார். வெடிமருந்து துகள்கள் அகப்பட்டால் அதை கம்ப்யூட்டர் காட்டிக்கொடுத்து விடுமாம்.

அதே சீருடைப்பெண் என்னுடைய கைப்பெட்டியைக் கவிழ்த்துப்போட்டு ஒவ்வொரு பொருளாக வெளியே எடுத்துப் பரிசோதித்து திரும்பவும் உள்ளே அடுக்கினாள். நான் அடுக்கியதிலும் பார்க்க ஒழுங்காகவும் சமமாகவும் சாமர்த்தியமாகவும் அடுக்கினாள். அடுத்தமுறை சும்மா அள்ளிப்போட்டுக்கொண்டு வரலாம், இந்தப் பெண்ணே அடுக்கிவிடுவாள். எனக்கு முன்னால் நின்ற தோள்மூட்டுக்காரரிடம் பறிமுதல் செய்த தண்ணீர் போத்தல் அவளுக்குப் பக்கத்திலே நின்ற கறுப்புப் பீப்பாயில் எறியப் பட்டிருந்தது. இன்னும் செண்ட் போத்தல்கள், சவர நுரை குவளை கள், வில்லுக்கத்திகள் என பீப்பாய் நிறைந்து வழிந்தது. சீருடைப் பெண் இலையான் கலைப்பதுபோலக் கையை அசைத்து என்னைப் போகச் சொன்னாள். வசனம் இல்லாத நாடகப் பாத்திரம்போல அவள் என்னிடம் ஒரு வார்த்தைகூடப் பேசவில்லை.

என்னுடைய காலணி, செல்பேசி, மேலங்கி, இடைப்பட்டி அனைத்தையும் ஒரு சதுரக்கூடையில் வைத்து எக்ஸ்ரே சோதனைக் கூட்டுக்குள் தள்ளிவிட்டார்கள். அவை மறுபக்கம் போய்விட்டன. நான் இன்னும் கடக்கவில்லை. ஒரு பெண் ஆயுதம் வைத்துக் கொண்டு எனக்கு முன்னால் சும்மா நின்றாள். நான் தயார் என்றேன். அவள் தான் பெண்களை மட்டுமே சோதிக்க முடியும் என்றாள். நான் ஆண் பரிசோதனைக்காரருக்காகக் காத்திருந்தேன். ஆயுதத்தோடு அவர் வந்தபோது நான் கைகளை விரித்துப் பறப்பதற்கு ஆயத்தமாவதுபோல நின்றேன். அவர் சில கேள்விகள் கேட்டார். உங்கள் பையில் செல்பேசி இருக்கிறதா? இல்லை. பையில் சில்லறைக்காசுகள் இருக்கின்றனவா? இல்லை. உங்களிடம் பெல்ட் இருக்கிறதா? இல்லை. எனக்கு கனடாவுக்கு வந்த புதிதில்

காப்புறுதி முகவர் என்னிடம் கேட்டது ஞாபகத்துக்கு வந்தது. உங்களுக்கு RRSP இருக்கிறதா? நான் இல்லை என்றேன். உங்களுக்கு RRSP இருக்கிறதா? நான் இல்லை, ஆனால் ரத்த அழுத்தம் இருக்கிறது என்றேன். முகவர் சிரித்துவிட்டு எனக்குக் காப்புறுதி விற்காமலே போய்விட்டார்.

கேள்விகள் முடிந்ததும் அதிகாரி என் உடம்பின் சகல பாகங் களையும் கருவியால் தடவிப் பரிசோதனை செய்து என் உடம்பைத் தவிர நான் வேறு ஒன்றையும் காவவில்லை என்பதை உறுதி செய்தார்.

சுவரிலே இருந்த பெரிய வட்டக் கடிகாரத்தில் முள் சுழன்று கொண்டிருந்தது. இன்னும் அரை மணிநேரத்தில் என்னுடைய விமானம் என்னை விட்டுவிட்டுத் தன்பாட்டுக்குப் புறப்பட்டுப் போய்விடும். நான் அதிகாரியிடம் என் அவசரத்தைச் சொன்னேன். அப்பொழுதுதான் அவர் இன்னும் ஒரு நிமிடத்தில் முடிந்துவிடும் என்றார்.

அவ்வளவு சோதனைக்குப் பின்னரும் திருப்தி இல்லாதவ ராகத் தன் கைகளினால் என் உடம்பின் சகல பாகங்களையும் தடவிப்பார்த்தார். இறுதியாக முழு உடம்பையும் மூன்று பரிமாணத் தில் படம் எடுக்கும் கண்ணாடிக்கூண்டுக்குள் நுழைந்து என்னைத் தலையிலே இரண்டு கைகளையும் வைத்துக்கொண்டு நிற்கச் சொன்னார். நான் ஏற்கெனவே கைகளைத் தலையில் வைத்துக் கொண்டுதான் நின்றேன். கண்ணாடிக் கதவுகள் தானாகவே பூட்டி மெல்லிய கிர்ர் சத்தம் எழுந்தது. சிறையில் இருந்து விடுதலை செய்வதுபோலக் கூண்டுக் கதவைத் திறந்து என்னை வெளியே விட்டார்கள். நான் சுதந்திரம் அடைந்த களிப்பில் ஒருகணம் நின்றேன்.

என்னுடைய கைப்பை, காலணி, மேலங்கி, பெல்ட், கடவுச் சீட்டு, நுழைவுச்சீட்டு, செல்பேசி எல்லாவற்றையும் சேகரித்தேன். நான் கொண்டுவந்த பொருள்களிலும் பார்க்க இன்னும் கூடிய சாமான்களை எனக்குத் தந்துவிட்டார்கள் போலத் தோன்றியது. எண்ணிச் சரிபார்த்தேன். அவை எல்லாம் எனக்குச் சொந்த மானவைதான்.

பெரிய வட்டக் கடிகாரத்தில் நிமிட முள் துடித்து நகர்ந்து ஒரு புது நிமிடத்தை ஆரம்பித்தது.

கார்ச் சாரதி

விமான நிலையத்துக்குப் போவதற்கு ஒரு வாடகை கார் தேவைப்பட்டது. வழக்கம்போலத் தொலைபேசியில் அழைத்தேன். அவர்கள் ஒரு வாடகை காரை அனுப்பிவைத்தார்கள். என்னுடைய வீட்டிலிருந்து ரொறொன்ரோ விமான நிலையம் போவதற்கு முக்கால் மணிநேரம் பிடிக்கும். ஆகவே அதையும் கணக்கில் எடுத்துக்கொண்டு ஒரு குறிப்பிட்ட நேரத்துக்கு காரை அனுப்பும்படிச் சொல்லியிருந்தேன். அப்படியே அவர்கள் சொன்ன நேரத்துக்கு காரை அனுப்பியிருந்தார்கள்.

வழக்கமாக வரும் சாரதி ஒரு பஞ்சாபிக்காரராக இருப்பார். அல்லது பாகிஸ்தான்காரராக இருப்பார். சிலசமயம் ஜமாய்க்கா காரர் வருவதுமுண்டு. இந்தத் தடவை அதிசயமாக 30 வயது மதிக்கக்கூடிய ஓர் இலங்கைக்காரர் வந்திருந்தார். என்னைக் கண்டதும் நீங்கள் தமிழா என்றார். அப்படித்தான் சம்பாசணை ஆரம்பமானது. அரைக்கை சட்டை அணிந்திருந்தபடியால் புஜங்கள் அடக்கமுடியாமல் உருண்டு திரண்டு வெளியே தெரிந்தன. கழுத்திலே தாலிக்கொடிக்குச் சமமான தடிப்பில் ஒரு சங்கிலி அணிந்திருந்தார். பாரமான என் பயணப்பெட்டியை ஒற்றைக்கையால் தூக்கி காரில் வைத்தார். அவர் இயக்கத்தில் இருந்திருக்க வேண்டும், அப்படியான உடல்வாகு. நான் காரில் ஏறி அமரமுன்னரே தன் வரலாற்றில் பாதியை என்னிடம் கூறிவிட்டார்.

அவர் கனடாவுக்கு வந்து ஐந்து வருடங்கள் ஆகின்றன. கனடா வந்த பின்னர் மணமுடித்த அவருக்கு இரண்டு பிள்ளைகள். இதற்கு முன்னர் ஒரு தொழிற்சாலையில் சில மாதங்கள் வேலை பார்த்தார், பிடிக்கவில்லை. அதை உதறிவிட்டு வாடகை கார் ஓட்டுகிறார். இந்த வேலை அவருக்குப் பிடித்துக்கொண்டது என்றார்.

சொந்தமான வண்டியா? என்று கேட்டேன். 'வாடகை கார் நம்பர் பிளேட் ஒன்றின் விலை தற்போது 200,000 டொலர். இவ்வளவு தொகை காசு முதலீட்டுக்குக் கிடைக்கும் வருமானம் போதாது. நான் சம்பளத்துக்கு வேலை செய்கிறேன், சராசரி மாத

வருமானம் 3000 டொலர், சில மாதங்களில் கூடிய மணித் தியாலங்கள் வேலைசெய்தால் 4000 டொலர்கூடக் கிடைக்கும். எனக்கு இது போதுமானது என்றார்.

எப்படி இந்த வேலை உங்களுக்குக் கிடைத்தது?

'என்னுடைய அண்ணர் வாடகை கார் வைத்து ஓட்டுகிறார். அவர்தான் என்னை இந்த வேலையில் சேர்த்துவிட்டவர். நான் இங்கே வருமுன்னரே அண்ணர் சொல்லி இலங்கையிலேயே கார் ஓட்டப் பழகி லைசென்சும் எடுத்துக்கொண்டுதான் வந்தேன். இங்கே வந்தபிறகு கனடா லைசென்சும் எடுத்தேன். கனடாவில் இரண்டு நாள் வாடகை கார் ஓட்டிப் பார்த்தேன், பிடிச்சுப் போட்டுது' என்றார்.

திரும்பவும் நாட்டுக்குப் போனீர்களா? 'நான் ஏன் போக வேண்டும். நான் நாட்டை என்னுடன் கொண்டு வந்திருக்கிறேன்' என்றார். விமான நிலையத்தில் என்னை ஐந்து நிமிடம் முன்னதாகவே இறக்கிவிட்டு அவர் போய்விட்டார்.

அவர் கடைசியாகச் சொன்னது என்னை யோசிக்க வைத்தது. அவருடைய தம்பி ஒருவர் இன்னும் இலங்கையில் இருக்கிறார். அவர் அடுத்த மாதம் கனடாவுக்கு வருகிறார். அவரும் கார் ஓட்டப்பழகி லைசென்ஸ் எடுத்துக்கொண்டுதான் வருகிறார். அவருக்கும் ஒரு சாரதி வேலை இங்கே அவர் ரெடியாக வைத்திருக்கிறார்.

சில வருடங்களுக்கு முன்னர் நான் படித்த நேர்காணல் ஒன்று ஞாபகத்துக்கு வந்தது. கிழக்கு ஐரோப்பாவின் ஒரு பகுதியிலிருந்து வட அமெரிக்காவுக்கு அகதியாக வந்த ஒருவர் கொடுத்த பேட்டி. ஒருநாள் இரவு அவருக்குப் படுக்க இடமில்லாமல் ஒரு நிறுவனத்தின் வாசலில் படுத்துத் தூங்கிவிடுகிறார். அடுத்தநாள் காலை கம்பனி முதலாளி வந்து அவரை காலினால் தட்டி எழுப்புகிறார். முதலாளி என்ன நடந்தது என்று கேட்கிறார். அகதி தனக்கு வேலையில்லை, தங்குவதற்கு இடமும் இல்லை என்று சொல்கிறார். என்னவேலை தந்தாலும் முகம் சுளிக்காமல் செய்வீரா என்று முதலாளி கேட்கிறார். அகதி ஆம் என்று பதிலளிக்கிறார். அது பிணம் அலங்கரிக்கும் கம்பனி.

முதலாளி அந்தக் கலையை அகதிக்குக் கற்றுத் தருகிறார். அகதி அருவருப்பில்லாமல் ஆர்வமாகக் கற்றுக்கொள்கிறார். இரவுக் கல்லூரிக்குச் சென்று பிண அலங்காரம் பற்றிப் படிக்கிறார். நாளடைவில் தானே ஒரு கம்பனி ஆரம்பித்துப் பல கிளைகளையும் திறக்கிறார். வட அமெரிக்காவில் மிகவும் வெற்றிகரமான தொழில்

நிபுணராக அறியப்படுகிறார். நேர்காணலின் முடிவில் அவர் சொல்லுகிறார். 'அன்று நான் ஒரு பிண அலங்காரம் செய்யும் கம்பனியின் வாசலில் தூங்கியதால் இன்று ஒரு பிண அலங்கார நிபுணனாக அறியப்படுகிறேன். அன்று நான் ஒரு தச்சுக் கம்பனியின் வாசலில் தூங்கியிருந்தால் இன்று ஒரு தச்சுத்தொழில் நிபுணனாகி யிருப்பேன். உலர் சலவை கம்பனியின் வாசலில் தூங்கியிருந்தால் இன்று ஓர் உலர்சலவை நிபுணனாகியிருப்பேன்.'

உலகத்தில் பல தொழில் தெரிவுகள் இப்படி தற்செயலாகத் தான் நேர்கின்றன. அண்ணன் சாரதி, தம்பி சாரதி, அடுத்த தம்பியும் சாரதி. அண்ணன் விருந்து மண்டப நிர்வாகி, தம்பியும் அதுதான், அடுத்துவரும் தங்கையும் அதுதான். முன்னே வருபவர் பாதை போட பின்னே வருபவர்கள் தொடர்வார்கள்.

நாளை காலை நான் வாசல் கதவைத் திறக்கும்போது ஓர் அகதி அங்கே படுத்திருந்தால் என்ன செய்வது. அவர் கதி என்னாவது. நினைக்கும்போதே மனம் நடுங்குகிறது. இன்னொரு தமிழ் எழுத்தாளரை இந்த உலகம் தாங்குமா?

மகள்கள் வெல்வார்கள்

ஆப்பிரிக்க வாழ்க்கை பற்றி நிறைய எழுதியாகிவிட்டது என்று நினைக்கும்போது இன்னும் சில ஞாபகங்கள் வரும். இந்தச் சம்பவம் நடந்தது நாங்கள் ஆப்பிரிக்காவுக்குப் போன முதல் வருடத்தில். அவர்களுடைய பழக்க வழக்கங்கள், வாழ்க்கை முறை பற்றி ஒன்றுமே தெரியாத ஆரம்ப காலம்.

நான் வேலைசெய்தது காட்டுமரங்களை வெட்டி ஏற்றுமதி செய்யும் அரசுசார் நிறுவனம் ஒன்றில். எனக்கு அவர்கள் கொடுத்திருந்த வீடு காட்டு நிலத்தில் அமைந்திருந்தது. மரத்தினால் செய்த உறுதியான தூண்களின்மேல் வீடு நின்றது. காரணம் காட்டு விலங்குகள் வழக்கம்போல ஒரு பகுதியில் இருந்து இன்னொரு பகுதிக்குப் போக வீடு தடையாக இருக்காது. அவை வீட்டுக்குக் கீழாலே போகும். வீடு முழுக்க மரத்தினால் கட்டியது. தரை, சுவர், கதவு, ஜன்னல் எல்லாமே மரம்தான். ஆனால் ஆச்சரியம் என்னவென்றால் கூரைகூட மரத்தினால் ஆனதுதான். மரத்தில் செய்த வளைந்த அலகுகளை அடுக்கி அடுக்கிக் கூரையைச் செம்மையாகச் செய்திருப்பார்கள். கோடைக் காலத்தில் குளிர்மையாகவும் குளிர் காலத்தில் வெப்பமாகவும் வீடு இருக்கும்.

ஆப்பிரிக்க விவசாயம்கூடப் புதுமையானதுதான். ஓர் இடத்தைத் தேர்ந்தெடுத்து மரங்களையும் செடிகளையும் புதர்களையும் எரிப்பார்கள். பின்னர் அங்கே பயிரிட்டுவிட்டு மழைக்காகக் காத்திருப்பார்கள். உடம்பை வளைத்து நிலத்துக்காக உழைப்பது என்பதில்லை. பசளை போடுவது, களை பிடுங்குவது போன்ற சங்கதிகள் கிடையாது. அவர்கள் பாட்டுக்குக் கயிற்று ஊஞ்சலில் படுத்து நிறைய ஓய்வெடுப்பார்கள். அறுவடைக்காலத்தில் சரியாக வந்து கிடைத்ததை வெட்டிக்கொண்டு போவார்கள். அடுத்த வருடம் அதே நிலத்தை அவர்கள் தெரிவு செய்வதில்லை. இன்னொரு புதிய இடத்தில் பயிர் செய்வார்கள். இப்படியே மாறி மாறிப் பயிர் செய்து மறுபடியும் முதல் இடத்துக்கு வந்து சேருவார்கள். அங்கே நிலம் ஒருவருக்கு சொந்தம் என்று இல்லாதபடியால் யாரும் எங்கேயும் பயிர் செய்யலாம்.

ஒருநாள் சனிக்கிழமை நடுமத்தியானம். மனைவி சமையல் கட்டில். நான் அந்த மாதம் வந்திருந்த வார இதழ்களை எல்லாம் கட்டாக அடுக்கி வைத்து ஒவ்வொன்றாக வாசித்துக் கொண்டிருந் தேன். உலகச்செய்திகள் என்னிடம் வந்துசேர இரண்டு வாரம் பிடிக்கும். என் ஆறு வயது மகன் வீட்டைச்சுற்றி வளர்ந்திருந்த நீண்ட புற்களுக்கிடையில் விளையாடினான். பக்கத்துக் காட்டை விவசாயத்துக்காக எரித்துக்கொண்டிருந்தபடியால் புகை மணம் அடங்கலும் சூழ்ந்திருந்தது. ஆப்பிரிக்காவில் கிட்டத்தட்ட ஆறு மாதம் கழிந்து விட்டபடியால் அந்த மணம் பழகிவிட்டது. ஆனால் வெட்டுக்கிளிகள் யன்னல்களில் ஓயாமல் வந்து வந்து மோதுவது இன்னும் பழக்கமாகவில்லை.

தூரத்தில் ஒரு வளைந்த உருவம் நடந்து வருவது தெரிந்ததும் நெஞ்சு படக்கென்று அடித்தது. மறுபடியும் ஜொனாதன் கிழவர். அவருக்கு வயது அறுபதிருக்கும். வெள்ளைத்தலைமுடி, நீண்ட மண்புழு ஒன்று கன்னத்தில் இறங்குவதுபோல வெட்டுக்காயம். அது அவருடைய இன அடையாளம். வண்ணவேலை செய்த ஆப்பிரிக்க அங்கி, வலைப்பின்னல் தொப்பி. வரும்வழியில் எதையோ மிதிக்கக் கூடாததை மிதித்துவிட்டதுபோல முகம். ஆனால் நல்லவர். அவருக்குப் பின்னால் தலையை அவர் முதுகில் கொடுத்து அவரைச் செல்லமாகத் தள்ளியபடி அவருடைய 15 வயது மகள். சுருண்ட தலைமுடி, முகத்தோடு ஒட்டிய மூக்கு. ஒட்டகத்துக்கு இருப்பதுபோலத் தேவைக்குச் சற்று அதிகமான உதடுகள். பளபளவென்று மின்னும் ஓர் ஆடை அணிந்திருந்தாள். அடக்கமுடியாத குதூகலம் அவள் உடலுக்குள் புகுந்திருந்ததால் சும்மா இருக்கமுடியாமல் அசைந்தபடியே இருந்தாள். ஒவ்வொரு அசைவுக்கும் ஆடை ஒவ்வொரு நிறத்தில் மின்னியது.

அவளுடைய பெயர் அக்னஸ், அவருடைய மூன்றாவது மனைவியின் மகள். அவருடைய மூன்று மகன்களைப் பற்றியும் சொல்லியிருக்கிறார். மூத்தவன் நாய் கடித்து இறந்துபோனான். இரண்டாமவனைப் பாம்பு கடித்தது. மூன்றாமவன் நுளம்பு கடித்து இறந்தான். 'எங்கள் வீட்டில் ரகஸ்யமான வியாதி ஒன்று இருக் கிறது. அதுதான் எஞ்சியிருக்கும் அக்னஸ்' என்று கிழவர் ஒருநாள் அறிமுகப்படுத்தினார். அக்னஸ் தொடர்ந்து படிக்கவேண்டும் என்பதில் பிடிவாதமாக இருந்தாள். ஆனால், அவளுக்குக் கணிதமும் ஆங்கிலமும் வராது. ஜொனாதன் அவளைத் தன்னுடைய தங்கையின் தையல் கடையில் வேலைக்குப் போகச் சொல்லி வற்புறுத்தினார். அவள் மறுத்து விட்டாள். 'அக்னஸ் எப்படி இருக்கிறாள்?' என்று எப்பொழுது நான் கேட்டாலும்

'தோளிலே சவாரி செய்கிறவளுக்குத் தூரத்தைப்பற்றி என்ன தெரியும்' என்று கவலையுடன் சொல்வார்.

'அக்னஸ், உனக்கு என்னவாக வரப்பிடிக்கும்?' என்று அவளிடமே கேட்டேன். அவள் 'உயரமாக' என்றாள். நக்கலாகச் சொல்லவில்லை, உற்றுக் கவனித்தபோது அதே சிரித்த முகத்துடன் இருந்தாள்.

'சரி, வாழ்க்கையில் என்னவாக வர விரும்புகிறாய்?'

'ஒரு போப்பாண்டவராக வந்தால்கூடப் பரவாயில்லை?'

'அது நல்லதுதான். உன் அப்பா உனக்கு ஆங்கிலமோ, கணிதமோ வராது என்று சொல்கிறாரே?'

'அப்பாவுக்கு ஒன்றுமே தெரியாது.' அவளுடைய அப்பா ஏதோ சொல்லவர இவள் எட்டி அவருடைய வாயைத் தன் கைகளால் பொத்தினாள்.

'ஆங்கிலம் அந்நிய மொழி, அதை நான் ஏன் படிக்க வேண்டும். என்னுடைய தாத்தாவுக்குப் பத்துக்குமேல் எண்ணத் தெரியாது. ஆனால் அவரிடம் 200 ஆடுகள் இருந்தன' என்றாள்.

'அப்படியா, நீ எத்தனை ஆடுகளுக்கு சொந்தக்காரியாக வர திட்டம் போட்டிருக்கிறாய்?'

அக்னஸ் அசைந்தபடியே இருந்தாள். அவள் உடம்புக்குள் ஓர் இசை ஓடிக்கொண்டிருந்தது. ஆடை அலை அலையாக எழும்பி மின்னியது. பெரிய உதட்டில் பெரிய புன்னகை உண்மையிலேயே அவளிடம் பெரிய திட்டம் இருந்தது.

'ஆடுகள் அல்ல. இன்னும் பெரிய ஒன்றுக்கு நான் சொந்தக்காரியாக வேண்டும்.'

'அது என்னவோ?' என்றேன்.

சரித்திரப் பிரசித்தி பெறக்கூடிய ஒரு பதிலைச் சொல்ல அவள் வாயைத் திறந்தாள். ஆனால், அந்தப் பதிலை நாங்கள் ஒருவருமே கேட்கவில்லை.

விளையாடிக்கொண்டிருந்த என் மகன் திடீரென்று 'வீடு எரியுது, வீடு எரியுது' என்று கத்தினான். நாங்கள் வெளியே ஓடிப்போய்க் கூரையைப் பார்த்தால் அங்கே ஓர் இடத்தில் புகை சூழ்ந்திருக்க நடுவே சிவப்பு மலர்போலக் கொழுந்து எழுந்தது. அந்தக் காட்சி பார்ப்பதற்கு அழகாக இருந்தது. ஆப்பிரிக்காவில் நான் வசித்த பகுதியில் நெருப்பணைப்பு படை வசதிகள் கிடையாது. குழாய் வழியாகத் தண்ணீரைப் பீய்ச்சியடிக்கவும் முடியாது.

அக்னஸ் அரைக்கணத்துக்கும் குறைந்த நேரத்தில் சுறுசுறுப்பானாள். அவளுக்குள்ளிருந்த யந்திரத்தை யாரோ முடுக்கிவிட்டது போலப் பக்கத்தில் நின்ற மரத்தில் கிழவரின் பிருட்டத்தை தள்ளி அவரை ஏற்றிவிட்டாள். அவரைத் தொடர்ந்து ஒரு வேலைக்காரனையும் ஏற்றினாள். இருவருமே மரக்கிளைகளைப் பிடித்து ஏறி, கூரையின் மேல் பக்குவமாகக் குதித்தார்கள்.

அடுத்து தண்ணீரில் சாக்குகளை நனைத்து மேலே எறிந்தாள். அவர்கள் அதை நெருப்பின்மேல் அடித்து அடித்து அணைத்தார்கள். அங்கே எத்தனை சாக்குகள் இருந்தனவோ அத்தனையையும் நனைத்து மேலே எறிந்தாள். நாங்களும் அவளைத் தொடர்ந்து அப்படியே செய்தோம். அவர்கள் ஒரு நிமிடம் ஓயாமல் வேலைசெய்தார்கள். ஓர் இடத்தில் நெருப்பை அணைத்தபோது இன்னொரு இடத்தில் பற்றிக்கொண்டது. பறவைகள் பறப்பது போல நெருப்புக் கங்குகள் பறந்து வந்து கூரையில் விழுந்தவண்ணம் இருந்தன. கிழவரும் வேலைக்காரனும் அந்தரத்தில் நகர்ந்து அவற்றை அணைத்தனர்.

காட்டை எரித்தவர்களுக்கு வீடு எரிவது தெரியாது. அதற்கிடையில் சனங்கள் கூடிவிட்டார்கள். எவ்வளவுதான் நெருப்பை அணைத்தாலும் காட்டிலிருந்து புதுப்புது கங்குகள் வந்து விழுந்துகொண்டேயிருந்தன. அக்னஸ் காட்டை எரிப்பவர்களிடம் போய் இடுப்பிலே இரண்டு கைகளையும் வைத்துக்கொண்டு சத்தம் போட்டாள். இப்பொழுது அக்னஸும் சனங்களும் சேர்ந்து வீடு எரிவதைத் தடுப்பதற்குப் பதிலாக காடு எரிவதைத் தடுக்க முயன்றார்கள். இரண்டு மணிநேரம் இது தொடர்ந்தது. எங்கள் மகள், கைக்குழந்தை, வீட்டினுள்ளே தொட்டிலில் தூங்கிக் கொண்டிருந்தது அப்பொழுதுதான் ஞாபகம் வந்து மனைவி உள்ளே பாய்ந்துபோய் மகளை அள்ளிக்கொண்டு வந்தார். குழந்தையின் தலை இந்தப் பக்கமும் அந்தப் பக்கமும் ஆட அதைத் தோளிலே போட்டுக்கொண்டு மனைவி நடுங்கியபடி நின்றார்.

சில மணி நேரத்தில் காட்டுத்தீயை அடக்கினார்கள். அங்கேயும் அக்னஸ்தான் முன்னுக்கு நின்றாள். ஒரு தீயணைப்புப் படையில் முந்தி வேலைசெய்தவள்போல இயங்கினாள். சூரிய வெளிச்சத்திலும் நெருப்பு வெக்கையிலும் அவளுடைய கண்ணாடி உடை அவள் அசையும்போதெல்லாம் ஒளி வீசியது. அவள் தலைமயிர் மின்சாரம் பாய்ந்ததுபோல தலைமுழுக்க நிறைந்து நின்றது. வீடு எரிவதை புதினம் பார்க்க வந்த சனங்கள் 'அன்று நாங்கள் தப்பியது அருந்தப்பு' என்று அபிப்பிராயம் சொன்னார்கள்.

வீட்டுக்கூரையில் ஏறியவர்கள் அங்கேயே தங்கிவிட்டார்கள்.

அவர்களை நாங்கள் மறந்துகூடவிட்டோம். அவர்களுக்கு எப்படி இறங்குவதென்று தெரியவில்லை. ஏறும்போது மரத்தின் கிளையைப் பிடித்து தாவி ஏறிக் குதித்துவிட்டார்கள், ஆனால் இறங்கும்போது கிளையைப் பிடிக்கமுடியவில்லை. அக்னஸ்தான் விரைந்துபோய் எங்கேயோ ஓர் ஏணியை சம்பாதித்துக்கொண்டு வந்து அவர்களை இறக்கினாள். அவர்களைக் கூரையில் ஏற்றும்போது அக்னஸ் என்ன நினைத்திருந்தாள்? ஒரு வீடு பற்றி எரிந்தால் அந்த இடத்தை விட்டு ஓடுவதுதான் வழக்கம். ஒருவரும் அதே கூரையில் ஏறுவதில்லை. கொஞ்சம் தவறியிருந்தால் அவர்கள் வீட்டுடன் சேர்ந்து எரிந்திருப்பார்கள் அல்லது கீழே குதித்து காலை முறித்துக் கொண்டிருப்பார்கள்.

கிழவரை நோக்கி 'பார்த்தீர்களா! அக்னஸுக்கு பொறுப்பு வந்துவிட்டது, அவள் மாறிவிட்டாள்' என்றேன். கிழவர் 'செட்டை உரித்தாலும் பாம்பு பாம்புதான்' என்றார். 'மனிதனுக்குக் கணிதமும் ஆங்கிலமும் முக்கியமல்ல. வாழ்க்கைக்குத் தேவையான பாடத்தில் அவள் முதலாவதாக இருக்கிறாள்' என்றேன். அன்று கிழவரும் மகளும் சரியாக அந்த நேரம் வராவிட்டால் என்ன ஆகியிருக்கும் என்று யோசித்தேன். அங்கு குழுமியிருந்த அத்தனை பேரிலும் அக்னஸ் ஆடை பொங்க சுழன்று சுழன்று வேலைசெய்தாள். அவள் சொன்னதை அத்தனை பேரும் கேட்டு நிறைவேற்றினார்கள். ஒரு கட்டத்தில் அவள் ஏதோ சொல்ல என் மனைவி ஒரு வேலைக் காரியைப் போல உடனே ஓடி செய்துமுடித்ததை நினைக்க ஆச்சரியமாக இருந்தது.

புறப்பட முன்னர் அக்னஸ் கண்ணைச் சிமிட்டிக்கொண்டு, கள்ளச் சிரிப்புடன் சொன்னது ஞாபகத்துக்கு வந்தது. 'அப்பாக்கள் எப்பவும் இப்படித்தான். அவர்கள் மகளைப் புரிந்துகொள்ளவே மாட்டார்கள்.' எனக்கு ஆச்சரியமாயிருந்தது. 'இன்று ஒரு வீடு எரியப்போகுது, அதைக் காப்பாற்றுங்கள்' என்று தேவதூதன் கனவில் பிரசன்னமாகி சொன்னதுபோல அவர்கள் இருவரும் சரியான நேரத்துக்கு வந்தார்கள், அணைத்தார்கள், சென்றார்கள். அந்தக் காட்சியை என்னால் மறக்க முடியவில்லை. அவள் சிரித்த முகம் மாறாமல் ஒருவிதத் துள்ளல் நடையுடன் முன்னே சென்றாள். ஜொனாதன் சுதந்திரதின அணிவகுப்பில் ஒரு ராணுவவீரன் சல்யூட் அடிப்பதுபோல முகத்தைத் திருப்பி என்னையே பார்த்தபடி மகளைப் பின்தொடர்ந்தார்.

நான் எழுத வந்த விசயம் எப்படியோ திசை மாறிவிட்டது. என்னுடைய மகள் வளர்ந்து அமெரிக்காவில் படிப்பை முடித்து முதல் வேலையில் சேர்ந்திருந்தாள். நானும் மனைவியும் அவளைப்

பார்க்கப் போனோம். மூன்று நாள் எல்லாமே சுமுகமாகப் போனது. நாலாம் நாள் அது தொடங்கியது. வழக்கமாக மூன்றாம் நாளே தொடங்கியிருக்கும். பெற்றோர்கள் பிள்ளைகளுக்கு செய்யும் அநீதியைப் பற்றிய பட்டறை.

ஆரம்பித்து வைத்தது மனைவிதான். ஆனால் குடும்பப் பூசல்கள் எங்கேயிருந்தும் தொடங்கலாம். ஏனென்றால் இரண்டு தரப்புமே ஒரு சந்தர்ப்பத்துக்காக ஏங்கிக்கொண்டிருக்கும். என் மனைவிக்கு வீடு சுத்தமாக இருக்கவேண்டும். துரும்பு ஒன்று கிடந்தாலும் அன்று இரவு நித்திரை வராது. நாங்கள் மகளைப் பார்க்கப் போகும் சமயங்களில் மனைவி முழங்காலில் இருந்தபடி ஒரு நாள் முழுக்கத் தரையைச் சுத்தம் செய்வார். உள்கூரையைத் துடைப்பார், சுவரை மினுங்கவைப்பார். மகள் வீட்டை எவ்வளவுதான் சுத்தமாக வைத்தாலும் மனைவிக்கு சம்மதமாக இராது.

நானும் மனைவியும் டிவி பார்த்துக்கொண்டிருந்தோம். சாதாரணமான கேள்விதான். மகள் டிவியில் என்ன இருக்கிறது என்று கேட்டாள். என் மனைவி பட்டுத் துணியிலும் வழுவழுப் பான குரலில் 'தூசி' என்றார். அது சிலப்பதிகாரத்து மாதவி பகை நரம்பை மீட்டியதற்குச் சமம். சண்டை ஆரம்பமானது.

'இந்தச் சின்ன டிவியை வைத்து நான் என்ன செய்வது, கொஞ்சம் பெரிய டிவி எனக்கு வாங்கித் தந்திருக்கலாம்.' இது மகள்.

'இப்பொழுது நல்ல சம்பளம் வருகிறதுதானே, சொந்தக் காசில் வாங்கினால் என்ன?' என்றேன்.

'அப்படித்தான் செய்யப்போறேன். என்னுடைய கடன் எல்லாத்தையும் அடைத்த பிறகு.'

நான் சொன்னேன், 'மறுபடியும் கடனா? யாராவது உலகில் 19 கடன் அட்டைகள் வைத்திருப்பார்களா? ஒருமுறை நான் இதற்காகவே பயணம் வந்து கடன்களை எல்லாம் தீர்த்து கடன் அட்டைகளையும் வெட்டி எறிந்துவிட்டுப் போனேனே.'

'அட்டைகளை வெட்டினால் கடன் போய்விடுமா? அதற் காகவா என்னுடைய பட்டமளிப்பு விழாவுக்கு நீங்கள் வரவில்லை. மற்ற எல்லா பெற்றோர்களும் வந்திருந்தார்கள். நான் பட்டம் வாங்குவதைப் பார்க்க இந்த உலகத்தில் ஒருவருமே இல்லை' என்றாள் மகள். சிணுக்கம் தொடங்கியது.

'அவர்களுக்குப் பெற்றோர்கள் அமெரிக்காவில் இருக்கிறார்

கள். நாங்கள் இரண்டு சமுத்திரம் கடந்து மூன்று பிளேன் பிடித்து அல்லவோ வரவேணும்.'

'உங்களுக்கு விருப்பம் இருந்தால் வந்திருப்பீர்கள்.'

'எப்படி? இறுதி சோதனைக்கு இரண்டு மாதம் இருக்கும் போது வந்திருந்தோம். இப்பொழுது மறுபடியும் ஆறு மாதம் கழித்து வந்திருக்கிறோம். இதற்குமேல் என்ன செய்யமுடியும். பணம் என்று ஒன்றிருக்கிறதல்லவா?' என்றேன்.

'எப்பவும் இந்தச் சாட்டுத்தான்.'

'கடவுச்சீட்டை தொலைத்துவிட்டேன் என்று தந்தி வந்த போது நான் வந்திருந்தேனே. இங்கே வந்து பார்த்தால் கடவுச் சீட்டை கைமாறி வைத்துவிட்டதால் வந்த பிரச்னை. நான் அவ்வளவுதூரம் பயணம் செய்து வந்தது வீணாய் போச்சுது.'

'நீங்களும் கைமறதியாக எத்தனை தரம் தொலைக்கிறீர்கள். நேற்றுக்கூட வீட்டுச் சாவி தொலைந்ததே.'

'எல்லாப் பிரச்னையும் கம்ப்யூட்டர் படிக்க வந்து உயிரியல் படிப்புக்கு மாறியதால் ஏற்பட்டது.'

'அதற்கும் இதற்கும் என்ன சம்பந்தம்?'

'ஆறுமாதம் படிப்பு கூடிப்போச்சுது. அதற்கும் நான்தானே பணம் கட்டவேணும்?'

'எனக்கு வேறு யாராவது பெற்றோர் கிடைத்திருந்தால் எவ்வளவு நல்லாயிருந்திருக்கும்?'

'வண்ணத்துப்பூச்சி பிறக்கும்போது இருக்கும் அளவுதான் அதன் வாழ்நாள் முழுவதும் இருக்குமாம். அதுபோல உன் சிந்தனையும் வளராமல் அப்படியே நின்றுவிட்டது.'

'சரி, எனக்கு மூளையில்லை, அதுதானே?'

'அப்படியல்ல. நாங்கள் உனக்கு என்ன குறைவைத்தோம்?'

'நான் எட்டாவது படித்தபோது நீங்கள் என்னை பள்ளிக் கூடத்திலிருந்து எடுக்கவரவில்லை. நான் ஒரு மணிநேரம் அழுது கொண்டு தனியாகக் காத்திருந்தேன்.'

'அதற்கு நான் என்ன செய்யமுடியும். கார் பழுதாகிவிட்டது. என்றாலும் வாடகை கார் பிடித்து வந்திருந்தேனே!'

'எல்லா அப்பாக்களும் இப்படித்தான். அவர்கள் மகளைப் புரிந்துகொள்வதே இல்லை.'

இதே வார்த்தைகளை பல வருடங்களுக்கு முன்னால் ஆப்பிரிக்காவில் கேட்டது ஞாபகத்துக்கு வந்தது. எங்கள் வீட்டிலிருந்த அத்தனை வாய்களும் திறந்துகொண்டன. மகளின் கண்களில் கண்ணீர் தளும்பினாலும் அவள் கைகள் அதைத் துடைக்க முயலவில்லை. கண்ணீர் கன்னத்தில் இறங்காமல் நேராகத் தரையில் டக்கென்று விழுந்தது. இது தீராத வாக்குவாதம். இரவுச் சாப்பாட்டுக்குப் பிறகு தொடங்கியது, இப்போது மணி பதினொன்றை நெருங்கியது. யாருடைய கடைசி வார்த்தையில் சம்பாசணையை முடிப்பது, அதுதான் பிரச்னை. நான் பேசாமல் இருந்தேன். குற்றங்களைத் தேடித் தேடிப் பின்னால் போன மகள் கடைசியாகக் கேட்ட கேள்வி என்னையும் மனைவியையும் திகைக்க வைத்தது.

'உங்கள் கரிசனை எனக்குத் தெரியும். ஆப்பிரிக்காவில் வீடு எரிந்தபோது என்னை உள்ளே விட்டுவிட்டு ஓடியவர்கள்தானே நீங்கள்?'

அதற்குப் பிறகு எனக்குச் சொல்ல ஒன்றுமே இல்லை.

நாளை சொல்கிறேன்

இணையம் வந்தபிறகு ஒரு வசதி உண்டு. ஒருவருக்கு வந்த மின்னஞ்சலை அவர் அப்படியே இன்னொருவருக்கு அனுப்பலாம். அவர் அதை இன்னொருவருக்கு அனுப்பலாம். இப்படி அது சங்கிலித் தொடர்போல முடிவில்லாமல் நீண்டுகொண்டே போகும். சில சமயம் நீங்கள் அனுப்பியது ஒரு சுற்றுமுடிந்து உங்களிடம் திரும்பி வருவதும் உண்டு. சமீபத்தில் அப்படி வந்த சுவாரஸ்யமான ஒன்று கீழே:

பொஸ்டன் வழக்கு மன்றத்தில் கணவனும் மனைவியும் விவாக விலக்கு கோரி வந்திருந்தார்கள். அவர்களுடைய பிரதானமான பிரச்னை குழந்தை யாருக்கு சொந்தம் என்பதுதான். நீதிபதி ஒரு விசித்திரமான மனிதர். ஒருநாள்போல இன்னொருநாள் இருக்கமாட்டார். ஒரு நீதிபதி எப்படியெல்லாம் இருக்கக்கூடாதோ அப்படியெல்லாம் இருப்பார். கறுப்பு அங்கியைத் தாறுமாறாக அணிந்து, விருப்பமில்லாத இடத்துக்கு யாரோ இழுத்துவந்தது போல முகத்தை வைத்துக்கொண்டு வழக்கைக் கையிலெடுப்பார். வினோதமான விசாரிப்புக்கும், விசித்திரமான தீர்ப்புக்கும் இவர் பேர்போனவர். அவர் கணவனையும் மனைவியையும் தீர்க்கமாகப் பார்த்துவிட்டு இப்படிக் கூறினார்:

நூறு விதமான விவாகரத்து வழக்குகள் எனக்கு முன்னே வந்திருக்கின்றன. அவை எல்லாம் ஒன்றுதான், வெவ்வேறு உடைகளில் வரும். ஆகவே கோர்ட்டின் நேரத்தை நான் வீணடிக்க விரும்பவில்லை. யார் மிகச் சுருக்கமாக தன் தரப்பு வாதத்தை எனக்கு முன் வைக்கிறாரோ அவருக்கு சாதகமாகவே நான் தீர்ப்பு வழங்குவேன்.

நீதிபதியின் வாசகத்தைக் கேட்டு மனைவி திடுக்கிட்டாள். அவள் தன் தரப்பு வாதத்தை நீண்ட பிரசங்கமாகத் தயாரித்து வந்திருந்தாள். ஆனாலும் மனம் தளராமல் சமயோசிதமாக தன்னுடைய வாதத்தை அந்தக் கணமே சுருக்கி இப்படிப் பேசினாள்:

கனம் நீதிபதியவர்களே,

நான் குழந்தையின் தாயார். என் வயிற்றில்தான் குழந்தை உயிர் கொண்டது. என் ரத்தத்தை அதற்கு உணவாகத் தந்தேன். என் உடம்பிலிருந்து குழந்தை வெளியே வந்தது. குழந்தை எனக்குத்தான் சொந்தம், இதிலென்ன சந்தேகம்.

இதைக் கேட்டு கணவன் திடுக்கிட்டான். ரத்தினச்சுருக்கமாக இருக்கிறதே, இதற்குப் பதிலாக எதிர்தரப்பில் என்ன சொல்வது? ஆகவே வழக்கைப் பற்றி ஒன்றுமே வாதிடாமல் தன் கட்சியை இப்படிச் சொன்னான்.

கனம் நீதிபதி அவர்களே,

கோர்ட் வாசலில் இயங்கும் பெப்சி மெசினில் நான் ஒரு டொலர் போட்டேன். ஒரு பெப்சி வெளியே வந்தது. இப்போது பெப்சி யாருக்கு சொந்தம். எனக்கா? மெசினுக்கா?

நீதிபதி திடுக்கிட்டார். தீர்ப்பு நாளை சொல்கிறேன் என்றார். அதன் பின்னர் அவர் கோர்ட்டுக்கு வரவே இல்லை என்று சொல்கிறார்கள்.

பெரிய இருதயம்

காதலர்கள் ஒருவருக்கொருவர் எழுதிய சில கடிதங்களைப் பார்த்தேன். முழுக்க முழுக்க வன்முறையாகத்தான் இருந்தது. யார் பெண், யார் ஆண் என்பதுகூடத் தெரியவில்லை. ஒருவருடைய பெயர் தக்காளி, மற்றவருடையது முயல்குட்டி. இருவருமே ஒருவரை ஒருவர் 'டா' போட்டு அழைத்துக்கொண்டார்கள். அவர்களுக்குத் தெரியுமே ஒழிய இன்னொருவர் அவர்கள் எழுதிய கடிதங்களி லிருந்து யார் காதலன் யார் காதலி என்பதைக் கண்டுபிடிக்கவே முடியாது. 'ஏ, தக்காளி உன்னைக் கடித்து தின்னணும்போல இருக் குடா.' 'என்னை விட்டுட்டு போவியாடா முயல்குட்டி, உன்னைக் கொல்லுவேன்.' இப்படியான வசனங்கள் கடிதங்களில் காணப் பட்டன. தமிழ் படம் ஒன்றில் காதல் உச்சத்தில் காதலி 'என்னைக் கொல்லேண்டா, என்னைக் கொல்லேண்டா' என்று கத்துவார்.

வன்முறை இல்லாத காதல் இல்லையென்றுதான் நினைக் கிறேன். வின்சென்ட் வான்கோ ஒரு விதவைப் பெண்ணைக் காதலித்தார். அவளோ அவர் காதலை திருப்பித் தரவில்லை. அவளிடம் கெஞ்சியபடியே இருப்பார், அவள் உதாசீனமாக இருந்தாள். ஒருமுறை அவளுக்குக் கடிதம் எழுதினார். 'நான் நெருப்பின்மீது எவ்வளவு நேரம் என் கையை வைத்திருக்கக்கூடுமோ அவ்வளவு நேரத்துக்காவது உன் முகத்தை நீ எனக்குக் காட்டினால் அதுவே போதும்.'

குறுந்தொகையில் வரும் ஒரு பாடலில் அவ்வையார் இரவு காதல் நோயால் தூங்கமுடியாமல் தவிக்கும் ஒரு பெண்ணைப்பற்றிச் சொல்கிறார். ஊரோ நிம்மதியாக உறங்குகிறது, அவளோ நோய் தாங்கமுடியாமல் 'மூட்டுவேன்கொல், தாக்குவேன்கொல்' என்று பிதற்றுகிறாள். சேக்ஸ்பியருடைய ரோமியோ ஜூலியட்டில் வரும் ஜூலியட் சொல்வாள் :

என்னுடைய ரோமியோவை
என்னிடம் கொடுங்கள்
நான் இறக்கும்போது அவன் உடலை
சின்னச்சின்ன நட்சத்திரங்களாக வெட்டுங்கள்.

காதலும் வன்முறையும் பிரிக்கமுடியாதபடி பழைய இலக்கியங்களில் கிடக்கும். பற்குறிகளையும் நகக்குறிகளையும் தடவிக்கொண்டு காதலர்கள் நாள்களைக் கழிப்பார்கள்.

ஒரு கதை.

இரண்டு வருடமாக அந்தப் பெண்ணை அவன் காதலித்தான். இரண்டு வருடத்துக்குப் பிறகுதான் அவள் பெயரை அவனால் அறியக்கூடியதாக இருந்தது. ஆனால் அவன் காதலிப்பது அவளுக்குத் தெரியாது. தினமும் பஸ்ஸிலிருந்து அவள் இறங்கிய வுடன் அவளை வீடுமட்டும் கொண்டுவந்து விடுவான். எப்பொழுதும் பத்தடி பின்னாலேதான் நடப்பான். ஒருநாள் அவன் அப்படித் தொடர்ந்தபோது அவள் நின்று திரும்பி தன் கால் செருப்பைக் கழற்றிக் காட்டினாள். அவனுக்குப் பெரிய அவமான மாகப் போய்விட்டது. எல்லோரும் நினைத்தார்கள் அந்தச் சம்பவத் துக்குப் பிறகு அவன் அவளை மறந்துவிடுவான் என்று. அப்படி யொன்றும் நடக்கவில்லை. அவன் தூரத்தை அதிகரித்துக் கொண்டான். 20 அடி தூரத்தில் அவளைப் பின்தொடர்ந்தான்.

அவனுடைய நண்பர்கள் அவளை ஒருநாள் பார்த்தார்கள். அவள் மிகச் சாதாரணமான தோற்றத்துடன் இருந்தாள். பார்த்ததும் மறந்துவிடக்கூடிய முகம். ஒரு பெண்கள் கூட்டத்தில் அவளைக் கலந்துவிட்டால் திரும்பவும் கண்டுபிடிக்க முடியாது. நண்பர்கள் தங்கள் அதிர்ச்சியைக் காட்டாமல் 'நீ எப்போது அவளைக் காதலிப்பதை நிறுத்துவாய்?' என்று கேட்டார்கள். அவன் சொன்ன பதில் பிரசித்தமானது. இன்றுவரை நினைவில் வைத்துக்கொள்ளத் தக்கது. 'அவள் உள்ளே வரும்வரைக்கும் என் இருதயத்தை பெருப்பித்துக்கொண்டே இருப்பேன்.'

அவனுடைய பிடிவாதம் கடைசியில் வெற்றிபெற்றது. ஆறு வருடங்கள் கழித்து அவனுடைய இருதயம் போதுமான அளவு விசாலமானதும் அவள் உள்ளே வந்தாள். அவர்களுக்குத் திருமணம் ஆனது.

சில மாதங்கள் சென்றபின்னர் ஒருநாள் நண்பர்கள் அவன் வீட்டுக்கு விருந்துக்கு வந்தனர். சாதாரணத் தோற்றத்தில் இருந்த பெண் இப்பொழுது கிட்டத்தட்ட ஒரு மகாராணியின் தோரணை யில் இருந்தாள். அசைந்து அசைந்து வித்தியாசமாக நடந்தாள். மூளை பாதி வேலை செய்பவள்போல தேவையில்லாத இடத்தில் சிரித்தாள். வேறு யாரோ வற்புறுத்திக்கட்டிவிட்டதுபோல பெரிய பெரிய பூக்கள்போட்ட ஒரு சேலையை அணிந்திருந்தாள். வீட்டில் எங்கே நின்று அவளிடம் பேசினாலும் அந்தப் பூக்களிடம்

பேசுவதுபோலத்தான் இருந்தது. அந்த வீட்டில் அவனுடைய இடம் என்ன என்பதைக் கண்டுபிடிக்க முடியவில்லை. ஆனால் அவன் இருதயத்தைப் பெரிதாக்கிக்கொண்டே இருந்தான்.

இருதயம் மிகப்பெரியதாக ஆகியதும் ஒருநாள் அவள் வெளியே வந்துவிட்டாள். மணவிலக்கின்போது அவள் அவளுடைய சாமான்களை எடுத்துக்கொண்டாள். அவன் அவனுடைய சாமான்களை எடுத்துக்கொண்டான். பொதுவான சாமான்களை இருவரும் சமமாகப் பிரித்துக்கொண்டார்கள். அப்படிப் பிரித்தபோது அவளுடைய செருப்பு அவனுக்கு எப்படியோ வந்துவிட்டது. அவள் கவனிக்கவில்லையோ அல்லது வேண்டுமென்றே அந்தத் தவறைச் செய்தாளோ தெரியாது. அவன் அதைத் தன்னுடன் பத்திரப்படுத்தி வைத்திருக்கிறான்.

அந்தச் செருப்பு அவனுடைய காதலை நினைவூட்டலாம்; அல்லது வன்முறையையும் நினைவூட்டலாம். இருதயத்தை பெருப்பிப்பதை மட்டும் அவன் நிறுத்தவில்லை.

எங்கள் வீட்டு நீதிவான்

ஐயாவுக்கு பெரும் எதிர்பார்ப்பு இருந்தது. அதனால் பிள்ளைகள் பிறந்ததும் அவர்கள் சாதகத்தை எங்களூரில் பிரபலமான சாத்திரியாரைக் கொண்டு எழுதுவித்தார். நாங்கள் ஏழு பிள்ளைகள். எங்கள் ஒவ்வொருவருக்கும் ஒவ்வொரு கொப்பியில் முழுச் சாதகமும் எழுதப்பட்டிருந்தது. அந்தச் சாதகங்களை ஐயா ஒரு கட்டாகக் கட்டி பெட்டகத்துக்குள் வைத்துப் பூட்டிவிடுவார். அவற்றைப் பார்ப்பதற்கோ ஆராய்வதற்கோ எங்களுக்கு அனுமதியில்லை.

அம்மா எங்கள் எல்லோரையும் வீட்டிலே பெற்றார். சொல்லி வைத்தாற்போல நாங்கள் இரவிலேயே பிறந்தோம். அனைத்துப் பிரசவத்தையும் மருத்துவச்சிதான் பார்த்தாள். பின்னேரம் ஆனதும் அம்மா சாடையாக வயிற்றுக்குள் குத்துகிறது என்பார். ஐயா உடனே மூன்று காரியங்கள் செய்வார். எங்கள் கிராமத்தில் ஒரேயொரு வீட்டில் சாவிகொடுத்தால் ஓடும் கடிகாரம் இருந்தது. பிள்ளை பிறக்கும் சரியான நேரம் தெரியவேண்டும் என்பதால் ஐயா அந்த மணிக்கூட்டை இரவல் வாங்கி வருவார். மாட்டுக் கொட்டிலில் ஓர் இரும்புக் கட்டில் மடித்து வைக்கப்பட்டிருக்கும். ஐயா அதை எடுத்து விரித்து அதற்குமேல் தும்பு மெத்தை ஒன்றைப் போட்டு அதன் மேல் அம்மாவைப் படுக்க வைப்பார். குறுக்காக ஓடும் சங்கிலிகளின் மேல் மெத்தையை விரித்தால் அது நடுவிலே தொய்ந்துபோய் இருக்கும். அம்மாவால் தானாக பள்ளத்தில் படுக்க இயலும். எழும்ப வேண்டும் என்றால் இரண்டுபேர் அவரைப் பிடித்து இழுத்தால்தான் முடியும். ஐயா வீட்டு பரம்பரைச் சொத்து அந்தக் கட்டில். அவர் அந்தக் கட்டிலில்தான் பிறந்தார். ஆகவே அது அதிர்ஷ்டமானது என்று நம்பினார்கள். நாங்கள் உயிர் பிழைத்தது எங்களின் கெட்டித்தனமோ, அம்மாவின் கெட்டித்தனமோ, மருத்துவச்சியின் கெட்டித்தனமோ அல்ல. கட்டிலின் கெட்டித்தனம்.

மூன்றாவதாக ஐயா செய்யும் வேலை மருத்துவச்சிக்கு ஆள் அனுப்புவது. அந்த மருத்துவச்சி பார்க்கும் பிரசவம் பழுதாகாது.

ஆண்பிள்ளை என்றால் ஐம்பது காசு. பெண் பிள்ளை என்றால் அதற்கும் குறைவு. ஒரு தட்டியால் மறைப்பு செய்து உருவாக்கிய அறைக்குள்தான் பிரசவம் நடக்கும். அங்கே எரியும் விளக்கு வேப்பெண்ணையில் வெளிச்சம் கொடுப்பதால் ஒருவிதமான நெடி அறையில் சூழ்ந்திருக்கும். மருத்துவச்சி உள்ளே இருக்கும்போது ஐயா வெளியே இருப்பார். நடு இரவிலோ அதைத் தாண்டியோ பிள்ளை பிறந்ததும் அது அழும் சத்தம் கேட்கும். அந்த நேரத்தை மணிக்கூட்டில் பார்த்து, ஒரு பென்சிலால் நாக்கைத் தொட்டு ஐயா கொப்பியில் எழுதி வைப்பார். சாதகம் கணிப்பதற்கு அந்த நேரத்தைத்தான் சாத்திரக்காரர் பயன்படுத்துவார்.

இதுவெல்லாம் எனக்கு பிறர் சொல்லித்தான் தெரிந்தது. அப்பொழுது நான் மிகச் சின்னன். ஒரு வாழைப்பழத்தை முழு தாகக் கடிக்கத் தெரியாது. பக்கவாட்டில் கடித்து உண்ணத்தான் தெரியும். நான் கண்ணால் பார்த்த பிரசவம் என் தங்கச்சி பிறந்த போதுதான் நடந்தது. அவள்தான் ஏழாவது, கடைசி. அதற்குப் பிறகு எங்கள் வீட்டில் ஒரு குழந்தையுமே பிறக்கவில்லை. இது எங்கள் ஊர்க்காரர்களுக்கு ஆச்சரியம். பத்து பன்னிரண்டு பிள்ளைகள் குடும்பத்தில் பிறப்பதுதான் வழக்கம். அடுத்தடுத்து ஆண் பிள்ளைகள் பிறந்து கடைசியில் ஒரு பெண்பிள்ளை பிறந்ததும் போதும் என்று முடிவு செய்துவிட்டார்கள் என்றே பலரும் நினைத்தார்கள். அப்படியான எண்ணம் ஐயாவுக்கோ அம்மாவுக்கோ கிடையாது. ஒரு சாத்திரக்காரரின் கூற்றுத்தான் அப்படியான முடிவுக்குக் காரணம் என்பது பின்னாலே தெரிய வரும்.

அப்பொழுதெல்லாம் வழக்கம் பிரசவம் ஆனதும் தேசிக் காயை உருட்டிவிடுவதுதான். மருத்துவம் பார்க்கும் மருத்துவச்சி ஒரு தேசிக்காயை கையிலே வைத்திருப்பாள். சிசு பிரசவமானதும் தேசிக்காயை வெளியே உருட்டி விடுவாள். அறையைத் தாண்டி தேசிக்காய் உருண்டு வரும்போது அந்த நேரத்தைக் குறித்து அதன்படி சாதகத்தைக் கணிப்பார்கள். ஐயாவுக்கு தேசிக்காய் உருட்டுவதில் நம்பிக்கை இல்லை. குழந்தை பிறந்ததும் அழ வேண்டும், அந்தச் சத்தம் நேரத்தைக் குறிப்பதற்குப் போதுமானது என்று வாதாடுவார். அம்மாவோ தேசிக்காய் கட்சி. நான் பிறந்த போது ஏற்பட்ட விபத்தினால் ஐயா தன் பிடிவாதத்தைப் பின்னர் மாற்றவேண்டி நேர்ந்தது.

பிற்பகல் நாலு மணிக்கு அம்மா வயிற்றுக்குள் குத்துகிற தென்று உள்ளே போய் இரும்புக்கட்டிலில் படுத்துக்கொண்டார். ஐயா வெளியிலே கொப்பியுடனும் பென்சிலுடனும் நாக்குடனும்

காத்திருந்தார். எங்கள் வீட்டு நாய் வீமன் தாடையை தரையில் வைத்து கண்களால் மேலே பார்த்துக்கொண்டு ஐயாவுக்குப் பக்கத்தில் கிடந்தது. மருத்துவச்சி அம்மாவுக்குப் பக்கத்தில் நின்றார். அம்மா துடிதுடியென்று துடித்துக் கத்தி குளறினார். ஆனால் பிள்ளை பிறந்த பாடில்லை. மருத்துவச்சி தனக்குத் தெரிந்த வித்தை யெல்லாம் செய்து பார்த்தார். இருள் வடிய ஆரம்பித்திருந்தது. திடீரென்று ஒரு சிவந்த கால் வெளியே தள்ளியது. மற்றக்கால் வெளியே வர இன்னும் சில நிமிடங்கள் பிடித்தன. பகலை ஆரம்பிக்கச்சொல்லி பறவைகள் சத்தமிடத் தொடங்கிவிட்டன. மருத்துவச்சி வந்தால் வரட்டும் என்று காலைப் பிடித்து இழுத்து வெளியே போட்டு நான் பிறந்தேன். வழக்கமாகக் குழந்தைகள் பிறக்கும்போது நீந்துவதுபோல முகம் பூமியைப் பார்த்துப் பிறக்கும். நான் வானத்தைப் பார்த்துப் பிறந்தேன். ஏதாவது புதுவிதமாகச் செய்யவேண்டும் என்ற ஆர்வம் எனக்கு அப்போதே இருந்தது. என்னுடைய முகம் சவ்வினால் சுற்றிக்கிடந்தது. மூச்சு விடுவ தில்லை என்ற முடிவோடு நான் இருந்ததால் மருத்துவச்சி என்னைப் பிடித்துத் தலைகீழாகக் குலுக்கினார். முதுகிலே தட்டினார். வழக்கமான தந்திரங்கள் ஒன்றும் வேலை செய்யவில்லை. பழுக்கக் காய்ச்சிய ஊசியை நெற்றியிலும் மார்பிலும் கீறினபோதுதான் நான் சத்தம் போட்டு அழுதேன். இதுவொன்றும் தெரியாமல் வெளியே குந்தியிருந்த ஐயா அப்போதுதான் நான் பிறந்ததாக நினைத்து நேரத்தைக் குறித்துக்கொண்டார்.

எனக்குப் பத்து பன்னிரெண்டு வயது வரும்வரை நான் என் நெற்றிக் கீறலையும் மார்புக் கீறலையும் என்னுடன் படிக்கும் மாணவர்களுக்கு பெருமையாகக் காட்டியதுண்டு. அதற்குப் பின்னர் அந்தக் கீறல் மெல்ல மெல்ல மறைந்துபோனது. ஐயா குறித்த நேரத்தை வைத்து சாத்திரக்காரன் சாதகம் எழுதினான். நான் வானத்தைப் பார்த்துக்கொண்டு பிறந்ததால் என் பிறப்பு அபூர்வமானது, எனக்கு வான்புகழ் கிட்டும் என்று அவன் சொன் னான். ஒரு கணம் வீட்டிலே அதை நம்பி என் மதிப்பும் உயர்ந்தது. ஆனால் சீக்கிரத்தில் என் சாதகம் பிழையானது என்பதைக் கண்டுபிடித்துவிட்டார்கள். மருத்துவச்சி மூடத்தனமாக நான் பிறந்த சரியான நேரத்தைச் சொல்லாமல் எனக்கு உயிர் கொடுப்பதில் நேரத்தை வீணடித்ததால் என்னுடைய சாதகத்தை முறையாகக் கணிக்க முடியாமல் போனது. நானும் பிற்காலத்தில் நான் என்ன வாய் வருவேன் என்ற அறிவு பெறாமல் உத்வேகம் குறைந்த வாழ்க்கையை ஓட்டினேன்.

எனக்குப் பின்னர் தம்பியும் தங்கச்சியும் பிறந்தபோது தேசிக்காய் முறைதான் பின்பற்றப்பட்டது. மருத்துவச்சியிடம்

தேசிக்காயைக் கொடுத்து அதை உருட்டிவிடச் சொன்னார்கள். ஆனால் இந்த முறையிலும் சில பிரச்னைகள் இருந்தன. அவள் உருட்டுவதற்கு மறந்துபோகலாம். கண்களுக்குப் படாமல் வேகமாக உருட்டிவிடலாம். ஆனால் எப்படியோ ஒரு விபத்தும் இல்லாமல் ஐயா சரியான நேரத்தைக் குறித்து அவர்களுக்கு முறையான சாதகங்கள் எழுதப்பட்டன. அந்தச் சாதகங்களை எல்லாம் ஐயா ஒன்றுக்கு மேல் ஒன்றாக அடுக்கி வைத்து ஒரு கயிற்றினால் கட்டி பெட்டகத்தில் பூட்டிப் பாதுகாத்தார்.

அம்மாவும் ஐயாவும் அடிக்கடி மகிமைப்படுத்துவதும், தங்களுக்குள் பேசிப் பெருமைப்படுத்துவதும் பெரிய அண்ணருடைய சாதகத்தைப் பற்றித்தான். சாத்திரக்காரர் அண்ணர் பெரிய நீதிவானாக வருவார் என்று சொல்லியிருந்தது அவர்களுக்கு அளவில்லாத மகிழ்ச்சியைக் கொடுத்தது. அயலவர்களிடமும் நண்பர்களிடமும் உறவினர்களிடமும் அண்ணரின் சாதகத்தை மெச்சி அவர்கள் பேசுவதை நான் கேட்டிருக்கிறேன். அவர்கள் மட்டில் அண்ணர் ஒரு நீதிவானாக ஏற்கெனவே பதவியேற்றிருந்தார். அப்போது அவர் எட்டாம் வகுப்பில் இரண்டாவது தடவை படித்துக்கொண்டிருந்தார்.

என் ஐயாவுக்கும் அம்மாவுக்கும் கல்யாணம் நடந்தது நல்ல சாதகப் பொருத்தம் இருந்தபடியால் என்று நினைப்பவர்கள் இருந்தார்கள். ஆனால் அந்த உண்மை எனக்கு மட்டும்தான் தெரியும். நான் ஒருநாள் இரவு வெளிவிறாந்தையில் பாய் விரித்துப் படுத்திருந்தேன். அம்மா அப்படிப் படுக்க என்னை விடுவதில்லை ஆனால் அன்று எப்படியோ சம்மதம் பெற்றிருந்தேன். காலையில் எழும்பும்போது உடம்பில் ஒட்டியபடி செத்த நுளம்பும் ரத்தமும் இருக்கும். அந்த ரத்தம் என்னுடைய ரத்தமா நுளம்பின் ரத்தமா என்பதைக் கண்டுபிடிக்கவே முடியாது. தூரத்திலிருந்து வந்திருந்த சொந்தக்காரர் ஒருவருடன் ஐயா பேசும்போது நான் தூங்குவது போலக் கிடந்தேன். என்னுடைய ஐயா அம்மாவை முடித்ததற்குக் காரணம் ஒரு பல்லி என்பது எனக்கு அன்றைக்குத்தான் புலப்பட்டது. ஐயா இரண்டாம் தாரமாக அம்மாவை முடிப்பதா விடுவதா என்று முடிவெடுக்க முடியாமல் அவதிப்பட்டார். அதிகாலையில் ஒரு கோயில் சுவரில் ஏறிக் குந்திக்கொண்டு சாமி சம்மதம் கொடுத்தால்தான் கீழே இறங்குவேன் என்று அவர் பிடிவாதமாகச் சூளுரைத்து விட்டார். காலை மத்தியானமாகி, மத்தியானம் மாலையாகிய போது ஒரு பல்லி கத்தியது. அதையே கடவுள் கொடுத்த சமிக்ஞையாக எடுத்துக்கொண்டு ஐயா சுவரிலிருந்து குதித்து விவாகத்துக்கு சம்மதம் சொன்னார். அன்று அந்தப்

பல்லி பசியெடுத்து கத்தியிராவிட்டால் அம்மாவுக்குக் கல்யாணம் நடந்திராது. நாங்களும் பிறந்திருக்கமாட்டோம். ஐயாவுக்கும் ஒரு கட்டு சாதகம் எழுதி பெட்டகத்தில் வைத்துப் பூட்டும் அதிர்ஷ்டம் கிட்டியிருக்காது.

மணிக்கூடு வருவதற்கு முன்னர் ஐயாவின் காலத்தில் எப்படி சாதகம் கணித்தார்கள் என்று அவரிடம் நான் ஒரு சமயம் கேட்டிருக்கிறேன். இப்படிக் கேள்விகள் கேட்க ஐயாவை அணுகு வதற்கு நாங்கள் யோசிக்கவேண்டும். ஆனால் சில வேளைகளில் அவர் தொடையில் தட்டி பாட ஆரம்பிக்கும்போது அவரிடம் கேள்விகள் கேட்கலாம். அவர் சந்தோசத்தில் இருக்கிறார். பகலில் பிள்ளை பிறந்தால் ஒருவர் தன் நிழலை காலால் அளந்து சரியாக நேரம் கூறமுடியும். நான் சிறுவனாக இருந்தபோது அப்படி ஒருவர் தன் நிழலை அளந்து சரியாக மணி சொன்னதைக் கண்டிருக் கிறேன். இரவு நேரமாக இருந்தால் நட்சத்திரங்களின் நிலையை வைத்து நேரம் சொல்பவர்கள் கிராமங்களில் இருந்திருக்கிறார்கள். அவர்கள் கணித்துக் கொடுத்த நேரத்தை வைத்து சாதகம் எழுதிவிடுவார்கள்.

இதுதவிர இன்னொரு முறையும் இருந்தது. பகலோ இரவோ குழந்தை பிறந்ததும் ஒரு வாழை மரத்தைக் குறுக்காக வெட்டி விடுவார்கள். அந்தக் காலத்தில் எல்லா வீடுகளிலும் வாழைமரம் இருந்தது. அடுத்த நாளோ அதற்கு அடுத்த நாளோ சாத்திரக்காரர் வந்து குருத்து எவ்வளவு நீளம் வளர்ந்திருக்கிறது என்பதை அளந்து குழந்தை பிறந்த நேரத்தை சரியாகக் கணித்து அப்படியே அந்த நேரத்துக்கு சாதகத்தை எழுதுவார்.

எங்கள் வீட்டில் பிள்ளை பிறந்த அடுத்த நாள் மணிக்கூடு போய்விடும். மூன்றாவது நாள் இரும்புக் கட்டிலை மடித்து மாட்டுக் கொட்டிலுக்குள் ஐயா வைப்பார். அம்மா எழும்பி மெள்ள மெள்ள வீட்டு வேலைகளைச் செய்ய ஆரம்பிப்பார். புதிதாக ஓர் ஏணை தொங்கும். வீட்டிலே இரண்டு ஏணைகள் ஒரே சமயத்தில் தொங்கு வது சர்வசாதாரணம். பிள்ளைகள் எல்லோரும் அடுத்தடுத்துப் பிறந்தார்கள். ஒரு வருடம் அல்லது ஒன்றரை வருட இடைவெளி தான். வேப்பெண்ணெய் விளக்கின் நெடி வீட்டை நிறைக்கும். 31ம் நாள் துடக்கு கழிப்பார்கள். அதன் பிறகு அடுத்த குழந்தைக் கான ஆயத்தங்கள் தொடங்கிவிடும்.

எந்தச் சாத்திரகாரன் எங்கள் ஊரைத் தாண்டிப்போனாலும் எங்கள் வீட்டுக்கு வரத் தவறமாட்டான். பெட்டகத்துக்குள் கட்டி வைத்திருக்கும் சாதகக் கட்டை கொண்டுவந்து ஐயா அவனிடம் கொடுப்பார். அவன் சாதகங்களை அலசி கேட்பவர்களுக்குத்

திருப்தியீனம் வராமல் பலன் கூறுவான். எல்லாம் சொல்லி முடிந்த பிறகு அம்மா ஐயாவின் முகத்தைப் பார்ப்பார். ஐயா சொல்வார் 'மூத்தவனின் சாதகத்தை வடிவாய் பாருங்கோ. அவன் நீதிவானாக வருவானோ?' என்று நேரடியாகவே கேட்பார். சாத்திரக்காரன் மறுபடியும் சாதகத்தைப் புரட்டி கொப்பியின் பின் ஒற்றையில் சில கணக்குகள் போடுவான். 'என்ரை கண்ணிலே இது முதலில் தட்டுப்படாமல் போட்டுது. நான் பார்த்த சாதகங்களில் இப்படி புதன் உச்சமடைந்த சாதகத்தைக் காணவில்லை. புதன் கல்விக்கு அதிபதி. நிச்சயம் உங்கள் மகன் நீதிவான் ஆவான்' என்பான். அன்று சாத்திரக்காரனுக்கு ஆசார உபசாரங்களுடன் பெரிய விருந்து கிடைக்கும்.

இப்படிப் பல சாத்திரக்காரர்கள் வந்துபோனார்கள். எல்லோருக்கும் வாக்கு வல்லபம் இருந்தது. ஒருவராவது முந்தி சொன்ன சாத்திரக்காரரின் பலனை வெட்டிச் சொல்லாமல் ஒட்டியே சொன்னார்கள். இது அவர்களுக்குள் ஓர் ஒப்பந்தம் என்றே இன்று நினைக்கிறேன். ஒருமுறை பாதி ராத்திரியில் நான் கண் விழித்தபோது கண்ட காட்சி என்னைத் திடுக்கிடவைத்தது. பெரிய குங்குமப் பொட்டு வைத்து, சடைவிரித்த இளம் சாத்திரக் காரன் ஒருத்தன் குத்துவிளக்குக்கு முன்னால் உட்கார்ந்து சாதகக் கட்டுகளை ஆராய்ந்துகொண்டிருந்தான். ஐயாவின் வழுக்கை விழுந்த முன்னந்தலை கரப்பான் பூச்சி முதுகுபோல மினுங்கியது. அம்மா பாக்குத்தூளை முன் பல்லால் மென்றுகொண்டிருந்தார். வாடிய பூப்போல அவருடைய தலை குனிந்திருந்தது. கை விரல்கள் வளைந்துபோய் அவர் கன்னத்தைத் தொட்டுக்கொண்டு இருந்தன. இருவரும் கிட்டத்தில் இருந்தாலும் பெரும் யோசனையில் தூரத்தில் இருந்தார்கள்.

'ராட்சதர்கள் பலம் பெறுவது இரவில். இரவு பிறக்கும் பிள்ளைகளில் ராட்சத குணம் கொஞ்சம் கூடுதலாக இருக்கும். கண்ணன் பிறந்தது இரவில். கண்ணனிடம் ராட்சத அம்சம் இருந்தபடியால்தான் அவனால் கம்சனைக் கொல்ல முடிந்தது. அது ஒன்றும் பெரிய குற்றம் இல்லை. ஆனால் உங்கள் வீட்டில் ஏழு பிள்ளைகள் அடுத்தடுத்து இரவில் பிறந்திருக்கிறார்கள். வீட்டில் அளவுக்கதிகமாக ராட்சத அம்சம் கனத்துப்போய்க் கிடக்கிறது.' பாட்டும் வசனமும் கலந்த மெல்லிய குரலில் இப்படிச் சொல்லி விட்டு வலது கையைத் தூக்கி ஒரு பறவையை விடுதலை செய்வது போல விரித்தான்.

ஐயாவும் அம்மாவும் இதைக்கேட்டு இடிந்துபோய் விட்டார் கள். 'ஏதாவது பரிகாரம் உண்டா?' என நடுங்கியபடி ஐயா

கேட்டார். 'பரிகாரம் பிறகு செய்யலாம். ஆனால் இன்னொரு குழந்தை இந்த வீட்டில் இரவு பிறக்கக்கூடாது. வீடு தாங்காது' என்று கட்டளையிடுவதுபோலச் சொன்னான். 'வேறு என்ன செய்யலாம்?' 'உங்கள் பிள்ளைகளில் ஒன்றிரண்டு பேர் வெளியே தங்கிப் படித்தால் நல்லது. அதனால் பெரிய நன்மை உண்டாகும்' என்றான். அப்படித்தான் என்னுடைய இரண்டாவது அண்ணர் மாமி வீட்டிலிருந்து படிக்கப் போனார். என்னை போர்டிங்கில் சேர்ப்பதாகச் சொன்னார்கள். நான் புறப்படுவதற்கு முதல்நாள் சமையலறைக்குள் போனபோது அம்மா விளக்குக்கு முன்னால் தனியாக உட்கார்ந்து அழுதுகொண்டிருந்தார். என்ன என்ன வென்று கேட்க அவர் பதில் பேசாமல் முந்தானையால் துடைத்தார். துடைக்கத் துடைக்க கண்ணீர் பெருகியது. ஆனால் சத்தமே வரவில்லை. எங்கள் குடும்பம் ஒன்றாயிருந்தது அதுவே கடைசி.

சாத்திரி சொன்னதுபோல ராட்சதர்கள் வீட்டுக்குள் இருந்து வரவில்லை. வெளியே இருந்துதான் வந்தார்கள். அவர்கள் கால்களில் தடிப்பான தோல் பூட்சுகள் இருந்தன. வீடுகளும், வீதிகளும், விளையாட்டு மைதானங்களும் அமைதியாகின. வானமும் பூமியும் மாறின. ஒருநாள் வீட்டிலிருந்து ஓடிய வீமன் திரும்பவில்லை. என்னுடைய அண்ணர் என்னவானார் என்பதைப் பார்க்க ஐயாவும் அம்மாவும் உயிருடன் இருக்கவில்லை. இரவு நேரம் சைக்கிளில் விளக்கு வைக்காமல் ஓட்டி பொலீசில் பிடிபட்டு அண்ணர் இரண்டு தடவை கோர்ட்டுக்குப் போகவேண்டி நேர்ந்தது. நீதிவானாகி வாழ்க்கைப்படிகளில் ஏறுவார் என்று சாத்திரக்காரரால் ஆருடம் சொல்லப்பட்ட அண்ணர் கோர்ட் வாசல் படிகளில் குற்றம் சாட்டப்பட்டுத்தான் ஏறினார்.

நான் ரொறொன்ரோவில் இருந்து இரவு நேரம் இதை எழுதிக் கொண்டிருக்கிறேன். இரவு நேரம் மனிதர்களுக்கு உகந்ததில்லை, ராட்சதர்களுக்கு உகந்தது அதனால் கெடுதல் உண்டு என ஐயாவும் அம்மாவும் பலதடவை சொல்லியிருக்கிறார்கள். எங்கே இரவு தொடங்குகிறது எங்கே முடிகிறது என்பதை எப்படி நான் கண்டுபிடிப்பது. இங்கே எனக்கு நடு இரவு. கலிஃபோர்னியாவில் முன்னிரவு. இங்கிலாந்தில் பின்னிரவு. இலங்கையில் நாளையாகிவிட்டது.

ஐயா பத்திரமாகக் கட்டிப் பாதுகாத்த சாதகக் கட்டு ஞாபகத்துக்கு வருகிறது. எங்களுடைய சாதகங்கள் இரவல் மணிக் கூடு காட்டிய நேரப்படி கணித்து எழுதப்பட்டவை. சாதகத்தின் சொந்தக்காரர்கள் அவற்றைத் தொட்டது கிடையாது. அதை

ஒருமுறையாவது பார்த்திருக்கலாம் என்று இப்போது எனக்குத் தோன்றுகிறது. இரவு நேரத்தில் ஒரே தாயின் வயிற்றில், ஒரே மருத்துவச்சியால் பிரசவம் பார்க்கப்பட்டு, ஒரே இரும்புக் கட்டிலில் நாங்கள் எல்லோரும் பிறந்திருந்தோம். திசைக்கு ஒருவராகச் சிதறி ஓடியபோது ஐயா பத்திரப்படுத்திய சாதகக் கட்டுக்கு என்ன நடந்த தென்பது தெரியவில்லை. இன்று நாங்கள் வெவ்வேறு நாடுகளில், வெவ்வேறு சூழல்களில் வெவ்வேறு துயரங்களுடன் வசிக்கிறோம். சில தேசிக்காய்கள் வேகம் பிடித்து எல்லைக்கு அப்பால் ஓடின. சில உரிய இடத்தில் வந்து நின்றன. சில கதவைத் தாண்டவே இல்லை.

விருந்தாளி

ஏப்ரல் மாதம் வந்ததும் அதிகாலையிலேயே ரொபினின் சத்தம் கேட்கத் தொடங்கும். வசந்தம் வரும்போது பறவையும் வந்துவிடும். பனிக்காலங்களில் ஒரேயடியாக மறைந்துபோன பறவை அதன் இருப்பை அறிவிப்பதற்கு எழுப்பும் இனிய ஒலி காலை வேளைகளை நிரப்பும். அதன் பாடல் ஏற்ற இறக்கத்துடன் அதன் மொழியில் அதன் ஸ்வரத்தில் இருக்கும்.

எங்கள் வீட்டுக்கு ஒவ்வொரு வருடமும் ரொபின் வரும். கடந்த மூன்று வருடங்களாக அவை வருவது தவறுவதில்லை. மஞ்சள் சொண்டு, செம்மஞ்சள் மார்பு, கறுப்பு தலை, இறகும் வாலும் சாம்பல் நிறத்தில் இருக்கும் பெண் குருவி. அதன் நிறம் தண்ணீர் கலந்ததுபோல சற்று மங்கலாக இருக்கும். ஆண் குருவியின் நிறம் இன்னும் கொஞ்சம் அதிகம் பளிச்செனத் தெரியும். எங்கள் வாசல் கதவிலிருந்து மூன்றடிக்கும் குறைவான தூரத்தில் தூணுக்கும் சுவருக்கும் கூரைக்கும் இடைப்பட்ட முக்கோணத்தில் உள்ள கதகதப்பான இடம் அதற்குச் சொந்தமானது. போன வருடம் கட்டிய கூடு முற்றிலும் சிதைந்துபோய் கிடந்தது. அதை இழுத்து அப்புறப்படுத்திவிட்டு புதுக்கூடு கட்டத் தொடங்கின. பெண்குருவி தும்பு, களிமண், புல், குச்சி என்று ஒவ்வொன்றாகக் கொண்டுவந்து பொறுமையாகக் கட்டியது. ஆண் குருவி அவ்வப்போது ஒரு குச்சியைத் தூக்கிக்கொண்டுவந்து கொடுக்கும். ஆனால் பெண் குருவிதான் கூட்டை முழு அக்கறையோடும் பொறுப்போடும் கட்டியது.

நான் வாசல் கதவைப் பூட்டிவிட்டு முன்னுக்கு ஓர் அறிவித்தலைத் தொங்கவிட்டேன். 'இந்த வாசல் மூடப்பட்டு விட்டது. விருந்தாளிகள் பின்பக்க வாசலை பயன்படுத்தவும்.' கதவிலே ஒரு கண்ணாடி இருந்தது. அதன் வழியாகக் குருவியின் நடமாட்டத்தைத் தினமும் கண்காணிக்கக்கூடியதாக இருந்தது. போன வருடம் போல இந்த வருடமும் குருவி நாலு முட்டை களை இட்டது. பச்சை நிறத்தில் இருந்த முட்டைகளின்மேல் உட்கார்ந்து குருவி பகலும் இரவும் அடைகாத்தது. காலையிலும்

மாலையிலும் அது போய் இரை தேடும். மீதி நேரத்தில் நான் எப்பொழுது எட்டிப் பார்த்தாலும் யோசனையான முகத்துடன் முட்டைகளின்மேல் அசையாமல் உட்கார்ந்திருக்கும்.

ஒருநாள் காலை நான் பார்த்தபோது வழக்கம்போல கூட்டுக்கு நடுவில் உட்காராமல் கூட்டு விளிம்பில் உட்கார்ந் திருந்தது. இத்தனை காலம் உழைத்தது வீணாகிவிட்டதே. முட்டை பொரிக்கவில்லை போலிருக்கிறது, விரைவில் போய்விடும் என்று நினைத்தேன். அப்படி நடக்கவில்லை. ஆனால் தொடர்ந்து மூன்று நாள்கள் அப்படியே உட்கார்ந்திருந்தது. நாலாவது நாள் மர்மம் துலங்கியது. முட்டைகள் பொரித்து குஞ்சுகள் வெளியே வந்துவிட்டன. அதுதான் குஞ்சுகளின்மேல் இருக்காமல் கூட்டின் விளிம்பில் அமர்ந்திருந்தது. குஞ்சுகள் எப்பவும் சொண்டை விரித்தபடி தலையை வெளியே நீட்டிக்கொண்டு காத்திருந்தன. தாய்க்குருவி வெளியே போய் இரைதேடி வந்து குஞ்சுகளுக்கு ஊட்டிவிட்டது. தாய் குருவி நிலத்திலே நடப்பது பார்க்க வேடிக்கையாக இருந்தது. இரண்டு மூன்று அடிவைத்து நடந்து நிமிர்ந்து நிற்கும். மேலும் சில அடி நடக்கும்போது விழும். குடித்து விட்டு நடப்பது போல பல தடவை நின்று தலையைச் சாய்த்துப் பார்க்கும். நீண்ட புழுவைப் பிடித்து அப்படியே தலையை ஆட்டி முழுங்கிவிடும். ஒரு குருவிக்கு ஒரு நாளைக்கு 14 அடி புழு தேவை. நாள் முழுக்க திரும்பத் திரும்பப் புழுக்களைப் பிடித்து வந்து ஊட்டும். சிலசமயம் ஆண் குருவி வரும். ஒருமுறை ஆண்பறவை குஞ்சுகளுக்கு உணவு கொடுக்கும்போது அங்கேயிருந்த தாய் பறவைக்கும் கொடுத்தது.

வட அமெரிக்காவில் எவ்வளவு சனத்தொகை உண்டோ அதே அளவுக்கு ரொபின்களும் அங்கே இருப்பதாக புள்ளிவிவரம் சொன்னது. அவை அழிந்துவிடும் அபாயத்தில் இல்லை. முன்புபோல் ரொபின்களை இப்போது யாரும் வேட்டையாடுவ தில்லை. பருந்து, வல்லூறு, பூனை போன்ற எதிரிகளால் ஆபத்தும் குறைவு. சரியாக 14 நாள் கழிந்ததும் குஞ்சுகள் செட்டை வலுவாகிப் பறக்கத் தொடங்கின. இவற்றினுடைய அந்நியோன்யமான குடும்ப வாழ்க்கை இந்த 14 நாள்கள்தான். அதன் பின்னர் குஞ்சுகள் பறந்துபோய் தனி வாழ்க்கை ஆரம்பித்துவிடும். இவ்வளவு அன்பாகவும், கரிசனையாகவும், ஆதரவாகவும் கூடு கட்டி, முட்டை யிட்டு, பொரித்து, உணவூட்டிக் காப்பாற்றி குஞ்சுகள் வளர்ந்ததும் அவை யாரோ இவை யாரோ என்றாகிவிடும். குருவிகள் பறந்ததும் என் வீட்டு வாசல் கதவு திறக்கப்பட்டு அறிவிப்பும் அகற்றப்பட்டது.

ஆகஸ்டு மாதம் முடியும் தறுவாயில் ரொபின்கள் நீண்ட

பயணத்துக்குத் தம்மைத் தயார் செய்யும். 2200 மைல் பயணம் செய்து மெக்ஸிக்கோவுக்குப் போகும். மெக்ஸிக்கோ எல்லைக்குள் நுழைந்ததும் அவை பெயரை பெற்றிரோஜோ என மாற்றிக் கொள்ளும். அவற்றின் சங்கீதமும், மொழியும், ஸ்வரமும் மட்டும் மாறுவதில்லை.

அடுத்த வருடம் ஏப்ரல் மாதம் பெற்றிரோஜோ மறுபடியும் 2200 மைல் பயணம்செய்து என் வீட்டுக்கு வரும். அதே தூண், அதே சுவர், அதே கூரை, அதே முக்கோணத்தைக் கண்டுபிடித்து இன்னொரு புதுக்கூடு கட்டும். இப்பொழுது அதன் பெயர் பழையபடி ரொபின் ஆகிவிடும். முன்பு பாடிய அதே பாடலை அதே மொழியில் அதே ஸ்வரங்களுடன் பாடும். நான் வாசல் கதவைப் பூட்டுவேன். 'இந்த வாசல் மூடப்பட்டுவிட்டது. விருந்தாளி கள் பின்பக்க வாசலைப் பயன்படுத்தவும்.' என்ற அறிவித்தலைத் தொங்கவிடுவேன்.

ரொபினிலும் பார்க்க முக்கியமான விருந்தாளி யார் எனக்கு வரப்போகிறார்கள்.

5000 குழந்தைகள்

சீனாவுக்குப் போய்விட்டுத் திரும்பிய நண்பர் ஒருவரைச் சந்தித்தேன். இரவிரவாக அவர் சீனாவைப் பற்றியே பேசிக்கொண் டிருந்தார், அத்தனை விசயங்கள் அவருக்குச் சொல்ல இருந்தன. உலகிலேயே அதிவேகமாக ஓடும் காந்த ரயிலைப்பற்றிச் சொன்னார். அதற்கு சில்லும் இல்லை, எஞ்சினும் இல்லை ஆனால் நிலத்தி லிருந்து ஒரு சென்டிமீட்டர் உயரம் எழும்பி 430 கி.மீட்டர் வேகத்தில் பறக்கிறது என்றார். இனிமேல் வரும் மூன்று மாதங்களும் நண்பர் யாரைக் கண்டாலும் இது பற்றியே பேசுவார். எனினும் அவர் சொன்ன ஒரு விசயம் ஆச்சரியத்தைத் தந்தது உண்மைதான்.

என் நண்பரை ஒரு மகப்பேறு மருத்துவமனைக்கு அழைத்துப் போனார்கள். இது என்ன சுற்றுலாத்தலமா, அங்கே எதற்கு அழைத்துப் போனார்கள் என்ற கேள்வி எழலாம். உலகிலேயே அதுதான் மிகப்பெரிய மகப்பேறு மருத்துவமனை. ஒரு நாளைக்கு அங்கே 5000 குழந்தைகள் பிறக்கின்றன. நண்பர் அங்கே சென்ற நேரம் குழந்தைகளைக் குளிக்கவைக்கும் காட்சி நடந்து கொண்டிருந்தது.

பெரிய பெரிய உணவகங்களில் உருளைக்கிழங்கு சீவல்களைப் பொரிப்பது பார்த்திருக்கிறோம். ஒரு பெரிய வலைப்பாத்திரத்தில் சீவல்களை நிரப்பி கொதிக்கும் எண்ணெயில் அமுக்கிவைப்பார்கள். அது பொரிந்ததும் அப்படியே தூக்கி ஒரு தட்டிலே கொட்டிப் பரவிவிடுவார்கள். அப்படித்தான் இங்கேயும். பிரம்மாண்டமான தொட்டிகளில் மெதுவான சூட்டில் தண்ணீர் ஓடிக்கொண் டிருந்தது. நீளமான வலைத் தொட்டில்களில் ஒரு நூறு குழந்தை களைக் குறுக்குவாக்கில் அடுக்கினார்கள். ஒரு ராட்டினம் இந்த வலை தொட்டிலைத் தூக்கி தண்ணீரில் அமுக்கி சிறிது நேரம் கழித்துத் தூக்கிவிட்டது. அடுத்து ராட்டினம் இன்னொரு நூறு குழந்தைகள் அடுக்கிய வலைத் தொட்டிலை தண்ணீரில் அமுக்கித் தூக்கிவிட்டது. அடுத்து இன்னொன்று. இப்படி ராட்டினம் மாறி மாறி தொட்டில்களை அமுக்கி 5000 குழந்தைகளையும் குளிப் பாட்டியது. இது வேறு எந்த ஒரு நாட்டிலும் பார்க்கமுடியாத காட்சி.

குழந்தைகளை எப்படி வலை தொட்டில்களிலிருந்து வெளியே எடுக்கிறார்கள் என்பதையோ, எப்படித் துடைக்கிறார்கள் என்பதையோ, எப்படி உடை அணிவிக்கிறார்கள் என்பதையோ, எப்படிப் பாலூட்டுகிறார்கள் என்பதையோ நண்பர் பார்க்க வில்லை. நான் அடுத்த முறை சீனாவுக்குப் போகும்போது 5000 குழந்தைகளுக்கும் எப்படி தலை சீவி, பொட்டு வைக்கிறார்கள் என்பதைப் பார்க்கவேண்டும். அதற்கு அரைநாளாவது பிடிக்குமே.

சூரியன் வருவான்

ஒக்டோபர் மாதம் பிறந்தபோது சூரியன் வானத்திலிருந்து ஒரேயடியாக மறைந்துபோனான். மரங்கள் ஓர் இரவு முடிவதற்கிடையில் பொலபொலவென்று இலைகள் எல்லாவற்றையும் கொட்டி குளிர்காலத்தை எதிர்கொள்ளத் தயாராகிவிட்டன. பறவைகள் தென்திசை நோக்கிப் பறந்தன. பூமாரி பொழிவதுபோல மெல்லத் தூவிய பனி கொத்துக் கொத்தாகக் கொட்டத் தொடங்கியது. அந்த வருடம்தான் நாங்கள் கனடா வந்து சேர்ந்தோம்.

கனடா பத்து மாகாணங்களும் மூன்று பிரதேசங்களும் கொண்டது. மூன்று பிரதேசங்களின் கூட்டு சனத்தொகை 100,000. அதில் ஒரு மாகாணத்தின் சனத்தொகை 140,000. ஆனால் ரொறன்ரோவில் தமிழர்களின் எண்ணிக்கை நான் போய் இறங்கிய வருடம் 300,000 ஐ தாண்டிவிட்டது. அவர்கள் ஒரு மாகாணத்துக்குச் சமமாக இருந்தார்கள்.

அந்த வருடம்தான் ரொறொன்ரோவில் ஈழத் தமிழர்கள் ஒன்று சேர்ந்து ஒரு காரியம் செய்தார்கள். ரொறொன்ரோ மாநகரத்தின் பெயரை சுத்த தமிழாக்கும் நோக்கில் 'துரந்தை' என்று மாற்றினார்கள். இது ஒரு பழிக்குப் பழி வாங்கும் செயல். இலங்கையை ஆண்ட வெள்ளைக்காரர்கள் திருகோணமலை என்ற அழகான பெயரை 'றிங்கமலி' (Trincomalee) என்று மாற்றியது அவர்களுக்குச் சம்மதமாயில்லை. திருஞானசம்பந்தர் 'கோயிலுஞ் சுனை கடலுடன் சூழ்ந்த கோணமாமலை அமர்ந்தவரே' என்று பாடிய ஸ்தலத்தை இப்படிச் சிதைத்த கோபம் அவர்களுக்கு இன்னும் ஆறவில்லை. அடுத்தநாள் காலை நான் அவசர அவசரமாக தினப்பத்திரிகைகளைப் புரட்டிப் பார்த்தேன். 'ரொறொன்ரோ' என்றே பத்திரிகைகளில் அச்சாகியிருந்தது. தொலைக்காட்சி, ரேடியோ செய்திகளிலும் ரொறொன்ரோ என்றே சொன்னார்கள்.

ஆனால் அந்தக் கவலையை நான் முற்றிலும் அனுபவிக்க முடியாமல் புதிய கவலை ஒன்று என்னைச் சூழ்ந்தது. கொட்டிய பனி ஓர் அடி உயரத்துக்கு வளர்ந்துவிட்டது. கால்கள் வைத்ததும் புதைந்தன. புதைந்ததை மீட்க மற்றதும் புதைந்தது. மேற்காக ஓடும்

ஹம்பெர் ஆறு உறைந்துபோய் இறுகிக்கிடந்தது. ஆனாலும் அடியில் நீர் ஓடியது. அந்த நீரில் மீன்கள் பொறுமையுடன் உயிர்தரித்தன.

பனியகற்றும் மெசின்கள் பெரும் இரைச்சலுடன் பனியை அப்புறப்படுத்தின. அகற்றிய இடத்தில் மீண்டும் பனி விழுந்து மூடியது. பனியுடன் சேர்ந்து பனிக்காற்றும் அடித்தது. அது எலும்பை எப்படியோ போய் தொட்டு சேக்ஸ்பியரின் புகழ்பெற்ற 'Blow blow thou winter wind' பாடலை ஞாபகத்துக்குக் கொண்டு வந்தது.

'வீசு வீசு பனிக்காற்றே
உன் கொடூரமான பற்கள்
நன்றிகொன்றவனின் செயலிலும் பார்க்க
குறைவாகவே நெருக்குகின்றன.'

டிசெம்பர் 21ஆம் தேதி வந்தபோது அதுவே ஆக நீளமான இரவுகொண்ட நாள் என்று சொன்னார்கள். ஆனால் எங்கே இரவு முடிகிறது எங்கே பகல் தொடங்குகிறது என்பதை ஒருவராலும் கண்டுபிடிக்கமுடியவில்லை. குளிரில் ஆடிய என் உடம்பு பொங்கல் நெருங்க நெருங்க இன்னும் அதிகமாக ஆடத்தொடங்கியது. காரணம் குளிரல்ல, மனைவிதான். அவர் பொங்கல் பண்டிகையை குளிரோ, வெய்யிலோ, பனியோ, புயலோ கொண்டாடவேண்டும் என்பதில் பிடிவாதமாக இருந்தார்.

நான் சிறுவனாக இருந்தபோது எங்கள் கிராமத்தில் பொங்கல் காலத்தில் முழுப் பொறுப்பேற்பது ஐயாதான். வழக்கமாக அம்மா கோலம் போடுவார். ஆனால் பொங்கல் அன்று ஐயா வெகு சிக்கலான கோலம் ஒன்றை வரைவார். சூரியனுடைய ஒரு சக்கரத் தேரை ஏழு குதிரைகள் இழுத்துவரும் படம். கனடாவில் பனி வண்டியை நாய்கள் இழுப்பதுபோல குதிரைகள் ஒன்றுக்குப் பின் ஒன்றாகப் பூட்டியிராது. அவற்றை ஐயா பக்கவாட்டில் வரைந்திருப் பார். ஒரு சில்லுத் தேருக்கு ஏன் ஏழு குதிரைகள் என்று ஐயாவிடம் கேட்டால் அவர் பதில் சொல்லமாட்டார், விஞ்ஞான ஆசிரியர் தான் அதற்குப் பதில் கூறுவார். ஏழு குதிரைகள் என்றால் சூரியனின் ஏழு வர்ணங்கள். சூரிய வெளிச்சத்தை நியூட்டன் ஆய்வு செய்யுமுன்னரே எங்கள் முன்னோர்கள் அந்த ரகஸ்யத்தைக் கண்டுபிடித்துவிட்டார்கள் என்பார்.

நானும் பொங்கலை பொறுப்பேற்கவேண்டும் என்று மனைவி எதிர்பார்த்தார். ரொறொன்ரோவில் ஒரு மாகாணத்துக்குத் தேவை யான தமிழ் மக்கள் வாழ்வதால் சாமான்களுக்குப் பிரச்னை இல்லை. பானை, பச்சையரிசி, பயறு, வெல்லம், சர்க்கரை,

கல்கண்டு என்று அனைத்துமே சுலபமாகக் கிடைத்தன. பாலும் தேனும் வேறு வேறு கடைகளில் வாங்கிக்கொண்டு வீடு திரும்பினேன். பனிச்சேற்று பூட்சைக் கழற்றி, காந்திபோல என்னிலும் உயரமான கரும்பை கையிலே பிடித்துக்கொண்டு உள்ளே நுழைந்ததும், மனைவி உருக்கிய நெய்போல வழுக்கும் குரலில் 'மூன்று இலைகள் வாங்கினீர்களா?' என்று கேட்டார். அவர் எழுதித் தந்த பட்டியலில் அது இல்லை. அது என்ன மூன்று இலை? வாழை இலை, மாவிலை, வெற்றிலை. ஒரு குழந்தைப் பிள்ளைக்குக்கூடத் தெரியும். எனக்குத் தெரியவில்லை. நல்லகாலமாக கனடா தேசியக் கொடியின் நடுவில் இருக்கும் மேப்பிள் இலையைக் கேட்கவில்லை. அவை ஒக்டோபரிலேயே உதிர்ந்து மறைந்துவிட்டன. மறுபடியும் அதிவேக நெடுஞ்சாலையில் 16 மைல்தூரம் போய் மூன்று இலைகளைத் தேடி அலைந்து வாங்கி வந்தேன். பிரச்னை தீர்ந்தது என்று நினைத்தேன். அப்போதுதான் ஆரம்பமானது.

என் மனைவி சமைக்கும்போது நாலு சமையல் புத்தகங்கள் திறந்தபடி கிடக்கும். அனைத்தும் அதிலே சொன்ன பிரகாரம்தான் வேலை நடக்கும். நிறுத்தல், முகத்தல், பெய்தல் அளவுகள் எல்லாம் இம்மியும் (இம்மி = 1/2150400) பிசகாமல் கடைப்பிடிக்கப்படும். ஆனால் சமைப்பதில் ஒருபாகம் வேகவைப்பதாக இருந்தால் அந்தச் சமையலை கடவுள்கூட காப்பாற்ற முடியாது. சமையல் குறிப்புகளில் நேரக் கணக்குக் கொடுப்பதில்லை. அவிக்கவும், வேகவைக்கவும், பொரிக்கவும் என்று சொல்வார்களே ஒழிய எத்தனை நிமிடங்கள் அதைச் செய்யவேண்டும் என்பதைச் சொல்ல மாட்டார்கள்.

அறுவைச் சிகிச்சைக்கு ஒரு மனச்சாட்சிக்கு விரோதமில்லாத, அதிகவனமான தாதி ஆயுதங்களைக் கொதிக்கவைப்பதுபோல காய்கறிகளைப்போட்டு கொதிக்க வைப்பார் என் மனைவி. நேரக் கணக்கு கிடையாது. அவை தம் சுய உருவத்தை முற்றிலும் துறக்கும்வரை வேலை நடக்கும். பாத்திரத்தை அடுப்பிலிருந்து இறக்கும்போது என்ன வேகவைத்தோம் என்ன இறக்கினோம் என்பது அவருக்கே மறந்துவிடும். இந்தக் காரியத்தை என் மனைவி பல வருடங்களாகச் செய்து வருவதால் அவரை ஒருவரும் இனிமேல் நிறுத்தமுடியாது.

கணினியில் இருந்து இறக்கிய சமையல் குறிப்பை வைத்துக் கொண்டு மனைவி பொங்குவதற்குத் தயாரானார். சூரியனை நோக்கிப் பொங்கவேண்டும் என்பது மரபு. சூரியனே இல்லாத ஒரு தேசத்தில் இது எப்படிச் சாத்தியம். கைதி வராமலே சில வழக்குகள் தீர்க்கப்படுவதுபோல சூரியன் இல்லாமலே பொங்கு

வதற்குத் தீர்மானித்தோம். ஆகவே புகை கூட்டுக்குள் அடுப்பு வைத்துப் பொங்குவது என்று முடிவானது.

தைப்பொங்கல் என்பது தமிழர் திருநாள். இலங்கை, தமிழ்நாடு, சிங்கப்பூர், மலேசியா, மொரீசியஸ் என்று தமிழர்கள் வாழும் இடம் எல்லாம் இதைக் கொண்டாடுவார்கள். கனடாவில் ரொறொன்ரோ மாநகரை நிறைத்திருக்கும் தமிழர்கள் கொண்டாடா விட்டால் எப்படிச் சரியாகும். அதிலும் உழைக்கும் மக்கள் இயற்கைக்கு, பிரதானமாக சூரியனுக்கு நன்றி சொல்லும் நாள். எங்கள் மனித உழைப்பு குறைந்ததல்ல. இந்தச் சாமான்களை சேகரிப்பதற்கு மட்டும் பனிக்குளிரில் எவ்வளவு உழைத்திருக்கிறேன்.

மனைவி அரிசியையும் பயறையும் நிறுத்துப் போட்டார். தண்ணீரையும், கொழுப்பு அகற்றாத பாலையும், நெய்யையும் அளந்து ஊற்றினார். முந்திரிய வற்றல், கல்கண்டு, கசுக்கொட்டை போன்றவற்றை எண்ணிச் சேர்த்தார். அடுப்பிலே பானையை வைத்து சுப்பர்மார்க்கெட்டில் கடன் அட்டையில் வாங்கிய விறகுக் கட்டைகளைப் போட்டு அடுப்பை மூட்டினார். எதிர்பார்த்தது போல பைன் விறகு தீ பற்றியதும் படபடவென்று எரிந்தது. வெள்ளை ஓக் நின்று எரிந்தது. பேர்ச் விறகு நறுமணம் பரப்பி எரிந்தது. ஆனால் எதிர்பாராமல் புகை அபாயமணி அலறத் தொடங்கியது. புகை வீடு நிறையும் என்பதை நானோ, எல்லாம் அறிந்த மனைவியோ அனுமானிக்கவில்லை. அபாய மணியை நிறுத்தாவிட்டால் பொலீஸ் வந்துவிடும் அபாயம் இருந்தது. ஏணி வைத்து ஏறி அபாய மணியை அகற்றினேன். புகை அபாய மணிக்கு ஒரு கடவுள் இருந்தால் அவருக்கு ஒரு சிறு பிரார்த்தனை செலுத்தி விட்டு மீதி சமையலைத் தொடர்ந்தோம்.

அன்றைய பொங்கலை வாழ்நாளில் மறக்கமுடியாது. பானையை இறக்கி பொங்கலைக் கண்ணுற்றபோது என்னுடைய கண்ணா மனைவியின் கண்ணா அகலமாக விரிந்தது என்று சொல்ல முடியாது. முந்தாநாள் பூசிய சீமெந்துபோல பொங்கல் இறுகிப்போய் கிடந்தது. நாங்கள் எவ்வளவு முயன்றும் அதற்குள் அகப்பட்ட அகப்பையை வெளியே இழுக்க முடியவில்லை. என் மனைவியின் மேல் உதட்டில் துளி வியர்வை கோத்து நின்றது. நானும் மனைவியும் மேசையின் எதிர் எதிரே உட்கார்ந்து ஒருவரை ஒருவர் பார்த்துக்கொண்டு பொங்கலை கிழக்குப் பக்கமாகவும் மேற்குப் பக்கமாகவும் வெட்டி உண்டோம். அன்று இறுகிப்போய் இருந்தது பொங்கல் மட்டுமல்ல; என் மனைவியின் உதடுகளும்தான்.

இது நடந்து இப்போது பல வருடங்களாகிவிட்டன. கனடாவின் ஒரு மாகாணத்துக்கும் மூன்று பிரதேசங்களுக்குச்

சமனான தமிழர்கள் வாழும் ரொறொன்ரோவில் இந்த வருடமும் பானை, பச்சையரிசி, பயறு, கரும்பு மூன்று இலைகள், வெல்லம், கல்கண்டு, தேன் என்று சகலமும் கிடைக்கின்றன. ஆனால் இந்த ஆண்டு ஒருவருமே பொங்கல் கொண்டாடவில்லை.

'கிழங்கைக் கிண்டி
இழுப்பதுபோல அல்லவா
எடுத்தார்கள்.
என் மகனே, என் மகனே.'

என்று ஓலம் இரண்டு சமுத்திரம் தாண்டி வந்துகொண்டிருக்கிறது. ஆகவே இவ்வருடம் சூரியனுக்கு வணக்கம் இல்லை. வணங்கும் நாளை தள்ளிப்போட்டிருக்கிறோம். அவன் வரும் நாளை இலையுதிர்த்த மரங்கள் பார்த்திருக்கின்றன. தென்திசை ஏகின பறவைகள் பார்த்திருக்கின்றன. ஆற்றின் அடியில் வாழும் மீன்கள் பார்த்திருக்கின்றன. துரந்தை மாநகர் வாழ் மூன்று லட்சம் தமிழ் மக்கள் பார்த்துக்கொண்டிருக்கிறார்கள்.

மறியல் வீடு

றிக் பாஸ் என்பவர் அமெரிக்க எழுத்தாளர். இவரை நான் மூன்று தடவை சந்தித்திருக்கிறேன். பழகுவதற்கு அருமையானவர். இவருடைய சிறுகதைகள் அமெரிக்க சிறந்த கதைகளில் தெரிவாகி யிருக்கின்றன. இவர் எழுதும் சிறுகதைகள் இயற்கையோடு சம்பந்தப் பட்டவை. மிகவும் நுட்பமாக எழுதப்பட்ட இந்தச் சிறுகதைகளை நான் திரும்பத் திரும்பப் படிப்பதுண்டு. இயற்கையோடு ஒட்டி இவர் வாழ்வதால் இவருடைய வாழ்க்கை சாகசம் நிறைந்ததாகவும், கேளிக்கைத் தன்மையுடையதாகவும் இருக்கும். கலேனா ஜிம் பற்றி இவர் எழுதிய சிறுகதை என்.கே மகாலிங்கம் மொழிபெயர்ப்பில் வெளிவந்த 'இரவில் நான் உன் குதிரை' சிறுகதை தொகுப்பில் உள்ளது. இவருடைய ஆகச் சிறந்த படைப்புகளில் இது ஒன்று.

கலேனா ஜிம்முக்கு ஐம்பது வயதிருக்கும். கேளிக்கைப்பிரியர். ஒரே நேரத்தில் பல பெண்களை வைத்திருப்பார். அமெரிக்கா வின் ஐடஹோ மாகாணத்திலிருந்து கனடா காட்டுக்குள் களவாகச் சென்று வேட்டையாடுவதில் விருப்பம்கொண்டவர். கதை சொல்லி இளவயதுப் பையன். அவனுக்கு கலேனா ஜிம் குருமாதிரி. இருவரும் கனடா காட்டுக்குள் களவாக நுழைந்துவிட்டார்கள். ஜிம் ஒடுக்கமான பாதையில் வேகமாக ஜீப்பை ஓட்டுகிறார். திடீரென்று பெரிய மூஸ் மான் ஒன்று பாதையில் புகுந்து ஜீப்புக்கு முன் நேராக ஓடுகிறது. ஜிம்முக்கு என்ன பிடித்ததோ வாகனத்தை பையனிடம் கொடுத்துவிட்டு அடுத்த கணம் ஜீப்பின் கூரையில் ஏறிக்கொள்கிறார். பையனும் மிருகத்தின் பின் வேகமாக ஓட்டு கிறான். என்ன நடந்ததென்று ஊகிப்பதற்கு முன்பாக படீரென்று ஆகாயத்திலிருந்து பாய்ந்து மூஸ் மான் மீது சவாரி செய்கிறார் ஜிம். பையன் திகைத்துப் போகிறான். மூஸ் மான் அவரை உதறி விழுத்தப் பார்க்கிறது. அவர் தொங்கிக் கொண்டிருக்கிறார். கடைசியில் ஓர் இடத்தில் அவரை மூர்க்கமாகக் கீழே தள்ளிவிட்டு மான் மறைந்துபோகிறது.

விலா எலும்பு முறிந்துபோய் வேதனையில் முனகிக்கொண்டு ஜிம் விழுந்து கிடக்கிறார். அவரை வாகனத்தில் ஏற்றிக்கொண்டு

வீடு திரும்புகிறான் கதைசொல்லிப் பையன். ஜிம்முக்கு ஒரு மகன் இருக்கிறான், வயது 19. அவன் ஒருவனைக் கொலை செய்துவிட்டு சிறையில் ஆயுள் தண்டனை அனுபவிக்கிறான். ஜிம் மகனைப் பற்றிக் கதைப்பதில்லை. ஒரேயொரு முறை 'இப்பொழுது என் மகன் என்ன செய்துகொண்டிருப்பான்' என்று சொல்லியிருக்கிறார்.

தனது வயதுக்கு மீறிய சாகச வேலைகளை ஜிம் செய்தார். தன் மகனைப்பற்றியே எந்த நேரமும் நினைத்துக்கொள்ளும் ஜிம் உண்மையில் தன்னுடைய 19 வயது மகனின் வாழ்க்கையை அவனுக்காக வாழ்ந்துகொண்டிருந்தார். கதையில் பெரிசாக அதுபற்றிச் சொல்லவில்லை, வாசகர்கள்தான் யூகிக்கவேண்டும்.

சமீபத்தில் இந்தக் கதையை ஞாபகமூட்டும் சம்பவம் நடந்தது. ஓர் அமெரிக்கப்பெண் ஆப்கானிஸ்தானில் தொண்டு வேலை செய்துவிட்டுத் திரும்பியிருந்தார். ஆப்கானிஸ்தான் பெண்களுக்கு ஏதாவது உதவுவதுதான் அவர் நோக்கம். பெண்கள் வெளியே போகமுடியாது. வீட்டிலிருந்தபடியே வருமானம் வரக்கூடிய தொழிலை அவர்களுக்குக் கற்றுத் தரவேண்டும். அதற்குப் பொருத்தமானது தேனீ வளர்ப்புத்தான். மரத்தினால் செய்த நாலு தேன்கூட்டுப் பெட்டிகள்தான் மூலதனம். பல பெண்கள் இதை வைத்துப் பிழைத்தார்கள். அதில் ஒரு பெண் சொன்னது சுவாரஸ்யமானது.

'நான் இந்த நாலு சுவருக்குள்ளும் வாழ்கிறேன். என்னைச் சுற்றி உயரமான மதில்கள், அதில் ஒரேயொரு ஓட்டை. அதன் வழியாகத் தேனீக்கள் காலையில் வெளியே போகும், மாலையில் திரும்பும். அவை மரங்களையும், மலைகளையும், ஆறுகளையும் பார்க்கும். விதவிதமான நிறங்களுள்ள பூக்களின் மேல் உட்கார்ந்து தேன் சேகரிக்கும். அந்தத் தேனைப் பிழிந்து சொட்டு எடுக்கும் போது எனக்குத் தேன் தெரிவதில்லை, முழு உலகமும் தெரியும். தேனீக்கள் எனக்காக உலகத்தைப் பார்த்து வருகின்றன.'

கலேனா ஜிம் தன் மகனுடைய வாழ்க்கையை வாழ்ந்தான். இந்தப் பெண்ணின் வாழ்க்கையை தேனீக்கள் வாழுகின்றன.

சமயோசிதம்

சமயோசிதம் என்றால் உடனுக்குடன் ஒன்றை யோசித்துச் செய்வது; அல்லது சொல்வது. வின்ஸ்டன் சேர்ச்சில் அதில் கெட்டிக்காரர் என்று சொல்வார்கள். அவருடைய புகழ் உச்சத்தில் இருந்த சமயம் ஒரு பெண் அவரிடம் வந்து 'வின்ஸ்டன், உங்களிடம் எனக்குப் பிடிக்காதது இரண்டு விசயம்தான். உங்களுடைய மீசை; மற்றது உங்கள் அரசியல்' என்றார். அதற்கு சேர்ச்சில் 'அம்மணி, விசனம் வேண்டாம். இரண்டுக்கும் அருகாமையில் வரும் வாய்ப்பு உங்களுக்குக் கிடைக்கப்போவதில்லை' என்றார்.

சமயோசிதமாக ஒன்றைச் சொல்வதில் ஆங்கில எழுத்தாள ரான ஒஸ்கார் வைல்டும் பெயர் பெற்றவர். அவரிடம் ஒருமுறை கேட்டார்கள். 'பத்திரிகைக்காரருக்கும் எழுத்தாளருக்கும் இடையில் என்ன வித்தியாசம்?' அவர் இப்படி பதில் சொன்னார். 'பத்திரிகைக் காரர் எழுதுவதை ஒருவரும் படிக்க முடியாது. எழுத்தாளர் எழுது வதை ஒருவரும் படிப்பதில்லை.'

இடி அமின் உகண்டாவின் அதிபராக இருந்த காலத்தில் அவருடைய அமைச்சர்கள் எல்லாம் நடுங்கிக்கொண்டே இருப் பார்கள். தினமும் ஏதாவது ஒன்றை புதிதாக யோசித்து அமைச்சர் களுக்குத் தொல்லை கொடுப்பதுதான் அவர் வேலை. அமைச்சர் கள் அவர் கட்டளைகளை நிறைவேற்றாவிட்டால் அவர்களை அமைச்சரவையிலிருந்து நீக்கிவிடுவார், அல்லது நாட்டிலிருந்து நீக்கிவிடுவார். சிலவேளை உலகத்திலிருந்தே நீக்கிவிடுவார்.

அதிலும் வெளிவிவகார அமைச்சர்பாடு திண்டாட்டம்தான். தினமும் ஏதாவது புதிதாக யோசித்து அவருக்கு இம்சை கொடுப் பார். ஒருநாள் அதிகாலை அமைச்சரை அழைத்து 'உகண்டா என்ற பெயர் நல்லாயில்லை. அதை 'இடி' என்று மாற்ற வேண்டும். என்னுடைய பெயர் 'இடி அமின்' என இருப்பதால் அதுதான் பொருத்தமானது. உடனே அதற்கான ஆயத்தங்களைச் செய்யுங்கள்' என்று ஆணை பிறப்பித்தார். அமைச்சர் நடுங்கி விட்டார். சரி என்று சொன்னவர் ஒன்றுமே செய்யாமல் சும்மா இருந்தார். இரண்டு வாரம் போனது. இடி அமின் கோபத்தில் இருந்தார். அமைச்சரை அழைத்து 'என்ன செய்கிறீர்? நாட்டின் பெயரை மாற்றிவிட்டீரா?' என்று கேட்டார். அமைச்சர் அமைதியாகச்

சொன்னார். 'நான் பலநாட்டுப் பிரதிநிதிகளையும் தொடர்பு கொண்டு அவர்கள் அபிப்பிராயத்தைக் கேட்டேன். அவர்கள் எல்லோருமே அருமையான யோசனை, இதைவிடப் பொருத்தமான வேறு பெயர் கிடைக்காது என்று சொன்னார்கள். ஆனால் ஒரே யொரு சின்னப் பிரச்னை' என்றார்.

இடி அமின் 'என்ன என்ன, என்ன சின்னப் பிரச்னை?' என்று அவசரப்பட்டார். அமைச்சர் சொன்னார், 'சைப்பிரஸ், சைப்பிரஸ் என்று ஒரு நாடு இருக்கிறது. அந்த நாட்டு மக்களை 'சைப்பிரியட்' என்று அழைப்பார்கள். எங்கள் நாட்டுப் பெயரை இடி என்று மாற்றினால் நாட்டு மக்களை 'இடியட்' என்று அழைக்க வேண்டி வரும். பரவாயில்லையா?' யோசனை கைவிடப்பட்டது.

ஆனால் சமயோசிதத்தில் அமெரிக்காவில் ஒரு 16 வயதுப் பையன் இவர்கள் எல்லோரையும் வென்றவனாக இருக்கிறான். அவன் ஒரு சுப்பர்மார்க்கெட்டில் தற்காலிக வேலைக்குச் சேர்ந்தான். ஒருநாள் ஒரு கிழவர் வந்து தனக்கு அரை றாத்தல் வெண்ணெய்கட்டி வேண்டும் என்றார். பையன் 'அரை றாத்தல் கிடையாது. ஒரு றாத்தல் கட்டிகள்தான் இருக்கின்றன' என்றான். கிழவர் சண்டை பிடிக்கத் தொடங்கினார். 'எனக்கு வேண்டியது அரை றாத்தல்தான். நான் ஏன் ஒரு றாத்தல் வாங்கவேண்டும். மீதியை நான் என்ன செய்வது? இது பெரிய அநியாயமாக இருக்கிறது' என்று கத்தினார். பையன், 'சரி மனேஜரிடம் கேட்டு வருகிறேன்' என்று உள்ளே போய் மனேஜரிடம் 'சேர், ஒரு முட்டாள் தனக்கு அரை றாத்தல் வெண்ணெய்கட்டி வேண்டும் என்று அடம் பிடிக்கிறான்' என்று கூறிவிட்டுத் திரும்பி பார்த்தால் கிழவர் அங்கே நிற்கிறார். உடனே பேச்சை மாற்றி 'ஆனால் இந்த அருமையான மனிதர் மற்ற பாதியை தான் வாங்குவதாகச் சொல்கிறார்' என்றான். மனேஜர் கிழவருக்கு முழு வெண்ணெய் கட்டியை பாதி விலைக்குக் கொடுத்து அனுப்பிவிட்டு பையனிடம் 'உன்னை எனக்கு பிடித்துக் கொண்டது. நீ புத்திசாலியாக இருக்கிறாய். நீ எந்த நாட்டைச் சேர்ந்தவன்?' என்று கேட்டார்.

பையன் 'சேர், நான் மெக்ஸிக்கோவைச் சேர்ந்தவன். அது ஒரு மோசமான நாடு. அங்கே நிறைய கால் பந்தாட்டக்காரர்களும், விலைமாதுக்களும்தான்' என்றான்.

மனேஜர் 'அப்படியா? என் மனைவிகூட மெக்ஸிக்கோகாரி தான்' என்றார்.

பையன் 'பாருங்கள், என்ன அதிர்ஷ்டம்? உங்கள் மனைவி எந்த உதைபந்தாட்ட அணியில் விளையாடுகிறார்?' என்றான்.

பையனுக்கு உடனேயே உதவி மனேஜர் பதவி கிடைத்தது.

நீங்கள் அதன்மேல் நிற்கிறீர்கள்

நான் அப்பொழுது ஆப்பிரிக்க நாடு ஒன்றில் வசித்தேன். ஒரு டச்சுக்கார தாவரவியல் நிபுணர் என் வீட்டுக்கு வருகை தந்திருந்தார். தாவரவியல் சம்பந்தமான அறிக்கை ஒன்று தயாரிப் பதற்காக அவர் உலகவங்கியின் சார்பில் அந்த நாட்டுக்கு வந்திருந் தார். என்னுடைய வீடு ஒரு குன்றின் சரிவில் இருந்தது. ஒரு பக்கம் பள்ளத்தாக்கு, மறுபக்கம் குன்று. எங்கள் வீட்டு விருந்துக்கு வந்திருந்த டச்சுக்காரர் பேச்சின் நடுவே கிடுகிடுவென்று வெளியே போய் குன்றிலே ஏறத்தொடங்கினார். எனக்கு பயம் பிடித்தது. ஏனென்றால் பயிற்சியில்லாவிட்டால் அவர் உருண்டு பள்ளத்தில் விழும் ஆபத்து இருந்தது. மிகவும் தேர்ந்த மலை ஏறியின் லாகவத்தோடு அவர் ஒரு மலைச்செடியை நோக்கி முன்னேறினார். பத்து நிமிடங்களில் சில பூக்களைக் கொய்து கொண்டு சேமமாகத் திரும்பினார். நீண்ட பெருமூச்சு ஒன்றை வெளியே விட்டேன்.

அவர் கையிலே வைத்திருந்த பூவைப் பார்த்தேன், அது ஓர்கிட் வகையைச் சேர்ந்தது. என்ன விசேஷம், எதற்காக அப்படி ஓடினார் என்று கேட்டபோது அவர் அது ஓர் அபூர்வமான ஓர்கிட் என்றார். வேரோடு பறித்துவந்த அந்தச் செடியின் பூ பார்ப்பதற்கு சிறுத்தையின் புள்ளிகள் போல பொட்டுப்பொட்டாக இருந்தது. மஞ்சள் நிறத்தில் மண் நிறப் பொட்டுகள். இந்த ஓர்கிட் வகை நிலத்தில் வளர்வது இல்லை; மரத்தின் கிளைகளில் வளர்வது. அங்கே கொத்து கொத்தாகத் தொங்கியதைப் பறித்து வந்திருக்கிறார். அவர் அதைத் தன்னுடைய நாட்டுக்கு எடுத்துபோவதற்காகப் பத்திரப்படுத்தினார்.

அத்துடன் விசயம் முடிந்துவிடவில்லை. அவருடன் காரில் எங்கே போனாலும் திடீரென்று நிறுத்துங்கள் நிறுத்துங்கள் என்று சத்தம் போடுவார். எங்கோ மலையில் தூரத்தில் ஒரு மரத்தில் பூக்களைக் கண்டுவிடுவார். ஒரு குரங்கு தாவுவதுபோல நிமிடத்தில் பாய்ந்து ஏறி பூக்களைப் பறித்துக்கொண்டு வருவார். அவர் தன் நாட்டுக்குத் திரும்பியபோது பதினாலு வகையான ஓர்கிட் பூவகை களை எடுத்துச் சென்றார். அவற்றிலே சில மிக அபூர்வமானவை, உலகில் வேறு எங்கும் கிடைக்காதவை. அவற்றை தன் நாட்டிலே

விற்றால் விமான டிக்கட்டுக்காக தான் செலவழித்த காசில் இரண்டு மடங்கு திரும்ப தனக்குக் கிடைக்கும் என்றார். ஆனால் அவர் அப்படிச் செய்யவில்லை. அவர் எனக்கு எழுதிய கடிதத்தில் அவற்றை வீட்டிலே வளர்த்து வருவதாகவும் நிறைய நண்பர்களும், ஓர்கிட் நிபுணர்களும் வந்து பார்த்துப் போவதாகவும் எழுதி யிருந்தார்.

எனக்கு விவேக சிந்தாமணிப் பாடல் ஞாபகத்துக்கு வந்தது.

'தண்டாமரையினுடன் பிறந்து தண்டேனுகரா மண்டூகம் வண்டோ கானகத்திடையினிருந்து வந்து கமல மதுவுண்ணும்.'

தாமரைக் குளத்தில் தாமரை மலருடன் வாழும் தவளைக்கு தாமரையில் தேன் இருப்பது தெரியாது. எங்கேயோ தூரத்துக் காட்டில் இருக்கும் வண்டு வந்து தேனை அருந்திச் செல்லும். பக்கத்தில் இருந்த எனக்கு பூக்களின் அருமை தெரியவில்லை. நான் நிபுணரிடம் கேட்டேன், 'எப்படி உங்களுக்கு இவ்வளவு தூரத்திலும் பூக்கள் தெரிந்தன' என்று. அவர் சொன்னார் வேறு ஒன்றுமில்லை, கண்களைப் பெரிதாக்க வேண்டும் என்று.

உலகத்தில் எங்கே பார்த்தாலும் அழகு கொட்டிக் கிடக்கிறது. ஆனால் அவசரமான எங்கள் கண்கள் அவற்றைப் பார்க்கத் தவறிவிடுகின்றன. நிறைபனிக் காலத்தில் கூட சூரியன் மெள்ள எட்டிப் பார்க்கும்போது கிரணங்கள் பனியில் விழுந்து பல வண்ணங்களாகச் சிதறி மேலெழும். மொட்டை மரங்கள்கூட கொத்துக் கொத்தாக பனிக்கட்டிகளை வெள்ளைப் பூக்களைப் போலக் கொட்டும். இவற்றை நாம் பார்ப்பதே இல்லை.

சமீபத்தில் பொஸ்டன் நூலகத்துக்குப் போயிருந்தேன். நூறு வருடங்களுக்கு முன்னர் எழுப்பப்பட்ட இந்தப் பிரம்மாண்டமான கட்டிடத்தில் 8 மில்லியன் புத்தகங்கள் இருப்பதாகச் சொன்னார் எங்கள் வழிகாட்டி. நான் போன சமயம் நூலகத்தில் நூற்றுக்குக் குறைவான வாசகர்களே இருந்தார்கள். பெரிய பெரிய ஆராய்ச்சி களை அந்த நூலகத்தில் உட்கார்ந்து ஒருவரும் செய்வதாகத் தெரிய வில்லை. நீண்ட நீண்ட மேசைகளும் நாற்காலிகளும் வாசகர் களுக்காகக் காத்து வெறுமையாக இருந்தன. இணையத் தொடர்பு வசதிகள் கிடைப்பதால் எந்த ஆராய்ச்சியையும் வீட்டில் இருந்த படியே செய்துவிட முடிகிறது. இன்னும் 20 வருடங்களில் நூலகங் கள் மாபெரும் காப்பகங்களாக மாறினாலும் ஆச்சரியப்பட முடியாது. நூலகத்தைச் சுற்றி நடந்து ஓர் இடத்தில் தற்செயலாக நிமிர்ந்து பார்த்தபோது கூரையில் அற்புதமான வர்ண ஓவியங்கள் தீட்டப்பட்டிருந்தன. பல்வேறுவிதமான கடவுளர்களின் படங்கள். நம்பமுடியாத வர்ணக்கலவையில் ஒளி விளையாடும் அழகு. அதை

வரைந்த ஓவியர் புகழ் பெற்றவர், பெயர் ஜோன் சிங்கர் என்று சொன்னார்கள். 30 வருடங்கள் அவர் கூரையின் கீழ் படுத்திருந்தபடி வரைந்த சித்திரங்கள். இன்னும் சில முற்றுப்பெறவில்லை. தற்செயலாக நான் தலை நிமிர்ந்து பார்க்காவிடில் அந்த அற்புதம் கண்ணில் பட்டிருக்கப் போவதில்லை. நான் அந்த இடத்தை விட்டு அகன்றேன். சித்திரம் மறுபடியும் தற்செயலாக அண்ணாந்து பார்க்கப்போகும் ஒருவருக்காகக் காத்திருந்தது.

ஓவியம் மாத்திரமில்லை, இசையும் அப்படித்தான். பெரிய நிறுவனங்களையோ அரசு அலுவலகங்களையோ தொலைபேசியில் அழைத்துவிட்டுத் தொடர்புக்குக் காத்திருக்கும்போது பீதோவனுடைய இசைக்கோவையில் ஒன்றோ, மோசார்ட்டின் ஒன்றோ காதில் ஒலிக்கும். ஆனால் எமக்கு இருக்கும் அவசரத்திலும் படபடப்பிலும் நாங்கள் இசையை அனுபவிக்க மறந்துவிடுகிறோம்.

சமீபத்தில் வாசிங்டன் மெட்ரோ நிலையத்தில் ஒரு குளிர்கால காலையில் நடந்த உண்மைச் சம்பவத்தைப்பற்றிப் படித்தபோது அதிர்ச்சியாக இருந்தது. ஒரு நடுத்தர வயது மனிதர் ஸ்டேசன் வாசலில் 45 நிமிட நேரம் வயலின் வாசித்தார். அந்த நேரத்தில் போவதும் வருவதுமாக 2000 பேர் அவரைக் கடந்தார்கள். முதல் நாலு நிமிடம் ஒருவருமே வயலின்காரரைக் கவனிக்கவில்லை.

ஒரு மனுசி நடந்தவாறே சில சில்லறைகளை எறிந்துவிட்டுப் போனார். பத்து நிமிடம் சென்றது. மூன்று வயதுச் சிறுவன் அவருடைய வாசிப்பால் ஈர்க்கப்பட்டு அந்த இடத்தில் நின்றான், தாய் அவனை இழுத்துக்கொண்டு போனார். அந்த 2000 பேரில் ஆறு பேர்கள் மாத்திரமே சற்று நின்று இசையை ரசித்தனர். இருபதுபேர் அவசரமாகக் கடந்துபோகும்போது காசுகளை விட்டெறிந்தனர். அன்று வயலின்காரர் சேகரித்த தொகை 32 டொலர். மனிதர் வயலினை மூடிவைத்துப் புறப்பட்டபோது ஒருவரும் கைதட்டவில்லை. பாராட்டவில்லை. நன்றி சொல்லவில்லை. வந்தமாதிரியே மனிதர் சனக்கூட்டத்தில் மறைந்துபோனார்.

அந்த வயலின்காரரின் பெயர் ஜோஷுவா பெல், உலகப் புகழ்பெற்ற இசைக்கலைஞர். அவர் வாசித்தது பாக் படைத்த நுட்பமானதும் சிக்கலானதுமான ஓர் இசைக்கோவை. அவருடைய வயலினின் பெறுமதி 35 லட்சம் டொலர்கள். இரண்டு நாள்கள் முன்பு பொஸ்டனில் பிரபலமான ஓர் அரங்கத்தில் அவர் வாசித்தபோது அரங்கம் நிரம்பி டிக்கட்டுகள் கிடைக்கவில்லை. டிக்கட்டின் விலை நூறு டொலர். வாசிங்டன் போஸ்ட் பத்திரிகை மக்களின் உண்மையான இசை அறிவையும் ரசனையையும் அறிவதற்காக நடாத்திய பரிசோதனைதான் மேலே சொன்ன சம்பவம்.

என்னுடைய டச்சுக்கார நண்பர் சொன்னதுபோல கண்களை அகலமாகத் திறந்து வைத்தால் மட்டும் போதாது. காதுகளையும் திறந்து வைக்கவேண்டும்.

சோமாலியாவில் நான் சந்தித்த மக்களிடையே காணப்பட்ட ஒரு வழக்கம் புதுமையானது. 'ஓர் ஆப்பிரிக்கர் இறக்கும்போது அவருடன் ஒரு வரலாறும் இறந்துவிடுகிறது' என்பது பழமொழி. சோமாலியர்கள் சிறுவயதிலேயே, எழுதப் படிக்க ஆரம்பிப்பதற்கு முன்பாகவே, தங்கள் இனக்குழு வரலாற்றை வாய்மொழியாக பாடமாக்க வேண்டும். இந்த வரலாறு பிரதானமாக அவர்கள் குடும்ப வரலாறாகவும், கொஞ்சம் குழுவின் வரலாறாகவும் இருக்கும். தகப்பன், பாட்டன், முப்பாட்டன் என்று வரலாறு பின்னோக்கிச் செல்லும். ஓர் ஆணுக்கும் பெண்ணுக்கும் இடையில் திருமணப் பேச்சு ஆரம்பிக்கும்போது இருபக்க வரலாற்றையும் சொல்லிக்கொண்டே போவார்கள். சில தலைமுறைகளைத் தாண்டி அந்த வரலாறு ஒரு புள்ளியில் இணையும். அப்போது இரண்டு பக்கத்தினரும் திருமணத்துக்குச் சம்மதிப்பார்கள். ஆயிரம் வருடங்களாகத் தொடர்ந்த இந்த வழக்கம் இப்போது அழிந்துகொண்டு வருகிறது. சோமாலிய மொழிக்கு எழுத்துரு கிடையாது. நூறு வருடங்களுக்கு முன்னர்தான் ஒஸ்மான் என்பவர் எழுத்துருவை உருவாக்கினார். ஆகவே எழுத்தும் அவர்களுக்குப் பழக்கமாகவில்லை. வாய்மொழி வரலாறையும் கைவிட்டு விட்டார்கள். ஆயிரம் வருடங்களாகக் காப்பாற்றி வந்த பண்பாடு அவர்கள் கண்முன் அழிந்த பின்னர்தான் அவர்களுக்கு விழிப்பு ஏற்பட்டது. அந்த வழக்கம் இருந்தபோது அதன் பெருமையை அவர்கள் உணரவில்லை. ஒன்று கைவிட்டுப்போன பின்னர்தான் அதன் அருமை தெரிகிறது என்று சோமாலிய நண்பர் சொன்னார். கண்முன்னே தெரிவதை நாங்கள் பலசமயம் காண்பதில்லை.

நான் பாகிஸ்தானில் வேலை பார்த்தபோது நியூ யோர்க்கிலிருந்து ஓர் அதிகாரி பாகிஸ்தானுக்கு வந்தார். இவர் என்னிலும் இரண்டு படிகள் மேலே உயரதிகாரத்தில் இருந்தார். பாகிஸ்தானுக்கு புறப்படும் முன்னரே இவர் அமெரிக்காவிலிருந்து எனக்கு டெலக்ஸ் மேல் டெலக்ஸாக அனுப்பிக்கொண்டிருந்தார். அவருடைய ஆசை பாகிஸ்தானையும் ஆப்கானிஸ்தானையும் இணைக்கும் கைபர் கணவாயைப் பார்க்கவேண்டும் என்பது. அது ஒரு நீண்ட பயணம். காரிலே ஏறியது தொடங்கி அதிகாரி பேசிக்கொண்டே இருந்தார். தன் குரலைத் தானே கேட்கும் விருப்பம் கொண்ட ஆட்களில் இவரும் ஒருவர்.

அவருடைய மனைவிபோலத் தோற்றமளித்த பெண்ணொருவர் அவருடன் வந்திருந்தார். உங்கள் மனைவியா என்றெல்லாம்

கேட்கக்கூடாது. நானும் கேட்கவில்லை. அறிமுகப் படுத்தும்போது அவருடைய பெயரைச் சொன்னார். அந்தப் பெண் அதிகக் காசு கொடுத்து நவநாகரிகமான தலையலங்காரம் செய்திருந்தார். அது பாகிஸ்தானில் பயன்படாது. காரில் வரும்போது ஒரு பஸ்மினா சால்வையினால் தோள்களையும் தலைமுடியையும் மறைத்திருந்தார். நீண்ட நேரம் தண்ணீரில் ஊறவைத்ததுபோல அவர் சருமம் புள்ளி புள்ளியாக சுருங்கியிருந்தது. அதிகாரிக்கு இருந்த ஆர்வம் அந்தப் பெண்ணுக்கு இருந்ததாகத் தெரியவில்லை. காரில் ஏறின கணம் தொட்டு அவர் ஒரு மலிவு நாவலைப் பிரித்து கண்ணுக்குக் கிட்டவைத்து படித்தபடியே இருந்தார். வெளியே காட்சிகள் ஓடின. இவர் கண்கள் எழுத்துமேலே ஓடின. அதிகாரி இடைநிறுத்தாமல் பேசி அது ஒரு முடிவுக்கு வந்ததும் அப்படியே சாய்ந்து மெல்லிய நியூ யோர்க் குறட்டை ஒலி கேட்க வாயை சிறிது திறந்து வைத்துத் தூங்க ஆரம்பித்தார். நான் அவரை தொந்திரவு செய்யவில்லை. ஜெட் தொய்வாக இருக்கலாம் என்று அப்படியே விட்டுவிட்டேன். மேலும் ஒரு பெரிய அதிகாரி உறங்கும்போது இரண்டு அடுக்கு கள் கீழே உள்ள ஊழியர் என்ன செய்யவேண்டும்.

வெளியே காட்சிகள் வேகமாக மாறிக்கொண்டு வந்தன. மலைச்சிகரங்களின் அழகு சூரியனின் கிரணங்கள் விழும் கோணத்துக்கு ஏற்றபடி கணத்துக்குக் கணம் புதிதாகத் தோற்றம் கொண்டன. வெள்ளித்தகடுகள் போல ஒருக்கால் ஜொலிக்கும். அடுத்த கணம் தீப்பிழம்பு போல மாறி கண்ணைப் பறிக்கும். எளிய ஏழை மக்கள் உடம்பைப் போர்த்திக்கொண்டு ஆடுகளை ஓட்டி யவாறே சென்றார்கள். அந்தப் பெரிய காட்சி அவர்களை ஒன்றுமே செய்யவில்லை.

அதிகாரி காரைவிட்டுக் கீழே இறங்கியபோது ஒரு முழு மணி நேரம் காரிலேயே உறங்கியிருந்தார். சுற்றிவர நீலம் பச்சை வெள்ளை என்று மலைகள் சூழ்ந்திருந்தன. கீழே பார்த்தால் அதல பாதாளம். நூல்போல வளைந்து வளைந்து ஓடிய ஒடுக்கமான பாதை கண்ணுக்கெட்டிய தூரம் சென்றது. இந்த ஒடுக்கமான பாதையிலா இரண்டாயிரத்து முந்நூறு வருடங்களுக்கு முன்னர் மாவீரன் அலெக்சாந்தர் தன் படைகளுடன் இந்தியாவுக்குள் நுழைந் தான். நம்பவே முடியாத காட்சி. அந்தப் பெண் காரைவிட்டு இறங்கவில்லை. அதிகாரியின் முகம் இரண்டு மணிநேரத்துக்கு முன்னர் காரில் ஏறியபோது எப்படி இருந்ததோ அப்படியே இருந்தது.

'கைபர் கணவாய் எங்கே?' என்றார். நான் 'நீங்கள் அதன்மேல் நிற்கிறீர்கள்' என்றேன்.

நாலாவது நிலநடுக்கம்

கனடாவுக்கு வருமுன்னர் நான் என் வாழ்க்கையில் மூன்று நிலநடுக்கங்களைச் சந்தித்திருக்கிறேன். பாகிஸ்தானில் இருந்தபோது பெசாவார் என்ற இடத்தில் வேலை செய்தேன். ஆனாலும் ஆப்கானிஸ்தானுக்கு அடிக்கடி போய்வரவேண்டும். சில வேளைகளில் சின்னத் தனியார் விமானத்தில் பறந்து போவோம், சிலவேளைகளில் வாகனத்தில் பயணிப்போம். ஆப்கானிஸ்தானில் அடிக்கடி நிலநடுக்கம் வரும். அதன் அதிர்வுகள் பாகிஸ்தானின் பெசாவார் பகுதிகளையும் தொட்டுச் செல்லும்.

என்னுடைய முதல் நிலநடுக்க அனுபவம் பெசாவாரில் கிடைத்தது. இரவு நடுநிசியிருக்கும். நான் ஆழ்ந்த தூக்கத்திலிருந்தேன். திடீரென்று நாய்கள் ஊளையிடும் சத்தம் கேட்டது. நாய்களுக்கு நிலநடுக்கம் வரப்போவது முன்கூட்டியே தெரியும் என்று சொல்வார்கள். நிலம் உறுமுவதுபோல பெரிய சத்தம் தொடர்ந்தது. நான் படுத்திருந்த கட்டில் தூக்கிப்போட்டது. எழும்பியதும் தலையைச் சுத்தியது. படுக்கையறைக் கதவைத் திறந்து, இருக்கும் அறைக்கு வந்தபோது ஒரு காட்சி என்னை நிலைகுலையவைத்தது. நான் ஓய்வாக உட்காரும் ஆடுகதிரை முன்னும் பின்னுமாக ஆடிக்கொண்டிருந்தது. நான் பார்த்த ஆங்கில திகில் படம் ஒன்றில் அப்படியான காட்சி வந்திருந்தது. சிறிது நேரத்தில் விளக்குகள் அணைந்தன. நிலம் அமைதிபெற்றது. இதுதான் என் முதல் அனுபவம்.

இரண்டாவது நில நடுக்கம் நான் ஆப்கானிஸ்தானில் விருந்துக்குப் போனபோது நடந்தது. ஒரு கிராமத்தில் ஆப்கான் நீள ரொட்டியை பிய்த்துப் பிய்த்து சாப்பிட்டுக்கொண்டிருந்தோம். அப்பொழுது நிலம் தனது இருப்பை எங்களுக்கு உணர்த்துவது போல சிறு நடுக்கம் போட்டது. நாய்களுக்கு குளிக்கவார்த்தால் அவை உதறி தண்ணீரைத் தெளிக்குமே அதுபோல பூமி ஒருமுறை தன்னைத்தானே உதறிக்கொண்டது. சிலர் வெளியே ஓடினார்கள். வெளியே இருந்தவர்கள் உள்ளே ஓடிவந்தார்கள். அப்பொழுது ஒரு கிழவர், 'நிலநடுக்கம் வரும்போது ஒரு வீட்டிலே ஆகச் சேமமான இடம் வாசல்படிதான். வெளியேயும் அல்ல உள்ளேயும்

அல்ல, கதவு நிலைக்குக் கீழே நிற்கவேண்டும்' என்று சொன்னார். இருந்தபடி பேச ஆரம்பித்த கிழவர் நின்றபடி பேச்சை முடித்தார்.

கிரேதாயுகத்து இரணியன் கடவுளிடம் வரம் கேட்டான். 'நான் இரவிலும் சாகக்கூடாது, பகலிலும் சாகக்கூடாது. மனிதனாலும் சாகக்கூடாது, மிருகத்தினாலும் சாகக்கூடாது. வீட்டுக்கு உள்ளேயும் சாகக்கூடாது, வெளியேயும் சாகக்கூடாது.' மாலை நேரத்தில், நரசிம்மம் இரணியனை வாசல்படியில் வைத்துக் கொன்றதாகக் கதை. இரணியனுக்கு வாசல்படி சேமமில்லாத இடம் ஆனால் பூகம்பத்துக்கு அதுவே சேமமானது. நான் வாசல்படிக்குப் போகமுன்னர் பூமி தன் மனத்தை மாற்றி அமைதியாகிவிட்டது. ஆனால் அன்று நான் பார்த்த காட்சி ஒன்று மனத்தில் இன்னமும் நிற்கிறது.

ஒருவர் விருந்துக்காக நாலு ஆடுகளை ஆட்டோரிக்சாவில் ஏற்றிக்கொண்டு போயிருக்கிறார். பாதி வழியில் அவர் போன ரோடு குறுக்காக வெடித்துவிட்டது. கொஞ்சம் வேகமாகப் போயிருந்தால் ராமாயணத்தில் பூமி வெடித்து சீதையை விழுங்கியதுபோல அவரும் பூமிக்குள்ளே போயிருப்பார். எப்படியோ உயிர் தப்பிவிட்டார். அவருடைய ஆடுகளும் உயிர் தப்பிவிட்டன. ஆனால் தள்ளிப்போடாமல் நடந்த விருந்தில் அந்த ஆடுகள் அவர்களுடைய வயிற்றுக்குள் போவதிலிருந்து தப்பமுடியவில்லை.

மூன்றாவது நில நடுக்கம் பயங்கரமானது. பின்னேரம் மூன்று மணியிருக்கும். நான் நாலாவது மாடியில் என்னுடைய அலுவலக அறையில் வேலை செய்துகொண்டிருந்தேன். என்ன கோப்பில் ஆழ்ந்திருந்தேன் என்பதுகூட இப்போது ஞாபகத்தில் இருக்கிறது. ஒரு ஆப்கான் தாயும் மகனும் அனுப்பிய விண்ணப்பம். கணவன் போரில் இறந்துவிட்டார். அவர்களுடைய விவசாயத்துக்கு கரீஸ் (Kareze) எனப்படும் ஆழ்கிணற்றுக் கால்வாயில் வரும் தண்ணீர் அடைத்துவிட்டது. அந்த அடைப்பைச் சுத்தம் செய்வதற்கு பண உதவி கேட்டு எழுதியிருந்தார்கள். கோப்பை முழுவதும் படித்து முடிக்கவில்லை, நிலம் உறுமும் சத்தம் கேட்டது. அப்பொழுதெல்லாம் எனக்குப் பழகிவிட்டது. நிலம் உறுமினால் அடுத்து என்ன நடக்கும் என்பது தெரியும். நெஞ்சிலிருந்து பயம் நாலு பக்கமும் அம்புகள்போலப் பாய்ந்தது. எங்கே நிலைப்படி இருக்கிறது என்று கண்கள் தேடின. ஆனால் நடந்தது முற்றிலும் எதிர்பாராதது. அந்த மாடி ஒரு பெண்டுலம் போல ஒரு பக்கம் ஓர் அடி சாய்ந்து நிமிர்ந்து மறுபக்கம் ஓர் அடி சாய்ந்தது. நான் உட்கார்ந்திருந்த சுழல் கதிரை அப்படியே சாய்ந்து ஒரு பக்கத்துக்குத் தானாகவே நகர்ந்தது. என்னுடன் வேலை செய்தவர்கள் பாகிஸ்தானியர்கள் அல்லது ஆப்கானியர்கள். அத்தனை பேரும் நாலு படிக்கட்டு

களையும் தாவிக்கடந்து இறங்கி ஓடிவிட்டார்கள். மிச்சமிருந்தது நான் மட்டும்தான். என்னைப் பெரும் துணிச்சல்காரன் என்று எல்லோரும் நினைத்தார்கள். உண்மையில் எனக்கு என்ன செய்யவேண்டும் என்பது தெரியவில்லை. திகைத்துப்போய் தானாக ஓடும் கதிரையின்மேல் உட்கார்ந்திருந்தேன்.

ரொறொன்ரோவில் பூகம்பங்கள் வருவதில்லை. எனவே அந்தப் பயம் இங்கே கிடையாது. யூன் 23ம் தேதி ஒரு புதன்கிழமை மதிய உணவுக்காக எங்கள் வீட்டுக்குக் கிட்ட இருக்கும் ஆப்கான் உணவகத்துக்கு நாங்கள் நாலு பேர் சென்றோம். ஆப்கான் ரொட்டியை சுடச்சுடச் சாப்பிட்டால் ருசியாக இருக்கும். ஒருமுறை பழகியவர்கள் திரும்பவும் உண்ணப் பிரியப்படுவார்கள். மல்லிகைப்பூ இட்லி என்று சொல்வதுபோல இந்த ரொட்டியை மல்லிகைப்பூ ரொட்டி என்று சொல்லலாம். உணவகத்துக்குப் பக்கத்தில் மேல்பாலத்தில் ரயில் ஓடும் பாதை இருக்கிறது. ரொட்டியைப் பிய்த்துப் பிய்த்துச் சாப்பிட்டபோது ஒரு சின்ன அதிர்வு. மேலே ஓடும் ரயில் என்று நினைத்தோம். வெளியே வந்த போது அது ஒரு குட்டிப் பூகம்பம் என அறிந்தோம். தொலைக் காட்சிகளும் ரேடியோக்களும் அது பற்றிச் சொல்லின. ஆக இரண்டு தடவை ஆப்கான் ரொட்டியை நான் கடித்துச் சாப்பிட்ட போது பூகம்பம் வந்தது. இரண்டுக்கும் ஏதாவது தொடர்பு இருக்கோ தெரியவில்லை. எங்கள் வீட்டுத் தோட்டத்துக் கதிரை குப்புறக் கவிழ்ந்து கிடந்தது. அதுதான் ரொறொன்ரோவில் ஏற்பட்ட ஆகக்கூடிய சேதம்.

அடுத்தநாள் காலை ஒரு மின்னஞ்சல் கொழும்பிலிருந்து வந்தது. எனக்கு முன்பின் தெரியாத அன்பர் ஒருவர் எழுதியிருந் தார். 'ஐயா அங்கே நிலநடுக்கம் என்று கேள்விப்பட்டேன். நலமாக இருக்கிறீர்களா? உங்களுக்கு நீண்ட ஆரோக்கியத்தை இறைவன் அளிக்க வேண்டும் என்று சுயநலத்துடன் வேண்டிக்கொள்ளு கிறேன். நான் மட்டுமல்ல. இங்கு நிறையப்பேர் உங்கள் இணைய தளத்திலேயே கதியென்று விழுந்து கிடக்கிறார்கள். உங்கள் எழுத்தின் தன்மை அன்றன்றைய நாளின் சுமைகளை அகற்றி மனத்துக்கு சுகமளிக்கிறது. தொடர்ந்து எழுதுங்கள், ஐயா.'

எனக்கு இருக்கும் அத்தனை நண்பர்களிலும், உறவினர்களி லும், அறிமுகமானவர்களிலும், அறிமுகமில்லாதவர்களிலும் முன் பின் பழக்கமில்லாத இவர் ஒருவரே என்னை விசாரித்து எழுதியிருந் தார். அவர் பெயர் விமலாதித்தன். என் மனம் நெகிழ்ந்து விட்டது.

இப்படியான ஒரு நல்ல வார்த்தைக்கு நான் இன்னொரு நிலநடுக்கத்தைச் சந்திக்கத் தயாராக இருக்கிறேன்.

கம்ப்யூட்டரில் தமிழ்

நாலு வருடங்களுக்கு முன்னர் 'தொன்மையில் இல்லை, தொடர்ச்சியில்' என்று ஒரு கட்டுரை எழுதியிருந்தேன். கம்ப்யூட்டரைப் பற்றி அப்பொழுது எனக்கு அவ்வளவாகத் தெரியாது. இப்பொழுதும் தெரியாது. ஆனால் தமிழ் வளர்ச்சிக்கு கம்ப்யூட்டர் முக்கியம் என்பது தெரிந்திருந்தது. என்னுடைய கட்டுரை இப்படி ஆரம்பமாகியிருந்தது.

'கம்ப்யூட்டர் பற்றி ஒரு கட்டுரை வேண்டும் என்று காலச்சுவடு கேட்டதும் நான் உடனேயே சம்மதித்தேன். காரணம் கம்ப்யூட்டர் பற்றி என்னுடைய அறிவு ஓர் ஆமையினுடையதற்குச் சமம். அல்லது அதற்கும் கொஞ்சம் கீழே. இதனிலும் பார்க்க சிறந்த தகுதி வேறென்ன வேண்டும். கணினி நிபுணர்களையும், ஆர்வலர்களையும் கேட்டால் அவர்கள் சொல்லித்தருவார்கள். அப்படி நினைத்தேன். உண்மையில் அது அவ்வளவு சுலபமான தாக இல்லை. ஒரு கணினி பயனாளர் என்ற முறையில் நான் படும் இன்னல்களையும், கணினித்தமிழ் படும் இன்னல்களையும், கணினி ஆர்வலர்கள் படும் இன்னல்களையும் தொகுத்தாலே போதும் என்று பட்டது.'

அந்தக் கட்டுரையில் என்ன எழுதினேன் என்பதை இங்கே திரும்பவும் சொல்லத்தேவை இல்லை. தமிழின் எதிர்கால வளர்ச்சிக்கு கம்ப்யூட்டரில் தமிழ் எழுத்துரு யுனிக்கோட்டுக்கு மாறவேண்டும் என்று எழுதி கட்டுரையை இப்படி முடித்திருந்தேன்.

'தமிழின் எதிர்காலம் தன்னலம் பாராமல் தம் சொந்த நேரத்தைச் செலவு செய்து தமிழைக் கணினியில் ஏற்ற பாடுபடும் நிபுணர்களின் கையில்தான் இன்றுள்ளது. ஆனால் எவ்வளவுதான் ஆய்வாளர்களும், ஆர்வலர்களும் பாடுபட்டாலும் ஏழு கோடி மக்களைக்கொண்ட தமிழ் மாநில அரசு ஆதரவு இல்லாமல் தமிழை கணினித்துறையில் முன்னெடுத்துச் செல்லமுடியாது. பேராசிரியர் கா.சிவத்தம்பியின் வார்த்தைகளைக் கடன் வாங்கி 'தமிழின் மேன்மை அதன் தொன்மையில் இல்லை, தொடர்ச்சியில்' என்று சொல்லும்போதுதான் அந்த உண்மை தெரிய வருகிறது. எனக்கு

என்ன தோன்றுகிறதென்றால் எவ்வளவு சீக்கிரம் முடியுமோ, அவ்வளவு சீக்கிரம் யூனிக்கோட் என்னும் கம்ப்யூட்டர் ரயிலில் தமிழ் ஏறி உட்கார்ந்துவிடவேண்டும். அல்லாவிடில் ஸ்டேசனில் தவறவிட்ட குழந்தைபோல தமிழ் நிற்கும்; ரயில் போய்க்கொண்டே இருக்கும்.'

2010 யூன் 27ல் முடிந்த செம்மொழி மாநாட்டில் ஓர் அறிவித்தல் செய்ததாக அறிந்தேன். யூனிக்கோடு எழுத்துருதான் இனிமேல் தமிழக அரசின் அங்கீகாரம் பெற்ற ஒரே பயன்பாட்டுக் குறியீடு. தமிழக அரசு யூனிக்கோடை ஏற்றுக்கொண்டுவிட்டது. நாலு வருடங்களும், 400 கோடிகளும் செலவழிந்த பிறகு தமிழ் நாடு அரசு கடைசி ரயிலை பிடித்துவிட்டது. பயணம் சேமமாக அமைய என் வாழ்த்துக்கள்.

இரண்டு பூமிகள் தேவை

நன்றி கூறல் நாள் மறுபடியும் வந்து போனது. அமெரிக்க ஜனாதிபதி வழக்கம்போல ஒரு வான்கோழியை மன்னித்து அதற்கு விடுதலை வழங்கினார். அந்த வான்கோழி ஒருவிதக் குற்றமும் செய்யவில்லை. குற்றம் செய்தது மனிதன்தான். அன்றிரவு மட்டும் அமெரிக்காவில் ஐந்து கோடி வான்கோழிகள் கொல்லப்பட்டு அவனுக்கு உணவாகின. இந்த விழாவுக்காக இரண்டு வான்கோழி களை வெள்ளை மாளிகையில் பாதுகாப்பார்கள். விருந்துக்கு முன்னர் ஒன்றுக்கு ஏதாவது ஆகிவிட்டால் என்பதற்காக. முதலா வதை விடுதலை செய்துவிட்டு இரண்டாவதை உண்டுவிடுவார்கள்.

இந்த வான்கோழிகள் எல்லாம் செயற்கையாக வளர்க்கப் பட்டவை. வான்கோழிகள் மாத்திரமல்ல நாங்கள் உண்ணும் இறைச்சி வகை, முட்டை, மரக்கறி மற்றும் உணவுப்பொருள்கள் யாவுமே செயற்கையாகத் தயாரிக்கப்பட்டவைதான். ஏதாவது ஒருவிதத்தில் இயற்கைக்கு ஊறு விளைவித்தே அவை உண்டாக்கப் பட்டிருக்கும். அவற்றை உண்ணும் நாங்களும் இயற்கையைச் சேதப் படுத்துவதில் உடந்தையாக இருப்போம்.

சில வருடங்களுக்கு முன்னர் ஒரு கடும் பனிக்காலத்தில் போலந்துக்காரர் ஒருவரை என் வீட்டு நிலவறையைச் செப்பனிட அமர்த்தியிருந்தேன். ஒரு வெள்ளிக்கிழமை மதியநேரம் அவர் வேலையை அவசரமாக நிறுத்திவிட்டுப் புறப்பட்டார். மறுநாள் சனிக்கிழமை Ice Fishing செய்யப் போகவேண்டுமென அவர் சொன்னார். பனிக்கட்டியாக மாறிவிட்ட ஒட்டாவா ஆற்றின் மீது துளைபோட்டு அதற்குள் தூண்டிலை விட்டு மீன் பிடிக்கப் போகிறார். விளையாட்டுக்காகவா இதைச் செய்கிறார் என்று கேட்டேன். அவர் கூறிய பதில் ஆச்சரியத்தைத் தந்தது.

'என் உணவை இயலுமட்டும் நானே சம்பாதித்துக் கொள்கி றேன். பனிக் காலத்தில் மீன் பிடிப்பேன். கோடைக் காலத்தில் வீட்டில் காய்கறித்தோட்டம் போடுவேன். இலையுதிர் காலத்தில் தாரா, வாத்து போன்ற பறவைகளை வேட்டையாடுவேன். இயற்கையோடு ஒன்றி எவ்வளவு பின்னோக்கிப்போய் உணவைத்

தேடமுடியுமோ அவ்வளவுக்கு அதைச் செய்வேன். என்னுடைய உணவு சுத்தமானது, ஆரோக்கியமானது, இயற்கையின் அழிவில் உண்டாகாதது. இது நான் பூமிக்குத் திருப்பி கொடுப்பது.'

போலந்துக்காரர் சொன்னதில் உண்மை இல்லாமலில்லை. இருநூறு வருடங்களுக்கு முன்னர் இந்தப் பூமியில் 100 கோடி மக்கள் வாழ்ந்தார்கள். இன்று 680 கோடி மக்கள், ஆனால் பூமியின் பரப்பு அதே அளவுதான், மாறவில்லை. ஒரு றாத்தல் இறைச்சி உற்பத்தி செய்வதற்கு பத்து றாத்தல் தானியம் தேவைப்படுகிறது. உலகத்தில் விளையும் தானியத்தில் 40 வீதம் மாட்டுத் தீவனத்துக்கே சரியாகிவிடுகிறது. இன்னொரு விதத்தில் சொல்வதானால், ஒரு றாத்தல் இறைச்சி உண்டாக்குவதானது ஒரு கனரக வாகனத்தை 40 மைல் தூரம் ஓட்டிச்செல்வதனால் ஏற்படும் சுற்றுச்சூழல் கேட்டுக்கு நிகரானது. ஒருவர் தன் உணவைத் தானாகத் தேடும்போது இயற்கையின் அழிவு மட்டுப்படுகிறது.

அமெரிக்காவின் மொன்ரானா மாநிலத்துக்கு சமீபத்தில் என் மகனிடம் போயிருந்தேன். அவன் வீட்டிலிருந்து யன்னல் வழியாகப் பார்த்தால் மலை தெரியும். ஆறு ஓடும் சத்தம் கேட்கும். சுற்றிலும் புற்களின் மணம். தலை சிறந்த சுற்றுச்சூழல் அமைப்பு. ஒரு நாள் மகன் வீட்டுக் கதவில் அறிவிப்பு ஒன்றை யாரோ இரவு ஒட்டிவிட்டுப் போயிருந்தார்கள். அந்த வீதியிலுள்ள அத்தனை வீட்டுக் கதவுகளிலும் அதே அறிவிப்பு காணப்பட்டது.

'இன்று இந்த வீதியால் ஆட்டு மந்தையை ஓட்டிக்கொண்டு மலைக்குப் போகிறோம். தயவுசெய்து உங்கள் நாய்களைக் கட்டி வையுங்கள். நன்றி.'

அவர்கள் அறிவித்தது போலவே சிறிது நேரம் கழித்து பெரிய ஆட்டு மந்தையை ஓட்டிக்கொண்டு மலைக்குப் போனார்கள். எதற்காக பல மைல்கள் தொலைவிலிருந்து ஆட்டு மந்தையை வரவழைத்தார்கள் என்று விசாரித்துப் பார்த்தேன். மலையிலே ஒருவிதமான களை பல்கிப் பெருகிப் படர்ந்து அங்கே வளரும் இயற்கைப் புல்லை அழித்தது. கட்டுமீறி வளரும் களையைத் தின்று அகற்றுவதற்காக பெரும் செலவில் ஆட்டு மந்தையை வரவழைத்திருந்தார்கள். இயற்கை மேல் அவர்களுக்கிருந்த கரிசனை எனக்கு உவகை தந்தது.

ஆனால் அடுத்தடுத்து நடந்ததுதான் வியப்பூட்டியது. ஆட்டு மந்தைகளை அடைத்து வைப்பதற்கு வேலிகளை ஹெலிகொப்டர்கள் மூலம் கொண்டுவந்து இறக்கினார்கள். தண்ணீர் பீப்பாய்கள் அடுத்து வந்தன. இன்னும் பலவிதமான உபகரணங்கள் வந்து குவிந்தன. ஒரே பரபரப்பாக அந்த மலையே இயங்கிக்

கொண்டிருந்தது. இயற்கைச் சூழலைப் பாதுகாக்க அவர்கள் எடுக்கும் முயற்சி சில கேள்விகளையும் எழுப்பியது.

இந்த நடவடிக்கைகளின் நன்மை தீமையை ஒரு சுற்றுச்சூழல் கணக்காளர்தான் சரியாகக் கணக்கிட முடியும். ஆயிரக்கணக்கான துண்டுப்பிரசுரங்களை அச்சடித்து விநியோகித்திருந்தார்கள். தண்ணீர் பீப்பாய்களையும், வேலிகளையும் ஹெலிகொப்டர்கள் மூலம் நகர்த்தினார்கள். மலையை நோக்கி வாகனங்கள் போவதும் வருவதுமாயிருந்தன. இந்த நடவடிக்கைகளினால் நிறைய சுற்றுச்சூழல் சேதம் ஏற்பட்டது. இவற்றை எல்லாம் கூட்டிக் கழித்தால்தான் உண்மையில் எவ்வளவு நன்மை அல்லது தீமை என்பதைக் கணக்கிட முடியும்.

ஒரு கேட்டை சரிசெய்வதற்கு மேலும் பல கேடுகளை விளை விக்கவேண்டியிருக்கிறது. விஞ்ஞானத் தொழில் நுட்ப வளர்ச்சியில் ஏற்படும் ஆபத்து இதுதான். முதலில் ஒன்றை உண்டாக்கி அதை மனித பாவனைக்கு விட்டுவிட்ட பிறகுதான் அதன் நன்மை தீமைகளை ஆராய்வது. சுற்றுச்சூழல் தீமை என்பது ஒரு நாட்டுக்குச் சொந்தமானது அல்ல; அது உலகத்துக்குப் பொது வானது. இது என்னுடைய நாடு, நான் என்னவும் செய்யலாம் என்று ஒருவர் வாதிட முடியாது. அமேஸன் காட்டை அழிப்பத னால் ஏற்படும் தீங்கு உலகத்துக்குப் பொதுவானது. இந்தியாவில் கட்டப்படும் ஒரு புதிய அணைக்கட்டினால் ஏற்படும் நன்மை இந்தியாவுக்கு; தீமை உலகத்துக்கு.

ஒன்றை விரட்ட இன்னொன்றைக் கண்டுபிடிப்பது சூழலியல்காரர்கள் செய்யும் வித்தை. அவுஸ்திரேலியாவில் கரும்பு பயிர் செய்வதற்காக அதை இறக்குமதி செய்தார்கள். கரும்புடன் சேர்ந்து அதை நாசமாக்கும் ஒருவித வண்டும் வந்துவிட்டது. அது பெருகி கரும்புத் தோட்டத்தை அழித்தது. வண்டை ஒழிப்பதற்கு ராட்சத இனத் தவளை ஒன்றை இறக்குமதி செய்தார்கள். அந்தத் தவளை வண்டுகளைத் திரும்பியும் பார்க்கவில்லை. அதற்கு அவுஸ்திரேலியாவில் தின்பதற்கு இன்னும் ருசியான விலங்குகளும், பறவைகளும் அகப்பட்டன. தவளை அவற்றை வேட்டையாடி சுற்றுச்சுழல் சமனுக்கு பெரும் கேட்டை விளைவித்தது. இப்பொழுது சூழலியல்காரர்கள் அந்த ராட்சதத் தவளையை ஒழிப்பதற்கான வழிவகைகளை ஆராய்ந்து வருகிறார்கள்.

சூழலியல்காரர்களுக்கு ஏற்படும் சோதனைகள் முடிவதே யில்லை. ஒரு சின்ன உதாரணத்தை எடுக்கலாம். உலகில் பத்து வருடங்களுக்கு முன்னர் எத்தனை செல்பேசிகள் இருந்தன? அதன் எண்ணிக்கை லட்சங்களைத் தாண்டாது. ஆனால் இன்று 460

கோடி செல்பேசிகள் உலாவுகின்றன. இந்த 460 கோடி செல்பேசிகளுக்கும் இரவில் மின்னூட்டம் தேவைப்படுகிறது. அந்த மின்சாரம் எங்கேயிருந்து வரும்? இன்னும் சில வருடங்களில் உலகின் செல்பேசிகளின் எண்ணிக்கை 700 கோடியைத் தாண்டிவிடும் என்று சொல்கிறார்கள். அப்பொழுது எவ்வளவு அதிகப்படி மின்சாரம் தேவையாக இருக்கும். இயற்கையைப் பிழிந்துதான் அது கிடைக்கும். ஒன்றை அழிக்காமல் ஒன்று கிடைக்காது.

ஆதியில் இருந்து மனிதன் இயற்கையோடு ஒட்டியே வாழ்ந்தான். நெருப்பின் உபயோகத்தைக் கண்டுபிடித்த மறு நாள் இயற்கைக்கு எதிரான வேலை தொடங்கியது. இன்று அவன் செய்யும் ஒவ்வொரு காரியமும் பூமிக்குத் தீங்கு விளைவிப்பதாகவே அமைகிறது. ஒரு நாளில் சராசரி மனிதன் 31,000 கலரிகளுக்கு சமனான சேதத்தை உண்டாக்குகிறான். சின்னச் சின்னக் காரியங்கள் செய்வதன் மூலம் மனிதன் பூமியில் பெரிய மாற்றத்தைக் கொண்டுவந்துவிடலாம். தண்ணீரை சிக்கனமாகப் பாவிப்பது. மின்சாரத்தைச் சேமிப்பது. பிளாஸ்டிக் உபயோகத்தைக் குறைப்பது. சுழல் பாவிப்பு முறையைத் தூண்டுவது. இவை எல்லாமே பூமியின் ஆயுளைக் கூட்டும் செயல்கள்தான்.

ஒரு நண்பருடைய காரில் நான் சமீபத்தில் பயணம் செய்தேன். அது ஒரு ரொயோட்டா பிரியஸ் கலப்பு கார். மின்சாரத்திலும் பெற்றோலிலும் சேர்ந்து இயங்குவது. ஒவ்வொரு சிவப்பு விளக்கிலும் அதனுடைய கார் எஞ்சின் தானாக அணைந்து மறுபடியும் உயிர் பெற்றது. சின்ன விசயம்தான், ஆனால் எவ்வளவு சுற்றுச்சூழல் மாசு தவிர்க்கப்படுகிறது. உலகத்து சூழலியல்காரர்கள் காட்டும் சிறந்த உதாரணம் ஈஸ்டர் தீவு. ஒரு காலத்தில் இங்கே நிறைய காடுகள் இருந்தன. இன்று அவை எல்லாம் மனிதனால் அழிக்கப்பட்டு அந்தத் தீவு பாலைவனமாக மாறிவிட்டது. பறவைகள், மிருகங்கள் என்று அழிந்த இனங்கள் ஏராளம். இங்கே நாகரிகம் உச்சமாக இருந்த காலத்தில் இந்தத் தீவுவாசிகள் பிரம்மாண்டமான கற்சிலைகளை நிறுவினார்கள். இன்றும் ஆயிரக்கணக்கான சிலைகள் அங்கே காட்சியளிக்கின்றன. அவற்றைத் தூக்கி நிறுத்துவதற்காக மரங்களை அழித்தார்கள். இன்று சிலைகள் இருக்கின்றன, மரங்கள் மறைந்துவிட்டன. முற்றிலும் மனிதனால் அழிக்கப்பட்ட தீவு என்று ஈஸ்டர் தீவை உதாரணம் காட்டுவார்கள்.

உலகில் உள்ள அத்தனை விஞ்ஞானிகளும் இன்று ஒன்று சேர்ந்து கூட்டாக முயற்சி செய்தாலும் ஒரு முறை அழிக்கப்பட்ட இந்தத் தீவை இனிமேல் மீட்கவே முடியாது. இன்று உலகமும்

ஒரு ஈஸ்டர் தீவுபோலவே மாறிக்கொண்டு வருகிறது. இயற்கை வளங்கள் கண்களுக்கு முன்னால் அழிகின்றன அல்லது அழிக்கப் படுகின்றன. அழிந்தவற்றை மீட்க முடியாது. பரிணாம வளர்ச்சியில் உச்சக் கிளையில் இருப்பவன் மனிதன். அவனுக்கு முன்பு படைக்கப்பட்ட அத்தனை உயிர்களையும் தாண்டி அவன் உயரத்துக்குச் சென்றுவிட்டான். இன்றுகூட அவன் உண்டாவதற்கு 100 மில்லியன் வருடங்கள் முன்னர் தோன்றிய கரப்பான் பூச்சியை அவன் கடக்கும்போது ஒருவிதத் தயக்கமும் இல்லாமல் காலால் அதை நசுக்கிக் கொல்கிறான். நாம் அறிந்த மட்டில் இந்தப் பிரபஞ்சத்தில் உயிர்கள் வாழும் ஒரே கிரகம் பூமிதான். இந்தப் பூமியின் வயது கோடிக்கணக்கான வருடங்கள். இதில் வாழும் ஜீவராசிகளில் அதி உன்னதமானதும், சிந்திக்கக்கூடியதும், பரிணாமத்தின் உச்சத்தை எட்டியதுமானது மனித உயிர்தான். பேசி, எழுதி, சிந்தித்துச் செயல்படும் திறமை பெற்ற மனிதன் இந்தப் பூமியில் வாழ்ந்த காலம் 0.0001 சதவீதம்தான். ஆனால் அவனே அனைத்து ஜீவராசிகளுக்கும் தலைவனாக இருக்கிறான். சகல அறிவையும் பெற்ற மனிதனாகிய புத்திஜீவியிடம் இந்தப் பூமிக்கிரகம் ஒப்படைக்கப்பட்டிருக்கிறது. இங்கே வாழ முடியாவிட்டால் அவனுக்கு வேறு போக்கிடம் கிடையாது. அவனுடைய எதிர்காலம் அவன் கையிலேயே தங்கியிருக்கிறது.

பன்னிரெண்டு வயதுச் சிறுமி செவன் சுஸிக்கி ஐக்கிய நாடுகள் சபையில் பேசியது ஞாபகத்துக்கு வருகிறது. அந்தச் சிறுமி துக்கம் தாளாமல் தாயாரிடம் ஓடும்போது அவளுடைய தாயார் 'It is not the end of the world. Everything will be all right' *(உலகம் முடியவில்லை. எல்லாம் சரியாய்ப் போய்விடும்)* என்று அவளைத் தேற்றுவாராம். இனிமேல் வரும் தாய்மார்கள் தங்கள் குழந்தைகளை அப்படித் தேற்றமுடியாது. இப்படித்தான் தேற்றலாம். 'It is the end of the world. Everything will be done to make it all right.' உலகம் முடிவுக்கு வரும். நாங்கள் என்ன என்ன செய்யவேண்டுமோ அதைச் செய்து சரியாக்குவோம். பூமியில் இன்றைய வேகத்தில் இயற்கை அழிவுகள் தொடர்ந்தால், இன்னும் 30 வருடங்களில் எங்களுக்கு இன்னொரு பூமி தேவைப்படும் என்று விஞ்ஞானிகள் சொல்கிறார்கள். வெள்ளை மாளிகையில் இரண்டாவது வான் கோழியை தயாராக வைத்திருந்ததுபோல நாங்களும் இரண்டாவது பூமியைத் தயார்செய்ய வேண்டிய தருணம் நெருங்குகிறது.

கூகிள்

கூகிள் பற்றித் தெரியாதவர்கள் குறைவு. மாணவர்களிலிருந்து ஆராய்ச்சியாளர்கள் வரை இன்று கூகிளைப் பாவிக்கிறார்கள். ஒருநாளில் ஐம்பது அறுபது தடவை கூகிளைப் பயன்படுத்து பவர்கள் உண்டு. ஒரு வார்த்தையின் முதல் எழுத்தை அடித்ததும் கூகிள் பத்து வார்த்தைகளை உங்களுக்கு தெரிவு செய்கிறது. வார்த்தையின் அடுத்த எழுத்தை எழுதியதும் கூகிள் இன்னொரு பத்து வார்த்தைகளைக் காட்டுகிறது. இப்படியே கூகிள் நீங்கள் என்ன வார்த்தையைத் தேடுகிறீர்கள் என்று உங்களுக்கு முன்னரே சிந்தித்து உதவுகிறது. உங்கள் வேலையை இலகுவாக்குகிறது.

முன்னெப்பொழுதும் இல்லாத மாதிரி பூமியை ஒரு பந்து போலப் பார்க்கும் வசதியையும் கூகிள் செய்து கொடுத்திருக்கிறது. கனடாவில் இருந்தபடி அவுஸ்திரேலியாவில் இருக்கும் உங்கள் நண்பரின் வீட்டை அவர் அறியாமல் உங்களால் பார்க்க முடியும். அவர் வீட்டு எண், அவர் வீட்டு மரம், அவருடைய நாய் எல்லா வற்றையும் பார்க்கலாம். நான் ஒரு முறை அமெரிக்காவில் இருந்த போது கனடாவில் இருக்கும் என் வீட்டைப் பார்த்தேன். என் வீட்டு கார்ப்பாதையில் யாரோவுடைய கார் தரித்து நின்றது. அதனுடைய நம்பரை என்னால் குறித்து வைக்க முடிந்தது. இதுவெல்லாம் கூகிள் நிறுவனம் இலவசமாக செய்து தந்திருக்கும் வசதி.

2010 பூமி தினத்தின்போது கூகிள் நிறுவனம், சூழலியல்* விஞ்ஞானி சஞ்சயனை ஓர் உரை நிகழ்த்த அழைத்திருந்தது. அந்த உரையின் தொடுப்பு கீழே கொடுக்கப்பட்டிருக்கிறது.

தன்சேனியாவில் லேரொலி என்ற இடத்தில் 3.6 மில்லியன் வருடங்கள் பழமையான மனித காலடிச் சுவடுகள் பதிவாகி இன்றுவரை பார்க்கக் கிடைத்திருக்கின்றன. இத்தனை மில்லியன் வருடங்கள் எரிமலைச் சாம்பலால் பழுதடையாமல் பாதுகாக்கப் பட்ட சுவடுகள். மனிதன் நிமிர்ந்து நடந்ததற்கான தடயம். பக்கத்தில் ஒரு பெண்ணின் காலடியும் உள்ளது. அது சரிந்து பள்ளம் கூடியிருந்ததால் அவள் ஒரு பிள்ளையைக் காவியிருக்கிறாள்

என்று விஞ்ஞானிகள் ஊகிக்கிறார்கள். ஆக ஒரு குடும்பம் நடந்து போன அடையாளம். குனிந்து பார்த்து நடந்த நிலைமாறி மனிதன் நிமிர்ந்து நடந்ததற்கான முதல் ஆதாரம்.

திறந்த வெளியில், ஒரு நல்ல நாளில் நிமிர்ந்த மனிதன் ஐந்து, ஆறு மைல்கள் தூரம் பார்க்கலாம். இன்று, எங்கள் தலைமுறையில் சாட்டிலைட் தொழில் நுட்பத்தின் வளர்ச்சியால் பூமி முழுவதையும் எங்களால் பார்க்க முடியும். இந்தப் பெரிய அறிவு எங்கள் முந்திய தலைமுறையினருக்குக் கிடைக்கவில்லை. சுற்றுச்சூழல் கேடு பூமியில் உச்சத்தைத் தொட்டதும் எங்கள் தலைமுறையில்தான். பூமியைக் காப்பாற்றும் முழுப் பொறுப்பும் எங்களிடமே ஒப்படைக்கப் பட்டிருக்கிறது. புதிய அறிவையும் வைத்துக்கொண்டு பூமியைக் காப்பாற்ற நாங்கள் தவறினால் அடுத்த தலைமுறையினர் அதை நிவர்த்தி செய்வதற்கு அவகாசம் போதாது. எங்களுக்கு இன்னொரு வாய்ப்பும் கிடைக்காது, ஏனென்றால் காலம் கடந்துவிடும்.

நாங்கள்தான் சிந்திக்கவேண்டும். கூகிள் எங்களுக்காகச் சிந்திக்கமுடியாது.

---

* சூழலியல் விஞ்ஞானி சஞ்சயனின் உரையின் தொடுப்பு:
https://www.youtube.com/watch?v=7jYzfDlAUj4

இது முக்கியமான உரை. உங்கள் உறவினர்களுக்கும், நண்பர்களுக்கும் அவர்கள் பிள்ளைகளுக்கும், பள்ளிக்கூட ஆசிரியர்களுக்கும் அவர்கள் மாணவர்களுக்கும் இதை அனுப்புங்கள்.

48 மணி நேரம்

ஒரு காலத்தில் தசாவதானி, அட்டாவதானி என்றெல்லாம் இருந்தார்கள். இப்பொழுதும் இருக்கக்கூடும், நான் சந்தித்ததில்லை. அட்டாவதானி ஒரே நேரத்தில் எட்டு விசயங்களில் கவனம் செலுத்துவார். தசாவதானியால் ஒரே நேரத்தில் பத்து விசயங்களில் கவனம் செலுத்தமுடியும். அவர்களுக்கு பரீட்சைகூட இருக்கிறது என்று கேள்விப்பட்டிருக்கிறேன்.

நீங்கள் சொல்லும் பொருளில் அவர் ஒரு வெண்பா இயற்றுவார். அதே சமயம் நான்கு தானத்தை நான்கு தானத்தால் மனத்தினால் பெருக்கி விடையைச் சொல்வார். அவர் முதுகிலே ஒருவர் பூக்களை எறிவார். எத்தனை பூக்கள் என்று அவர் கணக்கு வைக்க வேண்டும். கையிலே ஒரு புத்தகத்தை வைத்துப் படித்துக் கொண்டே இருப்பார். என்ன படித்தார் என்பதை அவர் பின்னர் சொல்லவேண்டும். கூட்டத்தில் இருந்து ஒருவர் சைகை காட்டுவார், இன்னொருவர் வாத்தியத்தில் ஒரு ராகத்தை வாசிப்பார், அவை என்னவென்றெல்லாம் சொன்னால்தான் இவர் தசாவதானி. இப்படி பல விசயத்தை ஒரே நேரத்தில் செய்யும் திறமை பெற்றவர்கள் அரிது.

இப்பொழுது தசாவதானம் என்று ஒருவரும் சொல்வதில்லை, அதற்கு Multitasking என்று பெயர். இதற்கான பயிற்சிகளும், விளையாட்டுகளும் வந்துவிட்டன. வளரும் நாடுகளிலும் வளர்ந்த நாடுகளிலும் பன்செயல்திறன் கொண்டவர்களுக்குத்தான் வேலை கிடைக்கிறது. நேர்முகத்தேர்வில் அவர்களுக்கு multitasking பயிற்சி உண்டா என்றுகூடக் கேட்கிறார்கள். அது இல்லாவிட்டால் வேலை கிடைப்பது கடினம்.

பெண்கள் இதில் வல்லவர்களாக இருக்கிறார்கள். இயல்பாகவே அவர்களுக்கு அந்தத் திறமை உண்டு. நேற்று ஒரு பெண்ணை சுப்பர்மார்க்கெட்டில் பார்த்தேன். ஓடிப்பிடித்து விளையாடும் அவருடைய இரண்டு பிள்ளைகளை அதட்டியபடியே தள்ளுவண்டியில் ஒவ்வொரு சாமானாக எடுத்துப்போட்டு அதை நிரப்பிக்கொண்டிருந்தார். செல்பேசியில் பேச்சு நடந்தது. அங்கே

வேலை செய்யும் பணியாளரிடம் ஏன் இன்னும் 'குவினோவா' பக்கட்டுகள் வரவில்லை என விசாரித்தார். கடன் அட்டையை எடுத்து உரசி காசாளரிடம் பணத்தைக் கட்டிவிட்டு ஒன்றுமே நடக்காததுபோல காரை நோக்கி அசைந்தபடி, பிள்ளைகள் பின்னால் இழுபட போனார். செல்பேசியை காதில் இருந்து அவர் எடுக்கவே இல்லை.

எனக்குத் தெரிந்த ஒருவர் அமெரிக்காவில் ஒரு பில்லியனரைப் பார்க்கச் சென்றார். பில்லியன் என்றால் ஆயிரம் மில்லியன். இவரோ பல பில்லியன்களுக்குச் சொந்தக்காரர். ஆறு மாத முயற்சிக்குப் பின்னர் நண்பருக்கு ஐந்து நிமிடம் அவருடன் தனியே சந்திப்பதற்கு அவகாசம் கிடைத்திருந்தது. அவருடைய அலுவலக அறைக்குள் நுழைந்த நண்பர் திகைத்துவிட்டார். பில்லியனர் நாலு திரைகள் வைத்த கம்ப்யூட்டருக்கு முன் உட்கார்ந்திருந்தார். அவருடைய விரல்கள் விசைப்பலகையில் விளையாடியபடி இருந்தன. நண்பர் கேட்ட கேள்விகளுக்கு சரியான பதில்களைக் கொடுத்தார். அவர் புத்திக்கூர்மையான சில கேள்விகளை நண்பரிடமும் கேட்டார். அவர் விரல்கள் கம்ப்யூட்டர் விசைப்பலகையில் ஓடியபடியே இருந்தன.

ஐந்து நிமிடம் முடிந்ததும் நண்பர் எழுந்து விடைபெற்றுக் கொண்டு, நின்ற நிலையிலேயே ஒரு கேள்வி கேட்டார். எப்படி அவரால் ஒரே நேரத்தில் பல காரியங்களை ஆற்ற முடிகிறது. பில்லியனர் இப்படி பதில் சொன்னார்: 'ஒருநாளில் 24 மணிநேரம் தான். அதை நாங்கள் மாற்றமுடியாது. ஆனால் ஒரு நிமிடத்தில் ஒரு வேலைதான் செய்யலாம் என்ற எண்ணத்தை மாற்றலாம். உங்களுடன் பேசிக்கொண்டே இரண்டு முக்கியமான வேலைகளை நான் முடித்துவிட்டேன். 5 நிமிடத்தில் 10 நிமிட வேலையைச் செய்கிறேன். எனக்கு ஒரு நாளில் 48 மணி நேரம் கிடைக்கிறது.'

விருந்தோம்பல்

சோமா என்ற பெண்மணியிடம் இருந்துதான் அழைப்பு வந்திருந்தது. ஒரு வியாழக்கிழமை மதிய விருந்துக்கு. அவருடைய முழுப்பெயர் என்ன? அவர் வயது, உயரம், எடை, பருமன், நிறம் ஒன்றுமே எனக்குத் தெரியாது. முக்கியமாக அவர் இருக்கும் இடம். ரொறொன்ரோவில் இருந்து இரண்டு மணி நேரதூரம் என்ற விவரம் பின்னர்தான் கிடைத்தது. ஆனால் நான் விருந்துக்கு வருவதாக சம்மதம் தெரிவித்துவிட்டேன். ஆகவே வேறு வழியில்லை, போகத்தான் வேண்டும்.

வழக்கம்போல ஒன்றிரண்டு திருப்பங்களைத் தவறவிட்டு அரை மணி நேரம் பிந்தி விருந்து வீட்டுக்குப் போய்ச் சேர்ந்தேன். ஒரு பெண்மணி வந்து தன்னை சோமா என்று அறிமுகப்படுத்தி கைகொடுத்தார். ஐந்து அடி உயரம் இருப்பார். முற்றிலும் பழுக்காத நாவல் பழத்தின் நிறம். மார்பு பிருட்டம் இடை எல்லாம் ஒரே அளவில் இருந்ததால் அவருக்கு ஆடை தைக்கும் தையல்காரருக்கு வேலை சிரமமாக இருக்காது. ஆனால் அவருடைய முகத்தில் பத்து சந்திரன்களின் ஒளியிருந்தது. இன் முகத்துடன் வாருங்கள் வாருங்கள் என்று வரவேற்று நேரே தோட்டத்துக்கு அழைத்துச் சென்றார். பெரிய தோட்டம். அங்கே நின்ற அவருடைய பிரம்மாண்டமான வீடு போல அந்தத் தோட்டத்தில் நாலு வீடுகளை நிறுத்திவைக்கலாம். தோட்டத்தைப் பார்த்து நான் அதிசயித்துப்போய் நின்றேன்.

ரொறொன்ரோவில் சில தோட்டங்களில் வருடா வருடம் புதுப்பிக்கப்படும் பூக்கன்றுகளை வாங்கி நட்டு வைப்பார்கள். அவை பூத்து அந்த வருடம் முடியும்போது அவையும் முடிந்து விடும். அடுத்தவருடம் மறுபடியும் புதிதாகப் பூக்கன்றுகள் வாங்கி நடவேண்டும். இன்னும் சில தோட்டங்களில் வருடா வருடம் அழியாமல் தொடர்ந்து நின்று பூக்கும் பூக்கன்றுகள் இருக்கும். பனிக்கால முடிவில் அவை ஓய்வு பெற்று மறுபடியும் வசந்தம் வரும்போது உயிர்த்தெழும். ஆனால் இந்தத் தோட்டத்தில் இரண்டு வகையான பூக்களும் பூத்துக் குலுங்கின. 'மிக அழகான தோட்ட மாக இருக்கிறதே. நீங்கள் தோட்டக்கலை படித்திருக்கிறீர்களா?'

என்று கேட்டேன். அவர் சிரித்தார். 'ஒரு கலையும் படிக்கவில்லை, அனுபவம்தான். இருபது வருடமாக தோட்டத்தை நான்தான் பராமரித்து வருகிறேன். இந்தத் தோட்டத்தில் தெரியும் அவ்வளவு அழகும் என்னிடமிருந்து வந்ததுதான்.' குரல் வந்ததே ஒழிய சோமா மறைந்துவிட்டார். எல்லாத் திசைகளிலும் ஆகக்குறைந்த நேரத்தில் ஓடிக்கொண்டிருந்தார். புதிய விருந்தாளிகளை வரவேற்று அவரவர் களுக்கு வேண்டிய பானங்களை அவரே எடுத்துவந்து பரிமாறினார். விருந்தினர் உபசரிப்பில் ஒரு குறையும் வைக்கவில்லை.

உடுப்பு அழுக்காகிவிடும் என்ற கவலை சிறிதும் இல்லாமல் விருந்தினர் ஒருவர் புல்தரையில் அமர்ந்து ஒரு கயிற்றிலே விதவிதமான முடிச்சுகள் போட்டுக்கொண்டிருந்தார். கைகளை வித்தைக்காரன்போல வேகமாக அசைத்து கண்வெட்டும் நேரத்துக்கிடையில் ஒரு புது முடிச்சைப் போட்டார். அதனிலும் வேகமாகப் போட்ட முடிச்சை அவிழ்த்தார். இவர் ஒரு காலத்தில் சாரண பயிற்சியாளராக இருந்திருக்கலாம் என்று நினைத்தேன். அவருக்கு முன்னால் ஒருவர் உட்கார்ந்து பாடம் கேட்பதுபோல அவர் செய்வதையே உற்றுப் பார்த்துக்கொண்டிருந்தார். இருவரும் பேசும்போது அவர்கள் அத்தியந்த நண்பர்கள் போலிருந்தது. 'எவ்வளவு காலமாக உங்கள் இருவருக்கும் பழக்கம்?' என்று கேட்டேன். கயிறு வித்தைக்காரர் 'இப்ப இரண்டு நிமிடம்' என்றார். அப்பொழுதுதான் எனக்கு ஒரு விசயம் பிடிபட்டது. அங்கே வந்திருந்தவர்களில் ஒருவருக்குக்கூட இன்னொருவரைத் தெரியாது. விருந்துக்கு அழைத்த சோமாவுக்குக்கூட அழைப்பை ஏற்று வந்த விருந்தினர்களை முன்னரே பழக்கமில்லை. விருந்து முடிவுக்கு வரும் சமயத்தில்தான் இந்தப் புதிர் எங்களுக்கு விடுவிக்கப்படும்.

மதிய உணவு மிகச் சாதாரணமானதாகவே இருந்தது. ஆனால் அதை வழங்கிய விதம் உயர்தரமானது. ஆடம்பரம் இல்லாத அழகு. விலைமதிப்பான கோப்பைகள், வெள்ளிக்கரண்டி கள், ஒளிவீசும் கிண்ணங்கள், நீளமான மெல்லிய காம்பின்மேல் நிற்கும் கிளாஸ்கள். சோமா உட்காரவே இல்லை. நின்றுகொண்டும் ஓடிக்கொண்டும் விருந்தினரை தனித்தனியாக உபசரித்தார். 'இதைச் சாப்பிடுங்கள். இது விசேஷமாகத் தயாரிக்கப்பட்டது. கோவா இலையில் அப்பிள் துண்டுகளையும், வறுத்த பெக்கன் விதை களையும் கலந்து செய்தது.' ஒவ்வொரு விருந்தினரையும் மூன்று தரம் உபசரிப்பதை அவர் வழக்கமாகக்கொண்டிருந்தார்.

'சிலர் மனம்விட்டு உபசரிக்கும்போதே உங்கள் வயிறு நிறைந்துவிடும். இவர் அந்த வகையைச் சேர்ந்தவர். சோமா இந்த நிமிடம் வரை பத்து மைல் தூரம் நடந்துவிட்டார்' என்றார் எனக்குப் பக்கத்தில் உட்கார்ந்திருந்தவர். அப்பொழுதுதான் திரும்பி

அவரைப் பார்த்தேன். வாழ்க்கை முழுக்க தேடிய ஒருவர் எனக்குப் பக்கத்தில் அமர்ந்து உணவருந்தியது எனக்குத் தெரியவில்லை. அவர் என்னிடம் பேசியதாக நினைத்தேன். உண்மையில் அவரோ என்னோடு சேர்ந்து பத்துப் பதினைந்து பேர் நிற்பதுபோல என் திசையைப் பார்த்து பொதுவாகத்தான் பேசினார். வெள்ளைத் தலைமுடி, வெள்ளை மீசை, வெள்ளைத் தோல், வெள்ளை சேர்ட். அவருடைய சப்பாத்துகூட வெள்ளையாகத்தான் இருந்தது. என் பக்கம் திரும்பி 'என்னுடைய பெயர் ரிஸ்டோ' என்றார். நானும் என் பெயரைச் சொன்னேன். 'நீங்கள் இந்தியரா?' என்று விசாரித்தார். நான் 'இலங்கை' என்றேன். அப்படித்தான் பேச ஆரம்பித்தோம்.

'விருந்து கொடுப்பவர் விருந்தாளியுடன் உட்கார்ந்து சாப்பிட மாட்டார். அதுதான் முறையான விருந்தோம்பல். எங்கள் பழைய புலவர் ஒருத்தர்கூட அப்படிச் சொல்லியிருக்கிறார். 'வித்தும் இடல் வேண்டும் கொல்லோ விருந்தோம்பி மிச்சில் மிசைவான் புலம்.' விருந்து கொடுத்துவிட்டு மிச்ச உணவைத்தான் சாப்பிட வேண்டு மாம்.' ரிஸ்டோ ஆச்சரியப்பட்டார். 'எங்கள் நாட்டிலும் அதே வழக்கம்தான். நீங்கள் என் வீட்டுக்கு விருந்துக்கு வந்தால் என் மனைவி விருந்தின்போது எங்களுடன் உட்காரவே மாட்டார். அப்படி உட்கார்ந்தால் உபசரிப்பு குறைபட்டது என்று அர்த்தம். மிகப் பழமையான விருந்தோம்பல் முறை அது' என்றார். 'ஆச்சரியமாக இருக்கிறது. உங்கள் நாட்டிலும் அப்படியா? உங்கள் நாடு என்ன?' என்றேன். அவர் 'மாசிடோனியா' என்றார். நான் அலெக்சாந்தர் பிறந்த நாடல்லவா என்று சொல்லி எழுந்து நின்று அவர் கையைத் தொட்டு கண்ணிலே ஒற்றிக்கொண்டேன். 'என்ன செய்கிறீர்கள்? என்ன செய்கிறீர்கள்?' என்று சிரித்துக்கொண்டே அவர் கையை இழுத்தார். 'நான் சந்திக்கும் முதல் மாசிடோனியன் நீங்கள். உங்கள் உடம்பில் ஒரு துளிக்குச் சமமான அலெக்சாந்தரின் ரத்தம் ஓடக்கூடுமல்லவா?' என்றேன்.

சிறிய நாடான மாசிடோனியா அரசனுக்கும் கிரேக்க அழகி ஒலிம்பியாவுக்கும் பிறந்தவன் அலெக்சாந்தர். கிரேக்கரான அரிஸ்டோட்டல் அவனுடைய குரு. அலெக்சாந்தர் தன் தலையணையின் கீழ் எப்பவும் கிரேக்க கவி ஹோமரின் இலியட் காவியத்தை வைத்திருப்பானாம். கிரேக்க இலக்கியத்தில் அவ்வளவு பற்று அவனுக்கு. இளவயதில் ஆட்சிக்கு வந்து 33 வயதிலேயே இறந்துபோனான். ஆனால் அதற்கிடையில் அறிந்த உலகத்தில் பாதியைப் பிடித்து தன் அதிகாரத்துக்குக் கீழ்கொண்டுவந்திருந் தான். இதுவெல்லாம் நான் ஏற்கெனவே படித்தது. நான் படிக்காத ஒன்றை ரிஸ்டோவிடம் கேட்டேன். 'அலெக்சாந்தர் என்ன மொழி

பேசினான்?' அவர் சொன்னார் 'அப்பொழுதெல்லாம் கிரேக்கம் உலக மொழி. மாசிடோனியன் அறிமுகம் இல்லாத சின்ன மொழி. தன் நாட்டுப் படைவீரர்களுடன் மட்டும் அலெக்சாந்தர் மாசிடோனியன் பேசினான். உலகத்தோடு அவன் பரிமாறிய மொழி கிரேக்கம்' என்றார். அப்படி பேசிக்கொண்டே நாங்கள் உணவருந்தி னோம். எங்களைச் சுற்றி இன்னும் இருபத்தைந்து பேர் அங்கே இருப்பது எங்களுக்குத் தெரியவில்லை. உரையாடலில் எங்களை மறந்து ஆழ்ந்துபோயிருந்தோம்.

அங்கு கூடியிருந்த அத்தனை விருந்தினரும் இதற்கு முன்னர் ஒருவரை ஒருவர் சந்தித்தது கிடையாது. ஆனால் அவர்கள் எல்லோரும் ஐ. நா சபைக்காக எங்கோ ஒரு கிளையில், ஏதோ ஒரு நாட்டில், எப்பவோ ஒரு காலத்தில் வேலை செய்திருக்கிறார்கள். விருந்து கொடுக்கும் சோமாவும் அப்படி ஒரு காலத்தில் வேலை செய்தவர்தான். இதற்கென்று மினக்கெட்டு ஆராய்ச்சிகள் செய்து அங்கு வந்திருந்தவர்களை எல்லாம் முகப்புத்தகம் மூலமாகவும், கூகிள் மூலமாகவும் தேடிக்கண்டுபிடித்து ஒரு விருந்துக்கு ஏற்பாடு செய்திருந்தார். அப்படித்தான் நாங்கள் எல்லோரும் சந்தித்துக் கொண்டோம். இந்த விவரம் விருந்து கிட்டத்தட்ட முடிவுக்கு வந்தபோதுதான் எங்களுக்குத் தெரிவிக்கப்பட்டது.

ஒரு 16, 17 வயது மதிக்கத்தக்க பெண். அவள் அணிந்திருந்த காலணி பழைய போர் வீரர்களின் காலணிபோல கயிற்றினால் குறுக்காக மாற்றி மாற்றி கட்டி முழங்கால்வரைக்கும் உயர்ந்திருந்தது. அவளுடைய கண்கள் அங்கே மிச்சமாயிருந்த சூரிய வெளிச்சத்தை உள்வாங்கிவிட்டதுபோல பிரகாசித்தன. ரிஸ்டோ 'இவள்தான் என்னுடைய மகள். என்னை காரிலே இங்கே அழைத்துவந்தவள். என் புத்திமதிகளைக் கேட்பதை நிறுத்தியிருந்தபடியால் வழி தவற வில்லை' என்றார். 'அப்பா சும்மாயிருங்கள்' என்று செல்ல மாகக் கண்டித்தாள் மகள். 'என் வாழ்க்கையில் மறக்கமுடியாத தினம் இது' என்றேன் நான். ஏன் என்பதுபோல இருவரும் என்னைப் பார்த்தார்கள். 'ஒரு மாசிடோனிய அழகியைச் சந்தித்த தினம்' என்றேன் நான். 'நீங்கள் இருவரும் உங்கள் பொய்களைப் பரி மாறுங்கள். நான் போகிறேன்' என்றுவிட்டு மகள் போய்விட்டாள்.

அவளையே பார்த்தவாறு இருந்த ரிஸ்டோ 'என் மகள் பேசும் மாசிடோனியன் சுத்தமானது. அவளைப்போல இப்ப மாசிடோனி யன் பேசுபவர்கள் குறைவு' என்றார். 'உங்கள் நாட்டில் இருப்பார்கள் தானே' என்றேன். 'மாசிடோனியா மிகச் சிறிய நாடு. 1991ல்தான் சுதந்திரம் கிடைத்து தனிநாடாக ஆகியது. அதன் அரச கரும மொழி மாசிடோனியன். அங்கே ஒன்றரை மில்லியன் மக்கள் மாசிடோனியன் பேசுகிறார்கள். மாசிடோனியாவுக்கு வெளியே

புலம்பெயர்ந்த வகையில் ஒரு மில்லியன் மக்கள் மாசிடோனியன் பேசுகிறார்கள்' என்றார். 'இரண்டாயிரம் ஆண்டுகளுக்கு மேலாக வாழ்ந்த மொழி உங்களுடையது. இப்பொழுது நாடும் கிடைத்து விட்டது. இனிமேல் வாழ்ந்துவிடும்' என்றேன். அவருடைய வெள்ளை முகம் தோட்டத்தில் விழுந்த சூரியனில் சிவப்பாக மாறிக் கொண்டு வந்தது. 'எங்கள் மொழி வளர்வது கிரேக்கர்களுக்குப் பிடிக்கவில்லை. அவர்கள் பெரும் முட்டுக்கட்டையாக அல்லவா இருக்கிறார்கள்?'

'உங்கள் நாட்டுக்கும் கிரேக்க நாட்டுக்குமிடையில் நீண்ட நாள் பகை அல்லவா? அவர்கள் அதை சீக்கிரம் மறந்துவிடுவார்களா?' என்றேன்.

அலெக்சாந்தர் இருபது வயதில் அரசனானதும் முதலில் படையெடுத்தது கிரேக்க நாட்டின்மீதுதான். அந்தப் போரில் 6000 கிரேக்க வீரர்கள் கொல்லப்பட்டார்கள். 30,000 பேர் அடிமைகள் ஆக்கப்பட்டார்கள். இது நடந்தது 2300 வருடங்களுக்கு முன்னர். ஆனால் கிரேக்கர்கள் அதை இன்றுவரை மறக்கவில்லை என்பது ஞாபகத்துக்கு வந்தது. 'சில பகைகள் அப்படித்தான். காலம் அவற்றை மறக்க விடுவதில்லை. நினைவூட்டிக்கொண்டே இருக்கும்' என்றேன். 'கிரேக்கம் எவ்வளவு பெரிய மொழி. எங்கள் மொழி இப்பொழுதுதான் வாழத் தொடங்கியிருக்கிறது. ஆனால் கிரேக்கர்களுக்கு இது பிடிக்கவில்லை. மாசிடோனியன் பெயர்களை எல்லாம் கிரேக்கப் பெயர்களாக மாற்றுகிறார்கள். ஒரு காலத்தில் மாசிடோனிய மொழி பேசுவதுகூட சட்ட விரோதமான செயல். இரண்டு மொழிகள் பக்கத்துப் பக்கத்தில் வாழமுடியாதா? ஒன்றை அழித்துத்தான் இன்னொன்று வாழவேண்டுமா?' உணர்ச்சிவசப் பட்டதில் ரிஸ்டோவின் குரல் பழுதுபட்ட முடி உலர்த்தியின் சத்தம்போல மாறியிருந்தது.

அப்பொழுது சோமா வந்தார். அவருடைய இரண்டு கைகளிலும் இரண்டு குடுவைகள் இருந்தன. ஒன்றில் தேநீர். ஒன்றில் கோப்பி. மூன்றாவது தடவையாக எங்கள் கோப்பைகளை நிரப்பினார். 'எங்கள் நாட்டிலும் இப்படித்தான் விருந்தினரை மூன்று தடவைகள் உபசரிக்கவேண்டும்' என்றார் ரிஸ்டோ. அவர் சமநிலையை அடைந்திருந்தார். மீண்டும் நாங்கள் மொழி பற்றிய விவாதத்தில் இறங்கினோம். சோமா குடுவைகளைத் தூக்கிக் கொண்டு அடுத்த மேசைக்கு ஓடினார். அந்தச் சிங்களப் பெண்ணுக்குக் களைப்பே இல்லை. சூரியக் கடிகாரம்போல ஓசையின்றி விருந்து முடிவுக்கு வரும்வரை உபசரித்துக் கொண்டே இருந்தார்.

பயங்கரமான ஆயுதம்

குறுந்தொகையில் ஒரு பாடலைப் படித்தபோது சட்டென்று ஓர் எண்ணம் தோன்றியது. இவ்வளவு காலமும் அப்படித் தோன்றியதில்லை. இந்த உலகத்தில் பல விசயங்கள் உங்கள் உற்றார் உறவினர் ஊரார் என்ன சொல்வார்கள் என்ற பயத்தினால்தான் நடக்கின்றன. மனிதன் தன் சொந்தப் புத்தியால் யோசித்து எடுக்கும் முடிவுகள் குறைவு என்றே படுகிறது. இன்று அல்ல, பல ஆயிரம் ஆண்டுகளுக்கு முன்பே இது தொடங்கிவிட்டது. மனிதனை நல்வழிப்படுத்துவதோ தீ வழிப்படுத்துவதோ அரச கட்டளைகள் அல்ல; சமுதாயக் கட்டுப்பாடுகள்தான்.

ராமாயணத்தில் ராவணன் கொல்லப்பட்டுவிட்டான். விபீடணன் சீதையை அழைத்துவந்து ராமன் முன் நிறுத்துகிறான். ராமன் சொல்கிறான். 'தர்மம் காப்பது என் கடமை. எங்கள் குலத்துக்கு நேர்ந்த அபகீர்த்தி களையப்பட்டு, என் வீரம் நிரூபிக்கப் பட்டுவிட்டது. நீ மீட்கப்பட்டாய். இனி நீ சுதந்திரமானவள், உன் விருப்பம் என்னவோ அதைச் செய்யலாம். நீ லட்சுமணனையோ பரதனையோ வரித்துக்கொள்ளலாம். வானரர்களின் அரசன் சுக்கிரீவனுடன் போகலாம். இலங்கை அரசன் விபீடணனும் இருக்கிறான்.' சொல்லத் தகாத இந்த வார்த்தைகளை ராமன் சொன்னான்.

சீதை லட்சுமணனிடம் சொல்லி தீமூட்டி அதில் குதித்து புடம்போட்ட பொன்போல ஒளிவீச வெளியே வருகிறாள். அப்போது ராமன் சொல்கிறான். 'சீதை உண்மையானவள் என்பது எனக்குத் தெரியும், ஆனால் உலகத்துக்குத் தெரியாது. அவர்கள் சீதையைத் தூற்றுவார்கள். உலகம் என்ன நினைக்கும் என்ற பயத்தினால்தான் நான் இதைச் செய்யவேண்டி நேர்ந்தது.' ஒவ்வொரு நாட்டிலும் அந்தந்த நாட்டுச் சட்டதிட்டங்கள் இருக்கலாம். ஆனால் மனிதன் சட்ட திட்டங்களைப் பார்க்கிலும் சமுதாயக் கட்டுப்பாடுகளுக்குத்தான் அதிகம் பயப்படுகிறான். ஆதி யிலிருந்து அதுவே அவனை வழிநடத்தியிருக்கிறது.

சினுவா ஆச்சிபி என்ற நைஜீரிய எழுத்தாளர் எழுதிய

புகழ்பெற்ற நாவல் Things Fall Apart. அதைப் படித்தபோதும் இப்படித்தான் ஓர் இடத்தில் திடுக்கிடல் ஏற்பட்டது. ஒக்கொங்வோ ஒரு மல்யுத்த வீரன். அவனுடைய ஊரில் அவனுக்கு நல்ல மதிப்பும் மரியாதையும் இருந்தது. இரண்டு கிராமங்களுக்கு இடையில் ஏற்பட்ட பகை முற்றாமல் தடுக்க ஒரு கிராமம் மற்ற கிராமத்துக்கு ஒரு பையனை பணயமாகத் தருகிறது. அந்தப் பையனின் பெயர் இக்மெஃபுனா. அவனை மல்யுத்தவீரன் ஒக்கொங்வோ தன் மகனைப்போல வளர்க்கிறான். அவன் மேல் நிறையப் பிரியம் கொள்கிறான். மூன்று வருடங்களுக்கு பின்னர் ஒருநாள் கிராமத்துப் பெரியவர்கள் பையனைக் கொலை செய்ய முடிவு செய்கின்றனர். ஒக்கொங்வோ அந்த முடிவை எதிர்ப்பான் என்று நினைத்தால் அவனும் வேறு வழி இல்லாமல் ஊருடன் ஒத்துப்போகிறான். ஊர்மக்களுடன் சேர்ந்து மகனைக் கொல்ல காட்டுக்கு அழைத்துச் செல்கிறான். காட்டு விளிம்பில் இக்மெஃபுனா நடந்துகொண் டிருக்கும்போதே ஒருவன் பின்னாலிருந்து அவனைக் கத்தியால் வெட்டுவான். இக்மெஃபுனா 'தந்தையே என்னை இவர்கள் கொல்கிறார்கள்' என்று கதறுவான். ஒக்கொங்வோ ஓடிவருவான், அவனைக் காப்பாற்றுவதற்கு அல்ல, அவனும் கத்தியை எடுத்து வெட்டி பையனைச் சாய்க்கிறான். 'கோழை என்ற பழிச்சொல்லுக்கு ஆளாகக் கூடாது. ஊரார் என்ன நினைப்பார்கள்' என்ற எண்ணம்தான் ஒக்கொங்வோவை நிறைத்திருக்கிறது.

குறுந்தொகையில் ஒரு பாடல். வேப்பம்பூ பூக்கும் காலம் வரும்போது நான் திரும்புவேன் என்று சொல்லிவிட்டுச் சென்ற தலைவன் திரும்பவில்லை. ஊர் பெண்களின் நாக்குகள் வம்பு பேசுகின்றன; அவளை இகழ்கின்றன. வசை பாடுகின்றன. பிரிவி னால் அவள் படும் வேதனையிலும் பார்க்க இந்த இம்சையைத்தான் அவளால் தாங்கமுடியாமல் போகிறது. புலவர் அங்கே ஓர் உவமை தருகிறார். ஏழு நண்டுகள் கால்களால் அத்திப்பழத்தை மிதித்தது போல இந்தப் பெண்களின் நாக்குகள் அவளைத் துன்புறுத்தின. பாடலை திரும்பத் திரும்பப் படிக்க வைத்தது இந்த உவமைதான். ஏழு நண்டுகள், 56 சிவந்த கால்கள் அத்திப்பழத்தை உழக்கி சிதைக்கின்றன. ஊர்ப்பெண்களின் சிவந்த நாக்குகள் அவளைப் புண்படுத்துகின்றன. பாடலில் ஓர் இடத்தில்கூட அவள் பிரிவின் வேதனை சொல்லப்படவில்லை. அவள் வேதனை எல்லாம் ஊராருடைய நாக்குகள்தான்.

> கருங்கால் வேம்பின் ஒண்பூ யாணர்
> என்னை இன்றியும் கழிவது கொல்லோ
> ஆற்றயல் எழுந்த வெண்கோட்டு அதவத்து

எழுகுளிர் மிதித்த ஒருபழம் போலக்
குழையக் கொடியோர் நாவே
காதலர் அகலக் கல்லென்று அவ்வே.

குறுந்தொகை – 24 பாடியவர் பரணர்.
Translation by A.K. Ramanujan
> What she said
>
> it looks as if the summer's glowing
> new blossom on the dark neem tree
> will not stay for his coming.
> These cruel women's tongues
> are working on me,
> and now that he is gone,
> grinding me to paste
> like the one fig
> of the white tree by waterside,
> trampled on by seven ravenous crabs.

உலகத்தின் மிகப் பயங்கரமான ஆயுதம் ஊரார் வாய்.

விஞ்ஞானியும் கவியும்

'நீங்கள் ஒரு விஞ்ஞானியா?' என்றார் ரொறொன்ரோவின் பிரபலமான கவி.

'அப்படித்தான் சொல்கிறார்கள்' என்றார் விஞ்ஞானி.

'நான் மிகப் பெரிய சோகத்தில் இருக்கிறேன்.'

'அப்படியா?'

'என் மலைப்பாம்பு சாகப் போகுது' என்று சொல்லி கவி விம்மத் தொடங்கினார்.

இந்த சம்பாசணையைக் கேட்டு மற்றவர்கள் திரும்பிப் பார்த்தார்கள். ரொறொன்ரோவின் சீலி மண்டபத்து வரவேற்புப் பகுதியில் இது நடந்தது. சனிக்கிழமை, ஜூலை 17, 2010 மாலை. இன்னும் சிறிது நேரத்தில் தமிழ் இலக்கியத் தோட்டத்தின் விருது வழங்கும் விழா ஆரம்பமாகவிருந்தது. சுற்றியிருந்த பார்வையாளர்கள் இவர்களை ஆச்சரியத்துடன் பார்த்தனர். கவியின் உயரம் 5 அடி 7 அங்குலம். விஞ்ஞானியின் உயரம் 6 அடி. ஆனால் கவியும் விஞ்ஞானியும் ஒரே உயரத்தில் நின்று உரையாடியது அதிசயமாகப் பட்டது. காரணம் கவிஞர் ஐந்து கிளாஸ் வைன் குடித்திருந்தார். ஒரு கிளாசுக்கு ஓர் அங்குலம் அவர் உயருவார் என்பது கணக்கு. அவர் கையில் நீண்ட காம்பு வைத்த வட்டமான கிளாசில் பானம் இருந்தது. விஞ்ஞானியின் கையிலும் அதே மாதிரியான கிளாசில் வெள்ளை வைன் இருந்தது. செயற்கை வெளிச்சத்தில் பொன்னை உருக்கி வார்த்திருப்பதுபோல பானம் மினுங்கியது.

'என்ன சொன்னீர்கள், மலைப்பாம்பா?'

'அதுதான் சொன்னேனே, மலைப்பாம்புதான்.'

'அதற்கு என்ன பிரச்னை?'

'என்னுடைய வளர்ப்புப் பிராணி. நாலு வருடமாக வளர்க்கிறேன், ஆனால் அது சாப்பிடுவதில்லை.'

'கவலை வேண்டாம். அது பசியெடுக்கும்போது சாப்பிடும்.'

கவிக்கு ஏதோ சந்தேகம். தலையைப் பக்கவாட்டில் கிடுகிடு வென்று ஆட்டி விஞ்ஞானியைப் பார்த்தார்.

'அது சாப்பிடவில்லை என்று சொல்கிறேனே, ஒரு மாதமாகச் சாப்பிடவில்லை. என்னுடைய மலைப்பாம்பு சாகப்போகுது'

என்று மறுபடியும் அழத்தொடங்கினார்.

'அது என்ன வகை மலைப்பாம்பு?'

'பாம்புவகைதான். நீளமாயிருக்கும். என்னாலே அதை தனிய தூக்கமுடியாது, மூன்று பேர் வேணும். சுருண்டு சுருண்டு வாலின்மேல் படுத்திருக்கும்.'

மறுபடியும் கவிக்கு சந்தேகம் வந்துவிட்டது. கிட்ட வந்து விஞ்ஞானியை உற்றுப் பார்த்துவிட்டுக் கேட்டார்.

'உங்களுக்குத் தமிழ் தெரியுமா?'

'இலங்கைத் தமிழ் தெரியும். இந்தியத் தமிழ் தெரியும். இப்பொழுதுதான் ரொறொன்ரோ தமிழ் படித்து வருகிறேன்.'

'நல்லது, நல்லது. அப்ப சரி. எங்கை விட்டனான்?'

'வாலில் விட்டீர்கள்.'

'மிருக வைத்தியரிடம் போனேன். அவர் என்ன சொன்னார் தெரியுமா?'

'சொன்னால் தெரியும்.'

அவர் சொன்னார் என்னுடைய பாம்பு வேண்டுமென்றே பட்டினி கிடக்கிறதாம். அது ஆகப் பெரிய பசியை உண்டாக்கப் பார்க்கிறதாம். என்னைச் சாப்பிட்டு தன் பசியைப் போக்க திட்டம் போடுகிறதாம்.

விஞ்ஞானி ஓர் அடி பின்னுக்கு நகர்ந்தார்.

கவி பொருட்படுத்தவே இல்லை. வாளை உருவுவதுபோல தன் செல்பேசியை வெளியே எடுத்து தன்னைத்தானே ஒரு படம் எடுத்துக்கொண்டார்.

'உங்களைச் சந்தித்த முக்கியமான நாளை என்றைக்கும் நினைவில் வைக்க இந்தப் படம். எங்கே போகிறீர்கள்? நீங்கள் பெரிய விஞ்ஞானி. இதற்கு ஒரு தீர்ப்பு சொல்லாமல் போகக் கூடாது.'

விஞ்ஞானி தன் கிளாசில் இருந்த மீதமான வைனை கவியின் கிளாசில் ஊற்றிவிட்டு மறைந்தார். கவி தன் கிளாசைப் பார்த்தார். அது நிரம்பியிருந்தது.

'யாரோ என்னுடைய வைனை குடித்துவிட்டார்கள்' என்று புலம்பினார்.

அதைக் கேட்க ஒருவரும் இல்லை. தமிழ் இலக்கியத் தோட்டத்தின் கூட்டம் ஆரம்பமாக எல்லோரும் அங்கே போய் விட்டார்கள்.

மறக்கமுடியாத ஆசிரியர்கள்

மனித வாழ்க்கை என்பது மறதியை நோக்கிய பயணம்தான். வயதுகூடக்கூட மறதியும் கூடும். உலகப் பிரசித்தமான விஞ்ஞானி கலீலியோ தன் முதிய வயதில் தான் எழுதிய விஞ்ஞான சித்தாந்தங் களை தனக்கு முன்னால் பரப்பிவைத்து புரியாமல் பார்த்துக் கொண்டே இருப்பாராம். எல்லாமே அவருக்கு மறந்துவிட்டது. என்னைப் படிப்பித்த ஆசிரியர்களில் பலரை நான் மறந்துவிட்டா லும் சிலருடைய நினைவுகள் இடைக்கிடை எழும். அமிர்தலிங்கம் மாஸ்டருடைய நினைவும் அப்படித்தான். முறம்போல செருப்பும், மூக்குப்பொடி பட்டையும் இவருடைய அடையாளங்கள். காலையில் வெள்ளையாக இவர் கையில் காட்சியளிக்கும் கைக் குட்டை மாலையில் பழுப்பு நிறமாகிவிடும். ஆங்கிலக் கவிதை களைப் பாடமாக்கி இவரிடம் ஒப்பிக்கவேண்டும். இவருக்குப் பிடித்த பாடல் Under a spreading chestnut tree. எங்கேயோ தூரதேசத் திலிருந்து ஒரு வெள்ளைக்காரன் பாடி வைத்தது. எப்படித்தான் இரவிரவாகக் கண்விழித்துப் பாடமாக்கினாலும் மாஸ்டருக்குமுன் போய் நின்றவுடன் ரத்தமெல்லாம் தண்ணியாகிவிடும்; வாயைத் திறந்தால் காற்றுத்தான் வரும். வெளி விறாந்தையில் முழங்கால் வலிக்க முட்டுக்காலில் நிற்கவேண்டும். 'அது என்ன சேர் chestnut tree? மாமரம்போல இருக்குமா?' என்று கேட்டால் பிடிக்காது. பிரம்பு மரம்போல இருக்கும் என்று பிரம்பை எடுத்துக் காட்டுவார்.

அந்தக் காலத்தில் எல்லா ஆசிரியர்களும் மாணவர்கள் மனப் பாடம் செய்யவேண்டும் என்றே எதிர்பார்த்தார்கள். சரித்திரம், விஞ்ஞானம், கணிதம், பூமிசாஸ்திரம் என ஒன்றுக்குமே விதிவிலக் கில்லை. 'புல்லர்' என்று ஓர் ஆசிரியர், அவருடைய உண்மையான பெயர் மறந்துவிட்டது. பள்ளிக்கூடத்திலேயே ஆக நீளமான கம்பு அவரிடம்தான் உண்டு. மேசையில் துள்ளி ஏறி அக்கிராசினர்போல அமர்ந்தவாறே கடைசி வாங்கு மாணவனை அவரால் எட்டி அடிக்கமுடியும். அவருடைய திட்டம் படிப்படியான சித்திரவதை. நாளுக்கு மூன்று திருக்குறள் பாடமாக்கச் சொல்வார்.

> செல்லிடத்துக் காப்பான் சினங் காப்பான் அல்லிடத்துக்
> காக்கினென் காவாக்கால் என்.

எங்கே கோபம் செல்லுமோ அங்கே அதைக் காக்கவேண்டும் என்பது பொருள். இதை மனனம் செய்யவில்லை என்பதற்காகத் தான் என்னைப் போட்டு அடித்தார். அடிப்பாரே ஒழிய அந்தக் குறள் என்ன சொல்கிறது என்பதைப் பார்ப்பதில்லை. சனி, ஞாயிறு ஓய்வாக இருக்கலாம் என்றால் இரண்டு நாளுக்கும் சேர்த்து ஆறு திருக்குறள் சொல்லவேண்டும். 'கொக்கொக்க' என்று தொடங்கும் ஒரு திருக்குறள். நான் அதை இப்படி ஒப்பித்தேன்.

கொக்கொக்க கூம்பும் பருவத்து மற்றதன்
கொத்தொக்க சீர்த்த இடத்து.

இதற்கும் அடி விழுந்தது. 'குத்தொக்க சீர்த்த இடத்து' என்பது தான் சரி. 'குருவி கொத்தும், கொக்கு கொத்தாது, குத்தும். மீனை அது செங்குத்தாகக் குத்திப் பிடிக்கும்' என்று அந்த ஆசிரியர் விளக்கம் சொல்லித் தரவில்லை; முப்பது வருடங்களுக்குப் பிறகு நானாகக் கண்டுபிடித்ததுதான்.

தில்லைநாதர் என்ற ஆசிரியர் என்னுடைய ஆகச்சின்ன வயதில் படிப்பித்தார். வெள்ளை வேட்டி, வெள்ளைச் சட்டை அங்கவஸ்திரம் அணிந்திருப்பார். ஆற்றிலே இறங்கப் போவதுபோல வேட்டியை சற்றுத் தூக்கிப்பிடித்துக்கொண்டு பிள்ளைத்தாய்ச்சி போல அசைந்து அசைந்து நடப்பார். வகுப்பு மணி அடித்து ஐந்து நிமிடம் கழித்துத்தான் வருவார். இவர் அடிப்பது கிடையாது, ஆனால் புதுவிதமான தண்டனைகளை உண்டாக்குவார். எங்கள் பாடப் புத்தகத்தில் இரட்டைப் புலவர் பாடல்கள் இருந்தன. இவர்கள் சோடியாகவே பயணம் செய்வார்கள். ஒருவர் முதல் இரண்டு அடிகளைப் பாட மற்றவர் கடைசி இரண்டு அடிகளையும் பாடி முடிப்பார். அப்படி அவர்களுக்கிடையில் ஓர் ஏற்பாடு. எங்கள் வேலை அவற்றை மனனம் செய்வது. ஒருநாள் இரட்டைய ரில் ஒருவர் ஆற்றிலே தன் கந்தல் ஆடையைத் தப்பியபோது அது ஆற்றோடு போய்விட்டது.

ஆற்றிலே தோய்த்து அடித்தடித்து நாளுமதை
தப்பினால் நம்மை அது தப்பாதோ.

என்று அவர் பாட மற்றவர் இப்படி முடித்தார்.

இப்புவியில் ஆனாலும் கந்தை அதிலும் ஓராயிரம் கண்
போனாலும் போச்சென்ன போ.

இந்தப் பாடலை அன்று வகுப்பில் பாடமாக்காதது இரண்டே பேர்தான். ஒன்று நான்; மற்றது ஜெகராஜசிங்கம். மனனம் செய்யும் வேலையில் நாங்களும் கிட்டத்தட்ட இரட்டைப்புலவர் போலத் தான். அவன் முதல் இரண்டு அடியை மறந்துவிடுவான்; நான் கடைசி இரண்டு அடியை பாடமாக்க மறந்துவிடுவேன். வகுப்பில்

வேப்ப மரத்தில் செய்த புது அலமாரி வந்து இறங்கியிருந்தது. வகுப்பு முடியுமட்டும் ஆசிரியர் எங்களை அலமாரியில் வைத்துப் பூட்டி விட்டார். இப்பொழுது நினைத்துப் பார்த்தால் பெரிய தண்டனையாகத்தான் தோன்றுகிறது. ஆனால் அது மிகச் சாதாரணம். என் வீட்டிலேகூட ஒன்றும் சொல்லவில்லை. இன்னும் கூடிய தண்டனையாகக் கொடுத்திருக்கலாம் என்று ஐயா அபிப்பிராயப்பட்டார். படிப்பென்றால் மனனம் செய்வது என்ற எண்ணம் தீவிரமாகப் பரவியிருந்த காலம் அது. யார் வகுப்பில் அதிகமாக மனனம் செய்யும் திறமை பெற்றிருக்கிறாரோ அவரே கெட்டிக்காரர்.

எங்களுக்கு ஒரு சங்கீத ரீச்சர்கூட இருந்தார். அவர் இரண்டாம் உலகப்போர் முடிந்தபிறகு சிங்கப்பூரிலிருந்து வந்தவர்; எஸ்.என்.சரஸ்வதி என்று பெயர். எங்கள் கிராமத்தாரை ஆச்சரியப் படவைக்கும் சதுரமான கண்ணாடி அணிந்து, சிங்கப்பூர் ஸ்டைலில் சேலை கட்டி, அழகான தோற்றமுடன் இருப்பார். இனிமையான குரலில் பாடுவார். காலை மாலை எப்பொழுது பார்த்தாலும் அப்பொழுதுதான் புகைப்படத்துக்கு தயாரானதுபோல மெல்லிய ஒப்பனையில் காணப்படுவார்.

முதல் நாள் முதல் வகுப்பில் தியாகராஜருடைய கீர்த்தனை ஒன்றை எடுத்த எடுப்பில் சொல்லித் தந்தார். 'ஸரஸ சாமதான பேத தண்ட சதுர' என்று அது தொடங்கும். ஆங்கிலத்தில் கவிதை பாடமாக்கிக் களைத்து, தமிழ்ப் பாடல்களை பாடமாக்கி களைத்திருந்த எனக்கு தெலுங்கிலும் மனப்பாடம் செய்யவேண்டிய கட்டாயம். ஒரு தவணை முழுக்க அவர் என்னைப் படிப்பித்தார். அப்படியும் பழக்கப்படாத என் மூளைக்குள் தெலுங்கு ஏறச் சம்மதிக்கவில்லை.

சமீபத்தில் கனடாவில் ஒரு திருமண விருந்தில் இங்கிலாந்தி லிருந்து வந்து கலந்துகொண்ட என்னுடைய சங்கீத குருவைச் சந்தித்தேன். அதே சதுரமான கண்ணாடி, அதே இனிமையான குரல். 'என்னை ஞாபகமிருக்கிறதா?' என்று கேட்டேன். ஒருநிமிடம் கூட யோசிக்காமல் இல்லை என்றார். 'ஸரஸ சாம' என்று தொடங்கும் தியாகராஜருடைய கீர்த்தனையின் பல்லவியை காபிநாராயணி ராகத்தில் அத்தனை சனங்களின் முன்பும் பொய்க் குரலில் பாடிக் காண்பித்தேன். எனக்குப் பின்னாலிருந்த நாற்காலி திடீரென்று பாடத் தொடங்கியதுபோல ஸ்தம்பித்துப்போய் நின்றார். என் முகத்தை ஞாபகத்துக்குக் கொண்டுவர முயன்று முயன்று தோற்றார். திருமண விருந்து முடிவுக்கு வரும்வரை நான் யார் என்பதை அவருக்குச் சொல்லவில்லை. ஒரு வஞ்சம் தீர்ப்பதில் உள்ள இன்பம் ஈடு இணையற்றது.

எங்கள் பள்ளிக்கூடத்தில் படித்த சகல மாணவரையும் கலங்க வைத்த ஓர் ஆசிரியர் இருந்தார். அவருடைய பெயர் எம்.எஸ். நேரசூசிகையை விளம்பரப் பலகையில் ஒட்டியதும் மாணவர்கள் ஓடிப்போய் முதலில் பார்ப்பது எம்.எஸ் ஏதாவது பாடம் எடுக்கிறாரா என்பதுதான். அவர் பாடம் எடுக்கும் வகுப்பர்களைப் பார்த்து ஏனைய மாணவர்கள் ஆறுதல் சொல்வார்கள். குதிரை மேலிருந்து பார்ப்பது போலத்தான் அவர் மாணவரைப் பார்ப்பார். அவர் எங்களுக்கு பூமிசாஸ்திரம் பாடம் எடுத்தார். பிழைகள் பொறுக்க மாட்டாதவர். அவர் வகுப்பை தொடங்க முன்னர் பட்டினத்தாருடைய 'கல்லாப் பிழையும், கருதாப் பிழையும்' பாடலை முழுதாக மனத்துக்குள் ஒருமுறை சொல்லிக்கொள்வேன்.

ஆங்கிலக் கவிதை, தமிழ் கவிதை, தெலுங்குக் கீர்த்தனை என்று பாடமாக்கச் சொன்னால் கொஞ்சம் முயன்று பார்க்கலாம். ஆனால் எம்.எஸ் வரைபடத்தை மனனம் செய்யச் சொல்லுவார். வெண்கட்டியை எடுத்து உலக வரைபடத்தை கரும்பலகையில் கையெடுக்காமல் வரைவார். இலங்கையின் ஆகத் தெற்குப் புள்ளி தேவேந்திரமுனை. அதிலேயிருந்து ஒருவர் தெற்குப் பக்கமாக நேராகப் போனால் சரியாக தென்துருவத்துக்குப் போய்விடலாமாம். அதைக் கீறியும் காட்டுவார். உலகத்தில் எத்தனை நாடுகள் இருக்கின்றன, அத்தனையையும் நினைவில் வைக்கவேண்டும். அட்சரேகை, தீர்க்கரேகை, கண்டங்கள், சமுத்திரங்கள், நாடுகள், கடல்கள், மலைகள், ஆறுகள், நகரங்கள் என்று முடிகின்ற காரியமா? எங்களை ஒவ்வொருவராக அழைப்பார். பால்குத்த வந்த வனிடம் போவதுபோல நாங்கள் அரக்கி அரக்கி போவோம். அவருடைய வரைபடத்தில் அவர் சொல்லும் இடங்களை நாங்கள் தொட்டுக் காட்டவேண்டும். 'அந்தமான் நிக்கோபார்' என்பார். திரும்பி மானைத் தேடும்போது தண்டனை ஆரம்பித்துவிடும்.

வந்தியத்தேவன் பனை இலச்சினை மோதிரத்தை எடுப்பதுபோல அன்பொழுகக் கதைத்தபடி தன் விரலில் இருந்த மோதிரத்தைக் கழற்றி அடுத்த கைவிரலுக்கு மாற்றுவார். குட்டு விழப்போகிறது. இவர் குட்டினால் பள்ளத்தில் ஒரு பட்டை தண்ணீர் நிற்கும் என்பது ஐதீகம். இடிபோல குட்டு இடப்பக்கம் இறங்கும். அன்றுவரை இடப்பக்க மூளையில் சேகரமாயிருந்த தகவல் எல்லாம் வலப் பக்க மூளைக்கு மாறிவிடும்.

இவரை நான் மன்னித்துவிட்டேன். கடைசி வரைக்கும் மன்னிக்க முடியாத ஓர் ஆசிரியர் இருந்தார். அவர் பெயர் ஹென்ஸ்மன். இவர் எங்களுக்கு வேதியியல் பாடம் எடுத்தார். வேதியியல் முழுக்க சமாந்திரங்கள் நிறைந்திருக்கும். ஆனால் இவர் அவற்றை நாங்கள் பாடமாக்கவேண்டும் என்று சித்திரவதை

செய்வதில்லை. நாங்கள் வணக்கம் சொல்லிவிட்டு உட்கார்ந்ததும் மனிதர் நடந்துகொண்டே வாயைத் திறந்து பேசத் தொடங்குவார். வார்த்தைகள் சங்கிலிக் கோர்வையாக விழும். வகுப்பின் கடைசியில் போய் நின்று பேசும்போது வார்த்தைகள் பின்னாலிருந்து முன்னுக்கு வரும். ஒன்றுமே புரியாது. அது நல்ல வசதியாக இருந்ததால் நாங்கள் எங்கள் பாட்டுக்கு ஏதாவது செய்து நேரத்தை உபயோகமாகக் கழிப்போம்.

ஒரு தடவை என் கையில் கல்கி தீபாவளி மலர் கிடைத்தது. அது ஒரு பொக்கிஷம்போல. ஒன்றேகால் அடி நீளம், ஓரடி அகலத்தில் தொக்கையாக இருக்கும். மத்தியானம் நல்லாகச் சாப்பிட்டிருந்தால் ஒழிய அதைத் தூக்க முடியாது. 20 பேர் படித்து முடித்த பிறகு அது என்னிடம் வந்திருந்தது. எனக்குப் பிறகு இன்னும் 20 பேர் காத்துக்கொண்டிருந்தார்கள். இரவல் வாங்கிய தீபாவளி மலரை நான் வீட்டாருக்குத் தெரியாமல் எடுத்து வந்திருந்தேன். பெரிய பெரிய எழுத்தாளர்கள் எல்லாம் எழுதியிருந் தார்கள். வழுவழுப்பான காகிதம்; அற்புதமான படங்கள். அன்று ஹென்ஸ்மன் மாஸ்டர் பிராண வாயு பற்றிப் பிரசங்கம் செய்துகொண்டிருந்தார். நான் மேசைக்குக் கீழே தீபாவளி மலரை விரித்து வைத்து அடுத்த நிமிடம் பிராணன் போய்விடக்கூடும் என்பதுபோல ரகஸ்யமாகப் படித்துக்கொண்டிருந்தேன். அதை ஹென்ஸ்மன் மாஸ்டர் எப்படியோ தன் சஞ்சாரத்தில் கண்டு பிடித்து மலரை பறித்துக்கொண்டு போய்விட்டார். எவ்வளவு கெஞ்சியும் திருப்பித் தரவில்லை. அடுத்த தீபாவளி வந்தபோதுகூட அது திரும்ப என் கையில் கிடைக்கவில்லை. என்றைக்கும் எந்தத் தீபாவளி மலரை எங்கே கண்டாலும் ஹென்ஸ்மன் மாஸ்டரின் ஞாபகம் எனக்கு வராமல் போவதில்லை.

இரட்டைப்புலவர் இருந்ததுபோலவே எங்கள் பள்ளிக்கூடத் தில் இரட்டை ஆசிரியைகளும் இருந்தார்கள். இருவருக்கும் வயது 19, 20 இருக்கும். ஒரே மாதிரி மடிப்பு வைத்து, ஒரே கலரில் சேலை உடுத்தி வருவார்கள். சுகிர்தம் ரீச்சரின் முகம் முட்டை வடிவில் இருக்கும்; ஞானாம்பிகை ரீச்சரின் முகம் கோணங்களால் உருவானது. இருவரும் மான்குட்டிகள்போல துள்ளித்துள்ளி படியேறுவார்கள்; எப்ப பார்த்தாலும் ஒன்றாகவே திரியும் அவர்கள் ஒன்றே ஒன்றில் மட்டும் வித்தியாசப் படுவார்கள். சுகிர்தம் ரீச்சர் வாயை கையினால் மறைத்து களுக் என்று ஒரு ஸ்வரத்தில் சிரிப்பார். ஞானாம்பிகை ரீச்சர் விழுந்து விழுந்து நீளமாகச் சிரிப்பார்.

சுகிர்தம் ரீச்சர் எங்களுக்கு சரித்திரம் படிப்பித்தார். ஒரு

நாட்டின் சரித்திரம் அதை ஆண்ட அரசர்களின் சரித்திரம்தான் என்று நினைத்த யாரோ எழுதிய புத்தகம். இந்தப் புத்தகத்தில் நிறைய அரசர்கள் வந்துவந்து போவார்கள். போர் புரிந்து அடுத்தவர் ராச்சியத்தை கைப்பற்றுவார்கள். தோற்றால் ஓடிப்போய் குகைகளில் ஒளிந்துகொள்வார்கள். மலையைப் பிடித்து கோட்டை கட்டுவார்கள். அதற்குமுன் தகப்பனைக் கொன்று சுவருக்குள் புதைத்து வைக்க மறக்கமாட்டார்கள். ராணியும் சும்மா இருப்ப தில்லை. நிறையப் புருசர்களை அடுக்கடுக்காக நஞ்சு வைத்துக் கொல்லுவாள். பொலநறுவையைப் பிடித்து தமிழர்களைத் துரத்து வார்கள்; பின்னர் தலைநகரத்தை மாற்றுவார்கள். போர் எல்லாம் முடிந்து ஒன்றும் செய்ய இல்லாவிட்டால் குளங்கள் வெட்டு வார்கள். முடிகிற காரியமா? இவர்கள் வென்ற தேதிகள், தோற்று குகையைப் பிடித்த தேதிகள், நஞ்சுவைத்துக் கொன்ற புருசர்களின் எண்ணிக்கை, வெட்டிய குளங்களின் பெயர்கள், வெட்டாத கால்வாய்களின் பெயர்கள் எல்லாத்தையும் நினைவில் வைக்க வேண்டும்.

எந்தவொரு புதுவகுப்புக்குப் போனாலும் நான் வழக்கப்படி என் பெயரை மேசையின் மூலையில் கூரிய ஆயுதத்தால் எழுதி வைத்துவிடுவேன். சம்பந்தர் தன்னுடைய தேவாரங்களில் 'சிவஞானசம்பந்தன் சொன்ன இம்மாலையீரைந்தும்' என்று ஞாபகமாகத் தன் பெயரைப் பாடி வைப்பதுபோல நானும் வருங்கால சந்ததியினருக்காக என் பெயரை செதுக்கியிருப்பேன். உலகத்திலே மேசை இருக்கும்வரை என் பெயரும் நிலைக்கும். அத்துடன் நிற்காமல் சரித்திர பாடத்தில் முக்கியமாக படித்த தேதிகளையும் செதுக்கி வைத்திருப்பேன். ஆனால், சோதனை அன்று மேசைகளை மாற்றி வைத்துவிட்டபடியால் சரித்திரத்தில் நூற்றுக்கு நூறு மதிப்பெண் பெறும் என் முயற்சி தோற்றது. அதைத் தெரிந்தே சுகிர்தம் ரீச்சர் செய்தார் என்று நினைக்கிறேன். நான் இல்லாத சமயமாகப் பார்த்து கையினால் வாயை மூடி களுக் என்று சிரித்தாலும் சிரித்திருப்பார்.

ஞானாம்பிகை ரீச்சர் படிப்பித்தது கேத்திர கணிதம். கோணங்களாலான முகம்கொண்ட அவர் கேத்திர கணிதம் படிப்பித்தது மிகப் பொருத்தமானதுதான். இரண்டு சம அளவான பக்கங்களைக்கொண்ட முக்கோணத்தை சரி பாதியாகப் பிளந்து உண்டாக்கும் இரண்டு முக்கோணங்களும் சமம் என்று நிரூபிக்கச் சொல்வார். அதை ஏன் நிரூபிக்க வேண்டும்? பார்த்தவுடனேயே தெரிகிறது. நிரூபணத்தைக் கடுமையாக யோசித்து எழுதிக்கொண்டு போனால் பென்சிலைக் கடித்துக்கொண்டு நான் எழுதியதைப் படித்துப் பார்த்துவிட்டு 'உன்னுடைய மூளை நான் சொல்லித்

தாறதை உடனுக்குடன் மறந்துவிடுகிறது' என்று சொல்லி என் தலையில் என்னுடைய கொப்பியாலேயே செல்லமாக ஒரு தட்டுத் தட்டி அனுப்பிவிடுவார்.

எங்கள் வகுப்பில் இரண்டே இரண்டு பெண்கள்தான். அதில் ஒருத்தியின் பெயர் வாகேஸ்வரி. பல்லிபோல ஒல்லி உடம்பு. கணுக்காலைத் தொடாமல் கட்டையாகிவிட்ட ஒரே பாவாடையை தினம் அணிந்து வருவாள். சுபாஷ் கஃபேயில் ஒன்றுக்குமேல் ஒன்றாக உயரமாக அடுக்கிவைத்திருக்கும் கழுவாத கோப்பைகள் போல எந்த நேரமும் விழுந்துவிடலாம் என்பதுபோல அசைந்தபடி நிற்பாள். இவள் கேத்திர கணிதத்தில் கெட்டிக்காரி. கொப்பியில் மூக்கு தொடுகிறமாதிரி குனிந்து கணக்கை எழுதிவிட்டு கொப்பியைத் தூக்கிக்கொண்டு ரீச்சரிடம் முதலில் ஓடுவது இவள்தான். வாயில் விரல் வைத்து விசில் அடிப்பதுபோன்ற கீச்சுக்குரலில் இவள் கதைக்க, ரீச்சர் இவளை மகிமைப் படுத்துவார். எங்களால் பொறுக்கமுடியாமல் போகும்.

ஒருநாள் எப்படியும் வாகேஸ்வரியைத் தோற்கடிக்கவேண்டும் என்று வேகமாகக் கணக்கைப் போட்டேன். எங்கள் வகுப்பறை தரையில் மணல்தான் இருக்கும். என்னுடைய பென்சில் தேய்ந்து தேய்ந்து ஆட்டுப் புழுக்கை சைசுக்கு வந்துவிட்டது. இரண்டு விரல் களால் தந்திரமாகப் பிடித்தால்தான் எழுதமுடியும். அவசரத்தில் எழுதும்போது பென்சில் மணலில் விழுந்து, விழுந்த கணமே மறைந்துவிட்டது. எவ்வளவு தேடியும் கிடைக்காததால் தொடங்கிய கணக்கை நான் முடிக்கவில்லை. அன்று ஞானாம்பிகை ரீச்சர் கோபம் வந்து என்னுடைய வெறும் கொப்பியில் இரண்டு கோடுகள் குறுக்காகக் கீறியது இன்றைக்கும் நினைவில் நிற்கிறது.

அவருடைய ஞாபகம் சில வருடங்களுக்கு முன்னர் எனக்கு மீட்கப்பட்டது. நான் பாகிஸ்தானில் வேலை பார்த்துக்கொண்டிருந் தேன். ஒருநாள் விருந்திலே இளம்பெண் ஒருவரைச் சந்தித்தேன். அவர் உலக வங்கியில் அதிகாரியாகப் பணியாற்றினார்; பெயர் ஜீவா என்று சொன்னார். அவருடைய வாழ்க்கையைப் பின்னோக்கித் தள்ளிக்கொண்டு போனதில் அவர் ஞானாம்பிகை ரீச்சரின் மகள் என்பது தெரிய வந்தது. 'உங்களுடையை அம்மா கண்டிப்பான ஆசிரியை' என்று சொன்ன நான் மணலில் பென்சிலை தொலைத்த கதையைக் கூறிவிட்டு 'இன்றைக்கும் என்னுடைய பென்சில் அந்த மணலில் கிடக்கும்' என்றேன். மகள் நான் வேறு ஏதோ மொழியைப் பேசியதுபோல என்னையே பார்த் தார். பிறகு திடீரென்று விழுந்து விழுந்து பல ஸ்வரங்களில் சிரித்தார்.

Under a spreading chestnut tree பாடலை பாடமாக்கச் சொன்ன அமிர்தலிங்கம் மாஸ்டரை நினைவுக்குக் கொண்டுவரும் சம்பவம் சமீபத்தில் நான் பொஸ்டனுக்குப் போனபோது நிகழ்ந்தது. அங்கே ஒரு பாலத்தை லோங்ஃபெல்லோ பாலம் என்று அழைத்தார்கள். லோங்ஃபெல்லோ இளைஞனாக இருந்த காலத்தில் தன் காதலியைப் பார்க்க அந்தப் பாலம் வழியாக போய் வருவாராம். அந்த ஞாபகமாக பாலத்துக்கு அவர் பெயரைச் சூட்டி யிருந்தார்கள். லோங்ஃபெல்லோ வாழ்ந்த மாளிகையை இப்பொழுது மியூசியமாக மாற்றியிருக்கிறார்கள். இவருடைய பாடலைத்தான் நான் மணிக்கணக்காக உட்கார்ந்து மனப்பாடம் செய்திருக்கிறேன்.

> Under a spreading chestnut & tree
> The village smithy stands;
> The smith, a mighty man is he,
> With large and sinewy hands;
> And the muscles of his brawny arms
> Are strong as iron bands.

அவர் பாடிய செஸ்நட் மரத்தை வெட்டியபோது அந்த ஊர் குழந்தைகள் ஒரு சாய்வு நாற்காலியை அதே மரத்தில் செய்து லோங்ஃபெல்லோவுக்கு பரிசாகக் கொடுத்திருக்கிறார்கள். கவியும் தன் முதுமைக் காலத்தை கணப்பு அடுப்புக்கு முன் செஸ்நட் நாற்காலியில் சாய்ந்து உட்கார்ந்தபடியே கழித்தாராம்.

'இதுவா அந்த செஸ்நட் மரம்? பிரம்பு மரம்போல இல்லையே! அந்த மரத்தினால் செய்யப்பட்ட நாற்காலியா இது?' வழிகாட்டிப் பெண் இல்லாத சமயம் பார்த்து அந்த நாற்காலியில் நான் ஒரு நிமிடம் அமைதியாகச் சாய்ந்து கண்மூடி அமர்ந்து கொண்டேன். அறுபது வருடத்து முட்டுக்கால் வலி கொஞ்சம் ஆறியதுபோலப் பட்டது. கைவிளக்கு ஒளியில் தனிமையில் உட்கார்ந்து மொழி புரியாத பாடலை மனனம் செய்யும் ஒரு சிறுவனின் உருவம் தெரிந்தது. இரண்டு மொழிகளைக் கற்று, இரண்டு நாடுகளில் வசித்து, இரண்டு நூற்றாண்டுகளைப் பார்த்து விட்ட எனக்கு அந்தக் கணம் மறக்கமுடியாததாகத் தோன்றியது. அந்தப் பாடலைப் பாடிய கவியையோ, மரத்தின்கீழ் நின்று நாள் முழுக்க வேலை செய்த கொல்லரையோ, அந்த நாற்காலியை செய்து கொடுத்த குழந்தைகளையோ அப்பொழுது நான் நினைக்கவில்லை. நான் நினைத்ததெல்லாம் அமிர்தலிங்கம் மாஸ்டரைத்தான்.

கைதட்டல் விழா

இம்முறை பொஸ்டனில் ஒரு பள்ளிக்கூட விழாவுக்குப் போயிருந்தேன். ஆறு வயதிலிருந்து பன்னிரண்டு வயதுக்கான பிள்ளைகளுக்கு நடத்தப்பட்ட கோடைக்கால பயிற்சி முடிவில் நடந்த விழா. சிறுவர்களும் சிறுமிகளும் தனித்தனியாகவும் குழுக்களாகவும் பாடினார்கள், ஆடினார்கள், நடித்தார்கள். இன்னும் பயிற்சியில் சிலர் பழகின வித்தைகளை செய்துகாட்டினார்கள். அந்தப் பிள்ளைகளின் பெற்றோரும் நண்பர்களும் ஆசிரியர்களும் கண்டு களித்தார்கள்.

ஒரு பயிற்சியாளர்தான் தொகுப்பாளினியாகக் கடமையாற்றினார். சற்று தொக்கையான பெண்மணி இந்த விழாவுக்காக விசேஷமாக அலங்கரித்து வந்திருந்தார். குறைந்தது ஒருமணி நேரமாவது எடுத்திருக்கும் தலையலங்காரம், முக ஒப்பனை, ஒருவித தோள் வாருமின்றி அவர் மார்புகளில் தானாகவே தொங்கும் நீண்ட ஆடை என நல்லாகத்தான் இருந்தார். ஆனால் அவர் மேடைக்கு வந்த சில நிமிடங்களிலேயே விழா எப்போது முடியும் என நினைக்க ஆரம்பித்துவிட்டேன்.

ஒவ்வொரு வசனத்தையும் 'நல்லது ஆ ... ஆ .. ஆ' என்று ஆரம்பித்தார். 'இப்பொழுது 9 வயது ரேகன் வரப்போகிறார், அவருக்கு ஒரு கைதட்டல் கொடுங்கள்' என்றார். கொடுத்தோம். இவர் கோடைப்பயிற்சியில் உங்களுக்காகத் தயாரித்த இன்ன பாடலைப் பாடப்போகிறார். அதற்கு ஒரு கைதட்டல் என்று கேட்டார். கொடுத்தோம். இது போதாது. சும்மா இருக்கும் உங்கள் இரண்டு கைகளையும் மோத விடுங்கள் என்றார். விட்டோம். பாடல் முடிந்ததும் மீண்டும் ஒரு கைதட்டல் என்று கதை போனது.

ஒரு பெண்குழந்தை அதனிலும் பெரிய வயலினைத் தூக்கிக் கொண்டு வந்து மேடையிலே நின்றது. அது போகமுன்னர் ஆறு கைத்தட்டல்களைப் பெற்றுவிட்டது. எல்லாம் கேட்டுக் கிடைத்தது தான். பாராட்டியும் கெஞ்சியும் மிரட்டியும் கைதட்டல்களை வரவழைத்துக்கொண்டிருந்தார். இந்த நூற்றாண்டின் சிறந்த வயலின் இசைக்கு இவ்வளவுதானா கைதட்டல். மீண்டும் தட்டினோம்.

ஆறுவயதுக் குழந்தைக்குத் தட்டுவது ஆறு மைல் தூரத்துக்குக் கேட்கவேண்டாமா? தட்டினோம். உங்கள் கைதட்டல் என்னிடம் வரமுன்னரே பாதி வழியில் மரித்துவிட்டது,

அன்று விழா முடியமுன்னர் 62 கைதட்டல்களை அந்த மண்டபம் கேட்டது. ஒரேயொருமுறை மாத்திரம் ஒரு சின்னக் குழந்தை வாய்ப்பாட்டு பாடி முடிந்ததும் எனக்குத் தானாகக் கை தட்டத் தோன்றியது. அந்தக் குழந்தை அவ்வளவு அழகாகப் பாடி யது. ஆனால் கைதட்ட எனக்குத் தோன்றவில்லை. ஏற்கெனவே பலமுறை கைதட்டி கை புண்ணாகிப் போயிருந்தது. இப்படி கெஞ்சி யும் மிரட்டியும் கைதட்டுப் பெறுவது எப்படி வந்தது என்று தெரிய வில்லை.

சமீபத்தில் இந்திய டிவியில் ஒரு விழாக் காட்சி ஒளிபரப்பா னது. தொகுப்பாளர் ஒரு பிரபல நடிகர். நிகழ்ச்சியின்போது கெஞ்சிக் கெஞ்சி சபையோரிடம் கைதட்டல்கள் வாங்கிக் கொண்டிருந்தார். ஒரு காலத்தில் சபையில் பிரசங்கம் நடக்கும் போது சபையினர் இடைக்கிடை ஆர்வத்தோடு கைதட்டுவார்கள். பாடகர் பாடி முடிந்ததும் கைதட்டுவார்கள். நடனம் சிறப்பாக நடந்து முடிந்ததும் அதற்கு ஒரு கைதட்டல். நாடகத்தில் ஒவ்வொரு சீனுக்கும் கைதட்டல் கிடைக்கும். இந்தக் கைதட்டல்கள் வேண்டிப் பெறுவதல்ல. கைதட்டலின் ஒலியை வைத்தே நிகழ்ச்சியின் வெற்றியை ஓரளவுக்கு தீர்மானித்துக் கொள்ளலாம். அந்த டிவி நிகழ்ச்சியை தொகுப்பாளர் தொகுத்ததைப் பார்த்தபோது இந்த அமெரிக்க கலாச்சாரம் இந்திய டிவியைத் தொட்டுவிட்டது தெரிந்தது.

நான் கல்லூரியில் படித்த சமயம் ஒரு வழக்கமிருந்தது. யாராவது வேண்டாத பேச்சாளர் மேடைக்கு வந்து அவர் பேச்சு அறுவையாக இருந்தால் நாங்கள் தொடர்ந்து நிறுத்தாமல் கைதட்டுவோம். ஆரம்பத்தில் பாராட்டு என்று நினைக்கும் பேச்சாளர், அவருடைய பேச்சை நிறுத்தச்சொல்லி கைதட்டுகிறோம் என்பதைப் புரிந்துகொண்டு பேச்சை நிறுத்திவிடுவார்.

அமெரிக்க தொகுப்பாளினி மேடையில் நின்றபோது இப்படி தொடர்ந்து கைதட்டினால் என்ன என்று தோன்றியது. அப்படிச் செய்திருந்தால் இந்தப் பெண் அதிக உற்சாகமாகி இன்னும் தொடர்ந்துகொண்டே போயிருப்பார். மார்புகள் தாங்கிப் பிடிக்கும் ஆடை இறங்கினாலும்கூட அவர் மேடையைவிட்டு இறங்கியிருக்க மாட்டார். அன்று 62 கைதட்டல்களோடு நாங்கள் நல்லகாலம் விடுபட்டு வீடு வந்து சேர்ந்தோம். வெகு சீக்கிரத்தில் யாராவது கைதட்டல் விழா எடுப்பார்கள்.

பசிப்பிணி

ஆங்கில அகராதியை தனியாக முதன்முதலில் செய்தவர் சாமுவல் ஜோன்ஸன் என்பவர். அவர் சேக்ஸ்பியரால் ஆறு வசனங்களை ஒழுங்காக எழுத முடியாது. அதிலே ஏதாவது ஒரு பிழை இருக்கும் என்று சொல்வார்.

டி.எச். லோரன்ஸ் என்பவர் 'Lady Chatterley's Lover என்ற நாவலை எழுதினார். அதில் நிறைய கெட்ட வார்த்தைகள் இருந்ததால் அதை இங்கிலாந்தில் பதிப்பிக்க முடியவில்லை. ஆகவே அந்த நாவலை இத்தாலியில் வெளியிட்டார். 1960 களில் இங்கிலாந்து அந்தப் புத்தகத்தைப் போட அனுமதித்தது. நான் பல்கலைக்கழகத்தில் படித்த காலத்தில் அது வெளிவந்தது. பாடப் புத்தகங்களைப் படிப்பதை நிறுத்திவிட்டு எல்லா மாணவர்களும் அந்தப் புத்தகத்தையே ரகஸ்யமாகப் படித்தார்கள்.

ஒரு சீமாட்டிக்கும் அவரின் கீழ் வேலைசெய்யும் தோட்டக் காரனுக்கும் இடையில் ஏற்படும் காதலைச் சொல்வது இந்த நாவல். இந்த நாவலையும் இதை எழுதிய ஆசிரியரையும் பிடிக்காத ஒரு விமர்சகர் இப்படி எழுதினார். 'தோட்டக்கலை பற்றி அருமையாகச் சொல்லும் புத்தகம் இது. எப்படி தோட்டத்தைப் பராமரிப்பது, என்ன என்ன மரங்கள் நடவேண்டும், அவற்றை மாறும் கால நிலைக்கு ஏற்ப எப்படிப் பேணவேண்டும் போன்ற விவரங்கள் எல்லாம் கிடைக்கின்றன. வேண்டாத சில விசயங்களை நூலில் புகுத்திவிட்டதால் இந்த நாவலை முழுதாக அனுபவிக்க முடியாமல் போகிறது.'

படைப்பாளிகள் ஒருத்தரை ஒருத்தர் தாக்கி எழுதுவது ஒன்றும் புதியதல்ல. இந்தக் கலையில் தமிழ் இலக்கியப் படைப் பாளிகள் தேர்ந்தவர்கள். பழைய காலத்துப் புலவர்கள் இன்னும் கொடுமைக்காரர்களாக இருந்தார்கள். அவர்கள் எழுத்துடன் மட்டும் நிற்கவில்லை, தேவையில்லாத விசயங்களுக்கு எல்லாம் சண்டை போட்டார்கள். அற்ப சங்கதிகளுக்காக உயிரை எடுத்தார் கள். வேறு எந்த மொழி இலக்கிய உலகிலும் இப்படி கொடூரமாக ஒருத்தரை ஒருத்தர் அடித்துக்கொண்டதாகத் தகவல் இல்லை.

பிள்ளைப்பாண்டியன் என்று ஓர் அரசன். அவன் புலவர்கள்

பிழைவிடும்போது அவர்கள் தலையில் குட்டுவான். மகா பாரதத்தைத் தமிழில் பாடிய வில்லிபுத்தூராழ்வார் வாதத்தில் தோற்ற புலவர்களின் காதுகளைக் குறட்டினால் பிடுங்கிவிடுவார். ஒட்டக்கூத்தர் என்ற புலவர் குற்றம் செய்த புலவர்களின் குடுமிகளை முடிந்து சிரச்சேதம் செய்வாராம்.

இவருக்கும் புகழேந்தி என்ற புலவருக்கும் எப்பவும் போட்டி தான். புகழேந்தி நளவெண்பா பாடி அரங்கேற்றியபோது ஒட்டக் கூத்தருக்கு பொறுக்கவில்லை. சின்னச் சின்னப் பிழைகளைத் தேடிக் கண்டுபிடித்துக் கொண்டிருந்தார். அந்தி மாலையை புகழேந்தி வர்ணிக்கிறார்.

மல்லிகையே வெண்சங்கா வண்டூத வான்கருப்பு
வில்லி கணையெறிந்து மெய்காப்ப முல்லைமலர்
மென்மாலை தோளசைய மெல்ல நடந்ததே
புன்மாலை அந்திப் பொழுது.

பாடலோ அளவுக்கதிகமான கற்பனைகொண்டது; சிறு பிள்ளைத் தனமானது. ஒட்டக்கூத்தர் எழும்பி சபையிலே தன் எதிர்ப்பைத் தெரிவிக்கிறார். 'சங்கை பின்பக்கத்தில்தான் ஊதுவார் கள். வண்டு பூவின் முன்பக்கத்தில் ஊதுகிறது. உவமை சரியில்லை' என்கிறார். புகழேந்தி பதிலாக போதையில் இருக்கும் வண்டுக்கு முன்பக்கம் எது பின்பக்கம் எதுவென்று தெரியுமா என பதில் சொல்கிறார். அந்தப் பதிலை கேட்டு சபையோரும் 'ஆஹா' என்று வியக்க பாடல் ஏற்கப்படுகிறது.

இந்த லட்சணத்தில்தான் விவாதங்கள் நடந்தேறின. பெண்ணின் கூந்தல் மணம் இயற்கையானதா செயற்கையானதா என்று ஒரு விவாதம். புலவர்களும் வேலை இல்லாமல் பாடல்கள் பாடிக்கொண்டு வருகிறார்கள். அந்த விவகாரம் கடவுள்வரை போய்விட்டது. யாழ்ப்பாணத்தில் நாவலர் வாழ்ந்த காலத்தில் இன்னொரு விவாதம் சூடுபிடித்து நீண்டநாள் ஓடியது. 'ஒளி கண்ணிலிருந்து பொருளுக்குப் போகிறதா அல்லது பொருளில் இருந்து கண்ணுக்கு வருகிறதா?'

இதையெல்லாம் படிக்கும்போது திடீரென்று ஒரு புறநானூறு பாடல் கண்ணில் படுகிறது. புலவர் 'பசிக்கு சோறுபோடும் கன வான் வீடு எங்கே இருக்கிறது, கிட்டவா தூரவா?' என்று விசாரிக் கிறார். பசிப்பிணி மருத்துவன் என்று கூறுகிறார். பசியை ஒரு நோய் என்றும் அதற்குச் சோறு போடுபவன் மருத்துவன் என்றும் சொல்கிறார். புதுவிதமான சிந்தனை. இப்படிப்பட்ட புலவர்கள் வீண் விவாதங்களில் இறங்கவில்லை. காதை வெட்டவில்லை. கழுத்தைத் திருகவில்லை. குடுமியை முடியவில்லை. தமிழ் தப்பியது இப்படித்தான்.

ஆறுதலாகப் பேசுவோம்

சில வருடங்களுக்கு முன்னர் லக்ஷ்மி ஹோம்ஸ்ரோம் ரொறொன்ரோ வந்திருந்தார். இவர் நவீனத் தமிழ் இலக்கியங்கள் சிலவற்றை ஆங்கிலத்தில் மொழிபெயர்த்தவர். இவருடைய சேவையைப் பாராட்டி கனடாவின் தமிழ் இலக்கியத் தோட்டம் இவருக்கு வாழ்நாள் இலக்கிய சாதனைக்கான இயல் விருதை வழங்கிக் கௌரவித்திருந்தது. ரொறொன்ரோவில் சில கூட்டங்களிலும் மொழிபெயர்ப்பு சம்பந்தமாகப் பேசினார். தமிழிலிருந்து ஆங்கிலத்துக்கு மொழிபெயர்ப்பவர்களுக்கு ஏற்படக்கூடிய இடர்கள், சவால்கள் பற்றிப் பேசும்போது ஓர் இடத்தில் அவர் மொழிபெயர்த்த நாவலின் சில பகுதிகளை ஆங்கிலத்தில் வாசித்தார். எனக்கு ஆச்சரியமாக இருந்தது. அவர் வாசித்த ஒவ்வொரு வரியும் எனக்குப் புரிந்தது.

கூட்டம் முடிந்த பிறகு அவரிடம் பேசினேன். 'இந்த நாவலை நான் ஏற்கெனவே தமிழில் படிக்க முயன்றிருக்கிறேன். முப்பது பக்கங்களுக்கு மேலே என்னால் படிக்க முடியவில்லை. முற்றிலும் பேச்சுவழக்கு மொழியில் எழுதப்பட்டிருந்ததால் பல வார்த்தைகளுக்கு அர்த்தம் புரியவில்லை. என்னிடம் ஆறு தமிழ் அகராதிகள் இருக்கின்றன ஆனால் அந்த வார்த்தைகள் அகராதிகளில் இல்லை. நீங்கள் எப்படி இதைப் படித்துப் புரிந்துகொண்டு மொழிபெயர்த்தீர்கள்?' என்று கேட்டேன்.

அவர் சிரித்துவிட்டு 'எனக்கும் இதே பிரச்னை இருந்தது. பல வார்த்தைகள் புரியவில்லை. ஆகவே ஆசிரியரைத் தொடர்புகொண்டு அவரிடமே விளக்கம் கேட்டு மொழிபெயர்த்தேன்' என்றார். 'ஆசிரியரைத் தொடர்புகொண்டு தான் ஒரு புத்தகத்தைப் புரிந்துகொள்ளவேண்டுமா? என்னைப்போன்ற வாசகர்கள் என்ன செய்யலாம்?' என்றேன். அவர் சிரித்துவிட்டு 'வேறு என்ன? ஆங்கிலமொழிபெயர்ப்பில் படிக்கவேண்டியதுதான்' என்றார்.

ஒரு முறை இதே கேள்வியை ஆங்கிலப் பேராசிரியர் ஒருவரிடம் கேட்டேன். அவர் தன்னுடைய மாணவர் ஒரு நாவலை எழுதினார் என்றார். அது முழுக்க முழுக்க பேச்சுவழக்கு மொழியிலேயே இருந்தது. ஒரு குறிப்பிட்ட பிராந்திய இனக்குழு பேசும் மொழி.

அதைப் புரிந்துகொண்டவர்களின் எண்ணிக்கை நூற்றிலும் குறைவு தான். எந்த மொழியில் எழுத வேண்டும் என்பது ஆசிரியர் தேர்வு. என்ன புத்தகத்தை வாங்கவேண்டும் என்பது வாசகர் தேர்வு என்றார்.

வட்டார வழக்கில் எழுதுவதற்கு நான் எதிரியல்ல. அவர்கள் எழுதிவிட்டுப் போகட்டும். பேராசிரியர் சொன்னதுபோல புத்தகம் வாங்குவது வாசகரின் தெரிவு. உதாரணத்துக்கு நான் என் கிராமத்து மொழியில் ஒரு நூல் எழுதினால் அதை அந்தக் கிராமத் தவர்கள் மட்டுமே முழுவதுமாக வாசித்துப் புரிந்துகொள்ளலாம். அதுகூட சில சமயங்களில் சந்தேகம்தான். ஏனென்றால் சில வார்த்தைகள் எங்கள் வீட்டுக்காரர்களுக்கு மட்டுமே புரியும்; பக்கத்து வீட்டுக்காரர்களுக்குப் புரியாது.

ஒருமுறை நான் எழுத்தாளர் ஜெயமோகனிடம் பேசிக்கொண் டிருந்தபோது 'ஆறுதலாகப் பேசுவோம்' என்று சொன்னேன். அவர் சிரிக்கத் தொடங்கிவிட்டார். 'ஆறுதல்' என்றால் 'தேற்றுவது, வருத்தத்திலிருந்து மீட்டு தெம்பு தருவது என்று பொருள்'. 'ஆறுத லாகப் பேசுவோம்' என்றால் இலங்கை வழக்குப்படி 'சாவகாசமாக, ஓய்வாக இருக்கும்போது பேசுவோம்' என்பது பொருள். இப்படி சிறு விசயங்களில்கூட நாம் சறுக்கும்போது முழுக்க முழுக்க வட்டார வழக்கில் எழுதப்படும் ஒரு புத்தகத்தை அந்த வட்டா ரத்தைச் சேராத ஒருவர் படித்துப் புரிந்து கொள்வது என்பது கடினமான விசயம்தான்.

ஓர் ஆங்கில எழுத்தாளருடன் நான் சண்டை போட்டிருக் கிறேன். அவர் பாவித்த சில சொற்கள் எனக்குப் புரியவில்லை. அவை அகராதியிலும் இல்லை. 'நாங்கள் இதைப் படித்து எப்படிப் பொருள் கொள்வது?' என்று கேட்டேன். அவர் 'ஒரு வாசகருக்கு எல்லாச் சொற்களும் புரியவேண்டிய அவசியம் இல்லை. பத்துவீதம் புரியாவிட்டாலும் பரவாயில்லை' என்றார். 'அது எப்படி? நான் புத்தகம் வாங்குவதற்கு முழுக்காசையும் அல்லவா கொடுத்திருக் கிறேன். பத்துவீதம் கழித்துக்கொண்டு கொடுக்கவில்லையே?' என்றேன். இப்பொழுது அந்த ஆசிரியர் என் கடிதங்களுக்குப் பதில் போடுவதை நிறுத்திவிட்டார்.

ஒரு வார்த்தை இருந்தால் அதைப் பாவிக்கவேண்டும் என்ற விவாதத்தை ஆரம்பித்து வைத்தவர் ஜேம்ஸ் ஜோய்ஸ் என்ற ஆங்கில எழுத்தாளர். இவர் யூலிசிஸ் நாவலை எழுதியபோது அதிலே மூன்று 'கெட்ட' வார்த்தைகள் இருந்தன. அவர் காலத்து பதிப்பகங்கள் நாவலை நிராகரித்தன. ஆகவே அவரால் புத்தகத்தை வெளியிட முடியவில்லை. பாரிஸுக்குப் போய் அங்கே வெளி யிட்டார். அதை வெளியிட்டு 12 வருடங்களுக்குப் பிறகுதான்

அமெரிக்கா புத்தகத்தை அங்கீகரித்தது. மேலும் இரண்டு வருடங்கள் சென்று இங்கிலாந்தும் புத்தகத்தை வெளியிட்டது. அதை தொடர்ந்து டி.எச். லோரன்ஸ் Lady Chatterley's Lover ஐ எழுதினார். அதிலே 44 'கெட்ட' வார்த்தைகள் இருந்தன. அதன் பின்னர் எழுத வந்தவர்கள் அந்த வார்த்தைகளை தாராளமாகப் பாவித்ததில் அவை தேய்ந்துவிட்டன. இப்பொழுது அந்த வார்த்தைகள் அதிர்ச்சி தருவதில்லை. அதிர்ச்சி வேண்டுமென்றால் இன்னொரு புது வார்த்தையை உண்டாக்கவேண்டும்.

வழக்கமாக கிறிஸ்மஸ் வரும்போது எனக்கு ஒரு பரிசு கிடைக்கும். அதைக் கொடுப்பவர் கனடாவில் வசிக்கும் என் நண்பர் ஒருவர். சென்ற வருடம் எனக்கு ஒரு தமிழகராதி பரிசு கிடைத்தது. 1842ல் வெளிவந்த யாழ்ப்பாண அகராதி. ஆசிரியன்மார்: சந்திரசேகரப் பண்டிதர், சரவணமுத்துப் பிள்ளை. அகராதியை பின்னிருந்து முன்னாக ஒற்றையைத் தட்டிப் பார்த்துக் கொண்டு வந்தபோது ஒரு வார்த்தை கண்ணில் தென்பட்டது. என் மகிழ்ச்சிக்கு அளவே இல்லை. சீவகசிந்தாமணியைக் கண்டுபிடித்த போது உ.வே.சா. பட்ட மகிழ்ச்சி. ஏனென்றால் கடந்த பத்து வருடங்களாக நான் அந்த வார்த்தையைத் தேடிக்கொண்டிருந்தேன். அகராதிகளை ஆராய்ந்து, புலவர்களையும் தொந்திரவு படுத்தியிருந்தேன். அந்த வார்த்தை என் கண் முன்னே நின்றது.

திரௌபதி பாண்டவர்களுடன் வனவாசம் புறப்பட்டபோது திருதராட்டிரன் விதுரனிடம் அந்தக் காட்சியை வர்ணிக்கச்சொல்லி கூறுவான். விதுரனும் 'திரௌபதி தன் அளகபாரத்தை விரித்து முகம் முழுவதையும் மூடிக்கொண்டு, கண்ணீர் சொரிய பாண்டவர் பின்னால் செல்கிறாள்' என்று விவரிப்பான். அளகம் என்றால் பெண்மயிர். பெண்மயிர் என்று ஒன்றிருந்தால் ஆண்மயிர் என்று ஒன்றும் இருக்கவேண்டும். அதற்கு என்ன வார்த்தை? பல புலவர்களைக் கேட்டதில் ஒருவருக்கும் தெரியவில்லை. அந்த அகராதியில் நான் தேடிய வார்த்தை கிடைத்தது. சூளி - ஆண்மயிர் என்று போட்டிருந்தது.

மச்சகன்னி என்றால் பெண். அதற்கும் ஒரு ஆண்பால் இருக்கத்தானே வேண்டும். ஆண்மயிர், பெண்மயிர் என்று வார்த்தைகள் இருப்பதில் என்ன பெருமை? ஆங்கிலத்தில் சில வார்த்தைகளைக் காட்டி இதற்கெல்லாம் தமிழ் சொல் கிடையாது, எனவே ஆங்கிலம்தான் உயர்ந்தது என்று வாதிடுபவர்கள் இருக்கிறார்கள். இப்படியான சர்ச்சைகளில் பிரயோசனமே இல்லை. தமிழில் உள்ள எத்தனையோ வார்த்தைகளுக்கு ஆங்கிலத்தில் சொற்களே இல்லை. உதாரணம் சுமங்கலி, உவன், விளாவு, சம்பந்தி என்று ஆயிரம் வார்த்தைகளைச் சொல்லிக்கொண்டே போகலாம்.

ஆகையால் தமிழ் உயர்ந்தது என்று ஆகாது.

முதன்முதல் ஆங்கில அகராதி தயாரித்தபோது அதில் 40,000 வார்த்தைகள் சேகரமாகியிருந்தன. ஆனால் அப்பொழுதே தமிழில் ஒரு லட்சத்துக்கும் அதிகமான வார்த்தைகள் வந்துவிட்டன. இப்பொழுது ஆங்கிலத்தில் 10 லட்சம் வார்த்தைகள் சேர்ந்து விட்டன. தமிழில் எத்தனை வார்த்தைகள் என்று தெரியவில்லை ஆனால் சமீபத்திய க்ரியாவின் தற்காலத் தமிழ் அகராதி 75 லட்சம் சொற்களைக்கொண்ட சொல்வங்கியிலிருந்து உருவாகியிருக்கிறது என்பதை நினைக்க வியப்பு மேலிடுகிறது. ஒரு மொழியில் எத்தனை வார்த்தைகள் உள்ளன என்பதை வைத்து அந்த மொழியின் உயர்வைத் தீர்மானிக்க முடியாது. படைப்புகளை வைத்துத்தான் அது தீர்மானிக்கப்படுகிறது. திருக்குறளில் 9000 வார்த்தைகள்தான் உள்ளன. சேக்ஸ்பியர் 24,000 வார்த்தைகளைப் பயன்படுத்தி யிருக்கிறார்.

ஆரம்பத்தில் மனிதன் சைகையினால்தான் தகவல்களைப் பரிமாறிக்கொண்டான், வார்த்தைகள் அதன் பிறகுதான் வந்தன. இன்று கூட ஒருவருக்கு தொலைபேசியில் ஓர் இடத்துக்கு வழி சொல்லும்போது கைகளை நீட்டிக் காட்டித்தான் சொல்கிறோம். இரவிலே சைகை காட்டினால் அப்போது புரியாது. அப்படித்தான் மெள்ள மெள்ள மொழி பிறந்தது. ஒவ்வொரு தலைமுறையும் புதுப்புது வார்த்தைகளை உண்டாக்க மொழியும் வளர்ந்தது. மனிதனிடம் மட்டுமில்லை மிருகங்களிடமும் மொழி இருக்கிறது. வெர்வெட் என்ற குரங்கு ஆபத்து சமயத்தில் வெவ்வேறு ஒலிகளை எழுப்புகிறது. கழுகை ஒரு குரங்கு கண்டால் ஒருவித சத்தத்தை எழுப்பும். உடனே மற்றைய குரங்குகள் பற்றைகளில் ஒளிந்து கொள்ளும். பாம்பு என்றால் இன்னொரு ஒலி. அந்த ஒலிக்கு குரங்குகள் மரத்தில் ஏறும். சிறுத்தை என்றால் இப்போது வேறு ஒலி. குரங்குகள் மரத்தில் மட்டும் ஏறினால் போதாது, சிறுத்தையும் ஏறும். ஆகவே அந்த ஒலி கேட்டதும் குரங்குகள் மெல்லிய கிளை களில் போய் தொங்கிக்கொள்ளும். சிறுத்தை அங்கே போக முடி யாது. ஒரு குரங்கு வார்த்தைகளை உண்டாக்கும்போது மனிதன் எத்தனை வேகமாக வார்த்தைகளைக் கண்டுபிடித்திருப்பான்.

புத்தகக் கடையில் ஒரு நண்பர் நெடுநேரம் புத்தகங்களை கையிலே எடுத்து எடுத்து வைத்துப் பார்த்துக்கொண்டே இருந்தார், ஆனால் ஒன்றையும் வாங்கவில்லை. என்ன விசயம் என்றேன். அவர் சொன்னார், 'எனக்கு வாசிப்பு பிடிக்கும். ஆனால் வார்த்தை கள் அதிகமாகி படிப்பதற்குக் கடினமாக இருக்கிறது.' வார்த்தைகள் இல்லாத புத்தகமா? அப்படியானால் அவர் ஓவியப் புத்தகத்தைத் தான் வாங்கிப் பார்க்கவேண்டும். நண்பர் என்ன சொல்ல வந்தார்

என்றால் புதுப்புது வார்த்தைகள் எல்லாம் வந்து விட்டதால் வாசிப்பது கடினமாகிக்கொண்டே வருகிறது என்பது தான்.

எவ்வளவு புது வார்த்தைகள் வந்தாலும் மொழிக்கு போதாது; சில இடங்கள் இன்னும் நிரப்பப்படவில்லை. இலங்கையரான ஆங்கில எழுத்தாளர் மைக்கேல் ஒண்டாச்சி English Patient என்று ஒரு நாவல் எழுதினார். அந்த நாவலில் ஒரு பெண்ணின் 'தொண்டைக் குழி' அழகாயிருக்கிறது என்றும், இத்தனை லட்சம் வார்த்தைகள் உள்ள ஆங்கில மொழியில் தொண்டைக் குழிக்கு ஒரு சொல் இல்லையே என்றும் அதன் கதாநாயகன் வருந்துவார். தமிழிலே தொண்டைக் குழிக்கு தனி வார்த்தை இல்லாவிட்டாலும் முலையில் உள்ள துளைக்கு 'இல்லி' என்று ஒரு வார்த்தை இருக்கிறது. 'இல்லி தூர்ந்த பொல்லா வறுமுலை' என்று புறநானூறு சொல்லும். மொழி எவ்வளவுதான் வளமானதாக இருந்தாலும் ஏதாவது ஒரு சொல் அங்கே பற்றாமல்தான் போகும். அதனால் மொழி ஆற்றல் குறைந்தது என்று சொல்லமுடியாது. சமீபத்தில் ஒரு பேராசிரியர் சமஸ்கிருதத்தில் 'வாய்' என்ற உறுப்புக்கு ஒரு சொல் இல்லை என்றார். என்னாலே நம்பவே முடியவில்லை. சமஸ்கிருதத்தில் எழுதும்போது 'முகத்தினால் சாப்பிட்டார்கள்' என்று எழுதுவார்களாம். அதனால்தான் சமஸ்கிருதத்தை 'வாய் இல்லாத மொழி' என்று சொல்கிறார்கள்.

புதுச் சொற்களை உண்டாக்கவேண்டியது அவசியம்தான். ஆனால் இருக்கும் பழைய சொற்களை நாம் பயன்படுத்தாமல் விட்டால் வேறு யார் பயன்படுத்துவார்கள். 21,000 வார்த்தைகள் அடங்கிய க்ரியாவின் தற்காலத் தமிழ் அகராதியில் 'அறாவிலை' (நியாயமற்ற விலை) 'அலவாங்கு' (கடப்பாரை) போன்ற இலங்கை வார்த்தைகள் இடம் பெற்றுவிட்டன. அவை எங்கே மறைந்து விடுமோ என்ற பயம் இருந்தது, எப்படியோ அவை உயிர் பெற்று விட்டன.

ஒருநாள் வெளியே போய்விட்டு திரும்பி வீட்டுக்கு வந்தபோது என் மனைவி 'எங்கே போய்விட்டு வருகிறீர்கள்?' என்று கேட்டார். நான் 'சூளி வெட்டிவிட்டு வருகிறேன்' என்றேன். மனைவி முகத்தில் ஒரு வெளிச்சமும் இல்லை. ஒன்றும் புரியாமல் என்னையே பார்த்தார். நான் அதை விளக்கிச் சொல்ல முனையவில்லை. அகராதி இருந்தால் அதில் சொல் இருக்கவேண்டும். சொல் இருந் தால் அதை பாவிக்கவேண்டும் என்பதில் தீர்மானமாக இருந்தேன். இனிமேல் எழுதும்போது சூளி, இல்லி, மீதூண், அறாவிலை, அலவாங்கு, நூதனசாலை போன்ற வார்த்தைகள் என் எழுத்தில் இருக்கும். வாசகர்களுக்குப் புரிகிறதோ இல்லையோ என்பது என் பிரச்னை அல்ல. யாராவது ஒருவர் என் எழுத்தை ஆங்கிலத்தில் மொழிபெயர்க்கும்போது அவர்கள் புரிந்து கொள்வார்கள்.

பூங்கா

அதிகாலையில் கண்ட அந்தக் காட்சி விசித்திரமானதாக இருந்தது. இதற்கு முன்னர் அப்படியான ஒன்றை நான் பார்த்த தில்லை. வழக்கமாகக் காணும் வெண்நங்கை நேற்றையைப் போலவே கறுப்பு நிறதேகப்பியாச ஆடை அணிந்திருந்தாள். அவளுக்கு வயது 21, 22 இருக்கும். அவளுடன் காணப்படும் கபிலநிற அவுஸ்திரேலியன் செப்பார்ட் நாய் இன்றும் அவள் பக்கத் தில் நின்றது. சாப்பிடுவதற்கு முன்னர் அணில் இரண்டு பக்கமும் பார்ப்பதுபோல அவள் பார்த்தாள். அதிலே கள்ளம் இருந்தது. சிறிது பதற்றமாக நாயை இழுத்துக்கொண்டு கடந்து போனாள்.

அவளைத் தொடர்ந்து பெரியவர் ஒருவர் தன் வயதுக்கு மீறிய வேகத்தில் ஓடிச்சென்று மறித்தார். அவரும் வழக்கமாக அதிகாலையில் பூங்காவில் உலாத்துவதற்காக வருபவர்தான். அவர் கைகளை நீட்டி ஆவேசமாக அந்தப் பெண்ணிடம் என்னவோ சொன்னார். பெண் ஏதோ சமாதானம் சொல்வதை அவள் உடல் மொழியில் உணர முடிந்தது, ஆனால் அவர் அசையவில்லை. நாய் அவரைப் பார்த்து குரைக்க ஆரம்பித்தது. அவள் நாயை சமாதானப்படுத்திய நேரம் நடைப்பயிற்சிக்கு வந்த மேலும் ஒருவர் சேர்ந்துகொண்டு தன்னுடைய அபிப்பிராயத்தைச் சொன்னார். பெண் அவதிப்பட்டாள். கையை நீட்டி ஏதோ சொன்னதும் விவகாரம் முடிவுக்கு வந்தது.

இவ்வளவையும் நான் என் வீட்டிலிருந்தபடியே யன்னல் வழியாகப் பார்த்தேன். பூங்கா என் வீட்டுக்கு சரி நேர் எதிரில் இருந்தது. காலையில் நடை போகாவிட்டாலும் நான் நடை போகிறவர்களைப் பார்ப்பேன். பிறகு விசாரித்ததில் அந்தப் பெரியவர் கோபப்பட்டதின் காரணம் புரிந்தது. நாய் கழிவுகளை அதன் சொந்தக்காரரே அள்ளி சுத்தமாக்க வேண்டும், பூங்காவில் அப்படியே விட்டுவிட்டுப் போவது குற்றமாகும். மண் அள்ளும் கரண்டியோ, பிளாஸ்டிக் பையோ பெண்ணிடம் இல்லை. நாய் கழிவை தான் திரும்பவும் வந்து அகற்றுவதாக பெரியவரிடம் வாக்குறுதி கொடுத்த பிறகுதான் அவர் அவளைப் போகவிட்டார்.

பூங்காவுக்கு முன்னால் உட்கார்ந்து அங்கே நடப்பதைப்

பார்த்துக்கொண்டிருப்பது நல்ல அனுபவம். சரியாக காலை ஆறுமணிக்கு ஒரு கட்டையான குண்டு மனிதர் இரண்டு அல்சேஷன் நாய்களை இரண்டு கைகளிலும் பிடித்தபடி வேகமாக கடிகார முள் சுழரும் திசையில் பூங்காவைச் சுற்றி வருவார். அவர்தான் காலையில் இரண்டாவது காட்சி. அவருடைய வேகம் காணாது என்பதுபோல எப்பவும் நாய்கள் இழுத்தபடியே ஓடும். ஓட்டப் பந்தயத்தில் துப்பாக்கி சுட்டதும் புறப்படும் வேகம். நாய் கட்டிய சங்கிலி தொய்வதில்லை. அபூர்வமாக சில சமயம் ஒரு நாய் புற்களுக்கிடையில் எதையோ கண்டு கால்களைப் பரப்பி முகர்ந்துகொண்டு நகராமல் நிற்கும். அந்தக் குண்டு மனிதர் தேர் இழுப்பதுபோல தன் பலத்தையெல்லாம் பிரயோகித்து நாயை இழுத்துச் செல்வார். அவரிடம் பிளாஸ்டிக் பையும் கரண்டியும் கட்டாயம் இருக்கும். சரியாக 6.30 க்கு மறைந்துபோவார்.

குண்டு மனிதரைத் தொடர்ந்து இன்னும் பலர் நாயோடு அல்லது தனித்தனியாக வந்து நடை போவார்கள். பளிங்குபோல தோல் மினுங்கும் ஒரு வெள்ளை நாயைப் பிடித்துக்கொண்டு ஒரு முதிய பெண் காலை பத்து மணியளவில் வருவார். நாய் தலையைத் திருப்பி பார்க்கும் அழகு தனி. காலை எடுத்து வைத்து நடப்பது ஒரு குதிரையினுடையதைப் போல வசீகரமாக இருக்கும். அந்தப் பெண் அதை நல்லாகப் பராமரிக்கிறார். பார்க்கும்போது அவருடைய முழுநேர வேலையே அதுவாகத்தான் இருக்கும் என்று தோன்றும். பனிக்காலங்களில் அதற்கு மேலாடை அணிந்து, கால்களுக்கு தோல் சப்பாத்துகள் பூட்டி வெளியிலே புறப்படுவார். சிகரெட் பிடிப்பதுபோல மூக்குக்கு மேலே புகை எழும்ப நடக்கும் நாயைப் பார்த்தால் சிரிப்பு வரும். ஒரு விலங்குக்கும் மனிதனுக்கும் இடையிலான தூரம் வெகுவாகக் குறைந்து விட்டிருக்கும்.

மாலையில் இன்னொரு கூட்டம் வரும். அதிலே நாலு மணிக்கு ஒரு பையன் லாப்ரடோர் நாய் ஒன்றைப் பிடித்து வருவான். இந்தப் பையனின் முடியிலும் பார்க்க அவன் உடம்பு கறுப்பு, நாயோ அதனிலும் கறுப்பு. அதன் முதுகில் நீளமாக ஒரு கோடு விழுந்திருக்கும். நாயுடைய அனுமதியில்லாமலே அதன் வால் ஒட்ட வெட்டப்பட்டிருந்தது. நாய் வேகமாக வால் ஆட்டும்; வால் இல்லாதபடியால் அது முளைத்த இடம் மட்டுமே அசைந்து கொடுக்கும். பையன் நாயைப் பிடித்துக்கொண்டு பூங்காவை கடிகார முள் திசைக்கு எதிர் திசையில் சுற்றுவான். நாயின் சங்கிலியைக் கழற்றிவிட்டு விளையாடுவான். அது இவனிடம் ஓடிவருவதும் இவன் ஒரு தடியை எறிய அதை துள்ளிக் குதித்துக் கொண்டு கவ்வி வருவதும் நடக்கும். ஆனால் பொறுப்பு மிகுந்த வன். நாய் கழிவை ஒரு பொக்கிசம்போல சேகரித்து தன்னுடன்

எடுத்துச் செல்ல மறக்கமாட்டான். பையன் போன பிறகு காதலர்கள் வருவார்கள். பிறகு பூங்கா அவர்களுக்குச் சொந்தமாகிவிடும். எல்லாம் ஒருவித ஒழுங்கோடும் கிரமத்தோடும் நடக்கும்.

காதலர்களில் தினமும் வருவது செம்பட்டை முடிப் பெண்ணும் அந்தப் பையனும்தான். அவர்களுக்கு 15, 16 வயதுதான் இருக்கும். அந்த வயதுக்கே உரிய சேட்டையோடும் பிரியத்தோடும் பழகுவார்கள். அவன் நாயைக் கவனிப்பதே இல்லை. அது சுருண்ட முடிகொண்ட கறுப்பு நாய். அது தன் பாட்டுக்கு வண்ணத்துப் பூச்சிகளை துரத்திப் பிடித்து விளையாடும். நாயைக் கொண்டுவரும் சாக்கில் அவன் அவளைப் பார்க்கத்தான் வருகிறான். என்னத் தையோ எட்டிப் பார்ப்பதுபோல சற்று முன்னுக்கு நீண்ட கழுத்தில் அவளுக்கு முகம். சிலவேளைகளில் உடம்பு நிறத்தில் இறுக்கமாக ஒட்டிப்பிடிக்கும் உடையணிந்து வருவாள். அசப்பில் பார்த்தால் அவள் ஒன்றுமே உடுக்காதது போலத் தோன்றும். எட்டி எட்டி அவனை லேசாக நுனிக் கையால் அடித்தபடி இருப்பாள். சமயங்களில் ஐஸ்கிரீம் சாப்பிடுவதுபோல சிறிது சிறிதாக ஒருவரை ஒருவர் ருசிப்பார்கள். அவன் நாயை தேடிப் போவதே இல்லை. அதுவாகவே திரும்பி வந்து அவனுக்கு முன்னால் இரண்டு முன்னங் கால்களையும் நிமிர்த்தி வைத்து உட்காரும். அவன் கையிலே பிளாஸ்டிக் பையையோ கரண்டியையோ காணமுடியாது.

மாலையில் இருளமுன்னர் ஒரு 50 வயது சீனாக்காரர் வருவார். இவர் என் பக்கத்து வீட்டுக்காரர்தான். மனிதர் உத்தியோகத்துக்குப் போய்வந்த அதே உடுப்பில் நாயைக் கடனே என்று கூட்டி வருவார். யாரோ தூக்கத்தைப் பாதியில் கெடுத்து விட்டதுபோல முகம் எரிச்சலில் இருக்கும். பஞ்சிப்பட்டுக்கொண்டு நாய் இழுத்த இடத்துக்கு எல்லாம் பின்னால் போவார். எப்பொழுது வீட்டுக்குப் போவோம் என்ற சிந்தனையில் இருப்பதை முகம் காட்டிக் கொடுத்துவிடும். இவர் கையில் அள்ளும் கரண்டியோ, பிளாஸ்டிக் பையோ இருக்காது. இவர் வீட்டுக்குப் போனதும் இவருடைய மனைவி அதே கதவு வழியாக வெளிக்கிட்டு வேகமாக ஓடுவார். அவர் கையிலே மண் கரண்டியும் பிளாஸ்டிக் பையும் இருக்கும். நாயின் கழிவை தேடிப்பிடித்து அள்ளிக்கொண்டு வீடுதிரும்புவார். கணவனும் மனைவியும் இப்படி விசித்திரமாக நாய் பராமரிப்பு வேலையை சரிசமமாகப் பங்கிட்டுக் கொண்டிருந்தார்கள்.

சில வேளைகளில் அலங்கார முடியுடன், உயர்ரக ஆடை யணிந்த ஒரு பெண் தன் அழகான நாய்க் குட்டியைக் கொண்டு வருவாள். வந்ததும் உயரமான குதிவைத்த சப்பாத்தில் இருந்து இறங்குவாள். அவளுடைய உயரம் கால்வாசி குறைந்துவிடும்.

நாயின் சங்கிலியை அவிழ்த்து அதை ஓடவிடுவாள். அது சிறிது தூரம் ஓடிவிட்டுத் திரும்பிவந்து அவள் மேல் தொங்கிப் பாயும். உயர்தரமான அவளுடைய ஆடை அழுக்காகிவிடும். அது ஏதோ உபகாரம் செய்துவிட்டதுபோல கலகலவென்று சிரிப்பாள். தண்ணீர் குடத்தைத் தூக்குவதற்குக் குனிவதுபோல குனிந்து இரண்டு கைகளாலும் நாயை முகத்துக்கு நேராகத் தூக்கிக் கொஞ்சு வாள். விஞ்ஞானி ஐசாக் நியூட்டனின் ஞாபகம் வரும். பத்து வருடகால ஆராய்ச்சிக்குறிப்புகளை அவருடைய செல்ல நாய் டைமண்ட் மெழுகுவர்த்தியை தட்டி விழுத்தி எரித்துவிட்டது. நியூட்டன் நாயை அன்புடன் தூக்கிக் கொஞ்சினாராம். இந்தப் பெண்ணும் அப்படித்தான். அவள் போனதும் பூங்காவுக்கு அதுவரை கிடைத்த பிரகாசமும் போய்விடும்.

ஒருமுறை ஜேர்மன் நண்பர் ஒருவர் என் வீட்டுக்கு வந்தார். அவர் வளர்க்கும் செல்ல நாயில் மிக்க பிரியம்கொண்டவர். தன் னுடைய பையில் இருந்து அந்த நாயின் படத்தை எடுத்துக் காண்பித்தார். அது சவ்சவ் என்ற இனத்தைச் சேர்ந்தது. அதன் மூதாதையர்கள் நாலாயிரம் வருடத்துக்கு முன்பு மொங்கோலியா வில் இருந்து வந்தவை. நாக்கு நீலமாகவும் வாய் கறுப்பாகவும் இருக்கும். குட்டைக் கால்களும் நிறைய முடியுமாக படத்தில் அழகாகத் தெரிந்தது. உதிர்ந்த அதன் முடிகளைச் சேகரித்து தான் அணிவதற்கு ஒரு மேலங்கி செய்துவைத்திருப்பதாகக் கூறினார். அவர் ஆச்சரியமான ஒரு தகவல் சொன்னார். ஜேர்மனியில் நாய் வளர்ப்பதற்கு உரிமம் கேட்டு விண்ணப்பிக்கும்போது அந்த நாயினுடைய டிஎன்ஏயையும் உரிம எண்ணுடன் கணினியில் பதிந்து வைப்பார்கள். வீதி, பூங்கா போன்ற பொது இடங்களில் நாய் கழிவு காணப்பட்டால் அதை டிஎன்ஏ மூலம் பரிசோதித்து சொந்தக்காரரைக் கண்டுபிடித்து அபராதம் விதித்துவிடுவார்களாம். அது ஓர் அருமையான ஏற்பாடாக எனக்குப் பட்டது.

இப்படி ஒரு சட்டம் கனடாவிலும் வந்தால் நல்லாயிருக்கும். பெரியவரிடம் பிடிபட்ட அந்தப் பெண்ணின் ஞாபகம் வந்து என்னை சங்கடப்படுத்தியது. ஒரு தலைமையாசிரியர் முன்பு கள்ளம் செய்துபிடிபட்ட மாணவி போல அவர் நின்ற காட்சி பரிதாபகரமானது. பக்கத்து வீட்டு சீனாக்காரரின் மனைவியின் பிரச்னையும் பெரிய பிரச்னைதான். கனடாவுக்கு இந்தச் சட்டம் நன்மை பயக்கும் என்பதில் இரண்டு பேச்சு இல்லை. யோசித்துப் பார்த்தால் இப்படியான சட்டம் உண்மையில் சில நகரங்களில் வசிக்கும் மனிதருக்கும் தேவை. அவர்களுடைய டி.என்.ஏ. தான் பாதுகாக்கப்படவேண்டும். இது நடைமுறைக்கு வந்தால் நகரத்துக்கு பூங்கா தேவையில்லை. ஓர் இரவில் நகரமே பூங்காவாக மாறிவிடும்.

எங்கள் வீட்டுத் திறவுகோல்

ஐயா புறப்படுவோம் என்று சொன்னார். எனக்கு நடுக்கம் பிடித்தது. கடந்த இரண்டு மணி நேரமாக அம்மா எங்களை வெளிக்கிடுத்தி வெளிக் குந்தில் வரிசையாக உட்கார்த்தி வைத்திருந் தார். நாங்கள் ஏழுபேர். புறப்படும் சமயத்தில் என்னுடைய இரண்டு வயது தங்கச்சி ஈரம் செய்துவிட்டாள். அம்மா மறுபடியும் அவள் உடுப்பை மாற்றி வெளிக்கிடுத்த வேண்டியிருந்தது. நாங்கள் வரிசை தவறாமல் நடக்கவேண்டும். பெரியண்ணர் முதலில் நின்றார். ஐந்தாவதாக நான், ஆறாவதாக தம்பி, கடைசி தங்கச்சி.

எங்களுடைய வாசல் கதவு பழைய கனமான மரத்தில் கடைந்து செய்யப்பட்டது. இரண்டு பாதிகளாகப் பிளந்து, நிலையில் பொருத்தப்பட்ட இரும்பு நாதாங்கிகளில் நின்று சுழரும். கதவுகளைச் சாத்தமுன்னர் ஐயா உள் தாழ்ப்பாள்களைப் போட்டார். கதவைச் சாத்தி சாவித்துவாரத்துக்குள் திறவுகோலை நுழைத்து அதனாலேயே கதவை இழுத்தார். திறவுகோல் என்றால் உருக்கிய இரும்பினால் செய்தது. ஓர் ஐந்து வயதுப் பிள்ளை தூக்குவதற்கு இரண்டு கைகளையும் பயன்படுத்த வேண்டும். எங்கள் வீட்டு கதவுக்குக் கைப்பிடியோ குமிழோ கிடையாது. ஐயா தன் பலத்தில் பாதியைப் பிரயோகித்து கதவை இழுத்து அதேசமயம் திறப்பையும் திருப்பினார். பூட்டு நாக்கு விழுந்து டங்கென்று சத்தம் கேட்டது. அம்மா இரண்டாவது பூட்டையும் பூட்டச் சொன்னார். ஐயா வலது கையை மறுபடியும் ஒரு வட்டம் திருப்பியதும் மறுபடியும் ஒரு சத்தம். கதவு பூட்டியாகிவிட்டது, நாங்கள் புறப்பட் டோம்.

சிறிது தூரம் நடந்ததும் ஐயாவுக்கு சந்தேகம் வந்துவிட்டது. கொஞ்சம் பொறுக்கச் சொல்லிவிட்டுத் திரும்பினார். நாங்கள் வரிசை கலையாமல் நின்றபடி கழுத்தை மாத்திரம் திருப்பி வாசல் கதவைப் பார்த்தோம். ஐயா மறுபடியும் போய் கதவில் தொங்கிப் பார்த்தார். இரண்டாவது பூட்டும் சரியாக விழுந்திருக்கிறதா என்பதை சோதித்தார். கதவைக் காலால் உதைத்தார். எல்லாம் சேமமாக இருந்தது. ஐயா திரும்பி வந்ததும் நாங்கள் ஆற்றைக் கடப்பதுபோல ஒருவர் பின்னால் ஒருவராக நடந்தோம். அவர்

திறப்பை செங்கோல்போல கையிலேயே பிடித்திருந்தார். பாதி வழியில் கை உளைந்திருக்கும் என்று நினைக்கிறேன் அதை அம்மாவிடம் கொடுத்தார். அம்மா அதை முந்தானை நுனியில் முடிந்து இடுப்பில் செருகி, இடுப்பு ஒரு பக்கத்துக்கு சாய நடந்தார். சிறிது நேரத்தில் அக்காவிடம் இருந்து தங்கச்சியை வாங்கி மற்ற இடுப்பில் இருத்தி பாரத்தை சமன் செய்தார்.

அம்மாவின் நெற்றியில் பெரிய குங்குமப் பொட்டு இருக்கும். தலைமயிரை வழித்து இழுத்துக் கட்டியிருப்பதால் கண்கள் கூராகத் தெரியும். கழுத்து நீளமாக நிமிர்ந்து நிற்கும். தலைமயிர் ஒவ்வொன்றும் வயலின் கம்பிபோல இறுகி தலையைக் குனிந்தால் பட்டு பட்டென்று தெறித்து விடும்போல இருக்கும். அம்மா இடுப்பில் இருக்கும் தங்கச்சியை கொஞ்சத் தொடங்குவார். பற்களை சொண்டுகளால் மூடிக்கொண்டு அவளைக் கடிப்பார். அவர் முத்தமிடுவது அப்படித்தான். அடிக்கடி இடுப்புச் சாவியைத் தொட்டுப் பார்ப்பார். நாங்கள் திரும்பிவந்து கதவைத் திறக்கும் வரைக்கும் அந்தத் திறப்பு ஐயாவின் கையிலோ அம்மாவின் இடுப்பிலோதான் சவாரி செய்யும்.

அவிழ்க்கமுடியாத சின்ன வயதுப் புதிர்களில் இதுவும் ஒன்று. எதற்காக கதவை இந்தப் பூட்டு பூட்டுகிறார்கள். ஓர் இரும்பு பெட்டகத்தைத் திறக்கக்கூடிய வல்லமை உள்ள ஒரு திருடனால்தான் எங்கள் கதவை உடைக்கமுடியும். அவன் எதற்காக எங்கள் கதவை உடைக்கவேண்டும், இரும்புப் பெட்டகத்தை உடைப்பதற்கு போய்விடுவானே. திறப்பு என்று சொன்னாலும் அது வீட்டிலே திறப்பு வேலையை மட்டும் செய்வதில்லை. ஐயா சுவரிலே ஆணி அடிக்கவேண்டும் என்றால் அதுதான் சுத்தியல். ஆணியை எடுத்து சுவற்றிலே வைத்து திறப்பின் வட்டப் பகுதியால் அடிப்பார். எங்கள் ஆச்சி மாதத்துக்கு ஒரு முறை எங்களைப் பார்க்க வருவார். பாக்கை உரலில் வைத்து திறப்பினால் குத்தி தூளாக்கிவிடுவார். பக்கத்துவீட்டு பையனுக்கு அடிக்கடி வலிப்பு வரும். அப்பொழுதெல்லாம் அவன் கையில் கொடுப்பதற்கு ஐயாவோ அம்மாவோ அஞ்சல் ஓட்டம் ஓடுவதுபோல இந்தத் திறப்பைத் தூக்கிக்கொண்டுதான் ஓடுவார்கள்.

ஆனால் இரவு வேளைகளில் நாங்கள் படுக்கப் போகுமுன்னர் திறப்பின் உபயோகம் உச்சம் அடையும். எல்லா வீட்டுப் பாய்களையும்போல எங்கள் வீட்டுப் பாய்களும் விரித்தவுடன் சுருண்டு போகும். இரண்டாவது அண்ணர் மாத்திரம் ஒரு பக்க பாயை காலால் நின்று மிதித்துக்கொண்டு அப்படியே விழுந்து படுத்துக்கொள்வார். நாங்கள் ஒவ்வொருவரும் தலை

மாட்டுக்கு திறப்பை பாரமாக வைத்துவிட்டு மறுபக்கத்தில் மெள்ள உட்கார்ந்து பின்னர் படுத்துக்கொள்வோம். எங்கள் வீட்டில் அதிகம் பாவிக்கப்பட்டதும், மதிக்கப்பட்டதும், தொலைக்கப்பட்டதும், தேடப்பட்டதும் அந்தத் திறப்புதான். அதுவெல்லாம் நான் கொழும்புக்கு பயணம் செய்ய முன்னர்.

நான் முதன்முதலாக எங்கள் கிராமத்தை விட்டு கொழும்புக்குப் பயணமானது என்னுடைய 12வது வயதில்தான். அங்கே பலவிதமான வீடுகளையும், கதவுகளையும், திறப்புகளையும் கண்டேன். அதிசயத்திலும் அதிசயமானது தானாகவே பூட்டும் கதவு. ஒரு மூன்று வயதுக் குழந்தை திறப்பை எறிந்து விளையாடியது. பெரிய பெரிய கதவுகளுக்கெல்லாம் சின்ன திறப்புத்தான். அந்தக் கதவுகளைப் பிடித்து இழுப்பதற்கு குமிழ்களோ, கைப்பிடிகளோ இருந்தன. அதன் பின்னர்தான் எனக்கு உலகத்தில் பொருள்களைப் பாதுகாக்கவும், கதவை மூடவும், அதைப் பூட்டவும் வேறு பல வழிவகைகள் இருப்பது தெரிந்தது. எனக்குத் தெரியாத ஒன்று என்னவென்றால் எதற்காக வீட்டைக் காபந்து பண்ண ஐயாவும் அம்மாவும் அந்தப் பாடுபட்டார்கள். வீட்டை இரண்டுதரம் பூட்டி, அதில் இரண்டுதரம் தொங்கி, இரண்டுதரம் திரும்பிவந்து கதவை உதைத்தது. யோசித்துப் பார்த்தால் அப்படி விலை உயர்ந்த பொருள் ஒன்றும் எங்கள் வீட்டில் இருந்ததில்லை. ஆகக்கூடிய விலைமதிப்பான சாமான் என்றால் அது அந்தத் திறப்புதான்.

ஆச்சரியம்

நான் சில மாதங்கள் ஒரு அச்சகத்தில் வேலை பார்த்திருக்கிறேன். ஒரு பெரிய கம்பனியில் அச்சகம் என்பது சிறிய பிரிவு. அந்தப் பிரிவில் கணக்காளர் பகுதியில் எனக்கொரு சின்ன வேலை. கம்பனியின் முதன்மை இயக்குநர் கொழும்பு மேல்தட்டு வர்க்கத்தைச் சேர்ந்தவர். பரம்பரை செல்வந்தராக இருக்கவேண்டும். அவருக்கு இந்த அச்சகம் தேவையில்லாத ஒன்று. அச்சகத்துக்குப் பொறுப்பான மேலாளர் சகலத்தையும் கவனித்தார். ஆனாலும் முதன்மை இயக்குநர் தினமும் வந்து இரண்டு மணி நேரமாவது அச்சகப் பிரிவில் செலவழிப்பார்.

அவர் வந்து ஆட்சி நடத்தும் அந்த இரண்டு மணிநேரமும் முழு அலுவலகமும் பரபரப்பாகும். என் வாழ்க்கையில் நான் அப்படியான காட்சியைக் கண்டதே கிடையாது. மேலாளரிலிருந்து கடைசி ஊழியர்வரை நடுங்குவார்கள். முதன்மை இயக்குநர் பார்ப்பதற்கும் அப்படித்தான் இருப்பார். நல்ல உயரம், அத்துடன் முன்னுக்குத் தள்ளி நிற்கும் வயிறு. எந்தக் கோடை எந்தச் சூரியன் எரித்தாலும் மடிப்புக் கலையாத விலையுயர்ந்த ஆடைக்குமேல் கோட்டு அணிந்துதான் காட்சியளிப்பார். அவரிடம் விதவிதமான தோல் சப்பாத்துக்கள் இருந்தன. நாளாந்தம் பளபளவென்று மினுக்கியெடுத்த கறுப்பு சப்பாத்தில் டக்டக்கென ஒலியெழுப்பி நடந்து வருவார்.

அவர் தூரத்தில் வருவது தெரிந்ததும் அலுவலக கோப்புகள், பேரேடுகள், நாள் கணக்குப் புத்தகங்கள் ஆகியவற்றின் பக்கங்களை இடமிருந்து வலமாகத் திருப்பும் சத்தம் கேட்கும். பின்னர் வலமிருந்து இடமாகத் திருப்பும் சத்தம் எழும். முழு அலுவலகமும் பதற்ற நிலையை எய்தும். யாரையாவது கூப்பிட்டு ஏதாவது விசாரிப்பார். மற்றவர்கள் காற்றுக்குள் மறைந்துகொள்ள முயற்சி செய்வர். விசாரிக்கப்படுபவருக்கு வாய் குளறும். முதன்மை இயக்குநர் மூன்றாவது கேள்வி கேட்கும்போது முதல் கேட்ட கேள்விக்குப் பதில் சொல்லுவார். 'சரி போ' என்று சொன்னதும் பாய்ந்துபோய் தன்னுடைய இருக்கைக்குள் புதைந்துகொள்வார்.

அவருடைய அந்தரங்கக் காரியதரிசி ஒரு நாற்பத்தைந்து வயது மதிக்கக்கூடிய பெண். மணமுடிக்கவில்லை, ஒரு காலத்தில் அவர் அழகான பெண்ணாக இருந்திருக்கலாம். சற்று அதிகமாக பால் கலந்த தேநீர் கலர். நீளமான கண்கள். அவருக்கு ஒரு காதலன் இருந்தார். திருமணத்துக்கு அழைப்பிதழ்கள் அனுப்பிய பின் மணமுடிக்க முடியாது என்று சொல்லி ஓடிவிட்டார். இனிமேல் திருமணமே வேண்டாமென்று அப்போது தீவிரமான முடிவெடுத்தார் என்று அலுவலகத்தில் பேசிக்கொண்டார்கள். கடந்த 25 வருடகாலம் முதன்மை இயக்குநருக்கு விசுவாசமாக வேலை பார்க்கிறார். இப்பொழுது மெலிந்து வளைந்துபோய் அவருடைய தாடை எலும்புகள் வெளியே தள்ள கேவலமாகத் தெரிவார். எந்த ஒரு காலத்திலும் ஒப்பனையைக் காணாத முகம். ஒரு வாரம் முழுக்க இரண்டு பருத்திச் சேலைகளை மாறிமாறி கட்டி வருவார். கம்பனிக்கு காலையில் முதலில் வந்து கடைசியில் போவது அவர்தான். அப்படித் திறமையுடன் கடுமையாக உழைக்கும் அவருக்கு அந்தக் கம்பனியில் தெரியாத விசயங்களே இல்லை. ஆனாலும் ஒவ்வொரு நாளும் முதன்மை இயக்குநர் வந்து போனதும் அழுதுகொண்டிருப்பார். இத்தனை வருடங்களில் இந்தப் பெண் வேறு வேலை தேடிக்கொள்ளாதது இன்னொரு ஆச்சரியம்.

முதன்மை இயக்குநர் வந்ததும் அவருடைய அறையை நோக்கி பிரதானமான முடிவுகள் எடுக்கவேண்டிய கோப்புகளைத் தூக்கிக்கொண்டு அந்தரங்கக் காரியதரிசி ஓட்டமும் நடையுமாகச் செல்வார். பத்தடி தூரம்தான் என்றாலும் அவர் ஓடித்தான் கடப்பார். அவர் கழுத்திலே இருந்து வழியும் வியர்வையை சேலை தலைப்பினால் ஒற்றியபடியே இயக்குநருக்குப் பக்கத்தில் நிற்பார். புதிதாகப் பிறந்த குழந்தையை அவர் கையிலே கொடுத்துவிட்டு நிற்பதுபோல கொஞ்சம் பெருமையும் இருக்கும். அவர் செய்த வேலையையும், குறிப்புகளையும் முதன்மை இயக்குநர் படித்து தன் முடிவுகளை எழுதுவார். கோப்புகளின் மேல் மட்டையில் 'அவசரம்' 'மிக அவசரம்' 'உடனே' போன்ற ஒட்டுப்பேப்பர் குறிப்புகளை அவரே ஒட்டி அனுப்புவார். அவருடைய கட்டளைகளை ஊழியர்கள் அவர் விதித்த காலக்கெடுவுக்குள் முடிக்க வேண்டுமானால் அவர்கள் அன்று வீட்டுக்குப் போக முடியாது. அடுத்த நாளும் முடியாது. அவர்கள் கோப்புகள் கைகளில் கிடைத்ததுமே ஒட்டுப்பேப்பரை அகற்றிவிடுவார்கள். உடனே அவை சாதாரண கோப்புகளாக மாறிவிடும்.

எவ்வளவுதான் கவனமாக காரியதரிசி தன் வேலையைச்

செய்தாலும் முதன்மை இயக்குநர் ஏதாவது ஒரு பிழையைக் கண்டுபிடித்துவிடுவார். பேச்சு வரப்போகிறது என்பது அவளுக்கு ஒரு நிமிடம் முன்பாகவே தெரிந்துபோகும். சண்டை மாடு மூச்சு விடுவதுபோல வேகமாக மூச்சு விடுவார். பின்னர் வாய் திறந்ததும் அதே வேகத்தில் வசவுகள் வெளிப்படும். அந்தரங்கக் காரியதரிசியை தினமும் வையாமல் அவரால் வீட்டுக்குத் திரும்ப முடியாது. 'உன்னுடைய மூளை முழுமையடையாத மூளை' என்பதுதான் அவர் திரும்பத் திரும்ப சொல்லும் வசை. எப்போவாவது அளவற்ற கருணை சுரந்தால் மட்டும் அன்றைக்கு அந்தப் பெண்ணை அப்படித் திட்டாமல் விட்டுவிடுவார்.

அச்சுக்கூடத்தில் ஒரு புதுப் பையன் சேர்ந்திருந்தான். பெயர் சண்முகவடிவேல். அவனுடைய மாமா கொடுத்த கடிதத்தைத் தூக்கிக்கொண்டு கிராமத்திலிருந்து நேராக மேலாளரைப் பார்க்க வந்திறங்கிய பையன். 'அப்பா எங்கே?' என்று மேலாளர் கேட்டார். 'அவரை முதலை சாப்பிட்டிட்டுது, சேர்' என்றான். 'சரி, அம்மா எங்கே?' என்றார் மேலாளர். 'அவ மறியல் வீட்டிலே சேர்.' வேறு ஒரு கேள்வியும் அவர் கேட்கவில்லை. அப்பாவித்தனமாக இருக்கிறான், நல்லாய் வேலை செய்வான் என்று நினைத்துத்தான் அவனை வேலையில் சேர்த்தார். அவனோ ஏமாளி, மற்றவர்களின் சந்தோசத்துக்காக கடவுளால் படைக்கப்பட்ட சீவன். பொழுது போகவில்லை என்றால் அவனைப் பந்துபோல உருட்டுவதுதான் அடுத்தவர்களுக்கு வேலை. அவனுக்குக் கவலை என்பது இல்லை. எந்த நேரமும் அவனைச் சுற்றியுள்ளவர்களுக்கு அவனிலிருந்து மகிழ்ச்சி வீசிக்கொண்டிருக்கும்.

அந்த அச்சுக்கூடத்தில் மூன்று மாதத்துக்கு ஒருமுறை இடதுசாரிக்கட்சியைச் சேர்ந்த ஒரு சங்கம் இதழ் ஒன்று தயாரிக்கும். அதில் நிறையக் கட்டுரைகள் இருக்கும். அவை எல்லாவற்றையும் அவன் வாசிப்பான். பெரிய பெரிய வார்த்தைகள் வரும்போது வாயில் ஒருமுறை உச்சரித்துப் பார்ப்பான். அவனுக்குப் பிடித்த திறமான வார்த்தை பூர்சுவா. அதற்கு அடுத்த வார்த்தை நிலப் பிரபுத்துவம். சொல்ல நல்லாயிருக்கும். ஒருநாள் அந்த வார்த்தை களின் பொருளைக் கண்டுபிடிக்கவேண்டும் என நினைத்துக் கொள்வான். எல்லா கட்டுரைகளிலும் 'என்னே கொடுமை! என்னே துன்பம்! பாட்டாளி மக்களே! விழித்தெழுங்கள்!' போன்ற வாசகங்கள் நிறைந்திருக்கும். இந்த ஆச்சரியக் குறிகளை அகற்றி விட்டால் கட்டுரை அரை சைசுக்கு வந்துவிடும்.

அப்பொழுதெல்லாம் கம்ப்யூட்டர் வசதிகள் கிடையாது. ஒவ்வொரு எழுத்தாக அச்சுக்கோர்த்துதான் அச்சடிக்கவேண்டும்.

அவையோ தலைகீழாக இருக்கும், அச்சடித்ததும் சரியான எழுத்தாக மாறிவிடும். சண்முகவடிவேலுவுக்கு அங்கு நடப்பவை எல்லாமே புதினம்தான். அங்கே வேலை செய்தவர்களில் தொழில் பக்திகொண்டவன் என்றால் அது அவன்தான். சிலவேளை அச்சுக் கோர்க்கும்போதே படித்ததை நினைத்துச் சிரிப்பான். பக்கத்தில் வேலை செய்யும் பையனிடம் 'ஆகிருதி' என்ற ஆங்கில வார்த்தைக்கு என்ன தமிழ் என்று கேட்பான். அவன் பதில் சொல்லுவான், ஆனால் அச்சு யந்திரத்தின் பெரிய ஓசையில் அது அவனுக்குக் கேட்காமல் போகும்.

வெளியே என்ன வெப்பம் வீசுமோ அதுவே அச்சுக்கூடத்துக் குள்ளும் வீசும். எல்லோரும் சேர்ட்டைக் கழற்றிச் சுருட்டி இடுப்பிலே கட்டிக்கொண்டுதான் வேலை செய்வார்கள். இவனும் அப்படித்தான் வேலை செய்தான். ஒரு முறை இதழுக்கு அச்சுக்கோர்க்கும்போது ஆச்சரியக் குறிகள் முடிந்துவிட்டன. தன்னுடைய சுப்பர்வைசரிடம் அவன் போகமுன்னர் மற்ற அச்சுக் கோப்பவர்கள் எல்லாம் ஒன்று திரண்டுவிட்டார்கள். முதலாளியிடம் போய் ஆச்சரியக்குறிகள் முடிந்துபோனதை சொல்லச்சொல்லி ஏவிவிட்டார்கள். இந்தப் பெரிய கம்பனியில் ஆச்சரியக் குறிகள் இவ்வளவு விரைவில் தீர்ந்துபோனது அவனுக்கும் ஆச்சரியம்தான். இடுப்பிலே சுருட்டிக் கட்டிய சேர்ட்டை அவிழ்த்து உதறி அச்சுயந்திர மை மணம் இருக்கோ என்று மணந்து பார்த்தான். முதல்நாள் மணத்திலும் பார்க்க கொஞ்சம்தான் கூடியிருந்தது. பின்னர் சேர்ட்டை இழுத்து சுருக்கை நேராக்கி அணிந்தான். பொத்தான்களை ஒவ்வொன்றாக மேலிருந்து கீழாகப் போட்டுத் தயாரானான். மற்றப் பெடியன்கள் 'போ, போ' என்று துரத்தினார்கள். இந்தப் பேய்ப்பெடியனும் விசயம் விளங்காமல் முதலாளியின் அறையை நோக்கிப் புறப்பட்டான்.

எப்பொழுதும் அவனுக்கு சந்தோசம்தான். முதன்மை இயக்குநர் அறையிலிருந்து கிட்டத்தட்ட 200 அடி தூரத்தில் அச்சுக்கூடம் இருந்தது. அவன் முதன்மை இயக்குநரைப் பார்த்தது கிடையாது. அவருடைய அறை எந்தப் பக்கம் இருக்கிறது என்பதும் தெரியாது. அவனுடன் வேலை செய்தவர்கள் காட்டிய திசையில் ஒருவித பயமோ, தயக்கமோ இல்லாமல் நடந்தான். மகிழ்ச்சி அவனிலிருந்து வீசியது. எம்.ஜி.ஆர் நடித்த நாடோடி மன்னன் படத்துக்கு இலவச டிக்கட் கிடைத்ததுபோல கைகளை வீசி நடந்தான். அந்தப் பெண்ணுடைய முகம் தெரிய முன்னர் பற்கள்தான் தெரிந்தன. தாடை எலும்புகள்மீது கண்ணீர் வழிந்தது. ஒரு பறவை எழுப்புவதுபோல மெல்லிய ஒலி அவரிடமிருந்து

புறப்பட்டது. அதுதான் காரியதரிசிப் பெண் என்று ஊகித்தான். அவரையும் இப்பொழுதுதான் முதன்முறையாகப் பார்க்கிறான். லேஞ்சியால் அவர் கண்களை துடைக்கத் துடைக்க நீர் பெருகிக்கொண்டே இருந்தது. இவன் திடுக்கிட்டுப் போய் என்ன செய்வதென்று தெரியாமல் நின்றான். வழக்கமாக முதன்மை இயக்குநரைப் பார்க்க யாரும் சடுதியில் உள்ளே போகமுடியாது. காரியதரிசிப்பெண் யார், என்ன வேண்டும், உங்களுக்கு முன் அனுமதி உண்டா போன்ற விவரங்களை அறிந்த பின்னர்தான் எவரையும் அனுமதிப்பார். அன்று பாதி அழுகையில் இருந்தார். அதை முடிவுக்குக்கொண்டு வர சில நிமிடங்கள் பிடிக்கும். எனவே கதவை சுட்டிக் காட்டிவிட்டு தன் அழுகையைத் தொடர்ந்தார்.

முதன்மை இயக்குநருக்கு கீல்வாதம் (gout) என்றொரு வியாதி. பெருவிரல்கள் வீங்கி வேதனையில் உழல்வார். இது அடிக்கடி வரும். அதுவரும் நாள்களில் எவரும் கிட்ட அணுகமுடியாது. அன்றைக்கு அவருக்கு வேதனை உச்சத்தில் நின்றது. அவர் பளபளக்கும் இரண்டு தோல் சப்பாத்துகளையும் கழற்றிவிட்டு தன் கால்களை மேசையில் வைத்து ஆராய்ந்துகொண்டிருந்தார். சுவாசத்தை நிறுத்திவிட்டு எல்லாக் கண்களும் அவனைப் பார்க்க, கதவைத் தட்டாமல் திறந்து சண்முகவடிவேல் உள்ளே நுழைந்தான். ஒரு கணம் இரண்டு தொக்கையான கால்பெருவிரல்களைப் பார்த்து பின்வாங்கினான். உடனேயே கிராமத்துத் தைரியத்தை வர வழைத்துக்கொண்டு 'ஐயா, ஆச்சரியக் குறி எல்லாம் முடிஞ்சு போச்சுது. உங்களிட்டை வேற குறி இருக்கோ என்று கேட்டு வரச் சொன்னார்கள்' என்றான்.

நான் வேலை செய்த அந்த மூன்று மாதங்களில், வார விடுமுறை, போயா விடுமுறை, பொங்கல் விடுமுறை, கிறிஸ்மஸ் விடுமுறை, நோய் விடுப்பு எல்லாவற்றையும் கழித்து மீதியான அத்தனை பணி நாள்களிலும் காணாத ஒரு காட்சி அது. முதன்மை இயக்குநரின் கதவு பட்டென்று பெரும் சத்தத்துடன் திறந்தது. வெறி நாய் துரத்தியது போல அவன் அலறிக்கொண்டு வெளியே வந்தான். முதன்மை இயக்குநர் அன்று என்ன சொன்னார் என்பதோ, என்ன செய்தார் என்பதோ என்னால் இங்கே எழுத்திலே பதியக்கூடியது அல்ல. சண்முகவடிவேல் அடுத்தநாள் வேலைக்கு வரவில்லை. கிராமத்துக்கு ஓடிவிட்டான். அலுவலகத்தில் ஒரு

இன்றைக்கு அனுப்புகிறேன்

2010ம் ஆண்டு பிறந்த சில வாரங்களில் ரொறொன்ரோவில் எல்லோரும் பேசினார்கள், பனிக்காலம் முடிந்துவிட்டது என்று. பிறகு பார்த்தால் மறுபடியும் பனி பொழிந்தது. அது முடிந்த கையோடு வெயில் எரித்தது. சரி, பனிப் பருவம் தாண்டிவிட்டது என்று உத்தியோகபூர்வமாக அறிவித்தார்கள். ஆனால் பனி போவ தாகத் தெரியவில்லை. மறுபடியும் பெய்தது. காலநிலை அறிவிப் பாளரிடம் அது விளையாடிக்கொண்டிருந்தது. தொலைக்காட்சிப் பெண் நம்பிக்கையாகச் சொல்வார். 'இன்று பனிப்பொழிவு 40 வீதம் வாய்ப்பு' என்று. எப்படி உடையணிவது? உங்கள் மேலங்கியை 40 வீதம் வெட்டிவிட்டு அணியவேண்டுமா?

காலநிலை இப்படி முடிவெடுக்க முடியாமல் ஆடிக் கொண்டிருந்த ஒருநாள் முன்மதியத்தில் நான் வெளியே புறப்பட் டேன். நான் வீடு திரும்பும் முன்னர், இரண்டு பெண்களின் தொந்த ரவுக்கு அன்று ஆளாவேன் என்பது எனக்கு அப்போது தெரியாது. காலநிலை அருமையாக இருக்கும் என்று டிவி பெண் கூறியிருந்தார். அலுவலகத்துக்குப் போகிறவர்கள் எல்லோரும் போய்விட்டார்கள். ரோட்டிலே கார்கள் குறைவு. நான் எனக்கென்று போட்டுவிட்ட சாலையில் என் பாட்டுக்கு காரை ஓட்டிக்கொண்டு போனேன். அடுத்த நாள் வெளிநாட்டுக்குப் பயணம். ஆகவே சில அலுவல் களை முடிக்கவேண்டி இருந்தது.

நான் எப்பொழுது வெளியே வருவேன் என்று காத்துக் கொண்டிருந்ததுபோல ஆகாயம் சின்ன பனித் தூறலை அனுப்பி யது. ஒவ்வொரு சிவப்பு விளக்காக நின்று நின்று நான் ஆமை வேகத்தில் ஊர்ந்து கொண்டிருந்தேன். ரோட்டிலே ஆட்கள் இல்லை. கார்கள் இல்லை. நானும் பனித்தூறலும் மட்டுமே. ரேடியோவில் 'தென்றல் வந்து என்னைத் தொடும் ஆ ஆ' என்ற பாடலை ஒரு பெண் பாடிக்கொண்டிருந்தார். இலங்கையில் உற்பத்தியாகி, கனடாவில் பிறந்த பின்னர் அவர் தமிழையும் இசை யையும் கற்றுக்கொண்டவர் என்பது உடனேயே தெரிந்தது. எப்படித் தெரிந்தது என்றால் 'தென்ளல், தென்ளல்' என்று விடாமல் உச்சரித்துக்கொண்டிருந்தார். நான் அப்போது ஒரு சிவப்பு விளக்கில் காரை நிறுத்திவிட்டு ரேடியோவை அணைப்பதா

அல்லது இந்தப் பெண்ணின் தொந்தரவைத் தொடர்ந்து அனுபவிப்பதா என்பதை எனக்குள் விவாதித்துக்கொண்டிருந்தேன்.

அந்தச் சிந்தனையே சரியில்லை என்பதுபோல காரை படார் என்ற சத்தத்துடன் பின்னுக்கிருந்து யாரோ இடித்தார்கள். இப்பொழுதுதான் அப்படி எழுதுகிறேன், ஆனால் அந்தச் சமயம் குண்டு வெடித்ததுபோல பெருஞ்சத்தமாக எனக்குக் கேட்டது. என்ன நடந்தது என்றே புரியவில்லை. என் பிடரி, ஆசனத்தின் பின்பகுதியில் போய் இடித்தது. இன்னும் வேகமாக அடித்திருந்தால் காற்றுப்பை திறந்து வெளியே வந்து என்னை அமுக்கியிருக்குமோ தெரியாது. இது ஒன்றையும் அறியாமல் ரேடியோப் பெண் 'தெரிந்த பிற குதிரைகள்' என்று பாடிக்கொண்டிருந்தார். அந்த அவலமான நேரத்திலும்கூட இந்தப் பாடலில் 'குதிரைகள்' வராதே என்று என் மனது உறுத்தியது நினைவுக்கு வந்தது (வீட்டுக்கு வந்து நிதானம் அடைந்த பின்னர் ரேடியோப் பெண் 'தெரிந்த பிறகு திரைகள் எதற்கு' என்ற வரியைத்தான் 'தெரிந்த பிற குதிரைகள்' என்று பாடியிருக்கிறார் என்பது புலனானது).

நான் கதவைத் திறந்து கீழே இறங்கினேன். நாலு வீதி சாலை வெறிச்சென்று கிடந்தது. கார் ஓட்டிவந்த பெண் இத்தனை வீதிகள் சும்மா கிடக்க எனக்குப் பின்னுக்கு வந்து, நிறுத்திநின்ற காரை இடித்துவிட்டாரே என்று நினைத்தபோது என்னால் நம்பமுடிய வில்லை. பாட்டைக் கேட்டது தவிர நான் வேறு ஒரு குற்றமும் செய்யவில்லை. காரின் பின்னுக்குச் சென்று சேதத்தை ஆராய்ந் தேன். விலங்கு ஒன்று வாயைத் திறந்ததுபோல அது பிளந்துபோய் கிடந்தது. பெரிய சேதம் என்று இல்லை. ஒரு மணி நேரத்துக்குள் திருத்திவிடலாம் என்று பட்டது.

சாரதிப் பெண் தன் கார் கதவைத் தள்ளித் திறந்து இறங்கி காலிலே விழப்போவதுபோல குனிந்தபடி ஓடிவந்தார். 'மன்னிக்க வேண்டும், மன்னிக்கவேண்டும்' என்று நாலு தடவை சொன்னார். என் காரை வணங்குவதுபோல வளைந்து சேதத்தை ஆராய்ந்தார். 'நான் ஏன் இப்படி வந்து இடித்தேன் என்பது எனக்கே தெரிய வில்லை. இந்தப் பனிப்பொழிவு காரணமாக இருக்கலாம். நான் பிரேக் போட்டேன், அப்படியும் சறுக்கிக்கொண்டு வந்துவிட்டது. மன்னியுங்கள், மன்னியுங்கள்' என்று திருப்பித் திருப்பி புலம்பியபடி இருந்தார். மூச்சு பாதி பாதியாக வந்தது. இப்பொழுதுதான் பிறந்த ஆட்டுக்குட்டி எழுந்து நிற்பதுபோல அவர் கால்கள் நடுங்கின. கைகள் நடுங்கின. உதடுகள் துடித்தன.

நான் அவரை முழுதாகப் பார்த்தேன். பழசான யானைத் தந்தம் போன்ற நிறம். வயது 22, 23, 24 க்குள் இருக்கும். தண்ணீரில்

மிதப்பதுபோல வட்டமான பெரிய விழிகள். தோளைத் தொட்டு அசையும் கறுப்பு முடி. ஒன்றிரண்டு பனித்துகள்கள் பூப்போல அவர் தலையிலேயே தங்கிவிட்டன. இந்தியப் பெண்ணாக இருக்க லாம். பார்ப்பதற்கு நல்ல உத்தியோகத்தில் இருப்பவர்போல, விலை உயர்ந்த ஆடைகளில் காணப்பட்டார். மெல்லிய பட்டுத்துணி போன்ற ஸ்கார்ஃபினால் கழுத்தை நாலுதரம் சுற்றியிருந்தார். ஏதோ முக்கியமான அதிகாரியுடனான ஒரு சந்திப்புக்கு அவசரமாகப் போய்க்கொண்டிருக்கிறார் என ஊகிக்க வைத்தது.

'என்ன செய்யலாம்? பொலீஸுக்கு அறிவிக்கலாமா?' என்று கேட்டேன். 'வேண்டாம். தயவுசெய்து வேண்டாம். இது என் னுடைய பிழை. எவ்வளவு சேதமோ, அந்தக் காசை நான் தந்துவிடு கிறேன்' என்றார். அவர் முகம் அழுவதற்குத் தயாராகிக்கொண்டு வந்தது. நான் கேட்காமலே தன்னுடைய சிவப்பு நிற, இரண்டு கதவு BMW 335xi காரைத் திறந்து அவருடைய லைசென்ஸை எடுத்து தந்தார். ஒரு பேப்பரில் விவரங்களை அவரையே குறித்து தரச் சொன்னேன். தன்னுடைய பெயர், முகவரி, தொலைபேசி இலக்கம், அத்துடன் லைசென்ஸ் நம்பர் போன்ற தகவல்களை எழுதினார். எழுத எழுத கைநடுக்கம் அதிகரித்தது. பாதியில் நான் பேப்பரை வாங்கி மீதியை எழுதி முடித்தேன். அவர் பெயர் மித்ரா ஜெட்வா. பஞ்சாபியாகவோ குஜராத்தியாகவோ இருக்கலாம்.

பச்சை விழுந்து மறுபடியும் சிவப்புக்கு மாறிவிட்டது. ஒன்றிரண்டு கார்கள் சேர்ந்துவிட்டன. கைகளைப் பிசைந்தபடி பாவமாக நின்ற அவரை நான் தேற்றவேண்டி நேர்ந்தது. அடுத்து என்னவோ நடப்பதற்கு குனிந்தபடி காத்து நின்றார். 'இப்பவே கார் திருத்தும் இடத்துக்குப் போகிறேன். அவர்கள் சொல்லும் பணத்தை நீங்கள் தந்தால் போதும்' என்று சொன்னேன். அவர் மறுபடியும், 'நிச்சயமாகச் செய்வேன். நன்றி' என்று பலதடவை உறுதி கூறிவிட்டு காரில் ஏறினார். சரிந்த தலைமுடியைக் கையால் தொட்டுக்கொண்டு, குனிந்து கால்களை மடித்து, ஒரே அசைவில் காருக்குள் அமர்ந்தார். அந்த அசைவுச் சிக்கனம் ஒரு கவிதைபோல படிமமாக என் மனதில் தங்கிவிட்டது. அங்கே நின்ற அத்தனை நிமிடங்களிலும் அவர் ஒருதடவைகூட தன் காரில் என்ன சேதம் என்பதைக் குனிந்து பார்க்கவில்லை என்பது எனக்கு இன்னொரு ஆச்சரியம்.

வெளிநாடு பயணம் புறப்படுவதற்கு முன்னர் நான் மித்ராவை டெலிபோனில் அழைத்து கார் திருத்தக்காரர் நூறு டொலர் சேதம் என்று சொன்னதைத் தெரிவித்தேன். அவர் 'அப்படியா? பிரச்சினை இல்லை' என்றார். அவர் கார் ஓட்டிக்கொண்டிருப்பதால்

முகவரியை மின்னஞ்சல் செய்யச் சொன்னார். நான் சரி என்றேன். 'உங்கள் முகவரிக்கு இன்றே காசை அனுப்பிவிடுகிறேன்' என உறுதியாக மீண்டும் சொன்னார். அன்று இரவு நான் விமானத்தில் புறப்பட்டேன்.

ஒரு மாதம் கழித்து வீடு திரும்பியபோது கடிதங்களும், மாத இதழ்களும், வார இதழ்களும், விளம்பரத் துண்டுகளும் நிறைய சேர்ந்துவிட்டன. அவற்றைப் பார்வையிட்டுக்கொண்டு வந்தபோது மித்ராவின் ஞாபகம் வந்தது. அவரிடம் இருந்து வரவேண்டிய காசோலை வரவில்லை. ஆச்சரியமாகவிருந்தது. இரண்டு நாள் கழித்து அவரைத் தொலைபேசியில் அழைத்தேன். ஒரு காதலனுக்கோ அல்லது ஒரு குழந்தைக்கோ பாவிக்கும் குழைவான குரலில் 'மன்னித்து விடுங்கள், மன்னித்துவிடுங்கள்' என்றார். மித்ரா என்ற பெண் இந்த வார்த்தையின் முழு உபயோகத்தையும் பிழிந்து எடுத்துவிடுவார் என்றே எனக்குப் பட்டது. 'இன்றே அனுப்புகிறேன்' என்றார். முகவரி தேவையா?' எனக் கேட்டேன். அதையும் மறந்துவிட நல்ல வாய்ப்பு இருந்தது. 'இல்லை, இல்லை. உங்கள் மின்னஞ்சல் இருக்கிறது' என்றார்.

மறுபடியும் ஒரு மாதம் கழிந்தது. பெண்ணிடமிருந்து ஒரு தகவலும் இல்லை. தொலைபேசியில் அழைத்தபோது, என் பெயரைக்கூட நான் சொல்லமுன்னர், 'இன்றே அனுப்பிவிடுகிறேன்' என்றார். 'என்ன நடந்தது?' என கரிசனையுடன் விசாரித்தேன். 'பரீட்சைக்குப் படித்துக் கொண்டிருந்தேன், நேரம் கிடைக்கவில்லை' என்றார். 'பரீட்சையா?' 'முதுகலைக்கான ஆய்வேடு சமர்ப்பிக்க வேண்டிய கடைசித் தேதி' என்றார். 'நீங்கள் மாணவியா? அப்படி யென்றால் உங்களுக்கு 50 வீதம் கழிவு உண்டு. நீங்கள் ஐம்பது டொலர் காசு அனுப்பினாலே போதுமானது' என்றேன். அவர் நன்றி என்று கூறிவிட்டு போனை வைத்தார்.

மேலும் ஒரு மாதம் ஓடியது. மின்னஞ்சல் அனுப்பினேன், பதில் ஏதும் இல்லை. சனிக்கிரகத்தைச் சுற்றி 62 சந்திரன்கள் சுழலு கின்றன என்று கேள்விப்பட்டிருக்கிறேன். இவரிடமிருந்து காசை கிளப்புமுன்னர் விஞ்ஞானிகள் 63வது சந்திரனையும் கண்டுபிடித்து விடுவார்கள்போல பட்டது. அவர் பெரும் புதிராக அல்லவா மாறிக்கொண்டு வந்தார். தரவேண்டிய 50 டொலரை அறவாக்க வேண்டும் என்பதில் எனக்கு ஆர்வம் குறைந்துவிட்டது. இந்தப் பெண் என்னை எங்கே இட்டுப் போகிறார் என்பதை முற்றிலும் பார்த்துவிடவேண்டும் என முடிவு செய்தேன். தொலைபேசியில் அழைத்தேன். 'இன்றே அனுப்பிவிடுவேன்' என்று சொல்வார் என நினைத்தேன். மாறாக 'அனுப்பிவிட்டேனே' என்றார். 'எப்போது?'

என்றேன் திடுக்கிட்டுப்போய். 'இரண்டு வாரத்துக்கு முன்னர்.' உடனேயே எனக்கு அது முழுப்பொய் என்பது தெரிந்துவிட்டது. ரொறொன்ரோவில் கடிதம் வந்துசேர ஒருநாள்தான் எடுக்கும். 'நீங்கள் அனுப்பிய காசோலையை செல்லாத தாக்கிவிட்டு இன்னொன்று அனுப்புங்கள்' என்று சொன்னேன். உடனேயே சரி என்றார். டெலிபோனை வைக்கும்போது அவர் அனுப்பமாட்டார் என்பது எனக்கு நிச்சயமாகத் தெரிந்துபோனது.

இப்படி ஐந்து மாதங்கள் ஓடிவிட்டன. அதற்குப் பிறகு ஒரே யொரு முறைதான் அவரை அழைத்தேன். என்ன பதில் சொல்வார் என்று கேட்பதில் எனக்கு நிரம்ப ஆர்வம் இருந்ததால் அதைச் செய்தேன். ஆனால் அவர் தொலைபேசியை எடுக்கவில்லை. அவருடைய குரல்தான் வந்தது. 'நான் குறுக்கெழுத்து புதிரை நிரப்பிக்கொண்டிருக்கிறேன். இப்பொழுது வரமுடியாது. உங்கள் தகவலை விடுங்கள். நான் அழைப்பேன்' என்று சொன்னது. அப்படியே செய்தேன், அவர் அழைக்கவே இல்லை. நான் எரிச்சலில் செல்பேசியில் சேமிக்கப்பட்ட அவருடைய நம்பரை அழித்தேன். எனக்குப் பெரும் ஆச்சரியமூட்டியது அவருடைய நடத்தைதான். அத்தனை பொய்களும், அந்த நடிப்பும் வெறும் ஐம்பது டொலருக்காகவா? அவர் அணிந்திருந்த விலையுயர்ந்த ஆடைகள், ஓட்டி வந்த கார், கண்கலங்கிப்போய் குனிந்தபடி நின்ற காட்சி எல்லாம் மனதில் திரும்பத் திரும்ப ஓடின.

அவர் வசதியான குடும்பத்தில் இருந்து வந்திருந்தார் என்பதில் எனக்கு எந்தவித சந்தேகமும் இல்லை. நிச்சயமாக அவர்கள் வீட்டில் உணவை மணந்து பார்த்து பழுதாகவில்லை என்று உறுதிப்படுத்திய பின்னர் அவர்கள் உண்பதில்லை. பழைய நாள்காட்டியில் புதுத் தேதியை எழுதி வைத்து அவர்கள் பாவிப்பதில்லை. பனிக்காலம் தொடங்க முன்னர் கம்பளிப் போர்வைகளைத் தடியினால் அடித்து தூசு தட்டி தயாராகவைத்து பின்னர் போர்த்துவதில்லை. கழிவறைக்குச் செல்ல முன்னர் நடுக் கூடத்தில் நின்று பொது அறிவிப்பு செய்துவிட்டுப் போவதில்லை. ஐம்பது டொலர் காசை ஏமாற்றுவதற்கு ஒரு பெண் இத்தனை தூரம் போவாரா?

'அன்புள்ள மித்ரா ஜெட்வாவுக்கு,

நலமாக இருக்கிறீர்களா? நீங்கள் தரவேண்டிய 50 டொலரைக் கேட்டு பல தடவை நான் அழைத்தேன். மின்னஞ்சலும் எழுதினேன். உங்களுக்கு காசை தரவிருப்பமில்லை என்பது உறுதியாகிவிட்டது. உண்மையில் விபத்து நடந்து, நீங்கள் விடை பெற்றுச் சென்ற அந்தக் கணமே பணத்தை தரக்கூடாது என்பதை

முடிவுசெய்துவிட்டீர்கள். அது இப்போது எனக்குத் தெரிகிறது. ஐம்பது டொலர் உங்களுக்குப் பெரிய காசில்லை என்பது எனக்குத் தெரியும். எனக்கும் அது பெரிய காசில்லை என்பது உங்களுக்குத் தெரிந்திருக்கும். விபத்துக்கான பணத்தை நீங்கள் கொடுத்த திருப்தி உங்களுக்குக் கிடைக்கட்டும் என நான் நினைத்தேன்.

நீங்கள் பரீட்சையில் வெற்றியடைந்திருப்பீர்கள் என்று நினைக்கிறேன். உங்களுக்கு மிகவும் மதிப்பான, பொறுப்பான வேலை ஒன்று கிடைக்கும். உங்களைப் போலவே அழகான, புத்தி சாலியான வாலிபர் ஒருவரை நீங்கள் காதலித்து மணந்துகொள் வீர்கள். பார்த்தவுடன் பிரமிக்கவைக்கும் புதுவீட்டில் இருவரும் குடிபுகுவீர்கள். உங்களுக்கு நாலு பிள்ளைகள் பிறப்பார்கள். அவர்களும் குறைவறப் படித்து உயர்தரமான வேலையில் சேர்ந்து உரிய வயதில் மணமுடிப்பார்கள். உங்களுக்கு 11 பேரப்பிள்ளைகள் பிறப்பார்கள்.

ஒருநாள் 11 பேரப்பிள்ளைகளும் உங்களைச் சுற்றி உட்கார நீங்கள் அவர்களுக்குக் கதைகள் கூறுவீர்கள். அவர்கள் உங்கள் இளமைக்கால அனுபவங்களைக் கேட்க நீங்கள் மாறாத இனிமையான குரலில் அவற்றையெல்லாம் நினைத்து நினைத்து சுவாரஸ்யமாகச் சொல்வீர்கள். அப்பொழுது 50 டொலர் காசுக்காக ஒருவரை இழுத்தடித்து ஏமாற்றியதும், வாக்குத் தவறியதும் நினைவுக்கு வந்து மெல்லச் சிரிப்பீர்கள். பேரப்பிள்ளைகள் 'என்ன? என்ன?' என்று கேட்பார்கள். நீங்கள் புத்திசாலித்தனமாக 50 டொலர் ஏமாற்றிய கதையையும் அவர்களுக்குச் சொல்லுங்கள். உங்கள் கடந்த காலத்தில் நடந்த ஒன்றை நீங்கள் எவ்வளவுதான் முயன்றாலும் இனி மாற்ற முடியாது, அல்லவா?

இப்படிக்கு,

ஒரு பனிக்காலத்து விபத்தில் சந்தித்துக்கொண்ட நண்பர்.'

இதுதான் கடிதம். இதை என்னுடைய கம்ப்யூட்டரில் சேமித்து வைத்திருக்கிறேன். அந்தப் பெண்ணின் வயது என்ன? அவரைப்போல மூன்று மடங்கு வயது எனக்கு. இந்த வயதில் ஒருவர் எழுதவேண்டிய கடிதமா இது?

நான் அதை அனுப்பவில்லை.

அம்மாவின் பெயர்

நான் அனுப்பிய செக் திரும்பி வந்தது எனக்குப் பெரும் அதிர்ச்சியாக இருந்தது. என் வாழ்நாளில் நான் எழுதிய ஆயிரக்கணக்கான காசோலைகளில் ஒன்றுகூடத் திரும்பியது கிடையாது. இது எனக்குப் பெரும் அவமானமாகப்பட்டது. நண்பர் ஏன் சொன்னோம் என்பது போல எனக்கு முன் மியூசியத்தில் நிறுத்திவைத்த உருவம்போல நின்றார். அவருக்கு இது பெரிய காசு அல்ல. சொல்வதா வேண்டாமா என்று நீண்ட நேரம் விவாதித்த பின்னர்தான் என்னிடம் வந்திருக்கிறார். வங்கியைப் பற்றி நான் அறியவேண்டும் என நினைத்தார். அது மனதைப் புண்படுத்தும் என்பது அவருக்கு தெரியும். ஏனென்றால் விசயம் அந்த மாதிரி.

நண்பர் தன் மகனின் திருமணத்தை சமீபத்தில் கொழும்புக்குச் சென்று அங்கு நடத்தினார். நான் வாழ்த்து அட்டையும், அதனுள் கொழும்பு வங்கிக் காசோலை ஒன்றையும் வைத்து திருமணப் பரிசாக அனுப்பியிருந்தேன். பரிசாகக் கொடுத்த காசோலைதான் திரும்பியிருந்தது. நண்பரும் மகனும் ரொறொன்ரோ திரும்பி விட்டார்கள். புதுமணப்பெண் விசா அனுமதி பெற்று கனடா வருவதற்கு ஒருவருடமாகும் என்று சொன்னார்கள். காசோலை திரும்பிய விசயத்தை நண்பர் சொன்னபோது திகைப்பாயிருந்தது. இந்த அவமானத்தை எப்படி துடைக்கலாம் என்ற யோசனையில் அன்றைய நாளைக் கடத்தினேன்.

2010ம் ஆண்டு முழுக்க என்னை வங்கிகளுக்குப் பிடிக்காத வருடம். நான் கணக்கு வைத்திருக்கும் எல்லா வங்கிகளும் ஏதோ ஒருவகையில் எனக்குப் பிரச்சினை கொடுத்தன. ஒரு வங்கி தவறாகப் பணத்தை இரண்டு தரம் அறவிட்டது. அதை நேராக்க நான் பத்து கடிதங்கள் எழுதவேண்டி நேர்ந்தது. இன்னொரு வங்கி நான் செலுத்த வந்த பணத்தை ஏற்க மறுத்தது. இப்பொழுது என்னுடைய செக்கை கொழும்பு வங்கி திருப்பிவிட்டது. அதுவும் திருமணப் பரிசாகக் கொடுத்த ஒரு செக்கை. இந்த வங்கி கொழும்பில் கிளை தொடங்கியபோது முதல் வாடிக்கையாளராகச் சேர்ந்தவர்களில் நானும் ஒருவன். நான் வெளிநாட்டுக்கு இடம் பெயர்ந்தாலும் வங்கிக் கணக்கை மூடவில்லை. ரொறொன்ரோ

வந்தபின்னரும் அது தொடர்ந்தது. காரணம் வேறு ஒன்றுமில்லை, என்னுடைய முதல் வங்கி என்ற ஒருவிதமான பற்றுத்தான்.

நான் கனடாவுக்கு வந்த புதிதில் எனக்கு உதவி செய்தவர் என்னுடைய நண்பர்தான். அவருடைய புத்திமதிகள் கேட்டுத்தான் என் முடிவுகள் இருக்கும். என்ன தேவையாயிருந்தாலும், எங்கே போகவேண்டுமென்றாலும் அவர்தான் என்னை அழைத்துச் செல்வார். சமூகநல அட்டை எடுப்பதற்கு உதவி செய்தார். என்னுடைய பெயர், அப்பா பெயர், முகவரி, தொலைபேசி எண், பிறந்த தேதி போன்ற விவரங்களைக் கேட்டார்கள். சுகாதார அட்டை விண்ணப்பித்தபோதும் அதே விவரங்களை நிரப்ப வேண்டி இருந்தது. குடியுரிமை அட்டைக்கும் அதேதான். நான் நண்பரை அப்போது கேட்டது நினைவுக்கு வந்தது. 'எல்லா விவரங்களும் கேட்கிறார்கள். அம்மாவின் பெயர் கேட்பதில்லையே. அது ஏன்?' 'அம்மா உங்களைப் பெறமட்டும் செய்கிறார். மீதி எல்லாப் புகழும் உங்கள் அப்பாவுக்குத்தான். உலகமெங்கும் அப்படித்தான்' என்றார்.

நண்பர் காசோலை விசயத்தை மறக்கச் சொல்லிவிட்டார். வங்கியில் போதிய பணம் இருந்தது. ஆகவே செக் திரும்பியதற்கான காரணம் என்னவென்று தெரியாமல் நான் குழம்பியிருந்தேன். வங்கி முகவரிக்கு கடிதம் எழுதலாம். ஆனால் அது போய்ச் சேர இரண்டு வாரம் எடுக்கும். பதில் வர மேலும் இரண்டு வாரம். கதவு மணி இருக்கும்போது ஏன் கதவைத் தட்டவேண்டும்? வங்கியின் இணையதளம் குறிப்பிட்ட மின்னஞ்சல் முகவரிக்கு ஒரு கடிதம் எழுதினேன். பதில் இல்லை. மின்னஞ்சல்களுக்குப் பதில் எழுதுவ தில்லை என்று ஒரு கொள்கை அவர்கள் வைத்திருக்கலாம். ஒரு வாரம் கழிந்தது. தொலைபேசியில் அழைக்கலாம் என நினைத்தால் ஒரு பிரச்சினை இருந்தது. ரொறொன்ரோவுக்கும் கொழும்புக்கும் இடையே 11 மணிநேர வித்தியாசம். எனக்குப் பகல் அவர்களுக்கு இரவு; எனக்கு இரவு அவர்களுக்குப் பகல். இரண்டு பேருக்கும் பொதுவான நேரம் கிடைக்கவில்லை. ஒருநாள் காலை கொழும்பு வங்கிக்கு டெலிபோன் செய்தபோது மறுபக்கம் அது எடுக்கப் பட்டது. பேசியவர் தன்னுடைய பெயர் ஜெயசேன என்றார். தான் தனியாக இரவு ஓவர்டைம் செய்வதாகவும் வங்கியில் வேறு ஒருவரும் அப்போது இல்லை என்றும் சொன்னார். ஆனால் ஒரு விளையாட்டு மைதானத்தில் இருப்பதுபோல பின்னால் பெரிய சத்தம் கேட்டபடியே இருந்தது. அது என்ன சத்தம் என்று கேட் டேன். அவர் ரேடியோவில் கிரிக்கெட் மாட்ச் கேட்பதாகச் சொன் னார். இலங்கை அணி வருடம் முழுக்க ஏதோ ஒரு நாட்டுடன் ஏதோ ஒரு மைதானத்தில் கிரிக்கெட் விளையாடிக்கொண்டுதானே

இருந்தது. என்ன பிரச்சினை என்று கேட்டார். சொன்னேன். அவர் மேலாளருடைய பெயரையும் அவருடைய மின்னஞ்சலையும் தந்து அவருக்கு நேரடியாக ஒரு கடிதம் எழுதச் சொன்னார். நான் நன்றி கூறிவிட்டு போனை வைத்தேன்.

நான் மனேஜருக்கு என் பிரச்சினையை விளக்கி விவரமாக ஒரு மின்னஞ்சல் அனுப்பினேன். என்னுடைய கணக்கில் போதிய பணம் இருக்கிறது. திருமணப் பரிசாக அனுப்பிய காசோலை திரும்பியது எனக்கு மானக்கேடாக இருக்கிறது. 50 வருடங்களாக நான் வைத்திருக்கும் வங்கிக் கணக்கில் முன்னொருபோதும் இப்படி யான தவறு நேர்ந்தது கிடையாது. இதற்கான காரணத்தை எனக்கு உடனடியாகத் தெரிவிக்கவேண்டும். இப்படியெல்லாம் நீண்ட கடிதம் எழுதினேன். வங்கியிடமிருந்து மன்னிப்புக் கேட்டு அதனி லும் நீளமான கடிதம் வருமென நினைத்தேன். ஆனால் பதில் ஒரு வரியில் வந்தது. எழுதியவருடைய பெயரையும் சேர்த்தால் ஒன்றரை வரி. அதைப் படித்தபோது எனக்கு ஏற்பட்ட அதிர்ச்சியை சொல்ல முடியாது. என் உடம்பு ரத்தம் உடலைவிட்டு வெளியேற விரும்புவது போல சுழலத் தொடங்கியது. நின்றபடியே மின்னஞ் சலைப் படித்த நான் உட்கார்ந்தேன்.

புத்திகா என்பவர் கடிதத்தை எழுதியிருந்தார். கன்னிகா, சிநேகா, மல்லிகா, சரிகா போல ஒரு தமிழ் பெயர் என முதலில் நினைத்தேன். ஆனால் அவருடைய முழுப்பெயர் புத்திகா விஜய சிரீவர்த்தனா. சிங்களப் பெண். சிக்கனமானவராக இருக்க வேண்டும். இவ்வளவு வார்த்தைச் சிக்கனமாக அலுவலக கடிதம் ஒன்றை எழுத முடியாது. 'உங்கள் வங்கிக் கணக்கு உறைய வைக்கப்பட்டுவிட்டது.' ரத்தினச் சுருக்கமாக எழுதப்பட்ட பதில் அது. நான் அணிந்திருந்த பனியன், அதன் மேல் போட்டிருந்த சேர்ட், அதற்குமேல் தரித்த ஸ்வெட்டர் எல்லாத்தையும் தாண்டி என் இருதயம் துடிப்பது வெளியே கேட்டது. கடிதத்தின் அடியில் புத்திகாவின் நேரடி தொலைபேசி எண் கொடுக்கப்பட்டிருந்ததால் நடுச் சாமம் வரைக்கும் காத்திருந்து டெலிபோனை எடுத்தேன். என்னுடைய கோபம் கணிசமான அளவுக்குக் குறைந்துவிட்டிருந் தது. ஆனாலும் மனக்கொதிப்பு அடங்கவில்லை. மறுமுனையில் புத்திகாதான் பேசினார். கொதிக்கும் தண்ணீரில் ஐஸ் கட்டியைப் போட்டதுபோல அவர் குரல் இருந்தது. எனக்கே என் மனம் இத்தனை விரைவில் இவ்வளவு சாந்தம் அடைந்தது வியப்பளித்தது. ஒரு கட்டத்தில் அவரிடம் மன்னிப்புக் கேட்டுவிடுவேனோ என்றுகூடப் பயந்தேன்.

வங்கிகளில் பொதுசனத் தொடர்பு அதிகாரிகளைத் தேர்வு செய்யும்போது மிகவும் எச்சரிக்கையாக இருக்கிறார்கள் என்று

நினைக்கிறேன். அநேகமாக குரல் இனிமையான பெண்களைத்தான் நியமிக்கிறார்கள். பயிற்சியின்போது மூன்று விசயங்களில் அவர்களுடைய திறன் அதிகரிக்கப்படுகிறது. பேசும் தோரணை வாடிக்கையாளர் இன்னும் கொஞ்சம் பேசமாட்டாரா என்று எதிர்பார்க்க வைக்கும் உச்சரிப்பில் இருக்கவேண்டும். வார்த்தைகளில் d வரும் இடங்களில் எல்லாம் th என உச்சரிக்க பயிற்றப்படுகிறார்கள். இரண்டாவதாக அவர்கள் கைவசம் ஒரு பதில் முன் கூட்டியே தயாராக இருக்கும். எந்த ஒரு கேள்விக்கும் பொருந்தக் கூடிய பொதுவான பதில். கடைசியாக விதி, விதி, விதி. அவர்கள் சொல்வது வங்கியின் சட்டதிட்டங்கள். நீங்கள் நினைப்பது தலைவிதி.

புத்திகா சொன்னது இதுதான். 'உங்களுடைய வங்கி கடந்த ஒருவருடமாகப் பயன்படுத்தப்படாதபடியால் அந்தக் கணக்கை உறையவைத்துவிட்டார்கள். அதுதான் விதி' என்றார். 'ஆனால் எனக்குக் கடந்த ஐம்பது வருடங்களாக இப்படி ஒரு விதி இருப்பதே தெரியாது' என்றேன். 'நீங்கள் எங்களுக்கு மிக வேண்டிய வாடிக்கையாளர். இதைச் சரிசெய்துவிடலாம்' என்றார் புத்திகா.

நான் அவருக்கு ஒரு கதை சொன்னேன். 'மருமகன் தன் மாமியாருக்கு ஒரு பிறந்தநாள் பரிசு கொடுத்தார். மாமியார் இறந்து போனால் அவரைப் புதைப்பதற்கான சவக்குழி இடம். மதிப்பான ஓர் இடு காட்டில் நல்ல விலை கொடுத்து அந்த இடத்தை வாங்கிப் பரிசாகக் கொடுத்திருந்தார். மாமியாருக்கு அளவற்ற மகிழ்ச்சி. அடுத்த பிறந்தநாள் வந்தபோது மருமகன் ஒரு பரிசும் மாமியாருக்கு தரவில்லை. மாமியார் முகத்தை நீட்டிக்கொண்டு தனக்குப் பரிசு தர மறந்துவிட்டதை நினைவூட்டினார். மருமகன் சொன்னார் நான் போன பிறந்தநாளுக்கு ஒரு பரிசு வாங்கித் தந்தேன். நீங்கள் ஒரு வருடமாக அதைப் பயன்படுத்தவில்லை. ஆகவே திரும்ப எடுத்துக் கொண்டேன். நீங்கள் செய்வதும் இந்தக் கதைபோலத்தான் இருக்கிறது. நான் பாவிக்கா விட்டால் என் பணத்தை நீங்கள் எடுத்துக்கொள்வீர்களா?' 'ஐயா, நாங்கள் கணக்கை மூடவில்லை. உங்கள் காசை அபகரிக்கவுமில்லை. நீங்கள் தற்போதைக்கு அதைப் பயன்படுத்த முடியாது. யோசிக்க வேண்டாம். இப்போது என்ன வேலை செய்கிறீர்கள்?' என்றார். 'ஒன்றுமே செய்வதில்லை. என்னுடைய வங்கிக் கணக்குகளை யார் யார் எங்கே எங்கே மூடுகிறார்களோ அவர்களை அழைத்துப் பேசிக்கொண்டிருக்கிறேன்' என்றேன். 'ஐயா, கோபம் வேண்டாம். இந்த விவரம் எங்களுக்குத் தேவை. தயவுசெய்து ஒத்துழையுங்கள்?' நான் சொன்னேன். 'சும்மாதான் இருக்கிறேன். ஒவ்வொரு நாளும் கொஞ்சம் வயதைக் கூட்டிக்கொண்டு.' 'கவலையை விடுங்கள். விரைவில் உங்களுக்கு ஒரு கடிதம் வரும். விஜயசிரீவர்த்தனா கையொப்பம்

அ. முத்துலிங்கம் கட்டுரைகள் - தொகுதி 1 ☙ 705

வைப்பார்.' 'அது யார்?' 'நான்தான்.' என்றார்.

நான் புத்திகாவுடன் பேசி ஒரு வாரம் ஆகிவிட்டது என்றாலும் ஒன்றுமே நடக்கவில்லை. ஒருநாள் தபாலில் நீளமான, பாரமான மஞ்சள் கடித உறை வந்தது. ஒரு மனிதனை வதைப்பது என்று ஒரு வங்கி தீர்மானித்துவிட்டால் அதைச் செய்வதற்கு எத்தனை வழிவகைகள் இருக்கின்றன என்று பார்க்கும்போது பிரமிப்புத்தான் ஏற்படும். ஒரு நீளமான படிவத்தை முதலில் நான் நிரப்ப வேண்டும். ஒரு சட்டத்தரணியின் முன்னால் கையெழுத்து வைத்த சத்தியக் கடுதாசி ஒன்று தயாரிக்கவேண்டும். என்னுடைய கடவுச்சீட்டுகளின் ஒளிநகல்கள் உண்மையானவை என்று கனடா வங்கி மனேஜரின் கையொப்பம் பெறவேண்டும். இவை எல்லாவற்றையும் செய்து அனுப்பினால் வங்கிக் கணக்கை மீண்டும் உயிர்ப்பித்துவிடுவார்கள். இத்தனை அலுவல்களையும் செய்து முடிப்பதற்கு எனக்குக் குறைந்தது இரண்டு முழுநாட்கள் தேவையாக இருக்கும். படிவங்களை எப்படி எப்படி நிரப்பவேண்டும் என விளக்கி ஒரு நீண்ட கடிதமும் இணைத்திருந்தது. அதில் கையொப்பமிட்டவர் பெயர் புத்திகா விஜயசிரீவர்த்தனா. அவருடைய கையொப்பம் ஒற்றையின் எல்லையை தாண்டி நீண்டு போய் கிடந்தது.

என் ஐந்தாவது விலா எலும்புக்குக் கீழே யாரோ ஓங்கிக் குத்தியதுபோல வலித்தது. இனிமையாகப் பேசிய புத்திகா என்ற வங்கிப்பெண் தன் புத்தியைக் காட்டிவிட்டார். மீண்டும் அவருக்கு ஒரு கடிதம் எழுதி தபாலில் அனுப்பினேன். அதன் சுருக்கம் இப்படி இருந்தது. 'நான் உங்களுடைய ஐம்பது வருட வாடிக்கையாளன். வங்கி தொடங்கியதும் கணக்கு ஆரம்பித்தவர்களில் நானும் ஒருவன். இந்த வங்கி கணக்கு எனக்கு தேவையில்லாத ஒன்று. நான் அதை நீடித்திருப்பதற்கு காரணம் ஒருவித பற்றுதான். என்னுடைய வங்கிப் பணத்தை மீட்பதற்கு நீங்கள் கூறிய வழிமுறைகளை என்னால் பின்பற்ற இயலாது. நான் ஒரு குற்றமும் செய்யவில்லை. ஆனால் என் பணத்தை அபகரித்து உங்கள் வங்கி கொழுப்பதை நான் அனுமதிக்க மாட்டேன். என் கணக்கில் வங்கியில் மீந்திருக்கும் பணத்தை ஒரு தர்ம ஸ்தாபனத்திற்கு நன்கொடையாக அளித்து கணக்கை மூடிவிடுங்கள். கீழே கொடுக்கும் கையெழுத்தினால் என் முழுச் சம்மதத்தை உறுதி செய்கிறேன்.'

சில நாட்கள் சென்றபின் இரவு பத்து மணிக்கு ஒரு தொலைபேசி வந்தது. புத்திகாதான் பேசினார். 'உங்கள் பிரச்சினை தீர்ந்துவிட்டது. நீங்கள் ஒரு படிவமும் நிரப்பத் தேவையில்லை. வங்கிக் கணக்கு மறுபடியும் திறக்கப்பட்டுவிட்டது. புது மணமகளுக்கு

அவருடைய பரிசுப் பணத்தைக் கொடுத்துவிடுவோம்' என்று மூச்சு விடாமல் சொல்லி முடித்தார். 'நான் என்ன செய்ய வேண்டும்?' என்றேன். 'வேறொன்றுமில்லை. நீங்கள் நீங்கள்தான் என்பதை உறுதிப்படுத்த வேண்டும்' என்றார். சரி என்றேன். 'உங்கள் பெயர்?' சொன்னேன். 'உங்கள் அப்பா பெயர்?' சொன்னேன். 'உங்கள் முகவரி?' சொன்னேன். 'உங்கள் தொலைபேசி இலக்கம்?' இப்படியாக அவர் கேட்ட கேள்விகளுக்கெல்லாம் சரியாப் பதில் இறுத்து ஒவ்வொரு பூட்டாகத் திறந்துகொண்டே வந்தேன். இன்னும் ஒரேயொரு கேள்வி. இதையும் தாண்டினால் நான் நான் தான் என்பதை நிரூபித்துவிடுவேன். இதுதான் கடைசி கடவு வார்த்தை.

'உங்கள் அம்மா பெயர்?'

அங்கேதான் ஒரு பிரச்சினை எழுந்தது. அம்மாவின் உத்தியோகபூர்வமான பெயரை யாரும் சொல்லி நான் கேட்டதில்லை. எங்கள் ஊரில் அவரை எல்லோரும் குஞ்சியம்மா என்று செல்லப் பெயர் சொல்லித்தான் அழைத்தார்கள். 'குஞ்சியழகும் கொடுந் தானைக் கோட்டழகும்' என்ற நாலடியார் பாடல் எனக்கு அப்போது தெரியாது. அம்மாவுக்கு நீண்ட தலைமுடி இருந்ததால் அப்படி அழைத்திருப்பார்களோ என இப்பொழுது நினைக்கிறேன். ஐயா 'எங்க நிக்கிறீர்?' என்றுதான் கூப்பிடுவார். எனக்குத் திடுக்கென்றது. அம்மாவின் பெயர் தமிழில் நாலு எழுத்துக்கள்தான்; அதை ஆங்கிலத்தில் எழுதும்போது ஏழு எழுத்துக்கள். அதைப் பலவிதமாக எழுத்துக் கூட்டலாம். நான் மூன்றாவது முயற்சியில் சரியாக எழுத்துக்கூட்டி சொன்னதும் வங்கி கணக்கு திறந்து கொண்டது. புதிய மணப்பெண்ணுக்குப் பணத்தைக் கொடுத்து விட்டார்கள் என்ற தகவல் எனக்கு அடுத்த நாளே கிடைத்தது.

போனை வைப்பதற்கு முன்னர் கடைசியாக புத்திகா சொன்னது நினைவுக்கு வந்தது. 'ஐயா, ஏதோ தவறு நடந்துவிட்டது. இதை மேலே எடுக்க வேண்டாம். வேறு வேறு நாட்டில் இருந்தாலும் நாங்கள் ஒன்றுதானே?' என்றார். 'நாங்கள் எப்படி ஒன்றாக முடியும்? எங்களை இரண்டு சமுத்திரங்களும், ஒரு மொழியும், 11 மணித்தியாலங்களும், பத்தாயிரம் ரூபாய் செக்கும் பிரிக்கிறதே' என்றேன். அதைக் கூறிய அந்தக் கணமே ஏன் அப்படிச் சொன்னேன் என வருந்தினேன். என் சிறுவயதிலே அம்மா இறந்துவிட்டாலும் அம்மாவை நினைக்காத நாள் கிடையாது. வங்கிப் பெண் அம்மாவை மட்டுமல்லாமல் அவர் பெயரையும் ஞாபகத்துக்கு கொண்டுவந்திருந்தார். என் முழுப்பெயரை எழுதும் ஒவ்வொரு தடவையும் அப்பாவின் பெயரையும் எழுதுகிறேன். வாழ்க்கையில் முதன்முறையாக அம்மாவின் பெயரை எழுத்துக் கூட்டியிருப்பது நினைவுக்கு வந்தது.

எல்லோர்க்கும் பெய்யும் மழை

சமீபத்தில் நான், விகடனில் ஒரு செய்தி படித்தேன். மிஸ் சென்னை99 போட்டியின் கடைசிச் சுற்றில் ஒரு கேள்வி கேட்டார்கள்.

'மனிதர்களுக்குத் தேவையான குணம் எது?'

இந்தக் கேள்விக்கு, 'நேர்மை' என்று பதில் அளித்து, த்ரிஷா என்கிற பெண் கிரீடத்தைத் தட்டிக்கொண்டு போனாள். இதில் என்னை ஆச்சர்யப்படவைத்த விஷயம் என்ன என்றால், இளைய தலைமுறையினர்கூட, நேர்மையான குணத்தை மெச்சுகிறார்கள் என்பதுதான். இப்படி நான் சொல்வதற்குக் காரணம் இருக்கிறது.

பக்கத்து வீட்டுப் பெண் குழந்தை கதை சொல்ல வந்திருந் தாள். நாலு வயது இருக்கும்.

'ஒரு ஊர்ல ஒரு கௌவி இருந்தா. அவ வடை சுட்டப்போ, ஒரு காக்கா வந்து வடையைப் பறிச்சுண்டு போய், ஒரு மரத்துல உக்காந்துச்சு. அந்தப் பக்கத்துல ஒரு நரி வந்துச்சாம். அதுக்கு வடையைப் பார்த்ததும் வாயில எச்சில் ஊறிச்சாம். அது காக்காவப் பார்த்து, 'காக்கா... காக்கா... நீ நல்ல அழகா இருக்க... உன் குரல் இன்னும் அழகா இருக்கு. ஒரு பாட்டுப் பாடு'ன்னுச்சாம். காக்கா, 'கா... கா...'ன்னு கத்த, வடை கீழே விழுந்துச்சாம். நரி எடுத்துண்டு ஓடிச்சாம்!'

நரியும் காகமும், வடையும் காகமும், கிழவியும் வடையும், நரியும் வடையும் என்று பலவிதத் தலைப்புகளைக்கொண்ட இந்தக் கதையைச் சொல்லிவிட்டு, சிறுமி போய்விட்டாள்.

அமெரிக்காவில் பிறந்து, அமெரிக்காவிலேயே வளர்ந்த ஒரு சிறு பெண்ணிடம், இந்தக் கதையின் போதனை என்ன என்று ஒரு முறை கேட்டேன். அந்தப் பெண் கொஞ்சமும் தயங்காமல், 'வாய்க்குள் சாப்பாடு வைத்துக்கொண்டு பேசக் கூடாது!' என்றாள். அமெரிக்காவில் உணவை வாயில் வைத்துக்கொண்டு பேசுவது மிகவும் பாவமான செயல் என்பது புரிந்தது.

இன்னொரு சிறுவன் சொன்னான், 'ஏமாற்றினால் நீயும்

ஏமாற்றப்படுவாய்' என்று. ஒரு சிறுமி மாத்திரம் 'முகஸ்துதிக்கு மயங்கக் கூடாது' என்றாள்.

உண்மையில், இந்தக் கதையில் நாயகன் யார் என்று எனக்குத் தெரியவில்லை. கிழவியா, நரியா, காகமா அல்லது வடையா? வடைதான் ஊடுசரடாகக் கதை முழுக்க வியாபித்து இருக்கிறது என்று கூறுவார்கள்.

அந்தப் பெண் குழந்தை, கதையின் கடைசி வரியைச் சொல்லும் போது, இரண்டு கால் பெருவிரல்களையும் நிலத்தில் ஊன்றி எம்பி நின்று 'நரி எடுத்துண்டு ஓடிச்சாம்' என்று சொன்ன போது, அதன் முகத்தில்தான் எத்தனை பரவசம். காகம் ஏமாந்ததில் அத்தனை சந்தோஷம்! பாடம்: ஏமாற்றினால் பிழைக்கலாம்.

இன்னும் ஒரு பரம்பரைக் கதை சிறுவர் மத்தியில் உலவுகிறது. ஏழை விறகுவெட்டியின் கோடரி ஒருநாள் ஆற்றில் விழுந்து விட்டது. ஒரு தேவதூதன் தோன்றி, ஆற்றில் குதித்து ஒரு தங்கக் கோடரியைக் கொண்டுவந்தான். விறகுவெட்டி, அது தன்னுடையது இல்லை என்றதும் இன்னொரு முறை மூழ்கி ஒரு வெள்ளிக் கோடரியைக் கொண்டு வந்தான். விறகுவெட்டி அதையும் மறுக்க, கடைசியில் தேவதூதன் அவன் உண்மையாகத் தொலைத்த இரும்புக் கோடரியைக் கொண்டுவந்து கொடுத்தான். விறகுவெட்டி, அதுதான் தன்னுடையது என்று ஏற்றுக்கொண்டான். கதை இங்கே முடிந்திருக்க வேண்டும். ஆனால், தேவதூதன் என்ன செய்தான்? விறகுவெட்டியின் நேர்மையை மெச்சி தங்கக் கோடரி, வெள்ளிக் கோடரி இரண்டையும் பரிசாகக் கொடுத்தானாம்.

இது போதிக்கும் பாடம் என்ன? நேர்மையைக் கடைப் பிடித்தால், இறுதியில் செல்வம் இருக்கும். இதுவும் ஒரு தப்பான போதனைதான்! நேர்மைக்கும் செல்வத்துக்கும் ஒருவிதத் தொடர்பும் இல்லை. உண்மையில் பார்த்தால், நேர்மையாக இருப்பவர்கள் செல்வம் சேர்ப்பது அரிதான காரியம்.

திருக்குறிப்பு நாயனார் என்று ஒருவர். இவருக்கு வேலை, அடியார்களின் ஆடைகளை இலவசமாகச் சலவை செய்து தருவது. அப்படி ஒருநாள் ஒரு தொண்டரின் கந்தையைத் துவைத்து, உலர்த்தித் தருவதாக வாக்கு கொடுக்கிறார். தோய்த்துவிட்டார். உலர்த்துவதற்கு இடையில் மழை வந்துவிட்டது. வாக்கைக் காப்பாற்ற முடியவில்லை. என்ன செய்திருக்க வேண்டும்? 'போய்யா... உலர்த்துவதற்கு இடையில் மழை வந்துவிட்டது. என்னை என்ன பண்ணச் சொல்லுகிறாய்?' என்று கேட்டிருக்க வேண்டாமோ? மாறாக, மன்னிப்புக் கேட்டு தண்டனையாகக் கல்லில் தன் தலையை முட்டிக்கொண்டாராம். மனசாட்சி என்பது

இதுதான்!

நம்மில் பலர் நேர்மையாக இருப்பதற்குப் பின்விளைவுகளின் பயம்தான் காரணம். பிடிபட்டு விடுவோமோ என்ற பயத்தில் நேர்மையாக இருப்பது, அப்பா பார்த்துவிடுவாரோ என்ற பயத்தில் சிகரெட் பிடிக்காமல் விடுவது, ஆசிரியரிடம் அகப்பட்டுவிடுவோம் என்ற பயத்தில் மாணவன் பரீட்சை பேப்பரை யோக்கியமாக எழுதுவது, மனைவியிடம் மாட்டிக்கொள்வோம் என்ற பயத்தில் கணவன் ஒழுக்கமாக நடந்துகொள்வது... இவை எல்லாம் உண்மையில் 'நேர்மை' என்ற பதத்தில் அடங்கும் என்று கூற முடியாது.

அந்த ஆப்பிரிக்கன் எழுத்தறிவு இல்லாத கடைநிலை ஊழியன். எப்போது பார்த்தாலும் அவனுக்கு பணக் கஷ்டம். ஒரு வெள்ளைத் தாளில், சம்பள முன் பணம் கேட்டு, யாரையாவது பிடித்து விண்ணப்பம் எழுதியபடியே இருப்பான். இவனுக்கு ஆறு குழந்தைகள். கடைசியில் பிறந்தது இரட்டைக் குழந்தைகள். நிறுவனத்தில், குழந்தைகளுக்கான படிப் பணம் உண்டு. மாதா மாதம் ஆறு குழந்தைகளுக்கான படிப் பணத்தையும் பெற்று விடுவான்.

ஒருநாள் இவனுடைய இரட்டைக் குழந்தைகள் இறந்து விட்டன. ஒரே நாளில் இரண்டு குழந்தைகளையும் பறி கொடுத்தவன் செய்த முதல் காரியம், இறந்த குழந்தைகளுக்கான படியை வெட்டச் சொல்லி எழுதத் தெரிந்த ஒருவரைக்கொண்டு கடிதம் எழுதியதுதான்!

என்னுடைய 20 வருட சேவகத்தில் குழந்தைப் படியை வெட்டச் சொல்லிக் கோரும் விண்ணப்பத்தை நான் கண்டது இல்லை. இந்த ஊழியன் இருக்கும் கிராமம் 200 மைல் தூரத்தில் இருந்தது. இவனுடைய குழந்தைகள் இறந்த விவரம் நிர்வாகத்தின் காதுகளை எட்டும் சாத்தியக்கூறே கிடையாது. எப்போதும் கஷ்டத்தில் உழலும் இவன், இப்படித் தானாகவே சம்பளப் படியை வெட்டும்படி சொன்னது ஏன்?

நிர்வாகம் கண்டுபிடித்துவிடும் என்ற பயமாக இருக்கலாம். உரிமை இல்லாத பணத்தைப் பெறுவதில் உள்ள குற்ற உணர்வாக இருக்கலாம். இல்லாவிடில், இறந்துபோன அருமைக் குழந்தைகளின் சம்பாத்தியத்தில் சீவிப்பது அவனுக்கு மன வருத்தத்தைத் தந்திருக்கலாம்.

எதுவோ, படிப்பறிவு சொட்டும் இல்லாத இந்த ஏழைத் தொழிலாளி, வேதங்கள், வியாக்கியானங்கள் ஒன்றுமே

படிக்காதவன், இந்தச் செயலைச் செய்தான். இவனுடைய நடத்தைக் கான காரணத்தை நான் கடைசி வரை கண்டுபிடிக்க முடிய வில்லை.

நேர்மையின் தரம். . . தேசத்துக்குத் தேசம், மக்களுக்கு மக்கள் மாறுபடும். உதாரணமாக, அமெரிக்காவில் ஒரு வைத்தியரிடம் சோதனைக்கு நாளும் நேரமும் குறித்துவிட்டுப் போகாமல்விட்டால், உங்களைத் தேடி பில் கட்டணம் வந்துவிடும். நீங்கள் அந்த வைத்தியரின் அரை மணி நேரத்தைக் களவாடிவிட்டீர்கள் என்று அதற்கு அர்த்தம். மாறாக, ஆப்பிரிக்கக் கண்டத்தின் பல நாடுகளில் உங்களுடைய தோட்டத்துக்குள் ஒருவர் வந்து மாங்காய் பறித்துக் கொண்டு போகலாம். ஒருவரும் கேட்க முடியாது. அங்கே இயற்கை தானாகக் கொடுக்கும் செல்வம் பொதுவானது. அப்படி என்றால், உலகம் முழுவதும் ஒப்புக்கொள்ளும் நேர்மையின் இலக்கணம் என்ன?

எல்லாக் கேள்விகளுக்கும் விடை திருவள்ளுவரிடத்தில் இருக்கும். அவர் என்ன சொல்கிறார்? மனிதனுடைய நற்பண்பு களுக்கு எல்லாம் ஆதாரம். . . வாய்மை. அதாவது உண்மைத் தன்மை. நேர்மைக்கு வேர் வாய்மை. அது இல்லாமல் நேர்மையாக இருக்க முடியாது. ஆங்கிலத்தில் Transparency துலாம்பரத் தன்மை அல்லது ஒளிவு மறைவற்ற தன்மை என்றும், Accountability கணக்கு காட்டும் அல்லது பதில் கூறும் தன்மை என்று சொல்வதும் இதைத்தான். உதாரணத்துக்கு, ஒரு பெரிய டெண்டரைப் பகிரங்கமாக, ஒளிவுமறைவின்றிச் செயல்படுத்தும்போது, அங்கே பொய்க்கு வேலை இல்லாமல் போய்விடுகிறது. கள்ளம் கரைந்து போகிறது!

அன்று முதல் இன்று வரை நேர்மையானவர்களால்தான் உலகம் இயங்குகிறது. அயோக்கியர்களோடு ஒப்பிடும்போது இந்த உலகத்தில் நேர்மையானவர்கள் மிகச் சிலரே. ஒரு கோலியாத்துக்கு ஒரு சிறுவன் டேவிட் போதும். நூறு கௌரவர்களை ஐந்து பாண்டவர்கள் சமன் செய்துவிடுவார்கள்.

'நல்லார் ஒருவர் உளரேல் அவர்பொருட்டு

எல்லோர்க்கும் பெய்யும் மழை.'

ஒரு சிலரின் உழைப்பில்தான் உலகம் உய்கிறது. சாரதி சிலர், பயணிகள் பலர். மூன்று போக விதை நெல்லைக் கண்டுபிடித்தவர் சிலர், அனுபவிக்கும் விவசாயிகள் அநேகர். கம்ப்யூட்டரையும் இணையத்தையும் உண்டாக்கியவர் சிலர். அதன் பயனை அனுபவிப்போரோ கோடிக்கணக்கில்!

பாராட்டையோ, புகழையோ, சொர்க்கத்தையோ, செல்வத்தையோ எதிர்பாராமல் கடைப்பிடிப்பதுதான் நேர்மை. பின் விளைவுகளின் பயத்தினால் செய்யாமல், தார்மீக சம்மதத்துக்காகச் செய்வது. அதுதான் உண்மையான நேர்மை!

மிஸ் சென்னை 99 மிகவும் சரியாகச் சொன்னதுபோல், மனிதனுக்கு அவசியமான, உன்னதமான பண்பு இது. நம் குழந்தைகளுக்கு நரியும் காகமும் கதை சொல்வதை இனிமேல் நிறுத்திவிடுவோம். விறகுவெட்டிக் கதையையும் ஆற்றிலேயே விட்டுவிடுவோம். நேர்மையாக நடப்பதால் ஏற்படும் மன சாந்திக்காக, நம் சந்ததியினரை அப்படி இருக்கத் தூண்டுவோம். படிப்பறிவு இல்லாத ஓர் ஏழை ஆப்பிரிக்க ஊழியனுக்கு சாத்தியமாக இருந்தது. இது நமக்கும் சாத்தியமாகும்!

250 டொலர் லாபம்

நீச்சல் தடாகத்தின் வரவேற்பறையில் காத்திருப்பது என்பது ஒருவருக்கு மகிழ்ச்சி தரக்கூடிய விசயம். இதுபோல உலகத்தில் வேறு ஒன்றும் இல்லை. சூரியன் முழுப்பலத்துடன் செயல் பட்டான். காலை பத்து மணி இருக்கும். சூரியனின் கிரணங்கள் தடாகத்தில் பட்டு அதை வெள்ளித் தட்டாக மாற்றியிருந்தது. சிற்றலை எழும்பி அடிக்கும் ஒளி கண்ணைக் கூசவைத்தது. நிறையப் பெண்கள் வந்தார்கள். நிறையக் குழந்தைகள் குவிந்தார்கள். இளம் பெண்கள் அல்லது தாய்மார்கள். 35 வயதுக்குக் கூடிய ஒரு பெண்ணைக்கூட அங்கே காணமுடியாது. ஆண் நீச்சல்காரர்கள் அங்கே இல்லை. அவர்களுக்கு விடுமுறையோ என்னவோ. பெண்கள் நீந்திக்கொண்டிருந்தார்கள் அல்லது சாய்மணக் கதிரைகளில் சாய்ந்து ஓய்வெடுத்தார்கள் அல்லது குதித்தார்கள். எல்லோரும் ஒரே அச்சில் வார்த்ததுபோல காணப்பட்டார்கள். கயிறு முறுக்கியதுபோல கைகள், எக்கியதுபோல வயிறு. உடம்பைக் கட்டுக்கோப்பாக வைத்திருப்பதில் பெண்களுக்கிருந்த அக்கறை ஆண்களுக்கு இருந்ததாகத் தெரியவில்லை.

பொஸ்டன் நகரத்து நீச்சல் தடாகத்தின் நீர் அட்லாண்டிக் சமுத்திரத்துக்குள் இருந்து வந்தது; மறுபடியும் திரும்பிப் போனது. பெண்களின் நீச்சலையும், குதிப்பையும், குழந்தைகளின் கும்மாளத்தையும் சுவையாகப் பார்த்துக்கொண்டிருந்த நான் திடுக்கிட்டு நிமிர்ந்த போது பக்கத்தில் ஒருவர் உட்கார்ந்திருப்பதைக் கண்டேன். அவரும் என்னைப்போல யாருக்காகவோ காத்திருந்தார். ஐந்தரை அடி உயரம். வலுவான உடற்கட்டு. கறுப்பு அரைக்கைச் சட்டை அணிந்திருந்தார். பழுப்பு நிற கட்டை கால்சட்டை. பார்ப்பதற்கு உடற்பயிற்சியாளர் போல காணப்பட்டார். ஆனால் வயதைக் கணிக்க முடியவில்லை. அறுபதாக இருக்கலாம், எழுபதாகவும் இருக்கலாம். வரவேற்பறையில் அவருக்கு என்ன வேலை என்பதுதான் புரியவில்லை.

அவர் உட்கார்ந்த பிறகு வரவேற்பறையில் மாறுதல் தென்பட்டது. முதலில், அங்கே வேலை செய்யும் பெண் ஒருத்தி

வந்து பணிந்து கைகொடுத்துவிட்டுப் போனார். அடுத்து நீச்சல் தடாக மேற்பார்வையாளர் ஓடோடி வந்து நலம் விசாரித்துவிட்டு சென்றார். நீச்சல் அடித்துக்கொண்டிருந்த ஓர் இளம் பெண் எழுந்து எங்கள் திசையில் நடக்க ஆரம்பித்தார். சூரியன் தடாகத்தை விட்டுவிட்டு அவரைத் தொட்டுக்கொண்டே வந்தான். அவர் உடம்பு பொன்மயமாக சுடர்விட்டது. ஒரு பயிற்சி பெற்ற நீச்சல் வீராங்கனைபோல தொடைகள் உரச அசைந்து வந்தார். அவர் முடியிலிருந்து அட்லாண்டிக் சமுத்திரம் சொட்டியது. இந்த மனிதர் ஆசனத்தில் அசையாது அமர்ந்திருந்தார். பெண் குனிந்து மார்புப் பகுதியை இடது கையால் மறைத்துக்கொண்டு வலது கையை நீட்டி கை கொடுத்தார். 'உங்களை மீண்டும் சந்திப்பதில் மகிழ்ச்சி' என்றார் பெண். மனிதர் ஏதோ மொழியில் ஏதோ சொன்னார். அதற்குப் பெண் மறுபடியும் ஆங்கிலத்தில் 'இப்படியான வார்த்தைகள் உங்களிடமிருந்து வருவது என் பாக்கியம்' என்றார். பின்னர் சூரியனைக் கூட்டிக்கொண்டு வந்த வழியே திரும்பி நடந்தார். ஒரு மீன் துள்ளிக் குதிப்பதுபோல பாய்ந்து தடாகத்தினுள் மறைந்தார்.

இந்தக் காட்சிகளை எல்லாம் நான் பார்த்துக்கொண்டிருந்தேன். ஆர்வத்தை என்னால் கட்டுப்படுத்த முடியவில்லை. 'நீங்கள் அதி பிரபலமானவர் போல இருக்கிறதே. இங்கே எதற்காகக் காத்துக்கொண்டிருக்கிறீர்கள்?' என்றேன். அந்த அடக்கமான மனிதர் என்னுடைய கேள்வியின் முதல் பகுதியைத் தவிர்த்துவிட்டு இரண்டாம் பகுதிக்கு மட்டும் பதில் சொன்னார். அவர் வார்த்தைகள் புறா சத்தமிடுவதுபோல சங்கீத ஒலியுடன் வெளியே வந்தன. 'நான் பல மைல்கள் தூரத்தில் இருந்து ஒருவரைச் சந்திப்பதற்காக வந்திருக்கிறேன். வேகமாக வந்ததால் குறிப்பிட்ட நேரத்துக்கு முன்னர் வந்துவிட்டேன். அதுதான் காத்திருக்கவேண்டி இருக்கிறது' என்றார்.

'எல்லோருக்கும் உங்களைத் தெரிந்திருக்கிறது. இங்கே அடிக்கடி வருவீர்களா?' என்றேன்.

'இல்லை, கடந்த ஒரு மாதமாக ஐரோப்பா முழுவதும் சுற்றுப் பயணம் போனேன். நிறைய கூட்டங்கள், பயிற்சி வகுப்புகள், சந்திப்புகள். என்னுடைய பெயர் டொக்ரர் இகோர் புர்டென்கோ. உடல் பயிற்சிக்கு தண்ணீர் சிகிச்சை முறையை உலகத்துக்கு அறிமுகப்படுத்தியது நான்தான். எனக்குக் கைகொடுத்த பெண்மணி அப்படி என்னிடம் பயிற்சிபெற்றவர்தான்' என்றார்.

இகோர் புர்டென்கோ ஒரு ரஸ்யர். உலகப் பிரபலமான

பல நீச்சல்வீரர்களுக்கும், தடகள ஓட்டக்காரர்களுக்கும், பனிச் சறுக்கு நடன வீராங்கனைகளுக்கும் பயிற்சி கொடுத்திருக்கிறார். ரஸ்யாவில் ரஸ்ய மொழியில் புத்தகங்கள் பல எழுதியிருக்கிறார். நூற்றுக்கணக்கான ஆராய்ச்சிக் கட்டுரைகளை எழுதி மருத்துவப் பத்திரிகைகளில் வெளியிட்டிருக்கிறார். 1980ல் அமெரிக்காவுக்கு குடிபெயர்ந்து அங்கே வாழ்கிறார். அமெரிக்கா வந்த பிறகுதான் அவருடைய தண்ணீர் சிகிச்சை உலகளாவிய புகழ்பெற ஆரம்பித் தது.

தண்ணீர் சிகிச்சை வேலை செய்யும் என்பதை அவர் முதன்முதலில் எப்போது உணர்ந்தார் என அவரிடம் கேட்டேன். அவர் சொன்னார். 'எனக்கு அப்பொழுது 11 வயதிருக்கும். என்னுடைய அப்பா இரண்டாம் உலகப்போரில் பங்குபற்றிய ராணுவ வீரர். ஜேர்மன் ராணுவம் லெனின்கிராடை சுற்றி வளைத்துவிட்டது. ஹிட்லர் நினைத்தார், லெனின்கிராடை சீக்கிரத் தில் பிடித்துவிடலாம் என்று. அவர் அதற்கு ஒரு புதுப்பெயர் சூட்டுவதற்குக்கூட தயாராக இருந்தார். அடொல்ப் பேர்க். ஆனால் அது அவ்வளவு சுலபமில்லை. அந்த முற்றுகை 872 நாட்கள் நீடித்தது. உலக வரலாற்றில் ஆக நீண்ட முற்றுகை அதுதான். பத்து லட்சம் ரஸ்யப் போர்வீரர்கள் இறந்த அந்தப் போரில் என்னு டைய அப்பா நாலு தடவை காயம் பட்டார். ஆஸ்பத்திரியில் சிகிச்சை பெற்று மீண்டும் மீண்டும் போர்முனைக்கு அனுப்பப் பட்டார். ஐந்தாவது தடவை வயிற்றிலே குண்டுபட்டு சிகிச்சை முடியாமல் வீட்டுக்கு அவரை அனுப்பிவிட்டார்கள். அப்பா இரவும் பகலும் வலியில் துடித்தார். ஒரு சிகிச்சையும் பலனளிக்க வில்லை. ஓயாமல் முனகியபடியே பகலில் எப்பொழுது இரவாகும் என்று காத்திருப்பார். இரவில் எப்பொழுது விடியும் என்று விழித்திருப்பார்.

ஒருநாள் இரவு கட்டிலில் உட்கார்ந்து காலைத் தொங்கப் போட்ட படியே அவர் சாப்பிட்டார். ஆனால் கண்ணில் இருந்து நீர் கொட்டியது. அந்தச் சம்பவம் என்றைக்கும் மறக்க முடியாத என் சிறுவயதுக் காட்சி. அடுத்த நாள் பகல் பத்து மணியானதும் என் அப்பா என்னிடம் கெஞ்சினார். அவரால் நடக்க முடியாது. அவருடைய காலைப் பிடித்து அவரை தரையிலே நான் இழுத்துச் செல்லவேண்டும். நூறு மீட்டர் தூரத்தில் ஒரு குளம் இருந்தது. அப்பாவின் உடல் திடகாத்திரமானது. சின்னப் பையனான நான் அங்கே அவரை இழுத்துச் செல்வதற்கு சிரமப்பட்டேன். குளத்துத் தண்ணீருக்குள் அமிழ்ந்தபடி அப்பா பலவித பயிற்சிகள் செய்தார். பின்னர் நிலத்திலே பயிற்சி, மறுபடியும் தண்ணீர் என இரண்டு

மணிநேரம். தண்ணீரில் புவியீர்ப்பு ஏறக்குறைய இல்லை. அவருடைய வலி மறைந்துவிடும். ஆறு மாதம் தொடர்ந்து பயிற்சி செய்ததில் வலி முற்றிலும் போய் உடம்பு பூரண குணமாகிவிட்டது. அதை நான் என் கண்ணால் பார்த்தேன். அதுதான் தண்ணீர் சிகிச்சை நம்பிக்கையை என்னுள் விதைத்தது.

இங்கே அமெரிக்காவில் இதற்கு வரவேற்பு எப்படி?

நான் இங்கே புலம்பெயர்ந்தபோது எனக்கு ஒருவரும் வேலை வாய்ப்பு கொடுக்கவில்லை. நல்ல காலமாக இங்கே பிரபலமான மருத்துவமனையில் பணியாற்றிய புகழ்பெற்ற மருத்துவர் ஒருவர் என்னுடைய ஆராய்ச்சிக் கட்டுரைகளைப் படித்திருந்தார். அவர் எனக்கு உதவி செய்தார். அதனால் அமெரிக்காவில் முதன்முறையாக தண்ணீர் சிகிச்சை முறையை உண்டாக்க முடிந்தது. இன்று நூற்றுக்கணக்கான பயிற்சியாளர்களுக்கு நான் பயிற்சி கொடுத்திருக்கிறேன். பல பயிற்சி மையங்களையும் நாங்கள் வெற்றிகரமாக இயக்குகின்றோம்.'

'விளையாட்டு வீரர்களைப் போட்டிக்குத் தயார் செய்வீர்களா?'

'விளையாட்டு வீரர்கள் என்றில்லை. உடல் இருக்கும் ஒவ்வொரு வருக்கும் உடலில் வலி ஏற்பட ஏதாவது காரணம் இருக்கும். விளையாட்டு வீரர்கள் தினம் உடலை வருத்துகிறார்கள். அதன் எல்லையைக் காண உடலைப் பிழிகிறார்கள். அவர்களுக்கு அடிக்கடி ஏதாவது விபத்து ஏற்பட்டுக்கொண்டே இருக்கும். உரிய சிகிச்சையளித்து அவர்களைப் போட்டிகளுக்குத் தயார்செய்வது எனக்கு முக்கியமான பணியாக இருக்கிறது. நீங்கள் நான்ஸி கெரீகன் (Nancy Kerrigan) பற்றி கேள்விப்பட்டிருக்கிறீர்களா?' என்றார்.

'உலகமே கேள்விப்பட்டிருக்கிறது. ஒலிம்பிக்ஸ் புகழ் அமெரிக்க பனிச்சறுக்கு நடன வீராங்கனை. அவருடைய நடனத்தை நான் பலதடவை பார்த்திருக்கிறேன்.'

'1994ம் ஆண்டு ஜனவரி மாதம் அவர் மும்முரமான பயிற்சியில் ஈடுபட்டிருந்தார். அவருடைய எதிரிகள் செய்த சதியால் அவர் முழங்காலை ஒருவர் கட்டையினால் அடித்து நொறுக்கி விட்டார். அந்தப் பெண் வலியில் துடித்து அழுததைத் தொலைக் காட்சிகளில் உலகம் முழுவதும் பார்த்தது. பனிக்கால ஒலிம்பிக் போட்டிகள் ஆரம்பமாக ஆறு வாரங்களே இருந்தன. அவர் ஒலிம்பிக்கில் பங்குபற்ற முடியாது என்று சொல்லிவிட்டார்கள். நான்ஸி என்னிடம் தண்ணீர் சிகிச்சைக்கு வந்தார். பழகுவதற்கு

அருமையானவர். விடாமுயற்சிப் பெண். தினம் பலமணி நேரங்கள் தண்ணீரிலும் நிலத்திலும் அவருக்கு சிகிச்சையளித்தேன். இன்னொருவர் என்றால் மனம் உடைந்து போயிருப்பார். நான்ஸி ஒலிம்பிக்ஸுக்கு தயாராவதை நிறுத்தவில்லை. ஆறுவாரங்கள் கழித்து நடந்த ஒலிம்பிக் போட்டியில் அமெரிக்காவுக்கு வெள்ளிப் பதக்கம் பெற்றுத் தந்தார்.

'பனிச்சறுக்கு வீரர்களுக்கு மாத்திரம்தான் பயிற்சி கொடுப்பீர் களா?'

'நீங்கள் Alexandre Despatie பற்றி கேள்விப்பட்டிருக்கிறீர்களா?'

'நல்லாய்த் தெரியும். கனடா நாட்டின் தலைசிறந்த டைவர். 2008 பெய்ஜிங்கில் நடந்த ஒலிம்பிக் டைவிங் போட்டியில் கனடாவுக்காக வெள்ளிப் பதக்கம் வென்றவர். பத்திரிகைகள் அவரைப்பற்றி நிறைய எழுதியிருக்கின்றன. நான் கனடாக்காரன்.'

'அப்படியா? மகிழ்ச்சி. அவருக்கு என்ன நடந்தது தெரியுமா? ஒலிம்பிக் நிகழ்ச்சிக்கு மூன்று மாதம் இருக்கும்போது கால் பாத எலும்பு முறிந்துவிட்டது. அவர் ஒலிம்பிக் போட்டிகளில் பங்குபெற முடியாது என அவரைக் கைவிட்டுவிட்டார்கள்.'

'அவர் டைவிங் வீரர்தானே. பாத எலும்பு முறிந்தால் அது நீச்சல் குளத்தில் குதிப்பதை பாதிக்குமா?'

'டைவிங் என்பது பாலன்ஸ் சம்பந்தப்பட்டது. குதிக்கும் முன்னர் இரண்டு காலையும் ஒன்றாக வைத்து உடல் பாரத்தை சமனாகப் பிரித்து, அதன் பின்னர்தான் குதிக்கவேண்டும். அவரால் சமனாக நிற்க முடியவில்லை. அவருக்குத் தீவிர சிகிச்சையளித்தேன். தினம் தண்ணீரிலும் நிலத்திலும் 3, 4 மணிநேர அப்பியாசங்கள். ஒருவராலும் நம்பமுடியவில்லை. விரைவில் குணமாகிய அவருக்கு ஒலிம்பிக் போட்டியில் வெள்ளிப் பதக்கம் கிடைத்தது.'

'ஞாபகம் வருகிறது. கனடா பத்திரிகைகள் அதுபற்றி எழுதியிருந்தன.'

'ஆனால் எனக்கும் பெரிய ஆச்சரியம் இருந்தது. கனடிய அரசாங்கம் வெள்ளிப் பதக்கத்துக்குக் காரணமாக இருந்த எனக்கு ஏதாவது செய்யவேண்டும் என முடிவெடுத்தது. ஒலிம்பிக் கமிட்டி யின் அனுமதியுடன் எனக்கும் ஒரு விசேட ஒலிம்பிக் வெள்ளிப் பதக்கம் அளிக்கப்பட்டது. ஒட்டாவாவில் ஒழுங்கமைத்த பெரிய விழாவில் இந்தப் பதக்கத்தை எனக்குக் கொடுத்தார்கள்' என்று அதைக் காட்டினார். நான் முதல் தடவையாக ஓர் ஒலிம்பிக் பதக்கத்தை தொட்டுப் பார்த்தேன். முழுக்க முழுக்க வெள்ளியினால்

ஆன அந்தப் பதக்கம் தூக்குவதற்குக் கையில் பாரமாக இருந்தது.

'நான்ஸி கெரீகன் போட்டியிட்டபோது அவரை இரண்டாவ தாக்கி முதலாவதாக வந்து தங்கம் வென்ற பெண் உங்கள் நாட்டவர் அல்லவா?'

'நீங்கள் சொல்வது சரி. உக்ரெய்ன் நாட்டுப் பெண். அவர்பெயர் Oskana Baiul. நானும் அவரும் ஒரே நாடுதான். ஆனால் அவருடைய கதை பரிதாபமானது. அவர் ஏழ்மையான குடும்பத்தில் பிறந்தவர். சிறுவயதில் பனிச்சறுக்கு திடலில் நீண்டநேரம் பயிற்சி செய்து பின்னர் அங்கேயே ஒரு கட்டிலில் படுத்து தூங்கிவிடுவார். 16 வயதில் ஒலிம்பிக் தங்கம் வென்றபிறகு அவர் பயிற்சி செய்தபோது இன்னொரு பெண்ணுடன் மோதி முழங்கால் உடைந்து தையல்போட வேண்டி நேர்ந்தது. சோவியத் யூனியனில் இருந்து பிரிந்த பிறகு உக்ரெய்ன் நாடு மிகவும் கஷ்டமான நிதி நிலைமையில் இருந்தது. ஐஸ் தரை உண்டாக்கும் மெசின் பழுதடைந்தபடியால் அவர்கள் கைகளினால் ஐஸ் தரை உண்டாக்கினார்கள். ஒரு தங்கம் வென்ற பெண்ணுக்கு வசதிகள் செய்துதர அரசாங்கத்துக்கு முடியவில்லை. ஒஸ்கானாவும் என்னைப்போல அமெரிக்காவுக்குக் குடிபெயர்ந்தார். அவருக்கு சிகிச்சை அளித்தேன். அமெரிக்காவில் பல போட்டிகளில் அவரால் பங்குபற்ற முடிந்தது. இப்பொழுதும் பனிச்சறுக்கு நடனங்கள் அவ்வப்போது செய்கிறார்.'

'நீங்கள் முக்கியமாக பனிச்சறுக்கு விளையாட்டு வீரர் களுக்குத்தான் பயிற்சியளித்திருக்கிறீர்கள் என்று நினைக்கிறேன்.'

'அப்படியல்ல. பனிச்சறுக்கு பயிற்சியில் அநேக விபத்துக்கள் நடக்கும். அதுவே காரணம். கரோலின் கபெட்டா (Carolyn Capetta) ஒரு மருத்துவ தாதி. 5 குழந்தைகள் உள்ள அவருக்கு நான் பயிற்சி கொடுத்திருக்கிறேன். அவர் யார் தெரியுமா? 400 மீட்டர் உலக ஓட்டப்போட்டியில் தங்கம் வென்றவர்.

Merrill Ashley, இவரைப்பற்றி தெரிய வேண்டுமானால் நீங்கள் இணையத்தில் போய்ப் பார்க்கலாம். இவர்தான் நியூயோர்க் பாலேயின் Prima Ballerina. முதன்மையான பாலே ஆட்டக்காரி. இவருடைய நாரியும் காலும் இவருக்குப் பிரச்சினை கொடுத்துக் கொண்டே இருந்தன. அப்படி உடம்பை வருத்தி இவர்கள் எல்லாம் தங்கள் கலைகளை வளர்த்தார்கள். இவரும் என்னிடம் நீண்ட காலம் பயிற்சி எடுத்தவர். இப்பொழுது அவர் ஓய்வெடுத்து விட்டார். நான் நிறையச் சொல்லிக்கொண்டே போகலாம். நீங்கள் ஒருமுறை என் வீட்டுக்கு வாருங்கள். உங்களுக்கு நிறைய புகைப்

படங்களும் ஒளிப்படங்களும் காட்டுவேன். என்னுடைய பெருமைக் காகச் சொல்லவில்லை. தண்ணீர் சிகிச்சையின் முக்கியத்துவத்தை இந்த நாட்டில் இன்னும் பலர் உணரவில்லை. உலகத்தில் 70 வீதம் பேர் ஒரு சமயத்தில் முதுகு வலியினால் பாதிக்கப்படுவார்கள். அவர்கள் எல்லோரும் பயன்பெறவேண்டும் என்பதுதான் என் லட்சியம்' என்றார்.

'நீங்கள் இந்த துறையில் பெரிய நிபுணராக இருக்கிறீர்கள். ஒரு நோயாளி உங்களுடன் ஒரு மணி நேரத்தை செலவழித்தால் அவர் உங்களுக்கு எவ்வளவு கட்டணம் செலுத்தவேண்டும்?' என்று கேட்டேன். கேட்கக்கூடாத கேள்வியோ தெரியாது, ஆனால் கேட்டுவிட்டேன். அவர் தயக்கமில்லாமல் 'ஒரு மணித்தியாலத்துக்கு 500டொலர்' என்று சொன்னார். நாங்கள் இருவரும் அரை மணி நேரம் பேசியிருந்தோம். சொல்லி வைத்ததுபோல அவர் சந்திக்கவேண்டிய ஆள் வந்தார். இகோர் என்னிடம் கைகொடுத்து விடைபெற்று சென்றுவிட்டார்.

சரி, இனி என்ன செய்வது என்று நான் மறுபடியும் சூரியன் ஒளிரும் தடாகத்தைப் பார்க்கத் தொடங்கினேன். அது எனக்கு அலுப்புத் தராத வேலை. பெண்களும் குழந்தைகளும் தடாகத்துக்கு அழகூட்டிக்கொண்டு இருந்தார்கள். மேலும் காக்க வைக்காமல் மனைவி, தான் போன வேலையை முடித்துவிட்டு வந்தார். அவருக்கு இங்கே நடந்தது ஒன்றும் தெரியாது. 'இவ்வளவு நேரமும் என்ன செய்தீர்கள்?' என்று கேட்டார். '250 டொலர் லாபம் ஈட்டினேன்' என்றேன். மனைவி ஒருவிதமான ஆச்சரியத்தையும் காட்டவில்லை. இது தினம் தினம் நடப்பதுதான் என்பதுபோல வீடு போய்ச் சேரும் வரைக்கும் 'எப்படி உழைத்தீர்கள்' என்றோ, 'எங்கே அந்தக் காசைக் காட்டுங்கள்?' என்றோ அவர் கேட்கவில்லை.

வெளிச்சம்

சிலர் செல்பேசியைத் தொலைப்பார்கள், பின்னர் கண்டு பிடிப்பார்கள். சிலர் பேனாவைத் தொலைப்பார்கள், பின்னர் கண்டுபிடிப்பார்கள். சிலர் சாவியைத் தொலைப்பார்கள், பின்னர் கண்டுபிடிப்பார்கள். நான் ஒருமுறை என் காரை தொலைத்தேன்.

அன்று ரொறொன்ரோவில் பனிகொட்டி கால நிலை மோசமாகும் என்று ரேடியோவில் அறிவித்தல் வந்துகொண் டிருந்தது. ஆஸ்பத்திரிக்கு அவசரமாகப் போய்ச் சேர்ந்தேன். மருத்துவர் கொடுத்த நேரத்துக்கு அவருடைய வரவேற்பறையில் நிற்கவேண்டும். இன்னும் ஐந்து நிமிடம் மட்டுமே இருந்தது. அந்த ஆஸ்பத்திரியில் கார்கள் நிறுத்துவதற்கு நாலு தளங்கள் இருந்தன. ஒவ்வொன்றிலும் பல பிரிவுகள். ஒவ்வொரு கார் தரிக்குமிடத்திலும் ஒவ்வொரு கார் நின்றது. கார்கள் வரிசையாகச் சுற்றிச் சுற்றி தரிப்பதற்கு இடம் தேடின. நானும் பலதடவை சுற்றி இடம் கண்டு பிடித்து காரை நிறுத்திவிட்டு மருத்துவரிடம் ஓடினேன். அந்த அவசரத்தில் எங்கே காரை நிறுத்தினேன் என்பதை அவதானிக்கத் தவறிவிட்டேன்.

பின்மதியம் இரண்டு மணியளவில் மருத்துவரைப் பார்த்து விட்டு திரும்பி வந்தபோது எங்கே காரை நிறுத்தினேன் என்பது மறந்துவிட்டது. எந்த தளம் என்பது கூட நினைவில் இல்லை. எந்தப் பிரிவு எந்த தரிப்பு இடம் என்பது சுத்தமாக மூளையிலிருந்து அகன்றுவிட்டது. நிதானமாக ஒவ்வொரு காராகத் தேடிக் கொண்டே வந்தேன். இப்பொழுதுதான் அப்படி எழுதுகிறேன். ஆனால் உண்மையில் இங்குமங்குமாக ஒருவித ஒழுங்குமின்றி தேடித்தேடி சுற்றினேன். காரைக் காணவில்லை.

என் கையிலே கார் சாவி இருந்தது. அதை அமத்தினால் காரின் முகப்பு வெளிச்சம் எரியும். நான் கையை முன்னுக்கு நீட்டி, ஒவ்வொரு செக்கண்டும் சாவியை அமத்தியபடி தேடிக்கொண்டே வந்தேன். அப்பொழுதுதான் அந்த வெள்ளைக்கார தம்பதியினரைக் கண்டேன்.

மனைவியைக் கணவன் சக்கர நாற்காலியில் உட்காரவைத்து

தள்ளிக் கொண்டு போனார். அவருக்கு வயது 45 இருக்கலாம். மனைவிக்கு அதனிலும் குறைவு. மனைவிக்கு உற்சாகம் காட்டுவதற்காக ஏதோ உரத்து சொல்லிக்கொண்டே நடந்தார். மனைவி ஒரு காலத்தில் அழகாக இருந்திருப்பார். மெலிந்து 70 றாத்தல் எடையில் நாற்காலியைப் பாதிகூட நிறைக்காமல் தலை ஒரு பக்கம் விழுந்துபோக இருந்தார். தலையில் கத்தை கத்தையாக தலைமயிர் உதிர்ந்துபோய் கிடந்தது. கணவர் சொன்னதைக் கேட்டு சிரிக்க முயன்றார். ஆஸ்பத்திரி நுழைவு வாயிலை நோக்கி என்னைத் தாண்டிப் போனவர் நான் சாவியை அமத்தியபடி தேடி வருவதைக் கவனித்தார். 'காரைத் தொலைத்துவிட்டீர்களா?' என்றார். 'கார் எங்கேயோ நிற்கிறது. நான்தான் தொலைந்துவிட்டேன்' என்றேன். பாதி சிரிப்புடன் 'தேடுங்கள் கிடைக்கும். நீங்கள் நாயைத் தொலைக்கவில்லை. பூனையைத் தொலைக்கவில்லை. அவை நகர்ந்துகொண்டேயிருக்கும். தேடிப்பிடிப்பது கஷ்டம். உங்கள் கார் நகராமல் அதே இடத்தில் நிற்கும். கண்டுபிடிப்பீர்கள்' என்று சொன்னார். பின்னர் அப்படியே நாற்காலியுடன் மறைந்து போனார். நான் மறுபடியும் தேடுதலை ஆரம்பித்தேன்.

ஒரு மணி நேரம் மேலும் கீழுமாக, எல்லா பிரிவுகளில் தேடியும் கார் கிடைக்கவில்லை. அதிசயமாக இருந்தது. ஒரு தூணுக்குப் பக்கத்தில் வலப்புறமாக நிறுத்தியது மட்டும் ஞாபகத்தில் இருந்தது. மீண்டும் வலப்புறத்தில் தூண் இருக்கும் தரிப்பு இடங்களை மட்டும் தேடியபடி முன்னேறினேன். சாவியை அமத்தவும் தவறவில்லை. ஒரு முகப்பு வெளிச்சமும் எரியவில்லை; வயிறுதான் எரிந்தது. எல்லா தளங்களும் நீள அகலமாக இருந்ததால் நடந்து நடந்து கால்களும் களைத்துவிட்டன. கார் தரிப்பு நிலைய அதிகாரியிடம் சென்று என் பிரச்சினையை சொன்னேன். அவர் தினம் தினம் நடக்கும் ஒரு சங்கதியைக் கேட்பதுபோல என்னைப் பார்த்தார். பின்னர் 'மன்னிக்கவேண்டும். வாடிக்கைக்காரர்களைவிட்டு என்னால் இப்ப வரமுடியாது. இன்னும் ஒரு மணிநேரத்தில் என் கடமை முடிகிறது. அப்பொழுது வந்து நான் உங்களுக்கு உதவி செய்வேன்' என்றார்.

மறுபடியும் நான் தேடத்தொடங்கினேன். இரண்டு மணி நேரம் ஆகியிருக்கும். வெளியே ஓர் அடி உயரத்துக்கு பனி கொட்டி விட்டது. அப்போது நான் முன்பு பார்த்த மனிதர் திரும்பவும் வந்தார். இப்போது நாற்காலியும் இல்லை, மனைவியும் இல்லை. என்னைப் பார்த்துச் சிரித்து 'இன்னமுமா தேடுகிறீர்கள்?' என்றார். 'கார் அதுவாக ஓடவில்லை. இங்கேதான் எங்கேயோ நிற்கிறது' என்றேன். அவர் மனைவியை மருத்துவர்கள் பரிசோதிக்கிறார்கள்.

அவர் வீட்டுக்குப் போய் சில சாமான்கள் எடுத்து வரவேண்டும். தன் காரை நோக்கிச் சென்றவர் திரும்பவும் என்னிடம் வந்தார். என்ன கார் என்று கேட்டார். சொன்னேன். என்ன நிறம். சொன்னேன். தகடு இலக்கம். அதையும் சொன்னேன். கார் சாவியைக் கேட்டார். கொடுத்தேன்.

ஒவ்வொரு தளமாக அவர் கார் சாவியை அமத்தியபடி வர நான் எதிர் முனையிலிருந்து தேடிக்கொண்டே அவரை நோக்கி நடந்தேன். பத்து நிமிடமாகியிருக்கும். ஒரு தூணுக்குப் பக்கத்தில் கார் வெளிச்சம் பத்தி பத்தி நூர்ந்தது. 'அதுதான் அதுதான்' என்று அலறினேன். அவர் சாவியை நீட்ட நான் அவருக்கு நன்றி கூறினேன். அவர் பெயரைக் கேட்டேன். 'என் பெயரைத் தெரிந்து என்ன செய்யப்போகிறீர்கள்?' என்று சொன்னார். 'உங்களுக்கு நான் ஒன்றும் திருப்பிச் செய்யவில்லை. உங்கள் பெயரையாவது ஞாபகத்தில் வைத்துக்கொள்கிறேன்.'

'நோம்' என்றார்.

'உங்கள் மனைவி சீக்கிரம் குணமடைந்து வீட்டுக்கு வருவார்.'

'இனிமேல் வரமாட்டார்.'

அவர் முகம் மாறியது. ஏன் சொன்னோம் என்று ஆகிவிட்டது.

எனக்குப் பின்பக்கத்தைக் காட்டியபடி காரை நோக்கி நகர்ந்த அவர் திரும்பாமல் கையைத் தூக்கி அசைத்து விடைபெற்றார்.

கிழங்கு கிண்டியபோது கிடைத்த ரத்தினக் கல்

நான் பொஸ்டனுக்குப் போனால் அவர் ரொறொன்ரோவுக்குப் போனார். நான் ரொறொன்ரோவுக்குப் போனால் அவர் பொஸ்டனுக்குப் போனார். கடைசியில் ஒருவாறு சந்திப்பு நிகழ்ந்தது. பொஸ்டன் நண்பர் வேல்முருகன் என்னை வந்து காரில் அழைத்துப் போனார். பொஸ்டன் பாலாஜி அவரைக் கூட்டி வந்தார். வேல்முருகன் வீட்டில் சந்தித்துக்கொண்டோம். இப்படித் தான் பேராசிரியர் ஆ.இரா. வேங்கடாசலபதியை சந்தித்தேன். இதுவே முதல் தடவை.

ஒருமுறை அமெரிக்காவில் சு.ரா.வைச் சந்திக்க விரும்பி அவர் தங்கியிருந்த சாந்தகுரூஸ் வீட்டுக்குச் சென்றிருந்தேன். அது பத்து வருடங்களுக்கு மேலேயிருக்கும் என்று நினைக்கிறேன். பேச்சின் போது நடுவிலே திடீரென்று 'நீங்கள் சலபதியைப் படித்திருக் கிறீர்களா?' என்று கேட்டார். நான் 'இல்லை' என்றேன். 'நீங்கள் படிக்கவேண்டிய முக்கியமான ஆய்வாளர், அத்துடன் எழுத்தாளர்' என்றார். அதன் பின்னர்தான் அவரைத்தேடிப் படிக்க ஆரம்பித் தேன்.

சலபதி சொன்ன கதையும் சுவாரஸ்யமாக இருந்தது. 'ஒருநாள் எழுத்தாளர் பெருமாள் முருகனை கம்ப்யூட்டரில் தேடிக்கொண்டு போனேன். அவருடைய பெயர் வந்ததும் கிளிக் பண்ணினேன். அது எப்படியோ தவறுதலாக உங்கள் பெயரை கிளிக் செய்து விட்டது. உங்கள் கட்டுரையைப் படிக்க ஆரம்பித்ததுமே இது வேறு யாரோவுடைய எழுத்து என்பது தெரிந்துவிட்டது. முடிவிலே அ.முத்துலிங்கம் என்று பெயர் போட்டிருந்தது. அதன் பின்னர்தான் உங்கள் எழுத்தைப் படித்தேன்' என்றார். ஒருவரை ஒருவர் தற்செயலாகப் படிக்கத் தொடங்கிய நாங்கள் சந்தித்ததும் இப்படி தற்செயலாகத்தான்.

'கடிதங்களைத் தொகுக்கும் ஆர்வம் எப்படி வந்தது?' என்று அவரைக் கேட்டேன். அவருக்கு வ.உ.சி.யில் பெரும் பற்று இருந்தது.

அவருடைய கடிதங்களைத் தேட ஆரம்பித்தபோது பாரதி, புதுமைப்பித்தனின் கடிதங்களும், வேறு பல அருமையான

தகவல்களும் அகப்பட்டன. இவற்றை வகை வகையாகப் புறாக் கூண்டுகளுக்குள் வைத்து இருபது வருடங்களுக்குமேல் பாது காக்கிறார். சில ஆராய்ச்சிகள் தொடருகின்றன. சில ஏற்கனவே புத்தகங்களாக வந்துவிட்டன. செம்பதிப்பில் புதுமைப்பித்தன் கதைகள், கட்டுரைகள், பாரதி கட்டுரைகள் எல்லாம் வெளிவந்தது இப்படித்தான் என்றார்.

அப்படிப் பேசிக்கொண்டிருந்தபோதுதான் அவர் சமீபத்தில் செய்து முடித்த ஒரு மகத்தான காரியம் பற்றி அறிய முடிந்தது. ம.இலெ.தங்கப்பா, புதுவையில் தமிழ் பேராசிரியராகப் பணியாற்றி ஓய்வு பெற்றவர். நிறைய தமிழ்க் கவிதைகள் எழுதியிருக்கிறார். அவர் 50 ஆண்டுகளுக்கு மேலாக சங்கப்பாடல்களை ஆங்கிலத்தில் மொழிபெயர்த்து வந்தார். ஆனால் அவை புத்தகமாக உருப் பெற்றதில்லை. பேராசிரியர் ஆ.இரா. வேங்கடாசலபதியின் அருமையான முன்னுரையுடன் இந்த நூல் புதுதில்லி பெங்குவின் பதிப்பாக, Love Stands Alone என்ற தலைப்பில் சமீபத்தில் வெளிவந்திருந்தது. இது வெளிவர முழுக்காரணமாக இருந்தவர் சலபதிதான்.

வீட்டுக்கு வந்ததும் முதல் வேலையாக எப்படியும் புத்தகத்தை வாங்கிவிடவேண்டும் என்று நினைத்தேன். ஆனாலும் சிறிது ஏமாற்றம் இருந்தது. ஜி.யு.போப், ஏ.கே.ராமானுஜன், ஜோர்ஜ் எல். ஹார்ட் போன்றவர்கள் ஏற்கனவே சங்க இலக்கியங்களை மொழிபெயர்த்திருக்கிறார்கள். மீண்டும் ஒன்று தேவையா என்ற நினைவு எழுந்தது. ஓர் ஆராய்ச்சியாளரின் நேரம் எவ்வளவு முக்கியமானது. ஏதாவது சொந்தமாகச் செய்திருக்கலாமே என்ற எண்ணத்தை தவிர்க்கமுடியவில்லை. எனினும் புத்தகத்தை தருவிக்கும் முயற்சியில் இறங்கினேன். அமெரிக்காவிலோ கனடாவின் புத்தகக் கடைகளிலோ புத்தகம் விற்பனைக்கு வரவில்லை என்று சொல்லிவிட்டார்கள். அமேஸன். கொமிலும் தேடி கிடைக்கவில்லை. ஒரு நண்பருக்கு இந்தியாவுக்கு எழுதி அதிவேக தபாலில் ஒரு பிரதியை எடுப்பித்தேன். புத்தகத்தின் விலையிலும் இரண்டு மடங்கு கூடிய தபால் செலவு வைத்த புத்தகம் மூன்று நாளில் ஓர் இரவு ஒன்பது மணிக்கு வந்து சேர்ந்தது. அன்று இரவு படிக்கத் தொடங்கி அடுத்தநாள் காலைதான் முடித்தேன். அப்பொழுதுதான் உணர்ந்தேன் சலபதி தன் நேரத்தை சரியான ஒரு காரியத்துக்குத்தான் பயன்படுத்தியிருக்கிறார் என்று. சமீபத்தில் என்னை வேறு ஒரு புத்தகமும் இப்படிக் கவரவில்லை.

இந்தப் புத்தகம் பல கேள்விகளை என் மனதில் எழுப்பின. ஓர் ஆங்கில மொழிபெயர்ப்பை படிக்கும்போது அதன் கவித்துவம்

முழுக்க புதுமொழியில் வந்துவிடும் என்று எதிர்பார்க்கக்கூடாது. எண்பது சதவீதம் வந்தால் அது வெற்றி. நூறு சதவீதம் வந்தால் மாபெரும் வெற்றி. ஆனால் மொழிபெயர்ப்பு மூலப்பிரதியை தாண்டக் கூடுமா? அப்படி தாண்டினால் அது சரியாக இருக்குமா? சங்க இலக்கியங்களில் ஓர் ஐம்பது பாடல்கள் திரும்பத் திரும்ப மேற்கோள் காட்டப்படும். மேடைகளில் பேசப்படும். ஒருவர் பின் ஒருவராக அவற்றைப் பலர் ஆங்கிலத்தில் மொழிபெயர்த்திருக் கிறார்கள். அவற்றை விட்டுவிட்டு அதிகம் பேசப்படாத, கவனிக்கப் படாத பாடல்களை நான் மொழிபெயர்ப்பு நூலில் தேடினேன். அவை ஏதாவது புதிய திறப்புகள் கொண்டுள்ளனவா என்று பார்ப்பதுதான் என் எண்ணம். தமிழில் படித்தபோது சாதாரண மாகத் தோன்றிய சில பாடல்கள் ஆங்கிலத்தில் புதிய ஜொலிப்பு டன் கண்ணில் பட்டன. பதினாறு மூலையாக வெட்டப்பட்ட ரத்தினக் கல்லை யன்னல் பக்கம் கொஞ்சம் திருப்பி வைத்ததும் புதிய ஒளியை வீசுவது போல.

முதலில் ஆச்சரியப்படுத்திய விசயம் நூலின் தலைப்பு. Love Stands Alone. இது குறுந்தொகையில் வரும் பாடலின் ஒரு வரி. தமிழில் இந்தக் குறுந்தொகை கவிதையைப் பலமுறை தாண்டிப் போயிருக்கிறேன் ஆனாலும் ஆங்கிலத் தலைப்பில் கிடைத்த அர்த்தம் எனக்குக் கிடைக்கவே இல்லை. ஆங்கிலத்தில் கவிதையைப் படித்த போதோ அந்தக் கருத்து பட்டென எழுந்து நின்றது.

குறுந்தொகை 174   பாடியவர் வெண்பூதி

தலைவி தோழிக்குச் சொன்னது

பெயல்மழை துறந்த புலம்புஉறு கடத்தக்
கலை முட்கள்ளிக் காய்விடு கடுநொடி
துதைமென் தூவித் துணைப்புறவு இரிக்கும்
அத்தம் அரிய என்னார் நத்துறந்து
பொருள்வயிற் பிரிவார் ஆயின்இவ் உலகத்துப்
பொருளே மன்ற பொருளே
அருளே மன்ற ஆரும் இல்லதுவே.

இதன் பொருளை சுருக்கமாக இப்படிக் கூறலாம். 'மழை பெய்யாத பாலை நிலத்தில் கிளைவிடும் கள்ளிச் செடியின் காய்கள் வெடிக்கும் சத்தம் மென்மையான சிறகுகள் கொண்ட ஆண், பெண் புறாக்கள் சேருவதற்குத் தடையாக அச்சமூட்டுகின்றன. என்னைத் தவிக்க விட்டுவிட்டு அப்படியான காட்டுப் பாதையில் அவன் பொருள் தேடி புறப்பட்டுப் போய்விட்டான். இந்த உலகத்தில்

பொருள் ஒன்றே உறுதியான பொருள். அருள் என்பது தன்னை ஏற்றுக் கொள்வதற்கு ஆரும் இல்லாமல் நிற்கிறது.'

இதன் ஆங்கில மொழிபெயர்ப்பு இப்படி வருகிறது.

> In the desolate, rain-forsaken land
> the twisted kalli's pods
> open with a crackle
> frightening the mating pigeons
> with their close-knit downy feathers.
>
> He has left me languishing.
> 'In search of wealth' he said.
> He did not mind the risk on the way.
>
> If it comes to that,
> then in this world
> wealth has all support
> and love must stand alone.

அந்தக் கடைசி வரியில் ஒரு சிறு மாற்றம், அது கவிதையை என்ன மாதிரி உயர்த்தி விடுகிறது. காதலுக்கு ஒருவிதத்திலும் துணை கிடையாது என்று தமிழில் வருவது ஆங்கிலத்தில் 'காதல் தனித்து நிற்கிறது' (Love Stands Alone) என்று வரும். இதிலே மிகப்பெரிய ஆச்சரியம் என்னவென்றால் ஏறக்குறைய 2000 வருடங்களுக்கு முற்பட்ட சங்கப் பாடல் ஆங்கில மொழிபெயர்ப்பில் ஒரு நவீனக் கவிதைபோலவே தோற்றமளிக்கிறது என்பதுதான்.

இன்னொரு பாடல். புறநானூறு 112. பாடியவர் பாரி மகளிர். நூறு கட்டுரைகளிலும், இருநூறு மேடைகளிலும் மேற்கோள் காட்டப்பட்ட பாடல். சினிமாவும் இந்தப் பாடலை விடவில்லை.

> அற்றைத் திங்கள் அவ்வெண் நிலவின்,
> எந்தையும் உடையேம்; எம் குன்றும் பிறர் கொளார்;
> இற்றைத் திங்கள் இவ்வெண் நிலவின்,
> வென்று எறி முரசின் வேந்தர் எம்
> குன்றும் கொண்டார்; யாம் எந்தையும் இலமே!

பொருள் மிக எளிது. 'அன்றைய திங்கள் தந்தை இருந்தார், குன்றும் இருந்தது. இன்றைய திங்களில் வெற்றிகொண்ட அரசர் குன்றைக் கைப்பற்றிக்கொண்டனர். தந்தையும் இல்லை.' இதை மொழிபெயர்ப்பதும் எளிது. வெண்நிலவு என்பதை full moon என்று மொழி பெயர்ப்பதே வழக்கம். ஆனால் அந்த வரி இப்படி வருகிறது.

> But tonight
> the moon is full again,
> the triumphant kings
> marching with their battle drums
> have our hill,
> and we are fatherless.

Full moon என்பதற்குப் பதிலாக the moon is full again என்ற சொற்றொடர் பயன்படுத்தப்படுகிறது. சந்திரன் மறுபடியும் நிறைந்து விட்டான். தேய்ந்த சந்திரன் மீண்டும் வளர்ந்து ஒருமாத காலம் ஓடிவிட்டது சொல்லப்படுகிறது. ஒரு சிறிய சொல் வித்தை கவித்துவ அழகை உயர்த்திவிடுகிறது.

இப்படி ஒரு மாயத் தருணம் ஹோமருடைய இலியட்டிலும் வருகிறது. அச்சில் கிரேக்க வீரன். அவன் திரோஜனான ஹெக்டரைப் பழிவாங்கும் வெறியிலிருக்கிறான். அச்சில் துரத்த ஹெக்டர் திரோய் நகரத்து சுவர்களை மூன்றுதரம் சுற்றிச்சுற்றி ஓடுகிறான். அச்சில் ஹெக்டரை வெட்டி வீழ்த்தி அவனுடைய குதிக்காலில் கயிற்றைக் கட்டி தேரிலே இழுத்துச் செல்கிறான். பன்னிரெண்டு நாட்களின் பின்னர் கோபம் அடங்கி பிணத்தை ஹெக்டரின் மனைவியிடம் ஒப்படைத்ததும் அவர்கள் மரணச் சடங்குகளை செய்துமுடிக்கிறார்கள். So they tended the burial of Hector, tamer of horses என்று ஹோமர் முடிக்கிறார். குதிரைகளை பழக்கும் ஹெக்டர் கொல்லப்பட்ட பிறகும் குதிரைகளால் இழுக்கப்பட்டு கேவலமான முடிவை அடைகிறான். 'குதிரைகளைப் பயிற்றுவிக்கும் ஹெக்டர்' என்று கவி சொல்லவில்லை. 'ஹெக்டர் ஆகிய குதிரைப் பயிற்சிக்காரன்' என்று சொல்கிறார். மிகச் சாதாரணக் கவிதையாக அதுவரைக்கும் இருந்தது சட்டென்று திறந்து உயிர் கொள்கிறது.

இப்படி உயிர் பெறும் கவிதைகளை இந்த மொழிபெயர்ப்பில் பல இடங்களில் காணலாம். இன்னொரு கவிதை. புறநானூறு 196. ஆவூர் மூலங்கிழார் பாண்டியனை நோக்கிப் பாடியது. நீண்ட நாட்கள் அரசன் வாயிலில் நின்றும் புலவருக்குப் பொருள் கிடைக்க வில்லை. தருகிறேன் என்று சொன்ன அரசன் தரவில்லை. வயிறெரிந்து புலவர் பாடுகிறார். இது நீண்ட பாடல். இதன் பொருள் சுருக்கம் இது. 'தருவதும் தராமல் விடுவதும் உன் விருப்பம். தருவதாகச் சொல்லி தராமல் இருப்பது நல்லதல்ல. உன் புதல்வர் நோயில்லாமல் வாழட்டும். கல்போலக் கரையாத வறுமையுடன், நாணத்தை தவிர வேறு எதையும் அணியாமல், வாழும் என் மனைவியிடம் நான் திரும்பிச் செல்கிறேன். நீ வாழ்க' என்கிறார் புலவர். ஆங்கில மொழிபெயர்ப்பில் கடைசிப் பகுதியில்

ஒரு சின்ன மாற்றம் நிகழ்கிறது.

> While I go away from here
> braving the sun and the cold winds,
> thinking of my delicate young wife
> whose virtue is her loyalty
> and who lives in my home
> which is but a wind shelter
> where my poverty
> as if made of stone
> sitting tight.

அரசன் பரிசில் தராமல் ஒவ்வொரு நாளாகக் கடத்தி ஏமாற்றியதில் கொதிக்கும் புலவரின் நெஞ்சம் தமிழ்க் கவிதையில் மையமாகத் தெரிகிறது. ஆங்கில மொழிபெயர்ப்பில், வறுமையின் உக்கிரம்தான் முதலிடம் பெறுகிறது. என் குடிசையில் வறுமையோ கல்போலக் கரையாமல் நிற்கிறது என்று ஆங்கிலக் கவிதை முடிகிறது. நுட்பமான ஒரு பாய்ச்சல் நிகழ்ந்திருக்கிறது.

குறுந்தொகை, புறநானூறு, அகநானூறு பாடல்களை நான் அவ்வப்போது படிப்பதுண்டு. எத்தனைதரம் படித்தாலும் அவை அலுப்பதில்லை. எந்த ஒரு நல்ல கவிதையும் வாசகரின் பொறி பட்டுத்தான் சுடர்விடும். இந்த நூலைப் படித்தபோது பல இடங்களில் ஆங்கில மொழிபெயர்ப்பில் பாடல்கள் இன்னொரு தளத்தில் இயங்குவது போன்ற ஒரு தோற்றம் எனக்குக் கிட்டியது. ஒரு மொழிபெயர்ப்பு மூலப்பிரதியைத் தாண்டி மேலே போகலாமா? போகலாம் என்று சிலர் சொல்கிறார்கள். உலக இலக்கியங்களைத் தொடர்ந்து ஆய்வு செய்துவரும் பேராசிரியர் David Damrosch உத்தமமான மொழிபெயர்ப்பு மூலப்பிரதியை மிஞ்சலாம் என்றும் அது வாசகர்களை இரண்டு கலாச்சாரங்களுக்குள்ளும் சமமாக அழைத்துச் செல்லும் தன்மையுடையதாக இருக்கும் என்றும் சொல்கிறார்.

இந்த நூல் கொடுத்த அனுபவத்தை எப்படி வர்ணிப்பது என்பதில் பெரும் தயக்கமிருக்கிறது. ஒரு நல்ல கவிதையில் வார்த்தைகள் முன்னே போகும், கவி பின்னே செல்வார் என்று சொல்வார்கள். இங்கே வார்த்தைகளே தெரிகின்றன. இந்த நூலில் ஆங்கில மொழிபெயர்ப்பில் கவிதைகளைப் படித்துவிட்டு பிரபல கவி, ஒக்ஸ்போர்ட் பல்கலைக்கழக கவிதைப் பேராசிரியர் அரவிந் கிருஷ்ண மெஹ்ரோத்ரா கூறியதை நான் என்னுடைய மொழியில் சொல்கிறேன். 'நாட்டுப்புற நடனத்தில் பெண்கள் தலைக்குமேல் பானைகளை ஒன்றன்மேல் ஒன்றாக அடுக்கி வைத்து நடனமாடு

வார்கள். அதை மூச்சைப் பிடித்துக்கொண்டு பதற்றத்தோடு பார்த்து ரசிப்போம். ஒரு தவறான அடி பானைகளைச் சிதற அடித்துவிடும். ஆனால் இந்த மொழி பெயர்ப்பில் கவிதைகள் மீண்டும் மீண்டும் ஒரு நர்த்தனம் செய்து வெற்றியை எட்டிவிடுகின்றன.' பானையும் தப்பிவிடுகிறது, கவிதையும் தப்பி விடுகிறது. இந்த வர்ணனைகூட நூலுக்குப் பற்றாது என்றே எனக்குத் தோன்றுகிறது.

குறுந்தொகையில் ஒரு பாடல் உண்டு. 'காட்டிலே வேட்டுவன் கிழங்கு கிண்டியபோது ரத்தினக் கல் அகப்பட்டது' என்று வரும். அதை உவமையாகச் சொல்லலாம். அதுவும் போதாது. இந்த நூலைப் படித்தபோது எனக்கு ஏற்பட்ட உணர்வை இப்படித்தான் சொல்லமுடியும். ஏடிஎம் மெசினில் 1000 டொலர் கேட்டபோது அது 2000 டொலர் தந்துவிட்டது போன்ற மகிழ்ச்சி. மூலப் பிரதியை மீறிய மொழிபெயர்ப்பு.

நூலை மீண்டும் படிக்கத் தொடங்கினேன்.

கடவுளின் காதுகளுக்கு

கிறிஸ்மஸ் வரும்போது தபால்காரர், குப்பை எடுப்பவர், பேப்பர் போடுபவர் போன்றவர்களுக்குப் பரிசுகள் கொடுப்பது அமெரிக்காவில் வழக்கம். சிலர் குடும்ப மருத்துவருக்கும் பரிசு வழங்குவார்கள். இம்முறை நான் சூப்பர்மார்க்கட் மனேஜரையும் பரிசுப் பட்டியலில் சேர்த்துக்கொண்டேன். ஒருவரும் அப்படிச் செய்வதில்லை. ஆனால் நான் அவரைச் சேர்த்ததற்கு காரணம் இருந்தது.

எங்கள் சூப்பர்மார்க்கட் மானேஜர் ஒரு பெண்மணி. சதுர மான முகம். திருத்த வேலை கொஞ்சம் இருந்தது. என்னைவிட உயரம்; என்னைவிட அகலம்; என்னைவிட வெள்ளை. என்னை விட வயது குறைவு. நாற்பது மதிக்கக்கூடிய உடம்பு, முப்பது வயது முகம். ஆனால் அந்த முகத்தில் எப்பவும் சிரிப்பு நிறைந்திருக்கும். அவர் ஓர் இடத்தில் நிற்பதையோ உட்கார்ந்து இருப்பதையோ காண முடியாது. முழங்கால்கள் இடிக்க ஓடியபடியே இருப்பார். கிட்டத்தட்ட ஒரு பாதி உதைபந்தாட்ட மைதானம் அளவுக்கு பெரிய சூப்பர் மார்க்கட் அது. தினமும் பத்தாயிரத்துக்கும் அதிக மான பேர் வந்து போவார்கள். மானேஜர் பெண்மணி வாடிக்கை யாளர்களுடன் தானாகப்போய் சிரித்து உரையாடுவார். அவர்கள் கேட்கும் உதவிகளைச் செய்வார். அநேகமான சூப்பர்மார்க் கட்டுகளில் இப்படியான ஒருவரைக் காணமுடியாது.

என் மனைவி சமையலறையில் வைத்துப் பாதுகாத்த வட்ட மூடி கொண்ட சதுரப் போத்தல் ஒன்று உடைந்துவிட்டது. அந்தப் போத்தல் பல சைஸ்களில் கிடைக்கும். அதே அளவான போத்தல் ஒன்றை வாங்குவதற்காக நான் சூப்பர்மார்க்கட்டில் தேடிக் கொண்டிருந்தேன். கண்ணாடி சப்பாத்தை வைத்துக் கொண்டு சரியான காலைத் தேடிய அரசகுமாரன்போல நான் மூடியை வைத்துக்கொண்டு ஒரு போத்தலைத் தேடினேன். எங்கிருந்தோ திடீரென்று பாய்ந்து வந்தார் அந்தப் பெண்மணி. மூடியை வாங்கி அவராகவே தேடினார். பின்னர் பொறுங்கள் என்று விட்டு உள்ளே போய் பத்து நிமிடம் கழித்து சரியான அளவு போத்தலைத் தேடி

எடுத்துவந்து தந்தார். இவர் ஓர் அபூர்வமான மானேஜர் என்று உடனேயே முடிவுகட்டினேன். அதுதான் முதல் சந்திப்பு.

அதன் பின்னர் சூப்பர்மார்க்கட் போகும்போதெல்லாம் நேரம் கிடைக்கும்போது அவருடன் பேசுவதுண்டு. அவர் பிரேஸில் நாட்டைச் சேர்ந்தவர். அமெரிக்காவுக்கு வந்து இருபது வருடம் ஆகிறது. இருபது வருட காலமாக அதே சூப்பர்மார்க்கட்டில் அதே வேலையை செய்கிறார். அவருடைய 14 வயது மகன் பள்ளிக் கூடத்தில் ஐஸ் ஹொக்கி விளையாடுகிறான். தன் வருமானத்துக்குப் பொருத்தம் இல்லாதமாதிரி செலவு வைக்கும் விளையாட்டு மகனுடையது என்பார். வாடிக்கையாளருக்கு ஏதாவது சாமான் அகப்படாவிட்டால் அவராகவே வந்து எடுத்து தருவார். ஒரு நாளைக்கு சூப்பர்மார்க் கட்டில்தான் இங்குமங்குமாக பத்து மைல் தூரம் நடப்பதாகச் சொல்லுவார். ஆனால் அவர் முகத்தில் என்றைக்கும் களைப்பைக் காணமுடியாது.

ஒருநாள் நான் சாமான் வாங்கப்போன நேரம் இவர் ஓர் உயரமான தட்டுக்கு முன்னால் நின்று அங்கே அடுக்கியிருந்த சாமான்களைப் பார்வையிட்டுக்கொண்டிருந்தார். ஏதோ சரி யில்லை என்று எனக்குப்பட்டது. நான் அங்கு நிற்பது அவருக்குத் தெரியாது. வசை பாடுவது போன்ற தொனியில் ஏதோ உரத்துச் சொன்னார். அது ஆங்கிலம் அல்ல. என்னைக் கண்டதும் வழக்கம் போல சிரித்து 'ஒருவரைத் திட்டவேண்டும் என்றால் ஆங்கிலம் போதாது, போர்த்துக்கீசிய மொழிதான் அதற்கு ஏற்றது' என்றார். நான் 'அப்படியா? ஒரு காலத்தில் போர்த்துக்கீசிய மொழி பேசியவர்கள் எங்கள் தேசத்தை 150 வருடங்களாக ஆண்டார்கள்' என்றேன். 'போர்ச்சுக்கல் போன்ற ஒரு சிறிய தேசம் உங்கள் நாட்டை ஆண்டதா?' என்று வியப்புடன் கேட்டார். ஆம் என்றேன். 'உங்கள் மொழி வசைக்கு ஏற்றது என்று சொன்னீர்கள். அப்படியென்றால் அவர்கள் எங்களை ஆண்டபோது அந்த மொழியின் முழுச் சாத்தியமும் அவர்களுக்கு கிட்டியிருக்கும்' என்றேன். சிரித்தார். 'எப்பொழுது ஆண்டார்கள்?' என்றார். '350 வருடங்களுக்கு முன்னர். அப்போது எங்கள் நாட்டில் போர்த்துக்கீசிய மொழி பேசுபவர்கள் பலர் இருந்தார்கள். இப்பொழுதும் எங்கள் மொழியில் போர்த்துக்கீசிய வார்த்தைகள் கலந்திருக்கின்றன' என்றேன். அவர் நம்பவில்லை. 'எனக்குத் தெரியாதே. உங்கள் நாடு என்ன?' என்றார். நான் 'இலங்கை' என்று சொன்னேன். 'இலங்கையா? அது எங்கே இருக்கிறது?' இது நான் எதிர்பார்த்ததுதான். 'சூப்பர் மார்க்கட்டில் இருந்து நேராகப் போய் இரண்டு இடது பக்கம் திரும்பினால் வந்துவிடும்' என்றேன். அவர் சிரித்தார். நானும் சிரித்தேன்.

நான் கிறிஸ்மசுக்கு முதல்நாள் சாமான் வாங்கப் போனபோது அந்தப் பரிசை அவரிடம் கொடுத்தேன். வண்ணக் கடுதாசியால் சுற்றி அலங்கரித்த சதுரமான பெட்டி. அவர் திகைத்துப் போனது தெரிந்தது. ஏதோ முனிவர் வந்து சாபமிட்டதுபோல கல்லாகிப் போய் நின்றார். அவருடைய சதுர முகத்தில் கண்கள் இரண்டு மடங்கு பெரிதாகின. 'எனக்கா? எனக்கா?' என இரண்டு தடவை கேட்டார். 'கிறிஸ்மஸ் வாழ்த்துக்கள். நீண்ட ஆயுளும், நிறைந்த மகிழ்ச்சியும் உங்களுக்கு'என்றேன். அவர் உணர்ச்சி வசப்பட்டு கண்களை மூடி தன் நெஞ்சைத் தொட்டு கைகளை மேலே காட்டி 'உங்கள் உதட்டில் இருந்து கடவுளின் காதுகளுக்கு' என்றார். சிறிது நேரத்தில் சமநிலை அடைந்து நன்றி என்றார். கைகளை நீட்டி என் கைகளைப் பிடித்துக் குலுக்கினார். நான் திரும்பி சில அடி வைத்த பிறகு ஏதோ நினைவுக்கு வந்து முழங்கால்கள் ஒன்றை யொன்று இடிக்க வேகமாக ஓடி வந்து மோதி என்னைக் கட்டிப் பிடித்து மீண்டும் நன்றி என்றார். என் நெஞ்சு எலும்பு இரண்டு முறிந்தது போலிருந்தது.

புது வருடம் பிறந்து நான் மீண்டும் சூப்பர்மார்க்கட் போன போது மானேஜரைக் காணவில்லை. அதற்கு அடுத்த தடவையும் அவர் என் கண்ணிலே படவில்லை. எங்கேயிருந்தாலும் அவர் அவசரமாக ஓடிக்கொண்டிருப்பார். சூப்பர்மார்க்கட் கலகலப்பாக இருக்கும். அவர் இருக்கும் இடத்தில் வெளிச்சம் கூடும். ஆனால் அப்படியொன்றும் நடக்கவில்லை. அங்கு வேலை செய்யும் கடைநிலை ஊழியர் ஒருவரிடம் விசாரித்தேன். அவருக்கும் தெரியவில்லை. சூப்பர்மார்க்கட்டில் ஆள்குறைப்பு செய்திருக் கிறார்கள். ஒருவேளை அவர் வர மாட்டாரோ என்னவோ என்றார். அப்படியிருக்குமா என்று யோசித்தேன். இருக்காது. அவரைப்போல விசுவாசமான ஊழியர் கிடைப்பாரா? 20 வருடங்கள். நாளுக்குப் பத்து மைல் வீதம் 60,000 மைல்கள் அந்த சூப்பர்மார்க்கட்டில் நடந்திருப்பார். இரண்டு தரம் பூமியைச் சுற்றி நடக்கும் தூரம். வீட்டுக்கு வந்தபிறகும் மனம் அமைதியாகவில்லை.

இரண்டு நாள் கழித்து மீண்டும் சூப்பர்மார்க்கட் போன போது மானேஜர் பெண்மணி தூரத்தில் நிற்பது தெரிந்தது. ஓர் எல்லையில் இருந்து மறு எல்லைக்கு அவர் ஓடவில்லை. அவர் தலை முடியில் ஒரு பூ குத்தியிருந்தது. ஒலிம்பிக் ஓட்டக்காரர் ஒரு நீண்ட ஓட்டத்துக்குப் பிறகு ஓய்வெடுப்பதுபோல நின்று ஒரு பெண் வாடிக்கையாளருடன் பேசிக்கொண்டிருந்தார். அந்தப் பெண்ணின் தள்ளுவண்டியின் பாதியில் இரண்டு குழந்தைகள் உட்கார்ந்திருந் தார்கள். மீதியில் சாமான்கள் நிறைந்திருந்தன. மானேஜர்

பெண்மணியை நான் கடந்து சென்றபோது பேச்சை நிறுத்தாமல் ஒரு வாய் செய்யக் கூடிய ஆகப்பெரிய முறுவலை எனக்காகச் செய்தார். அப்பொழுதுதான் கவனித்தேன். அவர்கள் இருவரும் ஆங்கிலத்தில் பேசவில்லை, இன்னொரு மொழியில் பேசினார்கள். அது போர்த்துக்கீசிய மொழி என்று நான் ஊகித்தேன். அந்த மொழி அவர்களுக்குக் கூடிய நெருக்கத்தையும் அன்னியோன்யத்தையும் கொடுத்தது.

நான் என்னுடைய வண்டியைத் தள்ளி அவர்களைக் கடந்தபின்னர் என் உள்நெஞ்சில் ஒரு சின்ன வலி ஏற்பட்டது. வெளி நெஞ்சு வலி எப்போவோ மறைந்துவிட்டது.

சாபம்

என்னுடைய நண்பரின் பெயர் யோகி. அது அவருடைய இயற்பெயர், பெற்றோர் சூட்டியது. கடந்த பத்து வருடங்களாக ரொறொன்ரோவில் சிறந்த யோகா பயிற்சியாளராக இருக்கிறார். நிதி நிபுணராகப் பணியாற்றியவர் ஓய்வெடுத்த பின்னர் இந்த வேலையைத்தான் தொண்டு நோக்கோடு செய்கிறார். பலர் அவர் யோகா பயிற்சியாளராக இருப்பதால் இந்தப் பெயரால் அழைக்கப் படுகிறார் என்று நினைக்கிறார்கள். அது தவறு. நான் அவருடன் கொழும்பில் ஒன்றாகப் படித்தவன். ஆக இளமைக் காலத்திலிருந்து எனக்குத் தெரிந்த ஒரே ரொறொன்ரோ நண்பர் இவர்தான். நான் இருக்கும் இடத்திலிருந்து 20 மைல் தூரத்துக்குள்தான் இருந்தார். ஆனால் அவரைச் சந்திப்பது மகா கடினம். அதனிலும் கடினம் அவரைத் தொலைபேசியில் பிடிப்பது. எப்பொழுது அழைத்தாலும் தகவல் பெட்டி நிறைந்து விட்டது என தகவல் வரும். மின்னஞ்சல் ஒன்றுதான் வழி. ஆனால் அவர் மின்னஞ்சலை வாரத்துக்கு ஒரு தடவைதான் திறந்து பார்ப்பார். ஏதாவது பிரச்சினைக்கு தீர்வு கேட்டு எழுதினால் அந்தப் பிரச்சினை தீர்ந்து பத்து நாள் கழிந்த பின்னர்தான் பதில் வரும். இவரிடமிருந்துதான் அதிசயமாக ஒரு மின்கடிதம் வந்திருந்தது. அதை ஒரு திங்கள் காலை அவசரமாகத் திறந்து படித்தேன். படித்தபோது அவர் எழுதியது சுவாரஸ்யமான சம்பவமாகப்பட்டது. என்னுடைய ஆற்றலுக்கு ஏற்ப மொழி பெயர்த்து அதைக் கீழே தந்திருக்கிறேன். அவருடன் தொலை பேசியில் பேசியபோது சில விவரங்களை அவர் கடிதத்தில் கூறாமல் விட்டது தெரிந்தது. அவற்றையும் சேர்த்து சம்பவத்தை நிறைவாக்கி யிருக்கிறேன். அவர் கூறிய விவரம் கீழே வருகிறது.

'கடந்த ஞாயிற்றுக்கிழமை, அதாவது நேரத்தை ஒரு மணி நேரம் முன்னுக்கு தள்ளிவைத்த அந்த நாள், ரொறொன்ரோவின் குவீன்ஸ் வீதி வழியாக என்னுடைய காரை யோகா நிலையத்துக்கு ஓட்டிப் போய்க்கொண்டிருந்தேன். பொலீஸ் அன்று அடுத்து வந்த ரோட்டைத் தடுப்பு போட்டு மறித்திருந்தார்கள். ஏதோ போராட்ட அணிவகுப்பு அங்கே நடந்துகொண்டிருந்தது. ஆகையால் கார்கள் ஊர்ந்தபடி நகர்ந்தன. என்னுடைய காரைப் பின்னாலிருந்து இடித்த

சத்தம் கேட்டது. கீழே இறங்கி என்னவென்று பார்த்தால் காருக்குச் சாதாரண சேதம்தான்; பெரிதாக ஒன்றும் இல்லை. பின்னால் காரை ஓட்டிவந்த நாகரிகமாக உடையணிந்த மனிதர் அவசரமாக இறங்கி நான் ஏதோ கையில் துப்பாக்கியை நீட்டிப்பிடித்துக் கொண்டு நிற்பதுபோல, இரண்டு கைகளையும் மேலே தூக்கிக் கொண்டு என்னிடம் வந்தார். அவர் வாய் 'மன்னியுங்கள், மன்னியுங்கள்' என்று பலமுறை சொன்னது. நான் அந்த விசயத்தை அதே இடத்தில் மறந்துவிடத் தயாராக இருந்தேன். ஒரு நாளுக்கு ஒரு நன்மை என்ற கொள்கையை சில நாட்களாக கடைப்பிடித்து வந்தேன். ஆனால் கார்க்காரர் சேதத்தை ஈடுசெய்யவேண்டும் என்பதில் உறுதியாக இருந்தார். நான் மறுபடியும் சேதத்தைக் குனிந்து ஆராய்ந்தேன். சின்னக் கீறல்தான். 'சரி, நூறு டொலர் தாருங்கள்' என்றேன். அவர் உடனேயே சம்மதித்தார். ஆனால் கையில் அவ்வளவு பணமில்லை. பக்கத்திலிருந்த ஹொட்டலுக்கு என்னை வரச் சொன்னார். அங்கே வங்கியின் தானியங்கி மெசின் இருந்தது. அதிலே காசைப் பெற்றுத் தருவதாகச் சொல்லிவிட்டு உள்ளே நுழைந்தார்.

நான் ஹொட்டல் வாசலில் காரை நிறுத்தினேன். ஹொட்டல் வாயிலோன் என்னை நோக்கி ஓடி வந்தார். ஆறடி உயரம், துணியை முறுக்கிப் பிழிந்ததுபோல தேகம். பழுப்பு நிறம், மெல்லிய தாடி, சரித்து வைத்த தொப்பி. இடையில் இறுக்கிய பெல்ட், அதில் பெண்டுலம்போல ஆடிய கறுப்புத் தடி. ஏதோ ஒரு நாட்டில், ஏதோ ஒரு மொழி பேசும் ஏதோ ஒரு ராணுவத்தில் அதிகாரியாகப் பணியாற்றியிருக்கிறார் என்பது நிச்சயம். இங்கே அவருக்கு வாயிலோன் வேலை. கையை ஆட்டி ஆட்டி என்னை நகரச் சொன்னார். நான் நகரவில்லை. எதற்காக அங்கே காரை நிறுத்தி யிருக்கிறேன்? என பழுதுபட்ட ஆங்கிலத்தில் கேட்டார். அவர் மொழியில் வ எழுத்து இல்லையென நினைக்கிறேன். வ வரும் இடமெல்லாம் ப என்றே உச்சரித்தார். நான் அவருக்கு நிலைமையை விளங்கப்படுத்தினேன். அந்த கார்க்காரர் காசை மாற்றி வந்து தந்ததும் நான் போய்விடுவேன் என்று உறுதியளித் தேன்.

சிறிது நேரம் தன் ஆங்கிலத்தை வைத்துக்கொண்டு என்ன செய்வதென்று தெரியாமல் நின்றார். திடீரென்று 'உங்கள் காரில் எங்கே சேதம்?' என்று வினவினார். அங்கேதான் பிரச்சினை முளைத்தது. அவரிடம் கதைகொடுத்து நேரத்தை நீட்டவேண்டிய நிர்ப்பந்தத்தில் நான் இருந்தேன். காரில் இருந்து இறங்கி காரின் பின்பக்கத்தைக் காட்டினேன். யாரோ உயிருள்ள பெண் ஒருவரின் பின்பக்கத்தை ஆராய்வதுபோல நீண்ட நேரம் கூர்ந்து கவனித்தார்.

'சேதமே இல்லையே? எவ்வளவு பணம் பெறுகிறீர்கள்?' என்றார். நூறு டொலர் என்றதும் வாயில் காப்போன் வாயிலே கை வைத்தார். 'அதிகம். மிக அதிகம்' என்று சத்தமிட்டார். காரை இடித்தவர் ஒருவர். இடிவாங்கியவன் நான். இடையில் இவருக்கு என்ன வந்தது?

'மேலே ஒருவர் பார்த்துக்கொண்டிருக்கிறார். இது அநியாயம்' என்றார். 'வாயிலோயே, வாயிலோயே' என்று கண்ணகி கத்தியது போல நானும் கத்தவேண்டும்போல எனக்குத் தோன்றியது.

சரியாக அந்த நேரம் பார்த்து கார்க்காரர் ஹொட்டலுக்குள் இருந்து வெளியே வந்து காசை நீட்டினார். வாயிலோன், யாராவது நாலு ஓட்டம் அடித்தால் கிரிக்கெட் அம்பயர் கையை அகல விரித்து ஆட்டுவதுபோல, கைகளை வீசி இடையிலே புகுந்து தடுத்தார். நான் சாப்பிட ஆரம்பித்த உணவில் பல்லைக் கண்டதுபோல திகைத்துப்போய் நின்றேன். கார்க்காரர் அவரைத் தள்ளிவிட்டு காசை நீட்ட நான் பெற்றுக்கொண்டேன். குளிர் ரத்தப் பிராணி ஒன்று திடீரென்று வெப்ப ரத்தப் பிராணியாக மாறியது போல அவர் கண்கள் கோபத்தில் சிவப்பாக மாறின. இடையில் அசைந்து தொங்கிக்கொண்டிருக்கும் தடியை எடுத்து அடித்துவிடுவாரோ என்ற அச்சம் தோன்றியது. 'ஹராம், ஹராம். அநியாயமாக காசு அறவிடுகிறாய். உனக்குத் தண்டனை கிடைக்கும். போகும் வழியில் விபத்து காத்திருக்கிறது' என்ற கொடிய வார்த்தைகளை வீசினார். நான் கண்ணாடியில் அவர் உருவத்தைப் பார்த்தபடி வேகமாகப் பின்னுக்கு காரை எடுத்து ஓட்டிச் சென்றேன். இடையில் சொருகிய தடியை வெளியே எடுத்து ஆட்டி, இரண்டு நிமிடத்துக்கு முன்னர் என்னை யாரென்றே அறியாத ஒருவர், எனக்கு சாபமிட்டுக் கொண்டிருந்தார்.

நான் நேராக ரோட்டைப் பார்த்து அன்றுதான் கார் ஓட்டும் லைசென்ஸ் கிடைத்ததுபோல கவனமாக செலுத்தினேன். ஓட்டு வளையத்தில் கை நடுக்கம் மெதுவாக இறங்கிக்கொண்டிருந்தது. வீதியில் நெரிசல் குறைந்துவிட்டதால் நிதானம் பிடிபட்டது. மெல் கிப்சன் நடித்த Passion of Christ படத்தில் யேசுவை சிலுவையில் அறையும் நேரம் மேகமெல்லாம் நிறம் மாறி அசாதாரணமான சாம்பல் ஒளி பரவும். என் மனநிலையில் அதுபோல ஓர் ஒளி ரோட்டிலே போகும் வழியெல்லாம் படர்ந்திருந்தது. அந்த வாயிலோன் தடியை தலைக்கு மேல் சுழட்டி சாபமிட்டது நினைவி லிருந்து போக மறுத்தது. சிலப்பதிகாரத்து 'இறை முறை பிழைத்தோன்' என்ற வரிகள் திருப்பி திருப்பி மனதில் ஓடி சங்கடப்படுத்தின.

முன்னுக்குப் போன காரில் தாயும் மகளும்போல தோற்றம் கொண்ட இரு பெண்கள் சிரித்து சிரித்துப் பேசியபடியே காணப் பட்டார்கள். சிரிப்பை ஒரு தொழிலாகச் செய்ததை அன்றுதான் பார்த்தேன். அப்படியொரு அந்நியோன்யத்தை கண்ணுறுவதும் மனதுக்கு நிறைவாக இருந்தது. வேகமாய் போய் அவர்கள் காரை பின்பக்கத்தில் மோதினேன். எப்படி நடந்ததென எனக்கே புரியவில்லை. இரு பெண்களும் பதறியபடி ஒரே நேரத்தில் கீழே இறங்கினார்கள். இருவருமே அழகிகள். ஒரு விபத்தில் எப்படி நடக்க வேண்டும் என்பது எனக்கு இப்போது பழகிவிட்டது. ஒரு பேச்சுக்கு இடம் வைக்காமல் 'மன்னிக்கவேண்டும். என்னுடைய பிழை' என்றேன். இரண்டு கார்களுக்கும் நல்ல சேதம். இரண்டு பெண்களும் கார் அடிவாங்கிய இடத்தைக் குனிந்து ஆராய்ந்தார் கள். மூத்த பெண்ணின் முடி காற்றில் அலைந்து அவர் முகத்தை மூடியது. இளம் அழகியின் கண்கள் வித்தியாசமாக இருந்தன. குதிரையின் கண்கள்போல சாய்ந்திருந்தன. பகல் வெளிச்ச சேமிப்பு நேரம் ஆரம்பித்ததாலோ என்னவோ குளிர்காலம் முழுக்க சேமித்த வெளிச்சம் அவள் கண்கள் வழியாக வெளியே வந்துகொண்டிருந் தது. அவள் கண்களை என்னால் நேராக நோக்க முடியவில்லை. தரையைப் பார்த்தபடி 'எவ்வளவு காசு நான் ஈடாகத் தரவேண்டும்?' என்று கேட்டேன். அவர்கள் கார் பின்பக்கத்தை மறுபடியும் ஆராய்வார்கள் என நினைத்தேன். மாறாக அவர்கள் ஒருவர் முகத்தை ஒருவர் பார்த்துக் கொண்டார்கள். இளம் பெண் என்னிடம் திரும்பி '500 டொலர்கள்' என்றாள். நான் அந்த இடத்தி லேயே காசை எண்ணிக் கொடுத்து ரசீது பெற்றுக்கொண்டேன். அவர்கள் காரை ஓட்டிப் போனார்கள். என்னுடைய காரைப் பழுது பார்க்கும் கம்பனி வாகனம் வந்து இழுத்துப் போனது. நான் நாலு மைல் தூரத்தையும் வீட்டுக்கு நடந்து கடந்தேன். வாயிலோன் குரல் காதில் விடாது ஒலித்தது. அன்று நான் சாப்பிட வில்லை. உடுப்பைக் களையவில்லை. அப்படியே படுக்கையில் விழுந்தேன். பின்னர் தூங்கினேன்.'

இதுதான் நண்பருடைய மின்னஞ்சல் சொன்ன கதை. இதைப் படித்ததும் என்னுடைய கார் விபத்தை பற்றியும் எழுதலாம் என்று தோன்றியது. இவ்வளவு காலமும் எழுதாமல் தள்ளிப் போட்டது. நேரம் கிடைக்கும்போது எழுதிவிடுவோம்.

பற்கள்

பல் வேலைக்கு வசந்த காலம் சிறந்த காலம். பல் வைத்தியரின் வரவேற்பறையில் உட்கார்ந்திருந்த தட்டையான பெண் தட்டையான சிரிப்புடன் என்னை வரவேற்றாள். என் பெயர் நோயாளிகள் பட்டியலில் இருக்கிறதா என்று சரிபார்த்துவிட்டு என்னை உட்காரச் சொன்னாள். என்னுடைய முறைக்காக வழக்கம் போல காத்திருக்க வேண்டும். யாரோ படித்துவிட்டுப் போன அன்றைய பேப்பர் அங்கே கிடந்தது. அதைக் கையில் தூக்கிக் கொண்டு நோயாளிகள் தங்கும் அறையை நோக்கி நடந்தேன்.

அந்த அறையை நெருங்கிய நான் திடுக்கிட்டுப்போய் நின்றேன். நெருக்கமாக அடுக்கியிருந்த ஆசனங்கள் அத்தனையிலும் கிழவிகள். பள்ளிச் சிறுமிகள்போல பெரிய சத்தம் வைத்து ஒருவரோடு ஒருவர் பேசிக்கொண்டும் சிரித்துக்கொண்டும் இருந்தார்கள். எனக்கு முதலில் கண்ணில் பட்டது பற்கள். அவை என்னை நெருக்கிக்கொண்டு பார்த்தன. ஓடிந்த பல். அழுக்கிடுக்குப் பல். தேய்ந்த பல். உடனே அந்தக் காட்சி தி.ஜானகிராமனை நினைவுக்குக் கொண்டு வந்தது. அவருடைய மறக்க முடியாத பாயசம் என்ற சிறுகதையிலும் ஒரு காட்சி வரும். ஒரே வரியில் கல்யாண சந்தடியையும், விருந்தினரையும், கிழவிகளையும் அவர்களைச் சுற்றியிருக்கும் சூழலையும் கொண்டுவந்து விடுவார். அது அவருடைய எழுத்து மேதமை.

தி.ஜானகிராமன் எழுதிய அனைத்து சிறுகதைகளிலும் அவருடைய பாயசம் சிறுகதை பிரபலமானது. பல விமர்சகர்களாலும் பாராட்டப்பட்டது. பலமுறை அதைப் படித்திருந்தும் ஒவ்வொருமுறை படிக்கும் போதும் ஏதாவது புது விசயம் அகப்படும். பல அடுக்குகள் கொண்ட சிறுகதை என்றபடியால் ஒவ்வொரு அடுக்காகப் பிரியும்போதும் முன்பு கவனிக்காத ஏதோ ஒன்று கண்ணில் படும். அதில் மணமக்களை ஊஞ்சலில் வைத்து தள்ளும் காட்சி வரும். திருமணத்தின்போது முன்னுக்கு நிற்கமுடியாத ஊர் விதவைகள் அனைவரும் நெருக்கியடித்துக் கொண்டு ஊஞ்சல் காட்சியைப் பார்க்க காத்திருப்பார்கள்.

முக்காடு போட்டு நார்மடி கட்டிய பெண்கள் ஊஞ்சல் வைபவத்தின் போது சூழ்ந்துகொள்வார்கள். தி.ஜா. அந்த இடம் வரும்போது இப்படி வர்ணிப்பார். 'எங்கு பார்த்தாலும் பல். அழுக்கிடுக்கு பல். தேய்ந்த பல். விதவைப் பல். பொக்கைப் பல்.' இவ்வளவுதான். வாசகன் மனதில் அழியாத சித்திரம் ஒன்று பதிந்துவிடும். தி.ஜா. அந்த இடத்தை வெகு இலகுவாகத் தாண்டிப் போய்விடுவார். வாசகர் மட்டும் அங்கேயே நிற்பார்.

மற்றவர்களைப்போல பல்வைத்தியரிடம் போவதற்கு நான் தயங்குவதில்லை. ரொறொன்ரோவுக்கு வந்த நாளில் இருந்து நான் ஒரே பல்வைத்தியரிடம்தான் போகிறேன். வருடத்தில் இரண்டு, சிலவேளை மூன்று தடவை அவரைப் பார்ப்பேன். பல் நிரப்புவது, சுத்தமாக்குவது, மினுக்குவது, திருத்த வேலைகள் இப்படி ஏதாவது ஒன்று. அவர் வாயிலே வேலை செய்யும்போது வருடுவதுபோல இருக்குமே ஒழிய நோகாது. இன்னொரு பிடித்த விடயம் நேரம் தவறாமை. 2.00 மணி என நேரம் குறித்து தந்தால் சரியாக இரண்டு மணிக்கு அழைப்பார். காத்திருக்க வைக்க மாட்டார். வாயைத் திறந்தபடி சாய்ந்திருக்க இவர் பேசியபடியே வேலை செய்வார். சில வேளைகளில் நல்ல அழகான, கூரான, கைக்கு வாகான பல் அகப்பட்டால் மெல்லிய குரலில் பாடத்தொடங்கிவிடுவார். எல்லாம் நான் எழும்பி ஓடமாட்டேன் என்ற துணிச்சல்தான்.

அன்று என் நேரம் வந்து போய் அரை மணியாகியும் என்னை அவர் அழைக்கவில்லை. அன்றைய பேப்பரில் கிடந்த அத்தனை விசயங்களையும் படித்து முடித்துவிட்டேன். எனக்குப் பக்கத்தில் இருந்த கிழவிக்கு வட்டமான முகத்தில் வரைந்த ஓட்டை போல ஒரு சின்ன வாய். ஆயிரம் தடவை உபயோகித்த முகம். பெரிய எதிர்பார்ப்பு கண்களில் தெரிய சின்னப் புன்னகையுடன் காத்திருந்தார். அவரிடம் பேச ஆரம்பித்தபோது பல் வைத்தியர் என்னை அழைக்க வந்துவிட்டார். 40 வயது சீனாக்காரர். கிரமமாக உடல் பயிற்சி செய்வதால் வெள்ளைக் கோட்டு அணிந்திருந்தாலும் உள்ளே இரண்டு கைகளிலும் அழகாக உருளும் தசையை ஊகிக்க முடிந்தது. பற்களை ஒரே திருப்பில் பிடுங்குவதற்காக கைகளுக்குப் பிரத்தியேக பயிற்சி கொடுத்திருந்தார் போலும். கைகளும் உடம்பும் ஒரே வேகத்தில் வளரவில்லை. அவருடைய நடையில் வழக்கமான துள்ளல் இல்லை. சிந்தனையை முடிக்காத முகம். என்னை உள்ளே அழைத்துப்போய் ஒரே அசைவில் மருத்துவ நாற்காலியில் உட்காரவைத்து, பின்னுக்கு சரித்து அதே நேரத்தில் உயரத் தொங்கிய விளக்கையும் முகத்துக்கு கிட்டவாக இழுத்துவிட்டார்.

'இன்றைக்கு என்ன கிழவிகள் வாரமா? தங்கும் அறையில்

கிழவிகளாகவே நிறைந்திருக்கிறார்கள்' என்றேன். அவர் சிரிக்க வில்லை. பல்வைத்தியர் நோயாளியிடம் பல்லைக் காட்டக்கூடாது என்று விதி ஏதாவது இருக்கிறதோ, என்னவோ. 'அவர்கள் முதியோர் காப்பகத்திலிருந்து வந்திருக்கிறார்கள். அவர்களுக்கு இன்றைக்கு 25 வீதம் தள்ளுபடி உண்டு. வருடத்தில் இரண்டு நாட்கள் அவர்களுக்காக ஒதுக்கி வைத்திருக்கிறேன். அதுதான் மகிழ்ச்சியாக இருக்கிறார்கள். காப்பகத்தை விட்டு வெளியே வருவதென்றால் கொண்டாட்டம்தான்.' 'இன்றைக்கு நேரம் பிந்தி விட்டதே' என்றேன். 'இப்பொழுது வெளியே போனாரே. அவரைக் கவனித்தீர்களா? அவர் என்னுடைய புது நோயாளி. பற்களை சோதிக்க வந்திருந்தார்.' ஓர் உயரமான கறுப்பு முடி மனிதர் எங்கும் பார்க்காத ஒரு பார்வையோடு, முதல் நாள் இரவு படுத்து எழும்பிய அதே உடுப்போடு, குதிரை பாய்வதுபோல பாய்ந்து போனது நினைவுக்கு வந்தது. 'அவரால்தான் அரை மணித்தியாலம் பிந்தி விட்டது. அவருக்கு 34 பற்கள்' என்றார் அவர். 'முப்பத்து நாலா? மனிதர்களுக்கு 32 தானே. குதிரைகளுக்கு 34 என்று கேள்விப் பட்டிருக்கிறேன்.'

'குதிரைகளுக்கு 34, 36, சிலவேளை 40 பற்கள்கூட இருக்கும். மனிதர்களுக்கு 34 பற்கள் அபூர்வமாக அமைவதுண்டு. இவருடைய கடைசி இரண்டு பற்களும் கொடுப்பின் அடி ஆழத்தில் புதைந்து கிடந்தன. பார்க்கவும் முடியாது தொட்டு சோதிக்கவும் இயலாது. சுரங்கத்துக்குள் தலைகீழாகத் தொங்கி வேலை செய்ததுபோல இடுப்பு ஒடிந்து, அரைமணி நேரம் கூடுதலாகவும் செலழிந்து விட்டது. சரி, வாயை திறவுங்கள்' என்றார். நான், மக்டொனால்டு இரட்டை பேர்கர் சாப்பிட ஆயத்தம் செய்வதுபோல, அசைக்க முடியாத கீழ்ப்படிதலோடு, வாயை ஆவென்று பிளந்து 32 பற்களையும் காட்டியபடி படுத்துக் கிடந்தேன். பல் வைத்தியரின் மெசின் கிர்ர்ர் கிர்ர்ர் என இனிமையான சத்தம் எழுப்பியபடி தன் வேலையைத் தொடங்கியது. சினிமாவில் சக்கரம் சுழல்வது போல என் மனம் தி.ஜானகிராமனை நோக்கி திரும்பியது.

தி.ஜானகிராமனுடைய எழுத்தை வாசிக்கும் ஒவ்வொரு முறையும் ஒரு புதுக் கதவு திறக்கும். 'பாயசம்' என்ற சிறுகதை. அவருடைய பல சிறுகதைகளைப்போல காவேரியில் ஆரம்பிக்கிறது. சுப்பராயன் கிராமத்தில் பெரிய பணக்காரர். வயது 66, செல்வாக்குள்ளவர், 4 பிள்ளைகள், 7 பெண்கள். கடைசிப் பெண்ணுக்கு கல்யாணம் விமரிசையாக நடக்கிறது. சாமநாது வயது 77, சுப்பராயனுக்கு சித்தப்பா முறை. பக்கத்துப் பக்கத்து வீடு. அவர் மனைவி இறந்துவிட்டார், இளம் விதவை மகள் அவருடன் வசிக்கிறாள்.

கல்யாண ஆரவாரமும், சனக் கூட்டமும், நாயனமும், தவிலும் சாமநாதுவை என்னவோ செய்கின்றன. பிரம்மாண்டமான தவலையில் 500 பேருக்கு பாயசம், திராட்சை முந்திரிப்பருப்பு மிதக்க, மணம் வீசிக்கொண்டு கொதிக்கிறது. கூடத்தில் மண மக்களுக்கு ஊஞ்சல் வைபோகம் நடக்கிறது. மேலும் கீழும் ஊஞ்சல் போய்வருவது கண்கொள்ளாக் காட்சி. சாமநாது பார்க்கிறார் அந்த நேரம் சமையல் கட்டை ஒருவரும் கவனிக்கவில்லை. பாயசம் பொங்கும் தவலையை அப்படியே நெம்பித் தள்ளி கீழே கொட்டி விடுகிறார். பெருச்சாளி விழுந்த பாயசத்தை யார் சாப்பிடுவான் என்று சொல்லி தப்பித்து விடுகிறார். ஆனால் அவருடைய இளம் விதவை மகளின் நெருப்பு பார்வை அவரைச் சுட்டுக்கொண்டு போகிறது. இதுதான் கதை.

கதையின் ஆரம்பத்தில் சாமநாது தன்னைத்தானே தேற்றிக் கொள்வார். இத்தனை பேர் வந்து கொண்டாடி விருந்து சாப்பிட்டு போகிறார்கள். ஆனால் பாவம் சுப்பராயன். அவனுக்கு மூட்டு வலி, கிறுகிறுப்பு, ரத்த அழுத்தம் எல்லாம் உண்டு. சாப்பாடு கோதுமை கஞ்சியும் மருந்து மாத்திரைகளும்தான். சாமநாதுபோல அவனால் காவிரியில் குளிக்க முடியாது. அவருக்கு வயது 77 என்று கூட ஒருவராலும் சொல்லமுடியாது. அவருடைய நெஞ்சு இன்றைக்கும் தென்னமட்டை மாதிரி பாளம் பாளமாய்தான் இருக்கிறது. எத்தனை பணம் இருந்தாலும் என்ன, தன்னுடைய வாழ்க்கைக்கு ஈடாகுமா என்றெல்லாம் நினைப்பார். ஆனாலும் பொறாமைத்தீ நெஞ்சில் எழும்பி சுழன்று அவரைத் தின்கிறது.

தி.ஜா.வின் எழுத்தின் சிறப்பு அது. ஒவ்வொரு வசனத்துக்கும் ஒரு தேவை இருக்கும். ஒரேயொரு வசனத்தை நீக்கினாலும் கதையில் உள்ள ஏதோவொன்று வெளியே போய்விடும். ஒவ்வொரு வார்த்தையிலும் கதை ஓர் அலகு முன்னேறும். கதையின் இறுதிப் புள்ளியை நோக்கி மெல்லிய நகர்வு நிகழ்ந்தபடியே இருக்கும். ஆனால் அது கண்ணுக்கு புலப்படாது. நுட்பமாக கதைகூறும் திறனும் கவித்துவ நடையும் அவருடைய முத்திரை. விருந்து மண்டபம் ஒன்றுக்கு ஓர் அழகி நேர்த்தியாக உடையணிந்து, அலங்கரித்துக்கொண்டு உள்ளே நுழைகிறாள். உடனே அங்கிருக்கும் அத்தனை பெண்களும் தங்கள் தங்கள் உடைகளை ஒருமுறை சரிபார்த்துக் கொள்கிறார்கள். அப்படித்தான். தி.ஜா.வின் எழுத்தைப் படிக்கும் ஒவ்வொரு முறையும் மற்ற எழுத்தாளர்கள் தங்கள் எழுத்துக்களை ஒருமுறை திரும்பவும் பார்த்துக் கொள்வார் கள்.

இன்னொரு சிறப்பு அவர் எழுதுவது அந்நியமாயிராது.

உங்கள் வாழ்க்கையில் எப்பவோ அனுபவித்த ஒரு சம்பவம் அவர் வார்த்தைகளில் வெளிவந்திருக்கும். மனிதர்களின் உறவையும், மனங்களின் சலனங்களையும் உரையாடல்கள் மூலம் நகர்த்திச் செல்வார். சாமநாதுவின் மகள் வருகிறாள். மொட்டைத்தலை. முக்காடு, பழுப்பு நார்மடி. 31 வயதுதான் ஆகிறது. கன்னத்திலும் கண்ணிலும் இருபது வயது பாலாக வடிகிறது. 'அப்பா, மாப்பிள்ளை அழைச்சு மாலை மாத்தப் போறா. போங்களேன்.' அவசரப்படுத்துகிறாள். சாமநாதுவுக்கு அவளைப் பார்க்கும் போதெல்லாம் என்னவோ செய்கிறது. போக பிரியப்படாத இடத்துக்குப் போகவேண்டிய தயக்கம். காரிலே பின் பார்க்கும் கண்ணாடியில் தெரிவதுபோல உங்கள் வாழ்க்கையில் எப்பவோ பின்னால் நடந்த சம்பவம் முன்னால் நிகழ்ந்து கொண்டிருக்கும்.

சிறுகதைகளில் ஏதாவது ஓர் உணர்வை எடுத்து அதை கூர்மைப்படுத்திக்கொண்டே போவார் தி.ஜா. 'சிலிர்ப்பு' என்று ஒரு கதை. ரயிலிலே தற்செயலாகச் சந்தித்த ஒரு சிறுவனுக்கும் சிறுமிக்கும் இடையில் நிமிடங்களில் ஏற்படும் அன்பு முன்னெப் போதும் கண்டிராத விதமாக பிஞ்சு உள்ளங்களில் முளைக்கிறது. பெரியவர்களுக்கு அன்பைக் காட்ட பல வழிகள் இருக்கின்றன. சிறுவர்களுக்கு பிடித்தது ஒருவழிதான். ரயிலிலே நடக்கும் சம்பாசணைகள் மூலம் முழுக்க முழுக்க நுட்பமாக நகர்த்தப்பட்ட இந்தச் சிறுகதையின் முடிவில் ஏற்படும் சிலிர்ப்பில் இருந்து வாசகர்கள் தப்பவே முடியாது.

பல வாசகர்களுக்குப் பிடித்தது அவருடைய கண்டாமணி சிறுகதை. சில விமர்சகர்கள் அதையே தி.ஜா.வின் சிறந்த சிறுகதை யாகச் சொல்வார்கள். மெஸ் நடத்தும் மார்க்கம் என்பவர் தற்செயலாக குழம்பில் பாம்பு விழுந்து கிடப்பதைக் கண்டுபிடிக் கிறார். ஆனால் அதற்கிடையில் அங்கு வந்த கிழவர் ஒருவர் குழம்பை ஊற்றிச் சாப்பிட்டுவிட்டு போவார். மார்க்கம் நடுங்கிப் போய் விட்டார். சாமி படத்துக்கு முன்னேபோய் நின்று வேண்டுகிறார். 'ஆண்டவனே சேதி பரவாமல் காப்பாற்று. என் மெஸ் மூடினால் எனக்கு வேறு வழி கிடையாது. உனக்கு பஞ்ச லோகத்தில் கண்டாமணி செய்து போடுவேன்.' சேதி பரவாமல் காப்பாற்று என்று பிரார்த்திக்கிறாரே ஒழிய கிழவர் இறக்கக்கூடாது என்று வேண்டவில்லை. கிழவர் இறந்துவிடுகிறார். நேர்ந்து கொண்டபடி கோயிலுக்கு கண்டாமணி செய்து கொடுக்கிறார் மார்க்கம். தன் குற்றவுணர்வை அது தீர்த்துவிடும் என்று நினைக்கிறார். மாறாக கோயில் மணி அடிக்கும் ஒவ்வொரு முறையும் அவர் குற்றத்தை நினைந்து நினைந்து வாழ்நாள் முழுக்க அவஸ்தையுறுகிறார்.

அதேபோல பாயசம் கதையில் பொறாமைதான் உணர்வு. தி.ஜா. இந்தக் கதையில் மனிதனின் ஆதி உணர்வான பொறாமையை எடுத்துக்கொள்கிறார். மனிதனுடன் கூடப் பிறந்தது பொறாமை. மனித குலத்தின் முதல் கொலை பற்றி பைபிள் பேசுகிறது. ஆதாம் ஏவாளின் மூத்த மகன் காயின் சகோதரன் ஆபெலைக் கொன்றுவிடுகிறான். காரணம் வேறு ஒன்றுமில்லை, பொறாமை. சாமநாதுவைக் குடும்பத்தில் எல்லோரும் கொண்டாடுகிறார்கள். அவருக்கு சுப்பராயன் ஒரு கெடுதலுமே செய்யவில்லை, செய்ததெல்லாம் 'சித்தப்பா சித்தப்பா' என்று அன்போடு அழைத்தபடி இருந்ததுதான். காரணமே இல்லாமல் வருவதுதான் பொறாமை. சுப்பராயனுக்கு வாழ்க்கையில் செல்வம் கொட்டியது. இருபது வருடத்தில் இருபது லட்சம். சாமநாதுவுக்கு உருப்படாத குடும்பம். அவருடைய மகன் ஓவியம் வரைகிறானாம். பெரிய தாளில் முழு முழங்கால் ஒன்று கீறி அதில் கண் வரைந்திருக்கிறான். மகள் இளவயதிலேயே விதவையாகி வீட்டோடு இருக்கிறாள். சுப்பராயனின் கடைசி மகள், ஏழாவது பெண் அவளுக்கு கோலாகலமாக திருமணம் நடக்கிறது. ஊஞ்சலில் வைத்து அவளை ஆட்டுகிறார்கள். 'கண்ணூஞ்சலாடி நின்றார்' என்று நாயனக்காரன் ஊதுகிறான். சாமநாதுவைப் பொறாமை தீப்போல எரிக்கிறது. அதை அணைக்கவேண்டும். 500 பேர் குடிக்கும் பாயசத்தைக் கவிழ்த்துக் கொட்டுகிறார்.

காவேரி ஆற்றில் குளித்துவிட்டு சாமநாதுக் கிழவர் திரும்பும்போது ஓர் இளைஞன் ஏதோ கேட்கிறான். சாமநாது 'ஏன் கத்துறே, நான் என்ன செவிடா?' என்பார். 'என்னைத் தெரியவில்லையா? நான்தான் சீதாவின் மச்சினன்' என்பான் இளைஞன். உடனேயே கிழவர் சமாளித்துக்கொண்டு 'அப்படியா? சட்டுனு தெரியல. இப்ப தெரியறது' என்பார். சாமநாதுவுக்குத் தான் முதுமையை எட்டவில்லை, இன்னும் இளமையாகத்தான் இருப்பதாக ஓர் எண்ணம். ஆனால் அது கதையில் நேராகச் சொல்லப்படவில்லை. வேறு ஏதோ சொல்ல வந்ததுபோல இன்னொன்றைச் சொல்வது தி.ஜா.வின் உத்தி. இப்படி நுண்மையாக கதைமாந்தர்களுடைய மனதுக்குள் புகுந்து வெளியே வந்துவிடுகிறார்.

நான் வாயை ஆவென்று வைத்துக்கொண்டு சிறுகதையில் இந்தச் சம்பவம் வரும் இடத்தை நினைத்து சிரித்தேன். எப்படியோ அதைக் கண்டுபிடித்துவிட்டார் பல்வைத்தியர். என்னை நிமிர்த்தி உட்கார வைத்துவிட்டு 'என்ன சிரிக்கிறீர்கள்?' என்றார். நான் பாயசம் கதையை அவருக்கு நாலு வரியில் சொன்னேன். அவர் கதையைக் கேட்டுவிட்டு 'jealousy is the worst of all evils' என்றார். தீயவற்றில் ஆகத் தீயது பொறாமை. ராமாயண யுத்தம்

பெண்ணாசையால் ஏற்பட்டது என்று சொல்வார்கள். மகாபாரத யுத்தம் மண்ணாசையால் நடந்தது என்பார்கள். உண்மையில் ஆழமான காரணம் பொறாமைதான். கைகேயியின் பொறாமை. துரியோதனனின் பொறாமை. பாயசம் கதையில்கூட 'குடும்பத்து பெரியவாள்' சாமநாதுவால் பொறாமையை வெல்ல முடியவில்லை.

பல் மருத்துவர் ஒவ்வொரு பல்லாக மினுக்கத் தொடங்கினார். நான் மறுபடியும் கண்களை மூடி தி.ஜா.வின் படைப்புகளுக்குள் நுழைந்தேன். அப்படியென்ன மாயம் செய்கிறார். ஒவ்வொரு சிறுகதையின் பெறுமானமும் அதற்கு முன்னர் அவர் எழுதிய ஒன்றினும் பார்க்க அதிகமாக இருக்கும். வாசகருடைய அனுபவம் சேராமல் அவர் கதைகள் பூர்த்தியாவதில்லை. எந்தச் சிறுகதையை எடுத்தாலும் ஏதோ ஓர் உணர்வின் உச்சத்துக்கு உங்களை தூக்கிச் சென்றுவிடுகிறார். அன்பு, பொறாமை, குற்றவுணர்வு எதுவாக இருந்தாலும் அதன் எல்லையைத் தொட்டுவிடும் முயற்சிதான். ஒருமுறை படித்துவிட்டு மறக்கும் சிறுகதைகள் அல்ல. நீங்கள் விட்டு விலகினாலும் அவை கிளப்பும் உணர்வுகள் உங்களை விடுவதில்லை. கவ்விப் பிடித்துவிடும்.

மருத்துவர் வேலையை முடித்ததும் நிமிர்ந்து நின்று 'சரி, ஆறு மாதத்திற்கு பின்னர் மறுபடியும் சந்திப்போம். உங்கள் பற்கள் சேமம்' என்றுகூறி விடை தந்தார். 'இன்று அரை மணி நேரம் பிந்தியதை எப்படி சரிக்கட்டப் போகிறீர்கள்? நிறைய மூதாட்டிகள் அறையை நிறைத்துக் காத்திருக்கிறார்களே' என்றேன். அவர் மர்மமாகச் சிரித்தார். 'அவர்களுக்கு இது ஒரு கொண்டாட்ட நாள். நீங்கள் வெளியே போகும்போது உங்களுக்கு விடை கிடைக்கும்' என்றார். நான் வெளியே வந்ததும் அத்தனை முகங்களும் யாரோ எனக்குப் பின்னால் நின்று அவற்றைப் புகைப்படம் எடுப்பதுபோல ஒரே நேரத்தில் சிரித்தன. 16 பல், 18 பல், 21 பல், 24 பல். தி.ஜா. எழுதியதுபோல தேய்ந்த பல், ஒடிந்த பல் என்று எனக்குத் தோன்றவில்லை. எண்ணிக்கைதான் தெரிந்தது.

அந்த அறையை விட்டும், தி.ஜானகிராமனை விட்டும் நான் வெளியேறினேன்.

நாயுடன் கதைப்பவர்

கலிஃபோர்னியாவிலிருந்து ஒரு நண்பர் வந்து என் வீட்டிலே சில தினங்கள் தங்கியிருந்தார். அவர் வீட்டிலே இரண்டு நாய்கள் வளர்த்தார். அதில் ஒன்று ஜேர்மன் ஷெப்பர்ட். அடுத்தது பிட்புல் கலப்பு வகை. நண்பர் நீண்டகாலமாக நாய்கள் வளர்த்து வருகிறார். திறமான பயிற்சியாளர். அவருடைய ஜேர்மன் ஷெப்பர்ட் நாய் கட்டளைகளுக்குத் தவறாமல் கீழ்ப்படியும். ஆனால் பிட்புல் அப்படியல்ல. எவ்வளவு பயிற்சி கொடுத்தாலும் அது கேட்பதாயில்லை. அவருக்கு நிறைய பிரச்சினைகளைக் கொடுத்தது. அப்பொழுதுதான் நண்பர் நாயுடன் கதைக்கும் பெண்மணியைக் கண்டுபிடித்தார்.

அவர் பார்ப்பதற்கு ஒரு சீனப்பெண்ணைப்போல இருந்தார். வயது 50 இருக்கும், உயரம் 5 அடி, இரண்டு அங்குலம். சாதாரணமான தோற்றம், சாதாரணமான முகம். ஆனால் முகத்தின் இடது கண்ணுக்கு கீழ் இருந்த மருவில் முடி முளைத்திருந்தது. அது பார்ப்பதற்கு அசிங்கமாக இருந்தாலும் அதை அதிர்ஷ்டம் என்று அவர் நம்பினார். அவருடைய பெயர் வயலெட்டா லிங்.

வயலெட்டா உங்களுக்காக உங்கள் நாய்களுடன் கதைப்பார். நீங்கள் நாய்க்கு என்ன சொல்லவேண்டுமோ அதைச் சொல்வார். நாய் சொல்வதைத் திரும்பவும் உங்களுக்கு சொல்வார். ஒருநாள் வயலெட்டாவை நண்பர் தன் வீட்டுக்கு அழைத்தார். வயலெட்டா வந்ததும் நாய்கள் இரண்டும் ஓடிவந்து அவரை முகர்ந்து பார்த்துவிட்டு அருகிலேயே படுத்துக்கொண்டன. வயலெட்டா ஆரம்பத்திலேயே நண்பரிடம் இப்படிச் சொன்னார். 'நான் சொல்வதை நீங்கள் நம்பவேண்டும் என்பதில்லை. நம்பாமல் இருக்க வேண்டும் என்றும் கட்டாயமில்லை. ஆனால் உங்கள் மனதைத் திறந்து வைத்திருங்கள்.'

நண்பர் ஒரு கேள்வியைக் கேட்பார். வயலெட்டா உடனே கண்களை மூடி மனதைக் குவித்துக்கொள்வார். அந்தக் கேள்வியை நாயை நோக்கி திருப்பிவிடுவார். வாயினால் பேசமாட்டார், மனதினால்தான். சும்மா படுத்திருக்கும் நாயின் உடலில் ஒரு

சிலிர்ப்பு தெரியும்.

வயலெட்டா கண்ணை மூடியபடியே இருப்பார். நாயிடமிருந்து பதில் வரும். வயலெட்டா கண்ணைத் திறந்து நாய் சொன்ன பதிலை வாயினால் நண்பருக்கு சொல்வார். வயலெட்டா வின் வேலை ஒரு மொழிபெயர்ப்பாளருடையது போலத்தான். நாய் சொன்னதை நண்பருக்கு சொல்வார், நண்பர் சொல்வதை நாய்க்கு சொல்வார்.

நண்பருடைய கேள்விகள் எல்லாம் பிட்புல் பற்றித்தான். அதுதான் அவருக்குப் பிரச்சினை கொடுத்த நாய். இதுதான் கேள்வி பதில்கள்.

நண்பர்: நீ எதற்காக இந்த உலகத்தில் பிறந்திருக்கிறாய்?

நாய்: மகிழ்ச்சியாக இருப்பதற்கு.

நண்பர்: உனக்குப் பிடிக்காதது என்ன?

நாய்: என்னை யாராவது கழுத்தில் தொட்டால் எனக்கு அது பிடிக்காது. (நண்பரின் குறிப்பு இந்த நாய் தெருவில் அலைந்து திரிந்த காலத்தில் நாய் பிடிகாரர்கள் கழுத்திலே சுருக்குப்போட்டு இழுத்து அதை நாய் வண்டியில் ஏற்றிச் சென்றார்கள். அந்த வேதனை காரணமாக இருக்கலாம். பொதுவாக எல்லா நாய்களுக் கும் கழுத்தில் சொறிந்து கொடுப்பது பிடிக்கும்.)

நண்பர்: உன்னுடைய ஆகப் பழைய ஞாபகம் என்ன?

நாய்: நான் குப்பைத் தொட்டி ஒன்றில் கிடந்தேன். ஒரு சிறுமி என்னை வீட்டுக்குத் தூக்கிப் போனாள். கதகதப்பாக அவளுடைய நெஞ்சில் என்னை அணைத்திருந்தாள். வீட்டிலே எனக்கு சூடான பால் கிடைத்தது.

நண்பர்: உனக்கு உன் எசமானரின் வீட்டில் ஏதாவது குறை இருக்கிறதா?

நாய்: இருக்கிறது. ஒருவிதமான பிஸ்கட் எனக்கு இடைக் கிடை சாப்பிடக் கிடைக்கும். அது எனக்கு ஒவ்வொரு நாளும் வேண்டும்.

நண்பர்: காரில் போவதற்கு ஏன் மறுக்கிறாய்?

நாய்: எனக்குப் போக ஆசைதான். காரில் ஏற அவசரம் காட்டுவேன். ஆனால் காருக்குள் ஏறியதும் எனக்கு பயம் பிடித்து விடும். அது போடும் சத்தம் பிடிப்பதில்லை. உடனே வீட்டுக்குத் திரும்பும் விருப்பம் வந்துவிடுகிறது.

நண்பர்: பக்கத்து வீட்டு நாய் உன்னுடன் நட்பாக இருக்க விரும்புகிறது. நீ எப்போது பார்த்தாலும் சண்டை போடுகிறாயே. அது ஏன்?

நாய்: அது மோசமான நாய். அதை நம்பக்கூடாது. அது கிட்ட வந்தாலே என் நெஞ்சம் பதறுகிறது.

நண்பர்: இந்த வீட்டில் உனக்கு வேறு என்ன தேவை?

நாய்: எசமானர் என்னுடன் விளையாடும் நேரம் குறைவு. அவர் நிறைய என்னுடன் விளையாடவேண்டும்.

இந்தக் கேள்விகளுக்கும் பதில்களுக்கும் வயலெட்டா தன்னிடம் எண்பது டொலர்கள் பெற்றதாக நண்பர் கூறினார். 'வயலெட்டா உங்களை ஏமாற்றியிருக்கலாம் அல்லவா?' என்று கேட்டேன்.

'இருக்கலாம். ஆனால் என்னுடைய நாயில் பெரிய மாற்றம் தெரிகிறது. முன்புபோல் எனக்குப் பிரச்சினை தருவதில்லை' என்றார்.

சில வருடங்களுக்கு முன்னர் வெளியான Horse Whisperer படத்தில் கூட ஒரு குதிரையுடன் கதாநாயகன் பேசி அதன் பிரச்சினைகளைத் தீர்ப்பதாக காட்டியிருப்பார்கள். நாய்களுடன்கூட பேசலாம். மனிதர்களுடன் பேசுவதுதான் கஷ்டம்போல இருக்கிறது.

சலவை

வாரத்தில் இரண்டு தடவை நான் அங்கு செல்வேன். இடத்தின் பெயர் மேஃபிளவர் உலர் சலவைக்கூடம். என்னுடைய ஊத்தை உடுப்புகளைக் கொடுத்துவிட்டு சலவை செய்த துணிகளை மீட்டுப் போவதுதான் வேலை. அன்றும் அப்படித்தான் சென்றேன். நான் அணுகியதும் காத்திருந்த கறுப்புக் கதவு காட்டு மிருகம்போல ஆவென்று வாய் பிளந்து என்னை உள்ளே இழுத்துக்கொண்டது. வெளியே இருந்து என்னோடு கூட வந்த குளிர் காற்றும் உள்ளே யிருந்த சூடான காற்றும் கணத்தில் கலந்துகொண்டன. மிகத் திருத்தமாக ஆடையணிந்திருந்த சீனப் பெண் ஆசனத்திலிருந்து எழுந்து நின்று பெரிய பற்களைக் காட்டி சிரித்தாள். தலைமுடியில் வெள்ளைக்கோடு ஒப்பனை செய்திருந்தாள். நான் சலவைச் சீட்டை அவளிடம் நீட்டும் முன்னரே ஒரு பொத்தானை அமுக்கினாள். சலவை செய்த உடுப்புகள் தொங்கிய ராட்டினம் உயிர் பெற்று சுழன்று வந்து, என்னுடைய பெயர் தாங்கிய உடுப்புகள் அவளுக்கு முன் வந்ததும் நின்றது. ஒரு பயிற்சி பெற்ற பணிவான நாய்போல அந்த ராட்டின மெசின் வேலை செய்தது. அவள் நின்றபடியே எட்டி என்னுடைய உடுப்புகளை எடுத்து தந்துவிட்டு நான் கொடுத்த வங்கியட்டையை உரசி காசை வரவு வைத்தாள். நான் எடுத்துப்போன ஊத்தை உடுப்புகளுக்கு கணக்குப்போட ஆரம்பித்தாள்.

'உங்கள் பெயர்?'

'நான் பத்து வருடங்களாக உங்களிடம் சலவைக்கு உடுப்புகள் போடுகிறேன். இன்னும் என்னுடைய பெயர் தெரியாதா?' என்றேன்.

சீனப்பெண் மெல்லிய உதடுகளை விரித்து முதலில் சிரித் தாள். அவள் இமை வெட்டியபோது சற்று அதிகமாக கண்களை மூடித் திறந்தாள். அவளுடைய உதட்டுச் சாயம் வழிந்து பல்லிலும் ஒட்டியிருந்தது. 'எங்களுக்கு ஆயிரம் வாடிக்கையாளர்கள். அத்தனை பெயரையும் நினைவில் வைக்கமுடியுமா?'

'எப்படி நான் கதவைத் திறந்து வந்ததும் சரியாக என்னுடைய பெயரைப் பொத்தானில் அமுக்கினீர்கள்?'

‘உங்கள் பெயரை அமுக்குவதா? அப்படி நீளமான ஒரு பெயரை நான் கண்டதில்லை. அதை எழுதத் தொடங்கினால் ஒற்றையின் ஒரு ஓரத்தில் துவங்கி அடுத்த ஓரத்தில்தான் நிற்கிறது. நான் பெயரின் முதல் எழுத்தைத்தான் மெசினில் அமுக்கினேன். இங்கே வரும் வாடிக்கையாளர்களின் முதல் எழுத்து எனக்குப் பாடம்.’

‘என் முதல் பெயர் நாலே நாலு எழுத்துக்கள்தான். ஒரு வருடத்திற்கு ஓர் எழுத்து என்று பாடமாக்கினாலும் நாலு வருடத்தில் என் பெயரை மனனம் செய்துவிடமுடியுமே.’

‘அப்படி திறமான மூளை என் தலையில் வைக்கப் படவில்லை. வருடத்துக்கு ஓர் எழுத்து இல்லை. ஆயிரம் வாடிக்கை யாளர்கள், ஆகவே ஆயிரம் முதல் எழுத்துக்கள். அது சரி, எதற்காக நான் வாடிக்கையாளர்களின் பெயர்களை நினைவில் வைக்க வேண்டும்? வருமான வரியில் ஏதாவது கழிவு கிடைக்குமா?’

‘அது தெரியாது. நீங்கள் சொல்வதிலும் உண்மை இருக்கிறது. ஏதோ தோன்றியது, கேட்டேன்’ என்றேன். சம்பாசணை இத்துடன் நின்றிருக்கலாம். அடுத்து வந்த பகுதிதான் எதிர்பாராதது. அவள் கேட்டாள். ‘நீங்கள் பத்து வருடமாக என்னிடம் சலவை செய்ய வருகிறீர்கள். உங்களுடைய இடுப்பு சைஸ் இரண்டுதரம் அகலம் கூடி மாற்றமடைந்துவிட்டது. பழைய உடுப்புகள் மறைந்து புதிய பல உடுப்புகள் வாங்கிவிட்டீர்கள்? என்னுடைய பெயர் என்ன, சொல்லுங்கள்?’

சும்மா இருக்க ஏலாமல் வாய் கொடுத்து அவளிடம் மாட்டி விட்டேன். என்றாலும் துணிச்சலை வரவழைத்துக்கொண்டு ‘மிங் லீ’ என்று சொன்னேன்.

‘அட, சரியாக இருக்கிறதே. முதல் பெயர் பிழை. ஆனால் கடைசிப் பெயர் சரி’ என்றாள்.

சீனப் பெயரில் எங்காவது ஒரு லீ இருக்குமென நான் நினைத்தது சரிதான்.

ஆயுளைக் கூட்டுவது

என் நண்பருக்கும் அவர் மனைவிக்கும் இடையில் என்னால் சண்டை மூண்டது. விசயம் சின்னதுதான். புது வருடம் பிறந்த போது நண்பர் எனக்கொரு புத்தகம் பரிசு தர விரும்பினார். அவரும் மனைவியும் புத்தகக் கடைக்குப் போனார்கள். நண்பர் தெரிவு செய்த புத்தகம் மனைவிக்குப் பிடிக்கவில்லை, மனைவி தெரிவு செய்தது நண்பருக்குப் பிடிக்கவில்லை. நண்பர் தன்னுடைய தெரிவைத் தான் கொடுக்கவேண்டும் என்று பிடிவாதம் பிடித்தார். மனைவி அது தக்க புத்தகம் அல்ல, அதுவும் பரிசுக்கு நிச்சயம் ஏற்றதல்ல என்று சொல்லியும் அவர் கேட்கவில்லை. இறுதியில் நண்பர் புத்தகத்தை வாங்கி எனக்குத் தந்துவிட்டார்.

புத்தகத்தை பிரித்தபோது எனக்கு அதிர்ச்சியாகவே இருந்தது. நான் ஒரு புத்தகக் கடையில் அந்த புத்தகத்தைப் பார்க்க நேர்ந்தால் அதை சீக்கிரமாக தாண்டிப் போவேன்; வாங்கமாட்டேன். நிச்சயமாக அதை இன்னொருவருக்குப் பரிசாக அளிக்கப்போவ தில்லை. அந்தப் புத்தகத்தின் பெயர் Book of Obituaries. இங்கிலாந்தின் எக்கனோமிஸ்ட் வார இதழ் கடந்த 12 வருடங்களாக அந்த இதழில் வந்த மரண அஞ்சலிக் கட்டுரைகளைத் தொகுப்பாக வெளியிட்டிருந்தது. முதலில் இந்த தொகுப்புக்கு வேறு பெயர் சூட்டுவதாக இருந்தது. 1300 வருடங்களுக்கு முன்னர் வாழ்ந்த பீட் என்ற கவிஞர் ஒரு கவிதை எழுதினார். இருட்டிலே சிட்டுக்குருவி ஒன்று பறந்து வழிதவறி யன்னல் வழியாக ஒளி மயமான விருந்து மண்டபத்துக்குள் நுழைந்து விடுகிறது. சிறிது நேரம் அங்குமிங்கும் பறந்து தத்தளித்து இன்னொரு யன்னல் வழியாக வெளியேறுகிறது. மனித வாழ்க்கையை சிட்டுக்குருவி ஒளிவெள்ளத்தில் பறந்து திரிந்த அந்த சொற்ப நேரத்துக்கு ஒப்பிடுகிறார், கவி. 'சிட்டுக்குருவியின் பறப்பு' என்று முதலில் யோசித்த தலைப்பை பின்னர் Book of Obituaries என்று மாற்றி நூலை வெளியிட்டிருந்தார்கள்.

புத்தகம் 408 பக்கங்கள் கொண்டது. 200 பேர்களின் மரணக்குறிப்புகள் தொகுக்கப்பட்டிருக்கின்றன. உலகத்தின் எந்த ஒரு பகுதியில் மரணம் சம்பவித்தாலும் அது முக்கியமானதாக

இருந்தால் அந்த வார எக்கனோமிஸ்ட் இதழில் இடம் பெற்றுவிடும். பிரபலமானவர் களுக்குத்தான் மரணக்குறிப்புகள் வெளியிடுவார்கள் என்று சொல்ல முடியாது. இறந்தவர்களின் வாழ்க்கை ஏதோ ஒரு விதத்தில் வித்தியாசமாக, அவர்கள் வாழ்ந்ததற்கான ஒரு அர்த்தத்துடன் இருக்கவேண்டும். உலகப் பிரபலமான சிலரின் குறிப்புகள் இடம்பெறவில்லை. மாறாக நாங்கள் கேள்விப்பட்டிராத இன்னொருவரின் குறிப்பு இடம்பெற்றிருக்கும். உதாரணமாக அமெரிக்க ஜனாதிபதி ரேகனின் மரணக் குறிப்பு இல்லை. ஆனால் நகைச்சுவை நடிகர் பொப் ஹோப்பின் குறிப்பு வெளிவந்திருந்தது. இந்தியாவில் அன்னை தெரேஸா இறந்தபோது அவர்கள் எழுத வில்லை ஆனால் வீரப்பன் இறந்தபோது எழுதினார்கள். நரசிம்மராவ் இறந்தபோது ஒன்றுமே எழுதாதவர்கள் 300 படம் நடித்து புகழ்பெற்ற ராமாராவ் இறந்தபோது அதைப் பதிவு செய்தார் கள். அந்த வாரத்தில் எது முக்கியமாகப் பட்டதோ அதையே பத்திரிகை எழுதியது.

எக்கனோமிஸ்ட் இதழ் தொடங்கி முதல் 150 வருடங்களுக்கு மரணக் குறிப்புகள் இடம் பெறவில்லை. அதன் பின்னரே 1995 களில் வாரம் ஒரு மரணக்குறிப்பு எழுதுவதென தீர்மானித்து, அந்தப் பகுதியை நடத்துவதற்காக ஒரு முழுநேர ஆசிரியரையும் நியமித்தார்கள். இது மரண அஞ்சலி அல்ல, மரணக்குறிப்புகள் தான். இறந்தவரைப் பற்றி மிகையான புகழ்மாலைகள் இரா. 'உறவினர்களுக்கும் நண்பர்களுக்கும் ஆழ்ந்த அனுதாபங்கள்', 'இறந்தவரின் ஆத்மா சாந்தியடையட்டும்' போன்ற வரிகளைக் காணமுடியாது. இறந்தவரின் வாழ்க்கை சாரத்தை அப்படியே காய்தல் உவத்தல் இன்றி அளிப்பதே கடமை என எண்ணினார்கள். அதனால் ஒரு மரணக்குறிப்பு எப்படியும் எக்கனோமிஸ்ட் இதழில் வரவேண்டும் என்பதே இறக்கப் போகும் ஒவ்வொருவரின் கடைசிக் கனவாக இருந்தது. சிலபேர் அதற்காக நல்ல தருணத்தில் இறந்து போவதற்கும் சித்தமாக இருந்தார்கள்.

சில வேளைகளில் ஒரு பிரபலம் இறக்கும்போது அவருடைய நண்பர்களோ, உறவினர்களோ ஆசிரியருக்கு அவரைப் பற்றிய குறிப்புகளையும் விவரங்களையும் சமர்ப்பித்து மறைமுகமாக மரணக் குறிப்பு எழுதுமாறு தூண்டுவதுண்டு. அப்படியான சந்தர்ப்பங்களில் நிச்சயமாக அந்த மரணக்குறிப்பு வெளிவராது. ஆசிரியரின் வேலை ஒரு வாரம் முழுவதும் 1000 வார்த்தைகள் எழுதுவதுதான். திடீரென்று வாரம் முடிவுக்கு வரும்போது பிரபலர் ஒருவர் இறந்துபோனால் 24 மணி நேரத்தில் தகவல்களை திரட்டி இதழ் அச்சுக்குப் போக முன்னர் மரணக் குறிப்பு எழுதிவிட வேண்டும். இதற்காகவே உலகத்து பிரபலங்களின் தகவல் வங்கி

ஒன்றை ஆசிரியர் எப்போதும் தயாராகவே வைத்திருப்பார். பெண்களுக்கும் இறப்பின்போது சம உரிமை கொடுக்கவேண்டும் என்பது ஆசிரியரின் எண்ணம். ஆனால் அது பெருமளவு கைகூடவில்லை. போதிய பெண்கள் சாகவில்லையோ அல்லது அவர்கள் போதிய பிரபலமாகவில்லையோ மிகக்குறைந்த அளவிலேயே அவர்களின் மரணக்குறிப்புகள் புத்தகத்தில் இடம் பெற்றிருக்கின்றன.

ஆயிரம் வார்த்தைகள்தான் என்றாலும் ஒவ்வொரு மரணக் குறிப்பும் இலக்கியத்தன்மையுடன் எழுதப்பட்டிருக்கும். வாசிப்பு இன்பம் கிடைக்கிறது. நல்ல எழுத்து என்றால் மரணக்குறிப்பை வாசித்தும் இன்பம் பெறமுடியும் என்பது ஆச்சரியமானதுதான். சில மரணக் குறிப்புகள் சிட்டுக்குருவியின் பறப்புபோல சீராகவும் கவர்ச்சியாகவும் செதுக்கப்பட்டிருக்கின்றன. நேர்த்தியும் கலையம்சமும் அமையாத ஒரு வசனம்கூட நூலில் கிடையாது. அத்துடன் நிறைய தகவல்களும் சுவாரஸ்யமான சம்பவங்களும் வாசிப்புக்கு சுவை கூட்டின. என் நண்பர் புத்தகப் பரிசை வாங்கும்போது என்னை சரியாகத்தான் கணித்திருக்கிறார்.

பொபி ரிக்ஸ் என்பவர் ஒரு காலத்தில் வெற்றிகளைக் குவித்த உலக டென்னிஸ் சாம்பியன். அவர் ஓய்வு பெற்ற பின்னரும் தொடர்ந்து விளையாடி வந்தார். திடீரென்று என்ன ஆனதோ பெண்களுக்கு எதிராகப் பேச ஆரம்பித்தார். பெண்ணியக் காரர்களை அவருக்குப் பிடிக்கவில்லை. அவர்களை வெறுத்தார்; வசைபாடினார். 'பெண்களுடைய வேலை வெறும் காலுடன் சமையலறையில் சமைப்பது. கர்ப்பமாவது. டென்னிஸ் விளையாடுவது அல்ல' என்று கூறியதுடன் ஒரு சவால் விட்டார். 'எனக்கு 55 வயது ஆகிறது. எனினும் இன்று டென்னிஸ் சாம்பியனாக இருக்கும் எந்தப் பெண்ணுடனும் விளையாடி அவரைத் தோற்கடிக்க நான் தயார்' என்று சொன்னார். ஒரு பெண் அந்த சவாலை ஏற்றார். பெயர் பில்லிஜீன் கிங். பெண்கள் டென்னிஸ் உலகத்தில் இரண்டாவது இடத்தில் இருந்தார். அமெரிக்கா முழுவதும் பரபரப்பானது. 1973ல் நடந்த போட்டியின் போது ஆறு பெண்கள் பொபி ரிக்ஸை ஒரு ரிக்சாவில் உட்கார்த்தி மைதானத்துக்கு இழுத்து வந்தார்கள். அன்று ரஸ்யா அமெரிக்காவுடன் யுத்தம் தொடுத்திருந்தாலும் ஒருத்தரும் அதைக் கவனித்திருக்கமாட்டார்கள் என்று மரணக்குறிப்பில் ஆசிரியர் எழுதுகிறார். அமெரிக்கா அவ்வளவு பரபரப்பாக இருந்தது. நிறைய பேசிய பொபி ரிக்ஸ் அன்றைய போட்டியில் தோற்று அமெரிக்கா முழுவதும் கொண்டாட்டம் நடந்தது. இன்றும் பொபி ரிக்ஸ் மக்களின் நினைவில் நிற்பதற்குக் காரணம் அவர் பெற்றுக் குவித்த வெற்றிகள் அல்ல, அந்த ஒரேயொரு தோல்விதான்.

இலங்கை ஜனாதிபதியாகப் பதவி வகித்த ஜே.ஆர்.ஜெயவர்த்தனா பற்றியும் சுவாரஸ்யமான குறிப்பு உண்டு. இரண்டாம் உலகப் போர் முடிந்த பின்னர் 1951ல் கலிஃபோர்னியா வில் நடந்த ஒரு மாநாட்டில் அப்பொழுது பிரபலமாகாத 45 வயது ஜே.ஆர் கலந்து கொண்டு பேசினார். 'யப்பானியர்கள் மீது அமெரிக்கா விரோதம் பாராட்டக்கூடாது, அவர்களை அரவணைத்து செல்லவேண்டும்' என்பதுதான் அவர் பேசிய உரையின் சாராம்சம். பேச்சை நேரில் கேட்ட யப்பானிய பிரதமர் யோசிடா அந்தச் சமயம் கண்ணீர் உகுத்தாராம் (அப்படி சமா தானத்துக்காகப் பேசிய ஜே.ஆர்.தான் பின்னாளில் தமிழர் உரிமை களைப் பறித்து அவர்களை இரண்டாம் தரமாக்கினார் என்பது உலகறிந்த விசயம்.) இவருடைய வீட்டின் பெயர் பிரேமர். அந்த விநோதமான பெயர் எப்படி சூட்டப்பட்டது என்ற ரகஸ்யம் பலருக்குத் தெரியாது. இவர் சிறுவயதாக இருந்தபோது இவரை ஒரு ஜேர்மன் தாதி பார்த்துக்கொண்டார். அந்த தாதி பிறந்த ஊரின் பெயர் பிரேமர். அவர் ஞாபகார்த்தமாகத்தான் தன்னுடைய வீட்டுக்கு அப்படி பெயர் சூட்டியிருந்தார்.

விமானப் பயணத்தைப் பாதுகாப்பாக்கியதில் முக்கிய பங்கு வகித்தவர் எல்ரே ஜெப்பெஸன் என்ற அமெரிக்கர். விமானங்கள் பறக்கத் தொடங்கிய ஆரம்ப காலங்களில் பல ஆபத்துக்களை எதிர்கொள்ள வேண்டியிருந்தது. இவர் தபால் காவும் விமானத்தை அமெரிக்காவின் பல மாநிலங்களுக்கும் ஓட்டினார். விமானிகளின் பாதுகாப்பான பயணத்துக்குப் பல குறிப்புகள் எழுதி வைத்துக்கொண்டார். பயணத்துக்கு முன்னர் வழியில் உள்ள கிராமத்து விவசாயிகளை டெலிபோனில் அழைத்து காலநிலையைக் கேட்டறிந்து அதற்கேற்றவாறு பிரயாணத்தை திட்டமிடும் பழக்கத்தை இவர்தான் முதலில் ஆரம்பித்தவர். விமானத்தின் திசைகாட்டி வேலை செய்யாதபோது தாழப் பறப்பார். கிராமத்து வீடுகளின் கழிவறைக் கதவுகள் எப்போதும் தெற்கு திசையைப் பார்த்தபடி இருக்கும். அப்படி திசை கண்டுபிடித்து விமானத்தை சரியான வழியில் செலுத்துவார். இவர்தான் 1933ல் முதன்முதல் விமான ஓட்டிகளுக்கு வழிகாட்டி நூல் ஒன்றை தயாரித்து வெளியிட்டார். அதன் பின்னர் படிப்படியாக விமானப் பிரயாணம் பாதுகாப்பானதாக மாறியது.

மனிதர்களுக்கு மாத்திரமல்ல, மரணக்குறிப்பு ஒரு சாம்பல் கிளிக்கும் இருக்கிறது. விஞ்ஞானிகள் சோதனைக்காக வளர்த்த அசாதாரணக் கிளி அது. கிளி என்றால் சொன்னதைத் திருப்பிச் சொல்லும் என்பது நாங்கள் அறிந்தது. ஆனால் இந்தக் கிளி அப்படி யானதல்ல. நீங்கள் கேட்பதைக் கிரகித்து அதற்கான பதிலைச்

சொல்லும். உங்களிடம் கேள்வி கேட்கும், நீங்கள் சொல்லும் பதிலைப் புரிந்துகொள்ளும். என்ன சந்தர்ப்பத்தில் மன்னிப்பு கேட்க வேண்டும் என்பதும் அதற்குத் தெரியும். ஓர் ஐந்து வயதுப் பிள்ளையின் மூளைத் திறன் அந்தக் கிளிக்கு இருப்பதாக விஞ்ஞானிகள் அனுமானித்தார்கள். அதன் சொல்வங்கியில் 150 வார்த்தைகள் இருந்தன. ஆறு வரைக்கும் எண்ணப் பழகிய கிளி ஏழாவது இலக்கத்தைக் கற்றுக்கொண்டிருந்த போது இறந்து விட்டது.

கொடுங்கோல் மன்னன் பொக்காஸோ பற்றிய குறிப்பும் வருகிறது. அவர் ஒரு சிங்கம் வளர்த்தார். சிங்கத்துக்குக் கொடுக்க வேண்டிய உணவை ஒருநாள் அதன் பாராமரிப்பாளன் களவாடி உண்டு விட்டான். இது எப்படியோ பொக்காஸோவுக்குத் தெரிய வந்தது. அவர் கடுங்கோபம் கொண்டு பராமரிப்பாளனையே சிங்கத்துக்கு உணவாக எறிந்துவிடவேண்டும் என கட்டளை யிட்டார். கட்டளை நிறைவேற்றப்பட்டது, ஆனால் சிங்கம் விசுவாசமானது, தன் பராமரிப்பாளனை உண்ண மறுத்துவிட்டது. பொக்காஸோ பின்வாங்காமல் பராமரிப்பாளனைத் தூக்கி முதலைகளுக்கு வீசி தண்டனையை நிறைவேற்றினார்.

இன்னும் பல சுவையான சம்பவங்கள் நூலில் இருக்கின்றன. பிரபல இயக்குநர் ஸ்டான்லி குப்ரிக் கார் கதவை சாத்தும் காட்சி ஒன்றை 70 தடவை படம் பிடித்தாராம். எஸ்ரெலோடர் பெண்மணி (ஒப்பனை பொருள் தயாரிப்பு நிறுவனத்தின் அரசி) எப்பொழுதும் இளமையாகவே தோற்றமளிக்க விரும்பினார். அவருடைய உடம்பில் மூப்பு வந்தது தெரிந்தால் மக்கள் அவர் தயாரிக்கும் ஒப்பனை பொருள்களில் நம்பிக்கை இழப்பார்கள். அவருடைய மகனின் தலைமுடி நரைக்கத் தொடங்கியபோது அவர் மகனைக் கூப்பிட்டுக் கட்டளையிட்டார். 'நீ உன் தலைக்கு சாயம் பூசு. உன்னுடைய தோற்றம் என்னை வயசாளியாகக் காட்டுகிறது.'

பியரி ரூடோ கனடாவின் பிரதம மந்திரியாக 16 வருடங்கள் கடமையாற்றினார். இவர் இளவயதில் பெரும் சாகசக்காரர், வேடிக்கை புத்தியுள்ளவர். ஒருமுறை ஈராக் நாட்டுக்கு சுற்றுலா போனபோது இவரை மூன்று கொள்ளைக்காரர்கள் சூழ்ந்து கொண்டார்கள். இவர் தன்னுடைய கிழிந்த சேர்ட்டையும் ஊத்தை உடுப்பையும் காட்டி அவர்களிடமே பணம் யாசகம் செய்யத் தொடங்கினார். அவர்கள் இவரை இழுத்துச் சென்றபோது ஓயாமல் கவிதைகள் சொன்னார். நடித்துக் காட்டினார். முடிவில்லாத பேருரை ஒன்றை ஆரம்பித்தார். இவருக்கு மூளை சரியில்லை என்று தீர்மானித்து கொள்ளைக்காரர்கள் இவரை விட்டுவிட்டு ஓடினார்கள்.

இந்தியாவின் விவசாய மந்திரியாக இருந்த சி.சுப்பிரமணியம் பற்றி '4000 வருடங்கள் சாதிக்க முடியாத பசுமைப் புரட்சியை நாலே வருடங்களில் சாதித்துக் காட்டியவர்' என்று எழுதினார்கள். 'உட்கார்ந்துகொண்டே போரிட்டவர்' என்று கறுப்பினப் பெண் மணி ரோஸா பார்க்ஸை சொல்வார்கள். அமெரிக்காவின் அலபாமா மாகாணத்தில் 1955ம் ஆண்டு இந்தப் பெண் பஸ்ஸில் பயணித்தபோது அவர் தன் இருக்கையை ஒரு வெள்ளைக்காரருக்கு விட்டுக்கொடுக்க மறுத்துவிட்டார். நகர விதிகளை மீறியதால் அவர் குற்றவாளியாகக் கருதப்பட்டார். அந்த தீர்ப்பு பெரும் போராட்டமாக வெடித்து 382 நாட்கள் தொடர்ந்தது. இறுதியில் சுப்ரீம் கோர்ட்டு கறுப்பின மக்கள் சார்பாக தீர்ப்பு வழங்கியதில் அவர்களுக்கு சம உரிமை கிடைத்தது. அமெரிக்காவில் நிகழ்ந்த இந்த மாபெரும் மாற்றம் கூலிக்குத் தையல் வேலை செய்த ஒரு சாதாரண பெண்ணால் ஏற்பட்டது என்பதுதான் அதிசயம்.

இரண்டாம் உலகப் போர் முடிந்தது தெரியாமல் 27 வருடங்கள் காட்டிலே தனியாக வாழ்ந்த யப்பானிய போர்வீரர் சோயிச்சி யோக்கோய் பற்றிய குறிப்பும் நூலில் இடம் பெறுகிறது. 50 மொழிகள் பேசத்தெரிந்தவர் பேராசிரியர் கென்னத் ஹேல். இவர் ஒரு மொழியின் அடிப்படை இலக்கணத்தை நிமிடத்தில் புரிந்து கொண்டு பதினைந்து நிமிடத்தில் ஒரு புது மொழியைப் பேசக் கற்றுக்கொண்டு விடுவாராம். ஆங்கிலத்தில் எழுதியவர்களில் மலிவு நாவல்களின் அரசி என அறியப்பட்டவர் பார்பரா கார்ட்லண்ட். 723 நாவல்கள் எழுதிய அவர் ஆரம்பத்தில் ஒரு நாவல் எழுத ஒரு வருடம் எடுத்துக்கொண்டார். இறுதி வருடங்களில் வாரத்துக்கு ஒரு நாவல் என்று எழுதித்தள்ளினா ராம். இவருடைய மகள்தான் இளவரசி டயானாவின் தகப்பனை மணமுடித்தவர். 98 வயதில் இறந்த பார்பரா எப்பொழுதும் இளமையாகத் தோற்றமளிக்கவே விரும்பினார். ஒருமுறை புகைப் படக்காரரிடம் 'என் உடம்பு இளம்பெண்ணின் உடம்புபோல சுருக்கமில்லாமல் இருக்கும், என்னை நிர்வாணமாகப் படம் எடுக்க லாம்' என்று சொல்ல, புகைப்படக்காரர் நடுங்கி தப்பி வெளியேற வேண்டி நேர்ந்தது. இம்மாதிரி நிறைய விவரங்கள் கிடைக்கின்றன.

இந்தப் புத்தகத்தை வாங்கியபோது நண்பர் என்ன நினைத்தாரோ தெரியாது. ஆனால் அவர் என் வாசிப்பு ரசிப்புத் தன்மையை எப்படியோ சரியாக அளந்து வைத்திருந்தார். சமீபத்தில் இவ்வளவு தூரம் ஆழ்ந்துபோய் வேறு ஒரு புத்தகத்தையும் நான் படித்ததில்லை. ஒவ்வொரு பக்கமும் ஏதோ ஒரு சுவாரஸ்யமான விசயத்தை சொன்னது. புத்தகத்தின் முன்னுரையில் இன்னொரு முக்கியமான விசயமும் குறிப்பிடப்பட்டிருந்தது. மரணக் குறிப்பு

ஆசிரியரின் வேலையை இலகுவாக்குவதற்கு உலகத்தின் பிரபலமான 10 பேரின் மரணக் குறிப்புகளை முன்கூட்டியே தயாரித்து மிகப்பாதுகாப்பான இடத்தில் வைத்திருக்கிறார்கள். திடீரென்று அவர்களில் ஒருவர் இறந்துபோனால் உடனுக்குடன் அந்தக் குறிப்புகள் பயன்படும் என்ற எண்ணம்தான் காரணம். ஆனால் அவர்களில் ஒருவர்கூட சாகாததால் அந்தக் குறிப்புகள் அப்படியே பிரயோசனம் இல்லாமல் இரும்பு பெட்டகத்தில் நீண்டகாலம் பூட்டிக் கிடக்கின்றன.

உலகத்தில் அதிக நாட்கள் உயிர்வாழ்ந்து இறந்துபோன மூதாட்டி ஒருவரின் மரணக்குறிப்பும் தொகுப்பில் இருக்கிறது. அவருடைய பெயர் ஜீன் கல்மன்ற். அவர் தனது 122வது வயதில் மரணமடைந்தார். அவரைப்பற்றி எழுதும்போது அவருடைய வாழ்க்கையில் முதல் 100 வருடங்கள் ஒன்றுமே குறிப்பிடத்தக்கதாக நிகழவில்லை என்று ஆசிரியர் சொல்கிறார். அதற்குப் பிறகு மூதாட்டியார் வாழ்ந்த ஒவ்வொரு வருடமும் அவர் புகழ் கூடியது. அவர் தன்னை ஒரு முதியவர் என்றே நினைக்கவில்லை. அவருக்கு எந்த வயதாயிருந்த போதும், தன்னிலும் பார்க்க 15 வயது கூடிய ஒருவரே முதியவர் என்று நம்பினார். ஒருமுறை அவர் தன்னைக் கடவுள் திரும்ப அழைப்பதற்கு மறந்துவிட்டாரோ தெரியாது என்று அங்கலாய்த்தார். அவருடைய நீண்ட ஆயுளின் ரகஸ்யம் என்ன வென்று கேட்டபோது தினமும் ஒலிவ் எண்ணெயும் வைனும் அருந்தவேண்டும் என்று அறிவுரை வழங்கினார். இந்த மூதாட்டியைப் பொறுத்தவரை ஒரு யன்னல் வழியாகப் பறந்து வந்த சிட்டுக்குருவி மறு யன்னலைக் கண்டுபிடிக்க நீண்ட நேரம் அவதிப்பட்டிருக்கிறது.

மூதாட்டி அறிவுறுத்தியபடி வாழ்ந்தால் நீண்ட ஆயுள் கிடைக்கும் என்பதில் சந்தேகமே இல்லை. அதற்குக் குறுக்கு வழி ஒன்றும் இருக்கிறது. எப்படியாவது உங்களது பிரபல்யம் எக்கனோமிஸ்ட் மரணக்குறிப்பு ஆசிரியரின் காதுகளை எட்ட வேண்டும். அவர் உங்களைப் பற்றி ஒரு மரணக்குறிப்பு தயாரித்து, அதை இரும்பு பெட்டகத்தில் பூட்டிவைத்து பாதுகாப்பாரே யானால் நிச்சயம் உங்கள் ஆயுள் பல ஆண்டுகள் நீடிக்கும் என்பது உறுதி.

முகமாறாட்டம்

ஆங்கில சினிமா ஒன்று பார்ப்பதற்காக டிக்கட் வாங்குவதற்கு வரிசையில் நின்றபோது ஓர் இளம் பெண் என்னைப் பார்த்து சிரித்தார். வெள்ளைக்காரப் பெண். ஒரு மாமனாருக்கு மருமகள் கொடுக்கும் சிரிப்புபோல அந்தச் சிரிப்பில் மரியாதை இருந்தது அல்லது ஒரு மேலதிகாரிக்கு அவர் கீழ் வேலை செய்யும் பெண் எதிர்பாராத விதமாக சந்தித்தபோது கொடுக்கும் சிரிப்பு என்றும் சொல்லலாம். சில நொடிகளில் அவள் தவறு செய்தது அவளுக்குத் தெரிந்துவிட்டது. அப்படியே நகர்ந்து சினிமா பார்க்க வந்த கூட்டத்தில் கலந்துவிட்டார். சிரிப்பைத் திரும்ப பெறவில்லை. தவறாகக் கிடைத்த சிரிப்பு என்னுடனேயே தங்கிவிட்டது.

வெள்ளைக்காரர்களுக்கு எங்கள் முகங்கள் ஞாபகம் இருப்பதில்லை. ரொறொன்ரோவில் நான் இதைப் பல தடவை அனுபவித்திருக்கிறேன். அவர்களுக்கு வெள்ளை அல்லாத எல்லா முகமும் ஒன்றுதான். இந்தக் குழப்பம் அவர்களுக்கு மாத்திர மில்லை. எனக்கும் பல தடவை ஏற்பட்டிருக்கிறது. இன்னும் நான் அதிலிருந்து மீண்ட பாடில்லை. அப்ஸராவுடன் விளையாடு வதற்குப் பிள்ளைகள் வருவார்கள். எல்லோருக்கும் ஆறு, ஏழு வயதுதானிருக்கும். பழுப்புத் தலை மயிர், நீலக் கண்கள். மேல் தோலை உரித்துவிட்டதுபோல நிறம். அவர்கள் பெயரையும் முகத்தையும் பாடமாக்குவேன். அப்படியும் குழம்பிப்போய் சமயத்தில் பெயரை மாற்றிச் சொல்லிவிடுவேன். அப்ஸரா விழுந்து விழுந்து சிரிப்பாள்.

பாகிஸ்தானின் பெசாவர் நகரில் வேலை செய்தபோது ஒரு சம்பவம் நடந்தது. அது நடந்து இப்போது பல வருடங்கள் ஓடி விட்டன. ஆனாலும் இன்றுபோல் நினைவிருக்கிறது. நான் வேலை செய்த நிறுவனத்தின் மேலதிகாரி நியூயோர்க்கில் இருந்தார். அப்படிச் சொன்னால் அவருடைய அறிமுகம் சரியாக இராது. எங்கள் நிறுவனத்தில் அவருடைய இடம் கடவுளுக்குக் கீழே இரண்டு படியும், எனக்கு மேலே மூன்று படியும் எனச் சொல்ல லாம். எங்களுக்குள் அவரை 'பெருந்தலைவர்' என்றே குறிப்பிட்டுக் கொள்வோம்.

நியூயோர்க்கில் இருந்து வரும் அதிகாரி எவ்வளவு பெரிய ஆளாக இருந்தாலும் நிலத்திலேதான் நடப்பார். தோளில் கைபோட்டுப் பேசுவார். முதல் பெயர் சொல்லி அழைப்பார். பெருந்தலைவர் பெசாவரில் வந்து மூன்று நாட்கள் தங்கினார். பல கூட்டங்கள், கலந்துரையாடல்கள் என்று பங்கு பற்றினார். பட்ஜெட் மேலாய்வு நீண்டநேரம் நடந்தது. நிறுவன நிர்வாக அறிக்கையிலும், நிதி அறிக்கையிலும் பல விமர்சனங்களை வைத்தார். நாட்கள் விரைந்து ஓடியது தெரியவில்லை. அத்தனை நேர நெருக்கடியிலும் அவருக்கு யாரையாவது பார்க்க தேவைப் பட்டால் ஆள் அனுப்பமாட்டார், அந்த ஆளைத்தேடி அவரே செல்வார்.

மாலிக் என்று ஒரு என்ஜினியர் எங்களுடன் வேலை செய்தார். அடுத்தடுத்து நாலு பஸ்ஸைத் தவறவிட்டதுபோல எப்பொழுது பார்த்தாலும் கவலை தோய்ந்த முகத்துடன் காட்சி யளிப்பார். அவருக்கு அதிர்ஷ்டச் சீட்டில் 50,000 டொலர் பரிசு விழுந்தது என்று யாராவது சொன்னாலும் முகத்தில் பெரிய மாற்ற மிருக்காது. அப்படித்தான் நினைக்கிறேன். அவர் மேல் படிப்புக்கு வெளிநாடு போக விண்ணப்பித்திருந்தார். பட்ஜெட்டில் போதிய நிதியில்லாததால் பெருந்தலைவருக்கு விண்ணப்பம் அனுப்பப் பட்டிருந்தது. மாலிக் தினமும் காலையும் மாலையும் என் அலுவலகத்துக்கு வந்து விண்ணப் பம் அங்கீகரிக்கப்பட்டதா என்று வினவுவார். ஒரே பதிலைச் சொல்லுவேன். அவர் முகத்தில் மாற்ற மிராது, திரும்பிச் செல்வார். விண்ணப்பம் வெற்றிபெற்றது என்று சொன்னால் அவருடைய முகம் எப்படிப் போகும்? அதைப் பார்ப் பதற்கு எனக்கும் ஆவல் இருந்தது. ஆனால் அந்தச் சந்தர்ப்பம் கிடைக்கவே இல்லை.

கணினிப் பகுதிக்கு அம்ஜட் என்பவர் பொறுப்பாக இருந்தார். அப்பொழுதுதான் கணினிப் பகுதி ஆரம்பிக்கப்பட்டிருந் தது. புதிது புதிதாக கம்ப்யூட்டர்கள் வந்து பெட்டிகளில் இறங்கின. அம்ஜட் கம்ப்யூட்டர் விஞ்ஞானம் படித்தவர். என்னிலும் பார்க்க அவருக்கு 20 வயது குறைவாக இருக்கும். தக்காளிப்பழ நிறத்தில் உயரமாக இருப்பார். கணினித்துறையை பெருப்பிக்கவேண்டும் என்ற ஆர்வத்தில் இரவு பகலாக ஓயாமல் உழைத்தார். ஒருநாள் பெருந்தலைவர் என்னைத் தேடி வந்த இடத்தில் அலுவலக நடை ஓடையில் அம்ஜட்டைச் சந்தித்திருக்கிறார். நான்தான் அவர் என நினைத்து மாலிக்கின் விண்ணப்பம் அங்கீகரிக்கப்பட்டதைச் சொல்லிவிட்டு போய்விட்டார்.

அம்ஜட்டுக்குப் பெருந்தலைவர் தன்னைப் பாதிவழியில்

மறித்து இவ்வளவு சிநேகமாகப் பேசியதில் உலகம் சுழலத் தொடங்கி விட்டது. அந்தச் சத்தத்தில் அவர் உச்சரிப்பும் புரியவில்லை; சொன்னதும் சரியாகக் கேட்கவில்லை. சும்மா நலம் விசாரிக்கிறார் என்றுதான் எண்ணினார். சினிமாவில் வடிவேலு ஆங்கிலம் பேசுவதுபோல எல்லாவற்றுக்கும் 'யேஸ் யேஸ்' என்று சொல்லி தன்னை விட்டால் போதும் என்று தப்பி ஓடிவிட்டார். பெருந் தலைவர் திகைத்துப்போய் அம்ஜட் நின்ற இடத்தைப் பார்த்தபடி சில நிமிடம் நின்றதாகப் பார்த்தவர்கள் பின்னால் சொன்னார்கள்.

பெருந்தலைவர் அம்ஜட்டிடம் என்ன சொன்னர், அப்போது என்ன நடந்தது போன்ற விவரங்கள் எனக்கு இரண்டு மாதம் கழித்துதான் தெரியவந்தது. அம்ஜட்டுக்கு குற்றவுணர்வு ஏற்பட்டிருக்க வேண்டும். மாறாக சந்தோசம் தாங்கமுடியவில்லை. தன்னைப் பெரிய அதிகாரி என்று நினைத்து பெருந்தலைவர் பேசியதை நினைத்து நினைத்து மகிழ்ந்தார். உண்மையைச் சொன்னால் எனக்கும் மகிழ்ச்சிதான். ஏனென்றால் பெருந்தலைவர் என்னை இருபது வயது குறைத்து அல்லவா மதிப்பிட்டிருக்கிறார். மகிழ்ச்சி வரத்தானே செய்யும்.

இந்த விவகாரத்தில் நட்டப்பட்டது என்ஜினியர் மாலிக்தான். அவர் அப்போது வெறுத்துப்போய் இன்னொரு நிறுவனத்தில் ஏற்கனவே வேலைக்கு சேர்ந்துவிட்டார். ஆகவே அவருக்குத் தவறு நடந்ததும் தான் அநியாயமாக நட்டப்பட்டதும் தெரியாது. அந்தப் புது நிறுவனத்திலாவது அவருடைய பெருந்தலைவர் முகமாறாட்டம் இல்லாதவராக இருந்திருப்பார் என நம்புவோம்.

பிரபலமானவர்கள்

திரும்பத் திரும்ப 18 தொலைபேசி அழைப்புகள் வந்தன. 'ஐயா, பிரபலமானவர்களின் புத்தகம் ஒன்று தயாரிக்கிறோம். அதில் அவர்கள் பெயர், புகைப்படம், முகவரி, மின்னஞ்சல், தொலைபேசி இலக்கம் ஆகிய விவரங்களைத் தருவோம். உங்களைப் பற்றிய தகவல்களை இந்தப் புத்தகத்தில் சேர்ப்பது முக்கியம் என்று நினைக்கிறோம். நீங்கள் 20 டொலர் கட்டினால் உங்கள் பெயரையும் இணைத்து புத்தகத்தை சீக்கிரமாக வெளியிட்டு விடுவோம்' என்று குரல் சொல்லும். நான் வேண்டாம் என்று சொல்லி தொலைபேசியை வைத்துவிடுவேன்.

19வது தடவையாக தொலைபேசி அழைப்பு வந்தபோது நான் தயங்கினேன். பேசலாம் என்று தீர்மானித்தேன். காரணம், பெண்ணின் குரல் வசீகரமானதாகவும், வாய்க்குள் சிறிய கூழாங்கல்லை வைத்துக் கொண்டு பேசுவது போன்று வழுவழுப்பான உச்சரிப்பைக் கொண்டதாகவும் இருந்தது. ஒரு டிவி தொகுப்பாளினியாக இருக்கவேண்டியவர் இப்படி நாளுக்கு 50 டொலர் காசுக்குத் தன் குரலை வீணடிக்கிறாரே என்று நினைத்த போது ஆழ்ந்த வருத்தம் உண்டானது. 'நான் என்ன செய்ய வேண்டும்?' என்று கேட்டேன். அவர் மறுபடியும் படு வேகத்தில் முதலில் இருந்து சொன்னதையே திரும்பவும் ஒப்பித்தார்.

'உங்கள் குரல் இவ்வளவு இனிமையாக இருக்கிறதே. இது இயற்கையானதா, செயற்கையானதா?'

'இதற்குப் பதில் பின்னால் சொல்லுகிறேன் ஐயா. தயவுசெய்து கட்டணம் செலுத்தமுடியுமா என்று சொல்லுங்கள்?'

'முழு 20 டொலர் தரவேண்டுமா?'

'முழு 20 டொலர்.'

திருவிளையாடல் படத்தில் தருமி நாகேஷ் கேட்டதுபோல 'எனக்கு இன்னும் முழுப் புகழும் வந்துசேரவில்லை. பத்து டொலர் கட்டினால் என் பெயரைப் போடுவீர்களா?' என்று வினவினேன்.

'கம்பனி விதிகளை மாற்ற எனக்கு அதிகாரமில்லை, ஐயா.'

'சரி, 10 டொலருக்கு என் பெயரைப் பாதியாகச் சுருக்கிப் போட முடியாதா?'

'அப்படித்தான் நினைக்கிறேன். நீங்கள் பிரபலமானவர் இல்லையா?'

'அதற்காகத்தான் இருபது வருடங்களாகப் பயிற்சி எடுத்து வருகிறேன். ஒரு சின்னக் கேள்விக்கு விடை தந்தால் என் முடிவை உங்களுக்கு சொல்கிறேன்.'

'கேளுங்கள், ஐயா?'

'உங்கள் காதுகள் எங்கே?'

'இது என்ன கேள்வி? கையெட்டும் தூரம்தான்.'

'அதுவல்ல. உங்கள் காதுகளை தலைமுடி மறைத்திருக்கிறதா அல்லது அவை வெளியே தெரிகின்றனவா?'

'காதுகளை முடி முழுவதுமாக மறைத்திருக்கிறது, ஐயா?'

'நான் அப்படித்தான் நினைத்தேன். உங்களுக்கு நிறைய அழகுணர்ச்சி உண்டு.'

'நன்றி ஐயா. உங்கள் முடிவுக்காக காத்திருக்கிறேன்.'

'என் முடிவைச் சொல்கிறேன். பிரபலமானவர்களின் புத்தகத்தில் என் பெயரும் இருக்கவேண்டும் என்பது என் வாழ்நாள் ஆசை. தயவுசெய்து என்னையும் சேர்த்துவிடுங்கள். நான் பிரபலமானதும் எப்படியாவது உழைத்து உங்கள் 20 டொலர் கட்டணத்தைக் கட்டிவிடுவேன்.'

மறுபக்கம் டெலிபோன் வைக்கப்பட்டது.

கடித உறை ஒட்டிய பிறகுதான் நினைவுக்கு வருவதுபோல அவர் குரல் இனிமைக்கான காரணத்தை தெரிந்துகொள்ள நான் மறந்துவிட்டேன்.

அதற்குப் பிறகு தொலைபேசி அழைப்பு வரவில்லை. கூழாங்கல் குரலும் கேட்கவில்லை.

அவர் வேறு ஒரு பிரபலமானவரைத் தேடிப் போய்விட்டார் என நினைக்கிறேன்.

ஆதித் தாய்

இன்று என் வாழ்க்கையில் முக்கியமான நாள். பிறந்தநாள் போல, சோதனையில் சித்தியடைந்த நாள் போல, வேலை கிடைத்த நாள் போல, திருமண நாள்போல, முதல் பிள்ளை பிறந்த நாள்போல முக்கியமானது. என் ஆதித்தாயைக் கண்டுபிடித்தேன். அதாவது 160,000 வருடங்களுக்கு முன்னர் கிழக்கு ஆப்பிரிக்காவில் உதித்த ஒரு தாய்தான் என்னுடைய வம்சத்தின் ஆரம்பம். என்னுடைய வம்ச வழியை அப்படியே பின்னோக்கி 5000 தலைமுறைகள் தள்ளிக் கொண்டே போனால் அந்தத் தேடல் இந்த தாயாரில் கொண்டுபோய் சேர்க்கும். விஞ்ஞானிகள் இந்த தாயை ஆதித்தாய் Mitochondrial Eve என்று சொல்கிறார்கள்.

National Geographic நடத்தும் genographic projectல் பங்குபெற விரும்பி நான் அவர்களுடன் தொடர்புகொண்டேன். இந்த புரோஜெக்ட் என்னவென்றால் அது உங்கள் மரபணுவை சோதித்து உங்கள் மூதாதையர் எங்கே, எப்பொழுது தோன்றினார்கள், எந்தக் கால கட்டத்தில் இடம்பெயர்ந்தார்கள், அந்தப் பயணம் அவர்களை எங்கே எங்கேயெல்லாம் இட்டுச் சென்றது என்பதை விஞ்ஞான முறைப்படி ஆராய்ந்து விவரங்களை வரைபடமாகத் தருவார்கள்.

அவர்கள் கேட்டுக்கொண்டபடி என்னுடைய உமிழ்நீரை இரண்டு குப்பிகளில் அடைத்து, 99 டொலர் காசோலையுடன் அவர்களுக்கு அனுப்பிவைத்தேன். அந்தப் பரிசோதனை முடிய ஆறு வார காலம் எடுக்கும். நான் பொறுத்திருந்தேன். முடிவுகள் கிடைத்தது இன்றுதான். சோதனையில் இரண்டு வழித்தேடல் உள்ளது. ஒன்று தாய் வழித் தேடல், மற்றது தந்தை வழித்தேடல். தாய் வழித்தேடல் உங்கள் தாயில் ஆரம்பித்து உங்கள் வம்சாவளியின் ஊற்றுக்கண்ணைத் தேடிக்கொண்டே போகும். தந்தை வழித் தேடல் உங்கள் அப்பா, அப்பாவின் அப்பா என்று பின்னோக்கி நகர்ந்து உங்கள் ஆகக்கடைசி தலைமுறையைச் சேர்ந்த தந்தையில் நிற்கும். நான் விண்ணப்பத்தில் கேட்டது தாய் வழித்தேடல்.

கிழக்கு ஆப்பிரிக்காவில் 3.6 மில்லியன் வருடங்களுக்கு முன்னர் நிமிர்ந்து நடக்கும் ஆற்றல் பெற்ற முதல் மனிதன் நடமாடி யதற்கான சான்றுகள் உள்ளன. தான்சானியாவில் உள்ள லேரோலி

என்ற இடத்தில் நிமிர்ந்து நடந்த இரண்டு மனித காலடித்தடங்களை இன்றைக்கும் பாதுகாக்கிறார்கள். ஒன்று ஆண், மற்றது பெண். அவர்கள் பக்கத்து பக்கத்தில் நடந்து போயிருக்கிறார்கள். பெண்ணின் கால் தடம் கொஞ்சம் ஆழ்ந்துபோய் இருப்பதால் அவள் ஒரு குழந்தையைக் காவினாள் என்பது விஞ்ஞானிகள் ஊகம்.

200,000 வருடங்களுக்கு முன்னர் அதே கிழக்கு ஆப்பிரிக்காவில் அதே ஆதி மனிதர்களிலிருந்து முதல் நவீன மனிதன் Homo sapiens தோன்றினான். இன்றைய மனிதனின் குணாம்சங்கள் கொண்ட முதல் மனிதன் இவன். 40,000 ஆண்டுகள் கழித்து, அதாவது 160,000 ஆண்டுகளுக்கு முன்னர், அதே இடத்தில் ஓர் ஆதித்தாய் தோன்றினாள். இன்று உலகில் வாழும் அத்தனை மனித உயிரும் இந்த ஆதித்தாயில் இருந்தே தோன்றினர். மற்ற தாய்களுக்கு என்ன நடந்தது? இவர்களில் இருந்து தொடங்கிய சந்ததி சங்கிலி இயற்கை உற்பாதத்தில் அழிந்தோ, சந்ததி இல்லாமல் அறுந்தோ போய்விட ஒரேயொரு தாய் மட்டும் எஞ்சினாள். அவளிலிருந்து தொடங்கிய சந்ததிச் சங்கிலி இன்றுவரை தொடர்ந்தது இயற்கையில் கிடைத்த மாபெரும் அதிர்ஷ்டம் என்று சொல்லலாம்.

விஞ்ஞானிகள் எப்படி இந்த தாயைக் கண்டுபிடித்தார்கள்? ஒரு கதை. நாலாம் வகுப்பு என்று நினைக்கிறேன். சோதனை எழுதும்போது ஒரு மாணவன் 'சைபீரியா' என்று எழுதுவதற்கு பதிலாக 'கைபீரியா' என்று தவறுதலாக எழுதிவிட்டான். அவனைப் பார்த்து காப்பியடித்த இன்னொரு மாணவனும் 'கைபீரியா' என்றே எழுதினான். அடுத்த மாணவனும். அதற்கு அடுத்தவனும். இப்படியாக நாலு மாணவர்கள் 'கைபீரியா' என்று எழுதியதை வைத்து ஆசிரியர் முதல் பிழையை யார் எழுதினார் என்பதைக் கண்டுபிடித்தார். அதே போல ஆதிமனித மரபணுவில் ஏற்பட்ட ஒரு பிறழ்வு வழிவழியாகத் தொடர்ந்தது. அதை வைத்து விஞ்ஞானிகள் ஆராய்ந்துகொண்டு போனபோது எல்லா வழிகளின் ஆரம்பமும் ஒரு தாய் என்பதைக் கண்டுபிடித்தனர்.

எனக்கு Genographic Project அனுப்பிய வரைபடம் ஆதித்தாயில் ஆரம்பித்து என் முன்னோர்கள் எங்கே எங்கேயெல்லாம் புலம்பெயர்ந்து பரவினார்கள் என்பதை துல்லியமாகக் காட்டுகிறது. கிழக்கு ஆப்பிரிக்காவில் உதித்த இந்த தாயிடமிருந்து ஆரம்பத்தில் இரண்டு குழுக்கள் பிரிந்தன. L0, L1 ஆகிய இரு குழுக்களும் ஆப்பிரிக்காவில் பரவின. பல ஆயிரம் வருடங்களுக்குப் பின்னர் உருவான L2 குழு மேற்கு ஆப்பிரிக்காவுக்குப் பரவியது. 80,000 வருடங்களுக்கு முன்னர் L3 குழு தோன்றியது. இது ஆப்பிரிக்காவின் தெற்குப் பகுதிகளுக்குப் பரவியது. 60,000

வருடங்களுக்கு முன்னர் L3ல் இருந்து இரண்டு குழுக்கள் பிரிந்தன. இதில் ஒன்று N குழு. இது வடக்குப் பக்கமாக விரிந்து பரவி ஐரோப்பாவுக்குள் நுழைந்தது. அடுத்த குழுவான M குழு முதல் முறையாகக் கடல் தாண்டிய சாகசமான குழு. இது செங்கடலைத் தாண்டி, அரேபியாவைத் தாண்டி ஆப்கானிஸ்தான், பாகிஸ்தான், வங்காளம், பர்மா, மலேயா, அவுஸ்திரேலியா ஆகிய தூர இடங் களுக்கு பரவியது. என்னுடைய மூதாதையர் இந்தக் குழுவைச் சார்ந்தவர்கள் என்று என்னுடைய மரபணு ஆராய்ச்சி சொல்லியது. இதன் பெயர் Haplogroup M.

இந்த குழுவைச் சார்ந்தவர்கள் அதிகமாக அங்க தேசத்திலும் (Bihar) கலிங்க தேசத்திலும் (Orissa) வங்கதேசத்திலும் (Bengal) மற்றும் இந்தியாவின் வடபகுதிகளிலும் காணப்படுகிறார்கள். தமிழ் நாட்டிலோ, கேரளத்திலோ, இலங்கையிலோ இருப்பவர்கள் இதன் உபகுழுக்களில் இருப்பதாக ஆராய்ச்சிகள் சொல்கின்றன.

*1215*ல் கலிங்கத்திலிருந்து படையெடுத்து பொலநறுவையை பிடித்து ஆண்ட செகராஜசேகர சிங்கை ஆரியச் சக்கரவர்த்தியின் வழித்தோன்றலாக நான் இருக்கலாம் என்று சரித்திர ஆசிரியரான என் நண்பர் சொல்கிறார். கலிங்க ரத்தம் மட்டுமல்ல, ராச ரத்தமும் என் உடம்பில் ஓடுகிறது என்பதை நம்புவதற்கும் நான் தயாராக இருக்கிறேன். யாராவது இந்த துறை விற்பன்னர் இதை ஆராய்ந் தால் எனக்கும் என் சந்ததியினருக்கும் பெரும் பயனுள்ளதாக இருக்கும்.

நான் முன்னரே கூறியமாதிரி என் விண்ணப்பத்தில் தாய்வழி தேடல் என்று குறிப்பிட்டிருந்தேன். அதற்கு விடையாகத்தான் மேற் கூறிய வரைபடம் வந்தது. தகப்பன் வழி தேடலையும் நான் கேட்டிருக்கலாம். அது என்னுடைய தகப்பன், தகப்பனின் தகப்ப னென்று தேடிக்கொண்டுபோய் ஆதித் தகப்பனில் சேர்க்கும். விஞ்ஞானிகள் ஆதித்தாய் இருப்பதுபோல ஓர் ஆதி ஆண் இருப்பதையும் கண்டுபிடித்திருக்கிறார்கள். இந்த உலகத்தில் இருக்கும் ஒவ்வொரு ஆணும் ஓர் ஆதி ஆணிலிருந்து உருவானவர் தான்.

ஒரு மனித உடம்பில் *23* சோடி குரோமசோம்கள் உள்ளன. இதில் ஒரு சோடியில் இரண்டு x குரோமசோம்கள் இருந்தால் அது பெண்; ஒரு சோடி குரோமசோமில் ஒரு x குரோமசோமும், ஒரு y குரோமசோமும் இருந்தால் அது ஆண். பெண் குழந்தை உற்பத்தியாகும்போது தாயிடமிருந்து ஒரு x ம் தகப்பனிடமிருந்து x ம் பெறும். இரண்டும் சேர்ந்தது பெண். ஆண் குழந்தை உற்பத்தி யாகும்போது தாயிடமிருந்து ஒரு x ம் தகப்பனிடமிருந்து ஒரு

y யும் பெறும். இரண்டும் சேர்ந்தது ஆண். y குரோமசோம் தந்தையிடமிருந்து மகனுக்கு மட்டுமே கடத்தப்படும். மகளுக்கு கடத்தப்படுவதில்லை.

அதனால்தான் பழைய காலத்து அரசர்கள் வம்சம் தழைக்க மகன் வேண்டும் என்று தவம் கிடந்தார்கள்.

ஆதி ஆணிலிருந்துதான் இன்று உலகத்திலிருக்கும் ஆண்கள் எல்லோரும் தோன்றியிருக்கிறார்கள். விஞ்ஞானிகள் அவனுக்கு இட்ட பெயர் Y chromosomal Adam. இவன் வாழ்ந்த காலம் 60,000 வருடங்களுக்கு முன்னர் என்று கணக்கிட்டிருக்கிறார்கள். என்னுடைய அப்பா, அப்பாவின் அப்பா, அவரின் அப்பா, அவரின் அப்பா என்று 2000 தலைமுறைகள் தேடிக்கொண்டே பின்னோக்கிப் போனால் அது என்னை இந்த ஒரேயொரு ஆதி ஆணில் கொண்டுபோய் சேர்க்கும். மற்ற ஆண்களுக்கு என்ன நேர்ந்தது என்று கேட்கலாம்? ஏதோ ஒரு சந்தர்ப்பத்தில் அவர்களுடைய சந்ததிச் சங்கிலி அறுந்து விட்டது. எஞ்சியது இது ஒன்றுதான்.

இன்னொரு முக்கியமான கேள்வி உண்டு. ஆதித்தாய் 160,000 ஆண்டுகளுக்கு முன்பு தோன்றினாள். ஆதி ஆண் 60,000 ஆண்டுகளுக்கு முன்னர் தோன்றினான். இடையே 100,000 ஆண்டுகள் ஆண்களே இல்லையா? அப்படியானால் சந்ததி எப்படி பரவியது? ஆணும் பெண்ணும் ஒரே சமயத்தில் வாழ்ந்தார்கள். விஞ்ஞானிகள் தேடிய ஆகப் பிந்திய தாய் 160,000 ஆண்டுகளுக்கு முன் வாழ்ந்தாள். ஆகப் பிந்திய ஆண் 60,000 ஆண்டுகளுக்கு முன்னர் வாழ்ந்தான். அதற்கு முந்தைய தொடர்ச்சிகள் எல்லாம் எப்படியோ அழிந்து போயின.

ஆதி ஆணில் ஆரம்பித்து எனக்கு முன் வந்த தலைமுறையினர் எங்கேயெல்லாம் புலம்பெயர்ந்து பரவினார்கள் என்று அறிய வேண்டுமானால் நான் மறுபடியும் என்னுடைய உமிழ்நீரை இரண்டு குப்பிகளில் அடைத்து Genographic Projectக்கு அனுப்பி வைக்கவேண்டும். அப்படி அனுப்பும்போது 'தந்தை வழி புலம் பெயர்வு' என்று மறக்காமல் குறிப்பிட்டு 99 டொலர் காசோலையையும் விண்ணப்பத்துடன் இணைக்கவேண்டும். அவர்கள் சோதனையை முடித்துவிட்டு என்னுடைய தகப்பன் வழி முன்னோர் எங்கே தொடங்கி எங்கேயெங்கே எல்லாம் நகர்ந்தார்கள் என்ற வரைபடத்தை எனக்கு அனுப்பி வைப்பார்கள். என்னுடைய தகப்பன் பாதையும் தாயின் பாதையும் ஏதோ ஒரு புள்ளியில் சந்தித்திருக்கும். கட்டாயம் கண்டுபிடிக்க வேண்டிய சங்கதிதான். முதலில் என் கைக்கு 99 டொலர் வந்து சேரட்டும்.

மீதூண் விரும்பேல்

அனுஷ்யா என்பவர் ஆங்கிலத்தில் ஒரு கடிதம் அனுப்பியிருக்கிறார். அது முக்கியமான, பயனுள்ள கடிதம் என்பதால் அதை மொழிபெயர்த்து சுருக்கிக் கீழே கொடுத்திருக்கிறேன்.

'ஜேர்மனி வளர்ந்த நாடு, பொருளாதாரத்தில் மிகவும் வலுவான நாடு என்பது தெரிந்தது. அப்படியான நாட்டில் மக்கள் சொகுசு வாழ்க்கை வாழ்வார்கள் என்றுதான் நினைக்கிறோம். நான் கற்பதற்காக அங்கே போயிருந்தபோது அந்த எண்ணத்தை மாற்ற வேண்டி நேர்ந்தது.

ஒருநாள் ஹம்பேர்க் நகரில் நாங்கள் சிலர் ஓர் உணவகத்துக்கு சாப்பிடப் போனோம். மேசைகளில் உட்கார்ந்து சாப்பிட்டவர்களுக்கு பரிசாரகர்கள் அவ்வப்போது உணவு பரிமாறிக் கொண்டிருந்தார்கள். எங்கள் பக்கத்து மேசையில் சில முதிய பெண்கள் அமர்ந்து அமைதியாக உண்டனர். நாங்கள் பசியோடு இருந்ததனால் பலவிதமான உணவு வகைகளுக்கும் ஆணை கொடுத்தோம். பக்கத்து மேசைப் பெண்கள் எங்களை அவதானித்தபடியே உணவருந்தினர். நாங்கள் சாப்பிட்டு முடித்தபோது கணிசமான அளவு உணவு மீந்துவிட்டது. உணவுக்கான கட்டணத்தைக் கட்டிவிட்டு நாங்கள் புறப்பட்டோம்.

ஆனால் பின்னுக்கிருந்து சத்தம் எழுந்தது. பக்கத்து மேசை மூதாட்டி நாங்கள் உணவை மிச்சம் விட்டதற்காக முறைப்பாடு வைத்ததுதான் அந்தச் சத்தம். எங்கள் நண்பர் 'நாங்கள் முழு உணவுக்கும் பணம் கட்டிவிட்டோம். இது உங்கள் பிரச்சினை இல்லை' என்று கடுமையாகச் சொன்னர். மூதாட்டிக்கு கோபம் உச்சமாகிவிட்டது. தன் செல்பேசியை ஆத்திரத்துடன் திறந்து ஏதோ அவர்கள் மொழியில் பேசினார். அடுத்தநிமிடம் சீருடை அணிந்த சமூக நலன் அதிகாரி எங்களை நோக்கி வந்தார். மீந்து போன உணவைப் பார்வையிட்டுவிட்டு 50 மார்க் தண்டம் விதித்தார். நாங்கள் திகைத்துப்போய் பணத்தைக் கட்டிவிட்டு அமைதியாக வெளியேறினோம். அப்பொழுது அந்த அதிகாரி சொன்னார். 'உங்களால் சாப்பிட முடிந்ததை மட்டுமே ஓடர் பண்ணுங்கள். உணவுக்குக் கட்டும் பணம் உங்களுடையதுதான்.

ஆனால் அந்த உணவைத் தயாரிக்கத் தேவையான வளங்கள் ஒரு சமுதாயத்துக்கு சொந்தமானவை அதை விரயம் செய்ய தனி ஒருவருக்கு உரிமை கிடையாது. இந்த உலகத்தில் உணவில்லாமல் பட்டினி கிடப்போர் எண்ணிக்கை பெரியது.'

ஜேர்மனியில் நாங்கள் படித்த அந்தப் பாடம் முக்கியமானது. அந்த அதிகாரி சொன்ன அறிவுரையும் மறக்கமுடியாதது. ஆழ்ந்து சிந்திக்கவேண்டியது. ஒரு செல்வந்த நாட்டில் வாழும் மூதாட்டிக்கு இருந்த தார்மீக உணர்வு எங்களிடம் இருக்கவில்லை. நாங்கள் வெட்கப்பட்டோம்.

கனடா, அமெரிக்கா போன்ற நாடுகளில் மீதி உணவை எடுத்துச் சென்று வீட்டிலே சாப்பிடலாம். இதிலே ஒருவித இழிவும் இல்லை. சேவகர்களே வந்து 'அருமையான உணவு வீணாகப் போகிறது, வீட்டுக்கு எடுத்துச் செல்லுங்கள்' எனக் கூறி வாடிக்கை யாளரின் கூச்சத்தைப் போக்குவார்கள். ஆனால் வளரும் நாடுகளில் இப்படிச் செய்வதை வெட்கக்கேடாக கருதுகிறார்கள். இன்னும் சொல்லப் போனால் அதிக உணவுக்கு ஆணை கொடுத்து மிச்சம் விடுவது ஒரு நாகரிகமாகக் கருதப்படுகிறது. இது அந்தஸ்தின் அறிகுறி. உலகத்தின் அனைத்து நாடுகளும் உணவை விரயமாக்கு பவர்களுக்கு தண்டனை கொடுக்கும் விதி செய்தால் அது வரவேற்கத்தக்கது.

'மீதூண் விரும்பேல்' என்றார் ஔவையார். அதிகமாக உண்பதற்கு ஆசைப்படாதே. தேவைக்கு அதிகமானதை நீ அனுபவித்தால் அது இன்னொருவரிடம் இருந்து திருடியது.

அண்டன் செக்கோவ் எழுதிய கூஸ்பெர்ரிஸ் சிறுகதையைப் படிக்கவேண்டும்.

சிறுமியின் நாட்குறிப்பு

நான் ஸ்கூலில் இருந்து திரும்பியபோது அது நடந்தது. அத்தனை சாதாரணமாவும் நிதானமாகவும் நடந்து முடிந்தது எனக்கே ஆச்சரியம்தான். மயிர் அடர்ந்த வலிமையான கரம் என்னைப் பற்றி இழுத்தது. மரக்குத்தி போல இருந்த மற்றக்கை என் வாயைப் பொத்தியது. என் கண்களில் தோன்றிய பீதியைப் பார்த்துவிட்டு அவன் கையை எடுத்திருக்கவேண்டும். பூவரச மரம் ஒன்றுக்குப் பக்கத்தில் என்னைக் கிடத்தினான். தோள் மூட்டை அவன் அழுத்திப் பிடித்ததில் எலும்புகள் முறிந்துவிட்டன என்றே முதலில் நினைத்தேன். பள்ளிக்கூடச் சீருடையை சீரில்லாமல் ஆக்கினான். என்னுடைய நோவுகளில் என்னால் தாங்க முடியாமல் இருந்தது பின் தோள் எலும்புக்கு கீழ் மாட்டிய கூரான கல்தான். அவன் உடம்பிலிருந்து தாங்கமுடியாத சிமெந்து வாசனை வந்தது.

எல்லாம் முடிந்தபின் என் தலையை வருடி நான் முன்பு இருந்தது போல என்னை ஆக்கினான். இரட்டைப் பின்னலை எடுத்து நெஞ்சுக்கு முன்னால் விட்டான். கன்னத்தை தடவி, புண்போல இருந்த தன்னுடைய உதட்டினால் என் நெற்றியிலே ஒரு முத்தம் வைத்தான். இரண்டு நிமிட நேரத்தில் அந்த ஒரு செய்கையில்தான் கொஞ்சம் அன்பு தெரிந்தது. அவன் என்ன செய்தான் என்பதற்கான வார்த்தை எனக்குத் தெரியாது. அம்மாவோ ஆசிரியையோ இன்னும் சொல்லித் தரவில்லை. தனியே விடப்பட்ட நான் நடுங்கியபடி ஈரமாகிவிட்ட ஜங்கியை எடுத்து மாட்டப் பார்த்தேன். பின்னர் ஞாபகச் சின்னமாக அதை அங்கேயே விட்டுவிட்டு வீட்டுக்கு ஓடி வந்துவிட்டேன். அந்த நாளிலிருந்து நான் ஜங்கி அணிவதை நிறுத்தினேன். அதற்கு இனி என்ன வேலை? ஜங்கிகளுக்கு என்ன ஆமைப்பூட்டா போட்டு விற்கிறார்கள்?

கூஸ்பெர்ரிஸ்

ஏறக்குறைய இருபது வருடங்களுக்கு முன்னர் நான் அந்தக் கதையைப் படித்தேன். அண்டன் செக்கோவ் எத்தனையோ சிறுகதைகள் எழுதினார். அதில் ஒன்றுதான் அவருடைய Gooseberries. நல்ல சிறுகதை. ஆனால் ஆகச் சிறந்தது என சொல்லமுடியாது. சமீபத்தில் நண்பர் ஒருவர் அமெரிக்காவிலிருந்து தொலைபேசியில் அழைத்து அந்தச் சிறுகதை பற்றி பேசினார். அதை இன்னொருமுறை திரும்பவும் படிக்கச் சொன்னபடியால் படிக்க நேர்ந்தது. நண்பர் சொன்னது சரி. சில விமர்சகர்கள் கூறியதும் உண்மைதான். இதுதான் செக்கோவ் எழுதியவற்றில் ஆகச் சிறந்த சிறுகதை என்று எனக்கு இப்போது தோன்றுகிறது.

நான் கனடா வந்து இத்தனை வருடங்களாகிவிட்டன. இன்று வரை செக்கோவ் குறிப்பிட்ட கூஸ்பெர்ரி பழத்தை சாப்பிட்டது கிடையாது. நான் வழக்கமாகப் போகும் சூப்பர்மார்க்கெட்டில் பழங்கள் அடுக்கி வைத்திருக்கும் பகுதியில் தேடினேன். இந்தப் பழம் எப்படி தோற்றமளிக்கும் என்பதுகூட எனக்குத் தெரியாது. பழம் கிடைக்கவில்லை. பலநாள் தேடிய பின்னர் மானேஜரிடம் சென்று 'உங்கள் பழப்பிரிவில் கிரான்பெர்ரி, ஸ்ட்ரோபெர்ரி, புளூபெர்ரி, ராஸ்ப்பெர்ரி எல்லாம் கிடைக்கிறது. ஆனால் கூஸ்பெர்ரி கிடைப்பதில்லையே. ஏன், ஒருவரும் அதை இங்கே சாப்பிடுவதில்லையா?' என்றேன்.

மானேஜர் என்னை விநோதமாகப் பார்த்தார். 'வருடத்தில் இரண்டு மாதங்கள்தான் கனடாவில் கூஸ்பெர்ரி கிடைக்கும். அதுவும் சிலநாட்கள் மட்டுமே. அதிகம் பேர் சாப்பிடுவதில்லை என்பதால் நாங்கள் பெரிய சிரமமெடுப்பதில்லை. ஏப்ரல், மே மாதங்களில் சிலவேளைகளில் கிடைக்கலாம்' என்றார். ஏப்ரல் மாதம் பிறந்தவுடனேயே இதே வேலையாக தினம் தினம் போய் கூஸ்பெர்ரி வந்துவிட்டதா என்று கேட்டு தொந்தரவு செய்யத் தொடங்கினேன். அவரும் இல்லை இல்லை என்று சொல்லி அலுத்துவிட்டார். நான் கிட்டத்தட்ட தேடுதலைக் கைவிட்ட சமயம் ஒருநாள் வழக்கம் போல சூப்பமார்க்கெட்டின் உள்ளே

நுழைந்ததும் மானேஜர் கைகளை உயரத் தூக்கி அசைத்து என்னை அழைத்துப் பழங்கள் வந்துவிட்டன என்று சத்தமாகச் சொன்னார். நிறைய பழவகைகள் அங்கே இருந்தன. ஆனால் நான் தேடுவது எப்படி இருக்கும் என எனக்குத் தெரியவில்லை. நான் கற்பனை செய்துவைத்த பழம்போலவே அது இல்லை. ஒரு றம்புட்டான் பழ சைஸில், சருகுபோன்ற பச்சைநிற கோதுடன் காட்சியளித்தது. வீடு வந்து கோதை உரித்தபோது உள்ளே பழம் சிவப்பாக உருண்டையாக இருந்தது. வாயிலே போட்டதும் விதை இல்லாத பழம் என்பதினால் உடனேயே கரைந்தது. ஆகவே விதையைத் துப்பும் சங்கடம் இல்லை. கடித்தவுடன் முதலில் புளிப்புச் சுவை தான் தெரிந்தது. வாயில் கரையும்போது இனிப்பு தூக்கலாகி விழுங்கும்போது மெல்லிய கைச்சல் சேர்ந்தது. மூன்று சுவையும் கொண்டது, அதுதான் அதன் பிரத்தியேக குணம் என்று நினைக்கிறேன்.

சமீபத்தில் உலகத்தின் பல பாகங்களிலுமிருந்து 25 புத்தி ஜீவிகள் கலந்துகொண்ட கருத்தரங்கு ஒன்றை அமெரிக்காவின் அஸ்பென் நிறுவனம் ஏற்பாடு செய்திருந்தது. 1949ல் ஆரம்பிக்கப்பட்ட அஸ்பென் நிறுவனத்தின் தலைமையகம் அமெரிக்காவின் வாசிங்டன் நகரில் உள்ளது. உத்தமமான மானுட சமுதாயத்தை உருவாக்கும் நோக்கோடு தனிமனித தலைமைத்துவ ஆற்றலை வளர்ப்பதற்காக தொடங்கப்பட்ட நிறுவனம் அது. அங்கே அண்டன் செக்கோவ் எழுதிய Gooseberries சிறுகதை விவாதத்திற்கு எடுக்கப்பட்டது என்பது செய்தி. அந்தச் சிறுகதையின் சுருக்கம் இதுதான்.

இவானும் அவருடைய நண்பனும் ஒரு பண்ணை முதலாளி யின் வீட்டில் இரவைக் கழிக்கிறார்கள். அப்பொழுது இவான் தன்னுடைய தம்பியின் கதையை சொல்ல ஆரம்பிக்கிறார். மற்ற இருவரும் கேட்கிறார்கள்.

'நாங்கள் குடியானவர்கள், ஏழைகள். நானும் தம்பியும் சிறுவர் களாக இருந்தபோது பண்ணைச் சூழ்நிலையிலேயே வளர்ந்தோம். என் தம்பி தன்னுடைய 19வது வயதில் அரசாங்கத்தில் ஒரு சின்ன வேலையில் சேர்ந்தான். தம்பி வேலையை வெறுத்தான். ஒரு பணக் காரப் பண்ணை வாழ்வுக்குத் திரும்பிவிட வேண்டும் என்பதுதான் அவன் லட்சியம். பண்ணை வாங்குவதற்காக சிறிது சிறிதாக காசு மிச்சம்பிடித்தான். பிச்சைக்காரன் போல உடையணிந்தான். பாதி வயிறு சாப்பிட்டான். பண்ணை வீடு வாங்குவதுதான் கனவு. நான் சில வேளைகளில் பணம் கொடுப்பேன். அவன் அதையும் சேமிப்பு வங்கியில் போட்டுவிடுவான். எந்த நேரம் அவனிடம் பேசினாலும் பண்ணைவீடு வாங்கவேண்டும். அதில் ஒரு குளம் இருக்கும். வாத்து

நீந்தும். கூஸ்பெர்ரி தோட்டத்தில் நிறைய பழங்கள் தொங்கும் என்பான்.

என் தம்பிக்கு 40 வயது ஆனபோது பேப்பர்களில் விளம்பரங் களைப் படிக்கத் தொடங்கினான். ஓர் அழகில்லாத வயதான பணக்கார விதவையை மணந்தான். அவளை அரைப்பட்டினி போட்டுக் கொன்றுவிட்டான். அவள் சொத்தும் இவனுக்கு சேர்ந்தது. ஐந்து வருடம் தேடி இறுதியில் 300 ஏக்கர் பண்ணை வீட்டை என் தம்பி வாங்கினான். அவன் நினைத்ததுபோல வாத்து நீந்தும் குளம் இல்லை, கூஸ்பெர்ரி தோட்டம் இல்லை. ஆனால் ஆறு இருந்தது. என் தம்பி தயங்காமல் கூஸ்பெர்ரி தோட்டம் ஒன்றை உண்டாக்கினான்.

கடந்த வருடம் நான் என் தம்பியைப் பார்க்கப் போனேன். நான் போனபோது அவன் பின் மதியத் தூக்கத்தில் கிடந்தான். அவன் படுக்கையறைக்குப் போனேன். முழங்கால்வரை கம்பளியால் போர்த்தியபடி நித்திரையில் ஆழ்ந்துபோய் கிடந்த அவனைக் கண்ணுற்றேன். கொழுத்துப்போய், கன்னங்களில் தசைகள் இழுபட, உதடுகள் தொங்க, ஏறக்குறைய கிழப்பருவம் எய்தியிருந்தான். தான் மிகவும் மகிழ்ச்சியாயிருப்பதாகச் சொன்னான். அவனைச் சுற்றி யுள்ளவர்கள் அவனை 'மேன்மைதங்கிய கனவானே' என்று அழைத்தார்கள். அவன் அதைப் பெரிதும் விரும்பினான். அந்தப் பிராந்தியத்தில் அவன் அரசன்தான். அவனுடைய பிறந்த நாளின் போது அரைவாளி வொட்கா மதுவைக் கிராமத்தினருக்கு இலவச மாக அளித்தான். அது பெரிய கொண்டாட்டம். அவன் அரசாங்க உத்தியோகத்திலிருந்த போது ஓர் அபிப்பிராயம் சொல்ல நடுங்கு வான். இப்பொழுது நிறைய அபிப்பிராயங்கள் அவனிடம் இருந்தன.

என்னுடைய மக்கள் என்னை நேசிக்கிறார்கள் என்றான். என் விரல் அசைந்தால் என் விருப்பம் நிறைவேறும் என்று பெருமைப்பட்டான். அன்று மாலை சிற்றுண்டி வழங்கியபோது சமையல்காரி தோட்டத்தில் முதன் முதலாகப் பழுத்த கூஸ்பெர்ரி பழங்களையும் பரிமாறினாள். என் தம்பி அவற்றை இரண்டு முழு நிமிடங்கள் உற்றுப் பார்த்தான். கண்களில் நீர் துளிர்த்தது. அவனால் பேசமுடியவில்லை. பழங்களை வாயில் போட்டால் ஒரே புளிப்பு. ஆனால் தம்பி 'ஆஹா என்ன ருசி' என்று சொல்லி சாப்பிட்டான். இரவிரவாகத் தூங்காமல் படுக்கையிலிருந்து நடந்து நடந்து மேசைக்கு வந்து பழங்களை எடுத்து தின்றபடியே இருந்தான்.'

தன் தம்பியின் கதையை இப்படி இவான் சொல்லி முடித்தார். நண்பனும் பண்ணை முதலாளியும் கதையை

முழுவதுமாக கேட்டனர். இவான் தொடர்ந்தார்: 'என்னுடைய தம்பியின் வாழ்க்கையில் சோம்பேறித்தனமும் அகந்தையும் இருந்தது. அந்த ஏழைக் குடியானவர்களின் அறியாமையையும் விலங்குகள் போன்ற கேவலமான வாழ்க்கையையும் என்னால் மறக்கமுடியவில்லை. அவர்கள் ஒரே வாழ்க்கையைத் தலைமுறை தலைமுறையாக வாழ்கிறார்கள். அவர்கள் வாழ்நாளைக் குடியில் கழிக்கிறார்கள்; குழந்தைகள் பசியில் இறக்கிறார்கள். ஒரு மனிதன் சந்தோசமாய் இருந்தான் என்றால் அதன் காரணம் அது இல்லாதவர்கள் மௌனமாக இருப்பதுதான். ஏழைகள் காத்திருக்க வேண்டும். காலம் கனியும் என்று நான் சொல்வதுண்டு. ஆனால் ஏன் அவர்கள் காத்திருக்க வேண்டும்? இப்பொழுதெல்லாம் எனக்கு செல்வந்தர் வீட்டு யன்னல்களைப் பார்க்கும்போது எரிச்சல் வருகிறது. அவர்கள் உணவு மேசையை சுற்றி அமர்ந்து மகிழ்ச்சியாக உணவு உண்கிறார்கள். அதைக் காண வெறுப்பு மேலிடுகிறது.

நான் மட்டும் இளைஞனாக இருந்தால். 'நான் மட்டும் இளைஞனாக இருந்தால்' என இவான் பிதற்றினார். பின்னர் எழுந்து நின்று தன் நண்பனையும் பண்ணை முதலாளியையும் பார்த்து சொன்னார். 'நீ செல்வந்தனாக, இளவயதினனாக இருக்கும்போதே நல்லது செய்யத் தவறாதே. இங்கே ஒரு சொட்டு நன்மை, அங்கே ஒரு சொட்டு உதவி அல்ல. ஏதாவது பெரிதாகச் செய். மிகப்பெரிதாக.'

மூன்று பேரும் திடீரென்று மௌனமாகித் தங்கள் படுக்கை களுக்கு போனார்கள். பண்ணை முதலாளி கீழ் படுக்கையறையில் படுத்துக் கொண்டார். நண்பர்கள் இருவரும் மேல் மாடியில் தங்கள் தங்கள் அறைகளில் படுத்தார்கள். இவான் போர்வையை இழுத்து மூடித் தூங்கினார். அவருடைய சுங்கானில் இருந்து கிளம்பிய புகை மணம் அடுத்த அறையில் படுத்திருந்த அவருடைய நண் பனைத் தொந்தரவு செய்தது. இந்த மணம் எங்கேயிருந்து வருகிறது எனத் தெரியாமல் தூங்காமல் வெகு நேரம் உழன்றார் நண்பன்.

கடந்த பிப்ரவரி மாதம் ஜோர்டன் நாட்டில் மடபா நகரில் நடந்த கருத்தரங்கில் இந்தக் கதையை விவாதத்துக்கு எடுத்துக் கொண்டார்கள். அதை 25 புத்திஜீவிகள் அரைநாளாக விவாதித் தார்கள். அவர்கள் முடிவு என்னவென்று கேட்டேன். 'உலகத்திலே ஏழ்மையை ஒழிக்க முடியாது. ஏழைகள் இருக்கும் சமுதாயத்தில் செல்வந்தர்களும் இருப்பார்கள். அவர்கள் கடமை ஏழைகளின் நிலையை உயர்த்துவது. ஆனால் சின்னச் சின்ன உதவிகளால் பிரயோசனம் இல்லை; பெரிதாக ஏதாவது செய்யவேண்டும். ஈகைக்கு வயது தடையில்லை. இளமையிலும் உதவலாம். முதுமை யிலும் உதவலாம்.'

விவாதம் நடந்தபோது வேறொருவரும் நினைக்காத ஒன்றை ஒருவர் கூறினார். சிறுகதையின் கடைசி வசனம். இவானின் சுங்கானில் இருந்து கிளம்பிய புகை நண்பனின் அறையை அடைந்து அவனைத் தொந்தரவு செய்தது. அவனால் தூங்க முடிய வில்லை. ஆனால் எங்கேயிருந்து இந்த மணம் வந்தது என்று அவனுக்குத் தெரியவில்லை. ஒருவருடைய இன்பம் மற்றவருக்குத் துன்பம். அது எங்கிருந்து வருகிறது என்பது தெரியாததுதான் ஆகப் பெரிய அவலம். இதைத்தான் பாரதியார் 'கஞ்சி குடிப்பதற்கிலார். அதன் காரணங்கள் இவையெனும் அறிவுமிலார்' என்று சொன்னார்.

செக்கோவினுடையது ஐந்து பக்கச் சிறுகதை. அதில் ஒரு பக்கம் முழுக்க உபதேசம். ஆனால் உபதேசம் என்று தெரியாதபடி சாமர்த்தியமாகப் புனைவுடன் பின்னியிருப்பார். செக்கோவும் ரோல்ஸ்ரோயும் நண்பர்கள். ரோல்ஸ்ரோய் செக்கோவிலும் பார்க்க 32 வயது மூத்தவர். அவர்கள் அடிக்கடி சந்தித்துக் கொள்வதுண்டு. செக்கோவ் மரணப்படுக்கையில் கிடந்தபோது ரோல்ஸ்ரோய் சென்று அவரைப் பார்த்திருக்கிறார். செக்கோவின் எழுத்தை அவ்வப்போது அன்புடன் கடிந்து கொள்வார். உன்னுடைய பாத்திரங்கள் இங்கேயிருந்து அங்கேயும், அங்கேயிருந்து இங்கேயும் நகர்ந்தபடியே இருக்கிறார்கள். அவர்கள் உன்னை எங்கே அழைத்துச் செல்கிறார்கள் என்பதல்லவா முக்கியம். இப்படி யெல்லாம் சொல்வார். ரோல்ஸ்ரோய் எழுத்தாளனுடைய படைப்பில் அறம் இருக்கவேண்டும் என்பதை வலியுறுத்தியவர். செக்கோவினுடைய ஆரம்பகாலக் கதைகளில் அற விசாரம் கிடையாது; அதில் அவருக்கு நம்பிக்கையும் இல்லை. செக்கோவ் இறப்பதற்கு ஆறு வருடங்களுக்கு முன்னர் இந்தக் கதையை எழுதினார். ரோல்ஸ்ரோயுடைய தாக்கத்தில் பிறந்தது இந்தக் கதை என்பதைப் பலரும் ஏற்றுக் கொண்டிருக்கிறார்கள்.

'தேவைக்கு அதிகமாக உன்னிடம் இருந்தால் அது மற்றவர்களிடம் இருந்து திருடியது.' இதைத்தான் ரோல்ஸ்ரோய் சொன்னார். மகாத்மா காந்தியும் அதையே சொன்னார். ஒரு நல்ல சிறுகதை வாசிக்க வாசிக்க புதிய பொருள் கொடுக்கவேண்டும். மனதிலே வாழ்க்கை பற்றிய விசாரணையை எழுப்பியபடியே இருக்கவேண்டும். ஆவி படிந்த கண்ணாடியைத் துடைத்துவிட்டது போல ஒரு சிறுகதையைப் படித்து முடித்ததும் மனது துலக்கமாக வேண்டும். அதை இந்தச் சிறுகதை செய்கிறது.

நான் கூஸ்பெர்ரி வாங்கிய அன்று காசாளரிடம் பணம் கட்டியது நினைவுக்கு வந்தது. எனக்குத் தெரிந்த அந்தப் பெண்

தன் மகனுடன் தனியே வாழ்ந்தார். புருசன் விட்டுவிட்டுப் போய்விட்டதால் வீட்டிலே கஷ்டமான சூழ்நிலை. நான் வரிசையில் நின்று என்னுடைய முறை வந்ததும் வண்டியில் உள்ள சாமான்களை ஒவ்வொன்றாக எடுத்து ஓடும் பெல்ட்டில் வைத்தேன். காசாளர் மந்திரக் கோடுகளை மெசினில் காட்டி விலையைப் பதிந்துகொண்டு வந்தவர் கூஸ்பெர்ரியைத் தூக்கி கண்ணுக்குக் கிட்டவாகப் பிடித்து 'இது என்ன பழம்?' என்று கேட்டார். 'உங்களுக்குத் தெரியாதா? எத்தனை வருடங்களாக இங்கே வேலை செய்கிறீர்கள்?' என்றேன். 'பதினைந்து வருடங்களாக' என்றவர் 'இந்தப் பழங்கள் வருடத்தில் சில நாட்களே இங்கு விற்பனைக்கு வரும். வாங்குபவர்களும் குறைவு' என்று முடித்தார்.

'நீங்கள் இந்தப் பழத்தை சாப்பிட்டிருப்பீர்களே' என்றேன். 'இல்லை, அது எப்படி இருக்கும்?' என்றார். நான் 'தெரியாது. இன்றுதான் வாங்கிப் போகிறேன். பல நாட்களாக மானேஜரிடம் பழம் வந்து விட்டதா என்று நச்சரித்துக் கொண்டே இருந்தேன். வீட்டுக்குப் போய்த்தான் ருசித்துப் பார்க்கவேண்டும்' என்றேன். 'ஏன், இதில் என்ன விசேஷம்? ஏதாவது வியாதியைக் குணப்படுத்துமா?' என்று கேட்டார். நான் 'அப்படி ஒன்றுமில்லை. இந்தப் பழத்தைப் பற்றி 20 வருடங்களுக்கு முன்னர் ஒரு சிறுகதையில் படித்திருக்கிறேன். சுவை எப்படியிருக்கும் என்று அறிய ஓர் ஆசை. அவ்வளவுதான்' என்றேன்.

'சரி, இங்கே வேலை செய்துகொண்டு இந்தப் பழத்தைச் சாப்பிடாமல் இருப்பது எப்படி? இன்றே நானும் கொஞ்சம் பழங்கள் வாங்கிப் போவேன்' என்று சொல்லிவிட்டு விலைப் பட்டியலில் அதன் விலையைப் படித்தார். நான் கடன் அட்டையைக் கொடுத்து காசைக் கட்டிவிட்டு வண்டியைத் தள்ளிக் கொண்டு வெளியே போவதற்குத் தயாராக இருந்தேன். காசாளர் மெசினிலிருந்து எனக்குத் தரவேண்டிய சாமானின் பட்டியலைக் கிழித்து தந்தார். பின்னர் 'நான் இங்கே மேலும் பத்து வருடங்கள் வேலை பார்த்தாலும் என் சம்பளப் பணத்தில் இந்தப் பழத்தை வாங்கித் தின்பதற்குக் கட்டுப்படியாகாது' என்றார்.

'இதைத்தான் செக்கோவ் 110 வருடங்களுக்கு முன்னர் எழுதி வைத்தார்' என்று சொல்லிவிட்டு வண்டியைத் தள்ளிக்கொண்டு தானாகத் திறக்கும் கதவை நோக்கி நகர்ந்தேன். நான் ஏதோ உக்கிரேனியன் மொழி பேசியதுபோல ஒன்றும் புரியாமல் திகைத்துப் போய் என்னையே பார்த்துக்கொண்டு நின்றார் அந்தப் பெண்மணி.

ஐந்து கால் மனிதன்

நான் அமர்ந்திருந்தேன், சூப்பர்மார்க்கெட்டின் வெளியே காணப்பட்ட பல இருக்கைகளில் ஒன்றில். அந்தப் பெண் வந்து பொத்தென்று பக்கத்து ஆசனத்தில் அமர்ந்தார். சீருடை அணிந்திருந்தார். கையிலே பேப்பர் குவளையில் கோப்பி. தான் செய்த வேலையைப் பாதியில் நிறுத்திவிட்டு வந்திருந்தார். துப்புரவுப் பணிப்பெண் என்பது பார்த்தவுடன் தெரிந்தது. வயது 50க்கு மேலே இருக்கும். கறுப்பு முடி, நீலக் கண்கள். வெண்மையான சருமம். கிழக்கு ஐரோப்பியப் பெண்ணாக இருக்கலாம். ஒருவேளை ரஸ்யப் பெண்ணாகவும் இருக்கலாம். கோப்பியை சத்தம் எழுப்பாமல் குடித்தபடி யோசனையை எங்கோ தூரத்தில் செலுத்திவிட்டு அமைதியாக அமர்ந்திருந்தார். அந்தக் கண்களில் வெளிப்பட்ட துயரம் போல ஒன்றை நான்முன்னர் கண்டதில்லை. அதுவே அவருடன் என்னைப் பேசத் தூண்டியது.

'இன்றைய வேலையை முடித்துவிட்டீர்களா?' என்று கேட்டேன். 'இல்லை, இன்னும் பாதி வேலை இருக்கிறது. ஓய்வெடுக்கிறேன்' என்றார். அவருடைய அலங்காரம், பேச்சு, நடக்கும் தோரணை, ஆங்கில உச்சரிப்பு இவற்றை வைத்துப் பார்த்தபோது அவர் நீண்ட காலமாக ரொறொன்ரோவில் வசிக்கிறார் என்பதை உணர முடிந்தது. துப்புரவுப் பணியில் அநேகமாக புதிதாகக் குடிவந்தவர்கள் அல்லது அகதிக் கோரிக்கையாளர்கள்தான் வேலை செய்வது வழக்கம். நீண்ட காலம் வசிப்பவர்கள் சீக்கிரத்தில் வேறு தொழிலுக்கு மாறிவிடுவார்கள். ஆகவே இந்தப் பெண் துப்புரவுப் பணியில் ஈடுபட்டிருந்தது எனக்கு ஆச்சரியத்தைக் கொடுத்தது.

'நீங்கள் கனடாவுக்கு எப்பொழுது குடிபெயர்ந்தீர்கள்?' என்று கேட்டேன். அவர் கிரீஸ் நாட்டைச் சேர்ந்தவர். அவருக்கு 13 வயது நடந்தபோது தனியாக கனடாவுக்கு வந்தார். அவருடைய தகப்பன் அவருக்கு ஹெலென் என்று பெயர் சூட்டினார். ஹோமருடைய இதிகாசத்தில் வரும் பேரழகி ஹெலென். பிறந்தபோது அவர்அத்தனை அழகாக இருந்தாராம். புராணத்தில் வரும் ஹெலெனை பாரிஸ் என்ற வீரன் கடல் கடந்து அபகரித்துப்

போனான். ஹெலென் என்ற பெயரைக்கொண்ட இந்தப் பெண்ணும் ஏறக்குறைய அம்மாதிரிதான் கடத்தப்பட்டார். அவரே தன் மீதிக் கதையை கூறினார்.

'எங்கள் குடும்பத்தில் நாங்கள் ஏழு பிள்ளைகள். நான் ஆறாவது. என் அப்பாவுக்கு ஒரு கால் கிடையாது. அவர் எப்பொழுதும்குதிரையில் ஆரோகணித்திருப்பார். படுக்கும் நேரம் போக மீதி நேரம் எல்லாம் அப்பாவைக் குதிரையின் மேல்தான் காணலாம். அவருடைய வேலை பிரபுக்களை வேட்டைக்கு அழைத்துப் போவது. அவரும் நன்றாக வேட்டையாடக் கூடியவர். குறிதவறாமல் சுடுவார். எங்கே எந்த நேரம் எந்த இடத்தில் என்ன பறவைகள் கிடைக்கும், என்ன மிருகங்கள் அகப்படும் என அவர் ஒருவருக்கே தெரியும். ஆகவே அப்பாவைத் தேடி பிரபுக்கள் வருவார்கள். அதிக வேட்டை கிடைத்தால் அப்பாவுக்கு அதிகப் பணம் கிடைக்கும். நான் பிறந்த பிறகு பிரபுக்கள் வேட்டையில் பெரிதாக முன்னர்போல ஆர்வம் காட்டவில்லை. படிப்படியாக அப்பாவின் வருமானம் குறைந்தது. அப்பாவுக்கு வேறு வேலை தெரியாது. அவராகவே ஆள் சேர்த்துக்கொண்டு வேட்டைக்குப் போவார். அவரை எங்கள் கிராமத்தில் 'ஐந்து கால் மனிதன்' என்றே அழைப்பார்கள். எனக்கு 11, 12 வயது நடந்தபோது நிலைமை மோசமானது. வீட்டிலே நாங்கள் அடிக்கடி பட்டினி கிடக்க நேரிட்டது. அப்பா தொடர்ந்து குடும்பத்தைப் பராமரிப்பதற்கு பெரும் சிரமப்பட்டார்.

நான் படிப்பில் கெட்டிக்காரியாக இருந்தேன். தொடர்ந்து படிக்க வேண்டும் என்ற ஆசை எனக்கு. கிரேக்க காவியங்களும் என்னைக் கவர்ந்திருந்தன. பண்டைய கிரேக்க மொழியைப் படிக்கவேண்டும் என்ற ஆர்வமும் நிறையவிருந்தது. நவீன கிரேக்கம் வேறு, பண்டைய கிரேக்கம் வேறு. எழுத்துக்கள் ஒன்றாக இருந்தாலும் உச்சரிப்பு வேறு. பொருளும் வேறு. பண்டைய இலக்கியங்களை என்னால் வாசிக்க முடியும். ஆனால் பொருள் விளங்காது.

என் அம்மாவின் தங்கை கனடாவில் வசதியாக வாழ்ந்தார். அவர் என்னை அழைத்தார். கனடாவில் என்ன வேண்டுமென்றா லும் படிக்கலாம் என்று ஆசை காட்டினார். ஏனோ நான் மகிழ்ச்சியில் குதித்தேன். அந்த வறுமையிலும் என் அம்மாவுக்கு நான் புறப்படுவதில் சம்மதம் இல்லை. ஆனால் என் அப்பாவுக்குப் பெருமை பிடிபடவில்லை. நான் கனடாவுக்குப் படிக்கப் போகிறேன் என்பதை நாலு தடவை ஊர் முழுக்க குதிரையில் சுற்றியபடி அறிவித்தார். 1969ம் ஆண்டு டிசம்பர் மாதக் குளிரில் நான்

மொன்ரியல் வந்து சேர்ந்தேன். என்னுடைய சின்னம்மாவுக்கு இரண்டு பிள்ளைகள். நான் வந்த அன்றே என்னை அவர்கள் அறையில் தூங்க அனுமதித்தார். அவர்கள் கட்டிலில் படுத்தார்கள். நான் தரையில் படுத்தேன். அடுத்த நாள் காலையே எனக்கு உண்மை புரிந்துவிட்டது. நான் வேலைக்காரியாகத்தான் வந்திருந்தேன்.

கிரேக்கப் புராணத்தில் ஒரு கதையுண்டு. திரோய் அரசன் தன் நகரத்தைச் சுற்றி பிரம்மாண்டமான சுவர் எழுப்ப திட்டம் போட்டான். அதற்காக அதிவீரன் அப்பொல்லோவையும் கடல் கடவுளான போஸிடோனையும் நியமித்தான். சுவரைக் கட்டி முடித்தபிறகு அவர்களுக்குத் தகுந்த சன்மானம் தருவதாக வாக்குக் கொடுத்தான். ஆனால் அவர்கள் சுவரைக் கட்டி முடித்த பிறகு சம்பளத்தைக் கொடுக்காமல் ஏமாற்றினான். கிரேக்கப் புராணம் சொல்லும் ஏமாற்றுக்காரர்களில் இவனே அதிகம் சிறப்புவாய்ந்த ஏமாற்றுக்காரன். என் சின்னம்மாவும் அப்படித்தான். சிறு பெண்ணான என்னைத் திட்டமிட்டு ஏமாற்றினார். காலையில் அவர் வேலைக்குப் போய்விடுவார். நான் இரண்டு பிள்ளை களையும் பார்ப்பேன். சமைப்பேன். துவைப்பேன். தரையைக் கூட்டி சுத்தம் செய்வேன். பள்ளிக்கூடம் போகவேண்டும் என்று நான் கேட்டபோது பனிக்காலம் முடியட்டும் என்று சொன்னர். பனிக்காலம் முடிந்தபோது செப்டம்பரில்தான் பள்ளியில் புது ஆட்களைச் சேர்ப்பார்கள் என்றார். இப்படியே புதுப்புது விதமான சாட்டுகளை உருவாக்கினார். என்னைக் கடைசி வரை அவர் பள்ளிக்கு அனுப்பவில்லை.

நான் வீட்டுக்கு எழுதும் கடிதங்களைப் படித்துக் கிழித்து விட்டு திரும்பவும் எழுதச் சொல்வார். அவரே என் கடிதத்தை உறையிலிட்டு தபால்தலை ஒட்டி அனுப்புவார். நான் கண்டது காலை, மதியம், மாலை, இரவு, அவ்வளவுதான். என்னை வெளியே கூட்டிப் போனது கிடையாது. எனக்கு பிரெஞ்சு மொழியும் தெரியாது. நான் ஓர் அடிமை வாழ்க்கை வாழ்ந்தேன். ஆனால் என் அப்பா நான் பெரிய படிப்பு படிக்கிறேன் என்ற ஆனந்தத்தில் இருந்தார். என்னுடைய சின்னம்மா கடிதத்தில் என்ன எழுது வாரோ தெரியாது, ஆனால் அப்பா எனக்கு எழுதும் கடிதங்களில் ‘நல்லாகப் படி. அடுத்தசோதனையிலும் முதல் ஆளாக நீ வரவேண்டும்’ என்று எழுதியிருப்பார்.

என்னுடைய பல பிறந்த தினங்கள் வந்து போயின. அது என் ஒருத்திக்கு மட்டுமே தெரியும். யாரும் எனக்குப் பிறந்த நாள் வாழ்த்து பாடவில்லை. ஒருநாள் இரவு எல்லோரும் உறங்கிய

பின்னர் நான் கண்ணாடிக்கு முன் நின்று என்னைப் பார்த்தேன். நான் இளம் குமரியாக நின்றது எனக்கே ஆச்சரியமாக பட்டது. என்னையே பார்த்துக்கொண்டு நெடுநேரம் நின்றேன். அடுத்த நாள் மாலை சின்னம்மா அடித்ததில் கைவிரல்கள் பதிந்த அடையாளம் கண்ணாடியில் என் கன்னத்தின் பிழையான பக்கம் தெரிந்தது. அந்த வீட்டுத் தரைவிரிப்பை பாதி சுருட்டியபடி விட்டிருந்தேன். அதை மறுபடியும் விரிக்க மறந்துவிட்டேன். அதற்கான தண்டனை தான் என் கன்னத்தில் பதிந்து கிடந்தது. என் நிலையை எண்ணிய போது எனக்கே மிகவும் பரிதாபமாகப்பட்டது.

சின்னம்மாவிடம் விலை மதிக்க முடியாத பொருள் ஒன்றுஇருந்தது. படிகக்கண்ணாடியால் செய்த ஏழு காம்புகள் கொண்ட மெழுகுத்திரி தண்டு. அதை நான் துடைத்துக் கொண்டிருந்தபோது அது கை தவறி கீழே விழுந்து உடைந்து விட்டது. என்னுடைய சின்னம்மா எங்கிருந்தோ சத்தம் கேட்டு 'உடைத்துவிட்டாயா?' என்று கத்திக் கொண்டு கையை ஓங்கியபடி ஓடிவந்தார். அன்று எனக்கு என்ன நடந்தது என்று தெரியாது. நான் 18 வயது யுவதி. கைகளை இடுப்பில் வைத்துக்கொண்டு அவரை நேருக்குப் பார்த்து 'அதற்கு என்ன இப்போ?' என்று கேட்டேன். அவர் அப்படியே நின்றார். முகத்தில் முதல் தடவையாக ஒருவித அச்சத்தைக் கண்டேன். புகைப்படம் எடுக்க மெதுவாகப் பின்னுக்கு நகர்வது போல நகர்ந்தார். தரையில் இருந்து விளையாடிய கைக்குழந்தையை சட்டென்று தூக்கி இடுப்பில் வைத்துக்கொண்டு அந்த இடத்தைவிட்டு அகன்றார். அன்றைக்கு உடைந்த கண்ணாடிச் சில்லுகளை நான் கூட்டி அள்ளவில்லை. அப்படியே போய் படுத்துவிட்டேன். என் வாழ்நாளில் அதுவே நீண்ட இரவு. அடுத்த நாள் அதிகாலை பஸ் கட்டணத்துக்கு வேண்டிய பணத்தைத் திருடிக்கொண்டு ரொறொன்ரோவுக்கு பஸ் பிடித்தேன்.'

'ரொறொன்ரோவில் சந்தோஷமாக இருந்தீர்களா?' 'ரொறொன்ரோ வந்து இறங்கிய அன்றுதான் வசந்தம் தொடங்கியிருந்தது. வானம் தொடக்கூடிய தூரத்தில் தெரிந்தது. மரங்கள் துளிர்த்து புது ஆரம்பத்தை நினைவூட்டின. மனம் மகிழ்ச்சியில் திளைத்தது. ஒரு தொழிற்சாலையில் உடைகளில் பொத்தான் தைக்கும் வேலை கிடைத்தது. மிகவும் சுதந்திரமாக இருந்தேன். அங்கே வேலை செய்த ஒருவரை மணமுடித்தேன். ஒரு மகன் பிறந்தான். எல்லாம் நல்லாகவே போனது. திடீரென்று ஒரு நாள் என் கணவர் உணவகம் ஒன்று திறக்கலாம் என்று யோசனை சொன்னார். சேமிப்பில் வைத்திருந்த அவ்வளவு பணத்தையும்

போட்டு கிரேக்க உணவகம் ஒன்றைத் தொடங்கினோம். சில வருடங்களுக்குப் பின்னர் அது லாபத்தில் ஓடியது. ஆனால் என் கணவர் இறந்தபோது நான் அதை நட்டத்திற்கு விற்க நேர்ந்தது.'

'நீங்கள் உங்கள் சின்னம்மாவைப் பிறகு சந்திக்கவே இல்லையா?'

'நான் மொன்ரியலில் போய் இறங்கிய அன்று சின்னம்மா என் நாடியைப் பிடித்து இங்கும் அங்கும் திருப்பி ஒவ்வொரு கோணத்திலும் என்னை உற்றுப் பார்த்தார். நான் நினைத்தேன், சின்னம்மா என்மீது அன்பு காட்டுகிறார் என்று. அது அப்படி யில்லை. அவர் என் விலையைத் தீர்மானித்தார் என இப்போது தோன்றுகிறது. என்னிடமிருந்து எவ்வளவு வேலை வாங்கலாம் என்றுதான் அவர் கவலைப்பட்டார். எத்தனை கொடூரமாக என்னை அவர் நடத்தியிருந்தாலும் அவர் சொன்ன ஒரு வாசகத்தை மாத்திரம் இன்றைக்கும் என்னால் மறக்க முடியாது. 'நீ எதற்காகப் படிக்கவேண்டும், படிக்கவேண்டும் என்று அலைகிறாய். துடைப்பக் கட்டையோடு நிற்கும்போது நீ நல்ல அழகாய்த்தானே தெரிகிறாய்.' இதுதான் சின்னம்மா. இறக்கும் வரைக்கும் என் அப்பாவுக்கு நான் ஏமாற்றப்பட்டது தெரியாது.

ரொறொன்ரோ வந்த பின்னர் நான் எழுதித்தான் அம்மா வுக்குத் தெரியும். அவர் சின்னம்மாவை மன்னிக்கவே இல்லை. நான் மன்னித்துவிட்டேன், ஆனால் அந்தக் காயம் இன்னும் ஆறாமலே கிடக்கிறது.

எங்கள் நாட்டில் ஒரு பழமொழி உண்டு. சப்பாத்து விற்பனைக்காரன் முழங்காலில் உட்கார்ந்து ஆகவேண்டும். வேலைக்காரியாக என்னை சின்னம்மா ஆக்கிய பின்னர் நான் அவரிட்ட கட்டளையை நிறைவேற்றாமல் இருக்க முடியுமா? சின்னம்மா தன்னைப் பெரிய அழகியாக நினைத்திருந்தார். அப்படியல்ல, அவர் தண்ணீரில் ஊறவைத்ததுபோல ஊதிப்போய் இருப்பார். ஆனால் திறமையான எசமானி. அவர் கண்கள் பூச்சியின் கண்கள் போல சுழன்றபடி இருக்கும். என்னுடைய வேலைகளில் குறைகண்டபடி இருப்பது அவர் பொழுதுபோக்கு. தவறுசெய்தால் வசவு கிடைக்கும். என்னிடம் சாதாரணமாக கிரேக்க மொழியில் பேசுவார். ஆனால் திட்டும்போது ஆங்கிலத் துக்கு மாறிவிடுவார். நான் ஆங்கிலம் கற்றுக்கொண்டது அப்படித் தான்.'

'உங்களுக்கு மகன் இருக்கிறான் அல்லவா?' என்றேன். 'நான் படிக்க முடியாத பெரிய படிப்பை என் மகன் படிப்பான் என

நினைத்தேன். ஆனால் அவன் பள்ளிக்கூட படிப்பைக்கூட முடிக்க வில்லை. பத்து நாள் பழக்கமான ஒரு பெண்ணை எனக்குத் தெரியாமல் மணமுடித்தான். அந்தப் பெண் சிரிக்கும்போது சிகரெட் புகை வெளியே வரும். அவளைக் கூட்டிக்கொண்டு அமெரிக்காவின் ஐடஹோ மாநிலத்துக்குப் போய்விட்டான். ஏன் அங்கே போனான் என்ற காரணத்தை யாராவது கேட்டால் சிரிப்பார்கள். அங்கேதான் வாத்து சுடலாம் என்கிறான். ஏர்னெஸ்ட் ஹெமிங்வே என்ற எழுத்தாளர் வாத்து சுட்ட மாநிலமாம். நான் ஒரு வாத்திலும் கீழாகிவிட்டேன். தாயை விட்டு ஒரு மகன் பிரிவதற்கு இது நல்ல காரணமா? என்னோடு ஒருவித தொடர்பும் அவனுக்குக் கிடையாது. எனக்கு ஒருவருமே இல்லை, நான் தனியாகத்தான் வாழ்கிறேன். அடிக்கடி என் அப்பாவை நினைத்துக்கொள்வேன். அவர் இறக்கும்வரை உழைப்பதை நிறுத்தியதே இல்லை. ஊரிலே 'ஐந்து கால் மனிதன்' என்று அவரைப் பழித்தபோது அவர் அதைப் பொருட்படுத்தவில்லை. சோர்ந்து போனதும் கிடையாது. ஒருநாள் குதிரையில் அமர்ந்த படியே இறந்துபோனார். ஒரு கால் மட்டுமே இருந்தாலும் அவர் அயராமல் உழைத்தார். ஆனால் எனக்கு இரண்டு கால்கள் இருக்கின்றனவே' என்று சொல்லி சிரித்தார்.

ஹெலென் என்று அருமையாக பெயர் சூட்டப்பட்ட கிரேக்கப் பெண் சட்டென்று எழுந்து நின்று தன் ஆடையைத் தட்டி சரி செய்தார். ஒரு காலத்தில் அவர் பேரழகியாய் இருந்திருப் பார் என்று தான் தோன்றியது. கோப்பிக் குவளையை, சற்றுமுன் அவர் சுத்தமாக்கிய குப்பைத் தொட்டியில் எறிந்தார். துடைப்பக் கட்டை, தண்ணீர் கலம், சோப் வாளி, கிருமி நாசினி ஆகியவை நிறைந்த வண்டியைத் தள்ளிக்கொண்டு புறப்பட்டார். புறப்படும் முன்னர் அவர் கடைசியாகச் சொன்ன வாசகம் ஒரு சிறுகதையின் முடிவுக்குரிய லட்சணத்தோடு வெளிவந்தது. 'நான் 13 வயதில் துடைப்பத்தை கையிலெடுத்து சுத்தம் செய்தேன். இன்று 55 வயதிலும் அதையே செய்கிறேன், இன்னும் மோசமாக.'

கையெழுத்து

இன்று, 2 ஜூலை 2011, ஏர்னெஸ்ட் ஹெமிங்வே இறந்து 50 ஆண்டுகள் கழிந்துவிட்டன. உலகத்தின் பல பாகங்களிலும் இருந்து உலகப் பிரபலமான இந்த அமெரிக்க எழுத்தாளரைப் பல எழுத்தாளர்களும் வாசகர்களும் நினைவுகூர்வார்கள்.

ஹெமிங்வே அவருடைய கடைசிக் காலங்களில் அமெரிக்கா வின் ஐடஹோ மாநிலத்தில் கெச்சம் என்ற சிறு நகரத்தில் வாழ்ந் தார். ஒருநாள் அதிகாலை அவருடைய துப்பாக்கியுடன் ஒருவித காரணமும் இன்றி அவர் நின்றதைக் கண்ட அவர் மனைவி மேரி பதறிப்போய் குடும்ப மருத்துவரை அழைத்தார். உடனேயே ஹெமிங்வேயை ஆஸ்பத்திரியில் அனுமதித்து அவருக்கு மின்சார அதிர்ச்சி வைத்தியம் செய்தார்கள். ஜூன் 30ம் தேதி ஆஸ்பத்திரியி லிருந்து திரும்பவும் ஹெமிங்வே வீட்டுக்கு வந்தார். ஜூலை 2 அதிகாலை ஹெமிங்வே தன்னிடமிருந்த பல துப்பாக்கிகளில் அவருக்கு மிகவும் பிடித்தமான பொஸ் துப்பாக்கியை எடுத்து அதற்குள் இரண்டு ரவைகளைப் போட்டு நிறைத்தார். துப்பாக்கி குழலை வாய்க்குள் விட்டு விசையை அழுத்தி தற்கொலை செய்து கொண்டார். ஹெமிங்வே தற்கொலை முயற்சியில் ஒருமுறை ஈடுபட்டவர் என்று தெரிந்திருந்தும் அவர் மனைவி துப்பாக்கிகளை ஒளித்து வைக்காதது ஏன் என்பதுதான் ஒருவருக்கும் இன்றுவரை புரியாத மர்மம்.

கடைசிக் காலங்களில் ஹெமிங்வேக்கு எழுதுவதற்கு சிரம மாகி வந்தது. ஒரு கார் பழசாவதுபோல, ஒரு சைக்கிள் பழசாவது போல, ஒரு பேனா பழசாவதுபோல மூளையும் பழசாகக்கூடும் என்பதை ஹெமிங்வே நம்ப மறுத்தார். முதுமை நெருங்க நெருங்க புது சிந்தனைகள் மூளையில் தோன்றுவது அவ்வளவு இலகுவாயிராது என்பதை அவர் உணரவில்லை. 'ஒரு நல்ல வசனம் வேண்டும். ஒரு நல்ல வசனம் வேண்டும்' என்பதே அவரது பிரார்த்தனை. ஹெமிங்வேக்கு திகில் வாழ்க்கையும் சாகசமும், அச்சமும், மரண பயமும் படைப்பூக்கிகளாக இருந்தன. விளையாட் டாக துப்பாக்கி குழலை எடுத்து வாய்க்குள் நுழைத்து விசையை மெல்ல மெல்ல அழுத்தி பயமூட்டுவது அவர் பழக்கம். அந்த

நேரம் ஏதாவது புது சிந்தனை வெடிப்பு அவருக்கு நிகழும். அப்படி ஏதாவது சோதனை செய்தபோது துப்பாக்கி எதிர்பாராமல் வெடித்து அவர் இறந்து போனார் என்றும் சிலர் சொல்கிறார்கள்.

வயது செல்லச் செல்ல அறிவு கொழுந்துவிட்டு வீசும் என்று ஹெமிங்வே நினைத்தார். புத்தி மழுங்கும் என்பதை அவர் அறிய வில்லையா அல்லது தான் விதிவிலக்கு என எண்ணினாரா தெரிய வில்லை. 'ஒவ்வொரு முறையும் ஒரு வார்த்தையைப் பார்க்கும்போது அது ஒரு புது வார்த்தையாகவே எனக்குத் தெரிகிறது' என்று சொன்னவர் எந்த ஒரு வார்த்தையைப் பார்த்தும் அகத்தூண்டல் பெறாமல் அவதியுற்றார். இன்னும் பெரிய படைப்பு ஒன்றைப் படைக்கலாம் என நினைத்தார். படைப்புச்சம் இளமையில் ஏற்படுவது. ஐஸாக் அஸிமோவ் தன்னுடைய ஆகச் சிறந்த படைப்பான Nightfall சிறுகதையை அவருடைய 21 வது வயதிலே எழுதினார். அதற்குப் பிறகு அவர் எழுதிய நூற்றுக்கணக்கான சிறுகதைகளில் ஒன்றேனும் அந்தச் சிறுகதையைத் தாண்டவில்லை. ஐன்ஸ்டைன் தன் உச்சமான கண்டுபிடிப்புகளைத் தன்னுடைய 26வது வயதிலேயே நிகழ்த்திவிட்டார். கற்பனையூற்று அடைத்து மூளை பாலைவனம்போல ஆகியிருந்த காரணம்தான் ஹெமிங்வேயைத் துப்பாக்கியைத் தூக்க வைத்தது போலும்.

பல வருடங்களுக்கு முன்னர் ஹெமிங்வே மெக்ஸிகோவுக்கு பயணம் போன இடத்தில் அவரைத் தொடர்ந்து துரத்திய இரண்டு ஏழைச் சிறுவர்கள் அவரிடம் பிச்சை கேட்டனர். ஹெமிங்வேக்கு தொந்தரவு பொறுக்க முடியவில்லை. அவர்களுக்கு அவர் ஒரு சதமும் கொடுக்க விரும்பவில்லை. தன்னிடமிருந்த ஒரு பேப்பரையும் பேனாவையும் தூக்கிக் கொடுத்து 'ஏதாவது எழுதி பெரிதாக சம்பாதியுங்கள்' என்று சொல்லி ஆசீர்வதித்தார். பாவம், அந்தச் சிறுவர்கள். அவர்கள் என்ன செய்வார்கள்? அந்தப் பேப்பரில் கடன் பத்திரம் எழுதிக் கொடுப்பார்களா அல்லது சத்தியக் கடுதாசி தயாரிப்பார்களா?

ஒரு நல்ல வசனம் தோன்றாமல் தற்கொலை செய்து கொண்டவர் நோபல் பரிசு பெற்ற எழுத்தாளர் ஹெமிங்வே. எழுத்தறிவில்லாத அந்த ஏழைச் சிறுவர்களுக்கு ஒரு நல்ல வசனம் கிடைக்கும் என்று எப்படி எதிர்பார்த்தார்? வெற்றுப் பேப்பரைக் கொடுக்காமல் அதிலே தன்னுடைய கையெழுத்தை வைத்துக் கொடுத்திருக்கலாம் என்று அவருக்குத் தோன்றவில்லை. பிச்சை எடுத்த சிறுவர்கள் இன்று பெரிய பணக்காரர்கள் ஆகியிருப்பார்கள்.

ஹெமிங்வேயின் கையெழுத்து நல்ல விலைக்குப் போகிறதாம்.

நான் உதவ முடியாது

ஒவ்வொரு முறையும் பொஸ்டனுக்குப் போகும்போது இப்படித்தான் ஏதாவது ஒன்று நடந்துவிடுகிறது. இம்முறை கம்ப்யூட்டர் பழுதாகி விட்டது; ஆகவே எழுத முடியவில்லை. மின்பதில்கள் போட வேண்டிய அவசியமும் இல்லை. நல்லகாலமாக வாசிப்பதற்கு நிறைய புத்தகங்கள் இருந்தன. அவற்றை இரவு பகலாகத் தொடர்ந்து வாசித்தேன். அதனால் கண்களுக்கு நிறைய வேலை கொடுத்தேன் என நினைக்கிறேன். அதுதான் காரணமோ என்னவோ என் இடது கண்ணில் தாங்கமுடியாத வலி ஏற்பட்டது. கண் சிவப்பாகியது. நீர் வடிந்தது. ஓர் இரவு முழுக்க ஐஸ் கட்டி ஒத்தடம் கொடுத்தேன். ஒன்றுமே சரிவரவில்லை.

விடிந்ததும் அயலில் உள்ள மருந்தகம் ஒன்றுக்குப் போய் என் பிரச்சினையை சொன்னேன். கண் வலி தாங்க முடியவில்லை. கண்ணை அமைதியாக்குவதற்கு ஏதாவது சொட்டு மருந்து இருக்கிறதா என்று கேட்டேன். அந்தப் பெண்மணி இதற்கு ஏன் பதறவேண்டும் என எனக்குத் தெரியவில்லை. 'மன்னிக்கவேண்டும், நான் உதவ முடியாது' என்றார்.

கண்வேதனையுடன் காரை ஓட்டுவதும் கடினமாகிக் கொண்டு வந்தது. போகும் வழியில் தற்செயலாக கண்ணாடிக்குக் கண் பரிசோதிக்கும் இடம் ஒன்று தென்பட்டது. அங்கே போனேன். வரவேற்பறைப் பெண்ணிடம் என் பிரச்சினையை சொல்லி கண் பரிசோதிப்பவரைப் பார்க்க முடியுமா? என்று கேட்டேன். அவர் மறுத்துவிட்டார். கண் நோய்க்கு அங்கே வைத்தியம் இல்லை. நான் குடும்ப வைத்தியரிடம் போகவேண்டும் என்றார். மீண்டும் ஒருமுறை கேட்டபோது 'மன்னியுங்கள், என்னால் உதவமுடியாது' என்று பிடிவாதமாகச் சொன்னார்.

முன்பொருமுறை குடும்ப வைத்தியரிடம் போயிருந்தது ஞாபகத்துக்கு வந்தது. அங்கே போனேன். எங்கே சென்றாலும் ஒரு வரவேற்பாளினி இருப்பார். அவரைத் தாண்டுவதுதான் பெரிய காரியம்.

இந்தப் பெண் பொய் நகம் ஒட்டி நகத்தை நீளமாக்கி

யிருந்தார். பொய் இமைகளை ஒட்டி கண்களைக் கறுப்பு பூச்சிகள் போல மாற்றியிருந்தார். உதட்டிலே பொய்ச் சிரிப்பு. தலையைத் தூக்கி நான் அங்கே ஏன் வந்தேன் என்பதுபோல பார்த்தார். நான் என் கண் விருத்தாந்தத்தைக் கூறி மருத்துவரைப் பார்க்க முடியுமா? என வினவினேன். அவர் மறுத்து கண் மருத்துவரைப் பார்ப்பதுதான் உசிதம் என அபிப்பிராயம் சொன்னார். நான் கனடாவில் இருந்து வந்திருக்கிறேன். ஒரு நிமிடம் அவர் என் கண்ணைப் பார்த்து அறிவுரை சொன்னால் நான் அதன்படி நடப்பேன் என்றேன். அந்தப் பெண் அன்று கல் நெஞ்சத்தை அணிந்து வந்திருந்தார். 'மன்னிக்கவேண்டும். நான் உங்களுக்கு உதவ முடியாது' என்றார். நான் சொன்னேன். 'நீங்கள் எப்போதாவது கனடாவுக்கு வந்து உங்களுக்கு இப்படியான பிரச்சினை ஏற்பட்டால் தாராளமாக என்னைத் தொடர்புகொள்ளலாம். நான் உதவி செய்வேன்.'

அவர் பொய் கண்மடல்களைப் பலதடவை அடித்து திகைத்துப் போய் என்னைப் பார்த்தார். அவர் வாய் கொஞ்சம் திறந்திருந்தது. அவர் அதை மூடுவதற்கிடையில் நான் புறப்பட்டேன். அன்று அவர் படுக்கும்முன்னர் என்னைப் பற்றி குறைந்தது நாலு தடவையாவது நினைத்திருப்பார்.

இறுதியில் அவசரப் பிரிவு மருத்துவமனைக்கு ஒருவாறு வழி விசாரித்து போய்ச் சேர்ந்தேன். புது இடம், புது மருத்துவமனை, புதிய ஆட்கள். வரவேற்பாளினி ஆதரவுடன் வரவேற்று தகவல் களை நிரப்பிக்கொண்டார். பின்னர் காத்திருக்கத் தொடங்கினேன். அவசரப்பிரிவு என்பது நோயாளிகளுக்குத்தான். மருத்துவருக்கு அல்ல. நான் காத்திருக்கும்போதே ஆம்புலன்ஸ் விபத்தில் அகப் பட்டவர்களைக் கொண்டு வந்து சேர்த்தது. அவர்களை எல்லாம் முதலில் பார்த்து முடிந்த பிறகு என் முறை வந்தது. உள்ளே அழைத்தார்கள்.

இவர் பொதுமருத்துவர். பெயர் ஜாஸ்மின் கென்னடி. நடுத்தர வயதுப் பெண். கண்ணைப் பல கருவிகளால் சோதனை செய்தார். படம் எடுத்து அதை ஆராய்ந்துவிட்டு சொன்னார், 'எனக்கு ஒரு நோய் அறிகுறியும் தெரியவில்லை. ஆனால் என் மனம் சமாதானம் அடையவில்லை. நீங்கள் உடனே ஒரு கண் மருத்துவ நிபுணரைப் பார்க்கவேண்டும்' என்றார். சரி என்று நான் புறப்பட்டபோது தடுத்துவிட்டார். நிபுணரைத் தொலைபேசியில் அழைத்து 'நோயாளி ஒருவரை உடனே பார்க்கவேண்டும்' என்றார். அப்பொழுது மணி நாலை நெருங்கிக்கொண்டு வந்தது. நாலு மணிக்கு அவர்கள் மருத்துவமனை மூடிவிடும். ஆனால் நிபுணர்

எனக்காக காத்திருப்பதாகக் கூறினார். ஜாஸ்மின் அத்துடன் நிற்க வில்லை. நீங்கள் கண் வலியுடன் காரோட்ட முடியாது என்று சொல்லி அவராகவே ஒரு வாடகைக் காரையும் அழைத்து என்னை அனுப்பிவைத்தார்.

நான் மருத்துவ நிபுணரிடம் போய்ச் சேர்ந்தபோது மணி 4.30.

அங்கே ஒருவரும் இல்லை. மருத்துவர் மாத்திரம் எனக்காக காத்திருந் தார். கருணை நிறைந்த மனிதர் அவர். வேண்டிய சோதனைகளைச் செய்தார். மூன்றுவிதமான மருந்துகளைத் தந்தார். அவற்றுக்கு கட்டணம் கூட எடுக்கவில்லை. எந்த நேரம் வேண்டு மானாலும் தன்னை அழைக்கலாம் என்று அவருடைய செல்பேசி எண்ணைத் தந்தார். மருத்துவ நிபுணர்கள் கடவுளுக்குச் சமம். அவர் அன்று விதிகளுக்கு அப்பால், தன் கடமை எல்லையைத் தாண்டி செயல்பட்டார். அவர் என்மீது காட்டிய அன்பும், கரிசனையும் என்னால் வாழ்நாளில் மறக்க முடியாத ஒன்றாக அமைந்தது.

இருபது வருடங்கள் இருக்கும். அமெரிக்கப் பல்கலைக்கழகம் ஒன்றின் பட்டமளிப்பு விழா. மண்டபத்தில் பெற்றோர்கள், நண்பர்கள், உறவினர்கள், ஆசிரியர்கள் என ஓர் இருக்கை விடாமல் குழுமியிருந்தார்கள். மாணவ மாணவிகள் கறுப்பு அங்கி அணிந்து பட்டம் பெறுவதற்காக வரிசையாக நின்றார்கள். நான் இருந்த வரிசையிலிருந்து மூன்றாவதாகவோ நாலாவதாகவோ முன்னுக்கு இருந்த வரிசை. அதிலே ஒரு குடும்பம் மகிழ்ச்சிபொங்க உட் கார்ந்திருந்தது. அவர்களுடைய மகனோ மகளோ பட்டம் பெறும் நாள். ஒருவருடன் ஒருவர் உரத்துப் பேசிக்கொண்டும், படங்கள் எடுத்துக்கொண்டும் ஏதோ உணவை உண்டுகொண்டும் சத்தமாக விழாவை அனுபவித்தார்கள். குடும்பத்தலைவர் போலத் தோன்றியவர் கடுதாசிப் பையில் சுருட்டி எதையோ சாப்பிட்டுக் கொண்டிருந்தார். திடீரென்று சாப்பாடு தொண்டையில் சிக்கி அவஸ்தையில் கைகளை ஆட்டி ஏதோசொல்ல முயன்றார். பின்னர் மூச்சுவிடமுடியாமல் மயக்கநிலைக்கு சரிந்து விட்டார். இன்னும் சிறிது நேரம் கழிந்தால் இறந்திருப்பார். எங்கள் வரிசையில் இருந்து ஓர் ஒல்லியான மனிதர் அவரை நோக்கிவிரைந்து போனார். அந்த மனிதரின் பின்னால் நின்று இரண்டு கைகளையும் அவருடைய விலா எலும்புகளுக்கு கீழே கோர்த்து இறுக்கி அணைத்து மூன்று நாலு தரம் தன் மெல்லிய உடம்பினால் அவரை தூக்கி தூக்கி உதறினார். வாயிலே மாட்டுப்பட்டிருந்த உணவு வெளியே துள்ளி விழுந்தது. உயிர் காப்பாற்றிய மனிதர் ஒன்றுமே செய்யாதது போல

மறுபடியும் தன் இருக்கையில் போய் அமர்ந்தார். பட்டமளிப்பு விழா ஒரு தடங்கலுமின்றி தொடர்ந்து நடந்துகொண்டிருந்தது.

ஒருவித ஆரவாரமும் செய்யாமல், பிரதி பலன் எதிர்பார்க்காமல், உதவி செய்வதால் கிடைக்கும் இன்பத்தை அனுபவிப்பதற்காக உதவுபவர்கள் உலகத்தில் உண்டு.

'மன்னிக்கவேண்டும், நான் உங்களுக்கு உதவமுடியாது' என்று சொல்பவர்களும் இருக்கிறார்கள். உதவமுடியாது என்று சொல்பவர்களே உலகில் அதிகம். 'நான் உங்களுக்கு எப்படி உதவமுடியும்' என்று கேட்பவர்கள் குறைவு, ஆனால் இருக்கிறார்கள். முதலாமவர்கள் விதிகளுக்குக் கட்டுப்படுபவர்கள். அவர்களுக்கு விதிகள்தான் முக்கியம். ஒருவர் ஏதாவது உதவி கேட்டால் அவரை எப்படி அங்கிருந்து அகற்ற முடியும் என்றே யோசிப்பார்கள். இரண்டாம் வகையினர் விதிகளைப் பற்றி கவலைப்படாதவர்கள். அவர்களுக்கு மனிதநேயமே முக்கியம்.

இரண்டாமவர்கள் இன்னும் இருப்பதால்தான் உலகம் இயங்குகிறது.

ஒன்றுக்கும் உதவாதவன்

எனக்குத் தெரியும், என்னைச் சுற்றியுள்ளவர்களுக்குத் தெரியும், என் நண்பர்களுக்கும் தெரியும். நான் அடிக்கடி தொலைந்து போகிறவன். வாழ்க்கையில் ஒன்றிரண்டுமுறை தொலைந்து போகிறவர்கள் இருக்கிறார்கள். ஆனால் அதையே ஒரு தொழிலாகச் செய்வது நான்தான் என நினைக்கிறேன். ஒன்பது வயதாயிருந்த போது கிராமத்தில் பக்கத்துக் கடைக்கு ஏதோ வாங்கப் போன நான் திரும்பவும் வீட்டுக்கு வரவில்லை. என்னைத் தேடி ஆட்கள் புறப்பட்டு ஒன்றரை நிமிடத்தில் பிடித்துவிட்டார்கள். அன்று தொடங்கி வைத்தது இன்றும் தொடர்கிறது.

சரியாக மாலை ஐந்து மணிக்குப் புறப்பட்டேன். ரொறொன் ரோவின் காலநிலை அன்று நல்லாயிருக்கும் என்று வானொலி சொல்லியிருந்தது. காற்றில் பனிக்காலத்துக் குளிரின் மீதி இருந்தது. நடைபோகும்போது அணியும் மெல்லிய கோட்டை அணிந்து கொண்டேன். மறுபடியும் நண்பர் தொலைபேசி மூலம் சொல்லிய வழிக்குறிப்புகளை நினைவு படுத்தினேன். என் வீட்டிலிருந்து வேகமாக நடந்தால் 15 நிமிடத்தில் நண்பர் வீட்டுக்குப் போய்விட லாம். மெதுவாக நடந்தால் 20 நிமிடம் எடுக்கலாம். என் வீட்டிலிருந்து நேராகப் போய் இரண்டு இடது பக்க திருப்பம், ஒரு வலது பக்கம், மறுபடியும் ஒரு இடது பக்க திருப்பம். அவ்வளவுதான். வீட்டு எண் 22. தொலைந்து போவதற்கு வாய்ப்பே கிடையாது. இடது, வலது திருப்பங்களை மாத்திரமல்லாமல் ரோட்டுப் பெயர்களையும் மனப்பாடம் செய்தாகி விட்டது.

ஒவ்வொரு வீதியாகத் தாண்டி திரும்ப வேண்டிய திருப்பங் களில் இடது வலது பக்கங்கள் சரியாகத் திரும்பி, கடைசியில் நண்பர் வசிக்கும் வீதிக்கு வந்துவிட்டேன். ஆனால் நான் தேடும் வீதியின் பெயரில் ஒரு வீதியும் இல்லை. ஒன்றிரண்டு வீதிகளின் பெயர்ப் பலகைகளைக் காணவில்லை. வேறு வழி இல்லாத நிலையில் ஒவ்வொரு வீதியாக ஊகித்து எல்லைவரை சென்று நண்பரின் வீட்டைத் தேடினேன். அந்த வீதிகள் எல்லாம் மேலே ஏறிப்போவதும், சடாரென்று கீழே இறங்குவதாகவும் இருந்தன.

ஏறி இறங்கி, ஏறி இறங்கி தேடியதால் மூச்சு வாங்கியது. மூச்சை வெளியே விடுவது சுலபம், மறுபடியும் காற்றை உள்ளே இழுப்பதுதான் சிரமமாக இருந்தது. எல்லா வீதிகளும் இருந்தன. நான் தேடியது மட்டும் இல்லை.

நல்ல காலமாக செல்பேசி கையில் இருந்தது. நண்பரை அழைத்தேன். அவர் வீட்டுக்குப் போகாவிட்டால் பரவாயில்லை. முக்கியமான ஒரு விசயமும் இல்லை; சும்மாதான் போகிறேன். ஆனால் எப்படியும் நான் என் வீட்டுக்குத் திரும்பவேண்டுமே! நண்பர் செல்பேசியில் அழைப்பை ஏற்கவில்லை. தவறிய அழைப்பு களின் பட்டியலில் ஓர் இலக்கம் அதிகரித்தது. அவர் மாலை ஐந்து மணிக்குப் பின்னர் செல்பேசி அழைப்பை ஏற்பதில்லை என்ற கொள்கை வைத்திருந்தார் என்பது எனக்குப் பின்னால் தெரிய வரும். மணி அடித்துக்கொண்டே போனது. எடுப்பார் இல்லை. சரி, வீட்டுக்குப் போகலாம் என்று எண்ணி திரும்பினால் நான் வந்த ரோடு மறைந்துவிட்டது. அவ்வளவு நேரமும் அங்கேதான் இருந்தது. மேலும் கீழுமாக அலைந்ததுதான் மிச்சம்.

அப்பொழுது பார்த்து ஒரு பெண் மிக வேகமாக நடந்து வந்தார். வயது முப்பது மதிக்கலாம். குளிருக்கு அணியும் பச்சை நிறத் தொப்பி, கம்பளிக்கோட்டு, நடைச் சப்பாத்து. முழங்காலின் கீழ் நீண்டிருக்கும் குளிருக்குப் பொருத்தமில்லாத மெல்லிய ஸ்கேர்ட். இரண்டு கைகளையும் வளைக்காமல் நேராக வீசி வீசி நடந்தார். ஓர் இசைக்கு ஆடுவதுபோல நீண்ட பாவாடை எழும்பி எழும்பி விழுந்தது. நான் ஒன்றுமே பேசவில்லை. அவர் போக உத்தேசித்திருந்த பாதையின் நடுவில் நின்றேன். அவர் ஒரு விமானம் நிற்பதுபோல உஸ் என்று மூச்சு விட்டுக்கொண்டு நின்றார். 'மன்னிக்கவேண்டும். பொஸ்வெல் வீதி எங்கே இருக்கிறது தெரியுமா?' என்று கேட்டேன்.

இப்பொழுது அந்தப் பெண்மணி முற்றிலும் மாறிவிட்டார். முகம் வேறு ஒரு பெண்ணின் முகம்போல கருணை உள்ளதாக மாறியது. புகைப்படக்காரருடைய பல்ப் வெடித்ததுபோல முகத்தில் வெளிச்சம் கூடியது. தன்னுடைய வேலையை மறந்துவிட்டு அன்று முழுக்க நான் அவர் முன்னே நிற்கப் போகிறேன் என்பதுபோல பச்சைத் தொப்பியை எடுத்து கையிலே தட்டிக்கொண்டு யோசிக்க ஆரம்பித்தார். அந்த வீதி அங்கேதான் எங்கேயோ இருக்கிறது. ஆனால் அது அவருக்கு சட்டென்று ஞாபகத்தில் வரவில்லை. நான் "நன்றி, சிரமத்திற்கு மன்னிக்கவும்' என்று சொல்லிவிட்டுக் கிளம்பியபோது இரண்டு கைகளாலும் நின்றுபோன காரைத் தள்ளுவது போல முன்னுக்கு நீட்டிப் பிடித்து தடுத்தார். என்னை அவர் விடுவதாயில்லை.

அடுத்து அவர் செய்தது நான் எதிர்பார்க்காதது. பையில் இருந்து செல்பேசியை எடுத்து தன் மகனை அழைத்தார். அவர்கள் மொழியில் ஏதோ பேசினார். தமிழைப் பின்பக்கமாகப் பேசுவது போல அது ஒலித்தது. ஒரு நிமிடம்கூட ஆகியிராது. அவர் செல் பேசியைக் காதிலே பிடித்துக்கொண்டிருந்தார். நான் அவர் முகத்திலே மாறும் உணர்ச்சிகளை அவதானித்துக்கொண்டு முன்னால் நின்றேன். அவர் செல்போனை மடித்து வைத்துவிட்டு சொன்னார். 'உங்களுக்குக் பின்னால் இருக்கும் வீதிதான் பொஸ்வெல் வீதி. பெயர்ப் பலகை உடைந்திருக்கிறது. நேராய்ப் போனால் வீட்டு எண் 22 இடது பக்கம் வரும். வீட்டுக்கு முன் னால் அழகான ஒரு பேர்ச் மரம், அதைச் சுற்றி வட்டமாக வெண் கற்கள் பதித்திருக்கும்.'

நான் திகைத்துவிட்டேன். 'நன்றி, எப்படி?' என்றேன்.

'என் மகன். அவனுக்கு வயது 9. அவனுடைய டெல் கம்ப்யூட்டருக்கு முன்னால் எந்நேரமும் வசிக்கிறான். இத்தனை விவரங்களையும் கூகிள் வரைபடத்தைப் பார்த்துச் சொன்னான்' என்றார். நான் மறுபடியும் நன்றி கூறிவிட்டுப் புறப்பட்டேன். 'நீங்கள் எங்கே இருக்கிறீர்கள், பக்கத்திலா?' என்றார். சொன்னேன், அவரும் சொன்னார். அவர் செல்பேசியை வெளியே எடுத்தார். நானும் எடுத்தேன். உலகக்கோப்பை உதை பந்தாட்ட வீரர்கள் தங்கள் சீருடைகளை எதிரணியினருடன் மாற்றிக்கொள்வதுபோல நாங்களும் எங்கள் முகவரிகளை மாற்றிக்கொண்டோம். 'சந்தித்ததில் மகிழ்ச்சி' என்றேன். அவர் பச்சைத் தொப்பியைத் தலையிலே தரித்துக்கொண்டு விட்ட இடத்திலிருந்து நடையைத் தொடங் கினார். அவருடைய மெல்லிய பாவாடையும் தன்னை விடுவித்துக் கொண்டு அவருடன் புறப்பட்டது.

அந்தப் பெண் சொன்ன மாதிரி வீடு அதே ரோட்டில் இடது பக்கத்தில் இருந்தது. கதவு மணி அடித்ததும் நண்பரின் முகம் கண்ணாடி வழியாக மூன்றில் ஒரு பங்கு தெரிந்தது. பொறுங்கள் என்று கையை காட்டிவிட்டுத் திறப்பை எடுத்து நடனமாடியபடியே வந்து கதவைத் திறந்தார். அவருடைய ஒரே மகள் மங்கிய வெளிச்சத்தில் எதையோ வாசிக்க முயன்றுகொண்டிருந்தாள். என்னை அறிமுகப்படுத்தியதும் கிக்கிக் என்று விக்குவதுபோல சிரித்தாள். மகள் பெயர் முத்துநகை என்றார். முத்துப் போன்ற பற்களால் சிரிப்பதால் அந்தப் பெயரா அல்லது முத்து ஆபரணம் போன்றவள் என்பதால் அந்தப் பெயரை வைத்தாரா என்பது தெரியவில்லை. வழி தவறியதையும் என்னை ஒரு பெண்மணி மீட்டார் என்பதையும் நான் கூறவில்லை. மகள் போட்டுத் தந்த

இஞ்சிக்கோப்பியைக் குடித்துவிட்டுத் திரும்பினேன்.

இருட்டுப்பட முன்னர் வீட்டுக்குப் போய்ச் சேர்ந்துவிட வேண்டும் என்று வேகமாக நடந்தேன். இனிவரும் எல்லா வருடங்களிலும், லீப் வருடம் உள்பட, ஒருவர் வாயினால் சொல்லும் வழிக்குறிப்புகளை வைத்துக்கொண்டு அவர் வீட்டுக்குப் போகக் கூடாது என்று தீர்மானித்தேன். வழியில் எதற்காக எனக்கு இப்படி நடக்கிறது என்று யோசித்தேன். எப்பொழுதும் தொலைந்து விடுகிறேன். பிரபல இத்தாலிய எழுத்தாளர் இட்டாலோ கல்வினோ எழுதிய கதை ஒன்று ஞாபகத்துக்கு வந்தது. அதன் தலைப்பு 'ஒன்றுக்கும் உதவாதவன்'. அந்தக் கதையில் ஒரு மனிதன் வருவான். அவனுக்கு சப்பாத்துக் கயிறு கட்டத் தெரியாது. ஒரு வழிப் போக்கன் அவனிடம் சொல்வான் 'உங்கள் சப்பாத்து கயிறு அவிழ்ந்துபோய்விட்டது.' அந்த மனிதன் அதே இடத்தில் குனிந்து கயிற்றைக் கட்டுவான். ஒரு சில நிமிடங்கள் கழிந்து மறுபடியும் அதே வழிப்போக்கன் வழியில் தென்படுவான். 'பாருங்கள், உங்கள் சப்பாத்துக் கயிறு கட்டப்படவில்லை' எனக் கத்துவான். மறுபடியும் மனிதன் சப்பாத்தைக் கட்டுவான். இந்த தடவை மிகத்திறமாக முடிச்சைப் போடுவான். அப்படியும் சிறிது நேரத்தில் முடிச்சு அவிழ்ந்துபோகும். மறுபடியும் வழிப்போக்கன் எச்சரிப்பான். இப்படியே அந்த மனிதன் போகும் இடமெல்லாம் வழிப்போக்கனும் வந்து கொண்டேயிருப்பான். 'கயிறு அவிழ்ந்து விட்டது' என்று சொல்லுவான். இவன் மறுப்பு சொல்லாமல் தொடர்ந்து கட்டுவான்.

இறுதியில் அலுத்துப் போய் மனிதன் சொல்வான், 'என்ன செய்வது. எப்படி முயன்றாலும் என்னால் சப்பாத்து லேஸைக் கட்டமுடியவில்லை. சிறுவயதில் நான் நல்ல பயிற்சி பெறவில்லை. அது அவிழ்ந்துகொண்டேயிருக்கிறது.'

'அப்படியா? உங்கள் பிள்ளைக்கு லேஸ் கட்டுவதை யார் சொல்லித் தருவார்கள்?'

'அவன் வேறு யாரிடமிருந்தாவது கற்றுக்கொள்ளவேண்டும்.'

'அது எப்படி? ஒரு நாள் உலகம் முழுவதும் அழிந்துபோய் நீங்கள் மட்டுமே எஞ்சியிருந்தால் அப்போது என்ன செய்வீர்கள்? பிள்ளைக்கு யார் சொல்லிக்கொடுப்பார்கள்?'

'உலக முடிவில் தப்புவிப்பதற்கு கடவுள் என்னையா தெரிவு செய்வார்? எனக்கு சப்பாத்து கயிறுகூட கட்டத் தெரியாதே.'

அதற்கு அந்த வழிப்போக்கன் சொன்னான். 'இந்த உலகம் இயங்குவது அப்படித்தான். ஒருவருக்கு லேஸ் கட்ட வராது.

ஒருவருக்கு மரம் சீவத் தெரியாது. இன்னொருவர் ரோல்ஸ்ரோயை படித்திருக்க மாட்டார். வேறு ஒருவர் விதைப்பது எப்படி என்று பழகவே இல்லை. உலகத்தில் எல்லாம் தெரிந்தவர் ஒருவருமே இல்லை. மக்கள் ஒருவர் கையை ஒருவர் பிடித்து வாழ்ந்தால்தான் வாழமுடியும். ஒருவருக்கு ஒருவர் அனுசரணையாக இருப்பதுதான் சமுதாயம். அதுதான் வாழ்க்கை.' இப்படிச் சொன்ன வழிப் போக்கன் மறைந்து விடுவான்.

அந்தக் கதை வெகு பொருத்தமாக இருந்தது. குற்றம் குறை இல்லாதவர்கள் யார்தான் இருக்கிறார்கள். அந்தப் பச்சை தொப்பி பெண்மணியிடம் உதவி கேட்டதும் அவர் எவ்வளவு மகிழ்ந்துபோய் காணப்பட்டார். செல்பேசியை எடுத்து மகனை அழைத்து வழி காட்டினார். அதை அவர் தவிர்த்திருக்க முடியும். நல்லவர்களால் தான் உலகம் நடக்கிறது. புறநானூறு 182ம் பாடலும் அதைத்தான் சொல்கிறது. 50 வருடத்துக்கு முன்னர் இட்டாலோ கல்வினோ சொன்னதை 2000 ஆண்டுகளுக்கு முன்னர் கடலுள் மாய்ந்த இளம் பெருவழுதி என்ற புலவர் 'உண்டால் அம்ம இவ்வுலகம்' என்ற பாடலில் சொல்லிப் போயிருக்கிறார்.

ரோட்டு பெயர்கள் எல்லாம் பாடமாகியிருந்ததால் திரும்பும் போது பிரச்சினை இல்லை. நான் வசிக்கும் வீதி சீக்கிரமே வந்தது. ஒரே மாதிரி உடையணிந்து ஒப்பனை செய்த 12 மணப்பெண் தோழிகள் போல இரண்டு பக்கமும் தேவதாரு மரங்கள் ஒரே உயரத்தில் ஒரே பருமனில் வளர்ந்து அழகாகக் காட்சியளித்தன. வாத்துக்கள் நீந்தும் குளம் வந்தது. பூங்கா வந்தது. வீடு வந்தது. கதவு எண் மாறவில்லை, அதேதான். வீட்டின் முன்னே ட்யூலிப் பூ ஓர் இதழ் கூடியிருந்தது. மனைவி இரவுச் சாப்பாட்டு ஆயத்தங் களைச் செய்து முடித்துவிட்டு எனக்காகக் காத்துக்கொண்டிருந்தார். என்னைக் கண்டதும் 'என்ன தொலைந்துவிட்டீர்களா?' என்று கேட்டார். 'தேநீர் ஆறிவிட்டதா?' என்று கேட்கும் சாதாரணக் குரல். நான் முகத்தை மாற்றாமல் 'வீடு கண்டுபிடிப்பது ஈசி, இரண்டு இடது பக்கம், ஒரு வலது பக்கம், மீண்டும் இடது பக்கம். வீட்டுக்கு முன்னே அழகான பேர்ச் மரம் துளிர் விட்டுக்கொண்டிருக்கிறது. அதைச் சுற்றி வட்டமாக வெள்ளைக் கற்கள் அலங்காரம்' என்றேன்.

எனக்கு வழிகாட்டியது ஒரு பச்சைத் தொப்பி மனுசியும், அவருடைய செல்பேசியும், ஒன்பது வயது மகனும், டெல் கம்ப்யூட்டரும், கூகிளும், பூமியை ஓயாமல் சுற்றிக்கொண்டிருக்கும் மூன்று செய்மதிகளும் என்பதை நான் ஏன் சொல்லப்போகிறேன்.

ஆறாத் துயரம் 1

நான் பல சமயங்களில் பலர் ஆறாத் துயரம் என்று சொல்வதைக் கேட்டிருக்கிறேன்; எழுதியிருப்பதைப் படித்துமிருக்கிறேன். நான் நேரில் கண்ட சம்பவம் ஒன்று இரண்டு நாட்கள் முன்புதான் நடந்தது.

என் நண்பர் ஒருவர் உடல் நலமில்லாமல் இருந்தார். மூன்று மாதங்களாக பல மருத்துவர்களைப் பார்த்தும் நிறைய மருந்துகள் எடுத்தும் ஒரு பிரயோசனமில்லை. எக்ஸ்ரே, ஸ்கான், ரத்தப் பரிசோதனை என்று நிறைய செய்து பார்த்துவிட்டார்கள் ஆனால் ஒருவருக்கும் நோய் என்னவென்று பிடிபடவில்லை. வருகின்ற திங்கட்கிழமை அவர் ஆஸ்பத்திரியில் அனுமதியாகிறார். மேலும் பல மருத்துவர்கள் புதிய பரிசோதனைகளை மேற்கொள்ளுவார்கள். வியாதி என்னவென்று கண்டுபிடித்து அதற்கு சிகிச்சை ஆரம்பிப்பது தான் நோக்கம். சிலவேளைகளில் சத்திர சிகிச்சைகூட தேவைப்படும். அவர் ஆஸ்பத்திரியில் ஒரு மாதம் இருக்கலாம், இரண்டு மாதம் இருக்கலாம். வேறு என்ன என்னவோ எல்லாம் நடக்கலாம்.

அவர் போலந்துக்காரார், வயது எண்பதுக்கு மேலே. பல மாதங்களுக்கு பிறகு ஆளை நேரில் பார்த்த நான் திடுக்கிட்டேன். எடை சரி பாதியாகக் குறைந்துவிட்டதென அவரே சொன்னார். உடைகள் ஆணியில் கொழுவிவிட்டதுபோல உடம்பில் தொங்கின. நீளமான கழுத்து சட்டென்று நடுவிலே வளைந்துபோய் கிடந்தது. மிகக் களைப்பாகக் காணப்பட்டார். இரண்டு வாக்கியத்துக்கு ஒருமுறை வாயைத் திறந்து காற்றை விழுங்கிவிட்டுப் பேசினார்.

நண்பர் இரண்டாம் உலகப் போர் முடிந்த பின்னர் கனடாவுக்கு வந்தவர். 60 வருடங்களை கனடாவில் கழித்துவிட்டார். தன்னுடைய இளவயதுச் சம்பவங்களைத் தொட்டுப் பேசிக் கொண்டு வந்தவர் தன் தகப்பனார் புறா வளர்த்த கதையைச் சொன்னார். நிறைய புறாக்களை வளர்த்து விற்பதை ஒரு பொழுது போக்காக அவர் செய்தார். தூது ஓலை கொண்டுபோகும் புறாக்களுக்குப் பயிற்சி கொடுப்பதில் வல்லவர். புறாக்களுக்குத்

தங்குவதற்கு நல்ல வசதியும் உணவும் இருப்பது அவசியம். அவை கூட்டிலே இருந்தாலும் மகிழ்ச்சியாக இருக்கும் விதத்தில் பார்த்துக் கொள்ளவேண்டும். கிரமமாக காலை வேளையில் உணவளித்தால் எங்கே கொண்டுபோய் விட்டாலும் அவை திரும்பிவிடும்.

ஓய்வு நாட்களில் என் நண்பரும் அவர் தகப்பனும் புறாக்களுக்குப் பயிற்சி கொடுப்பார்கள். புறாவை எடுத்துக்கொண்டு ஒரு மைல் தூரம் சென்று அதை ஆகாயத்தில் எறிந்துவிடுவார்கள். இவர்கள் திரும்பமுன்னர் அது பறந்து கூட்டுக்கு வந்துவிடும். சிறிது சிறிதாக தூரத்தைக் கூட்டிக்கொண்டே போவார்கள். அவை களுடைய உணவு நேரம் காலையில் என்பதால் அதிகாலையிலேயே புறப்பட்டு நெடுந்தூரம் சென்று புறாவை விடுதலை செய்வார்கள். உணவு நேரமானபடியால் புறா பறந்து எப்படியும் வீட்டுக்கு வந்து சேர்ந்துவிடும். ஒன்றிரண்டு புறாக்கள் தொலைவதுமுண்டு. ஆனால் அநேகமாக எல்லா புறாக்களும் திரும்பிவிடும்.

'அப்பாவிடம் ஒரு அழகான புறா இருந்தது. வெள்ளை நிறம், வாலில் மாத்திரம் மண் தூவியது போல கொஞ்சம் மஞ்சள் படர்ந் திருக்கும். அதற்கு நான் அல்பிங்கா என்று பெயர் சூட்டினேன். போலிஷ் மொழியில் அல்பிங்கா என்றால் வெள்ளை என்று பொருள். நாங்கள் வளர்த்த புறாக்களில் அதைப்போல அழகான ஒரு புறா வையோ மூளைத்திறன் கொண்ட பறவையையோ நான் கண்டதில்லை. அந்தக் காலத்து அரசர்கள் கடிதங்களில் செய்திகள் அனுப்புவது இப்படியான புறாக்களில்தான். என்னுடைய காலத்தில்கூட ஒரு புகழ்பெற்ற டொக்ரர் அவசரமான மருந்து களைப் புறாவின் காலில் கட்டி தருவித்திருக்கிறார். அப்பாவுக்கும் எனக்கும் இந்தப் புறாவில் தனி ஈடுபாடு இருந்தது. சிறிது சிறிதாக தூரத்தைக் கூட்டி 50 மைல் தூரம் பறப்பதற்கு அல்பிங்கா பழகி விட்டது. எந்த திசையில் கொண்டு சென்று விட்டாலும் அது வீட்டுக்கு வந்துவிடும்.

அப்பாவுக்கு அடுத்த ஊரில் ஒரு நண்பர் இருந்தார். அவர் பெயர் ப்ரனிஸ்லோ. எப்பொழுது அப்பாவைச் சந்திக்க வந்தாலும் அப்பாவிடம் அல்பிங்காவைப் பற்றி பேசுவார்; அதைத் தனக்கு விற்கச் சொல்லி அப்பாவை வற்புறுத்துவார். அதற்காக என்ன விலை கொடுக்கவும் அவர் தயாராக இருந்தார். நான் அந்தப் புறாவில் எவ்வளவு அன்பு வைத்திருந்தேன் என்பதை அப்பா அறிவார். பள்ளிக்கூடத்தில் இருந்து வந்ததும் என்னுடைய முதல் வேலை அல்பிங்காவை எடுத்துக் கையிலே வைத்துக் கொஞ்சுவது தான். ஆகவே அப்பா நண்பரின் வேண்டுகோளைத் தட்டிக் கொண்டே வந்தார்.

1939ம் ஆண்டு செப்டம்பரில் ஜேர்மனி போலந்தின்மேல் படையெடுத்தது. இரண்டாம் உலகப் போர் ஆரம்பித்தது அப்படித் தான். போலந்து ஒரு மாதத்தில் முற்றாக வீழ்ந்தது. நாங்கள் இப்படி நடக்கும் என்று எதிர்பார்க்கவே இல்லை. ஒரு வருடத்திற்குள் நிலைமை மிக மோசமானது. எங்கள் குடும்பம் பெரியது. அப்பாவினால் செலவுகளைச் சமாளிக்க முடியவில்லை. நான் பள்ளிக் கூடத்தில் இருந்தபோது ஒரு நாள் அப்பா ப்ரனிஸ்லோவுக்கு புறாவை நல்ல விலைக்கு விற்றுவிட்டார். அதில் வந்த பணம் எங்கள் வீட்டுக்கு இரண்டு மாதத்திற்கு சாப்பாடு போட்டது என்று அப்பா பின்னாளில் சொன்னார். பள்ளியிலிருந்து வந்த நான் அப்பா புறாவை விற்றதைக் கேள்விப்பட்டு அப்படியே மன முடைந்து போனேன். ஒரு முழு நாள் சாப்பிடாமல் பட்டினி கிடந்தேன். ஒரு துண்டு ரொட்டிக்கு சிரமப் பட்ட அந்தக் காலத்தில் பட்டினி கிடப்பதில் எந்தவிதப் பொருளும் இல்லை.

ப்ரனிஸ்லோவுக்கு புறாவை விற்றபோது அப்பா ஒரு விசயத்தை அவருக்கு தெளிவாகச் சொல்லியிருந்தார். இந்தப் புறா பயிற்சி கொடுக்கப்பட்டது. அதி புத்திசாலி. இது திரும்பவும் எங்கள் வீட்டுக்கு வந்தால் அதை நான் இன்னொருமுறை உங்களுக்குத் தரமாட்டேன். அவரும் சம்மதித்தே அதை வாங்கிப்போனார்.

இரண்டு வாரம் ஓடிவிட்டது. ஒருநாள் காலை நான் பாடசாலைக்குப் புறப்பட்டேன். வீட்டுக் கதவைத் திறந்து வெளியே வந்ததும் அப்படியே திடுக்கிட்டு நின்றேன். நான் வளர்த்த அல்பிங்கா திரும்பி வந்துவிட்டது. வாசலிலே நடுங்கிக்கொண்டு நின்றது. கழுத்தை சரித்து நிமிர்ந்து பார்த்தபோது விழுந்துவிட்டது. இரண்டு கைகளிலும் அதைத் தூக்கியபோது இருதயம் துடிப்பது போல துடித்தது. அதனுடைய இரண்டு இறக்கைகளும் வெட்டப் பட்டிருந்தன. அப்படியும் 17 மைல் தூரத்தை அது இரண்டு வார காலமாக நடந்தே கடந்திருந்தது. புறா கிளையில் உட்காரும் பறவை என்பதால் அதற்கு காலின் முன்பகுதியில் மூன்று நகங்களும் பின்பகுதியில் ஒரு நகமும் இருக்கும், கிளையில் பிடித்து உட்கார வசதியாக. அல்பிங்கா நடந்து வந்ததில் பின் நகம் முற்றாகத் தேய்ந்து விட்டது. முன்நகங்கள் பாதியாக மழுங்கிப்போய் ரத்தம் கசியக் கிடந்தன. நிற்க வைத்தபோது அல்பிங்கா நிற்கமுடியாமல் சரிந்து சரிந்து விழுந்தது. அன்றிரவே இறந்துவிட்டது.'

இந்தக் கதையைச் சொன்னபோது நண்பர் விம்மி விம்மி அழத் தொடங்கினார். அவர் தன்னுடைய அப்பாவை நினைத்தாரோ, அந்தப் புறாவை நினைத்தாரோ அல்லது தன்னை நினைத்தாரோ தெரியாது. அடக்க அடக்க அவரை மீறி ஏதோ ஒன்று

நடந்தது. மெலிந்துபோன அவர் உடம்பு துடிக்க எக்கி எக்கி அழுதார். 80 வயதுக் கண்களில் இருந்து நீர் கொட்டியது. நான் என் ஆயுளிலே இவ்வளவு வயதான ஒருவர் அழுததைப் பார்த்தது இதுவே முதல் தடவை. 60 வருடங்களுக்கு முன் இறந்துபோன ஒரு புறா. அதை நினைத்து அழுதார். ஆறாத் துயரம் என்பது இதுதான் என்று நினைக்கிறேன்.

ஆறாத் துயரம் 2

புறாக் கதையை ஜோ சொன்ன அன்றைக்குப் பிறகு அவர் மருத்துவமனையில் அனுமதியாகிவிடுவார் என்றுதான் நினைத்திருந்தேன். ஆனால் மேலும் சில பரிசோதனைகள் செய்யவேண்டும் என்று மருத்துவர்கள் கூறிவிட்டார்கள். தினமும் ஜோவும் மனைவியும் பல்வேறு சோதனைகள் செய்தார்கள். அந்தச் சோதனைகளின் பெறுபேறுகள் கிடைத்ததும் இன்னும் பல புதிய சோதனைகளைச் செய்யச் சொன்னார்கள். ஒவ்வொருநாள் காலையிலும் வெளிக்கிட்டுப் போனால் மாலையில்தான் அவர்கள் திரும்புவார்கள். இது சில காலம் தொடர்ந்தது. மருத்துவர்களுக்குப் புதிராக இருந்தது. என்ன நோய் என்று தீர்மானிக்கும் வரைக்கும் புதிய சோதனைகளைத் தொடர்ந்து செய்யத்தான் வேண்டும் என்றார்கள்.

ஜோ நாளுக்கு நாள் பலவீனமடைந்து வந்தார். இந்த நிலைமையில் ஒருநாள் என்னையும் மனைவியையும் தேநீர் விருந்துக்கு அழைத்தார்கள். நாங்கள் எவ்வளவோ மறுத்தும் அவர்கள் விடுவதாயில்லை. ஒருநாள் சம்மதித்து அங்கே போன போது ஜோ எங்களை எதிர்பார்த்து வாசலில் காத்துக்கொண்டு சற்று குனிந்தபடி நின்றார். உடல் வெளிறிப்போய் இருந்தது. அவருடைய ரத்தத்தில் ஒரு சிவப்பு அணுகூட இல்லையென்று பட்டது. சருமம் அந்த மாதிரி ஒருவரில் பால் வெள்ளையாக இருந்ததை நான் கண்டது கிடையாது. நான் கோட்டைக் கழற்றியதும் அவர் அதை வாங்கி கொழுவினார். பின்னர் மேசையில் எல்லோருமாக அமர்ந்தோம்.

மேசையில் கேக்கும், பிஸ்கட்டும் கோவா இலையில் செய்த ஒரு வகையான சாலட்டும் இருந்தன. அந்த சாலட்டை ஜோ காலையிலிருந்து தன் கையால் எங்களுக்காகச் செய்ததாக மனைவி சொன்னார். ஜோ எனக்குப் பக்கத்தில் உட்கார்ந்திருந்தார். 'இதைச் சாப்பிடுங்கள், இதைச் சாப்பிடுங்கள்' என்றார். அவர் செய்த சாலட் எப்படி இருக்கிறது என்று கேட்டார். நான் 'அபூர்வமான ருசியுடன் இருக்கிறது' என்றேன். இன்னொரு கரண்டி எடுத்துப் பரிமாறினார். அவர் ஒன்றுமே சாப்பிடவில்லை. தேநீரும் அருந்தவில்லை.

'சிலகாலமாகப் பசி எடுப்பதில்லை' என்றார். நிமிர்ந்து பார்த்தபோது என்னையே உற்றுப் பார்த்துக்கொண்டிருந்தது தெரிந்தது. அவர் கண்கள் முகத்துக்குள் புதைந்துபோய் கிடந்தன. நாடியை உயர்த்தி என்ன என்பதுபோல பார்த்தேன். 'தேநீரைக் குடியுங்கள், ஆறப்போகுது' என்றார். உடனேயே எனக்குப் புரிந்துவிட்டது. இதுதான் கடைசி. இனிமேல் இந்த நல்ல மனிதர்களுடன் நான் தேநீர் அருந்தப் போவதில்லை என்று.

நாங்கள் நன்றி கூறிவிட்டுப் புறப்பட்டோம். அவர் என்னுடைய கோட்டை விரித்துப் பிடித்தபடி பின்னால் நின்றார். அந்தச் சின்னச் செயலை அவர் சிரமத்துடன் செய்தார். நிற்பதற்கு உடம்பின் முழுப் பலத்தையும் பாவித்தது அவர் பற்களைக் கடித்துக் கொண்டு நின்றதில் தெரிந்தது. நான் கைகளை நுழைத்து கோட்டை மாட்டி, சிப்பை இழுத்துப் பூட்டினேன். அவர் தழுவினார். பின்னர் கை கொடுத்தார். கையை இறுக்கி அழுத்தினார். அப்படி அழுத்தியபோது வாயால் மூச்சு விட்டுக்கொண்டிருந்தார்.

அவருடைய கை மரக்கட்டைபோல உறுதியாக சொரசொர வென்று இருந்தது. இளைஞராக அவர் 60 வருடங்களுக்கு முன்னர் கனடாவுக்கு வந்தபோது உடனே வேலை கிடைக்கவில்லை. பல மாதங்கள் வேலைக்காக அலைந்தார். இறுதியில் வெள்ளிச் சுரங்கத்தில் வேலை கிடைத்தது. அவர் வாழ்நாளில் பல வருடங் களைப் பூமிக்குப் பல ஆயிரம் அடிகள் கீழே வேலை செய்தபடி கழித்தார். அந்தக் காலங்களில் சூரிய ஒளி தன் உடம்பில் படவில்லை என்று சொல்லியிருக்கிறார். காலையில் சுரங்கத்துக் குள் இறங்கினால் மாலையில்தான் வீடு திரும்புவார். சூரிய வெளிச்சத்தைப் பல வருடங்கள் தொடர்ந்து இழந்துவிட்டார். சுரங்கத்தில் ஏற்பட்ட இரண்டு பெரிய விபத்துகளில் இருந்தும் தப்பியிருக்கிறார். இப்பொழுது அவருக்கு வந்திருக்கும் நோய் நீண்ட காலமாக வெள்ளிச் சுரங்கத்து காற்றை சுவாசித்ததால் இருக்கலாம் என்று சில மருத்துவர்கள் அபிப்பிராயப்பட்டார்கள்.

எங்கள் நட்பு எப்போது எப்படி உருவானது என்று இன்று நினைத்துப் பார்க்கிறேன். பகலில் இருந்து இரவு தோன்றுவதுபோல அது பாட்டுக்கு நடந்தது. அவர் இரண்டாம் உலகப் போர் சம்பவங் களைச் சொல்வார். நான் கேட்டுக்கொண்டிருப்பேன். அவரிடம் நூற்றுக்கணக்கான கதைகள் இருந்தன. அப்படித்தான் ஒருநாள் அவர் புறா வளர்த்த கதையைக் கூறினார். அது அவருடைய மனைவிக்குக்கூட தெரியாத கதை. அத்தனை வருடங்களில் அதை மனைவிக்குச் சொல்லவேண்டும் என்று அவருக்குத் தோன்றவே இல்லை. என்ன காரணமோ என்னிடம் சொல்ல விரும்பினார்.

சொல்லிவிட்டு 60 வருடத்துக்கு முன் இறந்துபோன புறாவை நினைத்து விக்கி விக்கி அழுதார்.

மருத்துவமனையின் தீவிரப் பிரிவில் கட்டிலில் படுத்திருந்த ஜோவின் உடம்பிலிருந்து பலவிதமான குழாய்கள் பலவிதமான நிறங்களில் வெளியேறின. செயற்கை சுவாச மெசினில் உடல் கிடந்தது. உணவும் குழாய் வழியாகவே செலுத்தப்பட்டது. உடல் கழிவும் குழாய் வழியாகவே வெளியேற்றப்பட்டது. ஓர் உடம்புதான் அங்கே கிடந்ததே தவிர அதன் செயல்பாடுகள் யாவும் வெளியே இருந்து இயக்கப்பட்டன. வலி நிவாரண மருந்து தொடர்ந்து உடலில் செலுத்தப்பட்டு உயிர் செயற்கையாக நீடிக்கப்பட்டது.

அவருடைய மனைவி, மகன், உறவினர்கள் மருத்துவருடன் கலந்து ஆலோசித்து முடிவு எடுத்தனர். இப்படியே தொடர வேண்டுமா அல்லது அவருக்கு விடுதலை அளிக்கவேண்டுமா? இறுதியில் முடிவு எடுக்கப்பட்டது. மனைவி ஜோவுடன் பேசினார். ஜோவுடைய காது கேட்கும், ஆனால் அவரால் பேச முடியாது. மனைவி ஜோவின் கையைப் பற்றிக்கொண்டார்.

'இப்படியே தொடரவேண்டுமா அல்லது மெசினில் இருந்து விடுவிக்கவேண்டுமா? தொடரவேண்டுமென்றால் கையை அழுத்துங்கள்?' அவருடைய கை பேசாமல் கிடந்தது. அடுத்த கேள்வி.

'வலி நிவாரணம் கொடுத்தால் உங்களுக்கு வலி தெரியாது. ஆனால் நினைவு தப்பிவிடும். கொடுக்கவேண்டும் என்றால் கையை அழுத்துங்கள்.' அவர் அழுத்தினார்.

'நான் உங்களை நேசிக்கிறேன். மணமுடித்த அன்று நேசித்தது போலவே இன்றும் நேசிக்கிறேன். சுகமாக கடவுங்கள். விரைவில் நானும் வந்துவிடுவேன்' அதுவே கடைசி வார்த்தைகள். அவர் கைகளை இறுக்கி அழுத்தி விடை கொடுத்தார். அடுத்த நாள் அதிகாலை ஜோவின் உயிர் பிரிந்தது.

ஏன் அவரை மறக்கமுடியவில்லை என்று நினைத்துப் பார்க்கிறேன். என்னோடு படித்தவர் அல்ல; என்னோடு வேலை செய்தவர் அல்ல. இலக்கியக்காரர் அல்ல. வாசிப்பவர் அல்ல. சொல்லப்போனால் எனக்கும் அவருக்கும் ஈடுபாடான பொது விசயம் ஒன்றுகூட இல்லை. ஒரு நண்பரை எப்படி உபசரிப்பது என்பதை அவரிடம் கற்றுக்கொள்ளலாம். அவரை அணுகியதும் அன்பு கூடாரம்போல உங்களைச் சூழ்ந்துகொள்ளும். கைகளைப் பிடித்துக் குலுக்கும்போது இறுக்கி குலுக்குவார். தழுவும்போது இறுக்கித் தழுவுவார். புன்னகைப்பார். விடை கொடுக்கும்போது

உங்கள் ஓவர்கோட்டை உங்களுக்குப் பின்னால் விரித்துப் பிடித்து ஒரு பணிவான சேவகனைப்போல காத்திருப்பார். நீங்கள் இரண்டு கைகளையும் நுழைக்கும் வரைக்கும் அசையாது நிற்பார். அப்படி ஒருவரும் இனிமேல் செய்யமாட்டார்கள். என் மீதி வாழ்நாளில் நான் கோட்டை அணியும் சமயங்களிலும் கழற்றும் சமயங்களிலும் அவரை நினைப்பேன். மறக்கமுடியாது என்றுதான் தோன்றுகிறது.

எரிந்த சிறுமி

சில முக்கியமான சம்பவங்கள் நடக்கும்போது அந்தத் தருணம் படம் போல மனதிலே பதிந்துவிடும். இந்தியாவுக்கு சுதந்திரம் கிடைத்தபோது நேருவின் உரை ரேடியோவில் ஒலிபரப்பானது. நான் அப்போது சிறுவன். எங்கள் கிராமத்திலிருந்த ஒரேயொரு ரேடியோ பெட்டியைச் சுற்றி 10, 15 பேர் நின்றார்கள். ஒன்றும் புரியாவிட்டாலும் அந்த இருட்டறையில் நானும் நின்றபடி கேட்டேன். அந்த நாள் எனக்கு நினைவிருக்கிறது. அமெரிக்க ஜனாதிபதி கென்னடியை சுட்டுக் கொன்றபோது நான் ஒரு நூலகத்தில் அமர்ந்து சோதனைக்குத் தயாரித்துக்கொண்டிருந்தேன். நான் மேசையில் எந்தப் பக்கத்தில் எந்த திசையை நோக்கி என்ன புத்தகம் படித்தேன் என்பது இன்றைக்கும் ஞாபகம் இருக்கிறது.

1972ம் ஆண்டு ஒரு ஜூன் மாதம். எங்கள் வீட்டின் வெளித் திண்ணையில் ஒரு பிரம்புக் கதிரையில் அமர்ந்து நான் சாவதானமாக டைம் வார இதழைப் புரட்டிக்கொண்டிருந்தேன். அதிலே பார்த்த ஒரு புகைப்படம் என்னைத் திகைக்க வைத்தது. ஓர் ஒன்பது வயதுச் சிறுமி நிர்வாணமாக காமிராவை நோக்கி கைகளை விரித்து, வாயை ஆவென்று திறந்து வைத்துக்கொண்டு, ஓடிவருகிறாள். அவளைச் சுற்றி இன்னும் பல குழந்தைகள். மனதை உலுக்கிய அந்தக் காட்சி இன்றுவரை என் நினைவிலிருந்து அழிய வில்லை.

வியட்கொங் படைகள் தராங்பாங் கிராமத்துக்குள் ஊடுருவிய தகவல் தென் வியட்நாமிய படைகளுக்குக் கிடைக்கிறது. கிராம மக்களுக்கு முன்கூட்டியே ஆபத்து வரப்போவது தெரியும். அன்று மத்தியானம் சோற்றுக்கஞ்சி குடித்துவிட்டு ஏதோ நடக்கப் போகிறது என்று மக்கள் காத்திருந்த சமயம் சிவப்பு சிவப்பாக விமானத்திலிருந்து திரவப் பொட்டுகள் விழுகின்றன. அவை குண்டுகள் அல்ல, எங்கே குண்டுகள் போட வேண்டும் என்பதை விமானம் அடையாளமிட்டு தீர்மானிக்கிறது. யாரோ கத்தினார்கள் 'ஓடுங்கள் ஓடுங்கள்' என்று. எல்லாச் சிறுவர் சிறுமியரும் ஓடத் தொடங்கினார்கள். டுப் டுப் என்று நாலு சத்தம் மாத்திரம்

கேட்கிறது. பெரிய குண்டு விழுந்து வெடிக்கும் சத்தமோ, நிலம் பிளக்கும் ஓசையோ இல்லை. நாப்பாம் குண்டுகள் அப்படித்தான், பெரிய சப்தம் எழுப்புவதில்லை. ஓசையில்லாமல் விழுந்து, விழுகின்ற இடத்தை தீப்பிழம்பாக மாற்றிவிடும்.

அந்தச் சிறுமி அணிந்திருந்த மெல்லிய பருத்தி ஆடை அப்படியே கணத்தில் எரிந்து பொசுங்கிவிட்டது. 'எரிகிறது, எரிகிறது' என்று கதறியபடி ஓடிவந்த சிறுமியைப் படம் பிடித்தவர் நிக் உட் என்ற புகைப்படக்காரர். அவர் சிறுமியை அள்ளிக் கொண்டு மருத்துவமனைக்கு ஓடுகிறார். அந்தச் சிறுமியின் பெயர் கிம் ஃபுக். போரின் கொடூரத்தை உணர்த்தும் அந்தப் படம் 12 ஜூன் 1972 டைம் இதழில் வெளியாகிறது. உடனே மற்ற பத்திரிகைகளும் படங்களை வெளியிட, உலகில் கோடிக்கணக்கானவர்கள் பார்க்கிறார்கள். 'படத்தில் இருக்கும் சிறுமி' என்று கிம் அறியப் பட்டார். படத்தை எடுத்த நிக் உட்டுக்கு புலிட்ஸர் பரிசு கிடைக்கிறது. அமெரிக்க ஜனாதிபதி நிக்ஸன் சிறுமியின் படத்தைப் பார்த்து திடுக்கிட்டார். அது நிஜமானதுதானா என்று தன் உதவியாளரிடம் பலதடவை கேட்டுத் தெளிவு பெறுகிறார். அந்தப் படம் பிரசுரமான சில மாதங்களிலேயே பாரிஸில் வியட்நாம் போர் நிறுத்தப் பிரகடனம் கையொப்பமாகிறது.

மாரியம் பீச் என்ற பெண்மணி Uncle Tom's Cabin என்ற நாவலை எழுதினார். அமெரிக்காவில் அடிமைகளின் விடுதலைக்கு அந்த நூல் காரணமாக அமைந்து, ஒரு பெரிய போரே நடந்தது. அமெரிக்க ஜனாதிபதி ஆப்ரஹாம் லிங்கன் ஒருமுறை மாரியமைச் சந்தித்தபோது 'இந்தச் சிறிய பெண்ணா அந்தப் பெரிய போரை ஆரம்பித்தவர்' என்று சொன்னாராம். அதுபோலவே வியட்நாம் போர் நிறுத்தத்திற்கு அந்த சிறுமியின் படம் முக்கிய காரணம் என்று சொல்கிறார்கள். என்றென்றைக்கும் உலகப் புகழ்பெற்ற புகைப்படங்களில் இதுவும் ஒன்றாகக் கருதப்படுகிறது.

இன்றைக்கு சிறுமியின் பெயர் மறந்துவிட்டாலும் முகத்தைப் பலரும் ஞாபகம் வைத்திருக்கிறார்கள். 'படத்தில் இருக்கும் சிறுமி' என்று சொன்னால் எல்லோருமே புரிந்துகொள்கிறார்கள். எழுத்தாளர் வாஸந்தியிடம் இந்தப் பெண்ணைச் சந்தித்ததை சொன்னபோது அந்தப் பெண்ணுக்கு அந்தநாள் ஞாபகமிருக்கிறதா என்று கேட்டார். உடம்பு முழுக்க நெருப்புத் தழும்பை காவித் திரிபவர் எப்படி மறக்கமுடியும்? கிம் இப்பொழுது கனடாவில் குடிபெயர்ந்து வாழ்கிறார். 46 வயதான அவர் ஓர் அரசு சாரா தொண்டு நிறுவனத்தை நடத்தி, உலகிலே போரிலே பாதிக்கப்பட்ட சிறுவர் சிறுமியருடைய நல்வாழ்வுக்காகப் பாடுபடுகிறார். இவருடைய தன்னலமற்ற சேவையைப் பாராட்டி கனடிய அரசின்

Order of Ontario விருது இவருக்கு வழங்கப்பட்டிருக்கிறது. யோர்க் பல்கலைக்கழகம் Doctor of Law பட்டம் கொடுத்திருக்கிறது. அத்துடன் யுனெஸ்கோ நல்லெண்ணத் தூதுவராகவும் பணியாற்று கிறார்.

இவரைச் சந்திப்பதற்குப் பலமுறை முயன்றும் தோல்வியே கிடைத்தது. எட்டு மின்னஞ்சல்கள், ஐந்து தொலைபேசி தகவல்கள் மற்றும் 40 மைல் பிரயாணத்துக்குப் பிறகு ஒருநாள் அவரைச் சந்திக்க முடிந்தது. 37 வருடங்களுக்கு முன்னர் டைம் பத்திரிகையில் பார்த்த சிறுமியா இவர் என்ற வியப்பு ஏற்பட்டது. சதுரமான சிவப்பு முகத்தில் சிநேகமான கண்கள். செங்கல் நிற ஆடையும் சாம்பல் நிற மேலாடையும் அணிந்திருந்தார். சின்னப் பாதங்களில் ஒரு சீனப் பெண்போல தள்ளாட்டமாக நடந்துவந்தது அவருக்கு ஒரு வசீகரத்தை கொடுத்தது. கைப்பையை நாற்காலியில் மாட்டி விட்டு, கால்களை நீட்டி சாவதானமாக சாய்ந்து உட்கார்ந்து சிரித்த படியே பேசினார். இவரா அந்தச் சிறுமி என்ற திகைப்பு அடங்க சில நிமிடங்கள் எடுத்தன. எங்கே தொடங்குவது என்று தெரிய வில்லை. இதற்குமுன்னர் அவரிடம் நூறுபேர் கேட்டிருக்கக்கூடிய ஒரு கேள்வியை கேட்டேன். 'நீங்கள் எரிந்துகொண்டு ஓடியபோது எப்படி உணர்ந்தீர்கள்?'

அந்தச் சிறுவயதிலும் உயிரின்மேல் இருக்கும் ஆசை தெரிந்தது. அது தவிர உடம்பு பற்றி எரியும் வேதனை. அப்படியே ஓடிக்கொண்டிருக்கவேண்டும் என்று தோன்றியது. வெகுதூரத்தைக் கடந்துவிட்டால் வலி போய்விடும் என்று நினைத்தேன்.

சிகிச்சையில் உங்களுக்குப் பூரண குணம் கிடைக்க வில்லையா?

நான் நீண்ட காலத்தை மருத்துவமனைக் கட்டில்களில் கழித்தேன். 14 மாதங்களில் என் உடம்பில் 17 அறுவை சிகிச்சைகள் செய்தார்கள். அது ஒரு அமெரிக்கர் நடத்திவந்த மருத்துவமனை. அங்கே வேலை செய்த மருத்துவர்களும் தாதிகளும் கனிவுடனும் சேவை மனப்பான்மையுடனும் சுறுசுறுப்பாக வேலை செய்வதைக் கண்டேன். அவர்களிடம் எனக்குப் பெருமதிப்பு ஏற்பட்டது. நான் வளர்ந்து பெரியவளாகும்போது எப்படியும் படித்து மருத்துவராக வேண்டும் என்று கனவு கண்டேன். ஆனால் விதி என்னைத் துரத்தியது. என் பதின்ம வயதில் மருத்துவப் படிப்பைத் தொடங் கினேன். ஆனால் நான்தான் 'படத்தில் இருக்கும் சிறுமி' என்பதை வியட்நாமிய கம்யூனிஸ்ட் அரசு கண்டுபிடித்தது. என்னுடைய படிப்பை நிறுத்தி என்னைப் பரப்புரை செய்யும் அரச ஊழியராக நியமித்தது. என் விருப்பத்தைக் கேட்காமலே நான் காட்சிப்

பொருளாக்கப்பட்டேன்.

அதிலிருந்து எப்படி மீண்டீர்கள்?

எரிந்து தழும்பேறிய என் உடம்பைக் கண்ணாடியில் பார்க்க எனக்கே அருவருப்பாகவும், அவமானமாகவும் இருக்கும். படிக்க முடியாத கவலை வேறு எனக்கு. உடம்பில் 24 மணிநேரமும் ஓயாத வலி. ஒருநாள் திறந்த வெளியில் நின்று அண்ணாந்து வானத்தைப் பார்த்து உரத்துக் கத்தினேன். 'ஏன் நான்? ஏன் நான்? என்னை ஏன் தெரிவுசெய்தாய் ஆண்டவனே. நீ அங்கே இருப்பது உண்மை யானால் என்னை வாழவிடு அல்லது சாக விடு.' அதன் பின்னர் என்ன நடந்ததோ தெரியாது. படிப்படியாக என் வாழ்க்கை மாற்ற மடைய ஆரம்பித்தது. என் அம்மா சொல்லும் வியட்நாமியப் பழ மொழியை நினைத்துக்கொள்வேன். ஒரு முழுயானையை சாப்பிட நினைப்பவள் முதலில் ஒரு வாய் உணவில் ஆரம்பிக்கவேண்டும். வேதனையைக் கொஞ்சம் கொஞ்சமாகக் குறைக்கவேண்டும், ஓர் இரவில் அது மறைந்துபோகாது. எனக்குக் கிடைத்த ஒவ்வொரு நாளும் ஒரு கொடை என்பதை உணர்ந்தேன். நடந்து முடிந்த சரித்திரத்தை நான் மாற்ற முடியாது, ஆனால் இனி வரும் சரித்திரத்தை என்னால் மாற்றமுடியும்.

எப்படி கனடா வந்தீர்கள்?

கியூபாவில் மேற்படிப்பு படிக்க எனக்கு அனுமதி கிடைத்தது. அங்கே எனக்கும் இன்னொரு வியட்நாமிய மாணவனுக்குமிடையில் காதல் முகிழ்த்தது. நான் படிப்பை இடை நிறுத்தி அவரை மண முடித்தேன். எங்கள் தேனிலவைக் கொண்டாட நாங்கள் ரஸ்யாவுக்குச் சென்றோம். திரும்பி வரும்வழியில் எங்கள் விமானம் கனடாவின் காண்டர் விமான நிலையத்தில் எரிபொருள் நிரப்புவதற்காக இறங்கியது. அந்த நேரம் நானும் கணவரும் அரசியல் தஞ்சம் கோரினோம். அன்று விமானத்தில் எரிபொருள் போதிய அளவு இருந்திருந்தால் இன்று நான் கனடாவில் சுதந்திர மான காற்றை சுவாசிக்க மாட்டேன்.

நீங்கள் கனடா வந்த பின்னர் உங்கள் பழைய வாழ்க்கையை நினைவூட்டும் யாரையாவது மீண்டும் சந்தித்தீர்களா?

ஓர் அதிசயம் நிகழ்ந்தது. அமெரிக்காவில் வாஷிங்டன் நகரத்தில் 1996ம் ஆண்டு நடந்த Vietnam War memorial விழாவில் என்னைப் பேச அழைத்திருந்தார்கள். நான் என் பழைய வலிகளை யும், துயரங்களையும் சபையினருடன் பகிர்ந்துகொண்டேன். விழா முடிந்த பின்னர் முன்னை நாள் அமெரிக்க ராணுவ அதிகாரி ஒருவர் என்னை வந்து சந்தித்தார். அவருடைய பெயர் John

Plummer. அன்று நாலு நாப்பாம் குண்டுகளையும் வீசிய விமானத்தின் கட்டளை அதிகாரி. அவர் கண்களில் நீர் வழிந்து கொண்டிருந்தது. என்னைக் கட்டியணைத்து நீ என்னை மன்னித்து விட்டாயா என்று கேட்டார். உங்களையும் குண்டுபோட்ட விமானியையும் நான் மன்னித்து விட்டேன் என்றேன்.

நீங்கள் போரினால் பாதிக்கப்பட்ட குழந்தைகளுக்கான தொண்டு நிறுவனத்தை நடத்தி வருகிறீர்கள். சமீபத்தில் நடந்து முடிந்த ஈழத்துப்போரில் ஆயிரக்கணக்கான குழந்தைகள் கொல்லப்பட்டனர்; காணாமல்போயினர். இன்னும் ஆயிரக் கணக்கானோர் காயம்பட்டனர். கர்ப்பத்திலிருந்த சிசு கூட காய மடைந்திருக்கிறது. போரின் நடுவில் விஸ்வமடுவில் பிறந்த ஒரு குழந்தையின் வலது தொடையில் துப்பாக்கிச்சன்னக் காயம் இருந்ததைப் பத்திரிகைகளில் படித்திருப்பீர்கள். நீங்கள் இலங்கைக்குப் போக திட்டமிடவில்லையா?

மேசையில் கிடந்த கரண்டியை கிம் சுழலவிட்டு அது நிற்கும் வரை காத்திருந்தார். அவருடைய கண்கள் கலங்கின. 'நான் தனியாளாக வேலை செய்கிறேன். சமீபத்தில் நான் உகாண்டா, கானா, தாய்லாந்து, மெக்சிகோ, ஆர்ஜண்டீனா, அயர்லாந்து, இத்தாலி, பெல்ஜியம் போன்ற பல நாடுகளுக்குப் போயிருக்கிறேன். நான் பயணம் செய்த நாடுகளிலும் பார்க்க இனிப்போகத் திட்டமிட்டிருக்கும் நாடுகள் அதிகம். ஆனால் என் உடல்நிலை ஒத்துழைக்கவேண்டும். அவர் தன் ஆடையின் கைகளை சுருட்டி சுருட்டி மேலே தள்ளிவிட்டு இதைப் பாருங்கள் என்றார். நான் திடுக்கிட்டுவிட்டேன். அது மனிதக்கை போலவே இல்லை. உருகிய சதை எல்லாம் ஒன்றாய்த் திரண்டு உருவம் இல்லாமல் தட்டையாக மினுங்கிக்கொண்டு கிடந்தது. தொட்டுப் பாருங்கள் என்றார். தொட்டேன். ஒரு மரக்கட்டையைத் தீண்டியதுபோல கையை உடனே இழுத்துக்கொண்டேன். ஒரு பெண்ணின் உடலில் காணக் கூடிய சதைத்தன்மையோ, மிருதுத் தன்மையோ கிடையாது. 'என்னுடைய உடம்பில் 65 சதவீதம் இப்படித்தான். சருமம் உருகி ஒட்டிக்கொண்டதால் சருமத் துளைகள் இல்லை; வியர்வையும் வெளியேறமுடியாது. உணர்ச்சி நரம்புகள் ஒன்றுடன் ஒன்று பிணைந்திருப்பதால் உடம்பின் எந்தப் பாகம் வலித்தாலும் அந்த வலி உடம்பு முழுக்க பரவும். என் கால் பெரு விரலில் ஒரு காயம் ஏற்பட்டால் அந்தச் செய்தி மூளைக்கு நேராகப் போவதில்லை. உடம்பின் பல பாகங்களிலிருந்தும் போகிறது. அதனால் உடம்பு முழுவதும் வலிக்கும் உணர்வு ஏற்படுகிறது. மனிதகுலத்தின் பாவங் களை ஏற்று யேசு சிலுவையில் மரித்ததுபோல உலகத்துக் குழந்தை

களின் வேதனையை நான் அனுபவிப்பதாக நினைத்துக் கொள்கிறேன்.

இத்தனை வருடங்களாகியும் வலி நிற்கவில்லையா?

என் உடம்பு எரிவதைத் தாங்கமுடியாமல் நான் அலறிக் கொண்டு ஓடியபோது ஒரு ராணுவவீரர் என் மேல் தண்ணீரை ஊற்றினார். அவர் அப்படிச் செய்திருக்கக்கூடாது. தண்ணீர் கொதிப்பது 100 டிகிரி. நாப்பாம் குண்டு எரிவது 1200 டிகிரி. நாப்பாம் குண்டில் பெற்றோல், நாப்தலீன் அத்துடன் தோலிலே ஒட்டும் தன்மை கொண்ட ஒருவகை திரவம் கலந்திருக்கும். சருமத்தை ஒட்டிப்பிடித்து அது எரியும்போது அதை நிறுத்த முடியாது. தண்ணீர் ஊற்றியதும் சதை வெந்து காய்ச்சிய இறைச்சி போல ஆகிவிட்டது.

சட்டைக் கைகளை மறுபடியும் இறக்கிவிட்டு, கைப்பையை எடுத்துக்கொண்டு கிம் கனிவுடன் என்னைப் பார்த்தார். அரைமணி நேர சந்திப்பு ஒன்றரை மணி நேரமாக நீண்டுவிட்டிருந்தது. இன்னொரு சந்திப்புக்கு பிந்திவிட்டதாகச் சொல்லி அவசரமாக மேலங்கியை எடுத்து அணிந்தார். முதல் நாள் இரவு உதிர்ந்த மேப்பிள் இலைகளின் மேல் நடந்து சற்றுதூரம் சென்றவர் தன் சதுரமான முகத்தை திருப்பிக் கையை உயர்த்திக் காட்டி அசைத்தார். காமிராவை நோக்கி ஓடிவந்த சிறுமியும், இன்று என்னிடம் விடைபெற்று நாளைக்குள் நுழையும் பெண்ணும் ஒருவரேதான். மாற்றம் 37 வருடங்கள். மாற்றமில்லாதது இன்றைக் கும் உலகத்தில் போரில் கொல்லப்படும் ஆயிரக்கணக்கான குழந்தைகள்.

அரசனின் பள்ளிக்கூடம்

எத்தனை முறை சொன்னாலும் என் மகனைத் திருத்த முடியாது. அவனுக்கு எட்டு வயது, மகளுக்கு நாலு. அவர்கள் விளையாடிக் கொண்டிருந்தார்கள். இவன் எசமானன், அவள் வேலைக்காரி. இவன் மேசையிலிருந்து சாப்பிட்டுக்கொண்டிருந்தான். வேலைக்காரி வீடு கூட்டினாள். பின்னர் சமையல் அறையை சுத்தமாக்கினாள். இவன் வயிறார சாப்பிட்டுவிட்டு கதிரையைப் பின்னாலே தள்ளிவிட்டு எழுந்து சென்றான். அவள் கோப்பையைக் கழுவினாள்.

அடுத்த விளையாட்டு. இவன் பள்ளிக்கூட ஆசிரியன். அவள் அடியும் திட்டும் வாங்கும் மாணவி. இவன் ரயிலை ஓட்டும் எஞ்சின் டிரைவர், அவள் கரி அள்ளிப்போடும் ஊழியன். இவன் கம்பனி மானேஜர். அவள் கைகட்டி நிற்கும் சேவகி. நானும் சொல்லிச் சொல்லி அலுத்துவிட்டேன். அவள் ஒரு முறை ராணியாக இருக்கலாம். நீ காவல்காரனாக வேடம் போட்டு விளையாடலாம். அவன் சரி அப்பா என்பான், ஆனால் நடைமுறைக்கு வராது.

மகளிடம் சொல்வேன், நீ சம உரிமையை விட்டுக்கொடுக்கக் கூடாது என்று. அவள் அது என்னவென்று கேட்பாள். அவளுக்குப் பயம். அண்ணன் தன்னை விளையாட்டில் சேர்க்காமல் விட்டு விடுவானோ என்று. அவனோடு விளையாடுவதற்காக அவள் என்னவும் செய்ய தயாராக இருந்தாள்.

அவர்கள் இருவரையும் உட்காரவைத்து மகாபாரதம் கதை சொன்னேன். அவன் சிரிக்கும் இடங்களில் அவளும் சிரித்தாள். அவன் பாதியில் எழும்பி நின்று அம்பு விட்டால், அவளும் விட்டாள். அருச்சுனனுடைய வில்லின் பெயர் காண்டீபம் என்றேன். அங்கேதான் பிரச்சினை முளைத்தது. மகன் சிரிக்கத் தொடங்கினான். மகளும் சிரித்தாள். 'நாங்கள் வளர்க்கும் மாடு, நாய், பூனைக்குப் பெயர் வைப்போம். யாராவது வில்லுக்குப் பெயர் வைப்பார்களா?'

'அந்தக் காலத்து அரசர்கள் வைத்தார்கள்.'

'காண்டீபம் என்று கூப்பிட்டவுடன் வில் ஓடிவருமா?' என்றான். விழுந்து விழுந்து சிரித்தான். அவனிலும்கூட மகள் சிரித்தாள். மகாபாரதம் கதை நிறுத்திவைக்கப்பட்டது.

அடுத்தநாள் திங்கட்கிழமை காலை. மகன் அறையில் சத்தம் வந்துகொண்டிருந்தது. எட்டிப் பார்த்தேன். கால்களை அகட்டி வைத்து இரண்டு இடுப்பிலும் கை வைத்துக்கொண்டு மகன் நின்றான். மகளின் உடம்பு குளிரில் நடுங்குவதுபோல ஆடிக் கொண்டிருந்தது.

'பாசுபதம் எங்கே?' என்றான் மகன். மகள் பென்சிலை எடுத்துவந்து நீட்டினாள்.

'சுதர்சனம்?'

அழிரப்பரை எடுத்துக்கொடுத்தாள்.

'பாஞ்சசன்யம்?'

மகள் ஒருகணம் திகைத்து நின்று பின்னர் எல்லா திசைகளிலும் ஓடினாள். நினைவு வந்துவிட்டது. அவனுடைய கொப்பியை எடுத்து சுருட்டி வாயில் வைத்து ஊ என்று ஊதிக் கொடுத்தாள்.

'காண்டீபம், காண்டீபம் எங்கே?' என்று கத்தினான் மகன். அவன் கோபமாக நின்றான். இலை துடிப்பதுபோல மகளின் கைகள் நடுங்கின. ரூலர் தடியை எடுத்துக் குனிந்தபடி நீட்டினாள்.

மன்னர் பள்ளிக்கூடத்துக்குப் புறப்பட்டுவிட்டார்.

பேன் பொறுக்கிகள்

நண்பர் அவசரமாகக் கதவைத் திறந்துகொண்டு உள்ளே நுழைந்தார். யாரோ துரத்துகிறார்கள் என்று நான் நினைத்தேன். தலைமுடி சீவாமல் பறந்தது. முகம் வியர்த்துக் கிடந்தது. வணக்கம் சொல்லவில்லை. கோட்டைக் கழற்றவில்லை. நீலமேனி நெடியோன் போல எனக்கு முன்னே உயரமாக நின்றார். பெட்டியிலே வந்த புது சேர்ட்டில் இரண்டு கைகளையும் பின்னுக்கு மடித்து ஊசி குத்தியிருப்பார்கள். அதுபோல கைகளைப் பின்னால் கட்டிக் கொண்டு நான் முதலில் வணக்கம் சொல்லவேண்டும் என எதிர்பார்த்து நின்றார். நான் உட்காருங்கள் என்று சொல்லும் முன்னரே உட்கார்ந்து 'நீங்கள் நம்ப மாட்டீர்கள்' என்றார். 'முயற்சி பண்ணிப் பார்க்கிறேன். சொல்லுங்கள்' என்றேன். 'தலைமையாசிரி யரிடம் இருந்து மறுபடியும் கடிதம் வந்திருக்கிறது' என்றார்.

நண்பர் நடுத்தர வயதுக்காரர். அமெரிக்காவின் வங்கி ஒன்றில் உயர் பதவி வகிக்கிறார். அவருடைய மூன்று மகள்களும் பிரபல மான தனியார் பள்ளிக்கூடம் ஒன்றில் படித்தார்கள். அவர் மாதாமாதம் கட்டும் வீட்டுக் கடனிலும் பார்க்க மூன்று மகள்களின் படிப்புச் செலவுக்கு அவர் கட்டும் பணம் அதிகம் என்று சொல்லி யிருந்தார். அந்தப் பள்ளிக்கூடம் எப்ப பார்த்தாலும் அதற்கு இதற்கு என்று அவரிடம் பணம் கேட்டுக்கொண்டே இருந்தது.

'பள்ளிக்கூடக் கட்டணத்தைக் கூட்டிவிட்டார்களா?' என்று கேட்டேன். 'இல்லை, அதனிலும் மோசம்' என்றார். 'என்னுடைய மகள்களின் தலையில் பேன் பிடித்திருக்கிறது என்று சொல்லி தலைமையாசிரியர் முறைப்பாடு கொடுத்திருக்கிறார். என்னுடைய மகள்கள் தலையில் பேன் கிடையாது. யாரோ ஒரு பிள்ளை கொண்டு வந்து மற்றவர்களுக்கும் கொடுத்துவிடுகிறது' என்றார். 'அப்படி தலைமையாசிரியருக்கு சொல்ல வேண்டியதுதானே?' அவர் சொல்கிறார், 'எல்லா பெற்றோர்களும் அதையேதான் சொல்கிறார்கள். நீங்கள் ஒத்துழைக்கவேண்டும். அது இல்லாமல் ஒன்றுமே செய்ய முடியாது.'

'என்ன செய்தீர்கள்?'

'இனித்தான் அதிசயம். உங்கள் தலையில் பேன் பார்ப்பதற் கென்று ஒரு கம்பனி இருக்கிறது, தெரியுமா? அவர்கள் ஓர் இணையதளம்கூட வைத்திருக்கிறார்கள்.'

'இணையதளமா?'

'மீதியையும் கேளுங்கள். ஒரு பிள்ளைக்கு வீட்டிலே வந்து பேன் பார்க்க கட்டணம் 200 டொலர். எனக்கு மூன்று பிள்ளைகள் என்றபடியால் 100 டொலர் கழிவு தந்தார்கள். ஒருநாள் முழுக்க பேன் பார்த்தார்கள். நான் அவர்களுக்கு 500 டொலர் கொடுத்தேன்.'

'பள்ளிக்கூட தலைமையாசிரியரைப் பிழை சொல்ல முடியாது. பிள்ளைகளையும் பிழை சொல்ல முடியாது. பேனையும் பிழை சொல்ல முடியாது. பெற்றோருடைய கவனக்குறைவுதான் இதற்குக் காரணம்' என்றேன். நண்பருக்கு நான் சொன்னது அவ்வளவு பிடிக்கவில்லை.

இது நடந்தது மூன்று மாதத்துக்கு முன்னர். இரண்டு நாள் முன்பு மறுபடியும் நண்பர் வந்தார். அவர் கையில் தலைமையா சிரியர் எழுதிய கடிதம் ஒன்று இருந்தது. 'பாருங்கள், இன்னொரு கடிதம் வந்திருக்கிறது. நான் என்ன பேன் பண்ணை ஒன்று நடத்தி பேன் உற்பத்தி செய்கிறேனா? யாரோ பிள்ளை பேனைப் பள்ளிக்குக் கொண்டு வருகிறது. நாங்கள்தான் அவஸ்தைப்பட வேண்டும்.'

'கடிதம் என்ன சொல்கிறது?' என்று கேட்டேன்.

'அதேதான். ஆனால் இம்முறை ஓர் எச்சரிக்கையும் இருக்கிறது. யாராவது பிள்ளையின் தலையில் இனிமேல் பேன் காணப்படுமானால் அந்தப் பிள்ளையை இரண்டு வாரம் பள்ளியிலிருந்து நிறுத்திவிடுவார்களாம். நம்பமுடிகிறதா?'

'என்ன செய்தீர்கள்?'

'மறுபடியும் பேன் பொறுக்கிகளைக் கூப்பிட்டேன். அவர்கள் உண்மையான பொறுக்கிகள்தான். இம்முறை 100 டொலர் கழிவு தர மறுத்துவிட்டார்கள். இப்பொழுதான் அவர்களுக்கு 600 டொலர் செக் எழுதிக் கொடுத்துவிட்டு வருகிறேன். போகிற போக்கைப் பார்த்தால் பள்ளிக்கூட கட்டணத்தைவிட பேன் செலவு கூடிவிடும் போல தெரிகிறது.'

'இது என்ன தேசிய ரகஸ்யமா? நீங்களே பேன் பார்க்கலாம். உங்கள் பிள்ளைகளும் ஒருவர் தலையை ஒருவர் சோதிக்கலாம்.' நான் பாரதிராஜாவின் பழைய திரைப்படம் ஒன்றை நினைத்துக்

கொண்டேன். அதிலே மூன்று பெண்கள் நிரையாக இருந்து ஒருவருக் கொருவர் பேன் பார்ப்பார்கள்.

'செய்யலாம்தான், ஆனால் ஒரு பேனைத் தவறவிட்டாலும் அவர்கள் என் மகளை இரண்டு வாரகாலம் பள்ளிக்கூடத்திலிருந்து நிறுத்திவிடுவார்கள். நான் தினம் நடுங்கிக்கொண்டிருக்கிறேன். அப்படி நிறுத்தினால் நானும் அல்லவா இரண்டு வாரகாலம் விடுப்பு எடுக்க வேண்டி வரும்.'

'பேனை ஒழிக்க வேறு வழியே கிடையாதா?'

'எப்படி ஒழிக்கிறது? ஒரு பேன் செத்தால் அதன் செத்த வீட்டுக்கு இருபது பேன் அல்லவோ வருகிறது.'

'நீங்கள் என்ன நினைக்கிறீர்கள்?'

'இந்த வருடம், இந்த தேதி, இந்த நேரத்தை உங்கள் டயரியில் குறித்து வைத்துக்கொள்ளுங்கள். நான் பேன் பொறுக்கிகளைத்தான் சந்தேகிக்கிறேன். அவர்கள் ஒரு பிள்ளைமூலம் பள்ளிக்கூடத்துக்குப் பேனை ஏற்றுமதி செய்யலாம் அல்லவா? இது எவ்வளவு லாபகரமான தொழில்.' நான் திகைத்துப் போய் நின்றேன்.

'இனி என்ன செய்யப் போகிறீர்கள்?'

நீலமேனி நெடியோன் வீட்டிலேயிருந்து கொண்டுவந்த நீண்ட பெருமூச்சு ஒன்றை வெளியே விட்டார்.

'அடுத்த கடிதத்துக்காக காத்திருக்கப் போகிறேன்'என்றார்.

(இதை ஒருவருமே நம்ப மாட்டீர்கள் என்பது தெரியும். அதுதான் கீழே கொழுவியைக் கொடுத்திருக்கிறேன்.)

http://www.thenit-picker.net

தவறிவிட்டது

நான் ஒரு ஜேர்மன் அதிகாரியிடம் சில காலம் வேலை பார்த்தேன். ஜேர்மன் அதிகாரி என்றால் கண்டிப்பானவர் என்பது சொல்லாமலே விளங்கிவிடும். முதல் பிரச்சினை அவர் பெயர். அவருடைய பெயரிலுள்ள எழுத்துக்களுக்கும் உச்சரிப்புக்கும் ஒருவித தொடர்பும் இல்லை. தன் பெயரை எப்படி உச்சரிக்க வேண்டும் என்பதைத் தினமும் மினக்கெட்டு சொல்லித் தருவார். உச்சரிப்புக்குத் தக்கமாதிரி எழுத்தை மாற்றிவிடவேண்டியதுதானே. ஆனால் அவரிடம் அதைத் துணிந்து சொல்வதற்கு ஆள் கிடையாது. ஏனென்றால் அத்தனை பெரிய உருவம். இரண்டு பேருக்குப் போதுமான துணியில் உடுப்பு தைத்து, இரண்டு பேருக்குப் போதுமான உணவை உண்டு, இரண்டு பேருக்குப் போதுமான கட்டிலில் படுத்து எழுந்து அலுவலகத்துக்கு வருவார் என்று நினைக்கிறேன். உங்கள் கதவைத் தட்டமாட்டார், இடிப்பார். கதவைத் தட்டுகிறாரா வீட்டுக்கு எடுத்துச் செல்லப் பெயர்க்கிறாரா என்ற சந்தேகம் அங்கே வேலை செய்பவர்களுக்கு அடிக்கடி எழும்.

இந்த அதிகாரி காலையில் வந்ததும் முதல் வேலையாக ஒரு பட்டியல் போடுவார். மாலையில் வீடு திரும்பு முன்னர் அன்று முடிந்துபோன அலுவல்களைப் பட்டியலில் இருந்து நீக்கிவிடுவார். மீதியை அடுத்த நாள் காலை போடும் புதிய பட்டியலுடன் சேர்த்துக்கொள்வார். இப்படி அந்தப் பட்டியல் முடிவில்லாமல் நீண்டுகொண்டே போகும். மீந்துபோன தோசை மாவுடன் புதிய மாவைச் சேர்ப்பதுபோல இது முடிவுக்கு வருவது கிடையாது.

சமீப காலங்களில் நான் அவரை அடிக்கடி நினைக்கிறேன். சூப்பர் மார்க்கட்டுக்குப் போகும்போது என் மனைவி தீவிரமாகப் பட்டியல் போடுவதற்குத் தொடங்கிவிட்டார். அது நல்ல மாற்றம் என்றுதான் சொல்லவேண்டும். தள்ளுவண்டியைத் தள்ளிக்கொண்டு சாமான்களை ஒவ்வொன்றாகப் பட்டியலில் இருக்கும் ஒழுங்கில் தெரிவு செய்வார். பட்டியலில் எழுதிய சாமான் கண்ணுக்கு முன்னே இருந்தாலும் அதன் முறைவரும்முன்னர் அதை எடுக்கமாட்டார். இந்தப் பிடிவாதமான கொள்கையால் தள்ளுவண்டியைத் தள்ளிக்கொண்டு மேலும் கீழுமாக அலைந்து

தான் வண்டியை நிரப்பமுடியும். என்னுடைய அணுகுமுறை முற்றிலும் வேறுமாதிரி இருக்கும். பட்டியல் போடுவதில்லை. வண்டியைத் தள்ளிக்கொண்டு போகும்போதே கண்ணில் தெரியும் சாமான்களை அள்ளிப்போட்டு நிரப்பலாம். இறுதியில் பணம் கொடுக்கும்போது சூப்பர்மார்க்கெட் பெண்ணே நீங்கள் வாங்கிய பொருள்களுக்குப் பட்டியல் போட்டுத் தருவாள். எவ்வளவு வசதியானது.

சங்ககாலத்துப் புலவர்களில் பட்டியல் போடுவதில் தலை சிறந்தவர் கபிலர். பாரியை நோக்கிப் பாடும்போது பறம்பு மலை சிறந்தது அதை எதிரிகள் அடைய முடியாது என்று சொல்லிவிட்டு அதன் சிறப்புகளைப் பட்டியலிடுகிறார்.

ஒன்று விளையும் நெல்
இரண்டு இனிப்பான பலாப்பழம்
மூன்று வள்ளிக்கிழங்கு
நான்கு குன்றுத்தேன்

கவியின் பட்டியல் இப்படி போகிறது. பாடலைப் பாடியபோது கபிலர் மிகவும் பட்டினியாக இருந்திருப்பார் போலும். பறம்பு மலையில் உள்ள உணவைத் தவிர வேறு ஒரு சிறப்பும் அவர் கண்களுக்குத் தெரியவில்லை.

சிலப்பதிகாரத்து கண்ணகியும் ஓர் இடத்தில் பட்டியலிடு கிறார். கணவன் கொலையுண்ட துயரத்தில் பிறந்த கூற்று ஒரு பட்டியல்போல வெளிப்படுகிறது.

முறையில்லா அரசன் ஊரில் வாழும் பத்தினிப் பெண்கள் – இது ஒன்று

பிறர் படாத துன்பத்தை அடைந்தேன் – இது ஒன்று
கொன்ற என் கணவர் கள்வர் அல்ல – இது ஒன்று
என் கணவரைக் காண்பேன் – இது ஒன்று
அவரிடம் நல்ல வார்த்தை கேட்பேன் – இது ஒன்று
அப்படிக் கேட்காவிட்டால் இகழுங்கள் – இது ஒன்று

கண்ணகி ஒன்று, இரண்டு, மூன்று என்று எண்ணவில்லை. தமிழ் இலக்கியத்தில் துறைபோன ஒரு புலவரிடம் ஏன் கண்ணகி இப்படி ஒன்று, ஒன்று, ஒன்று என எண்ணினார் என்று கேட்டேன். கணவன் கொலையுண்ட பிறகு கண்ணகி இருந்த மனநிலையில் அவரால் ஒன்றுக்குமேல் எண்ணமுடியவில்லை என்றார். அதுவும் நல்ல விளக்கமாகத்தான் இருந்தது.

அந்தக் காலத்திலிருந்து இந்தக் காலம் வரை பட்டியல் போடுவது தொடர்கிறது. பத்துப்பாட்டின் குறிஞ்சிப்பாட்டில் பூக்களின் பட்டியல் ஒன்று வரும். சுந்தரரிடம் கொள்ளையடித்த

நகைகளின் பட்டியலை வேடுபறி சொல்லும். ஒருமுறை லாகூரில் மொகலாய மன்னர்களின் நவ்லாக் என்ற சலவைக்கல் மாளிகையைப் பார்க்க நேர்ந்தது. விமானம் முழுக்க நுணுக்கமான வண்ண வேலைப்பாடுகள். அந்தக் கட்டிடத்தில் பாவிக்கப்பட்ட ஒவ்வொரு சின்னப் பொருளுக்கும் பட்டியல் இருப்பதாகச் சொன்னார்கள்.

அஹமட் ஃபயாஸ் என்ற உருதுக் கவிஞர், அவர் இறக்கும் முன்னர் எழுதிய கடைசிக் கவிதையில் இப்படி சொல்கிறார். மரணம் வந்துவிட்டது கையில் ஒரு பட்டியலோடு. இன்றைய பட்டியலில் யார் பெயர்கள் இருக்கின்றன? எனக்குத் தெரியவில்லை.

நானும் ஒருமுறை இலக்கியப் பட்டியல் ஒன்றைத் தொலைத்திருந்தேன். நீண்ட புனைவு ஒன்றை எழுதினேன் ஆனால் முடிவு திருப்திகரமாக அமையவில்லை. தனிமையில் ஒருநாள் ரயிலில் பயணம் செய்தபோது மெலிதான ஒரு கனவு நிலைக்குள் தள்ளப்பட்டேன். திடீரென்று வார்த்தைகள் வார்த்தைகளாக கொட்டத் தொடங்கின. ஒரு குளவிக்கூட்டைக் கலைத்துவிட்டது போல வார்த்தைகள் ஒன்றன் பின் ஒன்றாக வெளியே வந்தன. சில சமயம் இரண்டு வார்த்தைகள் ஒரே நேரத்தில் வந்தன. இந்த வார்த்தைகளைத்தான் நான் தேடிக் கொண்டிருந்தேன். அவசர அவசரமாக அவற்றைக் குறித்துக்கொள்வதற்கு தேடியதில் பேனா அகப்பட்டது. ஒரு துண்டு பேப்பர் கிடைக்கவில்லை. யாரோ படித்துவிட்டு எறிந்த தினசரி பேப்பர் ஒன்றின் ஓரத்தைக் கிழித்து அந்த வார்த்தைகளை ஒன்றன் கீழ் ஒன்றாக வேகமாக எழுதிப் பையில் வைத்து பத்திரப்படுத்தினேன். வீடு வந்து தேடியபோது அது தொலைந்து விட்டது. எப்படித் தேடியும் கிடைக்கவில்லை. புனைவு முடியாமலே நின்றது. பேரிலக்கியம் ஒன்றிலிருந்து வாசகர்கள் தப்பியது அப்படித்தான்.

சமீபத்தில் ஃபோர்ப்ஸ் வெளியிட்ட உலகத்துப் பணக்காரர்களின் பட்டியலை டொக்ரர் ராமானுஜம் எனக்கு மின்னஞ்சலில் அனுப்பியிருந்தார். அவருடைய குறிப்பு இப்படி இருந்தது. 'உங்களுடைய பெயர் இருக்கிறதா என்று சரி பார்த்துக் கொள்ளுங்கள்.' உலகத்துப் பணக்காரர்கள் ஓர் ஆயிரம் பேர் இருப்பார்கள். கார்லொஸ் ஸ்லிம் முதலில் இருந்தார், இரண்டாவது பில் கேட்ஸ். நாலாவதாக முகேஷ் அம்பானி. இப்படியே பட்டியல் நீண்டது. நண்பருக்குப் பதில் எழுதினேன். 'இந்த முறையும் என் பெயர் தவறிவிட்டது.'

காசு இல்லை

திங்கட்கிழமை என்றால் லொத்தரி டிக்கட் வாங்கும் நாள். அவர் தன் தாயாரைக் கூட்டிக்கொண்டு பல்கடை அங்காடிக்குப் போவார். அங்கே தாயார் பத்து பதினைந்து நிமிடங்களுக்கு டிக்கெட்டுகளைப் பார்வையிட்டுவிட்டு இறுதியில் ஆறு இலக்கங்களைத் தெரிவு செய்வார். நண்பர் பொறுமையாக காத்திருப்பார். தெரிவு முடிந்ததும் காசைக் கொடுத்து, டிக்கட்டை வாங்கி தாயாரின் கைப்பையைத் திறந்து அதற்குள் வைத்து கிளிக் என்று சத்தம் வர பூட்டிக் கொடுப்பார். தாயாருடைய முகத்தில் அந்த வாரத்து சிரிப்பு நிறையும். முழங்கையைப் பிடித்து அவரை மெதுவாக நடத்திச் செல்வார். கால்கள் தரையை உராய்ந்தபடி நடக்கும். காரில் தாயாரை இருத்தி, இருக்கைப் பட்டியைக் கட்டிவிடுவார். மறுபடியும் அடுத்த திங்கட்கிழமை காலைதான் தாயார் வீட்டைவிட்டு வெளிக்கிடுவார்.

தாயாருக்கு வயது 90. அவருடைய சருமம் வெங்காயச் சருகுபோல இருக்கும். முகத்தில் கோடுகள் எங்கேயோவெல்லாம் ஆரம்பித்து எங்கேயோவெல்லாம் முடியும். நான் நண்பரைக் கேட்பதுண்டு, எதற்காக இத்தனை சிரமப்பட்டு தாயாரை அழைத்துச் செல்லவேண்டும். அவராகவே ஒரு டிக்கட்டை வாங்கிக் கொடுக்கலாம்தானே என்று. நண்பருடைய பதில் விசித்திரமான தாக இருக்கும். 'அம்மாவின் மனம் முழுக்க 649 டிக்கட் பற்றிய சிந்தனைதான். பரிசு அறிவிக்கும் தினம் நெருங்க அவருக்குப் படபடப்பு கூடிவிடும். முடிவு தெரிந்ததும் டிக்கட்டை கிழித்துப் போட்டுவிட்டு எதிர்வரும் திங்கட்கிழமைக்கு காத்திருப்பார். அவருடைய ஒரே சந்தோசம் இதுதான். இதை நிறுத்த எப்படி எனக்கு மனம் வரும்?' என்பார். 'போனவாரம் ரொறொன்ரோவில் ஒருவருக்கு 10 மில்லியன் டொலர் பரிசு விழுந்ததே? அப்படி கிடைத்தால் என்ன செய்வார்?' என்று கேட்டேன். 'அவ்வளவு தூரத்துக்கு அவரால் சிந்திக்க முடியாது. அவருக்கு உலகத்தில் மகிழ்ச்சி தருவது லொத்தரி டிக்கட் வாங்குவதுதான். பரிசு விழுந்தாலும் அடுத்த திங்கட்கிழமை அவர் லொத்தரி டிக்கட் வாங்கப் புறப்படுவார், அதில் சந்தேகம் இல்லை' என்றார்.

நண்பருக்கு அப்படியென்றால் எனக்கு திங்கட்கிழமை ஆரம்பித்தால் ஒரே பிரச்சினை. வேலை செய்ய முடியாது. டெலிபோன் அடித்தபடியே இருக்கும். எல்லாம் சந்தை அழைப்புகள். மனிதக்குரல் என்றால் பரவாயில்லை, மெசின் குரல். முதலில் வந்தது வீட்டை சுத்தம் செய்து தருவதற்கான அழைப்பு. பாதி விலைக்கு செய்து தருவார்களாம். பாதி வீடா என்பதைச் சொல்லவில்லை. அடுத்து வந்தது தோட்டக்கலை ஆலோசனை. மூன்றாவது கொஞ்சம் சுவாரஸ்யமானது. மெசின் குரல்தான். ஆனால் அடிக்கடி 'முழுவதையும் கேளுங்கள். இடையில் டெலிபோனை வைக்கவேண்டாம்' என்று கெஞ்சியது. ஒரு வாரத்தில் வீட்டில் இருந்தபடியே 2000 டொலர் சம்பாதிக்கலாமாம். நான் உலகத்து நாடுகளின் மழை வீழ்ச்சி அளவுகளைப் படித்துக்கொண்டிருந்தேன். டெலிபோன் தொல்லை போதாதென்று இப்போது கதவு மணி அடித்தது.

நண்பர் நல்ல உத்தியோகத்திலிருந்து ஓய்வு பெற்றவர். நிறையப் பணமும் நிறைய நேரமும் அவரிடம் இருந்தது. அதை வைத்து என்ன செய்வது என்றுதான் அவருக்குத் தெரியவில்லை. தாயாரின் லொத்தரி டிக்கட் வேலையை முடித்தபிறகு என் வீட்டுக்கு வந்து என்றுமில்லாத வழக்கமாக படிப்பதற்கு ஒரு புத்தகம் கொடுக்க முடியுமா எனக் கேட்டார். அவருடைய கைகள் கண்ணுக்குத் தெரியாத சோப்பைப் போடுவதுபோல ஒன்றை யொன்று சுற்றிக்கொண்டிருந்தன. கேட்கக்கூடாததைக் கேட்டது போல அவர் முகம் இருந்தது. திடீரென்று ஏன் அவருக்கு வாசிக்க வேண்டும் என்று தோன்றியது. அவர் புத்தகம் படித்து நான் பார்த்ததில்லை. 'எங்கள் நாட்டை விட்டுப் புறப்பட்டபோது எங்கள் ரூபாயை நான் எடுத்து வரவில்லை. அது இங்கே பயன்படாது. என் மொழியையும் எடுத்து வரவில்லை. அதுவும் இங்கே பயன்படாது. இப்பொழுதுதான் நேரம் நிறையக் கிடைக்கிறதே. விட்ட இடத்திலிருந்து தொடங்கப் போறேன்.'

ஆங்கிலப் புத்தகம் என நினைத்தேன். அவர் திட்டவட்டமாக தமிழ் புத்தகம் என்று சொன்னார். நான் அதிர்ச்சியடையலாமா என யோசித்துக்கொண்டு நின்றேன். அவர் தொடர்ந்து 'நீங்கள் எழுதுவதாகச் சொல்கிறார்கள். உங்களுடைய புத்தகம் ஒன்றைத் தாருங்கள்' என்றார். தமிழ் இலக்கியத்துக்கு வந்த சோதனையை மனதுக்குள் நினைத்துக்கொண்டு 'நீங்கள் கடைசியாகப் படித்த தமிழ் புத்தகம் என்ன?' என்று கேட்டேன். புது மாணவனைப் பள்ளிக்கூடத்தில் சேர்க்கும் முன்னர் தலைமையாசிரியர் பரீட்சார்த்தமாகக் கேள்வி கேட்பதுபோல அவருடைய வாசிப்பு தரத்தை தீர்மானிப்பதற்காக அப்படிக் கேட்டேன். அவர்

சாண்டில்யன் எழுதிய 'கடல் புறா' என்றார். 'கடல் புறாவா? அது மூன்று பாகமல்லவா?' என்றேன். 'அந்தக் காலத்தில் நான் வாரம் முழுவதும் காத்திருந்து தொடராகப் படித்தது கடல் புறாதான். குமுதத்தின் பக்கங்களைக் கிழித்து சேகரித்து மூன்று புத்தகங்களாக பைண்ட் செய்து வைத்திருக்கிறேன். கனடா வந்தபோதுகூட கொண்டுவந்தேன்' என்றார். நானும் விடாமல் 'வேறு என்ன புத்தகம் படித்திருக்கிறீர்கள்?' என்று கேட்டேன். ஒரு நிமிடம்கூட தாமதிக்காமல் 'வடுவூர் கே. துரைசாமி ஐயங்கார்' என்றார். 'அவர் பழங்காலத்து ஆள் அல்லவா? என்ன புத்தகம் படித்தீர்கள்?' 'திகம்பர சாமியார். அதிலே பக்கத்துக்கு பக்கம் சாமியார் புது வேடம் போட்டுக்கொண்டு வந்து துப்பறிவார். வாசகர்கள் ஊகிக்கவே முடியாது.' எப்படி முயன்றாலும் இவர் 20ம் நூற்றாண்டுக்கு இந்தப் பக்கம் வரமாட்டார் போலத் தோன்றியது. இப்போது 19ம் நூற்றாண்டுக்குப் போய்விட்டார். சமீபத்தில் ஏதாவது படித்திருக்கிறாரா என்று கேட்டதற்கு தன் வாழ்நாளிலேயே முன் அட்டையிலிருந்து பின் அட்டைவரை படித்தது அந்த இரண்டு புத்தகங்களும்தான் என மகிழ்ச்சியாக ஒப்புக்கொண்டார்.

எனக்குப் புத்தகம் இரவல் தர விருப்பமில்லை. அதுவும் நான் எழுதிய புத்தகத்தை அவர் கேட்டிருந்தார். என்னிடமிருந்தது ஒன்றே ஒன்றுதான். அது தொலைந்தால் அதை ஈடு செய்ய முடியாது. நூற்றாண்டுக்கு ஒன்று என இரண்டே இரண்டு தமிழ் புத்தகம் படித்தவரிடம் புத்தகம் இரவல் தருவது ஆபத்தானது. அவர் தன்னுடைய வீட்டுப் புத்தகத் தட்டில் அடுக்கி வைத்திருக்கும் நூல்களின் எண்ணிக்கை மூன்றாக உயர வாய்ப்பிருந்தது. 'கனடா புத்தகக் கடையில் புத்தகம் கிடைக்கிறது. நீங்கள் வாங்கலாமே?' என்றேன். 'அவர்கள் காசு கேட்பார்கள்' என்று யோசிக்காமல் பதில் இறுத்தார். வாசலிலே பார்க்கும் தூரத்தில் அவருடைய நீளமான கறுப்பு கார் நின்றது. அவர் அணிந்திருந்த கண்ணாடியை நாலாக மடித்து சுருட்டினாலும் மறுபடியும் நிமிர்ந்து பழைய நிலையை எட்டிவிடும். அத்தனை விலை உயர்ந்த கண்ணாடி. க்ரோம் ஹார்ட்ஸ் கறுப்புக் கண்ணாடிதான் அணிவார். அவருடைய கண்ணாடிகளை விற்றால் ஒரு கிராமத்துக்கு இரண்டு மாதம் சாப்பாடு போடலாம்.

என்னிடம் புதுமைப்பித்தனின் சிறுகதைத் தொகுப்பு இரண்டு இருந்தது. ஒன்று பழையது, மற்றது திருத்திய புதிய பதிப்பு. அதில் ஒன்றைத் தருவதாகச் சொன்னேன். அவர் தன் முடிவில் தெளிவாக இருந்தார். எங்கே சம்பாசணையைத் தொடங்கினாலும் அது

யூதர்களின் வட்ட நடனம்போல தொடங்கிய இடத்துக்கே திரும்பவும் வந்தது. இனியும் கடத்த முடியாது என்று பட்டது. வேறு வழி இல்லாமல் அரை மனதுடன் 21ம் நூற்றாண்டில் வெளிவந்த என்னுடைய புத்தகம் ஒன்றைக் கொடுத்தேன். படித்து முடித்துவிட்டு உடனேயே திருப்பித் தாருங்கள் என இரண்டு தடவை சொல்ல நான் மறக்கவில்லை. புத்தகத்தைக் கையில் எடுத்ததும் அவர் செய்த காரியம் ஆச்சரியமளித்தது. ஒரு பூச்சி பிடிகாரன் புதுப் பூச்சியை ஆராய்வதுபோல கிட்டக் குனிந்து தலைப்பைக் கூர்ந்து கவனித்தார். பின்னர் அட்டைப் படத்தை தடவிப் பார்த்தார்.

நடுப்பக்கத்தை திறந்து மணந்தார். ஒருவேளை கெட்ட மணமாயிருந்தால் நிராகரித்திருப்பாரோ தெரியாது. பட்டுத்துணி வாங்கும்போது இரண்டு விரலால் உரசிப் பார்ப்பதுபோல ஒற்றையை உரசிப் பார்த்தார். பிடித்திருக்கவேண்டும். அங்கேயே படிக்க ஆரம்பித்து கண்களைச் சுருக்கி உதடுகளை அசைத்து ஒவ்வொரு எழுத்தாக எழுத்துக் கூட்டினார். அவருடைய தலைக்கும் புத்தகத்துக்கும் இடைப்பட்ட தூரம் வரவரக் குறைந்து கொண்டுவந்தது. அதை நீடிக்க விடாமல் 'வீட்டுக்கு எடுத்துச் சென்று படியுங்கள்' என்றேன்.

இரண்டு நாள் சுமுகமாகக் கழிந்தது. மூன்றாவது நாள் அவரிடமிருந்து தொலைபேசி வந்தபோது திடுக்கென்றது. இவ்வளவு சீக்கிரத்தில் படித்துவிட்டாரா? என்னுடைய திகைப்பு முடிய முன்னர் அவர் குரல் கேட்டது. 'நிறைய எழுத்துப் பிழைகள்' என்றார். அவர் வசனங்களை முடிப்பதில்லை. நான்தான் சரியான வினைச் சொற்களைப் போட்டு முடிக்கவேண்டும். இரண்டே இரண்டு தமிழ் புத்தகங்கள் மட்டும் எழுத்துக்கூட்டி படித்திருந் தாலும் எழுத்துப் பிழையை சட்டென்று கண்டுபிடித்துவிட்டாரே. 'வாசிக்க கஷ்டமாய் இருக்கு. லை, ளை எழுத்தெல்லாம் வேறமாதிரி மாறிப்போச்சு. பாம்பு படமெடுக்கிறமாதிரி எழுத்து இருக்கவேணும்' என்று கோபமான முறைப்பாடு வைத்தார். தமிழ் எழுத்துருக்கள் மாறி 20 வருடங்களுக்கு மேலாகிவிட்டன என்று எவ்வளவு விளங்கப்படுத்தினாலும் அவர் சமாதானம் அடைந்ததாகத் தெரிய வில்லை. ஏதோ நான்தான் எழுத்துக்களை மாற்றிவிட்டதுபோல என்னிலே குற்றம் கண்டார்.

இரண்டு வாரம் கழிந்தது, மறுபடியும் திங்கட்கிழமை தொலைபேசியில் அழைத்தார். நான் இலக்கணப் பிழை கண்டுபிடித்துவிட்டார் என நினைத்தேன். அவர் '23ம் பக்கத்தில் நிற்கிறேன்' என்றார். நான் 'ம்' என்று சொல்லிப் பாராட்டை ஏற்கத் தயாராக இருந்தேன். அவர் வேறு ஒன்றுமே பேசவில்லை.

ஒருவேளை அவர் புத்தகத்தை தரையிலே போட்டு அதன்மீது 23ம் பக்கத்தில் ஏறி நிற்கிறாரோ என்ற சந்தேகம் வந்தது. மறுபடியும் 'ம்' என்றேன். கிரிக்கெட் நேர்முக வர்ணனைபோல புத்தகத்தில் எத்தனை பக்கங்களைதான் முடித்துவிட்டார் என்ற செய்தியை சொல்வதற்காகத்தான் அந்த அழைப்பு என்பது தெரிந்தது. அதாவது தன் சாதனையை சொல்கிறாராம்.

மறுபடியும் திங்கட்கிழமை ஒரு தொலைபேசி வந்தது, இரண்டு வாரங்கள் கழிந்த பிறகு. ஒவ்வொரு இரண்டு வாரமும் கூப்பிட வேண்டும் என்பது அவர் கணக்கு. 'நான் 45வது பக்கத்தில் நிற்கிறேன்' என்றார். நான் 'ம்' என்று சொல்லாமல் 'நல்ல முன்னேற்றம்' என்றேன். 'அநபாயன் போன்ற ஒரு பாத்திரத்தை யாரும் லேசில் படைக்கமுடியாது' என்றார். நான் திடுக்கிட்டுபோய் நின்றதில் மூளை வேலை செய்ய மறந்துவிட்டது. என்னுடைய கதை மாந்தர்களில் ஒருவர் பெயரும் அநபாயன் இல்லை. அவர் தொடர்ந்து 'ஒரு சோழ இளவரசனை அப்படியே கண்முன்னால் கொண்டுவந்து' என்றார். வழக்கம்போல 'நிறுத்துகிறது' என்ற வினைச்சொல்லை போட்டு வசனத்தை முடித்தேன். எனக்கு அப்போதுதான் புரிந்தது. அவர் சாண்டில்யனின் கடல் புறா பற்றி பேசிக்கொண்டிருக்கிறார். 'நீங்கள் கடல் புறாவா படிக்கிறீர்கள்?' என பதற்றத்துடன் கேட்டேன். 'இல்லை, இல்லை உங்கள் புத்தகத்தைத்தான் படிக்கிறேன். கடல் புறா ஞாபகம் வந்து கொண்டிருக்கிறது. வைக்கிறேன்' என்று சொல்லி டக்கென்று டெலிபோனை வைத்துவிட்டார்.

இந்த மனிதர் பெரும் புதிராக மாறிக்கொண்டு வந்தார். இதைச் சொல்வதற்கா என்னைத் தொலைபேசியில் அழைத்தார் என்று எரிச்சல் வந்தது. இரவல் வாங்கிய புத்தகம் பற்றி ஒரு வசனம், ஒரு சொல் சொல்லியிருக்கலாமே என்று பட்டது. இரண்டு வாரம் கழிந்தது. அவர் இப்போது 63ம் பக்கத்தில் நிற்கவேண்டும். ஆனால் தொலைபேசி வரவில்லை. மேலும் இரண்டு வாரம் ஓடியது. சத்தம் இல்லை. ஒருவேளை தாயாருக்கு 10 மில்லியன் டொலர் பரிசு விழுந்து இருவரும் உலகம் சுற்றக் கிளம்பி விட்டார்களோ, என்னவோ? புத்தகம் திரும்பக் கிடைக்கவில்லை. நண்பரையும் காணவில்லை. புத்தகத்தை விடுங்கள். நண்பர் என்ன சாதாரணமானவரா? தமிழ் இலக்கியத்தின் நெடுங்கதவுகளை மூன்று நூற்றாண்டுகளாக ஓங்கித் தட்டியவர்.

மாம்பழம்

அந்த வருடம் எங்கள் வீட்டு மாமரத்தில் காய்கள் எக்கச்சக்கமாக காய்த்து தொங்கின. ஐயாவும், அம்மாவும் தங்கள் வாழ்நாளில் மரங்கள் அப்படி காய்த்துக் கொட்டியதைக் கண்ணால் கண்டதில்லை என்று சொன்னார்கள். எங்கள் வளவில் பலவிதமான மாமரங்கள் நின்றன. இப்பொழுதுபோல அப்போதெல்லாம் ஒட்டுமாங்கன்றுகள் கிடையாது. மரங்களின் பெயர்களோ புதுவகையாக இருக்கும். 'ஆராய்ச்சி' என்று ஒரு மாமரம். அதன் காய்கள் பனங்காய் அளவுக்குப் பெரிசாக வளர்ந்து தன் பாரத்தை தானே தாங்க முடியாமல் வெடித்துவிடும். இன்னொரு வகை 'மத்தளம்தூக்கி'. நார்ச்சத்துள்ள இனிய பழம். இன்னொன்று 'வெங்காயம் காய்ச்சி'. இதைப் பழுக்க வைப்பதில்லை, இதில் வெங்காய வாசனை வரும். ஆகவே கறிக்குப் பயன்படுத்துவார்கள். இன்னும் செம்பாட்டான், அம்பலவி, வெள்ளைக் கொழும்பான், கிளிமூக்கு, விலாத்து என்று பலப்பல வகை.

எங்கள் முற்றத்தில் நின்றது கறுத்த கொழும்பான் மாமரம். அது ஒன்றுதான் ஒட்டு மாங்கன்றாக வாங்கி வைத்து வளர்த்து அப்போது பெரிய மரமாகிக் காய்த்தது. மாங்காயின் நிறம் கரும்பச்சை. அது பழுத்தவுடன் பொன் நிறமாக மாறிவிடும். அதன் சுவையோ தித்திப்பு. பழத்தில் நாரே கிடையாது என்பதால் வெட்டியும் சாப்பிடலாம், தோலை உரித்துக் கடித்தும் சாப்பிடலாம். தேன்போன்ற இனிப்புடன் தொண்டையில் வழுக்கிக் கொண்டு இறங்கும்.

எங்கள் வீட்டு மாமரங்களுக்கு இதுதான் ராசா என்று சொல்லலாம். இதன் உச்சாணிக் கிளையில் இருந்து அடிக்கொப்பு வரை பிஞ்சுக் காய்கள் காய்த்து தொங்கின. வீட்டுக்கு வருபவர்களும், போவோரும் ஒரு நிமிடம் நின்று இந்த அதிசயத்தைப் பார்க்காமல் போவதில்லை. இலைகளே தெரியவில்லை, எங்கும் குலக்கு குலக்காக மாங்காய்கள் தான். அடிக்கொப்புகள் பாரம் தாங்காமல் வளைந்து கொடுத்ததில் மாங்காய்கள் நிலத்தை தொட்டு சரிந்துகிடந்தன. என்னுடைய அம்மா சின்னச் சின்னக் கிடங்குகள் கிண்டி மாங்காய்களை நிலத்தில் அரைபட விடாமல் ஒவ்வொன்றாகத் தொங்கவிட்டார்.

மரத்திலே தொங்கும் காய்களை அணிலோ காகமோ கொத்தும் வாய்ப்பு இருக்கும், ஆனால் குழிகளில் மறைந்துபோய் கிடக்கும் மாங்காய்களுக்கு ஆபத்து கிடையாது. அது தவிர பழுக்கும்போது நிலத்தின் சூட்டினால் அவை நாலு பக்கமும் சமனாக ஒரே நேரத்தில் பழுக்கும். தின்பதற்கும் தேன்போல இருக்கும் என்று அம்மா சொன்னார். எங்கள் மூத்த அண்ணர் அதிபுத்திசாலியாக இருக்கவேண்டும். ஒரு சீட்டிலே தன் பெயரை எழுதி ஒரு மாங்காயில் கட்டித் தொங்கவிட்டார். ஒவ்வொரு மாங்காயாக குழியிலிருந்து இழுத்துப் பார்த்து நல்ல தொக்கையான மாங்காயை அவர் தெரிவு செய்திருந்தார். அது பழுக்கும்போது அவருக்கு சொந்தம் என்பதை இப்போதே எழுத்துமூலம் அறிவித்து விட்டார். உடனே சின்ன அண்ணர் ஒரு சீட்டில் தன் பெயரை எழுதி தொங்கவிட்டார். என் தம்பியும் சீட்டுக் கட்டினான். நானும் என் முழுப்பெயரையும் எழுதி, சந்தேகம் ஏற்படக்கூடாது என்பதற்காக Form 1A என்பதையும் சேர்த்து எழுதி தொங்க விட்டேன். மிஞ்சியது தங்கச்சிதான். பாவம், அவளுக்குத் தன் பெயரை எழுதத் தெரியாது. மூன்று வயதுதான் ஆகிறது. நான் அவள் பெயரை எழுதி அவள் தேர்வு செய்த ஒரு மாங்காய் காம்பில் கட்டி விட்டேன்.

வீட்டுக்கு வருபவர்கள் இப்பொழுதெல்லாம் மாங்காய் களையும் அத்துடன் தொங்கும் சீட்டுக்களையும் அது யாருக்கு சொந்தம் என்ற விவரங்களையும் ஐயம்திரிபு இன்றி கற்றுக்கொண்டு சென்றார்கள். தினமும் நாங்கள் காலையில் எழுந்ததும் எங்கள் எங்கள் மாங்காய்களைக் குழிகளில் இருந்து உருவி வெளியே எடுத்து அவற்றின் பருமனையும் நிறத்தையும் குணத்தையும் ஆராய்ந்து பார்த்துவிட்டு மறுபடியும் அவற்றைப் பாதுகாப்புக்காக உள்ளே அனுப்பிவிடுவோம். இப்படி இரவு பகலாக அவற்றைப் பராமரித்தோம்.

முதலில் பழுத்தது இரண்டாவது அண்ணரின் மாங்காய் தான். ஒருநாள் காலை அவர் சத்தம் எழுப்ப நாங்கள் ஓடிச்சென்று அந்த அதிசயத்தைப் பார்த்தோம். அவர் காம்பை பிடித்து இழுக்க மாம்பழம் வெளியே வந்தது. பார்த்தால் தங்க நிறத்தில் சுற்றிவர சமனாகப் பழுத்திருந்தது. சின்ன அண்ணர் மாம்பழத்தை தொட்ட போது காம்பு தானாகக் கழன்றது. அதன் தோலை உரித்து நின்ற நிலையில் கடித்துக் கடித்து சாப்பிட்டார். 'நல்ல இனிப்பாயிருக் கிறது' என்று அடிக்கடி சொன்னார். நாங்கள் அவருடைய வாய் அசைவைப் பார்த்தபடி நின்றோம்.

அதற்கடுத்து பெரியண்ணருடைய பழம் பழுத்தது. அவர்

அதை நறுக்கி வைத்து ஒவ்வொரு துண்டாகச் சாப்பிட்டு முடித்தார். என்னுடைய பழமும் என் தம்பியின் பழமும் ஒரே நாளில் பழுத்தன. நாங்கள் இருவரும் அவற்றின் வழுவழுப்பையும் அழகையும் எல்லோருக்கும் காட்டிவிட்டு தோலை உரித்து சாப்பிட்டோம். ஆக எஞ்சியது தங்கச்சியின் மாங்காய்தான். அது ஒவ்வொரு நாளும் பெருத்துக் கொண்டே வந்தது. அவளுடைய தலையளவுக்குப் பெருத்த பிறகு நிறம் வைக்கத் தொடங்கியது. ஒருநாள் காலை பழுத்து கனிந்து சாப்பிடுவதற்கான பருவத்தை எட்டியது. அண்ணர் அதை ஆய்ந்து அவளிடம் கொடுத்தார். இரண்டு கைகளாலும் ஏந்திப் பிடிக்க கைகளில் அவளுக்குப் போதிய பலம் கிடையாது. ஆனாலும்அவள் அதைக் கீழே இறக்க வில்லை. குழந்தையை அணைத்துப் பிடிப்பதுபோல நெஞ்சோடு சேர்த்து இறுக்கிக்கொண்டு வீடு முழுக்க அலைந்தாள். ஒரு புதுப் பொம்மை கிடைத்ததுபோல மகிழ்ச்சி. மதியம்வரை அதை நெஞ்சைவிட்டுக் கீழே இறக்கவில்லை. அதைச் சாப்பிடும் நோக்கமே அவளுக்குக் கிடையாது.

எங்கள் பெரிய ஐயா மாதத்தில் இரண்டு மூன்று தடவை வீட்டுக்கு வருவார். அவரைக் கண்டதும் நாங்கள் எல்லோரும் ஓடி ஒளிந்துவிடுவோம். எங்கள் ஐயாவிலும் பார்க்க அவர் உயரமானவர். அவர் வீட்டுக்குள் நுழைந்ததும் வீடு சிறுத்ததுபோல காணப்படும். வெள்ளை மயிர் முளைத்திருக்கும் தட்டையான அகலமான நெஞ்சு. எப்பொழுது பார்த்தாலும் முகத்தில் கறுப்பும் வெள்ளையும் கலந்த மூன்றுநாள் தாடி முள்ளுப்போல நீட்டிக் கொண்டிருக்கும். ஓயாமல் நீர் வடியும் இடது கையிலே ஒரு துணி சுற்றியிருக்கும். ஊசி போடுவதற்குகோழிகளைப் பிடிப்பதுபோல எங்களை ஒவ்வொருவராகப் பிடித்து அவருக்கு கொஞ்சவேண்டும். கன்னம் குத்தி எரியும். ஆனால் அவர் விடாப்பிடியாக எங்களைத் துரத்திக்கொண்டுவந்து பிடித்துவிடுவார்.

அன்றைக்கு அவர் வந்தபோது பொம்மையை அணைப்பது போல மாம்பழத்தைக் கட்டிப்பிடித்து அன்று முழுக்க விளையாடிக் கொண்டு இருந்த தங்கச்சி அவருக்குக் கொண்டுபோய் அதை இரண்டு குட்டிக் கைகளாலும் நீட்டிக் காட்டினாள். அவர் மாசு மறுவற்ற அந்த மாம்பழத்தை வலது கையிலே பெற்றுக்கொண்டு அதைத் திருப்பித் திருப்பிப் பார்த்தார். நாங்கள் வாயை ஆவென்று பிளந்து பார்த்துக்கொண்டிருந்தோம். பெரிய ஐயா நினைத்தார் அதை அவள் அவருக்கு தருகிறாள் என்று. 'என்ரை பிள்ளை எனக்குத் தாறியோ?' என்றார். அவள் தலையை ஆட்டினாள். என்னுடைய தங்கச்சி எல்லாத்துக்கும் தலையை ஆட்டுவாள்.

பிறக்கும்போது அவள் மரபணுவில் அது எழுதப்பட்டிருந்தது. அது அவருக்குத் தெரியாது. பெரிய ஐயா துணி சுற்றிய அகலமான கையினால் மாம்பழத்தின் தோலை உரசித் துடைத்துவிட்டு தோலுடன் சேர்த்து ஒரு கடி கடித்தார். அவருடைய மூன்றரைப் பற்கள் மாம்பழத்தை குதறிப் பிய்த்து துண்டு துண்டாக்கின. என்னுடைய நடு நெஞ்சை யாரோ பிய்த்து எடுத்ததுபோல இருந்தது. சாறு வழிந்து நாடியில் இறங்கி அவர் நெஞ்சு மயிரை நனைத்தது. நாங்கள் ஏற்கனவே வாயை எட்டியமட்டும் திறந்து வைத்திருந்தபடியால் வாயை மேலும் பெருப்பிக்க முடியாமல் அப்படியே திகைத்துப்போய் பார்த்துக்கொண்டு நின்றோம்.

குரல் இருக்கிறது

அவர் உயர் படிப்பு படிக்கும் மாணவி. அவரைச் சந்திப்பதற்கு தொலைபேசியிலும் மின்னஞ்சலிலும் முயற்சி செய்தேன். அவர் என்னை சந்திப்பதற்கு விரும்பவில்லை என்பதல்ல; அவருடைய வகுப்பு நேரங்கள் அப்படி. சிலநாட்களில் அதிகாலையில் வீட்டை விட்டுக் கிளம்பிவிடுவார். சில நாட்கள் அவர் திரும்ப இரவு ஒன்பது மணியாகிவிடும். இன்ன நாள் சந்திப்போம் என ஒரு தேதி தருவார், பின்னர் அவசரமாக அதை மாற்றுவார். இறுதியில் ஒருநாள் காலை 9 மணிக்கு சந்திப்பதாக ஏற்பாடு. அவருடைய வகுப்பு 10.30க்கு. அதற்கிடையில் என்னுடைய சந்திப்பை முடிக்கவேண்டும்.

அவர் கனடாவிற்கு வந்து குடியேறிய ஆப்ரிக்கப் பெண். பெயர் மாரியாட்டு கமாரா. அவர் எழுதிய புத்தகம் The Bite of the Mango சில மாதங்களுக்கு முன்னர் வெளிவந்து பத்திரிகைகள் எல்லாம் அதுபற்றி சிறப்பாக எழுதியிருந்தன. உள்நாட்டுப் போரில் கலகக்காரர்கள் அவருடைய இரண்டு கைகளையும் துண்டித்து விட்டார்கள். அப்போது மாரியாட்டுவுக்கு 12 வயது. இந்த நூல் அவருடைய கதையைச் சொல்கிறது. இப்படியான கொடிய தண்டனை கிடைப்பதற்கு அவர் என்ன குற்றம் செய்தார் என்பது அவருக்குப் புரியாத ஒன்று.

அவர் எழுதிய புத்தகத்தைப் படித்த நேரம் தொடங்கி மாரியாட்டுவை எப்படியும் சந்திக்கவேண்டும் என்று நினைத்துக் கொண்டேன். அவரைச் சந்தித்த அன்று காலை முதல் வேலையாக அவர் எழுதிய புத்தகத்தை நீட்டி அவருடைய கையெழுத்தைப் பெற்றேன். மணிக்கட்டோடு துண்டிக்கப்பட்ட இரண்டு கைகளையும் இணைத்து பேனையை நடுவில் செருகிக்கொண்டு புத்தகத்தில் இப்படி எழுதினார்:

'குழப்பத்துக்கு மன்னிக்கவும். என்னை சந்திக்க வந்ததற்கு நன்றி.

அன்புடன் மாரியாட்டு கமாரா'

அப்படியே இரண்டு கைகளையும் சுழற்றி பேனையை என்னிடம் நீட்டினார். அவர் புத்தகத்தின் சரியான பக்கத்தை திருப்பியதும், பேனையை உரிய இடத்தில் நிறுத்தி எழுதியதும், அதை நழுவவிடாமல் இறுக்கிப் பிடித்ததும் ஒரு மந்திரவித்தை போல கண் இமைக்கும் நேரத்தில் நடந்தது. அவருடைய கையெழுத்து என்னுடையதிலும் பார்க்க நல்லாகத்தான் இருந்தது.

ஆப்பிரிக்காவின் மேற்கு கரையோர நாடான சியாரா லியோனில் ஒரு பின்தங்கிய கிராமம். 1999ம் ஆண்டு ஏப்ரல் மாதம் 12 வயதுச் சிறுமி மாரியாட்டு தன் சிநேகிதிகளுடன் பக்கத்து கிராமத்துக்குப் புறப்படுகிறாள். அவள் கிராமத்தை நோக்கி பெரிய ஆபத்து வருவது அவளுக்குத் தெரியாது. கலகக்காரர்கள் ஒவ்வொரு கிராமமாகப் பிடித்து முன்னேறி வந்தார்கள். அவர்களுடைய நோக்கம் தலைநகருக்குப் போய் ஆட்சியைக் கைப்பற்றுவது. என்னென்ன குரூரமான வழிமுறைகள் உள்ளனவோ அத்தனை யையும் அவர்கள் பயன்படுத்தினார்கள்.

ஒரு கிராமத்தை அவர்கள் முற்றுகையிடும்போது முதலில் உணவுப்பொருள்களைப் பறிமுதல் செய்வார்கள். குழந்தைகளையும் பெரியவர்களையும் ஈவிரக்கமில்லாமல் கொன்றுவிடுவார்கள். சிறுவர்களையும் சிறுமிகளையும் தங்கள் படையில் சேர்த்துக் கொள்வார்கள். அவர்களைப் பழக்குவது சுலபம். கட்டளை களுக்குக் கேள்வியில்லாமல் கீழ்ப்படிவதுடன் விசுவாசமாகவும் இருப்பார்கள்.

மாரியாட்டு திரும்பியபோது அவளுடைய கிராமம் கைப் பற்றப்பட்டுவிட்டது. படையினரில் ஒன்றிரண்டு பேர் மூத்தவர்கள், மீதிப் படையினர் அவளிலும் பார்க்க சற்று வயது கூடியவர்கள். மேல்சட்டை இல்லாமல், காக்கி கால்சட்டை மட்டுமே அணிந்து, தோள்களில் மூன்று நான்கு துப்பாக்கிகளைக் காவியபடி உலாவினர். சிலருடைய கைகளில் நீண்ட கத்திகள். துப்பாக்கி குண்டு மாலைகள் அணிந்து ஏதோ களியாட்ட விழாவுக்குப் போய்வந்தவர்கள்போல மகிழ்ச்சியாக காணப்பட்டார்கள்.

மாரியாட்டுவையும் அவளுடன் வந்த சிநேகிதிகளையும் கைகளைக் கட்டி இருத்தினார்கள். அவர்கள் கண்முன்னே பெரியவர்களை நிற்கவைத்து சுட்டுக் கொன்றார்கள். சிலரைக் கத்தியினால் வெட்டி சாய்த்தார்கள். ஒருவரைக் கல்லினால் அடித்துக் கொன்றார்கள். இருபதுபேரைக் குழந்தைகளுடன் ஒரு குடிசைக்குள் வைத்துப் பூட்டி அதற்கு நெருப்பு வைத்தார்கள். இதுவெல்லாவற்றையும் கதிகலங்கிப் போய் பார்த்தபடி தன் முறைக்காக மாரியாட்டு காத்திருந்தாள்.

தலைவன்போல காணப்பட்டவன் மாரியாட்டுவைப் பார்த்து 'நீ போ, உனக்கு விடுதலை' என்றான். அவளால் நம்பமுடிய வில்லை. அவள் சிறிது தூரம் நடந்ததும் மறுபடியும் கூப்பிட்டு 'ஒரு தண்டனை அனுபவித்துவிட்டு நீ உயிருடன் போகலாம்' என்றான். 'நீ நல்ல சிறுமி என்றபடியால் உனக்கு ஒரு தெரிவு இருக்கிறது. உன்னுடைய இரண்டு கைகளையும் வெட்டப் போகிறோம். எந்தக் கையை முதலில் வெட்டுவது என்பதை தீர்மானிக்கும் சலுகையை உனக்கு அளிக்கிறேன்.' மாரியாட்டு மௌனமாக நின்றாள். ஒருவன் அவளைப் பிடிக்க, மற்றவன் அவள் வலது கையைப் பாறையோடு அழுத்திப் பிடித்து மணிக்கட்டோடு வெட்டினான். வெட்டில் போதிய விசை இல்லாததால் இரண்டு முறை வெட்டவேண்டி நேர்ந்தது. வெட்டப் பட்ட கை துள்ளிப் பறந்து நிலத்திலே விழுந்த பிறகும் துடித்தது. இடது கையையும் மூன்று வெட்டில் துண்டித்தார்கள். அவர்கள் பலமாகச் சிரித்து பெரிய வெற்றியைக் கொண்டாடுவதுபோல ஒருவருக்கொருவர் கைகொடுத்துக்கொண்டார்கள். 'உன் கையை நாங்கள் வெட்டியது நீ வோட்டுப் போடக்கூடாது என்பதற்காக. நாங்கள் செய்ததை உன் ஜனாதிபதியிடம் போய் காட்டு.' ஜனாதிபதி என்றால் என்ன என்று மனதுக்குள் கேட்டுக்கொண்டே மாரியாட்டு மயக்கம் போட்டு விழுந்தாள்.

ஒரு முழு இரவு மயங்குவதும் விழிப்பதுமாக காட்டுக்குள் கழித்தாள். நிறைய ரத்தம் பெருகி உடையை நனைத்துவிட்டது. வழி தெரியாமல் காட்டுக்குள் அலைந்து ஒரு குளத்தை கண்டுபிடித் தாள். மிருகங்கள் குடிப்பதுபோல படுத்திருந்து வாயால் உறிஞ்சி நீர் பருகினாள். அவள் கண்களில் ஒருவருமே படவில்லை. அந்த நேரம் கடவுளின் தூதுவன்போல நெடுப்பமான ஒரு மனிதன் தனியாகத் தோன்றினான். மாரியாட்டு தன்னைக் காப்பாற்றும்படி அவனிடம் கெஞ்சினாள். அவனுடைய தாயாரைக் கொன்று விட்டார்கள். அவனுடைய மனைவி புதருக்குள் ஒளித்திருந்தாள். அவன் மாரியாட்டுவிடம் ஒரு மாம்பழத்தை கொடுத்து 'இதைச் சாப்பிடு. இந்தப் பாதையால் நீ நேரே போனால் ஆஸ்பத்திரி வந்துவிடும். அங்கே போ, இல்லாவிட்டால் செத்துப்போவாய்' என்றான்.

மாரியாட்டு எப்படியோ ஆஸ்பத்திரியை அடைந்து அங்கே யிருந்து தலைநகரத்துக்கு எடுத்துச் செல்லப்பட்டாள். சிகிச்சை முடிந்த பிறகு அவளை அகதி முகாமில் சேர்த்துவிட்டார்கள். அவளைப்போல 400 சிறுவர் சிறுமிகள், எல்லோரும் கைகள் வெட்டப்பட்டவர்கள், அங்கே இருந்தார்கள். தங்குவதற்கு இடம்

மட்டும்தான். பகல் நேரத்தில் கூட்டமாய் வெளியே போய் பிச்சை எடுப்பார்கள், இரவு சமைத்து உண்ணுவார்கள். இந்த உலகத்திலேயே 400 கையில்லா சிறுவர்களும் சிறுமிகளும் ஓர் இடத்தில் தங்கினார்கள் என்றால் அது அங்கேயாகத்தான் இருக்கும்.

மாரியாட்டுவின் பெற்றோர் அவளை சாலியே என்ற கிழவருக்கு இரண்டாம் மனைவியாக ஏற்கனவே நிச்சயித்திருந்தனர். கிராமத்து வீட்டில் இந்த மனிதர் ஒருநாள் இரவு அவளைப் பலாத்காரம் செய்திருக்கிறார். சிறுமிக்கு விவரம் தெரியாத வயது. அகதி முகாமில் அவள் கர்ப்பம் என்பது கண்டுபிடிக்கப்பட்டது. முகாமைப் பார்வையிட வந்த பத்திரிகைக்காரர்கள் மாரியாட்டுவின் கதையை வெளிநாட்டுப் பத்திரிகைகளில் எழுதினார்கள். 'கலக்காரர்கள் கைகளை வெட்டியதுமல்லாமல் சிறுமியைக் கர்ப்பமாக்கிவிட்டார்கள்' என்ற தலைப்பின் கீழ் அவளுடைய படத்தையும் பிரசுரித்திருந்தார்கள். கனடாவில் பில் என்பவர் அந்தப் படத்தை பார்த்துப் பரிதாபப்பட்டு ஏதாவது செய்யவேண்டுமென தீர்மானித்தார். மாரியாட்டு கனடா வந்து சேர்ந்ததற்கு அவர்தான் காரணம்.

'சிறுவயதில் இருந்து நிறைய இன்னல்கள் அனுபவித்து விட்டீர்கள். நீங்கள் உங்களை ஆகக்கீழாக உணர்ந்த தருணம் எது?'

'அகதி முகாமில் இருந்தபோதுதான். காலையில் நாங்கள் கூட்டமாகப் பிச்சையெடுக்க நகரத்திற்குள் செல்வோம். சிலர் 'ஏ பிச்சைக்காரி' என்று என்னை அழைத்துப் பிச்சை போடுவார்கள். நான் ஓர் ஏழைக் குடும்பதிலிருந்துதான் வந்தேன். ஆனாலும் நாங்கள் பிச்சை எடுப்பதைக் கேவலமாக நினைத்தோம். என் கைகளை வெட்டியபோது கூட நான் அவ்வளவு வேதனையை அனுபவித்தது கிடையாது.'

'ஆகச் சோகமான தருணம் எது?'

'அகதி முகாமில் எனக்கு ஆண் பிள்ளை பிறந்தது. நான் ஆசையாக அப்துல் என்று பெயர் சூட்டினேன். பத்து மாதங்கள் தான் குழந்தை உயிர்வாழ்ந்தது. சத்தான உணவு இல்லாததால் இறந்துபோனது என்று சொன்னார்கள். நான் தற்கொலை செய்ய முயன்றேன், ஆனால் என்னைத் தடுத்துவிட்டார்கள். அந்த இழப்பு என்னால் தாங்கமுடியாததாக இருந்தது.'

'கனடாவுக்கு வரும்முன்னர் உங்களுக்கு கனடா பற்றி ஏதாவது தெரியுமா?'

'ஒன்றுமே தெரியாது. அது பெரிய முன்னேறிய நாடு என்பது

தெரியும். உப்புத்தூள் போல பனி பொழியும் என்று சொன்னார்கள்.'

'யந்திரக் கை பொருத்த விருப்பப்படவில்லையா?'

'எத்தனையோ தரம் கேட்டார்கள். இப்பொழுது தேவையில்லை. என் காரியங்களை நானே செய்கிறேன். மற்றவர்கள் உதவியை எதிர்பார்ப்பது இல்லை. சமைக்கிறேன், சாப்பிடுகிறேன், உடைமாற்றுகிறேன், தலை சீவுகிறேன், எழுதுகிறேன், கதவைப் பூட்டுகிறேன்.'

'உங்கள் எதிர்காலத் திட்டம் என்ன?'

'படிப்பை முடித்துவிட்டு முதுகலை பட்டம் பெறுவது. அதுதான் என் இலக்கு.'

'அதற்குப் பிறகு?'

'நான் UNICEFக்காக வேலை செய்கிறேன். போரினால் சீரழிந்த குழந்தைகளுக்காகவும், தாங்கள் என்ன செய்கிறோம் எனத் தெரியாமல் தீங்கிழைத்த குழந்தைப் போராளிகளின் சீர்திருத்தத்துக்காகவும் பாடுபடுவேன். நானூறு சிறுவர் சிறுமிகளின் கைகளை ஒரு காரணமும் இன்றி அவர்கள் வெட்டிக் குவித்தபோது உலகம் சும்மா பார்த்துக்கொண்டிருந்தது, குரல் எழுப்பவில்லை. நான் எழுப்புவேன்.'

'இது மிகப் பெரிய பணி அல்லவா? இரண்டு கைகளும் இல்லாதது உங்களுக்கு இடைஞ்சலாக இருக்காதா?'

'அவர்கள் என் கைகளைத்தான் எடுத்தார்கள். என் குரலை எடுக்கவில்லை.'

பதற்றம்

எனக்கு வரும் பதற்றம் நானாக உருவாக்குவதில்லை. பக்கத்தில் இருப்பவர் அதை உருவாக்குவார். நேபாளத்திலிருந்து நண்பர் வந்து ரொறொன்ரோவில் இறங்கியதும் அது ஆரம்பித்தது. இவருடைய வேலை தேசம் தேசமாக சுற்றிக்கொண்டிருப்பது. உலகத்து நாடுகளில் 72 நாடுகளுக்குப் பயணித்திருக்கிறார். கனடா வுக்குப் பல தடவை வந்து போயிருக்கிறார். கையில் எதை எடுத்தா லும் அதை முதல் காரியமாகத் தொலைத்துவிட்டுத்தான் மறு வேலை பார்ப்பார். அவர் வந்து இறங்கி சில நிமிடங்கள் கூட ஆகாதபோது 'என்னுடைய செல்பேசியைக் கண்டீர்களா?' என்று கேட்பார்.

அவர் உட்கார்ந்ததும் தன்னைச் சுற்றிப் பொருட்களைப் பரவி விட்டுக்கொள்வார். அவருடைய மேல்கோட்டைக் கழற்றி கதிரையின் பின்பக்கத்தில் கொழுவுவார். கால்சட்டை பைகளில் இருந்து செல்பேசி, பணப்பை, சாவிக்கொத்து முதலியவற்றை வெளியே எடுத்து தனித்தனியாக வைப்பார். மடிக்கணினியை சுவரில் இருக்கும் ஏதோ ஒரு மின்னிணைப்பில் சொருகுவார். மூக்குக்கண்ணாடியும் பேனாவும் தேவைக்குத் தக்கமாதிரி அவ்வப் போது அவர் உடம்பிலும் சமயங்களில் மேசையிலும் தங்கும். வந்து இறங்கிய சில நிமிடங்களில் என்னுடைய முழு வீடும் அவருக்கு சொந்தமாகிப் போகும். ஒரு வேலை செய்து பாதியில் இன்னொரு வேலையை ஆரம்பிப்பார். செல்பேசியில் வந்த ஒரு தகவலை சட்டைப் பையில் குத்தியிருந்த பேனாவால் குறிப்பெடுப்பதற்கு மூக்கு கண்ணாடியை அணிவார். பின்னர் மடிக் கணினியில் எதையோ அவசரமாகப் பார்ப்பார். சாவியை எடுத்து சூட்கேசைத் திறந்து அவர் கலந்து கொள்ளப் போகும் மாநாட்டின் நிகழ்ச்சி நிரலை ஆராய்வார். பின்னர் மூக்குக் கண்ணாடியையும் சாவிக் கொத்தையும் தேடுவார்.

இவர் என் வீட்டில் காலடி வைத்த மறு கணத்திலிருந்தே நான் அவர் சேவகனாக மாறிவிடுவேன். ஓர் இடத்திலிருந்து வேலை செய்யும் பழக்கம் அவரிடம் கிடையாது. சாப்பாட்டு மேசையில் வைத்து குறிப்புகள் எடுப்பார். அவருடைய சூட்கேஸ் படுக்கை

அறையில் இருக்கும். செல்பேசியில் பேசும்போது நடந்து நடந்து ஓய்வெடுக்கும் அறைக்குள் போய்விடுவார். என்னுடைய வேலை அவருடைய பொருள்களைக் காபந்து பண்ணுவதுதான். அது தெரிந்தோ என்னவோ அவர் அவற்றைப்பற்றி கவலைப்படாமல் மிக அமைதியாக தன் வேலைகளைக் கவனிப்பார்.

நண்பர் மொன்றியலில் நடக்கும் உலக பொறியியலாளர் மாநாட் டுக்கு வந்திருந்தார். ரொறொன்ரோவிலிருந்து மொன்றியல் 500 கி.மீட்டர் தூரம். அவர் வாடகை கார்பிடித்து அங்கே போய் இரண்டு நாள் தங்கி மாநாட்டில் கலந்துவிட்டு திரும்ப வரப்போகிறார். 'நீங்களும் வருகிறீர்களா?' என்று கேட்டார். நான் என்ன சொல்லியிருக்க வேண்டும். மாட்டேன். அப்படிச் சொல்ல வில்லை.

ஊழ்வினை உறுத்து வந்தூட்டும் அல்லவா? நானும் புறப்பட் டேன். மறக்கமுடியாத இரண்டு நாட்களாக அது அமைந்தது அப்படித்தான். நண்பரின் வேலையாளாக, காரியதரிசியாக, உதவியாளராக, எடுபிடியாக நான் செயல்பட்டேன். அந்த வேலையில்கூட எனக்கு வெற்றி கிடைக்காமல் அவர் பார்த்துக் கொண்டார்.

மொன்றியலுக்குப் போகும் வழியில் நண்பர் காலைச் சாப்பாடு என்றார். ஒரு மணிநேரம் முன்புதான் அப்படி ஒன்றைச் சாப்பிட்டிருந்தோம். காரை நிறுத்தி உணவகம் ஒன்றில் மீண்டும் சாப்பிட்டுவிட்டு நெடுஞ்சாலையில் பயணித்தோம். 60 கி.மீட்டர் கடந்த பின்னர்தான் கடன் அட்டையை உணவகத்தில் விட்டுவிட்டது அவருக்குத் தெரிந்தது. வந்தவழியே திரும்பவும் 60 கி.மீட்டர் பயணித்து கடன் அட்டையை மீட்கவேண்டியிருந்தது. ஹொட்டல் அறையில் தங்கியிருந்த ஒவ்வொரு பத்து நிமிடமும் நான் பதற்றத்தின் உச்சியில் இருந்தேன். ஹொட்டல் அறைக் கதவைத் திறக்கும் மின் அட்டையை அடிக்கடி மறந்துவிடுவார். ஹொட்டல் மானேஜர் வந்து திறந்து விடுவார். இவருக்கு நினைவூட்டுவதும், இவர் தொலைப்பதை எடுத்துக்கொடுப்பதும், இருப்பதைத் தொலைக்காமல் பாதுகாப்பதுமே என் முழுநேர வேலையாக மாறியது. மூக்குக்கண்ணாடியைக் கைமாறி வைப்பது இவருடைய பொழுதுபோக்கு. மூக்குக்கண்ணாடி மூக்கிலேயே இருக்கவேண்டியதுதானே. என்ன பிரச்சினை? அடிக்கடி கழற்றி வைப்பார். பின்னர் தேடுவார். நான் நினைவூட்டும்போது அவர் சொல்லும் வாசகம் 'நான் 72 நாடுகளுக்குப் பயணம் செய்திருக் கிறேன்' என்பது.

இவர் ஏதாவது பொருளை உங்களிடம் கடன் கேட்டால்

அதை ஒருமுறை கடைசித் தடவையாக கண்டு களித்துவிட்டு நீங்கள் கொடுத்தால் நல்லது. அது திரும்பி வரப்போவதில்லை. அதை பாவித்துவிட்டு அதே இடத்தில் விட்டுவிட்டு நகர்ந்து விடுவார். நீங்கள்தான் தேடி எடுக்கவேண்டும். மொன்றியலில் இருந்த நாட்களில் இவர் காரிலிருந்து இறங்கியதும் கார் சாவியைப் பறித்து நான் வைத்துக்கொள்வேன். ஆரம்பத்தில் சாவியைத் தொலைப்பதும் தேடுவதுமாகவே இருந்தார். சாவியைக் கேட்டதும் எடுத்துக் கொடுப்பேன். பின்னர் பார்த்தால் அவரைச் சுற்றியிருக்கும் என்ன பொருள் தேவையென்றாலும் என்னைக் கேட்க ஆரம்பித்தார். ஆகவே இவருக்குப் பக்கத்தில் வீணே என் வயதை அதிகரித்தபடி எந்த நேரமும் நான் நிற்கவேண்டி நேர்ந்தது. மாநாட்டில் பேச அழைத்ததும் மேடையில் நின்றபடி இரவு முழுக்க தயாரித்த குறிப்புகளை சட்டைப் பையிலும், கால் சட்டையிலும், கோட்டுப் பைகளிலும் தேடினார். கிடைக்கவில்லை. ஆனால் அன்றைய அவருடைய பேச்சு தடங்கல் இல்லாமல் ஒரு சிறந்த பேச்சுக்கு உதாரணமாக அமைந்தது.

மாநாடு ஒருவாறாக முடிந்து ரொறொன்ரோ வந்த பின்னர்தான் அவருடைய செல்பேசி charger ஐ ஹொட்டலில் விட்டுவிட்டு வந்தது தெரிந்தது. ஒரு நாள் முழுக்க ரொறொன்ரோ கடைகளில் அலைந்து இன்னொன்று வாங்கவேண்டியிருந்தது. நண்பர் தன்னை செயல்திறன் மிக்கவராக நினைக்கிறார். இவருடைய நேரத்தில் பாதி நேரம் தொலைத்தவற்றை மீட்பதில் செலவாகிறது. ஆனால் அவர் அப்படி நினைக்கவில்லை. ஒரே சமயத்தில் தன்னால் பல காரியங்களை ஆற்றமுடியும் என்கிறார். பல பொருட்களை ஒரே நேரத்தில் தொலைப்பதை சொல்கிறாரோ தெரியாது. இவர் எப்படி தன்னுடைய கடவுச்சீட்டுகளையும், விமான டிக்கட்டுகளையும் செல்பேசியையும் மடிக்கணினியையும் தொலைக்காமல் வெற்றிகரமாகப் பயணம் செய்து திரும்புகிறார் என்பது என்னால் எப்பவுமே அவிழ்க்கமுடியாத புதிர்தான்.

இவர் மாத்திரமல்ல. நிறைய பயணம் செய்யும் மற்றவர்களிட மும் இதே குணம் இருப்பதை நான் அவதானித்திருக்கிறேன். எல்லாவற்றையும் தொலைப்பார்கள் ஆனால் எப்படியோ உலகத்தை சுற்றி வருவார்கள். அதிக எச்சரிக்கை உணர்வு உள்ளவர் பயணம் செய்வதே கிடையாது. எனக்கு ஜெகன் என்று ஒரு நண்பர் இருக்கிறார். இவர் தண்ணீரில் கடந்த தூரம் நிலத்தில் கடந்த தூரத்திலும்பார்க்க அதிகம். மறதி மன்னர். உலகத்தின் பல பாகங்களுக்கும் சென்று தன்னுடைய கம்பனி விற்பனையை அதிகரிப்பது இவர் தொழில். ஒரு முறை சான்பிரான்சிஸ்கோவில்

வாடகை காரை எடுத்து நீண்ட தூரம் பயணம் சென்றபோது காரிலே பெற்றோல் தீர்ந்ததால் எதிரில் வந்த நிலையத்தில் பெற்றோல் போட்டுக்கொண்டு காரை ஓட்டினார். ஆனால் பத்து மைல் தூரம் போவதற்குள் அவரை இரண்டு பொலீஸ்கார்கள் துரத்தின. இவர் காரை நிறுத்தினார். பார்த்தால் பெற்றோல் போட்ட இடத்தில் காசைக் கட்டிவிட்டு காரை எடுத்திருக்கிறார் ஆனால் பெற்றோல் போட்ட ட்யூபை அகற்ற மறந்துவிட்டார். பத்து மைல்தூரம் அதை அறுத்து ரோட்டில் இழுத்துக்கொண்டு காரை ஓட்டிய கதையை அவர்தான் சொன்னார்.

ஜெகனுடைய தந்திரம் எந்த நெருக்கடியான சந்தர்ப்பத்திலும் சமநிலை இழக்காமல், அமைதியாக இருப்பது. விமான நிலையத்தில் ஒரு மணிக்கு நிற்கவேண்டுமென்றால் இவர் மிகத்தாமதமாக ஆசுவாசமாக வெளிக்கிடுவார். அவரைச் சுற்றியிருப்பவர்கள் அந்தரப் படுவார்கள். பதகளிப்பார்கள். விமானம் தவறிவிடுமோ என்று தவிப்பார்கள். ஜெகன் அசையவே மாட்டார். அவர் செய்யும் காரியம் எல்லாம் பக்கத்திலிருப்பவரைப் பதற்றமடைய திட்டமிட்டு செய்வதுபோலவே இருக்கும். ஒரு சப்பாத்துக் கயிற்றைக் கட்டிவிட்டு மற்றதைக் கட்டாமல் உங்களுடன் பேசுவார். சாப்பாட்டுக் கரண்டியை வாய்க்கு கிட்ட கொண்டுபோவார் ஆனால் வாயை திறக்கமாட்டார். கார் சாவியை சாவி துவாரத்தி னுள் நுழைப்பார் ஆனால் காரைக் கிளப்பமாட்டார். இவரைப் போன்றவர்களின் வெற்றியின் ரகஸ்யம் தங்கள் பதற்றத்தை மற்றவர்களுக்கு கடத்தி தங்கள் பதற்றத்தை இல்லாமல் செய்வது என்றுதான் நினைக்கிறேன்.

அடிக்கடி பயணம் செய்பவர்களின் குணாம்சம் பொதுவான தாகவே இருக்கிறது. நேபாள நண்பர் போகும்போது நடந்ததையும் சொல்லி விடுகிறேன். அவர் தன்னுடைய சாமான்களை எல்லாம் வீட்டின் பல பாகங்களிலுமிருந்து சேகரித்து சூட்கேசில் அடுக்கிப் பூட்டிய பிறகு, ஏதாவது தவறவிட்டிருப்பாரோ என்று பயந்து நான் மறுபடியும் வீட்டை சோதனை செய்தேன். நண்பர் சிரித்தபடி சொன்னார்.'நான் சாமான்கள் அடுக்குவதில் திறமைசாலி. கொண்டுவந்த பொருட்களைத் திரும்ப ஒரு சூட்கேசில் போட்டு மூடுவதற்கு புத்திக்கூர்மை எண் ஐம்பது இருந்தாலே அதிகம். நண்பரே, பதற்றம் வேண்டாம். அமைதியாக இருங்கள். நான் 72 நாடுகள் பயணம் செய்திருக்கிறேன்.' எப்படியோ அவரை விமான நிலையத்தில் கொண்டுபோய் ஏற்றிவிட்டு திரும்பவும் வீடு வந்து சேர்ந்தேன். பள்ளிக்கூடம் விட்டு பிள்ளைகள் எல்லாம் போனபிறகு காட்சியளிக்கும் வகுப்பறை போல வீடு வெறுமையாகவும் அமைதி யாகவும் இருந்தது. என் நெஞ்சு படபடப்பு அடங்க ஒரு மணி

நேரம் எடுத்தது. ஆனால் கதை முடியவில்லை என்பதை ஊகித்திருப்பீர்கள்.

நண்பரிடமிருந்து குறுஞ்செய்தி வந்தது. ‘அனைத்துலக பொறியியலாளர் மாநாட்டின் மலரை எங்கேயோ கைமாறி வைத்துவிட்டேன். அது மிகவும் முக்கியமானது. ரொறொன்ரோ தலைமையகத்துக்குச் சென்று ஒரு மலரைப் பெற்று அதை உடனடியாக எனக்கு அனுப்பினால் நல்லது. நான் பயணத்திலிருக்கிறேன். 12 14ம் தேதிக்குள் எனக்குக் கிடைக்குமென்றால் இந்த விலாசத்துக்கும், 15 18ம் தேதிக்குள் கிடைக்குமென்றால் இந்த விலாசத்துக்கும், 19ம் தேதிக்கு பின்னர் என்றால் இந்த விலாசத்துக்கும் அனுப்பிவிடுங்கள்.’ இந்தக் குறுஞ்செய்தியை அவர் விமானத்தில் ஏறிய பின்னர் அனுப்பியிருந்தார்.

எனக்கும், உலக பொறியியலாளர் தலைமையகத்துக்கும், தபால் நிலையத்துக்கும் பெரிய தலையிடியைக் கொடுத்துவிட்டு நண்பர் 35,000 அடி உயரத்தில் அமைதியாகப் பறந்துகொண்டிருந்தார். விமானத்தின் முதல் வகுப்பு இருக்கையைப் பின்னால் நல்லாய் சாய்த்துவிட்டு, திரையில் ஓடும் படத்தைப் பார்த்தபடி, கால்களை நீட்டி, வெள்ளை வைன் அருந்தியவாறு அவருடைய பொழுது ஆனந்தமாய் போய்க்கொண்டிருக்கும்.

இலவசமாகக் கிடைத்த கையெழுத்து

ஒரு விருந்திலே நண்பர் ஒருவர் என்னைக் கண்டு முறைப்பாடு செய்தார். நண்பர் என்றால் ஒன்றிரண்டு தடவை அவரை முன்னே பார்த்ததுண்டு. அவ்வளவுதான். 'நீங்கள் புத்தகம் வெளியிட்டீர்களாமே. எனக்கு ஒரு புத்தகம்கூட தரவில்லை. உங்கள் கையெழுத்தை வைத்து ஒன்று தாருங்கள்' என்றார். இவர் என்ன சொல்கிறார் என்று எனக்குப் புரியவில்லை. நான் ஒரு புத்தகம் வெளியிட்டால் அதை வீடு வீடாக எடுத்துச் சென்று கதவைத் தட்டி ஆட்களிடம் இலவசமாக கொடுக்கவேண்டும் என்று எதிர்பார்க்கிறார்.

'புத்தகக் கடையில் கிடைக்கிறது. நீங்கள் வாங்கலாமே?' என்றேன். அவருடைய முகம் வேறு யாரோவுடைய முகம்போல மாறிவிட்டது. நான் அவருக்குப் புத்தகம் இலவசமாகத் தரவில்லை யென்று கோபித்துக் கொண்டு போய்விட்டார். ஒரு குயவன் பானை செய்தால் அதனை இலவசமாகக் கொடுக்கவேண்டும் என்று யாராவது எதிர்பார்ப்பார்களா? ஓவியர் படம் வரைந்தால் அதை மற்றவர்களுக்கு இலவசமாகத் தருவாரா? ஓர் எழுத்தாளர் பலவருட காலம் பாடுபட்டு உழைத்து ஒரு புத்தகத்தை வெளி யிட்டால் ஏன் அதை எல்லோரும் இலவசமாகத் தரவேண்டும் என்று எதிர்பார்க்கிறார்கள்?

நான் எப்படி இலவசமாகப் புத்தகம் கிடைக்கவேண்டும் என்று எதிர்பார்க்கமாட்டேனோ அப்படியே என்னுடைய புத்தகத்தையும் இலவசமாக கொடுக்க விரும்பமாட்டேன். யாராவது எனக்கு ஒரு புத்தகத்தை தரவந்தால் நான் அதற்குரிய விலையைக் கொடுக்கவே முயற்சி செய்வேன். அது ஒரு மரியாதை என்றே நம்புகிறேன். இலவசமாக ஒரு நண்பருக்கு புத்தகம் கொடுத்தால் அவர் அதை எப்படியும் வாசிக்கப்போவதில்லை. உங்களை சந்தோசப்படுத்தவே அவர் புத்தகத்தை ஏற்கிறார் என்பது என் கருத்து.

எனக்கு அகில் சர்மாவின் ஞாபகம் வந்தது. அவர் பிரபலமான ஆங்கில எழுத்தாளர். சிறுகதைகள் எழுதி பல பரிசுகள் பெற்றவர். அவருடைய An Obedient Father நாவலை வாசித்த பிறகு

ஒரு பத்திரிகைக்காக நான் அவரிடம் சில கேள்விகள் கேட்டேன். அப்போது அவர் சொன்ன பதில் என்னை ஆச்சரியப்படுத்தியது. அவர் முழுநேர எழுத்தாளராக அப்போது இல்லை. நியூயோர்க்கில் ஒரு பிரபலமான சட்ட நிறுவனத்தில் பணியாற்றினார். அவர் ஓர் எழுத்தாளர் என்பது அவருடன் வேலை பார்த்தவர்களுக்குத் தெரியாது. அவருடைய நாவல் வெளிவந்தபோது பல பத்திரிகைகள் அதைப்பற்றி எழுதின. தொலைக்காட்சி அவரைப் பேட்டிகண்டது. அப்பொழுது அவருடன் வேலை செய்தவர்கள் அவரிடம் குறைபட்டுக்கொண்டார்கள். 'நீங்கள் பெரிய எழுத்தாளராமே. எங்களுக்கு ஏன் சொல்லவில்லை. எனக்கு ஒரு நாவல்கூடத் தரவில்லையே.' அகில் சர்மா சொன்னார். 'இவர்கள் வருடத்துக்கு ஒரு மில்லியன் டொலர்களுக்குக் குறையாமல் சம்பாதிப்பவர்கள். என்னிடம் வந்து இருபது டொலர் நாவலை இலவசமாகத் தர வேண்டும் என்று குறைபட்டார்கள். உண்மையில் அவர்கள் நண்பர்கள் என்றால் எனக்கு மரியாதை செய்வதற்காக ஒரு நாவலைக் காசுகொடுத்து வாங்கி அதைப் படித்துவிட்டு அபிப்பிராயம் சொல்லவேண்டும். அவர்களுடைய நட்பு 20 டொலர் இலவச நாவலைத் தாண்டவில்லை.'

மைக்கேல் சீடன்பேர்க் என்பவர் ஒரு பழைய புத்தகக்கடை நடத்தினார். ஒரு நாள் ஒரு காதலனும் காதலியும் அவருடைய கடைக்குள் நுழைந்தார்கள். அரை மணி நேரமாகப் புத்தகங்களைப் பார்வையிட்டபிறகு காதலன் கேட்டான், 'உனக்கு ஒரு புத்தகம் வேண்டுமா?' அவள் சொன்னாள், 'இல்லையே, என்னிடம் ஏற்கனவே ஒரு புத்தகம் இருக்கிறது.' இளையவர்கள் புத்தகம் படிப்பதில்லை என்பதை நிறுவுவதற்காக மேற்படி உதாரணத்தை சீடன் பேர்க் அடிக்கடி கூறுவார். ஆனால் உண்மை எதிர் திசையில்தான் இருக்கிறது. காசு கொடுத்துப் புத்தகம் வாங்குவோரின் எண்ணிக்கை அதிகரிக்கிறது என்று புள்ளிவிவரங்கள் சொல்கின்றன. வட அமெரிக்காவில் ஒரு வருடத்தில் விற்கும் புத்தகங்களின் மதிப்பு 26 பில்லியன் டொலர்கள். சென்னை புத்தகச் சந்தையில் விற்பனை யாகும் புத்தகங்களின் தொகையும் கணிசமான அளவில் கூடிக் கொண்டே வருகிறது. முன்பு எப்பொழுதும் கண்டிராதபடி புத்தகங் கள் தரத்துடன் நல்ல தாளில் கண்ணுக்கு இதமான அச்சில் வெளி வருகின்றன.

ஒன்றிரண்டு பேர் இலவசப் புத்தகங்களை நம்பியிருக்கலாம். ஆனால் புலம்பெயர்ந்த தமிழர்கள் காசு கொடுத்துப் புத்தகம் வாங்குவதற்குத் தயங்குவதே இல்லை. யாழ்நூலகம் அழிந்து கிட்டத் தட்ட 30 வருடங்கள் கழிந்த நிலையில் அவர்களுக்கு புத்தகங்கள் சேர்ப்பது முக்கியமானது. உலகத்தின் முதல் நூலகம் அலெக்சாந்

திரியாவில் இருந்தது. சீசரின் எகிப்திய படையெடுப்பின்போது இந்த நூலகம் எரிந்து சாம்பலானது. இதுவே முதன்முதல் எரிக்கப் பட்ட நூலகம். அமெரிக்காவின் Library of Congress பிரிட்டிஷ் படையெடுப்பின் போது எரியூட்டப்பட்டது. ஆனால் உலகத்தி லேயே ஓர் அரசு தன் சொந்த நாட்டு நூலகத்தையும் அதிலிருந்த 97,000 நூல்களையும் எரியிட்டு அழித்தது என்றால் அது இலங்கையில்தான் முதன்முதல் நடந்தது. இன்று அதே இடத்தில் எவ்வளவு பெரிய நூலகத்தைக் கட்டினாலும், எத்தனையாயிரம் புத்தகங்களை வாங்கி அடுக்கினாலும் அழிந்துபோன ஓர் ஓலைச் சுவடிக்கு அது ஈடாகாது. இது புலம்பெயர்ந்தவர்களுக்கு தெரியும். அந்த அநீதியை அவர்களால் மறக்கவும் முடியாது. தாம் சென்று வாழும் இடங்களில் சொந்தமாகப் புத்தகங்களை சேகரித்து அந்த இழப்பை ஓரளவுக்கு ஆற்றிக்கொள்கிறார்கள்.

நான் பள்ளியில் படித்த காலத்திலிருந்து எனக்கு ஒரு நண்பர் இருந்தார். பத்திரிகைகளில் வரும் முக்கியமான செய்திகளை எல்லாம் வெட்டி நறுக்குகளாகப் பாதுகாப்பார். மாத இதழ்கள், வார இதழ்கள், புத்தகங்கள் என்று தனியான அடுக்குகள் வைத்திருப்பார். அநேகமாக பழைய புத்தகக் கடைகளுக்கு போய் பழைய புத்தகங்களை வாங்குவார். நவீன இலக்கியங்கள் மொழி பெயர்ப்புகள் பழைய இலக்கியங்கள் என ஒன்றையும் தவறவிட மாட்டார். அவரிடம் ஒரு கொள்கை உண்டு. இருபது வயதுவரை கையிலே அகப்பட்டதை எல்லாம் படிக்கவேண்டும். இருபதிலிருந்து நாற்பதுவரை தேர்ந்த இலக்கியங்களையும், அறிவு நூல்களையும் படிக்கவேண்டும். அதற்குப் பிறகு என்று கேட்டால் தொடர்ந்து மற்றவர்கள் எழுதுவதையே படித்துக் கொண்டிருந்தால் உங்கள் மூளை சிந்திக்கும் திறனை இழந்துவிடும். நாற்பது வயதுக்குப் பிறகு நீங்கள் சிந்திப்பது அதிகமாகவும் வாசிப்பது குறைவாகவும் இருக்கவேண்டும் என்பார்.

புத்தகம் வாங்குவதிலும் அவரிடம் ஒரு நுட்பம் இருந்தது. ஒருவருக்கு நோபல் பரிசு கிடைக்கிறது. உடனேயே அவருடைய புத்தகம் உலகளாவிய ரீதியில் விற்பனையாகி உச்சத்தை தொடுகிறது. நோபல் பரிசுத் தேர்வில் இரண்டாவதாக ஒருத்தர் வந்திருப்பார். அவரை ஒருவருமே கவனிப்பதில்லை. அவர் பெயர்கூட வெளியே வராது. அவர் எழுதிய நூல் எவ்வளவுதான் உயர்ந்ததாக இருந்தா லும் அது கவனிக்கப்படாமல் போய்விடும் வாய்ப்பு உண்டு. புறநானூறு தொகுப்பில் 401வது பாடல் என்று ஒன்றிருந்திருக்கும். அது தொகுக்கப்படவில்லை. யார் கண்டது? அது உயர்ந்த கவிதை யாக இருந்திருக்கலாம். எப்படியோ விடுபட்டுப்போய்விட்டது.

புத்தகங்களைத் தேடும் போது விடுபட்டதையும் சேர்த்து தேட வேண்டும். பழைய புத்தகக் கடைகளில்தான் அபூர்வமாக விடுபட்ட புத்தகங்கள் கிடைக்கும் என்பது அவர் அடிக்கடி சொல்வது.

ஓர் உண்மைக் கதை. பழைய புத்தகம் ஒன்றை வாங்கிய என் நண்பர் ஒருவருக்கு வித்தியாசமான அனுபவம் கிடைத்தது. அவர் சில வருடங்களுக்கு முன்னர் ஓர் ஆங்கிலப் புத்தகத் தொகுப்பை வெளியிட்டார். விற்றதுபோக மீதமிருந்த புத்தகங்களை எல்லாம் தன் நண்பர்களுக்கு இலவசமாக விநியோகித்தார். யாருக்கு அன்று அவர் புத்தகம் இலவசமாகக் கொடுக்கப்போகிறார் என்ற விசயம் முன்கூட்டியே தெரியாததால் பொதுவாக 'அன்பு நண்பருக்கு' என்று எழுதி கையெழுத்திட்டு எடுத்துப் போவார். நண்பர்களைக் கண்டதும் அதைக் கொடுப்பார். இப்படியே அவர் இலவசமாகக் கொடுத்து வந்ததில் ஒருநாள் திடீரென்று அவரிடமிருந்த கடைசிப் புத்தகத்தையும் கொடுத்துவிட்டார். ஏற்கனவே கையெழுத்துப் போட்டு கொடுத்த புத்தகத்தை நண்பரிட மிருந்து எப்படி திரும்பப் பெறுவது? ஒரு பழைய புத்தகக் கடையில் தேடிக்கொண்டு போனதில் தற்செயலாக அவர் பதிப்பித்த புத்தகம் அகப்பட்டது. அதைத் திறந்து பார்த்தவருக்கு ஒரே அதிர்ச்சி. அந்தப் புத்தகத்தில் 'அன்பு நண்பருக்கு' என்று எழுதி இவருடைய கையொப்பமும் இருந்தது. யாரோ அன்பளிப்பாகப் பெற்ற அவருடைய புத்தகத்தைப் பழைய புத்தகக் கடையில் விற்றுக் காசாக்கிவிட்டார்கள். நான் கடைசியாக விசாரித்த அளவில் நண்பர் அந்தப் புத்தகத்தை விற்றவரை இன்னமும் தேடிக் கொண் டிருக்கிறார்.

சமீபத்தில் எனக்கு நேர்ந்த அனுபவத்தையும் சொல்ல வேண்டும். அதைச் சொல்வதற்காகவே இதை எழுதத் தொடங்கி னேன். கடந்த 60 வருடங்களாக எழுதிவரும் மிகப் பிரபலமான தமிழ் எழுத்தாளர் ஒருவருடைய புத்தகத்தைக் கடந்த வாரம் வாங்கினேன். அதில் ஓர் இடத்தில் எழுதியிருந்ததைப் படித்ததும் எனக்கு அதிர்ச்சியாக இருந்தது. 'ஐந்தாறு ஆண்டுகளாகவே என்னால் பல விஷயங்களை நினைவுபடுத்திக் கொள்ளமுடியாமல் போவதை உணர்ந்திருக்கிறேன். என் குடும்பம்வரை இதை அவர்களும் உணர்ந்திருந்தாலும் என் நண்பர்கள் ஒத்துக்கொள்வ தில்லை. ஒருநாள் மாலை சுமார் அரைமணி நேரத்திற்கு என் வீட்டுக்கு செல்லும் வழி மறந்துவிட்டது. அதைவிட இன்னும் தீவிர மானது என் பெயர், முகவரி மறந்துவிட்டது. ஆனால் மொழி மறக்கவில்லை.'

ஓர் எழுத்தாளர் அவர் பெயரை மறந்தால் நிலைமை என்ன

வாகும். அவர் வேறு பெயரில்தான் எழுதவேண்டி வரும். அவருக்கு எழுத்து மூலம் கிடைக்க வேண்டிய பணம் எல்லாம் வேறு யாருக்கோ போகும். நல்ல காலமாக அந்த ஞாபகமறதி நீடிக்க வில்லை. அரை மணி நேரத்தில் எல்லாம் சரியாகிவிட்டது. அவர் பெயர் அசோகமித்திரன்.

நான் மதிக்கும் எழுத்தாளர்களில் இவரை மிகவும் உயர்ந்த இடத்தில் வைத்திருக்கிறேன். இவர் எழுதிய புத்தகங்களில் அநேகமானவற்றைப் படித்திருக்கிறேன். நானும் ஜெயமோகனும் கடைசியாகச் சந்தித்தபோது அரைவாசி நேரம் இவரைப் பற்றியே பேசினோம். நான் எழுத்தாளர்களின் கையெழுத்துகளைச் சேகரிப்ப தில்லை. பல ஆங்கில, தமிழ் எழுத்தாளர்களைச் சந்தித்திருந்தாலும் அந்த எண்ணம் தோன்றியதில்லை. சிலநேரங்களில் சுந்தர ராமசாமி, வெங்கட் சாமிநாதன், ஜெயமோகன் போன்றவர்களைச் சந்தித்த போது புத்தகங்களில் அவர்களுடைய கையெழுத்துகளை பெற்றிருக் கலாமே என்று நினைத்ததுண்டு. அதிலும் அசோகமித்திரனின் கையெழுத்திட்ட புத்தகம் என்னிடம் ஒன்றுகூட இல்லையே என்று நினைத்து சமயத்தில் வருந்தியிருக்கிறேன்.

நான் சமீபத்தில் வாங்கிய அசோகமித்திரனின் புத்தகத்தின் தலைப்பு 'நினைவோடை.' முதல் பக்கத்தை தற்செயலாகத் தட்டிய போது எனக்கொரு ஆச்சரியம் காத்திருந்தது. அதிலே இப்படி அழகான கையெழுத்தில் எழுதியிருந்தது.

நண்பர் ராஜகோபாலுக்கு

மிக்க அன்புடன்
அசோகமித்திரன்
வேளச்சேரி, 27.2.2010.

இந்தப் புத்தகம் எப்படியோ என் கைக்கு வந்து சேர்ந்து விட்டது. கையெழுத்து வைத்தவரோ, அதைப் பெற்றவரோ, புத்தகத்தை எனக்கு விற்றவரோ செய்த தவறு என்று எனக்கு நன்றாகத் தெரிகிறது. இந்தப் புத்தகத்தை என்ன வந்தாலும் நான் திருப்பிக் கொடுப்பதாயில்லை. புத்தகத்தில் குறிப்பிட்ட விலையி லும் பார்க்க எட்டு மடங்கு காசு கொடுத்து அதை நான் வாங்கி யிருந்தேன். இன்னும் எட்டுமடங்கு யாராவது தருவதாய் இருந்தா லும் அது நடக்காது. இது எங்கே வரவேண்டுமோ அங்கே வந்திருக் கிறது. புத்தகமும் கையெழுத்தும் என்னுடனேயே இருக்கும்.

நோட்டுப் புத்தகம்

இந்த மாதம் நல்ல மாதம். பரிசுகள் கிடைக்கும் மாதம். மூன்று பரிசுகள் கிடைத்தன. என் மகள் ஒரு நோட்டுப் புத்தகம் பரிசு தந்தார். எழுத்தாளருக்கு இதைவிடச் சிறந்த பரிசு என்ன? சிலவேளைகளில் புத்தகங்களும் பரிசாக எனக்குக் கிடைத்திருக்கின்றன. ஆனால் ஒரு பிரச்சினை உண்டு. அவை வார்த்தைகளால் நிரம்பியிருக்கும். அவற்றை எல்லாம் படிக்கவேண்டும். நோட்டுப் புத்தகம் என்றால் ஒற்றைகள் வெறுமையாக இருக்கும். ஒன்றுமே படிக்கத்தேவை இல்லை. உங்களுக்குத் தோன்றினால் நீங்களே ஏதாவது எழுதலாம். எவ்வளவு அருமையான கண்டுபிடிப்பு.

பார்சலைப் பிரித்துப் பார்த்த நான் ஆச்சரியப்பட்டேன். அது சாதாரண நோட்டுப் புத்தகம் அல்ல. மோல்ஸ்கீன் (moleskine) என்ற பிரசித்தமான நோட்டு வகை. இதிலே விசேஷம் என்னவென்றால் இதன் அட்டை தொட்டவுடன் வழுக்கும் தன்மையுடன், மூலைகள் கூராக இல்லாமல் மழுங்கடிக்கப்பட்டு இருக்கும். தாள்கள் வெண்ணெய் நிறத்தில் வழுவழுப்பாக கோடு அடித்துக் காணப்படும். முக்கியமான சிறப்பு ஒன்றும் உண்டு. மேசையில் நீங்கள் நோட்டில் எழுதிக்கொண்டு இருக்கும்போது யாராவது கதவு மணியை அடித்தால் நோட்டை அப்படியே விட்டுவிட்டு எழுந்து போகலாம். அது விட்டதுமாதிரி தட்டையாக உங்களுக்காகக் காத்திருக்கும். ஒற்றைகள் மற்ற நோட்டுப் புத்தகங்கள்போல தானாக மூடிக்கொள்ளாது. ஒன்றோடு ஒன்று ஒட்டாது. மற்றொரு விசேஷம் அதன் ரப்பர் நாடா. நீங்கள் கடைசியாக எழுதிய பக்கத்தை நாடாவை இழுத்து அடையாளமாக மாட்டலாம். விலையைக் கேட்டால் வீணாக எழுதி அதைப் பழுதாக்கமாட்டீர்கள்.

ஒரு காலத்தில் எழுத்தாளர்களும் பிரபலர்களும் மோல்ஸ்கீன் நோட்டுப் புத்தகத்தை உபயோகித்தார்கள். ஒஸ்கார் வைல்டு, வின்செண்ட் வான்கோ, ஓவியர் பிக்காசோ, எழுத்தாளர் ஹெமிங்வே போன்றவர்கள் இதையே பயன்படுத்தினார்கள். இந்த நோட்டுப் புத்தகத்தை ஒரு பிரெஞ்சுக் கம்பனி யந்திரம் பாவிக்காமல் கைத் தொழில்போல தயாரித்தது. இடையில் சிறிது காலம் இதன் தயாரிப்பு நிறுத்தப்பட்டது. பின்னர் ஓர் இத்தாலிய கம்பனி

மறுபடியும் வெளியீட்டை ஆரம்பித்து அதுவும் கைமாறி தற்போது பிரெஞ்சுக் கம்பனி இதை செய்கிறது. இப்பொழுது அதன் மதிப்பு கூடி விற்பனையும் ஏறிக்கொண்டே போகிறது. *53 நாடுகளில் 14,000 கடைகளில் விற்பனையாகிறது* என்று படித்தேன்.

எழுத்தாளருக்கு நோட்டுப் புத்தகம் என்பது மிகமிக அவசியம். ஹெமிங்வே போன்ற புகழ்பெற்ற எழுத்தாளர் தன்னுடைய இரட்டைக் குழல் துப்பாக்கியை விட்டுவிட்டுப் போனாலும் போவாரே ஒழிய மோல்ஸ்கீன் நோட்டுப்புத்தகம் இல்லாமல் வெளியே புறப்பட மாட்டார். எனக்கு இதே நோட்டுப் புத்தகம் பரிசாகக் கிடைத்து விட்டது. விரித்து அதைத் தடவிப் பார்த்தேன். குழந்தையின் முழங்கை போல மிருதுவாக இருந்தது. நான் சிறுவனாக இருந்தால் வீட்டுக்கு எடுத்துச் சென்று அம்மா விடம் காட்டுவேன். அத்தனை அழகு. இனி தேவை ஒரு பேனா. மூடி கழற்றி பூட்டக்கூடிய நல்ல மதிப்பான பேனா. நிறுத்தாமல் வேகமாக, நன்றாக எழுதும் பேனா. தானாகவே சிந்தித்து தானாகவே எழுதினால் இன்னும் நல்லது.

சுட்டுப்போன பல்ப்

விமானத்திலே கிடைத்த சஞ்சிகை ஒன்றில் சமீபத்தில் ஓர் அனுபவக் கட்டுரை படித்தேன். இதை எழுதியவர் ஒரு வெற்றி பெற்ற வழக்கறிஞர். சீராகப்போன அவருடைய வாழ்க்கை திடீ ரென்று சரியத்தொடங்கியது. தொழிலில் நட்டம் ஏற்பட்டது. மனைவி விவாகரத்து கோரினார். அவருடைய மகன் வீட்டை விட்டு விலகினான். நண்பர்கள் எதிரிகளானார்கள். அவர் நம்பி கடன் கொடுத்தவர்கள் கடனைத் திருப்பித்தராமல் ஏமாற்றி னார்கள். எல்லாம் இழந்து இனி இழப்பதற்கு ஒன்றுமே இல்லை என்ற நிலையில் அவர் தற்கொலை செய்ய முடிவெடுத்தார். அப்பொழுது அவர் காதில் ஒரு குரல் கேட்டது. 'நீ உன்னைச் சுற்றி இருப்பவர்கள் எல்லோரையும் எதிரிகளாகவே நினைக்கிறாய். உலகம் முழுக்க உன்னைக் கவிழ்க்க சதிசெய்வதாக எண்ணுகிறாய். உனக்கு நன்மை செய்தவர்கள் இந்த உலகத்தில் இருக்கிறார்கள். ஒரு மாற்றத்துக்கு அவர்களைத் தேடிப்பிடித்து நன்றி கூறு. ஒன்றை யும் எதிர்பார்க்காமல் செய்.' இப்படி அந்தக் குரல் சொன்னது.

அவருக்கு ஒன்றுமே தோன்றவில்லை. கெடுதி செய்தவர் களின் பெயர்களே அவர் நினைவுக்கு வந்தது. யோசிக்க யோசிக்க ஒன்றிரண்டு நன்மை செய்தவர்களின் பெயர்கள் ஞாபகத்தில் வந்தன. அவருடன் முன்னெப்போதோ வேலை செய்த ஒருவர் அவருக்கு உதவி செய்திருந்தார். பழைய ஆசிரியர் ஒருவர் அடுத்ததாக நினைவுக்கு வந்தார். இவர் அவர்களை அழைத்து நன்றி சொன்னபோது அவர்கள் அடைந்த மகிழ்ச்சியில் சரி பாதி இவருக்கும் கிடைத்தது. ஒன்றுமே எதிர்பார்க்காமல் ஒவ்வொரு வராகத் தேடி நன்றி சொன்னார். அப்படியே செய்துகொண்டு வந்தபோது இவர் எதிர்பாராத ஒன்று நடந்தது. கடன் வாங்கியவர் கள் கடனைத் திருப்பித் தந்தார்கள். மகன் திரும்பி வந்தான். மனைவி மன்னித்தார். அவருடைய தொழில் முன்னேற்றம் அடைந்து லாபம் ஈட்டத்தொடங்கியது.

இதைப் படித்தபோது நானும் இப்படிச் செய்து பார்த்தால் என்னவென்ற எண்ணம் எனக்குத் தோன்றியது. சிலபேரை, எனக்கு

ஏதோ ஒரு விதத்தில் எப்போவோ உதவி செய்தவர்களை, ஒவ்வொரு வராகத் தேடி நன்றி கூறினால் நல்லாயிருக்குமே என்று நினைத்தேன். யோசித்தபோது மனதில் ஒரு பெயரும் வரவில்லை. நெடு நேரம் யோசித்தபின்னர் என்னோடு சிறுவயதில் படித்த ஒரு நண்பர் லண்டனில் இருப்பது நினைவுக்கு வந்தது. அந்தச் சின்ன வயதிலேயே எனக்கு உதவி செய்தவர், ஆனால் நான் அவருடன் பேசி 50 வருடங்களுக்கு மேலாக இருக்கும். இப்பொழுதுதான் கூகிள், முகப் புத்தகம் என எத்தனையோ வழிவகைகள் இருக்கின்றனவே. எப்படியோ தேடிக் கண்டுபிடித்து அவரைத் தொலைபேசியில் அழைத்தேன். அவரால் நம்ப முடியவில்லை. 'எப்படி இருக்கிறீர்கள்?' என்று விசாரித்தேன். அழைத்தது நான்தானா? என்பதைத் திரும்பத் திரும்ப கேட்டு உறுதி செய்தார். தன்னுடைய உடம்பில் உள்ள ஒவ்வொரு அங்கத்தையும் சொல்லி அது தனக்குக் கொடுக்கும் பிரச்சினைகளை வர்ணித்தார். வருடங்கள் இத்தனை கழிந்தாலும் ஒருவருடைய குணம் பெரிதும் மாறிவிடுவதில்லை.

சிறுவயதில் படித்தபோது இவர் எப்போதும் வகுப்பில் முதல் மாணவர். நான் மூன்றாவதோ, நாலாவதோ, ஐந்தாவதாகவோ வருவேன். ஒருமுறையாவது அவரைத் தள்ளி விழுத்தி முதலாவதாக வரவேண்டும் என்ற விருப்பம் எனக்கிருந்தது. அது நடக்கவே இல்லை. ஏதாவது பாடத்தில் சந்தேகம் வந்தால் அவரிடம்தான் கேட்பேன். பொறுமையாக நிதானமாக சொல்லிக்கொடுப்பார். தனக்குப் போட்டியாக நான் வரக்கூடும் என்று அவர் நினைத்ததே இல்லை. முதலாவதாக வரும் மாணவரை வகுப்பில் ஒருவருக்கும் பிடிப்பதில்லை. அவரும் ஒதுங்கியே இருக்க பழகிக்கொண்டார். ஆனால் என்னிடம் ஏற்பட்ட நட்பு எப்படியோ மாணவப் பருவம் முழுக்க நீடித்தது.

அவருடைய முறைப்பாடுகளை தினம் பொறுமையாகக் கேட்பது நான்தான். அவருக்கு என்னைப் பிடித்த காரணம் அதுவாக இருக்கலாம். நாங்கள் எல்லோரும் தலைக்கு நல்லெண்ணெய் வைப்பதுதான் வழக்கம். அவர்கள் வீட்டில் தேங்காயெண்ணெய்தான் வைப்பார்கள். அவருடைய தாயார் இந்த விசயத்தில் கண்டிப்பானவர். தேங்காயெண்ணெயை தலையிலே தினமும் தப்பி வைப்பதால் அது அவர் தலையில் காதுப்பக்கமாக ஊறி ஒரு கோடாக கீழே இறங்கும். ஒன்றிரண்டு இலையான்கள் அவருடைய தலையை சுற்றிப் பறப்பதைக் காணலாம். பண்டைக் காலத்து பெண்டிர் சூடிய மலரை வண்டுகள் மொய்க்கும் என்று படித்திருந்தேன். 'வண்டார் குழலி உமை நங்கை, பங்கா நங்கை மணவாளா' என்று சிலர் கேலி செய்யும்போது நண்பர் தாயாரை

மனதுக்குள் திட்டுவார்.

நான் அவர் வீட்டுக்கு சில நாட்களில் போனதுண்டு. பெரிய மதிலில் உள்ள சின்ன கேட் எப்பவும் பூட்டியிருக்கும். வெளியே நின்று கத்தினால் உள்ளே கேட்காது. சிலவேளை திறப்பார்கள், அநேகமாகத் திறக்கமாட்டார்கள். வீடு நிறைய கட்டில்களும், கதிரைகளும் வாங்குகளுமாக இருக்கும். அவர் தாயார் தரையில் அமர்ந்து கண்ணாடியைப் பார்த்து தலைவாரிக் கொண்டிருப்பார். இரண்டு முழங்கால்களையும் நிமித்தி வைத்து சுவரில் சாய்ந்து இருப்பார். முகம் பார்க்கும் கண்ணாடி தொடைகளுக்கு நடுவில் சொருகியிருக்கும். கையிலே பேன் சீப்பு. அவருக்கு என்னில் நல்ல விருப்பம். தன்னுடைய மகன் மூடன், மூளையில்லாதவன் என்று என்னிடம் பலமுறை சொல்லிப் புலம்பியிருக்கிறார். 'அவன் சுட்டுப்போன பல்ப். இனி ஒன்றுமே செய்ய ஏலாது' என்பார். வகுப்பில் எப்பவும் முதலாவதாக வரும் மகனை அப்படித்தான் ஏசுவார். மகனிடம் வேறு என்ன எதிர்பார்த்தாரோ தெரியவில்லை. 'ஆடு செத்துப்போச்சுது என்று சொன்னால், தலையும் செத்துப் போச்சுதோ என்று கேட்பான். இவன் எப்படித்தான் படிச்சு முன்னுக்கு வரப்போறானோ தெரியாது' என்று திட்டுவார். வகுப்பில் எத்தனாம் பிள்ளை என்று என்னைக் கேட்டுவிடுவாரோ என்ற பயத்தில் நான் இருப்பேன்.

நான் நண்பருடன் தொலைபேசியில் 20 நிமிடம் பேசியிருப் பேன். அதற்குள் நாலு தடவை 'என்ன விசயம்?' என்று கேட்டு விட்டார். 'உங்கள் குரலைக் கேட்கவேண்டும் என்று விருப்பமா யிருந்தது' என்று சொன்னேன். அவரால் நம்பமுடியவில்லை. ஆனால் அவர் குரலிலே மட்டற்ற மகிழ்ச்சியை உணரக்கூடியதாக இருந்தது. 'ஒரு முறை உங்கள் அம்மா உங்களை அடித்தாரே. ஒரு கையில் விளக்கும் ஒரு கையில் தண்ணீரும் எடுத்துப் போனதற்கு. ஞாபகமிருக்கிறதா?' என்றேன். அவர் சிரி சிரியென்று சிரித்தார். 'உண்மைதான். இன்றுகூட ஏன் அடித்தார் என்பது எனக்குத் தெரியாது. அப்படிச் செய்தால் ஒரு சாவு அந்த வீட்டில் விழும் என்று நம்பிக்கை. அப்படி ஒன்றும் நடக்கவே இல்லை. வீணாக அடி வாங்கினேன். உங்களுக்கு எல்லாமே நினைவில் இருக்கிறது' என்றார். 'சுட்ட பல்ப் என்று திட்டுவாரே. அது ஏன்?' என்று கேட்டேன். 'அம்மாவைத் திருப்திப்படுத்தவே முடியாது. அவர் சாகும்வரைக்கும் வாழ்க்கையில் நான் தோல்வி என்றே நினைத்தார்' என்றார். 'இப்ப எப்படியிருக்கிறீர்கள்?'

'இப்பொழுதுதான் நான் சுட்ட பல்ப். என்னால் ஒருவருக்கும் ஒரு பிரயோசனமும் கிடையாது' என்றார். உடனேயே நான் கதையை மாற்றி 'அடிக்கடி இனிமேல் பேசலாம்' என்றேன்.

'கட்டாயம் அழையுங்கள். காத்திருப்பேன். நீண்ட காலத்துக்குப் பிறகு இன்றுதான் நான் நிறையச் சிரித்தேன்' என்றார்.

நண்பரை அழைத்தது பெரிய அதிர்ஷ்டம் எனக்கு அடிக்க வேண்டும் என்று நினைத்து அல்ல. சிறுவயது நண்பர் ஒருவருடன் பேசும்போது கிடைக்கும் மகிழ்ச்சிக்கு ஈடு கிடையாது. கனடாவில் இருந்து லண்டனுக்குத் தொலைபேசியில் அழைக்கும்போது 15 தானங்களை அழுத்தவேண்டும். அதற்கு ஐந்து செகண்டுகள்கூட ஆகவில்லை. அந்தத் தொலைபேசிக்கு செலவழித்த காசும் சொற்ப மானது. என்னுடைய நண்பர் எப்படி கலகலவென்று சிரித்தார். அவருக்கு வேறு யாரும் அப்படி ஒரு மகிழ்ச்சியைக் கொடுத்திருக்க முடியாது. பழைய நட்பு அப்படிப்பட்டது. ஏன் இதை நான் முன்னரே செய்யவில்லை என்று யோசித்தேன். காரணம் புரியவில்லை.

அடுத்த நாள் எனக்கு வருமான வரித்துறையில் இருந்து பழுப்பு நிற உறையில் ஒரு கடிதம் வந்தது. வருமானவரித் துறை கடிதம் என்றால் அதை நான் உடனே உடைப்பதில்லை. கைநடுக்கம் நின்றபிறகு தான் உடைப்பேன். கடிதத்தைப் படித்த எனக்கு ஆச்சரியம். கடிதத்து டன் 335 டொலருக்கு ஒரு காசோலை இணைத்திருந்தது. மூன்று வருடங்களுக்கு முன்னர் நான் கட்டிய வருமான வரிக் கணக்கில் அவர்கள் ஒரு தவறு செய்துவிட்டார்கள். 335 டொலர் மேலதிகமாக என்னிடம் அறவிட்டிருந்தார்கள். வருமான வரித்துறைக்கு கொடுக்கும் பணம் தீக்கோழியின் வாயில் கிடைத்த தீனிபோல, திரும்பவும் கிடைக்காது. வருமான வரித்துறை அந்தப் பணத்தைத்தான் எனக்குத் திருப்பி அனுப்பியிருந்தார்கள்.

எனக்குக் கிடைத்த காசோலைக்கும், நண்பரை அழைத்த தொலைபேசிக்கும் ஒருவித தொடர்பும் இல்லையென்று எனக்குத் தெரியும். அந்தளவுக்கு மூளை எனக்கு சுட்டுப்போகவில்லை. ஏதா வது தொடர்பிருந்தால் நல்லாயிருக்கும் என்றுதான் நினைக்கிறேன்.

பழைய புகைப்படம்

அறைக் கதவைத் திறந்துகொண்டு உள்ளே நுழைந்த நான் திடுக்கிட்டு நின்றேன். என் மனைவி கன்னத்தை மேசையில் வைத்து படுத்துக் கொண்டிருந்தார். முதல் பார்வையில் அழுகிறார் என்று நினைத்தேன். அன்று காலை எழும்பியதிலிருந்து நான் ஒரு குற்றமும் செய்யத் தொடங்கவில்லை என்பது நினைவுக்கு வந்தது. பதறியபடி 'என்ன, என்ன?' என்றேன். 'ஒன்றுமில்லை. கம்ப்யூட்டர் திரையைப் பார்க்கிறேன்' என்றார். 'அதை ஏன் படுத்திருந்து பார்க்கிறீர்?' என்று கேட்டேன். இங்கிலாந்திலிருந்து அவருடைய அண்ணன் ஒரு பழைய புகைப்படம் அனுப்பியிருந்தார். அது தலைகீழாக வந்திருந்தது. அதைத்தான் பார்த்துக்கொண்டிருந்தார்.

அது என் மனைவியின் சின்ன வயதுப் புகைப்படம். அவரும் அவருடைய அண்ணனும் மட்டுமே நிற்கும் படம். என் மனைவிக்கு அப்போது நாலு வயதிருக்கும். கையிலிருந்த எதையோ யாரோ பறித்துவிட்டதுபோல கோபமும் சோகமும் கலந்த முகம். கண்ணீர் எந்த நேரமும் வெடித்து வரலாம். அதற்கு முன்னர் புகைப்படக் காரர் தந்திரமாகப் படம் பிடித்துவிட்டார். யாரும் ஒன்றையும் பறிக்கவில்லை. புகைப்படக்காரர் கறுப்புத் துணிக்குள் புகுந்தபோது தான் பயந்து போய்விட்டதாக மனைவி கூறினார். அதை நம்பலாம் என்று முடிவெடுத்தேன்.

என்னுடைய சின்ன வயதுப் படம் என்னிடம் ஒன்றுகூட இல்லை. எங்கள் ஊரில் மற்றைய வீட்டுச் சுவர்களில் புகைப்படங் கள் தொங்குவதைப் பார்த்திருக்கிறேன். புகைப்படம் என்ற பொருளே எங்கள் வீட்டில் கிடையாது. என்னைச் சிறுவயதில் எடுத்த படம் ஒன்று இருந்தது. ஆனால் அது எங்கேயோ எப்போதோ தொலைந்துபோய் விட்டது என்றார்கள். வீட்டுச் சுவரில் காலண்டரில் வந்த முருகன், பிள்ளையார் படங்கள் தொங் கும். தேதிகள் கிழிந்த பிறகும் வீட்டில் படங்கள் அகற்றப்படுவ தில்லை. நேரு, காந்தி, சுபாஷ் சந்திரபோஸ் படங்களும் இருந்தன. இவர்களுக்கு சமமாக சாந்தா ஆப்தே என்ற ஒரு நடிகையின் படமும் சுவரில் தொங்கியது. இது எப்படி அங்கே வந்து சேர்ந்தது

என்பது தெரியாது. சாய்ந்துபோய் அழகாக இருப்பார். பின்னாளில் இவர்தான் முதன்முதல் தமிழ் படத்தில் நடித்த ஹிந்தி நடிகை என்பதை அறிந்து கொண்டேன். சாவித்திரி படத்தில் இவர் சாவித்திரியாக நடிக்க எம்.எஸ்.சுப்புலட்சுமி நாரதராக நடித்தாராம். மற்ற படங்கள் போனபின்னரும் இந்தப் படம் மட்டும் வெகுகாலமாக அதே சுவரில் அதே ஆணியில் தொங்கியது.

ஒருவருக்கு அதிக மகிழ்ச்சி அளிக்கக்கூடியது என்னவென்றால் அவருடைய ஆகச்சின்ன வயது புகைப்படத்தைப் பார்ப்பது. என்னுடைய மனைவியின் சின்ன வயதுப் படம் அகப்பட்டது போல என்னுடையதும் ஒன்று கிடைத்தால் நல்லாயிருக்குமே என்று நினைத்தேன். நான் பள்ளியில் படித்தபோது எங்கள் பள்ளிக் கூடத்தில் ஒரு நாடகம் போட்டார்கள். அதில் நடித்தபோது எனக்கு எட்டு வயது இருக்கும். நான் படித்த காலத்தில் மேலே கூரையும் கீழே மணலும் பக்கத்தில் வேலியுமாக வகுப்பு அறை இருந்தது. நாங்கள் நாடகத்தை கொழும்பு, கண்டி, மாத்தளை ஆகிய இடங்களில் மேடை யேற்றி நிதி சேகரித்தோம். அந்தக் காசில்தான் பள்ளிக் கூட புதுக் கட்டிடம் எழும்பியது. நாடகக் குழுவை அப்போது ஒரு படம் பிடித்திருந்தார்கள். ஆனால் அந்தப் படத்தை யாரும் எனக்குக் காட்டியது கிடையாது.

நான் பள்ளிக்கூடத்திலிருந்து வரும் நேரத்துக்கு அம்மா வாசலில் காத்து நிற்பார். கொஞ்சம் பிந்தினாலும் துடித்துப் போய் விடுவார். தூரத்தில் அம்மாவைக் கண்டதும் ஓடத்துவங்குவேன். அம்மாவைக் கட்டிப்பிடித்ததும் நான் அப்பொழுதுதான் பிறந்தது போல அவர் என் உடம்பு முழுவதையும் தடவிப் பார்ப்பார். அவர் கேட்கும் முதல் கேள்வி 'ஆராவது அடித்தார்களா?' என்பது தான். அந்தக் காலத்தில் பள்ளிக்குப் போய்வந்தால் வீட்டுக்கு ஏதாவது காயத்துடன் திரும்பி வருவதுதான் வழக்கம். வாத்தியார்மார் அடிப்பார்கள் அல்லது கூடப்படிக்கும் பெடியன்கள் என்னைப்போட்டு மிதிப்பார்கள். இது இரண்டும் நடக்காவிட்டால் நானாகவே விழுந்து முழங்காலையோ, முழங்கையையோ உடைத்து விடுவேன். ஒருநாள் நான் பிந்தி வந்தபோது அம்மா பாதி தூரம் ஓடிவந்துவிட்டார். அன்றைக்குத் தான் என்னை நாடகக் குழுவுக்குத் தேர்வு செய்திருந்தார்கள். அந்த செய்தியை சொன்னதும் அம்மா தானே தெரிவு செய்யப்பட்டது போல எனக்காக மகிழ்ந்தார்.

நாடகக் குழுவைப் புகைப்படம் எடுத்த அன்று நான் பட்ட அவதியும் மறக்க முடியாதது. இரவிரவாக நித்திரை வரவில்லை. வெள்ளைக் கால்சட்டையை தலையணையின்கீழ் மடித்து வைத்து

படுத்திருந்தேன். அரைக் கை வெள்ளைச் சட்டை வெள்ளாவி வைத்து நீலம் போட்டு வெளுத்து சிரட்டைக்கரி இஸ்திரிப் பெட்டியால் தேய்த்து தயாராகவிருந்தது. கஞ்சிபோட்டு மொட மொடவென்று வாசனையோடு இருந்த சேர்ட்டை அம்மா பெட்டகத்துக்குள் இருந்து எடுத்து தந்தபோது பிரித்தேன். அது பேப்பர் கிழிவது போன்ற சத்தத்துடன் பிரிந்தது. கால்சட்டைக்குள் சேர்ட்டை நுழைத்து, பொத்தான்களை ஒவ்வொன்றாகப் போட்டு, தயாரானேன். அம்மா கன்ன உச்சி பிரித்து தலைசீவி விட்டார். படம் எடுக்க வரச்சொன்ன நேரத்துக்கு ஒரு மணி முன்னதாகவே சென்று காத்திருந்தேன். முதல் வரிசையில் உயரமானவர்கள் நின்றார்கள். பின் வரிசையில் வாங்குபோட்டு ஏறி நின்றார்கள். நான் கடைசி வரிசை. மேசைபோட்டு அதற்குமேல் வாங்குபோட்டு அதன்மீது ஏறி நின்ற சிறுவர்களுடன் நானும் நின்றேன். எனக்குப் பக்கத்தில் நின்றவன் 'மூச்சுவிடாதே' என்றான். ஒரு முட்டாளுக்கும் அவன் முட்டாள்தனத்துக்கும் இடையில் நான் குறுக்கிடவில்லை. இடது பக்கத்தில் முதலில் நின்றது நான்தான்.

மூன்றுகால் வைத்த காமிராப் பெட்டியால் கறுப்புத்துணி மூடிய ஓர் உருவம் எங்களைப் படம்பிடிக்க ஆயத்தம் செய்தது. நாங்கள் எல்லோரும் தயாராகி சிரித்த சமயத்தில் சூரியன் முகிலுக்குள் மறைந்துவிட்டான். இன்னுமொருமுறை சிரிக்கச் சொன்னார்கள். பலமுறை இப்படி ஆயத்தமாகி, சிரித்துப் படம் எடுக்கும் சமயம் சூரியன் முகிலுக்குள் புகுந்துவிடுவான். பல நிமிடம் காத்திருந்து பல தடவை சிரித்து அன்று ஒரு மாதிரி படம் எடுத்து முடிந்தது. அதில் என்னுடைய இரண்டு அண்ணைமாரும் வேஷம் போட்டுக் கொண்டு நின்றார்கள். எங்கள் குடும்பத்தில் இருந்த மூன்று பேருடன் இன்னும் 23 பேரும் அந்தப் படத்தில் இருந்தார்கள்.

சில வருடங்களுக்கு முன்னர், ரொறொன்ரோவில் நடந்த ஒரு விருந்தில் என்னைச் சிறுவயதில் படிப்பித்த சுகிர்தம் ரீச்சரை எதிர்பாராமல் சந்தித்தேன். அப்போது பள்ளிக்கூடத்தில் நாங்கள் போட்ட நாடகம் பற்றி பேச்சு வந்தது. நாடகத்தை இயக்கியவர்களில் இவர் முக்கியமானவர். கடந்த மாதம் என் வீட்டுக்கு முன்னறிவித்தல் ஏதும் இல்லாமல் ரீச்சர் வந்திருந்தார். வாசலில் இருந்த ஆறு படிகளையும் துள்ளிக் கடந்தார். இது நம்பக்கூடியதாக இல்லை. அவர் சொல்லியிருந்தால் நானே அவர் வீட்டுக்குப் போயிருப்பேன். ஏனென்றால் சுகிர்தம் ரீச்சருக்கு வயது 89. என்னை ஆச்சரியப்படுத்த வேண்டும் என்பதுதான் அவர் நோக்கம். என் ஆசிரியர்களில் இவரை எனக்குப் பிடிக்கும். நான் அடிவாங்கு

வதற்குத் தகுதியான பல காரியங்களைச் செய்திருந்தாலும் இவர் என்னை அடித்ததில்லை. இவர் வந்தபோது பெரிதாக்கப்பட்ட ஒரு புகைப்படத்தையும் கொண்டு வந்து என்னிடம் தந்தார். பள்ளிக்கூட நாடகக் குழுவினருடன் நான் நிற்கும் படம். என்னால் நம்பவே முடியவில்லை. கிட்டத்தட்ட 60 வருடங்களுக்குப் பின்னர் அந்தப் படம் என்னைத்தேடி வந்திருந்தது.

என்னுடைய ஆசிரியை படத்திலே இருந்தவர்களின் பெயர் களையும் அவர்கள் இப்பொழுது என்ன செய்கிறார்கள், எங்கே இருக்கிறார்கள் என்ற விவரங்களையும் சொன்னார். அவருடைய ஞாபகசக்தி என்னை பயமுறுத்தியது. நடுவிலே ஓர் ஆறு வயதுச் சிறுமியும் நின்றாள். அவள்தான் 'ஆடுவோமே பள்ளுப் பாடுவோமே' பாடலுக்கு அபிநயம் பிடித்தவள். கொக்குவில் கிரா மம் முழுக்க அன்று அதிசயமாக கண்டு களித்த நடனம் அது. இவளுக்குப் பக்கத்தில் நின்ற சிறுமிக்கு 11-12 வயதிருக்கும். இப்பொ ழுது அவரைப் படத்தில் பார்த்தபோதும் எனக்கு நடுங்கியது. பல இரவுகள் இவரால் நித்திரை வராமல் தவித்திருக்கிறேன். இவர் ஒரு மாலையை எடுத்துக்கொண்டு வந்து என் கழுத்திலே சூட்டவேண்டும். நான்தான் காந்தி சிலை. குதிக்காலால் தரையை அடித்து அடித்து மேடையில் முன்னேறுவார். எனக்கு முதுகு எலும்புக்குருத்து குளிரும். அடுத்தநாள் வகுப்பில் என்னுடன் படிக்கும் மாணவர்களுக்கு எப்படி முகம் கொடுப்பேன் என்று யோசனை ஓடும். நான் அந்த சமயம் அடைந்த கூச்சமும் பரிதவிப் பும் வேதனையும் இப்பவும் மறக்கமுடியாதது.

கறுப்புக்கரை வைத்து வெள்ளை சேலை உடுத்தியிருப்பவர் தான் என்னுடைய இரண்டாவது அண்ணை. அர்ஜுனனுடைய மனைவி சுபத்திரையாக நடித்தவர். இவருக்கு வேடம் போடுவதற் காக இரண்டு பேர், மூன்றுமணி நேரம் ஒரு முழு பவுடர் டின்னு டன் மினக்கெட்டார்கள். அர்ஜுன ராசாவின் மனைவி ஒரு ராணியாகத்தானே இருக்க வேண்டும். இவரிடம் ஓர் அரச லட்சண முகபாவம் வரவே இல்லை. எங்கள் வீட்டுக்குத் தலையிலே கூடையை வைத்து கத்தரிக்காய் காவிக்கொண்டு வந்து விற்கும் மனுசிபோலவே தோற்றமளித்தார். என்னுடைய மூன்றாவது அண்ணைதான் சுந்தரி. அவர் இரவல் வாங்கிய பாவாடை சட்டையில் நீண்ட பின்னலுடன் இருந்தார். கதையின்படி இவரை துரியோதனன் மகன் லக்குவனுக்கு நிச்சயம் செய்தாகிவிட்டது. ஆனால் அர்ஜுனனின் மகன் அபிமன்யுமேல் சுந்தரிக்குக் காதல். அபிமன்யு இவரைத் திருமணத்துக்கு முன்னர் தந்திரமாக கடத்திப் போவதுதான் கதை. என்னுடைய அண்ணை பூமிசாஸ்திர

பாடத்தில் பெயிலான நாலாம் வகுப்பு மாணவிபோல முகத்தை நீட்டி வைத்துக்கொண்டிருந்தார். ஓர் அரசகுமாரன் வந்து குதிரையில் தூக்கிக்கொண்டு போகப்போகிறானே என்று ஒருவித துள்ளலோ துடிப்போ மகிழ்ச்சியோ முகத்தில் இல்லை.

நாடக தினமன்று சுந்தரி பூங்காவனத்தில் சுழன்று சுழன்று ஆடியபடியே மேடைக்கு வரவேண்டும். ஆனால் மேடையில் தோன்றுவதற்கு சரியாக ஒரு நிமிடம் முன்பு அண்ணை மனதை மாற்றிவிட்டார். திரை இழுத்தபிறகுதான் இப்படி மனதை மாற்ற வேண்டும் என்று அவருக்குத் தோன்றியிருக்கிறது. அக்காவிடம் இருந்த அத்தனை நகைகளையும் அணிந்து, இரவல் ஒட்டியாணத்தை கட்டிக்கொண்டு, இடுப்பிலே கையை வைத்து அடிச் சொண்டை கடித்தபடி 'மாட்டேன்' என்ற ஒரு வார்த்தையில் சொல்லிவிட்டார். கோபத்தில் கதவை சாத்துவதுபோல அமிர்தலிங்கம் மாஸ்ரர் கன்னத்தில் ஓர் அடி ஓங்கி விட்டார். வழக்கத்தில் இரண்டு தரம் சுழன்று மேடையில் தோன்றும் அண்ணை அன்று மூன்றுதரம் சுழன்றபடி மேடையில் தோன்றினார். நாடகம் குறைவில்லாமல் நடந்து முடிந்தது.

சுகிர்தம் ரீச்சர் என்வீட்டுக்குக் கொண்டுவந்து தந்த அந்தப் பொக்கிஷமான படத்தை முதலில் என் மனைவியிடம் காட்டி என்னைக் கண்டுபிடிக்கச் சொன்னேன். இந்தியாவைக் கண்டுபிடிக்க வெளிக்கிட்ட மகெல்லனின் கப்பல்போல மனைவியின் விரல் படத்தில் ஊர்ந்து ஊர்ந்து என்னைத் தேடியது. திடீரென்று ஏதோ வெளிச்சம் வந்ததுபோல யோசிக்காமல் என் அண்ணையை தொட்டுக் காட்டி என்னை அவமதித்தார். நான் 'உம்முடைய சின்ன வயதுப் படத்தில் உம்மை டக்கென்று காட்டினேன்' என்று அவரிடம் சொன்னேன். அவர் பதிலுக்கு 'அதில் நின்றது இரண்டு பேர்தானே' என்றார். சரி என்று என் மகனிடம் கேட்டேன். அவனுக்காவது என் மீது நல்ல அபிப்பிராயம் இருக்கிறதா என்று பார்க்கலாம். அவன் முற்றிலுமே தொடர்பு இல்லாமல் பரத நாட்டிய உடுப்பு அணிந்து, உதட்டுச் சாயம் பூசி நின்ற பெண்ணைக் காட்டினான். மிஞ்சியது என்மகள்தான். அவளாவது சரியாக கண்டுபிடிப்பாள் என்ற நம்பிக்கை எனக்கு இருந்தது. வெள்ளைக் கால் சட்டையும், வெள்ளை சேர்ட்டும் அணிந்திருந்த பையனை சுட்டிக்காட்டினாள். அவன் எனக்குப் பக்கத்தில் மூச்சு விடாமல் நின்றவன். அவன் நானில்லை.

பிறகு அது ஒரு விளையாட்டு ஆகியது. வீட்டுக்கு வரும் விருந்தாளிகளிடம் அந்தப் படத்தில் நான் யார் எனச் சுட்டிக் காட்டச் சொல்வேன். சிலர் ஆண்வேடமிட்ட பெண்ணைச் சுட்டிக் காட்டினர். சிலர் பெண்வேடமிட்ட ஆணைச் சுட்டிக்காட்டினர்.

சிலர் பெண் வேடமிட்ட பெண்ணையே தொட்டுக்காட்டினர். ஒருவராவது என்னை சரியாக அடையாளம் காட்டவில்லை. எனக்கு துக்கமாக விருந்தது. மகிழ்ச்சியும் வந்துபோனது. ஒருவர் 28வது முயற்சியில் என்னைக் கண்டுபிடித்தார். படத்தில் இருந்தது 26 பேர்தான்.

ஒருவரும் பக்கத்தில் இல்லாத நேரத்தில் நான் அந்தப் பழைய படத்தைப் பார்த்துக்கொண்டு வெகுநேரம் இருப்பேன். முதல் நாளிரவு தலையணையின் கீழ் மடித்துவைத்து அணிந்த வெள்ளைக் கால்சட்டை படத்தில் ஒரு துளியும் தெரியவில்லை. சிரட்டைக் கரியில் சூடான இஸ்திரிப்பெட்டியில் உரஞ்சி மடித்த வெள்ளை சேர்ட்டு கைமுனை வாள் போல கூராக நின்றது. அம்மா சீவிய கன்ன உச்சி கலையாமல் இருந்தது. கிராமத்து சூரியன் முகிலை விட்டு வெளியே வந்த கண நேரத்தில் புகைப்படக்காரர் படத்தைப் பிடித்திருந்தார். கடைசி நிரையில் மேசை வைத்து, அதற்குமேல் வாங்கு வைத்து ஏறி நின்ற அந்தச் சிறுவர்களை உற்றுப் பார்த்தேன். இடதுபக்க ஓரத்தில் நின்ற சிறுவனின் கண்களில் நிறைய கனவுகள் தெரிந்தன. அதில் பாதியாவது நிறைவேறியதோ என்னவோ.

ஒட்டை விழுந்த வெண்ணெய்க்கட்டி

இம்முறையும் பொஸ்டன் போனபோது வழக்கமான புத்தகக் கடைக்குள் நுழைந்தேன். பொஸ்டனில்தான் பிரபலமான Barnes and Noble புத்தகக் கடை உள்ளது. ரொறொன்ரோவில் பார்க்க முடியாத புத்தகங்களையெல்லாம் அங்கே காணலாம். பின்னட்டை களைப் படித்தபடியே ஒரு மணி நேரத்தை ஓட்டிவிடலாம். நான் நாலு புத்தகங்கள் வாங்கினேன். என்னுடைய தெரிவு புத்தகங்களின் பின்னட்டைகளை வாசித்தும், பத்திரிகை மதிப்பீடுகளைப் படித்தும் நண்பர்களின் பரிந்துரைகளைக் கணக்கிலெடுத்தும் முடிவு செய்யப் பட்டது.

வீட்டுக்கு வந்து புத்தகங்களைப் படிக்கத் தொடங்கினேன். முதல் மூன்று புத்தகங்களும் முப்பது பக்கங்களைத் தாண்டவில்லை. முப்பது பக்கங்கள் என்பது கூட்டுத் தொகை. எவ்வளவு முயன்றும் உள்ளே நுழைய முடியவில்லை. முன்னர் என்றால் காசு கொடுத்து வாங்கிவிட்டோமே என்று கல்வயலை உழுவதுபோல இடறி விழுந்து எழுந்து விழுந்து ஒருவாறு முடித்துவிட்டுத்தான் மறு வேலை பார்ப்பேன். இப்பொழுதெல்லாம் அப்படிச் செய்வதில்லை. நேரம் முக்கியமானது. புத்தகம் என்பது அறிவைக் கூட்டவேண்டும் அல்லது வாசிப்பு இன்பத்தைக் கூட்டவேண்டும் அல்லது சொல் வங்கியைக் கூட்டவேண்டும். விருப்பமில்லாத, ஈர்ப்பில்லாத ஒரு புத்தகத்தை எதற்காக இந்தப் பாடுபட்டு படித்து முடிக்கவேண்டும். என் மனைவி கேட்பதுபோல ஏதாவது பரீட்சை எழுதப் போகிறேனா? எனவே நிறுத்திவிட்டு இன்னொரு புத்தகத்தை தொடங்க வேண்டியதுதான்.

நாலாவது புத்தகத்தை வாசிக்கத் தொடங்கினேன். அது என்னைக் கைவிடவில்லை. நூலை நாவல் என்று சொன்னாலும் அது 13 தனித்தனி சிறுகதைகளைக் கொண்டது. அந்தப் பதின் மூன்று சிறுகதைகளும் ஒன்றையொன்று தொட்டும், பொருந்தியும் நிரப்பியும் ஒரு நாவல் வடிவத்தைக் கொடுத்தன. இதற்கு முன்னரும் ஆங்கிலத்தில் இப்படிச் சின்னச் சின்ன முயற்சிகள் நடந்திருக் கின்றன. ஆனால் இந்த நூல் இரண்டு இலக்குகளையும் எட்டியது

டன் முன்பு ஒருவரும் எட்டாத உயரத்தையும் அடைந்திருந்தது.

நான் நாவல் முடியும்வரை புத்தகத்தைக் கீழே வைக்கவில்லை. ஆங்கில புனைவு உலகத்தில் நிறைய பேசப்படும் 'கட்டுமானம் கட்டுமானம் கட்டுமானம்' என்ன என்பதைக் கண்டேன். விறகு கடையில் விறகு நிறுத்து விற்பார்கள். மரக்கறிக் கடையில் மரக்கறி நிறுத்து விற்பார்கள். தங்கம் விற்கும் கடையில் தங்கம் நிறுத்து விற்பார்கள். ஆனால் தங்கம் விற்கும் தராசு மிகவும் நுண்ணியதாக இருக்கும். அப்படியான ஒரு தராசில் நாவலின் ஒவ்வொரு வசனமும் நிறுக்கப்பட்டிருந்தது. ஒவ்வொரு சிறுகதையும் பூரணமான வடிவத்துடன் தனியாக நின்றது. அவை ஒன்றாகச் சேர்ந்தபோது இன்னொரு வடிவத்தை கொடுத்தன. கண்ணுக்குத் தெரியாத மெல்லிய இழை அங்கே ஓடியது. ஒவ்வொரு சிறுகதையும் முடிவுக்கு வரும்போது கயிற்றுப்பாலத்தில் ஆற்றைக் கடப்பதுபோல மனம் முடிவெடுக்கமுடியாமல் தள்ளாடும். கண்களை மூடிக் கொண்டு கதையின் முடிவைக் கற்பனையில் பூர்த்திசெய்து பார்ப்பேன். பின்னர் ஆசிரியரின் முடிவை வாசிப்பேன். ஒவ்வொரு தடவையும் ஆசிரியரின் முடிவு என் கற்பனையைத் தாண்டி இன்னும் ஓர் அடி முன்னால் போயிருக்கும். யாரோ தள்ளிவிட்டது போல உணர்வேன்.

ஆங்கிலத்தில் இந்த வகையை Novel in stories (சிறுகதைகளில் நாவல்) என்று சொல்கிறார்கள். Elizabeth Strout எழுதிய Olive Kitteridge என்ற நாவலுக்கு 2009ம் ஆண்டு புனைவு இலக்கியப் பிரிவில் 'புலிட்சர்' பரிசு கிடைத்திருக்கிறது. இது அமெரிக்காவில் வருடா வருடம் கொடுக்கும் ஆகச் சிறந்த பரிசு. இங்கிலாந்தின் 'புக்கர்' பரிசுக்கும் கனடாவின் 'கில்லர்' பரிசுக்கும் நிகரானது. இந்தப் பரிசைத்தான் ஜும்பா லாஹிரிக்கும் 2000ம் ஆண்டு புனைவு இலக்கியத்துக்கு கொடுத்திருந்தார்கள்.

என்னுடைய நாவலான 'உண்மைகலந்த நாட்குறிப்புகள்' உயிர்மை வெளியீடாக வெளிவந்த அதே காலப் பகுதியில்தான் ஒலிவ் கிற்றறிட்ஜ் நாவலும் வெளிவந்தது. என்னுடைய நாவல் 46 தனித்தனி சிறுகதைகளைக் கொண்டது. அவருடையது 13 சிறுகதைகளைக் கொண்டது. சமீபத்தில் என்னுடைய புத்தகம் நாவலா சிறுகதை தொகுப்பா என்ற விவாதம் நடந்தது. நாவல் இலக்கியம் என்பதே தமிழுக்குப் புதிது. ஆங்கிலேயரிடம் இருந்து நாம் அந்த வடிவத்தைப் பெற்றுக் கொண்டோம். ஆங்கிலத்தில் ரொபின்ஸன் குரூசோதான் முதல் முழுமையான நாவல் என்று ஆங்கில இலக்கியம் தெரிந்தவர்கள் சொல்வார்கள். அந்த வடிவம் இன்றுவரை எத்தனையோ மாற்றம் பெற்றுவிட்டது. இப்பொழுது

Novel in stories வடிவம் வந்து அங்கீகாரமும் பெற்றுவிட்டது. இன்னும் பல புதிய வடிவங்களுக்கும் நாங்கள் தயாராக வேண்டும். என்னுடைய நாவலும் ஒலிவ் கிற்றறிட்ஜ் நாவலும் கிட்டத்தட்ட ஒரே சமயத்தில் வெளிவந்திருந்ததால் அந்த நாவலைப் பார்த்துத் தான் என்னுடைய நாவலை எழுதினேன் என்ற குற்றச்சாட்டில் இருந்து நான் தப்பிக்கொண்டேன்.

இந்தக் கட்டுரை எழுதக் காரணம் நேற்று எனக்கு வந்த ஒரு மின்கடிதம். இதற்கு முன்னர் என்னைத் தொடர்பு கொண்டிராத சித்திரலேகா என்ற வாசகி எழுதியிருந்தார். உங்களைப்பற்றி கிரிதரன் என்ற எழுத்தாளர் எழுதியதைப் படித்தீர்களா என்று கேட்டு அந்தக் கொழுவியையும் அனுப்பியிருந்தார். வழக்கமாக ஓர் ஆசிரியரை வர்ணிக்கும்போது இவர் கல்கியைப்போல எழுதுகிறார், ஹெமிங்வேயைப்போல எழுதுகிறார் என்றுதான் சொல்வார்கள். கிரிதரன் என்னுடைய எழுத்தை ஒரு போலிஷ் எழுத்தாளருடைய எழுத்துடன் ஒப்பிட்டிருந்தார். அவருடைய பெயர் Ryszard Kapuscinski ஆனால் நான் அவரைப் பற்றிக் கேள்விப் பட்டது கிடையாது. இதில் எனக்குப் பிடித்தது என்னவென்றால் அந்தப் போலிஷ் எழுத்தாளர் என்னைப் போல எழுதுகிறார் என்று சொல்லியிருந்ததுதான். அவரைப்போல நான் எழுதுகிறேன் என்று சொல்லவில்லை. இதைவிட வேறு என்ன புகழ்ச்சி வேண்டும்? எனக்கு ஏதோ பெரிய விருது கிடைத்ததுபோல இருந்தது.

நான் புத்தகக் கடையில் வரிசையில் நின்றபோது எனக்கு முன்னால் ஒருவர் நின்றிருந்தார். தோட்டத்து சப்பாத்தும் தோட்டத்து கையுறையும் தோட்டத்து தொப்பியும் அணிந்தபடி தோட்டத்திலிருந்து நேராக வந்தவர்போல காணப்பட்டார். அவருடைய கையிலும் ஒலிவ் கிற்றறிட்ஜ் நாவல் இருந்தது. தோட்டக்கலை பற்றிய புத்தகம் என்றால் வியப்படைந்திருக்கமாட்டேன். 'உங்கள் கையிலிருக்கும் புத்தகம் நல்லதுதானா?' என்று கேட்டுவைத்தேன். அவர் 'நான் ஏற்கனவே படித்துவிட்டேன். என் மகளுடைய பிறந்த நாளுக்கு அவருக்குப் பரிசளிக்கப் போகிறேன்' என்றார். 'அப்படி யென்றால் உங்களுக்கு நாவல் பிடித்திருக்கிறது' என்றேன். அவர் சொன்ன பதிலை நான் எதிர்பார்க்கவில்லை. 'எல்லாவிதமான காதல் பற்றியும் புத்தகங்கள் வந்துவிட்டன. ஆனால் இரண்டு முதியவரின் காதலை அழகாகச் சொல்லும் புத்தகத்தை நான் படித்த தில்லை. இந்த நாவல் சொல்கிறது. என் மகளுக்கு இந்த அறிவு வேண்டும் என நினைக்கிறேன்' என்றார்.

அவர் அப்படிச் சொன்னபோது எனக்கு ஒன்றும் புரிய வில்லை. புத்தகத்தைப் படித்து முடிந்த பின்னர்தான் புரிந்தது.

இந்த நாவல் எல்லாவிதமான காதல்களையும் சொன்னது. இளையோரின் காதல், முதியவருக்கும் இளையவருக்குமான காதல், கணவருக்குத் தெரியாமல் மனைவியின் காதல், மனைவிக்குத் தெரியாமல் கணவரின் காதல், கணவருக்கும் மனைவிக்குமான காதல், அத்துடன் முதியோர் இருவருக்கிடையில் ஏற்படும் காதல். முதியோர் காதலை இவ்வளவு நுட்பமாகவும் உருக்கமாகவும் வேறு ஒருவர் வர்ணித்தது நினைவில் இல்லை. முதிர்ந்த, சுருங்கிய, முடிச்சுகள் விழுந்த உடல்களுக்கு கூட காதல் அவசியமாக இருக்கிறது. ஒட்டை விழுந்த இரண்டு சுவிஸ் வெண்ணெய் கட்டிகள் ஒட்டுவதுபோல வாழ்க்கையின் இழப்புகள் ஏற்படுத்திய ஓட்டைகளுடன் அவர்கள் இணைந்துகொண்டார்கள் என்று நாவலாசிரியர் வர்ணிப்பார். பல வருடங்களுக்கு முன்னர் தொலைத்த பழைய நாணயத்தைக் கண்டெடுத்ததுபோன்ற ஒரு மகிழ்ச்சி கிடைக்கும்.

ஓர் ஆசை

'வாழ்க்கையில் நிறைவேறாத ஆசை ஏதாவது இருக்கிறதா?' என்றார் நண்பர். இருக்கிறதே என்று பதில் கூறினேன். சொல்லுங்கள் என்றார். 'உங்களிடம் இரண்டு மணிநேரம் அவகாசம் இருக்கிறதா?' என்றேன். 'இரண்டு மணிநேரம் எதற்கு?' 'என்னுடைய நிறைவேறாத ஆசைகளை நான் பட்டியலிடுவதானால் அதற்கு இரண்டுமணிநேரம் எடுக்கும்' என்றேன். நண்பர் திகைத்துவிட்டார். 'அத்தனை ஆசைகளா, சரி ஒன்றைச் சொல்லுங்கள்' என்றார். 'பாரசூட்டிலிருந்து குதிப்பது என்னுடைய ஆசை' என்றேன். அவர் என்னை ஆச்சரியமாகப் பார்க்கவில்லை. 'அது இலகுவானது. தெரியுமா, நான் குதித்திருக்கிறேன். ஒரு பயிற்சிக்காரர் உங்களுடன் குதிப்பார். உங்களையும் அவரையும் ஒரு கயிறு இணைத்திருக்கும். அவர் இழு என்றதும் நீங்கள் பாரசூட்டை விரிக்கும் பிரத்தியேகமான கயிற்றை இழுத்தால் அது விரியும். அப்படியே சேமமாக நிலத்தை வந்து அடையலாம்' என்றார்.

நண்பருடைய அறை ஒரு பழைய கட்டிடத்தின் 16வது மாடியில் இருந்தது. ஒரு ரயில்பெட்டி எப்படி காட்சியளிக்குமோ அப்படி ஒடுக்கமாக நீண்டிருந்தது. நடுவிலே ஒரு தூண் தொலைக்காட்சி பெட்டிக்கு முன் நின்றது. கழுத்தை இப்படியும் அப்படியும் நீட்டித்தான் டிவியைப் பார்க்கமுடியும். அவர் முனைவர் பட்டத்துக்குப் படித்துக் கொண்டிருந்தார். நாலுபேர் அமர்ந்து சாப்பிடும் மேசை. நடுவிலே ஒரு பலகையை செருகினால் அது ஆறுபேர் அமர்ந்து சாப்பிடும் மேசையாக மாறிவிடும். அதன் முன்னால்தான் அவர் அமர்ந்திருந்தார். நீளவாக்கில் அடுக்கி வைத்திருந்த நூற்றுக்கணக்கான நூல்களிலிருந்து ஒருவிதமான புத்தக நெடி வீசியது. நான் 'அது என்ன, சாள்ஸ் நதியா?'என்று கீழே சுட்டிக்காட்டிக் கேட்டேன். ஓமோம் என்று சொன்னபடி எழுந்து வந்து யன்னலைத் திறக்க முயன்றார். முடியவில்லை. கடந்த 30 வருங்களாக அதை யாரும் திறந்ததாகத் தெரியவில்லை.

என்னுடைய நிறைவேறாத ஆசை பிரகடனம் நண்பரை என்ன செய்ததோ அடுத்தநாள் அவர் எனக்கு டெஸ்மண்டை

அறிமுகம் செய்துவைத்தார். டெஸ்மண்ட் அமெரிக்க ராணுவத்தில் ஐந்தரை வருடங்கள் சேவைசெய்துவிட்டு சமீபத்தில்தான் விலகியிருந்தார்; பாரசூட் பிரிவின் காப்டனாக இருந்தவர். நண்பர் எனக்கு இரண்டு நிபந்தனைகள் விதித்தார். 'நீங்கள் டெஸ்மண்டிடம் என்னவும் கேட்கலாம், ஆனால் போர்பற்றி ஒன்றும் பேசக் கூடாது. அவர் என்னுடைய நண்பர், எங்கள் நட்புக்கு உங்களால் ஏதும் சேதம் ஏற்படக்கூடாது. எப்படியும் டெஸ்மண்ட் பற்றி நீங்கள் எழுதுவீர்கள் என்பது எனக்குத் தெரியும், அதை நான் நிறுத்த முடியாது, அவருடைய உண்மையான பெயரைமட்டும் நீங்கள் வெளியிடக்கூடாது' என்றார். நானும் ஐந்தாம் வகுப்பு மாணவன்போல தலையைக் குனிந்துகொண்டு சரி என்றேன்.

டெஸ்மண்ட் ஆறடி உயரமாக இருந்தார். புஜங்கள் அகன்று இருந்தன. ஒரு சிங்கம் எழும்பி நின்றால் அதன் வயிறு எப்படி இருக்குமோ அப்படி அவருடைய இடுப்பு சிறுத்து இறுகிப்போய் இருந்தது. மெல்லியகறுத்தபெல்ட்அணிந்திருந்தார். சிரித்துக் கொண்டே கைகளைப் பிடித்துக் குலுக்கினார். ஆரம்பத்திலேயே அவரிடம் இரண்டு பிரச்சினைகள் இருப்பதை நான் கண்டுகொண் டேன். மிக அடக்கமானவராக இருந்தார். வாய் திறந்து பேசமாட் டார். நான் அது செய்தேன் இது செய்தேன் என்று சொல்லும் பேர்வழியுமல்ல. ஆகவே அவரிடமிருந்து விசயத்தைப் பிடுங்குவது மகா கடினமாக இருக்கும். இரண்டாவது, ராணுவச் சொற்களைத் தாராளமாக உபயோகித்தார். அதிலே பாதி எனக்கு என்னவென்றே புரியவில்லை.

உயர்நிலை பள்ளித்தேர்வில் டெஸ்மண்டுக்கு ஆகக்கூடிய மதிப்பெண்கள் கிடைத்திருந்ததால் அவரால் அமெரிக்காவின் புகழ்பெற்ற West Point ராணுவப் பயிற்சி நிலையத்துக்குள் இலவச மாக நுழைய முடிந்தது. நாலுவருட படிப்புக்கு அவருக்குக் கிடைத்த புலமைப் பரிசு 250,000 டொலர். இந்த நாலு வருடங்களில் பல்கலைக்கழகப் படிப்புடன் ராணுவப் பயிற்சியும் அவருக்கு அளிக்கப்பட்டது. பயிற்சித் திட்டத்தின் நிபந்தனை என்னவென் றால் படிப்பு முடிந்த பிறகு ராணுவத்தில் குறைந்தது ஐந்து வருடங்கள் அவர் வேலை பார்க்கவேண்டும். அதற்குப் பின்னர் வேண்டுமானால் ராணுவ சேவையில் தொடரலாம் அல்லது விலகலாம். டெஸ்மண்ட் ஐந்தரை வருட சேவைக்குப் பின்னர் ராணுவத்திலிருந்து தானாக வெளியேறினார்.

வெஸ்ட் பொயின்ற் ராணுவப் பயிற்சி கடுமையானதா என்று கேட்டேன். 'உலகத்திலேயே மிகவும் மதிப்பு வாய்ந்த பயிற்சிக்கூடம் இது. நான் சேர்ந்த அன்று எனக்கு வயது 18. அங்கே சேர்ப்பதற்கு

அம்மா என்னை காரிலே அழைத்து வந்திருந்தார். பிரியும்போது அவர் அழு அழுவென்று அழுதார். நான் அதுவரைக்கும் அம்மாவை விட்டுப் பிரிந்ததே இல்லை. எனவே என்னைக் கட்டுப்படுத்திக் கொண்டேன். ராணுவத்தின் கட்டளைப்படி நான் எடுத்து வந்தது ஒரு கறுப்பு சப்பாத்து, கறுப்புக் காலுறை, ஒரே யொரு புகைப்படம். மீதியெல்லாம் ராணுவம் தந்தது. என்னுடன் சேர்ந்தவர்கள் பலர் பாதியிலேயே பயிற்சியின் கடுமை தாங்காமல் விட்டுவிட்டுப் போய் விட்டார்கள். எப்படியும் நாலுபேரில் ஒருவர் பயிற்சியை விட்டு விடுவார்.'

'அப்படி என்ன கடுமையான பயிற்சி? ஏதாவது உதாரணம்?'

'60 றாத்தல் பொதியை முதுகில் கட்டிக்கொண்டு 12 மைல் தூரம் நடக்கவேண்டும். கனமான துப்பாக்கியைக் கையில் ஏந்திக் கொண்டு பல தடவை மைதானத்தைச் சுற்றி ஓடவேண்டும். செங்குத்தான பாறைகளில் வேகமாக ஏறவேண்டும். இப்படிப் பல தேகப்பயிற்சிகள் உண்டு. முணுமுணுக்க முடியாது. முணு முணுத்தால் இன்னும் பெரிய தண்டனை உங்களுக்குக் காத்திருக்கும். உங்களுக்காக அதிகாரிகளிடம் வாதாட ஓர் ஆன்மா இல்லை. நீங்கள்தான் உங்களைப் பாதுகாத்துக்கொள்ள வேண்டும்.'

'எதற்காக பாரசூட் பயிற்சியைத் தேர்வு செய்தீர்கள்?'

'எங்களுக்கு எல்லாவகையான ஆயுதங்களிலும் பயிற்சி கிடைத்தது. சகல தற்காப்பு கலைகளும் படிப்பித்தார்கள் எனக்கு ஏனோ ஆகாயத்தில் இருந்து குதிக்கும் அந்த சாகசமும், சுதந்திரமும் பிடித்திருந்தது.'

'நீங்கள் காப்டன் ஆனபின்னர் உங்களுக்கு ஏற்பட்ட அனுபவங்களைச் சொல்லுங்கள்?'

'எங்கே குதிக்கவேண்டும் என்பதைத் தீர்மானித்த பிறகு விமானம் உங்களைக் காவிச் செல்லும். குதிக்கும் இடம் அணுகிய தும் இரண்டு கதவுகள் வழியாலும் 30, 30 பேர், மொத்தமாக 60 பேர், குதிக்கவேண்டும். ஒருவருக்கும் அடுத்தவருக்கும் இடையில் உள்ள வித்தியாசம் ஒரு செகண்ட் மட்டுமே. கொடுக்கப்பட்ட 30 செகண்டில் அறுபது பேரும் குதித்துவிடவேண்டும். தாமதித்தால் குதிக்கவேண்டிய இடம் தாண்டிவிடும். ஒருவர் தாமதம் செய்தாலும் அது முழுக் குழுவுக்கும் ஆபத்தாக முடிந்துவிடும்.'

'அப்படி உங்கள் அனுபவத்தில் ஏதேனும் நடந்ததா?'

'என்னுடைய வீரர் ஒருவர் குதிக்கும் முறை வந்ததும் தயங்கி நின்று மறுத்துவிட்டார். குதிக்கும்போது ஒருவர் பின்பக்கமாக

சாய்ந்து அப்படியே விழவேண்டும். அவரை நான் முழுப்பலத்தை யும் பிரயோகித்து தள்ளவேண்டி நேர்ந்தது. அவர் சரியாக விழுந்து கீழே சேமமாக நிலத்தை அடைந்தார். அவரைத் தள்ளியதில் நான் நிலைதடுமாறி முன்பக்கமாக விழுந்தேன். என்னை சரிசெய்து கொள்ள முடியாமல் விழுந்து நிலத்திலே அடிபட்டு மயங்கிய நிலையில் பலநாட்கள் மருத்துவமனையில் சிகிச்சை பெற்று தப்பினேன்.'

'வேறு ஏதாவது அனுபவங்கள்?'

'பாரசூட் குதிப்பதில் stealing the air காற்றைத் திருடுவது என்பது மிகப் பாரதூரமான குற்றம். ஒருவருக்கு மேல் இன்னொ ருவர் பாரசூட் இறங்கும்போது ஒருவர் காற்றை இன்னொருவர் திருடிவிடுவார். அப்படி காற்று இல்லாமல் ஒரு வீரர் நிலத்திலே விழுந்து இரண்டு காலும் உடைந்து நீண்டகாலம் மருத்துவமனை யில் இருந்தார்.'

'நீங்கள் ராணுவத்தை விட்டு விலகியதையிட்டு எப்பொழுதா வது வருந்தியிருக்கிறீர்களா?'

'ராணுவம் என்பது ஒரு தனி நபரின் வீரதீரச் செயல் அல்ல. நீங்கள் திரைப்படத்தில் பார்ப்பது உண்மையில் நடப்பதில்லை. அது ஒரு கூட்டு முயற்சி. ஒரு குழுவின் பாதுகாப்பு ஒவ்வொருவர் கையிலும் தங்கியிருக்கிறது. ஒருவர் செய்யும் தவறு முழுக்குழுவுக் கும் பாதகமாக முடியலாம். ஆகவே நாங்கள் மிக நெருக்கமாக இருந்தோம். ஒருவருக்கு ஆபத்து என்றால் இன்னொருவர் உயிரைக் கொடுக்க தயங்க மாட்டார். என்னுடன் பயிற்சி பெற்ற சில நண்பர்கள் இறந்து போனார்கள். சின்ன வயதில் இருந்து என்னோடு படித்து என்னோடு பயிற்சியில் சேர்ந்த என் ஆருயிர் நண்பன் போரில் இறந்துபோனான்.'

'அவருடைய பெயர் என்ன?'

'பெயர் Jared C.Monti. அமெரிக்க ராணுவத்தில் வீரத்துக்கு கிடைக்கும் அதி உயர் விருதான Medal of Honor விருது அவருக்குக் கிடைத்தது. வீரசாகச விருதுகள் அநேகமாக அதைச் செய்தவரின் கையில் கிடைப்பதில்லை. அவர் இறந்துவிடுவார். என்னுடைய நண்பரின் விருதை அவரின் பெற்றோர் 2009ம் ஆண்டு செப்டம்ப ரில் அமெரிக்க ஜனாதிபதி ஒபாமாவிடம் இருந்து பெற்றுக் கொண்டார்கள். என் நண்பரை நான் விட்டுப் பிரிந்தது இன்றும் பெரிய குற்ற உணர்வாக எனக்குள் இருக்கிறது.'

'நீங்கள் ராணுவத்தில் கற்றது உங்கள் வாழ்க்கைக்கு உதவுகிறதா?'

‘அங்கே கற்றது வாழ்நாள் முழுக்க உங்கள்கூட வரும். வெற்றியின் அடிப்படை பலம் குழு முயற்சி. ஒரு தலைவன் தன்கீழ் வேலைசெய்யும் வீரர்களின் நம்பிக்கையையும் மதிப்பையும் சம்பாதிக்கவேண்டும். கடைசியாக விடாமுயற்சி. எடுத்த காரியத்தைப் பாதியில் விடக் கூடாது.’

பொறுமையாக என்னுடைய கேள்விகள் எல்லாவற்றுக்கும் டெஸ்மண்ட் பதில் அளித்தார். நான் இதற்குமுன்னர் ஒரு அமெரிக்க ராணுவவீரரை சந்தித்தது கிடையாது. அவரிடம் கேட் பதற்கு என்னிடம் நிறையக் கேள்விகள் இருந்தன. ஆனால் அறிமுகப்படுத்திய நண்பர் எனக்கு எச்சரிக்கை விடுத்திருந்தார். அதனால் தயக்கம் ஏற்பட்டது.

‘அதெல்லாம் இருக்கட்டும், உங்களுக்கு பாரசூட்டில் குதிக்க விருப்பம் என்று உங்கள் நண்பர் சொன்னாரே’ டெஸ்மண்ட் என்னிடம் கேட்டார்.

‘என் வாழ்நாள் ஆசை அது’ என்றேன்.

‘இதைவிட சுலபமான ஒரு சாகசம் கிடையாது. குதிப்பதற்கு முன் பயிற்சி இருபது நிமிடம் மட்டுமே தருவார்கள். அதன் பின்னர் 14 நிமிடம் விமானப் பயணம், விமானத்திலிருந்து குதித்து நிலத்தை அடைய 6 நிமிடம். 12,000 அடி உயரத்தில் விமானம் பறக்கும்போது நீங்கள் குதிக்கவேண்டும். முதல் ஒரு நிமிடம் பூமியை நோக்கி சுதந்திரமாக விழுந்துகொண்டிருப்பீர்கள். உங்கள் வேகம் அப்போது மணிக்கு 120 மைல். அதன் பிறகு கயிற்றை இழுத்து 5 நிமிடம் காற்றில் மிதந்து கொண்டு கீழே இறங்குவீர்கள். பயிற்சி 20 நிமிடம், பரீட்சையும் 20 நிமிடம்.’

‘கால்கள் முறிந்துபோகும் என்று சொன்னீர்களே?’

‘நீங்கள் யோசிக்கத் தேவையில்லை. tandem jumping அபாய மில்லாதது. நான் ராணுவத்தில் ஆயிரம் பேருக்கு மேல் பாரசூட் குதிப்பதில் பயிற்சியளித்திருக்கிறேன். உங்கள் பாதுக்காப்புக்கு நான் உத்தரவாதம். இறகு மிதப்பதுபோல பத்திரமாகக் கொண்டுவந்து நிலத்திலே இறக்கிவிடுவது என் பொறுப்பு. எப்பொழுது வசதிப் படும்?’ என்றார்.

‘உடனேயே பதில் சொல்ல வேண்டுமா?’

‘இல்லை, இரண்டு நிமிடத்தில் சொன்னாலும் சரி’ என்றார்.

நான் யன்னல் கண்ணாடி வழியாக வெளியே பார்த்தேன். தூரத்தே சாள்ஸ் நதி புகழ்பெற்ற நாலு அமெரிக்க பல்கலைக்கழகங் களைத் தொட்டுக்கொண்டு ஒரு கல்விமான்போல அசைந்து

போனது. பாலும் முட்டையும் வாங்கப் போன நண்பர் புள்ளிபோல தெரிந்தார். ஒரு கையில் பையைப் பிடித்துக்கொண்டு, நாயை இழுப்பதுபோல மறுகையை முன்னால் நீட்டிக்கொண்டு வேக வேகமாக நடந்தார். இன்னும் சில நிமிடங்களில் மேலே வந்துவிடுவார்.

சரி, இனி இங்கே நிற்க ஏலாது என்பது எனக்குத் தெரிந்தது. என்னுடைய கடைசிக் கேள்வியை வெளியே எடுத்தேன்.

'நீங்கள் எத்தனை பேரைக் கொன்றீர்கள்?' ஆனால் அந்தக் கேள்வி பலதடவை வாயின் நுனியில் வந்தாலும் நான் அதைக் கேட்கவில்லை. ஆப்பிரிக்காவில் ஓர் ஆணைப்பார்த்து உங்களுக்கு எத்தனை பிள்ளைகள் என்று கேட்கக்கூடாது. ஐரோப்பாவில் வேலைக்கு விண்ணப்பித்த பெண்ணிடம் நீங்கள் பிள்ளைத் தாய்ச்சியா அல்லது அப்படி ஆகும் முயற்சியில் இருக்கிறீர்களா என்று கேட்கக் கூடாது. கனடாவில் ஒரு மேலதிகாரி தனக்குக் கீழ் வேலைபார்க்கும் ஒருவரிடம் நீங்கள் என்ன மிருகமாக பிறக்க விரும்பவில்லை என்று கேட்கக்கூடாது. அவர் 'உங்களாக' என்று சொல்லும் வாய்ப்பு உண்டு.

அமெரிக்காவில் ஒருத்தரின் சம்பளத்தையும் வயதையும் கேட்கக்கூடாது. அவர் எத்தனை பேரைக் கொன்றார் போன்ற சின்ன தகவலைக்கூட கேட்பது தவறு என்று சொல்கிறார்கள்.

புகைப்படக்காரி

நான் நேற்று மாலை பொஸ்டன் வந்து சேர்ந்தேன். இன்று காலை பக்கத்து வீட்டில் ஆரவாரம் தொடங்கியது. அதற்கும் நான் வந்ததற்கும் ஒருவித சம்பந்தமும் இல்லையென நினைக்கிறேன். பக்கத்து வீட்டுக்காரர் ஒரு மருத்துவர். மருத்துவத் துறையில் அவருக்கு விருது ஒன்று கிடைத்திருந்தது. அவரைப் பாராட்டுவதற்கு ஆட்கள் காரில் வந்தனர்; போயினர். மருத்துவர், அவர் வீட்டுக்கு முன் இருந்த மரங்கள் நிழல்தரும் தோட்டத்தில், சாய்மனைக் கதிரை போட்டு, போரிலே வெற்றியீட்டிய ஒரு குறுநில மன்னன்போல வீற்றிருந்தார். பத்திரிகைக்காரர்கள் பேட்டி எடுத்தார்கள். புகைப்படக்காரர்கள் புகைப்படம் எடுத்தார்கள். வந்த சிலர் வணங்கி வாழ்த்து சொல்லிவிட்டுச் சென்றார்கள்.

புகைப்படக்காரியை அங்கேதான் கண்டேன். நிரந்தரமாக அங்கேயே தங்க வந்தவர் போல நீண்ட வாகனம் ஒன்றில் வந்து இறங்கியவர் இரண்டு பெரிய புகைப்படக்கருவிகள், மூன்று கால் நிறுத்தி, மடிக் கணினி, ஐபாட், பெரிய தோல்பை எல்லாவற்றையும் ஒவ்வொன்றாக இறக்கினார். அவர் ஏற்கனவே மருத்துவரிடம் அனுமதி பெற்றிருந்தார் போலிருந்தது. சாவகாசமாக தோட்டத்தைச் சுற்றிப் பார்த்து எங்கே மரங்கள், எங்கே புல்தரை, என்ன கோணத்தில் சூரிய கிரணம் விழுகிறது போன்றவற்றை ஆராய்ந்தார். ஒருவித அவசரமும் காட்டாமல் தன் வேலையை மிக நிதானமாகச் செய்து கொண்டிருந்தார்.

புகைப்படக்காரர்களைப் பார்த்திருக்கிறேன். முதல்தரமான புகைப்படக்காரியைப் பார்ப்பது இதுவே முதல் தடவை. Wall Street Journal, Smithsonian Magazine போன்ற பிரபலமான பத்திரிகைகளுக்கு ஒப்பந்த அடிப்படையில் வேலை செய்பவர் இந்தப் பெண். வாகனத்திலிருந்து இறங்கியபோது அவருக்கு முன்பாக சிரிப்பு இறங்கியது. வயது 30-35 க்குள்தான் இருக்கும். கிழிந்த ஜீன்ஸும், உடற்பயிற்சிக்காரர் அணியும் பிராவுக்கு மேலே முழு ஊத்தையான ஒரு ரீசேர்ட்டும் அணிந்திருந்தார். இனி இல்லையென்று குதி தேய்ந்துபோன சப்பாத்துகள். சாம்பல் நிற தலைமுடியைப் பின்னுக்கு இழுத்து ஒரு மலிவான ரப்பர் வளையத்தால்

கட்டியிருந்தார். பள்ளிக்கூடத்தில் படிக்கும் காலத்தில் இவர் நீச்சல் வீராங்கனையாகவோ, ஓட்டக்காரியாகவோ அல்லது பனிச்சறுக்கு நடனக்காரியாகவோ இருந்திருக்கலாம். அப்படியான நிமிர்ந்த தோற்றமும், நடையும். பார்த்தவுடனேயே சிநேகம் கொள்ளக்கூடிய முகம். பெயர் ஜெஸிக்கா என்றார்.

வாஷிங்டனில் இருந்து வெளியாகும் பிரபலமான பத்திரிகை ஒன்று, மருத்துவரைப் பற்றிய நீண்ட கட்டுரை வெளியிட இருக்கிறது. அவருடைய சுயசித்திரத்துடன் பிரசுரிப்பதற்கு பத்திரி கைக்குப் படங்கள் தேவை. அவற்றைப் பிடித்து அனுப்புவதற்கு பத்திரிகை ஜெஸிக்காவை ஒப்பந்தம் செய்திருந்தது. அதற்கான ஆயத்தங்களைத் தான் அவர் செய்துகொண்டிருந்தார்.

ஜெஸிக்காவிடம் மூன்று முக்கிய பண்புகள் இருந்தன. எந்நேரமும் அவர் பேசிக்கொண்டே இருந்தார். ஒரு நிமிடம்கூட அவர் வாய் ஓயவில்லை. மருத்துவரிடம் ஆலோசனை கேட்டார். அவரைப் பேசவிட்டார். ஜெஸிக்கா மனதுக்குள் ஏற்கனவே எப்படி யான படங்களை என்ன கோணத்தில், எங்கே எடுப்பது என்பதை தீர்மானித்துவிட்டார். ஆனால் வெளியே மருத்துவரிடம் ஆலோ சனை கேட்பது போல இப்படிச் செய்யலாமா அப்படிச் செய்ய லாமா என்றெல்லாம் வினவினார். இரண்டாவது, மணி கிலுக்குவது போன்ற அவர் சிரிப்பு. எடுத்ததற்கெல்லாம் சிரித்தார். ஒரு குட்டித் தவளை எங்கிருந்தோ குதித்துக் குதித்து வந்தது. அதைப் பார்த்துவிட்டு ஓர் ஐந்து வயதுக் குழந்தை போல இடுப்பில் கையை வைத்து குனிந்து சிரித்தார். அவருடைய சிரிப்பு அவருக்கும், அவர் பக்கத்தில் நிற்பவர்களுக்கும் உற்சாகம் தரக்கூடியது. அடுத்த குணம் அவசரமின்மை. அன்று முழுக்க நேரம் கைவசம் உள்ளதுபோல அற்பமான விசயங்களையும் உற்ற நண்பருடன் பேசுவதுபோல மருத்துவரிடம் பேசி அவரை இயல்பு நிலைக்குக் கொண்டு வந்திருந்தார். இதுவெல்லாம் நல்ல படம் எடுப்பதற்கான உத்திகள் என்று எனக்குப் பின்னர்தான் தெரியவரும்.

மருத்துவர் அதே சாய்மனைக் கதிரையில் அதே வளைவு களுடன் அதே மாதிரி உடகார்ந்திருந்தார். அவர் காமிராவைப் பார்த்தாலும் அதனுடன் சிநேகமாவதா அல்லது விடுவதா என்ற முடிவை இன்னும் எடுக்கவில்லை என்பது தெரிந்தது. ஜெஸிக்கா காமிராவைத் தூக்கி கண்ணாடி வழியாகப் பார்த்துக்கொண்டு படம் எடுக்கத் தொடங்கினார். தொடங்கினார் என்றால் மழை துளித்துளியாகப் பெய்வதுபோல கிளிக் பண்ணினார். அவருடைய பேச்சும் கிளிக்கும் சிரிப்பும் தொடர்ந்து நடந்தது. புகைப்படங்கள் தேதி, நேரம் பதிவது போல ஒலியையும் பதிவுசெய்தால் அவர்

எடுத்த பாதிப் புகைப்படங்களில் அவருடைய சிரிப்பொலியும் இருக்கும். காமிராவில் இருந்து அவர் கண்ணை எடுக்கவில்லை. சூரியன் முகிலுக்குள் மறைந்து சற்று இருட்டாகியபோது 'நீங்கள் flash பாவிக்கமாட்டீர்களா?' என்று கேட்டேன். 'சூரியனைவிட பெரிய flash இல்லை' என்றார். இயற்கை வெளிச்சத்திலேயே படம் இயற்கையாக இருக்கும் என்பதில் அவர் திடமாக இருந்தார்.

தொடர்ந்து ஒரு மணி நேரம் அவருடைய விலையுயர்ந்த கனொன் காமிராவால் படம் பிடித்தார். எந்த நேரம் என்ன செய்வார் என்பதைச் சொல்ல முடியாது. திடீரென்று முழங்காலில் உட்கார்ந்து பிடித்தார். ஒரு நாற்காலியின் மீது ஏறி நின்று எடுத்தார். பின்னர் அத்தனை பேரையும் திடுக்கிடவைக்கும் விதமாக மரம் விழுவதுபோல விழுந்து புல்தரையில் குப்புறப் படுத்துக்கொண்டு பல படங்கள் எடுத்தார். மருத்துவர் ஒரே இடத்தில் அமர்ந்திருக்க இவரே அவரைச் சுற்றி சுற்றி வந்தார். இடைக்கிடை மருத்துவருடைய ஆலோசனையைக் கேட்டுக்கொள்வார். திடீரென்று வெடிச்சிரிப்பு வெளிப்படும். இருவரும் விழுந்து விழுந்து சிரிப்பார்கள். ஆனால் படம் எடுப்பதில் மட்டும் தடங்கல் கிடையாது. காமிரா படம் எடுத்தபடியே இருந்தது. 'இப்படிப் பாருங்கள். கொஞ்சம் அங்கே திரும்புங்கள். தளர்த்துங்கள். இதேதான் இதேதான். நீங்கள் பிறவிக் கலைஞர். உங்களுக்கு மருத்துவர் வேலை போனால் பரவாயில்லை. என்னிடம் வாருங்கள். உங்களை உச்சமான மொடலாக மாற்றிக் காட்டுகிறேன். இயற்கையானமுகம் உங்களுக்கு. ஓ, என்ன அழகாக விழுகிறது. தளர்த்துங்கள், தளர்த்துங்கள். இன்னும் கொஞ்சம் நாடியைத் தூக்கி மேலே பாருங்கள்.' இப்படிச் சொல்லிக்கொண்டே கவனமாகவும், பூரணமாகவும் படங்களை எடுத்து தள்ளினார். பின்னர் அவற்றைத் தன் மடிக் கணினியில் போட்டு சரி பார்த்தார். ஒரு மணி நேரத்தில் ஏறக்குறைய 500 படங்கள் எடுத்திருந்தார். எல்லாமே அடர்த்தியான படங்கள். ஒவ்வொன்றும் 13 MB க்கு குறையாத பக்குவத்துடன் இருந்தன.

'இனி என்ன செய்வீர்கள்? நீங்கள் எடுத்த 500 படங்களில் 10 படங்களைத் தெரிவு செய்து பத்திரிகைக்கு அனுப்புவீர்களா?' என்று கேட்டேன். அவர் சொன்னார். 'இரண்டு விதமான ஒப்பந்தங்கள் இருக்கின்றன. சில ஒப்பந்தங்களில் 10 படங்களை அவர்களுக்கு அனுப்பினால் போதும். ஆனால் 500 படங்களில் 10 படங்களைத் தெரிவு செய்வது என்பது சிரமமான வேலை. ஒவ்வொரு படமாக நுட்பமாக ஆராய்ந்தபடியே வரவேண்டும். அப்படியும் சில நல்ல படங்கள் தவறிவிடும். குறைந்தது இரண்டு மணி நேர வேலை. இன்னொரு விதமான ஒப்பந்தமும் உண்டு.

எடுத்த படங்கள் அனைத்தையும் அவர்களுக்கு அனுப்புவது. அவர்களே தெரிவு செய்வார்கள். எனக்கு நேரம் மிச்சம். ஆனால் என் படங்களில் உள்ள குறைபாடுகளை மற்றவர்கள் கண்டுபிடித்து விடுவார்கள். அதைத் தவிர்ப்பதே எனக்கு விருப்பம். வாஷிங்டன் பத்திரிகையின் ஒப்பந்தப்படி நான் எடுத்த 500 படங்களையும் அவர்களுக்கு அனுப்பவேண்டும்' என்றார்.

'படத்தை எப்படி தெரிவு செய்வீர்கள்?' எனக் கேட்டேன். 'மிக முக்கியமானது படத்தில் இருப்பவர் படம் எடுத்தது தெரியாமல் இயற்கையாக இருப்பது. நான் தொடர்ந்து பேசிக் கொண்டே மருத்துவரை உற்சாகப்படுத்தியது அதற்காகத்தான். படத்தில் காணப்படும் பின்னணியும் முக்கியம். சிறப்பான பின்னணி இயற்கைதான். அழகான புல்வெளி, ஆகாயம், கடல், ஆறு, குளம் எல்லாமே நல்லதுதான். சூரியனுடைய கோணம் முக்கியமானது. வெளிச்சமும் நிழலும்தான் படம். அவை சமமான அளவில் கலக்கும்போது உத்தமமான படம் அமையும். எல்லாவற்றி லும் முக்கியமானது படம் ஒரு கதை சொல்லவேண்டும். படத்தின் பின்னால் கற்பனையைத் தூண்டக்கூடிய ஓர் அம்சத்தை உருவாக்க வேண்டும்' என்று சொல்லியபடியே எந்த அவசரமும் காட்டாமல் சாவகாசமாகத் தன் பொருட்களை சேகரித்துக்கொண்டு வாகனத் தில் புறப்பட ஆயத்தமானார்.

எனக்கு சமாதானம் ஆகும்வரை நான் அவரை விடுவதாக இல்லை. 'நீங்கள் எடுத்த படங்கள் ஏதேனும் இருக்கிறதா?' என்றேன். ஜெஸிக்கா பொறுமையானவர். தோளில் மாட்டிய கம்ப்யூட்டரை மீண்டும் இறக்கி, அதைத் திறந்து தான் வெளி நாட்டில் எடுத்த சில புகைப்படங்களை எனக்குக் காட்டிக் கொண்டு வந்தார். ஒரு படத்தைப் பார்த்ததும் எனக்கு சிரிப்பு வந்தது. அது இந்தியாவிலே எடுத்த படம். தமிழ் நாட்டிலேகூட இருக்கலாம். நான் வாய்விட்டுச் சிரித்து விட்டேன். திருத்த வேலைகள் நிறைய தேவைப்படும் ஒரு விடுதியின் முகப்பு. வண்ணங்கள் உரிந்து கிடக்கின்றன, வயர்கள் தொங்குகின்றன. மேலே 'Ambika Guest House' என்ற பெயர்ப் பலகை. அதன் கீழ் Comfortable Palace to Stay என்ற வாசகங்கள். வாசல்படியில் நின்று இரண்டு கால்களையும் எட்டி முன்னே வைத்து, பின்னங் கால்களைத் தரையிலே ஊன்றி பெரும் ஆலோசனையுடன் மெலிந்துபோன மாடு ஒன்று நின்றது. 'உள்ளே போகலாமா, விடலாமா? இந்த இடம் என்னுடைய தகுதிக்கு ஏற்றதுதானா?' என மாடு முடிவெடுக்க முடியாமல் தத்தளிப்பது தெரிந்தது. Com-fortable Place என்பதைத் தவறுதலாக Comfortable Palace' என்று

எழுதியிருந்தார்களோ அன்றி தெரிந்துதான் அப்படி எழுதி வைத்தார்களோ தெரியவில்லை. நான் பார்த்ததிலேயே மிக அழகான எழுத்துப்பிழை அதுதான்.

'நீங்கள் இப்போது சிரித்தீர்களே, அதுதான். புகைப்படத்தைப் பார்க்கும்போது ஏதாவது உணர்ச்சி வெளிப்பாடு இருக்கவேண்டும். உங்கள் மனம் ஏதோ ஒரு கதையைப் பின்னிவிட்டது. அது புகைப்படத்தின் வெற்றி' என்றார். 'எப்படி உங்களுக்கு அபூர்வமான தருணங்கள் அமைகின்றன?' என்று கேட்டேன். அவர் சொன்னார். 'எல்லோரும் நினைப்பதுபோல ஒரு நல்ல புகைப்படக்காரரின் கண்ணில் அவருடைய கண்ணின் வில்லை இருப்பதில்லை. புகைப் படக் கருவியின் வில்லைதான் இருக்கிறது. எந்த ஒரு காட்சியையும் காமிராவின் கண்தான் பார்க்கிறதே ஒழிய என்னுடைய கண் பார்ப்பதில்லை. இதுதான் என தீர்மானித்ததும் படம் எடுத்துவிட வேண்டியதுதான். எல்லோரும் ஒரே காட்சியைத்தான் பார்த்தாலும் கவிஞர் ஒரு வித்தியாசமான கண்ணினால் பார்க்கிறார். உடனே கவிதையும் பிறக்கிறது அல்லவா? அப்படித்தான். நாங்கள் காட்சி களைத் தேடிப் போவதில்லை. அவை எங்களைத் தேடி வரும். எங்கள் வேலை கண்களைத் திறந்து வைத்திருப்பதுதான்.' எனக்குப் பிரபல விஞ்ஞானி லூயி பாஸ்டருடைய புகழ்பெற்ற வாசகம் ஞாபகத்துக்கு வந்தது. 'ஆயத்தமான புத்திதான் தற்செயல்களை லாபமாக்கும்.'

500 படங்கள் எடுத்த இரண்டு மணி நேரத்துக்கு சன்மான மாக 1000 டொலர் அவருக்குக் கிடைக்கும் என்று அவருடைய உதவியாளர் கூறினார். இந்த 500 படங்களில் பத்திரிகையில் வரப் போவதுஇரண்டு அல்லது மூன்று படங்களே. சிலவேளை ஒரேயொரு படம் பிரசுரமாகக் கூடும். மீதி எல்லாம் கழித்து விடப்படும். ஒரு சிற்பி சிலை செதுக்கும் போது சிலையளவு நாலுமடங்கு கல் கழித்துவிடப்படும். ஓர் ஆசிரியர் 500 பக்க நூல் எழுதும்போது 2000 பக்க எழுத்தைக் கழித்துவிடுகிறார். அதுபோலத்தான் இதுவும் என்று எனக்கு நானே சொல்லிக்கொண் டேன். எவ்வளவு சமாதானம் சொன்னாலும் ஒரு சிறந்த புகைப் படக்காரர் ஒரு படம் தேவை என்பதற்காக 499 படங்களை வீணாக்குவது ஏற்கமுடியாமல் இருந்தது. நான் எங்கோ படித்தது ஞாபகத்துக்கு வந்தது. தென் அமெரிக்காவில் 150 பேர் மட்டுமே கொண்ட ஓர் இனக்குழு உண்டு. அவர்களுடைய மொழியில் 'அரை குறையாக அம்பு எய்தவன்' என்பதற்கு ஒரு வார்த்தை உண்டு. அரைகுறையாக அம்பு எய்தால் மிருகம் வலியில் துடித்து உழன்று தான் சாகும். அந்த மொழியில் ஆக மோசமாக ஒருவரைத் திட்டவேண்டும் என்றால் அந்த வார்த்தையை சொல்லி

வைவார்கள். ஒருமுறை தவறு செய்தவனுக்கு அந்த வார்த்தை என்றால் 499 முறை தவறு செய்தவருக்கு ஆங்கிலத்தில் ஏதாவது வார்த்தை இருக்கிறதா?

8ம் வகுப்பு படிக்கும் ஒரு மாணவியை 400 வசனங்கள் எழுதச் சொன்னால் அதில் எப்படியாவது ஒரு நல்ல வசனம் அகப்படும். சிம்பன்ஸியிடம் 10,000 டொலர் இலக்கக் காமிராவைக் கொடுத்து, அது 500 படங்கள் எடுத்தால் அதில் ஒரு படமாவது அபூர்வமான அழகுடன் அமைய வாய்ப்பு உண்டு. ஒரேயொரு புகைப்படம்தான் எடுக்கலாம் என்று சொல்லி புகைப்படக்காரர் ஒன்றை எடுத்து அது உயர்ந்த படமாக அமைந்துவிட்டால் அந்த புகைப்படக்காரரின் திறனை அங்கீகரிப்பதில் ஒரு பிரச்சினையும் இல்லை.

நாயைக் கூட்டிக்கொண்டு நடப்பதற்கு வெளியே புறப்பட்டது போல கிழிந்த ஜீன்ஸும், ஊத்தை ரீசேர்ட்டும் அணிந்து வந்திருந்த பெண்ணை நினைத்தபோது பிரமிப்பாகத் தான் இருந்தது. எவ்வளவு எளிமை. ஒரு கணமேனும் படம் எடுக்க வந்தவரை அச்சுறுத்தவில்லை, அவசரப்படுத்தவில்லை, அவமதிக்கவில்லை. ஏதோ முக்கியமான காரியம் நடக்கிறது என்பதுபோல உணர்த்த வில்லை. அந்தப் பெண்ணின் அமைதியான செயல் திறன் எவரையும் ஆச்சரியப்படுத்தும். நான் திரும்பத் திரும்ப நினைந்து வியப்பது அவருடைய முகம் சிரிக்காமல் இருக்கும்போது எப்படி இருக்கும் என்பது எனக்குத் தெரியாமல் போனதைத்தான்.

மருத்துவரைத் திரும்பிப் பார்த்தேன். 500 படங்களை ஒருவர் எப்படி தாங்கிக்கொள்ள முடியும். அவர் இந்த உலகத்தில் இல்லை. விருந்து முடிந்த பின்னர் அகற்றப்படாத மதுக் கோப்பைபோல கவனிக்கப்படாமல் கிடந்தார். அவர் முழங்கால்கள் முகத்தின் உயரத்துக்கும் மேலாக நின்றன. மாதக் கடைசியில் கட்டுரையும் படங்களும் வெளியாகும் என்று சொன்னார்கள். வாஷிங்டனில் இருந்து பிரசுரமாகும் பத்திரிகையை நான் இன்னும் பார்க்க வில்லை. படங்கள் அபூர்வமான அழகோடு அமைந்திருக்கும் என்பதில் எனக்கு எந்தவித சந்தேகமும் இல்லை. நடந்ததை யோசித்துப் பார்க்கும்போது ஒரு புகைப்படக்காரர் ஆகிவிட்டால் என்னவென்று கூட எனக்குத் தோன்றுகிறது. எழுத்து வேலை சோர்வு தரும் வேலை. 'செய்யாதன செய்யோம்' என்றார் ஆண்டாள். இதுதான் செய்யவேண்டும், இதுதான் செய்யக்கூடாது என்று விதி ஏதாவது இருக்கிறதா? இப்பொழுதுதான் இலக்கக் காமிரா வந்துவிட்டதே. எத்தனை படங்களையும் சுட்டுத்தள்ளலாம். 2000 படங்கள் எடுத்தால் அதில் ஒன்று தேறாமலா போகும்.

நினைத்தபோது நீ வரவேண்டும்

அதிகாலை ஐந்து மணிக்கு டெலிபோன் அடித்தது. அழைத்தவர் ரொறொன்ரோ பல்கலைக்கழகம் ஒன்றில் கடமையாற்றும் இயற்பியல் பேராசிரியர். பெயரை செல்வேந்திரன் என்று இப்போதைக்கு வைத்துக்கொள்வோம். அவரிடம் 'என்ன?' என்று கேட்டேன். 'நினைத்தபோது நீ வரவேண்டும்' பாடலைப் பாடியவர் டி. எம். சௌந்தரராஜன் என்பது தெரியும். பாடலை எழுதியவர் யார்?' என்றார். இதனிலும் பார்க்க முக்கியமான கேள்வியைக் காலை ஐந்து மணிக்கு வேறு எவரும் எழுப்பியிருக்க முடியாது. அடுத்து 'அது என்ன ராகம்?' என்ற வினா கிளம்பும் என்பது என் ஊகம். இயற்பியல் பேராசிரியருக்கும் இந்தப் பாடலுக்கும் என்ன சம்பந்தம்? இப்படியான கேள்விகள் என்னிடம் வரும்போது நான் கூகுளில் தேடி நேரத்தை விரயம் செய்வதில்லை. பேராசிரியர் ஏற்கனவே அதைச் செய்திருப்பார். இசை சம்பந்தமான என்ன கேள்வி எழும்பினாலும் அதை மனநல மருத்துவர் ராமானுஜம் பக்கம் திருப்பிவிடுவேன். அவர் எப்படியோ விடை கண்டுபிடித்து சொல்வார். பாடலை எழுதியவர் பெயர் என்.எஸ்.சிதம்பரம்; ராகம் ஆரபி.

இயற்பியல் மாணவர்கள் பேராசிரியருக்கு ஒரு பட்டப் பெயர் வைத்திருக்கிறார்கள். சொந்தமாக ஒருவர் வீடு வைத்திருப்பதுபோல, சொந்தமாக ஒருவர் கார் வைத்திருப்பதுபோல பேராசிரியர் சொந்தமாக புவியீர்ப்பு வைத்திருக்கிறார் என கேலி செய்வார்கள். எடை அவரை ஒன்றும் செய்வதில்லை. மெலிந்த உயரமான உருவம். இரண்டு காதுகளுக்கு மேலே மிஞ்சியிருக்கும் முடி சின்னக் காற்றுக்கும் நடுங்கும். பனியோ வெயிலோ மணிக்கட்டை தாண்டி விரல்கள்வரை நீண்ட நீளக்கை சட்டை அணிந்திருப்பார். இறகு காற்றிலே மிதப்பது போல தரையில் கால் பாவாது. அவசரமாகப் போகும் போது இரண்டு கைகளும் பின்னுக்கு நீண்டிருக்க தரையிறங்கும் பெலிக்கன் பறவைபோல அவர் மிதந்துகொண்டு செல்வார்.

செல்வேந்திரன் தற்செயலாக இயற்பியல் பேராசிரியர் ஆனவர். அவர் மூளையிலே இயற்பியல் சூத்திரங்களும், தேற்றங்களும் நிறைந்திருக்காது, மாறாக அங்கே இசைதான் நிரம்பியிருக்கும். ஓய்வான ஒவ்வொரு நிமிடத்தையும் அவர் இசையிலே செலவழித்தார். கடந்த அறுபது, எழுபது ஆண்டுகளில் வெளியான

இசைத் தட்டுகளையும், ஒலி நாடாக்களையும் ஒரு காலத்தில் தீவிரமாக சேகரித்தார். அவை எல்லாம் இப்போது பிரயோசனப் படாது என்பதால் அவற்றை ஒவ்வொன்றாக எண்ணியமாக மாற்றி குறுந்தகடுகளாக சேமித்து வைத்திருக்கிறார். தற்போது அவரிடம் நாலாயிரத்துக்கும் அதிகமான குறுந்தகடுகள் சேகரமாகிவிட்டன. நிறைய தமிழ் சினிமாக்கள் வருடம் தோறும் வருவதால் அவருக்கு வேலை கூடிவிட்டாலும் பாடல்களை சோர்வில்லாமல் இணையத் திலிருந்து தரவிறக்கம் செய்து குறுந்தகடுகளாக எரித்து வைத்துக் கொள்கிறார். பாடல்களுக்கு குறிப்புகளும் இருக்கும். பாடல் இடம்பெற்ற சினிமா, அதைப் பாடியவர், எழுதியவர், இசை யமைத்தவர், ராகம் போன்ற விவரங்கள். ஒரு பாடலைக் கேட்க அவரிடம் விருப்பம் தெரிவித்தால் தலைமை நூலகர்போல நிமிடத்தில் அதைத் தேடிப்பிடித்து போட்டுக் காண்பிப்பார். இப்பொழுதெல்லாம் பாடல்கள் இலகுவாக இணையத்தில் கிடைத்துவிடுகின்றன. ஆனால் அவர் சேகரித்தது தேடல் யந்திரங்கள் வருவதற்கு முன்னர். 'நினைத்தபோது நீ வரவேண்டும்' பாடல் அவருக்கு சமீபத்தில் கிடைத்ததாக இருக்கவேண்டும். அதுதான் அந்த அதிகாலை தொலைபேசி அழைப்புக்கான காரணம்.

அத்தனை ஆயிரம் பாடல்கள் இருந்தாலும் ஞானசௌந்தரி யில் வரும் ஜிக்கி பாடிய 'எனையாளும் மேரி மாதா' இருக்கிறதா என்று கேட்டால் உடனேயே இல்லை என்பார். கொஞ்சம் இருங்கள் தேடிப்பார்க்கிறேன் என்று சொல்ல மாட்டார். அவ்வளவு நிச்சயம். எஸ்.ஜி.கிட்டப்பா பாடிய 'தசரத ராஜகுமாரா' பாடல் இருக்கிறதா என்று கேட்டால் உடனே இருக்கிறது என்று சொல்லி குறுந்தகட்டை எடுத்துக் காட்டுவார். அந்தக் காலத்து டி.ஆர்.மகாலிங்கம் பாடிய 'பாட்டு வேணுமா' பாட்டில் இருந்து வானம் படத்தில் வரும் 'எவன்டி உன்னைப் பெத்தான்' வரை சேகரித்து வைத்திருக்கிறார். ஒருமுறை யாரோ எம்.எம்.தண்டபாணி தேசிகர் நந்தனார் படத்தில் பாடிய 'ஐயே மெத்தக் கடினம்' பாடலைக் கேட்டபோது இரண்டு மூன்றுமாதமாக இணையத்தில் அலைந்து தேடி எப்படியோ கண்டுபிடித்து நகல் எடுத்துவிட்டார்.

இசைதான் அவருடைய உயிர் என்று நினைத்திருந்த எனக்கு சில வருடங்களுக்கு முன்னர் ஓர் அதிர்ச்சி கிடைத்தது. அவருடைய வாழ்நாள் ஆசை என்ன தெரியுமா? என ஒருமுறை என்னிடம் கேட்டார். எனக்கு எப்படித் தெரியும்? சொன்னால்தானே தெரியும். ஏ.ஆர்.ரஹ்மானுடன் சுற்றுலா போவதாக இருக்கலாம். இளைய ராஜாவுடன் காலை உணவு சாப்பிடுவதாக இருக்கலாம். யார் கண்டது? அவர் சொன்ன பதிலை நான் எதிர்பார்க்கவில்லை.

‘எப்படியும் ஒரு தமிழ் சினிமாவில் நடிப்பது’ என்றார். இந்த ஆசை எப்போது பிறந்தது எனக் கேட்டேன். தன்னுடைய ஆசை ஆகச் சின்னவயதிலேயே தொடங்கிவிட்டதாகக் கூறினார். அவர் எங்கேயாவது, எப்போதாவது நடித்திருக்கிறாரா எனக் கேட்டபோது தன் சின்ன வயதில் பள்ளிக்கூட நாடகம் ஒன்றில் தான் நடித்திருப் பதாகவும் அப்போதுதான் இந்தச் சிந்தனை தோன்றியதாகவும் கூறினார்.

பள்ளிக்கூடத்தில் நடித்தது என்ன நாடகம் என்ற கேள்விக்கு அரிச்சந்திரன் நாடகத்தில் லோகிதாசன் வேடம் என்று பதில் கூறினார். அப்பொழுது அவருக்கு வயது 10. அட்டையினால் செய்த பாம்பு கொத்த அவர் காட்டுக்குள் செத்துப்போய்க் கிடந்திருக்கிறார். மேடையில் உயிரோடு ஐந்து நிமிடமும் இறந்த பிறகு பத்து நிமிடமும் நடித்திருக்கிறார். இறந்ததுபோல நடித்தபோது பெரும் சிரமப்பட்டிருக்கிறார். அதுதான் அவருடைய முதலும் கடைசியுமான நாடக அனுபவம். ஓர் இயற்பியல் பேராசிரியருக்கு எத்தனை பெரிய லட்சியம் என நினைத்துக்கொண்டேன். அவரைச் சந்திக்கும் போதெல்லாம் அவருடைய வாழ்நாள் ஆசையில் ஏதாவது முன்னேற்றம் ஏற்பட்டிருக்கிறதா என்று கேட்க நான் தவறியதில்லை. அவர் ‘ஒன்றுமே நடக்கவில்லை, நேரம் அமையும் போது சந்தர்ப்பம் தானாகவே என்னைத் தேடி வரும்’ என்பார்.

‘உண்மையாகவே உங்களைத் தேடி வாய்ப்பு வரும் என்று நம்புகிறீர்களா?’ என்று ஒருமுறை கேட்டேன். ‘உங்களுக்கு ஒரு கதை தெரியுமா? கனடாவின் வடமேற்குப் பிராந்தியத்தில் டேனே எனப்படும் கனடாவின் முதல் குடிமக்கள் வாழ்கிறார்கள். அவர் களின் பிரதான உணவு கரிபோ மான். அவை இல்லாவிட்டால் டேனே இனம் அழிந்துபோகும். 25 லட்சம் கரிபோ மான்கள் வசந்த கால தொடக்கத்தில், தெற்கிலிருந்து வடக்காகவும், இலை யுதிர்காலத்தில் வடக்கிலிருந்து தெற்காகவும் குடிபெயரும். டேனே மக்கள் உணவுக்காக அதன் பின்னே அலைவார்கள். அவர்கள் பட்டினியால் இறப்பதில்லை. ஒருவர் பசியில் வாடி கரிபோ மானைப் பற்றி நினைப்பாரேயானால் மான் அவரைத் தேடி வந்து அவர் பசியை நீக்கும். எங்கிருந்தோ எப்படியும் வந்துவிடும். இது ஓர் ஐதீகம். நானும் டேனே குடிமகன் போலத்தான். நான் நினைக்கும்போது என் விருப்பமும் நிறைவேறிவிடும்’ என்றார். ‘நீங்கள் நடிக்கப்போவது தமிழ்ப் படம் அல்லவா? லோகிதாசனாக நடித்தபோது இறந்துபோய்க் கிடந்ததால் வசனம் பேசும் சிரமத்திலிருந்து தப்பிவிட்டீர்கள். ஆனால் தமிழ் படத்தில் நீண்ட நீண்ட வசனங்கள் வருமே. அவற்றை எல்லாம் மனப்பாடம் செய்யவேண்டும். எப்படிச் சமாளிப்பீர்கள்?’ என்று கேட்டேன்.

பேராசிரியர் அல்லவா? அத்தனை காலம் அதுபற்றி சிந்திக்காமல் இருந்திருப்பாரா? 'நீங்கள் மார்லன் பிராண்டோ நடித்த Last Tango in Paris படம் பார்த்திருப்பீர்கள். மார்லன் பிராண்டோவுக்கும் என்னுடைய பிரச்சினைதான். அவரால் வசனங்களை மனப்பாடம் செய்ய முடியாது. ஆகவே அந்தப் படம் எடுத்தபோது ஒரு யுக்தி செய்தார் எனப் படித்திருக்கிறேன். அவர் நடித்த செட் முழுக்க பேப்பர் துண்டுகளில் வசனத்தை எழுதி ஒட்டிவைத்துவிடுவார். மேசை, கதிரை, தூண் எல்லாவற்றிலும் அவர் பேசவேண்டிய வசனம் துண்டு துண்டாக ஒட்டப் பட்டிருக்கும். அந்தப் படத்தில் மார்லன் பிராண்டோ கண்களை உருட்டி தலையை சாய்த்து நடிப்பார். பார்ப்பவர்கள் அற்புதமான நடிப்பு என்று புகழ்வார்கள். உண்மையில் அவர் அவருடைய அடுத்த வசனத்தை தேடினார். பிறந்த மேனியாக நடித்த கதாநாயகி யின் முதுகில் ஒரு துண்டு வசனம் எழுதி ஒட்டவேண்டும் என விரும்பினார் ஆனால் இயக்குநர் மறுத்துவிட்டார். நானும் மார்லன் பிராண்டோ வழியைப் பின்பற்றுவேன்' என்றார். ஏதோ நடிப்பதற் கான வாய்ப்பு ஏற்கனவே கிடைத்து விட்டதுபோல அத்தனை நம்பிக்கை அவர் பேச்சில் தெரிந்தது.

ஒருமுறை அவரிடம் கேட்டேன். 'இத்தனை ஆயிரம் பாடல் கள் சேகரித்து வைத்திருக்கிறீர்களே. உங்களுக்கு ஆகப் பிடித்த பாடல் எது?' இந்தக் கேள்விக்கு ஏற்கனவே நூறுதடவை பதில் சொல்லியிருக்கிறார் என நினைக்கிறேன். தயங்காமல் 'அமைதி யில்லா என் மனமே' என்றார். 'அதிலே என்ன தனியீர்ப்பு' என்று கேட்டேன். அவர் சொன்னார். 'அந்தப் பாடலை நான் முதல்தரம் கேட்டபோது இருந்த சூழ்நிலையும், மனநிலையும்தான் காரணம். அந்தப் பாடலைக் கேட்கும்போதெல்லாம் இன்றைக்கும் பெண் வேடமிட்ட ஒரு மனிதனின் பொய்க்கால் குதிரையாட்டம் நினைவுக்கு வருகிறது. இதற்கும் அதற்கும் என்ன சம்பந்தம் என்பது புரியாத புதிர். குதிரையாட்டம் போல மனமும் ஆடுகிறது. அற்புதமான குதிரையாட்டத்திற்குப் பின்னர் அந்த மனிதன் கையை நீட்டிக்கொண்டு காசுக்கு நின்றது நினைவில் வருகிறது. சிலநாட் களில் அதிகாலையில் அந்தப் பாடலைப் போடுவேன். 60, 70 தடவை விடாமல் தொடர்ந்து கேட்பேன். எத்தனை தரம் கேட்டாலும் அலுக்காத பாடல் அது. அந்த நாள் முழுக்க அது மனதில் ஓடியபடியே இருக்கும். குலைந்த மனதை அமைதிப் படுத்தும். அமைதியான மனத்தை குலைத்துவிடும்.'

இன்னும் சில மாதங்களில் அவர் ஓய்வெடுக்கப் போவதால் தனக்கு விரைவில் படத்தில் நடிப்பதற்கு அழைப்பு வரும் என்று சொன்னார். 'எப்படி அவ்வளவு நிச்சயமாகச் சொல்கிறீர்கள்?' என்று

கேட்டேன். 'டேனே குடிமக்களுக்குப் பசிக்கும்போது ஒரு மான் அவர்களைத்தேடி வருவதுபோலத்தான் நான் நினைக்கும் போது அழைப்பு வரும்' என்றார். தான் விரும்பிய பட்டப்படிப்பு உதவித் தொகை தன்னைத் தேடி வந்ததைச் சொன்னார். தான் விரும்பிய வேலை தன்னைத் தேடி வந்ததைச் சொன்னார். தான் விரும்பிய பெண் தன்னைத் தேடி வந்து மணந்துகொண்டதைச் சொன்னார்.

அதுபோலவே இதுவும். 'அழைப்பு எப்படி வரும்? கடிதமாகவா அல்லது மின்னஞ்சலாகவா அல்லது நேரிலே வந்து அழைப்பார்களா?' 'இல்லை, இல்லை. தொலைபேசியில் அழைப்பு வரும்' என்று எண்கணித சோதிடக்காரர் போல நிச்சயமாகச் சொன்னார். 'யார் அழைப்பார்கள்?' 'பாரதிராஜா, பாலு மகேந்திரா அல்லது பாலா' 'அது என்ன பானா வரிசை?' 'அது அப்படித்தான். பானாவுக்கும் எனக்கும் நல்ல பொருத்தம்' என்றார்.

வெகு சீக்கிரத்தில் எனக்கு செல்வேந்திரனிடமிருந்து அதிகாலை தொலைபேசி அழைப்பு ஒன்று வரும். எங்கள் உரையாடல் அப்போது இப்படிப் போகலாம்.

என்ன?

பாரதிராஜா கூப்பிட்டார். எனக்கு ஒரு வேடம் கிடைத்திருக் கிறது.

வாழ்த்துக்கள். என்ன வேடம்?

வில்லனுக்கு அப்பாவாக நடிக்கவேண்டும்.

வசனம் இருக்கிறதா?

நீண்ட நீண்ட வசனம் வரும் என்று சொல்கிறார்கள்.

எப்படி சமாளிக்கப் போகிறீர்கள். ஈழத்து தமிழ் வந்து தொலைக்கப் போகிறதே. அது செய்யலாம். மதுரைத் தமிழ், கோவைத் தமிழ், சென்னைத் தமிழ் எல்லாம் பேசுவேன். நீண்ட காலம் பயிற்சி எடுத்திருக்கிறேன்.

அப்படியா?

உச்ச கட்ட சீனில் காமிரா என் மீது ஐந்து நிமிடம் நிற்கும் என்று இயக்குநர் கூறியிருக்கிறார்.

நல்லது. நல்லது.

செட் முழுக்க நாலு பக்கமும் துண்டு துண்டாக வசனம் எழுதி ஒட்டிவிட்டு, மெலிந்த உடல் காற்றில் அசைய, அவர் பேசுவதைக் கற்பனை செய்ய முடிந்தது. மேசையிலே ஒரு துண்டு வசனம். வில்லனின் துப்பாக்கி அடிக்கட்டையிலே ஒரு வசனம். தூணிலே கட்டிப் போட்டிருக்கும் கதாநாயகியின் வெற்று முதுகிலும் கட்டாயம் ஒரு வசனம் ஒட்டியிருக்கும்.

இடம் மாறியது

பிரபஞ்சன் எழுதிய வானம் வசப்படும் நாவலில் ஓர் இடம் வரும். ஏழைக் கவிராயர் ஒருத்தர் நீண்ட தூரம் பயணம் செய்து ஆனந்தரங்கம் பிள்ளையைப் பார்க்கப் போகிறார். கவிராயரின் மனைவி வீட்டில் சுகவீனமுற்றுக் கிடப்பதால் அவர் மனது சங்கடப் பட்டாலும் நம்பிக்கையுடன் பிள்ளை அவர்களிடம் செல்கிறார். பிள்ளை வீட்டில் இல்லை, களத்தில் இருக்கிறார் என்று சொல்கிறார்கள். கவிராயர் களத்துக்கே போய்விடுகிறார். அங்கே பார்த்தால் பிள்ளையவர்கள் களத்திலே கொட்டிக்கிடந்த நெல்மணிகளை ஒவ்வொன்றாகப் பொறுக்கி கூட்டிச் சேர்த்துக் கொண்டிருந்தார். புலவருக்குத் திக்கென்றது. இவரிடமிருந்து பரிசில் பெறவா இத்தனை தூரம் நடந்து வந்தோம் என உள்ளுக்குள் நினைத்துக்கொண்டார். எனினும் மனதைத் தேற்றிக்கொண்டு தான் வரும் வழியில் கவனம் செய்த பாடல் ஒன்றைப் பிள்ளையின் முன் பாடி அதற்குப் பொருளையும் சொல்கிறார். கவிராயருக்கு யாசகம் கேட்டு பழக்கமில்லை. கூச்சத்துடன் நிலத்தைப் பார்த்த படி நிற்கிறார்.

பிள்ளை உடனே பதில் சொல்லவில்லை. அவரை வீட்டுக்கு அழைத்துச் செல்கிறார். பெரிய தட்டிலே பூ, பழம், வெற்றிலை, பாக்கு, பட்டு வஸ்திரத்துடன் பொற்காசுகளாக ஆயிரம் வராகன் பரிசளிக்கிறார். கவிராயர் முகம் பரவசமடைந்து கண்ணீர் துளிர்க்கிறது. அவரைப் பரிசுகளுடன் வண்டியில் ஏற்றி அனுப்பி வைக்கிறபோது பிள்ளை சொல்வார் 'இப்போதைக்கு ஏழ்மையை இடம் மாற்றியாகி விட்டது. கவலைப்படாதீரும்.'

பிரபஞ்சன் படைப்புகளில் நான் முதலில் படித்தது இந்த நாவலைத்தான். அது படித்து இன்றைக்கு 15 வருடம் ஆகியிருக்கும். அந்த நாவலில் எனக்குப் பிடித்த வசனம் இதுதான். இன்றுவரை ஞாபகத்தில் நிற்கிறது. 'ஏழ்மையை இடம் மாற்றியாகிவிட்டது.' உலகத்திலே ஏழ்மையை ஒழிக்க முடியாது. ஓர் இடத்தில் ஒழித்தால் இன்னொரு இடத்தில் முளைத்துவிடும். இடம் மாற்றத்தான் முடியும். John Steinbeck என்ற அமெரிக்க நாவலாசிரியர் எழுதிய The Grapes of Wrath நாவலிலும் இப்படி ஓர் இடம் வரும். இந்த உலகில் செல்வந்தர்கள் வருவார்கள், போவார்கள். ஆனால்

ஏழைகள் நிரந்தரமானவர்கள். அவர்களை ஒழிக்க முடியாது. இந்த இரண்டு நாவல்களிலும் காணப்பட்ட ஒற்றுமை என்னை வியப்படைய வைத்தது.

பிரபஞ்சனைப் பற்றி அந்தக்காலம் தொட்டு எனக்குள் பெரிய மதிப்பிருந்தது. ஆனால் புத்தக அட்டையில் காணப்படும் அவருடைய சதுரக் கண்ணாடி படத்தைப் பார்க்கும்போது ஓர் அச்சம். கடுமையானவராக இருப்பார் என்றே தோன்றியது. நான் அவரைச் சந்தித்தது கிடையாது. சமீபத்தில் 'உதயன்' விழாவில் கலந்துகொள்வதற்காக ரொறொன்ரோ வந்திருந்தபோது அவரைச் சந்திக்க முடிந்தது. ஸ்டைலாகத் தொப்பி அணிந்து, கறுப்புத்தோல் அங்கி மாட்டி வந்த அவர் அப்படியே என்னைக் கட்டிப் பிடித்துக் கொண்டார். இருபது வருடமாகப் பிரிந்திருந்த நண்பர்கள் சந்தித்ததுபோல அது இருந்தது. இரண்டு நிமிட நேரத்துக்குப் பிறகு அவர் பேசப் பேச நானும் நண்பர்களும் நிறுத்தாமல் சிரித்தபடியே இருந்தோம். அவர் 15 நிமிடத்துக்கு ஒரு முறை வெளியேபோய் சிகரெட் பிடித்து விட்டு வருவார். நாங்கள் கொஞ்சம் ஓய்வெடுப் போம். மறுபடியும் உள்ளே வந்து அவர் பேசத் தொடங்கியதும் சிரிக்கத் தொடங்குவோம்.

பேச்சு வானம் வசப்படும் நாவலைப்பற்றித் திரும்பியது. அது 'சாகித்ய அகாதமி' பரிசு பெற்ற சரித்திர நாவல். அதை எழுதுவதற்கு எப்படி தூண்டுதல் கிடைத்தது. சரித்திர நாவல் என்றால் வரலாறு படிப்பதில் நிறைய நேரம் போய்விடும். ஆராய்ச்சிக் குறிப்புகள் எழுதி வைக்கவேண்டும். எப்படி அந்த நாவலை எழுதி முடித்தார் எனக் கேட்டோம். அவர் ஆனந்தரங்கம்பிள்ளை நாட்குறிப்பைப் படித்திருக்கிறார். அப்போதே விதை விழுந்துவிட்டது. அந்த நாட்குறிப்பு வித்தியாசமானதாக இருக்கும். 18ம் நூற்றாண்டு பேச்சுத் தமிழுக்கு ஒரே உதாரணம் அந்த டைரிதான். பல இடங்களில் தமிழா அல்லது வேறு மொழியா என ஐயம் தோன்றிவிடும். அந்த டைரியை முழுக்கப் படித்து, புரிந்து அது சம்பந்தமான வரலாற்று நூல்களையும் ஆராய்ந்து முடித்த பின்னரே நாவல் சாத்தியமானது. பத்து வருடத்து உழைப்பு என்று கூறினார்.

அந்த நாவலில் பானு என்றொரு தாசி வருவாள். மாதொரு பாகன் செட்டியார் ஏற்பாடு செய்த விருந்து ஒன்றில் அலாரிப்பு ஆடிய பின்னர் பதம் ஆடுவாள். 'ஆறுதலாரடி? அந்த மாதொரு பாகனைத் தவிர வேறு எனக்கு, ஆதரவாரடி?' என்று தொடங்கும் பல்லவியுடனான அருமையான பாடல். இதை யார் எழுதினார்கள் என்று கேட்டதற்கு அவர் தானே எழுதியதாகக் கூறினார். 'செட்டிக்கு எத்தனை நீளமடிமட்டிச் செட்டிக்கு எத்தனை நீளமடி?'

என்று ஒரு சிருங்காரப் பாடல். அந்தக் காலத்தில் அதைப் படித்து நான் அடக்கமுடியாமல் சிரித்திருக்கிறேன். அதை யார் எழுதினார் களெனக்கேட்டேன். அதுவும் அவர்தான். பல வருடங்களாக என் மனதில் கிடந்த சந்தேகத்தை அன்றுதான் என்னால் போக்க முடிந்தது.

பிரபஞ்சனிடம் எழுத்து துறைக்கு எப்படி வந்தீர்கள்? எந்த வயதில் எழுதத் தொடங்கினீர்கள்? என்று கேட்டேன். நண்பர் ஜேசுதாசன் வீட்டு இரவு விருந்துக்கு அவர் வந்திருந்தார். அதே விருந்துக்கு நானும் அழைக்கப்பட்டிருந்தேன். பிரபஞ்சன் வெளியே சென்று சிகரெட் பிடித்துவிட்டுத் திரும்பினார். பெரிய கதை பிறக்கப் போகிறது என்று எல்லோருக்கும் தெரிந்தது. விருந்துக்கு வந்திருந்த ஆண்கள் பெண்கள் குழந்தைகள் எல்லோரும் அவரை சூழ்ந்து கொண்டார்கள்.

பிரபஞ்சனிடம் காணப்பட்ட முக்கியமான வித்தியாசம் அதுதான். அவர் ஓர் எழுத்தாளரைப் போலவே இல்லை. அந்த வீட்டு செல்ல நாய்களுடன் விளையாடினார். குழந்தைகளை இழுத்து வைத்துப் பேசினார். பெண்களுடன் சினிமா பற்றியும், புதுமுக நடிகைகள் பற்றியும் தொலைக்காட்சி தொடர்கள் பற்றியும் பேசினார். அவர்கள் எல்லோரும் ஒருவர் தவறாமல் அவர் பேச்சில் மயங்கியிருந்தது தெரிந்தது. என்னுடைய மனைவி அடுத்தநாள் காலை சொன்னார். 'பிரபஞ்சன் பெரிய எழுத்தாளர். ஆனால் என்ன நல்ல மனுசன். அவருக்கு எல்லாம் தெரிந்திருக்கிறது. சுவாரஸ்யமாக வேறு பேசுகிறார். பெரிய அறிவு ஜீவிபோல முகத்தை தூக்கி வைத்துக்கொண்டு பயமுறுத்தவில்லை. எல்லோரை யும் சக மனுசராகப் பார்க்கிறார்.' என் மனைவி தன் மனதில் தொகுத்து வைத்திருந்த எழுத்தாளர் பிம்பத்தை பிரபஞ்சன் போட்டு உடைத்துவிட்டார். என் மனைவியிடமிருந்து ஒரு நற்சான்றிதழ் லேசாகப் பெறக்கூடியது அல்ல. நாற்பது வருட காலமாக நான் அதற்காகத்தான் முயன்று கொண்டிருக்கிறேன்.

சிகரெட்டை முடித்துவிட்டு பிரபஞ்சன் உள்ளே நுழைந்தார். அவருடைய மதுக்கோப்பையை யாரோ நிறைத்திருந்தார்கள். 'எனக்கு பதினாறு வயதானபோது அப்பா ஒரு நல்ல நோட்டுப் புத்தகம் வாங்கிக் கொடுத்தார். அதன் பளபளப்பான ஒற்றைகளைக் கிழித்து காதல் கடிதங்கள் எழுதத் தொடங்கினேன். அப்படி காதல் கடிதங்கள் எழுதியே அரைவாசி நோட்டுப் புத்தகம் முடிந்து போனது. காரணம் நான் அப்பொழுதெல்லாம் ஒரு கொள்கை வைத்திருந்தேன். எந்தப் பெண்ணைப் பார்த்தாலும் ஒரு காதல் கடிதம் கொடுக்க வேண்டும் என்று. ஒரு பெண் பள்ளிக்

கூடத்துக்குப் போய்விட்டு வீட்டுக்குத் திரும்பும் வழியில் கோயிலை ஒருதரம் சுற்றிவிட்டு வீட்டுக்குப் போவாள். இவளை எப்படியோ தவறவிட்டு விட்டேன். இவளிடம் கடிதம் கொடுப்பதற்கு சரியான இடம் கோயில்தான் என்று தீர்மானித்தேன். நோட்டுப் புத்தகத்தில் பக்கங்களைக் கிழித்து ஆறு பக்க காதல் கடிதம் ஒன்றை எழுதினேன். ஐந்தே முக்கால் பக்கம் அவளை வர்ணித்தது. மீதியில் என் காதலைச் சொல்லியிருந்தேன்.

கோயிலில் அவள் சுற்றியபோது நானும் சுற்றினேன். முதல்நாள் கடிதம் கொடுப்பதற்குப் போதிய தைரியம் வரவில்லை. இரண்டாவது நாள் அவள் பின்னாலேயே போய் பின்னுக்கு நின்றபடி கடிதத்தை நீட்டினேன். அவள் பெற்றுக்கொண்டாள். அதுவே பெரிய வெற்றி. வழக்கம்போல என்னுடைய முகத்தில் எறியவில்லை. துணிச்சலாகக் கடிதத்தைப் பெற்றுக்கொண்டவளுக்கு அதை ஒளித்து வைக்கும் சாமர்த்தியம் இல்லை. பிடிபட்டுப் போனாள். கடிதத்தைத் தூக்கிக் கொண்டு அவளுடைய அப்பா என் வீட்டுக்கு வேகமாக வந்ததை நான் பார்த்துவிட்டேன். நான் அதே வேகத்துடன் வீட்டைவிட்டு வெளியேறி முதலில் வந்த பஸ்ஸைப் பிடித்து காசு தீருமட்டும் பயணம் செய்து கடைசி பஸ் நிறுத்தத்தில் இறங்கி நின்றேன்.இருட்டிக் கொண்டு வந்தது, போக இடமில்லை. எப்படியோ சித்தப்பா தேடி அங்கே வந்து என்னைப் பிடித்து திரும்ப வீட்டுக்கு அழைத்துப் போனார்.

என்னை நிற்கவைத்து ஆறுபக்க கடிதத்தையும் அப்பா வாசித்து முடித்தார். இந்த பூலோகத்தில் நான் அனுபவித்த அவமானத்தில் அதனிலும் கீழான ஒன்று என் வாழ்கையில் பின்னர் நடக்கவில்லை. கடிதத்தை வாசித்து முடித்த பிறகு அப்பா என்ன சொல்லப் போகிறார் என்று ஆவலோடு காத்திருந்தேன். அவர் சொன்னார், 'இவ்வளவு நல்லாய் எழுதுறாயே. இதுவெல்லாம் உனக்குத் தேவையா?' அவ்வளவுதான். என்னைத் தண்டிக்கவில்லை, என் எழுத்து திறமையைப் பாராட்டினார். எனக்குள் ஏதோ படைப் பாற்றல் இருக்கிறது என்று என்னை உணரவைத்த தருணம் அதுதான்.

'உங்களுடையது காதல் திருமணம்தானா?' இது அடுத்த கேள்வி. 'எனக்கு வீட்டிலேதான் பெண் பார்த்தார்கள். சொந்தத்துக் குள்ளே. அப்பா இதுதான் பெண் என்றார். நான் சரி என்றேன். உடனேயே மணமுடித்து வைத்துவிட்டார்கள். எனக்கு வேலை இல்லை. நானா கல்யாணம் வேணும் என்று கேட்டேன். திருமணம் ஆன பின்பு அப்பா என் குடும்பத்தையும் சேர்த்துப் பார்த்துக் கொண்டார். நான் எழுத்து வேலையில் மும்முரமானேன்.'

கனடா வந்த பின்னர் அவருடைய மனைவியிடம் பேசினாரா என்று கேட்டேன். வந்த மறு நாளே தொலைபேசியில் அழைத்ததாகவும், மறுபடியும் அடுத்தநாள் காலை (சனிக்கிழமை) பேசப் போவதாகவும் சொன்னார். இரவு நடுநிசியாகிவிட்டது. விருந்தினர்கள் ஒவ்வொருவராக கிளம்பினார்கள். நானும் மனைவியும் விருந்துக்கு அழைத்த தம்பதியினரிடம் நன்றி கூறிவிட்டுப் புறப்பட்டோம். பிரபஞ்சனிடம் மூன்று நாட்கள்தான் பழகியிருந்தேன். ஆனால் நீண்ட வருடங்களாக அவரைத் தெரியும் என்பது போல ஓர் உணர்வு. அவரிடம் விடை பெற்றோம். இரண்டு கைகளையும் விடாமல் பற்றிக்கொண்டு விடை தந்தார்.

விருந்து நடந்தது வெள்ளிக்கிழமை இரவு. ஒரு நாள் கழித்து பிரபஞ்சனுக்கு ஒரு தொலைபேசி வந்தது. பிரபஞ்சனின் மனைவி பாண்டிச்சேரி ஆஸ்பத்திரியில் இறந்துவிட்டார். பிரபஞ்சன் அந்தச் செய்தியை யாருடனும் பகிர்ந்துகொள்ளவில்லை. அந்தச் செய்தியுடனே முழு இரவையும் கழித்தார். தன்னை ரொறொன்ரோவுக்கு அழைத்தவர்களை சங்கடப்படுத்தக் கூடாது என்று அவர் நினைத்திருக்கலாம். அது அவருடைய பெருந்தன்மை. திங்கள் காலை ரொறொன்ரோவிலிருந்து புறப்படும் விமானத்தைப் பிடிப்பதற்கு தயாராகிக்கொண்டிருந்தபோது அந்தச் செய்தியை அழைத்தவர்களுடன் பகிர்ந்துகொண்டார். இடிபோல வந்திறங்கிய மரணச் செய்தியைக் கேட்டு அவர் மனம் என்ன பாடுபட்டிருக்கும். விமானத்தில் பயணம் செய்த அந்த நீண்ட தூரத்தை எப்படி அவர் தனிமையில் கழித்திருப்பார்.

அந்த வெள்ளிக்கிழமை இரவு விருந்தில் பிரபஞ்சனைச் சுற்றியிருந்து நண்பர்கள் பேசிக்கொண்டிருந்த நேரம் அவர் மனைவி என்ன செய்திருப்பார். அவர் உடல் நலமாக இருந்தாரா அல்லது அப்போதே ஆஸ்பத்திரியில் அனுமதியாகிவிட்டாரா? தான் மனைவியிடம் சனிக்கிழமை காலை பேசப்போவதாக பிரபஞ்சன் சொன்னார். ஆனால் பேசினாரா என்பது தெரியவில்லை. நான் அவருக்கு என்ன ஆறுதல் கூறமுடியும். முதன்முதல் சந்தித்தபோது அவர் என்னை ஆரத் தழுவிக் கட்டிக்கொண்டதை நினைத்துக் கொண்டேன். அதையே அவருக்குத் திருப்பித் தருகிறேன்.

பிரபஞ்சனின் நாவலில் வரும் ஆனந்தரங்கம் பிள்ளை சொன்னது போல உலகத்தில் நிச்சயமானது ஏழ்மைதான். அதை ஒழிக்க முடியாது, இடம் மாற்றி வைக்கலாம். மரணமும் அப்படித்தான், நிச்சயமானது. ஆனால் ஒரே இடத்தில் தங்காது. இடம் மாறிக் கொண்டே இருக்கும்.

பழுப்பு இனிப்பு

எங்கள் வீட்டுக் குழாயில் நீர் கொட்டியது. அதுதானே அதன் இயல்பு எனச் சிலர் நினைக்கலாம். ஆனால் குழாயை இறுக்கிப் பூட்டிய பின்னரும் அது ஒழுகியது. மணிக்கூடு நேரத்தை அளப்பது போல குழாயின் வாயிலிருந்து தண்ணீர் டக் டக்கென்ற ஒலியுடன் விழுந்தது.

ரொறொன்ரோவில் மஞ்சள் பக்க புத்தகத்தை வீடு வீடாக இலவசமாகத் தந்திருப்பார்கள். நான் அப்படிக் கிடைத்த புத்தகத்தை திறந்து குழாய் திருத்துபவரை அழைப்பதற்காகப் பெயர்களைத் தேடினேன். அதிலே இருந்த ஒரு பெயர் என்னை ஆச்சரியப்படுத்தியது. மகிழ்நன். இன்னொருமுறை படித்தேன். மகிழ்நன். என்ன அருமையான பெயர் இது. பெயரிலேயே மகிழ்ச்சி இருந்தது. இவருடைய பெற்றோர் எத்தனை எதிர்பார்ப்புடன் இந்தப் பெயரை வைத்திருப்பார்கள். மற்றவர்களுக்கு மகிழ்ச்சி யூட்டும் ஒரு பணியை அல்லவா அவர் செய்தார். தொலைபேசியில் அவரை அழைத்துப் பிரச்சினையை சொன்னதும் இரண்டு மணி நேரத்தில் வருவதாகச் சொன்னார். அப்படியே வந்தார்.

வீட்டு மணியை அடித்தவுடன் கதவைத் திறந்தேன். அவருக்கு நாற்பது வயதுக்குள்தான் இருக்கும். தலைமயிர் பக்கவாட்டில் வளர்ந்துகொண்டு போனது. உதட்டுக்குள் இருந்து வெளிவந்து உடனேயே மறைந்துபோன ஒரு சின்னச் சிரிப்பு. பலவிதமான ஆயுதங்களை ஒரு பெட்டியில் காவிக்கொண்டு வாசலில் நின்றார். உள்ளே நுழைந்தவுடன் என் பெயர், ஊர், எங்கே படித்தேன், எங்கே வேலை செய்கிறேன், எப்பொழுது கனடாவுக்கு வந்தேன் ஆகிய சகல விருத்தாந்தங்களையும் கேட்டு அறிந்துவிட்டார். தன்னுடைய வேலைச் சப்பாத்துகளைக் கழற்றி வாசலில் விடும் முன்னரே என்னுடைய மெய்கீர்த்தியில் பாதியைத் தெரிந்துகொண்டார். அதன் பின்னர்தான் எந்தக் குழாய், எங்கே, எப்படி ஒழுகுகிறது என்ற கேள்வியைக் கேட்டு விடையையும் பெற்றார்.

படுத்துக்கிடந்தபடி ஆயுதம் ஒன்றினால் எதையோ திருக முயன்றார். பல நிமிடங்கள் ஆகியிருக்கும். அப்படியே கிடந்தார். என்ன நினைத்தாரோ உருண்டு எழும்பி இது சரியான ஆயுதம் அல்ல, போய் வேறு எடுத்து வருகிறேன் என்று புறப்பட்டார்.

நான் சரி என்றேன். வீட்டிலே பாதி அறையை அடைத்து அவருடைய ஆயுதங்கள் ஒடியல் காயப்போட்டதுபோல பரவிக் கிடந்தன. புதிய ஆயுதத்தைக் கொண்டுவந்து திறக்க வேண்டியதை திறந்தார். குழாயைக் கழற்றி ஆராய்ந்துவிட்டு இந்தப் பாகம் உடைந்திருக்கிறது என்று சொல்லி அதை வாங்கி வரப் புறப்பட்டார். நான் சரி என்றேன். புதிய உதிரிப்பாகத்தைக் கொண்டுவந்து பூட்டினால் அது பூட்டப்படவில்லை. 'இது பழங்காலத்துக் குழாய். சரியான உதிரிப்பாகம் கிடைக்கவில்லை. நான் வேறு இடத்தில் பார்க்கிறேன்' என்றுவிட்டு கிளம்பினார். நான் சரி என்றேன். அன்றைய காலையிலிருந்து பல சரிகளைச் சொல்லிய படியே நின்றேன். கடைசியாகக் கொண்டுவந்த பாகம் பொருந்திப் போனது என நினைக்கிறேன். மகிழ்நன் வேலை முடிந்ததென மகிழ்ச்சியுடன் பகர்ந்தார். 'எவ்வளவு?' என்று கேட்டேன். தூரத்துச் சத்தத்தை உற்றுக் கேட்க முயல்வதுபோல தலையை சாய்த்துப் பிடித்து யோசித்துவிட்டு என் வருமானத்தில் பாதியைக் கேட்டார். பின்னர் இரங்கி என்னுடைய ஊர் அவருடைய ஊரிலிருந்து 17 மைல் தூரம் மட்டுமே என்பதால் ஒரு சின்னக் கழிவு தந்தார். நானும் காசைக் கொடுத்து அவரை அனுப்பிவைத்தேன்.

அவர் சென்ற சிறிது நேரத்தில் ஒரு சின்னப் புயல் அடித்து முடிந்ததுபோல சேதமுற்றுக் கிடந்த அறையைக் கூட்டி துப்புர வாக்கினேன். ஒரு சிறிய ஆயுதத்தை மறந்துபோய் விட்டுவிட்டுப் போனது தெரியவந்தது. அவசரமாக அவருடைய செல்பேசியை அழைத்தேன். பார்த்தால் மணி வீட்டுக்குள்ளேயே அடித்தது. அவர் செல்பேசியையும் மறந்து வைத்துவிட்டுப் போய்விட்டார். வேறு வழியில்லாதபடியால் அவர் அழைக்கும்வரை காத்திருந்தேன். அன்றைய நாள் முடிவதற்குள் அவர் திரும்பவும் வந்து செல்பேசி யையும் ஆயுதத்தையும் மீட்டுச் சென்றார்.

எடுத்த ஒரு வேலையை உற்சாகத்தோடும் நேர்த்தியோடும் கச்சிதமாகச் செய்துமுடிப்பதற்கு சிலபேரால் மட்டுமே முடியும். இவர்கள் வேலை செய்யும்போது பாடிக்கொண்டு செய்வார்கள். அவர்களுக்கு மகிழ்ச்சிதரும் வேலை அது. பார்ப்பதற்கு ஒரு கலை நிகழ்ச்சியைப் பார்ப்பது போலவே இருக்கும். ஒரு நேர்த்தியும் கலையம்சமும் நிறைந்திருக்கும்.

பல வருடங்களுக்கு முன்னர் கனடாவில் பிரபலமான நாடக இயக்குநர் டீன் கில்மோரை ஒருமுறை சந்தித்தேன். அவருடைய நாடகத்தில் ஒரு பாத்திரம் செங்கல்லை எடுத்து வீசுவான். அது மேடையில் சரியாக ஒரு குறிப்பிட்ட இடத்தில் வந்து விழுந்து நிற்கும். 200 தடவைக்குக் குறையாமல் செங்கல்லை எறிந்து ஒத்திகை

பார்த்ததாக அந்த இயக்குநர் கூறினார். 'மேடையில் சற்று தள்ளி அது விழுந்தால் என்ன ஆகும்?' என்று நான் கேட்டேன். அவர் சொன்னார், 'ஒன்றுமே ஆகாது. சபையில் ஒருவருக்குமே அது தெரிய வராது. ஆனால் எனக்குத் தெரியுமே' என்றார். எடுத்த எந்த ஒரு காரியத்தையும் உத்தமமாகச் செய்யவேண்டும். மற்றவர்களுக்காக அல்ல. அது உனக்குத் திருப்தியையும் மகிழ்ச்சியையும் தரவேண்டும். அதுவே லட்சியம்.

எழுத்தாளர்கள் தாங்கள் எழுதுவதில் உடனே திருப்தி அடைந்து விடுவதில்லை. ரோல்ஸ்ரோய் தன்னுடைய புகழ்பெற்ற போரும் அமைதியும் நாவலை ஏழு தரம் திருத்தி எழுதினார். அவர் திருத்தங்களைச் செய்து வைக்க அவருடைய மனைவி சோஃபியா நாவலை மறுபடியும் முதலில் இருந்து எழுதிவைப்பார். மறுபடியும் ரோல்ஸ்ரோய் திருத்துவார். இப்படி 1400 பக்க நாவலை அவர் மனதுக்குத் திருப்தி தோன்றும்வரை திருப்பித் திருப்பி எழுதினார். சுந்தர ராமசாமி ஒருமுறை அவருடைய 'குழந்தைகள் பெண்கள் ஆண்கள் நாவல் வெளிவந்த காலத்தில் என்னுடன் பேசிக்கொண்டிருந்தபோது சொன்னார். ஒரு 500 பக்க நாவல் எழுதுவதற்குத் தான் 5000 பக்கங்கள் எழுதுவதாக. ரேமண்ட் கார்வருடைய எழுத்தை 40 வீதம் வெட்டிவிட்டுத்தான் பிரசுரிப்பார்கள். ஹெமிங்வே கூட அப்படித்தான். அவர் சில பக்கங்களை 20,30 முறை திருப்பித் திருப்பி எழுதியிருக்கிறார். பிரபல இயக்குநர் ஸ்டான்லி குப்ரிக் கார் கதவு சாத்துவதை 70 தடவை படம் பிடித்தார் என்று படித்திருக்கிறேன். சாதாரணமாக ஒரு கார் கதவைச் சாத்துவதை எதற்காக 70 தரம் படம்பிடிக்க வேண்டும் என்று கேட்கலாம். அவர் மனதிலே ஏற்கனவே இந்தக் காட்சி உட்கார்ந்திருந்தது. அது கிடைக்கும்வரை அவர் அப்படித் தான் திருப்பித் திருப்பி அந்தக் காட்சியை எடுப்பார்.

எஸ்.ராமகிருஷ்ணனின் துயில் நாவலில் ஓர் இடம் வரும். 'என்னை ஞாபகம் வைச்சிருக்கிற ஆளுகூட இருக்காங்களா?' ஒரு முக்கியமான பெண் பாத்திரம் இப்படிக் கேட்கும். நாவலில் அதைத் தொடர்ந்து வந்த வசனம்தான் உச்சமானது. 'அந்த ஆதங்கத்தில் அவளுடைய மொத்த வாழ்வின் சாரமும் அடங்கியிருந்தது.' மனித அவலத்தையும் தோல்வியையும் நிர்க்கதியையும் ஒரேயொரு வசனத்தில் கொண்டு வந்திருப்பார் ஆசிரியர். இந்த இடத்தை எஸ்.ரா. எப்படி எழுதியிருப்பார்? எழுதிக்கொண்டு போகும்போது சாதாரணமாக வந்து விழுந்த வார்த்தைகளா அல்லது திருப்பித் திருப்பி செதுக்கி எழுதிய எழுத்தா? எப்படி இவ்வளவு கச்சிதமாக, சொற்ப வார்த்தைகளில் ஒரு பெண்ணின் வாழ்நாள் உணர்ச்சிக் கொந்தளிப்பை அடக்க முடிந்தது?

சில வருடங்களுக்கு முன்னர் ஓர் அமெரிக்க ஆசிரியர் எழுதிய நாவலுக்கு வாஷிங்டன் மாநில புத்தகப் பரிசு கிடைத்தது. ஆசிரியருடைய பெயர் ஜொனாதன் எவிசன். பத்திரிகைகள் அவரை overnight success என்று புகழ்ந்து தள்ளின. நிருபர் அவரை பேட்டி கண்டபோது 'உங்களை ஓர் இரவு வெற்றி என்று சொல்கிறார்களே, அது உண்மையா?' என்று கேட்டார். ஆசிரியர் 'ஆமாம், 20 வருட ஓர் இரவு வெற்றி' என்று கூறினார். அவர் ஆறு வயதில் இருந்தே தான் எழுத்தாளராக வரவேண்டும் எனக் கனவு கண்டவர். நாள் கூலியாக வேலைசெய்துகொண்டு இரவுகளில் தொடர்ந்து எழுதியவர். அவருடைய வெற்றி இலகுவாகக் கிடைத்த ஒன்றல்ல. வெற்றிக்குப் பின்னால் அத்தனை உழைப்பு இருந்திருக்கிறது. எஸ்.ரா. போகிற போக்கில் அந்த வசனத்தை எழுதியிருந்தால்கூட அதற்குப் பின்னர் இருபது, முப்பது வருட பயிற்சி இருப்பது தெரியும். 525 பக்க நாவலில் அந்த வரிகளை மாத்திரம் மறக்க முடியவில்லை என்றால் காரணம் செதுக்கி செதுக்கி அப்படி அழகூட்டப்பட்டிருந்தது. நல்ல படைப்பின் அடையாளம் அது.

குறுந்தொகையில் ஒரு பாடல். தலைவி தோழியிடம் சொல்கிறாள். 'பார் என் நிலைமையை. அவர் பாட்டுக்கு என்னை சுகித்துவிட்டுப் போய்விட்டார். நான் இப்படி ஆகிவிட்டேன். யானை முறித்த கிளைபோல தொங்கிக்கொண்டு கிடக்கிறேன்.' மரக்கிளை முன்புபோல இல்லை; முறிந்து நிலத்திலும் விழவில்லை. அதுபோல தானும் பாதி உயிரோடு இங்குமங்குமாக ஊசலாடிக் கொண்டு இருப்பதாகச் சொல்கிறாள் (குறுந்தொகை 112). புலவர் இந்த உவமையை எப்படி எழுதியிருப்பார். எழுதும்போது அப்படி வந்ததா அன்றி நிறைய யோசித்துப் பின்னர் எழுதினாரா? இத்தனை ஆயிரம் வருடங்களுக்குப் பின்னரும் அந்த வரிகள் இன்னொருவரால் நகல் செய்ய முடியாதவாறு இருக்கும் ரகஸ்யம் வியப்பைத்தான் தருகிறது.

சேக்ஸ்பியரின் புகழ் இன்றுகூட ஏறுமுகமாகத்தான் இருக்கிறது. நூற்றுக்கணக்கான புத்தகங்கள் அவரைப் பற்றி ஏற்கனவே வந்து விட்டன. இனிமேலும் வந்துகொண்டே இருக்கும். சமீபத்தில்கூட என்னுடைய நண்பர் ஒருவர் எழுதிய For the Love of Shakespeare என்ற புத்தகம் வெளிவந்திருக்கிறது. நண்பர் தன்னுடைய 75வது வயதில் எழுதிய முதல் புத்தகம் அது. எப்படியும் சேக்ஸ்பியரைப் பற்றி ஒரு புத்தகம் எழுதவேண்டும் என்பது அவர் வாழ்நாள் கனவு. சேக்ஸ்பியரைப்போல அவருக்கு முந்தி எழுதியவரும் கிடையாது, பிந்தி எழுதியவரும் கிடையாது.

அவர் தரும் சொற்சித்திரத்தைப் படிக்கும்போது இவருக்கு மாத்திரம் எப்படி இப்படி தோன்றுகிறது என்ற வியப்பு நீடித்துக்கொண்டே போகும். Tempest நாடகத்தில் ஓர் இடம். புரஸ்பரோ தன் மகளுக்குத் தான் நாட்டை இழந்துவிட்ட ஓர் அரசன் என்ற உண்மையை சொல்கிறான். அவளால் நம்பமுடியவில்லை, அதிர்ச்சியடைகிறாள். 'Your tale, Sir, would cure deafness' என்று சொல்கிறாள். 'உங்களுடைய கதை, ஐயா செவிட்டுத் தன்மையைக் குணமாக்கும்.' என்ன ஒரு சொல்லாட்சி! இந்தக் கற்பனையையும், கவித்துவத்தையும் முழுமையாக செரித்துக்கொள்ள நீண்ட நேரம் தேவைப்படும்.

'ஒரு குடம் தண்ணீர் ஊற்றி ஒரு பூ பூத்தது. இரண்டு குடம் தண்ணீர் ஊற்றி இரண்டு பூ பூத்தது. மூன்று குடம் தண்ணீர் ஊற்றி மூன்று பூ பூத்தது.' இப்படி ஒரு பாடல் இருக்கிறது. எத்தனை குடம் தண்ணீர் ஊற்றினாலும் ஐந்து இதழ் பூ ஆறு இதழாக மாறுவதில்லை. எட்டு இதழ் பூ ஒன்பது இதழ் பூவாக மாறாது. பூ இதழ்கள்கூட ஒரு கணக்காகத்தான் பூக்கின்றன. இயற்கைகூட ஒரு கணக்குப்படிதான் வேலைசெய்கிறது. ஒரு இதழ், இரண்டு இதழ், மூன்று இதழ், ஐந்து இதழ், எட்டு இதழ், 13 இதழ், 21 இதழ் (அடுத்தது 34, அடுத்தது 55, அடுத்தது 55 + 34 = 89) என்று அதுவும் ஓர் இயற்கை நெறிப்படி கூடிக்கொண்டு போகிறது. இதை Fibonacci தொடர் என்று சொல்கிறார்கள். ஒன்றிரண்டு விதிவிலக்கு இருக்கலாம். எதற்காக இப்படி என்று கேட்டால் விஞ்ஞானிகளிடம் பதில் இல்லை. 'எல்லாமே ஒரு பிரபஞ்ச நியதியின்படிதான் இயங்குகிறது. பிரபஞ்சம் ஓர் உத்தமத்தை நோக்கிய அமைப்பு. எங்குமே அழகியல் நிறைந்து கிடக்கிறது.' என்று பதில் வருகிறது.

பிரபஞ்சமே அழகாய்த்தான் சிருட்டிக்கப்பட்டிருக்கிறது. கிரகங்கள் ஓர் ஒழுங்குடன் கதி மாறாமல் சுற்றி வருகின்றன. கிரகங்களும் சந்திரன்களும் வால்நட்சத்திரங்களும் ஒன்றோடு ஒன்று முட்டிக் கொள்வதில்லை. ஒரு பறவை கூடு கட்டும்போது எவ்வளவு அழகாக இருக்கிறது. அதன் கவனம் எள்ளளவும் பிசகுவதில்லை. எத்தனை சிக்கனம், எத்தனை நேர்த்தி. ஒரு சிறுத்தை வேட்டையாடும்போது அதன் உடல் அசைவுகளில் வெளிப்படும் கலைத்தன்மை வேறு ஒன்றிலும் தென்படுவதில்லை. ஒரு யானை நடக்கும்போதும் அதுதான். ஒரு கோலாக்கரடி தூங்கும்போதும் அதுதான். ஆனால் மனிதன் ஒரு வேலை செய்யும்போது அநேகமாக அவன் முழுமனமும் அங்கே இருப்பதில்லை. அதில் நேர்த்தியும் இல்லை; கலையும் இல்லை.

குழாய் திருத்தக்காரரை நான் அழைத்தபோது நடந்தது

அதுதான். நான் அவரிடம் சொன்னதெல்லாம் அவர்மேல் உருண்டுகொண்டு போனது. நேர்த்தியாக வேலை செய்யும் தகுதி அவரிடம் இல்லை. மகிழ்நன் என்ற பெயரைப் பார்த்து நான் ஒரு முடிவு எடுத்தேன். அது தவறானது. நல்ல பெயர் உள்ளவர் நல்ல வேலை செய்வார் என்பது என்ன நிச்சயம்? ஒரு மருத்துவரிடம் போகமுன்னர் இவர் நல்ல மருத்துவரா என்பதை எப்படி கண்டு பிடிப்பது. அதற்கு ஏதாவது சோதனை செய்யவேண்டும். ஒரு புத்தகம் வாங்கும் முன்னரே அது எப்படியான புத்தகம் என்று தெரிந்து வாங்குவது எவ்வளவு அவசியம். புத்தகத்தை வாங்கிய பின்னர் 20 பக்கங்கள் படித்துவிட்டு அதைத் தூக்கிப்போடுவது சரியாக ஆராய்ச்சி செய்து புத்தகத்தை வாங்காதபடியால்தான்.

எண்பதுகளில் அமெரிக்காவில் பிரபலமான ஓர் இசைக்குழு இருந்தது. பெயர் வான் ஹெலன் இசைக்குழு. இவர்களின் இசைத் தட்டுகள் ஒரு கோடி விற்பனை செய்து சாதனை படைத்தவை.

இந்தக் குழு அமெரிக்காவின் பிரபல நகரங்களில் எல்லாம் இசை நிகழ்ச்சிகள் நடத்தியிருக்கிறது. இவர்களின் மேடை உபகரணங்கள், மேடை அமைப்பு சாமான்கள், இசை வாத்தியங்கள் போன்றவை 18 ட்ரக் வண்டிகளில் இவர்கள் போகும் இடங் களுக்குப் போகும். அப்படியென்றால் இவர்களின் இசை நிகழ்ச்சி யின் பிரம்மாண்டத்தை ஓரளவுக்கு ஊகித்துக்கொள்ளலாம்.

ஆனால் ஒப்பந்தம் போட்டவர்களிடமிருந்து இந்தக் குழு வினருக்கு சில வேளைகளில் போதிய ஒத்துழைப்பு கிடைப்ப தில்லை. அப்படியான சமயங்களில் இசை நிகழ்ச்சிகள் தோல்வியில் முடியும். இவர்கள் எவ்வளவுதான் திறமையாக இசைநிகழ்ச்சியை நடத்தினாலும் இவர்களை அழைத்தவர்களின் முழு ஒத்துழைப்பும் இல்லாமல் போனால் தோல்வி ஏற்பட்டுவிடுகிறது. ஆகவே இப்படியான தோல்விகளைத் தவிர்க்க இந்தக் குழுவின் தலைவர் ஒரு புதுவிதமான ஒப்பந்தத்தை உருவாக்கினார். அந்த ஒப்பந்தம் விழாக்காரர்கள் செய்யவேண்டிய நிபந்தனைகளை நீண்ட பட்டியலாகப் போட்டது. அதில் ஒன்று இப்படி இருந்தது. 'இசைக்குழு தங்கும் ஹொட்டல் அறையில் 5 றாத்தல் எம் – எம் இனிப்பு வகை எல்லா நிறங்களிலும் (பச்சை சிவப்பு மஞ்சள் நீலம்) இருக்கவேண்டும். ஆனால் பழுப்பு நிறத்தில் இருக்கக்கூடாது.' இதுதான் அந்த நிபந்தனை. இசைக்குழுவுக்கும் இந்த நிபந்தனைக் கும் என்ன தொடர்பு என்பது ஒருவருக்கும் ஒன்றும் புரியவில்லை.

குழுவின் தலைவர் ஹொட்டலுக்கு வந்ததும் செய்யும் முதல் வேலை ஐந்து றாத்தல் இனிப்பு எல்லா நிறங்களிலும் இருக்கிறதா என்று பார்ப்பது.. பின்னர் பழுப்பு நிற இனிப்பு ஒன்றாவது

அகப்படுகிறதா என்பதைக் கிளறிக் கிளறிப் பார்ப்பார். தப்பித் தவறி ஒரு பழுப்பு நிற இனிப்பு அகப்பட்டால் ஒப்பந்தத்தை முறித்துக்கொண்டு போய்விடுவார். பலருக்கு இது ஏன் என்று அப்போது புரியவில்லை. இசை நிகழ்ச்சிக்கும், ஒரு பெறுமதி இல்லாத பழுப்பு நிற இனிப்புக்கும் அப்படி என்ன சம்பந்தம். பல வருடங்களுக்குப் பிறகு இந்தப் புதிரை இசைத்தலைவர் விடுவித்தார். "நாங்கள் கொடுக்கும் இசை நிகழ்ச்சி உத்தமமாக இருக்கவேண்டும். எங்களுக்குத் திருப்தியாக அமையவேண்டும். ஆனால் அழைப்பவர்களின் மேடை ஒத்துழைப்பு இல்லாமல் எவ்வளவு முயற்சி எடுத்தாலும் நிகழ்ச்சி வெற்றிபெறுவதில்லை. ஆகவே இதைத் தவிர்ப்பது எப்படி? அதற்காகத்தான் பழுப்பு இனிப்பு நிபந்தனை. பழுப்பு இனிப்பு தட்டுப்பட்டால் நிகழ்ச்சியை நடத்தமாட்டோம். அவர்கள் ஒப்பந்தத்தை நுணுக்கமாகப் படிக்கவில்லை என்று அர்த்தம். ஒரு சின்னக் காரியத்தை செய்ய முடியாதவர்கள் ஒரு பெரிய காரியத்தை எப்படி சரியாகச் செய்வார்கள்? இந்த விதியை ஒப்பந்தத்தில் புகுத்திய பிறகு எங்களை அழைப்பவர்கள் மிகவும் எச்சரிக்கையாக செயல்பட ஆரம்பித்தார்கள். எங்கள் நிகழ்ச்சிகளும் வெற்றி பெற்றன."

'பழுப்பு இனிப்பு பரீட்சை' என்றால் அமெரிக்கர்கள் பலருக்கு இன்றைக்கு அது என்னவென்று தெரியும். எங்களுக்குத் தேவை ஒரு பழுப்பு இனிப்பு பரீட்சை. அப்படியான பரீட்சை இருக்குமாயின் நாங்கள் வாங்கும் புத்தகம் திருப்தியானதாக அமையும். பார்க்கப் போகும் நாடகம் மனதுக்குப் பிடிக்கும். சினிமாவுக்குப் போய் ஏமாற்றமுடன் திரும்பத் தேவை இல்லை. முக்கியமாக குழாய்க் காரரை அழைக்கும்போது அவருடைய திறமையை அவருடைய பெயரின் இனிமையை வைத்து தீர்மானிக்கமாட்டோம்.

இனிமேல் ஒப்பந்தம் செய்வதற்கு ஒரு நல்ல பெயர் மட்டும் போதாது. ஏதாவது பரீட்சையிலும் அவர் தன் தகுதியை நிரூபிக்க வேண்டும். எதிர்வரும் காலங்களில் மகிழ்நன், கபிலர், தமிழ் பற்றாளன், பொற்தாமரைக் கண்ணன், இனியதோழன், அன்புக்கனி போன்ற எந்தப் பெயரைப் பார்த்தாலும் எச்சரிக்கையாக இருப்பேன். தமிழ்ப் பற்றுக்கும் வேலைத் திறமைக்கும் சம்பந்தமே கிடையாது.

முதலில், மறுபடியும் ஒழுகத் தொடங்கிய குழாயை நிறுத்துவதற்கு ஏதாவது செய்யவேண்டும்.

பரிசு

சென்ற முறை நத்தார் விடுமுறையின்போது நண்பர் செல்வம் ஒரு பரிசு தந்தார். 'சொல்வலை வேட்டுவன்' என்பது புத்தகத்தின் பெயர். அதன் ஆசிரியர் பா.ரா.சுப்பிரமணியன். வழக்கம்போல புத்தகத்தை பின்னட்டையில் தொடங்கி வாசித்துக்கொண்டே வந்தபோது ஓர் இடம் வந்ததும் அப்படியே நின்றேன். அதை அப்படியே கீழே தந்திருக்கிறேன்.

'சென்னை மாநகரில் 'அகராதி' என்கிற சொல்லைவிட டிக்சனரி என்னும் வார்த்தையைத்தான் அதிகமாகக் கேட்கமுடியும். ஒருமுறை மைலாப்பூர் குளக்கரையின் ஒரு மூலையில் இருக்கும் மாணவர்களின் தேவையைப் பூர்த்திசெய்யும் கடை ஒன்றிற்குப் போயிருந்தேன். கடையில் கூட்டமாக இருந்ததால் என் முறை வருவதற்காகக் காத்திருந்தேன். 'டிக்சனரி' என்கிற வார்த்தை காதில் விழுந்தது. இரண்டு மூன்று பேராவது 'ஒரு நல்ல டிக்சனரி இருந்தால் கொடுங்களேன்' என்று கடைக்காரரிடம் கேட்டனர். கடைக்காரரும் 'இந்தாருங்கள், இந்த டிக்சனரியைத்தான் இப்போது எல்லோரும் வாங்குகிறார்கள்' என்று சொல்லி ஓர் ஆங்கிலத் தமிழ் அகராதியை எடுத்துக் காட்டினார். ஒருவர் அந்த அகராதியைக் கையிலே வாங்கினாலும் திறந்துகூடப் பார்க்கவில்லை. 'இது நல்ல டிக்சனரிதானே. என்ன விலை?' என்று கேட்டு, பணம் கொடுத்து விட்டு வாங்கிக்கொண்டு போனார். மற்றொருவர் தன் மனைவியிடம் 'வாங்குகிறது வாங்குகிறோம். பெரிய டிக்சனரியாக வாங்கி விடுவோம்' என்று சொல்லிவிட்டுக் கடைக்காரரிடம் 'இதைவிடப் பெரிய டிக்சனரி இருக்கிறதா?' என்று கேட்டார். கடைக்காரர் 'இல்லை' என்று சொன்னதும், அவரும் அந்த அகராதியை வாங்கிக் கொண்டு போய்விட்டார். அகராதி தயாரிக்கிற எனக்கு அவர்கள் கேட்ட விதமும், திறந்து பார்க்காமலேயே வாங்கிக்கொண்டு போன விதமும் ஆச்சரியத்தை தந்தன. வீட்டுக்கு நல்ல உறுதியான மேஜை, நாற்காலி வாங்கிப் போடுவதுபோல, ஒரு பெரிய அகராதியை வாங்கிப் போட்டுவிட்டால் 'அது பாட்டுக்குக் கிடக்கும்' என்ற எண்ணம் குடும்பத் தலைவரின் கூற்றில் ஒளிந்து கொண்டிருப்பதை என்னால் உணரமுடிந்தது.'

இதைப் படித்தபோது எனக்கு பாகிஸ்தானில் ஏற்பட்ட ஒரு

சம்பவம் ஞாபகத்துக்கு வந்தது. அங்கே டாரா என்று ஓர் இடம் உண்டு. அது துப்பாக்கிக் கிராமம். குடிசைக் கைத்தொழில்போல இந்தக் கிராமம் முழுக்க துப்பாக்கி தயாரிப்பில் ஈடுபடும். உலகத்தில் எத்தனை வகையான துப்பாக்கிகள் உள்ளனவோ அத்தனை வகையும் அங்கே கிடைக்கும். ஜேம்ஸ்பொண்ட் பாவிக்கும் வால்தர் பிபிகே துப்பாக்கிகூட இருந்தது. அதன் அழகைப் பார்த்த எனக்கே தொட்டுப் பார்க்கும் ஆசை வந்தது. எல்லாமே நகல்தான். ஆனால் நகலுக்கும் அசலுக்கும் வித்தியாசம் கண்டுபிடிக்க முடியாது என்று தெரிந்தவர்கள் சொல்வார்கள்.

நான் அங்கே போனபோது நீளமாக குஞ்சம் தொங்கும் தலைப்பா கட்டிய ஒருவர் ஏகே 47 துப்பாக்கி ஒன்றை வாங்கு வதற்காக பரிசீலனை செய்துகொண்டிருந்தார். இலக்குப் பலகையில் சுட்டுப் பரீட்சிப்பார் என்று நினைத்தேன். அவர் அப்படி ஒன்றுமே செய்யவில்லை. துப்பாக்கியை ஆகாயத்தை நோக்கி உயரப் பிடித்து சுட்டார். ஆனால் அவர் கண்கள் ஆகாயத்தைப் பார்க்காமல் நிலத்தைப் பார்த்தன. வாய்க்குள் இருந்த பற்களில் ஒன்றுகூட வெளியே தெரியாத படி உதடுகள் இறுக்க மூடியிருந்தன. திரௌ பதியை வெல்ல அர்ச்சுனன் கீழே பார்த்துக்கொண்டு அம்பை மேலே எய்ததுபோல இவரும் நிலத்தைப் பார்த்துக்கொண்டு சடசடவென சுட்டார். 75 தோட்டாக்களும் தீரும்வரை அவர் விசையிலிருந்து விரலை எடுக்கவில்லை. துப்பாக்கி சுடும் ஒலியை வைத்து அவர் துப்பாக்கியின் தரத்தை தீர்மானித்து அப்படியே வாங்கிக்கொண்டும் சென்றார். இப்படி துப்பாக்கி வாங்கியவருக்கும், நல்ல தொக்கையான உறுதியான டிக்சனரியாகப் பார்த்து வாங்கியவருக்கும் இடையில் பெரிய வித்தியாசம் இருப்பதாக எனக்குப் படவில்லை.

சின்ன வயதில் தொக்கையான ஆங்கிலப் புத்தகங்களைப் படிக்கும் படி பள்ளிக்கூடத்தில் தந்துவிடுவார்கள். புத்தகம் முழுவதும் பெரிய பெரிய வார்த்தைகளாக நிறைந்திருக்கும். ஒரு பக்கத்தைப் படித்து முடிப்பதற்கிடையில் குறைந்தது நாலு சொற் களையாவது அகராதியில் பார்க்கவேண்டி வரும். அகராதியைப் பக்கத்தில் வைத்துக்கொண்டு சிரமப்பட்டு பக்கம் பக்கமாகப் படிக்கும்போது எரிச்சல் ஏற்படும். புத்தகத்தைப் படித்த நேரத்திலும் பார்க்க சொற்களைத்தேடி அகராதியில் கழித்த நேரமே அதிகமாக இருக்கும். ஒரு நாளில் இரண்டு மூன்று பக்கம் படித்தாலே பெரிய வெற்றிதான்.

சமீபத்தில் ரொறொன்ரோவிலிருந்து புறப்பட்ட விமானம் ஒன்றில் பறந்தபோது பக்கத்து ஆசனத்தில் ஓர் எட்டு வயதுச்

சிறுமி இருந்தாள். கையிலே இருந்த ஐபாடில் அவள் ஒரு நாவலைப் படித்தாள். ஒரு பக்கம் வாசித்து முடித்ததும் ஒற்றை விரலால் தட்டுவாள்.

உடனே அடுத்த பக்கம் திறந்துகொள்ளும். புத்தகத்தை மூடும் போது அடையாளம் வைக்கலாம். ஏதாவது வரியை ஞாபகம் வைக்க வேண்டுமென்றால் அந்தச் சிறுமி ஒரு விரலால் அந்த வசனத்தின்மேல் இழுத்தாள். அது மஞ்சள் நிறமாக மாறியது. ஆனால் என்னை வியப்பில் ஆழ்த்தியது அதில் இருந்த அகராதி வசதிதான். ஒரு வார்த்தை தெரியாவிட்டால் அந்தச் சிறுமி ஒரு விரலை அந்த வார்த்தைமேல் பதித்தாள். உடனே அப்படியே அந்த வார்த்தையின் பொருள் வந்தது. விரலை எடுத்ததும் பொருளும் மறைந்தது. என்ன அருமையான கண்டுபிடிப்பு. இரவு நேரம் டிக்சனரியை கையில் வைத்துக்கொண்டு நான் பக்கம் பக்கமாக படித்தது ஞாபகத்துக்கு வந்தது. மறுபடியும் சிறுவனாக மாறி இப்படி ஒரு புத்தகமும் கையில் கிடைத்தால் எவ்வளவு நல்லாக இருக்கும் என்ற ஏக்கம் என்னை ஏதோ செய்தது. இப்படி அவசரமாக 60 வருடம் முன்னர் பிறந்துவிட்டோமே என்ற வருத்தமும் ஏற்பட்டது.

சில வருடங்களுக்கு முன்னர் தமிழ் அகராதி ஒன்று வாங்கி ஒரு நண்பருக்குப் பரிசாகக் கொடுத்தேன். என் வீட்டிலே பல அகராதிகள் இருந்தன. நான் ஓய்வாக இருக்கும் சமயங்களில் அகராதியை படிப்பதுண்டு. அமினாட்டா ஃபோர்னா என்ற எழுத்தாளருடன் பேசியபோது அவர் தானும் அடிக்கடி டிக்சனரியைப் படிப்பது பற்றி சொல்லியிருந்தார். என்னைப்போல பலரும் அகராதி படிப்பார்கள் என எண்ணியிருந்தேன். அந்த எண்ணத்தில் நண்பருக்கும் டிக்சனரி தேவையாக இருக்கும் என்று நினைத்தது பெரும் பிழை. அவர் 'டிக்சனரியா? தமிழிலும் டிக்சனரி இருக்கிறதா?' என்றார். நான் அகராதி என்று சொன்னேன்.

நாலு வருடங்கள் சென்றிருக்கும். ஒருநாள் காலை அவரிடமிருந்து தொலைபேசி வந்தது. அகராதியைப் பற்றி ஒரு கேள்வி கேட்டார். நாலு வருடமாக அவர் அதைத் திறந்தே பார்க்கவில்லை.

'தமிழ் டிக்சனரியில் ஒரு சொல்லை எப்படி பார்ப்பது?'

நான் பத்து மட்டும் எண்ணிவிட்டு சொன்னேன்.

'கண்ணினால்தான்.'

சதி (தீயோர் உலகம்)

நான் இன்று பொஸ்டனில் ஒரு விஞ்ஞானியை சந்தித்தேன். ரகஸ்யமான ஆராய்ச்சி ஒன்றில் அவர் ஈடுபட்டிருக்கிறார். அவருடைய ஆய்வு நிறுவனம் பல பாதுகாப்பு அடுக்குகளைக் கொண்டது என்றும், அங்கே வேலை செய்யும் விஞ்ஞானிகளைத் தவிர வேறு யாரும் உள்ளே நுழைய முடியாது என்றும் அவர் கூறினார். நிறுவனத்தின் தலைவர்கூட உள்ளே செல்லமாட்டார். 30 உயர்தர விஞ்ஞானிகளுக்கு மட்டும்தான் அனுமதி உண்டு.

விஞ்ஞானிகள் முதல் காவல் அரணை பாதுகாப்பு அட்டையை உரசி தாண்டுவார்கள். அதற்குப் பின்னர் இரண்டாவது அடுக்கில் ரகஸ்ய கடவு எண்ணைக் கொடுத்தும், மூன்றாவதில் கைரேகையை உறுதிசெய்த பின்னரும்தான் உள்ளே அனுமதிக்கப் படுவர். விஞ்ஞானிகளுக்கு வேலை நேரம் இல்லை. எப்பொழுது வேண்டுமென்றாலும் வரலாம், போகலாம். எவ்வளவு நேரம் வேண்டுமென்றாலும் தொடர்ந்து வேலை செய்யலாம். 24 மணிநேரமும் ஓய்வில்லாமல் வேலை செய்யும் விஞ்ஞானிகளும் இருந்தார்கள். குளிக்காமல், உடுப்பு மாற்றாமல் ஆய்வுக்கூடமே கதி என்று கிடப்பவர்களும் உண்டு. அவர்களுக்கு சனி, ஞாயிறு இல்லை, விடுமுறைகள் இல்லை. திடீரென்று யாராவது இரவு இரண்டு மணிக்கு ஆய்வுக் கூடத்துக்குள் நுழைந்து பார்த்தால் 4, 5 விஞ்ஞானிகளாவது வேலையில் ஆழ்ந்துபோய் இருப்பதைக் காணலாம்.

ஒவ்வொரு விஞ்ஞானியும் தனிப்பட்ட ஓர் ஆராய்ச்சியில் ஈடுபட்டிருப்பார். ஒருவர் என்ன துறையில் வேலை செய்கிறார் என்பது மற்றவருக்குத் தெரியாது. அத்தனை ரகஸ்யமாக ஆராய்ச்சி கள் நடந்தன. சில வேளைகளில் ஒருவர் இன்னொருவரைக் கலந்து ஆலோசிப்பது உண்டு. ஆனால் ஆராய்ச்சியின் திசையும், கிடைக்கும் பெறுபேறுகளும் ஆராய்ச்சி செய்யும் விஞ்ஞானிக்கு மட்டுமே வெளிச்சமான ஒன்று.

நான் சந்தித்துப் பேசிய மனிதரை முதலில் பார்த்தபோது இவர் விஞ்ஞானியாக இருக்கலாம் என்று ஊகித்தேன். அது சரியாகிப் போனது. விஞ்ஞானிகளுக்கென்று ஒரு தோற்றம்

இருந்தது. அவர் தாடி வைத்து, முழங்கையில் தோல் தைத்த கோட் ஒன்றை அணிந்திருந்தார். கடல் நிறத்தில் ஊடுருவும் கண்கள். புஜங்கள் இரண்டும் முன்னே தள்ளி எங்கோ புறப்படத் தயாரானது போல இருந்தன. பழைய புத்தக நெடி அவரிடமிருந்து வீசியது. புருவங்கள் கீழிறங்கி கண்களை மறைத்தன. மகாபாரதத்தில் வரும் கிழட்டு வீரன் பகதத்தன் கீழே விழும் புருவத்தை துணியினால் இழுத்துக் கட்டியிருப்பான் என்று படித்தது ஞாபகத்துக்கு வந்தது.

சில நாட்களுக்கு முன்னர் அவர் வேலை செய்யும் ஆராய்ச்சி கூடத்தில் நடந்த சம்பவத்தை அவர் விவரித்தபோது எனக்கு வியப்பாகிப்போனது. ஒரு விஞ்ஞானியைப் பற்றிய சம்பவம். ஆனால் அவர் பெயரைச் சொல்ல மறுத்துவிட்டார். ஆகவே டேவிட் என்று ஒரு பெயரை வசதிக்காக சூட்டுவோம். டேவிட் ஆறு வருடங்களாக மிக முக்கியமான ஓர் ஆராய்ச்சியில் ஈடு பட்டிருந்தார். மற்றைய விஞ்ஞானிகளுக்கு அதன் நுட்பமான விவரங்கள் தெரியாது. ஆனால் மேலோட்டமாக என்ன திசையில் அவருடைய ஆராய்ச்சி செல்கிறது என்ற கணிப்பு இருந்தது.

டேவிட்டின் ஆராய்ச்சி இறுதி நிலையை நெருங்கியதால் ஆய்வுக் கூடத்தில் கொஞ்சம் பரபரப்பு நிலவியது. ஆராய்ச்சி முடிவுகள் சாதகமாக அமையும் என்றே பலரும் எதிர்பார்த்தார்கள். டேவிட்டுக்கும் ஆராய்ச்சி வெற்றியில் முடியும் என்ற நம்பிக்கை இருந்தது. அது வெற்றி பெற்றால் உலகத்தில் பத்தில் ஒருவருக்கு பயனுள்ளதாக அமையும். காரணம், அது நோய் தீர்க்கும் ஆராய்ச்சி. உலகத்தில் பத்தில் ஒருவர் அந்த நோயினால் துன்புற்று வருகிறார்கள். நான் என்ன நோய் என்று கேட்டபோது விஞ்ஞானி அதற்கும் மறுமொழி சொல்ல மறுத்துவிட்டார். டேவிட்டின் ஆராய்ச்சி முடிவு அறிவிக்கப் பட்டால் அவருக்கு உலகப் புகழ் வந்து குவியும். நோபல் பரிசுகூட கிடைக்கலாம். டேவிட்டுடன் வேலை பார்த்த ஏனைய விஞ்ஞானிகள் அவர் தன் முடிவுகளை வெளியிடும் நாளை ஆவலுடன் எதிர்பார்த்திருந்தனர்.

ஒருநாள் டேவிட் இரவு இரண்டு மணிவரை வேலை செய்தார். பின்பு வீடுபோய் சிறிது நேரம் தூங்கி ஓய்வெடுத்துக் கொண்டு மறுநாள் காலை வழக்கம் போல ஏழு மணிக்கு ஆய்வுக் கூடத்துக்கு வந்தார். தன்னுடைய அறைக்குள் நுழைந்த அவர் அப்படியே அதிர்ச்சியுற்று நின்றார். அவருடைய அறையில் மின்சாரம் துண்டிக்கப் பட்டுக் கிடந்தது. யாரோ வேண்டுமென்று வயரை இணைப்பிலிருந்து உருவி விட்டிருந்தார்கள். எச்சரிக்கை மணியும் செயலிழந்திருந்தது. அவர் ஆறு வருடகாலமாக வளர்த்த உயிரிகள் எல்லாம் இறந்து போயிருந்தன. இனிமேல் ஆராய்ச்சியை முன்னெடுக்க முடியாது, மறுபடியும் முதலில் இருந்து தொடங்கு

வதுதான் ஒரே வழி. இன்னொரு ஆறு வருடம் அவர் வாழ்நாளை இதற்காக அர்ப்பணிக்க வேண்டும்.

இணைப்பு துண்டிக்கப்பட்ட காரணத்தை டேவிட்டால் ஓரளவுக்கு ஊகிக்கமுடிந்தது. இந்த நாச வேலையை வெளியிலிருந்து உள்ளே நுழைந்து யாரோ செய்யவில்லை. விஞ்ஞான அறிவை ஓர் அலகு முன்னே நகர்த்துவதற்காக இரவு பகலாக அவருடன் சேர்ந்து பாடுபடும் 29 விஞ்ஞானிகளில் ஒருவர் இதைச் செய்திருக்கிறார். அவரால் நம்பமுடியவில்லை. அவருடைய ஆராய்ச்சி பாழாகிப் போன துயரத்திலும் பார்க்க 'டேவிட் புகழ் அடைந்து விடுவாரே, உலகம் அவரைப் பாராட்டப் போகிறதே' என்று பொறாமையில் புழுங்கி ஒரு சகவிஞ்ஞானி சதி வேலையில் ஈடுபட்டது அவர் மனதைப் புண்படுத்தியது. அன்று முழுக்க தலையில் கைவைத்தபடி குனிந்து தரையைப் பார்த்துக்கொண்டே டேவிட் இருந்தார். யாராலும் அவரை அணுகமுடியவில்லை.

இந்தக் கதையைக் கூறிவிட்டு விஞ்ஞானி தான் அந்த நிறுவனத்திலிருந்து விலகப்போவதாகச் சொன்னார். அந்த முப்பது விஞ்ஞானிகளில் அவரும் ஒருவர். 'நாங்கள் எல்லோரும் அறிவியலில் புதிதாக ஏதோ ஒன்றைத் தேடிக்கொண்டிருக்கிறோம். எல்லோரும் வெற்றிபெற முடியாது. சமீபத்தில் ஒருவர் வேலையிலிருந்து இளைப்பாறினார். அவர் முப்பது வருட காலமாகத் தொடர்ந்து ஓர் ஆராய்ச்சியில் ஈடுபட்டவர். ஆனால் வெற்றி கிடைக்கவில்லை. ஒரு வருடம்மட்டுமே ஆராய்ச்சி செய்யும் ஒருவர் பெரும் கண்டுபிடிப்பு ஒன்றை நிகழ்த்தலாம். ஓர் உண்மையான விஞ்ஞானி இன்னொருவருக்குக் கிடைக்கும் வெற்றியைத் தன் வெற்றிபோல கருதி மகிழ்வார். பொறாமையால் புழுங்கும் ஒரு விஞ்ஞானியின் பக்கத்தில், அவர் யாரென்று தெரியா விட்டாலும் கூட, என்னால் வேலை செய்யமுடியாது' என்றார்.

'யாரோ ஒருவருக்காக உங்கள் ஆராய்ச்சியைப் பாதியில் நிறுத்தி விட்டுப் போகமுடியுமா?' என்று அவரிடம் கேட்டேன்.

அவருடைய தாடி துடித்தது. சொண்டுகளைக் கடித்தார். மௌனமாக்கப்பட்ட செல்பேசி உறுமுவதுபோல உறுமினார். 'சாதாரணமான அவமானமா? எத்தனை பெரிய இழப்பு? எத்தனை பெரிய சதி? ஒரு மனிதனுடைய சதி அல்ல. இது மனித குலத்துக்கு எதிரான சதி' என்றார்.

நான் எட்டாம் வகுப்பு படித்தபோது எங்களுடைய ஆசிரியர் ஜோசப் பிரீட்ஸ்லி (Joseph Priestly) என்ற விஞ்ஞானியைப் பற்றி படிப்பித்தார். இவர் மிகப்பெரிய தத்துவ ஞானியும்கூட. பிராண

வாயுவைக் கண்டுபிடித்தது இவர்தான். வீடு நிறைய அருமை அருமையாக ஆய்வுசெய்து எழுதிவைத்த குறிப்புகள் இவரிடம் இருந்தன. ஒரு நாள் எதிரிகள் இவருடைய வீட்டுக்குத் தீ வைத்ததால் இவர் எழுதிப் பாதுகாத்த குறிப்புகள் எல்லாம் சாம்பலாகிவிட்டன. அப்பொழுது இவர் 'என் வாழ்நாள் முழுக்க எழுதிச் சேகரித்த குறிப்புகள் அனைத்தும் அழிந்துவிட்டன. அவற்றை மீண்டும் என்னால் உருவாக்க முடியாது. எதற்காக இந்த அக்கிரமம் செய்தார்கள். நான் அவர்களுக்கு ஒரு தீங்கும் இழைத்த தில்லையே' எனக் கதறி அழுதார். அந்தப் பெரிய விஞ்ஞானிக்கு ஒரு சிறிய உண்மை தெரியவில்லை. தீமை செய்யத் துணியும் ஒருவனுக்கு யாரும் தீங்கு இழைக்க வேண்டும் என்றில்லை. அவன் இயல்பு தீமை செய்வது.

அந்தக் காலத்தில் அறிவுத்தேடலில் நாட்டம் உள்ளவர்கள் இருந்தார்கள். எதிரிகளும் இருந்தார்கள். இந்தக் காலத்திலும் அறிவைத் தேடுபவர்கள் இருக்கிறார்கள். அழிப்பவர்களும் இருக்கிறார்கள்.

அறிவைத் தேடுவதிலும் பார்க்க கடினமானது ஒன்று உண்டு. தீயவர்கள் இல்லாத ஓர் உலகத்தைத் தேடிக் கண்டுபிடிப்பது.

புதிய வார்த்தை

எம்.ஏ. நுஃமானிடமிருந்து ஒரு மின்னஞ்சல் இன்று வந்தது. பேராசிரியர் கா. சிவத்தம்பி காலமானார். கடந்த 25 வருடங்களாக நான் பேராசிரியரைக் காணவில்லை. அவருடன் தொலைபேசியில் உரையாடி 15 வருடங்கள் ஓடிவிட்டன. கடைசிக் கடிதம் எழுதி 10 வருடம் இருக்கும். ஒரு காலத்தில் எவ்வளவு அணுக்கமாக அவருடன் இருந்தேன் என்பதை நினைத்தபோது மனம் கனத்தது.

காலை ஆறு மணி இருக்கும். ஒடுக்கமான மாடிப்படிகளில் ஏறி ஓர் அறையின் கதவைத் தள்ளுகிறான் இளைஞன். அவனுக்கு 19, 20 வயதிருக்கும். வழக்கம்போல கதவு பூட்டப்பட்டிருக்கவில்லை. திறந்து உள்ளே சென்றால் அங்கே இரண்டு கட்டில்களில் இரண்டு பேர் தூங்குகிறார்கள். இளைஞன் அங்கேயிருந்த கதிரை ஒன்றில் அமர்ந்து கொள்கிறான். தூங்குபவர்களில் ஒருவர் சிவத்தம்பி, மற்றவர் அவருடைய அறைவாசி. இருவரையும் இளைஞன் உற்றுப் பார்த்தபடி காத்திருக்கிறான். கையை நீட்டி, முறித்து, உறுமி கண்விழிக்கிறார் சிவத்தம்பி. என்னைப் பார்த்ததும் சிரித்து எழும்பி பேசத் தொடங்குகிறார். முதல் நாள் விட்ட இடத்திலிருந்து ஆரம்பிக்கிறார். முழுக்க முழுக்க இலக்கியம்தான். நான் கேட்டுக் கொண்டிருக்கிறேன். நான் அப்படிச் சென்று அதிகாலை உட்கார்ந் திருந்ததற்குக் காரணம் இருக்கிறது. காலையில் சிவத்தம்பி யாரை முதலில் சந்திக்கிறாரோ அதன்படியே அன்றைய நாளின் திட்டம் உருவாகும். அன்றைய நாளை நான் கைப்பற்றி விடுகிறேன். நாங்கள் இருவரும் பக்கத்திலே இருக்கும் காந்தி லொட்ஜிற்கு காலை உணவு சாப்பிட நடந்து போகிறோம். வழக்கம்போல சாப்பாட்டுக்கான பணத்தை சிவத்தம்பியே கட்டுகிறார்.

ஒரு காலத்தில் இப்படித்தான் சிவத்தம்பியுடன் நான் பல நாட்களைக் கழித்திருக்கிறேன். அவர் எனக்கு ஒரு மூத்த அண்ணரைப் போல. நான் அன்றைய காலகட்டத்தில் எழுதிய சிறுகதை ஒன்றை விமர்சிப்பார். எப்பொழுதும் பாராட்டுத்தான். கைலாசபதி என்றால் நிறையுடன் குறைகளையும் சொல்வார். சிவத் தம்பி உணர்ச்சிவசப்படுபவர், அவரால் அழகைத்தான் காண முடியும். எங்கள் பேச்சு புதுமைப்பித்தன், பாரதி என்று விரிவாகப் போகும். ஆங்கில இலக்கியம் என்றால் எங்கள் இருவருக்கும்

அப்போது பிடித்தது ஜேம்ஸ் ஜோய்ஸ்தான். சில சமயங்களில் நண்பர்கள் எல்லோரும் ஒன்றுகூடுவதுண்டு. அனைவரும் இலக்கியக்காரர்கள்தான். மிகவும் நெருக்கமானவர்கள் என்றால் ஒருவரை ஒருவர் 'பூசை' என்று அழைத்துக்கொள்வோம். இது சிவத்தம்பி கண்டுபிடித்த புதிய வார்த்தை. ஏர்னெஸ்ட் ஹெமிங்வே எந்த ஒரு வார்த்தையைப் பார்த்தாலும் அதை ஒரு புதிய வார்த்தை போல பார்ப்பார் என்று சொல்வார்கள். சிவத்தம்பிக்கு அந்தப் பிரச்சினை கிடையாது. வார்த்தைகளைப் புதிது புதிதாக உண்டாக்கிவிடுவார். 'என்ன பூசை! கன நாளாகக் காணேல்லை?' என்பார். அன்பு நிறைந்துவிட்டபோது அப்படி அழைப்பார்.

அந்தக் காலங்களில் பாரதியாருக்கு அடுத்தபடி அவரைக் கவர்ந்தவர் ஆண்டாள்தான். 'கற்பூரம் நாறுமோ கமலப்பூ நாறுமோ, திருப்பவளச் செவ்வாய்தான் தித்தித்திருக்குமோ' என்ற வரிகளை உணர்ச்சி பூர்வமாகக் கூறி சிலாகிப்பார். சில பாடல்களைச் சொல்லும்போது அவருக்குக் கண்ணீர் வந்திருக்கிறது. நாங்கள் ஒருவரும் ஆண்டாளைப் படித்ததில்லை. அதற்குப் பிறகுதான் ஆண்டாள் படிக்கத் தொடங்கினோம். 1960 களில் ஒரு புத்தகம் நண்பர்களிடையே பிரபலமாகத் தொடங்கியிருந்தது. அதை அறிமுகப்படுத்தியது சிவத்தம்பிதான். Paul Potts என்ற எழுத்தாளர் எழுதிய Dante Called You Beatrice என்ற நூல் அப்பொழுதுதான் வெளிவந்திருந்தது. சிவத்தம்பி அதைப் படித்துக் கரைத்துக் குடித்துவிட்டார். அவர் படித்த பின்னர் நான் படித்தேன். அதன் பின்னர் நண்பர்கள் படித்தார்கள். புத்தகம் ஒரு சுற்றுப் போனது. திரும்பவும் சிவத்தம்பியிடம் போய்ச் சேர்ந்ததா தெரியாது. அது பரவாயில்லை. அவர் பேசும்போது பல வசனங்களை அந்தப் புத்தகத்திலிருந்து எடுத்து விடுவார். அப்படி அந்தப் புத்தகத்தில் என்ன இருந்தது? டான்ரே என்பவர் 13ம் நூற்றண்டு இத்தாலியின் புகழ்பெற்ற கவி. 9 வயதுச் சிறுமியைக் காதலித்து, நிறைவேறாத காதலைப் பெருங்காவியமாகப் படைத்தார். பாரதியாரும் ஒன்பது வயதுச் சிறுமியின் காதலில் விழுந்து கவிதை எழுதியது நினைவுக்கு வரும். Paul Potts என்பவர் நிறைவேறாத தன் காதலைப் பற்றி நூல் முழுக்க புலம்பியிருப்பார். அது ஒரு சுயசரிதைத் தன்மையான புத்தகம். காதலியின் அழகை முடிவில்லாமல் வர்ணித்து தள்ளுவார். அது எங்கள் எல்லோருக்கும் பிடித்துக்கொண்டது. ஏனென்றால் அந்த வயதில் எங்கள் ஒவ்வொருவருக்கும் ஒரு நிறைவேறாத ரகஸ்யக் காதல் இருந்தது. புத்தகத்தில் ஒரு வசனம் வரும். 'காதல் என்பது ஆற்றைப்போல. திருப்பிக் காதலிக்கப்படாத ஒருவனின் காதல் கடலை அடையாத ஆற்றைப் போன்றது.' சிவத்தம்பி அதை அடிக்கடி தன் பேச்சிலே மேற்கோள் காட்டுவார்.

சிவத்தம்பிக்கு யாழ்ப்பாணத்திலே அவருடைய ஊரிலேயே மிகச் சிறப்பாக கல்யாணம் நடந்தது. நாங்கள் நண்பர்கள் எல்லோ ரும் கொழும்பிலே இருந்தோம். சிலர் படித்தார்கள், சிலர் வேலை யில் இருந்தார்கள். எப்படியும் கல்யாணத்திற்குப் போவதென்று முடிவு செய்தோம். எல்லோரும் காசுபோட்டு திருமணப் பரிசு வாங்கிக் கொண்டு கொழும்பிலிருந்து போனோம். சிவத்தம்பி மிகவும் மகிழ்வாகக் காணப்பட்டார். நாங்கள் பார்த்தது ஒரு புதிய மனிதரை. எங்களுக்கு விமரிசையாக விருந்து படைத்தார். பக்கத்தில் இருந்து 'சாப்பிடுங்கள், சாப்பிடுங்கள்' என்று உபசரித்ததை மறக்க முடியாது. மணப்பெண்ணை எங்கள் ஒவ்வொருவருக்கும் அறிமுகம் செய்து வைத்து பெருமைப்பட்டார்.

நான் பல்கலைக்கழகத்தில் படித்தபோது மூன்று நாடகங்கள் எழுதினேன். சிவத்தம்பி அந்த நாடகங்களை இயக்கி மேடை யேற்றினார். நாடகம் எழுதுவதுதான் என் வேலையே ஒழிய அதில் நடிப்பவர்களைத் தெரிவு செய்வது, நடிப்புச் சொல்லிக்கொடுப்பது, காட்சி அமைப்பது அனைத்தையும் அவரே பார்த்துக்கொண்டார். ஒருமுறை எனக்குப் பிடிக்காத ஒருவர், அவருக்கு நடிப்பு சுத்தமாக வராது, அவருக்கு சிவத்தம்பி முக்கியமான பாத்திரம் ஒன்றைக் கொடுத்துவிட்டார். என்னால் ஒன்றும் செய்யமுடியவில்லை. அவசர அவசரமாக நாடகத்தில் இரண்டாவது சீனை மாற்றி எழுதினேன். மேடையில் கதாநாயகனிடம் அந்தப் பாத்திரம் கன்னத்தில் அடி வாங்கும். பாத்திரமும் எறும்பு சைசுக்கு சிறிதாக்கப்பட்டுவிட்டது. ஏதோ என்னால் முடிந்ததைச் செய்து நாடகத்தைக் காப்பாற்றினேன்.

கொழும்பில் தமிழ் விழா நடந்தபோது சிவத்தம்பி ஒரு நாடகத்தில் நடித்தார். அதைப் பலர் இப்போது மறந்துவிட்டார்கள். மகாபாரதத்தில் ஒரு பகுதிதான் நாடகம். சிவத்தம்பி பீமனாக வேடம் தரித்தார். அவருடைய உயரமும் அகலமும் அந்தப் பாத்திரத்துக்கு மிகவும் பொருத்தமாக அமைந்திருந்தது. ஆனால் பிரச்சினை அவருக்கு ஒப்பனை செய்தவருக்குத்தான். ஒப்பனைப் பொருட்களை சேகரித்துக் கொடுப்பது என்னுடைய பொறுப்பில் விடப்பட்டிருந்தது. பட்டு வேட்டிகளும், பட்டுச் சேலைகளும் பீமனுடைய அரச உடையாகவும், அங்கவஸ்திரமாகவும் மாற்றம் பெற்றன. ஆனால் கழுத்திலும், கையிலும், இடையிலும், மார்பிலும் அணிவதற்கு ஆபரணங்கள் தேவை. அரசகுமாரனின் கம்பீரம் அப்படித்தான் வரும். நான் அப்பொழுது ஒரு பெண்ணைத் தீவிரமாகக் காதலித்தேன். அந்தப் பெண் பரதநாட்டியத்தின் தீவிர காதலி. அவருடைய பரதநாட்டிய நகைகளைக் கடன் வாங்கி

ஒப்பனை செய்பவரிடம் ஒப்படைத்தேன். பீமனாக வேடம் போட்டவர் அத்தனை நகைகளையும் உடம்பில் அணிந்துகொண்டு, கதாயுதத்தை வலது கையில் தூக்கிக்கொண்டு மேடையில் தோன்றினார். 'கூறைச்சீலை கடன்கொடுத்தவள் பாயுடன் பின்னால் அலைவாள்' என்பது எங்கள் ஊர் பழமொழி. நான் நாடகத்தைப் பார்க்கவில்லை. நான் கடன் கொடுத்த நகைகளை வைத்த கண் மாறாமல் பார்த்துப் பாதுகாத்தேன். நகைகளை அதே நிலையில், அதே எண்ணிக்கையில், அதே உருவத்தில் திருப்பா விட்டால் காதல் சேதமாகிவிடும். அப்படியும் ஒட்டியாணம் இழுபட்டு வேறு உருவத்துக்கு மாறிவிட்டிருந்தது. பீமனுக்கும் ஒட்டியாணத்துக்கும் என்ன தொடர்பு என்பது எனக்கு இன்றுமட்டும் புரியாத புதிர். இந்த நகைக் கடன் சம்பவத்தால் காதல் கொஞ்சம் ஆட்டம்கண்டு பின்பு ஒருவாறு சரிபண்ணப்பட்டது.

சமீபத்தில் எழுத்தாளர் பிரபஞ்சன் கனடா வந்திருந்தார். பேசிக் கொண்டிருந்தபோது தன்னிடம் 250 பொன்னாடைகள் இருப்பதாக அவர் கூறினார். அவர் சொல்லி வாய் மூடுமுன் இன்னொரு எழுத்தாள நண்பர் தான் 25 பொன்னாடைகள் வைத்திருப்பதாகச் சொன்னார். நாங்கள் ஒருவரும் அவர் வீட்டுக்குப் போய் எண்ணிப் பார்க்கமாட்டோம் என்ற துணிச்சல்தான். இன்னொருவர், அவர் எழுத்துத் துறைக்கு வந்து இரண்டு வருடம் ஆகிறது, தன்னிடம் 5 பொன்னாடைகள் சேர்ந்துவிட்டதாகப் பெருமையடித்தார். அப்பொழுது நான் 'என்னிடம் ஒரு பொன்னாடையும் கிடையாது. அது சரி, பொன்னாடை எப்படியிருக்கும்?' என்று கேட்டது நினைவுக்கு வந்தது.

இப்பொழுது ஞாபகம் வருகிறது. எனக்கு ஒரேயொரு முறை பொன்னாடை போர்த்தப்பட்டது. அதைச் செய்தது சிவத்தம்பி. அது நடந்து 25 வருடங்கள் ஆகியிருக்கும். இலங்கையில் ஓர் எழுத்தாளர் சந்திப்பு. 40 பேர் கூடியிருந்தோம். என்னுடைய மூத்த அண்ணர் நான் ஆப்பிரிக்காவில் இருந்து கொழும்பு போன சமயம் அதை ஏற்பாடு செய்திருந்தார். அந்தச் சந்திப்பில் சிவத்தம்பி பொன்னாடை போர்த்தும்போது ஒரு படமும் எடுக்கப்பட்டது. பேப்பரில் படமும் வந்தது. அதைப்பற்றி யாரோ எழுதியும் இருந்தார்கள். இப்பொழுது அந்தப் படம் இல்லை. ஞாபகத்தில் எஞ்சியிருப்பது சிவத்தம்பி கட்டிப்பிடித்து 'பூசை, எப்படி யிருக்கிறாய்?' என்று கேட்டதுதான். அவரை வாசல் வரைசென்று ஓட்டோவில் ஏற்றி வழி அனுப்பினேன். அவரிடம் இன்னும் ஏதாவது அன்பாகப் பேசியிருக்கலாம். ஆனால் எனக்கு அதுதான் கடைசி சந்திப்பு என்பது அப்போது தெரியாது.

எங்கள் நண்பர் வட்டத்தில் சிவத்தம்பி உண்டாக்கிய அந்தப் புதிய வார்த்தையைச் சொல்லி கூப்பிடுபவர்கள் இன்று யாராவது மிச்சம் இருக்கிறார்களா எனத் தெரியாது. இல்லையென்றுதான் நினைக்கிறேன். என்னை 'பூசை' என்று அழைக்கக்கூடிய கடைசி ஆளாக சிவத்தம்பி இருந்தார். இன்று அவர் மறைந்துவிட்டார். அவர் உண்டாக்கிய வார்த்தையும் மறைந்தது.

திருடித் தின்னும் மிருகம்

ஆப்பிரிக்காவில் ஒரு சின்னக் குற்றம் செய்த சிறுமியின் புகைப்படத்தை என் வீட்டில் கடந்த இருபது வருடங்களாக மாட்டி வைத்திருக்கிறேன். சின்னக் குற்றம் என்று சொன்னால் ஆப்பிரிக்காவில் பலருக்கு விளங்காது. ஆப்பிரிக்காவில் குற்றங்களை ஆண்பால் பெண்பால் என்று பிரித்திருப்பார்கள். பாரதூரமான குற்றம் என்றால் அது ஆண்பால்; சிறு குற்றம் என்றால் அது பெண்பாலாக இருக்கும். உதாரணமாக கொலை, கொள்ளை, வன்புணர்ச்சி, தீவைத்தல் போன்ற குற்றங்கள் ஆண்பால். சிறுகளவு, வாய்ச்சண்டை, கடனைத் தீர்க்காமல் இருப்பது போன்றவை பெண்பால். ஆண்குற்றத்துக்குப் பெரிய தண்டனையும், பெண்குற்றத்துக்கு சிறிய தண்டனையும் கிடைக்கும்.

சிறுமியின் படத்தைப் பார்க்கும்போதெல்லாம் அது ஒருவகையில் என் சின்ன வயதை நினைவுபடுத்தியது. என் பழைய காலத்தை மட்டுமல்லாது நிகழ்காலத்தையும் வருங்காலத்தையும் கூட என்னால் அந்தப் படத்தில் பார்க்க முடிந்தது. வீட்டுக்கு வருபவர்கள் யார் இந்தச் சிறுமி என்று திரும்பத் திரும்ப கேட்பார்கள். ஏதோ பதில் சொல்லி அவர்களை சமாளித்தேன். நான் படத்தை சோமாலியாவில் பிடித்தேன். தற்செயலாக அபூர்வமான படமாக அது அமைந்துவிட்டது. சூரியன் நின்ற திசையும் மரத்தின் நிழலும் நான் எடுத்த கோணமும் எப்படியோ பொருந்தி அந்தக் கணம் பதிவாகியிருந்தது. சிறுமியின் பாதி முகம்தான் படத்தில் தெரியும், மீதியில் மரத்தின் நிழல் விழுந்திருந்தது. அந்தப் பாதிப் படத்திலும் அவள் திகைப்பும் தந்திரமான கண்களும் குதூகலமும் சீராகத் தெரிந்தது.

நான் பார்த்த சிறுமிக்கு விளையாட்டில் அதிக ஆர்வம். எப்பவும் ஓடியபடியே இருந்தாள். அவர்களுடையது ஒரு சின்னக் குடும்பம். என் சோமாலிய நண்பர்தான் என்னை அங்கே அழைத்துப் போயிருந்தார். இந்தச் சிறுமியும் இவள் தம்பியும் ஒரு கோழியைத் துரத்திக் கொண்டிருந்தார்கள். கோழி விளையாட்டுப் பொருளா அல்லது அன்றைய இரவு உணவா என்பது தெரிய

வில்லை. எங்களைக் கண்டதும் அப்படியே நின்றார்கள்; கோழி ஓடிவிட்டது. கோழிக்குப் பெரிய மகிழ்ச்சி உண்டாகவில்லை. பக்கத்திலேயே நின்று மேய்ந்தது. தாயார் குடிசைக்குள் ஏதோ வேலையில் இருந்தார். சின்னப் பையன்தான் தகப்பனைக் கூட்டிவர ஓடினான்.

நண்பர் என்னை அங்கே கூட்டிச் சென்றது சோமாலியர்களின் புல்லுப் பானையை காண்பிப்பதற்கு. அவர்கள் ஒருவித புல்லில் பானை செய்து அதில்தான் தண்ணீர் பிடித்து வருவார்கள். வெளிப் புறத்தில் பிசின் பூசி இறுக்கமாக நீக்கல் இல்லாமல் இருக்கும். தகப்பன் வரும்முன்னர், தனியாக இருக்கும் சந்தர்ப்பத்தை நழுவ விடாமல் சிறுமி நண்பரிடம் என்னவோ சொன்னாள். அவர் மொழிபெயர்த்தார்.

'அப்பா இன்றைக்கு என்னை அடித்தார்.'

'ஏன் அடித்தார்?'

'நட்சத்திரம் மறைந்த பிறகு நான் எழுந்ததற்கு.'

நட்சத்திரங்கள் மறையும்முன்னர் அவள் எழுந்து தண்ணீர் எடுத்துவர வேண்டும் என்பது விதி என்றார் நண்பர். அவள் கைகளைப் பார்த்தேன். தழும்பு தழும்பாக அடி விழுந்த காயங்கள். விரல்கள் சிவப்பாக இருந்தன. உள்ளங்கை காய்த்துப்போய் தடித்து கட்டைபோல கிடந்தது. ஒரு சிறுமியின் கைபோலவே இல்லை.

தண்ணீர் பிடித்து வருவது என்பது பெண்களின் வேலை. உலகத்தின் எந்த மூலையில் தேடினாலும் அது பெண்களுக்காக ஒதுக்கப்பட்ட பணி. அதிகாலையில் எழும்பியதும் இந்தச் சிறுமி புல்லுக்குடத்தை தூக்கிக்கொண்டு தண்ணீர் பிடித்துவர பல மைல்கள் நடப்பாள். அதில் அவள் தவறினால் அவளுக்குப் பெரிய தண்டனை கிடைக்கும். தகப்பனிடம் ஒட்டகம் இருந்தது. அது சும்மாதான் நிற்கும். ஆனால் அதில் போய் தண்ணீர் பிடித்துவர முடியாது. ஓர் ஆண் தண்ணீர் எடுத்து வந்தால் அது பெரிய அவமானமாகப் போய்விடும்.

தகப்பன் சிறுமியை அழைத்து புல்லுப்பானையைக் கொண்டுவரச் சொன்னார். அவர் எங்களுக்கு முன்னால் அவளை அழைத்தவிதம் அவளுக்குப் பிடிக்கவில்லை. சிரித்த முகம் கறுத்தது. நண்பர் நிலத்தைப் பார்த்துச் சிரித்தார். தகப்பன் சிறுமியை 'திருடித் தின்னும் மிருகமே' என்று அழைத்ததாகச் சொன்னார். ஏன் அப்படி அழைத்தார் என்று கேட்டபோது அந்த மனிதர் நீண்ட முறைப்பாடுகள் வைத்தார். முக்கியமான குற்றச்சாட்டு, பக்கத்து வீட்டுக்காரர்களின் ஆட்டுப் பாலைத் திருட்டுத்தனமாகக் கறந்து

குடித்துவிடுகிறாள் என்பது. அவள் எப்பொழுது பார்த்தாலும் ஏதாவது சாப்பிட்டுக்கொண்டே இருக்கிறாள். சிறுத்தை பாடுபட்டு ஒரு விலங்கைக் கொன்றால் அதைக் கழுதைப்புலி திருடித் தின்றுவிடும். இவளும் அதுபோலவே இருக்கிறாள். இப்பொழு தெல்லாம் பெண்குற்றம் செய்கிறாள். விரைவில் ஆண்குற்றம் செய்யத் தொடங்கிவிடுவாள்.

சிறுமி கொண்டுவந்த புல்லுப் பானையை ஒரு படம் பிடித்தேன். பிறகு தகப்பனை எடுத்தேன். அவர் தொப்பி அணிந்து நீண்டஉடையுடன் காணப்பட்டார். அவருடைய ஒரு கண் நீரில் மிதப்பதுபோல இருந்தது. அவராகவே பையனைத் தூக்கிவைத்துக் கொண்டு ஒரு படம் எடுக்கச் சொன்னார். சிறுமி அவர் முகத்தைப் பார்த்தபடியே நின்றாள். எங்கே தன்னைக் கூப்பிடுவாரோ என்ற ஏக்கம் முகத்தில் தெரிந்தது. ஆனால் அவர் அழைக்கவே இல்லை. நான் 'சிறுமியும் நிற்கட்டுமே' என்று சொன்னபோது அவருக்கு அது எப்படியோ கேட்காமல் போய்விட்டது.

தகப்பன் தன் ஆட்டு மந்தையைக் காட்ட நண்பரை அழைத்துச் சென்றார். மந்தை என்பது இருபதுக்குக் குறைவான ஆடுகள்தான். அதுதான் அவர்களுடைய செல்வம். அந்த வருமானத்தில்தான் குடும்பம் நடந்தது. தகப்பன் போனபின்னர் நான் சிறுமியைப் படம் பிடித்தேன். அவளுக்கு ஏற்பட்ட மகிழ்ச்சியை சொல்லமுடியாது. அப்பொழுது எறித்த சூரியனின் வெளிச்சம் முழுவதையும் அவள் கண்கள் வாங்கிவிட்டன. அந்தப் புகைப்படத்தை அவள் பார்க்கப் போவதில்லை. அது அவளுக்குத் தெரியும். எனக்கும் தெரியும். அவள் தகப்பனை ஏமாற்றிவிட்டது தான் மகிழ்ச்சிக்கான காரணம். கண்களில் தந்திரம் இருந்தது. ரத்தம் கீழேயிருந்து பாய்ந்து அவள் இருதயத்தையும் தாண்டி முகத்துக்குப் போனது. அந்தப் படத்தைத் தான் நான் இன்னமும் பாதுகாத்தேன்.

தகப்பன் தூரத்தில் திரும்பி வருவது தெரிந்ததும் அவளில் மாற்றம் ஏற்பட்டது. கைகளை மறைத்து அணிந்திருந்த முழு நீளச்சட்டையின் விளிம்பை இழுத்து வாயைத் துடைத்தாள். தகப்பன் நெருங்க நாலைந்து இலையான்கள் அவருடன் கூடவே பறந்தன. அவர் சிறுமியிடம் ஏதோ சொல்ல, அவள் குடிசைக்குள் துள்ளிக்கொண்டு ஓடினாள். சிறிது நேரத்தில் இரண்டு நீண்ட குவளைகளில் கால்பாகம் நிறைத்த தேநீரைக் கொண்டுவந்து தந்தாள். ஓர் அலுமினியத் தட்டில் ஆட்டுப்பாலில் செய்த வெண்ணெய் கட்டிகளும் வந்தன. நாங்கள் தேநீரைக் குடித்து, சிறிது நேரம் பேசிக்கொண்டிருந்துவிட்டுப் புறப்பட்டோம்.

அதுவரைக்கும் கண்ணில் படாத சிறுமி பாய்ந்து வந்து தட்டை எடுத்துக்கொண்டு திரும்பினாள். திரும்பிய அதே சமயம் தன் பின்பக்கத்தைக் காட்டிக்கொண்டு பிளேட்டில் இருந்த அத்தனை வெண்ணெய்கட்டிகளையும் ஒரு கையால் அள்ளி வாயிலே திணித்தாள். பிறகு ஒன்றுமே நடக்காததுபோல வெறும் பிளேட்டை விசிறிக்கொண்டு போய் குடிசையினுள் எறிந்துவிட்டு ஓடினாள்.

நாங்கள் வாகனத்தை அணுகுமுன்னர் அக்காவும் தம்பியுமாக ஒருவரை ஒருவர் முந்திக்கொண்டு அதை நெருங்கினார்கள். பக்கக் கண்ணாடியில் சிறுமி தன் முகத்தைப் பார்த்து கைவிரல்களால் தலையை சீவினாள். கதவைத் திறந்ததும் அதைப் பிடித்துக்கொண்டு நின்றாள். இவள் கதவைப் பிடிக்காவிட்டால் அது விழுந்துவிடும் என்பதுபோல. வீட்டுக்கு வந்த விருந்தாளிகள் பத்து நாட்கள் கழித்து அவர்களைப் பிரிந்து போவதுபோல அந்தச் சிறுமியின் கண்களில் துக்கமும் ஏக்கமும் இருந்தது. நாங்கள் அவர்களுக்கு ஒன்றுமே செய்யவில்லை. அப்படியும் எங்கள் பிரிவு அவளுக்குத் தாங்க முடியாததாக இருந்தது.

நண்பர் தன் பையில் இருந்த ஒரு தோடம்பழத்தை எடுத்துச் சிறுவன் கையில் கொடுத்தார். அவன் அதைக் கைகளில் பொத்திக் கொண்டு வேகமாக ஓடினான். அவள் துரத்தினாள். புள்ளியாகத் தெரியும்வரை ஓடினார்கள். அவள் எப்படியாவது அதைப் பறித்து விடுவாள் என்று தோன்றியது. அவன் அப்பொழுது அழுவான். தகப்பன் சிறுமிக்குத் தழும்பு வரும்படி தண்டனை கொடுப்பார். அதற்கு முன்னர் அது ஆண்குற்றமா பெண்குற்றமா என்பதைத் தீர்மானிப்பார்.

இலவச விமான டிக்கட்

சிலவேளை அதிர்ஷ்டம் ஓர் இஞ்ச் கிட்டவந்து தவறிப்போய் விடுகிறது.

சரியாக இன்று காலை ஆறுமணிக்குத் தொலைபேசி வந்தது. அதன் மணிச்சத்தம் சிறிய இடைவெளிவிட்டு அவசர அவசரமாக அழைத்தது. உள்நாட்டு டெலிபோன் என்றால் நீண்ட இடைவெளி இருக்கும். இது வெளிநாட்டு அழைப்பு.

ஹலோ என்றேன்.

மறுபக்கம் ஹலோ சொல்லவில்லை. முன்கூட்டியே தயாரித்த ஒரு பேச்சை வெள்ளைக்காரப் பெண்குரல் ஒன்று வேகமாகப் பேசியது.

'தயவுசெய்து நிறுத்துங்கள். உங்களுக்கு என்ன வேண்டும்?'

'நான் ஸ்டோன்புரூக் பல்கலைக்கழகத்தில் இருந்து பேசுகிறேன். புள்ளிவிவரம் சேகரிப்பதற்காக உங்களிடம் பேச விருப்பம் கொண்டுள்ளேன். உங்களிடம் பத்து நிமிடம் அவகாசம் இருக்கிறதா?'

'நிறைய இருக்கிறது.'

'நல்லது. உங்கள் சுகாதாரம், உணவுப் பழக்கவழக்கங்கள், தேகப் பயிற்சி போன்றவற்றில் கேள்விகள் கேட்கப்படும். சில இடங்களில் உங்கள் அபிப்பிராயத்தையும் கேட்டு எழுதிக்கொள்வோம்.'

'பிரச்சினை இல்லை. ஆனால் இதனால் எனக்கு என்ன பிரயோசனம்?'

'மன்னியுங்கள், அதைத்தான் சொல்ல வருகிறேன். 2000 பேரிடம் இந்த புள்ளிவிவரங்களை சேகரிக்கிறோம். அவர்கள் கருத்துக்களையும் கேட்போம். புள்ளிவிவர சேகரிப்பு முற்றுப்பெற்ற பின் இதில் பங்குபற்றிய வர்களுக்கு குலுக்கல் முறையில் ஒரு பரிசு உண்டு.'

'அப்படியா? நல்லது, என்ன பரிசு?'

'ஸ்பெயின் நாட்டுக்குப் போய்வர இலவச விமானப் பயணம்.

ரொறொன்ரோ மாட்ரிட் ரொறொன்ரோ டிக்கட் உங்கள் வீட்டுக்கு அனுப்பிவைக்கப்படும்.'

'எனக்கு மாட்ரிட்டில் ஒரு சொந்தக்காரரும் இல்லை. இதை ஜேர்மனிக்கு மாற்ற முடியாதா?'

'தெரியவில்லை. குலுக்கல் முறையில் வென்றபிறகுதான் டிக்கட் அனுப்பிவைக்கமுடியும்.' 'உங்களுக்கு சம்மதம் என்றால் ஆரம்பிக்கலாமா?'

'ஆரம்பிக்கலாம்.'

உங்கள் பெயர். சொன்னேன்.

என்னுடைய முகவரி, தொலைபேசி எண் எல்லாவற்றையும்

எழுதிக்கொண்டார். அடுத்து ஆணா, பெண்ணா என்ற கேள்வி. அதற்கும் பதில் சொன்னேன்.

'நீங்கள் 18 வயதுக்குக் கூடியவரா?' ஆம் என்று சொன்னேன்.

'உங்கள் வயது என்ன?' சொன்னேன். மறுபக்கத்தில் ஒரு சத்தமும் கிடையாது.

'ஐயா, தொந்தரவுக்கு மன்னிக்கவும். உங்கள் வயது நாங்கள் விதித்திருக்கும் எல்லைக்கு அப்பாற்பட்டதாக இருக்கிறது. நீங்கள் கொடுக்கும் புள்ளிவிவரங்களை நாங்கள் சேர்க்க முடியாது.'

'எனக்கு வயது கூடியதாலா?'

'அப்படித்தான் எங்களுக்குக் கட்டளை.'

'என் அபிப்பிராயத்தையாவது சேர்க்கமுடியுமா?'

'பிரயோசனமான அபிப்பிராயம் சொல்லும் வயதை நீங்கள் கடந்துவிட்டீர்கள்.'

உணவுக்கான கடவுள் ஒரு சமயத்திலும் இல்லை; ஒரு புனிதர் இல்லை. ஐ.நா தூதுவர்கூட இல்லை. இது பற்றிய அபிப்பிராயத்தை நான் சொல்வதாகத் தீர்மானித்திருந்தேன். அந்த வாய்ப்பே எனக்கு மறுக்கப்பட்டுவிட்டது.

'இலவச விமான டிக்கட் இல்லையா?'

மறுபக்கம் டெலிபோன் வைக்கும் சத்தம் கேட்டது.

ஸ்டோன்புரூக் பல்கலைக்கழகமே சொல்லிவிட்டது என்னுடைய அபிப்பிராயம் உதவாது என்று. இன்றுவரை என்னிடம் சேகரமாயிருக்கும் அபிப்பிராயங்களை வைத்து இனிமேல் நான் என்ன செய்வது என்பதுதான் இப்போதைய கவலை.

மூன்று குருட்டு எலி

இரவுகள் ஒன்றிரண்டு மணித்தியாலங்களைப் பகலிடம் இருந்து திருடிக்கொள்ளும் பனிக்காலம். ஓர் இரவு தொலைபேசி வந்தது. நண்பர் தமிழ் மழலைப் பாடல்கள் (nursery rhymes) புத்தகம் எங்கே கிடைக்கும் என்று கேட்டார். எனக்குத் தெரியவில்லை. மனைவியைக் கேட்டேன். எல்லாம் தெரிந்த அவளுக்கும் தெரிய வில்லை. அடுத்த நாள் நாங்கள் மூவரும் கனடாவின் கடைகளில் ஏறி இறங்கினோம். ஆங்கிலத்தில் nursery rhymes இருந்தன. ஆனால் தமிழில் அப்படி ஒன்றும் இல்லை என்று கையை விரித்து விட்டார்கள்.

எனக்குத் தமிழ்நாட்டில் ஒரு நண்பர் இருந்தார். பெரிய எழுத்தாளர். பெயர் பாவண்ணன். அவரிடம் விசாரித்து எழுதி னேன். அவர் தானே இயற்றிய இருபது குழந்தைப் பாடல்களை எனக்கு அனுப்பி வைத்தார். அருமையான பாடல்கள். நண்பரும் அவர் மனைவியும் இந்தப் பாடல்களுக்குத் தாங்களாகவே மெட்ட மைத்துப் பாடினார்கள். இளையராஜாவே பொறாமைப்படும் மெட்டுகள். ஆனால் ஒரு பிரச்சினை. அவர்களுடைய மெட்டுகள் அவர்களுக்கே மறந்துவிடும். ஒவ்வொரு முறையும் ஒவ்வொரு மெட்டில் பாட்டுகள் வெளிவந்தன. அவர்களுடைய குழந்தைக்குப் பொறுக்க முடியவில்லை. இவர்கள் தமிழ் பாடல் புத்தகத்தை தூக்கியவுடனேயே அது சோடியைத் தொலைத்துவிட்ட அடைப்புக் குறிபோல சுருண்டுபோய் தூங்கிவிடும். புத்திசாலிப் பிள்ளை. எங்க ளுடைய தமிழ் மழலைப் பாடல்கள் வேட்டை இப்படி தோல்வியில் முடிந்தது.

என்னுடைய மச்சான் ஒருத்தர் அமெரிக்காவின் மேரி லாண்ட் பகுதியில் வசிக்கிறார். பல் வைத்தியர். அவருடைய மனைவி நாகர்கோயில் பக்கம். அவரும் பல் வைத்தியர். இருவரு மாகச் சேர்ந்து அந்த நகரத்திலுள்ள பற்களையெல்லாம் தங்களுக் குள் சமமாகப் பங்கு போட்டுக்கொண்டிருந்தார்கள்.

இவர்களுக்கு ஒரு பெண் குழந்தை. தளர் நடைப் பருவம். பெயர் ப்ரியா. இதன் சொக்கைகளின் இயற்கையான சிவப்பு

ஆட்கள் கிள்ளிக் கிள்ளி இன்னும் சிவந்துபோய் இருக்கும். தலை மயிர் பின்னுக்குக் குறைந்தும், முன்னுக்கு கூடியும் இருப்பதால் இந்த அம்மா குழந்தையைத் தன்னுடைய தொடைகளுக்குள் இறுக்கிப் பிடித்து வைத்துக்கொண்டு நீண்ட நேரம் தலை வாருவார். ப்ரியாவுக்கு போக்குகாட்ட nursery rhymesம் பாடுவார். இவருக்கு காளமேகப் புலவர் வர்ணித்த 'வாழ்த்த திருநாகை வாகான' பெண்மணியின் குரல் வளம். அத்தோடு அவருடைய ஆங்கிலச் சொற்கள் அவர் நாக்கிலே உருண்டு அவர் சொல்வதற்கு முன்பாக வெளியே விழுந்து விடும். அப்படியும் சோர்வடைய மாட்டார். பூமி உருண்டு மறுபக்கம் போகும் வரைக்கும் இந்த இம்சை தொடரும். குழந்தையும் இரட்டிப்பு வலியில் நெளியும்.

ப்ரியாவின் புத்தகத்தில் கொடுத்திருந்த பாடல்களைப் பார்த்த போது அவை எனக்கு வித்தியாசமாகப்பட்டன. எனக்குத் தெரிந்து எங்கள் ஊரில் பிரபலமான குழந்தைப் பாடல் ஒன்றே ஒன்றுதான். அதைத் தான் முழு ஊரும் வைத்து சமாளித்தது.

அம்மா சுட்ட தோசை
அப்பா முறுக்கிய மீசை
தின்னத் தின்ன ஆசை
விளக்கு மாத்துப் பூசை.

இப்படியான பாடல்களில் ஓசை நயம்தான் முக்கியம். கருத்து அல்ல. அப்படித்தான் நான் நினைத்துக் கொண்டிருந்தேன். ஆனால் ஆங்கிலப் பாடல்களைப் பார்த்தபோது என் அபிப்பிரா யம் மாறியது.

முதலாவது பாடல் Three Blind Mice. எல்லோருக்கும் தெரிந்த பாடல்.

மூன்று குருட்டு எலி
ஓடுவதைப் பார்
கமக்காரன் பெண்டாட்டி பின்னால்
அவள் கத்தியை எடுத்து வாலை வெட்டினாள்.

இப்படி அது போனது. எலிகளோ குருடு. அவை கமக்காரன் பெண்டாட்டியைத் தொடர்ந்து ஓடினவாம். அது எப்படி சாத்தியம்? போகட்டும், அதற்கு தண்டனை வாலை வெட்டுவதா? கேட்கவே ஒரு மாதிரி இருந்தது. அடுத்த பாடலுக்குத் தாவினேன்.

Peter Peter Pumpkin Eater.
பீட்டர், பீட்டர்
பூசணிக்காய் சாப்பாட்டுக்காரன்
பெண்டாட்டி ஒருத்தியை வாங்கினான்

கட்டுப்படியாகவில்லை.
ஆகவே பூசணிக்காய் ஓட்டுக்குள்
அவளைப் பூட்டிவைத்தான்.

பெண்டாட்டிகள் அந்தக் காலத்தில் இருந்தே கட்டுபடியாவ
தில்லை. அதில் கருத்து வேற்றுமை கிடையாது. ஆனால் இந்த
சின்ன வயதிலேயே பிள்ளைகளுக்கு அதைப் புகட்டவேண்டுமா?
அவர்களாகவே வெகு சீக்கிரத்தில் அதைக் கண்டுபிடிப்பார்கள்
என்ற நம்பிக்கை பெற்றோர்களுக்கு இருக்கவேண்டும் அல்லவா?

அடுத்த பாடல் Rock A Bye Baby என்று தொடங்குகிறது.
இந்தப் பாடலிலாவது ஏதாவது நல்ல விஷயம் சொல்லக்கூடும்
என்று எதிர்பார்த்தேன். ஆனால் அது பிள்ளைகளுக்கு பயம்
காட்டும் பாடலாக அமைந்திருந்தது.

காற்றடித்தால் கொப்பு முறியும்
கொப்பு முறிந்தால்
தொட்டிலும் பிள்ளையும்
கீழே விழும்.

இன்னொரு பாடல் இப்படி தொடங்கியது. Sing A Song of
Six Pence. இதில் கூசாமல் '24 கறுப்பு பட்சிகளை அப்பத்தில்
போட்டுப் பொசுக்கு' என்று வந்தது. இந்த இடத்தில் சிறுவர்
சிறுமியர் கைகளைத் தட்டி ஆரவாரமாகக் குதிப்பார்கள். அந்தப்
புத்தகத்தில் அப்படித்தான் படம் போட்டிருந்தது.

ஆனால் கடைசிப் பாடலைப்போல உற்சாகம் தரும் பாடலை
இந்த உலகத்தில் காண முடியாது. Goosey Goosey Gander என்று
தொடங்கும் பாடல்.

மேல் மாடிப்படியில் ஒரு கிழவனைக் கண்டேன்
அவன் தோத்திரம் சொல்லவில்லை.
அவன் இடது காலைப்பிடித்துச் சுழற்றி
கீழ் மாடிக்கு எறிந்தேன்.

இந்தக் குழந்தைப் பாடலில் தோத்திரம் சொல்லாத
கிழவர்களுக்கு எல்லாம் ஆபத்து இருந்தது.

அந்தப் புத்தகத்தின் 15 பாடல்களில் ஐந்து இப்படி இருந்தன.
மீதியைப் பற்றி பேச வேண்டாம். என்னுடைய மச்சான் ஓசை
நயத்துக்காக எழுதும் பாடல்களில் கருத்தைப் பார்க்கக் கூடாது
என்றார். எலிவாலை வெட்டுவதில் இருந்து, பட்சிகளைச் சுடுவதிலி
ருந்து, மனைவியை அடைத்து வைப்பதிலிருந்து, கிழவனைச் சுழற்றி
எறிவது வரை வன்முறை மெள்ளமெள்ள பரவுகிறது என்பது என்
கட்சி. அப்படி பெரிய சண்டை என்று சொல்லமுடியாது. காற்றின்

இறுக்கத்தை தவிர்க்க என் மச்சான் கிழக்குப் பக்கம் பார்த்துப் புன்னகைத்தார். நானும் சளைக்காமல் மேற்குப் பக்கம் பார்த்துப் புன்னகைத்தேன். எங்கள் இரண்டு புன்னகைகளும் சந்திக்கவே இல்லை.

எங்கள் சமரசத்துக்கான காரணம் வெகு சீக்கிரமே கனடாவில் இருந்து வந்தது. நண்பர் ஒருவர் மச்சானுக்கு மழலைப் பாடல்கள் குறுந்தகடு ஒன்று பரிசாக அனுப்பியிருந்தார். அழகாக இசை அமைந்த தமிழ்ப் பாடல்கள். குரு அரவிந்தன் தயாரிப்பில் முல்லையூர் பாஸ்கரன் இசையமைத்தது.

பாடல்கள் அழகான கருத்தோடு இயற்றப்பட்டிருந்தன. சிறுவர்களுக்கு ஏற்ற எளிய இனிய மெட்டுகள். 'சின்ன சின்ன பூனை' என்று ஒரு பாட்டு பூனையைப் பற்றி சொல்கிறது. சிறுவர் சிறுமிகள் சேர்ந்துபாடும் இந்தப் பாடல் எந்தக் குழந்தைக்கும் பிடிக்கும். 'அணிலும் ஆடும் அ, ஆ' என்று ஒரு பாட்டு. இதுவும் நல்ல இசையமைப்பு கொண்டது. தமிழ் உயிரெழுத்துக்கள் எல்லாம் இதில் ஒழுங்காக வரும். இன்னொன்று வாரத்தில் உள்ள நாட்களையும், வருடத்தில் உள்ள மாதங்களையும் சொல்லும். குழந்தைகளுக்கு மிகவும் பயனுள்ள பாட்டு.

இந்த இசைத்தட்டில் மிகவும் சிறந்தது என்றால் அது இந்தப் பாட்டுத்தான்.

குவா குவா வாத்து
நீ எங்கே போனாய் நேத்து
பாத்து பாத்து பாத்து
கண்ணும் பூத்து போச்சு.

இந்தப் பாட்டு வரும்போது ஒவ்வொரு முறையும் ப்ரியா கைகளைத் தட்டியபடி ஒரு சொக்ஸ் போட்ட காலில் எழும்பி நிற்பாள். மிருகக் காட்சிசாலை குட்டி விலங்குபோல, தடுப்புக்கு அப்பால் நின்று தன் சிறிய பின்பாகத்தை பெண்டுலம்போல ஆட்டுவாள். அவளுடைய சந்தோஷம் சொல்லமுடியாது. முழு உடம்பும் குலுங்க சிரிப்பாள். இந்தப் பாடலை மாத்திரம் ப்ரியா ஒரு நூறுமுறையாவது ரசித்திருப்பாள். இசைத் தட்டின் இறுதியில் கனடாவின் தேசிய கீதம். ஆங்கில மெட்டுக்கு ஒருவித பழுதும் இல்லாமல் தமிழில் செய்யப்பட்டிருந்தது.

'கனியிருப்பக் காய் கவர்ந்தற்று' என்கிறார் திருவள்ளுவர். ஆங்கில மழலைச் சந்தங்கள் சிலதில் கருத்துக்கள் இல்லாவிட்டாலும் பரவாயில்லை, அவற்றில் மறைந்திருக்கும் வன்முறை மறுப்பதற்கில்லை. மாறாக, தமிழ் இசைத்தட்டில் என்ன இனிமையான

பாடல்கள். மனதைக் கவரும் இசைவேறு. இந்த மழலைப் பாடல்கள் குறுந்தகடு இப்போது பல இடங்களில் கிடைக்கின்றன. இதைப் பாடியவர்களை மழலை உலகம் என்றும் நினைவில் வைத்திருக்கும்.

அமெரிக்கா மச்சானுக்கு இந்தக் குறுந்தகடு பரிசாகக் கிடைத்தது. இதை கனடாவில் வாங்கியதாக அவர்கள் சொன்னார்கள். ஒரு மழலையருக்கு இதைவிட வேறு சிறந்த பரிசு என்ன? அப்பொழுது கனடாவில் கடை கடையாக நாங்கள் மூன்றுபேர் மினக்கெட்டு ஏறி இறங்கியதை நினைத்துப்பார்த்தேன். சிலவேளைகளில் கண்கள் திறந்திருந்தாலும் அவை பார்ப்பதில்லை.

மூன்று குருட்டு எலி.

ட்யூலிப் பூ

சிறுவயதிலே நான் முதலில் அறிந்த வெளிநாட்டுப் பூ ட்யூலிப்தான். அதன் அழகோ நிறமோ மணமோ எனக்கு ஒன்றுமே தெரியாது. எங்களுக்கு பாடப் புத்தகமாக The Black Tulip என்ற நாவலை யாரோ ஓர் ஆசிரியர் வைத்துவிட்டார். ஒரு வருடமாக ஆராய்ச்சி செய்து எப்படித்தான் இந்த நாவலை அவர் கண்டு பிடித்தாரோ தெரியாது. ஆங்கிலத்தை முழுமனதோடு வெறுக்க வைத்தது அந்தப் புத்தகம்தான். எல்லா வார்த்தைகளும் தனித் தனியாகத் தெரிந்த வார்தைகளாக இருக்கும். ஆனால் வசனம் மாத்திரம் விளங்காது.

உலகத்திலே பலவிதமான நிறங்களில் ட்யூலிப் பூக்கள் வந்து விட்டன. சிவப்பு, மென்சிவப்பு, மஞ்சள், ஊதா, வெள்ளை என்று பல வர்ணங்கள் இருந்தாலும் கறுப்பு நிற ட்யூலிப்பை ஒருவரும் கண்டு பிடிக்கவில்லை. ஹொலந்து நாட்டு அரசர் ஒரு போட்டி வைக்கிறார். கறுப்பு ட்யூலிப் பூவைக் கொண்டுவருபவருக்கு ஒரு லட்சம் கில்டர் பணம் பரிசு. ஒருவர் கறுப்பு நிறப் பூவை உருவாக்கும் ரகஸ்யத்தைக் கண்டுபிடித்து அதை எழுதிவைத்து விட்டு இறந்துவிடுகிறார். அவருடைய மகன் சிறையில் அடைக்கப் பட்டிருக்கிறான். மகனும் அவனுடைய காதலியும் சேர்ந்து கறுப்பு ட்யூலிப்பை உண்டாக்கி பரிசுப் பணத்தை வென்றுவிடுகிறார்கள். இதுதான் கதை. மீதியெல்லாம் மறந்துவிட்டது.

முதன்முதல் நான் வெளிநாட்டுக்கு பயணமானபோது ஹொலந்து நாட்டில் ட்யூலிப் பூக்களைப் பார்த்தேன். நாவலில் சொல்லியிருந்த மாதிரி உலகத்தில் எத்தனை வர்ணங்கள் இருந்தனவோ அத்தனையிலும் அங்கே பூக்கள் பூத்துக் கிடந்தன. ஹொலந்து தேசம் ட்யூலிப்புகளுக்குப் பேர் போனது. வசந்தத்தை வரவேற்கும் பூக்கள் அவைதான். அவை இல்லாவிட்டால் வசந்தமே இல்லை. அத்தனை அழகாக இருக்கும். ஒரு காலத்தில் ஹொலந்தில் ட்யூலிப் பூக்களுக்கு பெருமதிப்பு இருந்தது. அரசர்களும் தனவந்தர் களும் வியாபாரிகளும் அவற்றை அடித்துப் பிடித்து வாங்கினார்கள். அது உயர்குடியின் சின்னமாகி அதன் விலை ஏறிக்கொண்டே போனது. ஒரு ட்யூலிப் முளையை காலையில் வாங்கினால் அதன் விலை மாலையில் இரட்டிப்பானது. பலர் ட்யூலிப் முளைகளைத்

தோட்டத்தில் நடாமல் முளையாக விற்றே பணம் சம்பாதித்தார்கள். தங்கத்தை வீட்டிலே பதுக்கி வைப்பதுபோல முளைகளைப் பதுக்கி வைத்தார்கள்.

ஒருநாள் கப்பல் தலைவன் ஒருவன் துறைமுகச் சந்தையில் ட்யூலிப் முளையைப் பார்த்துவிட்டு அதை வெங்காயம் என நினைத்து தூக்கி சாப்பிட்டுவிட்டான். பிறகு பார்த்தால் அதன் விலை அவனுடைய கப்பலுக்கு சமானமாக இருந்தது. அவன் அதற்கு ஈடாகத் தனது கப்பலையே கொடுக்கவேண்டி நேர்ந்தது என்று ஒரு கதையுண்டு. ஆனால் ஒரு நாள் விலைகள் சடாரென்று சரியத் தொடங்கின. பதுக்கி வைத்த செல்வந்தர்களும் வியாபாரி களும் ஓர் இரவில் ஆண்டியானார்கள். அதுவே உலகத்தின் முதல் குமிழ் வெடிப்பு என்று பொருளாதார நிபுணர்கள் சொல்வார்கள்.

நான் கனடாவுக்குக் குடிபெயர்ந்தபோது ட்யூலிப் வளர்க்க வேண்டும் என்ற ஆசை இயற்கையாக எழுந்தது. எப்படியும் என்னுடைய தோட்டத்தில் விதவிதமான வர்ணங்களில் ட்யூலிப் பூக்களை வளர்ப்பது என்ற முடிவிலிருந்தேன். ஆனால் எப்படி என்பதுதான் தெரியவில்லை. கனடாவில் எப்போ பூக்கன்றுகள் விற்கும் கடைக்குப் போய் ட்யூலிப் என்று கேட்டாலும் அவர்கள் பதில் இல்லை என்றே இருக்கும். ஆனால் நான் பார்த்த எல்லா வீட்டுத் தோட்டங்களிலும் ட்யூலிப் பூக்கள் பூத்துக் குலுங்கின. இரண்டு வருடங்கள் இப்படி வீணாகக் கழிந்தன. மூன்றாவது வருடம்தான் ரகஸ்யம் பிடிபட்டது. ட்யூலிப் கன்றுகளை வாங்கி நடமுடியாது, ட்யூலிப் முளைகளைத்தான் வாங்கி நடவேண்டும், அப்போதுதான் பூக்குமென்றார்கள். சரி என்று கடைக்குப் போனால் அவர்கள் ஒக்டோபர் அல்லது நவம்பர் மாதங்களில்தான் அவற்றை விற்பார்கள் என்பது தெரிந்தது. இப்படியாக இழுபட்டு தவணை முறையில் ட்யூலிப் வளர்ப்பு பற்றிய அறிவு பெற்றேன்.

ஓர் ஒக்டோபர் மாதத்துக் கடைசியில் முளைகளை வாங்கி தோட்டத்தில் குழி தோண்டி நட்டேன். கனடாவில் கேக் வாங்கினால் இலவசமாக வாழ்த்து எழுதித் தருவார்கள். இரண்டு பக்கட் அரிசி வாங்கினால் ஒரு பக்கட் இலவசம். மடிக் கணினி வாங்கினால் உறை இலவசம். அதுபோல முளை வாங்கியபோது இலவசமான அறிவுரைகள் தந்தார்கள். எத்தனை அடி ஆழத்தில் நடவேண்டும், எவ்வளவு இடைவெளி விடவேண்டும் என்றெல்லாம் சொல்லித் தந்தார்கள். அந்த வருடம் நவம்பரிலேயே பனி பொழியத் தொடங்கிவிட்டது. மிகவும் கடுமையான பனிக்காலம். இரண்டடி, மூன்றடி உயரத்துக்கு தோட்டத்திலே உறைபனி பாளம் பாளமாக வளர்ந்தது. முளைகள் அத்தனை பனிக்குக் கீழே புதைந்துபோய் கிடந்தன.

ட்யூலிப்பை பற்றி மறந்துபோனேன். ஏப்ரல் மாதம் புதுவருட நாள் காலையில் பூமியைப் பிளந்து வெளியே வந்து பூக்கள் வெடித்தன. நான் கனவு கண்ட அத்தனை பூக்களும் அங்கே காற்றில் ஆடின. மஞ்சள், சிவப்பு, மென்சிவப்பு, ரத்தச் சிவப்பு, வெள்ளை, ஊதா என்று அவை வசந்தத்தை வரவேற்றன. இதனி லும் சிறந்த பூக்கள் உலகத்தில் இல்லை என்று என்னை எண்ண வைத்தன.

இந்த வருடமும் நான் ஒக்டோபரில் ஊதா, மஞ்சள், வெள்ளை மற்றும் சிவப்பு என்று பல நிறங்கள் தரும் முளைகளை வாங்கினேன். விற்பனைப் பெண் அவற்றை நடுவதற்கு மாதக் கடைசிதான் நல்ல சமயம் என்று சொன்னார். 'நீண்ட பனிக்காலம் பாதகம் இல்லையா?' என்று மீண்டும் கேட்டு வைத்தேன். 'எவ்வளவு காலம் பனியில் புதையுண்டு கிடக்கிறதோ அவ்வளவுக்கு நல்லது. நிலத்தின் கீழேயிருக்கும்போது அது சும்மா இருப்பதில்லை. தன் சக்தியை சேகரித்துக்கொண்டே இருக்கும். சமயம் வரும்போது முழுவீச்சோடு மண்ணை உதறி மேலே வரும்' என்றார்.

ஹேர்மன் மெல்வில் என்பவர் மோபிடிக் என்ற புகழ் பெற்ற நாவலை எழுதினார். அந்த நாவலின் முக்கிய கதாபாத்திரம் மோபிடிக் என்று அழைக்கப்படும் ஒரு திமிங்கிலம்தான். 700 பக்கம் கொண்ட நாவலில் முதல் 500 பக்கங்களுக்கு மோபிடிக் தோன்று வதேயில்லை. அவ்வளவு நேரமும் வாசகர்கள் பொறுமையோடு படிக்கவேண்டியது தான். இதே மாதிரிதான் சிலப்பதிகாரத்திலும். கிட்டத்தட்ட மூன்றில் இரண்டு பகுதி முடிந்த பிறகுதான் கண்ணகி என்ற பாத்திரம் உயிர் பெறுகிறது.

கண்ணகியின் தோழி தேவந்தி 'வா, கோயிலில் போய் நீராடி வேண்டலாம்' என்று கேட்டபோது கண்ணகி ஒரு சொல்லில் 'பீடன்று' என்று கூறி மறுக்கிறாள். கோவலன் மாதவியிடமிருந்து பிரிந்து கண்ணகியிடம் வந்தபோதுகூட கண்ணகி மூன்று வார்த்தை களை உதிர்த்தாள். 'சிலம்புகள் உள்ளன, எடுங்கள்.' அடுத்து அவள் கோவலனிடம் பேசியது 'மதுரை வந்துவிட்டதா?' பின்னர் கோவல னுக்கு உணவு படைத்தபோது 'சாப்பிடுங்கள்' என்றாள். அவர்கள் கடைசியாக ஒன்றாய் இருந்த இரவு மாத்திரம் சில வரிகள் பேசினாள். அதிலேதான் 'போற்றா ஒழுக்கம் புரிந்தீர்' என்ற புகழ் பெற்ற வரி வருகிறது.

இப்படி அடக்கமானவளாக, ஒன்றும் பேசாத மௌனியாக, வெகுளியாக கண்ணகி சித்தரிக்கப்படுகிறாள். நாடு காண் காதையில் ஒரு சின்னக் கோடி காட்டப்படுகிறது. கோவலனும் கண்ணகியும் மதுரைக்குப் போவதற்குப் புறப்பட்டு புகார் நகரத்துக் கோட்டை

யையும் அகழியையும் கடந்ததும் கண்ணகி ஆவலோடு கேட்கிறாள் 'மதுரை வந்துவிட்டதா?' என்று. கோவலன் சிரித்தவாறு 'இன்னும் தூரமிருக்கிறது' என்று கூறுவான். அப்படிப்பட்ட வெகுளி கண்ணகி. உலகம் தெரியாதவள்.

கோவலன் அநியாயமாக கொலையுண்டதைக் கேள்வியுற்ற தும் கண்ணகி வெகுண்டு எழுகிறாள். 'என் கணவன் எங்கே?' என ஆயர் குலப்பெண்களிடம் கேட்கிறாள். சூரியனிடம் கேட்கி றாள். கோவலனின் இறந்த உடலைக் கட்டிப் புலம்புகிறாள். 'பெண்டிரும் உண்டுகொல்? சான்றோரும் உண்டுகொல்?' என ஆற்றாமல் அழுகிறாள். அரண்மனைக்கு சென்று 'வாயிலோயே, வாயிலோயே' என்று கூவி தன் வருகையை அரசனுக்கு அறிவிக்கச் சொல்லி ஆணையிடுகிறாள். அரசனிடம் நீதி கேட்டு, தேர்ந்த வழக்கறிஞரைப் போல வழக்காடி வெல்கிறாள். இதுவெல்லாம் எப்படி நடந்தது? திடீரென்று இவ்வளவு ஆற்றலும் அறிவும் ஆவேசமும் அவளுக்குள் எங்கிருந்து வந்தது?

தமிழில் நான் மிக மதிக்கும் எழுத்தாளர்களில் ஒருவர் அசோகமித்திரன். அறுபது வருடங்களுக்கு மேலாகத் தொடர்ந்து எழுதி வருபவர். இவர் 500 வரிகளில் ஒரு கட்டுரையை எழுதிவிட்டு ஒன்றுவிட்ட ஒரு வரிகளை வெட்டிவிடுவார் என நினைக்கிறேன். அவ்வளவு இறுக்கமாகவும் கச்சிதமாகவும் அவர் எழுத்து இருக்கும். பல விசயங்களை நீங்களே இட்டு நிரப்பி வாசிக்கவேண்டும். ஒரு தேவையில்லாத சொல் இராது. இவர் ஒரு கட்டுரை எழுதியிருந் தார். அதன் தலைப்பு 'விடுதலைக்கு இன்னும் சில நாட்கள்.' கட்டுரையை மிகவும் ரசித்து வாசித்தேன்.

அசோகமித்திரன் தன் சிறுவயதுச் சம்பவம் ஒன்றை நினைவுகூர்கிறார். இந்தியா சுதந்திரம் அடைந்தது 1947, ஆகஸ்டு 15ம் தேதியன்று. அசோகமித்திரனின் தகப்பனாருக்கு நிஜாம் ரயில்வே நிறுவனத்தில் வேலை. இந்தியாவுக்கு சுதந்திரம் கிடைத்த போது நிஜாம் சமஸ்தானம் இந்தியாவுடன் சேரவில்லை. அது தனி சமஸ்தானமாக இயங்கியது. 1948 செப்டம்பர் மாதம் அசோக மித்திரனின் தகப்பனார், குடும்பத்துடன் சென்னைக்கு வந்திருந்த வர், திரும்பவும் நிஜாம் சமஸ்தானத்துக்குள் நுழையமுடியாமல் அவதிப்பட்டார். ரயில்கள் ஓடவில்லை. அவர் செப்டம்பர் முதல் தேதியே உத்தியோகத்துக்கு திரும்பியிருக்க வேண்டும். அப்படி திரும்பாவிட்டால் வேலை போய்விடும். ஒரு வாரம் கழிந்த நிலை யில் ரயில்கள் மீண்டும் ஓடத் தொடங்கின. அசோகமித்திரனின் குடும்பம் எப்படியோ ரயிலில் இடம்பிடித்து மூட்டை முடிச்சுக் களுடன் நிஜாம் சமஸ்தானத்துக்குள் நுழைந்து தங்கள் வீட்டை

அடைந்துவிடுகிறார்கள். நிஜாம் ராணுவம் இவர்களை அணு அணுவாக சோதனை செய்தபிறகுதான் அனுமதிக்கிறது. செப்டம்பர் 13ம் தேதி இந்திய ராணுவம் நிஜாம் எல்லைக்குள் முன்னேறத் தொடங்க, 18ம் தேதி நிஜாம் சமஸ்தானம் இந்தியாவுடன் இணைந்து கொண்டது. கட்டுரை இப்படி முடிகிறது. '1947 ஆகஸ்ட் 15ஆம் தேதியன்று இந்தியாவின் ஏனைய பகுதிகளில் நடைமுறைக்கு வந்த இந்திய சுதந்திரம் பதின்மூன்று மாதங்கள் கழித்து நிஜாம் சமஸ்தானத்துக்கு வந்தது.'

ஒரு நாட்டின் சரித்திர முக்கிய நிகழ்வையும் ஒரு குடும்பத்தின் அவலத்தையும் ஒரே சமயத்தில் மிகை இல்லாமல் சொன்ன கட்டுரை. கட்டுரையைப் படித்த உடனே நான் அவருக்கு ஒரு கடிதம் எழுதினேன். 'உங்கள் தகப்பனாருக்கு என்ன நடந்தது? வேலை திரும்ப கிடைத்ததா? நிஜாம் ரயில்வே நிறுவனம் என்ன வானது?' பதில் வந்தது. 'என் தகப்பனார் நாலு மாதத்திற்குள் இறந்துபோனார். நிஜாம் ரயில்வே நிறுவனம் இந்திய ரயில்வேயுடன் இணைந்தது.' இரண்டு வரியில் பதிலும் சுருக்கமாகத்தான் இருந்தது.

நான் விடவில்லை. தொடர்ந்து எழுதினேன். 'இந்த முக்கியமான சம்பவம் நடந்து சரியாக 50 வருடங்களுக்கு பின்னர் இதைக் கட்டுரையாக எழுதியிருக்கிறீர்கள். இவ்வளவு நாளும் ஏன் எழுத வில்லை?' ஓர் எழுத்தாளரிடம் இன்னொரு எழுத்தாளர் கேட்கக் கூடாத கேள்வி. வேதனையின் பாரம் அதைக் கீழே வைத்திருந்தது. இப்பொழுது திடீரென்று உடைத்துக்கொண்டு மேலே வந்திருக்கிறது.

ட்யூலிப் விற்பனைப்பெண் சொன்னது நினைவுக்கு வந்தது. ட்யூலிப் முளை சக்தியை மௌனமாக சேகரித்துக்கொண்டே இருக்கும். சமயம் வரும்போது முழுவீச்சோடு மண்ணை உதறி மேலே வரும். கண்ணகி அதைத்தான் செய்தார். அசோகமித்திரனும் அதைத்தான் செய்தார். ட்யூலிப் பூவுக்கு ஐந்து மாதம், அசோக மித்திரனுக்கு 50 வருடம்.

அது அதற்கு ஒரு காலம் இருக்கிறது. நேரம் கூடவேண்டும்.

ஜன்ம சாபல்யம்

என் வீட்டில் ஒரு சின்னத் தொலைக்காட்சி பெட்டி இருந்தது. புதுப்புது விதமான எத்தனையோ பெட்டிகள் சந்தையில் வந்து போய்விட்டன. அகலமானது, சதுரமானது, அதி துல்ய மானது, பிளாஸ்மா, சுவரில் கொழுவுவது இப்படி பல. ஆனால் என் வீட்டின் ஒரு மூலையில் இருந்து பல வருடங்களாகத் தன் காரியத்தை சரியாகச் செய்தது இந்த தொலைக்காட்சிப் பெட்டி. ஒரு ஐந்து வயதுக் குழந்தை டிவியின் முன்னால் நின்றால் அது முழுவதுமாக மறைந்துவிடும். அவ்வளவு சின்னது ஆனாலும் சளைக்காமல் வேலை செய்தது.

தொலைக்காட்சியில் பல ஆங்கில சானல்களும் நாலு தமிழ் சானல்களும் இருந்தன. தமிழ் சானலில் எதைப் போட்டாலும் ஒரு பாட்டுப் போட்டி அல்லது நடனப் போட்டி அல்லது இரண்டும் நடந்துகொண்டிருக்கும். ஒரு நாள் இரவு இரண்டு மணிக்கு எழும்பினேன். வெளியே பனிப்புயல் அடித்துக் கொண்டிருந்தது. சரி, என்னதான் நடக்கிறது என்று தொலைக் காட்சியை இயக்கியபோது அங்கே ஒரு சங்கீத யுத்தம் முடிவை நெருங்கிக்கொண்டிருந்தது. அடுத்த நாள் காலை மறுபடியும் போட்டுப் பார்த்தேன். அப்போதும் ஒரு சங்கீதப் போட்டி நடந்தது. மூன்று பிரபலமான பாடகர்கள் நடுவிலே உட்கார்ந்து தீர்ப்பு வழங்கிக்கொண்டிருந்தார்கள்.

எத்தனை சங்கீதப் போர்களை ஒருவர் கேட்கமுடியும்? காலையில் இருந்து இரவு படுக்கும் வரை அவை என்னைத் துரத்தின. சில சமயங்களில் என்னுடைய டிவி தானாகவே அவஸ்தை தாங்கமுடியாமல் நின்றுவிடும். தலையில் ஒரு தட்டு தட்டியவுடன் மறுபடியும் ஆரம்பிக்கும். எல்லாமே சினிமாப் பாடல்கள். சிவாஜி காலத்தில் ஆரம்பித்து ரஜினியின் சிவாஜிவரை தொடர்ந்தன. எத்தனை வகையான பாடல்கள் இருக்கின்றனவோ அத்தனை பாடல்களும் அத்தனை குரல்களில் அத்தனை பிழைகளு டன் பாடப்பட்டன. இவைகளைக் கேட்கும்போது எத்தனை வகையான பிழைகள் இருக்கின்றன என்ற அறிவு எனக்குக் கூடிக் கொண்டே போனது.

ஒரு கட்டத்தில் விளம்பர இடைவேளைகள் வந்தபோது அவசரமாகப் போய் என் வேலைகளை முடித்துவிட்டு வந்து பாடல்களைக் கேட்க ஆரம்பித்தேன். பின்னொரு கட்டத்தில் அவர்கள் பாடும்போதும் போய் என்னுடைய அலுவல்களை முடித்துவிட்டு வந்து நடுவர்களின் தீர்ப்பு கட்டம் வரும்போது அவர்கள் பேசுவதைக் கவனிக்க ஆரம்பித்தேன். அவர்கள் கருத்துகளும் தீர்ப்புகளும் சுவை குறையாமல் இருந்தன. ஒவ்வொரு பாடலுக்கும் ஏதாவது ஒரு புதுவிதமான குறையைக் கண்டுபிடித்து சொன்னார்கள். அந்தப் பாடகரின் முகம் சரிந்து போவதைப் பார்ப்பதில் பலருக்கும் ஆர்வம் இருந்தது தெரிய வந்தது.

மூன்று நடுவர்களில் ஒருவர் எப்பொழுது பார்த்தாலும் ஒரு நோட்டுப் புத்தகத்தில் ஏதாவது கிறுக்கிக்கொண்டு இருப்பார். என்ன எழுதுகிறார் என்பது தெரியவில்லை. அவருடைய கருத்தைச் சொல்லும் முறைவரும்போது ஒன்றிரண்டு வரிகளில் பேசி முடித்துவிடுகிறார். இவர், வேறு யாரோ காசு கொடுத்துக் கிடைக்கும் நேரத்தில் தன்னுடைய சுயசரிதையை எழுதுகிறாரோ என்னவோ. மற்றவர் ஒரு பெண். ஒரு காலத்தில் பிரபலமான பாடகியாய் இருந்தவர். ஒவ்வொரு முறையும் ஒரு புதிய சேலை உடுத்தி புதிய நகை அணிந்து புதிய ஒப்பனையுடன் வீற்றிருப்பார். ஒட்டியாணம் மட்டும் கிடையாது, ஆசை இருந்தது, ஆனால் அவர் இடுப்பளவு ஒட்டியாணம் கடைகளில் கிடைக்காது என நினைக் கிறேன். புகைப்படத்துக்கு சிரிப்பது போல புன்னகையுடன் எந்நேர மும் காட்சியளிப்பது அவர் வழக்கம். இவர் ஒருவர்தான் போட்டி யாளர் எவ்வளவு மோசமாகப் பாடினாலும் தலையை ஆட்டித் தாளம்போட்டு ரசித்தபடி இருப்பார்.

மூன்றாவது நடுவர் ஏன் அங்கே உட்கார்ந்திருக்கிறார் என நான் குழம்பிப்போய் இருக்கிறேன். நாலு பேர் இவரை இழுத்துப் பிடித்து வந்து உட்கார வைத்தது போல உட்கார்ந்திருப்பார். அவருடைய உடம்பும் மூளையும் அங்கே இல்லை. கைகள் இரண் டையும் மேசையில் ஊன்றிப் பிடித்தபடி எந்த நேரமும் எழும்பி ஓடுவதற்குத் தயாரானவர் போலவே காட்சியளிப்பார். சிரிப்பதற்கு பத்து தடவை யோசிப்பார். ஆனால் தற்செயலாக அவர் கவனத்தை ஈர்க்கும்விதமாக ஏதாவது வேடிக்கையாக நிகழ்ந்துவிட்டால் மனிதர் தலையை மேசையில் குனிந்து குனிந்து அடித்து சிரிப்பார்.

நான் என்ன வேலையில் இருந்தாலும் நடுவர்கள் சொல்லும் தீர்ப்புகளைக் கேட்க தொலைக்காட்சிக்கு முன்னால் வந்து விடுவேன்.

நடுவர்களின் பழக்கம் என்னவென்றால் முதல் இரண்டு

நிமிடங்களும் பாடியவரைப் புகழ்ந்து தூக்குவார்கள். பின்னர் தள்ளிவிடுவார்கள். அன்றைக்குப் பாடிய பையனின் பெயர் சுரேஷ். வயது இருபதைத் தாண்டாது. முழங்கால்களில் கிழிந்த ஜீன்ஸ் அணிந்து உத்தமபுத்திரனில் சிவாஜி நடந்துவருவதுபோல அசைந்து வந்து மேடையின் நடுவில் நின்றார். அவரிடம் y குரோமசோம்கள் கொஞ்சம் அதிகமாகவே காணப்பட்டன. மைக்கை எடுத்துப் பிடித்தவகையில் ஏதோ புதுசாக வரப்போகிறது என்று நினைத் தேன். ஏ.ஆர் ரஹ்மானின் பாடல் ஒன்று 436வது தடவையாக அந்த மேடையில் அரங்கேறியது. மாட்டிலே பால் கறப்பதுபோல ஒரு கையை மேலேயும் கீழேயும் ஏற்றி இறக்கிப் பாடினார். பாத்திரம் நிறைந்ததும் பாட்டும் முடிந்தது. நடுவர் பெண் சொன்னார். ‘சுரேஷ், மிக அழகாகப் பாடினீர்கள். உங்கள் குரல் இந்தப் பாட்டுக்கு என்று செய்ததுபோல பொருத்தமாக அமைந்துவிட்டது. அங்கங்கே சுருதி கொஞ்சம் பிசகிவிட்டது. சரணத்துக்கு வந்தபோது தாளமும் இப்படியப்படி தவறிவிட்டது. தமிழ் சொற்கள் உச்சரிப்பை உருண்டையாக்குங்கள். அதில் கூடிய கவனம் செலுத்தியிருக்கலாம். மற்றபடிக்கு மிக அழகாக render பண்ணியிருக்கிறீர்கள். வாழ்த்துக் கள்.’

அவரைத் தொடர்ந்து நோட்டுப் புத்தகத்துடன் உட்கார்ந் திருக்கும் நடுவர் சொன்னார். ‘உங்கள் குரல் ஆட்களை மயக்கவல்லது. அப்படி ஒரு கவர்ச்சி இருக்கிறது. நான் நடுவராக இருப்பதால் ஏதாவது சொல்வதற்காகச் சொல்லவில்லை. உங்கள் பாட்டு excellentஆக இருந்தது. நீங்கள் பயிற்சி செய்தால் சின்னச் சின்ன பிழைகளைக் களைந்துவிடலாம். முக்கியமாக தாளத்தோடு இணைந்து பாடுவது, அது பல இடங்களில் தனியாகப் போய்விட்டது. ஆனால் சங்கதிகள் எல்லாம் amazing. சினிமாவில் கூட இந்தச் சங்கதிகள் இத்தனை அழகோடு வெளிப்படவில்லை.’

வேண்டா வெறுப்பு நடுவர் முகத்தில் முதல் தடவையாக ஒரு புன்னகை தோன்றியது. இருப்பதில் ஆகச் சின்ன சில்லறைக் காசை எடுத்து பிச்சைக்காரனுக்கு எறிவதுபோல சொன்னார். ‘சுரேஷ், அருமையான பாட்டுத் தெரிவு. இப்படியான போட்டிகளில் உங்கள் குரலுக்கு ஏற்ற பாடலைத் தெரிவு செய்தாலே பாதி வெற்றி கிடைத்துவிடும். கண்ணை மூடிக்கொண்டு கேட்டபோது எஸ்.பி.பி. பாடியதுபோலவே இருந்தது. உங்கள் பிரச்சினை என்னவென்றால் மேடையில் நிற்கும்போது உங்களுக்கு வேண்டாத டென்சன் வந்துவிடுகிறது. ஒரு பரீட்சைக்குப் பாடுவதுபோல பாடுகிறீர்கள். அதுதான் எதிர்பாராத இடங்களில் சறுக்குகிறது.’ அவர் பாராட்டி னாரா அல்லது அதற்கு எதிரானதைச் செய்தாரா தெரியவில்லை.

அடுத்து ஒரு பெண் பாடுவதற்கு வந்தாள். சாரியும் இல்லை.

சுரிதாரும் இல்லை. இரண்டுக்கும் இடைப்பட்ட ஒரு வகையான உடை. மார்பில் பச்சை குத்தியிருந்தாள், அதில் பாதி வெளியே நீட்டிக்கொண்டு தெரிந்தது. முழுவதையும் பார்க்கும் ஆசையையும் தூண்டியது. தோள் மூட்டிலும் பச்சை குத்தியிருந்தார். கண் மடல்களில் பூசியிருந்த இளஞ்சிவப்பு பூச்சு அவர் கண்களை மூடிய போதெல்லாம் தெரிந்தது. கண்களைத் திறந்ததும் மறைந்துபோனது.

பிரபலமான குத்துப் பாட்டு ஒன்றை ஆரம்பித்தார். பாடினார், குதித்தார் பின்னர் ஆடினார். பாட்டின் இறுதியில் நோட்டுப் புத்தகம் எழுதும் நடுவரும் எழுந்து மேடைக்குச் சென்று அவருடன் ஆடினார். அவரால் ஆர்வத்தைக் கட்டுப்படுத்த முடியவில்லை. தன்னுடைய இருக்கைக்குத் திரும்பியதும் பரபரவென்று ஏதோ எழுதினார்.

பாட்டு முடிந்ததும் வழக்கம்போல நடுவர்களின் தீர்ப்பு நேரம். நடுவர் பெண்மணி சொன்னார். 'நீங்களும் நல்லாகப் பாடினீர்கள். சும்மா இருப்பவரையும் எழும்பி ஆட வைக்கும் பாட்டு. அது இசை அமைத்தவரின் திறமை. சரியான இடங்களில் பாட்டின் உணர்ச்சிகள் வெளிப்படவேண்டும். அது பாடகர் செய்ய வேண்டிய வேலை. அது எல்லாம் நல்லாய் வந்திருக்கிறது. ஆனால் dynamics போதாது. மேடையில் ஏதோ ஒன்று உங்களை தடுக்கிறது. உங்களுக்குள் இருக்கும் முழுத் திறமையும் வெளியே வரவில்லை.'

மற்ற நடுவரும் இதையே வேறு வார்த்தைகளில் சொன்னார். 'ரொம்ப அருமை. ஆனால் feelings பற்றாது. இன்னும் கொஞ்சம் பாடலுக்கு உள்ளே போயிருக்கலாம். எனக்கு என்னவோ ஒரு ஸ்கேல் மேலே பாடியிருக்கலாமோ என்றுகூட படுது.' வேண்டா வெறுப்பு நீதிபதி ஒரு குண்டைத் தூக்கி போட்டதுபோல சொன்னார். அந்தப் பெண் அவ்வளவு துள்ளியதும், பாடியதும், நெளிந்ததும் நடுவரைக் கொஞ்சமும் அசைக்கவில்லை. வழக்கம் போல பாடியவரை இரண்டு நிமிடம் புகழ்ந்த பின்னர் இப்படிச் சொன்னார்.

'என்ன அம்மா, இந்த தடவையும் அபஸ்வர கிரீச்சிடல் வந்து விட்டதே. போனதடவை இனிமேல் வராது என்று சொன்னீர்கள். சரி, அது கிடக்கட்டும். நீங்கள் தமிழ்தானே. எதற்காக ஹிந்திக்காரர் தமிழ் உச்சரிப்பதுபோல நீங்கள் உச்சரிக்கவேண்டும். இது ஹிந்தி பேசும் ஒருவர் பாடிய தமிழ் பாட்டு. ஆகவே நீங்களும் அவர் விட்ட பிழைகளை விடத்தேவையில்லை. உங்கள் மூளை சொல்வதை உங்கள் வாய் கேட்க மறுக்கிறது. மேலே போகும்போது நிதானத்துடன் போகும் நீங்கள் கீழே வரும்போது glide பண்ண வேண்டும். மேடையில் குதிப்பது வேறு. பாடும்போது குதிக்க

முடியாது. மெதுவாகக் கீழே இறங்கவேண்டும்.' பெண்ணுக்குக் கண்கள் பளபளத்தன. அடிக்கடி மென்சிவப்பு கண்களை வெட்டி நீரைத் தடுக்கப் பார்த்தார்.

இப்படி நடுவர்களின் பிரசங்கங்களை சுவாரஸ்யமாக கேட்டுக் கொண்டிருந்தபோது நான் எதிர்பாராத ஒன்று நடந்தது. என்னுடைய டிவிப்பெட்டி என்ன நினைத்ததோ அதிலிருந்து ஒலி வந்தது. ஆனால் படம் இல்லை, கோடுகள் மட்டும் ஓடின. ஒரு பெண் பாடினார், பாட்டுக் கேட்டது. பெண்ணைத் தெரியவில்லை. நான் தொடர்ந்து டிவிப்பெட்டியில் கோடுகளைப் பார்த்தபடி பாடலைக் கேட்டேன். பாட்டு முடிந்ததும் நடுவர்கள் ஒவ்வொருவ ராக பேசத்தொடங்கினர். குரலில் இருந்து என்னால் யார் பேசுகிறார் என்பதை ஊகிக்க முடிந்தது.

முதலில் நோட்டுப் புத்தகம் எழுதுகிறவர் பேசினார். 'எல்லாம் தட்டையாக இருந்தது. மகிழ்ச்சியாகப் பாடவேண்டிய பாட்டை நீங்கள் எப்படியோ சோகமயமாக மாற்றிவிட்டீர்கள். உங்களுக்கு இன்னும் நிறையத் தூரம் இருக்கிறது.' அந்தப் பெண்ணினுடைய முகம் எப்படி வாடிப் போயிருக்கும் என்பதைப் பார்க்க முடிய வில்லை. டிவியில் கோடுகள்தான் தெரிந்தன. புன்னகை நடுவர் பேசினார். 'பல்லவி பாடியபோது நல்ல பயிற்சி தெரிந்தது. ஆனால் அப்புறம் என்ன நடந்தது? உங்களுடைய சொந்தச் சங்கதிகளை நீங்கள் வைக்கலாம். ஆனால் ஒரு பிரபல பாடகரின் பாடலை எடுத்துப் பாடும்போது அவர் பாடிய சங்கதிகளில் ஒன்றாவது உங்கள் பாட்டில் வந்திருக்கலாமே என்றுபட்டது.'

வேண்டா வெறுப்பு நடுவர் ஆரம்பித்தார். அவர் முகம் பேசும்போது எப்படியிருக்கும் என என்னால் கற்பனை செய்ய முடிந்தது. 'மைதிலி, உங்களுக்கு என்ன நடந்தது? எத்தனையோ தடவை எங்களுக்கு முன் நின்று பாடிய பிறகும் உங்களுக்கு மேடை பயம் வந்துவிட்டதே. இந்தச் சனங்களை மறவுங்கள். நடுவர்களை மறவுங்கள். நீங்கள் பாத் ரூமுக்குள் பாடுவதைக் கற்பனை செய்யுங்கள். உங்களுக்கு மாத்திரமே நீங்கள் பாடுகிறீர்கள். எல்லோரையும் இப்போது மறந்துவிட்டீர்களா?

'ஆம், மறந்துவிட்டேன்.' 'இப்போ எங்கே நிற்கிறீர்கள்?' 'பாத்ரூமுக்குள்.'

'சரி, அந்தச் சரணத்தை ஒருக்கால் பாடுங்கள்.' அவர் பாடினார்.

'திறந்து பாடுங்கள். திறந்து பாடுங்கள், அம்மா. இல்லை, இல்லை. ஐயோ தொண்டையைத் திறந்து பாடுங்கள்.'

இப்பொழுது சத்தமும் இல்லை. படமும் இல்லை. டிவி ஒரேயடியாக வாழ்க்கையை முடித்துக்கொண்டது.

குறுந்தொகையில் ஒரு தலைவி 'கண்டனையோ, கண்டார்க் கேட்டனையோ' என்று புலம்புவாள். கனடாவில் 300,000 தமிழர்கள் வாழ்கிறார்கள். அன்று அந்த நிகழ்ச்சியை 30,000 பேராவது பார்த்திருப்பார்கள். அந்தப் பெண் என்ன செய்தாள் என்பதை நான் பார்க்கவில்லை. பார்த்தவர்களும் சொல்லவில்லை. அது தெரியாவிட்டால் எனக்குத் தலை வெடித்துவிடும். தெரிந்தால் ஜன்ம சாபல்யம் அடைவேன்.

இரண்டு சிறுகதைகள்

அண்டன் செக்கோவின் கண்ணாடி சிறுகதை 1600 வார்த்தைகள் தான். புதுமைப்பித்தனின் மகாமசானம் சிறுகதை 1000 வார்த்தைகள். இவை வார்த்தைகளின் கனதியாலும் வசனங்களின் அமைப்பாலும் சொன்ன விசயத்தினாலும் எத்தனை வருடங்கள் கழிந்தாலும் படைத்த அன்று கிடைத்த அதே புதுமையுடன் இன்றைக்கும் இருக்கின்றன, சிந்திக்க வைக்கின்றன. உங்கள் பார்வையை மாற்றுகின்றன. உலகத்தின் ஆகச் சிறிய சிறுகதை என்று ஒன்றைச் சொல்வார்கள். மூன்றே மூன்று வரிகள் தான். ஆனால் ஒருமுறை படித்தால் வாழ்நாளுக் கும் மறக்க முடியாதது. 'விற்பனைக்கு. குழந்தையின் பூட்ஸ்கள். பாவிக்காதவை.'

அண்மையில் நான் ஒரு சிறுகதை படித்தேன். மூன்று நாட்களாக மனதை அலைக்கழித்தபடி இருக்கிறது. மிகச் சிறிய கதை, 1400 வார்த்தைகள்தான். ஆனால் அது கிளப்பிய அலை அடங்க வெகு நேரமாகியது. யூசுஃப் அல்முகமத் என்பவர் எழுதிய 'சோப்பும் வாசனையும்' என்ற கதையின் சுருக்கம்தான் கீழே வருவது. ஒரு பெண் சொல்வதாகக் கதை அமைந்திருக்கிறது.

'என்னுடைய கணவர் எனக்கு ஒன்றும் விட்டுப் போக வில்லை. நான் வசிக்கும் குடிசை இடிமுழக்கத்துக்கு ஆடும். அடக்கம் செய்யும் முன்னர் பிணங்களைக் கழுவுவதுதான் என் தொழில். அந்த வருமானத்தில் நான் உயிர் வாழ்ந்தேன். ஒருநாள் பின்மதியம் தாடி வைத்த ஒரு மனிதன் வந்து கதவைத் தட்டினான். பிணம் கழுவுவதற்காக என்னை வரச்சொன்னான். காரிலே ஒரு பெண் இருந்ததால் மறுப்பு சொல்லாமல் நான் அவனுடன் புறப்பட் டேன். அவள் இளம் பெண் என ஊகித்தேன். தலையில் இருந்து பாதம்வரை மூடும் கறுப்பு அங்கியை அணிந்திருந்தாள். என்னுடைய வணக்கத்துக்கு அவள் பதில் வணக்கம் சொல்ல வில்லை. ஓயாத விரல் அசைவில் அவள் பிரார்த்தனை முணு முணுக்கிறாள் என்பது தெரிந்தது. அவள் பாதங்கள் மலிவான பிளாஸ்டிக் செருப்பில் வெள்ளையாகக் காணப்பட்டன. அந்தக் கறுப்பு உடைக்குள் ஓர் ஆண் இருக்கலாமோ என்றுகூட எனக்கு

சந்தேகம் எழுந்தது.

கார் அமைதியாகப் போய்க்கொண்டிருந்தது. 'இன்னும் தூரமா?' என்று மூன்றாவது தடவையாகக் கேட்டேன். 'அல்லாவில் விசுவாசம் வை, பெண்ணே' என்றான் அந்த மனிதன். ஒரு பாலைவனத்தின் ஊடாகப் போகும் சாலையில் கார் திரும்பியது. பாதை பழகியவன் போல தயக்கமில்லாமல் அவன் காரை ஓட்டினான். நான் அந்தப் பெண்ணிடம் இறந்துபோன மனுசி அவரின் தாயாரா என்று வினவினேன். அதற்கும் பதில் கிடைக்கவில்லை. இரண்டு மலைகளுக்கு நடுவில் தெரியும் மண்கும்பியை நோக்கி காரைச் செலுத்தியவன் அது சமீபித்ததும் நிறுத்தினான். அவன் கதவைத் திறந்ததும் கீழ்ப்படிதலுடன் இறங்கிய பெண் அவனுக்கு முன்னே நடந்தாள். கார் கதவை ஒருவரும் சாத்தவில்லை. மண்கும்பியில் ஏறி அடுத்த பக்கம் இறங்கி மறைந்தாள். அவனும் அவள் பின்னால் இறங்கினான்.

ஒரு துப்பாக்கிச் சூட்டுச் சத்தம் பாலைவனத்தின் நிசப்தத்தை கலைத்தது. ஒருவேளை மூன்று சத்தமாகவும் இருக்கலாம். மலைகளின் எதிரொலி என்று நினைக்கிறேன். அந்தச் சம்பவம் நடந்து பல வருடங்களாகியும் இன்றும் அந்த ஒலியை என் கனவுகளில் கேட்டு நான் திடுக்கிட்டு கண் விழித்து விடுகிறேன். சில நிமிடங்கள் கழித்து அவன் எதையோ இழுத்து வருவதுபோல வந்தான். என்னைப் பார்த்து 'வெளியே வா' என்றான். பீப்பாய் தண்ணீரை வாகனத்திலிருந்து இறக்கினான். சோப்பு, வாசனை, எண்ணெய் ஆகியவற்றை எடுத்துவரச் சொல்லி எனக்கு நினைவூட்டினான். நான் அந்தப் பெண்ணின் மார்பில் பூப்போல மலர்ந்த ரத்தத்தை துடைத்து தண்ணீரில் கழுவி உடலை அடக்கம் செய்வதற்குத் தயார் செய்தேன். அவன் மணலில் குழி தோண்டினான். அவன் கண்களில் நிறுத்தாமல் வழிந்த நீர் தாடியை நனைத்தது. பிணத்தைப் புதைத்தபோது கட்டு மீறிக் கதறினான். எனக்கு பயம் பிடித்தது. இருட்டிப்போன சமயம் என்னை வீட்டுக்குக் கொண்டுவந்து சேர்த்தான்.'

கதை முடிந்து போனாலும் மனது அதை மீட்டிக்கொண்டே இருந்தது. உண்மையில் கதை முடிந்த பின்னர்தான் அது ஆரம்பமாகியது; பல கேள்விகளையும் எழுப்பியது. அந்த மனிதன் யார்? தகப்பனா, சகோதரனா, கணவனா அல்லது காதலனா? எதற்காகக் கொலை செய்தான்? அவள் ஏன் முழுச் சம்மதத்துடன் புறப்பட்டு வந்தாள்? புதைக்கும்போது எதற்காக அழுதான்? அந்த மனிதன் ஒன்றுமே பேசாமல் கார் கதவைத் திறக்க அவள் இறங்கி முன்னாலே நடந்துபோனாள். தான் இறக்கப்போகும் இடத்தை

அவளே தெரிவு செய்தாள். எதற்காக இப்படியெல்லாம் நடந்து கொண்டாள்? வாசகர் தான் உரிய விடைகளைக் கண்டுபிடிக்க வேண்டும். சிறந்த சிறுகதைக்கான அடையாளம் அது.

மேலே சொன்ன சிறுகதையைப் படித்து முடித்த சில நாட்களில் ரஸ்ய மேதை ரோல்ஸ்ரோய் எழுதிய ஒரு சிறுகதையைப் படிக்க நேர்ந்தது. ரோல்ஸ்ரோய் எழுதியதில் ஆக நீண்டது என்று சொல்லப்படும் (10,000 வார்த்தைகளுக்கும் மேலே) பிரபலமான சிறுகதை. அதன் தலைப்பு 'காக்கஸில் ஒரு சிறைக்கைதி'. இந்தச் சிறுகதையைப் படித்து முடித்தபோது அது மனதை உலுக்கவில்லை. ஒரு புதிரும் கிடையாது. கதை முடிந்தபோதுஎல்லாக் கேள்வி களுக்குமான விடையும் கிடைத்தது. ஆனாலும் கதை எளிமை யாகவும், படிப்பதற்கு சுவாரஸ்யமாகவும் இருந்தது. ஆரம்பத்தி லிருந்து வாசகரை ஈர்த்தபடி கதை நகர்ந்து முடிவுக்கு வந்தது. அதன்சுருக்கம் தான் கீழே வருவது.

ரஸ்ய ராணுவ வீரன் ஒருவன், பெயர் சிஹிலின், தன் தாயைப் பார்ப்பதற்கு விடுப்பு எடுத்துக்கொண்டு குதிரையில் புறப்படுகிறான். தாயார் அவனுக்குக் கிராமத்தில் மணமகள் தேடுகிறாள். போகும் வழியில் டாட்டார் கொள்ளைக்காரர்களிடம் சிக்காமல் இருப்பதற் காக துப்பாக்கி வைத்திருக்கும் கொஸ்ட்லின் என்பவனுடன் இணைந்து பயணம் செய்கிறான். ஆனால் எதிர்பாராதவிதமாக டாட்டார் கொள்ளைக்காரர்கள் அவர்களைத் தாக்குகிறார்கள். துப்பாக்கி குண்டு குதிரையைத் துளைக்க குதிரையுடன் கீழே விழுகிறான் சிஹிலின். அவனைக் கைதுசெய்து கட்டிப் போட்டு தங்கள் கிராமத்துக்கு இழுத்துச் சென்று அங்கே களஞ்சிய அறையில் அவனை சிறை வைக்கிறார்கள்.

அடுத்தநாள் அவனைப் பிணைக்கடிதம் எழுதச் சொல்லி வற்புறுத்துகிறார்கள். அவனுடன் பிடிபட்ட கொஸ்ட்லின் 5000 ரூபிள்களுக்கு பிணைக்கடிதம் எழுதி அனுப்பிவிட்டான். சிஹிலின் அவ்வளவு பணம்தர தன் ஏழைத் தாயாரிடம் வசதி இல்லை யென்று கூறி மறுக்கிறான். இறுதியில் 500 ரூபிள்களுக்கு பிணைக் கடிதம் எழுதிக் கொடுக்கச் சம்மதிக்கிறான். இல்லையென்றால் தன்னைக் கொன்றுவிடச் சொல்கிறான். டாட்டார்கள் வேறு வழியின்றி அவன் சொன்னதை ஏற்கிறார்கள். அவன் பிணைக் கடிதத்தை எழுதி தன் தாயாருக்கு அனுப்புகிறான். ஆனால் தவறான முகவரியை வேண்டுமென்றே எழுதிவிடுகிறான். எப்படியும் சிறையிலிருந்து தப்பிவிடலாம் என்று அவன் நினைத்ததுதான் காரணம்.

சிறையில் அடைபட்ட பின்னர் டினா என்ற சிறுமியின்

நட்பு அவனுக்குக் கிடைக்கிறது. சின்னச் சின்ன பொம்மைகள் செய்து அவளுக்குப் பரிசளிப்பான். அவள் அவனுக்குத் தண்ணீர் கொண்டு வரும் சாக்கில் வெண்ணெய்க்கட்டி, இறைச்சி முதலானவற்றைத் திருடி வந்து கொடுப்பாள். ஒருநாள் இரவு சிஹிலினும் கொஸ்ட்லினும் தப்பி ஓடிவிடுகிறார்கள். மலைப் பாதைகளில் ஏறுவது கடினமாக இருந்ததால் பூட்ஸ்களைக் கழற்றி எறிந்துவிட்டு ஓடுகிறார்கள். விடிவதற்கிடையில் காட்டுக்குள் புகுந்துவிடவேண்டும் என்பது திட்டம். அவ்வாறு வேகமாக ஓடியதில் கால்கள் கற்களில் வெட்டி ரணமாகி ரத்தம் ஓடுகிறது. அப்படியும் கொஸ்ட்லினை முதுகிலே தூக்கிக் கொண்டு சிஹிலின் ஓடுகிறான். டாட்டார்கள் நாயுடன் அவர்களைத் துரத்தி கிட்ட வருகிறார்கள். ஒரு கட்டத்தில் கொஸ்ட்லின் தன்னை விட்டுவிட்டு ஓடச்சொல்லி சிஹிலினிடம் மன்றாடுகிறான். சிஹிலின் மறுத்து விடுகிறான். டாட்டார்கள் அவர்களைப் பிடித்து முன்புபோல கட்டி இழுத்து வருகிறார்கள். கிராமத்தில் சிறுவர் சிறுமியர் அவர்கள் மீது கல் எறிந்து கேலி செய்கிறார்கள். கால்களில் விலங்கு பூட்டி இருவரையும் பாதாளக் கிடங்கில் தள்ளிவிடுகிறார்கள்.

பாதாளக் கிடங்கு மிக மோசமாக இருக்கிறது. ஒரு விலங்கை நடத்துவதுபோல உணவைக் கிடங்கினுள் வீசுகிறார்கள். அவ்வப் போது ஒரு வாளியில் தண்ணீரைக் கீழே இறக்குவார்கள். சிறுமி டினா ஒருநாள் ரகஸ்யமாக வந்து 'இன்னும் 14 நாளில் பிணைப் பணம் வராவிட்டால் உங்களைக் கொல்லப் போகிறார்கள்' என்ற செய்தியை சொல்வாள். 'நீ ஒரு நீண்ட தடி தேடிக்கொண்டு வந்து தந்தால் நாங்கள் தப்பிவிடுவோம்' என்று சிஹிலின் சொல்கிறான். அவள் மறுத்துவிடுவாள். ஆனால் சிறுமி அன்றிரவு நீண்ட கம்புடன் வந்து விடுகிறாள். கொஸ்ட்லின் தாங்கள் மறுபடியும் பிடிபட்டுவிடுவோம் என நம்பியதால் தப்பி ஓடுவதற்கு மறுத்து விடுகிறான். சிஹிலின் மாத்திரம் கம்பைப் பிடித்து ஏறி வெளியே வந்துவிடுகிறான். சிறுமி அவன் கால்விலங்கைக் கல்லினால் உடைக்க முயற்சி செய்தும்முடியவில்லை. சிஹிலின் வேறு வழியின்றி சங்கிலியை கையினால் தூக்கி பிடித்துக்கொண்டு ஓடத் தயாராகி விடைபெறுகிறான். சிறுமிதிருடிக் கொண்டு வந்த வெண்ணெய்க்கட்டியை அவனிடம் கொடுக்க, இருவரும் பிரிகிறார்கள்.

சிஹிலின் முன்புபோலவே ரஸ்ய ராணுவ முகாம் பக்கமாக இரவிரவாக ஓடுகிறான். ஆறு மைல்கள் கடந்த நிலையில் டாட்டார்கள் துரத்த தொடங்குகிறார்கள். ஆனால் ரஸ்ய ராணுவம் அவனைக் காப்பாற்றி விடுகிறது. தான் டாட்டார்களிடம் பிடிபட்ட கதையை சிஹிலின் ராணுவத்திடம் சொல்கிறான். மேலும் ஒரு

மாதம் கழித்து கொஸ்ட்லினும் 5000 ரூபிள் பிணைப்பணம் கொடுத்து விடுதலையாகிறான்.

கதை முடிந்தது முடிந்ததுதான். வாசித்தவர் அதைப் பற்றி மேலே சிந்திப்பதற்கு ஒன்றுமே இல்லை. கதை எழுப்பும் எல்லாக் கேள்விகளுக்கும் கதை முடியும்போது விடை கிடைத்துவிடுகிறது. உண்மையில் கதை பாதி வாசித்த நிலையிலேயே எப்படி முடியப் போகிறது என்பது வாசகருக்குப் புலனாகிவிடும். கதையின் வசீகரம் அதன் வர்ணனையிலும் நுட்பமான பார்வையிலும்தான் தங்கி யிருக்கிறது.

கதையில் ஓர் இடம் வரும். ஒருநாள் கைதி தன் இருட்டு அறையில் அடைபட்டுக் கிடக்கிறான். அந்த சிறைச் சுவரில் ஒரு சின்ன ஓட்டை உண்டு. அதன் மூலம் கைதி வெளியே பார்க்கிறான். ஒரு டாட்டார் பெண் நடந்து போகிறாள். ஒரு சில விநாடிகளில் பெண் கடந்து போய்விட்டாலும் கதாசிரியரால் அந்த இடத்தை இலகுவில் கடக்க முடியவில்லை. வர்ணித்துக்கொண்டே போவார். 'அவள் ஓர் இளம் டாட்டார் பெண். நீளமான தொளதொளவென்ற கண்ணைப் பறிக்கும் ஆடை அணிந்து, அதற்குக் கீழே உயரமான பூட்ஸும் கால்சட்டையும் அணிந்திருக்கிறாள். ஒரு மேலங்கியைத் தலைக்குமேலே எறிந்து அதன் மேலே பாரமான உலோகப் பானை ஒன்றில் தண்ணீர் ஏந்தி நடக்கிறாள். ஒரு கையால் பானையையும் மறுகையால் மேல்சட்டை மட்டுமே அணிந்து மொட்டைபோட்ட ஒரு சிறுவனையும் பிடித்திருக்கிறாள். தண்ணீர் பானையைத் தலையில் சமநிலை குலையாமல் பிடித்துப்போன அவள் பின் கழுத்து தசைநார்கள் துடிக்கின்றன.' இவ்வளவு காட்சியையும் ஒரு சிறு கணத்தில் களஞ்சிய அறைச் சுவரில் உள்ள சின்னத் துளை வழியாக சிறைக்கைதி பார்க்கிறான். கழுத்து தசைநார்கள் துடிப்பது கூட அவனுக்குத் துல்லியமாகத் தெரிகிறது. இது எப்படி சாத்தியம்? ரோல்ஸ்ரோயால் ஒவ்வொன்றையும் நின்று நிதானமாக வர்ணிக்கா மல் நகரமுடியாது. சிறைக் கைதி பார்த்தானோ இல்லையோ அவர் வர்ணித்துத்தான் தீருவார்.

சில நீண்ட கதைகள் ஏற்படுத்தும் தாக்கத்தை விட சுருக்க மான கதைகள் மனதை ஆக்கிரமித்துவிடும். ரோல்ஸ்ரோயின் எழுத்தில் அவசரமில்லை. ஒவ்வொரு காட்சியையும் நிதானமாக சொல்லிக் கொண்டே போகும்போது கதையின் வேகம் மட்டுப் படுகிறது. யூசுஃப் அல்முகமத்தைப் படிக்கும்போது வேகம் முக்கியமானதாகிறது. வர்ணனைகள் கிடையாது. படிக்கும்போது மனம் அதிர்கிறது. படித்த பின்னர் மனதை அலைக்கிறது. மனித வாழ்வைப் பரிசீலிக்கச் சொல்கிறது. ஒவ்வொரு வசனமும் அதற்கு

முந்தைய வசனத்தின் தொடர்ச்சி. இங்கே அங்கே கவனம் சிதறாமல் கதையை நகர்த்துவது தான் ஆசிரியரின் முக்கிய நோக்கம். ஆகவே வேகத்தைத் தடுக்கும் எதுவும் கிடையாது, முக்கியமாக வர்ணனைகள். ஒரு கோட்டுச் சித்திரக்காரர் எப்படி ஒன்றிரண்டு கோடுகளில் ஓர் உருவத்தையும், உணர்ச்சியையும் கொண்டு வந்துவிடுகிறாரோ அது போலத்தான். ஒரு நிலத்தை வர்ணிக்கும்போது வசனம் வசனமாக எழுதி வாசகருக்குத் தொல்லை கொடுக்கமாட்டார். ஒரு பெண்ணை வர்ணிக்கும்போது அவளுடைய கூந்தல், மூக்கு, கண்கள், உடை அதை உடுத்தியிருக்கும் விதம் என்றெல்லாம் எழுத மாட்டார். ஒரு வரியிலேயே முழு உருவமும் வந்துவிடும்.

யூசுஃப்பின் கதையில் வரும் கொலைசெய்யப்பட்ட பெண்ணை அவர் இப்படி வர்ணிப்பார். 'முழு உடலையும் மூடிய கறுப்பு ஆடை. அவள் விரல்களில் ஒரு சின்ன மோதிரம். வெள்ளைப் பாதங்களில் மலிவான பிளாஸ்டிக் செருப்பு.' அவ்வளவு தான். கொலை செய்த மனிதனை வர்ணிக்கும்போது 'நரைத்துப் போன தாடி வைத்த மனிதன்' என்பதற்கு மேலாக வேறு விவரங்கள் இல்லை. பிணத்தைக் கழுவும் பெண்ணின் குடிசையை 'இடி முழக்கத்திற்கு ஆடும் குடிசை' என்று வர்ணித்திருப்பார்.

ரோல்ஸ்ரோயின் கதை மிக மெதுவாக நகர்கிறது. கிராமத்தில் மாட்டு வண்டியில் பயணம் செய்வதுபோல சாவகாசமாக கதை அவிழ்கிறது. போகும் வழியில் ஒரு குளம் வரும், ஆறு வரும், புல் வெளி வரும், பூங்கா, மலை முகடு என ஒவ்வொரு காட்சியாக ரசித்து செல்வதுபோல விஸ்தாரமான வர்ணனையுடன் கதை நகரும். கதை அரைவாசி முடிந்தவுடனேயே அது எப்படி முடியப் போகிறது என்பதை ஓரளவுக்கு ஊகிக்க முடியும். ஆகவே கதையின் முடிவு ஓர் உச்சகட்டமாக இருக்கவேண்டிய கட்டாயம் இல்லை.

யூசுஃப்பின் கதை அப்படியல்ல. கடைசி வசனம் வரும்வரைக்கும் முடிவை ஊகிக்க முடியாது. கடைசி வரியை நோக்கியே ஒவ்வொரு வசனமும் எழுதப்பட்டிருக்கும். ஒரு காரிலே பயணம் செய்வதுபோல. இலக்கை வேகமாக அடைவதுதான் முக்கியம். அதே நேரத்தில் சொகுசுக் கார் பயணம் போல வாசிப்பு இன்பமாயும் இருக்கும்.

ரோல்ஸ்ரோயின் கதையை உயர்த்துவது அவருடைய நுண்ணிய பார்வை. அது அழியாத சித்திரத்தை மனதில் உண்டாக்கும் அதே நேரம் நம்பகத்தன்மையைக் கூட்டும். கொள்ளைக் காரர்கள் சிஹிலினின் குதிரையைச் சுட்டு வீழ்த்திவிடுவார்கள். குதிரையின் சேணத்தை ஒருவன் ஓடிச் சென்று அகற்றி அதைத் தோளிலே சுமப்பான். மற்றவன் குதிரையின் மூச்சுக் குழாயை

வெட்டி அதன் அவஸ்தையிலிருந்து அதற்கு விடுதலை கொடுப்பான். சிறுமி டினா எப்படி உட்கார்ந்திருக்கிறாள் என்று வர்ணிக்கும்போது 'அவளுடைய முழங்காலும் அவளுடைய தலையும் ஒரே உயரத்தில் இருந்தன' என்று சொல்வார். கதையின் இறுதியில் டாட்டார்கள் துரத்த சிஹிலின் ரஸ்ய ராணுவ வீரர்களை நோக்கி ஓடும்போது 'சகோதரர்களே, சகோதரர்களே' எனக் கைகளை விரித்துக் கத்திக்கொண்டே ஓடுவான். அந்தக் காட்சி அப்படியே மனதில் நிற்கும்.

யூசுஃப்பின் கதை ரோல்ஸ்ரோயிடம் கிடைத்திருந்தால் அதை 4000 வார்த்தைகளுக்கு நீட்டியிருப்பார். உடலை மறைத்து கறுப்பு அங்கி அணிந்த பெண்ணைக்கூட எப்படியும் அங்கம் அங்கமாக வர்ணித்துவிட்டுத்தான் அந்தப் பக்கம் போயிருப்பார். யூசுஃப்பின் கதையில் உச்சக்கட்டம் கடைசியில் வரும். ரோல்ஸ்ரோயின் கதையில் அது கிடையாது. ஆனால் கதை முழுக்க சின்னச் சின்ன உச்சக்கட்டம் வந்து வந்து போகும். இரண்டுமே சிறுகதை. இரண்டிலுமே அழகு உண்டு. வெவ்வேறு.

இரண்டு பெண்கள்

மங்களநாயகம் தம்பையா என்பது மிகவும் பரிச்சயமான பெயர். பல வருடங்களுக்கு முன்னரே இவர் எழுதிய நொறுங்கிய இருதயம் நாவல் பற்றி கேள்விப்பட்டிருந்தேன். ஓர் இலங்கைப் பெண் எழுதிய முதல் தமிழ் நாவல். இந்தியாவில் அ.மாதவையா பத்மாவதி சரித்திரம் எழுதி 16 வருடங்களின் பின்னர் மங்களநாயகம் தன் நாவலை எழுதி வெளியிட்டார். இந்த நாவலை நான் பலமுறை படிக்கத் திட்டமிட்டு தோற்றிருந்தேன். இதைக் கடைகளில் வாங்கமுடியாது. நூலகங்களில் அகப்படாது. ஆனால் நண்பரிடம் அந்தப் புத்தகம் இருந்தது தற்செயலாகத் தெரியவந்தது.

என்னுடைய பிரச்சினை என்னவென்றால் இரவல் வாங்குவது. பல வருடங்களாகப் புத்தகம் இரவல் வாங்குவதை நான் நிறுத்தியிருந்தேன். திருப்பிக்கொடுக்க மறந்துவிடுவேன். அப்படி மறந்துவிடுவேன் என்ற பதற்றம் என்னை நூலை ஆசுவாசமாகப் படிக்க விடாது. பழக்கத்தில் இரவல் புத்தகத்தில் அடிக்கோடிட்டும், ஓரத்தில் குறிப்புகள் எழுதியும், புத்தக பக்க மூலைகளை மடித்துவிட்டும் புத்தகத்தை முடிந்தமட்டும் நாசமாக்கி யிருப்பேன். ஆனால் வேறு வழியில்லை. நண்பரிடம் புத்தகத்தை இரவல் வாங்கி ஓர் இரவு முழுக்கப் படித்து முடித்துவிட்டு அடுத்த நாள் காலையே அதைத் திருப்பிவிட்டேன்.

சிலப்பதிகாரம் எப்படி இரண்டு பெண்களின் கதையைச் சொல்கிறதோ அப்படித்தான் இந்த நாவலும். கண்மணி, பொன் மணி என்ற இரண்டு பெண்களின் கதையைச் சொல்கிறது. கண்மணி ஒரு குணவதி. நாவலின் ஆரம்பத்தில் ஒரு விபத்தில் அவளும் அருளப்பாவும் சந்தித்து அவர்களுக்கிடையில் காதல் அரும்புகிறது. அருளப்பாவின் தகப்பனுக்கு அவர்கள் மணமுடிப்ப தில் சம்மதமில்லையெனினும் அவர்கள் திருமணம் இனிதே நடக்கிறது. கண்மணி கணவனில் அன்புகாட்டும், அவனுக்கு அடங்கிய, விசுவாசமான மனைவியாக அமைகிறாள். அவள் கணவனுக்கு கல்கத்தாவில் ஒரு காதலி இருப்பதும் தொடர்ந்து கடிதம் வருவதும் அவர்களுக்குள் பிரச்சினையைக் கிளப்புகிறது. அத்துடன் கண்மணிமேல் கணவனே திருட்டுப்பட்டமும்

சுமத்துகிறான். விரைவில் கணவனால் வெறுக்கப்படுகிற மனைவி யாகிறாள். அருளப்பா கண்மணியைக் கொடுமைப்படுத்தினாலும் வேறு வழியின்றி பிள்ளைகளுடன் அவனே கதியென்று வாழ்கின்றாள்.

கண்மணிக்கு ஒரு சிநேகிதி, அவள் பெயர் பொன்மணி. அவளும் அழகான அடக்கமான பெண் என்றாலும் தன் உரிமையை விட்டுக் கொடுக்காமல் போராடும் குணமுடையவள். கண்மணியின் தமையன் பொன்னுத்துரை பொன்மணியைக் காதலிக்கிறான். அருளப்பாவின் சகோதரன் அப்பாத்துரையும் பொன்மணியைக் காதலிக்கிறான். அப்பாத்துரை பணக்காரன் என்பதால் தன்னுடைய பணபலத்தினால் பொன்மணிபொன்னுத்துரையின் காதலை முறிக்கப் பார்க்கிறான். இறுதியில் பெரியோர்களின் பலவந்தத்தால் அப்பாத்துரைக்கும் பொன்மணிக்கும் எழுத்து நடைபெறுகிறது. பொன்மணி சபையிலே, அத்தனை பேர் முன்னிலையிலும், 'பெரியோரே, கனவான்களே. இது எனக்குச் சற்றும் பிரியமில்லாத செய்கையென்பதையும், என் பெற்றோர்களின் நெருக்குதலினால் கையொப்பத்தை வைக்கிறேன் என்பதையும் அறிந்துகொள்ளுங்கள்' என்று சொல்லிவிட்டுக் கையொப்பமிடுகிறாள். ஆனால் கல்யாண நாள் அன்று பொன்மணி மாறுவேடத்தில் தப்பி தன் காதலன் பொன்னுத்துரையுடன் ஓடிவிடுகிறாள்.

அருளப்பாவின் கொடுமையை மேலும் பொறுக்கமுடியாத கண்மணியும் தன் பிள்ளைகளுடன் வீட்டைவிட்டு வெளியேறி தன் அண்ணன் பொன்னுத்துரையுடன் வசிக்கும் நேரத்தில் அவள் நோய் வாய்ப்படுகிறாள். அவளுடைய கணவன் அருளப்பா தன் குற்றத்தை உணர்ந்து, அவள் இருக்கும் இடத்துக்குத் தேடிவந்து, அவளிடம் மன்னிப்பு கேட்கிறான். படுத்த படுக்கையாகக் கிடக்கும் கண்மணி கிறிஸ்துவ மதத்துக்கு மாறிய பின்னர் இறக்கிறாள். கண்மணி இறப்பதற்கு முன்னர் யேசுவின் மகிமை பற்றி பேசுகிறாள். பொன்னுத்துரையும் அவன் புது மனைவி பொன்மணியும் கிறிஸ்தவ மதத்தை தழுவுகிறார்கள்.

நாவலில் வரும் வர்ணனைகள் 100 வருடத்திற்கு முந்திய யாழ்ப்பாண நிலத்தையும் அதன் மாந்தரையும் கண்முன்னே கொண்டுவருகின்றன. கதைமாந்தர்களின் செயல்களை வைத்தே அவர்களைப் பற்றிய ஓர் உருவம் மனதில் படிந்துவிடுகிறது. கண்மணி மீது அனுதாபமும் பொன்மணிமீது மரியாதையும் ஏற்படுகிறது. ஒரு நூறு பெண்களில் இந்த இரண்டு பெண்களைக் கலந்துவிட்டால் வாசகர் இவர்களை அடையாளம் கண்டுபிடித்து விடலாம். அப்படி ஒரு தெளிவான உருவம் கிடைக்கிறது.

நூறுவருடத்துக்கு முன்னர் நாவலாசிரியர் இப்படி எழுதியிருக்கிறாரே என்று அடிக்கடி வியக்கத் தோன்றுகிறது. கதை மாந்தர்கள் பேசும்போது சொற்கள் எழுத்து வழக்கிலிருந்து பேச்சு வழக்குக்கு இயல்பாக மாறிவிடுகின்றன. அதுவும் இந்தியத் தமிழ் வாசனையின்றி முழுக்க முழுக்க யாழ்ப்பாணத் தமிழ் சொற்களாக இருப்பது நம்ப முடியாமலிருக்கிறது. நாவல் நிறையப் பழமொழிகள் வந்துபோகின்றன. அந்தக் காலத்தில் வெளிவந்த எல்லா நாவல்களிலும் இதைப் பார்க்கலாம். புழக்கத்திலிருக்கும் அத்தனை உவமைத் தொடர்களையும், பழமொழிகளையும் முன் கூட்டியே எழுதிவைத்துவிட்டு தகுந்த இடங்களில் அவற்றை ஆசிரியர் புகுத்தியிருக்கிறார் என்றே நினைக்கத் தோன்றுகிறது. 'பிச்சை வேண்டாம் நாயைப் பிடி', 'சாரை வாய்ப்பட்ட தேரை', 'ஆடு நினைத்த இடத்திலா பட்டி அடைக்கிறது' போன்ற தொடர்கள் சுவாரஸ்யமாக இருந்தன. நான் நிறைய ரசித்தது அந்தக் காலத்தில் வழக்கிலிருந்து இப்பொழுதெல்லாம், கிட்டத்தட்ட வழக் கொழிந்துவிட்ட வார்த்தைகள். கெறுவம், இடம்பம், சுகவாளி, சவுக்கியவீனம், பரிகரிப்பு, சமுசயம் போன்ற சொற்கள் ஒரு நூற்றாண்டு காலத்துக்குள் முற்றிலும் மறைந்துவிட்டன என்பது அதிசயம்தான்.

நூறு வருடங்களுக்கு முன்னர் எழுதப்பட்ட ஒரு நாவலை இந்தக் காலத்து அளவுகோல் கொண்டு அளக்க முடியாது. இருப்பினும் சில விசயங்கள் இடிக்கின்றன. பொன்னுத்துரை குதிரை வண்டிக்காரனாக வேடம்போட்டு வருவதும், பொன்மணி ஆண்வேடமிட்டு தப்பியோடுவதும் சிறுபிள்ளைத்தனமான கற்பனையாக இருக்கிறது. பனைமரத்தில் இருக்கும் ஒருவன் விளக்கு அணைந்ததும் கீழே இறங்கிவந்து அடித்துவிட்டு பின்னர் ஓடிப் போய் மரத்திலேறி ஒளிந்து கொள்வதும்கூட அப்படிப்பட்ட நம்ப முடியாத கற்பனைதான்.

ஒருவிதப் பிரசார நெடியும் இல்லாமல்தான் முதலில் நாவல் எழுதப்பட்டிருக்கவேண்டும். பின் பகுதியில் வரும் மத மாற்றத்திற்கான ஒருவித தயாரிப்புகளும் நாவலின் முன் பகுதியில் இல்லை. நாவலை எழுதி முடித்த பிறகு இரண்டாம் யோசனையாக கதை மாந்தர்கள் எல்லாம் கிறிஸ்தவத்துக்கு மாறினார்கள் என்று எழுதி சேர்க்கப்பட்டிருக்கிறது என்பதே என் ஊகம்.

இந்த நாவல் வெளியாவதற்கு அறுபது வருடங்களுக்கு முன்னர் ஆங்கிலத்தில் Emily Bronte என்ற இளம்பெண்மணி Wuthering Heights என்ற நாவலை எழுதியிருக்கிறார். அந்த நாவல் ஆங்கில இலக்கிய ஆர்வலர்களால் இன்றுவரை பேசப்படுகிறது.

அதிலே வரும் கதாநாயகி ஏழையான கதாநாயகனைக் காதலித்து விட்டு ஆடம்பரவாழ்க்கைக்கு ஆசைப்பட்டு ஒரு செல்வந்தனை மணமுடிக்கிறாள். ஆனால் நொறுங்குண்ட இருதயத்தில் வரும் பொன்மணி ஆடம்பர வாழ்க்கையை வெறுத்து தான் காதலித்த வனையே கரம்பிடிக்கிறாள். இரண்டு நாவல்களும் ஒரு கால கட்டத்தை சரியாகப் பிரதிபலிக்கும் நல்ல நாவல்கள். மங்களநாயகத்தின் நாவல் பெரிய திட்டமிடல் இல்லாமல் எழுதி யது தெரிகிறது. அதுவே அதன் பலம். நாவலின் கட்டுமானமும் இயற்கையான சொல்முறையும் அதன் அழகைக் கூட்டுகின்றன. பாத்திரச் சித்தரிப்புகள் அளவோடு ஒருவித மிகையுமில்லாமல் வருவதால் நம்பகத்தன்மை நிறைந்திருக்கிறது. இரட்டைப் பிள்ளை களில் ஒரு பிள்ளை சாகும் காட்சி மிக உருக்கமாகவும் உண்மை யாகவும் வர்ணிக்கப்பட்டிருக்கிறது. பின்னால் இதன் தொடர்ச்சி சொல்லப்படாவிட்டாலும்கூட அந்தக் காட்சி நினைவில் இருந்து அழிவதில்லை.

நாவலை படித்து முடித்துவிட்டு அடுத்தநாள் காலை திருப்பிக் கொடுக்கவேண்டிய கட்டாயம் எனக்கிருந்தது. அப்படி ஒரு நிர்ப்பந்தம் எனக்கு இருந்திருக்காவிட்டாலும்கூட நான் இரவிரவாக நாவலைப் படித்து முடித்திருப்பேன். அத்தனை சுவாரஸ்யமாகவும், இயற்கையாகவும், கவர்ச்சியாகவும் அதன் சொல்முறை இருந்தது நாவலில் ஒரு பழமொழி வரும். 'பொக்கை வாய்ச்சி பொரிமாவை மெச்சியது' என்று. ஓர் ஈழத்து நாவலை ஓர் ஈழத்துக்காரர் மெச்சுவார்தானே என்றில்லாமல் உண்மையி லேயே இந்த நாவல் சுவாரஸ்யம் குறையாமல் ஒருவரால் படிக்கக் கூடியதுதான். யாராவது நண்பர் ஓர் இரவு இரவல் தருவாரா யிருந்தால் இன்னொரு தடவை படிக்கலாம்.

வெ.சா. வித்தியாசமானவர்

எனக்குப் பிடித்த எழுத்தாளர்களை நினைக்கும்போது பல்வேறு சித்திரங்கள் தோன்றும். அசோகமித்திரனை நினைத்தால் என்ன காரணமோ சமிக்ஞை விளக்குகள் ஞாபகத்துக்கு வருகின்றன. புதுமைப்பித்தன் என்றால் மாம்பழம். பிரமிள் என்றால் இறகு, லா.ச.ரா என்றால் ஊஞ்சல், எஸ்.ராமகிருஷ்ணன் மகா பாரதம், நாஞ்சில் நாடன் பாம்பு, ஜெயமோகன் மேப்பிள் இலை. வெங்கட் சாமிநாதன் என்றால் எனக்கு Crimson Gold திரைப்படம் தான் நினைவுக்கு வருகிறது.

எந்தப் புத்தகக் கடையை எங்கே கண்டாலும் உள்ளே நுழைந்து புத்தகங்களைத் தட்டிப் பார்ப்பது என் வழக்கம். புத்தகத்தை வாங்குகிறேனோ இல்லையோ பின்னட்டைகளைத் தவறாமல் படித்துவிடுவேன். அவை புதுமையாக இருக்கும். சில வேளைகளில் புத்தகத்தைவிட சுவாரஸ்யமாக அமைவதும் உண்டு. அந்தப் புத்தகத்தைப் பற்றியும் அதை எழுதிய எழுத்தாளரைப் பற்றியும் அங்கே விவரங்கள் கொடுக்கப்பட்டிருக்கும். முக்கியமாக பின்னட்டைகளில் அந்தப் புத்தகத்தைப் பற்றி வேறு பிரபலமான எழுத்தாளர்களும் பத்திரிகைகளும் விமர்சனமாகச் சொன்னது பதிவாகியிருக்கும்.

'ஒவ்வொரு வீட்டுப் புத்தக அலமாரியிலும் கட்டாயமாக இருக்க வேண்டிய புத்தகம்.'

'இருபதாம் நூற்றாண்டில் வெளிவந்த ஆகச் சிறந்த 100 புத்தகங்களில் இதுவும் ஒன்று.'

'புத்தகத்தைக் கையிலெடுத்தால் மறுபடியும் முடித்துவிட்டுத் தான் கீழே வைக்கமுடியும்.'

இப்படியான புகழுரைகள் பின்னட்டைகளை அலங்கரிப்பதில் அதிசயம் இல்லை. எந்தவொரு நேர்மையான எழுத்தாளர்கூட புத்தகத்துக்குக் கிடைத்த பாதகமான ஒரு வரியைப் பின்னட்டையில் போடுவது கிடையாது. பின்னட்டைகள் புகழ்ந்து பேசுவதுதான் வழக்கம்.

இது இப்படியிருக்க, பல வருடங்களுக்கு முன்னர் வெசா

எழுதிய 'அக்கிரகாரத்தில் கழுதை' என்ற நூலைப் படித்தபோது எனக்கு முதல் அதிர்ச்சி கிடைத்தது. அந்த நூலிலே வெங்கட் சாமிநாதன் அந்த நூலைப் பற்றி சில எழுத்தாளர்கள் எழுதிய விமர்சனக் கடிதங்களை வெளியிட்டிருந்தார். அதிலே சில கடிதங்கள் புத்தகத்தில் உள்ள குறைகளைப் பெரிதாக்கி விமர்சித்திருந்தது எனக்கு அதிர்ச்சியாக இருந்தது. இது யார் இந்த வெசா, வித்தியாசமானவராக இருக்கிறாரே என்று என்னை யோசிக்க வைத்தது. பாதகமாக வந்த கடிதத்தை அவர் வெளியிட வேண்டிய அவசியமே இல்லை; ஆனாலும் துணிச்சலுடன் இணைத்திருந்தார். அது எனக்குப் பிடித்தது.

பல வருடங்கள் கழித்து வெளிவந்த அவருடைய 'இச்சூழலில்' நூலைப் படித்தபோது மேலும் அதிர்ச்சி கிடைத்தது. இந்த மனிதர் வித்தியாசமானவர்தான் என்ற என்னுடைய எண்ணம் உறுதிப் பட்டது. அந்தப் புத்தகம் வெளிவரும் முன்னர் அவருடன் சுமுக உறவு இல்லாத, பகைமைக் காய்ச்சல் கொண்ட, கருத்து மோதல் களைப் பெரிதாக்கும் எழுத்தாள நண்பர்களைத் தேடிச் சென்று அவர்களிடம் நூலின் கையெழுத்துப் பிரதியைக் கொடுத்து அவர்கள் அபிப்பிராயத்தை எழுதி நேரே பதிப்பாளருக்கு அனுப்பச் சொல்லி வெசா கேட்டுக்கொண்டிருக்கிறார். அவர்கள் அந்த முன்னுரையில் என்ன எழுதியிருப்பார்கள் என்பது வெசாவுக்குத் தெரியாது. புத்தகம் வெளிவந்த பின்னரே அவரும் வாசகர்கள்போல அதைப் படித்துப் பார்ப்பார். இதை அவரே அந்த நூலில் கூறுகிறார். இப்படி வேறு யாராவது எங்கேனும் உள்ளனரா? இந்த உலகத்திலேயே அப்படி ஒருவர் இருந்தால் அது வெசாவாகத்தான் இருக்கும்.

வெசா கனடா வந்தபோது நானும் ஒரு நண்பரும் அவரை ஓர் ஈரானியப் படத்துக்கு அழைத்துச் சென்றோம். பீட்ஸா விநியோகிக்கும் ஒரு சாதாரண மனிதனைப் பற்றிய படம். அவனுடைய தொழில் நிமித்தம் அவன் செல்வந்தர்களுடைய வீடுகளுக்கும் வறியவர்களின் வீடுகளுக்கும் செல்கிறான். படம் விறு விறுப்பாக முடிவை நோக்கிப் போய் இன்னும் சில நிமிடங்களில் முடிந்துவிடும் என்ற நிலை. அப்பொழுது நாங்கள் எதிர்பாராமல், முடிவதற்குச் சரியாக ஒரு நிமிடம் இருந்தபோது படம் அறுந்து திரையிலே ஓர் அறிவிப்பு வந்தது. 'தயவுசெய்து மன்னியுங்கள். இன்னும் பதினைந்து நிமிடங்களில் சரியாக்கிவிடுகிறோம்.' நாங்கள் காத்திருந்த நேரத்தில் படம் எப்படி முடியும் என்று கற்பனையில் பூர்த்திசெய்யப் பார்த்தோம், இயலவில்லை. திரும்ப படம் ஓடத் தொடங்கியதும் ஒரேயொரு காட்சியுடன் முடிச்சு அவிழ்ந்து, படம்

முற்றிலும் புரிந்தது. அந்தக் கதையை எழுதியவர் புகழ்பெற்ற ஈரானிய இயக்குநர் அபாஸ் கிரொஸ்தாமி. காரிலே திரும்பும்போது வழியெல்லாம் அந்தத் திரைப்படத்தை பற்றியே வெசாவிடம் பேசினோம். அது எப்படி 95 நிமிட படத்தில் நாங்கள் 94 நிமிடங்கள் பார்த்தபிறகும் படத்தின் முடிவை ஊகிக்க முடியவில்லை. வெசா திரைப்படக் கதை எழுதி அனுபவம் பெற்றவர்.

ஒரு திரைக்கதையை எப்படி அமைக்கவேண்டும் என்பது அவருக்குத் தெரியும். ஒரு கதையைச் சொல்வது அல்ல திரைப்படம். எதை முதலில், எதை இடையில், எதைக் கடைசியில் சொல்வது என்ற கட்டமைப்புத்தான் திரைக்கதை. அன்று அந்தப் படத்தை தொடர்ந்து நடந்த விவாதங்கள் அந்த நாளை என் மனதில் என்றும் அழியாமல் நிறுத்திவிட்டது.

வெசாவை எனக்குத் தெரியாது. அவர் எழுதிய நூல்களையும் அவ்வப்போது எழுதிய கட்டுரைகளையும் தொடர்ந்து படித்து வந்ததுண்டு. அவற்றைப் படிக்கப் படிக்க அவருடைய பிம்பம் வளர்ந்தது. வழக்கமான தமிழ் எழுத்தாளரின் பிம்பத்துக்குள் அவர் அடங்காதவராகவே இருந்தார். கனடாவின் தமிழ் இலக்கியத் தோட்டமும் தென்னாசிய கல்வி மையமும் இணைந்து 2003ம் ஆண்டு இயல் விருது அளிப்பதற்காக அவரை ரொறொன்ரோவுக்கு அழைத்திருந்தார்கள். விமான நிலையத்தில் அவரை வரவேற்க நானும், பேராசிரியர் செல்வா கனநாயகமும், ‘காலம்’ ஆசிரியர் செல்வமும், கவிஞர் செழியனும் சென்றிருந்தோம். அவரைப் படத்தில் பார்த்ததேயன்றி நேரில் நாங்கள் ஒருவரும் பார்த்ததில்லை. ஆகவே நல்ல அழகான பூங்கொத்து ஒன்றை வாங்கிக் கையிலே பிடித்துக்கொண்டு பயணப்பெட்டியுடன் வெளியே வரும் ஒவ்வொருவரையும் உற்றுப் பார்த்துக்கொண்டு நின்றோம்.

அன்றைக்குப் பயணித்த எல்லோரும் வெசாவின் முகத் தோற்றம் கொண்டவர்களாகவே காணப்பட்டார்கள். ஒருமுறை ஒருவரிடம் நெருங்கி கிட்டத்தட்ட பூங்கொத்தை நீட்டிவிட்டோம்; அவரோ மிரண்டுபோய் ஓர் அடி பின்னுக்குப் போய் எங்களிடமிருந்து தப்பித்துக்கொண்டார். சற்று நேரங்கழித்து வெசா பெரிய தள்ளு வண்டி ஒன்றில் சிறிய பயணப்பெட்டியை வைத்து தள்ளிக் கொண்டு வெளியே வந்ததைப் பார்த்தபோது எங்களுக்கு ஒருவித சந்தேகமும் எழவில்லை. குடிவரவில் ஏதாவது பிரச்சினை இருந்ததா என்று வினவினோம். ‘பல்கலைக்கழகம் அனுப்பிய கடிதத்தை நீட்டினேன். அவர்கள் திறந்துகூட பார்க்கவில்லை. நல்வரவு என்று சொல்லி என்னை அனுமதித்தார்கள்’ என்று சொன்னார்.

வெசா கனடா வரும் முன்னரே நண்பர்கள் எங்களை

எச்சரித்திருந்தார்கள். இவருடன் கவனமாகப் பழகவேண்டும். நிறைய எதிரிகள் இவருக்கு. கறாராக இருப்பார். எப்பவும் முறைப்பாடுகள் செய்வார். இவரிடம் நல்ல பெயர் எடுக்க முடியாது என்று பலவிதமாகச் சொல்லிவைத்திருந்தார்கள். ஆனால் முதல் சந்திப்பிலேயே பத்து வருடம் பழகியதுபோல வெசா நட்புடன் நடந்துகொண்டார். ஒரு குழந்தைப் பிள்ளைபோல நிறையக் கேள்விகள் கேட்டார். அடிக்கடி தன்னை விருதுக்குத் தேர்வு செய்த வர்களைக் குறை கூறினார். 'என்னிலும் பார்க்க தகுதியானவர்கள் நிறையப் பேர் இருக்கிறார்கள். என்னைப் போய் தேர்வுசெய்தார் களே' என்று அங்கலாய்த்தார். நட்பானவராக, அன்பாகப் பழகுபவராக, மனிதநேயம் மிக்கவராக எங்களுக்கு அவர் தெரிந்தார்.

வெசா மூன்று நாட்கள் ரொறொன்ரோ பல்கலைக்கழகம் ஏற்பாடுசெய்த விடுதியில் தங்கி, மீதி நாட்களை நண்பர் மகாலிங்கம் வீட்டில் கழித்தார். மகாலிங்கம் வேலைக்குப் போனபின்னர் வெசா தனியே இருக்கும் சமயங்களில் அவரை என் வீட்டுக்கு விருந்துக்கு அழைத்து வருவேன். இதிலே எனக்குப் பெரும் பிரச்சினை இருந்தது. என் மனைவி முறையாக சமையல் செய்யக் கற்றுக் கொண்டது கனடா வந்த பிறகுதான். இன்றுகூட சமைக்கும்போது அவருக்கு அடிக்கடி ஐயம் எழுந்தபடியே இருக்கும். கடுகு தாளிப்பது எப்போது? கடைசியிலா முதலிலா போன்ற அடிப்படை சந்தேகங்கள். இலங்கை சமையலுக்கே இந்தப் பாடு என்றால் எப்படி இந்திய சமையல் செய்து வெசா போன்ற பெரிய எழுத்தாளரைத் திருப்திப்படுத்துவது. எங்கள் வீட்டில் தோசை, இட்லி, சாம்பார் எல்லாம் கற்பனை பொருள்கள். வீட்டிலே தோசைக் கல்லோ இட்லிப்பானையோ கிடையாது. இடியப்பம், புட்டு வெளியே இருந்து வருவிக்கப்படும். பெரும் நடுக்கத்துடன் தனக்குத் தெரிந்த முறையில் மனைவி சமைத்துப் பரிமாறினார். அந்த உணவை வெசா சாப்பிட்டுவிட்டு மகிழ்ந்து பாராட்டினார். வெசாவை உற்று நோக்கினேன். அவர் உண்மை பேசுவதுபோலத்தான் இருந்தது. என் மனைவி வேதியியல் பாடத்தில் முதல்தரமாக பாஸ் செய்தது போல பெரும் சந்தோசம் அடைந்தார். அதற்குப் பின்னர் அவராக 'உங்கள் நண்பரை இன்றைக்கு உணவுக்கு அழைத்துவாருங்கள்' என்று அடிக்கடி சொல்லத் தொடங்கினார். அப்படி வந்து சாப்பிடும் ஒவ்வொரு தடவையும் வெசா புகழ்ந்தார். என் மனைவிக்கு இலக்கியத்தைப் பற்றிய மதிப்பீடுகள் பல மடங்கு கூடியது அந்தக் காலத்தில்தான்.

வெசா இந்தியா திரும்பிய பிறகு ஒவ்வொரு தடவையும் கடிதம் எழுதும்போது மனைவியின் சமையலை ஞாபகமூட்டி நன்றி சொல்வார். என் மனைவி என்னிடம் 'உங்கள் எழுத்தாள

நண்பர்களில் வெசா வெளிப்படையானவர். உண்மையானவர்' என்று பலதடவை கூறியிருக்கிறார். வெசாவின் 'சில இலக்கிய ஆளுமைகள்' நூலைப் படித்தபோது அதிலே வெசாவை சந்திக்க வந்த இருளாண்டி சொன்னது ஞாபகத்துக்கு வந்தது. 'நாங்கள் வந்தது உங்களோடு சண்டைபோட. அன்று நீங்கள் எவ்வித தற்காப்பு உணர்வுமின்றி மனம் திறந்து பேசியது எங்கள் மனதை மாற்றிவிட்டது. ஒளிக்க உங்களிடம் ஏதுமில்லை. பயப்படவும் ஏதுமில்லை.' என் மனைவியின் உள்ளுணர்வு பொய்ப்பதில்லை.

மௌனியின் எழுத்து முறைபற்றி வெசா வர்ணித்திருக்கிறார். மௌனி கடுமையாக உழைப்பார். பலமுறை திருத்தி திருத்தி எழுதுவார். பேனாவைக் கையில் எடுத்ததும் தீவிரமான சிரத்தை அவருக்கு வந்துவிடும். ஏதோ ஒன்றை ஒருமுறை எழுதி அத்துடன் அவர் திருப்தியடைந்தார் என்பது கிடையாது. கடைசித் தேதி நெருங்கும்வரை பிரசுரகர்த்தரின் பொறுமை எல்லை கடக்கும்வரை திருத்தம் செய்துகொண்டே இருப்பார். இதற்கு நேர்மாறானது வெசாவின் முறை. அவரிடம் நான் கட்டுரை கேட்டுப் பலதடவை வாங்கியிருக்கிறேன். ஒருமுறைகூட அவர் சொன்ன நேரத்திற்கு கட்டுரை தராமல் கடத்தியது கிடையாது.

நியூட்டன் என்ற பெரிய விஞ்ஞானி காலையில் படுக்கை யிலிருந்து எழும்பி ஒரு காலைத் தரையிலே ஊன்றிவிட்டு அடுத்த காலை எடுத்து வைக்காமல் பல மணி நேரம் அசையாமல் உட்கார்ந்திருப்பார். அவர் மூளையில் விஞ்ஞான சித்தாந்தங்கள் பிரவாகமாக ஓடிக்கொண்டிருக்கும். அந்தப் பிரவாகம் நின்றுவிடக் கூடும் என்ற பயத்தில் அசையாமல் இருப்பாராம். வெசாவின் அனுபவமும் இப்படித்தான். கட்டுரைக்கான கருத்துக்கள் மூளையில் திரண்டு கரை புரண்டு ஓடிக்கொண்டிருக்கும். நாட்கள் தள்ளிப்போகும். கடைசி தினம் நெருங்கியதும் உட்கார்ந்து, கருத்துக்கள் உருண்டு ஒவ்வொன்றாக வர எழுதி முடிப்பார். அவரே சொல்கிறார். 'மனம் சஞ்சரித்ததெல்லாம் எழுதவேண்டுமே என்று உட்காருவேன். எழுத ஆரம்பித்தால் அதுவரை மனம் சஞ்சரித்த தெல்லாம் பாதி போய்விடும். புதிதாக அதன் இடத்தில் வேறு ஏதோ பாதி வந்து நிரப்பும். புதிய சஞ்சாரங்கள் ஆச்சரியமாக இருக்கும். பின்னால், விட்டுப்போனதெல்லாம் எது என்று யோசித்து மனதில் தோன்றத் தோன்ற இடைச்செருகுவேன். அப்படியும் அநேகம் விட்டுப்போகும்.' அவர் எழுதுவது ஒருமுறை தான். சில சமயம் திரும்பப் படிப்பதும் கிடையாது. அப்படியே அனுப்பிவிடுவார்.

அவருடைய கட்டுரைகளைப் படிக்கும்போது கிடைக்கும்

அனுபவமே புதிதுதான். எண்ணங்கள் பாய்ந்து பாய்ந்து போகும் அதிசயத்தைக் காணலாம். ஒன்றைச் சொல்லிவிட்டு இன்னொன் றுக்குத் தாவிவிடுவார். ஆற அமர இருந்து யோசித்துப் பார்க்கும் போதுதான் கட்டுரை புரியும். அவர் விட்டுச் செல்லும் இடைவெளி களை நிரப்பிக்கொண்டே படிக்கவேண்டும். அது நல்ல அனுபவமாக அமையும்.

இப்படிச் சிந்திக்கும் திறனால்தான் பிறிதொரு கலைஞரின் மனதை அவரால் ஆழமாகப் புரிந்துகொள்ள முடிகிறது. உலகப்புகழ் பெற்ற சித்திரங்களையும் திரைப்படங்களையும் இலக்கியங்களையும் கலை உள்ளத்துடன் ரசிக்கும் ஒரு மன நிலையை அவரால் உருவாக்க முடிகிறது. எனக்குத் தெரிந்த ஒரு புகைப்பட நிபுணர் இருக்கிறார், உலகப் புகழ்பெற்றவர். பல பரிசுகள் வென்றவர். அவரிடம் இருக்கும் 10,000 டொலர் காமிராவை அவர் மத்தியான நேரத்தில் வெளியே எடுக்கமாட்டார். காலை அல்லது மாலைதான் புகைப்படத்துக்கு உகந்த நேரம் என்பது அவர் கருத்து. புகைப்படம் என்றால் என்ன? அது ஒளியின் விளையாட்டுத்தான் என்று அடிக்கடி கூறுவார்.

உலகப் புகழ் சைத்ரீகர்களும் இதையே சொன்னார்கள். ரென்வார் என்ற சித்திரக்காரர் சூரிய ஒளியில் ஒரு வைக்கோற்போர் அடையும் நிறமாற்றங்களைத் தொடர்ந்து 16 17 சித்திரங்களாக இடைவிடாது வரைந்து தீர்த்தாராம். ஒளி இருப்பதும் இல்லாததும் ஓர் உயர்ந்த சித்திரத்தை தருவதுபோல, வார்த்தை இருப்பதும் இல்லாததும் ஓர் உயர்ந்த இலக்கியத்தை சாத்தியமாக்குகிறது. உதாரணத்துக்கு தி.ஜானகிராமனின் நாவலை எடுத்து வெசா விளக்குகிறார். பாலி என்னும் பெண் சிறுவயதிலிருந்தே தங்க ராஜுவுக்கு நிச்சயிக்கப்பட்டவள். ஆனால் அவளுக்கு அவனிடம் ஈடுபாடு கிடையாது. தனக்கு என்று ஒரு மனம், இச்சை, வாழ்க்கை இருக்கிறது என்று நினைக்கிறாள். தன்னைத் தாறுமாறாகப் பேசினான் என்பதற்காக வையன்னாவைக் கொலைசெய்துவிட்டு வந்து நிற்கிறான் தங்கராஜு. அவனை பாலி ஏமாற்றவேண்டுமா? அண்ணாந்து பார்த்த பாலியின் கண்களில் தஞ்சை கோபுரத்தின் உச்சியில் இரண்டு காக்கைகள் உட்கார்ந்திருப்பது தெரிகிறது. அவள் நினைக்கிறாள், 'இரண்டு காக்கைகள் உட்காரத்தானா இவ்வளவு பெரிய வானளாவிய கோபுரத்தை ஒருவர் நிர்மாணித்தார்.' அதன் பின்னர் வார்த்தைகள் இல்லை, பெரிய பாய்ச்சல் கதையில் நிகழ்கிறது.

'அப்பா, நீங்கள் சொல்றது சரின்னு தோன்றுதப்பா' என்கி றாள்.

ஒளியின்மையும், ஒளியும், வார்த்தையின்மையும், வார்த்தையும் இவைதான் நேர்த்தியான கலைப்படைப்பாக உருமாறுகின்றன. இப்படி நுட்பமாக கலைஞனின் படைப்பு மனதுக்குள் சென்று, அவன் உணர்ந்ததை உணர்ந்தபடி வெளிக்கொணர்வதுதான் வெசாவின் பேனா.

விமர்சகராக இருந்தாலே பகைவர்கள் உண்டாகிவிடுவார்கள். அதிலும் நேர்மையாக ஒருவர் இருந்தால் சொல்லவே வேண்டாம். தன்மானம், நேர்மை இவரது உதார குணங்கள். இவர் எழுதிய பல நூல்களை நான் படித்திருந்தாலும் அமெரிக்க தகவல் மையத்துக்கு இவர் எழுதிய கடிதம் ஒரு classic என்று சொல்வேன். அவரிடமே அதை சொல்லியுமிருக்கிறேன். 1997ல் எழுதிய அந்தக் கடிதம்இன்று வரை பேசப்படுகிறது. அமெரிக்க காங்கிரஸ் நூலகத்துக்கு நூல்கள் தேர்வு செய்யும் பணிக்கு வெசாவை அழைத்திருந்தார்கள். இவர் கேட்டுக்கொண்டதால் அல்ல, அமெரிக்க தகவல் மையம் தானாகவே இவரை அணுகியிருந்தது. இவர் அங்கே அவர்களைச் சந்திக்க போனதும் அவர்கள் ஒரு விண்ணப்ப படிவத்தைக் கொடுத்து அதை நிரப்பிவரச் சொன்னார்கள். ஏதோ வெசா அவர்களிடம் வேலைகேட்டு வந்ததுபோல அவரை அவமதித்தார்கள். அந்தச் சந்தர்ப்பத்தில் அவர் எழுதிய கடிதம்தான் அது. '40 வருடப் பொதுவாழ்வில் என் சுதந்திரத்தையும், என் நேர்மையையும் என் வழியில் மிகுந்த ஆக்ரோஷத்துடனேயே பாதுகாத்து வந்தேன்.

'உன் நேர்மையையும் சுதந்திரத்தையும் காப்பாற்ற வேண்டினால் உன் எழுத்தோடு சம்பந்தப்படாத ஒரு வேலையை, இரவு நடன விடுதியில் பியானோ வாசிப்பதுபோன்ற வேலையைச் செய்.' இது ஓர் அமெரிக்கர், வில்லியம் ஃபாக்னர் சொன்னது. என் தகுதியை அளக்கும்படி நான் உங்களிடம் கேட்கவே இல்லையே.' வெசா எழுதிய அந்த நீண்ட கடிதத்தில் நேர்மையையும் சுதந்திரத்தையும் வலியுறுத்தி இப்படி முடித்திருக்கிறார்.

வெசா ரொறொன்ரோ பல்கலைக்கழக அரங்கில் இயல் விருது ஏற்புரையில் சொன்னது நினைவுக்கு வருகிறது. ஒரு ஞானியிடமிருந்து மட்டுமே அப்படியான வார்த்தைகள் வெளிவரும். நாற்பது வருடங்களுக்கு முன்னர் அவருடைய அலுவலகம் அவருக்கு நாடு நாடாகச் சுற்றி பணியாற்றும் ஒரு வாய்ப்பை கொடுத்தது. ஆனால் அந்த வாய்ப்பின் பெறுமதி தெரியாத ஒருவர் கொடுத்த நிர்ப்பந்தத்தால் அந்த வேலையை அவர் இழக்க நேரிட்டது. ஆகவே அவருக்கு ஏமாற்றங்களும் இழப்புகளும் பழகிப் போனவை. அவற்றை எதிர்கொள்ளும் மனப்பக்குவம் இருந்தது.

அவர் வாழ்க்கையில் ஒன்றையும் பெரிதாக எதிர்பார்க்காமலிருக்கப் பழகிக்கொண்டவர். 'மகாராஜா ஆடையில்லாமல் வருகிறார்' என்று கத்திய சிறுமிபோல அவர் உண்மையை எழுதினார். அது அவருக்கு இயல் விருதைப் பெற்றுத் தந்திருக்கிறது. அந்த விருதுக்குத் தகுதி பெற்றவராக அவர் தன்னைக் கருதவில்லை. இது பொய்யான அடக்கம் அல்ல என்கிறார். பலர் அவரிடம் 'நீ விமர்சனம் எழுது கிறாய், ஆகவே உனக்கு ஒரு விருதும் கிடைக்கப்போவதில்லை' என்று சொல்லியிருக்கிறார்கள். அது பொய்த்துப் போனதில் அவருக்கு சிறு மகிழ்ச்சி. அன்று பேச்சைக் கேட்டவர்களில் ஒருவருக்குக்கூட அவருடைய வார்த்தைகள் இருதயத்தில் இருந்து வந்தவை என்பதில் ஐயம் இருக்க முடியாது.

சில மாதங்களுக்கு முன் வெசா வழுக்கி விழுந்து மருத்துவ மனையில் அனுமதியாகியிருக்கிறார் என்ற தகவலை நண்பர் சேதுபதி எனக்கு அனுப்பியிருந்தார். நான் உடனே ஒரு மின்னஞ்சல் அனுப்பி அவர் நலத்தை விசாரித்தேன். வெசா ஏற்கனவே முன்பும் ஒருமுறை காலில் முறிவு ஏற்பட்டு மருத்துவமனையில் சிகிச்சை பெற்றவர். அவர் கனடா வந்திருந்தபோது அறுவைச் சிகிச்சை செய்து சிலமாதங்களே ஆகியிருந்தன. காலிலே உலோகம் வைத்துப் பொருத்தியிருந்தார்கள். எவ்வளவு எச்சரிக்கையாக இருந்தாலும் கனடாவில் கல் பதித்த மேடு பள்ளமான பாதைகளில் தடுக்கி விழுந்துவிடுவார். உடனேயே எழுந்து நின்று உடையை சரிசெய்துகொண்டு 'ஒன்றுமில்லை, ஒன்றுமில்லை' என்று கைகளை அகலமாக விரிப்பார். 'அடுத்தமுறை விருது கொடுக்கும்போது உலோகக்கால் பொருத்தாத ஒருவரைத் தேடிக் கண்டுபிடித்துக் கொடுங்கள்' என்று சொல்லி சிரிப்பார். இப்படி எதையும் வெசா சுலபமாக நகைச்சுவையாக்கிவிடுவார்.

அவர் தங்கியிருந்த நாட்களில் சில திகில் சம்பவங்களும் நடந்திருக்கின்றன. அடிக்கடி நண்பர்கள் வந்து அவரை விருந்துக்கோ, கூட்டத்துக்கோ அல்லது சந்திப்புக்கோ அழைத்துச் செல்வார்கள். நாங்கள் அவரிடம் இன்ன நேரம் திரும்பி வந்து விடுங்கள் என்று சொல்லி அனுப்புவோம். ஒரு நாள் எழுத்தாள நண்பர் ஒருவர் அவரை மதிய உணவு சாப்பிட உணவகம் ஒன்றுக்கு அழைத்துப் போனார். பல மணி நேரமாகியும் அவர் திரும்ப வில்லை. நாங்கள் காத்துக் கொண்டேயிருந்தோம். கடைசியில் அவர் வந்ததும் என்ன நடந்தது என்று விசாரித்தோம். அவர்கள் சாப்பிட்டபின் நண்பர் பணம் செலுத்த கடன் அட்டையை நீட்டியிருக்கிறார். உணவகம் அந்தக் கடன் அட்டையை ஏற்கவில்லை. வெசாவை அங்கே இருத்திவிட்டு நண்பர் பணம்

மாற்றிவர வங்கிக்குப் போயிருக்கிறர். போனவர் வர நேரமாயிற்று. வெசாவின் மனம் பயம் கொள்ள ஆரம்பித்தது. அவர் என்னை இங்கே அடகு வைத்துவிட்டுப் போய்விட்டார். திரும்பி வருவாரா, எப்படி நான் தங்கியிருக்கும் வீட்டுக்கு வழி கேட்டுப் போவது. கனடாவில் பணம் தராவிட்டால் என்ன தண்டனை, மாவாட்டச் சொல்வார்களா அல்லது சிறையில் அடைப்பார்களா அல்லது திருப்பி அனுப்புவார்களா? இப்படி எல்லாம் வெசாவின் மனம் கற்பனை செய்தது. சிறிது நேரத்திலேயே நண்பர் வந்து தன்னை மீட்டதைச் சொல்லி தலையைப் பின்னுக்கு எறிந்து சிரித்தார் வெசா.

சில பத்திரிகைகள் எழுத்தாளர்களை நேர்காணல்செய்து எழுதும். ஆனால் ஒரு பத்திரிகையும் எழுத்தாளருக்கு உறுதுணை யாக இருந்து அவருக்கு உற்சாகமூட்டி அவர் எழுத்துவேலைக்கு ஊக்கமளிக்கும் மனைவியர்பற்றி எழுதுவதில்லை. ஆனால் இந்த வழக்கத்துக்கு மாறாக சமீபத்தில் அமெரிக்க மாத இதழான தென்றல் வெசாவின் நேர்காணலை வெளியிட்டபோது அவருடைய அருமை மனைவியாரின் புகைப்படத்தையும் பிரசுரித்திருந்தது. இது எனக்கு அளவற்ற மகிழ்ச்சியை அளித்தது. உடனேயே வெசாவுக்கு ஒரு மின்னஞ்சல் அனுப்பி என் வாழ்த்தையும் மகிழ்ச்சியையும் தெரிவித்தேன். அந்த நேர்காணல் வந்து சில வாரங்களிலேயே அவருடைய மனைவி காலமானார். இது வெசாவுக்கு மிகப்பெரிய இழப்பு. அவர் அதிலிருந்து இன்றுவரை மீளவே இல்லையென்று தான் நினைக்கிறேன்.

அவர் குணங்களில் உயர்ந்து நிற்பது நேர்மையும், மனிதநேயமும். ஐம்பது வருடங்களுக்கு மேலாக எழுதிக்கொண் டிருக்கும் வெசாவை இன்றைக்கும் பலர் பூரணமாக அறிந்திருக்க வில்லை. நான் முன்பு சொன்னமாதிரி எனக்கு வெசா என்றால் Crimson Gold தான் நினைவுக்கு வருகிறது. கடைசி ஒரு நிமிடத்தைத் தவறவிட்டபோது முழுத் திரைப்படத்தையும் விளங்கமுடியாமல் அன்று நாங்கள் திகைத்து நின்றோம். வெ.சா. போன்ற பெரிய ஆளுமையை அறிய அவரிடமுள்ள நேர்மை, மனிதநேயம் பற்றியும் தெரியவேண்டும். அது இல்லாமல் அவரை முற்றிலும் புரிந்து கொள்ளவே இயலாது.

பாத்திரம் கழுவிக்கு வேலையில்லை

எங்கள் வீட்டுக்குப் பக்கத்து வீட்டில் ஒரு ஜேர்மன்காரி வசிக்கிறார். 80க்கு மேலே வயதாகியிருக்கும் இவருக்கு லிஸொற்றே என்று பெயர். ஹிட்லர் ஆட்சியின்போது இவர் யுவதியாக ஜேர்மனியில் இருந்தவர். இரண்டாவது உலகப் போர் முடிந்ததும் மணமுடித்து கணவருடன் கனடாவுக்குக் குடிபெயர்ந்துவிட்டார். போர்க்கால சம்பவங்களையும், இவருடைய அம்மா காலத்து சம்பவங்களையும் இவர் வர்ணிக்கக் கேட்டு நான் ஆச்சரியப் படுவதுண்டு.

ஒரு காலத்தில் தோல் பதனிடுவதற்கு சிறுநீரைப் பயன் படுத்தினார்கள். சில ஏழைக் குடும்பங்கள் தங்கள் சிறுநீரையே நம்பி வாழ்ந்தனர். ஒரு பானையில் சிறுநீரைச் சேகரித்து எடுத்துப்போய் தொழிற்கூடத்தில் விற்று அதில் கிடைக்கும் வருமானத்தில் வாழ்ந்தவர்களும் இருந்தார்கள். நாங்கள் நினைப்போம் இவர்கள்தான் ஆகக் கடைசிப் படியில் இருக்கும் ஏழைகள் என்று. இல்லை, அவர்களிலும் கீழ்நிலை ஏழைகளும் இருந்தார்கள். அவர்களிடம் சிறுநீரைச் சேகரிப்பதற்கு தேவைப்படும் பானைகூட இல்லை. 'சிறுநீர்ப் பானைகூட இல்லாத ஏழை' என்று அவர்களைக் கேவலமாகப் பேசித் திட்டுவார்கள்.

குளிர் தேசங்களில் குளிப்பது மே மாதத்தில்தான். ஏனென்றால் அப்போதுதான் பனியெல்லாம் உருகிப்போய் வசந்தம் பிறந்திருக்கும். குளிப்பதற்கும் ஒரு முறை உண்டு. வீட்டிலே மூத்தவர், அநேகமாகக் கணவர், முதலில் குளியல் தொட்டிக்குள் இறங்கிக் குளிப்பார். பின்னர் அவருடைய மனைவி அதே தொட்டியில் குளிப்பார். அதற்குப் பின்னர் பிள்ளைகள் ஒவ்வொருவராக இறங்கி குளிப்பார்கள். கடைசி கடைசியாக கைக்குழந்தை. கைக்குழந்தை யின் முறை வரும் போது தண்ணீர் கறுப்பாகிவிடும். குழந்தை அதற்குள் இருந்தால் வெளியே தெரியாது. அதுதான் ஒரு சொற் றொடர் உண்டு. 'தொட்டி தண்ணீரை எறியும்போது குழந்தையை யும் எறியாதே' என்று.

போர்க்காலத்து ஜேர்மனியில் ஒருவருக்கு உண்பதற்கு இறைச்சி கிடைப்பது அபூர்வம். பணக்காரக் குடும்பமாக இருந்தால்

அவர்கள் புகைபோட்ட பன்றி இறைச்சியை புகைக்கூட்டுக்குக் கீழே கட்டித் தொங்க விட்டிருப்பார்கள். அவ்வப்போது ஒரு துண்டு இறைச்சியை வெட்டி உணவில் சேர்ப்பார்கள். அந்த வீட்டுக்கு யாராவது வந்தால் அவர்கள் கண்களில் படுகிறமாதிரி அந்த இறைச்சி தொங்கும். சமூகத்தில் பெரிய மதிப்பு வேண்டுமென்றால் அப்படி ஓர் இறைச்சிக் காலாவது புகைக்கூட்டின் கீழே தொங்க வேண்டும். லிஸொற்றே சிறுமியாக இருந்தபோது அவர் எண்ண மெல்லாம் ஒரு மருத்துவராகவோ ஒரு பொறியாளராகவோ ஒரு வழக்கறிஞராகவோ வரவேண்டும் என்பதல்ல. புகைக்கூட்டின் கீழ் எந்நேரமும் இறைச்சி தொங்கும் வாழ்க்கை ஒன்று கிடைக்க வேண்டும் என்பதுதான் அவரது கனவு.

இன்னொரு விசயமும் லிஸொற்றே சொன்னார். அந்தக் காலத்தில் எப்போவாவது ஓர் இறைச்சித்துண்டு கிடைத்தால் அதைச் சேர்த்து நிறையத் தண்ணீர் ஊற்றி சூப் செய்வார்கள். அதன் பின்னர் அந்தப் பாத்திரத்தைக் கழுவுவதே இல்லை. அதே பாத்திரத்தில் புதியசூப்பை செய்வார்கள். அது முடிந்ததும் மீண்டும். எப்போவோ காய்ச்சிய இறைச்சியின் ஒரு சொட்டு மணம் அந்த சூப்பில் தொடரும்.

புறநானூறில் ஒரு பாடல் உண்டு. கருவூர் கந்தப்பிள்ளைச் சாத்தனார் பாடியது. 'உழாமல் விதைத்து விளைந்த தினைச் சோற்றை காட்டெ ருமைப் பாலில் கலந்து, மானிறைச்சி கொழுப்பு வெள்ளையாக விளிம்பில் ஒட்டியிருக்கும் பானையைக் கழுவாமல் அதிலே சமைத்து, வாழையிலையில் பரிமாறி பலரோடு உண்ணும் குதிரை மலைத் தலைவனே' என்று அந்தப் பாடலில் சொல்லியிருப்பது ஞாபகத்துக்கு வந்தது.

அந்தக் காலத்தில் பாத்திரம் கழுவிக்கு வேலையில்லை. 2000 வருடத்துக்கு முந்தி மேலை நாட்டிலும் சரி, கீழை நாட்டிலும் சரி பாத்திரம் கழுவும் மினக்கெட்ட வேலையை ஒருவரும் செய்ய வில்லை என்றுதான் தோன்றுகிறது. பாத்திரத்தைக் கழுவாமல் அதில் ஒட்டியிருக்கக்கூடிய ஒவ்வொரு துணுக்கு இறைச்சியையும் கடைசிவரை அனுபவித்தார்கள். 1920களில் நவீன பாத்திரம் கழுவி கண்டுபிடிக்கப்பட்டது. இப்பொழுதெல்லாம் அரைவாசி சுவை நமக்கு, அரைவாசி பாத்திரம் கழுவிக்கு என்றாகிவிட்டது.

நண்பரின் பரிசு

கனடாவில் ஆண்களின் சராசரித் தூக்க நேரம் நாளுக்கு 8 மணி 7நிமிடம்; அதே மாதிரி பெண்களின் சராசரி தூக்க நேரம் 8 மணி 18 நிமிடம். கனடா புள்ளி விவரம் இப்படித்தான் சொல்கிறது.

இதைப் படித்த நேரத்திலிருந்து எனக்கு பெரும் வெட்கமாகி விட்டது. பெண்களின் நேரம் ஆண்களின் நேரத்தை முந்திக் கொண்டிருந்தது இன்னும் பெரிய அவமானமாகப்பட்டது. எப்படியும் ஆண்களின் சராசரி தூக்கநேரத்தைக் கூட்டுவதற்கு என்னாலான பங்களிப்பை செய்யவேண்டும் என முடிவு செய்தேன். இந்த வருட ஆரம்பத்திலிருந்து என் தூக்க அளவை அரைமணி நேரம் நீட்டினேன். பெண்களின் சராசரி தூக்க நேரத்தை ஆண்கள் எப்படியும் இந்த வருடம்முடிவதற்கிடையில் முந்தவேண்டும் என்பதுதான் என்னுடைய நோக்கம். ஆனால் என்னுடைய முயற்சி ஏப்ரல் 21ம் தேதியுடன் நிறுத்தப்பட்டது.

உலக புத்தக தினம் ஏப்ரல் 21. அன்று ஒரு நண்பர் வீடு தேடிவந்து எனக்கு ஒரு புத்தகம் பரிசளித்தார். இது அவர் எழுதாத புத்தகம்; காசு கொடுத்து வாங்கி எனக்கு அவர் பரிசளித்ததுதான் ஆச்சரியம். பிறந்த நாளுக்குப் பரிசளிப்பார்கள். திருமண நாளுக்குப் பரிசளிப்பார்கள். புத்தக நாளுக்குப் பரிசு கொடுக்கலாம் என்பது எனக்குப் புதிது. நண்பர் என்னை நினைத்து வீட்டுக்குக் கொண்டுவந்து புத்தகத்தை தந்ததால் மகிழ்ச்சிப்படலாம் என்று தீர்மானித்தேன். என்னிடம் படிக்காமல் இருக்கும் 20 புத்தகங்களை யும் படித்து முடித்தவுடன் இதைப் படிக்கலாம் என்று மனதுக்குள் நினைத்தேன்.

நண்பருக்கு அது தெரிந்துவிட்டது. அவர் விடைபெறும் போது சொன்னதுதான் அதிர்ச்சி தருவதாக இருந்தது. நான் புத்தகத்தைப் படித்துவிட்டு அவருக்குத் தரவேண்டுமாம். அவர் இன்னும் புத்தகத்தைப் படிக்கவில்லை, அவரும் படித்து முடிக்க லாம் என்றார். இவர் என்ன பரிசு தருகிறாரா அல்லது இரவல் தருகிறாரா? எனக்கு ஒன்றுமே புரியவில்லை. நண்பரை எப்படி நான் 20 புத்தகங்களைப் படித்து முடிக்கும்வரை காத்திருக்கச் சொல்வது? எனவே என்னுடைய தூக்க நீடிப்பு சங்கல்பம் நிறுத்தப்

பட்டது. காலையில் ஒரு மணிநேரம் முன்னதாக எழுந்திருந்து நாளுக்கு ஒரு மணி நேரம் அந்தப் புத்தகத்தைப் படித்து முடிப்பது தான் சரி என்று முடிவெடுத்தேன். அப்படி தொடர்ந்து ஒன்பது நாள் படித்து நேற்றுத்தான் புத்தகம் முடிந்தது. நண்பருக்குப் புத்தகத்தைப் படிக்க திரும்பவும் நாளைக்கே கொடுத்துவிடலாம்.

புத்தகத்தின் பெயர் The Golden Mean. அதை எழுதிய ஆசிரியர் ஒரு கனடியப் பெண்மணி, அவருடைய பெயர் Annabel Lyon. இந்தப் பெண்மணியின் சிறுகதைகளை நான் படித்திருக்கிறேன். எனக்குப் பிடிக்கும்படியான சுவாரஸ்யமான எழுத்து அவருடையது. சிறுகதை அளவுக்கு அவருடைய நாவல் பிரகாசிக்கவில்லை என்றா லும் அவருடைய அழகான எழுத்து நடைக்காகப் படிக்கலாம்.

இது ஒரு சரித்திர நாவல். யேசு பிறப்பதற்கு 380 வருடங் களுக்கு முன்பு நடப்பதாகத் தொடங்குகிறது. சோக்கிரட்டீஸின் சீடரான பிளேட்டோவின் சீடர் அரிஸ்டோட்டல். இவர் மாசிடோ னியா அரசன் பிலிப்பின் பள்ளித் தோழன் (கிருஷ்ணரையும் குசேலரையும் போல என்று வைத்துக்கொள்ளலாம்.) அரிஸ்டோட்டல் தன் வாயால் சொல்வதுபோல நாவல் விரிகிறது. அரிஸ்டோட்டல் மணமுடித்த புதிதில் ஏதென்ஸ் நகரத்துக்குப் புறப்படுகிறார். பிளேட்டோவுக்குப் பிறகு ஏதென்ஸின் புகழ்பெற்ற கல்விச் சாலைக்கு தலைமைப் பொறுப்பை வகிப்பது அவரது நோக்கம். ஆனால் வழியில் அரசன் பிலிப் அவரை அலெக் சாந்தருக்குக் குருவாக இருக்கும்படி கேட்டுக் கொள்ள இவரும் மறுக்க முடியாமல் ஒப்புக்கொள்கிறார். அலெக்சாந்தர் அதிசய மான மாணவன்; எதையும் விரைவில் அறிந்துகொள்ளத் துடிக்கும் அதே சமயம் அவன் மனம் போர் செய்வதிலேயே லயித் திருக்கிறது. ஆசிரியர் ஓணானை வெட்டிப் பரிசோதிப்பதும் மீனை வெட்டி ஆராய்வதும் அவனைக் கவரவில்லை. சில இடங்களில் அவனுடைய கூரிய புத்தி அரிஸ்டோட்டலைத் தடுமாற வைக்கிறது. ஒரு பானையின் வாயில் தோலைக்கட்டி கடல் நீருக்குள் அமிழ்த்தி வைத்தால் நீர் கசிந்து பானை நிறையும். தோல் உப்பை வடிகட்டி விடும் என்பதால் அந்த நீர் நல்ல நீராக இருக்கும் என்று அரிஸ்டோட்டல் சொல்கிறார். நீர் அதைச் செய்து பார்த்தீரா என்று கேட்கிறான் அலெக்சாந்தர். இல்லை என்று பதில்கூறுகிறார் அரிஸ்டோட்டல்.

அலெக்சாந்தருக்கு அவர் கற்பித்த முக்கியமான விசயம் 'நல்ல சமநிலை' என்பதுதான், அதாவது The Golden Mean. எந்த ஒரு விசயத்திலும் இரண்டு எதிர்முனைகள் இருக்கும். அதில் இரு முனைகளையும் ஆராய்ந்து நல்ல சமநிலையை எடுக்கவேண்டும்

என்பதுதான் அவர் போதனை. அலெக்சாந்தரின் மனநிலைக்கும் வேட்கைக்கும் எதிரான போதனை அது. அலெக்சாந்தரின் இலக்கு எதிலும் உச்சத்தை அடைவது.

அரிஸ்டோட்டல் பற்றிய சுவையான தகவல்களும் கிடைக்கின்றன.

அரிஸ்டோட்டல் கவிதை எழுதுவார் அதே சமயம் பறவை, ஓணான், கடல்வாழ் பிராணிகள் என சகலத்தையும் கூறு கூறாக வெட்டி விஞ்ஞானக் குறிப்புகள் எழுதிவைப்பார். இந்த ஆராய்ச்சிகள் படுக்கை அறைக்குள்ளும் நுழைந்துவிடும். அரிஸ்டோட்டலுக்கு வயது 37, அவருக்குப் பரிசாகக் கிடைத்த பெண்ணுக்கு 15 வயது. அவர்களுக்கிடையில் 22 வயது வித்தியாசம். மனைவியைப் படுக்க வைப்பார். அவள் காத்திருப்பாள், இவரோ வேறொருவர் காண முடியாத அவளுடைய உடல் பகுதிகளை வரைந்து குறிப்புகள் எழுதிக்கொண்டிருப்பார்.

புத்தகத்தில் ஓர் இடத்தில் அந்தக் காலத்து மருத்துவ நம்பிக்கைகளும் குறிப்புகளும் வருகின்றன. இறந்தவர்களை மயானத்துக்கு அனுப்பும்போது அவர்கள் வாயினுள் ஒரு நாணயத்தைப் போட்டு அனுப்புவது அந்தக் கால வழக்கம். மறு உலகத்துக்கு அழைத்துச் செல்லும் ஓடக்காரனுக்கு கூலி தருவதற்குத்தான் அந்த நாணயம். ஒரு பெண் கர்ப்பம் தரிப்பாளா இல்லையா என்று பார்ப்பதற்கும்கூட எளிமையான சோதனை ஒன்று உண்டு. பெண்ணின் பிறப்புறுப்பில் ஒரு வெள்ளைபூண்டைப் இரவில் சொருகி விடவேண்டும். அடுத்தநாள் காலை அந்தப் பெண்ணின் வாய் மணந்தால் அந்தப் பெண்ணுக்குப் பிள்ளை உண்டாகும். வாய் மணக்காவிட்டால் கர்ப்பம் தரிக்கும் வாய்ப்பே இல்லை.

அரிஸ்டோட்டல் நேரடியாகச் சொல்வதாகக் கதை புனையப்பட்டிருப்பதால் அலெக்சாந்தரின் யுத்த வாழ்க்கையும் சுவாரஸ்யமான சம்பவங்களும் இடம்பெறவில்லை. இருபது வயதில் அலெக்சாந்தர் முடி சூடுகிறான். எட்டு மாதம் கழித்து அரிஸ்டோட்டல் அலெக்சாந்தரிடம் விடைபெறுகிறார். அவர் தன் மாணவனுக்குப் பரிசாக தன்னுடைய பொக்கிச நூல்களான ஹோமரையும், யூரிப்பிடீசையும் கொடுக்கிறார். அலெக்சாந்தர் அவற்றைத் தன் வாழ்நாள் முழுவதும் தன்னுடனே வைத்திருப்பான். பலதடவை அரிஸ்டோட்டலைத் தன்னுடன் போர்க்களத்துக்கு வரும்படி கேட்டும் அவர் மறுத்துவிடுகிறார். ‘என்னுடன் வாருங்கள், எல்லா வசதிகளும் செய்து தருகிறேன். நீங்கள் எனக்குத் தெரியாதது எல்லாவற்றையும் தெரியவையுங்கள்’ என்கிறான். அவர் ஏதென்ஸ் நகருக்குச் சென்று லைசியம் என்ற கல்விச்சாலையை அமைக்கிறார்.

அலெக்சாந்தர் பிரியுமுன்னர் இறுதியாகக் கேட்கும் கேள்வி, மனித வாழ்க்கைக்கு முக்கியமானது என்ன என்பது. மனித சிந்தனையின் எல்லையை அடைவது என்று குரு சொல்கிறார். அலெக்சாந்தர் தனக்கு ஆக மகிழ்ச்சி தருவது மனித ஆற்றலின் உச்சத்தை அடைவது என்கிறான். அத்துடன் அவர்கள் பிரிகிறார்கள்.

இந்த நாவலுக்காக ஆசிரியர் நிறைய ஆராய்ச்சிகள் செய்திருப்பார். சரித்திர நாவல் என்றால் அதுதான் பிரச்சினை. நினைத்ததையெல்லாம் நாவலில் எழுதமுடியாது. 280 பக்க நாவலை எழுதுவதற்கு 2000 பக்கங்களில் ஆசிரியர் குறிப்பெடுத் திருப்பார். நாவலைப் படிக்கும்போது ஆசிரியரின் கடும் உழைப்பு தெரிகிறது. ஆசிரியர் கனடாவின் 'கில்லர்' பரிசுக்கும் 'ஆளுநர்' பரிசுக்கும் பரிந்துரைக்கப்பட்டிருக்கிறார். அடிக்கடி குறும் பட்டியலில் அவர் பெயர் இடம்பெறும். ஆனால் இறுதிப் பரிசு அவருக்குக் கிட்டாமலே போகிறது.

நாவலில் எனக்கு என்ன பிடிக்கவில்லை என்பதையும் சொல்லிவிட வேண்டும். ஏறக்குறைய 2400 ஆண்டுகளுக்கு முன் நடந்த ஒரு கதையை 21ம் நூற்றாண்டு ஆங்கிலத்தில் படிக்கும்போது நாவலின் வரலாற்றுக் காலத்துக்குள் நுழைவதை மொழி தடுக்கிறது. இரண்டாவதாக, ஆரம்பத்தில் நாவலில் காணப்பட்ட உற்சாகமும் எழுத்தும் வர்ணனைகளும் போகப் போக மெலிந்து தளர்ந்து கதையைத் தொய்வடைய வைக்கின்றன. இதை 'நாய் ஓடிக் களைப்பது' என்று இலக்கியத்தில் சொல்வார்கள்.

எனினும் அன்னாபெல் எனக்குப் பிடித்த எழுத்தாளர். தூக்கத்தை நீட்டுவதிலும் பார்க்க இவரைப் படிப்பது முக்கியம். இவருடைய அடுத்த புத்தகம் வரும்போது வாங்கிப் படிப்பேன். ஒரு நண்பர் பரிசு தரும்வரைக்கும் காத்திருக்கமாட்டேன்.

எழுத்தாளரும் கணினியும்

சில வாரங்களுக்கு முன்னர் நண்பர் ராமானுஜத்திடமிருந்து ஒரு கடிதம் எனக்கு வந்திருந்தது. ராமானுஜம் புகழ்பெற்ற மன நல மருத்துவர். திருநெல்வேலிக்காரர். The Hindu போன்ற பத்திரிகைகளில் தொடர்ந்து எழுதிவரும் சுவாரஸ்யமான கட்டுரைகளை நான் படிப்பதுண்டு. இவருடைய கடிதத்தில் கம்ப்யூட்டரில் எப்படி வார்த்தைகளை எண்ணுவது என்று எனக்கு குறிப்புகள் தந்திருந்தார். நான் 'அதை ஏற்கனவே செய்துகொண்டு தானிருக்கிறேன்' என்று பதில் எழுதினேன். அவர் "என்னுடைய நண்பர் ஒருவருக்கு கட்டுரைகளில் வார்த்தைகளை எப்படிக் கணக்கிடுவது என்று அனுப்பிய மின்னஞ்சலைத் தவறுதலாக உங்களுக்கும் அனுப்பிவிட்டேன். கவனக் குறைவு. உங்களைப் போன்ற எழுத்தாளர்களுக்கு இது போன்ற தகவல்களை அனுப்புவது நாதஸ்வரத்தை எப்படிப் பிடிப்பது என்று ராஜரத்தினம் பிள்ளையிடம் கூறுவதுபோல சிறுபிள்ளைத்தனமான செயல்' என்று பதில் போட்டார். இதைப் படித்தபோது எனக்கு சிரிப்பு சிரிப்பாக வந்தது. காரணம், ராஜரத்தினம் பிள்ளை உதாரணம் தான். ஒருமுறை சிண்ட்லர்ஸ் லிஸ்ட் சினிமா பற்றி ஒருவரிடம் நீண்டநேரம் விவாதித்தேன். முடிவில் அவர் மனைவி தன் கணவர் இரண்டாம் உலகப் போர் முடிந்த பின்னர் யூதர்களுக்கு ஏற்பட்ட அவலத்தை அடிப்படையாக வைத்து ஒரு நாவல் எழுதியிருக்கிறார் என்ற தகவலை எனக்குச் சொன்னார். என் அறியாமையை எண்ணி நான் சங்கடப்பட்டது ஞாபகத்துக்கு வந்தது.

கம்ப்யூட்டர்கள் வந்த பிறகு எழுத்தாளர்களின் வேலை இலகுவாகிவிட்டது என்பதில் சந்தேகம் இல்லை. வார்த்தைகளை எப்படி எண்ணுவது என்று கம்ப்யூட்டர் சொல்லித்தருகிறது. கட்டுரை, சிறுகதை, கவிதை என்று என்ன எழுதினாலும் பத்திரிகைக்கு அனுப்பும்முன்னர் வார்த்தைகளை எண்ணி கணக்குப் பார்த்துக்கொள்ளலாம். பெரும்பாலான தமிழ் பத்திரிகைகள் வார்த்தை கணக்கை இன்னும் நடைமுறைக்குக் கொண்டுவரவில்லை. கட்டுரைகள் கேட்டு எழுதும் பத்திரிகைகளிடம் நான் எத்தனை வார்த்தைகளில் எழுதவேண்டும் என்று

கேட்பதுண்டு. ஆனால் அதற்குப் பதில் வராது. நாலு பக்கத்தில் கட்டுரை வேண்டும். அதில் ஒரு பக்கம் படத்துக்கு ஒதுக்கவேண்டும் என எழுதுவார்கள். எழுத்துருவை மாற்றிவிட்டால் இரண்டு பக்க கட்டுரை நாலு பக்க கட்டுரையாக மாறிவிடும். ஒருமுறை இப்படித் தான் வார்த்தை கணக்கை வைத்து ஒரு சிறுகதை எழுதி பத்திரிக்கைக்கு அனுப்பியிருந்தேன். அவர்கள் பெரிய படத்தைப் போட்டு, நீளம் கூடிவிட்டது என்று கடைசி வசனத்தை வெட்டி விட்டார்கள். சிறுகதையின் உயிர் அதிலேதான் இருந்ததால் படித்தவர்களுக்குக் கதையே புரியாமல் போயிற்று.

தமிழ் எழுத்தாளர்களுக்கு எழுத்துக் கணக்கு பெரிய முக்கியம் என்று இல்லாவிட்டாலும் ஆங்கில எழுத்தாளர்களுக்கு முக்கிய மானது. அவர்களுடைய சன்மானம் வார்த்தைக்கு இவ்வளவு என்று தீர்மானிக்கப்படுகிறது. ஆகவே எண்ணிக்கை எழுத்தாளருக் கும், பதிப்பாசிரியருக்கும் முக்கியம். அத்துடன் பிரதியை மேம் படுத்தும் வேலையை கம்ப்யூட்டர் இலகுவாக்குகிறது. வெட்டுவது, நகலெடுப்பது, ஒட்டுவது, மாற்றுவது, வார்த்தைகளை நகர்த்துவது என்று பல விதங்களில் கணினி எழுத்து வேலையை எளிமை யாக்குகிறது. எழுதியதைப் பாதுகாப்பாக நாலைந்து இடங்களில் சேமித்து வைக்கலாம். எழுதும் போதே இணையத்தில் தேடலாம்; இணைய அகராதியைப் பயன்படுத்தலாம். எழுதிமுடித்த பின்னர் அச்செடுத்து தபாலில் அனுப்ப வேண்டிய அவசியமில்லை. அப்படியே இணைப்பாக மின்னஞ்சலில் அனுப்பிவிடலாம். இப்படி எழுத்தாளர்களுக்குப் பெரும் வரப்பிரசாதமாக அமைந்துவிட்டது கம்ப்யூட்டர்.

சமீபத்தில் அஞ்சல் நிலையத்துக்குப் போயிருந்தேன். அங்கே ஊழியர்கள் பரபரப்பாக வேலைசெய்ய அஞ்சல் அதிபர் மட்டும் ஒரு புத்தகத்தைப் படித்துக்கொண்டிருந்தார். இன்னும் சில மாதங்களில் அவர் ஓய்வெடுக்கப் போவதால் இப்பவே வாசிப்பு பழக்கத்தை தான் ஏற்படுத்தப் போவதாக எனக்கு முன்பே சொல்லியிருந்தார். 'என்ன படிக்கிறீர்கள்?' என்று கேட்டேன். அவர் ப்ரான்ஸ் காஃப்கா எழுதிய கோட்டை (The Castle) நாவல் என்று சொல்லி என்னை ஆச்சரியப்படுத்தினார். 'நல்ல ஆரம்பம். எப்பொழுது முடிப்பீர்கள்?' என்று கேட்டேன். அவர் 'இந்த நாவலை முடிக்க முடியாது. அதை எழுதிய ஆசிரியரே அதை முடிக்கவில்லை' என்றார். அப்பொழுதுதான் ஞாபகம் வந்தது, இது முடிவில்லாத நாவல் என்று. காஃப்கா நாவலை ஒரு அத்தியாயத் தின் முடிவில் நிற்பாட்டவில்லை; பத்தியின் முடிவில் நிற்பாட்ட வில்லை; வசனத்தின் முடிவில் நிற்பாட்டவில்லை. பாதி வசனத்தில்

நாவலைத் திடீரென்று நிறுத்திவிட்டு மறுபடியும் ஆரம்பிக்கப் போவதில்லை என்று அவருடைய உற்ற நண்பரான மாக்ஸ் புரொட்டிடம் சொல்லிவிட்டார். வந்த வேலையை முடித்து விட்டு நான் திரும்பியபோது அஞ்சல் அதிபர் சொன்ன ஒரு வாசகம் விடுகதைபோல இருந்தது. 'நல்ல காலம். காஃப்கா காலத்தில் கம்ப்யூட்டர் இல்லை.'

நான் வீடு திரும்பியதும் காஃப்காவின் நாவலை எடுத்துப் பார்த்தேன். அதிலே அவர் எழுதிய நாவலின் கையெழுத்துப் பிரதியின் ஒரு பக்கத்தை வெளியிட்டிருந்தார்கள். ஒவ்வொரு வரியிலும் ஏதாவது ஒரு சொல்லை வெட்டி மாற்றி எழுதியிருந்தார் காஃப்கா. எழுதிய பல வரிகளை முழுவதுமாக வெட்டிவிட்டார். சில சொற்களை வேறு இடத்துக்கு மாற்றினார். ஒரு பத்தியை எழுதிவிட்டு பின்னர் என்ன நினைத்தாரோ அதை ஐந்து தரம் வெட்டினார். ஒரு பக்கத்திலேயே இத்தனை திருத்தங்கள் என்றால் முழு நாவலிலும் எத்தனை மாற்றங்கள் செய்திருப்பார். முதலில் நாவலை தன்மையில் எழுதியவர் பின்னர் அதைப் படர்க்கைக்கு மாற்றினார். 'நான், நான்' என்று வரும் இடங்களை எல்லாம் நாவல் முழுக்க 'கே, கே' என்று மாற்றினார். காஃப்கா 40 வயதில் இறந்து போனார். அவர் இறப்பதற்கு முன்னர் தன் நண்பர் மாக்ஸுக்கு எழுதிவைத்த கடிதத்தில் 'இது தான் என் கடைசி விருப்பம். நான் விட்டுப் போகும் கையெழுத்துப் பிரதிகள், கடிதங்கள், நாட்குறிப்புகள், வரைபடங்கள் யாவையும் படித்துப்பார்க்காமல் எரியூட்டப்பட வேண்டும்' என எழுதியிருந்தார். அவர் திருப்பித் திருப்பி திருத்தியது அவருக்கு அலுப்பூட்டியிருக்க வேண்டும். நண்பர், காஃப்காவின் கடைசி விருப்பத்தை பொருட்படுத்தாமல் அவர் இறந்து இரண்டு வருடம் கழித்து கோட்டை நாவலை வெளியிட்டார். நிச்சயமாக காஃப்கா காலத்தில் கம்ப்யூட்டர் இருந்திருந்தால், நாவலைத் திருத்தி மேம்படுத்தும் வேலையில் அது அவருக்குப் பெரும் உறுதுணையாக இருந்திருக்கும் என்பதில் சந்தேகம் இல்லை.

திருவள்ளுவர் இப்போது இருந்திருந்தால் என்ன கார் வைத்திருப்பார்? இதுதான் நண்பர் கேட்ட கேள்வி. என்ன செல்பேசி வைத்திருப்பார் என்று இன்னொருவர் கேட்டார். அப்பிள் கம்ப்யூட்டர் தான் வைத்திருப்பார் என்று ஒருவர் சொன்னார். கம்ப்யூட்டரில் அவர் திருக்குறளை எழுதியிருந்தால் எப்படி இருந்திருக்கும். பதப்படுத்திய ஓலையை இடது கையில் பிடித்துக்கொண்டு வலது கையில் எழுத்தாணியை செங்குத்தாகப் பிடித்து எழுதுவதுதான் வழக்கம். ஓலையில் ஒவ்வொரு சொல்லாக எழுதி வெட்டி திருத்தி எழுதவெல்லாம் முடியாது. முழுச் செய்யுளையும் மனதில் கவனம் செய்தபின்னர் எழுத்தாணியால்

ஒரே தரத்தில் எழுதிமுடிக்க வேண்டும். அதுதான் முறை. திருவள்ளுவர் அப்படித்தான் எழுதியிருப்பார்.

திருவள்ளுவரிடம் கம்ப்யூட்டர் இருந்திருந்தால் 1330 பாடல்கள் அல்ல 5000, 6000 பாடல்கள் எழுதியிருப்பார் என்று நண்பர் சொல்கிறார். எனக்கென்னவோ குறளின் அழகு சொல்ல நினைத்ததை அத்தனை ரத்தினச் சுருக்கமாக சொன்னதால்தான் வந்தது என்று படுகிறது. ஒவ்வொரு வார்த்தையிடமும் அது தரக்கூடிய அதிகபட்ச வேலையை திருவள்ளுவர் வாங்கியிருக்கிறார். கம்ப்யூட்டரில் திருக்குறளை வேகமாக எழுதி முடித்திருக்கலாம். ஆனால் அவர் 1330 பாடல்கள்தான் எழுதியிருப்பார் என்று தோன்றுகிறது. கம்பர் அப்படியல்ல. அளவுக்கதிகமாக உணர்ச்சி வயப்படும் கவி அவர். வர்ணிக்கத் தொடங்கினால் நிறுத்த முடியாமல் வர்ணித்துக்கொண்டே போவார். கை உளைவு எடுத்ததும் எழுத்தாணியை நிறுத்துவார் என நினைக்கிறேன். கம்ப்யூட்டர் வசதி இருந்திருந்தால் அவர் 10,000 பாடல்களுடன் நிறுத்தியிருக்கமாட்டார். 20,000, 30,000 பாடல்கள் என்று எழுதித் தள்ளியிருப்பார்.

எந்தப் படைப்பாளியின் முழுப் படைப்பும் மூளையில் உருவாகி வளர்ந்து முழுமை பெறுகிறது. அதை வெளியே கொண்டு வருவதற்கு உடல் உழைப்பு தேவைப்படுகிறது. சோம்பேறியான படைப்பாளியால் உன்னதமான படைப்புகளைக் கொடுக்க முடியாது. அவருடைய மூளையிலே ஆக்கம் உற்பத்தியாகி மூளையிலே வளர்ந்து மூளையிலேயே மடிந்துவிடும். என்னுடைய நண்பர் ஒருவர் இருக்கிறார். நிறையப் படிப்பார். எந்தப் புத்தகத்தின் பெயரைச் சொன்னாலும் அவர் ஏற்கனவே அதைப் படித்திருப்பார். சிறந்த சிந்தனையாளர். பேசிக்கொண்டிருக்கும்போது 'இந்த விசயத்தை விரித்து ஒரு கட்டுரை எழுதவேண்டும். இந்தக் கரு நாவலுக்குப் பொருத்தமானது. ஒரு நாவல் எழுதவேண்டும்' என்று சொல்வார் ஆனால் செய்யமாட்டார். முழுச் சோம்பேறி. ரஸ்ய எழுத்தாளர் ரோல்ஸ்ரோய் கடும் உழைப்பாளி. அவரிலும் அதிகமான உழைப்பாளி அவர் மனைவி சோஃபியா. இருவரும் சேர்ந்துதான் 12 புனைவுகள், 9 அபுனைவுகள், 3 நாடகங்கள், சிறுகதைகள் என வாழ்நாள் முழுக்க எழுதித் தள்ளியிருக்கிறார்கள். ரோல்ஸ்ரோயின் கம்ப்யூட்டர் சோஃபியாதான். அவர் திருத்த திருத்த சோஃபியா அலுப்பில்லாமல் நகல் எடுத்தார். ரோல்ஸ்ரோ யிடம் ஒரு கம்ப்யூட்டர் இருந்திருந்தால் 'போரும் அமைதியும்' போன்ற பெரிய நாவலின் திருத்தங்களை எத்தனை தரம் வேண்டு மென்றாலும் அவர் கம்ப்யூட்டரிலேயே செய்து முடித்திருப்பார். சோஃபியாவின் உழைப்பு தேவைப்பட்டிராது. இன்னும் பத்துப்

பதினைந்து நாவல்களும் கட்டுரைகளும் நாடகங்களும் கூடுதலாகப் படைத்திருப்பார்.

நோபல் பரிசு பெற்ற ஸ்பானிய மொழி எழுத்தாளர் காபிரியேல் கார்ஸியா மார்க்வெஸ் தன்னுடைய சுயசரிதையில் சொல்வார். 'நான் எழுதியதை இரவிரவாகத் திருத்தி திருப்பி எழுதுவேன். பின்னர் தூங்கி காலையில் எழுந்ததும் மறுபடியும் முதலிலிருந்து திருத்தத் தொடங்கிவிடுவேன்.' பிரபலமான எழுத்தாளர்கள் எல்லாம் நிறைய உடல் உழைப்பைத் திருத்துவதில் செலவழித்தார்கள். சிந்திப்பதில் செலவழிக்கவேண்டிய நேரம் இப்படி உடலுழைப்பில் விரயமானது.

எழுத்தாளர் கல்கி கடுமையான உழைப்பாளி. எழுதியது அச்சில் வரும்முன்னர் பலமுறை திருத்தியதாக அவரே எழுதியிருக்கிறார். வாராவாரம் அவர் எழுதிய தொடர்கதைகள் ஒருகாலத்தில் பிரபலமானவை. அவை மெய்ப்பு திருத்த அவரிடம் வரும்போதும்கூட பல திருத்தங்கள் செய்து புதிய வசனங்களையும் எழுதி சேர்த்துவிடுவார். அவரிடம் அந்தக் காலத்தில் கம்ப்யூட்டர் இருந்திருந்தால் அவருக்கு நிறைய நேரம் மிச்சப்பட்டிருக்கும். 'பொன்னியின் செல்வன்' ஐந்து பாகத்துடன் முடிவுக்கு வந்திராது. பத்து பாகமாக நீண்டிருக்கும்.

ஆனால் புதுமைப்பித்தன் அப்படியல்ல. எழுதுவதை எவ்வளவுக்குப் பின்போடமுடியுமோ அவ்வளவுக்குப் பின்போடுவார். கடைசி மணித்தியாலம் அணுகியதும் அவசரமாக எழுதத் தொடங்குவார். ஒரே எழுத்துத்தான். ஒருமுறை எழுதியதை திருப்பிப் பார்ப்பதில்லை. திருத்துவதுமில்லை. அது அப்படியே அச்சுக்குப் போய்விடும். நிறைய சிந்திப்பார். ஆனால் உடல் உழைப்பு என்று வரும்போது சோம்பலாகி விடுவார். அவருக்கு ஒரு கம்ப்யூட்டர் கிடைத்திருந்தாலும் அவர் எழுத்திலோ, அவர் ஆக்கங்களின் தொகையிலோ பெரும் மாற்றம் ஒன்றும் ஏற்பட்டிருக்க முடியாது என்றுதான் படுகிறது.

சுரா எழுதிய 'குழந்தைகள் பெண்கள் ஆண்கள்' நாவல் வெளிவந்த சமயம் நான் அவரைப் போய் சந்தித்தேன். அப்பொழுது அவர் சொன்னது நினைவிருக்கிறது. ஒரு 300 பக்க நாவல் எழுதுவதற்கு அவர் 3000 பக்கங்கள் எழுதவேண்டி நேருகிறது. அத்தனை திருத்தங்கள் செய்வார். ஆனாலும் லேசில் திருப்தி வராது. மீண்டும் மீண்டும் திருத்தங்களுக்கு மேல் திருத்தங்கள் செய்தபடி இருப்பார். அவருக்கு கம்ப்யூட்டர் பெரும் உதவியாக இருந்திருக்கும். சுராவுக்கு கம்ப்யூட்டர் கற்பதில் நிறைய ஆர்வம் இருந்தது. அவர் கம்ப்யூட்டரில் எப்படி எழுதுவது என்பதைக்

கற்க ஆரம்பித்துவிட்டார். அவருடைய அடுத்த நாவல் முழுக்க முழுக்க கம்ப்யூட்டரில் எழுதி வந்திருக்கும். ஆனால் அதற்கு முன்னர் அவர் இறந்துபோனது தமிழ் இலக்கியத்துக்கு ஏற்பட்ட துரதிர்ஷ்டம்தான்.

காஃப்கா 40 வயதில் இறந்துபோனது உலக இலக்கியத்துக்குப் பெரும் இழப்பு. அவருடைய கோட்டை நாவலில் ஓர் இடம் வரும். அதில் வரும் கதாநாயகன் கே அவருடைய அதிகாரியை சந்திப்பதற்கு எடுத்த முயற்சிகளில் எல்லாம் தோல்வியடைகிறான். கடைசி முயற்சியாக அதிகாரியுடன் 'பத்து வார்த்தைகள்' பேசும் ஒரு சந்தர்ப்பத்தைக் கேட்கிறான். ஐந்து நிமிடம், இரண்டு நிமிடம், ஒரு நிமிடம் என்று கேட்காமல் நேரத்தை வார்த்தைகளால் அளக்கிறான். காஃப்காவிடம் ஒரு கணினி இருந்திருந்தால் அவர் எழுதும் வார்த்தைகளை எண்ணுவதற்கு அது பயன்பட்டிருக்கும். அவர் 40 வயது தாண்டி வாழ்ந்து அவருக்கு ஒரு கம்ப்யூட்டரும் கிடைத்திருந்தால் என்ன நடந்திருக்கும்? வாழ்நாள் முழுக்க கம்ப்யூட்டரில் தான் எழுதியவற்றைத் திருத்தியபடியே காலத்தைக் கழித்திருப்பார். காஃப்கா லேசில் திருப்தியடையும் படைப்பாளி அல்லர். இறப்பதற்கு முன்னர் தன் நண்பனுக்குத் தன் எழுத்துக்களை என்ன செய்யவேண்டும் என கட்டளை இட்டிருக்க மாட்டார். மாறாக, கம்ப்யூட்டரில் உள்ள ஒரு விசையை அமத்தி தானே தன்னுடைய அத்தனை எழுத்துக்களையும் அழித்திருப்பார். அவரிடம் அந்தக் காலத்தில் கம்ப்யூட்டர் இல்லாமல் போனதால்தான் அவர் படைத்த இலக்கியம் தப்பி, இன்று எமக்கு கிடைத்திருக்கிறது.

அஞ்சல் அதிபர் சொன்னது இப்போதுதான் எனக்குப் புரிந்தது. 'நல்ல காலம், காஃப்கா காலத்தில் கம்ப்யூட்டர் இல்லை.'

பெயர் சூட்ட வேண்டாம்

18 May 2011

President
Amnesty International 1,
Easton Street,
London, WC1X0DW
U.K

மேன்மை தங்கிய ஐயா,

என்னுடைய பெயர் விசாலாட்சி கனகரத்தினம். என் விலாசத்தை எழுத முடியாது. ஏனென்றால் கடந்த ஐந்து வருடங்களில் நான் ஏழு தரம் இடம் மாறிவிட்டேன். நான் கடைசியாகத் தங்கிய இடம் முள்ளிவாய்க்கால். என் கணவர் குண்டுபட்டு இறந்த பிறகு நானும் மகனும் பிளாஸ்டிக் கூரை போட்ட ஒரு குடிசையில் வாழ்ந்தோம். நல்ல மழை பெய்யா விட்டால், நல்ல காற்றடிக்காவிட்டால், நல்ல வெயில் எறிக்கா விட்டால், நல்ல குளிர் அடிக்காவிட்டால் இதை விட நல்ல வசிப்பிடம் எங்களுக்குக் கிடையாது. ராணுவ டாங்கிகள் ஓடும்போது தரை அதிர்ச்சியில் சிலவேளை பிளாஸ்டிக் கூரை பறந்து போய் விடும். மற்றபடிக்கு நல்ல குடிசைதான்.

என்னிடம் ஒரு கைமெசின் இருந்தது. அதில் உடுப்பு தைத்து அந்த வரும்படியில் காலத்தை ஓட்டினேன். போரின் இறுதிக் கட்டத்தில் உறை தைத்துக் கொடுத்தேன். இந்த உறையை எடுத்துச் சென்று சனங்கள் மண் நிரப்பி பங்கர்களாகப் பாவித்தார்கள். போர் உச்சத்தில் இருந்தபோது துணி கிடைக்காமல் தங்கள் தங்கள் சேலைகளைக் கொண்டுவந்து தந்து உறையடித்தார்கள். ஆகக் கடைசியான நேரத்தில் கூறைச் சேலையைக்கூட கொண்டு வந்தார்கள். நான் அதையும் கூசாமல் உறையடித்துக் கொடுத்தேன். குண்டு விழ விழ எனக்கு வரும்படி அதிகமாகியது. அப்படி உழைத்ததை இப்ப நினைத்தாலும் எனக்கு வெட்கமாக இருக்கிறது.

மேன்மை தங்கிய ஐயா, என் மகன் நல்லாய் படிக்கிறவன். இரண்டு வருசமாகப் படிப்பு இல்லாமல் என்னோடு அலைந்தான். நான் அவனுக்குக் கொடுத்ததிலும் பார்க்க அவன்

எனக்குத் தந்தது அதிகம். என்ரை பிள்ளை 19வது பிறந்த நாளைக் காணவில்லை. அதற்கு 5 நாள் முன்பு காணாமல் போனான். தேதி வேணுமென்றால் சரியாக 2009, மே 12. அன்று காலை பச்சை கட்டம் போட்ட சாரமும், சாயம் போய், தோள்மூட்டடியில் தையல் விட்ட, ரீ சேர்ட்டும் அணிந்து புறப்பட்டான். சாப்பிட ஏதாவது கிடைக்குமா என்று பார்க்கத்தான். அவனுடைய அடையாளம் இடது கண் மேலே ஒரு மச்சம் இருக்கும். இரட்டைச் சுழி.

என் மகனை எப்படியாவது கண்டுபிடித்து தாருங்கள். மன்றாடிக் கேட்கிறேன். இங்கே போனால் அங்கே, அங்கே போனால் இங்கே என்று என்னை அலைக்கழிக்கிறார்கள். வேறு கதியில்லாமல் உங்களுக்கு எழுதுகிறேன். அவன் பசி தாங்க மாட்டான். எப்படியும் பின்னேரம் ஆறு மணிக்குக் குடிசைக்குத் திரும்பிவிடுவான். நான் காத்திருப்பேன் என்று அவனுக்குத் தெரியும். அன்று வெளிக்கிட்டவன் ஏனோ திரும்பவில்லை. பாதுகாப்புக்காக எப்பவும் கையிலே சுருட்டிய ஒரு சிங்களப் பேப்பர் வைத்திருப்பான். ராணுவம் பிடித்தால் அவனை ஒன்றும் செய்யாது என்ற நம்பிக்கை. அவன் தொலைந்து போவதற்கு ஒரு காரணமும் கிடையாது.

மேன்மை தங்கிய ஐயா, செப்டம்பர் 1991ல் இத்தாலி நாட்டின் எல்லையில் ஓர் உடலை உறைந்துபோன நிலையில் கண்டு பிடித்தார்கள் என்று பேப்பரில் படித்தேன். 5300 வருடங்களுக்கு முந்திய உடல் அது என்று ஆய்வாளர்கள் கருத்து தெரிவித்தார்கள். அதற்கு 'ஐஸ் மனிதன்' என்று பெயர் சூட்டினார்கள். இதை அறிந்திருப்பீர்கள்.

1959ம் வருடம் கலிஃபோர்னியா கரையோரத் தீவில் 10,000 வருடங்களுக்கு முந்திய பெண்ணின் எலும்புகளைக் கண்டுபிடித்தார்கள். அதற்கு 'ஆர்லிங்டன் நீரூற்றுப் பெண்' என்று பெயர் கொடுத்தார்கள். இது உங்களுக்குத் தெரிந்திருக்கும்.

1974ல் அவுஸ்திரேலியாவில் 60,000 வருடங்களுக்கு முந்திய மனித எச்சங்களைக் கண்டுபிடித்தார்கள். அதற்கு 'மங்கோ மனிதன்' என்று பெயர் வைத்தார்கள். இதுவும் நீங்கள் அறியாததல்ல.

1974ல் எத்தியோப்பியாவின் அவாஷ் பள்ளத்தாக்கில் 3.2 மில்லியன் வருடங்கள் பழமையான மனித எலும்புகளை விஞ்ஞானிகள் கண்டுபிடித்தார்கள். அதற்கு லூசி என்று பெயர் தந்தார்கள். இவையெல்லாம் உங்களுக்கு ஏற்கனவே தெரிந்த தகவல்கள்தான்.

மில்லியன் வருடங்களுக்கு முந்திய எலும்புகளைக் கண்டு

பிடித்து தொல்பொருள் ஆய்வாளர்கள் பெயர் சூட்டுகிறார்கள். இரண்டு ஆண்டுகளுக்கு முன்னர் தொலைந்துபோன என் மகனைக் கண்டு பிடிப்பது அத்தனை கடினமானதா? நிலத்தில் இருந்து கிண்டி எடுத்த ஆயிரக்கணக்கான உடல்களில் இருந்தும், எலும்புக் குவியல்களில் இருந்தும் என் மகனை நான் எப்படி அடையாளம் காண்பேன்? ஒன்பது மாதங்கள் நாங்கள் இருவரும் ஓர் உடலைப் பகிர்ந்துகொண்டிருக்கிறோம். ஆயினும் என்னால் அவனை அடையாளம் காண முடியவில்லையே. நீங்கள் அவனைக் கண்டு பிடித்து தாருங்கள், ஆனால் பெயர் சூட்ட வேண்டாம். அவனுக்கு ஏற்கனவே ஒரு பெயர் இருக்கிறது. தமிழ் மன்னன். அவன்தான் ஈழத்தின் கடைசித் தமிழ் மன்னன். இரட்டைச் சுழி அவனுக்கு. நான் அவனை முறையாக அடக்கம் செய்யவேணும். என்றும் தங்கள் கீழ்ப்படிதலான விசாலாட்சி கனகரத்தினம்.

பத்மினியின் முத்தம்

நடிகை பத்மினியின் முதல் படம் மணமகள் என்று நினைக்கிறேன். அது யாழ்ப்பாணத்து தியேட்டரில் ஓடத் தொடங்கியபோது நான் விடுதியில் படித்துக்கொண்டிருந்தேன். அந்தப் படத்தை மாற்ற முன்னர் எப்படியாவது பார்த்துவிட வேண்டும் என ஆர்வம். நானும் இன்னொரு நண்பனும் இரவு களவாக விடுதி கேட் ஏறிப் பாய்ந்து சென்று இரண்டாவது ஆட்டம் சினிமா பார்த்தோம். மணமகள் படத்தில் வந்த யௌவன பத்மினியின் அழகும் ஆட்டமும் என்னைப் படுத்தியபாட்டை விவரிக்க முடியாது. என்னுடன் படம் பார்த்த நண்பன்கூட அறியமாட்டான். ஓர் இடத்தில் பத்மினி சற்று தலை குனிந்து கூந்தல் வழியாக என்னை மட்டும் பார்த்து நெருங்கிய பற்களைப் பாதி காட்டிச் சிரித்தார். தமிழ் பாடத்தில் 'செறி எயிற்று அரிவை' என்று படித்தது சட்டென்று ஞாபகத்துக்கு வந்தது. அன்றிலிருந்து நான் அவருக்கு அடிமையாகிவிட்டேன்.

பத்மினி நடித்த படங்கள் எல்லாவற்றையும் ஒன்று தவறாமல் பார்த்தேன். ஒரு காலத்தில் அவர் எங்கள் வீட்டுக்கு வருவார் என்று நான் கனவிலும் நினைத்துப் பார்த்ததில்லை. 2003ம் ஆண்டு பத்மினி ஒரு விழாவுக்காக ரொறொன்ரோ வந்தபோது எங்கள் வீட்டில் 3 நாட்கள் தங்கினார். மணமகள் திரைப்படத்தில் நான் பார்த்து மயங்கிய பத்மினிதான். தங்கத்தைக் கரைத்துப் பூசியது போல அதே மேனி. கால்மேல் கால் போட்டு, ஒரு பூனைக் குட்டியை அணைப்பதுபோல மடியிலே கைப்பையை வைத்துக் கொண்டு உட்கார்ந்தார். உடனேயே ஒரு சங்கதி புலப்பட்டது. அவர் வாழ்நாள் முழுக்க அதிகாரம் செய்து பழக்கப்பட்டவர். புகழ் வெளிச்சத்தில் இருந்து விலக விருப்பம் கொள்ளாதவர். சாதாரண பேச்சும் கட்டளை போலவே இருக்கும். கேள்விகள் எல்லாம் துப்பாக்கி ரவைகள்போல சட்சட்டென்று வந்தன. 'ரொறொன்ரோவில் நண்டு இருக்கிறதா? என்ன நண்டு, ஆற்று நண்டா கடல் நண்டா? றால் இருக்கிறதா? உங்களுக்கு றால் பொரிக்கத் தெரியுமா? என்ன என்ன மீன் இருக்கிறது?

கரி மீன் இருக்கிறதா? பால் மீன் இருக்கிறதா? சுறா மீன்

இருக்கிறதா?' என்று எல்லாம் கேட்கத் தொடங்கினார். 'இங்கே புட்டு எப்படியிருக்கும்? வீட்டிலே இடியப்பம் செய்வீர்களா? ஓ, மறந்துவிட்டேன். ரொறொன்ரோவில் நல்ல அப்பம் கிடைக்கும் என்று சொன்னார்களே.' ஒவ்வொரு கேள்வியும் எங்களைக் கலங்கடித்தது.

அடுத்து வந்த கேள்வி என் மனைவியைத் திடுக்கிட வைத்தது. 'ஆறு மணி மருந்தை எடுத்தேனா?' என்றார். மனைவி என்னைப் பார்த்தார். நான் அவரைப் பார்த்தேன். இப்பொழுதுதானே வந்து இறங்கியிருக்கிறார். எங்களுக்கு எப்படித் தெரியும்? மடியிலே படுத்துக் கிடந்த கைப்பையைத் திறந்து இரண்டு கை நிறைய மருந்து களையும், வைட்டமின் மாத்திரைகளையும் அள்ளி எடுத்தார். எல்லா நிறங்களிலும் எல்லா அளவுகளிலும் அவை இருந்தன. அது தவிர நாளுக்கு ஒருதரம் போடவேண்டிய ஊசியும் இருந்தது. மனைவி ஒரு சொல் பேசாமல், வாழ்நாள் முழுக்க இந்த தொழிலைச் செய்த தாதிபோல, அத்தனை பொறுப்பையும் ஏற்றுக் கொண்டார். பத்மினியின் ஞாபக சக்தி புகழ்பெற்றது என்பது எல்லோருக்கும் தெரியும். கண்ணாடியைப் பார்த்து நடிகை மேக்கப் போடும்போது அந்தக் கால வழக்கப்படி வசனகர்த்தா நீண்ட நீண்ட வசனங்களை நின்றபடி சொல்லிக் கொடுப்பார். சிவாஜிக்கு போட்டியாகப் பேச வேண்டிய வசனங்கள் அவை. அத்தனை யையும் பத்மினி இயக்குநர் வியக்கும்படி ஒரே டேக்கிலேயே பேசி அசத்திவிடுவார்.

பழைய கதைகள் பேசும்போது பத்மினி இப்படித்தான் ஆரம்பிப்பார். '1958ல் எஸ்.எஸ்.வாசன் இயக்கத்தில் ஜெமினி கணேசன், வைஜயந்தி மாலாவுடன் நான் நடித்து வெளியான வஞ்சிக்கோட்டை வாலிபன் படத்தில்' அல்லது '1967ல் சிவாஜி, கே.ஆர்.விஜயாவுடன் நான் நடித்து திருலோகசந்தர் இயக்கத்தில் வெளிவந்த இருமலர்கள் படத்தில்' என்று ஒரு படத்தைப் பற்றி சொல்லும்போது அதில் நடித்தவர்கள், அதை இயக்கியவர், அது வெளிவந்த வருடம் போன்ற சகல விவரங்களையும் மறக்காமல் சேர்த்துக்கொள்வது அவர் இயல்பு. அத்தனை வியக்கவைக்கும் ஞாபகசக்தி அவருக்கு. அப்படிப்பட்ட பத்மினிக்கும் என் மனைவிக்கும் இடையில் தினம் சண்டை மூளும். 'இதைப் போடுங்கள்' என்று என் மனைவி ஒரு மருந்தை நீட்டுவார். 'இதை ஏற்கனவே சாப்பிட்டுவிட்டேனே' என்பார் பத்மினி. 'அது வைட்ட மின். இதுதான் ரத்த அழுத்த மாத்திரை.' 'அப்படியா' என்று அதை வாங்கிப் போடுவார். ஒரு பதினைந்து நிமிடம் போயிருக்கும். 'பாருங்கள், இந்த மாத்திரையைத் தர மறந்துவிட்டீர்கள்' என்று குற்றம் சாட்டிவிட்டு ஒன்றை எடுத்து வாயைத் திறப்பார். என்

மனைவி எங்கேயோவிருந்து பாய்ந்து வந்து அதைப் பறித்து 'இதைத்தான் 15 நிமிடம் முன்பு நீங்கள் சாப்பிட்டீர்கள்' என்று சொல்வார். பத்மினி வங்கி மெசின் பணம் இல்லையென்று சொன்னது போல திடுக்கிட்டுப் பார்ப்பார். ஒரு மாற்றமில்லாமல் தினம் தினம் இது நடந்தது.

ரொறொன்ரோவில் ஓர் இரவு விருந்துக்கு அழைக்கப்பட்டு நாங்கள் புறப்பட்டபோதுதான் பிரச்சினை ஆரம்பமானது. அலங்கார சம்பிரமங்களை பத்மினி ஒவ்வொன்றாக வெளியே எடுத்து வைத்தார். பொற்சரிகை வைத்த இரண்டு நிறமான பட்டுச் சேலைகளில் எதை உடுப்பது என்று தடுமாறினார். கழுத்து மணியாரத்தை எடுத்து அணிந்தார். நீலக்கல் பதித்த அட்டிகையைக் கட்டுவதா விடுவதா என்று முடிவெடுக்க முடியவில்லை. அதற்கு இரண்டில் மூன்று பெரும்பான்மை தேவைப்பட்டது. வளையல்கள் மாட்ட வேண்டுமென்று நினைத்ததுதான் விபரீத முடிவு. முன்கையிலிருந்து முழங்கைவரை அவை நிரப்பப்பட்டன. எண்ணிப் பார்த்தபோது ஒரு கையில் 16ம் மறு கையில் 17ம் ஏறிவிட்டது. எத்தனை தரம் எண்ணினாலும் அதே தானம்தான் வந்தது. விருந்திலே யாராவது எண்ணிப் பார்த்துவிடக்கூடும் என்ற அச்சத்தில் பத்மினி அமைதி இழந்தார்.

விருந்துக்குப் புறப்பட்டபோது இரவு 10 மணிக்குத் திரும்பிவிட வேண்டும். ரசிகர்களின் அனாவசிய தொந்தரவு அவருக்குப் பிடிக்காது என்று சொல்லிவிட்டார். ஆனால் அங்கே நடந்தது வேறு. விருந்துக்கு வந்திருந்தவர்கள் எல்லோரும் பத்மினியுடன் படம் எடுக்க ஆசைப் பட்டார்கள். எல்லோருக்கும் கையெழுத்து வேண்டும். எல்லோரிடமும் கேள்விகள் இருந்தன. முக்கியமான கேள்வி 'நீங்கள் ஏன் சிவாஜியை மணமுடிக்க வில்லை?' ஆயிரம் கி.மீட்டர் பயணம்செய்து வந்தது இந்தக் கேள்விக்குப் பதில் அளிக்கவா? எனினும் பத்மினி மலர்ந்து போய், சௌந்தர்யம் அதிகமாகி காட்சியளித்தார். ஒரு சின்னப் பெண் சலுங் சலுங் என்று நடந்துவந்து அவர் காலைத் தொட்டபோது அப்படியே அவரைக் கட்டிப் பிடித்துக்கொண்டார். புகழின் உச்சியில் இருந்த ஒரு தருணத்தை அவர் மறுபடியும் வாழ்ந்து கொண்டிருந்தார். வீடு திரும்ப இரவு ஒரு மணியாகிவிட்டது. ஆனால் அடுத்த நாள் நடந்த சம்பவம்தான் அத்தனையையும் கெடுத்துவிட்டது.

பத்மினி கேட்ட சகல உணவு வகையும் அகப்படும் ஓர் உணவகம் ரொறொன்ரோவில் இருந்தது. ஓர் ஈழத்துக்காரர்தான் அதை நடத்தினார். பெயர் Hopper Hut. பத்மினியை அங்கே அழைத்துப் போனோம். பத்மினி மெனு அட்டையைப் பார்த்து

தனக்கு வேண்டிய அத்தனை உணவு வகைகளுக்கும் ஆணை கொடுத்தார். அப்பம், நண்டு, மீன், றால், கோழி பிரியாணி. அப்பத்தைப் பார்த்தார். மறுபடியும் பையனின் முகத்தைப் பார்த்தார். அவன் கவனத்தை என்ன செய்தும் திருப்ப முடியவில்லை. இறுதியில் ஆற்றாமல் 'நான் யாரென்று தெரிகிறதா?' என்றார். மேசை துடைத்த பையன் அரைக் கணம் அந்த வேலையை நிறுத்திவிட்டு 'தெரியாது' என்றான். அந்த மேசையைச் சுற்றிய இலையானின் மேல் அவனுக்கிருந்த கவனம்கூட பத்மினியின் மேல் இல்லை. நான் பில் பணத்தை கொடுத்தபோது மறுபடியும் 'நான் யார் தெரியுமா?' என்றார். அவன் வாயைத் திறக்காமல் தலையை கிழக்கு மேற்காக ஆட்டினான். இந்த வேதனையை நீடிக்கவிடாமல் நான் 'இவர்தான் நடிகை பத்மினி' என்றேன். அவன் 'எந்த பத்மினி?' என்றான். பத்மினியின் அத்தனை நடிப்பும், அத்தனை அழகும், அத்தனை புகழும் அந்த ஒரு வார்த்தை யில் அடிபட்டுப் போயின.

பத்மினியை விமான நிலையத்தில் ஏற்றிவிடப் போனபோது அவரை மறுபடியும் பார்க்கக்கூடும் என நான் எண்ணவில்லை. அதுவே கடைசி என்று நினைத்தேன். சில மாதங்கள் கழித்து நியூ யோர்க்கில் நடைபெற்ற ஒரு விழாவுக்கு எனக்கு அழைப்பு வந்தது. அங்கே அதிசயமாக பத்மினியைக் கண்டு அவருடன் பேசவேண்டும் என நினைத்து அணுகியபோதெல்லாம் ஏதோ ஒரு தடங்கல் ஏற் பட்டது. விழா ஆரம்பமாகி பேச்சுக்கள் எல்லாம் ஒருவழியாக முடிந்த பின்னர் சுதா ரகுநாதன் மேடையில் அமர்ந்து பாடினார். ஜி.ராமநாதன் இசையமைத்த 'பாற்கடல் அலைமேலே, பாம்பணை யின் மீதே' என்று தொடங்கும் ராகமாலிகை. திடீரென்று சபையில் ஒரு சலசலப்பு. பார்த்தால் தான் உட்கார்ந்திருந்த இடத்தில் எழுந்து நின்று அந்தப் பாடலுக்கு பத்மினி அபிநயம் பிடிக்கத் தொடங்கி விட்டார். எல்லோரும் கைதட்டி உற்சாகம் கொடுக்க அவர் மேடைக்குச் சென்று அங்கே நடனத்தை தொடர்ந்தார். உலகம் காணவேண்டிய அந்த அருமையான காட்சியை விழாவுக்கு வருகை தந்திருந்த 200 பேர் மட்டுமே அன்று கண்டு களித்தனர். இசை அரசியின் பாடலுக்கு நாட்டிய அரசியின் நடனம். பத்மினிக்கு அப்போது வயது 72. அதுவே பத்மினி மேடையில் ஆடிய கடைசி நடனம் என்று நினைக்கிறேன்.

விழா முடிந்த பின்னர் பத்மினியை அமைதியாகச் சந்தித் தேன். நலம்தானா? என்றார். நேரில் பார்க்கும்போதும் டெலிபோனில் அழைக்கும்போதும் அப்படித்தான் பேச ஆரம்பிப்பார். மீதி உரையாடல் முழுக்க ஆங்கிலத்திலேதான். என் மனைவி, பிள்ளைகளைப் பற்றி உண்மையான கரிசனத்துடன்

விசாரித்தார். அவருடைய பேரன் பேஸ்பால் விளையாடுவது பற்றிக் கேட்டபோது உற்சாகமாகி அவர் முகத்தில் புது ரத்தம் பாய்ந்து அழகாகத் தெரிந்தார். 'என்ன இன்று இவ்வளவு மகிழ்ச்சி?' என்றேன். 'பலநாட்களுக்குப் பிறகு பழைய நண்பர்களை முகம் முகமாகப் பார்க்கிறேன்' என்றுவிட்டு தலையைச் சற்று குனிந்தார். தாயின் கையைப் பறித்துக்கொண்டு ஓடும் குழந்தைபோல ஒரு முடிக்கற்றை நெற்றியிலே விழுந்தது. அதை அகற்றாமல் என்னைப் பார்த்து சிரித்தார். சட்டென்று மாணவப் பருவத்தில் எனை மயக்கிய மணமகள் படத்து சிரிப்பு ஞாபகத்துக்கு வந்தது. அவர் திரும்பவும் இந்தியாவுக்குப் போய்விடப் போவதாகச் சொன்னார். நான் அதை ஒன்றும் பெரிதாக எடுக்கவில்லை. விடைபெறும்போது கட்டிப்பிடித்து முத்தம் கொடுத்தார். எங்கேயிருந்தாலும் தொடர்பில் இருங்கள் என்று சொன்னேன். சரியென்றார்.

2006ம் ஆண்டு, 25ம் தேதி செப்டம்பர் மாதம் திங்கள்கிழமை இரவு நான் சாப்பிட்டுக்கொண்டிருந்தபோது செய்தி வந்தது. சென்னையில் ஒரு விழாவுக்கு பத்மினி சக்கர நாற்காலியில் போயிருக்கிறார். இரண்டு வருடத்துக்கு முன்னர் மேடையில் அவர் நடனம் ஆடியது நினைவுக்கு வந்தது. இந்த இடைக்காலத்தில் அவர் சக்கர நாற்காலி ஏறிவிட்டார். விழாவில் அவருக்கு நெஞ்சு வலி ஏற்பட்டு ஆஸ்பத்திரியில் சேர்த்த பின்னர் உயிர் பிரிந்து போனது என்று சொன்னார்கள். நான் உண்பதை நிறுத்திவிட்டுக் கடைசியாக நியூயோர்க் விழாவில் அவரிடம் விடைபெற்றதை நினைத்துக் கொண்டேன். சற்று குனிந்து நெற்றியில் வழிந்த கூந்தல் வழியாக சிரித்தபடி மேல் கண்ணால் என்னைப் பார்க்கிறார் நாட்டியப் பேரொளி.

∎